சொல்வளர்காடு

சொல்வளர்காடு

ஜெயமோகன்

கிழக்கு

சொல்வளர்காடு
SolvalarKaadu
by *Jeyamohan* ©

First Edition: June 2017
728 Pages
Printed in India.

ISBN : 978-81-8493-739-8
Kizhakku - 996

Kizhakku Pathippagam
177/103, First Floor,
Ambal's Building, Lloyds Road,
Royapettah, Chennai 600 014.
Ph: +91-44-4200-9603

Email : support@nhm.in
Website : www.nhm.in

kizhakkupathippagam

kizhakku_nhm

Cover Illustration: Shanmugavel

Author's Email: jeyamohan.writer@gmail.com
Author's Website: www.jeyamohan.in | venmurasu.in

Kizhakku Pathippagam is an imprint of New Horizon Media Private Limited.

மகாராஜபுரம் சந்தானம் அவர்களுக்கு
பேரன்புடன்

சில முக்கிய வார்த்தைகளுக்கான பொருள்
பின்னிணைப்பாக இணைக்கப்பட்டுள்ளது...

சொல் திகழ்தல்

மகாபாரதத்தின் வனபர்வம் அனேகமாக முழுமையாகவே பிற்சேர்க்கை என்பது ஆய்வாளர்கூற்று. அதில் பாரதத்தின் கதைச்சரடு இல்லை. பாண்டவர்கள் காட்டுக்குச் சென்றார்கள் என்னும் கதையை ஒரு களமாகக் கொண்டு இந்திய மரபில் புழங்கிய அத்தனை கதைகளையும் அதில் தொகுக்க முயன்றிருக்கிறார்கள். யக்ஷனின் கேள்விபதில் போல பல்வேறு நெறிநூல்களை உள்ளே பொருத்தியிருக்கிறார்கள்.

அவற்றில் பெரும் பகுதி வெறும் தகவல்கள், தீர்த்தங்கள் மற்றும் முனிவர்களின் புகழ்கள். அவற்றை எவ்வகையில் வெண்முரசுக்குள் கொண்டுவருவது என்னும் எண்ணம் என்னை சிலநாள் அலைக்கழித்தது. அப்போது தோன்றியது அச்செய்திகளை பயன்படுத்தவேண்டியதில்லை என்று. மாறாக எந்த நோக்கத்துக்காக அப்பகுதி மகாபாரதத்தில் பயன்படுத்தப்பட்டிருக்கிறதோ அதற்காகப் பயன்படுத்தலாம் என்று.

இந்திய மெய்ஞான மரபின் தோற்றம் முதலே இருந்துவரும் தொல்கதைகள் சில உண்டு. பலகதைகள் பின்னர் உபநிடதங்களில் நீட்சிகொண்டன. ஞானத்தேடலின், குருமரபின் கதைகள். ஞானத்தை விளக்கும் கதைகள். அக்கதைகளை பாண்டவர்களின் கானேகலின் கதைக்கட்டமைப்புக்குள் கொண்டுவரலாமென எண்ணினேன். அவ்வகையில் உருவானதே இந்நாவல்.

வேதங்கள் உருவான பின்னர் பிராமணங்களும் ஆரண்யகங்களும் உருவாயின. பொதுவாக பிராமணங்கள் நெறிகளை விளக்குபவை. ஆரண்யகங்கள் உட்பொருளை விளக்குபவை. ஆரண்யகம் என்றால் காட்டில் சொல்லப்பட்டவை என்றே பொருள். வேதம் மருவிய காலகட்டத்தில் பாரதத்தின் காடுகள் அறிவுத் தேடலால் கொந்தளித்திருக்கின்றன. நூற்றுக்கணக்கான குருமரபுகள் ஞான நெறிகள் எழுந்து ஒன்றுடன் ஒன்று முரண்பட்டு விவாதித்தும் முயங்கி மெய்கண்டும் வளர்ந்திருக்கின்றன. அக்கதையையே சொல்வளர்காடு பேசுகிறது.

மெய்ம்மையைத் தேடுவதே தன் வாழ்க்கை என அமைத்துக்கொண்டவர் தருமன். அவருடைய விழிகளினூடாக வேதம் வளர்ந்த காடுகளை ஒற்றைக் கதைப்பரப்பாக இணைக்கிறது இந்நாவல். நேரடியாக தத்துவ, மெய்ஞான விவாதங்களுக்குள் செல்லவில்லை. கதைகளையே முன் வைக்கிறது. அனேகமாக அத்தனை கதைகளுமே கூறுமுறையில் வளர்ச்சியும் மாற்றமும் அடைந்தவை. நவீன கதைசொல்லல் முறைப்படி மீள்வடிவு கொண்டவை. அக்கதைகள் உருவாக்கும் இடைவெளிகளை, அக்கதை களின் இணைவுகள் உருவாக்கும் இடைவெளிகளை தன் கற்பனையாலும் எண்ணத்தாலும் நிரப்பிக்கொள்ளவேண்டும் வாசகன் எனக் கோருகிறது இந்நாவல்.

ஒன்றின் இடைவெளியில் இருந்து பிறிதொன்றைக் கண்டடைந்து நீளும் இதன் பாதை இந்திய மெய்ஞான மரபின் வளர்ச்சியின் தோற்றமும்கூட. ஆனால் தத்துவத்தை படிமங்கள் வழியாகவே இலக்கியம் பேசுகிறது. அந்த விவாதத்தை முழுமைசெய்ய வாசகனின் பங்களிப்பைக் கோருகிறது என்பதை நினைவூட்ட விரும்புகிறேன்.

இந்நாவலை என் நினைவில் என்றும் அழியாது வாழும் மகாராஜபுரம் சந்தானம் அவர்களுக்குச் சமர்ப்பணம் செய்கிறேன். இன்றிரவிலும் அவருடைய ஆழ்ந்த குரலால் சூழப்பட்டிருக்கிறேன். 'வெள்ளக்கருணையிலே இந்நாய் சிறு வேட்கை தணியாதோ' என ஏங்குகிறது உள்ளம்.

ஜெயமோகன்
93, சாரதா நகர், பார்வதிபுரம்,
நாகர்கோவில் 629003

முதற் காடு

கௌஷீதகம்

1

தொன்மையான மலைநிலமாகிய கௌஷீதகத்தில் அசிதர் என்னும் வேதமுனிவரின் மைந்தராகப் பிறந்தார் தௌம்யர். தந்தையிடம் வேதம் பயின்றார். போர்க்கலை வல்லுநராக அவர் வளர்ந்தமையால் அதன்பொருட்டு அவர் அயோததௌம்யர் என்றழைக்கப்பட்டார். அவருக்கு ஆருணி, உபமன்யூ, வேதன் என்னும் மூன்று மாணவர்கள் அமைந்தனர். தாழ்வரையின் காடுதிருத்தி வயல்சமைத்து, குடில்கட்டி கல்விநிலை அமைத்து மாணவர்களுடன் அங்கு அவர் குடியிருந்தார். அவரது மாணவர்களில் ஆருணி வேளாண்தொழிலியற்றினான். உபமன்யூ கன்றுபுரந்தான். வேதன் பொதிசுமக்கச் சென்றான். மலைச்சரிவில் அமைந்திருந்த தவக்குடிலில் அந்தியில் அனலெழுப்பி சூழ்ந்தமர்ந்து வேதப்பொருளாய்ந்தனர். விளைந்ததும் சுரந்ததுமான உணவை விண்ணவர்களுக்கு அவியாக்கி அருள்கொண்டனர்.

பாஞ்சாலநாட்டைச் சேர்ந்தவனும் கௌதம கோத்திரத்தவனும் அருணரின் மைந்தனுமாகிய ஆருணி முதற்புலரியில் எழுந்து நீராடி நெருப்புக்கொடை அளித்தபின் கதிரெழுவதற்கு முன்னரே வயலுக்குச் சென்றான். வயல்நீரிலேயே பொழுதிணைவு வணக்கத்தை முடித்தபின் சேறளாவியும் நீரளாவியும் கழனியில் உழைத்தான். மேழிபற்றி உழுதான். நாற்று தேர்ந்து நட்டான். நீர்புரந்தான். களைகட்டினான். கதிர் கொய்து மணிபிரித்து களஞ்சியம் நிறைத்தான். மூவரில் முதல்வனென்றே ஆசிரியரால் எண்ணப்பட்டான். மாலையில் அழியாச்சொல் கொண்ட ஆழ்பொருள்சூழும் அவையிலும் அவனே முதல்வனென்று அமைந்திருந்தான்.

மாதத்தில் ஒருநாள் தன் மாணவர்களின் தொழில்தேர்ச்சியை நோக்க ஆசிரியர் வருவதுண்டு. அன்றொருநாள் ஆருணி நெல்வயலில் சேறுகுழைத்து வரம்புகட்டி கீழே ஓடிய சிற்றோடையிலிருந்து மென்மரத்தாலான இறைப்பானை கால்களால் இயக்கி பகல்முழுக்க நீர்பாய்ச்சி கணுக்கால் வரை நீர் நிறைத்தான். அந்திசாயும்வேளையில் நாற்றுகள் வேரூறிக்கொண்டிருப்பதைப்பார்த்து மகிழ்ந்தபடி கைகால்களைக் கழுவி அந்திப்பொழுது வணக்கத்திற்கென கதிர்முகம் நோக்கித் திரும்பி நின்றிருக்கையில், ஆசிரியர் வெண்ணிற ஆடை அணிந்து நரைமுடித்தொகை தோளில் புரள இளங்காற்றில் அலையடித்த பசும்நாற்றுப்பரப்பை மலர்ந்த முகத்துடன் நோக்கியபடி வருவதைக் கண்டான். தானும் உவகைகொண்டு அவரை நோக்கித் திரும்பியபோது தனக்குப் பின்பக்கம் மென்சேற்று வரப்பு உடைந்து வயல்நீர் ஓசையுடன் வழிந்தோடத் தொடங்குவதைக் கேட்டான்.

ஆசிரியர் வருவதற்குள் மலைச்சரிவின் வயலிலிருந்து நீர்வழிந்தோடி வெறும் சேறே எஞ்சுமென்பதை உணர்ந்தான். விடாய்கொண்டு பயிர்நிற்பதை அவர் ஒருகணமும் தாளமாட்டார் என்றறிந்திருந்தான். அக்கணமே அந்த உடைப்பில் தன் உடல்பதித்து படுத்துக்கொண்டான். சேற்றுடன் கலங்கிய நீர் அவன் உடல்கொண்டு தேங்கி நிறைந்து கவிந்து வழிந்தது. மறுபக்க வரப்பில் வந்துநின்ற அயோததௌம்யர் நீர் திளைத்த வயலில் நாற்றுகள் சிலிர்த்து நிற்பதைக் கண்டு உவகைகொண்டார். “நன்று செய்தாய் ஆருணி, என் முன் வருக!” என்று அழைத்தார். அவர் மும்முறை அழைத்தும் ஆருணி அந்த உடைவிலிருந்து எழவில்லை. இருள்பரப்பதைக் கண்டு ஆசிரியர் திரும்பிச்சென்றார்.

அன்று அனல்முகப்பில் அவியிடல் முடிந்தபின் மிச்சம் உண்டு நிறைந்து சொல்கூட்டி வேதப்பொருள் உசாவிக்கொண்டிருக்கையில் “ஆருணி எங்கே?” என்று ஆசிரியர் ஏழு முறை வினவினார். ஆருணி அவர் சென்றபின்னரே எழுந்து, உடைந்த வயல்வரப்பைத் திருத்தி நீர்தேக்கத் தொடங்கினான். இரவு வெளுப்பதுவரை நீர்தேக்கிவிட்டு காலைக்கருக்கலில் உடலெங்கும் சேறுசொட்ட குடில்வளைப்பில் நுழைந்த அத்தருணத்தில் காலையின் அனல்செயல் ஆற்ற அமர்ந்திருந்த ஆசிரியர் தன் மாணவர்களிடம் “வேதமென வந்த இதில் மாறாதிருப்பது எது? சொல்லா, பொருளா?” என்று வினவினார். உபமன்யூவும் வேதனும் “பொருளே. ஏனென்றால் பொருளுக்கெனவே சொல் அமைந்துள்ளது” என்றனர். “பாஞ்சாலனாகிய ஆருணியே, நீயே உரை” என்றார் ஆசிரியர். இருளில் நின்றிருந்த ஆருணி “சொல்லே” என்றுரைத்தான்.

விழிதிருப்பி அவனை நோக்கிய ஆசிரியர் “சொல், அது ஏன்?” என்றார். ஆருணி “விண்ணிழிந்து இங்கு வந்தது சொல்லே. மண்ணிலுருவானதே

சொற்பொருள். அறிதோறும் வளர்வதென்பதனால் அது மாறக்கூடியது. அறியப்படவேண்டியது என்பதனால் சொல் மாறுவதில்லை" என்றான். "சொல்லென்பது ஒலி. ஒலிமேல் படியும் எண்ணங்கள் அதை நமக்குப் பொருளாக்குகின்றன. பொருளூறிப் பெருகி நிலம்நனைத்து விளைபெருகியபின்னரும் சொல் அவ்வண்ணமே எஞ்சுகின்றது. முளைத்தாலும் கரு அழியாத விதையென்பதே வேதம் என்று சொல்கின்றனர் முனிவர்."

"ஆம், அவ்வண்ணமே" என்று சொல்லி மகிழ்ந்து எழுந்து வந்த அயோததௌம்யர் மாணவனை அள்ளி மார்புறத் தழுவிக்கொண்டார். அவன் உடலில் வழிந்த சேறு அவரது வெண்ணிற ஆடையைக் கறையாக்கியது. தன் முகத்திலும் மார்பிலும் படிந்த சேறுடன் பிற மாணவர்களை நோக்கித் திரும்பிய அயோததௌம்யர் "இனிய சந்தனத்தால் முழுக்காட்டப்பட்ட இவ்வுடல்கொண்டவனே என் முதல்மாணவன் என்றறிக! இவன் சொல் என்றும் இங்கு திகழ்க!" என்றார்.

வயல்வரம்பைப் பிளந்து எழுந்தவர் என்பதனால் ஆருணியை அதன்பின்னர் உத்தாலகர் என்று அழைத்தனர் பிறமாணவர்கள். ஆருணியாகிய உத்தாலகர் தன் ஆசிரியரிடமிருந்து சம்ஹிதை, பிராமணம், ஆரண்யம், உபநிடதம் எனும் நான்கு முகங்களுடன் எழுந்துவரும் நால்வேதங்களைக் கற்றுத்தேர்ந்தார். வேதச்சொல் மாறாதிருக்க பதம், கிரமம், ஜடை, கனம் எனும் நான்கு வழிகளில் சொல்லெண்ணிக் கற்கும் முறையை உத்தாலகரே உருவாக்கினார். சொல்தொகையென பதமும், சொல்லிணைவு என கிரமமும், சொல்பின்னுதல் என ஜடையும், சொல்கூட்டல் என கனமும் நெறிவகுத்தமைக்கப்பட்டன. அவை காலைநதியை கதிர்களென வேதங்களை ஊடுருவிச்சென்று ஒளியுறச்செய்தன.

அவர் வகுத்த முறைபற்றிப் பிரித்துப்பிரித்து வெற்றொலியாக்கி பொருள்நீக்கம் செய்தும் இணைத்து இணைத்து பொருள்தொகையாக்கி ஒலிமறையச்செய்தும் வேதத்தை ஆடல் கொள்ளச்செய்தனர் வைதிகர். தேயு, மித்திரன், வருணன், ஆதித்யன், சூரியன், சவிதா, பூஷன், விஷ்ணு என்னும் விண்புரக்கும் தெய்வங்களும், பிருத்வி, அக்னி, பிருகஸ்பதி, சோமன், துவஷ்டா என்னும் மண்ணாளும் தெய்வங்களும், விண்ணையும் மண்ணையும் இணைத்தாடும் இந்திரன், உருத்திரன், மருத்துக்கள், வாயு, பர்ஜன்யன் என்னும் ஆற்றல்மிக்க தேவர்களும், ஸிந்து, விபாட், சுதுத்ரீ, சரஸ்வதி, கங்கை எனும் நீரன்னையரும் அவர்களின் சொல்லில் எழுந்து அனலில் நின்று அவிகொண்டனர்.

தைத்திரியக் காட்டில் வேதம் முழங்கிய அவையொன்றில் தன் சொல்பயில்முறையை உத்தாலகர் முன்வைத்தார். அதை எதிர்த்து “வேதச்சொல் பிரிவுபட்டால் ஒலிமாறுபாடு கொள்கிறது. வேதமென்று செவிக்கு ஒலிக்காத சொல் வேதமாவதில்லை” என்று சொன்ன முதிய வைதிகமுனிவர்களிடம் “ஒவ்வொரு மணற்பருவையும் தழுவி ஆழத்தில் ஓடுவது சரஸ்வதியே. எண்ணும்போது எழுபவள் அவள்” என்று உத்தாலகர் மறுமொழி சொன்னார். “அவ்வண்ணமெனில் உங்கள் காலடியில் எழுக சரஸ்வதி” என்றனர் முனிவர். அங்கேயே தன் இரும்புமுனை தண்டத்தால் ஓங்கிக் குத்தி “எழுக என்னுளம் நிறைந்த நீர்மகள்!” என்றார். அச்சிறு துளையில் யானைமுகத்தில் மதம் என நீர் ஊற்றெழுந்தது. பெருகி சரஸ்வதி என காட்டி சிற்றோடையாகிச் சரிந்தோடியது. எண்ணியதும் எழுந்த பெருநதி அங்கிருந்து மனோரமை என்னும் பெயரில் ஒழுகலாயிற்று.

விதியும் அர்த்தமும் கொண்டு வேதங்கள் கௌஷீதகத்தில் விரிவடைந்தன. பிராமணங்கள் சொல்வடிவாக செவிகளில் ஊர்ந்து வளர்ந்தன. நுண்பொருள் ஒவ்வொன்றும் தழைத்தெழ ஆரண்யகங்கள் உருவாகி வந்தன. மைந்தரை இடையில் தூக்கி முலையூட்டி நின்றிருக்கும் அன்னையர் என ஆயின வேதாங்கங்களால் பொலிவுற்ற நால்வேதங்களும்.

முதிர்ந்து கனிந்து உயிர்துறக்கும் நிலையிலிருந்த அயோததௌம்யர் தன் முதல்மாணவனை அழைத்துவரும்படி சொன்னார். கையில் நூறு வேதமெய்ப்பொருளவைகளில் வென்று நிறுத்தப்பட்ட அறிவுக்கோலுடன் ஆசிரியரைக் காணச்சென்றார் உத்தாலகர். தர்ப்பைப்புல் படுக்கையில் மரவுரி அணிந்து படுத்திருந்த அயோததௌம்யர் புலித்தோலாடையும் அறிவுக்கு அடையாளமாகிய நுதல்விழியுமாக வந்த மாணவரைக் கண்டு அவர் மட்டும் தன்னருகே நின்றிருக்கட்டும் என ஆணையிட பிற மாணவர் விலகிச்சென்றனர்.

ஆசிரியர் அருகே மண்டியிட்ட உத்தாலகர் “நன்று எண்ணி நீங்குக, ஆசிரியரே! தாங்கள் என்னுள் விதைத்த வேதச்சொல்லை நூறுமேனி விளையச்செய்துள்ளேன். தங்கள் பெயர் சொல்லி என் மரபு இங்கு என்றும் வாழும்” என்றார். அயோததௌம்யர் இதழ்கள் விரியப் புன்னகைத்து “கற்றறிந்தவனே, என் இளமையில் எந்தையும் ஆசிரியருமான அசிதர் எனக்கு தூய காயத்ரியை அளித்து இந்த மரவுரியை அளித்தார். இதை நான் ஆடையென்றும் அணியென்றும் கொண்டேன். இன்று என்னில் இது மட்டுமே எஞ்சுகிறது. இதையும் அகற்றுக!” என்றார்.

உத்தாலகர் தௌம்யரின் ஆடையை அகற்றினார். எலும்புகள் புடைத்த வெளிறிச்சுருங்கிய வெற்றுடலுடன் கிடந்த தௌம்யர் “ஓங்கிய சொல்லுடையவனே, ஒன்றுகேள்! அறிஞர்கள் தங்கள் சொற்களால்தான் இறுதியில் வெல்லப்படுகிறார்கள். அதுவே அவர்களின் விடுதலை என்று அறிக!” என்றார். அவர் தலைமேல் கைகளை வைத்து “ஆம், அவ்வாறே ஆகுக!” என்று உரைத்தபின் விழிமூடி விண்புகுந்தார்.

2

கௌதம உத்தாலகர் வேதங்களை முழுதறிய நாற்பதாண்டுகாலம் ஆயிற்று. அதன்பின்னர் மைந்தரைப் பெற்று உலகறத்தை நிறைவுறச் செய்யும்பொருட்டு குசிகமுனிவரின் மகளை மணந்தார். கௌஷீதகக் காட்டில் அவளுடன் விறகுவெட்டியும் வேளாண்மைசெய்தும் ஆபுரந்தும் வாழ்ந்தார். மூன்று தலைமுறைகளாக நூற்றுப்பன்னிரண்டு மாணாக்கர்கள் அவருக்கு அமைந்தனர். முதியவயதில் மணம்கொண்டதனால் அவருக்கு மகவு பிறக்கவில்லை. ஆறாண்டுகாலம் நோன்பிருந்து அவர் தன் மனைவியில் பெற்றெடுத்தது பெண்ணாக இருந்தது. அவளுக்கு சுஜாதை என்று பெயரிட்டார்.

நீரளித்து தன்னை விண்ணேற்ற மைந்தன் இல்லை என்பதனால் உத்தாலகர் வருந்தினார். முதுமை மீதூறியதனால் இனியொரு மைந்தன் பிறக்க வழியில்லை என்றுணர்ந்தார். எனவே காசியப கோத்திரத்தைச் சேர்ந்த தன் முதல்மாணாக்கனை தன் மனைவியுடன் உறவுகொள்ளச்செய்து ஒரு மைந்தனைப் பெற்றெடுத்தார். அம்மைந்தன் ஸ்வேதகேது என்றழைக்கப்பட்டான்.

சுஜாதையை உத்தாலகரின் இரண்டாம்தலைமுறை மாணவனாகிய கஹோடகன் மணந்தான். கஹோடகனின் குருதியில் சுஜாதையின் கருவில் அஷ்டவக்ரன் என்னும் மைந்தன் பிறந்தான். எட்டு உடற்குறைகளுடன் பிறந்த அஷ்டவக்ரன் ஸ்வேதகேதுவுக்கு இளையோன் என்றே அக்கல்விநிலையில் எண்ணப்பட்டான். உருத்திரிபடைந்திருந்தமையால் கைக்குழவி என்றே நீணாள் இருந்த அவன் உத்தாலகரின் தோளிலும் மடியிலும் தவழ்ந்து வளர்ந்தான். முழுமையற்ற உடலைக் காண்கையில்

மானுட உள்ளம் எழுந்து அதை முழுமைசெய்து அடையும் கனிவால் அவர் அவன்மேல் பிறிதெவரிடமும் இல்லாத பேரன்பைக் கொண்டிருந்தார்.

ஸ்வேதகேது தன் தந்தையின் மாணவனாக உடனமர்ந்து கிளைகளும் நிழல்களுமாகப் பிரிந்த வேதமுழுமையும் நான்குவழிகளில் சொல்தேர்ந்து கற்றான். தந்தையின் தவச்சாலையிலேயே காடுபுகுந்து விறகு வெட்டியும், கன்று மேய்த்தும், மலைச்சரிவுகளில் வயல் பேணியும் வாழ்ந்தான். தந்தையென்பதனால் ஆருணியாகிய உத்தாலகரிடம் பிற மாணவரைக்காட்டிலும் உரிமைகொண்டவனாக தன்னை அவன் எண்ணிக்கொண்டிருந்தான். ஒருநாள் தன் தந்தையின் மடியில் தவழ்ந்த அஷ்டவக்ரனைக் கண்டு பொறாமைகொண்டு அவன் கைபிடித்து இழுத்து கீழே விட்டான். குறையுடலில் வலிமிகவே அஷ்டவக்ரன் அலறி அழுதான்.

அவ்வொலி கேட்டு சினந்து கையை ஓங்கியபடி வந்த சுஜாதை "அன்பிலாதோனே, அவனை ஏன் துன்புறுத்தினாய்?" என்று தம்பியிடம் கேட்டாள். "என் தந்தையின் மடி எனக்குரியது மட்டுமே. அவன் அங்கே தனக்குரிய அரியணையில் என அமர்ந்திருக்கிறான். அதைக்கண்டு என் உள்ளம் கொதிக்கிறது" என்றான் ஸ்வேதகேது. கண்கள் சிவக்க "விலகு மூடா! பிரம்மனுக்குரிய குருதிமுறையால் அவனே உன் தந்தையின் கொடிவழியினன்" என்றாள் சுஜாதை. "எவ்வண்ணம்?" என்று திகைப்புடன் கேட்ட ஸ்வேதகேதுவிடம் "அந்தியில் வேதக்களத்தில் நீயே உன் தந்தையிடம் கேள்" என்றாள் சுஜாதை.

அன்று நடந்த வேதச்சொல் மன்றில் தன் சொல்லை மறுத்து பூசல் எடுத்த மாணவனை நோக்கிச் சினந்தெழுந்த ஸ்வேதகேது "நான் அவர் குருதி என்பதனால் என் சொல் தந்தைக்கு மேலும் உகந்ததே" என்று சொன்னான். "தந்தை என்பதனால் தன்குருதி என்றாக வேண்டுமென்பதில்லை" என்று அம்மாணவன் மறுமொழி சொன்னான். துணுக்குற்று "தந்தையே, அதன் பொருளென்ன?" என்று ஸ்வேதகேது உத்தாலகரிடம் கேட்டான். "ஆசிரியர் என்பதைப்போல தந்தை என்பதும் அளிப்பதும் ஏற்பதுமான ஓர் உறவுநிலை மட்டுமே, மைந்தா" என்றார் உத்தாலகர். "இல்லை, நான் கேட்பது அதுவல்ல. அச்சொல்லை அவன் சொல்வது எப்பொருளில்?" என்றான் ஸ்வேதகேது.

"நீ என் குருதியில் பிறந்தவன் அல்ல. காசியப குலத்தோனாகிய என் முதல்மாணவனின் குருதியில் என் மனைவியின் வயிற்றில் பிறந்தவன். என்னால் மைந்தன் என நீர்தொட்டு வைத்து ஏற்கப்பட்டவன். எனவே காசியப கோத்திரத்தான் என்றே நீ அறியப்படுகிறாய்" என்றார்

உத்தாலகர். உளம்சிறுத்து கண்கலங்கிய ஸ்வேதகேதுவிடம் "மைந்தா, தொல்வேதங்கள் மானுடரிடமும் அசுரரிடமும் நாகர்களிடமும் 'பெருகுங்கள், எந்நிலையிலும் அழிவிலாதிருங்கள், ஒன்றுசேருங்கள், எது நிகழ்ந்தபின்னரும் எவ்வண்ணமேனும் எஞ்சியிருங்கள்' என்றே உரைத்தன. அப்பெருநதியில் அள்ளிய நால்வேதங்களும் அச்செய்தியையே கொண்டுள்ளன. ஈட்டி, அளித்து, துய்த்து, பெற்று, நிறைந்து கடந்துசெல்வதன் பேருவகையையே அவை ஆணையிடுகின்றன" என்றார்.

"வாழ்க்கையை வாழ்பவனைச் சூழ்ந்து தெய்வங்கள் நின்றுள்ளன. அவன் கையின் அவிபெற்று அவை வாழ்கின்றன. மானுடம் வளர்கையிலேயே தெய்வங்கள் வளர்கின்றன. எனவே வேதங்களை அறிந்தவன் விழைவுகளைத் துறப்பதில்லை, அவற்றை வெய்யோன் தேரின்வெண்புரவிகளென ஆள்வான்" என்றார் உத்தாலகர். "வேதத்தை அடிநிலமெனக்கொண்டு முளைத்த நெறிகள் அனைத்துக்கும் நோக்கம் இது ஒன்றேயாகும்."

கைகூப்பியபடி எழுந்த ஸ்வேதகேது "இல்லை தந்தையே, அழியாச்சொல்லென எழுந்த ஒன்று இங்கு இக்காலம் இவ்வாறு அடையப்பெறுவனவற்றுக்காக மட்டும் அமைந்திருக்காதென்றே என் உள்ளம் சொல்கிறது. வேதங்களில் இருந்து பெறவேண்டிய விழுப்பொருள் மெய்மையே என்று எண்ணுகிறேன்" என்றான். சினம்கொண்டாரென்றாலும் தன்னை அடக்கிக்கொண்ட உத்தாலகர் "வேதங்கள் மொழிவன ஒன்றே. தெய்வங்களுக்கு அளித்து மானுடருக்குரியவற்றைப் பெறுவது. அளிப்பவற்றை மீளப்பெறுகின்றன தெய்வங்கள். அவியளிப்பவன் அறம், பொருள், இன்பத்தையும் வீட்டையும் அடைகிறான். அவையன்றி மானுடருக்கு இங்கு அடையப்படுவன பிறிதில்லை" என்றார்.

"நூல்கள் சொல்லும் நான்கு விழுப்பொருட்களுக்கும் அப்பாலுள்ளது பெரும்பொருள் ஒன்று. அதை மெய்யறிதல் என்று உரைக்கத்துணிவேன். அடைதல், ஆதல், அமைதலுக்கு அப்பாலுள்ளது அறிதலென்னும் முழுமை. தன்னை உணர்ந்து உயிருடல் கொண்டு இங்கு வந்துள்ள அனைத்தும் அறிதலுக்கான வேட்கையுடன் இருப்பதே அதற்குச் சான்றாகும்" என்றான் ஸ்வேதகேது. "ஒவ்வொரு வேதச்சொல்லும் காதல்கொண்ட பெண்ணின் கடைவிழிநோக்கு போல, சுனையில் இனிக்கும் மலையுச்சித் தேன்போல, மழையுணர்த்தும் காற்றின் ஈரம்போல, காட்டுத்தீயின் எரிமணம் போல, பதுங்கிவரும் புலியின் காலடியோசைபோல அனைத்து நுண்மைகளாலும் பொருளுணரத்தக்கது. உணருந்தோறும் வளர்வது மட்டுமே முடிவின்மையைச் சொல்லும் தகைமை கொண்டது."

“வேதமென்பது வைதிகர் சொல்லில் அமைவது” என்ற உத்தாலகரிடம் “விதைக்கூடையை கையில் வைத்திருப்பவன் காலந்தோறும் முளைத்தெழும் காட்டை ஆள்பவன் அல்ல, தந்தையே” என்றபின் தலைவணங்கி ஸ்வேதகேது அவைவிட்டு வெளியேறினான். அந்த முதல் எதிர்ச்சொல்லைக் கேட்டு திகைத்து அமர்ந்திருந்த உத்தாலகர் தன் ஆசிரியர்களின் காலடிகளை ஒவ்வொன்றாக அகவிழியில் கண்டு வணங்கினார்.

உத்தாலகருக்கும் அவர் மைந்தனாகிய ஸ்வேதகேதுவுக்கும் வேதமெய்மை சார்ந்து பன்னிரு பெருஞ்சொல்லாடல்கள் நிகழ்ந்தன. அவை அக்கல்விநிலையின் மாணவர்களால் எழுதப்பட்டு வேதநீட்சிகளான கானூல்களில் இடம்பெற்றன. பன்னிரண்டாவது சொல்நிகழ்வு சாமவேதம் ஓதி ஒலிவடிவான விண்திகழ்வோரை நிறைவுறச்செய்யும் பெருவேள்வியொன்றின் இறுதியில் நிகழ்ந்தது. வேள்விமிச்சமென பகிர்ந்துண்ணப்பட்ட அன்னத்துடனிருந்த மலைத்தேன், கல்விநோன்பு கொண்ட இளையோருக்கு மட்டும் விலக்கப்பட்டது. இளையோரில் ஒருவனாக நின்றிருந்த ஸ்வேதகேது “ஆசிரியரே, அந்தத் தேன் எங்கள் கைகளிலிருந்து விண்ணவர்க்கு அளிக்கப்படும் என்றால் நாங்களும் அதற்குத் தகுதியானவர்களே” என்றான்.

சினம்கொண்ட தந்தை உரத்தகுரலில் “இதுகாறும் நீ உரைத்த எதிர்ச்சொற்கள் அனைத்தையும் பொறுத்தேன். இது என் கல்விநிலையின் நெறிமீது நீ கொள்ளும் மீறல். இதை ஒப்பமாட்டேன்” என்றார். “ஆணையிடும் உரிமை உங்களுக்குள்ளது, தந்தையே. அவ்வாணை எதன்பொருட்டென்று அறியும் உரிமை மாணவர்களாக எங்களுக்குண்டு” என்றான் ஸ்வேதகேது. “வேதச்சொல் விளங்கும் உளம்கொண்டவர்களாக மாணவர் திகழவேண்டும் என்பதற்கான நெறி இது. உளமயக்களிக்கும் கள்ளும் தேனும் நறுமணங்களும் காமமும் அவர்களுக்கு விலக்கப்பட்டுள்ளன” என்றார் உத்தாலகர்.

“தந்தையே, தாங்கள் ஆற்றுவதை அறியாது இவர்கள் அடைவதுதான் என்ன? தேவர்களென சூழ வந்து நிறைவது இவர்களின் உள்ளத்தில் ஊறி எழுந்த விண் அல்லவா? இவர்கள் அந்தத் தேனை தங்கள் அகத்தால் முன்னரே அருந்திவிட்டனர் என்றல்லவா அதற்குப் பொருள்?” என்று ஸ்வேதகேது கேட்டான். “அறிவே பிரம்மம் என்பதனால் அறியப்படுவதொன்றும் விலக்கல்ல.” சினத்தை அடக்கமுடியாத உத்தாலகர் “சிறியவனே, வேதச்சொல்லை முழுதறிவதென்பது தவம். தவமென்பது துறத்தல்” என்றார். “ஆசிரியரே, துய்த்தறிவதைத் துறப்பவன் அறிவையே துறக்கிறான். வேதம் சுட்டுவது எதையென்றறியாது சொல் மட்டும் அறிந்தவர் வேதமறியாதோர்” என்றான்.

“இனி ஒரு சொல் இல்லை. இங்கு நிறுத்திக்கொள்வோம்” என்றார் உத்தாலகர். “வைதிகமுனிவரே, இப்புவியிலுள்ள அனைத்தறிவையும் கொண்டு அறியப்படவேண்டியதே வேதமென்றாகும். எனவே அறிபடக் கூடியவை அனைத்தும் வைதிகருக்குரியவையே” என்று ஸ்வேதகேது சொன்னான். “இது என் இறுதியாணை. பிறிதொன்று பேச இனி ஒப்புதல் இல்லை” என்று உத்தாலகர் எழுந்து சென்றார். அதன்பின் அவர்களுக்குள் சொல்லாடல் என ஏதும் நிகழவில்லை. தந்தை மைந்தனுக்கிட்ட ஒற்றைச்சொல் ஆணைகளும் மைந்தன் தந்தைக்கு அளிக்கும் மறுமொழியில்லாப் பணிவும் மட்டுமே எஞ்சின.

தனிமையிலிருக்கையில் தன் ஆசிரியர் சொன்ன இறுதிச்சொற்களை மீண்டும் மீண்டும் எண்ணிக்கொண்டிருந்தார் உத்தாலகர். எவ்வண்ணம் தன் சொல் எழுந்து தன்னை வெல்லும் என்று பல வழிகளிலும் நோக்கினார். ஒருநாள் வேதச்சொல்லெடுத்து அனலுக்கு அவியூட்டும்போது அதை ஒரு தொடுகையென தன் உடலெங்கும் உணர்ந்தார். சொல் பனிமுடிசூடிய பெருமலைகளைப்போல் மாறாது அங்கிருக்க, சொல்லில் உறைந்த வேதம் அறியாமல் மாறிக்கொண்டிருந்தது.

3

தந்தையுடன் மைந்தனென வேதச்சோலையில் வாழ்ந்திருந்த அந்நாட்களில் ஒருமுறை காலையில் காட்டுக்குள் ஸ்வேதகேது விறகு வெட்டிக்கொண்டிருந்தான். அருகே கன்று மேய்த்துக்கொண்டிருந்தார் அவன் தந்தை. காட்டுக்குள்ளிருந்து மெலிந்த உடலும் தளர்ந்த நடையும் கொண்ட முதிய அந்தணர் ஒருவர் விழியொளி மங்கிய முகத்தை சற்றே தூக்கியபடி கைக்கோலால் நிலத்தைத் தட்டிக்கொண்டு அவர்களின் தவக்குடில் நோக்கி வந்தார். "வேதம்பயின்ற அந்தணன் நான். காட்டில் அலைந்து களைத்தேன். என்னைக் கை பற்றி அமரச்செய்யுங்கள்" என்று அவர்களின் ஓசைகேட்டு திரும்பிக் குரல்கொடுத்தார்.

ஸ்வேதகேது அருகே சென்று அவர் கைகளைப் பற்றிக்கொண்டு "வருக அந்தணரே, இது கௌதம கோத்திரத்து ஆருணியாகிய உத்தாலகரின் தவச்சாலை. இங்கு நீங்கள் இளைப்பாறி உணவுண்டு அமையலாம்" என்றான். உத்தாலகரும் கைகூப்பி அருகணைந்து முகமன் உரைத்தார். வசிட்ட கோத்திரத்தைச் சேர்ந்த தாமஸர் என்னும் அந்த அந்தணரை அழைத்துச்சென்று தவச்சாலையின் முகப்புத்திண்ணையில் அமரச்செய்து குளிர்நீர் பெய்து கால்கை கழுவச்செய்து தேன்சேர்த்த பாலும் சுட்டகிழங்குகளும் அளித்தார்.

உண்டு இளைப்பாறி முகம் மலர்ந்த தாமஸர் ஸ்வேதகேதுவின் இளைய கைகளைத் தன் விரல்களால் தடவிக்கொண்டிருந்தார். அவன் எழுந்து வயல்நோக்கிச் சென்றபின் உத்தாலகரிடம் "இளமூங்கில் போன்ற கைகள். களிற்றுக் கன்றுபோன்ற இனிய குரல். இளையவனைத் தொட்டுக்கொண்டிருக்கையில் என்னுள்ளும் அணைந்துகொண்டிருக்கும் உயிராற்றல் எழுகிறது. உத்தாலகரே, இவ்விளையோன் யார்?" என்றார்.

உத்தாலகர் “அவன் என் மைந்தன்” என்றார். “உத்தாலகரே, உமது குரல் நீர் என்னைப்போன்றே முதியவர் என்று காட்டுகின்றதே! இவ்விளையோனை எப்படி நீங்கள் மைந்தனாகப் பெற்றீர்?” என்றார் தாமஸர். “என் மனைவி சற்று இளையவள். வேதமுறைப்படி நான் என் மாணவனிடமிருந்து அவளைக் கருவுறச்செய்து இவனை அடைந்தேன். விண்ணுலகுக்கு இவன் சொற்களே என்னை வழிநடத்தும்” என்று உத்தாலகர் சொன்னார்.

“உத்தாலகரே, இளமையிலேயே என் மனைவியை இழந்தேன். விழிகளும் மங்கின. இத்தனை காலமாக எனக்கு ஒரு மனைவியமைய வேண்டும் என்று தேடிக்கொண்டிருக்கிறேன். விழியிழந்தவனுக்கு மகள் அளிக்க எவருமில்லை என்று அறிந்தேன். என் இயலாமையால் என் முன்னோர் நீங்கா இருளில் விழவிருக்கிறார்கள். ஒவ்வொரு கணமும் அதை எண்ணி துயர்கொண்டிருக்கிறேன்” என்றார் தாமஸர்.

“ஆம், மைந்தரைப்பெறுவதே அறங்களில் தலையாயது என்கின்றன வேதங்கள்” என்றார் உத்தாலகர். தாமசர் “தாங்கள் எவ்வண்ணம் இம்மைந்தனைப் பெற்றீர்களோ அவ்வண்ணமே நானும் ஒரு மைந்தனைப் பெற உரிமைகொண்டவன். தங்கள் துணைவியை எனக்குத் துணைவியென நீரூற்றிக் கையளியுங்கள். நெருப்பை நிறுத்தி அவளை மணந்து ஒரு மைந்தனைப் பெற்று எனக்கென எடுத்துக்கொண்டபின் மூன்றாண்டுகள் கழித்து அவளை நான் உங்களுக்கு அளிக்கிறேன்.”

“ஆம், அது முறையே” என்றார் உத்தாலகர். “பெண், அனலைத் தன்னுள்கொண்ட அரணிக்கட்டை போன்றவள் என்கின்றன பிராமணங்கள். ஆகவே ஓர் அரணிக்கட்டையை எனக்கு கன்யாசுல்கமாக அளித்து இவளை நீர் பெற்றுக்கொள்ளும். அழகும் அறிவும் கொண்ட மைந்தனைப் பெற்று குடிச்சிறப்பு கொள்ளும்” என்றார். தாமஸர் தன் தோல்பையிலிருந்த தொன்மையான அரணிக்கட்டையை உத்தாலகருக்கு அளித்து அதற்கு மாற்றாக அவர் மனைவியைப் பெற்றுக்கொள்ள சொல்லளித்தார்.

உத்தாலகர் உள்ளே அடுமனையில் இருந்த தன் மனைவியை அழைத்து “இளையவளே, நீ மேலுமொரு மைந்தனைப் பெறும் உடல்கொண்டிருக்கிறாய். ஊருணியின் ஊற்றுக்கண்ணைக் கல்லால் அடைத்துவைப்பதுபோன்ற தீச்செயல், நீ மைந்தனைப் பெறாதிருப்பது. விண்ணின் நுண்மையில் உடலுருக்கொள்ளக் காத்திருக்கும் அறிஞனோ வீரனோ திறனுடையோனோ எவனை நாம் தடுக்கிறோம் என்று எப்படித் தெரியும்? உயிர் எஞ்சும்வரை மரங்களின் கணுக்கள் முளைக்கின்றன. எனவே நீ இவருக்கு மனைவியாகி தகுதியான மைந்தனைப் பெற்றுக்கொடு” என்றார்.

அவர்மேல் பேரன்பு கொண்டிருந்தவளாகிய அவ்வன்னை கைகளைக் கூப்பியபடி “திருவுளம் அது என்றால் ஆணை என்றே கொள்வேன்” என்றாள். ஆனால் அவள் கண்கள் கலங்கி கண்ணீர் வழிந்தது. மேலாடையால் முகம் மறைத்து அவள் அவரிடமிருந்து அதை ஒளித்துக்கொண்டாள். ஆனால் அவளைத் திரும்பிநோக்காமலேயே அவள் அழுவதை அவர் உணர்ந்தார். ஆயினும் அவர் உள்ளம் விலகவில்லை.

மரக்கொப்பரையில் இருந்த நீரை ஊற்றி தன் மனைவியை தாமஸருக்கு அளித்தார் உத்தாலகர். அவள் தன் கணவனைக் கால்தொட்டு வணங்கி அந்த முதிய அந்தணனுடன் சென்று நின்றாள். அருந்தவத்தாலும் முதுமையாலும் அவள் உடல் கன்றுகளை ஈன்று களைத்த முதிய பசுவைப்போல எலும்புகள் புடைத்து மெலிந்திருந்தது. அவள் முலைகள் தொய்ந்து மரவுரிக்குள் அடங்கியிருந்தன. தன் கணவனையும் மைந்தனையும் பிரிய உளமில்லாத அவளை தாமசர் அனல்நிறுத்தி உரிமைகொண்டார். அவள் கைகளைப் பற்றிக்கொண்டு “வருக!” என்று அழைத்துச்சென்றார்.

தோட்டத்தில் மூங்கில் வெட்டிக்கொண்டிருந்த ஸ்வேதகேது முதிய அந்தணர் தன் தாயை வீட்டுப்பசுவைக் கவ்விச்செல்லும் முதியபுலி போல இழுத்துச்செல்வதைக் கண்டான். அவள் புல்லிலும் கல்லிலும் கால்கள் தடுக்க, அழுதகண்ணீர் மார்புகள்மேல் சொட்ட, ஓசையில்லாது விம்மியபடி அவருடன் சென்றுகொண்டிருந்தாள். தன் கையிலிருந்த கத்தியை ஓங்கியபடி வந்து அவரைத் தடுத்த ஸ்வேதகேது “எங்கு செல்கிறீர்? நில்லும்! இவர் என் அன்னை. இவர்மேல் வைத்த கையை இக்கணமே எடுக்காவிட்டால் உம் தோள்களைத் துணித்தெறிவேன்” என்று கூவினான்.

அந்த ஓசை கேட்டு தவச்சாலை முற்றத்திலிருந்து ஓடிவந்த உத்தாலகர் “என்ன சொன்னாய்? எப்படி அந்தணரை நோக்கி உன் கையும் படைக்கலமும் எழுந்தன? அவர் ஆற்றுவது ஒவ்வொரு உயிருக்கும் தொல்வேதம் ஆணையிட்டிருக்கும் அறத்தை என்று அறியாதவனா நீ?” என்று கூவினார். “எப்படி என் அன்னையை இன்னொருவர் என் கண்முன்னால் இழுத்துச்செல்ல ஒப்புவேன்? இயலாது” என்றான் ஸ்வேதகேது.

“மூடா, உன் கண்முன்னால் பிடியைக் களிறு கொண்டுசென்றால் என்ன செய்வாய்? மந்தியைக் கடுவன் கைப்பற்றிச் செல்வதை நீ கண்டதில்லையா என்ன? ஒவ்வொரு உயிருக்கும் அதுவே உயிர்சமைத்த பிரம்மத்தின் நெறி. நீரும் நிலமும் பெண்ணும் எவருக்கும் உரிமையல்ல.

உயிர் ஈன்று வளர்ப்பதொன்றே அவர்களின் முதல்கடமை" என்றார் உத்தாலகர்.

"அரக்கர் அசுரர் நாகர் மானுடர் என்னும் நான்கு குடிகளில் எதிலும் பெண்ணுக்கு கருவறைமேல் கட்டுப்பாடுகள் இல்லை. வசந்தகாலத்தில் பசுக்கள் இயல்பாகவே கருவுறுதல்போல பெண்களும் மைந்தரைப் பெற்று குலம்பெருக்கியாக வேண்டும். பெண்ணைக் கொள்வதும் கொடுப்பதும் அடைவதும் கவர்வதும் ஆண்களுக்கு உகந்ததேயாகும். இந்தப்பெண் இதுவரை வீணாக இருந்ததே குலப்பிழையாகும்." என்றார் உத்தாலகர். "மைந்தா பெற்றுப்பெருகுவதும் இங்கு இருந்து வாழ்வதுமே உயிர்களின் முதல் அறம்"

"காசியப குலத்தோனே, நான் இதுவரை அறிந்ததும் பாரதவர்ஷம் முழுக்க நீடிப்பதுமான தொல்வேத நெறியின்படியே இவளை நான் கொண்டுசெல்கிறேன்" என்று தாமஸர் சொன்னார் "இவளை நான் அனல்சான்றாக்கி மணந்துள்ளேன். இவள் எனக்கு இப்போது முற்றுரிமைகொண்டவள். நீயோ உன் தந்தையோ தெய்வங்களோகூட இவளை இனி கோரமுடியாது என்று அறிக"

"என் அன்னை இவர். இவர்மேல் எனக்கு உரிமையென ஒன்றில்லையா?" என்று ஸ்வேதகேது கேட்டான். "இல்லை. அவள் அன்னையென அவள் முலைவற்றும் காலம்வரை உனக்கு உணவூட்டிப் புரக்கக் கடமைகொண்டவள், அவ்வளவுதான்" என்றார் உத்தாலகர். "ஆம், என் துணைவியைத் தடுத்தமைக்காக நீ பழிகொள்வாய். மண்ணில் எவ்வுயிர்க்கும் காமம் கொள்வதைத் தடுக்கும் உரிமையில்லை. கருவுற்ற பெண்ணையோ கைக்குழவியையோ கொல்லும் பாவத்திற்கு நிகர் அது" என்றார் தாமசர்.

உளக்கொந்தளிப்புடன் நின்று நடுங்கிய ஸ்வேதகேது பாய்ந்து அருகே நின்றிருந்த தர்ப்பையைப் பிடுங்கி தன் கையில் எடுத்து தலைக்குமேல் தூக்கி "இதோ, அனலுறையும் புல்லை என் கையிலேந்தி ஆணையிடுகிறேன். இன்றுடன் மானுடருக்கு இந்த இழிமுறை ஒழிக! பெண்ணென்பவளுக்கு மூவகை கற்பை நான் ஆணையிடுகிறேன். குலத்திற்கு மகள் என அவள் தன் குடிசிறக்கச்செய்யும் பொறுப்பு கொண்டவள். கணவனுக்கு மனைவியென அவள் தன் கருவில் அவன் குருதியை மட்டுமே ஏந்தும் கடமை கொண்டவள். மைந்தருக்கு அன்னை என அவள் அவர்களால் இறுதிவரை பணிவிடை செய்யப்படும் உரிமை கொண்டவள். மூன்றுவகை அரண்களாலும் அவள் எப்போதும் காக்கப்படுவதாக!" என்றான்.

“இந்த அனல் இங்கு எழுந்து இச்சொற்களுக்குச் சான்றாகுக! இனி அனைத்து மணநிகழ்வுகளிலும் இவ்வெரியே எழுந்து நின்று ஆணை காக்கட்டும். ஓம், அவ்வாறே ஆகுக!” என்று சொல்லி அந்தத் தர்ப்பையைக் காய்ந்த புல்மேல் வீசினான் ஸ்வேதகேது. அனல் பற்றி எழுந்து கொழுந்தாடியது. சிவந்த கண்களுடன் திரும்பி தந்தையை நோக்கி “நான் சொன்ன இச்சொற்கள் பிழையென்றால் உங்கள் கையிலிருக்கும் தர்ப்பையை ஓங்கி என்மேல் தீச்சொல்லிடுங்கள். என் மேல் விண் நெருப்பு விழட்டும். வானம் பிளிறி அதை ஒப்புக்கொள்ளட்டும்” என்றான்.

உத்தாலகர் தன் கைகளைத் தூக்கவில்லை. விழிகளைத் திருப்பிக்கொண்டு சிலகணங்கள் அமைதியாக நின்றிருந்தார். பின்பு மெல்லிய குரலில் “இதோ, முன்பு நான் உரைத்த சொல்லால் முழுமையாகத் தோற்கடிக்கப்பட்டிருக்கிறேன். வைதிகன் என இங்கு என் மொழி அனல்கொள்ளாது என்று அறிகிறேன். ஆனால் தந்தையென இதைச் சொல்கிறேன். என் முன் அந்தணரை இழிவுசெய்த நீ இன்றே இங்கிருந்து செல்க! இனி என் மைந்தன் என்று எங்கும் சொல்லாதொழிக!” என்றார். திகைத்து தன்னை நோக்கிக் கைகூப்பிய மைந்தனைத் திரும்பிநோக்காது நடந்துசென்று மறைந்தார்.

4

கௌஷீதகத்தின் மறுஎல்லையில் ஸ்வேதகேது தன் கல்விக்குடிலைக் கட்டிக்கொண்டார். அவரிடம் வேதம் கொள்ள மாணவர்கள் திரண்டுவந்தனர். அவர்களுக்கு பொருள்புதிதென முளைத்தெழுந்த வேதத்தை அவர் கற்பித்தார். 'தொலைதூரத்து முகில்மேல் மின்னல் எழுதும் எழுத்துகளைப் படிக்கத் தெரிந்தவனுக்குரியது வேதம்' என்னும் அவரது சொல் பெரும்புகழ் பெற்றது.

தேவலரின் மகளாகிய சுவச்சலையை அவர் மணம்புரிந்துகொண்டார். அவளை தனக்கு இணையாக அனலோம்ப அமரச்செய்தார். வைதிகர் பெற்ற மகள்களை தன் கல்விநிலையில் சேர்த்துக்கொண்டு அவர்களுக்கும் நிகரென கற்பித்தார். அவர்கள் வேதச்சொல்லுரைத்து அனலோம்பவும், அவையமர்ந்து அச்சொற்களின் மெய்ப்பொருள் அறியவும் வைத்தார்.

அதை எதிர்த்து "பெண்ணின் கருவறையை மூடுவது வேதநெறிபிறழ்வது" என்று குரல்கொடுத்த வைதிகரிடம் "வேதம் கற்று நெறியுணர்ந்த பின்னரே பெண்கள் மணம்முடிக்கவேண்டும் என்றும் கற்றவற்றை மைந்தருக்கு அளிப்பதும் கல்விநெறிப்படி கணவரை நிலைகொள்ளச் செய்வதும் பெண்களின் கடமையாகும் என்றும் உரைக்கின்றது அதர்வவேதம்" என்று சொற்பொருளுரைத்தார்.

வேதமுழுமையை அறிந்த ஸ்வேதகேதுவின் சொற்களுக்கு மாற்று எங்கும் எழவில்லை. அவரது அறநிலையின் ஒவ்வொரு அவையிலும் வேதம் கற்கும் இளமகளிர் ஆண்களுடன் இணையாக அமர்ந்து இனியகுரலில் அதர்வவேதம் ஆணையிடும் சொற்களைப் பாடினர்.

பெற்றோர் மகளிருக்கு அளிக்கட்டும்
பொன்றாப்பேரறிவை.
அறிவுக்குவைவையயே அவள்
பெண்செல்வமெனக் கொண்டு மனைபுகுக!
புறப்பொருட்கள்மேல் விழைவைத் துறந்து
மெய்யறிவின் ஆற்றலை அறிந்த மங்கை
விண்ணிலும் மண்ணிலுமுள்ள விழுமியவை
அனைத்துக்கும் உரியவளாகிறாள்
அவள் தகுந்த கணவனைக் கண்டடைந்து
அவனுக்குரியவள் ஆகுக!

அதர்வவேதத்தின் ஆணை எங்கும் பரவத்தொடங்கியது. அனைத்து வைதிகரும் அவிகொடுத்து எரியோம்பி வேதம் உரைப்பதற்குரிய நெறிகளை ஸ்வேதகேது வகுத்தளித்தார். அவை பதினெட்டு பிராமணங்களாகத் தொகுக்கப்பட்டன. வேதச்சொல்லை விளக்க விரித்தறியும் நுண்வழிகளை அவர் உரைத்தவை ஒன்பது ஆரண்யகங்களாக முறைப்படுத்தப்பட்டன. கௌஷீதக ஆரண்யகம் வேதமெய்ப்பொருள் காண்பதற்குரிய கைவிளக்கென புகழ்பெற்றது.

வேதமோதும் வைதிகர்களுக்கு வேதமே உணவும் உடையும் குடிலும் வழித்துணையும் ஆகவேண்டுமென ஸ்வேதகேது சொன்னார். அறிதலை நெறியெனக்கொண்டவன் ஆற்றவோ அடையவோ ஏதுமிருக்கலாகாது. அவை உகந்தவை அல்லவை என அறிவைப் பகுத்து அறிவின்மையென்றாக்கும் தன்மை கொண்டவை. வைதிகர் மங்கலக்கொடை பெற்று மட்டுமே வாழ்ந்தாகவேண்டும். பிற தொழிலென்று ஏதும் செய்தல் இழிவு என்று அவர் சொல்லமைந்த கோபதப் பிராமணம் வகுத்தது.

“இனிய தேனை நுகர்க! தேன் அளிக்கிறது வேர்முதல் தளிர்வரை மரத்தில் ஊறும் சாற்றின் சுவையின் கனிவை. அருந்துக தேனை! அதுவே மரத்தையும் அது நின்றிருக்கும் மண்ணையும் அறியும் முறையாகும். மலரின் மென்மையையும் வண்ணத்தையும் மணத்தையும் அறியவும் அதுவே வழி. மலர்தேடிவரும் பூச்சிகளின் வண்ணங்களையும், சிறகுக்காற்றையும், அவை சுமந்துசெல்லும் மரத்தையும் அவ்வண்ணமே அறியலாகும். மண்ணிலிருந்து விண் உறிஞ்சுவதென்ன விண்ணிலிருந்து மண் அடைவதுதான் என்று அறிந்தவனே தேனை அறிந்தவனாகிறான்.”

“அறிக இளையோரே! எந்த வண்ணத்துப்பூச்சியும் கனிகளுக்காக வந்தமரவில்லை. தேன் சுவைக்கே அவற்றின் சிறகுகள் உயிர்கொள்கின்றன. தேனில் இனிமையையும் சிறகில் வண்ணங்களையும் இயற்றிய

பெருங்கலை ஏதென்று உணர்ந்தவனே வேதம் அறிந்தவன். வசந்தத்தில் ஏன் இலைநுனிகளில் ஒளி எழுகிறது? ஏன் மூங்கில்களில் இசை எழுகிறது? ஏன் மின்னல்களில் குளிர்நிறைகிறது? ஏன் சொற்களில் பொருள் செறிகிறது? வேதத்தில் ஏன் மெய்மை கூடுகிறதோ அதன்பொருட்டே என்று உணர்க!

"இனியவற்றிலிருந்தே இனியவை முளைத்தெழமுடியும். காதலில்லாத கருவில் தெய்வங்கள் குடிகொள்வதில்லை. மழைபெய்த நிலமாகுக உங்கள் மகளிர் நெஞ்சங்கள்! மின்னல்கொண்ட முகில்களாகுக உங்கள் இளைஞர் உள்ளங்கள்! ரதியும் மதனும் இணைகையில் தேவர்கள் மகிழ்க! இனிய காதலைப்போல் இந்திரனுக்கு உகந்த சோமம் பிறிதில்லை. தேன்நிறை மலராகுக உங்கள் வேதச்சொல்! அங்கே தேடிவந்தமர்க தெய்வங்கள்!"

அதர்வத்தின் உபவேதமாக நந்திதேவரின் காமநூலை அமைத்தார் ஸ்வேதகேது. நின்றாடும் பிரம்மத்தின் தாளமென்றே காமத்தை வரையறுத்த நந்திதேவர் ஐந்துலட்சம் வரிகளில், இப்புவியில் வாழும் அனைத்துயிரும் கொள்ளும் காமத்தை விளக்கினார். புல்லும் புழுவும் பறவையும் விலங்கும் மானுடரும் அசுரரும் தேவரும் தெய்வங்களும் உண்ணும் ஆராத்தேனின் சுவையை அதில் தொகுத்தளித்தார். அதிலிருந்து மானுடருக்கான காமத்தைக் குறித்த வரிகளை மட்டும் சேர்த்து ஐநூறு பகுதிகளாகத் தொகுத்து தன் மாணவருக்கு அளித்தார் ஸ்வேதகேது.

"அறியுந்தோறும் இனிக்கும் தேனால் முழுக்காட்டப்பட்ட இவ்வுலகில் அறியவொண்ணாததே அனைத்தும். அறியக்கூடாதது என ஏதுமில்லை" என்று ஸ்வேதகேது சொன்னார். அதை அவரது மாணாக்கர்கள் அவரது முதன்மைவரியெனக் கொண்டனர். நூல்நவில் அவைகளிலெல்லாம் அவ்வரி சொல்லப்பட்டது. பின்பொருநாள் ஒரு மெய்யவையில் எவரோ அச்சொல்லை உரைக்க, அகன்றுநின்று அதைக் கேட்டபோது ஸ்வேதகேது துணுக்குற்றார். நெடுநாட்களுக்கு முன்னர் தன் தந்தையிடம் அவரது ஆசிரியர் சொன்னதை நினைவுகூர்ந்தார். அச்சொல்லே தன்னை வெல்லும் பெரும்படை என்று உணர்ந்துகொண்டார்.

5

இளமையில் உத்தாலகரிடம் வேதம் கற்றுத்தேர்ந்தபின்னர் ஒருநாள் ஸ்வேதகேது தந்தையிடம் "இந்த இருண்ட காட்டில் என் மெய்யறிதல் வீணாகச் செல்வதை நான் விழையவில்லை. ஒவ்வொரு புல்விதையும் புவியை மும்முறை போர்த்தி மூடவேண்டுமென்றே விழைகிறது. நான் என் அறிதல் ஆயிரம் மேனி விளையும் அவை ஒன்றை நாடுகிறேன்" என்றான். முன்னரே மைந்தனின் அம்மனநிலையை அறிந்திருந்த உத்தாலகர் புன்னகை செய்து "உன் உள்ளத்தில் எழும் எண்ணம் என்ன?" என்றார்.

"தந்தையே, பாஞ்சாலத்து அரசன் ஜைவாலி பிரவாகணனின் அவையில் அமர்ந்திருந்த தலைமைவைதிகர் இறந்துவிட்டார். அவரது ஓராண்டுநிறைவு நேற்று முடிந்தது. பாரதவர்ஷத்தின் அப்பெருநாட்டின் தலைமைவைதிகனாக அமர்ந்து வேள்விகள் செய்யவும் வேதச்சொல் விளக்கவும் நான் தகுதிகொண்டவன் என்றுணர்கிறேன்" என்றான் ஸ்வேதகேது. "அவ்வாறே ஆகுக!" என தந்தை ஒப்புதலளித்தார்.

ஸ்வேதகேது அறிவளிக்கும் ஆணவத்துடன் பாஞ்சாலநாட்டைச் சென்றடைந்தான். அங்கே காம்பில்யபுரியில் பிரவாகணனின் அவைமுன் சென்று நின்று "நான்கு வேதத்தை நான்குமுறைகளில் முழுதுணர்ந்த வைதிகனாகிய ஸ்வேதகேது நான். காசியப குலத்தவன். கௌதமகுலத்து உத்தாலகரின் மைந்தன். கௌஷீதகக் காட்டின் மரபைச் சேர்ந்தவன். உங்கள் அரசர் அமர்ந்துள்ள அந்த வேதப்பேரவையில் அவைமுதன்மை கொள்ளும்பொருட்டு வந்துள்ளேன் என்று சென்று உரை" என்றான். அமைச்சரை அனுப்பி உரியமுறையில் அவனை வணங்கி அவைக்கு அழைத்து அமரச்செய்தான் பிரவாகணன்.

“அனைத்து வேதங்களையும் துணைநூல்களுடன் அறிந்த வைதிகரை வணங்குகிறேன். நான் ஜைவாலியின் மைந்தனும் பாஞ்சாலத்தின் அரசனுமாகிய பிரவாகணன். இந்த அவையில் இப்போது பேசப்பட்டுக்கொண்டிருக்கும் ஐந்து வினாக்களை உங்களிடம் கேட்கலாமா?” என்றார். “ஆம், அவற்றை விளக்குகிறேன்” என்று ஸ்வேதகேது சொன்னான். “இங்கிருந்து மானுடர் எங்கு செல்கிறார்கள்? எவ்வாறு அவர்கள் திரும்பி வருகிறார்கள்? எங்கே தேவருலகும் மூத்தோருலகும் இணைகின்றன? எங்கே அவை பிரிகின்றன? ஏன் மூத்தோருலகு முழுதமைவதில்லை? வேள்விக்கொடை என்பது என்ன?”

ஐந்து வினாக்களுக்கும் தானறிந்த வேதங்களைக்கொண்டு விளக்க முடியாமல் திகைத்த ஸ்வேதகேது “இவ்வினாக்களுக்கு மறுமொழி சொல்ல என்னால் இயலவில்லை. என் தந்தையிடம் கேட்டுச் சொல்கிறேன்” என்று உரைத்து தலைகவிழ்ந்தவனாக அந்த அவையிலிருந்து வெளியேறினான். கௌஷீதகக் காட்டுக்கு மீண்டு தன் தந்தையின் அவையில் அவ்வினாக்களைச் சொல்லி அவர் அதற்கு விடையறிவாரா என்று கேட்டான்.

“மைந்தா, இங்கு வாழ்வது குறித்துப் பேசும் வேதப்பொருளை மட்டுமே நானறிவேன். அங்கு என்ன என்று உசாவும் வேதப்பொருளை தேடிச் சென்றுகொண்டிருப்பவன் நீயே” என்றார் உத்தாலகர். “தேடுபவன் ஒருபோதும் முழுமையைக் கண்டடைவதில்லை என்னும் மாயத்தால் ஆட்டுவிக்கப்படுகின்றது இவ்வுலகு”. சினந்து “தேடுபவன் அவன் தேடுவதையாவது கண்டடைவான்” என்றான் ஸ்வேதகேது.

“அவை விடைகொள்ளமுடியாத வினாக்கள்” என்று உத்தாலகர் விளக்கினார். “அவ்வினாக்களுக்கு விடைதேடுபவன் இதுவல்ல இதுவல்ல என அனைத்தையும் விலக்குவான். எஞ்சுவது எஞ்சுவது என்று தேடிச்செல்வான். அவன் அடைவது எதுவானாலும் இழப்பது இங்குள்ளவை அனைத்தையுமே.”

அவ்விடையால் ஸ்வேதகேது நிறைவுறவில்லை. “மீண்டும் பாஞ்சாலத்து அவைக்குச் செல்க! அவ்வரசனிடமே அதற்குரிய விடையைக் கேட்டு வருக!” என்றார் உத்தாலகர். “அவர் காலடியில் மாணவனாக அமராது நான் அதைக் கோரமுடியாது. அதை நான் நாணுகிறேன்” என்றான் ஸ்வேதகேது. “அவ்வண்ணமென்றால் நான் செல்கிறேன்” என்றார் உத்தாலகர். “நீங்கள் சென்றால் அது இக்கல்விநிலையே சென்றதாக ஆகும். நானும் அதில் மாணவன் என்பதனால் அதுவும் எனக்கு நாணமளிப்பதே” என்று ஸ்வேதகேது சொன்னான்.

“ஆனால் ஒரு வினாவெழுந்த பின்னர் விடையறியாது வாழ்வதென்பது அறிஞருக்கு முறையல்ல. வினாவைத் தொடுப்பவன் தானே விடையும் சொல்லக் கடமைப்பட்டவன். இல்லையென்றால் அவனும் அவ்வரியணையை உதறி நம்முடன் தர்ப்பையைக் கையிலெடுத்து அவ்வினாவுக்கான மெய்ப்பொருளைத் தேடி வந்தாகவேண்டும்” என்று உத்தாலகர் சொன்னார்.

ஸ்வேதகேதுவும் உத்தாலகரும் நான்கு மாதகாலம் நாணி தங்களுக்குள் ஒடுங்கிக்கொண்டு அங்கிருந்தனர். ஆனால் புதைத்து வைக்குந்தோறும் முளைத்தது அவ்வினா. ஒதுங்கிச் செல்லுந்தோறும் சூழ்ந்தது. நோக்காதொழிகையில் உள்ளங்கையில் எடுத்து வைத்துக்கொண்டது.

ஆகவே ஒருநாள் அவர்களிருவருமே கிளம்பி காம்பில்யபுரியைச் சென்றடைந்தனர். அவையமர்ந்து சொல்லாய்ந்துகொண்டிருந்த பிரவாகணனிடம் “அரசே, அந்த ஐந்து வினாக்களுக்கும் எங்களுக்கு மறுமொழி தெரியவில்லை. தாங்களே அவற்றுக்கு விளக்கமளித்தருளவேண்டும். நாங்களிருவரும் உங்கள்முன் மாணவர்களென அமர்ந்து சொல்சூழச் சித்தமாக இருக்கிறோம்” என்றார்கள்.

பிரவாகணன் புன்னகைத்து “நன்று மாணவர்களே, நீங்கள் எவர் என்று இங்கு உரைப்பீர்களாக!” என்றான். ஆருணியாகிய உத்தாலகர் “நான் கௌஷீதகத்தின் மாமுனிவர் அசிதரின் மைந்தர் அயோததௌம்யரின் மாணவன். நான்கு வேதங்களுக்கும் சொல்பிரித்து சொல்கூட்டி சொல்தொடுத்து சொல்லிணைத்து சொல்மறித்து சொல்லிப்பயிலும் முறைகளை வகுத்தவன்” என்றார். ஸ்வேதகேது “கௌஷீதகக் காட்டின் உத்தாலகரின் மைந்தனாகிய நான் வேதச்சொல்லை சொல்கடந்து பொருள்கொள்ளும் பன்னிருவழிமுறைகளை அறிந்தவன்” என்றான்.

“மாணவர்களே, நீங்கள் சொல்லியிருக்கவேண்டியது ஒன்று மட்டுமே, ‘மெய்ப்பொருளென ஏதுமறிந்திலேன். நீங்கள் சொல்லும் சொற்களை உணரும் மொழியை மட்டுமே அறிந்துள்ளேன்’ என்று உரைத்திருக்கவேண்டும். நிறைகலம்கொண்டு இரக்க வந்திருக்கிறீர்கள். உங்களை மாணவர் என ஏற்று மெய்யறிவை உரைக்க நான் சித்தமாக இல்லை” என்று பிரவாகணன் சொன்னார். “இன்று செல்க. என்று நீங்கள் தகுதிகொண்டீர் என நான் அறிகிறேனோ அன்று நானே நூலுடன் உங்களைத் தேடிவருவேன்.”

நாணித்தலைகுனிந்தவர்களாக இருவரும் மீண்டுவந்தனர். அந்நிகழ்வு அவர்களை மேலும் எளியவர்களாக்கியது. எனவே மேலும் கற்கச் செய்தது. கல்வி அவர்களை மேலும் வளர்த்தது. வளர வளர அவ்வாணவம்

மறைந்து நாணம் அழிந்தது. அவரது சொல்லுக்காகக் காத்திருந்தனர். அது ஒருநாள் தேடிவரும் என்று உள்ளம் அறிந்திருந்தமையால் இறப்பை எண்ணத்திலிருந்து ஒழித்து வாழ்வில் ஈடுபடுவதுபோல் அன்றாடத்தில் ஆழ்ந்தனர்.

வேதப்பொருளுரைக்கும் முதன்மை ஆசிரியரென மாணவர்சூழ கௌஷீதகத்தில் அமர்ந்திருந்த பொழுதில் ஒருநாள் பாஞ்சாலத்திலிருந்து மாணவன் ஒருவன் வந்து ஸ்வேதகேதுவிடம் ஜைவாலி பிரவாகணன் அவரை அழைத்துவரும்படி சொன்னதாகக் கூறினான். அத்தருணம் வந்துவிட்டது என்று உணர்ந்து காம்பில்யநகருக்கு தனியாகச் சென்றடைந்தார் ஸ்வேதகேது.

அங்கே மன்னர் இறுதிப்படுக்கையில் இறகுமெத்தைமேல் தளர்ந்து கிடந்தார். தன் அருகே கைகூப்பி நின்றிருந்த ஸ்வேதகேதுவிடம் “கனிந்த கனி நிலம்தேடுவதுபோல...” என்று சொல்லி தன் அழகியவெண்பற்கள் தெரிய பிரவாகணன் புன்னகை செய்தார். “ஆம், மட்கி விதைவிரிந்து முளைத்தெழுவதற்காக” என்றார் ஸ்வேதகேது.

“அந்த ஐந்து வினாக்களுக்கும் விடை ஒன்றே” என்று சொன்ன பிரவாகணன் “அதை ஏழாண்டுகளுக்கு முன்னரே உன் தந்தைக்கு உரைத்தேன். உனக்கான தருணம் இதுவென தெய்வங்கள் வகுத்துள்ளன” என்றார். ஸ்வேதகேது கண்ணீருடன் கைகூப்பி “அது என் நல்லூழ்” என்றார். மெல்ல கையால் தன் மெத்தையைத் தட்டி “அருகமர்க!” என ஆணையிட்டார் பிரவாகணன். அவரது தலையருகே அமர்ந்த ஸ்வேதகேதுவின் தலையைத் தன் கைகளால் வளைத்து அருகே இழுத்து காதில் மெல்ல “விசும்பு” என்றுரைத்தார். மும்முறை அதனை ஒலியில்லாமல் தன் உதடுகளால் சொல்லிக்கொண்டார் ஸ்வேதகேது.

“அச்சொல் விரிக” என்று பிரவாகணன் சொன்னார். “விரிந்து விரிந்து அனைத்தையும் அடக்கி அதுவாகட்டும். இளையோனே, முடிவிலாது அருந்தும் இனிய தேன் ஒன்றுள்ளது” என்று அவர் சொன்னபோது தன் நெஞ்சு அறைபடுவதை அவர் கேட்டார். “வானிலிருந்து வானுக்கு வழிந்தோடிக்கொண்டிருக்கிறது இனிமை...” என்றார். பின்பு அவர் இயற்றிய அந்நூலின் ஓலைத்தொகுதி இருந்த சந்தனப்பேழையை நோக்கிக் கைசுட்டினார். “இனிமை” என்ற சொல்லாக எஞ்சிய அவர் முகம் அவர் எய்திவிட்டதைக் காட்டியது.

6

அருணரின் பெயர்மைந்தனாகிய ஸ்வேதகேது, பிரவாகணன் இறந்தபின் அச்சுவடியுடன் தன் தந்தையைக் காணச்சென்றார். முன்பு அவர் தன் இளமையில் பன்னிரு ஆண்டுகாலம் பன்னிரு குருகுலங்களில் கல்விகற்று மீண்டுவந்தபோது உத்தாலகர் மூன்று கேள்விகளை அவரிடம் கேட்டார். "மைந்தா, கேளாததைக் கேட்கச் செய்வதும், உணராததை உணரச் செய்வதும், அறியாததை அறியச் செய்வதுமான மெய்யறிதலைக் கற்றுவந்தாயா?"

திகைத்துப்போய் நின்ற அவர் "அறியேன் தந்தையே" என்றார். "ஒரு மணற்பருவால் மண் அறிவென்றாகிறது. பிற அனைத்தும் சொல்மாறுபாடுகளே. மண்ணே மெய். ஒரு துளிப் பொன்னால் அணிகள் அனைத்தும் அறியப்படுகின்றன. அவையே ஒன்று பலவென்று பெயர் பெருக்கென்றாகின்றன. பொன்னே உண்மை. ஒரு சிறு இரும்புத்துண்டால் இரும்பாலானவை அனைத்தும் அறியப்படுகின்றன. பிற அனைத்தும் வடிவங்களே. இரும்பு மட்டுமே இருப்பு."

"அதை நான் அறிந்திலேன். தந்தையே, எனக்கு நீங்கள் அதை உரையுங்கள்" என்றார் ஸ்வேதகேது. "என்றேனும் ஐயம்திரிபற நான் அதை உணர்ந்தால் உரைக்கிறேன். அதுவரை காத்திருப்பாயாக!" என்றார் உத்தாலகர்.

கௌஷீதகக் காட்டின் மறுஎல்லையில் சிறுகுடிலின் முன் தான் அமைத்த கழனியில் பொன்கனிந்த கதிர்களுடன் நின்ற நெல்வயலில் வரம்பு செதுக்கிக்கொண்டிருந்த தந்தையைச் சென்று கண்டு அவர் கால்களில் பணிந்து "இப்போது தாங்கள் அறிந்திருக்கிறீர்கள். நானும்

கனிந்திருக்கிறேன். உரையுங்கள், ஆசிரியரே” என்றார் ஸ்வேதகேது. “மைந்தா, இவ்வயலைச் சீர்ப்படுத்து” என்றார் உத்தாலகர்.

தந்தையின் கையிலிருந்த மண்வெட்டியை வாங்கி அந்தவயலின் நீரை பன்னிரு இடங்களில் வெட்டி வெளியே வடியச்செய்தார். சேற்றிலூறிய நெற்கதிர்கள் ஈரமிழந்து சிலம்பெனக் குலுங்கத் தொடங்கியதும் வரம்பின்மேல் நின்றிருந்த தந்தையை அணுகி, தாள்பணிந்தார். உடல்முழுக்கச் சேறுடன் நின்ற ஸ்வேதகேதுவை நெஞ்சோடு அணைத்து காதில் சொன்னார் உத்தாலகர் “அது நீ!”

இரண்டாம் காடு

சுனகம்

1

இமயத்தின் சரிவில் சௌனி என்னும் பெயர்கொண்ட சிற்றாற்றின் இரு கரைகளிலும் செறிந்திருந்த அடர்காடு சுனகவனம் என்று அழைக்கப்பட்டது. ஒருகாலத்தில் அங்கே மதமெழுந்த பெருங்கோட்டுக் களிறுகளைக்கூட படைசூழ்கை அமைத்து தாக்கிக் கொன்றுண்ணும் காட்டுநாய்கள் குலங்கள் குலங்களாகச் செறிந்திருந்தன. தேர்ந்த வேட்டைக்காரர்களும் அதற்குள் செல்ல அஞ்சினர். பகலிலும் இரவிலும் அக்காடே நாய் என குரைத்துக்கொண்டிருந்தமையால் அப்பெயர் பெற்றது.

கோசல மன்னன் ருருவுக்கும் அரசி பிரமத்வரைக்கும் மைந்தனாகப் பிறந்த க்ருத்ஸமதன் என்னும் இளவரசன் வேதமுனிவனாகும் ஊழ்நெறி கொண்டவன் என்றனர் நிமித்திகர். எனவே அவனை, பிறந்த நாள்முதல் நால்வேதத்தின் ஒருசொல்லும் செவியில் விழாது வளர்த்தார் ருரு மன்னர். ஐம்புலனுக்கும் இனியவை மட்டுமே அவனுக்களிக்கப்பட்டன. விழைவன அனைத்தும் அருகணைந்தன.

புலன்கள் பற்றி எரியும் அணையா விறகு என க்ருத்ஸமதர் அரண்மனையில் பதினெட்டு வயதுவரை வாழ்ந்தார். அழகிய இளவரசியர் இருவர் அவருக்கு மனைவியாயினர். பொன்னாலான அரண்மனையில் மென்மயிர் மஞ்சங்களில் அவர்களுடன் காதலாடினார். அணிபூண்டார். ஆடையணிந்தார். இசைகேட்டார். இனியவற்றை உண்டார். இளமைந்தர் இருவருக்குத் தந்தையானார்.

ஆயினும் ஏதோ எஞ்சியிருந்தது. தன் அமைச்சரிடம் "மானுடர் புவியில் இதற்கப்பாலும் அடைவதற்கு என ஏதும் உண்டா, அமைச்சரே?" என்றார்.

அமைச்சர் “புவியில் அடைவதற்கு என பிறிதொன்றுமில்லை” என்றார். “புவிக்கு அப்பால்?” என்று கேட்டார். “அதை எவர் அறியமுடியும்?” என்றார் அமைச்சர்.

ஒவ்வொருநாளும் க்ருத்ஸமதரின் அமைதியின்மை பெருகிவந்தது. வழிதவறி அலையும் பாலைநிலத்தில் எழுந்த விடாயை எத்தனை முறை எண்ணம் மாற்றினாலும், எவ்வளவு சொல் அள்ளி மூடினாலும் இல்லையென்றாக்கிவிட இயலாது என்று உணரலானார். “நான் விழைவது எது என்று மட்டும் அறிந்தேன் என்றால் போதும், இங்கிருந்து அக்கணமே கிளம்பிவிடுவேன்” என்று தனக்குத்தானே சொல்லிக்கொண்டார்.

ஒருநாள் நள்ளிரவில் விழித்துக்கொண்டபோது தன் கனவுக்குள் புகுந்து ஒலித்த ஒற்றைச் சொல்லை நினைவுகூர்ந்தார். இருண்ட ஆழத்தில் எதிரொலித்தொடரின் ஆயிரமாவது அலைபோல மங்கி ஓய்ந்துகொண்டிருந்த அதை மீட்டி மீட்டி மேலெடுத்தார். அது ஒரு வினா என்று கண்டார். பொருளெனத் திரளாத சொல். அந்த வினாவை மீண்டும் மீண்டும் தன்னுள் கேட்டபடி அமர்ந்திருக்கையில் அப்பால் தோட்டத்தில் அதைப் பேரொலியென கேட்டார்.

உடலதிர எழுந்துசென்று சாளரத்தருகே நின்று நோக்கினார். அது ஒரு கிழட்டு நாய். பின்னிலவைக்கண்டு ஒரு பாறைமேல் ஏறி நின்று, மூக்குகூர்ந்த முகத்தை மேல்நோக்கி நீட்டி, வாலை கால்கவையில் செருகி அது ஊளையிட்டுக்கொண்டிருந்தது. அதன் விழிகளை அங்கிருந்தே காணமுடிந்தது. அதிலிருந்த களிப்பையும் பித்தையும் கண்டு அவர் நடுங்கினார்.

க்ருத்ஸமதர் அன்று விடிவதற்குள்ளாகவே தன் இரு துணைவியரையும் கால்களைத் தொட்டு சென்னிசூடி வணங்கிவிட்டுக் கிளம்பினார். தன்னந்தனியாக நகர்த்தெருவில் நடந்து கோட்டையை விட்டு அகன்றார். மரவுரி அணிந்து, இரந்துண்டு, நாட்டை நடந்து நீங்கினார். பன்னிரு நாடுகளைக் கடந்து அவர் இமயமலைக்காட்டை வந்தடைந்தார்.

அவருக்கென அமைக்கப்பட்டிருந்த இடம் சுனகம். அவர் அக்காட்டின் எல்லையென அமைந்த சௌனி ஆற்றின் கரையை வந்தடைந்து நீர் அள்ளிப் பருகிக்கொண்டிருந்தபோது அக்காடு தன்னுள் எழுந்த வினாவை ஓங்கி ஒலித்துக்கொண்டிருப்பதைக் கேட்டார். மரவுரியைக் களைந்துவிட்டு அக்காட்டுக்குள் நுழைந்து உள்ளே சென்றார்.

சினந்த விழிகளுடன் பெருங்குரலில் குரைத்தபடி அவரை நோக்கி வந்தன நாய்கள். அவர் தன் இரு கால்களிலும் கைகளை ஊன்றி முன்னால் குனிந்து உரத்தகுரலில் தன் வினாவை எழுப்பினார். முன்நடத்தி வந்த

கடுவன் திகைத்து, பின் மெல்ல வால்தாழ்த்தி, முகம் மண்ணோடு சேர்த்து முனகியது. அத்தனை நாய்களும் செவிமடித்து, வால்தாழ்த்தி அவருக்கு முன் மண்டியிட்டன.

சுனகத்தில் நுழைந்து தன் குடிலை அமைத்த முதல் முனிவரை பின்னர் அவரை அறிந்தவர்கள் சுனகர் என்றழைத்தனர். நாய்கள் அவரைத் தங்கள் தலைவராக ஏற்றுக்கொண்டன. புழுதி அணிந்த வெற்றுடலில் சடைமுடி திகழ அவர் செல்லும்போது அவை பணிந்த ஏவலர்படைபோல வால் தூக்கி, செவி மடித்து, கூர்முகம் நீட்டி உடன் சென்றன. அவரது ஓலைக்குடிலுக்கு வெளியே எந்நேரமும் அவை காவல் நின்றன. சிறு ஓசை கேட்டாலும் செவிகூர்ந்து மூங்கில் உரசும் ஒலியில் உறுமியபடி எழுந்து ஏன் என்று வினவின.

அக்காட்டிலிருந்து நாய்கள் சொல்சொல்லெனத் திரட்டி வைத்திருந்த வேதத்தை சுனகர் பெற்றுக்கொண்டார். நாய்வேதத்திலிருந்து மானுடவேதத்தை அவர் மீட்டிப்பிரித்தெடுத்தார். வேதமென்பது அனைத்தையும் பற்றவைக்கும் வல்லமை கொண்ட சொல் மட்டுமே என்று அவர் அறிந்தார். சொல் எரியும் ஒளியில் கண்டடைவதெல்லாம் வேதப்பொருளே என்றார். அவர் அறிந்தது தெளிந்ததும் அதைப் பகிர மாணவன் தேடிவந்தான்.

தனித்து பசித்து தேடியலைந்து தன்னிடம் வந்து சேர்ந்த இளமாணவனை சுனகர் தன் மைந்தனாகவும் நீர்தொட்டு ஏற்றுக்கொண்டார். சுனகரிடமிருந்து வேதங்களைச் சொல்லென்றும் பொருளென்றும் அவர் கற்றறிந்தார். சௌனகர் என்று அவர் பின்னாளில் வேதமெய்ப்பொருள் நவின்ற பெரும்படிவராக அறியப்படலானார்.

வேதப்பொருள் அமைத்து சௌனகர் அமைத்த முறைமை சௌனகமரபு என்றாயிற்று. அவரது நெறிகளும் விளக்கங்களும் பிராமணங்களாகவும் ஆரண்யகங்களாகவும் அவரது மாணவர்களால் அமைக்கப்பட்டன. அவர் சொல்லி மாணவர் எழுதிய நூல்களாகிய ரிக்வேத அனுக்ரமணி, ரிக் பிரதிசாக்யம் என்பவை பன்னிரு வேதக் கல்விநிலைகளில் பயிலப்பட்டன.

சௌனகரின் மாணவர் ஆஸ்வலாயனரின் காலகட்டத்தில் சௌனக குருமுறை பன்னிரு கிளைகளாகப் பரவியது. வேதப்பொருளாயும் கல்விநிலைகளில் சௌனகமே முதன்மையானதும் முந்தையதும் என்று கொள்ளப்பட்டது. அரசகுடிப்பிறந்த உக்ரவசு ஆஸ்வலாயனரின் மாணவராக ஆகி காத்யாயனர் என்னும் பெயர் கொண்டார். தர்மவ்ருத்தர், சதஹோத்ரர், சௌனகர், காத்யாயனர், ஆஸ்வலாயனர், சுனகர், சுபோத்யர், சுசரிதர், தர்மஹோத்ரர் என அந்த ஆசிரியர்நிரை நீண்டது.

2

மாலைவெயில் சிவக்கத்தொடங்கிய நேரத்தில்தான் தருமனும் திரௌபதியும் தம்பியரும் சௌனகக் காட்டின் எல்லைக்குள் நுழைந்தனர். அவர்களுடன் அமைச்சர் சௌனகரும் தலைமை வைதிகர் தௌம்யரும் பன்னிரு ஏவலரும் பன்னிரு படைவீரர்களும் உடன்வந்தனர். அவர்கள் காட்டை நெருங்கியபோதே நாய்களின் ஓசை கேட்டுக்கொண்டேயிருந்தது. குரைக்கும் காடு என அதை அவர்கள் முன்னரே அறிந்திருந்தனர்.

சௌனகத்தின் எல்லையென அமைந்த நீலிமையின் கரையில் முதன்மை மாணவர் பிரதீபர் பன்னிருதுணைவருடன் அவர்களுக்காகக் காத்துநின்றிருந்தார். அவரைச் சூழ்ந்து நூறு நாய்கள் நிமிர்ந்த தலையுடன், ஒலி கேட்டு கோட்டி முன்கவித்த செவிகளும், ஈரமூக்கும், நீட்டிய வாலுமாக நின்றன. பாண்டவர்கள் எல்லை கடந்ததும் முதல்நாய் மெல்ல முனக, மற்ற நாய்கள் உரத்த குரலில் முகமன் உரைத்தன.

நாய்கள் முன்னால் விரைந்தோட பிரதீபரும் பிறரும் பாண்டவர்களை நோக்கிச் சென்றனர். தலைமைநாய் தரையில் மூக்கு தொடப் பணிந்து தருமனை வரவேற்றது. ஐந்து கான்மங்கலங்கள் கொண்ட மரத்தாலத்தைக் காட்டி முகமன் உரைத்து பிரதீபர் இந்திரப்பிரஸ்தத்தின் அரசரை சௌனகத்திற்குள் வரவேற்றார். வேதம் முழங்க அவரை வழிகாட்டி அழைத்துச்சென்றார். நாய்கள் சூழ்ந்து வர அவர்கள் சௌனகக் காட்டுக்குள் சென்றனர்.

சிவந்த கொடிபோல வளைந்து பசும்புல்வெளியினூடாகச் சென்ற ஒற்றையடிப்பாதையில் தருமன் தலைகுனிந்து நடந்தார். அவருக்குப்

பின்னால் மரவுரியாடையால் முகம் மறைத்து எவர் விழிகளையும் நோக்காதவளாக திரௌபதி நடந்தாள். நிமிர்ந்த தலையுடன் பெருங்கைகளை வீசியபடி வந்த பீமன் இருபக்கமும் அடர்ந்திருந்த மரக்கூட்டங்களின்மேல் கூடணையும் ஒலியெழுப்பிப் பறந்து அமைந்து எழுந்துகொண்டிருந்த பறவைக்கூட்டங்களை நோக்கி மெல்ல முகம் மலர்ந்தான்.

உளம் எழுந்து அங்கிலாதவனாக உணர்ந்தபோது அவன் உடல் நெகிழ்ந்து தோள்களில் மெல்லிய துள்ளல் தோன்றியது. எக்கணமும் குரங்குபோலப் பாய்ந்து மரக்கிளைகளில் தொற்றி அவன் மேலேறக்கூடும் என்று எண்ணிய அர்ஜுனன் புன்னகையுடன் திரும்பி இளையோரைப் பார்த்தான். அவன் நோக்கிலேயே எண்ணத்தைப் புரிந்துகொண்ட அவர்கள் இதழ்விரிய புன்னகைசெய்தனர்.

சௌனக வேதமையம் நீலிமை சிறு ஊற்றெனத் தோன்றும் மலையடிவாரத்தில் இருந்தது. முந்நூற்றெட்டு மாணவர்களும் நாற்பத்தாறு ஆசிரியர்களும் கொண்ட அந்தத் தொன்மையான கல்விச்சாலையின் மையக்குடில், புல்செறிந்த சிறு குன்றென அந்தியொளியில் பொன்னிறத்தில் எழுந்து நின்றது. அதன் பின்புறம் பிறைவடிவில் அறுபது மாணாக்கர்குடில்கள் சூழ்ந்திருந்தன.

பெருங்குடிலுக்கு முன்புறம் வேள்விமுற்றமும் அதற்கு அப்பால் நீள்சதுர வடிவான வேள்விச்சாலையும் இருந்தன. மாணவர்குடில்களுக்குப் பின்னாலிருந்த குறுங்காட்டுக்குள் ஆநிலைகள் அமைந்திருந்தன. காட்டுமரங்களை முள்மூங்கில்களால் கட்டியிணைத்து ஆநிலைகளைச் சுற்றி வேலியமைத்திருந்தனர். நான்கு மூலைகளிலும் பெருமரங்களின் மேல் ஆநிரைகாக்கும் ஏறுமாடங்களில் முரசுகளுடன் இளமாணவர் அமர்ந்திருந்தனர்.

அவர்களின் வருகையை காட்டுப்பறவைகள் தொலைவிலேயே அறிவித்தன. அவர்களுக்கு முன்னால் மரக்கிளைகளில் பாய்ந்து சென்ற கருங்குரங்குக் கூட்டம் கட்டியம் உரைத்தது. அவர்கள் மூங்கில்வேலியைக் கடந்ததும் முரசுகள் முழங்கத்தொடங்கின. கல்விநிலையின் தலைவராக அமைந்த பன்னிரண்டாவது காத்யாயனர், தன் முதன்மை மாணவர் எழுவர் தொடர மையக்குடிலில் இருந்து இறங்கி வேள்விமுற்றத்தில் நின்று அவர்களை எதிர்கொண்டார்.

வேதமங்கலத்துடன் கல்விநிலைக்குள் புகுந்த தருமன் குனிந்து அந்த மண்ணைத்தொட்டு தன் சென்னியில் அணிந்து வணங்கினார். கூப்பிய கைகளுடன் அவர்கள் நடந்துசென்று மகாசௌனகரான காத்யாயனரை அணுகி அவர் கால்களைத் தொட்டு வணங்கினர். “வேந்தனென

புவியாளுக! அறம் புரந்து விண் புகுக! குடிவளர்ந்து காலத்தை வெல்க!” என்று காத்யாயனர் தருமனை வாழ்த்தினார்.

விழிமணிகள் என கூழாங்கற்கள் பரவிய சரிவில் சிற்றலைகளில் அந்தியொளி அலைய ஒழுகிய நீலிமையில் இறங்கி அவர்கள் உடல்தூய்மை செய்தனர். அவர்களை அடுமனைக் குடிலுக்குள் அழைத்துச்சென்று மென்மரத்தாலான மணைகளில் அமரச்செய்தனர். அனலில் சுட்ட கிழங்கும் அப்பங்களும் தேன் கலந்த இன்னீரும் அளித்தனர்.

அவர்கள் உணவுண்டுகொண்டிருக்கையில் வெளியே அந்திப்பொழுதின் அனல்புரத்தலுக்கான அழைப்பு எழுந்தது. தருமன் எழுந்து சிறுசாளரத்தினூடாக, மரவுரி அணிந்த இளமாணவர்கள் கைகளில் விறகும் தர்ப்பையும் மலர்களும் தேன்சிமிழ்களும் பாற்குடங்களும் கொண்டு வேள்விச்சாலைக்குச் செல்வதை நோக்கி நின்றார்.

வேதம் முழங்கத்தொடங்கியபோது உடன் வேள்விச்சாலைக்கு சுற்றும் கூடியிருந்த பல்லாயிரம் நாய்களும் பின்னங்கால்களில் அமர்ந்து முகம் தூக்கி அதே ஒலியை எழுப்பின. மானுடக்குரல்களுடன் நாய்க்குரல்களும் பழுதற இணைந்த வேதம் வானின் அலையென எழுந்து பரவியது. இளநீலப்புகை எழுந்து ஈச்சைமரக்கூரைமேல் தயங்கிப்பரவியது. அறியாது கைகளைக் கூப்பினார். அவர் விழிகளிலிருந்து கண்ணீர் வழியத்தொடங்கியது.

வேள்விமுடித்து காத்யாயனர் மையக்குடிலில் வந்து அமர்ந்தார். சூழ்ந்திருந்த குடில்கள் அனைத்திலும் விளக்குகள் எரிய, அப்பகுதி விண்மீன்பரப்பென ஆயிற்று. ஆநிலைகளைச் சுற்றி மரங்களில் கட்டப்பட்ட பந்தங்களில் அரக்கும் எண்ணெய்யும் உண்ட சுடர் எழுந்தாடியது. வானிலிருந்து பொழிந்த பனி செவ்வொளியை பொடிபோலச் சூடி இளம்பட்டுத் திரைபோல அசைந்தது.

ஐந்து இளமாணாக்கர்கள் நெய்விளக்குகளை ஒவ்வொன்றாக சுடர்சூடச்செய்தனர். இதழ் எழுந்த அகல்களின் ஒளியில் பொன்மூங்கில் தூண்களின் வளைவுகளும் சுடர்கொண்டன. நிழல்கள் எழுந்து நாகங்களாகி கூரைமேல் வளைந்து படம் எடுத்தன. வட்டவடிவமான மையக்குடிலுக்குள் மையத்தில் மங்கலப்பொருட்கள் வைக்கப்பட்ட மரத்தாலத்தில் ஏழு திரியிடப்பட்ட நிலைவிளக்கு எரிந்தது.

இருபக்கமும் ஐந்துசுடர் எரிந்த கல்விளக்குகள் நடுவே உயர்ந்த மரப்பீடத்திலிட்ட புலித்தோல் இருக்கையில் காத்யாயனர் அமர்ந்தார். தருமனின் இருபக்கமும் பீமனும் அர்ஜுனனும் அமர்ந்தனர். பின்னால் திரௌபதி அவர் நிழலில் தன்னை முழுமையாக மறைத்துக்கொண்டு

அமர்ந்தாள். நகுலனும் சகதேவனும் சுவர் அருகே அமர்ந்தனர். மாணவர்கள் ஒவ்வொருவராக மரவுரி அசையும் ஒலிமட்டுமே கேட்க மெல்ல வந்து அவர்களுக்குரிய புல்லிருக்கைகளில் அமர்ந்தனர். அவர்களின் உடலின் வெம்மை காற்றில் நிறைந்தது.

தேன்கலந்த இன்னீரும் கிழங்கும் அவர்களுக்கு அளிக்கப்பட்டன. அமைச்சர் சௌனகர் காத்யாயனரை வணங்கி "முதன்மை ஆசிரியரே, அஸ்தினபுரியில் நிகழ்ந்தவற்றை தாங்களும் சற்று அறிந்திருப்பீர்கள். நகர்நீங்கி இவர்கள் கானேக முற்பட்டபோது என் ஆசிரியர் குடிகொள்ளும் தொன்மையான சௌனகமே என் உள்ளத்தில் எழுந்தது. நாடும் புகழும் இழந்து துயர்கொண்டு வந்திருக்கும் அரசருக்குரிய நன்மொழிகளை இங்கே பெறமுடியும் என்று அழைத்துவந்தேன்" என்றார். "தொல்புகழ் சௌனகரின் மண்ணை சென்னிசூடும் பேறு பெற்றேன். தங்கள் மொழிகளை உள்ளம் சூட விழைகிறேன்" என்றார் தருமன்.

தௌம்யர் "இதுவும் நல்லூழே என்று நான் அரசரிடம் சொன்னேன். கானகங்களில் மெய்சொற்கள் நூறுமேனி தளிர்க்கும் காலம் இது. ஒவ்வொரு கல்விநிலையிலும் சென்று அறம் கற்று உளம்தேர்ந்து மீண்டபின்னரே அரசர் விண்ணவர் போற்ற பாரதவர்ஷத்தை முழுதாளமுடியும் என்று மூதாதையர் எண்ணுகிறார்கள் போலும்" என்றார். "வேதம் வளர்ந்த கானகங்களில் சௌனகம் மூத்ததும் முதன்மையானதுமாகும். காலத்தை அறியாத வடக்குமலை உச்சிகளை போல இங்கே மாறாது வாழ்கிறது வேதமெய்ப்பொருள் என்று அறிந்திருக்கிறேன். அது எங்கள் அரசருக்குக் கைகூடுக!"

காத்யாயனர் புன்னகையுடன் "ஊழின் வழிகளைப்பற்றி ஒருபோதும் உள்ளி உள்ளிச் சொல்லாடலாகாது என்பதே மூதாதையர் கூற்று" என்றார். "அங்கு நிகழ்ந்தவை வேறுமுறையில் நிகழமுடியாதவை என்று உணரும் அடக்கம் இருந்தால் மட்டுமே அவை அளித்த துயரத்தைக் கடக்கமுடியும். ஒரு சிறு இறகு காற்றில் பறந்தலைவதைக் காணுங்கள். அது தேரும் திசையும் சென்றமரும் இடமும் முடிவிலா விசும்பால் முடிவுசெய்யப்படுபவை என்று அறிவீர்களா? பெருங்கடல்களை ஊதிப் பறக்கவைக்கும் வெறுமைப்பெருக்கே அந்தச் சிறு தூவலையும் அலைக்கழிக்கின்றது என்றால் வியப்பு கொள்ளாதிருப்பீர்களா? ஆமென்றால் மட்டுமே துயரைக் கடக்க முடியும் என்றறிக!"

"அரசே, இப்புவியில் கோரப்படாத எதுவும் அளிக்கப்படுவதில்லை. விழையப்படாத எதுவும் அணுகுவதுமில்லை. இன்பங்களையே மானுட உள்ளம் கோருகிறது என்றும், நன்மையையே அது விழைகிறது என்றும் எண்ணுவதுபோல் மடமை பிறிதில்லை. மானுட உள்ளம் மகிழ்ச்சி

எனும் ஆழத்தால் ஆனது. ஆனால் ஆணவமெனும் அலைகளால் மூடப்பட்டுள்ளது. முனிவராயினும் சான்றோராயினும் மானுடர் கோருவது மகிழ்ச்சியை அல்ல, ஆணவநிறைவை மட்டுமே. அவர்கள் தாமறியாது விழைவது தருக்கி எழுந்து நிற்பதைத்தான். ஒவ்வொரு கணமும் உங்களுக்குள் ஓடிக்கொண்டிருக்கும் சொற்பெருக்கை நோக்குக! அது வேண்டுவதுதான் என்ன? வென்று தருக்க, எழுந்து ஓங்க, நிகரின்றி நிற்க வெவ்வேறு களங்கள் மட்டுமே அல்லவா?

“ஆகவேதான் மானுடர் துயரங்களையும் தீமைகளையும் நாடுகிறார்கள். தோள்வல்லமை கொண்ட சூதன் அடங்காது திமிறும் புரவியையே நாடுகிறான். துடுப்புதேர்ந்த குகன் புயல்வரவேண்டும் என்று கோருகிறான். சொல்லறிந்த பாணன் பொருட்சிக்கல்கொண்ட பாடலை விரும்புகிறான்” என்று காத்யாயனர் சொன்னார். “யுதிஷ்டிரரே, நீங்கள் உள்ளாழத்தில் நாடியதையே அடைந்தீர்கள். அரசி திரௌபதி அவள் கோரியதையே பெற்றாள். துயரும் இழிவும் வந்துற்ற அந்தத் தீத்தருணங்களில் உங்களுக்குள் வாழும் அறியாத்தெய்வமொன்று உவகைகொண்டது அல்லவா? அனைத்தும் நிகழ்ந்தடங்கிய பின்னர் நீங்கள் அறிந்தது ஆழ்ந்த அமைதியைத்தான் அல்லவா?”

“என்றாவது எண்ணியிருக்கிறீர்களா, உவகைப்பெருக்கிற்குப் பின் ஏன் உள்ளம் நிறைவிலாது ஏங்குகிறது என்று? துயர் முற்றிக் கனிந்தபின் ஏன் உள்ளம் அடங்கி அலையழிந்ததாகிறது என்று? எந்தத் தெய்வங்களின் சூதாட்டக் களம் மானுட உள்ளம்?” காத்யாயனர் கேட்டார். தலைகுனிந்து தருமன் பெருமூச்சு விட்டார். “நன்று, இதோ இழப்பும் இழிவும் மானுடவாழ்க்கையை நிறைவுகொள்ளச் செய்கின்றன. தேனை இனிப்பாக்குவது நாவிலிருக்கும் எச்சிலின் இயல்பான கசப்பே. இதோ, நீங்கள் தேடிச்செல்லும் களங்கள் திறந்திருக்கின்றன. வென்று மேலெழுக! ஆணவம் நிறைந்து அமைக!”

அவை ஆழ்ந்த அமைதியில் இருந்தது. வெளியே ஏதோ பறவையின் குக்குறுகல் ஒலி கேட்டது. மிகத்தொலைவிலென ஆநிலையில் நின்றிருந்த பசுக்களின் குளம்பு மிதிபடுவதும் காதுகள் அடிபடுவதும் கேட்டன. தருமன் மீண்டும் ஒரு பெருமூச்சு விட்டு மெல்ல அசைந்து விழிதூக்காது “நான் ஒரு சொல்லையும் மறுக்கமாட்டேன், ஆசிரியரே” என்றார். “அவையில் அனைத்தும் நிகழ்ந்து முடிந்தபோது சீழ்தேங்கி வலித்த உறுப்பொன்றை வெட்டி வீசிய நிம்மதியையே அடைந்தேன். அவைநின்ற அத்தனைபேராலும் வெறுக்கப்பட்டபோதும் என் உடன்குருதியினர் வசைச்சொல் கூவிப் பழித்தபோதும் ஆம் ஆம் என்று என் அகம் நின்று ததும்பியது. இன்னும் துயர் வந்து உறுக! இன்னமும் சிறுமை வந்து சேர்க! மேலும் மேலும் இழிவுகொண்டு நான் சிறுத்து நிலம்படிய விழைந்தேன்.”

“அது ஓர் ஈடுவைப்பு போல. ஒரு கழுவாய் போல” என்று தருமன் சொன்னார். “அறச்செல்வன் என்று என்னைக் கொண்டாடிய அவையினர் என் சரிவைக் கண்டு மகிழ்ந்து நிறைவதைக் கண்டேன். மறுஎண்ணமற்ற பணிவுடன் என்னைத் தந்தையென வணங்கிய என் இளையோர், சீறும் சொல்லுடன் எதிரெழுந்து நிற்பதைக் கண்டேன். அவர்களுக்குள் இருந்ததுதான் அதுவும். அந்தச் சிறுநஞ்சும் உமிழப்பட்டு அவர்கள் விடுதலை அடைந்தனர். இனி அவர்கள் என்னை முழுமையாக மதிக்கவும் உளம்கரைந்து விரும்பவும் எந்தத் தடையும் இல்லை.”

புன்னகையுடன் அவர் தொடர்ந்தார் “அத்துடன் அவையெல்லாம் என் தகுதிக்கு அளிக்கப்படும் இயல்பான மதிப்புகள் என்னும் மயக்கத்திலிருந்து நானும் விடுதலை பெற்றேன். இவையனைத்தும் சூழலும் தருணமும் அமைக்கும் உளநிலைகள் மட்டுமே. இவற்றுக்கு அப்பால் எங்கோ மானுட உள்ளம் இயல்பாக தன்னை நிகழ்த்திக் கொள்கிறது. நிகழ்ந்தபின் நோக்கி வியக்கிறது.” பெருமூச்சுடன் அவர் தலைகுனிந்தார். “அனைத்துக்கும் மேலாக நான் என்னை அறிந்தேன். அறத்தைக் கற்பதும் பேசுவதும் எளிது, கடைபிடிப்பது கடினம் என்று உணர்ந்தேன். என் எல்லைகளை நான் கண்டுகொண்டேன். நான் நல்லவன் என்று கொண்டிருந்த ஆணவம் அழிந்தது. என்னைத் தளைத்திருந்த பெருந்தளை அறுந்து விடுதலை கொண்டேன்.”

காத்யாயனர் “ஒவ்வொரு விசைக்கும் நிகரான மறுவிசை எழுவதாகவே இப்புடவி உள்ளது. தேர்ச்சிற்பிகளுக்கு அது தெரியும்... தேர் விரைவுகொள்ளுந்தோறும் காற்று கல்லாகிறது என்று ஒரு பழமொழி உண்டு. சிறிய இறகிதழை மெல்ல ஏந்தி அது விழைந்த திசைக்குக் கொண்டுசெல்லும் அதே மென்காற்றுதான் அதுவும்” என்று புன்னகைத்தார். “ஒழுக்கநோன்பாளனின் காமம் கடல் வற்றித் துளியாவதுபோல் கடுங்கசப்பு கொள்கிறது. அறத்தில் அமைந்தவனின் ஆணவம் ஏழுமுனையும் கூர்மை பெறுகிறது. ஐந்தவிந்து அடங்கியவனில் சினம் அணையாக்கனல் என காத்திருக்கிறது. அரசே, தவம்செய்பவனை நோக்கியே மாரன் ஐந்து படைகளுடன் வருகிறான். இருண்டதெய்வங்கள் விழியொளிர வந்து சூழ்கின்றன. இந்திரனின் படைகள் அவன் மீதே ஏவப்படுகின்றன.”

“அரசர் சொன்னதை நானும் என் விழிகளாலேயே கண்டேன்” என்று தௌம்யர் சொன்னார். “அவை கலைந்ததுமே மூன்று இளைய தம்பியரும் ஓடிவந்து அரசரின் கால்களில் விழுந்து கண்ணீர் விட்டனர். அவர் அவர்களை அள்ளித்தூக்கி தன் மார்போடு அணைத்துக்கொண்டார். விம்மியழுதபடி பார்த்தன் சொன்னதை நான் கேட்டேன். இவ்வண்ணம் எப்படி நடந்தது என்றே அறியேன் மூத்தவரே. இந்தக்களத்தை

நாமறியா தெய்வங்கள் எடுத்துக்கொண்டன. நாம் எண்ணத்தின் இறுதியாழத்திலும் உணராத சொற்களை நம் நாவில் அமைத்தன. தங்கள் முடிவில்லாத அன்பால் இந்தப் பெரும்பிழையையும் பொறுத்தருளுங்கள் என்றார். அவரைத் தோள்வளைத்துத்தழுவி நீ ஒருசொல்லும் பிழை சொல்லவில்லை இளையோனே. என் உள்ளமே பிரிந்து நின்று என்னை நோக்கிச் சொன்னதாகவே அவற்றை நான் கேட்டேன். நானே நீங்கள் ஐவரும் என்றார். அதைக்கேட்டு நின்ற நான் அழுதேன்."

"நகுலன் அரசரின் தோளில் தலைசாய்த்து அழுதபடி நடந்தவை என்ன என்று மீள எண்ணவே நெஞ்சு கூடவில்லை மூத்தவரே. இப்படி நிகழலாகுமா, இது கனவில்லை என்று கொள்வதெப்படி என்றே பதைப்பு எழுகிறது என்றார். சகதேவன் நிகழப்போவதை எண்ணி நான் உருகிக்கொண்டிருக்கிறேன் தந்தையே. இங்குரைக்கப்பட்ட ஒவ்வொரு சொல்லும் மானுடத்தைப் பிளந்து ஒலிக்கும் ஊழின் முழக்கம் என நான் அறிவேன். நான் காண்பது குருதிபெருகும் பேரழிவை மட்டுமே என்றார். அவரைத் தழுவி, இப்போது அறிந்தோம் நாம் ஒவ்வொருவரும் எத்தனை சிறியோர் என்று. அதுவே இத்தருணம் நமக்களித்த நற்கொடை. இனி நமக்கு ஆணவங்கள் இல்லை. தன்மயக்கங்களும் இல்லை. இது பெருஞ் சுழல்காற்று. நாம் சருகுகள். நம்மால் இயன்றவரை நன்று சூழ்வோம். நடப்பது தொடர்க என்று அரசர் சொன்னார். அத்தருணத்திலும் அவரது நிகர்நிலையை எண்ணி நான் உளம் விம்மினேன்" என்றார் தௌம்யர்.

"அப்பால் திரும்பி நின்றிருந்த பீமனை நோக்கி அரசர் விரித்த கைகளுடன் செல்வதைக்கண்டு அவையினர் அறியாது நெஞ்சைத் தொட்டு விம்மிவிட்டனர். இளையோனை அணுகி தோள்களைத் தொட்டு சொல் எடுப்பதற்குள்ளாகவே அவர் திரும்பி தமையன் கால்களில் படிந்து உரத்தகுரலில் என் நாவை அறுத்துவீசவேண்டும். மூத்தவரே, என் தலை உடைந்து சிதறவேண்டும். அதைத்தான் எண்ணிக்கொண்டிருந்தேன். பிற எதுவும் பிழையீடல்ல என்று கூவினார். அரசர் அவரை அணைத்தபடி, நம் ஐவரில் என் வழியாகவே எந்தை பேசுகிறார் என்று எண்ணியிருந்தேன். இல்லை இளையோனே, அவர் தேர்வது உன் நாவை. நமது உளச்சான்று நீயே. என்றும் உன் நா இவ்வண்ணமே ஒலிக்கட்டும் என்றார்" என்று தௌம்யர் சொன்னார்.

"அவையினர் கண்ணீருடன் அரற்றியபடி அரசரையும் தம்பியரையும் சூழ்வதைக்கண்ட நான் சௌனகரிடம் அவர்களை உள்ளே அழைத்துச்செல்வோம் என்றேன். அவர் காவல்வீரர்களுக்கு ஆணையிட, அவர்கள் அவரையும் இளையோரையும் சூழ்ந்து காத்து அரண்மனைக்குள் கொண்டுசென்றனர். அவையமர்ந்திருந்த மூத்தகுடிகளும் வணிகரும்

வீரரும் பெரும் இழப்பொன்றின் முன் சித்தம் உறைந்தவர்கள் போலிருந்தனர். நிகரற்ற இழிவொன்றை அடைந்தபின் சற்றே உளம்தேறிய அமைதியையும் சிலர் காட்டினர். ஒருவர் விழிகளை ஒருவர் நோக்காது ஒருசொல்லும் எடுக்க ஒண்ணாது அவர்கள் ஒவ்வொருவரும் முழுத் தனிமையிலிருந்தனர். பலர் விழிகளிலிருந்து கண்ணீர் அவர்களை அறியாது ஊறி வழிந்துகொண்டிருந்ததைக் கண்டேன். பலர் உதடுகள் துடிக்க நெஞ்சைக் கைகளால் அழுத்திக்கொண்டனர். தொண்டைகள் தீட்டப்படும் செருமலும் அறியாதெழும் விம்மலும் மூக்குறிஞ்சும் ஒலிகளும் மட்டுமே அவையில் நிறைந்திருந்தன.”

“அவையமர்ந்திருந்த அஸ்தினபுரியின் அரசர் உடல் பன்மடங்கு எடைகொண்டவர் போல மெல்ல எழுந்து தலைகுனிந்து தனித்து உள்ளே சென்றார். சகுனியையும் கணிகரையும் காந்தார வீரர்கள் காத்து உள்ளே கொண்டுசென்றனர். தலைகவிழ்ந்தவர்களாக பீஷ்மரும் கிருபரும் துரோணரும் தங்கள் மாணவர்களுடன் அவைநீங்கினர். துச்சாதனனை என் விழிகள் தேடின. கௌரவர்கள் அவரை உள்ளே விட்டு உடல்சூழ்ந்து ஒற்றைக் கரும்பெருக்கென ஆகி அவை அகன்றனர். விதுரர் அப்போதும் மீளாதவராக அவைபீடத்திலேயே அமர்ந்திருந்தார். குண்டாசி பீடத்தில் சரிந்து வாய்திறந்து தொண்டைமுழை அதிர துயில்கொண்டிருந்தார். விகர்ணன் இரு கைகளையும் விரித்து கண்ணீர் விட்டு அழுதபடி அரசரை நோக்கி வந்து, வீரர்களால் தடுக்கப்பட்டு நின்று அரசே, இந்திரப்பிரஸ்தத்திற்கு அரசே, மூத்தவரே என்று கூவினார். அப்பால் சுவர் அருகே யுயுத்ஸு கண்ணீர் வழிய சாய்ந்து நிலம்நோக்கி நின்றிருந்தார். அந்த அவையின் காட்சியை ஒவ்வொரு பொருளையும் ஒவ்வொரு முகத்தையும் கணம் கணம் என நான் நினைவில் மீட்க முடியும்.” தௌம்யர் சொல்லி முடித்துப் பெருமூச்சுவிட்டார்.

காத்யாயனர் அவைநோக்கி “அறமெனும் சொல்லின் ஒவ்வொரு அசையையும் ஒலியையும் பிரித்து தனித்தெடுத்து ஆராய உகந்த தருணம் அன்று அவைநிகழ்ந்தது. நாமறிந்த நூல்கள் அனைத்தையும் கொண்டு அதைப் புரிந்துகொண்டாகவேண்டும். அதைக் கடந்துசெல்லும் நூல்களை நாம் இயற்றவும் கூடும்” என்றார். திரும்பி சௌனகரிடம் “அதன் ஒவ்வொரு கணத்தையும் இங்கே சொல்லுங்கள், அமைச்சரே. இங்குளோர் கேட்கட்டும். இனி வரும் கொடிவழியினர் ஒருநாளும் அதை மறவாதிருக்கட்டும்” என்றார்.

3

அவைநிகழ்வை சௌனகர் சொல்லி முடித்ததும் நெடுநேரம் அமைதி நிலவியது. பெருமூச்சுகளும் மெல்லிய தொண்டைக்கமறல்களும் ஒலித்து அடங்கின. நள்ளிரவாகிவிட்டதை இருளின் ஒலிமாறுபாடே உணர்த்தியது. தௌம்யர் “ஆம், இவ்வண்ணம் நிகழ்ந்தது” என்று தனக்குத்தானே என மெல்லியகுரலில் சொன்னார். “பிறிதொரு காலத்தில் மானுடர் இது நிகழ்ந்ததென நம்ப மறுக்கலாம். இது சூதனின் புனைவு என்றே எண்ணலாம்.”

“இதை ஒவ்வொரு மானுடனும் நம்புவான்” என்று காத்யாயனர் சொன்னார். “ஏனென்றால் ஒவ்வொரு ஆண்மகனும் ஒருமுறையேனும் ஆற்றியதாகவே இது இருக்கும். ஒவ்வொரு பெண்ணும் உள்ளூர அஞ்சுவதாகவே இது உணரப்படும்.” அந்த அவையினர் அனைவருமே அச்சொற்களால் சொடுக்கப்பட்டனர். திகைத்த விழிகளுடன் அவர்கள் காத்யாயனரை நோக்கினர். “அஸ்தினபுரியின் அரசர் அந்த அவையில் பாஞ்சாலத்து அரசியை அடிக்க ஆணையிட்டிருக்கலாம். தன் காலடியில் வீழ்த்த விரும்பியிருக்கலாம். அணிகளைந்து மங்கலம் அழிக்க விரும்பியிருந்தால் அவள் கூந்தலை மழிக்கச் சொல்லியிருக்கலாம். ஆடை களைய ஏன் விழைந்தார்?”

“மாணவர்களே, அணுக்கமானதொன்றை அறிய முயல்வதன் தவிப்புக்கு நிகரான வேறேது நம்மை ஆட்டுவிக்கிறது? அவர் பூண்ட அனைத்தையும் களைந்து நோக்க நம் அகம் தவிக்கிறது. ஆடையையே களைய முடிகிறது. ஆணவத்தைப் பற்றியிழுத்துச் சுருட்டி வீசும் கைகள் நமக்கில்லை” என்றார் காத்யாயனர். “மானுடர் அணிந்துகொள்வதை எல்லாம் அவர்களாலேயே களைய முடியாதென்றிருக்க பிறர் களைவது

எங்ஙனம்?" அவர் சொல்வதை புரிந்தும் புரியாமலும் அவர்கள் நோக்கி இருக்க, அவர் "அங்கே அவர் களைந்தெறிந்தது தன் ஆடைகளையே. பாவம் மானுடர், ஒவ்வொருமுறையும் அதுவே நிகழ்கிறது" என்றார்.

சௌனகரிடம் திரும்பி "கூறுக, அமைச்சரே! அதன் பின்பு அரண்மனையில் நிகழ்ந்தது என்ன?" என்றார். சௌனகர் தலைவணங்கி "அவை கலைந்து கொந்தளித்துக்கொண்டிருந்ததைக் கண்டேன். எடைமிக்க தலைகொண்டவர்கள் போல வெளியே சென்றவர்கள் மெல்ல ஓசையிடத் தொடங்கினர். அரசவையில் குடி ஒருவனின் குரலெழுவது முறையல்ல என்றே வாளாவிருந்தேன். ,குடிமூத்தோர் ஒருவர் எழுந்திருந்தால் என் வாளை உருவியிருப்பேன் என்று ஒரு வீரன் சொன்னான். ஆம், முதியவர்கள் அறம் மறந்தனர், இளையோரை அவர்கள் தங்கள் செயலின்மையால் கட்டிப்போட்டனர் என இன்னொருவன் சொன்னான்".

மிக விரைவிலேயே ஒவ்வொருவரும் அப்பழியை பிறிதொருவர் மேல் சுமத்திவிட்டனர். ஆயிரம் கோணங்களில் ஆராய்ந்து தாங்கள் வெளியேறும் வழியைக் கண்டுபிடித்தனர். 'இந்த அவைமுன் அன்னையின் கண்ணீர் விழுந்தது. அறிக நகர்மக்களே, கண்ணீர் விழுந்த மாளிகைகளின் அடித்தளம் மட்கத் தொடங்கிவிட்டது!' என்று ஒரு சூதன் பாடினான். 'ஆம், அழியட்டும் பழிசுமந்த இப்பெருநகரம்!' என அவனுடன் இணைந்து ஓர் இளைஞன் கூவினான். எவனோ ஒருவன் பன்னிருபகடைக்களத்தின் வாயிலில் கட்டப்பட்ட பட்டுப்பாவட்டாவை இழுத்துப் பறித்து சுருட்டி வீசினான். அதைக் கண்டு இன்னும் சிலர் ஓடிச்சென்று அங்கிருந்த கொடிகளைப் பிடுங்கி வீசலாயினர்.

சற்றுநேரத்தில் அங்கிருந்த இளைஞர்கள் அனைவரும் கொடிகளையும் பட்டுத்திரைகளையும் அணியாடைகளையும் தோரணங்களையும் பிடுங்கி வீசத்தொடங்கினர். படைவீரர்கள் வெறுமனே நோக்கி நின்றனர். வாளாவிருப்பதனூடாக அவர்களும் அதில் பங்குகொண்டனர். அதனூடாக கழுவாய் தேடிக்கொண்ட நிறைவை அடைந்தனர். அவைமுற்றத்தின் பெரிய அணிப்பந்தலின் மூங்கில்தூண்கள் முறியும் ஒலியைக் கேட்டேன். மரப்பட்டைக்கூரை பிளக்கும் ஒலிகள் எழுந்தன. உறுமியபடி முனகியபடி அது சரிந்து பரந்து விழுந்தது.

வெறிகொண்டவர்கள் போல மக்கள் அதைப் பிடுங்கி வீசினர். சிம்புகளையும் பட்டைகளையும் தூக்கி மாளிகை மேலும் அரண்மனை முற்றத்திலும் வீசினர். அரசமுத்திரைகள் அனைத்தும் பிடுங்கி வீசப்பட்டன. எங்கோ எவரோ ஒரு காந்தாரவீரனைக் கோலால் அடித்து வீழ்த்தினார்கள். அவன் கூச்சலிட, காந்தாரப்படையினர் அவன் உதவிக்கு

வந்தனர். ‘காந்தாரர்கள்! அவ்விழிமகன்களால் அழிந்தது நம் தொல்நகரம்!’ என ஒரு குரல் எழுந்தது. பெருங்கூட்டம் காந்தாரர்களுக்காகத் திரும்பியது. காந்தாரர்களுக்குரிய வெண்சுதைநிறத்துடனிருந்த அத்தனை வீரர்களும் இழுத்துப் போடப்பட்டு அடிக்கப்பட்டனர். குருதி வழிய பலர் தப்பி ஓடினர். பின்னர் அறிந்தேன் மூவர் கொல்லப்பட்டதாக.

குருதிமணம் அவர்களை வெறிகொள்ளச் செய்தது. பசுங்குருதியை அள்ளி கைகளிலும் முகத்திலும் பூசிக்கொண்ட மக்கள் வெறிநடனமிட்டனர். காந்தாரப்படையினர் ஓடி அரண்மனைகளுக்குள் புகுந்துகொண்டனர். மேற்குக்காவல்நிலை அவர்களின் படையிடமிருந்தமையால் அவர்கள் கூட்டமாக மேற்கே குவிந்து படைக்கலம் ஏந்தினர். காந்தாரத்தின் கொடியுடன் அவர்கள் வாள்களையும் வேல்களையும் தூக்கிக் கூச்சலிட்டபடி அங்கே அணிதிரண்டனர். ஆகவே கூட்டம் கடைவீதி நோக்கிச் சென்றது. காந்தாரத்து வணிகர்களின் கடைகள் அனைத்தும் உடைத்துச் சூறையாடப்பட்டன. பொருட்களை அள்ளி வீசி வணிகர்களை அடித்து குருதி வழிய தூக்கி வீசினர்.

நகரமே கட்டின்மை நோக்கிச் சென்றுகொண்டிருந்ததைக் கண்டேன். அரண்மனைமுகப்பில் நின்றபோது தொலைவில் பல இடங்களில் நெருப்புப் புகை எழுந்தது. எண்ணெய் மணமும் கூலம் எரியும் வாடையும் கலந்தெழுந்தன. வெறிக்கூச்சல்களும் குதிரைகளின் கனைப்பொலியும் சூழ்ந்தன. எக்கணமும் மக்கள் திரண்டு அரண்மனைக்கு எதிராக வந்துவிடக்கூடும் என்று அஞ்சினேன். அரண்மனைக்கோட்டையை மூடி மேலும் காவலிட ஏற்பாடு செய்யவேண்டும் என எண்ணினேன்.

எங்கள் அரசரையும் இளையோரையும் அரண்மனைக்குக் கொண்டுசென்று விட்டுவிட்டு நான் மீண்டும் பன்னிருபகடைக்களத்திற்கே சென்றேன். அரசியை அஸ்தினபுரியின் இளவரசியும் அரசியரும் அழைத்துச் சென்றுவிட்டனர் என்று அறிந்தேன். விதுரர் எங்கு சென்றார் என்று வினவியபோது அவரைப் பேரரசரின் தூதன் அழைத்ததாக அறிந்தேன். பேரரசரின் மாளிகை நோக்கிச் சென்றபோது வழியிலேயே அவரைக் கண்டேன். சிற்றமைச்சர் கனகரிடம் ஆணைகளைப் பிறப்பித்துக்கொண்டு நின்றிருந்தார்.

என்னைக் கண்டதும் சினத்தால் சுருங்கிய முகத்துடன் நோக்கி ‘உங்களுக்கு இங்கு என்ன அலுவல் இந்திரப்பிரஸ்தத்தின் அமைச்சரே?’ என்றார். ‘நான் அஸ்தினபுரியின் பேரரசரைக் காண விழைகிறேன். இத்தருணத்தில் இந்திரப்பிரஸ்தத்தின் அரசரும் இளையோரும் இங்கு வர முடியாது. ஏதேனும் சொல்வதற்கிருந்தது என்றால் என்னிடமே அவற்றைப் பேரரசர் சொல்லி அனுப்பலாம்’ என்றேன். ‘ஆம், அதுவும்

நல்லதே, வருக' என்ற விதுரர் என்னையும் உடனழைத்துக்கொண்டு இடைநாழியில் நடந்தார்.

நடக்க நடக்க அவர் சற்று எளிதானதுபோல் தோன்றியது. 'என்னை இந்திரப்பிரஸ்தத்தின் தரப்பு என்று இங்கே குற்றம்சாட்டுபவர் சிலர் உள்ளனர், இத்தருணத்தில் நான் அவ்வண்ணமே பேசவேண்டியிருக்கிறது, எனக்கு வேறு வழியேதும் இல்லை' என்றார். நான் அவரிடம் நகர் பற்றிய என் அச்சங்களைச் சொன்னேன். அவர் புன்னகைத்து 'அவர்கள் அறியாது ஒரு நாடகத்தையே ஆடிக்கொண்டிருக்கிறார்கள்' என்றார். 'அவர்கள் மேற்கே செல்லாது வணிகர்களை நோக்கிச் செல்வதற்குமேல் சான்று தேவையில்லை. போதிய அளவு நடித்துவிட்டதை அவர்களே உணரும்போது இல்லம் மீள்வார்கள்' என்றார்.

நான் அவரது களைத்த குரலைக் கேட்டுக்கொண்டு உடன் நடந்தேன். 'சௌனகரே, இப்போது அவர்களின் உணர்வுகள் எழுந்துகொண்டிருக்கின்றன. படைகளைக்கொண்டு அவர்களை எதிர்கொண்டால் சில உயிர்கள் விழும். உண்மையில் அவர்கள் விழைவதும் அதையே. ஓரிருவர் இறந்தால் அவர்கள் அந்தப் பழியுணர்விலிருந்து விடுபடுவர். அக்கொலைகளையும் அரசுமேல் ஏற்றி வசைபாடி உளம் ஆறுவர்' என்றார் விதுரர். 'அவர்களின் உணர்வுகள் இறங்கத்தொடங்கும்போது பத்து குதிரைவீரர்கள் வேலுடன் தெருவிலிறங்கினால்போதும், அமைதி மீண்டுவிடும். வீரர்கள் வேல்தாழ்த்தி நிற்கும்படி ஆணையிட்டவன் நானே' என்றார்.

நாங்கள் நடந்து புஷ்பகோஷ்டத்தை அடைந்து பேரரசரின் இசையவை நோக்கிச் சென்றபோது விதுரர் நீள்மூச்சுடன் 'இத்தருணத்தில்தான் விப்ரரின் இழப்பைப் பெரிதாக உணர்கிறேன். அங்கிருக்கும் என் மூத்தவரிடமல்ல, அவர் அருகே குடிகொண்டிருந்த விப்ரரிடம்தான் இதுநாள் வரை நான் பேசிக்கொண்டிருந்ததாக உணர்கிறேன்' என்றார். 'மூத்தவரிடம் என்றுமில்லாத ஊசலாட்டத்தைப் பார்க்கிறேன். என் இதுநாள்வரையிலான வாழ்க்கையில் நானறிந்த பட்டறிவு ஒன்றுண்டு, ஊசலாடும் எதுவும் எதிர்நிலையிலேயே சென்று அமையும்' என்றார். அச்சொல்லாட்சி என்னை அதிரச்செய்தது. அது மிகையானது என்று என் சித்தம் சொன்னபோதே அது உண்மை என்று என் உள்ளம் உறுதிசெய்தது.

நாங்கள் அரசரின் இசையவை முகப்பை அடைந்தபோதே உள்ளே எவரோ இருப்பதை உணர்ந்தோம். விதுரர் மெல்லிய குரலில் 'எவர்?' என்று கேட்டார். தலைவணங்கிய காவலன் 'பேரரசி காந்தாரி' என்றான். விதுரர் 'நான் வந்துள்ளதாகச் சென்று சொல்' என்றார். நான் தயங்கி

‘அவ்வண்ணமெனில் நான் பின்னர் மன்னருக்கு முகம்காட்டுகிறேன், இது தருணமல்ல’ என்றேன். ‘இல்லை நீங்களும் உடன்வருக’ என்றார் விதுரர். ‘இது உங்கள் குடிக்குள் நிகழ்வது’ என்று நான் சொன்னேன். ‘ஆம், ஆகவேதான் நானும் உங்களை அழைக்கிறேன். உணர்வுநிலைகள் எங்கே செல்லுமென என்னால் உய்த்துணர இயலவில்லை. அயலார் ஒருவர் அருகிருப்பது நன்று’ என்றார்.

காவலன் உள்ளே சென்ற பின்பு அவரே புன்னகைத்தபடி ‘அயலார் ஒருவர் உடனிருக்கையில் என்ன நிகழ்கிறது? நாம் நம்மை அவரது கண்கள் வழியாகவும் நோக்குகிறோம். உணர்வுகளை அடக்குகிறோம். நல்லியல்புகளைப் பேணிக்கொள்கிறோம்’ என்றார். நான் புன்னகை செய்தேன். ‘சௌனகரே, நாம் பிறர் கண்களுக்கு மட்டுமே சிறந்தவர்களாக இருக்கமுடியுமா என்ன?’ என்றார் விதுரர். நான் சிரித்து ‘நமக்கு நல்லவர்களாக இருக்கையில் பிறருக்கு எதிரிகளாகிவிடுவோம் என்றொரு சொல்வழக்கு உண்டு’ என்றேன். பின்னர் ‘அவ்வண்ணம் இன்று அனைவருக்கும் எதிரி என நின்றிருக்கும் ஒருவரின் அமைச்சன் நான்’ என்றேன்.

“விதுரர் என்னை நோக்கித் திரும்பி, ‘அவ்வண்ணமெனில் உங்கள் அரசர் தம்பியரையும் தேவியையும் வைத்தாடியது பிழையல்ல என்று எண்ணுகிறீர்களா?’ என்றார். ‘பிழையே’ என்று நான் சொன்னேன். ‘ஆனால் அந்தச் சூதாட்டத்தில் ஒருகணமேனும் பங்கெடுக்காத எவர் இருந்தார் அந்த அவையில்? ஆடியிருந்தால் அரசர் செய்ததை தானும் செய்திருக்க மாட்டோம் என்று நெஞ்சுக்கு உரைக்கும் துணிவுள்ள எவர் நம்மிடையே உள்ளனர்?’ என்றேன். ‘நமக்காக நாம் ஆடினோம், நம் விழைவுகளுக்காக. நம் இருளுக்காக. பிறருக்காக ஆடினார் என்பதனாலேயே அவர் நம்மை விட ஒரு படி மேலானவரே. ஆகவேதான் அனைத்துப் பழிகளையும் அவர் தோள்மேல் ஏற்றிவைக்க விழைகிறோம். அதை மிக்க மகிழ்வுடன் ஏற்றுக்கொள்பவர் அவர் என்றும் அறிந்திருக்கிறோம்’ என்றேன். விதுரர் ஒன்றும் சொல்லாமல் பெருமூச்சுவிட்டார்” என்றார் சௌனகர்.

4

குளிர்ந்த பாசிப்பரப்பு போல கால்களை வாங்கிக்கொண்ட மெத்தைத்தரையில் விதுரருடன் நடந்துசெல்லும்போது சௌனகர் அந்தத் தரையால் என்ன பயன் என்றுதான் எண்ணினார். அது ஓசைகளைக் குறைத்துவிடுகிறதே ஒழிய இல்லாமலாக்குவதில்லை. காலடிகள் முணுமுணுப்பாக ஒலிக்கின்றன. அமைதியில் முணுமுணுப்புகள் முரசொலி போலவே எழக்கூடும். அவர் நினைத்தது உண்மையென்பதைப்போல திருதராஷ்டிரர் காந்தாரி இருவரும் திரும்பிப்பார்த்தனர்.

தலையைச் சற்று சரித்து காளைபோல உரக்க மூச்சுவிட்ட திருதராஷ்டிரர் "விதுரா, உன்னை இத்தனை நேரமாக எதிர்பார்த்திருந்தேன்..." என்றார். விதுரர் ஒன்றும் சொல்லாமல் அருகே சென்று காந்தாரியை நோக்கி "வணங்குகிறேன் அரசி" என்றார். காந்தாரி கை தூக்கி அவரை வாழ்த்தினார். "என்ன சொல்கிறாய்? என்ன நடந்தது அங்கே?" என்று திருதராஷ்டிரர் தன் பெருங்கைகளை ஒன்றுடன் ஒன்று அறைந்தபடி கூவினார். "தாங்கள் முழுமையாகவே அறிந்திருப்பீர்கள். தாங்கள் அறிந்தவையே நிகழ்ந்தன" என்றார் விதுரர். "நீ சொல்! உன் வாயால் சொல்... மூடா, நீயும் அங்கிருந்தாய். உன் மைந்தர் உன் முன் இழிவடைந்தனர். நீ பார்த்து அமர்ந்திருந்தாய்" என்று திருதராஷ்டிரர் தொண்டைநரம்புகள் புடைக்கக் கூவியபடி விதுரரை அள்ளி இறுக்கி கொல்லப்போகிறவர் போல கைகளை விரித்துச் சூழ்ந்தபடி அணுகினார்.

விதுரர் "ஆம், என் மைந்தர். மைந்தர் வடிவில் நாம் நம் கீழ்மையைக் காண்கிறோம்" என்றார். "அவன் எப்படி அதைச் செய்யத் துணிந்தான்?

அவனை என் மகன் என்று எண்ணித் தருக்கினேனே... அவன் என் மகனே அல்ல. அவன்...” என்று திருதராஷ்டிரர் கூவியதை இடைமறித்து காந்தாரி கூரியகுரலில் “அவன் உங்கள் மைந்தன். ஆகவேதான் அவ்வாறு செய்தான்” என்றாள். அவர் திகைத்து அசைவிழந்த வாயுடன் உறைந்து பின் மீண்டு நடுங்கும் மென்குரலில் “என்ன சொல்கிறாய்?” என்றார். “இன்று அவளை அவிழ்ந்த ஆடையுடன் என் மருகியர் அழைத்துவந்தனர். அவள் விம்மும் ஒலியைக் கேட்டபோது அது சம்படையின் குரல் என எண்ணினேன்” என்றாள் காந்தாரி.

திருதராஷ்டிரர் புரியாதவர் போல தலையைச் சரித்தபடி நின்றபின் கால் தளர்ந்தவராக திரும்பிச் சென்று அரியணையில் அமர்ந்தார். நடுங்கும் கைகளை ஒன்றன்மேல் ஒன்றென வைத்துக்கொண்டு வலிகொண்ட விலங்கு போல உம்ம் உம்ம் என ஒலியெழுப்பினார். காந்தாரி விதுரரை நோக்கி “அவைநடுவே இழிவு செய்யப்பட்டாள் என் குலக்கொடி. என் மைந்தர்களுக்காக மட்டும் அல்ல, அங்கே இருந்த அத்தனை ஆண்மகன்களுக்காகவும் நாணுகிறேன். அங்கே எழுந்துசென்ற என் குடியின் பெண்கள் அனைவரையும் மாறி மாறி நெஞ்சோடு அணைத்துக்கொண்டு கண்ணீர்விட்டேன்...” என்றாள்.

“என்ன நிகழ்ந்தது என்றால்...” என விதுரர் சொல்லத்தொடங்க “என்ன நிகழ்ந்தது? ஓர் அரசியல்நிகழ்வு, அல்லவா? அதற்கப்பால் உங்களுக்கு அது எவ்வகையிலேனும் ஒரு பொருட்டா?” என அவள் மேலெழாத குரலில் கேட்டாள். விதுரர் ஏதோ சொல்ல வாயசைத்தார். “எழுந்து சென்று உடைவாளை உருவி அவன் கழுத்தில் பாய்ச்சியிருக்கவேண்டும் உங்கள் பிதாமகர். அந்த அவையில் நாக்கை இழுத்து அறுத்து விழுந்திருக்கவேண்டும் நீர். இனி எத்தனை சொற்களில் எத்தனை அறமுரைத்தாலும் அதன் பொருள் என்ன? வென்றது எந்த அரசியலும் அல்ல. வென்றது ஆண் எனும் கீழ்மை. பெற்று முலையூட்டி வளர்த்து மண்ணில் விட்ட அத்தனை அன்னையருக்கும் ஆயிரமாண்டுகாலமாக ஆண்கள் இழைக்கும் கீழ்மறம்...”

அவள் கொதிப்புடன் உதடுகளைக் கடித்தாள். வெண்முகமும் கழுத்தும் தோள்களும் சிவந்து புண்ணானவை போல் தோன்றின. தன்னை அடக்க அவள் முயலுந்தோறும் குருதிவிம்மும் கலமென ஆனாள். நீலநரம்புகள் அசைந்த கழுத்தும் இறுகித் துடித்த கன்னங்களுமாக மறுகணம் வெடிக்கப்போவதுபோல நின்றாள். பின்பு மூச்சின் ஒலியில் “என் அரண்மனைமுற்றத்தில் இது நிகழ்ந்தது. இதன் பெரும்பழியிலிருந்து ஒருகணமும் விலகாதிருக்கட்டும் என் கொடிவழிகள். விண்வாழும் காந்தாரத்துப் பேரன்னையர் இவ்விழிசெயலுக்கு எதைப் பிழைநிகர் விடுக்கிறார்களோ அனைத்தும் வந்து இங்கு அமையட்டும்!” என்றாள்.

விதுரர் “பேரரசி, தீச்சொல்லிடவேண்டாம்… அவர்கள் உங்கள் மைந்தர்” என்று சொல்லிக் கைநீட்ட, அவள் உரக்க “ஆம், இது தீச்சொல்லேதான். காந்தாரத்துப் பேரன்னையர் சான்றாகுக! ஆரியகௌசிகை ஆற்றங்கரையில் அமர்ந்த ஆறு அன்னையரின் ஆலயத்தின் முன் இப்போது நின்றிருக்கிறது என் உள்ளம். மரு, இருணை, ஃபூர்ணி, காமலை, கிலை, ஆரண்யை… அன்று இவர் கைபற்றி அவர்களுக்கு முன் நின்றபோது செம்முகில்போலச் சுருண்டெழுந்து வந்து மூடி ஆர்ப்பரித்து அன்னையர் சொன்னதென்ன என்று இப்போது புரிகிறது. அன்னையர் முடிவு செய்யட்டும்…” என்றாள்.

“இழிமகளே, என்ன சொல்கிறாய்?” என்று கூவிய திருதராஷ்டிரர் கையை ஓங்கியபடி எழுந்தார். “பெற்ற மைந்தருக்கு தீச்சொல்லிடுகிறாயா? அன்னையா நீ?” காந்தாரி “ஆம், பீலித்தாலத்தால் மங்கலம் அணிந்தவள். பெற்றுப்பெருகிய பேரன்னை. அச்சொல்லால்தான் இதைச் சொல்கிறேன். அன்னையர் முடிவுசெய்யட்டும்…” என்று சொல்லி அவரை நோக்கி மெல்லிய அசைவொன்றை வைக்க, அதை உடலால் உணர்ந்தவர் என பின்னடைந்தார்.

விதுரர் மீண்டும் “அரசி, அவர்கள் உங்கள் மைந்தர்” என்றார். “இல்லை, அவர்கள் இந்தக் குருகுலத்தின் கீழ்க்குருதியினர். காந்தாரத்துப் பேரன்னையின் சிறுமைந்தர் அல்ல” என்றாள். மீண்டும் முன்னால் வந்து “ஆம், அவர்கள் என் கீழ்மையை தங்கள் குருதியெனக் கொண்டவர்கள். அவர்களும் விழியிழந்தவர்களே. போதுமா? எனக்கு நாணில்லை. எங்கும் நான் சொல்தாழ்த்தப் போவதுமில்லை. அவன் என் மைந்தன். அவனே என் கொடிவழியின் முதல்வன். அவன் செய்தவற்றுடன் நானும் உடன் நிற்கிறேன். அவன் சென்றுசேரும் இருளுலகுகளுக்கு நானும் உடன்செல்கிறேன்… இனியென்ன?” என்று திருதராஷ்டிரர் கூச்சலிட்டார்.

வெண்பற்கள் வெறித்து எழ, வளைந்து வளைந்து புருவம் அலைய, முகம் சுளிக்க “இனியென்ன தேவை உனக்கு? செல்… உடனே சென்றுவிடு… அடேய் விதுரா, மூடா, அவளை உடனே இங்கிருந்து செல்லும்படி சொல்… இனி அவள் சொல்லை நான் கேட்கவிரும்பவில்லை” என்றார்.

காந்தாரி பற்களைக் கடித்துக்கொண்டு “இனி நானும் சொல்வதற்கொன்றுமில்லை. அனைத்தும் முற்றுமுடிவாகிவிட்டன” என்றபின் திரும்பி நடந்தாள். அறையின் மறுஎல்லையில் நின்றிருந்த சத்யசேனையும் சத்யவிரதையும் வந்து அவள் கைகளைப் பற்றிக்கொண்டனர். ஓசையற்றவர்களாக அவர்கள் விலகிச்சென்றனர்.

திருதராஷ்டிரர் தளர்ந்தவராக மீண்டும் அரியணையில் அமர்ந்தபடி தலையை அசைத்தார். மணமேற்று மூக்கு சுளித்து தலைதிருப்பி

“உடனிருப்பவர் யார்? சௌனகரா?” என்றார். “ஆம், அரசே” என்றார் சௌனகர். “அந்தணரே, அறமுணர்ந்து அமைந்த எத்தனை படிவரும் வைதிகரும் அமர்ந்த அவை இது! அத்தனைபேருக்கும் தலைமுறை தலைமுறையாக கொடையளித்து வணங்கியிருக்கிறோமே, உங்கள் சொல்கூடவா எங்கள் குலம் காக்க எழவில்லை?” என்றார் திருதராஷ்டிரர்.

“ஊழ் என்பதன்றி ஒரு சொல்லும் நான் சொல்லத் துணியமாட்டேன்” என்றார் சௌனகர். “ஊழ்தான். வேறேதுமில்லை. எண்ணிப்பார்க்கையில் என் நினைவறிந்த நாள்முதலே ஒவ்வொன்றும் இத்தருணத்தை நோக்கியே அனைத்தையும் நகர்த்திக்கொண்டு வந்திருப்பதைக் காண்கிறேன்” என்றார் திருதராஷ்டிரர். “எது வரப்போகிறது என்று எண்ணவும் அஞ்சி பின்திரும்பிவிடுகிறேன்.”

கைவிடப்பட்டவர் போல, எவரிடமோ முறையிடுபவர் போல அவர் கைகளைத் தூக்கி முகம் மேலே நோக்க விழிச்சதைகள் உருள உடைந்தகுரலில் சொன்னார் “மானுடர் அறிவதேயில்லை, சொல்லப்படும் ஒவ்வொன்றும் நிகழ்ந்தே தீருமென்று. பேதைகள் போல ஆணையிடுகிறார்கள். வஞ்சம் உரைக்கிறார்கள். சொல்லில் உறங்கும் தெய்வங்களை பேதைகள்போல பித்தர்கள்போல எழுப்பி தங்கள் மேலேயே ஏவிக்கொள்கிறார்கள்.”

மடிந்து அமர்ந்திருந்த அவரது கால்கள் மட்டும் நடுங்கிக்கொண்டிருந்தன. தலையை தன் கைகளால் பற்றியபடி தோள்குறுக்கி அமர்ந்து “சிறியோர் செய்கை செய்தான். அவள் சொன்னது முற்றிலும் உண்மை. எந்தையும் மூதாதையரும் செய்த சிறுமை அது. சுனந்தையின், அம்பையின், அம்பிகையின் கண்ணீர். சிவையின், சம்படையின் துயரம்... நம் மீது அவர்களின் தீச்சொற்கள் மேலும் மேலுமென விழுந்துகொண்டேயிருந்தன” என்றார்.

நிமிர்ந்து விதுரரை நோக்கியபோது அவரது தசைக்குழிக் கண்களிலிருந்து நீர் கசிந்து வழிந்தது. “அவர்களிட்ட வஞ்சினங்களைச் சொன்னார்கள், விதுரா. என் மைந்தர்கள் குருதிவழியக்கிடக்கும் படுகளத்தை நான் உள்விழிகளுக்குள் கண்டுவிட்டேன்.” விதுரர் ஒன்றும் சொல்லவில்லை.

அவர் மறுத்து ஏதேனும் சொல்வார் என எண்ணியவர் போல திருதராஷ்டிரர் தொடர்ந்தார் “பெண்ணின் சொல். அது பார்ப்புப்பேய்களைவிட இரக்கமற்றது. ஒருகணமும் விடாது தலைமுறைகள்தோறும் தொடர்வது...” விதுரர் “ஆம்” என்றார். திருதராஷ்டிரர் அதைக்கேட்டு உடல் அதிர தலைதூக்கினார். “நாம் என்ன செய்ய முடியும்? சொல்...” என்றார்.

“நீங்களே இன்னமும் இம்மணிமுடிக்குரியவர். உங்கள் மைந்தர் வென்றவை உட்பட உங்களுக்குரியவையே” என்றார் விதுரர். கைகளை ஓங்கித்தட்டியபடி எழுந்த திருதராஷ்டிரர் “அவ்வண்ணமென்றால் இதோ நான் அவர்கள் இழந்த அனைத்தையும் திருப்பி அளிக்கிறேன். இந்திரப்பிரஸ்தத்தின் அரசனாக நானே என் மைந்தன் தருமனை முடிசூட்டுகிறேன்” என்றார்.

“ஆம் அரசே, தாங்கள் அதை உறுதிபடச் சொன்னால் எவரும் மறுசொல்லெடுக்க இயலாது” என்றார் விதுரர். “அம்முடிவை நீங்கள் எடுக்கையில் இந்திரப்பிரஸ்தத்தின் அமைச்சரும் உடனிருக்கட்டும் என்றே இவரை அழைத்துவந்தேன்.” திருதராஷ்டிரர் “ஆம், அது நன்று. எங்கே ஓலைநாயகம்? இப்போதே திருமுகம் எழுதப்படட்டும்... இது என் சொல். இதை மறுசொல்லெடுத்துப் பேசும் எவரும் என் முடிக்கு எதிரிகள்” என்றார்.

அவர் கைகளைத் தட்ட, ஏவலன் எட்டிப்பார்த்தான். “ஓலைநாயகம்...” என்றார் விதுரர். அவன் தலைவணங்கி வெளியே சென்றான். சௌனகர் “ஆனால் கொடையென அரசைப்பெறுதல் என்பது...” என தொடங்க “அந்தணரே, இது கொடை அல்ல. நான் பாண்டவர்களின் தந்தை” என்றார் திருதராஷ்டிரர். “ஆம்” என்று சௌனகர் தலைவணங்கினார்.

முகம் மலர கைகளை விரித்தபடி “அவ்வளவுதான், முடிந்துவிட்டது. நான் துரியோதனனை அழைக்கிறேன். அவன் என் சொற்களைத் தட்டமாட்டான். அவன் ஆற்றிய பெரும்பிழையை தருமன் பொறுத்தருள்வான் என்பதிலும் எனக்கு ஐயமே இல்லை... நானே சென்று பாஞ்சாலத்து அரசியைப் பார்க்கிறேன். அவள் காலடியில் என் தலையை வைத்துப் பணிந்து இரக்கிறேன். இம்முதியவன் அவள் தந்தைக்கு நிகரானவன் என்கிறேன். என் மைந்தர் ஆற்றிய பெரும்பழிக்காக அவள் என் குடியைப் பொறுத்தருள்க! அதனால் அவளுக்குப் பெருமையே மிகும்... இந்நாள்வரை மண்ணின் அளப்பரிய பொறையால்தான் இங்கே மானுடம் வாழ்கிறது. பெண் பொறுத்தாலொழிய குடியில்லை என்று அவளும் அறிந்திருப்பாள்...” என்றார்.

மீண்டும் அரியணையில் அமர்ந்து இரு கைப்பிடிகளிலும் கையால் அடித்தபடி அவர் சிரித்தார். “ஆம், நான் உறுதியாகவே அறிகிறேன். அனைத்தும் சீரடைந்துவிடும். இதைவிடக் கீழான செயல்களிலிருந்து தன் மேன்மையைத் திரட்டி மீள என் மைந்தனாலும் இயன்றிருக்கிறது. அனைத்தையும்விட நான் என் முதல்மைந்தன் தருமனை அறிவேன். அப்பேரறத்தான் என் இளையோனின் வடிவம். அவனில்

குடிகொண்டிருக்கும் பாண்டுவிடம் கோருகிறேன். உன் மைந்தரைப் பொறுத்தருள்க என்று. அவன் ஒருபோதும் தட்டியதில்லை...”

அவர் எழுந்து கையை வீசி “என்ன செய்கிறார்கள்? ஓலைநாயகங்கள் எங்கே?” என்றார். விதுரர் “வந்துகொண்டிருக்கிறார்கள், அரசே” என்றார். “விரைந்து வரச்சொல்... இன்று மாலையே ஆணை நகர்மன்றுகளில் முழங்கியாகவேண்டும்.” விதுரர் பெருமூச்சு விட்டார்.

“அனைத்தும் சீரடைந்தபின் சென்று காந்தாரியைக் காண்கிறேன். அவள் என்னிடம் இன்றுபோல் ஒருநாளும் பேசியதில்லை... அவளே அதன்பொருட்டு வருந்துவாள். அவளிடம் இதைச் சொன்னால் கண்ணீர் விடுவாள். அந்தக் கண்ணீரை நான் என் கைகளால் தொடவேண்டும்... ஓலைநாயகங்கள் வருகிறார்களா இல்லையா?” திருதராஷ்டிரர் வாயிலை நோக்கித் திரும்பி “மூடர்கள், வேண்டிய நேரத்தில்தான் மறைவார்கள்... இன்னும் ஒருகணத்தில் அவர்கள் இங்கில்லை என்றால்...” என்றார்.

காலடியோசை கேட்க சௌனகர் திரும்பி நோக்கினார். உதவியாளனுடன் ஓலைநாயகம் மெல்லிய காலடிவைத்து ஓடிவந்தார். “மூடா, அழைத்தால் வராமல் அங்கே என்ன செய்கிறாய்? ஓலைகளை எடு... எழுது! இது என் ஆணை” என்றார் திருதராஷ்டிரர்.

5

சௌனகர் தருமனின் அரண்மனைக்குச் செல்வதற்குள் அரசாணை வந்துவிட்டிருந்தது. அவர் தேரிறங்கி அரண்மனை முற்றத்தை அடைந்தபோது அங்கே அரசப்படையினர் நின்றிருப்பதைக் கண்டார். அங்கே நின்றிருந்த நூற்றுவர்தலைவனிடம் "என்ன நிகழ்கிறது?" என்றார். அவன் "அமைச்சரே, அரசருக்குரிய தொழும்பர்களை அழைத்துச்சென்று தொழும்பர்குறி அளித்து அவர்களுக்குரிய கொட்டிலில் சேர்க்கும்படி ஆணை. அதற்கென அனுப்பப்பட்டுள்ளோம்" என்றான்.

சௌனகர் மறுமொழி சொல்லாமல் அரண்மனைக்கூடத்திற்குள் நுழைந்தார். எதிரே வந்த ஏவலனிடம் "அரசரும் தம்பியரும் எங்கே?" என்றார். "அவர்கள் மாடியில் இருக்கிறார்கள். ஆயிரத்தவனும் வீரர்களும் மேலே சென்றிருக்கிறார்கள்" என்றபடி அவன் உடன் வந்தான். "என்ன நிகழ்கிறது அமைச்சரே?" என்றான். "சுரேசர் எங்கே?" என்றார் சௌனகர். "அவர் அரண்மனைக்குச் சென்றிருக்கிறார். இந்திரப்பிரஸ்தத்திலிருந்து வந்த அனைவரும் உடனே அரண்மனைக்குச் செல்லும்படி ஆணை வந்தது."

மாடிப்படிகளில் ஏறி இடைநாழி வழியாக விரைந்து மூச்சிரைக்க கூடத்தை அடைந்த சௌனகர் அங்கே நின்றிருந்த காவலனிடம் "அமைச்சர் சௌனகர். அரசரை நான் பாக்கவேண்டும்" என்றார். "அரசரா? இங்கே ஒருவரே அரசர். அஸ்தினபுரிக்கும் இந்திரப்பிரஸ்தத்திற்கும் அரசர் அவர்." அத்தகைய செயல்களுக்கு உரியவன் அவன் என்று சௌனகர் எண்ணிக்கொண்டார். அங்கு வந்திருந்த அத்தனை படைவீரர்களின் முகங்களும் ஒன்றுபோலிருந்தன, கீழ்மைகளில் மட்டுமே உவகை காணக்கூடியவர்கள். ஆகவே தங்கள் ஆழத்தில் தங்கள் மேலேயே

மதிப்பற்றவர்கள். அதை வெல்ல தங்களைச் சுற்றி மேலும் கீழ்மையை நிரப்பிக்கொண்டு கீழ்மையில் திளைப்பவர்கள். ஒவ்வொரு செயலுக்கும் அதற்குரியவர்களை அரசு எங்கோ சேமித்து வைத்திருக்கும். கொல்லனின் பணிக்களத்தின் வகைவகையான கருவிகள் போல, அவர்கள் மட்டுமே ஆற்றும் தொழில் ஒன்று இருக்கும்.

“நான் அஸ்தினபுரியின் பேரமைச்சர் விதுரரின் ஆணையுடன் வந்தவன்” என்றார் சௌனகர். அவர் அருகே வந்த இன்னொருவன் சிரித்து “விதுரர் அமைச்சராக நீடிக்கிறார் என்பதை உறுதிசெய்துகொள்ள வேண்டியிருக்கிறது, அந்தணரே…” என்றான். இன்னொருவன் அருகே வந்து “இந்திரப்பிரஸ்தத்தின் அமைச்சர்கள் அனைவரும் உடனே அரண்மனைக்குச் செல்லும்படி ஆணையிருந்ததே! ஏன் செல்லவில்லை நீர்? இதன்பொருட்டே உம்மைச் சிறைப்படுத்த வேண்டியிருக்கிறது” என்றான். சௌனகர் “நான் செய்தி சொல்ல வந்தது இந்திரப்பிரஸ்தத்தின் அரசரிடம். அச்செய்தி விதுரரால் அனுப்பப்பட்டது. அதைச் சொல்லவில்லை என்றால் அதன் பொறுப்பு என்னுடையது அல்ல” என்றார்.

அவர்களின் கண்கள் சுருங்கின. நீண்டநாள் கீழ்மை அவர்களைக் கீழ்மையின் வழிகளில் மட்டும் கூர்மைகொண்டவர்களாக ஆக்கியிருந்தது. அவர்கள் ஒருவரை ஒருவர் நோக்கிக்கொண்டனர். அந்த நேரடியான கூற்றை அவர்களால் வளைக்காமல் புரிந்துகொள்ளமுடியவில்லை. அந்தச் சிக்கலை கண்டதும் எரிச்சலடைந்த காவலன் “உள்ளே சென்று செய்தியைச் சொல்லும். சொன்னதுமே நீர் அஸ்தினபுரியின் அரசரவைக்குச் சென்றாகவேண்டும்” என்றான். “நன்று” என்று சொல்லி சௌனகர் உள்ளே சென்றார்.

தருமன் மரவுரி அணிந்து நின்றிருக்க, அருகே கொழுத்த உடலும் தடித்த கழுத்தில் அமைந்த மடிப்புகள் கொண்ட மோவாயுமாக ஆயிரத்தவன் உள்ளே நோக்கியபடி நின்றிருந்தான். காலடியோசை கேட்டுத் திரும்பி சௌனகரை நோக்கிவிட்டு அவர் வருகையை சித்தம்கொள்ளாமல் மீண்டும் உள்ளே நோக்கி “எத்தனை பொழுதாகிறது? விரைவில்…” என உரக்கக் குரல்கொடுத்தான். அவன் தன் முகத்தை சற்று மேலே தூக்கி வைத்திருந்த முறையே அவன் அத்தருணத்தைவிட தாழ்ந்தவன் என்பதைக் காட்டியது. அதை வந்தடைய தன் உள்ளத்தை அவன் தூக்கி எழுப்ப முயல்கிறான் என சௌனகர் எண்ணினார். உள்ளிருந்து நகுலனும் சகதேவனும் மரவுரிகளுடன் வெளியே வந்தனர். “அணிகளென எதையும் அணிந்திருக்கலாகாது, அனைத்தும் அரசருக்குரியவை…” என்ற ஆயிரத்தவன் திரும்பி சௌனகரை நோக்கி “நீர் யார்?” என்றான்.

சீரான குரலில் “இவர்களை தொழும்பர்களென அழைத்துச்செல்ல ஆணையிட்டவர் யார்?” என்றார் சௌனகர். அவன் “நான் ஆயிரத்தவன்” என்று சொன்னபின்னர் அச்சொற்களைக் கேட்டு அவனே சினம்கொண்டு “முதலில் நீர் யார்? எப்படி உள்ளே வந்தீர்?” என்றான். “நான் அமைச்சர் விதுரரின் செய்தியுடன் வந்திருக்கிறேன். இன்னும் சற்றுநேரத்தில் உமக்குரிய அரசாணை வரும்… அதுவரை பொறுத்திரும்” என்று சௌனகர் சொன்னார். அவன் பெருமூடன் என்பது எதையும் இயல்பாக உள்வாங்காத விழிகளிலிருந்து தெரிந்தது. ஆனால் மூடத்தனத்திற்கும் அரசுப்பணியில் பெரும் பயனுண்டு. அவர்கள் தெரிவுசெய்யப்பட்டு வைப்பில் இருந்தாகவேண்டிய படைக்கலங்கள். அவர்களின் அர்ப்பணிப்பு ஐயத்திற்கிடமற்றதாக இருக்கும். ஆணைகளை தடையற்ற கண்மூடித்தனத்துடன் அவர்களால் நிறைவேற்றமுடியும். நோக்கமோ விளைவோ அவர்களுக்குள் நுழையாது.

“எனது ஆணை இளவரசர் துச்சாதனரிடமிருந்து மட்டுமே… விதுரருக்கும் எனக்கும் சொல்லே இல்லை” என்று அவன் சொன்னான். ‘ஆனால் அவர்களை எளிதில் குழப்பமுடியும்’ என சௌனகர் எண்ணிக்கொண்டார். “ஆம், ஆனால் எனக்கும் விதுரருக்கும் உறவிருக்கிறது. அவரது ஆணையை நான் உம்மிடம் கூறலாம் அல்லவா?” அவன் அருகே நின்றவனை நோக்கிவிட்டு “அதை எப்படி நான் நம்புவது?” என்றான். அருகே நின்ற காவலனின் கண்கள் பளிச்சிட்டன. அவன் மூடனல்ல என்று சௌனகர் உடனே உணர்ந்தார். இத்தகைய மூடர்கள் ஒரு கூரியவனை அருகே வைத்திருப்பார்கள். அவனை நம்பி செயல்படுவார்கள். அவனை அஞ்சிக்கொண்டும் அவன்மேல் வஞ்சம்கொண்டும் துன்புறுவார்கள்.

“நம்பவேண்டியதில்லை… ஆனால் நம்பாமலிருப்பதன் பொருட்டு நீர் கழுவிலேறுவீர் என்றால் அது உம் பொறுப்பே” என்றார் சௌனகர். அவன் மீண்டும் திரும்பி அருகே நின்ற காவலனை நோக்கினான். அவன் உதவ வராமல் கண்களில் சிரிப்பு உலோக முள்முனையென ஒளிர நின்றிருந்தான். ஆயிரத்தவன் திடீரென எழுந்த சினத்துடன் “என்ன செய்கிறீர்கள் அங்கே? நேரம் பிந்தினால் உங்களைச் சட்டகத்தில் கட்டி ஆடை அவிழ தெருவில் இழுத்துச்செல்வேன்…” என்று கூவி தன் கையிலிருந்த சவுக்கைத் தூக்கிச் சொடுக்கினான். தருமன் வேண்டாம் என்றார். அவரது உதடுகள் மட்டுமே அசைந்தன. கண்கள் களைத்து உதடுகளுக்கு இருபக்கமும் ஆழமான கோடுகள் மடிந்து தோலில் சுருக்கங்கள் படிந்து அவர் மிகமுதியவராகிவிட்டிருந்தார்.

சௌனகர் “நீர் துச்சாதனரிடம் ஒரு சொல் கேட்டுவருவதே மேல்” என்றார். குரலைத் தூக்கி “எனக்கிடப்பட்ட ஆணைகள் தெளிவானவை…

நான் எவருக்கும் மறுமொழி சொல்லவேண்டியதில்லை” என்றான் அவன். சௌனகர் வியப்புடன் ஒன்றை உணர்ந்தார். அறிவற்றவர்கள் உரக்கப்பேசும்போது உள்ளீடற்ற கலத்தின் ஓசைபோல அந்த அறிவின்மை முழங்குகிறது. அது எப்படி என்று அவர் உள்ளம் தேடியது. அவர்கள் மெதுவாகப் பேசும்போது அறிவின்மையை எப்படி மறைக்கமுடிகிறது? மறுகணமே அவர் அதைக் கண்டடைந்தார். அறிவிலியர் இயல்பாக மெல்லப் பேசுவதில்லை, அதை அவர்கள் பிறரிடமிருந்து போலி செய்கிறார்கள். எப்போதும் சொல்தேர்ந்துபேசும் சூழ்ச்சியாளர்களையே அவர்கள் பின்பற்றுகிறார்கள். ஏனென்றால் அவர்கள் அல்லும்பகலும் அஞ்சுவது சூழ்ச்சியாளர்களையே.

உள்ளிருந்து பீமனும் அர்ஜுனனும் மரவுரியாடைகளுடன் வெளியே வந்தனர். ஆயிரத்தவன் அவர்களைக் கண்டதும் பற்கள் தெரிய, சிறிய விழிகள் இடுங்க நகைத்து “கிளம்புங்கள்! உங்களுக்குரிய இடம் காத்திருக்கிறது” என்றான். தழும்புகள் நிறைந்த கொழுத்த முகத்தில் தெரிந்த மகிழ்ச்சியை சௌனகர் வியப்புடன் நோக்கினார். எதன்பொருட்டு மகிழ்கிறான்? அவன் ஆற்றிய பெருஞ்செயல் என எண்ணுகிறானா? அவர்கள் அடையும் சிறுமை கண்டு களிப்பு கொள்கிறானா? இல்லை என்று தோன்றியது. அது நடப்பவர் தடுக்கி விழக்கண்டு சிரிக்கும் சிறுவனுடையது. மிகமிக எளியது. எளிய விலங்கு. இழிவில்திளைத்தல் என்பது எளியவர்களுக்குரியது. உயரிய இன்பங்கள் எதையும் அடைய முடியாதவர்களுக்காக தெய்வங்கள் வகுத்தது.

“நில்லும்!” என உரத்த குரலில் சௌனகர் சொன்னார். “இச்செயலை நிறுத்தும்படி விதுரரின் ஆணை வந்துள்ளது. நீர் அதை மீறுகிறீர். அதை உமக்கு அரசுமுறையாகச் சொல்ல விழைகிறேன்.” அவன் மீண்டும் அருகே நின்ற காவலனை நோக்க, அவன் இம்முறை உதவிக்கு வந்தான். மெல்லிய குரலில் “அரசாணை என்றால் அதற்குரிய ஓலையோ பிற சான்றோ உங்களிடம் உள்ளதா, அந்தணரே?” என்றான். “என் சொற்களே சான்று. நான் அமைச்சன்” என்றார் சௌனகர். ஆயிரத்தவன் போலிசெய்யும் மென்குரல் இவனுடையது என எண்ணிக்கொண்டார். அவன் “ஆம், ஆனால் அஸ்தினபுரியின் அமைச்சர் அல்ல” என்றான்.

‘இன்னும் சற்றுநேரம்’ என சௌனகர் எண்ணிக்கொண்டார். “என்ன வேண்டும் உனக்கு? சொல், விதுரர் உனக்கு ஆணையிட முத்திரைக்கணையாழியைக் கொடுத்தனுப்பவேண்டுமா? எந்த ஆயிரத்தவன் அரசாணைக்கு இதற்குமுன் சான்று கோரியிருக்கிறான்?” அது பொருளற்ற பேச்சு என்று உணர்ந்தமையால் அவர் பேசிக்கொண்டே சென்றார். “நான் கேட்கிறேன். விதுரரின் ஆணையை மறுப்பவன் எவன்?

அவன் பெயர் எனக்கு வேண்டும். ஏனென்றால் நான் அவரிடம் என்ன நடந்தது என்று சொல்லியாகவேண்டும்.”

ஆனால் அருகே நின்றவன் பேச வாயெடுப்பதற்குள் ஆயிரத்தவன் பெரும்சினத்துடன் “விதுரர் எவரென்றே நான் அறியேன். நானறிந்தவர் இளையவர் மட்டுமே. சென்று சொல்லும்! எனக்கு எவரும் ஒரு பொருட்டல்ல” என்றான். சௌனகர் மேலும் உரத்தகுரலில் “இளையவர் விதுரரின் ஆணையை மீறுவார் என்றால் அவரும் தண்டிக்கப்படுவார். ஆனால் அவர் அரசகுருதி. நீர் கழுவேறுவீர்” என்றார். அச்சொல் அவனைத் திகைக்கச்செய்தது. அவன் உள்ளம் தளர்வது உடலசைவில் தெரிந்தது. “நான் எனக்கிடப்பட்ட ஆணையை...” என்றான். “ஆணை, இதோ என்னிடமிருந்து வருவது” என்றார் சௌனகர்.

“வேண்டாம், அமைச்சரே! அவர் தன் பணியைச் செய்யட்டும்” என்று மெல்லிய குரலில் தருமன் சொன்னார். அத்தனை நிகழ்ச்சிகளுக்குப்பின் அக்குரலை முதன்முறையாகக் கேட்கிறோம் என சௌனகர் எண்ணினார். அது மிகவும் தளர்ந்து தாழ்ந்திருந்தது, பசித்துக் களைத்தவனின் ஓசைபோல. அந்த ஒற்றைச் சொற்றொடரின் இடைவெளியில் இறுதிவிசையையும் திரட்டி ஆயிரத்தவன் தன்னை மீட்டுக்கொண்டான். நெஞ்சைப் புடைத்தபடி முன்னால் வந்து “எனக்கு எவர் ஆணையும் பொருட்டல்ல. நான் இளையவரின் பணியாள். அவரது சொல் ஒன்றே எனக்கு ஆணை...” என்றபின் திரும்பி “கிளம்புங்கள் தொழும்பர்களே... இனி ஒரு சொல்லை எவர் எடுத்தாலும் சவுக்கடிதான்... கிளம்புங்கள்!” என்றான்.

அவனைப்போன்றவர்களின் ஆற்றல் என்பது எல்லைகளைக் கடக்க முடியாதபோது எழும் எதிர்விசையில் உள்ளது என சௌனகர் எண்ணினார். தருமன் சௌனகரிடம் விழிகளால் விடைபெற்றுவிட்டு முன்னால் சென்றார். இளையவர்கள் தொடர்ந்தனர். அவர்கள் இடைநாழியை நோக்கிச் செல்ல, உளப்பதைப்புடன் சௌனகர் பின்னால் சென்றார். என்ன செய்யலாம் என்று எண்ணியபோது சித்தம் கல்லெனக் கிடந்தது. ஒரு கணத்தில் அனைத்தும் தன்னைக் கைவிட்டுவிட்டதைப்போல உணர்ந்தபோது கால்கள் தளர்ந்தன. ஏதோ ஒன்று நிகழவிருக்கிறது என அவர் உணர்ந்த அக்கணத்தில் ஆயிரத்தவன் தருமனின் பின்கழுத்தில் ஓங்கி அறைந்து “விரைந்து நடடா, அடிமையே!” என்றான்.

தருமன் சிற்றடி எடுத்துவைத்து தள்ளாடி தலையைப் பிடித்துக்கொண்டார். நால்வரும் ஒலிகேட்ட காட்டுவிலங்குகளென உடல்சிலிர்த்து அசைவிழந்தனர். “என்னடா நின்றுவிட்டீர்கள்? ...ம்”

என்று அவன் நகுலனை அறைந்தான். அவன் கன்னத்தைப் பற்றியபடி முன்னால் சென்றான். சௌனகர் கால்கள் நடுங்க நின்றுவிட்டார். அவர் அஞ்சியது அதைத்தான் என்பதை அப்போதுதான் உணர்ந்தார். பீமன் பெருமூச்சுடன் "செல்வோம்!" என்றபடி நிமிர்ந்த தலையுடன் நீண்ட பெருங்கைகள் ஆட நடந்தான். அர்ஜுனன் அவனைத் தொடர்ந்தான். தருமனின் முகம் அமைதிகொண்டுவிட்டதை சௌனகர் கண்டார். அதுவரை இருந்த களைப்பும் சோர்வும் அகன்று அது இனியநினைவொன்று எழுந்ததுபோல மலர்ந்திருந்தது.

இடைநாழியின் மறு எல்லையை அவர்கள் அடைவதற்குள் வெளியே ஓசை கேட்டது. அந்த மழுங்கலான பேச்சொலியில் இருந்தே சௌனகர் அதை உணர்ந்துகொண்டார். "மூடா, அதோ வருகிறது அரசாணை. கேள்... உன் கழுமரம் சித்தமாகிவிட்டது" என்று கூவினார். ஆயிரத்தவன் தயங்கியபோது படிகளில் ஏறிவந்த படைத்தலைவன் "கீர்மிகா, இது பேரரசரின் ஆணை! அவர்களை விட்டுவிடுக! இந்திரப்பிரஸ்தம் அவர்களுக்கு அரசரால் திருப்பியளிக்கப்பட்டுவிட்டது" என்றான்.

ஆயிரத்தவன் தலைவணங்கி "ஆம், படைத்தலைவரே" என்றான். அவனுக்கு ஒரு சொல்லும் புரியவில்லை என்பது தெரிந்தது. அவன் அருகே நின்ற காவலன் "நாங்கள் செய்தவை அனைத்தும் இளையகௌரவரின் ஆணைப்படியே" என்றான். ஒருகணத்திற்குள் அவன் வெளியேறும் வழியைக் கண்டுபிடித்ததை உணர்ந்த சௌனகர் ஏன் அவன் அந்த இடத்தில் வைக்கப்பட்டிருக்கிறான் என்பதைப் புரிந்துகொண்டார். உரத்தகுரலில் "ஆம், அது முன்னரே விதுரருக்கு அறிவிக்கப்பட்டுவிட்டது. அதை நான் இவர்களிடம் சொன்னேன். விதுரரின் ஆணையை இவன் மீறினான். அதை நானே அவரிடம் சொல்லவும் வேண்டியுள்ளது" என்றார்.

படைத்தலைவன் "அதை அரசரோ அமைச்சரோ உசாவட்டும். என் பணி செய்தியை அறிவிப்பதே. பேரரசரின் ஆணை முறைப்படி அறிவிக்கப்பட்டுவிட்டது" என்றபின் தருமனை நோக்கித் தலைவணங்கி "செய்தியை தங்களிடம் அமைச்சரே வந்து அறிவிப்பார், அரசே" என்றான். திரும்பி ஆயிரத்தவனிடம் "செல்க!" என்று ஆணையிட்டான். நகுலன் தருமனின் கைகளைத் தொட்டு "உள்ளே செல்வோம், மூத்தவரே" என்றான். தருமனின் தலைமட்டும் நடுங்கிக்கொண்டிருந்தது. "ஆம்... ஆம்..." என்றபின் நகுலனின் கைகளைப்பற்றியபடி உள்ளே சென்றார். சகதேவனும் அவர்களுடன் செல்ல, அர்ஜுனன் பீமனிடம் "வருக!" என்று சொல்லி தோளைத் தொட்டான்.

பீமன் ஆயிரத்தவனை அறையக்கூடும் என்ற எண்ணம் சௌனகர் உள்ளத்தில் எழுந்தது. ஆனால் அவன் இயல்பாகத் திரும்பி

உள்ளே சென்றபோதுதான் ஒருபோதும் களத்தில் நிகர்வல்லமை கொண்டவர்களை அல்லாது பிறரை பீமன் அடித்ததில்லை என்று நினைத்துக்கொண்டார். மறுகணமே அந்த எளிய காவலர்தலைவனை அவன் மறந்துவிடக்கூடும். அவர்கள் உள்ளே சென்றதும் கணத்தில் அவருள் பெருஞ்சினம் எழுந்தது. ஆயிரத்தவனிடம் “வீணனே, நீ இன்று செய்ததற்காக கழுவில் அமர்வாய்...” என்று பல்லைக் கடித்தபடி சொன்னார்.

அவன் சிறியவிழிகள் சுருங்கி ஒளிமங்கலடைய “என் கடமையைச் செய்தேன்... நான் காவலன்” என்றான். அவரது உணர்வுகள் அணைந்தன. அவனைப்போன்றவர்கள் கற்பனைசெய்ய முடியாதவர்கள். ஆகவே அவர்களுக்கு அச்சம் வளர்ந்து பெருகுவதன் பெருவலி இல்லை. கழுவிலேற்றப்படுவான் என்றால்கூட அந்தத் தருணத்தின் விலங்குத்துயரம் மட்டுமே. அவன் முற்றிலும் வெல்லப்படமுடியாதவன்போல் தோன்றினான். வடிவற்ற அசைவற்ற பாறை. அவர் பெருமூச்சுடன் திரும்பிக்கொண்டார்.

6

சௌனகர் உள்ளே சென்றபோது யுதிஷ்டிரர் பீடத்தில் தலையைக் கைகளால் பற்றியபடி அமர்ந்திருக்க தம்பியர் வெவ்வேறு இடங்களிலாக சுவர்சாய்ந்தும் தூண்பற்றியும் நின்றனர். சாளரம் வழியாக வெளியே நோக்கியபடி அர்ஜுனன் நின்றிருந்தான். அரைக்கணம் அப்படி அவன் நின்றது கர்ணனோ என எண்ணச்செய்தது. சௌனகர் அமைதியாகத் தலைவணங்க, யுதிஷ்டிரர் மெல்ல எழுந்து அவருக்கு பீடம்காட்டி அவர் அமர்ந்தபின் தான் அமர்ந்துகொண்டார். சௌனகர் பீமனை மீண்டும் நோக்கிவிட்டு கைகளை மார்பில் கட்டிக்கொண்டார்.

நகுலன் அமைதியை உடைத்தான். "நாம் கொடையாக அரசை ஏற்கத்தான் வேண்டுமா, அமைச்சரே?" என்றான். சௌனகர் "நான் விதுரருடன் சென்று பேரரசரைப் பார்த்தேன். என் முன்னால்தான் அனைத்து உரையாடல்களும் நிகழ்ந்தன. நான் சான்றாக வேண்டுமென்பதற்காகவே என்னை விதுரர் அழைத்துச்சென்றிருக்கிறார் என இப்போது உணர்கிறேன்" என்றார். அவர் அங்கே நிகழ்ந்தவற்றைச் சொன்னபோது அர்ஜுனன் அச்சொற்களைக் கேட்டதுபோலவே தோன்றவில்லை. "அவர் உங்களுக்கு அறக்கொடை அளிக்கவில்லை, தந்தை என அளிக்கிறார்" என்றார் சௌனகர்.

"ஆம், என்னைத் தன் முதல் மைந்தன் என அவர் சொன்னார் என்று கேட்கையில்..." என்று சொல்லவந்த யுதிஷ்டிரர் மேலே சொல்லெழாது நிறுத்தி தன்னை அடக்கிக்கொண்டார். "அவர் இத்தருணத்தில் ஒரு தந்தையென்றே திகழ்கிறார். அவர் எப்போதுமே அது மட்டும்தான்" என்றார் சௌனகர். "பேரரசி காந்தாரி அதற்கும் அப்பால் சென்று இக்குலம் ஆளும் பேரன்னை வடிவமாகி நின்றார்." தருமன் கைகூப்பினார்.

கண்களில் நீர் எழ பார்வையைத் திருப்பிக்கொண்டார். "நம் அரசி இன்னமும் அங்கே காந்தாரியருடன்தான் இருக்கிறார்" என்று சௌனகர் சொன்னார்.

பீமன் உரத்த குரலில் "அது மூத்ததந்தையின் ஆணை என்பதை மட்டுமே நாம் கருத்தில் கொள்ளவேண்டும். அதை அவர் மைந்தர்கள் ஏற்கவேண்டுமென்பதில்லை" என்றார். "அவர் சூதாட்டநிகழ்வுக்கு முந்தையநாள் மைந்தனைக் கண்டு மன்றாடியதாகவும் அவன் அவரை மறுதலித்ததாகவும் சொல்கிறார்கள்." சௌனகர் "உண்மை" என்றார். "ஆனால் மரபுப்படி இந்த அரசு பேரரசருக்குரியது. அவரது கொடையாகவே மைந்தர் அதை ஆள்கிறார்கள்."

பீமன் "நான் கேட்பது அதுவல்ல. அரசை அவர்கள் அளிக்கவில்லை என்றால் இவர் என்ன செய்வார்?" என்றான். "கொல்ல ஆணையிடுவாரா? நாடுவிட்டுத் துரத்துவாரா? மாட்டார். அவர் அருந்தந்தை என்றீர்கள் அல்லவா, அது உண்மை. அவரது பெருமையும் இழிவும் அங்கிருந்து பிறப்பதே. தந்தையாகவே அவரால் செயல்படமுடியும். பேரரசர் என்று ஒருபோதும் தன்னை உணரமுடியாது. அவர் எந்நிலையிலும் தன் மைந்தரை விட்டுக்கொடுக்கப்போவதில்லை. அதை அவர்களும் அறிவார்கள்." புன்னகையில் உதடுகள் வளைய "அவர்கள் அறிவார்களோ இல்லையோ சகுனி அறிவார், கணிகர் மேலும் நன்றாகவே அறிவார்" என்றான்.

சௌனகர் "அவரது ஆணை பிறந்ததுமே இந்திரப்பிரஸ்தம் நம்முடையதென்றாகிவிட்டது. நம் படைகள் இன்னமும் நம்முடன்தான் உள்ளன" என்றார். யுதிஷ்டிரர் "அவரது ஆணை எதுவோ அதற்குக் கட்டுப்படுவோம்" என்றார். "நாம் அரசுகொள்ள அவர்கள் விடப்போவதில்லை" என்று பீமன் உரக்கச் சொன்னான். "கணுக்கணுவாக ஏறி அவர்கள் வந்தடைந்த உச்சம் இது. ஒற்றை உலுக்கலில் அவர்களை வீழ்த்த ஒப்புவார்களா என்ன?"

சௌனகர் "ஆனால் அவர்களுக்கு வேறுவழியில்லை. பேரரசரின் சொல் இன்னும் குடிகளிடையே செல்லும்" என்றார். கடும் சினத்துடன் உறுமியபடி அவரை நோக்கி வந்த பீமன் "குடிகளா? எவர்? பன்னிருபடைக்களத்தில் விழிவிரித்திருந்தார்களே, அந்தக் கீழ்விலங்குகளா? அவர்களா இங்கே அறம்நாட்டப்போகிறார்கள்?" என்றான். சௌனகர் "ஆம், அவர்கள் அங்கே இழிவைக் காட்டினார்கள். அதனாலேயே அவர்கள் இத்தருணத்தில் எதிர்நிலை கொள்ளக்கூடும். அத்தகைய பல நிகர்வைப்புகள் வழியாகவே மானுடர் முன்செல்கிறார்கள்" என்றார்.

“நாம் ஏன் இதைப்பற்றி இப்போது பேசவேண்டும்?” என்று சகதேவன் தணிந்த குரலில் சொன்னான். “அவர்கள் இறுதி முடிவெடுக்கட்டும். நாம் காத்திருப்போம்.” தருமன் திரும்பி நோக்கி “ஆம், இளையோன் சொல்வதே முறையானது. நாம் செய்யக்கூடுவது காத்திருப்பது மட்டுமே” என்றார். பின்பு கைகளை பீடத்தின் கைப்பிடிமேல் வைத்து மெல்ல உடலைஉந்தி வயோதிகர்கள் போல எழுந்தபடி “நான் சற்று இளைப்பாறுகிறேன்” என்றார். அவர் மீண்டும் முதியமுகம் கொண்டுவிட்டதை சௌனகர் கண்டார்.

சுரேசர் வாயிலில் வந்து நின்று தலைவணங்கினார். தருமன் திரும்பி நோக்கி “என்ன?” என்றார். சௌனகர் அவரை அருகே வரும்படி தலையசைத்தார். சுரேசர் தருமனை வணங்கிவிட்டு சௌனகரிடம் “அஸ்தினபுரியின் அமைச்சர் தங்களை அமைச்சுநிலைக்குச் செல்லும்படி கோரியிருக்கிறார்” என்றார். நெஞ்சு அதிர “ஏன்?” என்றார் சௌனகர். “அரசர் தன் தந்தையை ஏற்கமுடியாதென்று அறிவித்திருக்கிறார். வேண்டுமென்றால் போருக்கும் சித்தமாக இருப்பதாகவும் தன்னுடன் காந்தாரத்தின் படைகள் இருப்பதாகவும் சொல்லிவிட்டார்.”

பீமன் உரக்க நகைத்தபடி கூடம் நடுவே வந்தான். “ஆம், எண்ணினேன். இதுவே நிகழும். வேறொன்றும் நிகழ வழியில்லை... அவர்கள் ஓர் அடிகூட இனிமேல் பின்னால் வைக்கமுடியாது. அமைச்சரே, பெரிய இழிசெயல் ஒன்றைச் செய்தவர்கள் பின்னகர்ந்தால் இறந்தாகவேண்டும். ஆகவே அவர்கள் அவ்விழிவை முழுமையாகப் பற்றிக்கொள்வார்கள். மேலும் மேலும் இழிவைச் சூடிக்கொள்வார்கள்.”

சௌனகர் சினத்துடன் ஏறிட்டு நோக்கி “இவ்வாறு நிகழவேண்டுமென்று நீங்கள் விழைந்ததுபோல் தோன்றுகிறதே!” என்றார். “ஆம், அதிலென்ன ஐயம்? நான் விழைந்தது அதைத்தான். இவர்கள் கொடையெனத் தரும் அரசை ஏற்று அங்கே முடிசூடி அமர இவரால் இயலலாம். சிறுமைசெய்யப்பட்ட என் குலக்கொடியை மீண்டும் முகம்நோக்க என்னால் இயலாது.” அவன் இரு கைகளையும் ஓங்கி அறைந்தான். “என் வஞ்சினம் அங்கேயே இருக்கிறது. என் மூதாதையர் வாழும் மூச்சுலகில். அந்த இழிமகன்கள் அனைவரையும் களத்தில் நெஞ்சுபிளந்து குருதிகொள்ளாது அமையப்போவதில்லை.”

“இளையவரே, அங்கே புஷ்பகோஷ்டத்தில் வாழும் முதியவரை அவரது மைந்தர் மறந்ததைப்போலவே நீங்களும் மறந்துவிட்டீர்கள். அவரோ ஒரு தருணத்திலும் அவர்களில் இருந்து உங்களைப் பிரித்துநோக்கியவரல்ல” என்றார் சௌனகர். “அவைநடுவே அவரது நூறுமைந்தரை நெஞ்சுபிளந்து குருதியுண்பதாக நீங்கள் அறைகூவினீர்கள். அதற்குப்பின்னரும் உங்களைத் தன் மைந்தர் என்றே அவர் சொன்னார். அவர் மைந்தர்

வென்ற அனைத்தையும் திருப்பியளித்தார். உங்களை நெஞ்சோடணைத்து பொறுத்தருளக் கோருவதாகச் சொன்னார். உங்கள் அரசியின் கால்களை சென்னிசூடுவதாகச் சொல்லி அவர் கண்ணீர்விட்டபோது நான் விழிநனைந்தேன்.”

“ஆம், அவர் அத்தகையவர். எந்தையின் மண்வடிவம் அவரே” என்றான் பீமன். “ஆனால் இது ஊழ். அமைச்சரே, நீங்களே அறிவீர்கள். சொல்லப்பட்டவை பிறந்து நின்றிருக்கும் தெய்வங்கள். அவை எடுத்த பிறவிநோக்கத்தை அடையாது அமைவதில்லை. நான் அவைநடுவே சொன்ன சொற்களால் ஆனது இனி என் மூச்சு.” சௌனகர் ஏதோ சொல்லவர, கையமர்த்தி “நான் பொறுத்தமையப்போவதில்லை. நடந்தவற்றின்மேல் மானுடர் எவருக்கும் எந்தக் கட்டுப்பாடும் இல்லை. என் குலமகள் அவைநடுவே நின்றாள். அதன்பொருட்டு அவர்கள் என் கையால் இறந்தாகவேண்டும்...” என்றான்.

சௌனகர் பெருமூச்சுடன் அமைதியானார். நகுலன் பேச்சை மாற்றும்பொருட்டு “காந்தாரர்களை சகுனி வழிநடத்துகிறாரா?” என்றான். “இன்று நகரில் காந்தாரர்கள் தாக்கப்பட்டிருக்கிறார்கள். ஆகவே அவர்களின் படைப்பிரிவுகள் அனைத்தும் மேற்குக்கோட்டைமுகப்பில் ஒன்றுகூடியிருக்கின்றன. தெற்குக் கோட்டைவாயிலும் அப்பால் புராணகங்கையின் குடியிருப்புகளும் முன்னரே அவர்களின் கட்டுப்பாட்டில் உள்ளன. அஸ்தினபுரியின் பாதிப்பங்கு காந்தாரர் களிடம் இருக்கிறது” என்றார் சௌனகர். “ஜராசந்தனுக்காகவும் சிசுபாலனுக்காகவும் சினம்கொண்டுள்ள ஷத்ரியர்களும் அரசருக்குத் துணைநிற்கிறார்கள்.”

தன் உணர்ச்சிகளிலிருந்து மெல்ல இறங்கித்தணிந்த பீமன் பெருமூச்சுடன் கைகளை உரசிக்கொண்டான். சௌனகரை நோக்காமல் “துரியோதனனின் படைகளும் கர்ணனின் படைகளும் இணைந்தால் மட்டும் போதும். விழியிழந்தவருக்கு ஆதரவு என்றே ஏதுமிருக்காது. சில முதியகுலத்தலைவர்கள் ஏதாவது சொல்லக்கூடும்...” என்றான். நகுலன் “படைகளை கர்ணன் நடத்துவான் என்றால் அவர்கள் வெல்லற்கரியவர்களே” என்றான்.

“பீஷ்மர் இருக்கிறார்” என்றார் சௌனகர். “அவர் ஒருநிலையிலும் பேரரசரை விட்டு விலகமாட்டார். குடிநெறிகள் மீறப்படுவதை இறுதிவரை ஏற்கவும் மாட்டார்.” பீமன் “ஆம், ஆனால் அவர் எந்தப் படைகளை நடத்தப்போகிறார்?” என்றான். சௌனகர் “இல்லை இளவரசே, பீஷ்மர் எந்த நிலை எடுக்கப்போகிறார் என்பதை ஒட்டி அனைத்துக் கணக்குகளும் மாறிவிடும்” என்றார். “பார்ப்போம். சென்று

அங்கே என்ன நிகழ்கிறது என்று எங்களுக்கு சொல்லுங்கள்” என்றான் பீமன்.

சௌனகர் தருமனிடம் தலையசைவால் விடைபெற்றுத் திரும்பினார். தருமன் மெல்லிய தளர்ந்த குரலில் “அமைச்சரே” என்று அழைத்தார். “அங்கே என் தரப்பாக ஒன்றைச் சொல்லுங்கள். பிதாமகர் எடுக்கும் எந்த முடிவுக்கும் நான் மறுசொல்லின்றி முழுமையாகக் கட்டுப்படுவேன். அதுவன்றி சொல்ல எனக்கு ஏதுமில்லை.” அவர் விழிகளை நோக்காமல் தலையசைத்துவிட்டு சௌனகர் வெளியே நடந்தார்.

7

சௌனகர் அமைச்சு மாளிகையை அடைந்தபோது அங்கே வாயிலிலேயே அவருக்காக கனகர் காத்து நின்றிருந்தார். "அமைச்சர் சினம் கொண்டிருக்கிறார்" என்றார். சௌனகர் உள்ளே செல்ல, அவர் உடன் வந்தபடி "அவர் இதை இத்தனை கடுமையாக எடுத்துக்கொள்வார் என்றே நான் நினைத்திருக்கவில்லை... பேரரசருக்கு ஆதரவான படைகளைத் திரட்டி, அரசரைத் தோற்கடித்து சிறையிடுவதைப்பற்றிப் பேசிக்கொண்டிருக்கிறார்" என்றார். சௌனகர் திகைத்துத் திரும்பி நோக்க, "ஆம், அவருடைய இயல்பான உளநிகர் முழுமையாக அழிந்துவிட்டது" என்றார் கனகர்.

அமைச்சு அறைக்குள் விதுரர் உரக்கக் கூச்சலிட்டுக்கொண்டிருந்தார். அவர் அருகே நின்றிருந்த சிற்றமைச்சர்கள் அவருக்கு எதிர்ச்சொல் எடுக்காமல் நோக்கி நின்றனர். சௌனகரைக் கண்டதும் திரும்பி "வருக!" என்றார் விதுரர். "இந்திரப்பிரஸ்தத்திற்கு ஆதரவாக யாதவர்களின் படைகள் வருமல்லவா? பாஞ்சாலப்படைகளும் உடனிருக்கும்... நமக்கு இன்று அத்தனை படைப்பிரிவுகளின் ஆதரவும் தேவை" என்றார். சௌனகர் அமைதியாக அமர்ந்துகொண்டு "என்ன நிகழ்கிறது, அமைச்சரே?" என்றார்.

"என்ன நிகழ்கிறது? பேரரசரின் ஆணையை கால்கீழ் போட்டு மிதித்திருக்கிறான் அந்த இழிபிறவி. இந்த மண்ணில் அவரது சொல்லுக்கு அப்பால் பிறசொல் என ஒன்றில்லை... அவ்வாறு ஒரு மீறலை எந்நிலையிலும் நான் ஒப்ப மாட்டேன். அதன்பின் நான் இங்கு உயிர்வாழ்வதிலேயே பொருளில்லை" என்றார் விதுரர். "அவர்களிடம் படைகள் உள்ளன என்கிறார்கள். நகரத்தை காந்தாரப்படைகளைக்கொண்டு

கைப்பற்றிவிடலாமென்று எண்ணுகிறார்கள். சிந்துநாட்டின் படைகளும் சேதிநாட்டுப்படைகளும் துணைநிற்கின்றன. பிற ஷத்ரியர்களையும் திரட்டிவிடலாமென்று சகுனி எண்ணுகிறார்…”

“இதெல்லாம் நம் கற்பனையாக இருக்கலாம் அல்லவா? அவர்கள் இதுவரை எந்த நடவடிக்கையை எடுத்தார்கள்? தந்தை சொல்லை மைந்தர் ஏற்கமுடியாது என்று சொல்லியிருக்கலாம். அது ஒருகட்டத்தில் எந்த மைந்தரும் சொல்வதே. அதை நெருங்காமலிருப்பதே தந்தையர் அறிந்திருக்கவேண்டியது” என்றார் சௌனகர். “ஏன் அப்படிச் சொல்கிறான்? எந்த உறுதியில்? அதைத்தான் நான் பார்க்கிறேன். அவர்களது படைகளின் வல்லமை என்ன? அமைச்சரே, அரசரின் சொல் என்பது ஒருபோதும் வீணாகலாகாது. அது வாளால் காக்கப்படவேண்டும். குருதியால் நிலைநாட்டப்படவேண்டும். ஒருமுறை சொல் வீணாகிவிட்டதென்றால் அவ்வரசன் எப்போதைக்குமாக இறந்துவிட்டான் என்றே பொருள்…”

விதுரர் மூச்சிரைத்தார். “ஆகவே மறுசொல்லே இல்லை. எந்தச் சொல்லாடலுக்கும் இங்கே இடமில்லை. பேரரசரின் சொல் இங்கே நின்றிருக்கும். அதற்கு எதிராக எழுபவர்கள் வாளால் வெல்லப்பட்டாகவேண்டும்.” சௌனகர் “பேரரசர் அதை விரும்புகிறாரா என்று அறியவிழைகிறேன்” என்றார். “விழைகிறார். இன்று அவரிடம் பேசிவிட்டுத்தான் வருகிறேன். சற்றுமுன்னர் அவரைச் சந்தித்தேன். பேரரசரின் ஆணை எழுந்த மறுநாழிகையிலேயே அரசன் அதைப் புறக்கணிப்பதாக ஏடுவழியாக அறிவித்துவிட்டான். அதைக் கண்டதும் அவர் எழுந்து வேல்பட்ட வேழம்போல அமறினார். இசையவையின் தூண்களை அடித்து உடைத்தார். அருகிலிருந்தவர்கள் ஓடி உயிர்தப்பினர். அவரை நான் சென்று அழைத்து படுக்கவைத்துவிட்டு வருகிறேன். அவர் தன் கைகளால் மைந்தரைக் கொல்லவிழைகிறார். ஆம், அதுதான் அவர் இப்போது கோருவது.”

உடலை மெல்ல அசைத்து அமர்ந்து கனகரை நோக்கியபின் சௌனகர் “அவ்வாறென்றால் படைக்கணக்கு எடுக்கவேண்டியதுதான்” என்றார். “ஆம், அதைத்தான் நானும் சொல்கிறேன். நம் தரப்பில் படைகொண்டு எழுபவர்கள் எவர்?” ஓர் ஓலையை எடுத்து அதில் எழுதப்பட்டிருப்பனவற்றை அவர் வாசிக்கத் தொடங்கினார். “பாஞ்சாலர், திரிகர்த்தர்…” உடனே ஓலையை வீசிவிட்டு “இவர்களெல்லாம் யார்? ஒரே ஒருவர் மட்டுமே இங்கே பேசப்படவேண்டியவர். இளையயாதவர் படைகொண்டு வருவாரா? அதைமட்டும் கேட்டுச் சொல்லுங்கள்” என்றார். சௌனகர் “கேட்கவேண்டியதே இல்லை. அவர்

இளைய பாண்டவரின் மறுபாதி. ஒருபகுதி மட்டும் போருக்கு வருவது இயல்வதல்ல” என்றார்.

“அப்படியென்றால் என்ன? போர் முடிந்தே விட்டது. அவ்விழிமகனை என் மூத்தவரின் காலடியில் வீழ்த்துகிறேன்... என்னவென்று நினைத்தான் வீணன்!” என்றார் விதுரர். “போர் நிகழவேண்டியதில்லை. போர் நிகழுமென்றால் என்று கணக்கிடத்தொடங்கினாலே அனைத்தும் நிகர்நிலைப்புள்ளி நோக்கி வரத்தொடங்கிவிடும்” என்று சௌனகர் சொன்னார். “அவர்களிடம் சொல்லுங்கள், ஒவ்வொரு கணமும் தவிர்க்கப்பட்டு முன்னகர்வதனாலேயே இந்தப் போர் மேலும்மேலும் பேருருவம்கொண்டு நம்மைச் சூழ்ந்திருக்கிறது என்று. குருதிப்பெருக்கு தேவையில்லை என்றால் பேரரசரின் ஆணை நிறைவேற்றப்பட்டாகவேண்டும்.”

“அதை நான் அவர்களுக்குத் தெரிவித்துவிட்டேன்” என்றார் விதுரர். “எளிய போர் அல்ல இது என்று அவர்களுக்கே தெரியும். இன்று அவர்கள் நம்பியிருப்பது அங்கனை. அஸ்தினபுரியின் அரசனைவிட வஞ்சம் கொண்டவனாக அவன் ஆகியிருக்கிறான்.” சௌனகர் “அனைத்து வஞ்சங்களும் குருதியால் கழுவப்படட்டும்... அவர்கள் விழைவது அதுவென்றால் அவ்வாறே நிகழட்டும்” என்றார். “நாம் அறியவேண்டியது ஒன்றே” என கனகர் ஊடே புகுந்தார். விதுரர் எரிச்சலுடன் அவரை நோக்க, கனகர் “பீஷ்மபிதாமகர் என்ன சொல்கிறார்?” என்றார்.

“அவர் என்ன சொன்னால் என்ன? பிதாமகராக அவர் தன் கடமையை ஆற்றட்டும். மைந்தர் தந்தையின் சொல்லை மீறலாகாதென்று அறிவிக்கட்டும்” என்று விதுரர் சொன்னார். “ஆம், பீஷ்மர் என்ன நிலைப்பாடு கொள்கிறார் என்பது இப்போது மிகமுதன்மையான வினா. அவர் பேரரசரை ஆதரித்தால் அனைத்தும் எளிதாகிவிடுகின்றன. இல்லையேல்...” என்றார் சௌனகர். “இல்லையேலும் ஒன்றுமில்லை. அவர் சென்று அவர்களுக்கு படைத்தலைமைகொள்ளட்டும். அவரை வெல்ல அர்ஜுனனால் இயலும். இளையயாதவன் களமிறங்கினால் பீஷ்மர் வில்லேந்திவந்த சிறுவன் மட்டுமே... போர்நிகழட்டும்...” விதுரர் உளவிரைவு தாளாமல் எழுந்து நின்றார். “போர்தான் ஒரே வழி. நான் அதைத் தெளிவாகக் காண்கிறேன். போரில் மட்டுமே இவை முற்றுப்பெற முடியும்.”

“போர் நிகழ்வதென்றால் அது இறையாணை. நாம் செய்வதற் கொன்றுமில்லை” என்றார் சௌனகர். “ஆனால் அமைச்சர்களாக நமது பணி என்பது போரைத் தடுப்பது மட்டுமே...” விதுரர் “நாம் போரைத்தடுக்க முயலலாம். ஆனால் இவர்களின் உடலுக்குள்

கொந்தளிக்கும் குருதி போர் போர் என்று எம்பிப் பாய்கிறது... அதை நாம் தடுக்க முடியாது" என்றார். சௌனகர் "நான் கிளம்பும்போது என்னிடம் இந்திரப்பிரஸ்தத்தின் அரசர் சொன்னது ஒன்றே. அவர் பீஷ்மபிதாமகரின் சொல்லுக்கு முழுமையாகக் கட்டுப்படுகிறார். மறு எண்ணமே இல்லாமல்" என்றார்.

விதுரர் மெல்ல தளர்ந்து கையிலிருந்த எழுத்தாணியைக் கீழே போட்டார். "மூடர்கள்... ஒவ்வொருவருக்கும் தேவை ஒரு தோற்றம் மட்டுமே" என்றார். தலையை அசைத்தபடி "இவ்வகையான எல்லைகடந்த சொற்கள் வழியாக ஒவ்வொருமுறையும் சிக்கிக்கொள்கிறான் அவன். அறிவிலி. அறம் என அவன் பேசுவதெல்லாம் தன் இயலாமையையே தகுதியாகக் காட்டுவது மட்டுமே" என்றார். சௌனகர் "ஆனால் அவர் அரசராகவும் குலமைந்தராகவும் அதைத்தான் சொல்லமுடியும். அவர் பிதாமகரின் சொற்களுக்குக் கட்டுப்பட்டவர் மட்டுமே" என்றார்.

"மூடத்தனம்" என்று விதுரர் கூவினார். "மானுடர் அக்கணத்துக் காற்றுக்கேற்ப வடிவம் அமையும் அகல்சுடர் போன்றவர்கள். பிதாமகரென்றும் குடிமூத்தாரென்றும் அவர் தெரிவது ஒரு தருணம் மட்டுமே. மானுடர் உள்ளூறையும் காமகுரோதமோகங்களால் ஆயிரம் தோற்றங்களை அவர் எடுக்கக்கூடும். அவன் கண்ட அந்த ஒரு தோற்றத்திற்கு முன் குனிந்து தலைகொடுக்கையில் அவன் அவரது அத்தனை தோற்றங்களுக்கும் தன்னை அளிக்கிறான். தன்னை மட்டும் அல்ல, தன் குடியை, அரசை, குலவரிசைகளை. காலத்தின்பெருக்கில் உருமாறும் மானுடரை நம்பி என்றைக்குமான சொற்களைச் சொல்பவனைப்போல மூடன் பிறிதெவன்?"

விதுரர் மெல்ல தணிந்தார். "காலத்தில் நின்று முழங்கும் சொற்களைச் சொல்லவேண்டும் என்னும் பேரவாவால் ஆட்டுவிக்கப்படுகிறார்கள் கவிஞர்களும் அரசர்களும். காலம் என்பது நாம் ஒருபோதும் முற்றறிய முடியாத பெரும்பெருக்கு... தாங்கள் சொன்ன சொற்களைப் பற்றிக்கொண்டு அதில் நின்று அழிகிறார்கள். அவர்களின் அழிவாலேயே அவர்களின் சொற்கள் நினைக்கப்படுகின்றன..." தலையை அசைத்து "பீஷ்மபிதாமகர் என்ன சொல்கிறார் என்று கேட்டுவாருங்கள்" என்றார்.

சௌனகர் "அதை நீங்களும் வந்து கேட்டுச்செல்வதே நன்று" என்றார். விதுரர் "நான் உங்களை வரச்சொன்னது நீங்கள் கௌரவர்களைச் சந்திக்கவேண்டும் என்பதற்காக. பாண்டவர்களின் முதன்மைப் பெருவல்லமை என்பது துவாரகை என்பதை அந்த மூடர்களுக்குச் சொல்லுங்கள்" என்றார். "போர் என எழுந்துவிட்ட உள்ளங்களுக்கு எதிரி வல்லமை மிக்கவன் என்னும் செய்தி மேலும் ஊக்கத்தையே

அளிக்கும்” என்று சௌனகர் சொன்னார். “அவர்களை எவ்வகையிலும் அச்சுறுத்த இயலாது.”

விதுரர் “அவ்வண்ணமெனில் நமக்கு என்னதான் வழி?” என்றார். “அங்கே பேரரசர் கொந்தளித்துக்கொண்டிருக்கிறார். அவரது சொல்பிழைக்கும் என்றால் அதன்பின் அவர் உயிர்வாழமாட்டார்.” சௌனகர் “அனைத்துக்கும் ஒரே இறுதி, பீஷ்மபிதாமகர் எடுக்கும் முடிவு மட்டுமே” என்றார். “அவர் பேரரசரை ஆதரிப்பார் என்றால் அதன்பின் எழுந்து தருக்கி நிற்க துரியோதனர் துணியமாட்டார் என நினைக்கிறேன். அவ்வண்ணம் துணிந்தால்கூட அது மிக எளிதில் கொய்து களையப்படும் சிறிய நோய் மட்டுமே.”

விதுரர் பெருமூச்சுடன் “ஆம்” என்றார். தளர்ந்து பீடத்தில் பின்னால்சாய்ந்து கண்களை மூடிக்கொண்டார். “வேறு ஒன்றையும் எண்ணவேண்டியதில்லை” என்றார் கனகர். “மாறாக எழுகிறது பிதாமகரின் ஆணை என்றால் அதற்குப் பேரரசர் கட்டுப்படலாம். அது அவருக்கு இழிவும் அல்ல. அதற்கு இந்திரப்பிரஸ்தத்தின் அரசரும் கட்டுப்படுவார்.” சௌனகர் கசப்புடன் சிரித்து “அனைத்துப் பழிகளையும் ஒரு முதியதந்தை ஏற்பார் என்றால் நாம் விடுதலை கொள்ளலாம், அல்லவா?” என்றார். கனகர் “ஒருவகையில் ஆம். நாம் உலகுக்குக் காட்ட, மீறமுடியாத சொல் ஒன்று தேவையாகிறது” என்றார்.

8

அந்தியில் பீஷ்மரின் படைக்கலச்சாலையின் முகப்பை அடைந்தபோது சௌனகரையும் விதுரரையும் அவரது முதன்மை மாணவன் விஸ்வசேனன் வரவேற்றான். "என்ன செய்கிறார்?" என்றார் விதுரர். "அம்புபயில்கிறார்" என்று சொல்லி அவன் புன்னகை செய்தான். விதுரர் "அவையிலிருந்து நேராக இங்குதான் வந்தார் என்று அறிந்தேன்" என்றார். "ஆம், இதுவரை உணவுண்ணவில்லை. நீர் அருந்தவில்லை. அரசரை தன்னை வந்து சந்திக்கும்படி சொல்லியனுப்பினார். அவர்கள் இதுவரை வரவில்லை" என்றான் விஸ்வசேனன். "இப்போது வருவார்கள்" என்று சௌனகர் சொன்னார். விஸ்வசேனன் அவரைத் திரும்பிப்பார்த்தான். ஏதோ சொல்லவந்தபின் "வருக!" என்றான்.

அவர்கள் உள்ளே சென்று சிறிய கூடத்தில் அமர்ந்தனர். மூங்கில்கழிகளின்மேல் மரப்பட்டைக்கூரை மிக உயரத்தில் நின்றிருந்தது. அங்கே சிறிய குருவிகள் கூடுகட்டியிருந்தன. அவை அம்புமுனைதீட்டும் ஓசையுடன் பேசியபடி சிறிய நார்களை கவ்விக்கொண்டுவந்தும் சிறகுசொடுக்கி பறந்து திரும்பிக்கொண்டும் இருந்தன. சாம்பல்நிறமான சிறகுகளும் வெண்ணிற அடிப்பக்கமும் கொண்டவை. சௌனகர் அவற்றை நோக்கிக்கொண்டு அமர்ந்திருந்தார்.

அவற்றை வேறேதோ வடிவில் பார்த்திருக்கிறோம் என்ற எண்ணம் வந்தது. பின்னர் அவை உலர்ந்த பாக்குபோலிருப்பதைக் கண்டடைந்தார். முகம் மலர்ந்து அதை விதுரரிடம் சொல்ல வாயெடுத்தபின் அமைந்தார். அவை பாக்கு போலிருப்பதை அவை அறியுமா என்ற எண்ணம் எழுந்தது. அப்படியென்றால் மானுடர் எதைப்போலிருக்கிறார்கள்?

இதென்ன எண்ணம்? ஆனால் மீண்டும் அவ்வெண்ணமே எழுந்தது. மானுட உடல் எதைப்போலிருக்கிறது?

பின்பக்கம் கதவு ஒலிக்க பீஷ்மர் வந்த கணத்தில் அவரது சித்தம் மின்னியது. மனிதர்கள் பச்சைமரங்களைப்போல என்று எண்ணினார். அவ்வெண்ணம் உடனே காட்சியாகியது. நீரில் மிதந்துசெல்லும் ஒரு மனித உடலை மரமென்றே எண்ணமுடியும். பீஷ்மர் அவர்களருகே வந்தபோது எழுந்து நின்று வணங்கி முகமனுரைத்தபோது அவர் உள்ளம் அச்சொற்றொடராக இருந்தது. அவர் பீடத்தில் நீண்டகால்களை கோணலாக வைத்துக்கொண்டு அமர்ந்தபோது அவர் மட்கிய மரக்கட்டை என எண்ணி, உடனே அவ்வெண்ணத்தை அகற்றினார்.

பீஷ்மரின் விழிகளுக்குக் கீழே சேற்றுவளையங்கள் போல இரு மெல்லிய தசைத் தொய்வுகளிருந்தன. பெருமூச்சுடன் "என்ன?" என்றார். "அரசாணை ஒன்று வந்திருப்பதை தாங்கள் அறிந்திருப்பீர்கள், பிதாமகரே" என்றார் விதுரர். "நான் எதையும் அறியவில்லை" என்று பீஷ்மர் கசப்புடன் சொன்னார். அவரது சித்தம் நிலைகொள்ளவில்லை. உடலை அசைத்து பார்வையை விலக்கி விஸ்வசேனனிடம் "என்ன அங்கே ஓசை?" என்றார். "மேலே குருவிகள்..." என்று அவன் சொன்னான். "ஆம்" என்றபின் அவர் திரும்பி விதுரரிடம் உரக்க "என்னை ஏன் கேட்கவருகிறீர்கள்? இந்த அரசுக்கும் எனக்கும் என்ன உறவு?" என்றார்.

விதுரர் "நீங்கள் பிதாமகர். அனைத்தையும் முடிவுசெய்யவேண்டியவர்" என்றார். "நான் இனி எதையும் முடிவுசெய்யப்போவதில்லை. நான் இறந்துவிட்டேன். மட்கி அழிந்துவிட்டேன். ஈமக்கடன்களைச் செய்யுங்கள்... சென்று சொல் உன் தமையனிடம்... என்னைத் தூக்கிப்புதைத்துவிட்டு ஈமக்கடன் செய்துவிட்டு மறந்துவிடச்சொல். காத்திருக்கும் இருண்டநரகத்தில் சென்று விழுகிறேன்." அவர் கைகளை வீசி "எனக்கு எவரும் நீர்க்கடன் அளிக்கலாகாது. சொல்லிவிட்டேன். இக்குடியிலிருந்து ஒருபிடி சோறோ நீரோ எனக்கு அளிக்கப்படலாகாது" என்றார்.

வெளியே ஓசைகேட்டது. "யார்? யாரவர்கள்?" என்றார் பீஷ்மர். அவரது மெலிந்து நீண்ட உடல் பதறிக்கொண்டிருந்தது. வளைந்த மூக்குக்குக் கீழே வாய் திறந்து தாடை தொங்கியது. கழுத்தில் இரு வரிகளாகத் தளர்ந்து தொங்கிய தசைநார்களில் ஒன்று சுண்டப்பட்டுத் துடித்தது. விஸ்வசேனன் "அரசரும் அங்கரும்" என்றான். "அவன் வருகிறானா? காந்தாரன்?" என்றபடி பீஷ்மர் எழுந்தார். "இல்லை" என்றான் விஸ்வசேனன். "மூடா, நான் வரச்சொன்னது அவனை... அவனை வரச்சொன்னேன்" என்று விதுரர் கூவினார். விஸ்வசேனன் ஒன்றும் சொல்லாமல் தலைவணங்கி

விலகினான். விதுரரும் சௌனகரும் எழுந்து நின்றனர். பீஷ்மர் "அவர்கள் எங்கே?" என்று வெளியே செல்லக் காலெடுத்தார்.

"பிதாமகரே..." என்றார் விதுரர். நின்று "ஏன், நீ எனக்கு அறிவுரை சொல்லப்போகிறாயா?" என்று பீஷ்மர் கூவியபடி விதுரரை நோக்கித் திரும்பினார். "அறிவுரை சொல்லி என்னைச் செம்மைசெய்யப்போகிறாயா? உன் அவைக்கு வந்து நான் பாடம் கேட்கட்டுமா?" விதுரர் ஒன்றும் சொல்லாமல் கைகட்டி நின்றார். பீஷ்மர் திரும்ப வந்து தன் பீடத்தில் அமர்ந்து கால்களை ஒன்றன்மேல் ஒன்றாகப்போட்டு, கைகளைக் கைப்பிடிகள் மேல் வைத்துக்கொண்டார். தலையை அசைத்தபடி "இழிமக்கள்... தனயர் இழிந்தோர் என்றால் அது தந்தையரின் இழிவே..." என்றார்.

வீம்பு தெரியும்படி முகத்தைத் தூக்கியபடி துரியோதனன் அவைக்குள் நுழைந்தான். அவனுக்குப் பின்னால் கர்ணன் வந்தான். அவர்களின் காலடிகளைக் கண்டதும் அவர் நிமிர்ந்து நோக்கினார். தலை ஆடியது. உதடுகள் எதையோ மெல்வதுபோல அசைய, கழுத்துத்தசைகள் இழுபட்டு ஆடின. ஒருகணம் திரும்பி சௌனகரை நோக்கியபோது அவரது வலக்கண் மிகவும் கீழிறங்கியிருப்பதாகத் தோன்றியது. துரியோதனன் "வணங்குகிறேன், பிதாமகரே" என்றான்.

அக்குரல் கேட்டதும் அவரது உடல் நீர்த்துளி விழுந்ததுபோல சிலிர்ப்புகொண்டது. அந்த முதிய உடலில் எதிர்பார்க்கவே முடியாத விரைவுடன் பாய்ந்தெழுந்து "இழிபிறவியே!" என்று கூவியபடி அவனை நோக்கிப்பாய்ந்து அவன் கன்னத்தில் ஓங்கி அறைந்தார். அவன் அதை எதிர்பாராததனால் சற்று பின்னடைந்தான். அவர் அவன் தலைமயிரைப்பற்றிச் சுழற்றி இழுத்து மேலும் அறைந்தார். சௌனகர் அறியாது முன்னகர, விதுரர் விழிகளால் அதைத் தடுத்தார். தன் உடலில் எழுந்த எதிர்ப்பசைவை அடக்கி கர்ணனும் நோக்கி நின்றான்.

உறுமியபடி பீஷ்மர் துரியோதனனைத் தூக்கி காற்றில் சுழற்றி தரைமேல் ஓங்கி அறைந்தார். அந்த அதிர்வில் மேற்கூரையிலிருந்து தூசு உதிர்ந்தது. அவன் நெஞ்சை மிதித்து கைகளைப்பற்றி முறுக்கி காலால் மூட்டுப்பொருத்தில் ஓங்கி உதைத்தார். எலும்பு ஒடியும் ஓசையைக் கேட்டு சௌனகரின் நரம்புகள் கூசின. துரியோதனன் மெல்ல முனகினான். அவர் அவனை மீண்டும் தூக்கி அருகே நின்ற தூண்மேல் அறைந்தார். பிளவோசையுடன் அது விரிசலிட்டது. அவன் கீழே விழுந்து புரள, அவன் மறுகையைப்பற்றி ஓங்கி மிதித்து வளைத்து எலும்பை ஒடித்தார். அந்த ஒலிக்காக தன் புலன்கள் அத்தனை கூர்ந்திருப்பதை உணர்ந்து சௌனகர் பற்களைக் கிட்டித்துக்கொண்டார்.

துரியோதனனைத் தூக்கிச் சுழற்றி மீண்டும் நிலத்தில் அறைந்தார் பீஷ்மர். அவன் தலையில் அவரது அடிவிழுந்த ஓசையை தன் முழு உடலாலும் சௌனகர் கேட்டார். சிம்மம்போல உறுமியபடி அவர் அவன் நெஞ்சை மிதித்தார். அவன் அவரது கைகளில் துணிப்பாவைபோல் துவண்டுவிட்டிருந்தான். அவனைச் சுழற்றி இடக்கால் பாதத்தைக் கையால் பற்றித் திருப்பி தொடைப்பொருத்தில் ஓங்கி மிதித்தார். மரம் முறிவதுபோல எலும்பு நொறுங்கியது. துரியோதனன் விலங்குபோல அலறியபடி துடித்தான். அவர் அவன் கழுத்தில் தன் காலை வைத்தபோது விஸ்வசேனன் வந்து அவர் கைகளைப் பற்றினான். தணிந்த குரலில் “போதும்” என்றான்.

“விலகு! விலகு...” என்று பீஷ்மர் மூச்சிரைத்தார். “போதும்” என விஸ்வசேனன் குரலை உயர்த்திச் சொன்னான். அவர் அவன் விழிகளை ஏறிட்டுப்பார்த்தார். நரைத்த புருவத்தின் வெள்ளைமயிர் ஒன்று அவர் விழிகள் மேல் விழுந்திருந்தது. நெற்றிவியர்வை மூக்கில் வழிந்து சொட்டிநின்றது. அவர் கைகள் தளர்ந்தன. தள்ளாடும் கால்களுடன் வந்து அவர் பீடத்தில் விழுந்தார். விஸ்வசேனன் கர்ணனிடம் “அரசரைக் கொண்டுசெல்லுங்கள்” என்றான். கர்ணன் அதுவரை ஒரு தசைகூட அசையாமல் நின்றிருந்தான். மெல்ல தலையாட்டிவிட்டு துரியோதனனைத் தூக்குவதற்காகக் குனிந்தான்.

“சூதன்மகனே, இவையனைத்திற்கும் நீயே முதல்” என்றார் பீஷ்மர். “உன்னை நான் கொல்லலாகாது. புழுக்களை சிம்மம் கொல்லும் வழக்கமில்லை.” கைகள் நடுங்க கர்ணன் நிமிர்ந்தான். அவன் ஏதோ சொல்லப்போகிறான் என்ற விழியொளி ஏற்பட்டது. ஆனால் அவன் மீண்டும் குனிந்தான். “நீ இதை எதன்பொருட்டு செய்கிறாய் என நான் அறிவேன். நீ ஷத்ரியர்களை அடுத்துக்கெடுக்கும் வஞ்சகன். உன் இழிந்த நாகவேதத்தின்பொருட்டு போர்மூட்டி அழிவைக் கொண்டுவருகிறாய்” என்று சொன்னபடி பீஷ்மர் எழுந்தார்.

“சொல் இந்த இழிமகனிடம்! இவனை நான் கொல்லாமல் விடுவது என் நேர்க்குருதியில் பிறந்தவனல்ல இவன் என்பதனால் மட்டுமே. இவன் ஆற்றிய இழிவுக்காக ஒருநாள் இவன் பாண்டுவின் மைந்தன் கையால் நெஞ்சுபிளக்கப்படுவான் என்று சொல்... யயாதியின் ஹஸ்தியின் குருவின் விசித்திரவீரியனின் பெயரை இவன் இனி ஒருமுறை சொன்னான் என்றால் இவன் வாயைக் கிழிப்பேன்... இழிமகன்... கீழ்மையில் திளைக்கும் புழு...” கர்ணன் துரியோதனனை முதுகுக்குப்பின் கையைவைத்து கையையோ காலையோ இழுக்காமல் தூக்கி தன் தோளிலிட்டுக் கொண்டான்.

“நீ இதன்பொருட்டு சாவாய்... சூதன்மகனே, நீ கற்றவையும் கொடுத்துப்பெற்றவையும் உன்னுடன் இருக்கப்போவதில்லை. இவ்விழிவின் பெயரால் உன் தெய்வங்கள் அனைத்தும் உன்னைக் கைவிடும்” என்று சொன்னபோது பீஷ்மரின் குரல் உடைந்தது. கைகளால் தன் தலையைத் தட்டிக்கொண்டார். புதிதாகப் பார்ப்பவர்போல சௌனகரைப் பார்த்து புருவத்தைச் சுழித்தார். கர்ணன் வெளியே செல்லும் காலடியோசையை சௌனகர் கேட்டுக்கொண்டிருந்தார். எடைகொண்ட காலடிகள். அப்போதுதான் அவர்கள் வரும்போது ஒலித்த காலடிகள் நினைவில் எழுந்தன. அவை இணையான எடைகொண்டவை.

பீஷ்மர் எழுந்துகொண்டு “நான் நீராடவிரும்புகிறேன்...” என்றார். விதுரரும் எழுந்துகொண்டார். “நீ எதற்காக என்னைப் பார்க்கவந்தாய்?” என்றார் பீஷ்மர். “தங்களைப்பார்க்க வரும்படி அழைத்தீர்கள்” என்றார் விதுரர். “நானா?” என்று பீஷ்மர் புருவம் சுழித்துக் கேட்டார். உடனே அவரது சித்தம் திசைமாறியது. திரும்பி விஸ்வசேனனிடம் “மூடா, என்ன செய்கிறாய் அங்கே? எங்கே காந்தாரன்? இப்போதே அவன் இங்கு வந்தாகவேண்டும்!” என்றார். மீண்டும் திரும்பி விதுரரிடம் “எதற்காக வந்தாய்?” என்றார்.

“பிதாமகரே, காந்தாரப்படைகள் அரசுக்கு எதிராக எழுந்துள்ளன” என்றார் விதுரர். புருவம் அசைய “எப்போது?” என்றார் பீஷ்மர். “நம் மக்கள் அவைமுடிந்ததும் சில காந்தாரப்படைவீரர்களைத் தாக்கியிருக்கிறார்கள். அது அவர்களைக் கிளர்ந்தெழச் செய்துள்ளது. உண்மையில் இந்நகரின் பாதிப்பங்கு இப்போது அவர்களின் கட்டுப்பாட்டில் உள்ளது” என்று விதுரர் சொன்னார். “கொல்ல ஆணையிடு... அத்தனைபேரும் தலைகொய்யப்படட்டும்... உடனே” என்று பீஷ்மர் உரக்கக் கூவினார். நடுங்கும் குரலில் “இங்கே என்ன நடக்கிறது? இங்கே ஆள்பவன் யார்?” என்றார்.

“பேரரசர் திருதராஷ்டிரரின் ஆணைகள் மீறப்படுகின்றன. இந்நகரில் அரசாணைகள் மீறப்பட்ட வரலாறே இல்லை. அது நிகழத்தொடங்கிவிட்டது.” பீஷ்மர் “நிகழாது. நான் இருக்கும்வரை இங்கே ஹஸ்தியின் கோல் நின்றிருக்கும்” என்றார். “அந்நம்பிக்கையே எங்களை இங்கே வரச்செய்தது, பிதாமகரே” என்றார் விதுரர். “பேரரசரின் சொல்லுக்கு தங்கள் ஆணையே காப்பாக நின்றிருக்கவேண்டும்.” பீஷ்மர் உறுமியபடி மீண்டும் சௌனகரை நோக்கினார். அவரை அவர் அடையாளம் காணவில்லை என்று தோன்றியது. பின்பு “நான் நீராடச்செல்கிறேன்... மூடா” என்றார்.

விஸ்வசேனன் "ஆணை, ஆசிரியரே" என்றான். "நீராடவேண்டும்... நான் நாளையே கிளம்புகிறேன்" என்றார் பீஷ்மர். அதை அவர் எண்ணிச்சொல்லவில்லை. சொன்னபின் அதைப் பற்றிக்கொண்டது அவர் உள்ளம் என தெரிந்தது. "ஆம், இனி நான் இங்கிருக்கலாகாது. இவ்விழிமகன்களின் மண்ணில் எனக்கு இடமில்லை. இந்நகர் எரியுறும். இதன் மாடங்கள் அழியும். மங்கையர் பழிச்சொல் விழுந்த இடம் உப்பு விழுந்த நிலம்போல..." விதுரர் "பிதாமகர் தன் வாயால் அதைச் சொல்லலாகாது" என்றார். அவரையே அடையாளம் தெரியாதவர் போல நரைத்த விழிகளால் சிலகணங்கள் நோக்கிவிட்டு "மூடா, எங்கே போனாய்?" என்றார் பீஷ்மர்.

விஸ்வசேனன் ஓடிவந்து அவர் கைகளைப் பற்றிக்கொண்டு "வருக!" என்று அழைத்துச்சென்றான். விதுரர் "முன்பு ஹரிசேனர் என்று ஒருவர் இருந்தார். என் இளவயதில் அவரை பீஷ்மபிதாமகர் என்றே பலமுறை மயங்கியிருக்கிறேன். இவனும் அவரைப்போலவே பிதாமகரின் அசைவுகளையும் முகத்தையும் பெற்றுவருகிறான்" என்றார். "தந்தையர் மைந்தர் குருதியில் நீடிப்பார்கள். ஆசிரியர்கள் மாணவர் சொல்லில்" என்றார் சௌனகர். அந்தச் சிறிய சொல்லாடல் வழியாக அந்த உளநிலையைக் கடந்துவந்ததும் சௌனகர் "நாம் அனைத்தையும் பேசவில்லை, அமைச்சரே" என்றார்.

விதுரர் புன்னகைத்து "பேசவேண்டியதில்லை... அனைத்தும் முடிவாகிவிட்டன" என்றார். சௌனகர் ஏதோ சொல்லவந்தார். "சொல்லுங்கள்" என்றார் விதுரர். "தந்தையரின் உள்ளம் செல்லும் திசை ஒன்றே. இப்போது பீஷ்மர் துரியோதனரை அடித்தமைக்காக வருந்தத் தொடங்கியிருப்பார்." விதுரர் கண்கள் மங்கலடைய அதைப்பற்றி எண்ணிப்பார்த்தபின் "ஆம், அது உண்மை. ஆனால் அவர் ஒருதருணத்திலும் குலமுறைமையை மீறமாட்டார். அது இன்று உறுதியாயிற்று" என்றார். சௌனகர் "இருக்கலாம்" என்றார். "அத்துடன் அவர் நாளை காலையிலேயே செல்லப்போவதாகச் சொன்னார். சென்றுவிட்டாலே போதும், நாம் வென்றவர்களாவோம்" என்றார் விதுரர்.

ஆனால் படைக்கலச்சாலையிலிருந்து கிளம்பி தேரிலேறிக்கொண்டபோது விதுரர் அந்நம்பிக்கையை இழந்துகொண்டிருப்பதை சௌனகர் உய்த்தறிந்துகொண்டார். கைகளால் மேலாடையைத் திருகியபடி அவர் சாலையோரக் காட்சிகளை நோக்கிக்கொண்டே வந்தார். அஸ்தினபுரி அமைதிக்கு மீண்டிருந்தது. பெருந்துயரம் ஒன்று நிகழ்ந்தபின்னர் உருவாகும் ஓசையின்மை தெருக்களில் பிசின்போல படிந்திருந்தது. பறவைகள் அதில் சிறகுகள் சிக்கிக்கொண்டவைபோல தளர்ந்து பறந்தன. இலைகள் மெல்ல அசைந்தன. நிழல்கள்கூட மிகமெல்ல அசைந்தன.

9

நள்ளிரவில்தான் சௌனகர் பாண்டவர்களின் மாளிகைக்குத் திரும்பிவந்தார். விதுரரின் அமைச்சுமாளிகைக்குச் சென்று அவருடன் நெடுநேரம் அமர்ந்திருந்தார். அங்கே சுரேசரை வரச்சொல்லி நடந்தவற்றைப்பற்றி தருமன் கேட்டால் மட்டும் சொல்லும்படி சொல்லி அனுப்பினார். சுரேசர் திரும்பிவந்து பாண்டவர்கள் ஐவருமே துயின்றுவிட்டதாகச் சொன்னார். சௌனகர் நம்பமுடியாமல் சிலகணங்கள் நோக்கி நின்றார். "ஐவருமேவா?" என்றார்.

"ஆம், அமைச்சரே. முதலில் துயிலறைக்குச் சென்றவர் அரசர்தான். அவர் சென்றதுமே இளையபாண்டவர் பீமன் உணவறைக்குச் சென்றார். பார்த்தன் வழக்கமான விற்பயிற்சிக்குச் சென்றார். சிறியபாண்டவர் நகுலன் புரவிச்சாலைக்குச் சென்றார். சகதேவன் சற்றுநேரம் சுவடி ஆராய்ந்துகொண்டிருப்பதைக் கண்டேன். நீராடி உணவருந்திவிட்டு அரசர் உடனே படுத்துக்கொண்டார். அவர் உண்மையிலேயே துயில்கிறாரா என நான் ஏவலனிடம் கேட்டேன். அவர் படுத்ததுமே நீள்மூச்சுகள் விட்டார். சற்றுநேரத்திலேயே ஆழமான குறட்டையொலி எழத்தொடங்கிவிட்டது என்றான். திரும்பிவரும்போது பயிற்சிமுடித்து பார்த்தன் நீராடச்செல்வதைக் கண்டேன். அவர் முகம் அமைதியுடன் இருந்தது."

"நான் சுவடியறையில் அமர்ந்து ஓலைகளைச் சீரமைத்தேன். பதினெட்டு செய்திகள் அனுப்பவேண்டியிருந்தது. இரவு ஒலிமாறுபாடு கொள்ளத்தொடங்கிய நேரத்தில் இளையோர் எப்படி இருக்கிறார்கள் என்று கேட்டு பேரரசியின் தூதன் வந்தான். நான் எழுந்துசென்று நோக்கியபோது இளவரசர் நகுலன் முற்றத்தில் ஒரு

புரவிக்குட்டியுடன் விளையாடிக்கொண்டிருந்தார். அவர் சிரிக்கும் ஒலி கேட்டது. பீமன் உணவுண்டு கைகளைக்கூட கழுவாமல் அப்படியே உணவறைக்குள் படுத்திருந்தார். நிறைவுடன் உணவுண்டால் அவர் முகம் தெய்வச்சிலைகளுக்குரிய அழகைக் கொண்டுவிடும். அருகே ஒழிந்த பெருங்கலங்கள் கிடந்தன. அவற்றை ஓசையில்லாது எடுத்து அகற்றிக்கொண்டிருந்தனர்."

"ஐவரும் துயில்வதற்காகக் காத்திருந்தேன். அவர்கள் துயில்வதைக் கண்டபின் அவர்கள் ஆழ்ந்து துயின்றுவிட்டார்கள் என்று குந்திதேவிக்குச் செய்தியனுப்பினேன்" என்றார் சுரேசர். சௌனகர் "பேரரசி துயிலமாட்டார்" என்றார். சுரேசர் புன்னகை செய்தார். சௌனகர் "எப்படித் துயில்கிறார்கள் என்று வியப்பாக இருக்கிறது!" என்றார். விதுரர் "அவர்கள் எதிலிருந்தோ விடுதலைகொண்டிருப்பார்கள்..." என்றார். சௌனகர் அவரை ஒருகணம் அசைவிலா விழிகளுடன் நோக்கினார். "எத்தனை உருமாற்றுகளில் இன்று புகுந்து நடித்திருக்கிறார்கள். அனைத்து வண்ணங்களையும் அகற்றிவிட்டு ஆன்மா ஓய்வெடுக்க விழையும் அல்லவா?" என்றார் விதுரர். அவர் சொல்வதைப் புரிந்துகொள்ளாமல் "ஆம்" என்றார் சௌனகர்.

விதுரர் நிலையழிந்தவராக அனைத்துச் சுவடிகளையும் தன் முன் போட்டு கையால் அளைந்துகொண்டிருந்தார். எந்தச் சுவடியையும் அவர் வாசிக்கவில்லை என்று தெரிந்தது. சிற்றமைச்சர் பார்க்கவர் வந்து தலைவணங்கியபோதுதான் சௌனகர் துரியோதனனை நினைத்துக்கொண்டார். அரசனைப் பற்றிய எண்ணங்களை விலக்கிக்கொள்ளத்தான் விதுரரும் தானும் வேறுபேச்சுகளில் ஈடுபட்டோமா என எண்ணினார்.

பார்க்கவர் "அரசரை ஆதுரசாலைக்குக் கொண்டுசென்றிருக்கிறார்கள்" என்றார். விதுரர் அவரைப் பார்ப்பதைத் தவிர்த்து ஓர் ஓலையை கையால் சுண்டிக்கொண்டிருந்தார். "எலும்புகள் பல முறிந்துள்ளன. அரசர் நெடுநாட்கள் ஆதுரசாலையிலேயே இருக்கவேண்டியிருக்கும்..." என்றார் பார்க்கவர். விதுரர் அதற்கும் ஒன்றும் சொல்லவில்லை. "பேரரசருக்குச் செய்தி அறிவிக்கப்பட்டுள்ளது" என்று அவர் சொன்னபோது விதுரர் நிமிர்ந்து நோக்கினார்.

"செய்தியுடன் சென்றவர் பால்ஹிகநாட்டு இளவரசர் பூரிசிரவஸ்" என்று பார்க்கவர் சொன்னார். "ஆம், அவர் வந்திருப்பதாகச் சொன்னார்கள்" என்றார் விதுரர். "படைக்கூட்டு குறித்து பேசுவதற்காக அங்கர் அவரை அழைத்திருந்தார். சொல்தேர்ந்தவர் என்பதனால் அவரையே பேரரசரிடம் அனுப்பியிருக்கிறார்கள். அரசருக்கு நிகழ்ந்தவற்றை அவர்

சொல்வதைக்கேட்டு பேரரசர் வெறுமனே அமர்ந்திருந்தார். பின்னர் ஒரு சொல்லும் பேசாமல் சூதர்களிடம் இசையைத் தொடரும்படி ஆணையிட்டுவிட்டு பால்ஹிகர் செல்லலாம் என்று கையசைத்தார். பால்ஹிகர் தலைவணங்கி வெளியேறினார். அரசர் இப்போதும் இசைகேட்டுக்கொண்டு அமர்ந்திருக்கிறார்."

விதுரர் ஓலைச்சுவடியைச் சுழற்றிக்கொண்டு சிலகணங்கள் இருந்துவிட்டு "இந்திரப்பிரஸ்தத்தின் அரசி என்ன செய்கிறார் என்று பார்த்து வாரும்" என ஒற்றர் கைவல்யரை அனுப்பினார். அவர் திரும்பி வந்து "அரசி அந்தியிலேயே காந்தார அரசியர்மாளிகையில் துயில்கொண்டுவிட்டார். அங்கே பிற பெண்களெல்லாம் விழித்திருக்கின்றனர்" என்றார். விதுரர் "பேரரசிக்கும் நிகழ்ந்தவை தெரியுமல்லவா?" என்றார். "அங்கே அனைவருக்கும் தெரியும்" என்றார் கைவல்யர். "பேரரசி அதைச் செவிகொடுத்துக் கேட்கவில்லை. அரசரின் இரு தேவியர் மட்டும் கிளம்பி ஆதுரசாலைக்குச் சென்றுள்ளனர். அங்குள்ள பெண்கள் எவரும் அரசர் புண்பட்டிருப்பதை ஒரு பொருட்டாக எண்ணுவதாகத் தெரியவில்லை."

"என்ன நிகழ்கிறது அங்கே?" என்றார் விதுரர். "நாளை காலை கொற்றவை ஆலயத்தில் ஏழு எருமைகளை பலிகொடுக்கவேண்டுமென பேரரசி ஆணையிட்டிருக்கிறார்களாம். எருமைகள் வந்துவிட்டன. அவற்றுக்கான பூசனைகள் நிகழ்கின்றன. அவற்றுக்கு பூசைசெய்ய தென்னாட்டுப் பூசகிகள் பதினெட்டுபேர் அங்கே வந்துள்ளனர்." "ஏழு எருமைகளா?" என்றார் விதுரர். "ஏழா?" திரும்பி சௌனகரை நோக்கிவிட்டு "அது பெருங்குருதிக்கொடை அல்லவா?" என்றார்.

சௌனகர் "நான் கேள்விப்பட்டதே இல்லை" என்றார். "கொற்றவை நம் குலம் மீது பெருஞ்சினம் கொண்டிருந்தால் பழியீடாக அளிக்கப்படும் பலி அது. ஏழு எருமைக்கடாக்களின் குருதியால் அன்னையை நீராட்டுவார்கள். அவள் காலடியில் அக்கடாக்களின் தலைகள் வைக்கப்படும். பின்னர் அவற்றின் கொம்புகள் வெட்டப்பட்டு ஊதுகருவிகளாக்கப்படும். அவை காலந்தோறும் அன்னையிடம் பொறுத்தருள்க தேவி என்று முறையிட்டபடி இருக்கும்" என்றார் விதுரர். பின்பு தலையை அசைத்தபடி "முன்பெல்லாம் இட்டெண்ணித் தன்தலை கொடுக்கும் வழக்கம் இருந்தது. இப்போதுகூட தென்னாட்டில் அவ்வழக்கம் உள்ளது" என்றார்.

அச்சொற்கள் சௌனகரின் உள்ளத்தில் மெல்லிய நடுக்கத்தை உருவாக்கின. "தென்னாட்டில் இளம்பெண் ஒருத்தியை கொற்றவையென மாற்றுரு அணிவிப்பார்கள். அவளுக்குப் புலித்தோலாடை அணிவித்து கையில் முப்புரிவேல் அளிப்பார்கள். நுதல்விழி வரைந்து நெற்றியில்

பன்றிப்பல்லைப் பிறையென சூட்டுவார்கள். வேங்கைப்புலியின் குருளைமேல் அவளை அமரச்செய்து மன்றுநிறுத்தி அவள் காலடியில் தலைவெட்டி இட்டுவிழுவார்கள்." சௌனகர் "குலப்பழிக்காகவா?" என்றார். "ஆம், பெண்பழியே பெரும்குலப்பழி என்பது தென்னாட்டவர் நம்பிக்கை." சௌனகர் "இவர்கள் காந்தாரர்கள்" என்றார். "வேதம்பிறக்காத காலத்திலேயே காந்தாரத்து மக்கள் தென்னகம் புகுந்துவிட்டனர் என்பது நூல்கூற்று. அவர்களின் முறைமைகள் நிகரானவை" என்றார் விதுரர்.

"அங்கே விறலியர் அமர்ந்து பாடிக்கொண்டிருக்கிறார்கள்" என்று கைவல்யர் சொன்னார். "கொற்றவையைப் பற்றிய பாடல்கள். வேட்டுவவரி என்று அதைச் சொன்னார்கள். கற்பாறைகள் உருள்வதுபோன்ற தாளம். வெடித்தெழுவதுபோன்ற சொற்கள்... அதைக் கேட்டுநிற்பதே கடினமாக இருந்தது." விதுரர் "பேரரசியின் உள்ளம் கொதித்துக்கொண்டிருக்கிறது" என்றார். "ஆறிவிடும். ஏனென்றால் அவர் அன்னை" என்றார் சௌனகர். "இல்லை, அமைச்சரே. பேரரசரின் உள்ளம் ஆறும். அவர் தன் மைந்தரை ஒருபோதும் துறக்கமாட்டார். அதை இப்போது தெளிவுறவே காண்கிறேன். ஆனால் பேரரசி அமைதியுறவே போவதில்லை... இனி அரசருக்கு அன்னையென ஒருவர் இல்லை."

சௌனகர் நெஞ்சுக்குள் திடுக்கிட்டார். "ஏன்?" என்ற கேள்வி பொருளற்றது என அவரே உணர்ந்திருந்தார். "பெண்கள் இங்கு அணியும் அனைத்து உருவங்களையும் களைந்துவிட்டுச் சென்றடையும் இடம் ஒன்றுண்டு" என்றார் விதுரர். மெல்ல அங்கே ஆழ்ந்த அமைதி உருவாகியது. சௌனகர் எழுந்து "நான் அரண்மனைக்குச் செல்கிறேன். நானும் துயில்கொள்ளவேண்டும்" என்றார். விதுரர் "என்னால் துயிலமுடியுமென தோன்றவில்லை. இவையனைத்தும் முடிவுக்கு வரும்வரை என் நரம்புகள் இழுபட்டு நின்றிருக்கும்" என்றார்.

தளர்ந்த காலடிகளுடன் சௌனகர் அரண்மனைக்கு வந்தார். அரசரும் தம்பியரும் முழுமையான துயிலில் இருப்பதாக ஏவலன் சொன்னான். ஒற்றர்களை வரவழைத்து துரியோதனன் எப்படி இருக்கிறான் என்று தெரிந்துகொண்டார். அவன் எலும்புகள் சேர்த்துக்கட்டப்பட்டு உடல்முழுக்க தேன்மெழுகும் வெண்களிமண்ணும் கலந்து பற்றுப் போடப்பட்டிருப்பதாகவும் நெஞ்சுக்குள் நுரையீரல் கிழிந்திருப்பதனால் மூச்சுவழியாகக் குருதி தெறிக்கிறது என்றும் அகிபீனா மயக்கில் துயில்கொண்டிருப்பதாகவும் ஒற்றர்கள் சொன்னார்கள். கௌரவர்கள் அனைவரும் ஜயத்ரதனும் பூரிசிரவஸும் ஆதுரசாலையில்தான் அப்போதும் இருந்தார்கள்.

களைப்புடன் அவர் படுக்கைக்குச் சென்றார். கண்களுக்குமேல் மெழுகை அழுந்தப் பூசியதுபோல துயிலை உணர்ந்தார். படுத்துக்கொண்டதும்

மெல்லிய ரீங்காரமென அன்று நிகழ்ந்த அத்தனை பேச்சுக்களும் கலந்து அவர் தலைக்குள் ஒலித்தன. மயங்கி மயங்கிச் சென்றுகொண்டிருக்கையில் அவர் ஒரு துணுக்குறலை அடைந்து உடல் அதிர எழுந்து அமர்ந்தார். அன்று நிகழ்ந்தவை உண்மையிலேயே நிகழ்ந்தனவா? உளமயக்கு அல்லவா? கனவுகண்டு விழித்துக்கொண்டது போலிருந்தது. ஆனால் கனவென ஆறுதல்கொள்ளமுடியாதது அது. அது உண்மையில் நிகழ்ந்தது.

உண்மையில் நிகழ்ந்திருக்கிறது! உண்மைநிகழ்வு என்பது தெய்வங்களால்கூட மாற்றிவிடமுடியாதது. கற்பாறைகளைப்போல அழுத்தமாக நிகழுலகில் ஊன்றி அமைவது. எத்திசையில் எப்படி அணுகினாலும் அது அங்கே அப்படித்தான் இருக்கும். அவர் பெருமூச்சுவிட்டார். மீண்டும் படுத்துக்கொண்டபோது உள்ளம் எதிர்திசையில் திரும்பியது. கனவுகளும் கற்பனைகளும்தான் மேலும் அஞ்சத்தக்கவை. அவை வளர்ந்து பெருகுகின்றன. அவை விதைகள். உண்மைநிகழ்வென்பது கூழாங்கல். அது முடிவுற்றது. அதன்மேல் ஆயிரம் எண்ணங்களையும் சொற்களையும் ஏற்றலாம். அவை ஆடைகள்போல. மலைமேல் முகில்கள் போல. அடியில் அவை மாறாமல் அப்படித்தான் இருக்கும். அந்நிகழ்வு இனிமேல் எவராலும் எவ்வகையிலும் மாற்றத்தக்கதல்ல. ஆகவே அதை இனிமேல் முழுநம்பிக்கையுடன் கையாளமுடியும். எண்ணங்கள் கரைந்துகொண்டேயிருக்கையில் ஏன் அந்த ஆறுதலை அடைகிறோம் என அவரே வியந்துகொண்டார்.

10

காலையில் வழக்கம்போல முதற்பறவைக்குரல் கேட்டு எழுந்துகொண்டு கைகளை விரித்து அங்கு குடிகொள்ளும் தேவர்களை வழுத்திக்கொண்டிருக்கையிலேயே வாயிலில் சுரேசர் நின்றிருப்பதை சௌனகர் கண்டார். அது நற்செய்தி அல்ல என்று உடனே உணர்ந்துகொண்டார். "ம்" என்றார். "நேற்று பின்னிரவே பீஷ்மபிதாமகர் தன் முடிவை அறிவித்துவிட்டிருக்கிறார். பேரரசரிடம் விடிகாலையில் அது தெரிவிக்கப்பட்டுவிட்டது" என்றார் சுரேசர். "ம்" என்றார் சௌனகர். "பிதாமகர் அரசரையே ஆதரிக்கிறார்." அதை எதிர்பார்த்திருந்தாலும் சௌனகர் உடலில் ஒரு துணுக்குறல் அசைவு நிகழ்ந்தது. "ம்" என்றபின் கண்மூடி குருவணக்கத்தை முடித்துக்கொண்டு மெல்ல முனகியபடி எழுந்தார்.

சுரேசர் அங்கேயே நின்றிருந்தார். "அரசரிடம் தெரிவித்துவிட்டீர்களா?" என்றார் சௌனகர். "இல்லை, அவர் இன்னும் விழித்தெழவில்லை." "நான் சென்றபின் தெரிவியுங்கள்..." என்றபின் சௌனகர் பெருமூச்சுடன் நீர்த்தூய்மைக்குச் சென்றார். சித்தமாகி திரும்பிவந்து ஒற்றர்களின் ஓலைகளை விரைந்து நோக்கிவிட்டு இந்திரப்பிரஸ்தத்திற்கு ஒரு செய்தியை அனுப்பினார். குந்தியிடமிருந்து வந்த செய்தியில் அவள் திருதராஷ்டிரரை நம்பாமல் பீஷ்மர்மேல் நம்பிக்கை வைத்து எழுதியிருந்தாள். அதற்கு மறுமொழியாக பீஷ்மரின் முடிவைப்பற்றி ஒருவரி அனுப்பினார்.

அவர் தருமனின் அரண்மனையை அடைந்தபோது கூடத்தின் வாயிலில் சுரேசர் நின்றிருந்தார். "எழுந்துவிட்டாரா?" என்றார் சௌனகர். "சித்தமாக இருக்கிறார்" என்றார் சுரேசர். "அவருக்குச் செய்தி

சென்றுவிட்டதா?" என்றார் சௌனகர். "இல்லை, ஓலைகள் அனைத்தும் என்னிடமே உள்ளன." சௌனகர் "நன்று" என உள்ளே சென்றார். அவரைக் கண்டதும் தருமன் புன்னகையுடன் எழுந்து "ஆசிரியருக்கு வணக்கம்" என்றார். நற்றுயிலில் அவரது முகம் மிகவும் தெளிந்திருந்தது. கண்களுக்குக் கீழிருந்த வளையங்கள் மறைந்திருந்தன. நீர்வற்றிய தசைகள் மீண்டும் குருதியொளி அடைந்திருந்தன.

அவரை வாழ்த்தியபின் சௌனகர் அமர்ந்துகொண்டு "நேற்று நாங்கள் பிதாமகரைப் பார்த்தோம். அச்செய்தியை அறிவிக்க சுரேசரை அனுப்பினேன். தாங்கள் துயின்றுவிட்டீர்கள்" என்றார். "ஆம்" என்ற தருமன் "என்ன நிகழ்ந்தது? பிதாமகர் என்ன சொன்னார்?" என்றார். சௌனகர் ஒரு கணம் தயங்கிவிட்டு நிகழ்ந்ததைச் சொல்லி முடித்தார். தருமன் முதலில் இயல்பான மலர்ச்சியுடன் கேட்கத்தொடங்கி மெல்லமெல்ல பதற்றம் அடைந்து இறுதியில் கொந்தளிப்புடன் பீடத்தின் கைப்பிடியை தன் கைகளால் பற்றிக்கொண்டார். அவர் சொல்லத்தொடங்கியபோது உள்ளே வந்த நகுலனும் சகதேவனும் மெல்ல அருகே வந்து உடல் விரைக்க நின்றனர். முடித்ததும் நகுலன் தருமனின் பீடத்தின் மேல்வளைவை நடுங்கும் கைகளால் பற்றிக்கொண்டான்.

"அவர் அதைச் செய்வார் என்று எண்ணினேன்" என்றார் தருமன். "துச்சாதனனை அழைத்துச்செல்லும் எண்ணம் அவர்களுக்கு வராதிருந்ததை நல்லூழ் என்றே சொல்வேன்." "ஆம்" என்றார் சௌனகர். தருமன் "நானும் அவர்முன் செல்லவேண்டும். அவர் என்னையும் அவ்வாறு அடித்துத் தூக்கிப்போடவேண்டும். உயிர்பிரியுமென்றாலும் அது நல்லூழே. வலித்தும் விழிநீர் உகுத்தும் அவரது தண்டனையைக் கடந்துவருகையில் தூயவனாக இருப்பேன்" என்றார். சௌனகர் பெருமூச்சுடன் நகுலனை நோக்க, அவன் உடனே புரிந்துகொண்டு "பிதாமகர் அரசாணை குறித்து என்ன சொன்னார்?" என்றான்.

"அதைத்தான் நான் புரிந்துகொள்ளமாட்டாது தவிக்கிறேன். சொல்லவந்ததும் அதுவே" என சௌனகர் தொடங்கினார். "இன்று காலையில் செய்தி வந்தது, பீஷ்மபிதாமகர் துரியோதனனை ஆதரிக்கிறார் என்று." தருமன் அதை எதிர்பார்த்திருக்கவில்லை என விழிகள் ஒருகணம் அதிர்ந்தது காட்டியது. உடனே அவர் மீண்டு "அது அவரது ஆணை என்றால் அவ்வாறே ஆகுக!" என்றார். "பிதாமகரின் ஆணையை ஓலையால் அரசருக்கு அறிவித்திருக்கிறார்கள்..." என்றார் சௌனகர். "அவர் ஏன் அவ்வாறு செய்தார் என்று எண்ணக்கூடவில்லை... ஆனால் அதை நான் ஓரளவு உணர்ந்திருந்தேன். அவ்வாறு தாக்கியபோதே அவர் உள்ளம் உருகியிருக்கும். அவர் இக்குடியின் முதற்றாதை."

“இல்லை, அதற்கப்பால் அவர் ஏதோ எண்ணியிருப்பார்” என வாயிலில் வந்து நின்றிருந்த அர்ஜுனன் சொன்னான். அவன் வந்ததை உணர்ந்திராத சௌனகர் திடுக்கிட்டுத் திரும்பிப்பார்த்தார். “எதுவானாலும் இந்தச் சிறிய நாடகம் முடிவுக்கு வந்துவிட்டது. நாம் அடிமைகளாவோம். சற்றுகழித்து அந்த ஆயிரத்தவன் சவுக்குடன் திரும்ப வருவான்.” சௌனகர் நிலையழிந்தவராக “அவ்வாறல்ல... அது அத்தனை எளிதல்ல. பிதாமகர் அதையெல்லாம் எண்ணியிருக்கமாட்டார்” என்றார். “எண்ணினாலும் அன்றேலும் அனைத்தும் முடிவடைந்துவிட்டன. இனி அதைப்பற்றிய சொல்லாடல் தேவையில்லை” என்றார் தருமன்.

தருமன் முகம் மீண்டும் மலர்ந்துவிட்டதை சௌனகர் கண்டார். “அது பிதாமகர் நமக்கு அளித்த தண்டனை. தந்தையரின் தண்டனைகளிலும் அவர்களின் அருளே உள்ளது” என்றார். அர்ஜுனன் உரக்க “தாங்கள் அடிமைப்பணி செய்வதென்றால்...” என்று தொடங்க “நான் இயற்றிய பிழைக்கு அதுகூட ஈடாகாது” என்றார் தருமன். “ஆம், அதைச் செய்வோம். ஆனால் இங்கே நம் அரசியும் தொழும்பியாகியிருக்கிறாள்” என்றான் அர்ஜுனன். “அந்த இழிமக்களின் அரண்மனையில் அவள் ஏன் ஏவற்பணி செய்யவேண்டும்?” தருமன் தலையை அசைத்து “ஆம், ஆனால் அவள் நம் மனைவி. அதன்பொருட்டு அவள் அடையும் துயர்கள் அனைத்தும் அவளுடைய ஊழே” என்றார்.

“மடமை” என்றபின் அர்ஜுனன் “நான் இதில் ஒன்றும் சொல்வதற்கில்லை. எது நிகழ்கிறதோ அதுவே அமைக!” என்று கூறி வெளியே சென்றான். தருமன் “மடமை என்பதில் ஐயமில்லை. ஆனால் மடமையில் திளைப்பதாகவே எப்போதும் இதெல்லாம் அமைகிறது” என்றார். சௌனகர் “ஆம்” என்றபின் எழுந்து “நான் விதுரரைப் பார்த்துவிட்டு வருகிறேன்” என்றார். தருமன் “இனி அரசுசூழ்தல்கள் தேவையில்லை, அமைச்சரே. அஸ்தினபுரியின் குடியாக நீங்கள் இப்போது மாறிவிட்டீர்கள். இனி நீங்கள் ஆற்றும் எச்செயலும் அரசவஞ்சனையாகக் கொள்ளப்படும்” என்றார். சௌனகர் “ஆம்” என்றபின் எழுந்து தலையசைவால் விடைபெற்றார்.

வெளியே நின்றிருந்த சுரேசரிடம் “இளையவர் எங்கே?” என்றார். “உணவுச்சாலையில் இருக்கிறார்” என்றார் சுரேசர். “அவர் தொழும்பராக இருந்தாலும் மகிழ்ந்திருப்பார். அடுமனைப்பணியோ யானைக்கொட்டில் ஊழியமோ அமைந்தால் போதும்” என்றார் சௌனகர். சுரேசர் புன்னகை செய்தார். அவர்கள் நடக்கும்போது சுரேசர் “தொழும்பர் பணிக்கு இப்போதே அரசர் ஒருங்கிவிட்டார் என தோன்றுகிறதே?” என்றார். “அவர் துயரத்தைத் தேடுகிறார். எங்காவது தன்னை ஓங்கி

அறைந்து குருதியும் நிணமுமாக விழாமல் அவர் உள்ளம் அடங்காது" என்றார் சௌனகர்.

விதுரரின் அமைச்சுநிலையில் அவர் முந்தையநாள் இருந்த அதே பீடத்தில் அதே ஆடையுடன் இருந்தார். விழிகள் துயில்நீப்பினால் வீங்கிச்சிவந்திருந்தன. உதடுகள் கருகியவை போல் தெரிந்தன. அவர் வருவதை காய்ச்சல் படிந்த கண்களுடன் நோக்கி, எழுந்து வணங்கிவிட்டு, திரும்பி கனகரிடம் "என் சொற்கள் அவை என்று சொல்க!" என ஆணையிட்டார். சௌனகர் அமர்ந்ததும் "செய்தி அறிந்திருப்பீர்கள்" என்றார். "ஆம்" என்றார் சௌனகர். "இப்போது அனைத்தையும் நேரடியாக காந்தாரரே ஆடத்தொடங்கிவிட்டார்."

"எவருக்காக?" என்று கசப்புடன் சௌனகர் கேட்டார். "அவரது தமக்கைக்காகவா? அவரை தமக்கை முகம்நோக்கி ஒரு சொல் எடுப்பார்களா இன்று?" விதுரர் கசப்புப் புன்னகையுடன் "அதெல்லாம் இனி எதற்கு? தொடங்கிய ஆடல், அதில் இனி வெற்றிதோல்வி மட்டுமே இலக்கு" என்றார். "என்ன சொல்கிறார் அரசர்? இன்னும்கூட எதுவும் முடியவில்லை. அவரது படைகள் எழுந்தால் அஸ்தினபுரி பணிந்தே ஆகவேண்டும். இளையயாதவர் ஒரு சொல் சொன்னால் போதும்." சௌனகர் பெருமூச்சுடன் "அமைச்சரே, பிதாமகரின் சொல்லே இறுதியானது என்று முன்னரே அரசர் சொல்லிவிட்டார்" என்றார்.

"இன்னமும் பேரரசரின் ஆணை மாறவில்லை... அவர் பிதாமகருக்காக தன் ஆணையை திரும்ப எடுத்துக்கொள்ளவில்லை" என்றார் விதுரர். "பேரரசரின் ஆணைப்படி இந்திரப்பிரஸ்தம் திருப்பி அளிக்கப்பட்டுவிட்டது. பாண்டவர்கள் அதன் அரசகுலம். அஸ்தினபுரியின் அரசர் அவர்களைத் தொழும்பராகக் கொள்ளமுயன்றால் அது படையெடுப்பேதான்..." சௌனகர் "இந்திரப்பிரஸ்தத்தின் அரசர் கொடையாக அளிக்கப்பட்ட நாட்டை மறுத்துவிட்டு தானே தொழும்பனாக வந்து நின்றால் என்ன செய்யமுடியும்?" என்றார். "என்னால் புரிந்துகொள்ளவே முடியவில்லை. சித்தம்பிறழ்ந்தவர்களின் உலகு போலிருக்கிறது" என்றார் விதுரர்.

"அவர் பிழையீடு செய்ய எண்ணுகிறார். பிதாமகரின் கைகளால் அடிபட்டு விழுந்திருக்கவேண்டும் என உண்மையான உள எழுச்சியுடன் சொன்னார்" என்றார் சௌனகர். போகட்டும் என்று விதுரர் கையசைத்தார். சௌனகர் "பிதாமகர் எங்கே?" என்றார். "நாளைமாலை அவர் கிளம்பவிருக்கிறார் என்றார்கள்" என்று விதுரர் சொன்னார். "அவரைச் சந்தித்து அவரது முடிவின் விளைவென்ன என்று தெரியுமா என கேட்கலாமென்று எண்ணினேன். என்னால் என்னைத் தொகுத்துக் கொள்ளமுடியவில்லை." சௌனகர் "இந்திரப்பிரஸ்தத்தின் அரசி

தொழும்பியாக வேண்டுமா?" என்றார். "அதைத் தன் தாயிடம் சென்று சொல்லட்டும் அரசர்" என சிவந்த முகத்துடன் விதுரர் சொன்னார்.

சௌனகர் "உண்மையில் இனி நாம் என்ன செய்யவிருக்கிறோம்?" என்று கேட்டார். "இன்னமும் பேரரசர் தன் ஆணையை மாற்றிக்கொள்ளவில்லை. அவர் அதைச் செய்யப்போவதுமில்லை" என்றார் விதுரர். "இன்றே துரியோதனனின் மணிமுடியை விலக்கி அரசாணை வரும். ஆதுரசாலையையே சிறைச்சாலையாக ஆக்கிக்கொள்ளலாம். அங்கனோ காந்தாரனோ எதிர்த்தால் அவர்கள் பேரரசரின் படைகளுடன் போரிட வரட்டும். குருதியால் இது முடிவாகுமென்றால் குருதியே பெருகட்டும்." சௌனகர் "ஆனால் இந்திரப்பிரஸ்தம் போருக்கு எழாது" என்றார். "ஆம், ஆகவேதான் துவாரகைக்கு செய்தியறிவித்திருக்கிறேன்" என்றார் விதுரர். "இளையயாதவர் எங்களுடன் நின்றால் மட்டும் போதும்..."

சுருங்கிய கண்களுடன் சௌனகர் நோக்கிக்கொண்டிருந்தார். மெல்ல இறங்கி தழைந்த குரலில் "வேறுவழியில்லை, அமைச்சரே. இல்லையேல் தருமனும் இளையோரும் தொழும்பராக நிற்பதை நான் காணவேண்டியிருக்கும். ஆயிரத்தவன் ஒருவன் அவனைச் சவுக்காலடித்தான் என்று கேட்டபோது நான் அக்கணம் இறந்துமீண்டேன்..." சௌனகர் "அவன் என்ன ஆனான்?" என்றார். "நான் உயிருடனிருக்கையில் அது நிகழாது..." என்றார் விதுரர். "அந்த ஆயிரத்தவன் தண்டிக்கப்பட்டானா?" என்றார் சௌனகர்.

"விலங்கு... இழிந்த விலங்கு" என்று சொன்ன விதுரர் "நான் இக்கணம் அஞ்சுவதெல்லாம் அவரைத்தான். கணிகரை வென்றாட இளையயாதவரால் மட்டுமே முடியும். அதைத்தான் செய்தியாக அனுப்பினேன். அவர் ஏன் விலகி நிற்கிறார் என்பதே எனக்குப் புரியவில்லை" என்றார். "அவர் துவாரகையில் இல்லை என்றார்கள். அவரது சாந்தீபனி கல்விநிலைக்குச் சென்றிருப்பதாக அறிந்தேன்" என்றார் சௌனகர். "எங்கிருந்தாலும் என்ன நிகழ்கிறதென்றறியாமல் இருப்பவர் அல்ல அவர். வேண்டுமென்றே விலகி நிற்கிறார்."

கைகளை விரித்து "உளச்சோர்வின் ஒரு தருணத்தில் இது அவர் ஆடும் ஆடலே என்றுகூடத் தோன்றுகிறது. இங்கே என்ன நிகழவேண்டுமென்பதை அவர் கணித்துக் காய்நகர்த்துகிறார் என்று... ஆனால் உளம் மீளும்போது தலை வெம்மைகொண்டு கொதிக்கிறது. நேற்றிலிருந்து ஒருகணமும் துயில் கொள்ளவில்லை நான்..." என்றவர் பெருமூச்சுடன் எழுந்து தொடர்ந்தார் "நாம் பேரரசரைச் சென்று பார்ப்போம். யுதிஷ்டிரன் சொன்னதை நீரே பேரரசரிடம் சொல்லும். அவரது ஆணை இன்று வந்ததென்றால் அனைத்தும் நன்றே முடிந்துவிடும்."

சௌனகர் “என்ன நிகழும்? பீஷ்மர் அவர்களுக்காக படைநடத்துவாரா?” என்றார். “நடத்தட்டும்... பிதாமகரைக் கொன்றால்தான் இங்கே அறம் திகழமுடியும் என்றால் அதுவும் நிகழட்டும்” என விதுரர் கூவினார். மெல்ல உடல் நடுங்கி பின்பு சற்றே தன்னைக் குளிர்வித்து “துவாரகையிலிருந்து ஒரு செய்தி வந்தால் போதும். பீஷ்மருக்கு நிகராக நாம் மறுபக்கம் வைக்கவேண்டிய கரு அது மட்டுமே... அதை இன்றுமாலைக்குள் எதிர்பார்க்கிறேன்” என்றார். “நீங்கள் சற்று ஓய்வெடுக்கலாம், அமைச்சரே” என்றார் சௌனகர். “இல்லை, ஓய்வுகொள்ள இயலாது என்னால். முகம்கழுவி வருகிறேன்” என்று சொல்லி எழுந்த விதுரர் சற்று தள்ளாடினார். பீடத்தின் விளிம்பைப் பற்றியபடி நிலைகொண்டுவிட்டு நடந்தார்.

கனகரிடம் மெல்லிய குரலில் “அந்த ஆயிரத்தவன் என்ன ஆனான்?” என்றார் சௌனகர். “அவனைக் கழுவிலேற்றிவிட்டார் அமைச்சர்” என்றார் கனகர். சௌனகர் மெல்லிய உளநடுக்குடன் “எப்போது?” என்றார். “இன்றுகாலை. நானே சென்று அந்த ஆணையை நிறைவேற்றினேன். கௌரவர்களின் அரண்மனைக்கு முன்னால் கோட்டைக்காவல்மேடைக்கு அருகே கழுநடப்பட்டு அவனை அமரச்செய்யவேண்டுமென எனக்கு ஆணையிடப்பட்டிருந்தது” என்றார் கனகர். “அவன் எளிதில் சாகலாகாது, உச்சகட்ட வலி அவனுக்கு உறுதிசெய்யப்படவேண்டும் என்றார் விதுரர். பெருஞ்சினத்துடன், அவன் சாகும் கணத்தில் வந்து அவனைப் பார்ப்பேன். அவன் விழிகளை நான் இறுதியாகப்பார்த்து ஒரு சொல் சொல்வேன். நான் இன்னும் இங்கு சாகாமலிருக்கிறேன் என்று என்றார்.”

“அவனைப் பிடிக்கச் செல்லும்போது அஞ்சி நடுங்கி தன் இல்லத்தில் ஒளிந்திருந்தான். இருண்ட உள்ளறையிலிருந்து அவனைப் பிடித்து இழுத்துவந்தபோது அவன் துணைவியும் இரு இளமைந்தரும் கதறியபடி உடன் வந்தனர். காவலர்களின் காலில் விழுந்து அந்தப் பெண் கதறினாள். மைந்தர்கள் முற்றத்தில் விழுந்து அழுதனர். அஞ்சாதே, நமக்கு இளையவர் துணையிருக்கிறார். இவர்கள் என்னை ஒன்றும் செய்யமுடியாது என்று அவன் சொன்னான். ஆனால் நம்பிக்கையுடன் அதைச் சொல்ல அவனால் இயலவில்லை. குரல் உடைந்து தழுதழுத்தது” என்று கனகர் தொடர்ந்தார்.

“அவனை இழுத்து கழுமுற்றத்திற்குக் கொண்டுவந்தபோதுதான் நிகழப்போவதை உணர்ந்தான். என்னை இளையவரிடம் கொண்டுசெல்லுங்கள். இளையவர் உங்களை விடமாட்டார். நான் எனக்கிட்ட ஆணையைத்தான் செய்தேன் என்றெல்லாம் கூச்சலிட்டான். அவன் ஆடைகளைக் களைந்து கழுவில் அமரச்செய்யத்

தூக்கியபோது என்னை நோக்கிக் கைகளை நீட்டிக் கதறி அழுதான். என் ஆணையைத்தான் நான் ஆற்றினேன், அமைச்சரே என்றான். நான் அவனிடம் இழிமகனே, ஒருகணமேனும் அச்செயலுக்காக நீ மகிழ்ந்தாய் அல்லவா? அதற்காகவே நீ கழுவில் அமரவேண்டியவனே என்றேன். அவன் நான் இளையவரின் அடிமை. அறியாது செய்த பெரும்பிழை என்றான். ஆம், ஆனால் அரசர் மேல் சவுக்கு வீசிய ஒருவன் உயிர்வாழ்வதென்பது அரசக்கோலுக்கே இழிவாகும்... செல்க, உனக்குரிய பலியும் நீரும் வந்துசேரும் என்றேன்."

"அவன் அலறல் கேட்டு கௌரவர் அரண்மனை வாயிலில் வந்து குழுமினர். அவர்களை நோக்கி இளவரசே, என்னைக் காப்பாற்றுங்கள். நான் எளிய அடிமை என அவன் கூச்சலிட்டு அழுதான். உப்பரிகைமுகப்பில் மீசையை முறுக்கியபடி நின்ற துச்சாதனன் ஒருகட்டத்தில் நிலையிழந்து இறங்க முயன்றபோது சுபாகு அவரைப் பற்றி நிறுத்தி உள்ளே அழைத்துச்சென்றார். மாளிகையின் வாயில்களும் சாளரங்களும் மூடப்பட்டுவிட்டன" என்றார் கனகர். "ஆயிரத்தவன் இன்னமும் சாகவில்லை. பெருங்குரலில் அலறிக்கொண்டிருக்கிறான். இன்றுமாலைக்குள் அவன் தொண்டை உடைந்துவிடும். அதன்பின்னர் ஒலியிருக்காது."

சௌனகர் பெருமூச்சுவிட்டார். "அவன் தருமனுக்கு எதிராக சவுக்கைத் தூக்கியபோதே இது முடிவாகிவிட்டது. விதுரர் ஒருபோதும் பொறுத்தருளாதவை சில உண்டு. அதை அறியாதவர் எவரும் இங்கில்லை" என்றார் கனகர். சௌனகர் மீண்டும் பெருமூச்சுவிட்டார். கனகர் "ஐயமே வேண்டாம், அமைச்சரே. ஒருநாள் கணிகரையும் கழுவில் அமரவைப்பார் விதுரர்... அது ஊழென வகுக்கப்பட்டுவிட்டது" என்றார்.

11

உணவுக்கூடத்திற்கே திருதராஷ்டிரர் தங்களை வரச்சொன்னது சௌனகரை வியப்பு கொள்ளச்செய்தது. அவர்கள் உள்ளே சென்றபோது தரையில் அமர்ந்து இடையளவு அமைந்திருந்த பீடத்தின்மேல் பொற்தாலத்தில் அடுக்கப்பட்டிருந்த அப்பங்களை திருதராஷ்டிரர் உண்டுகொண்டிருந்தார். அவர் மெல்லும் ஒலியும் கூடவே எழுந்த முனகல் ஓசையும், பரிமாறுபவர்களின் மெல்லிய கிசுகிசுப்புகளும், தாலங்களும் தட்டுகளும் அகப்பைகளும் முட்டிக்கொள்ளும் ஒலியும் மட்டும் அந்தப் பெரிய கூடத்தில் நிறைந்திருந்தன. அப்பால் சாளரத்தில் திரைச்சீலை மெல்ல நெளிந்த ஒளிமாறுபாடு அவர் மேல் வண்ணஅசைவை உருவாக்கியது. அப்பங்களிலிருந்து ஆவியுடன் நெய்மணம் எழுந்தது.

திருதராஷ்டிரர் அவர்களின் காலடியோசையைக் கேட்டு "ம்ம்ம்" என உறுமினார். விதுரர் வணங்கி அருகே போடப்பட்ட பீடத்தில் அமர்ந்தார். திருதராஷ்டிரர் சௌனகரை நோக்கி தசைக்குழி விழிகளைத் திருப்பி "அமர்க!" என்றார். சௌனகர் தயக்கத்துடன் அமர்ந்தார். தலையைத் திருப்பி அவர்களுக்கு செவியைக் காட்டியபடி "ம்ம்" என்றார் திருதராஷ்டிரர் மென்றபடி. சௌனகர் அடுமனையாளர்களைப் பார்த்தார். அவர்கள் அவரையன்றி எவரையும் உணர்ந்ததாகத் தெரியவில்லை. அப்பால் கரவுப்பாதை வழியாக ஓசையின்றி உருண்டுவரும் வெண்கலச் சகடங்கள் கொண்ட வண்டிகளில் உணவுப்பானைகள் வந்துகொண்டிருந்தன.

திருதராஷ்டிரர் உண்பதை சௌனகர் திகைப்புடன் நோக்கினார். இரு கைகளாலும் அவர் அப்பங்களை எடுத்தார். எளிய உணவுண்பவருக்கு ஓர் அப்பமே ஒருவேளைக்கான உணவாகும் என்று தோன்றியது. அவர்

ஓர் அப்பத்தை இரண்டாக ஒடித்து பருப்பில் தோய்த்து வாயில் இட்டு மென்று உண்டார். அந்த அசைவுகள் ஒவ்வொன்றிலும் நிகரற்ற பெரும்பசி தெரிந்தது. அவரது வலக்கைப்பக்கம், பொரித்த முழுப்பன்றியின் சிவந்த தசைப்பரப்பில் நெய் சூடாகப் பொரிந்து வற்றிக்கொண்டிருந்தது. அவரது இடக்கைப்பக்கம் திரிகர்த்தநாட்டு எரிமது பெரிய பீதர்நாட்டு வெண்குடுவையில் நுரைசூடிக் காத்திருந்தது. அதன் குமிழிகள் வெடிக்கும் ஒலி நத்தை ஊர்வதுபோல கேட்டது.

விதுரர் "பீஷ்மபிதாமகரின் ஓலை தங்களுக்கு வந்திருக்கும், மூத்தவரே" என்றார். "ஆம்" என்றார் திருதராஷ்டிரர். விதுரர் "அவர் தங்கள் ஆணையை ஏற்கவில்லை. அரசனென துரியோதனனையே ஏற்கிறார்" என்றார் விதுரர். "அறிந்தேன்" என்று திருதராஷ்டிரர் சொல்லிவிட்டு பன்றியூனில் ஒரு கீற்றைப்பிய்த்து எலும்புடன் வாயிலிட்டு மென்றார். எலும்பு அவர் வாய்க்குள் உடைபட்டு நொறுங்கும் ஒலியை மெல்லிய அதிர்வுடன் சௌனகர் கேட்டார். "பிதாமகர் மரபுமுறைகளை ஒருபோதும் மீறாதவர் என்பதே என் எண்ணமாக இருந்தது. அவர் ஏன் இவ்வண்ணம் செய்தார் என்பதை எத்தனை எண்ணியும் என்னால் விளங்கிக்கொள்ள இயலவில்லை" என்றார் விதுரர்.

திருதராஷ்டிரர் "அவர் விருப்பம் அது. நான் என் ஆணையைத் தெரிவித்துவிட்டேன்" என்றார். விதுரர் "பிதாமகரின் அந்த ஓலையை தங்களிடம் கொண்டுவரவேண்டாம் என்றே எண்ணினேன். ஆனால் நானறியாமல் ஒற்றர்கள் கொண்டுவந்துவிட்டனர்" என்றார். திருதராஷ்டிரர் "காலையில் படைபயில்கையில் கொண்டுவந்தனர். என் உள்ளம் கொந்தளித்தது. ஆனால் அதைப் பொருட்படுத்தவேண்டியதில்லை என பின்னர் எனக்கு நானே சொல்லிக்கொண்டேன். இளையோனே, இன்று காலை எனக்குத் தோன்றியது ஒன்றே. நான் இனி என் அரசிக்கு மட்டுமே கடமைப்பட்டவன். அவள்முன் நின்றுபேசும் தகுதியை மட்டுமே நான் ஈட்டிக்கொள்ளவேண்டும். என் இளையோன் மைந்தரையும் அவர் அரசியையும் தொழும்பராக்கிவிட்டு நான் அவளருகே செல்லமுடியாது" என்றார்.

பெருமூச்சுடன் அவர் மதுவை எடுத்துக் குடித்தார். குடம்நிறையும் ஒலி எழுந்து அடங்கியது. நீள்மூச்சுடன் குடத்தை வைத்துவிட்டு "அறிந்திருப்பாய், இன்று காலை அத்தனை பெண்களும் கொற்றவை ஆலயத்திற்குச் சென்றிருக்கிறார்கள். அங்கே செங்கழலன்னைக்கு ஏழு மகிடங்களைக் குருதிபலியாக அளித்திருக்கிறார்கள். அதன் பொருளென்ன தெரியுமா? மகிடங்கள். நீயும் நானும் பிதாமகர் பீஷ்மரும் அனைவருமே மகிடங்கள். நம் குருதியில் குளிக்கிறாள் கொற்றவை... நம் குடிசெய்த பெரும்பிழைக்கு ஈடாக அவள் காலடியில்

வைக்கப்படுகின்றன மகிடங்களின் தலைகள்... அவற்றின் கொம்புகள்...” என்றார். கைகளை வீசி தலையை அசைத்தார். “இனி எப்போதேனும் என்னால் கொம்பொலியை ஒரு கதறலாக அன்றி கேட்கமுடியுமெனத் தோன்றவில்லை...”

விதுரர் “ஆம், நாம் நம் கடமையைச் செய்தாகவேண்டும். நாம் விண்புகும்போது நம்மைத் தந்தையர் வந்து சூழ்வார்கள். அவர்களின் விழிகளை எதிர்கொள்ளவேண்டும்” என்றார். “வேறுவழியே இல்லை. ஆதுரசாலையில் இருக்கும் துரியோதனனைச் சிறையிட்டு அரசப்பொறுப்பை நீங்கள் முழுமையாக ஏற்கவேண்டிய தருணம் இது. பிதாமகர் பீஷ்மர் எதிர்ப்பார் என்றால் அவருடனும் போருக்கு நாம் சித்தமாகவே இருக்கிறோம்...” திருதராஷ்டிரர் “வெல்வதைப்பற்றி நான் எண்ணவில்லை. நான் செய்யவேண்டியதைச் செய்தாகவேண்டும். நான் உயிருடனிருக்கும்வரை என் இளையோன்மைந்தர் தொழும்பராகமாட்டார். மூதாதையர் மேல் ஆணை” என்றார்.

விதுரர் விழிகாட்ட, சௌனகர் “ஆனால் எதுவானாலும் பிதாமகரின் ஆணையையே சென்னிசூடுவதாக அரசர் சொல்கிறார்” என்றார். “யார் தருமனா? ஆம், அவன் அவ்வாறுதான் சொல்வான்” என்றார் திருதராஷ்டிரர். “ஆனால் இந்நாடு என்னுடையது. அவன் இம்மணிமுடியின் தொழும்பன். ஆனால் அவனை மைந்தன் என்று மட்டுமே அது கருதும்.” அவர் உண்பதை நிறுத்தவே இல்லை. இரு ஏவல் விலங்குகள் என அக்கைகள் அவர் வாயை ஊட்டிக்கொண்டேயிருந்தன. நெடுங்காலமாக அக்கைகளுடன் ஒத்துழைத்துப் பழகிய அடுமனையாளர்கள் விரைந்த அசைவுகளுடன் உணவைக் கொண்டுவந்து வைத்துக்கொண்டிருந்தனர். கரிய அவருடல் ஆழமான குழிபோல் தோன்றியது. உணவு அதற்குள் சென்றுகொண்டேயிருந்தது.

மெல்லிய குரலில் “இன்றே அரசாணையைப் பிறப்பித்துவிடுகிறேன்” என்றார் விதுரர். “சொற்றொடர்களை சஞ்சயன் உங்களுக்கு வாசித்துக்காட்டுவான். இங்கே கோல் ஒன்றே. அது ஹஸ்தியின் கையில் இருந்தது. அறமெனச் சொல்லி இம்மண்ணில் நாட்டப்பட்டது அது. அது நின்றாகவேண்டும்.” திருதராஷ்டிரர் தலையை அசைத்து “ஆம், அது அனைவரையும் கட்டுப்படுத்தும். இளையோனே, அரசர்கள் அரியணை அமர்வது வாழ்பவர்களுக்காக மட்டும் அல்ல, மண்மறைந்த மூதாதையருக்காகவும்தான்” என்றார். அவர் குரல் எழுந்தது. “பிதாமகர் பீஷ்மர் நாளை காலையிலேயே காடேகட்டும். அவரது சொல் எனக்கு எதிராக எழுமென்றால் என் படைகள் அவரையும் சிறையிடட்டும்” என்றார்.

விதுரர் முகம் மலர "ஒரு படைப்பூசல் எழுமென்றால் நம்முடன் இளையயாதவரின் படைகள் நிற்கக்கூடும். அதற்கென தூதனுப்பியிருக்கிறேன்" என்றார். சௌனகர் அக்குறிப்பை உணர்ந்து "இளையபாண்டவர் தொழும்பராவதை ஒருபோதும் இளையயாதவர் ஏற்கப்போவதில்லை. அவர் படைநடத்துவார் என்றால் இங்கே எவரும் எதிர்நிற்கப்போவதில்லை" என்றார். "ஓலை இன்றே அவரிடம் கிடைத்துவிடும். அவர் படைகொண்டுவருவார் என்னும் செய்தியே நமக்குப் போதும்" என்றார் விதுரர்.

"எவரையும் நம்பி நானில்லை. வேண்டுமென்றால் களத்திற்குச் சென்று அங்கே உயிரிழக்கவும் நான் சித்தமாக இருக்கிறேன். எதுவானாலும் சரி, என் இளையோன்மைந்தர் ஒருபோதும் அடிமைப்படமாட்டார்கள். அதில் மறு எண்ணமே எவருக்கும் தேவையில்லை" என்றார் திருதராஷ்டிரர். "நான் இருக்கும்வரை அது நிகழாது. விண்ணேகிய என் இளையோனை இதோ என்னருகே உணர்கிறேன். அவன் மூச்சுக்காற்று என்மேல் படுவதுபோல் தோன்றுகிறது" என்றார். விதுரரும் உளம்நெகிழ்ந்து "ஆம் மூத்தவரே, நேற்றிரவு முழுக்க மூத்தவர் பாண்டுவின் அருகிருப்பையே நானும் உணர்ந்துகொண்டிருந்தேன்" என்றார்.

பெருமூச்சுடன் தட்டைக் கையால் தட்டினார் திருதராஷ்டிரர். அடுமனையாளர்கள் இருவர் வந்து அவர் தோளைப்பற்றினர். "நான் இனி சொல்வதற்கேதுமில்லை. அரசன் என என் ஆணையையே பிறப்பித்திருக்கிறேன்" என்றார். அவர் எழுந்து நின்றபோது குரல் வானிலிருந்தென ஒலித்தது. "இவ்வரசு நான் அளித்தது. என்னிடமிருந்து எடுத்துக்கொள்ளப்படவில்லை. அதை எவரும் மறக்கவேண்டியதில்லை" என்றபின் தன் கைகளை நீட்டினார். இருவர் பித்தளை அகல்பாத்திரத்தில் கொண்டுவந்த நறுமணநீரால் அவர் கைகளைக் கழுவினர். ஒருவர் அவர் வாயைத் துடைத்தார்.

சொல்முடிந்தது என திருதராஷ்டிரர் தலையசைக்க, விதுரர் வணங்கிவிட்டுத் திரும்பினார். அவர்கள் வாயிலை அடைந்தபோது உள்வாயிலை நோக்கிச்சென்ற திருதராஷ்டிரர் திரும்பாமலேயே "விதுரா" என்று அழைத்தார். அக்குரல் மாறுபட்டிருந்ததை சௌனகர் உணர்ந்தார். "மூத்தவரே" என்றார் விதுரர். "எப்படி இருக்கிறான்?" விதுரர் ஒருகணம் கடந்து "பிழைத்துக்கொண்டார் என்றார்கள்" என்றார். "நீ பார்த்தாயா?" விதுரர் "இல்லை" என்றார். "சென்று பார்..." என்றார் திருதராஷ்டிரர். ஒருகணம் கழித்து "பார்த்துவிட்டு வந்து என்னிடம் சொல்" என்றார். "ஆணை" என்றார் விதுரர். திருதராஷ்டிரர் மெல்ல கனைத்தார். உள்ளத்தை மடைமாற்ற விழைகிறார் என சௌனகர் உணர்ந்தார். மீண்டும் இருமுறை கனைத்தபின் எடைமிக்க காலடிகளுடன் அவர் நடந்து சென்றார்.

12

"அவ்வாணை ஒன்றே இங்கே பிழையொலி" என்றார் விதுரர். "எப்போதும் மிகமெல்லிய பிழையொலிகள் தவிர்க்கப்பட முடியாதவை. அவை பெருகும்தன்மை கொண்டவை." ஆதுரசாலைக்கான இடைநாழியில் அவர்கள் நடந்தனர். ஆதுரசாலையின் முகப்பிலிருந்து இரு ஏவலர் அவர்களை நோக்கிவருவதை சௌனகர் கண்டார். அப்பால் கர்ணனின் அணுக்கரான சிவதர் நின்றிருந்தார். சௌனகர் "அவர் தன் மைந்தனை இன்னமும் வந்து பார்க்கவில்லை அல்லவா?" என்றார். "வரமாட்டார். அவரே முன்பு அரசரை அறைந்து வீழ்த்தியபோதும் வரவில்லை" என்றார் விதுரர். "ஆனால் அவர் கேட்ட அவ்வினா எளிய ஒன்றல்ல."

"மூத்தவரின் உள்ளம் முதல்மைந்தனை விட்டு விலகாது என்பதற்கான சான்று அது…" தலையை அசைத்தபடி "அனைத்தையும் திசைதிருப்புவது பிதாமகரிடமிருந்து துரியோதனன் பெற்ற தண்டனை… அது பிதாமகரை மாற்றியது. தந்தையின் உள்ளத்தையும் சென்றடைந்துவிட்டது" என்றார் விதுரர். சௌனகர் "நான் அதை அப்போதே எண்ணினேன்" என்றார். "நானும் அன்றிரவு அதை எண்ணினேன். ஆனால் அப்போது என்னுள் ஓர் உவகையே எழுந்தது" என்றார் விதுரர். "எத்தனை சிறிய உணர்வுகளால் ஆனவன் நான் என்று உணரும் தருணங்களில் ஒன்று அது. நான் அடித்த அடிகள் அவை ஒவ்வொன்றும்."

சிவதர் அவர்களைக் கண்டதும் தலைவணங்கினார். விதுரர் "அங்கர் உள்ளே இருக்கிறாரா?" என்றார். "இருக்கிறார்" என்ற சிவதர் மேலும் தாழ்ந்த குரலில் "அவர் இங்கிருந்து செல்வதேயில்லை" என்றார். "அறிந்தேன்" என்று விதுரர் அவரை நோக்காமலேயே சொன்னார்.

“இளைய பால்ஹிகரும் உடனிருக்கிறார்” என்றார் சிவதர். “நன்று” என்ற விதுரர் அவரது வருகையை அறிவித்து மீண்ட ஏவலனிடம் தலையசைத்துவிட்டு உள்ளே சென்றார்.

சௌனகர் ஆதுரசாலை குளிர்ந்திருப்பதாக உணர்ந்தார். பித்தளைக்குமிழ்கள் நீர்த்துளிகள் போல் கனிந்து துளித்திருந்தன. தூண்களின் மெழுகுவளைவுகளில் ஒளி வண்ணங்களாக அசைந்தது. அங்கே மூலிகைமணம் நிறைந்திருந்தது. உள்ளே நின்றிருந்த மருத்துவர், விதுரரைக் கண்டதும் அணுகி வணங்கி “பன்னிரு எலும்புமுறிவுகள். மூன்று மூட்டு முறிவுகள்… உள்ளே பல இடங்களில் புண்கள். ஆறுமாதங்களாகும் எழுந்து அமர” என்றார்.

“தன்னினைவிருக்கிறதா?” என்றார் விதுரர். “ஆம், உச்சகட்ட வலி. உடலை அசைக்கலாகாது. ஆயினும் அமைதியாகவே இருக்கிறார்.” விதுரர் “யானைகள் வலிதாங்கும் திறன் கொண்டவை” என்றபின் சௌனகரை நோக்கித் தலையசைத்துவிட்டு உள்ளே சென்றார். அவர்களைக் கண்டதும் துரியோதனனின் படுக்கையருகே அமர்ந்திருந்த கர்ணன் எழுந்து நின்றான். அவன் எழுந்ததைக் கண்டபின்னரே அப்பால் ஏதோ சுவடியில் ஆழ்ந்திருந்த பூரிசிரவஸ் அவர்கள் வருவதை உணர்ந்தான். அவனும் எழுந்தான். இருவரும் தலைவணங்கினர்.

“வருக, அமைச்சரே” என்றான் துரியோதனன். அவன் குரல் நோயுற்ற ஓநாயின் முனகல்போல் ஒலித்தது. “ம்” என விழிகளால் அமரும்படி சுட்டிக்காட்டினான். விழிகளை மட்டும் திருப்பி சௌனகரிடம் “நல்வரவாகுக, அந்தணரே” என்றான். அவர் தலைவணங்கி அமர்ந்தார். “உடல்நிலைகுறித்து மருத்துவர் சொன்னார்” என்றார் விதுரர். “ஆம், ஆறுமாதங்களுக்குமேல் ஆகும் மீள. கதை எடுத்துச் சுழற்றமுடியுமா என்று அதன்பின்னரே சொல்லமுடியும்” என்றான் துரியோதனன். விதுரர் சிலகணங்களுக்குப்பின் “தந்தையர் சிலசமயம் அப்படித்தான்…” என்றார். “காட்டுப் பிடியானை தன் வேழமைந்தனை சிலசமயம் மிதித்துவிடுவதுண்டு என்பார்கள்.”

அந்த முறைமைப்பேச்சுக்கு துரியோதனன் மறுமொழி சொல்லவில்லை. “நான் பேரரசரைப் பார்க்கச் சென்றிருந்தேன்” என்றார் விதுரர். “உங்கள் நலம் என்னவென்று கேட்டார். உங்களை வந்து பார்க்கும்படி அவர் என்னிடம் ஆணையிட்டார்.” கர்ணன் சற்றே அசைவதைக் கண்டதும் விதுரரின் புலன்கள் கூரடைந்தன. “அவரது செய்தியைச் சொல்லவே வந்தேன். உடன் பாண்டவர்களின் தரப்பு என இவரையும் அழைத்து வந்தேன்.” துரியோதனன் சொல்லலாம் என விழியசைத்தான். “அரசே, தங்கள் அரசு இன்றும் தங்கள் தந்தையின் கொடையே. அவர்

இருக்கும்வரை அவ்வண்ணமே அது இருக்கும். அவரது ஆணைப்படி இந்திரப்பிரஸ்தத்தின் அரசர் இழந்தவை அனைத்தும் அவர்களுக்குத் திருப்பி அளிக்கப்படுகின்றன."

"ஆம், ஆனால் வென்றவர் அரசர். அவருக்குத் தனிப்பட்ட உரிமையான தொழும்பர்கள் அவர்கள். அஸ்தினபுரியுடன் எவற்றையெல்லாம் பேரரசர் தன் மைந்தருக்கு அளித்தாரோ அவற்றையெல்லாம் அவர் திரும்பக் கொள்ளட்டும்" என்றான் கர்ணன். இதழ்வளைய வெறுப்புடன் விதுரர் "இது அரச உரையாடல். இங்கு உங்கள் இடமென ஏதுமில்லை, அங்கரே" என்றார். "நான் இன்று அஸ்தினபுரியின் நால்வகைப் படைகளின் பெரும்படைத்தலைவன். அரசர் படுக்கைவிட்டு எழுவதுவரை அரசு என் சொல்லில்தான் இருக்கும். அரசாணையை உங்களுக்கும் அனுப்பியிருந்தோம்" என்றான் கர்ணன்.

"இது எங்கள் குடிக்குள் நிகழும் சொல்கொள்ளல்" என்றார் விதுரர். "உங்கள் சொல் கோரப்படும்போதன்றி எழவேண்டியதில்லை." கர்ணன் சினத்துடன் "இல்லை, இது அரச மணிமுடியின் உரிமைகுறித்தது. படைத்தலைவனாக நான் அதை அறிந்தாகவேண்டும்" என்றான். "அரசரின் சொல் இதுவே. சென்று உரையுங்கள். தந்தை அளித்தவற்றை மைந்தர் திருப்பி அளிப்பார்கள். தாங்கள் வென்றதை அவர்கள் அளிக்கவேண்டியதில்லை."

"மூடச்சொல்லுக்கு மறுமொழி இல்லை. அவ்வண்ணமென்றால் அரசர் ஆண்டபோது ஈட்டிய செல்வமெல்லாம் எவருடையவை? அவர் கொண்டுள்ள அனைத்தும் இவ்வரசின் அரியணையில் அமர்ந்து ஈட்டியவை. பசு அது பெறப்போகும் கன்றுகளாலும் ஆனதே" என்றார் விதுரர். கர்ணன் "இச்செல்வம் அஸ்தினபுரியின் செல்வத்தைக்கொண்டோ படைவல்லமை கொண்டோ ஈட்டப்பட்டது அல்ல... எந்த மன்றிலும் இந்தச் சொல் நிற்கும்" என்றான்.

"நான் சொல்லாடவில்லை" என்றான் துரியோதனன். அவன் உடலின் ஒவ்வொரு கணுவும் வலியால் அதிர்வதை கண்ணால் பார்க்கமுடிந்தது. நெற்றியிலும் கன்னங்களிலும் நரம்புகள் பாறைமேல் மாணைநீர்க்கொடி என புடைத்து நின்றன. கைவிரல்களின் நுனிகள் வெட்டுபட்ட தசைபோல அதிர்ந்து அதிர்ந்து இழுத்தன. அவன் பேச முயன்றபோது இதழ்கள் கோணலாகின. "பேசவேண்டியதில்லை, அரசே" என்றான் கர்ணன். "ம்" என்று துரியோதனன் அமைதியானான். அவன் கண்களில் இருந்து கண்ணீர் வழிந்து காதுகளை நோக்கிச் சென்றது. பூரிசிரவஸ் எழுந்துவந்து அதைத் துடைத்தான்.

"நான் தெளிவாகவே சொல்லவிழைகிறேன். ஒருநிலையிலும் உங்கள் உடன்பிறந்தோரை தொழும்பரெனக் காண உங்கள் தந்தை சித்தமாக

மாட்டார். அவரது நூற்றொரு மைந்தரையும் கொன்றாலும்கூட... அதை அவர் வாயிலிருந்து கேட்டபின் இங்கு வந்துள்ளேன்" என்றார் விதுரர். "அதைவிட உங்கள் அன்னையின் முன்சென்று இந்திரப்பிரஸ்தத்தின் அரசியை தொண்டுமகளாகக் கொண்டுவர முயல்வதென்பது தெய்வங்களுக்கும் அரிது." துரியோதனன் முனகினான். விதுரர் "ஆகவே, வேறுவழியே இல்லை. அரசாணையின்படி இந்திரப்பிரஸ்தம் பாண்டவர்களுக்கு அளிக்கப்படுகிறது. அவர்கள் இழந்தவை அனைத்தும் திருப்பிக்கொடுக்கப்படும்" என்றார்.

"இல்லை. அது நடவாது" என்றான் துரியோதனன். அச்சொற்களின் வலியை அவன் உடல் அதிர்ந்து அதிர்ந்து அடைந்தது. கட்டைவிரல் சுழித்தது. கழுத்துத்தசைகள் இழுபட்டு விம்மின. மெல்ல தளர்ந்து "அதற்கு நான் ஒப்ப இயலாது" என்றான். "அப்படியென்றால் அது போருக்கு அறைகூவுவதே. உங்களையும் உங்களுக்கு ஆதரவாக வருபவர்களையும் சிறையிட அரசாணை வரும்" என்றார் விதுரர். "பேரரசர் ஆணையிட்டுவிட்டார். அதை ஓலையாக்குவதற்கு முன் பேசிவிட்டுச்செல்லலாம் என்றே நான் வந்தேன்."

"ஆம், அவர் அதையே சொல்வார் என நான் அறிவேன்" என்றான் துரியோதனன். "ஆனால் சரியோ பிழையோ இனி பின்னகர்தல் இல்லை. இனி நான் சூடும் பெரும்பழி என பிறிதில்லை. இப்பாதை சென்றுசேருமிடம் களப்பலி என்றால் அவ்வாறே ஆகுக! அக்களத்தில் நான் பெறுவது தந்தையைக் கொன்ற பழி என்றாலும் எனக்குத் தயக்கமில்லை." விதுரர் தளர்ந்த குரலில் "அரசே" என்றார். "நான் இப்பிறவியில் இனியொரு முடிவை எடுக்கப்போவதில்லை. என் குலம் மட்டுமல்ல இந்நாடே அழியினும் சரி, எரிமழை எழுந்து இப்புவியே அழியினும் சரி" என்று துரியோதனன் சொன்னான். "இனியில்லை. இதுவே என் முடிவு. ஒரு சொல் மாற்றில்லை."

"அரசே, என்ன சொல்கிறீர்கள் என்று உணர்கிறீர்களா? இன்னமும்கூட நீங்கள் திரும்பிவர வழியிருக்கிறது." துரியோதனன் தன்னையறியாமல் சிரித்துவிட்டான். உடனே வலியுடன் உடலை இறுக்கி கண்களை மூடினான். இமைகள் வண்ணத்துப்பூச்சி சிறகுகள் போல அதிர்ந்தன. திறந்து விழிகள் சிவந்து கலங்கி வழிய "என்ன வழி? தருமன் என் பிழைபொறுத்தருள்வான். அவன் கருணையை ஏற்று இங்கு நான் வாழவேண்டும் அல்லவா? அமைச்சரே, இனி வளைதல் இல்லை. இறப்புவரை... இறப்பும் அவ்வண்ணமே" என்றான்.

அவன் உடல் உச்சவலியில் துள்ளத்தொடங்கியது. "ஆ" என விலங்குபோல முனகியபடி தலையை அசைத்தான். உதடுகளைக் கடித்த

பற்கள் ஆழ்ந்திறங்க குருதி கனிந்து முகவாயில் வழிந்தது. “மருத்துவர்...” என்று கர்ணன் சொன்னான். பூரிசிரவஸ் எழுந்து வெளியே ஓடினான். மூச்சிறுகிச் சாகும் விலங்கின் ஒலியில் முனகியபடி துரியோதனன் துவண்டான். மருத்துவர்கள் மூவர் செம்புக்கலத்துடன் அருகே வந்து அகிபீனா புகையை அவன் முன் வைத்து தோல்குழாயை அவன் மூக்கில் பொருத்தினார்கள். மூச்சிழுத்து விட்டு அவன் இருமினான். ஒவ்வொரு இருமலுக்கும் உடல் துள்ளி அமைந்தது. பின் இருமலுடன் குருதித்துளிகள் தெறிக்கத்தொடங்கின. மார்பிலும் தோளிலும் போடப்பட்டிருந்த வெண்ணிறமான கட்டுகள் மேல் கருமை கலந்த கொழுங்குருதிச் சொட்டுகள் விழுந்து ஊறி மலர்ந்தன.

மெல்ல அவன் விழிகள் மேலே செருகிக்கொண்டன. கைவிரல்கள் ஒவ்வொன்றாக விரிய, கால் தளர்ந்து இருபக்கமும் விழுந்தது. தாடை தொங்க வாய் திறந்து பற்களின் அடிப்பக்கம் தெரிந்தது. மருத்துவர்கள் குருதிபடிந்த அவன் வாயையும் மூக்கையும் துடைக்கத் தொடங்கினர். அவன் மூச்சு சீரடைவதை விதுரர் நோக்கிக்கொண்டிருந்தார். பின்பு பெருமூச்சுடன் எழுந்தார். கர்ணன் “சென்று தந்தையிடம் சொல்லுங்கள் அமைச்சரே, போரில் அவர் வெல்லமுடியாதென்று. அவரைச் சிறையிட்டுவிட்டு இந்நகரை அரசர் ஆள்வார். அந்த இழிமக்கள் இங்கே தொழும்பர்பணி செய்வார்கள்... ஐயம் வேண்டியதில்லை” என்றான்.

“நீ விரும்புவதுதான் என்ன?” என்று வெறுப்பால் சுருங்கிய முகத்துடன் விதுரர் கேட்டார். “கீழ்மகனே, உனக்கு சூதர்சொல்லில் அமையவிருக்கும் இடமென்ன என்று அறிவாயா?” கர்ணன் “எதுவானாலும் சரி, அது என் தோழனுக்கும் உரியதே. நான் இங்கு அவருடன் இருப்பேன். மூன்று தெய்வங்களும் வந்து எதிர்நின்றாலும் சரி” என்றான். விதுரர் மீண்டும் தளர்ந்து “இதெல்லாம் என்ன என்று புரிந்துகொள்ளும் அளவுக்கு எனக்குச் சிற்றறிவு இல்லை” என்றார்.

“அமைச்சரே, நீங்கள் இங்கு வந்தது ஏனென்று தெரியும். பிதாமகர் பீஷ்மர் எங்களை ஆதரித்துவிட்டார். ஆகவே உங்களுக்கு வேறுவழியில்லை” என்றான் கர்ணன். “மூடா” என்று சினத்துடன் சொன்ன விதுரர் மீண்டும் தணிந்து “பிதாமகர் அல்ல, முக்கண்ணனே போர்முகம் கொண்டாலும் இளையயாதவரை வெல்லமுடியாது...” என்றார். கர்ணன் புன்னகை விரிய “அதைக் களத்தில் பார்ப்போம்” என்றான். “பரசுராமரின் வில்லுக்கும் போரில் நின்றாடும் கலை தெரியும் என உலகம் அறியட்டும்.”

விதுரர் “போர்தான் தீர்வென்றால் அதுவே நிகழட்டும்” என்றபின் வெளியே நடந்தார். கர்ணன் அவருக்குப் பின்னால் “துவாரகையில் இளையயாதவர் இல்லை என்பதையும் நான் அறிவேன், அமைச்சரே.

நீங்கள் அனுப்பிய செய்தி அங்கே சென்றுசேர்வதற்கே நாளாகும். அது இளையயாதவரைச் சென்றடைந்து மீள மீண்டும் நாட்களாகும்" என்றான். அவர் திரும்பிப் பார்க்கவில்லை. கர்ணன் உரக்கச் சிரித்து "அதை அறிந்தே இளையயாதவர் அகன்றிருக்கிறார் என்று அறியமுடியாத அளவுக்கு அறிவிலிகள் அல்ல நாங்கள்" என்றான்.

அவன் சொற்களைக் கேளாதவர் போல விதுரர் வெளியே சென்றார். வெளியை அடைந்ததும்தான் அறைக்குள் சூழ்ந்திருந்த மூலிகைக்காற்று தன்னை அழுத்திக்கொண்டிருந்ததை சௌனகர் உணர்ந்தார். "தெய்வங்களுக்குரிய உறுதி..." என்றார் சௌனகர். "ஆம், என்னை அச்சுறுத்துவது அதுவே" என்றார் விதுரர். "கற்களிலேயே தெய்வங்களை அமைக்கவேண்டும் என்று சொல்லப்படுவது ஏன் என்று ஒருமுறை கலிங்கச் சிற்பி சொன்னார். கல்லென்று காலத்திலும் எண்ணத்திலும் நிலைகொண்டவை அவை. நிலைகொள்ளாமையே மானுடம். நிலைபேறு எதுவென்றாலும் அது தெய்வத்தன்மையே."

"நாம் செய்வதற்கொன்றே உள்ளது" என்றார் அவரைத் தொடர்ந்துசென்ற சௌனகர். "பிதாமகரிடம் பேசுவோம். அவர் புரிந்துகொண்டார் என்றால் போதும்." விதுரர் "இல்லை, அவரிடம் பேசமுடியாது" என்றார். "முதியவர்கள் ஒருகட்டத்திற்குமேல் செவியிலாதோர் ஆகிவிடுகிறார்கள்." சௌனகர் "ஆம், எந்த ஒரு மறுமொழியையும் அவர் முதலிரு சொற்களுக்குமேல் கேட்பதில்லை. பொறுமையிழந்து அவர் விழிகள் அசையத் தொடங்கிவிடுகின்றன" என்றார். "நாம் சந்திக்கவேண்டியவர் கணிகர்தான்" என்றார் விதுரர். அவரே மேலே சொல்லட்டுமென சௌனகர் காத்திருந்தார். "அவரது காலடிகளில் விழுவோம்... அவர் அருள்புரியட்டும்" என்றபின் விதுரர் "செல்வோம்" என்றார்.

13

சகுனியின் அரண்மனைமுகப்பில் தேர் நின்றதும் விதுரர் "நான் அவரிடம் நேரடியாகவே பேசப்போகிறேன். சூழ்ச்சிகள் அவரிடம் வெல்ல முடியாது. அவரைப்போல மானுட உள்ளங்களின் உள்ளறிந்தவர் சிலரே" என்றார். "அவரைப்பற்றிக் கேள்விப்பட்டிருக்கிறேன்" என்றார் சௌனகர். "அவர் நாமறியும் அனைத்துக்கும் அப்பாற்பட்டவர். தெய்வங்களைப்போல குனிந்து மானுடப்பெருக்கை பார்த்துக்கொண்டிருக்கிறார்" என்றார் விதுரர். காவலன் வந்து வணங்க, தன் வரவை அறிவிக்கும்படி கோரினார் விதுரர்.

ஏவலன் வந்து அழைத்துச்செல்ல, அவர்கள் மேலேறிச்சென்றபோது அந்த அரண்மனை குளிர்ந்து அமைதியில் மூழ்கிக்கிடப்பதை உணர்ந்தனர். எதிரொலிகள்கூட தூண்களிலும் சுவர்களிலும் நிறைந்திருந்த தண்மையில் முட்டி மறைந்தன. எங்கோ எவரோ பேசுவது மெல்லிய முணுமுணுப்பாகக் கேட்டது. சகுனியின் அறைக்குள் இருந்து வந்த ஏவலன் செல்லும்படி கைகாட்டினான். அவர்கள் உள்ளே சென்றதும் "வருக!" என்றார் சகுனி. கணிகர் மெல்ல முனகியபடி அசைந்தமர்ந்து "வருக, அமைச்சர்களே" என்றார்.

அமர்ந்ததும் விதுரர் நேரடியாக "நான் உங்களிருவரிடமும் முறையிடுவதற்காக வந்தேன்" என்றார். மெல்ல சிரித்து "ஆம், அங்கிருந்து இங்குதான் வருவீர்கள் என எண்ணினேன்" என்றார் கணிகர். "நாங்கள் செல்வதற்கு வேறு இடமில்லை" என்றார் விதுரர். "ஆம், பீஷ்மபிதாமகரிடம் நீங்கள் சென்று சொல்வதற்கேதுமில்லை" என்று கணிகர் சொன்னார். விதுரர் "அவர் முதிர்ந்து விலகிவிட்டார்.

இம்முடிவை ஏன் எடுத்தாரென அவரால் சொல்லமுடியுமென நான் நினைக்கவுமில்லை" என்றார்.

"இல்லை. இப்போதுதான் அவரால் தெளிவாகச் சொல்லமுடியுமென நினைக்கிறேன்" என்றார் கணிகர். "ஏனென்றால் அம்முடிவை எடுத்தமை குறித்து எண்ணி எண்ணி சொல்சேர்த்துக்கொண்டிருப்பார். அவற்றைச் சொல்ல ஆள்தேடிக்கொண்டுமிருக்கக்கூடும்." சகுனி புன்னகைபுரிந்தார். விதுரர் பேச்சை மாற்றும்பொருட்டு சுற்றிலும் நோக்கி "நீங்களிருவரும் பகடைக்களம் ஆடாதிருப்பதை இப்போதுதான் பார்க்கிறேன்" என்றார். சகுனி "நான் நேற்றிரவே பகடைகளை நெருப்பில் வீசிவிட்டேன். இனி அவற்றுக்குப் பணி ஏதுமில்லை" என்றார். கணிகரும் சிரித்தபடி "ஆம், எனக்கும் எதிரியிலாது ஆடுவதில் ஆர்வமில்லை" என்றார்.

விதுரர் இயல்புநிலையை அடைந்து "காந்தாரரே, தங்கள் தமக்கை என்ன உளநிலையில் இருக்கிறார் என்பதை அறிவீர்கள் என நினைக்கிறேன்" என்றார். சகுனி வெண்பளிங்குக் கூழாங்கல்போன்ற விழிகளை அவர்மேல் பதித்து அமர்ந்திருந்தார். "இன்று கொற்றவைக்கு ஏழு எருமைகள் பலிகொடுக்கப்பட்டு பிழையீட்டுப் பூசனை செய்யப்பட்டுள்ளது" என விதுரர் தொடர்ந்தார். "யாருக்காக நீங்கள் வஞ்சினம்கொண்டு வந்தீர்களோ அவரே நீங்கள் அடைவன அனைத்தையும் இடக்காலால் எற்றித்தள்ளிவிட்டு அங்கே அமர்ந்திருக்கிறார்."

"ஆம்" என்று சகுனி சொன்னார். விழிவெண்கற்கள் மார்கழிப்பனியில் குளிர்ந்தவை போலிருந்தன. "ஆனால் எதையும் தொடங்கத்தான் நம்மால் முடியும். இன்று இது என் தமக்கைக்காக அல்ல. எனக்காகக்கூட அல்ல. எதற்காகவும் அல்ல." விதுரர் அந்த வெறித்த விழிகளில் இருந்து தப்ப தன் விழிகளை விலக்கிக்கொண்டு "தங்களுக்கு பாண்டவர்கள்மேல் என்ன வஞ்சம்?" என்றார். சகுனி மெல்லியகுரலில் "உண்மையிலேயே வஞ்சமென ஏதுமில்லை, விதுரரே. ஒருவேளை நீர் வியக்கலாம், என் மருகன் மீது அன்பும் இல்லை" என்றார்.

தனக்குத்தானே தலையசைத்துவிட்டு "இப்போது எவரிடமும் அணுக்கமோ விலக்கமோ முற்றிலும் இல்லை. நான் வேறெங்கோ இருந்து இவற்றையெல்லாம் பார்த்துக்கொண்டிருக்கிறேன். இறந்துபோனவர்கள் வாழ்க்கையைப் பார்ப்பதுபோல" என்றார் சகுனி. "உங்கள் உணர்வுகள் எனக்குப்புரியவில்லை காந்தாரரே" என்றார் விதுரர். "நான் என் பெருங்கனவால் இவையனைத்தையும் தொடங்கிவைத்தேன். அதற்கென்றே வாழ்ந்தேன். இன்று அறுபதாண்டுகாலம் ஆகிறது. ஒரு முழு மானுட வாழ்நாள். திரும்பிப்பார்க்கையில் அனைத்தும் முழுமையாகப் பொருளிழந்துவிட்டிருக்கின்றன."

சிரிப்பதுபோல சகுனியின் சிவந்த சிறிய உதடுகள் வளைந்தன. “நேற்று திரும்பிவந்ததும் என் பகடைக்காய்களைத் தூக்கி வீசினேன். முதலில் ஆடலாமென்றுதான் அவற்றை எடுத்தேன். களம்பரப்பி அமர்ந்தபோது அக்களம் என் விழிகளுக்கு முற்றிலும் அறிமுகமற்றதுபோல் தோன்றியது. பகடைக்காய்களைக் கையில் எடுத்தபோது அவற்றை முதல்முறையாக எடுப்பதுபோல் உணர்ந்தேன். நினைவு அறிந்திருந்த ஒன்றை உடலும் உள்ளமும் அறிந்திருக்கவில்லை. அந்தத் துன்பம் தாளாமலான கணத்தில் ஏவலனைக் கூவி அழைத்து அவற்றை எடுத்துச்சென்று அனலில் இடச்சொன்னேன்.

“அவன் அவற்றை எடுத்துச்செல்வதைக் காணும்போது என் உள்ளம் என்ன உணர்கிறது என்று பார்க்கலாம் என்று காத்திருந்தேன். ஒன்றுமில்லை. வேறேதோ நிகழ்வதுபோல. நான் அங்கில்லை என்பதுபோல. அவன் அவற்றைக் கொண்டுசென்றபின் இதோ செல்கிறது என் நாற்பதாண்டுகாலத் தவம் என்று சொல்லிக்கொண்டேன். மீண்டும் ஒரு பகடையாடல் நிகழுமென்றால் என்ன செய்வேன் என வலிந்து கேட்டுக்கொண்டேன். உள்ளம் தொடப்படவே இல்லை. பகடையை நான் ஆடிய நினைவுகூட மீளவில்லை.

“பின்னர் எழுந்து சென்று அடுமனையை அடைந்து எங்கே எரிகிறது என் பகடை என்று கேட்டேன். அவர்கள் சுட்டிக்காட்டிய அடுமனை அடுப்பின்முன் நின்று அவை அனலில் பொசுங்குவதை நோக்கினேன். வெறுமைநிறைந்த உள்ளத்துடன் வெறித்து நின்றேன். அவை தந்தத்தால் ஆன பகடைகள். எரிந்தணையும்போது மெல்லிய சிதைமணம் வந்தது. அவை வளைந்து பொசுங்கி உருகி வழிந்து நீலச்சுடராகி மறைந்தன.

“எரியும் எலும்பின் மணம் எஞ்சியிருந்த மூக்குடன் திரும்பி வந்தேன்” என்று சகுனி தொடர்ந்தார். “எங்காவது செல்லவேண்டுமெனத் தோன்றியது. ஆனால் உடல் முழுமையாகத் தளர்ந்திருந்தது. இவ்விருக்கையில் வந்து அமர்ந்தேன். வெளியே அந்திமறைவதை நோக்கிக்கொண்டிருந்தேன். ஆம் முடிந்தது, அவ்வளவுதான் என்று சொல்லிக்கொண்டேன். பின்னர் அச்சொற்களைச் சூழ்ந்திருந்த அனைத்தும் என்னைநோக்கிச் சொல்லத் தொடங்கின.”

“அச்சொற்கள் அளித்த விடுதலையை என்னால் சொல்லி விளக்கமுடியாது. முன்னிரவிலேயே துயிலச்சென்றுவிட்டேன். இந்தப் பீடத்திலிருந்து எழுந்து படுக்கைவரை செல்வதுகூட கடினமாக இருந்தது. என் உடல் எடைமிகுந்து கால்கள் குழைந்தன. கண்ணிமைகள் சரிந்து பாதிமூடியிருந்தன. படுக்கையில் விழுந்ததும் மிதக்கும் உணர்வைப் பெற்றேன். ஒருசொல் இல்லாத அமைதி.” சகுனியின் குரல் தணிந்து வந்தது. துயிலுக்குள் இருந்தே அவர் பேசிக்கொண்டிருப்பதுபோல.

“விதுரரே, நான் நினைவறிந்த நாள்முதல் அப்படி ஓர் அமைதியான முன்துயில்பொழுதை அறிந்ததில்லை. மெல்லிய ரீங்காரத்துடன் ஒவ்வொன்றும் உருகியிணைந்துகொண்டிருந்தன. ஆழ்ந்த உறக்கம். இன்றுகாலை நன்கு பொழுதுவிடிந்தபின் கணிகர் வந்து அழைத்தபோதுதான் விழித்துக்கொண்டேன்” என்றார் சகுனி. “என் வாழ்க்கையின் ஒரு பகுதி முடிந்தது. அப்பகுதியின் உணர்வுகளும் இலக்குகளும் எதுவும் இங்கு ஒரு பொருட்டல்ல. இங்கிருக்கையில் எனக்கு ஒன்றே முதன்மையானது. நான் இருக்கிறேன். இதுவாக, இவ்வாறாக. இந்தப் பீடம் பீடமாக இருப்பதுபோல, அந்த மரம் மரமாக இருப்பதுபோல. நான் சகுனி. என் இயல்பெதுவோ அதுவாக இங்கிருக்கவே வந்தேன். இதன் இயல்பும் இலக்கும் என்னால் புரிந்துகொள்ளக்கூடியவையே அல்ல. நான் முழுமையாக இருப்பது மட்டுமே என்னால் செய்யக்கூடுவது.

“ஆகவே நான் சகுனியாகவே இருப்பேன். எதன்பொருட்டும் துயர்கொள்ளப்போவதில்லை. இரக்கமோ அச்சமோ அறவுணர்வோ என்னுள் எழப்போவதில்லை. ஏனென்றால் நான் சகுனி. என் செயல்கள் என்னுடையவை அல்ல. ஓநாய் ஊன்கிழித்து உண்பதுபோல, கரையான் மாளிகைகளைக் கரைத்தழிப்பதுபோல, இது என் கடன். எனவே நான் பழிசூடவோ இழிவடையவோ தயங்கவும் போவதில்லை.”

அவர் எவரிடமோ பேசுவதுபோலிருந்தது. குளிர்விழிகள் அசையாது நாட்டியிருந்தன. சௌனகர் அவற்றைத் தவிர்த்து வெளியே பொழிந்துகொண்டிருந்த வெயிலை நோக்கிக்கொண்டிருந்தார். வெள்ளிப்பெருக்காக பின்காலை. வழக்கமாக அஸ்தினபுரி செயல்வெறிகொள்ளும் நேரம். ஆனால் நகரம் அமைதியாகக் கிடந்தது. இறப்புநிகழ்ந்த வீட்டின் இரண்டாவதுநாள் வெறுமை திகழ்ந்தது தெருக்களில்.

சகுனி அமைதி அடைந்ததும் அறைக்குள் ஒலியின்மை பெருகி எடைகொண்டது. அசைந்து அதைக் கலைத்து “தங்கள் செயல்களுக்குப் பொருளில்லை என்றால் இனி ஏன் இவற்றைச் செய்யவேண்டும்? இந்த ஆடலில் இருந்து விலகிக்கொள்ளுங்கள். நீங்கள் விலகிக்கொண்டாலே அனைத்தும் முழுமைபெற்றுவிடும்” என்றார் விதுரர். “இல்லை, இந்த ஆடலே நான். ஆடாதபோது நான் இல்லை என்றுபொருள். உயிருடலுடன் எஞ்சுவது வரை முழுவிரைவுடன் இவ்வாடலிலேயே இருப்பேன்” என்று சொல்லி சகுனி மீண்டும் இதழ்வளையப் புன்னகைசெய்தார்.

“என்ன செய்யவிருக்கிறீர்கள்?” என்றார் விதுரர் சினத்துடன். “என் இலக்கு அவ்வாறேதான் இருக்கிறது. அதை நான் மாற்றமுடியாது,

ஏனென்றால் என் உடலையும் உயிரையும் அந்த அச்சிலேயே வார்த்து இறுக்கி எடுத்திருக்கிறேன்" என்று சகுனி சொன்னார். "என் மருகன் பேரரசன் ஆகவேண்டும். பாரதவர்ஷத்தை ஆளவேண்டும்." விதுரரின் உடலில் வந்த அந்த மெல்லிய அசைவை அச்சமென சௌனகர் அறிந்தார். சகுனி எவ்வுணர்ச்சியும் தெரியாத குரலில் தொடர்ந்தார் "அவன் எதிரிகள் முற்றழியவேண்டும்... தடம்கூட எஞ்சாது. எவராக இருப்பினும்."

விதுரர் தன்னிலை மறந்து உரக்க "அது நிகழப்போவதில்லை. கேட்டீரல்லவா, பீமனின் வஞ்சினத்தை. உம் மருகன் உடல்பிளந்து களம்படுவான். அவன் நூற்றுவர் உடன்பிறந்தாரும் குருதிகொட்டி மடிவார்கள். வெறும் அழிவு... அதுமட்டுமே எஞ்சப்போகிறது. காந்தாரரே, சில சொற்கள் இதழ்மீறி வெளிவருகையிலேயே தெய்வங்களாகி நிலைகொள்ளத் தொடங்கிவிடுகின்றன. அத்தகைய சொற்கள் அவை. அதை உணராத ஒரு மானுட உள்ளமேனும் அவையில் இருந்திருக்குமென நான் எண்ணவில்லை."

"அதுநிகழ்ந்தாலும் எனக்கு எந்தத் துயருமில்லை" என்று சகுனி விழியின் ஒளி கூர்ந்து நிற்க மெல்லியகுரலில் சொன்னார். "நான் என் பணியைச் செய்கிறேன். அதன் பயனை முடிவுசெய்யவேண்டியது பெருவெளியை ஆளும் வல்லமைகள்." அவர் இதழ்கள் மீண்டும் இளநகையில் வளைந்தன. "கேட்டிருப்பீர்கள், வேதாந்திகளின் சொற்றொடர் அது. நான் என் செயலை பற்றின்றி ஆற்றுபவன். எனவே யோகி."

விதுரர் பெருமூச்சுடன் மெல்ல தளர்ந்தார். கணிகர் இருமும் ஒலி அக்கூடத்தை நிறைத்தபடி ஒலித்தது. கால்களை நீட்டி உடலை இயல்பாக்கிக்கொண்டு சௌனகரை நோக்கினார். "இவரை முன்னரே அறிமுகம் செய்திருப்பீர்கள் கணிகரே, இந்திரப்பிரஸ்தத்தின் அமைச்சர்" என்றார். கணிகர் "நாம் ஓரிரு சொற்கள் பேசவும் வாய்ப்பு கிடைத்தது" என்றார். சௌனகர் "ஆம்" என்றார். "காந்தாரரின் ஆசிரியரைச் சந்திக்கும் பேறு பெற்றேன்."

"கணிகரே, இனி நீங்கள் முடிவுசெய்யவேண்டும்" என்றார் விதுரர். "போர் ஒன்று நிகழவேண்டும் என நீங்கள் விழைந்தால் அதுவே நிகழட்டும். ஆனால் நீங்கள் அறிந்த ஒன்றுண்டு, எங்கள் தரப்பில் இளையயாதவர் களமிறங்கினால் பீஷ்மரே ஆயினும் நீங்கள் வெல்ல இயலாது." கணிகர் சிரித்து உடல்குலுங்கினார். "அவர் களமிறங்கவேண்டுமென்றால் நேற்றே இங்கு வந்திருக்கவேண்டும்... நேற்று அவைகூடுவதற்கு முன்னரே" என்றார். கண்கள் இடுங்க விதுரரை நோக்கி "களமிறங்கவும் செய்தார். நுண்ணிய கண்களால் நான் அவரைக் கண்டேன்" என்றார்.

சௌனகரின் உள்ளம் சிலிர்ப்பு கொண்டது. "ஆனால் இப்போரில் அவர் இல்லை... அவரை நம்பி நீங்கள் படை திரட்டவேண்டியதில்லை" என்றார். அதை முன்னரே உணர்ந்திருந்தவர் போல விதுரர் பெருமூச்சுடன் பேசாமலிருந்தார். "நீங்கள் இங்கு வருவதற்கு முன்னரே பேரரசரின் தூதனாக யுயுத்ஸு என்னிடம் வந்திருந்தார்" என்றார் கணிகர். விதுரர் திகைப்புடன் நிமிர்ந்து நோக்கினார். "பாண்டவர்கள் அடிமையாவதை எவ்வகையிலும் ஏற்கமுடியாது என்று பேரரசர் என்னிடம் சொன்னார். அதைமட்டும் தவிர்த்து எதைச்செய்வதாக இருந்தாலும் தனக்கு ஒப்புதலே என்றார்."

"இல்லை, என்னிடம் பேரரசர் சொன்னது அதுவல்ல" என்றார் விதுரர். "அவர்கள் நாடாளலாகாது என்பதே அஸ்தினபுரியின் அரசரின் திட்டம் என்று நான் சொன்னேன். அவர்களை அடிமைகொள்ளும் அத்தருணம் மட்டுமே தேவை. அது நிகழ்ந்துவிட்டது. வெற்றி முழுமையாகிவிட்டது. இனி அவர்களை விடுதலைசெய்வதுதான் நல்லது என்பதே என் எண்ணம்" என்றார் கணிகர். "ஏனென்றால் அவர்கள் அரசகுலத்து அடிமைகள். இனி அவர்களை தொழும்பர்மன்றில் பேணுவதென்பது இடர்களையே உருவாக்கும். அவர்களை தொழும்பர்களின் உடையில் தொடர்ந்து மக்கள் பார்ப்பது மக்கள் உள்ளங்களை அவர்கள்பால் திரும்பச்செய்யும்."

விதுரரின் முகம் வெறுப்புடன் சுருங்கியிருந்தது. கைகளால் பீடத்தின்பிடியை இறுகப்பற்றிக்கொண்டு மறுகணம் எழப்போகிறவர் போலிருந்தார். கணிகர் "ஆனால் படைக்கலப்பயிற்சி கொண்ட அடிமைகளை விடுதலைசெய்யும்போது சில நெறிகள் கடைபிடிக்கப்படுவதுண்டு. அவர்கள் காடுகளுக்குள் சென்று அங்கே தங்கள் வாழ்க்கையை அமைத்துக்கொள்ள வேண்டும். மக்கள்வாழும் பகுதிகள் எங்கும் தென்படக்கூடாது. நால்வருணத்திற்குரிய தொழில்களில் எதையும் அவர்கள் செய்யலாகாது" என்றார். "ஏனென்றால் எங்கு எதைச்செய்தாலும் அவர்களின் படைக்கலம் அவர்களை ஷத்ரியர்களாகவே ஆக்கும்."

விதுரர் மெல்ல கைப்பிடியை விட்டு தோள்தளர்ந்தார். அனைத்தையும் அவர் புரிந்துகொண்டதாகத் தோன்றியது. சௌனகர் அவர்கள் இருவரையும் மாறிமாறிப் பார்த்துக்கொண்டிருந்தார். கணிகர் சௌனகரிடம் "என்ன செய்யலாம், அமைச்சரே? அரசர் அவர்களை விடுதலை செய்வார். அதற்கு நான் அவரிடம் கருத்துரை அளிக்கிறேன். விடுதலை செய்யப்பட்ட அடிமைகளுக்குரிய வாழ்க்கையை அவர்கள் வாழவேண்டும், அவ்வளவுதான்" என்றார். சௌனகர் விதுரரை நோக்க அவர் "எத்தனை காலம்?" என்றார்.

கணிகர் "எத்தனை காலம் என்றால், அடிமைகள் வாழ்நாள் முழுக்க அவ்வண்ணமே வாழவேண்டும் என்பதே நெறி" என்றார். விதுரர் சினத்துடன் ஏதோ சொல்லக் கையெடுக்க "பொறுங்கள். வாழ்நாள் முழுக்க பாண்டவர் கான்புகவேண்டும் என்று நான் சொல்ல வரவில்லை. லகிமாதேவியின் ஸ்மிருதியின்படி ஒருமுறை வியாழன் சுற்றிவருகையில் மானுடரின் ஒரு வாழ்நாள் நிகழ்ந்து முடிகிறது. ஆகவே பன்னிரு ஆண்டுக்காலம் என்பது ஒருவகை வாழ்நாளே" என்றார் கணிகர். "பத்து வியாழவட்டக்காலம் வாழ்பவரே புவிநிறைவை அடைகிறார் என்கின்றது ஸ்மிருதி."

"ஒரு வியாழவட்டம் அவர்கள் காட்டில் வாழ்ந்தால் போதும்" என்று கணிகர் மீண்டும் சொன்னார். "அதன்பின்?" என்று விதுரர் கேட்டார். "அவர்கள் மறுபிறப்பெடுக்கிறார்கள். அதன்பின் ஓராண்டுகாலம் அவர்களுக்கு இரண்டாவது குழந்தைப்பருவம். ஓராண்டு முடிந்து மீண்டும் காயத்ரி பெற்று உபநயனம் செய்துகொண்டு அவர்கள் ஷத்ரியர்களாக ஆகலாம். அதன்பின் அவர்கள் தங்கள் நாட்டை அரசரிடம் வந்து கோரலாம். அவர் மறுப்பாரென்றால் படைகொண்டுவந்து பொருதலாம். வென்றால் நாடாளலாம்." அவரது புன்னகை விரிந்தது. "விரும்பினால் மீண்டும் சூதாடவும் அமரலாம்."

"அந்த ஓராண்டுகாலம்..." என்று சௌனகர் சொல்லத் தொடங்க "ஆம், வேட்டைக்கழுகுகள் குழவிகளையே கவ்விச்செல்லும். அன்னை உயிர்கள் அவற்றைப் பொந்துகளுக்குள் ஒளித்துவைக்கும்..." என்றபடி மெல்ல உடல்குலுங்க நகைத்தார் கணிகர். "குழவியர் ஒளிந்துவாழ்வதே முறை. குழிகளுக்குள் வளைகளுக்குள் புதர்களுக்குள்... அப்பருவத்தில் அவர்களைத் தேடி வேட்டையாடி அழிக்க அரசப்படைகளுக்கு உரிமையுண்டு. அவர்கள் மறைந்து வாழ்ந்து ஓராண்டைக் கடந்து உபவீதம் அணிந்து எழுந்து வரட்டும். அது அனைத்து உயிர்களுக்கும் உரிய இயற்கையின் நெறி அல்லவா?"

விதுரர் எழுந்தார். "அது நடவாது..." என்றார். "நான் யுயுத்ஸுவிடம் சொல்லி அனுப்பிவிட்டேன். பிறிதொரு வழியும் என் முன் இல்லை என்றேன். என் சொற்களின் பொருளை பேரரசர் அறிவார்" என்றார் கணிகர். "இல்லை, இது நடவாது. அவர்கள் நாடாள்வார்கள். ஐயமே தேவையில்லை. அதன்பொருட்டு இங்கே குருதிபெருகினாலும் சரி" என்று விதுரர் எழுந்துகொண்டார். கணிகர் சௌனகரிடம் "நான் சொன்னவற்றுக்கு நீங்களும் சான்று அமைச்சரே. யுதிஷ்டிரரிடம் சொல்லும்..." என்றார். சௌனகர் "ஆம், அது என் கடமை" என்றார்.

14

சகுனியின் அரண்மனையிலிருந்து வெளியே வரும்போதே விதுரர் கொதிக்கத் தொடங்கிவிட்டிருந்தார். "என்ன வஞ்சம்... எத்தனை ஆணவம்! யாரிடம் கட்டளையிடுகிறார் முடவர்? நாடாண்ட என் மைந்தர் காடுபுகுவதா? அமைச்சரே, ஒருநாள் இச்சொற்களை என்னிடம் சொன்னதன் பொருட்டு இவரைக் கழுவில் அமரச்செய்வேன். தெய்வங்கள் துணைநிற்கட்டும். என்னை ஆளும் மூதாதையர் சொல் உடன்வரட்டும். இவன் கழுவிலமர்ந்திருப்பதை என் விழிகளால் பார்ப்பேன்..."

அச்சத்துடன் அவரை நோக்கியபடி சௌனகர் நடந்தார். தேரிலேறிக் கொண்டதும் விதுரர் "பேரரசரின் அவைக்கு" என்றார். சௌனகர் தொண்டையைக் கனைத்தபடி "அமைச்சரே, நாம் அமைச்சர்கள். ஒருபோதும் நிலையழியலாகாது. அரசர்களுக்கு மாறாநெறியை சொல்லவேண்டியவர் நாம். எனவே நமக்கு வஞ்சமும் சினமும் இருக்கலாகாது" என்றார். சினத்துடன் திரும்பிய விதுரர் "ஆம், ஆனால் நான் அமைச்சன் அல்ல. நான் பாண்டவர்களின் தந்தை" என்றார். சௌனகர் "அவ்வண்ணமென்றால் நீங்கள் கௌரவர்களுக்கும் தந்தை அல்லவா?" என்றார்.

அதிர்ந்து விழிதிருப்பிய விதுரர் கையை வீசி அவர் சொல்லவந்ததை விலக்கினார். "சுருதை இறந்தபின் அனைத்திலிருந்தும் விலகிவிட்டிருந்தேன். எனக்கென்ன என்று நான் இருந்திருக்காவிட்டால் இந்தச் சூதே நிகழ்ந்திருக்காது. சௌனகரே, இந்நிகழ்வுகளுக்கு முதல்பொறுப்பு நானே. நான் சென்று அழைத்திராவிட்டால் யுதிஷ்டிரன் சூதுக்களத்திற்கு வந்தமைந்திருக்கமாட்டான்..." சௌனகர் "இனி அப்படி

எண்ணங்களை ஓட்டுவதில் பொருளே இல்லை. இவை இவ்வண்ணம் நிகழ்ந்தன என்பதனாலேயே இது ஊழ் என்றாகிறது" என்றார்.

"நான் இதை விடமுடியாது... அவைநிகழ்வுக்குப்பின் மீண்டும் பழைய விதுரனாக ஆகிவிட்டேன்" என்றார் விதுரர். "இல்லை அமைச்சரே, நீங்கள் முந்தைய விதுரர் அல்ல. உங்கள் விழிகளில் நான் எப்போதும் கண்டிருந்த அந்தப் புன்னகை மறைந்துவிட்டிருக்கிறது. இந்தக் கொந்தளிப்பும் நடுக்கமும் முன்பு உங்களிடம் இருந்ததில்லை." விதுரர் பெருமூச்சுடன் "ஆம்" என்றார். "அவைநிகழ்வு என்னைச் சிதைத்துவிட்டது. அதன்பின் இதுவரை நான் ஒரு கணமும் துயிலவில்லை. இனி என்னால் துயிலமுடியுமா என்றே உள்ளம் மயங்குகிறது."

அவர் விழிகளை மூடி நெற்றிப்பொட்டை அழுத்திக்கொண்டார். "அந்த அவைநடுவே... அங்கு நானும் இருந்தேன், இறந்து மட்கிய உடலாக" என்றார். சிவந்த விழிகளுடன் சௌனகரை நோக்கி "அக்காட்சி என்னுள் ஓயாது நிகழ்கிறது, அமைச்சரே. நடக்கும்போதும் உரையாடும்போதும் உள்ளத்தின் ஒருபகுதியில் அது இருந்துகொண்டேயிருக்கிறது. இனி என் வாழ்வில் அதிலிருந்து எனக்கு விடுதலை இல்லை."

'தேரின் சகட ஒலி சீரான தாளமாக இருப்பதுதான் எத்தனை ஆறுதல் அளிப்பது!' என சௌனகர் எண்ணிக்கொண்டார். ஒவ்வொன்றும் சிதறிக்கிடக்கின்றன. நகரமல்ல இது, மாபெரும் இடிபாடு. விண்ணிலிருந்து விழுந்து உடைந்து பரவியது. பொருளற்ற வடிவங்கள். கட்டடங்கள், சாலைகள். எங்கும் உயிரசைவு இருக்கவில்லை. உச்சிவெயிலில் பறவைகள் கிளைகளுக்குள் மறைந்துவிட்டிருந்தன. கூரைவிளிம்புகள் கூர்நிழலாக மண்ணில் விழுந்துகிடந்தன. அத்தனை வாயில்களுக்கு அப்பாலும் இருள். இந்நகரில் இன்னமும் மானுடர் வாழ்கிறார்கள். இன்னமும் உண்டு உறவாடி துயின்று விழிக்கிறார்கள். இன்னமும் ஆலயக்கருவறைகளில் தெய்வங்கள் விழிகொண்டு படைக்கலம் பூண்டு அமர்ந்திருக்கின்றன.

தேர் நின்ற ஒலிகேட்டு சௌனகர் தன்னிலை மீண்டார். விதுரர் விழித்துக்கொண்டு "எங்கு வந்துள்ளோம்?" என்றார். "புஷ்பகோஷ்டம்" என்றார் சௌனகர். "ஆம், மூத்தவரைப் பார்க்கவேண்டும்..." என்றபின் சால்வையை சீரமைத்தபடி எழுந்தார் விதுரர். "மூத்தவர் ஒருபோதும் இளையோர் காடேகவேண்டுமென ஆணையிடமாட்டார். அதன் பொருளென்ன என்று அவர் அறிவார்." சௌனகர் அவரை நோக்க "அமைச்சரே, பன்னிரு வருடங்கள் என்றால் என்ன? முற்றிலும் புதிய ஒரு தலைமுறை உருவாகி வந்துவிடும், புதியநோக்குகள், புதிய வழிகள். மீள்பவர்கள் அனைவரும் மறந்துபோய்விட்ட ஓர் இறந்தகாலத்தில் இருந்து எழுந்து வருகிறார்கள்."

“அத்துடன் இன்று முனைகொண்டிருக்கும் அத்தனை அரசியல் இக்கட்டுகளும் இயல்பாக முட்டி மோதி முடிவுகண்டிருக்கும். வென்றவரும் தோற்றவரும் வகுக்கப்பட்டிருப்பார்கள்” என்றார் சௌனகர். “ஆம்” என்றபின் விதுரர் “அதை நான் ஒப்புக்கொள்ளப்போவதில்லை. ஒருபோதும் என் மைந்தர் காடேகமாட்டார்கள். அவர்களின் மண் அவர்களுக்குரியதாகவே இருக்கும்” என்றார்.

இசைக்கூடத்தில் திருதராஷ்டிரர் இருந்தார். ஏவலன் அவர்கள் உள்ளே செல்லலாம் என்று சொன்னபோது விதுரர் “நான் பேசுகிறேன். நீங்கள் தருமனின் செவி என உடனிருந்தால் போதும்” என்றார். சௌனகர் தலையசைத்தார். மெத்தைவேய்ந்த தரையில் அவர்கள் தளர்ந்த கால்களுடன் நடந்தனர். இசைச்சூதர் மூவர் யாழும் குழலும் மீட்டிக்கொண்டிருக்க, பீடத்தில் சாய்ந்தமர்ந்து விழிமூடி திருதராஷ்டிரர் கேட்டுக்கொண்டிருந்தார். அவர்கள் சென்று ஓசையிடாமல் பீடங்களில் அமர்ந்தனர். இசைக்கு ஏற்ப திருதராஷ்டிரரின் உடலில் மெல்லிய அலையெழுவதை சௌனகர் நோக்கிக்கொண்டிருந்தார்.

பண்நிரவல் முடிந்ததும் முதற்சூதர் தலைவணங்கினார். “நன்று...” என்று திருதராஷ்டிரர் முனகினார். “காத்திருங்கள், பாணரே. சற்றுநேரம், இப்பேச்சை முடித்துக்கொள்கிறேன்” என்றார். அவர்கள் இசைக்கலங்களை அங்கேயே விட்டுவிட்டு ஆடையோசையுடன் எழுந்து விலகினர். அவர்கள் வெளியே சென்று கதவுமூடும் ஒலி கேட்டதுமே விதுரர் உரத்த குரலில் “மூத்தவரே, நான் கணிகரைப் பார்க்கச் சென்றிருந்தேன். இங்கிருந்து யுயுத்ஸு ஒரு செய்தியுடன் சென்றதாகச் சொன்னார்” என்றார். அவரைக் கையசைத்து மறித்த திருதராஷ்டிரர் “ஆம், நானே அனுப்பினேன். ஒரு வெளியேறும் வழியை கண்டடையும்படி சொன்னேன்” என்றார்.

“ஆனால் அவர் சொல்வது...” என உரக்க மறித்த விதுரரை திருதராஷ்டிரர் மீண்டும் கையசைத்துத் தடுத்தார். “அவர் சொல்வது மட்டுமே இப்போது ஒரே வழி... அவர்கள் காடுபுகட்டும்,” விதுரர் “மூத்தவரே...” என்றார். “வேறு வழியில்லை. அவர்கள் இங்கே தொழும்பராக இருப்பதை என்னால் ஏற்கமுடியாது. பன்னிரு ஆண்டுக்காலம் அவர்கள் இங்கில்லை என்றால் அனைத்தும் இயல்பாகவே அடங்கிவிட்டிருக்கும். அடுத்த தலைமுறை மேலெழுந்து வந்திருக்கும்... அதுவன்றி வேறேதும் உகந்தவழியென எனக்குத் தெரியவில்லை” என்றார் திருதராஷ்டிரர்.

சினமெழுந்தவரைப்போல பல்லைக்கடித்து “எத்தனைகாலம்! சொல்லப்போனால் இவர்கள் பிறப்பதற்கு முன்னரே இந்தப்பூசல் தொடங்கிவிட்டது. இயன்ற அனைத்தையும் செய்துவிட்டேன்.

ஒவ்வொருநாளும் இதை அஞ்சி தெய்வங்களிடம் மன்றாடியபடியே வாழ்ந்துகொண்டிருந்தேன். என்ன செய்தாலும் எரியில் எண்ணெய் என இதை வளர்க்கவே செய்கிறது" என்றார். "ஆம், வேறுவழியே இல்லை. பதின்மூன்று ஆண்டுகாலம் இருதரப்பினரும் முழுமையாகவே விலகியிருக்கட்டும். ஒருவருக்குப் பிறர் இல்லையென்றே அமையட்டும். அது ஒன்றே வழி."

விதுரர் "பன்னிரண்டு ஆண்டுகளுக்குப் பின்?" என்று உரக்கக் கூவினார். "பன்னிரண்டு ஆண்டுகாலம் புடம்போட்ட நஞ்சாக அது எழும்... எரியை அணைக்கவேண்டும். மூடிவைப்பது அறிவின்மை." திருதராஷ்டிரர் "ஆம், நான் அறிவேன். ஆனால் பன்னிரண்டு ஆண்டுகள் நான் உயிருடனிருக்கமாட்டேன். நான் சென்றபின் என்ன நடந்தால் என்ன? என் மூதாதையருக்கும் இளையோனுக்கும் நான் மறுமொழி சொல்லவேண்டியதில்லை..." சோர்ந்து குரல்தழைய "இளையோனே, இதற்கப்பால் என்னால் எண்ண முடியவில்லை. என் முன் எஞ்சியிருப்பது இவ்வழி ஒன்றே."

விதுரர் உடைந்த குரலில் கூவியபடி திருதராஷ்டிரரை நோக்கிச் சென்றார் "நான் ஒப்ப மாட்டேன். ஒருபோதும் அவர்கள் கானேகப்போவதில்லை... இது சூது... மூத்தவரே. அவ்விழிமக்களின் சூதுக்கு இரையாகிவிட்டீர்கள். நான் ஏற்கமாட்டேன்." திருதராஷ்டிரர் "நான் ஆணையிட்டுவிட்டேன். யுயுத்ஸுவிடம் ஓலையெழுதச் சொல்லிவிட்டேன்" என்றார். "உங்களுக்கே தெரிகிறது இது நெறியின்மை என்று... ஆகவே என்னிடமும் மறைத்தீர்கள்." திருதராஷ்டிரர் "ஆம், நீ ஏற்கமாட்டாய் என நான் அறிவேன். ஆனால் எனக்கு வேறுநெறி தெரியவில்லை" என்றார். "இது கீழ்மை... மூத்தவரே, அஸ்தினபுரியின் மதவேழம் இழிசேற்றில் விழுந்துவிட்டது..."

"நான் அச்சத்தின் குழியில் விழுந்து நெடுநாட்களாகிறது. பன்னிரண்டு ஆண்டுகாலம் நிம்மதியாகத் துயிலமுடியும் என்றால் அதுமட்டும் போதும் எனக்கு" என்றார் திருதராஷ்டிரர். "சௌனகரே, தருமனிடம் நான் ஆணையிட்டதாகச் சொல்லுங்கள். அனைவரிடமும் இந்தக் கானேகல் அவனே விரும்பி ஏற்றுக்கொண்டதாகவே அவன் சொல்லவேண்டும். பூசலைத்தவிர்க்கும்பொருட்டு அவனே இம்முடிவை முன்வைத்ததாகவே காந்தாரி அறியவேண்டும்..." சௌனகர் "ஆணை" என்றார். "தருமனிடம் என் சொற்களை உரையுங்கள். அவனுக்கு அவன் தந்தையின் நெஞ்சுருகிய நல்வாழ்த்து என்றும் உடனிருக்குமென அறிவியுங்கள்." "அவ்வாறே" என்றார் சௌனகர்.

அவர் செல்லலாம் என்று திருதராஷ்டிரர் கையசைத்தார். தலைவணங்கி சௌனகர் திரும்பி நடந்தார். விதுரர் "இது கீழ்மை... மூத்தவரே, கீழ்களின்

நெறி இது. ஏன் இப்படி வீழ்ந்தீர்கள்?” என்று அழுகையென கூவுவதை அவர் கேட்டார். “பிறிதொன்றும் இங்கு நிகழாது, இளையோனே” என்றார் திருதராஷ்டிரர். “நான் இதை ஏற்கமாட்டேன். என் சொல் இதற்கு உடன்நிற்காது” என்று விதுரர் மேலும் கூவினார். பின் உடைந்து இழுபட்ட குரலில் “நான் முன்னரே எண்ணினேன்... இதை முன்னரே ஐயப்பட்டேன். உங்களை அறியாமல் உங்கள் உள்ளம் மாறிக்கொண்டிருந்தது... வேண்டாம், மூத்தவரே” என்று அழுதார். கதவைமூடும்வரை அக்குரலே அவர் காதுகளில் இருந்தது.

15

காடேகவேண்டுமென்ற ஆணை யுதிஷ்டிரரை முகம் மலரச்செய்தது. அதை சௌனகர் எதிர்பார்த்திருந்தார். அவர் சொல்லி முடித்ததுமே மகிழ்ச்சியுடன் "ஆம், அதுதான் உகந்த தீர்வு. அமைச்சரே, உண்மையில் நான் மீண்டும் மீண்டும் விழைந்தது இதுதான். இங்கிருந்து கிளம்பி எங்காவது விழிதொடா கானகம் சென்று அங்கே அறச்சொல் ஆயும் முனிவர்களின் காலடியில் அமர்ந்துகொள்ளவேண்டும். நான் எண்ணியதையே அளித்திருக்கிறார் தந்தையார்" என்றார்.

அர்ஜுனனும் "ஆம், அமைச்சரே. இந்த இடத்திலிருந்து எவ்வகையில் நாம் விலகிச்சென்றாலும் அது நன்றே. வெறுப்பு சூழ்ந்துள்ள இந்தக் காற்று நஞ்சூட்டப்பட்டதுபோல் உள்ளது. போர்க்களத்தில் நிற்கலாம், நம்மை வெறுப்பவர்களின் விழிமுன் வாழ்வது பெரும் கொடுமை" என்றான். சௌனகர் பீமனை நோக்க "நான் எப்போதுமே விழைவது காடுதான். காட்டில் வாழ்ந்த நாட்களில்தான் நான் மகிழ்ச்சியுடன் இருந்திருக்கிறேன்" என்றான் அவன். சௌனகர் புன்னகையுடன் "ஏதாவது நிகழ்ந்து நீங்கள் காடேகவேண்டாம் என்று சொல்லப்பட்டால் வில்லெடுப்பீர்கள் என்றல்லவா தோன்றுகிறது" என்றார். அர்ஜுனன் சிரித்துவிட்டான்.

யுதிஷ்டிரர் புன்னகைத்தபடி "என்ன நிகழும் என எண்ணுகிறீர்கள்?" என்றார். "அமைச்சர் உளக்கொந்தளிப்புடனிருக்கிறார். அவரால் இதைத் தன் தோல்வி என்றே எடுத்துக் கொள்ளமுடிகிறது" என்றார். பீமன் "அதைவிட தன் சொல்லுக்குள் இல்லை பேரரசர் என்று உணர்வதன் சிறுமையுணர்ச்சியே அவரை வதைக்கிறது" என்றான். யுதிஷ்டிரர் "இல்லை மந்தா, அவர் நம் மீது பேரன்பு கொண்டவர். அறம் என

தான் நினைப்பதற்காக வாழ்பவர்” என்றார். “அவரது பணி இங்கே முடிந்துவிட்டது. பெரியதந்தையார் வெறும் தந்தையென்று ஆகிவிட்டார். அதை அவர் உணர்ந்தால் மீளமுடியும்” என்றான் அர்ஜுனன்.

பீமன் “பேரரசர் என்றுமே தந்தைதான். அவருக்கு தன் முதல் மைந்தனில் இருக்கும் அன்பு நிகரற்றது. தன் மறுவடிவம் என எண்ணும் மைந்தன் மீது தந்தையர் கொண்டிருப்பது அன்பு மட்டும் அல்ல. அது இங்கே நீடித்துவாழ விரும்பும் உயிரின் பெருவிழைவும்கூட. தெய்வங்களும் அதற்கு எதிர்நிற்க முடியாது. அறம் என்ன செய்யும்?” என்றான். யுதிஷ்டிரர் “மந்தா, நெறியிலாதவனாகப் பேசாதே. இங்கு நிகழ்ந்தவற்றுக்கு எதிராக நின்றிருந்த முதல் நெஞ்சு அவருடையது. அறத்தில் நின்றமையால்தான் நம் அரசையும் திருப்பி அளித்தார். நாம் எவரும் அவரது அறநெஞ்சைக் குறைசொல்லும் தகுதி கொண்டவர்கள் அல்ல” என்றார்.

பீமன் ஒன்றும் சொல்லவில்லை. யுதிஷ்டிரர் “முறைப்படி தூதுசென்று பேரரசரிடம் தெரிவியுங்கள் அமைச்சரே, அவரது ஆணையை நோயாளி அமுதைப்போல இருளிலிருப்பவன் ஒளியைப்போல நாங்கள் ஏற்றுக்கொண்டோம் என்று. அவரது தாள்பணிந்து இன்றே கானேகிறோம் என்று. அவர் விழைந்தால், செல்வதற்கு முன் அவரைக் கண்டு வாழ்த்துபெற விழைகிறோம்” என்றார். சௌனகர் தலைவணங்கினார். பீமன் “முறைப்படி தொழும்பர் மட்டுமே கானேகவேண்டும். ஆகவே நாங்கள் ஐவரும் நாங்கள் வைத்திழந்த அரசியும் சென்றால் போதும். பிற அரசியரும் அன்னையாரும் இந்திரப்பிரஸ்தத்தில் இருக்கலாம் அல்லவா?” என்றான்.

“வேண்டாம் மந்தா, எது முறையோ அதைச் செய்வோம். அரசியர் தங்கள் தந்தையர் நாடுகளுக்கு செல்லட்டும். அன்னை அவர் விழையும் இடத்திலேயே வாழட்டும். நம்முடன் திரௌபதி மட்டும் வந்தால் போதும்” என்றார் யுதிஷ்டிரர். “அரசே, நானும் தங்களுடன் வரவேண்டும். அதுவே முறை” என்றார் சௌனகர். “அந்தணனாகிய எனக்கு நானே ஏற்றுக்கொண்ட பொறுப்புகள் மட்டுமே உண்டு. எனக்கு எந்தக் கடமையையும் எவரும் ஆணையிடமுடியாது.” யுதிஷ்டிரர் “அது தங்கள் விருப்பம், அமைச்சரே” என்றார்.

“காடேகும் செய்தியை குடிகள் கேட்டால் என்ன நினைப்பார்கள் என்று தெரியவில்லை. அவர்கள் கொந்தளிப்பார்கள்” என்றார் சௌனகர். பீமன் வெடித்து நகைத்து “ஆம், கொந்தளிப்பார்கள். கண்ணீர்விடுவார்கள். ஏனென்றால் அவர்களால் கூட்டாக செய்யத்தக்க எளிய செயல் அது மட்டுமே. வாளாவிருக்கவில்லை, உகந்ததைச் செய்துவிட்டோம் என்று நிறைவுகொண்டு தங்கள் அன்றாடச் சிறுமைகளுக்கு மீளவும் முடியும்”

என்றான். “மந்தா, ஏன் இத்தனை நஞ்சு உன் உள்ளத்தில்?” என்றார் யுதிஷ்டிரர். “நான் காலகண்டனைப்போல காலஜிஹ்வன், மூத்தவரே. பாதாளத்தில் வாசுகி அளித்த நஞ்சு என் நாவில் குடிகொள்கிறது என்கிறார்கள் சூதர்கள்.”

தருமன் “போதும், நாம் செல்வதற்குரியவற்றைச் செய்வோம்” என்றார். “மக்களுக்கு அவர்கள் செய்யவேண்டியவற்றுக்கு முன்நிகழ்வு ஒன்று தேவை. அரசர்கள் காடேகிய கதைகள் பல உள்ளன. தசரதன் மைந்தனாகிய ராகவராமன் காடேகியபோது அயோத்தியின் குடிகள் பெருந்திரளாக உடன்சென்றனர் என்றும் கங்கைக்கரையில் அவனே அவர்களை வணங்கி திரும்பிச்செல்லும்படி ஆணையிட்டான் என்றும் புற்றுறைமுனிவரின் தொல்காவியம் சொல்கிறது. நாம் வாரணவதம் செல்லும்போது தாங்களும் அவ்வாறு கண்ணீருடன் ஆணையிடுவீர்கள் என நம்பி அவர்கள் நம்மைத் தொடர்ந்து வந்ததை நினைவுகூர்கிறேன். நீங்கள் எதற்கும் அக்காவியத்திலிருந்து அந்தப் பகுதியை நினைவுப்பதிவு செய்துகொள்ளலாம். பயன்படும்…”

நகுலன் புன்னகைத்தான். யுதிஷ்டிரர் “மந்தா, வேண்டாம்” என்றார். “நான் தங்களைச் சொல்லவில்லை, மூத்தவரே. மக்களுக்கு புதியவற்றை பழையவற்றின் துணையில்லாமல் புரிந்துகொள்ளும் ஆற்றல் இல்லை என்றுமட்டுமே சொல்லவந்தேன்…” என்றான் பீமன். “மந்தா, மக்களை வெறுப்பவன் காலப்போக்கில் அவர்களால் வெறுக்கப்படுவான்” என்றார் யுதிஷ்டிரர். “இல்லை மூத்தவரே, மக்களைப் புரிந்துகொண்டவன் அவர்களை வெறுப்பான். அவன் மட்டுமே அவர்களைக் கட்டுப்படுத்தவும் முடியும். கட்டுப்பாடான ஆட்சியை அளிப்பதனால் அவனை அவர்கள் விரும்புவார்கள்” என்றான் பீமன்.

“உன்னுடன் சொல்லாடுவதில் எனக்கு ஆர்வமில்லை. சௌனகரே, நாங்கள் இன்னும் இரண்டு நாழிகைக்குள் சித்தமாகிவிடுவோம். அதை முறைப்படி அறிவியுங்கள்” என்று யுதிஷ்டிரர் எழுந்துகொண்டார். சௌனகர் “ஆணை” என்றார். யுதிஷ்டிரர் “அன்னைக்கும் அரசியருக்கும் என் ஆணை இதுவே, அவர்கள் நம்முடன் உறவுகொள்வதற்கு முன் இருந்த நிலைக்கே திரும்பிச்செல்லட்டும். பதின்மூன்றாண்டுகாலம் நாம் இல்லை என்றே நினைத்து அவர்கள் இங்கே வாழட்டும். நமது மைந்தர் துரியோதனனையும் கர்ணனையும் கௌரவரையும் தந்தையர் என்றே வணங்கி ஒழுகட்டும். குருதியுறவுகள் விண்ணில் ஆணையிடப்பட்டவை. அவற்றை எதன்பொருட்டும் மண்வாழும் மானுடர் மறுக்கமுடியாதென்று என் மைந்தரிடமும் குடிகளிடமும் சொல்லுங்கள்” என்றார்.

சௌனகர் தயக்கத்துடன் “அரசே, தாங்கள் சொல்வது அறநூல்களின் நெறி. ஆனால் கௌரவர்களை நம்பி நம் மைந்தரை ஒப்படைத்துச் செல்வதென்பது… நான் அது கூடாதென்று சொல்லவில்லை. ஆனால் அவர்களை நம் இளவரசர் தந்தையரென்று எண்ணவேண்டும் என்ற ஆணை அவர்களுக்குப் பெருஞ்சிறையாக ஆகக்கூடும்…” என்றார். பீமன் கையசைத்து “அதில் ஐயம் வேண்டியதில்லை, அமைச்சரே. ஆற்றல்மிக்கவர்கள் எதிரிகளின் மைந்தர்களிடம் பேரன்புடன் இருப்பது வழக்கம். அது ஒரு பிழைநிகர். நம் மைந்தருக்கு நம்மைவிடவும் அணுக்கமான தந்தையாகவே துரியோதனன் இருப்பான். அவன் உள்ளியல்பு அதுவே. பெருந்தந்தையின் மாற்றுரு அவன்” என்றான். கசப்புடன் புன்னகைத்து “நம் மைந்தரை தோளிலும் மார்பிலும் வைத்திருப்பான். திரும்பி வரும்போது நம் மைந்தர் அவரை நம்பி நம்மைவிட்டு அகன்றிருப்பார்கள்” என்றான்.

அச்சொற்களைக் கேட்காதவர் போல “என் ஆணைகள் அறிவிக்கப்படட்டும்” என்றபின் யுதிஷ்டிரர் மறுபக்க வாயிலினூடாக வெளியே சென்றார். நகுலன் அவர் அருகே செல்ல, அவன் தோளைத் தன் கையால் பற்றிக்கொண்டார். அவர் உடல் தளர்ந்திருக்கவில்லை என்பதையும் நடை இயல்பாகவே உள்ளது என்பதையும் சௌனகர் நோக்கினார். ஆனாலும் அவருக்கு தம்பியரில் ஒருவனின் தோள் தேவைப்பட்டது. அவர் விழிதிருப்ப “அவர் உறுதி தேடுகிறார். தம்பியர் இன்னமும் தன்னுடன் உள்ளனரா என்று” என்றான் பீமன். “மூத்தவரே…” என்று அர்ஜுனன் மன்றாடும் குரலில் அழைத்தான். “தம்பியர் அதை அவருக்கு உறுதியளித்துக்கொண்டேயிருக்கிறோம். ஒரு பூசலுக்குப்பின் உறவுகள் சீரடைகின்றன. இரு சாராரும் தேடும் உறுதிகள் முழுமையாக அளிக்கப்படுவதனால்” என்றான் பீமன்.

“நாம் எந்தக் காட்டுக்குச் செல்கிறோம்?” என்றான் அர்ஜுனன் பேச்சை மாற்றும்பொருட்டு. “எந்தக் காடாக இருந்தாலும் மிக அருகே இருப்பது… விரைவில் சென்று நுழைந்துகொள்ளக்கூடியது. காடுகள் எல்லாம் ஒன்றே” என்றான் பீமன். “அறவோர் வாழும் காடு தேவை என்றார்” என்று அர்ஜுனன் சொன்னான். “எல்லாக் காடுகளிலும் அவர்கள் இருக்கிறார்கள். பாரதவர்ஷத்தின் இடரே இதுதான். நாட்டின் நெறிகள் காடுறைவோரால் அமைக்கப்படுகின்றன” என்றபின் பீமன் திரும்பிச்சென்றான்.

அவனை நோக்கியபின் அர்ஜுனன் திரும்பி “தங்கள் எண்ணம் என்ன, அமைச்சரே?” என்றான். “நான் சௌனகக்காட்டுக்கு மட்டுமே கொண்டுசெல்வேன். ஏனென்றால் அது என் ஆசிரியரின் காடு” என்றார் சௌனகர். “நான் கௌஷீதகத்திற்குச் செல்லலாம் என எண்ணினேன்.

சாந்தோக்ய மரபில்தான் இளையயாதவரின் சாந்தீபனி குருகுலமும் அமைந்துள்ளது” என்றான் அர்ஜுனன். “ஆம், அங்கும் செல்வோம். முதலில் சௌனகம். அதுவே அண்மையிலும் உள்ளது” என்றார் சௌனகர். “அவ்வண்ணமே ஆகுக... நமக்குத்தான் எல்லா காடுகளிலும் வாழ்ந்துமீளும் அளவுக்கு காலம் உள்ளதே” என அர்ஜுனன் புன்னகையுடன் சொன்னான்.

16

அஸ்தினபுரிக்கு வெளியே தெற்குக்கோட்டைவாயிலுக்கு அருகே இருந்த வேனில்மாளிகையில் குந்தி தங்கியிருந்தாள். சௌனகர் அதன் முற்றத்தில் பல்லக்கிலிருந்து இறங்கியதும் கோல்காரர் வந்து வணங்கி "சினம் கொண்டிருக்கிறார்" என்று மெல்லிய குரலில் சொன்னார். சௌனகர் தலையசைத்துவிட்டு கல்லால் ஆன நீண்டபடிகளில் ஏறி கூடத்திற்குள் நுழைந்தார். அவரது வருகை முன்னரே அறிவிக்கப்பட்டிருந்தமையால் பணிப்பெண் அவருக்காகக் காத்து நின்றிருந்தாள். தலைவணங்கி அழைத்துச்சென்று குந்தியின் அறைக்கதவருகே விட்டாள்.

கதவைத் திறந்து அவர் உள்ளே நுழைந்ததுமே குந்தி கடுஞ்சினத்துடன் எழுந்து அவரை நோக்கி வந்தாள். "நன்று! எதற்காக வந்தீர்கள்? எல்லாவற்றையும் முடித்துவிட்டேன், இனி அன்னையின் நற்சொல் ஒன்றுமட்டுமே மிச்சம் என்று சொல்லத்தான், இல்லையா? சௌனகரே, அந்தணரும் அறம் மறந்து அரசுக்கு வஞ்சமிழைத்தால் தெய்வங்கள் என்ன செய்யும்?" என்று கூவினாள். சௌனகர் சினத்தை அடக்கியபடி "ஆம், நான் அந்தணனே. என் ஆசிரியர்களிடமிருந்தன்றி எவரிடமிருந்தும் நான் அறம் கற்கவேண்டியதில்லை" என்றார்.

"நீங்கள் அங்கே என்ன செய்தீர்கள் என்று நான் அறிவேன். என் விழியும் செவியும் இல்லாத இடமே இல்லை" என்று குந்தி மேலும் உரத்தமையால் இசைவழிந்து இழுபட்ட குரலில் கூவினாள். அவள் முகம் சிவந்து மூக்குமுனை புண்போலிருந்தது. நீர்ப்படலம் நின்ற கண்களிலும், வெண்பற்களால் குருதியெழக் கடிக்கப்பட்டுத் துடித்த உதடுகளிலும், இழுபட்டு அசைந்த கழுத்துத் தசைத்தளர்வுகளிலும் வெறி நிறைந்திருந்தது. தலையிலிருந்து நழுவிய வெண்பட்டாடை

நிலத்தில் இழுபட அவரை அணுகி வந்தாள். சௌனகர் அறியாது சற்று பின்னடைந்தார்.

மூச்சிரைப்பில் தோள்களும் முலைகளும் எழுந்ததிர "நீங்கள் அதைச் செய்வீர்கள் என நான் எண்ணியிருக்கவே இல்லை, சௌனகரே. விழைவதை ஆற்றத் துணிவும், விதிபிழைத்தால் தலைவெட்டி வீழ கையில் வாளும் இல்லாத கோழையின் செய்கை நீர் செய்தது. நாக்கு எப்படியும் தடம்புரளும். தோளுக்குள் எலும்பு என ஒன்றுள்ளது. நிலைபெறும் ஆற்றலை அந்தணரிடம் எதிர்பார்த்தது என் பிழை" என்று குந்தி கூவினாள். அவள் கைகள் வலிப்புவந்தவை போல ஆடின. சௌனகர் அந்தக் கட்டற்ற சினத்தை விரிந்த விழிகளுடன் நோக்கி நின்றார். அவள் முதிய உடலிலிருந்து அந்தச் சினம் மட்டும் அகன்றுசென்றதென்றால் நெற்றுபோல மண்ணில் உதிர்ந்துவிடுவாள் என்று தோன்றியது.

"அவ்விழியிழந்தோன் என் மைந்தரைக் காடேகச் சொன்னபோது விதுரர் எதிர்த்தார். இதோ இக்கணம் வரை அவர் ஏற்கவில்லை. அவர் எங்கிருக்கிறார் என்றே தெரியவில்லை. பேரரசரின் தூதர்கள் அவரைத் தேடியலைகிறார்கள். ஆனால் நீர் என்ன செய்தீர்? சொல்லும், நீர் செய்தது என்ன? அது சிறந்த வழியே என்றீர். அதை என் மைந்தருக்குச் சொல்லும் தூதராக உம்மை ஆக்கிக்கொண்டீர். நீர் எவருடைய தூதர்? எவருடைய முத்திரையை ஏற்றிருக்கிறீர்?" என்று அவள் கூச்சலிட்டாள். தொண்டை அடைத்து ஒலியெழாமல் அவள் மந்தணம் பேசுவதுபோல் தோன்றியது.

அவளுடைய உணர்வுகளை முழுமையாகப் புறந்தள்ளி "நான் இப்போது அரசரின் ஆணையுடன் வந்துள்ளேன்" என்று சௌனகர் சொன்னார். "அவர் இன்னும் ஒருநாழிகையில் நாடுநீங்கிக் காடேகுகிறார். இங்குவந்து உங்கள் சொல்பெற்றுச் செல்ல விழைகிறார்." "நான் ஒப்பமாட்டேன். என் சொல்பெற்று அவர்கள் செல்லமாட்டார்கள்..." என்றாள் குந்தி. "உங்கள் ஒப்புதலும் நற்சொல்லும் தேவை என்பது அரசாணை" என்றார் சௌனகர். "உங்கள் மைந்தரை நீங்கள் அறிவீர்கள். அவர் சொல்மாறிப் பேசுபவர் அல்ல." குந்தி "ஆம், ஆனால் அவன் அறிவிலி. தன்னை அறச்செல்வன் என எண்ணிக்கொண்டிருக்கிறவன் அறிவிலியாக மட்டுமே இருக்கமுடியும்... தன் தேவியை வைத்திழந்த பேடிக்கு என்ன சொல் வேண்டியிருக்கிறது?" என்றாள்.

"அவர் பேடியின் மைந்தர் அல்லவா?" என்றார் சௌனகர். குந்தி திடுக்கிட்டாள். அவள் விழிகளை நேருக்குநேர் சந்தித்து அவர் சொன்னார் "ஆனால் குலமிலி அல்ல. ஆகவே எந்நிலையிலும் அந்தணரிடம் அறமில பேசுமளவுக்கு அவர் துணிவதில்லை." குந்தி உடல் துடிக்க சிலகணங்கள்

நின்றுவிட்டு தளர்ந்த கால்களுடன் சென்று பீடத்தில் அமர்ந்தாள். "அவ்வண்ணமே குடிப்பிறந்தவர்தான் நம் அரசியும். அவரிடம் கானேகும் செய்தியை என் துணையமைச்சர் சுரேசர் சென்று சொன்னார். ஒரு சொல்மாறு எழவில்லை. எப்போது கிளம்புகிறோம் என்று மட்டுமே கேட்டார்."

குந்தி "ஆம், நான் அரசியல்ல. நான் கன்றோட்டிய யாதவப்பெண். கன்றுமேல் புள்குத்தினாலும் சினந்து வெறிகொண்டு கொம்புலைக்கும் பசுக்களைக் கண்டு வளர்ந்தவள். என் மைந்தர் காடேக நான் ஒப்பமாட்டேன்" என்றாள். மேலும் குரல்தளர்ந்து "அவர்கள் காடேகுவதென்றால் என்ன பொருள் என நான் அறிவேன்... அவர்கள் இறந்துபோவதற்கு நிகர் அது. காட்டில் அவர்கள் தனித்திருப்பார்கள். இவ்வீணர்கள் பாரதவர்ஷத்தையே படைகொண்டு ஆள்வார்கள். என் மைந்தர் காட்டிலிருந்து உயிருடன் மீளப்போவதில்லை. ஆம், அதுவே நிகழவிருக்கிறது" என்றாள்.

"நான் அவர்களின் வில்லையும் தோளையும் நம்புபவன்" என்றார் சௌனகர். "அரசாணையைச் சொல்லிவிட்டுச் செல்லவே வந்தேன். நீங்கள் எண்ணுவதோ ஏங்குவதோ எதுவானாலும் ஆகட்டும். அரசர் இங்கு வருகையில் வாழ்த்துரைத்தாகவேண்டும். அரசர் தன்விருப்பால் காடேகுவதாகவே அன்னை காந்தாரி அறியவேண்டும் என சொல்லியிருக்கிறார். அரசியிடமும் அவ்வாறே சொல்லப்பட்டுள்ளது..." குந்தி மீண்டும் உரத்த குரலில் "நானும் அவ்வாறே சொல்லவேண்டுமா? இயலாது. அது நிகழப்போவதில்லை" என்றாள். "அரசாணை..." என்று சௌனகர் உறுதியான மென்குரலில் சொன்னார்.

அவள் மெல்லத்தளர்ந்து "தெய்வங்களே! நான் என்ன செய்வேன்...? நோன்பிருந்து வேண்டிப்பெற்ற அனைத்தையும் இழந்து நிற்கிறேன். நான் செய்த பிழைதான் என்ன?" என்றாள். அவள் வெறிமுழுக்க உருவழிந்து தன்னிரக்கமாக மாறியது. தலையாடையை இழுத்திட்டு முகம் மறைத்து ஏங்கி அழுதாள். விம்மல்கள் அவள் தோளைக் குலுக்குவதை சௌனகர் உணர்ச்சியற்றவராக நோக்கி நின்றார். அவள் சற்று அடங்கி தேம்பல்களுடன் உடல் உலையத்தொடங்கியதும் அவர் பெருமூச்சுடன் "நான் வாயிலில்தான் இருப்பேன், பேரரசி. அரசரும் இளையோரும் வந்துகொண்டிருக்கிறார்கள்" என்றார்.

"நானும் அவர்களுடன் வருகிறேன்" என அவள் முகம்தூக்கிச் சொன்னாள். வெறியும் சினமும் பின்பு எழுந்த தன்னிரக்கமும் விலகி அவள் சிறுமிபோல் ஆகிவிட்டிருந்தாள். "அவர்களை விட்டு விலகி நான் இங்கே இருக்கமாட்டேன். நானும் உடன் வருவேன்." முதுமையிலும்கூட

பெண்களில் குழந்தைத்தன்மை வெளிப்படுவதை சௌனகரின் உள்ளம் வியந்தது. அவர் கனிந்து “இது நெடுங்காலப் பயணம், அரசி. தாங்களும் முன்பிருந்த இளையவர் அல்ல. முதுமையில் நீங்கள் அவர்களுடன் சென்றால் அவர்களுக்கே அது பெருஞ்சுமையாக ஆகக்கூடும்” என்றார்.

“நான் எங்கிருக்கவேண்டும்?” என்று அவள் கேட்டாள். “அரசியரும் அன்னையும் பாண்டவர்களை அடைவதற்கு முன் எப்படி இருந்தார்களோ அப்படி திரும்பிச் செல்லவேண்டும் என்பது அரசாணை. தாங்கள் மார்த்திகாவதிக்குச் செல்லலாம்.” குந்தி மீண்டும் சினத்துடன் எழுந்து “பாண்டவர்களைப் பெற்றெடுப்பதற்கு முன் நான் மார்த்திகாவதியில் இருக்கவில்லை. பாண்டுவின் அரசியாக இங்கிருந்தேன். இந்த மணிமுடிக்கு உரியவளாக இருந்தேன். இந்நகர் என் கணவருக்குரியது. நான் இங்குதான் இருப்பேன்” என்றாள். “எளிய யாதவச்சிற்றரசியாக நான் மார்த்திகாவதிக்குச் செல்வதா? ஒருபோதும் நடக்காது. நான் பேரரசி. அவளல்ல, நானே இந்நகரின் பேரரசி. இல்லை என்று சொல்லட்டும் குலப்பேரவை... அல்லது இவர்களின் பிதாமகர் அதைச் சொல்லட்டும்... பார்க்கிறேன்.”

மூச்சிரைக்க “நான் இங்கிருந்தால் அவர்கள் பாண்டவர்களை மறந்து ஒருகணமும் வாழமுடியாது” என குந்தி தொடர்ந்தாள். “இங்கு பேரரசி ஆற்றவேண்டிய அனைத்து நாளறங்களையும் நானும் ஆற்றுவேன். என் மைந்தரின் நாடு இது என பதின்மூன்றாண்டுகாலம் இங்குள்ள மக்களுக்கு உணர்த்திக்கொண்டிருப்பேன். எழுந்துவரும் தலைமுறைகளுக்கு முன் நின்றிருப்பேன். என்ன நினைத்தார்கள்? என் மண்ணை இவர்கள் முழுதாக வென்றுவிட்டார்கள் என்றா? நானிருக்கும் வரை இந்த மண்ணை ஒரு கணமேனும் விட்டுக்கொடுக்கமாட்டேன்... அவ்வுரிமை இல்லாமலாகவேண்டும் என்றால் நானும் என் மைந்தரும் எங்கள் கொடிவழியினரும் ஒரு துளிக்குருதிகூட இல்லாமல் அழியவேண்டும்.”

“தாங்கள் இங்கிருக்கலாம், பேரரசி” என்றார் சௌனகர். “வெறுமனே இருக்கமாட்டேன். ஒவ்வொருநாளும் தெற்குவாயிலில் அமைந்துள்ள நிதம்பசூதனியின் ஆலயத்திற்குச் சென்று என் மைந்தரின் சினம் அணையாதிருக்கவேண்டும் என்று பூசனை செய்வேன். ஒவ்வொரு இருள்நிலவுநாளிலும் போர்த்தெய்வமான பிரத்யங்கரைக்குக் குருதிகொடுத்து என் மைந்தரின் எதிரிகள் குலம் எஞ்சாது முற்றழியவேண்டும் என்று வேண்டுதல் செய்வேன். விழித்திருக்கும் நேரமெல்லாம் இவர்களை அழிக்கவேண்டுமென தெய்வங்களிடம் இறைஞ்சுவேன். கனவில் நானே தெய்வமாக எழுந்து இவர்களின் தலைகொய்து குருதிநீராடுவேன். ஒருகணமும் என் வஞ்சம் அணையாது.”

“அங்கே அவையில் என் மைந்தரும் மருகியும் வஞ்சினம் உரைத்ததைத்தான் நீங்கள் அறிவீர்கள். நான் உரைத்த வஞ்சினத்தை தெய்வங்கள் அறியும். இவர்களின் குடியில் ஒரு மைந்தன், ஓருயிர் எஞ்சாது அழியவேண்டும்... விழியிழந்தோனும் அவன் தேவியும் நீர்க்கடன் செய்யவும் கொடிவழியினர் இல்லாது தனித்துவிடப்படவேண்டும். அப்போது என் மைந்தனிடம் சொல்வேன். கைப்பிடி நீரையும் அன்னத்தையும் அவ்விழிமக்களுக்குப் பிச்சையிடுக என்று. இன்று என் மைந்தருக்கு அடிமைவிலக்கு அளித்து காடேக ஆணையிட்டார்கள் அல்லவா? அந்தப் பெருங்கருணைக்கு நான் செய்யும் ஈடு அது.”

அஞ்சியவர் போல சௌனகர் நோக்கி நின்றார். தொண்டைநரம்புகள் புடைக்க “என்ன? ஐயமிருக்கிறதா? ஐயமிருக்கிறதா உங்களுக்கு?” என்றாள் குந்தி. “இல்லை, அன்னையே. நான் எண்ணியது பிறிதொன்று” என்றார் சௌனகர். “இவையனைத்தும் தொடங்கிய முளைப்புள்ளியை இப்போது கண்டுகொண்டேன்.” குந்தி கைகளால் நெஞ்சைத்தட்டி “ஆம், நான். நானேதான் அனைத்துக்கும் தொடக்கம்...” என்று கூவினாள். “நன்று பேரரசி, இச்சொற்களை என்றோ ஒருநாள் உங்களிடம் நானே நினைவுகூரப்போகிறேன் எனத் தோன்றுகிறது” என்றார்.

“அறவுரையா?” என குந்தியின் இதழ்கள் வளைந்தன. “அந்தணர் சொல்கேட்டு நான் அறமுணரவேண்டியதில்லை.” சௌனகர் புன்னகையுடன் அவள் கண்களை நோக்கி “இல்லை, அரசி. அந்தணரிடமிருந்தே அறமறியவேண்டும். ஏனென்றால் அந்தணருக்கு உங்கள் வெற்றிதோல்விகளில் பங்கில்லை. நீங்கள் ஈட்டுவதும் இழப்பதும் அவர்களின் செல்வம் அல்ல. இந்திரப்பிரஸ்தத்தின் தலைமை அமைச்சனாகிய நானும் என் துணைவியும் இன்னும் என் நகர்மக்கள் காலையில் என் புற்குடில் முற்றத்தில் கொண்டுவந்து வைக்கும் பன்னிரு கைப்பிடி அரிசியை உண்டு வாழ்பவர்கள். அப்பன்னிரு கைப்பிடி அரிசியை நான் இந்த விரிமண்ணில் எங்கும் ஈட்டிக்கொள்ள முடியும். மானுடரில்லா காட்டில் எனக்கு புள்நிரை அதைக் கொண்டுவந்து அளிக்கும்” என்றார்.

“அரசி, அந்தணன் பூமிதேவன் என்கின்றது சதபதப் பிராமணம். அந்தணன் இல்லையேல் பாரதவர்ஷம் இல்லை. ஏனென்றால் இது நாங்கள் உருவாக்கி எடுத்த மண். ஆம், என்ன ஐயம்? அறமுரைக்க அந்தணன் மட்டுமே தகுதியானவன். ஏனென்றால் அவன் சொற்கள் உங்கள் ஆட்டக்களத்திற்கு அப்பாலிருந்து எழுபவை. தேவர்களைப்போல நாங்கள் உங்கள் முட்டிமோதல்களுக்கு நடுவே காற்றென கண்படாது உலவுகிறோம். ஒளியென விழியுடையோருக்கு மட்டும் காட்சியாகிறோம். அதை உங்கள் மைந்தர் நன்குணர்ந்திருக்கிறார். ஆகவேதான் நான்

அமைச்சன் என இங்கிருக்கிறேன்.” அவள் மேலே பேசுவதற்குள் அவர் தலைவணங்கி வெளியே சென்றார்.

முற்றத்தில் சுரேசர் அவருக்காகக் காத்திருந்தார். “அரசரும் இளையோரும் கிளம்பிவிட்டனர், அமைச்சரே. நடந்தே வருகிறார்கள்.” சௌனகர் “எவ்வழியாக?” என்றார். “அரசமகளிர் கொற்றவை ஆலயத்திற்குச் செல்லும் ஊடுவழியினூடாக… எவரும் அறியவில்லை. இங்கு வந்துவிட்டு பேரரசரிடமும் பேரரசியிடமும் வாழ்த்துரைகொண்டு கிளம்புகிறார்கள்.” சௌனகர் தலையசைத்தார். “எப்படி இருக்கிறார்கள்?” என்றார் சுரேசர். சௌனகர் ஒன்றும் சொல்லவில்லை. “மானுடரில் பெரும்தெய்வங்கள் ஏறியமர்வது எப்போதாவதுதான். உரியவற்றைக் கொள்ளாமல் அவை விலகுவதில்லை” என்றார் சுரேசர்.

மரவுரியாடை அணிந்த தருமனும் தம்பியரும் பன்னிரு படைவீரர்களுடன் எதிர்ப்பக்கத்தின் சிறிய ஊடுவழியில் தோன்றினர். புற்றில் இருந்து எறும்புகள் எழுவதுபோல என சௌனகர் எண்ணினார். பெருமூச்சுடன் திரும்பி சுரேசரிடம் “இன்றுமுதல் ஏழுநாட்கள் நான் உண்ணாநோன்பு” என்றார். “ஏன்?” என்றார் சுரேசர் திகைப்புடன். “நாக்கு மிகுதியாக உணவுண்டுவிட்டது. அது சற்று மெலிவது நன்று.” சுரேசர் விழிசுருக்க, சௌனகர் மேலும் புன்னகையுடன் “அந்தணனின் நாக்கு கல்லுக்குள் நெருப்பென உறையவேண்டும், கல்மட்டுமே அதை எழுப்பவேண்டும்” என்றார்.

தருமனும் தம்பியரும் உள்ளே வந்தபோது குந்தியை அழைத்துவர சுரேசரை அனுப்பிவிட்டு சௌனகர் சென்று அவர்களை வரவேற்றார். “அன்னை எங்கே?” என்றார் தருமன். “வந்துகொண்டிருக்கிறார்” என்று சௌனகர் சொன்னார். யுதிஷ்டிரர் கைகூப்பியபடி மாடிப்படியை நோக்கி நின்றார். நகுலனும் சகதேவனும் விழிநீர் பளபளக்க நோக்கினர். அர்ஜுனன் அங்கில்லாததுபோலிருக்க, பீமன் கைகளைக் கட்டியபடி சற்றே ஏளனம் தெரிந்த கண்களுடன் அவர்களை நோக்கிக்கொண்டிருந்தான்.

படிக்கட்டின் மேல் குந்தி தோன்றியதும் யுதிஷ்டிரர் கைகளைத் தலைக்குமேல் தூக்கினார். குந்தி தளர்ந்து விழப்போனாள். முதியசேடியர் இருவர் அவளைப் பிடித்துக்கொண்டனர். முகத்தை மேலாடையால் மூடி தோள்கள் அதிர அழுதபடி குந்தி கீழிறங்கி வந்தாள். கைப்பிடிவிளிம்பில் இருந்த துதிதூக்கிய யானையைப் பற்றியபடி நின்றாள். “வாழ்த்துக, அன்னையே!” என்றபடி யுதிஷ்டிரர் குனிந்து அவள் கால்களைத் தொட்டார். அவள் அழுகையால் குலுக்கப்பட்டவளாக செயலற்று நின்றாள். “வாழ்த்துங்கள், அரசி” என்றார் சுரேசர். “அரசி, வாழ்த்துங்கள்!” என்றாள் முதியசேடி.

நோயுற்றது போல நடுநடுங்கிக்கொண்டிருந்த நரம்புகள் புடைத்த மெல்லிய கையை யுதிஷ்டிரர் தலைமேல் வைத்த குந்தி, பெருத்த விம்மலுடன் அதை விலக்கிக்கொண்டாள். பாண்டவர்கள் ஒவ்வொருவராக அவள் தாள்பணிய அவள் ஒருசொல்லும் உரைக்காமல் அழுதுகொண்டேயிருந்தாள். அவர்கள் திரும்பி நடந்து வெளியே சென்றபோது கால்தளர்ந்து தரையில் அமர்ந்துவிட்டாள். சௌனகர் அவளை ஒருகணம் நோக்கி நின்றபின் ‘செல்வோம்’ என சுரேசருக்கு விழிகாட்டிவிட்டு பாண்டவர்களைத் தொடர்ந்தார்.

17

புஷ்பகோஷ்டத்தின் முகப்பில் கனகர் நின்றிருந்தார். யுதிஷ்டிரரும் தம்பியரும் அணுகுவதைக் கண்டதும் அவர் முன்னால் வந்து சொல்லின்றி வணங்கினார். முதலில் வந்த சௌனகர் "பேரரசர் இருக்கிறார் அல்லவா?" என்றார். கனகர் "ஆம், அமைச்சரே" என்றார். "இசை கேட்கிறாரா?" என்றார் சௌனகர். "ஆம்" என்றார் கனகர். அவர்களை அணுகிய யுதிஷ்டிரர் "இசை மட்டுமே இப்போது அவருடன் இருக்கமுடியும்" என்றார். கனகர் பெருமூச்சுடன் "ஆம்" என்றார்.

அவர் திரும்பி ஆணையிட, ஏவலன் ஒருவன் யுதிஷ்டிரரையும் தம்பியரையும் வணங்கி மேலே அழைத்துச்சென்றான். சௌனகர் பின்தங்கி கனகரிடம் "விதுரர் எங்கே இருக்கிறார்?" என்றார். "அவரது மாளிகையில்தான்... அவர் உள்ளேயே இருந்திருக்கிறார். இருண்ட உள்ளறைக்குள் தன்னைத் தாழிட்டுக்கொண்டிருக்கிறார். அதை எவரும் காணவில்லை" என்றார் கனகர். "பேரரசர் அவரை அழைத்துவரச் சொல்லவில்லையா?" கனகர் "பலமுறை" என்றார். "தூதர்கள் சென்றனர். நானே இருமுறை சென்றேன். யுயுத்ஸுவும் சஞ்சயனும் சென்றனர். எவரையும் அவர் பார்க்க ஒப்பவில்லை."

தலையசைத்தபின் சௌனகர் முன்னால் செல்ல, கனகர் பின்னால் வந்தபடி "அரசி யாதவப்பேரரசியின் வாழ்த்துகளைப் பெறச் சென்றிருக்கிறார். அங்கிருந்து இங்கேயே வருவதாக சொல்லப்பட்டது" என்றார். சௌனகர் "ஆம், பேரரசரின் வாழ்த்தும் அவர்களுக்குத் தேவை அல்லவா?" என்றார். கனகர் அந்த முறைமைச் சொற்றொடரை ஓரவிழியால் சற்று வியப்புடன் நோக்கிவிட்டு உடன்வந்தார். இசைக்கூட வாயிலில் நின்ற காவலன் உள்ளே சென்று அறிவித்துவிட்டு வெளியே

வந்தான். அவன் தலைவணங்கி ஆற்றுப்படுத்தும் கையசைவைக் காட்ட, யுதிஷ்டிரர் தன் மரவுரி மேலாடையைச் சீரமைத்தபடி உள்ளே சென்றார்.

உள்ளே அமர்ந்திருந்த சூதர்கள் முன்னரே இசையை நிறுத்தி எழுந்துவிட்டிருந்தனர். அவர்கள் தலைவணங்கி பின்னால்செல்லும் ஓசையுடன் அவர்களின் காலடிகளின் ஓசையும் கலந்து காற்று இலைகளை அசைப்பது போல ஒலித்தது. சஞ்சயன் மெல்லிய குரலில் அவர்களின் வருகையை திருதராஷ்டிரருக்குச் சொல்லிக்கொண்டிருந்தான். அவன் இதழ்கள் அசைவது மட்டுமே தெரிந்தது. திருதராஷ்டிரரின் செவிகள் அவன் உதடுகளுடன் காணாக்காற்று ஒன்றால் இணைக்கப்பட்டிருப்பதுபோல் தோன்றியது. திருதராஷ்டிரர் தலையை வலிகொண்டவர் போல அசைத்தபடியே இருந்தார். சற்று அப்பால் யுயுத்ஸு நின்றிருந்தான்.

யுதிஷ்டிரர் அவரை அணுகி கால்தொட்டு தலைவைத்து “வாழ்த்துங்கள், தந்தையே” என்றார். திருதராஷ்டிரர் அசையாமல் அமர்ந்திருந்தார். அவருடைய பெருங்கைகள் செயலற்று இருபக்கமும் பீடத்தின் கைப்பிடியில் கிடந்தன. யுதிஷ்டிரர் “தங்கள் சொற்கள் என் தந்தையின் துணை என உடனிருக்கவேண்டும்” என்றார். யுயுத்ஸு அருகே வந்து “தந்தையே, வாழ்த்துங்கள்!” என்றான். திருதராஷ்டிரர் தன் வலக்கையைத் தூக்கி யுதிஷ்டிரர் தலைமேல் வைத்து “நலமே விளைக!” என்றார். அர்ஜுனனும் பீமனும் நகுலனும் வணங்கியபோதும் பாவைபோல தலைதொட்டு அச்சொற்களைச் சொன்னார். சகதேவன் வணங்கியபோது பெருமூச்சுவிட்டு சிலகணங்கள் கடந்து அச்சொற்களைச் சொன்னார்.

செல்லலாம் என யுயுத்ஸு விழிகாட்டினான். தருமன் புன்னகையுடன் தலையசைத்துவிட்டு திரும்பியபோது வெளியே இருந்து ஏவலன் வந்து வணங்கி திரௌபதி வந்திருப்பதை திருதராஷ்டிரருக்கு அறிவித்தான். அவர் அறியாமல் பீடம் விட்டு எழுந்து பின்பு அமர்ந்து “ம்ம்ம்” என உறுமினார். அவருடைய கைகள் இருக்கையின் பிடியை இறுகப்பற்றியிருந்தன. நரம்புகள் தெறித்து நிற்க, பெரிய தோள்தசை இரையுண்ட மலைப்பாம்பு போல புடைத்து அசைந்தது.

சௌனகர் வாயிலையே தன்னைமறந்து நோக்கிக்கொண்டிருந்தார். அவைநிகழ்வுக்குப்பின் அவர் திரௌபதியைப் பார்த்திருக்கவில்லை. ஓசையில்லாது கதவு திறக்க செந்நிற மரவுரியாடை அணிந்த திரௌபதி செம்போத்தின் இறகுபோல காற்றில் மிதந்து வந்தாள். தலை நிமிர்ந்திருந்தது. ஐந்துபுரிகளாக நீள்கூந்தல் இறங்கி தோளில் பரவியிருந்தது. தயக்கமற்ற விழிகளுடன் அவர்களைப் பார்த்தபடி அணுகினாள். அவளை உற்றுநோக்குவதை உணர்ந்த சௌனகர்

விழிவிலக்கிக்கொண்டார். உடனே யுதிஷ்டிரரைப் பற்றிய எண்ணம் எழ, திரும்பி நோக்கினார். அவரும் அவளையே விரிந்த விழிகளுடன் புதிய ஒருத்தியை என நோக்கிக்கொண்டிருந்தார்.

திரௌபதி திருதராஷ்டிரரின் அருகே வந்தபோது சஞ்சயனின் சொற்றொடர்களில் ஒன்றை உதடசைவாக சௌனகர் உணர்ந்தார். "வஞ்சமே அற்ற விழிகள்." அவர் திடுக்கிட்டு அவன் உதடுகளையே நோக்கினார். அவை சொன்ன பிற சொற்கள் புரியவில்லை. உண்மையா, அல்லது தன் சித்தமயக்கா? அக்கணம் அடுத்த சொல்லாட்சியை அவரது அகம் அறிந்தது. "எரிமீண்ட பொன்னின் ஒளி." அவர் படபடப்புடன் சஞ் சயனின் உதடுகளையே நோக்கிக்கொண்டிருந்தார். அவை மிக அருகே வந்து விழிநிறைத்தன. வெறும் அசைவு. மலர்கள் போல. அவற்றின் மலர்வும் குவிவும் அசைவும் ஒளியும் மானுடர் அறியமுடியாத மொழி பேசுபவை. உண்மையில் அவன் பேசிக்கொண்டிருக்கிறானா?

திரௌபதி அரிவையருக்குரிய கார்வைகொண்ட இன்குரலில் "தாள்பணிகிறேன், தந்தையே" என்றாள். அவள் குனியப்போகும் கணம் திருதராஷ்டிரர் கைநீட்டி அவளைத் தடுத்து "வேண்டாம்" என்றார். "நீ என்னைப் பணியவேண்டியவள் அல்ல. நான்..." என்றபின் தத்தளித்து, கையை அசைத்து "ஆற்றுவதென்ன என்பது உனக்குத் தெரியும். உன் முன் நான் மிகமிக எளியவன். இங்குள்ள பிற அனைவரையும்போல..." என்றார். சொற்கள் எழாமல் முழு உடலும் தவிக்க "இங்கு நிகழ்வதென்ன என்று எனக்குத் தெரியவில்லை. நான் வெறும் விலங்கு... உணர்வுகளால் கொண்டுசெல்லப்படுகிறேன்" என்றார்.

"முறைமை என ஒன்றுள்ளது, தந்தையே" என்றாள் திரௌபதி. "இங்கு நான் என் கணவர்களின் மனைவியென வந்துள்ளேன்." குனிந்து அவர் கால்களைத் தொட்டு சென்னிசூடினாள். "நீ உள்ளே வந்ததை இவன் சொன்னான். நான் உன்னைப் பார்த்துவிட்டேன்... முழுமையாக" என்றார் அவர். "சொல்லிலிருந்தே அத்தனை தெய்வங்களும் விழியுருக்கொண்டு எழுகின்றன..." அவர் கைகளைக் கூப்பி தலையைச் சரித்து "என் மைந்தன்... அவனும் என்னைப்போலவே மூடன். என் மைந்தர்களை என் இருளிலிருந்து இழுத்தெடுத்து வெளியே விட்டேன். மிகமிக எளியவர்கள்..." என்றவர் கூப்பிய கைகளை தலைக்குமேல் தூக்கி "அதற்கப்பால் நான் ஒன்றும் சொல்வதற்கில்லை..." என்றார்.

"உங்கள் வாழ்த்துகளுடன் காடேகி மீள்கிறோம், தந்தையே" என்றாள் திரௌபதி. யுதிஷ்டிரர் "தங்கள் வாழ்த்துகள் போதும்" என்றார். திருதராஷ்டிரர் மெல்லிய குரலில் விசும்பினார். தலையைக் கைகளால் தாங்கிக்கொண்டு பெருந்தோள்கள் தசைபுடைக்க குறுகி அதிர மெல்ல

அழத்தொடங்கினார். யுயுத்ஸு அவர் தோள்களில் கையை வைக்க, அதைத் தன் இரு கைகளாலும் பற்றித் தன் தலைமேல் வைத்துக்கொண்டு அவர் அழுதார். அகன்ற முகத்தில் கண்ணீர் வழிந்து தாடியின் மயிரிழைகளிலும் மார்பின் கருந்தோல்பரப்பிலும் சொட்டியது. சௌனகர் யுதிஷ்டிரரின் தோளைத் தொட்டு 'செல்வோம்' என்று கைகாட்டினார்.

பெருமூச்சுடன் யுதிஷ்டிரர் திரும்பினார். அவர்கள் சற்று நடந்ததும் பீமன் நின்று திரும்பி திருதராஷ்டிரரை நோக்கினான். சௌனகர் "செல்வோம், இளவரசே" என மெல்லிய குரலில் சொன்னார். பீமனின் பெரிய கைகள் எழுந்தன. எதையோ அவை சொல்லப்போகின்றன என்று தோன்றியது. அவை பின்பு தளர்ந்து விழுந்தன. அவன் தலையை அசைத்துக்கொண்டு வெளியே சென்றான். அவர்கள் வெளியே சென்று வாயில் பின்பக்கம் மூடப்பட்டதும் யுதிஷ்டிரர் "பெரியதந்தை வருந்துகிறார். கனகரே, நான் விரும்பியே காடேகிறேன் என அவரிடம் சொல்லுங்கள்" என்றார். "பலமுறை அதைச் சொல்லிவிட்டோம், அரசே" என்றார் கனகர். "தேறிவிடுவார். அவருக்கு இசை இருக்கிறது..." என்ற தருமன் "விந்தைதான். இசை இறந்தகாலத்தில் மட்டுமே இருக்கிறது. நிகழ்வதையும் வருவதையும் அது முழுமையாகவே அழித்துவிடுகிறது" என்றார்.

விழிகளால் அப்பால் நின்றிருந்த சுரேசரிடம் பேசிவிட்ட சௌனகர் "அரசே, நாம் காந்தார மாளிகைக்குச் சென்று பேரரசியிடம் விடைகொள்ளவேண்டும்" என்றார். "இப்போதே பொழுது இறங்கத் தொடங்கிவிட்டது. அந்திக்குள் நாம் கோட்டையைக் கடக்கவேண்டும்..." யுதிஷ்டிரர் "ஆம், விரைந்துசெல்வோம்" என்றார். திரௌபதி எதையும் கேட்காதவள் போலிருந்தாள். பாண்டவர்கள் ஐவருமே அவளை நோக்கவில்லை. ஆனால் அவர்களின் உடல்கள் அவளை அறிந்துகொண்டேயிருந்தன என்பது தெரிந்தது.

இடைநாழி வழியாக அவர்கள் நடந்தபோது காவலர்களும் ஏவலர்களும் சுவர்களிலும் தூண்களிலும் முதுகு ஒட்டி நின்று கைகூப்பி அவர்களை நோக்கினர். பலர் விழிகள் நீர் நிறைந்து ஒளிகொண்டிருந்தன. கடந்துசென்றபின் விசும்பல்களைக் கேட்க முடிந்தது. அவர்களின் வருகையை அறிவிக்க சுரேசர் முன்னால் ஓடினார். அவரது காலடியோசை எழுந்து அடங்கியது. பின்னர் அவர்களின் காலடியோசை மட்டும் ஒலித்தது. மாறாச்சொற்றொடர்போல முதலில் கேட்டது. பின்னர் அதுவே மெல்லிய உரையாடலாகக் கேட்டது. பின்னர் சௌனகர் அறிந்தார், திரௌபதியின் காலடியோசை மட்டும் தனித்துக் கேட்பதை. சீரான தாளமாக அது ஒலிக்க, பிற அனைவரின் காலடிகளும் தயங்கியும் சீர்பிறழ்ந்தும் உடன் சென்றன.

காந்தார மாளிகையில் அவர்களை வரவேற்க சத்யசேனை வந்து வெளியே நின்றிருந்தாள். உடன் அசலையும் தசார்ணையும் நின்றனர். யுதிஷ்டிரர் சத்யசேனையை வணங்கி "அன்னையிடம் விடைபெற்றுச்செல்ல வந்தோம், இளைய அன்னையே" என்றார். "காத்திருக்கிறார்" என்றாள் சத்யசேனை. திரௌபதி அருகே வர, சத்யசேனை அவள் தோளை வளைத்து மெல்ல அணைத்துக்கொண்டாள். தசார்ணையும் அசலையும் அவள் கைகளைப் பற்றிக்கொண்டார்கள். அவர்கள் சற்று பின்னடைய, தசார்ணை மெல்லிய குரலில் திரௌபதியிடம் "என்னடி சொன்னார்கள் யாதவஅரசி?" என்று கேட்பது காதில் விழுந்தது. திரௌபதி உரைத்த மறுமொழி செவியை அடையவில்லை.

கூடத்தின் மையத்தில் பீடத்தில் காந்தாரி அமர்ந்திருந்தாள். அவளருகே பானுமதியும் சத்யவிரதையும் நின்றிருக்க அப்பால் இளையகாந்தாரியரும் அவர்களின் மருகியரும் நின்றிருந்தனர். அத்தனைபேர் இருந்தும் அங்கே ஆழ்ந்த அமைதி நிலவியது. பெண்திரளின் வியர்வையும் மலர்மணங்களும் சுண்ணப்பொடிமணங்களும் கூந்தல்தைலமணங்களும் கலந்து காற்றில் நிறைந்திருந்தன. ஆடைகள் காற்றிலாடும் மெல்லிய ஒலி. எழுந்தமரும் கைகளின் வளையல்களின் கிலுக்கம். தொலைவில் மரக்கிளைகளைக் குலுக்கியது காற்று. இரு காகங்கள் சிறகசைவொலியுடன் காற்றலைமேல் ஏறிக்கொண்டன.

யுதிஷ்டிரர் காந்தாரியின் அருகே சென்று குனிந்து கால்தொட்டு தலையில் வைத்து "வாழ்த்துங்கள், அன்னையே. பூசல்களில் இருந்து விலகிச்செல்ல விரும்பினேன். ஆகவே காடேகலாம் என்று முடிவெடுத்தேன். என் உளமுகந்த அறநிலைகளில் சென்று சொல்லாய்ந்து மீளலாமென எண்ணுகிறேன்" என்றார். காந்தாரி பெருமூச்சுடன் "அனைத்தையும் நான் அறிவேன்" என்றாள். யுதிஷ்டிரர் "தங்கள் வாழ்த்து என்னுடன் இருக்கவேண்டும்" என்றார். "அறம் என்றும் எங்கள் அன்னையரால் வாழ்த்தப்படுவது. அவ்வாழ்த்து உடனிருக்கட்டும்" என்றாள் காந்தாரி.

அர்ஜுனனும் நகுலனும் சகதேவனும் அவள் கால்தொட்டு வணங்க "நன்று சூழ்க!" என்று சொல்லி வாழ்த்தினாள். பீமன் நோக்கு மங்க வேறெதையோ எண்ணுபவன்போல நின்றிருந்தான். "இளவரசே" என்றார் சௌனகர். அவன் மீண்டு சூழலை உணர்ந்தபின் சென்று குனிந்து கால்களைத் தொட்டு வணங்கினான். ஒன்றும் சொல்லாமல் அவள் அவன் தலையை மட்டும் தொட்டாள். சௌனகர் அவள் முகத்தையே நோக்கிக்கொண்டிருந்தார். அவள் வெண்முகம் குருதிநிறைத்த கலம்போலிருந்தது. மூக்கும் செவிமுனைகளும் கன்னவளைவும் குருதியென்றே தோன்றின. கன்னங்களில் நீலவலைபோலப் பரவிய

நரம்புகள் இணைந்து கழுத்தில் புடைத்து இறங்கின. பீமன் எழுந்து விலகியதும் அவள் மெல்ல முனகியபடி அசைந்து அமர்ந்தாள்.

திரௌபதி வணங்கியபோது காந்தாரி அவள் நெற்றிப்பொட்டில் குங்குமத்தை வைத்து “வெல்க!” என்று மட்டும் சொன்னாள். திரௌபதி எழுந்து இளையகாந்தாரியரை கால்தொட்டு வணங்கி வாழ்த்துப்பெற்றாள். பானுமதியை அவள் அணுகி “வருகிறேனடி” என்றபோது அவள் திரௌபதியை தோள்சுற்றி அணைத்துக்கொண்டாள். யுதிஷ்டிரர் மெல்லியகுரலில் “நாம் கிளம்பியாகவேண்டும்” என்றார். “ஆம்” என்ற சௌனகர் “நாம் கிளம்பும்நேரம் அரசி” என்றார். திரௌபதி பானுமதியின் வெண்சங்குவளையிட்ட கைகளை மீண்டும் பற்றி “வருகிறேனடி, மைந்தர்களைப் பார்த்துக்கொள்” என்றாள். பானுமதி விழிகளில் நீர் நிறைந்திருக்க தலையசைத்தாள்.

18

அரண்மனைவளாகத்திலிருந்து யுதிஷ்டிரரும் இளையவர்களும் கிளம்பியபோது அரசகுடியினர் எவரும் வழியனுப்ப வரவில்லை. தௌம்யர் தன் மாணவர்களுடன் வந்திருந்தார். அவர்கள் கங்கைநீரை மரக்குவளைகளில் கொண்டுவந்திருந்தனர். “தௌம்யரே, நான் இன்று விடுபட்ட அடிமை, குடிகளுடன் வாழ நெறியொப்புதல் இல்லாமல் காடேகுபவன்” என்றார் யுதிஷ்டிரர். “வைதிகர் என்னை வாழ்த்தலாமா என்றறியேன்.” தௌம்யர் சிரித்துக்கொண்டு “அரசே, நீங்கள் சத்ராஜித்தாக மணிமுடி சூடி அரசமர்ந்திருந்தபோது பொற்குடங்களில் கொண்டுவரப்பட்ட அதே கங்கைநீர்தான் இதுவும்” என்றார்.

“வைதிகன் எரிபற்றி ஏறிய விறகு. அவன் ஊழை எரியே வகுக்கிறது. எனக்கு ஆணையிட அழியாச்சொல் அன்றி மண்ணிலும் விண்ணிலும் எவருமில்லை” என்றார் தௌம்யர். “நானும் என் மாணவர்களும் உங்களுடன் சௌனகக்காடு வரை வருவதாக திட்டமிட்டிருக்கிறோம்.” மாவிலையால் கங்கைநீர்தொட்டுத் தெளித்து வேதமோதி அவர் யுதிஷ்டிரரை வாழ்த்தினார். பாண்டவர்கள் அவரது கால்களைத் தொட்டு வணங்கியபோது “தெய்வங்களைப் பேணுக! தெய்வங்கள் உங்களைப் பேணும். அறத்தைப் பேணுக. அறம் உங்களைப் பேணும். சொல்லைப் பேணுக. சொல் உங்களைப் பேணும். ஒருவரை ஒருவர் பேணுக! ஒன்றாகத் திகழ்க! ஆம், அவ்வாறே ஆகுக!” என வாழ்த்துரைத்தார்.

மரவுரி ஆடையை இடையில் நன்றாகச் சுற்றியபடி யுதிஷ்டிரர் முதலில் நடந்தார். தொடர்ந்து திரௌபதி சென்றாள். பீமனும் அர்ஜுனனும் தொடர்ந்து செல்ல நகுலனும் சகதேவனும் அவர்களுக்குப்பின்னால் சென்றனர். முகப்பில் தௌம்யர் தன் மாணவர்களுடன் நடந்தார்.

இறுதியில் சௌனகர் சென்றார். அரண்மனையின் அனைத்துச் சாளரங்களிலும் உப்பரிகைகளிலும் முகங்கள் செறிந்திருந்தன. கீழே இடைநாழியில் தோளோடுதோள் ஒட்டி காவலரும் ஏவலரும் நின்றிருந்தனர். முற்றத்தின் ஓரங்களில் அசைவற்ற குறுங்காடு போல அரண்மனைச்சூதர் நெருங்கி நின்றனர்.

குதிரைகளின் மணிகள் குலுங்குவதும் சாளரக்கதவுகள் காற்றில் ஆடுவதும் மட்டும் அமைதிக்குள் கேட்டன. எவரோ ஒருவர் தும்மிய ஒலிகேட்டு பலர் திரும்பிப்பார்த்தனர். பாண்டவர்கள் மரக்குறடுகள் ஒலிக்க கல்பாவிய தரையில் நடந்து முற்றத்தைக் கடந்ததும் ஒற்றைப்பெருமூச்சு ஒலிக்க அரண்மனைவளாகமே உயிர்த்தது. பின்னர் மெல்லிய ரீங்காரமாக பேச்சொலிகள் எழுந்தன. எவரோ அதட்டும் குரலில் அனைவரையும் பணிக்கு மீளும்படி ஆணையிட்டனர். அவர்கள் கலைந்தபோது பறவைகள் சேக்கேறிய மரமென அரண்மனை ஓசையிட்டது.

அவர்கள் அரண்மனை முற்றத்திலிருந்து பெருஞ்சாலைக்குள் நுழைந்ததும் இயல்பாகவே யுதிஷ்டிரரின் செவி முரசொலியை எதிர்பார்த்தது. அது எழாமை கண்டு திகைப்புடன் விழிதூக்கியபோது, முரசருகே தன்னையறியாமல் கழிதூக்கிய முரசறைவோன் திகைப்புடன் ஓங்கிய கழி காற்றில் நிற்க திறந்தவாயுடன் விழிவெண்மை ஒளிர நின்றிருப்பதைக் கண்டார். புன்னகையுடன் நோக்கைத் தாழ்த்திக்கொண்டார். சௌனகர் அந்த முரசறைவோன் தளர்ந்து தூணைப்பற்றிக்கொண்டு கீழே நோக்கி நிற்பதைக் கண்டார். அவன் தோழன் அவனுடைய தோளில் கைவைத்தான்.

அரசப்பாதையில் அதற்குள் மக்கள் கூடத்தொடங்கியிருந்தனர். அவர்கள் அவ்வழி செல்லக்கூடுமென முன்னரே அவர்களுக்குத் தெரிந்திருந்தது. அவர்களைப் பார்த்தவர்கள் குரல்கொடுக்க, வீடுகளுக்குள்ளிருந்தும் ஊடுபாதைகளுக்குள்ளிருந்தும் மக்கள் வந்து கூடினர். கூப்பியகைகளுடன் நீர் வழியும் விழிகளுடன் வெறுமனே அவர்களை நோக்கி நின்றனர். அவர்களின் நோக்குகளுக்கு நடுவே யுதிஷ்டிரர் கைகளைக் கூப்பியபடி தலைகுனிந்து நடந்தார். அவர் மாலைவெயிலில் தழல்போல சுடர்விட்ட தாடியுடன் தெய்வமுகம் கொண்டிருந்தார். திரௌபதி எதிர்வெயிலுக்கு விழிகூச மரவுரியால் தன் முகத்தை மறைத்துக்கொண்டு நடந்தாள். தொலைவுப்புள்ளி ஒன்றை நோக்கியவனாக அர்ஜுனன் செல்ல, பீமன் சிறிய விழிகளால் இருபக்கமும் நோக்கி கைகளை ஆட்டியபடி கரடியைப்போல நடந்தான்.

அவர்கள் செல்லச்செல்ல இருபக்கமும் செறிந்த கூட்டம் அணுகி வந்தது. ஓசைகளும் கூடின. அவர்கள் ஒருவரை ஒருவர் முட்டி

முன்னால் வர பூசலும் உதிரிச்சொற்களும் விம்மல்களும் தேம்பல்களும் கலந்து ஓசையாயின. ஒரு முதியவள் கூட்டத்திலிருந்து கிளம்பி கைகளை விரித்து "பெண்பழி சூடிய இந்நகர் கல்மீது கல்நிற்காது அழிக! என் கொடிவழியினரும் இதற்காகப் பழிகொள்க!" என்று கூவியபடி திரௌபதியை நோக்கி ஓடிவந்தாள். காலிடறி அவள் சாலையிலேயே குப்புற விழ, தொடர்ந்து வந்த இரு பெண்கள் அவளைத் தூக்கிக்கொண்டனர். முதியவள் மண்படிந்த முகத்தில் பல் பெயர்ந்து குருதிவழிய "கொற்றவையே! அன்னையே! உன் பழிகொள்ளுமாறு ஆயிற்றே" என்று கூச்சலிட்டாள். சன்னதம் கொண்டவள்போல அவள் உடல் நடுங்கியது. அப்படியே மண்டியிட்டு திரௌபதியின் கால்களைப் பற்றிக்கொண்டாள்.

மேலும் மேலும் பெண்கள் அழுதபடி, கைவிரித்துக் கூவியபடி, வந்து திரௌபதியை சூழ்ந்துகொண்டார்கள். அவள் மரவுரியாடையைத் தொட்டு கண்களில் ஒற்றினர். அவள் காலடியில் தங்கள் தலைகளை வைத்து வணங்கினர். அவள் கைகளை எடுத்து சென்னிசூடினர். அவள் அவர்கள் எவரையும் அறியாமல் கனவில் இருப்பவள் போலிருந்தாள். சற்றுநேரத்தில் பாண்டவர் ஐவரும் விலக்கப்பட்டு அவள் மட்டும் மக்களால் சூழப்பட்டிருந்தாள். அவளைச் சூழ்ந்து பெண்களின் உடல்கள் வண்ணங்களாகக் கொந்தளித்தன. குரல்கள் பறவைப்பூசலென ஒலித்தன.

அப்பால் விலகி விழிகள் மட்டும் வெறித்திருக்க பாண்டவர் நின்றனர். சூழ நின்றிருந்த குடிமக்களில் ஆண்களின் முகங்கள் அனைத்தும் அவர்கள் முகங்களைப்போலவே இருந்தன. சில முதியவர்கள் கைகூப்பியிருந்தனர். தௌம்யர் உரக்க "வழிவிடுங்கள்... அவர்கள் அந்திக்குள் வாயிலைக் கடந்தாகவேண்டும்!" என்றார். அவரது மாணவர்கள் பெண்களை விலக்கி திரௌபதி முன்னகர வழியமைத்தனர். அவள் புழுதியில் கால்வைத்து நடக்க, பெண்கள் அரற்றியழுதபடி அவளைத் தொடர்ந்துவந்தனர்.

கோட்டைமுற்றத்தை அவர்கள் சென்றடைவதற்குள் பல இடங்களில் நிற்கவேண்டியிருந்தது. மெல்ல தருமனையும் இளையவர்களையும் சூழ்ந்து மக்கள் நெரிக்கத் தொடங்கினர். "அனைத்தும் ஊழ்! நஞ்சில் பெருநஞ்சு ஊழே! ஆலகாலமும் அதன்முன் பனித்துளியே!" என்று ஒரு சூதன் கூவினான். "அரசே, முடிசூடினாலும் இல்லாவிடினும் நீங்கள் அரசர். எங்கிருந்தாலும் எங்கள் உளமுறைபவர்" என்று ஒரு முதியவன் தருமனின் கைகளைத் தொட்டுக் கண்களில் ஒற்றியபடி சொன்னான். "பழிசெய்து வாழ்ந்தவர் என எவருமில்லை. புராணங்கள் பொய் சொல்வதில்லை" என்றார் இன்னொரு முதியவர். "அயோத்தியின் ராமன் மானுடனாகக் காடேகி தெய்வமென மீண்டான்!" என்றார் ஒரு வணிகர்.

கண்ணீர் நிறைந்த பார்வையுடன் கைகூப்பி ஒன்றும் சொல்லாமல் கூட்டத்தால் முட்டப்பட்டு தள்ளாடியபடி யுதிஷ்டிரர் சென்றார். கோட்டைமுகப்பில் அவர்கள் சூழப்பட்டார்கள். கோட்டையின் அத்தனை மேடைகளிலும் படைவீரர்கள் வெளவால்கள்போல செறிந்து நின்று விழிமின்ன நோக்கிக்கொண்டிருந்தனர். “வழிவிடுக! விலகுக!” என தௌம்யர் கூவிக்கொண்டிருந்தார். சௌனகர் “விலகுங்கள்! அந்தியாகிறது!” என்றார். கூட்டம் விலகவில்லை. பீமன் “நீங்கள் பேசுங்கள், மூத்தவரே, அவர்கள் காத்திருப்பது அதற்காகவே” என்றான். யுதிஷ்டிரர் வெறுமனே நோக்கினார். “பேசுங்கள், அரசே!” என்றார் தௌம்யர்.

யுதிஷ்டிரர் இருமுறை தொண்டையைக் கனைத்தார். உதடுகள் மட்டும் அசைந்தன. “அன்புக்குரியவர்களே!” என அவர் அழைத்தது ஒலியாகவில்லை. மீண்டும் அழைத்தபோது அக்குரல்கேட்டு அவரே திடுக்கிட்டார். பின்பு “நான் விடைபெறுகிறேன். எங்கிருந்தாலும் உங்களுடன் இருப்பேன்” என்றார். “அரசே! நாங்களும் உங்களுடன் வருகிறோம். நீங்கள் இருக்குமிடமே எங்கள் ஊர்” என்று ஒரு குடித்தலைவர் கூவினார். “இல்லை. அது நான் பூண்ட நெறிக்கு மாறானது. மானுடர் வாழும் ஊர்களில் நான் வாழக்கூடாது. காடுகளில் அறவோருடன் வாழவே நானும் விழைகிறேன்” என்றார் யுதிஷ்டிரர்.

“இவையனைத்தும் என் பிழையால் விளைந்தவை. தந்தையருக்கும் குலப்பெண்டிருக்கும் பழிகொண்டு வந்தேன். அதை அறவோர் காலடியில் அமர்ந்து பிழைநிகர் செய்கிறேன். தூயவனாகத் திரும்பி வருகிறேன். அதுவரை இந்நகரை ஆள்பவர்களை உங்கள் தந்தையெனக் கருதுக! அவர்களின் ஆணைகள் தெய்வச்சொல் என ஆகுக! இங்கே என் பெரியதந்தை வாழ்கிறார். அவர் அறச்செல்வர். அவரது நெஞ்சக்கனல் தென்னெரி என எரிகையில் இந்த நகர் வேள்விக்குண்டம் என்றே தூய்மைகொண்டிருக்கும். ஆம், அவ்வாறே ஆகுக!”

குனிந்து அஸ்தினபுரியின் மண்ணைத் தொட்டு சென்னிசூடியபின் கைகூப்பி யுதிஷ்டிரர் கோட்டைவாயிலை நோக்கிச் சென்றார். “அரசே! அரசே!” என்று கூவியபடி கூட்டம் கைகூப்பிக் கண்ணீர்விட்டு நின்றது. எவரோ “குருகுலமுதல்வர் வாழ்க! மூத்தபாண்டவர் வாழ்க!” என கூவினார். “அறச்செல்வர் வாழ்க! அஸ்தினபுரியின் மைந்தர் வாழ்க!” என கூட்டம் வாழ்த்தொலி எழுப்பியது.

வாழ்த்தொலி நடுவே நடந்த தருமன் கோட்டைவாயிலை அடைந்து அதைக் கடந்ததும் ஒரு முதிய முரசறைவோன் வெறிகொண்டு ஓடிச்சென்று முழைத்தடிகளை எடுத்து முரசொலிக்கத் தொடங்கினான்.

ஒருகணம் திகைத்த வீரர்கள் ஒற்றைக்குரலில் “குருகுலமூத்தோர் வாழ்க! அறச்செல்வர் வாழ்க!” என வாழ்த்தினர். நூற்றுவர்தலைவர்கள் கைநீட்டிக் கூச்சலிட்டு அவர்களைத் தடுக்கமுயன்றனர். மேலும்மேலும் கோல்காரர்கள் சென்று முரசுகளை முழக்கினர். சற்றுநேரத்தில் நகரமெங்கும் முரசொலிகள் எழுந்தன. அஸ்தினபுரி பெருங்களிறென பிளிறி அவர்களுக்கு விடையளித்தது.

19

சௌனகர் சொல்லிவிட்டு கைகூப்பியபடி அமர்ந்ததும் அவையில் முழுமையான அமைதி நிலவியது. காத்யாயனரும் மாணவர்களும் தங்களுக்குள் எழுந்த அஸ்தினபுரியிலேயே நெடுநேரம் இருந்தனர். தௌம்யர் “அஸ்தினபுரியிலிருந்து கிளம்பி இரவு கருமைகொண்ட பின்னரே கங்கைக்கரையை அடைந்தோம். அங்கே ஒரு குறுங்காட்டில் மரங்களின் அடியில் இரவு தங்கினோம். நாங்கள் ஊர்களுக்குள் செல்லக்கூடாதென்பதனால் காட்டுக்கனிகளையும் கிழங்குகளையும்தான் உண்ணவேண்டியிருந்தது. சமைப்பதற்குரிய கலங்களோ போர்வைகளோ எங்களிடமிருக்கவில்லை. ஏனென்றால் அஸ்தினபுரியிலிருந்து எதையும் எடுத்துவரக்கூடாதென்பது நெறி” என்றார்.

“அன்றிரவுதான் திரௌபதி முதல்முறையாக காட்டில் திறந்தவெளியில் தங்குகிறாள். காடும் வெளியும் எங்களுக்குப் புதியவை அல்ல என்பதனால் நாங்கள் உண்மையில் இப்பயணத்தை மகிழ்வுடனேயே அறிந்தோம். நகரின் ஓசைகளைப் பின்னிட்டபோதே எங்கள் உளநிலை மாறிவிட்டது. இளையோர் மெல்லிய வேடிக்கைகளைச் சொல்லத் தொடங்கினர். மந்தன் பெருமரங்களில் தொற்றி ஏறி எங்கள் தலைக்கு மேலேயே, பறக்கும் கந்தர்வனைப்போல வந்துகொண்டிருந்தான். விஜயன் கனிகளை அம்புதொடுத்து வீழ்த்திக்காட்டினான். நாங்கள் அதை இவளும் மகிழ்வுடன் ஏற்கிறாள் என்றே எண்ணியிருந்தோம்” என்றார் தருமன்.

ஆனால் கங்கைக்கரையில் ஒரு சாலமரத்தடியில் இரவு தங்குவதற்காக அமர்ந்தபோதுதான் இவள் மிகவும் சோர்ந்திருப்பதைக் கண்டேன். உடல் வியர்வையில் குளிர்ந்திருந்தது. ‘நமது தங்குமிடத்திற்குச் செல்ல

இன்னும் எத்தனை நேரமாகும்?' என்று கேட்டாள். நான் திகைப்புடன் 'இதுதான் நமது தங்குமிடம்...' என்றேன். 'இந்த மரத்தடியா?' என்றாள். 'ஆம்' என்றேன். அவள் சுற்றிலும் பார்த்தாள். வேர்புடைப்புகள் நிறைந்த நிலம். 'இங்கே எப்படிப் படுப்பது?' என்றாள். 'ஏன்? இங்கே என்ன?' என்றேன். 'வேர்களின்மேல் படுப்பது எப்படி?' என்றாள். நான் அப்போதுதான் அவள் விழிகளைப் பார்த்தேன். அவள் திகைப்பை என்னால் புரிந்துகொள்ளமுடிந்தது.

பீமன் 'நாங்கள் இதன்மேல்தான் படுப்போம். ஆனால் நீ விரும்பினால் நான் உனக்கு சிறந்த படுக்கையைச் செய்து தருகிறேன்' என்றபடி எழுந்தான். 'என்ன செய்யப்போகிறாய் மந்தா?' என்றேன். அவன் புன்னகையுடன் காட்டுக்குள் புகுந்தான். கொடிகளையும் வேர்ப்பட்டைகளையும் வெட்டிவந்தான். இரு மரங்களுக்கு நடுவே கொடிகளை இழுத்துக்கட்டிப் பின்னி ஒரு தூளியைச் செய்தான். அதன்மேல் மென்மையான இலைகளைப் பரப்பி மெத்தையாக்கினான். 'இதில் படு. உன் அரண்மனை மஞ்சமளவுக்கே மென்மையானது' என்றான்.

நான் கங்கையில் இறங்கி நீராடி அந்திவணக்கங்களை முடித்துவிட்டுத் திரும்பிவந்தேன். அவர்கள் உணவுண்டுகொண்டிருந்தனர். பீமன் சுட்டுக்கொடுத்த கிழங்குகளையும் கனிகளையும் அவள்முன் கண்டேன். விழிதாழ்த்தி எங்கோ இருப்பவள் போலிருந்தாள். பீமன் 'அருந்து... இவையே நல்லுணவுகள். மானுட உடலை தேவர்களுக்கிணையாக எடையில்லாது ஆக்குபவை' என்றான். அவள் மெல்ல விரல்களால் பிரித்து உண்பதை பார்த்துக்கொண்டிருந்தபோது அவள் உள்ளம் என்ன எண்ணுகிறது என என்னால் உணரமுடியவில்லை.

ஒருசொல்லும் இன்றி அவள் எழுந்து மஞ்சத்தில் படுத்துக்கொண்டாள். உண்மையிலேயே அது மிகச்சிறந்த படுக்கைதான். ஆனால் அவள் துயிலின்றி புரண்டு புரண்டு படுப்பதை இருளுக்குள் கேட்டேன். இளையோர் அனைவரும் உறங்கிவிட்டனர். அவளும் நானும் மட்டும் துயிலாதிருந்தோம். பெருமூச்சுகளாக விட்டுக்கொண்டிருந்தாள். பின்பு அவள் எழுந்து அமர்வதைக் கேட்டேன். என்னை அழைக்கப்போகிறாள் என்று தோன்றியது. உடனே அவள் எவரை அழைப்பாள் என்று பார்ப்போம் என எண்ணினேன். 'இளையவரே' என அவள் பீமனை அழைத்தபோது வேறெவரை அழைப்பாள் என்று தோன்றியது.

ஆனால் பீமன் அங்கில்லை என உணர்ந்தேன். அவன் இருளுக்குள் ஓசையில்லாது நழுவி காட்டுக்குள் சென்றுவிட்டிருந்தான். நான் 'என்ன?' என்றேன். 'குளிர்கிறது' என்றாள். என்ன செய்வது என எனக்குத் தெரியவில்லை. என்னிடம் ஆடையாக இடையிலணிந்த மரவுரி அன்றி

வேறேதுமில்லை. ‘நெருப்பிடவா?’ என்றேன். ‘வேண்டாம். அவர்கள் துயிலட்டும்’ என்றாள். மேலும் ஏதாவது அவளிடம் சொல்லவேண்டுமென எண்ணினேன். ஆனால் என் நா எடைமிக்கதாக மாறிவிட்டிருந்தது.

இருவரும் இருளுக்குள் விழித்திருந்தோம். எத்தனை தொலைவு இருவருக்கும் நடுவே என உணர்ந்தபோது எனக்குத் திகைப்பாக இருந்தது. பகலொளியில் அந்தத் தொலைவை விழியால் கணக்கிடுகிறோம். அண்மை என்கிறது அது. நடுவே இருப்பவை பொருள்களே என்கின்றது. இருளில் அது சித்தத் தொலைவு. நடுவே விரிந்திருப்பது அலகிலி. நான் பெருமூச்சு விட்டேன். சற்றுநேரம் கடந்து அவள் பெருமூச்சுவிட்டாள். பெருமூச்சுகளால் உரையாடிக்கொண்டோம்.

நான் அப்போதுதான் துருவமீனைப் பார்த்தேன். முதற்கணம் அதுவும் இடம்மாறுவதாகவே எனக்குப் பட்டது. விழியிமைக்காது அதையே நோக்கிக்கொண்டிருந்தேன். அதன் ஒளி கூடிக்கூடிவந்தது. அது மட்டும் மிக அருகே வந்து என்னருகே நின்றது. கைநீட்டி அதைப் பிடிக்கமுடியும் என்பதைப்போல. நிலைபேறு என்று சொல்லிக்கொண்டேன். மண்ணிலுள்ள அனைத்து அசைவுகளையும் அளக்கும் நிலைபெயராமை. அதை அவளுக்குக் காட்டவேண்டும் என நினைத்தேன். ஆனால் என்னால் என் உடலுக்குள் புகுந்துகொள்ளமுடியவில்லை. இருளுக்குள் ஓர் எண்ணப்படலம் போல நான் பரவியிருந்தேன்.

மரக்கிளைகள் வழியாக பீமன் வருவது தெரிந்தது. மண்ணில் அவனுடைய பேருடல் இறகுபோல இறங்கி அமரும் விந்தையைக் கேட்டேன். மெல்ல வந்து தன் சருகுப்படுக்கையை அவன் அணுகியபோது திரௌபதி ‘இளையவரே’ என்றாள். ‘என்ன?’ என்று அவன் கேட்டான். ‘குளிர்கிறது’ என்றாள். ‘எனக்கும் குளிர்ந்தது. ஆகவேதான் கங்கையில் போய் ஒரு முழுக்குப் போட்டுவிட்டு வந்தேன். வா!’ என்றான்.

அவள் அய்யோ என்று பதறியபோது அவன் அவளை இரு கைகளாலும் அள்ளி சுழற்றித்தூக்கி தோளிலேற்றிக்கொண்டு விழுதொன்றைப்பற்றி ஆடி மேலே சென்றுவிட்டான். ‘அய்யோ அய்யோ வேண்டாம்’ என்னும் அவள் குரலை மேலே கேட்டேன். அவர்கள் மறைந்ததும் மெல்ல எழுந்து அமர்ந்தேன். அப்பால் விஜயன் புரண்டுபடுத்து ‘கவலைவேண்டாம் மூத்தவரே, அவள் அவருடன் மட்டுமே இயல்பாக இருக்கமுடியும்’ என்றான்.

அவன் அறிதுயிலன் என்பதை அப்போதுதான் எண்ணிக்கொண்டேன். ‘ஆம்’ என்றேன். ‘எனக்கு அமைச்சர். இளையதம்பியருக்கு அன்னை. உனக்குக் காதலி. அவனுக்கு மட்டுமே தோழி.’ விஜயன் நகைத்து ‘எனக்கு எதிரி என்றும் தோன்றுகிறது’ என்றான். ‘அவள் கால்கள் புண்ணாக

இருக்கின்றன' என்று அப்பால் நகுலன் சொன்னான். சகதேவன் 'ஆம், அதற்கு ஏதாவது மருந்திடலாமென எண்ணினேன். பழகிக்கொள்வதே நன்று என்று பின்னர் நினைத்தேன்' என்றான்.

'துயிலவில்லையா நீங்கள்?' என்றேன். 'மூத்தவரே, இது நாம் இறந்து பிறக்கும் இரவு அல்லவா?' என்றான் நகுலன். 'இளையோரே, பன்னிரண்டு ஆண்டுகள்... எண்ணும்போது மலைப்பாக இல்லையா?' என்றேன். 'இல்லை, மூத்தவரே. பெரும் விடுதலையுணர்வே எழுகிறது. எண்ணும்பொழுதெல்லாம் வஞ்சத்தை எதிர்கொண்டு வாழ்வதைப்போல துயர்மிக்கது பிறிதில்லை' என்றான் நகுலன். 'அவ்வஞ்சம் நம்மிலும் நிறையலாகாது என்று காத்துக்கொள்வதற்கே கற்றவையும் பயின்றவையும் கொண்டுவந்தவையும் முழுமையாகத் தேவையாகின்றன' என்றான் சகதேவன். விஜயன் பெருமூச்சுடன் 'ஆம், இப்போது தப்பிவிட்டோம். ஆனால் அவர்களை நாம் எதிர்கொண்டே ஆகவேண்டும். மெல்லமெல்ல அவர்களைப்போலவே நாமும் ஆவதை எதனாலும் தடுக்கமுடியாது... ஓர் உச்சநிலையில் அவர்களுக்கும் நமக்கும் நம்மாலேயே வேறுபாடு காணமுடியாது' என்றான்.

'ஏன்?' என்று சினத்துடன் கேட்டேன். 'மூத்தவரே, அவையில் நான் உரைத்த வஞ்சினத்தைத்தான் எண்ணிக்கொண்டிருக்கிறேன். சகுனியும் துரியோதனனும் கர்ணனும் பிறகௌரவரும் மண்ணாசையால் ஆட்டுவிக்கப்படுபவர்கள். அவர்களின் வஞ்சமும் அவ்வளவுக்கே எளியது. ஆனால் நாம்? அவர்களின் குலமறுக்கும் பெருவஞ்சம் கொண்டவர்களாக ஆகிவிட்டிருக்கிறோம். அவர்களை வஞ்சம் வந்து பற்றிக்கொண்டிருக்கிறது, அதை விடுவது எளிது. நாம் வஞ்சத்தைச் சென்று கவ்வியிருக்கிறோம். விடவே முடியாது' என்றான் பார்த்தன்.

நான் அச்சொற்களைக் கேட்டுத் திகைத்துவிட்டேன். 'என்னையுமா சொல்கிறாய், இளையவனே?' என்றேன். 'ஆம், தங்கள் உள்ளத்திலும் ஒரு கணமேனும் அந்தப் பெருவஞ்சம் எழவில்லை என்று சொல்லமுடியுமா?' என்றான். நான் சிலகணங்களுக்குப்பின் 'ஆம், அன்றிரவு துயிலுக்குமுன் என் தேவி அவையில் நின்றதை எண்ணிக்கொண்டேன். என் உள்ளம் எரிந்தெழுந்தது. அவர்களின் குலம்முடிக்க வஞ்சம் கொண்டேன்' என்றேன். 'அச்சொற்கள் அவர்களை எரித்துவிட்டன, மூத்தவரே. இனி எத்தனை நாட்களென்பதே வினா' என்றான் சகதேவன்.

'நாம் நம்மைத் தூய்மைப்படுத்திக்கொள்வோம். இந்தப் பன்னிரு ஆண்டுகாலமும் நம்மை கழுவிக்கொண்டே இருப்போம்... இந்தக் கானேகல் அதற்கென்றே நமக்கு அமைந்தது என்று கொள்வோம்' என்றேன். 'இல்லை மூத்தவரே, சொல்லை எழுப்புவது எளிது. அதை

வெல்லல் தெய்வங்களாலும் ஆகாது. இனி எப்போதும் நாம் நம் வஞ்சினத்திற்குக் கட்டுப்பட்டவர்கள் மட்டுமே' என்றான் விஜயன். நான் நெஞ்சு கல்லென்றாக புரண்டுபடுத்து நீள்மூச்சுவிட்டேன். அதன்பின் நாங்கள் ஒரு சொல்லும் பேசிக்கொள்ளவில்லை.

சற்றுநேரத்தில் ஈர உடையுடன் அவர்கள் திரும்பிவந்தனர். காலைக்குளிர் என்மேல் ஊசிகளைப்போல இறங்கிக்கொண்டிருந்தது. அவள் அவனிடம் சிரித்துப் பேசிக்கொண்டிருப்பதைக் கேட்டுக்கொண்டு உடலை மேலும் மேலும் ஒடுக்கிக்கொண்டேன். சற்றுநேரத்தில் அவர்கள் இருவரும் துயின்றுவிட்டனர். மெல்லிய மூச்சொலியைக் கேட்டுக்கொண்டு விடியும்வரை நான் உடலைக் குறுக்கிக்கொண்டே இருந்தேன். முதல்கதிரைக் கண்டதும் எழுந்து கைகூப்பினேன். என் உள்ளத்திலும் ஒளிநிறைக என்று வணங்கினேன். ஆனால் அச்சொற்கள் என் உள்ளத்தைச் சென்றடையவில்லை. அங்கு சூரியன் எழவுமில்லை.

அதன்பின் அவள் முழுமையாக மாறிவிட்டாள். எங்கள் ஐவரில் அவள் பீமனை மட்டுமே நோக்கினாள், அவனிடம் மட்டுமே உரையாடினாள். அவர்களின் தனியுலகில் சிரித்தும் விளையாடியும் அவர்கள் வாழ்வதைக் கண்டேன். இங்கு சௌனகக்காட்டுக்குள் நுழையும்போது அவள் என்னிடம் 'நாம் மீண்டும் ஏன் மானுடர் உலகுக்குள் நுழையவேண்டும்?' என்றாள். 'இது மானுடர் உலகம் அல்ல, இது வேதநிலை' என்றேன். 'வேதம் மானுடரின் விழைவுகளின் பெருந்தொகை' என்றாள். 'இல்லை, அது ஆழ்ந்த பொருள்கொண்டது' என்றேன். 'அப்பொருள்நூல்கள் மானுடனின் அச்சத்தின் பெருந்தொகை மட்டுமே' என்றாள். பின்னர் நாங்கள் பேசிக்கொள்ளவில்லை.

"விழைவால் அலைக்கழிந்து அச்சத்தால் அமைந்துதான் இங்கு வந்துள்ளோம், ஆசிரியரே. இங்கு அமர்ந்திருக்கையில் அதைத் தெளிவாகவே உணர்கிறோம். நாங்கள் செய்யக்கூடுவதென்ன?" என்றார் தருமன். காத்யாயனர் "இன்று இரவு பிந்திவிட்டது. ஒருநாளுக்கு மிகையான சொற்கள் இவை. இவற்றை எண்ணி அடுக்கி சித்தம் சமைக்கவே பல இரவுகள் ஆகும்" என்று புன்னகையுடன் சொன்னார். "அரசே, இங்கு குருகுலத்தின் குறுங்காட்டுக்குள் கங்கையின் ஓரமாக பேராலமரம் ஒன்று நின்றுள்ளது. அதைப் பிரமாணம் என்று எங்கள் ஆசிரியப்பெருமக்கள் அழைத்தனர். அந்த மரத்தை நாளை உங்களுக்கு சௌனகர் காட்டுவார்."

காத்யாயனர் கைகூப்பிக் கண்மூடியதும் அவரது மாணவர்கள் அமைதிப்பாடலைப் பாடினர். அவர் கால்தொட்டு வணங்கி

ஒவ்வொருவராக அகன்றுசென்றனர். தருமனும் தம்பியரும் வணங்கியதை அவர் அறிந்ததாகத் தெரியவில்லை. நீள்மூச்சுடன் வெளியே சென்ற தருமன் அண்ணாந்து இடையில் கைவைத்து விண்மீன்களை நோக்கி நின்றார். துருவனைக் கண்டதும் மீண்டும் பெருமூச்சுவிட்டார். சௌனகர் “உங்களுக்கான வசிப்பிடங்களை மாணவர்கள் காட்டுவார்கள், அரசே” என்றார். நகுலன் சிரித்து “நீண்டநாட்களுக்குப்பின் மேலே கூரை கவிந்திருக்க துயிலப்போகிறோம்” என்றான்.

20

காலை முதற்கதிர் எழும்பொழுதிலேயே யுதிஷ்டிரரும் தம்பியரும் நீராடி காலைவணக்கம் முடித்து தங்கள் குடில்முற்றத்தில் காத்திருந்தனர். சௌனகரும் ஏழு மாணவர்களும் தொலைவிலிருந்தே வணங்கியபடி வந்தனர். அவர்களின் வாழ்த்துக்கு தருமன் முகமனுரைத்தார். சௌனகர் "செல்வோம், அரசே" என்றார். அவர்கள் அவரைத் தொடர்ந்தனர். தௌம்யரும் அவரது பன்னிரு மாணவர்களும் திரௌபதியும் சற்று பின்னால் தனியாக வந்தனர்.

சிறிய ஒற்றையடிப்பாதை குறுங்காட்டுக்குள் ஆடைக்குள் ஊசிநூல்போல புகுந்து வெளிவந்து மீண்டும் புகுந்தது. காலைப்பறவைகளின் ஒலி தலைக்குமேல் பெருகி நின்றது. ஒளிக்குழாய்கள் சரிந்து ஊன்றி நின்ற காட்டுப்பாதையில் மின்னி எரிந்து அணைந்து மீண்டும் மின்னியபடி அவர்கள் சென்றனர். அவர்களின் காலடியோசைகள் எங்கெங்கோ பட்டு எதிரொலித்தன. "இவ்வழி" என சௌனகர் ஒரு சொல் உரைத்தபோது உடலில் கல்விழுந்தவர்கள் போல அவர்கள் திடுக்கிட்டனர்.

தொலைவிலேயே அவர்கள் பிரமாணத்தைப் பார்த்துவிட்டனர். ஆயிரம் கைகள் கொண்ட கார்த்தவீரியனைப்போல தன் கிளைகளை நீட்டி பசுந்தழைக்கூரையிடப்பட்ட பெரும் மாளிகைபோல அது நின்றது. விழுதுகள் ஒவ்வொன்றும் அடிமரம் அளவுக்கே பருத்திருந்தன. அதன் விழுதுகளின் காட்டுக்குள் நிழல், இருளெனச் செறிந்திருந்தது. மேலிருந்து பறவைகளின் பூசல் மழையோசைபோல எழுந்துகொண்டிருந்தது. அணுகுந்தோறும் அந்த மரம் மேலெழுந்து மறைந்தது. அதன் விழுதுகள் மாளிகைத்தூண்களென்றாயின.

பசுவின் வால்போல சிவந்த முனைக்கொத்துக்கள் காற்றில் ஆடிய இளைய விழுதுகள் தலைதொட்டு ஆட, வேரூன்றி மரங்களென்றான பெருவிழுதுகளுக்கு ஊடாக வளைந்து வளைந்து சென்று அங்கு புடைத்திருந்த வேர்களின் மேல் அவர்கள் அமர்ந்துகொண்டனர். அந்தணர்கள் அவர்களைச் சூழ்ந்து அமர்ந்தனர். நடுவே சௌனகர் உயர்ந்த வேர்ப்பீடம் ஒன்றில் அமர்ந்தார். தருமன் கைகூப்பி "அந்தணரே, தங்களிடம் இந்த மரத்தைப்பற்றி எங்களிடம் சொல்லும்படி முதன்மைச் சௌனகர் ஆணையிட்டார். நான் என் விழைவுகளையும் அச்சங்களையும் வெல்வதெப்படி என்று கேட்டதற்கு மறுமொழியென அதை அவர் சொன்னார்" என்றார்.

"அரசே, இந்த ஆலமரம் பிரமாணம் என்று பெயர் பெற்றது. சான்று என்று பொருள். நேர்ச்சான்றும் ஒப்புமைச்சான்றும் ஆகி நின்றிருக்கிறது இங்கு. இதை மூன்றாவது காத்யாயனர் இங்கே நட்டார். இதனருகே அமர்ந்து இதைச் சான்றாக்கி நால்வேதமுணர்ந்து பெற்ற தன் மெய்யறிவை அவர் மாணவர்களுக்கு அளித்தார். பின்னர் வேதம்கற்று நிறைவுறும் நாளில் மாணவர்களை இங்கு அழைத்துவந்து இதைச் சான்றாக்கி உறுதிபூணும் மரபு உருவானது. பன்னிரு தலைமுறைக்காலமாக வேதச்சான்றாக இது இங்கே நின்றுள்ளது."

"இதன் தளிரிலைகள் வேதமோதும் நாவுகள். இதன் பச்சை இலைகள் வேதச்சொல் கேட்கக் குவிந்த செவிகள். இதன் வேர் விண்ணில் விரிந்துள்ளது. கிளைகளோ மண்ணில் பரக்கின்றன. இதன் விழுதுகள் மரங்களாகின்றன. மரங்கள் விழுதுகளாகின்றன. தனிமரமே காடானது. இதற்கு இறப்பே இல்லை" என்றார் சௌனகர். தருமன் பெருமூச்சுவிட்டார். சௌனகர் "அரசே, கேள். இத்தருணத்தில் வேதம் உனக்குச் சொல்வதென்ன என்று சொல்லும்படி ஆசிரியர் என்னைப் பணித்திருக்கிறார்" என்றார்.

"பார், இதோ சூழ்ந்திருக்கும் காட்டின் ஒவ்வொரு இலையும் விண்ணை நோக்கி இறைஞ்சுகிறது. நீர், விண்நீர் என. காற்று, இன்காற்று என. ஒளி, மேலும் ஒளி என. இறைஞ்சுதல் உயிர்களின் அறம் என்றுணர்க! தான் என்று உணர்ந்த அணு மறுகணம் விழைவைச் சூடுகிறது. உயிரை அளிக்கக் கோருகிறது. அன்னத்தைக் கோரிப்பெற்று உடல் சமைக்கிறது. மூச்சை அள்ளிக்கொள்கிறது. வெளிவந்ததும் மொழியைப் பற்றிக்கொள்கிறது. விழைவின்றி உயிர்கள் இல்லை. விழைவின் புலன் அறியும் வடிவையே உயிர் என்கிறோம்."

"ஆகவே விழைக! வாழ்வை, வெற்றியை, புகழை, அறத்தை, வீடுபேற்றை. விழைவை வேண்டுதலாக்குக! வேண்டுதலை படையலாக்குக!

வேதிக்கப்படுவதே வேதம். வேட்டலே வேள்வி. படைக்கப்படுவதைப் பெற்று விண்ணக தேவர்கள் அளிப்பதே அருங்கொடை. விண்கொடையால் சிறப்புறுக!

“இங்குள்ள ஒவ்வொன்றும் வேள்வியில் ஈடுபட்டிருக்கின்றன என்று அறிக! மானைக் கொன்று ஊனை வாயில் கொணர்ந்து தன் மைந்தருக்கு ஊட்டிவிட்டு பசித்துக்கிடக்கும் பெண்புலி வேள்வியையே இயற்றுகிறது. கோழிக்குஞ்சை கவ்விச்செல்லும் பருந்து ஆற்றுவதும் வேள்வியே. வயலில் வியர்வையைப் படைப்பவனும் போர்க்களத்தில் குருதி வீழ்த்துபவனும் அவியளிப்பவர்களே.

“வேட்கப்படுவதே அருளப்படுகிறது. ஆகவே அரசே, வெற்றியையும் புகழையும் விழைக! அதன்பொருட்டு படைக்கலம்கொண்டு எழுக! குருதியெனில் குருதி, கண்ணீர் எனில் கண்ணீர், அனலெனில் அனல். அனைத்தையும் அவியாக்குக! வென்றெடுத்த நிலத்தை முடிசூடி ஆள்க! அறம்நின்று குடிகாத்து புகழ்கொள்க! ஆற்றவேண்டியதை ஆற்றியபின் அனைத்தையும் துறந்து அகம்நோக்கி அமர்ந்து உதிர்க! அதுவே உன் அறம் என்கிறது வேதம். பிறிதனைத்தும் வெறும் நடிப்புகளே.

“இயலாமையை தன் தகுதியெனக்கொள்பவனே செயலின்மையை அறமென மாற்றிக்கொள்கிறான். தோல்வியை எந்நிலையிலும் சிறப்புறுத்துவதில்லை மெய்வேதம். வேதம் வென்றவர்களுக்குரியது. வெல்ல எழுந்தவன் கையில் படைக்கலம், நெறிச்சாலையில் கொலைவாள். காட்டுத்தீ சருகுகளை என வெற்றிக்கு உதவாத சொற்கள் அனைத்தையும் அது எரித்தழித்துவிடும். தயங்கவைப்பது இரக்கமென்றால் அது இழிந்ததே. அஞ்சவைப்பது அறக்குழப்பம் என்றால் அது பழிகொணர்வதே. பின்நோக்கச் செய்வது அன்பு என்றால் அது வெறுக்கத்தக்கதே.

“வெல்க! அடைக! நிறைக! அதுவே வேதமெய்ப்பொருள் என்றுணர்க! நீ அரசன் என்றால் ஆட்சியே உன் முதன்மைவேள்வி. அறத்தில் நிற்றலே நீ அளிக்கும் அவி. அறம் தழைக்கும் மண்ணில் திகழ்வது வேதம். வேதத்தை வாழச்செய்க என்பதே வேதம் அளிக்கும் அறைகூவல்” என்று சௌனகர் சொன்னார்.

“ஆனால் விழைவே துன்பத்தை அளிக்கிறதென்பதும் உண்மை. எனவே துன்பமில்லாமல் உயிர்களுக்கு வாழ்க்கையில்லை என்று உணர்க! துன்பத்தை முற்றிலும் விட எண்ணும் முனிவர் விழைவை முழுதும் கைவிடுகிறார்கள். அவர்கள் வாழ்க்கையை முழுமையாக இழந்து சருகுகளைப்போல் மண்ணில் உதிர்கிறார்கள். இன்மையென்றாகி வெட்டவெளியில் உதிர்தலே அவர்களின் அறம்.”

“இன்பத்தை மட்டும் விழைபவன் வேதம் புரப்பவன் அல்ல. துன்பமும் வாழ்க்கையே என்றுணர்ந்து அதையும் வேட்பவனே வேதத்திற்கு இனியவன். நெறியின் பொருட்டு துன்பம் கொள்வதும் இனியதே. நன்றின்பொருட்டு விடும் கண்ணீர் தூய நெய்யென வேதநெருப்பை கிளர்ந்தெழச்செய்கிறது. அறத்தின் பொருட்டு சிந்தப்படும் குருதி உலர்ந்த விறகென வேதக்கனலாகிறது” என சௌனகர் தொடர்ந்தார்.

“தன்பொருட்டு மட்டும் கொள்ளும் விழைவே திருஷ்ணை எனப்படுகிறது. உயிர்களனைத்தையும் ஆட்டுவிக்கும் பெருவிசை அதுவே. புள்ளும் புழுவும் அச்சரடால் கட்டப்பட்டுள்ளன. கைகளும் கால்களும் சிறகுகளும் துடிப்புகளும் கொம்புகளும் அதனால்தான் ஆட்டுவிக்கப்படுகின்றன. விழைவிலிருந்து விலக உயிர்களால் ஆகாது. ஆனால் திருஷ்ணையிலிருந்து விடுபடுபவனே சிறந்த அரசன். அவனை ராஜரிஷி என்று கொண்டாடுகின்றனர் வைதிகர்.

“மிதிலையின் ராஜரிஷியான ஜனகனை வணங்குக! அரசே, அறத்தின்பொருட்டு கொள்ளும் விழைவே திருஷ்ணையிலிருந்து விடுபடும் வழி என்று அறிக! இது இங்கு ஆற்றப்படுவதற்கு நான் கருவியாகியுள்ளேன் என உணர்பவன் இதுவே நான் என்று உணரமாட்டான். இது என் விழைவு என்றும் அவன் சொல்லமாட்டான். நீ புலி இரையைத் தேடுவதைப்போல அரசை நாடினால் துயரையே சூடுகிறாய். எரி விறகை அணுகுவதைப்போல சென்றாய் என்றால் அத்துயர் உன்னுடையதல்ல. உன் அறமே நீ!

“வேள்வி, கல்வி, கொடை, தவம், உண்மை, பொறுமை, புலன்வெல்லல், விழைவின்மை என்னும் எட்டுவகை ஒழுக்கங்களும் தன்னிலிருந்து தன்னை விலக்குவதன் வழியாகவே நிகழும். தன்னை ஆட்டுவிக்கும் பெருவிசையே தானென்னும் உணர்வு என்று உணர்வதொன்றே அவ்வாறு விலகிக்கொள்வதற்கான வழியாகும். உன்னை வழிநடத்துவது நீ கொண்ட அறமே ஆகுக! ஆம், அவ்வாறே ஆகுக!”

சௌனகர் கைகூப்பி ஓங்கார ஒலியெழுப்பி பேச்சை முடித்தார். யுதிஷ்டிரர் தலைகுனிந்து அமர்ந்திருந்தார். இலைகளினூடாக காற்று பெருகிச்செல்லும் ஒலி அவர்களைச் சூழ்ந்திருந்தது.

மூன்றாம் காடு

துவைதம்

1

காலையிளவெயில் எழுவது வரை துவைதவனத்தின் எல்லையில் இருந்த தாபதம் என்னும் சிறிய குகைக்குள் தருமனும் இளையவர்களும் திரௌபதியும் தங்கியிருந்தனர். அவர்களுக்குத் துணையாக வந்த ஏழு சௌனக வேதமாணவர்கள் இரவில் துயிலாமல் காவல்காக்க, வழிநடைக் களைப்பால் அவர்கள் ஆழ்ந்து உறங்கினர். அத்துயிலில் தருமன், அம்பு பட்டு அலறும் தனித்த மான் ஒன்றைக் கனவுகண்டார். பீமன் பிடிகளுடன் முயங்கி நின்றிருக்கும் மதகளிற்றை. அர்ஜுனன் வானில் பறக்கும் வெண்நாரையை. திரௌபதி குகைக்குள் எழும் சிம்ம ஒலியை. அவர்கள் அனைவரும் கேட்டது ஒற்றை ஒலியை. மலைப்பாறை பிளந்து மெல்லச்சரிந்து மண்ணை நோக்கி இழிந்த ஒலி அது.

முதற்கதிர் எழக்கண்டதும் தலைமாணவன் அஸ்வகன் தன் இடையிலிருந்த சங்கை ஊத அந்த ஓங்கார ஒலிகேட்டு தருமன் எழுந்து அமர்ந்து தன் உள்ளங்கைகளை விரித்து நோக்கி “ஓம்” என்று உரைத்தார். பாண்டுவின் பாதங்களை நினைவில் நிறுத்தி தலைவணங்கி கிழக்கு நோக்கி எழுந்தார். தான் கண்ட கனவை நினைவுகூர்ந்தபோது அந்த மானின் நகைப்பொலியாக அது ஏன் நினைவில் எழுகிறது என வியந்தார். நீண்டவழிநடைக் களைப்பை ஆழ்துயில் போக்கியிருந்தமையால் அவர் விழிகளும் ஒளிகொண்டிருந்தன.

அஸ்வகன் “அரசே, இன்னும் அரைநாழிகைத் தொலைவில் உள்ளது துவைதக் காடு. நாம் கிளம்புவோம்” என்றான். தருமன் அழைப்பதற்குள்ளாகவே இளையவர் எழுந்துவிட்டனர். தோள்களை விரித்து கைதூக்கி சோம்பல் முறித்தபடி வெளியே சென்ற பீமன் இலைகளூடாக இறங்கிய பொற்கதிரிழைகளை நோக்கி முகம் மலர்ந்து

நின்றான். அர்ஜுனன் அவனருகே சென்று நின்று தன் விரல்களை நெட்டிமுறித்தான். நகுலனும் சகதேவனும் அருகே இருந்த கமுகிலிருந்து உதிர்ந்த பாளைகளை எடுத்து தேர்ச்சியுடன் தொன்னைகளாகக் கோட்டி முள்கொண்டு தைத்தனர்.

தருமன் அவர்களை அறியாது நோக்கி நின்றார். அவர்கள் காட்டுவாழ்க்கைக்கு முழுமையாகப் பழகிவிட்டிருந்தனர். "ஒவ்வொருநாள் காலையையும் ஒவ்வொரு வடிவில் திரைவிலக்கிக் காட்டும் காட்டிலேயே மானுடன் நிறைவுடன் வாழமுடியும், மூத்தவரே" என்று அர்ஜுனன் ஒருமுறை சொன்னான். "அடுத்தவேளை உணவுக்காக முடிவிலியை நோக்கி அமர்ந்திருக்கும் காட்டுவிலங்கு ஒவ்வொரு நாளும் பிரம்மத்தை அறிகிறது. அந்த முடிவிலியை அஞ்சிய மானுடரால் உருவாக்கப்பட்டவை நகரமும் ஊர்களும். அரசும் படையும் கோட்டையும் கொடியும் எல்லாமே மானுட அச்சத்தின் விளைவுகள். அச்சத்தை வெல்லும் பொருட்டு மானுடன் தவிர்த்தது அறிதலையும்கூடத்தான்."

காட்டில் அவர்களின் முகங்கள் கொண்ட மலர்வை ஒருபோதும் வேறெங்கும் அவர்கள் அடைந்து தருமன் பார்த்ததில்லை. அரசை, உறவை, கொடிவழியை விட்டுவிட்டு நெடுந்தொலைவு வந்துவிட்டோம் என்பதையே அவர்கள் முற்றிலும் மறந்துவிட்டிருந்தனர். தான் ஒருவன் மட்டுமே அவற்றை நாளும் நினைவுகூர்கிறோம் என்பதை ஒருநாள் தனிமையில் உள்ளுணர்ந்தபோது தருமன் கூசினார். அவ்வாறெனில் தான் மட்டுமே விழைவுடனிருக்கிறோமா? தன்னால் மட்டுமே துறக்கவும் கானேகவும் முடியாமலிருக்கிறதா?

"நகரிலிருக்கையில் எப்போதும் காட்டை எண்ணிக்கொண்டிருந்தவன் நான். இன்று நகரின் எச்சம் கொண்டிருப்பவனும் நான் மட்டுமே" என தருமன் தௌம்யரிடம் சொன்னார். "நீங்கள் அரசர். அவர்கள் வீரர்கள். வீரம் செழிக்குமிடமெல்லாம் அவர்களின் மண். கோல் தழைக்கும் மண் மட்டுமே உங்களுடையது" என்று அவர் மறுமொழி சொன்னார். "அரசே, உங்கள் கைகளால் நீங்கள் அளிக்கவேண்டிய அவிப்பொருட்கள் முன்னரே மண்ணில் பிறந்து விளைந்துவிட்டன. நீங்கள் கொடுக்கவேண்டிய கொடைப்பொருள் எங்கோ திரண்டுவிட்டது. உங்கள் கால்கள் எங்கு வேண்டுமென்றாலும் செல்லலாம். கைகள் அவற்றையே நெருங்கிக் கொண்டிருக்கின்றன."

அவர்கள் சௌனகக்காடு விட்டு பன்னிரு நாட்களுக்கு முன் கிளம்பினர். சௌனகக்காட்டில் மழைக்காலம் முழுக்க தங்கியிருந்தனர். தருமன் முதன்மைச் சௌனகரிடமிருந்து அவர்களின் வேதப்பயில்முறையைக் கற்றார். நால்வகை சொல்வைப்புகளைக் கற்கும் முறைக்கு மேல்

ஒலியொப்புமுறை ஒன்றை சௌனக மரபு வளர்த்தெடுத்திருந்தது. சொல்லிணைவுகளின் ஒலியொழுங்கை வகுத்து அதன் அடிப்படையில் வேதத்தை இசைவடிவாக ஆக்கிய அம்முறைக்கு சந்தஸ் என்று பெயரிட்டிருந்தனர் அவர்களின் முன்னோர்.

சந்தத்துடன் வேதம்பயில நான்குதிசைக் காடுகளிலிருந்தும் சௌனகத்திற்கு இளமாணாக்கர் அவர்களின் ஆசிரியர்களால் அனுப்பப்பட்டனர். பறவைக் குரல்களிலிருந்தும் விலங்குகளின் நாவுகளிலிருந்தும் நீரின் ஓசைகளிலிருந்தும் காற்று முழக்கங்களிலிருந்தும் இடிக் குமுறல்களிலிருந்தும் அவ்வொலிகள் செவிப்புலனே சித்தமென்றான வேதப்படிவர்களால் மலர்களிலிருந்து தேனீ என துளித்துளியாகத் திரட்டப்பட்டிருந்தன. அவற்றை முறைவகுத்து இலக்கணப்படுத்தி நெறிகளென்றாக்கியது சௌனக மரபு. காயத்ரி, பிருஹதி, உஷ்ணிக், ஜகதி, திருஷ்டுப்பு, அனுஷ்டுப்பு, பங்தி என்னும் சந்தங்கள் வேதங்களுக்குச் சிறகுகளாயின.

“நதிநீரில் மிதந்துவரும் விதைகள் முளைத்து மரவரிசைகளாகி நதிக்குக் கரைவகுப்பதுபோல” என்று அச்செயலை காத்யாயனர் சொன்னார். கரைகொண்ட பெருக்கு விரைவுமிக்கதாகியது. அதன் கிளைகள் பெருகின. அதன் கைவழிகளினூடாக காடு தழைத்தது. சௌனக வேதநிலையில் முப்பொழுதும் சந்தவேதம் ஒலித்துக்கொண்டிருந்தது. அங்கே வாழ்ந்த கிளிகளும் மைனாக்களும் அந்தச் சந்தத்தில் குரலெழுப்பக் கற்றிருந்தமையால் கேட்கும் ஒலிகளெல்லாம் வேதமென்றாகி செவிநிறைத்தன.

சௌனகம் விட்டுச் செல்ல விருப்பம் என்று ஒருநாள் தருமன் சொன்னபோது காத்யாயனர் புன்னகையுடன் “வேதம் சலித்துவிட்டதா?” என்றார். “இல்லை, ஆசிரியரே. இங்கே நான் நாளும் பொழுதும், சித்தமுணரும்போதும், மயங்கி சின்மயமே எஞ்சும்போதும் வேதத்தில் மூழ்கிக் கிடக்கிறேன். இனிமையில் பிறந்து இனிமையை உண்டு இனிமையில் திளைத்து சிறகு கொள்ளும் தேனீ தேனிலிருந்து விடுபடுவதே இல்லை. தேன் உண்டு தேன் நாடிச் சேர்த்து தேனில் அது மடியும். நான் இதன் மறுபக்கத்தையும் காணவிழைகிறேன்” என்றார்.

காத்யாயனர் அவரைக் கூர்ந்துநோக்கி “வேதமறுப்பாளர்களைக் காணவிழைகிறீரா?” என்றார். “ஆம்” என்றார் தருமன். “இதன் மறுபக்கம் என்ன என நான் கற்றாகவேண்டும்.” காத்யாயனர் “அரசே, எங்கள் தரப்பின் எதிர்த்தரப்புகள் இரண்டு. எங்கள் தரப்பின் பெரும்பகுதியை ஏற்று எங்கள் மையத்தை மட்டும் மறுப்பவர்கள் சாந்தீபனி மற்றும் சாந்தோக்ய மரபினர். கௌஷீதகக்காட்டில் அவர்களை நீங்கள்

காணலாம். அயலாருக்கு அவர்களும் நாங்களும் ஒன்றே என தோன்றும். ஆனால் ஒற்றைப்புள்ளியிலிருந்து பிரிந்துபிரிந்து வளர்ந்து செல்பவர்கள் என்பதனால் சொல்லச்சொல்ல இடைவெளி மிகுவது அவர்களுடன்தான். ஒருநிலையிலும் நாங்கள் இணைய வாய்ப்பில்லை" என்றார்.

"எங்கள் ஒவ்வொரு சொல்லையும் மறுப்பவர்கள் சார்வாகர்கள். அவர்களை துவைதப்பெருங்காட்டில் நீங்கள் சந்திக்கலாம். ஆனால் நூற்றாண்டுகளாகப் பேசிப்பேசி அவர்களும் எங்களைப்போலவே ஆகிவிட்டிருக்கின்றனர். உருவிலும் உள்ளிலும் நாங்கள் ஒருவரை ஒருவர் கண்டுகொண்டேயிருக்கிறோம். என்றோ எங்கள் பாதைகள் ஒன்றையொன்று தழுவிக்கொள்ளவும் கூடும்" என்றார் காத்யாயனர்.

"யுதிஷ்டிரரே, வேதம் அனைத்தையும் தழுவிச்சூழ்ந்த சொல்வெளி. எனவே வேதமறுப்பும் வேதமே. வேதமறுப்பை வேதமேயென்றாக்கியவர் பிரஹஸ்பதி முனிவர். கணாதர், பரமேஷ்டி, அஜித கேசகம்பளர் என அவர்களின் குருநிரை இன்றும் வல்லமையுடன் இருக்கிறது. சார்வாகம் என்றழைக்கப்படும் பிரஹஸ்பதியின் மெய்மரபைச் சென்று கற்றறியுங்கள். வேதத்தேன் ஊறிய மரத்தின் வேர்ச்செறிவையும் அது நின்றிருக்கும் சேற்றுப்பரப்பையும் உணர்ந்தவர் ஆவீர்" என்றார். "ஆம், நான் விழைவது அதுவே" என்றார் தருமன்.

"இங்கிருந்து இருநூற்றைம்பது காதம் அப்பால் உள்ளது துவைதவனம்" என்றார் காத்யாயனர். "அங்கே இன்று சூரியனின் மைந்தர் பிரஹஸ்பதியால் அமைக்கப்பட்ட தொன்மையான கல்விநிலை உள்ளது. அதன் முதன்மையாசிரியராக பன்னிரண்டாவது கணாதர் அமர்ந்திருக்கிறார். அவரது சொற்கள் உங்கள் எரிக்கு அவியாகுக! எரி எதையும் உண்டு தான் மட்டுமே எஞ்சுவது. சந்தனமும் வேம்பும் அதற்கு நிகரே. எரி திகழ்க!"

அவர்கள் நீராடி உணவுண்டு கிளம்பி துவைதக்காட்டுக்குள் நுழைந்தனர். பிறகாடுகளைப்போலன்றி அங்கே முட்புதர்கள் செறிந்திருந்தன. பசுந்தழைகளுக்கு நடுவே அவை கரந்து கூர்ந்திருந்தன. மரத்தண்டுகளில் சினத்துடன் எழுந்திருந்தன. தளிரிலைவிளிம்புகளில்கூட ஐயத்துடன் சிலிர்த்து நின்றிருந்தன. "நோக்கி நடக்கவேண்டும், அரசே. இங்கே முள்ளில்லாத செடிகளே குறைவு" என்றான் அஸ்வகன். அவனுடன் வந்த சௌனகனாகிய பிங்கலன் "முள்ளில்லாச் செடிகள் கம்பளிப்புழுபோல நச்சுமயிர் கொண்டவை. அவற்றைத் தீண்டிவிடாது நடக்கவேண்டும்" என்றான். குனிந்து ஒரு செடியைச் சுட்டிக்காட்டி "இச்செடியை நினைவில் நிறுத்திக்கொள்ளுங்கள். செடிகளில் இது நாகம்" என்றான்.

குனிந்து அதை உற்றுநோக்கிய தருமன் நிமிர்ந்து அஸ்வகனை நோக்கிப் புன்னகைசெய்து "இத்தனை வஞ்சமும் சினமும் செடிகளுக்கு எப்படி வந்தன?" என்றார். "இந்தக் காட்டைப் பாருங்கள், அரசே. இது கஜமஸ்தகம் என்னும் மலைக்குமேல் அமைந்துள்ளது. யானையின் தலைமேல் முடிகள் என ஓரிரு மரங்களே இங்குள்ளன. அவையும் முள்நிறைந்த வேலமரங்கள். பிற மரங்கள் ஆள்மறையும் உயரம் மட்டுமே கொண்டவை. செடிகள் தாள் அளவே தாழ்ந்தவை. இலைகளோ எளியவை. இங்கு இவை உயிர்கொண்டு எழுந்து இலைவிரித்து நிற்பதே ஒரு பெரும் வாழ்க்கைப்போரின் வெற்றி."

"ஆகவே அவை எதிரிகளை எதிர்நோக்கி எக்கணமும் நின்றுள்ளன. முள்ளையும் நஞ்சையும் இழிமணத்தையும் ஏந்தியிருக்கின்றன" என்று அஸ்வகன் சொன்னான். "மலையுச்சிகளிலேயே இத்தனை கசப்புள்ள இலைகளைக் காணமுடியும். வேர்முதல் மலர்வரை கசக்கும் செடிகள் இங்குள்ளவை." பிங்கலன் "நஞ்சும் கசப்பும் கொண்ட அத்தனை செடிகளும் எவ்வகையிலோ மருந்துதான் என்பர் மருத்துவர். எந்நோய்க்கு எப்படி மருந்தாகும் என்று கண்டறிவதே மருத்துவனின் பணி" என்றான்.

"ஆம், இங்குள்ள செடிகளில் பல அருமருந்துகள். நாளும் மூலிகைதேடி இங்கு மருத்துவர் வந்துகொண்டிருக்கிறார்கள். துவைதவனம் தொல்காலத்திலேயே மருந்துமலை என அழைக்கப்பட்டது. முதற்குருவான பிரஹஸ்பதி இங்கே தன் கல்விநிலையை அமைத்ததே இங்கு கிடைக்கும் மருந்துகளுக்காகத்தான். அறிந்திருப்பீர்கள், வேதாங்கமான ஆயுர்வேதத்தை அதன் முதல்குருவான சூரியதேவர் மூவருக்குக் கற்பித்தார். மருந்துக்கலையை ஆத்ரேயருக்கும் இடர்நீக்குக்கலையை தன்வந்திரிக்கும் அளித்தபின் இரண்டுக்கும் உரிய நலவாழ்வுக்கலையை தன் மானுடமைந்தனும் அங்கிரீசரின் குருதியில் பிறந்தவருமாகிய பிரஹஸ்பதிக்கு அளித்தார். பிரஹஸ்பதியின் சொல்மரபு மருத்துவத்துடன் இணைந்தே இன்றும் கற்பிக்கப்படுகிறது. அதன் அனைத்துக் கொள்கைகளுக்கும் ஒப்புமையாக மருத்துவமே முன்வைக்கப்படுகிறது."

தொலைவில் துவைதவனத்தின் மையமாக அமைந்த மகிஷசீர்ஷம் என்னும் பெரும்பாறை தெரியத்தொடங்கியது. அதன் சரிவிலிருந்து ஒழுகியிறங்கிய சிறிய ஓடையின் நீர் உருளைப்பாறைகளில் மோதி உடைந்து ஓசையிட்டு ஓடியது. அதனருகே தறிகளில் கட்டப்பட்டிருந்த பசுக்கள் நீண்ட கயிற்றில் பெரியவட்டங்களாகச் சுற்றிச்சுற்றிவந்து மேய்ந்தன. அவர்களைக் கண்டதும் ஒரு பசு மூக்குதூக்கி செவிகோட்டி விழியுருட்டி நோக்கிக் குரல்கொடுத்தது. உடனே மற்ற பசுக்கள்

அனைத்தும் திரும்பி நோக்கின. கன்றுகள் துள்ளி அவர்களை நோக்கி ஓடிவரமுயன்று, கயிறு இழுக்க பின்னால் சென்றன.

மரப்பட்டைக் கூரையிடப்பட்ட நூற்றெட்டு சிறிய குடில்களால் ஆனதாக இருந்தது துவைதவனம். அதன் நடுவே கல்விச்சாலையாக பெரிய கொட்டகை அமைந்திருந்தது. அவ்வேளையில் அங்கே மாணவர்கள் எவரும் இருக்கவில்லை. காயும் கனியும் கிழங்கும் தேனும் ஊனும் தேடி அவர்கள் காட்டுக்குள் சென்றிருந்தார்கள். நான்கு மாணவர்கள் விறகைக் கொண்டுவந்து குவித்துவிட்டு திரும்பி அவர்களைப் பார்த்தனர். அஸ்வகன் கைகளைத் தூக்கி அவர்களின் மந்தணச்சொல்லைக் கூவியதும் அவர்களில் ஒருவர் சென்று அங்கிருந்த மணியை முழக்கினார்.

மணியோசை குடில்களின் மேலிருந்த மலையிலிருந்து எழுவதுபோல் தோன்றியது. மலைமடிப்புகளில் இருந்தெல்லாம் பல மாணவர்கள் எட்டிப்பார்த்தனர். மையக்குடிலில் இருந்து பன்னிரு மாணவர்கள் இறங்கி கைகளைக் கூப்பியபடி அவர்களை வரவேற்கும்பொருட்டு அணுகிவந்தனர்.

2

துவைதத்தின் இருண்ட காட்டுக்குள் பறவைகள் கூடணைவதில்லை. அவை அங்கு வந்து இரைதேடிவிட்டு மீண்டு சூழ்ந்திருந்த அடிவாரக்காட்டுக்குச் சென்றுவிடுவது வழக்கம். அக்காட்டில் விலங்குகளுமில்லை. ஆகவே அங்கே இரவு ஆழ்ந்த அமைதியுடனிருந்தது. பயில்வறையில் அமர்ந்திருந்த மாணவர்கள் கைகளை கட்டிக்கொண்டு எதிரே நெய்விளக்குகளுக்கு நடுவே மரப்பீடத்தில் அமர்ந்திருந்த கணாதரின் சொற்களைக் கேட்டுக்கொண்டிருந்தனர். நீண்ட புரிசடைகள் தோளில் தொங்க,நுதல்விழி எழுதிய நெற்றியும் வெண்சாம்பல் அணிந்த கரிய சிற்றுடலும் கொண்டிருந்தார் கணாதர். முதுமையில் வற்றி, சுள்ளிகளென்றான கைகள் மடிமேல் கோக்கப்பட்டிருந்தன.

"எங்கள் மெய்மரபின் முதலாசிரியரான பிரஹஸ்பதி, முனிவர் அங்கிரீசருக்கு மைந்தராக உதத்யரின் இளையோனாகப் பிறந்தார். சூரியனின் அருளே மைந்தனென வந்தது என்பது அவரைப் பற்றிய நூல்குறிப்பு. இளமையில் அவர் தந்தையிடம் வேதச்சொல் கற்றுத்தேர்ந்தார். பிருகுமுனிவருக்கு கியாதியில் பிறந்த மைந்தர் சுக்ரர் அவருடன் இணைமாணாக்கராக இருந்தார் என்று அவரது வாழ்க்கையைச் சொல்லும் பிரஹஸ்பத்யம் என்னும் நூல் சொல்கிறது.

"பிரஹஸ்பதி இறவாக்கலையையும் சுக்ரர் இறந்தோரை உயிர்ப்பிக்கும் கலையையும் கற்றுத்தேர்ந்தனர். பிரஹஸ்பதியை தேவர்களின் ஆசிரியர் என்றும் சுக்ரரை அசுரர்களின் ஆசிரியர் என்றும் சொல்கின்றன நூல்கள். மண்வாழ்ந்து நிறைந்தபின் விண்ணேகி வியாழனென்று அமைந்தார் எங்கள் முதலாசிரியர்" என்றார் கணாதர். "வேதம்கற்று வேதம்கடந்து மெய்மையைத் தொட்டடைந்தார். அவரது சொற்கள்

தொல்வேதப்பெருந்தொகையில் எட்டாயிரம் பாடல்களாக இடம்பெற்றிருந்தன. தொகுக்கப்பட்ட நால்வேதங்களில் நூறுபாடல்கள் இன்றுள்ளன.

"எது முடிவற்ற பொருள்கொண்டதோ, எது எங்கும் பொருள் அளிப்பதோ அதுவே வேதம் என்றார் எங்கள் முதலாசிரியர். அவரது மெய்ச்சொல் அவரது மாணவர்நிரையின் இருபத்தாறாவது பிரஹஸ்பதியால் உலகியலாக விளக்கப்பட்டது. அது பிரஹஸ்பதி சூத்திரங்கள் என்னும் நூல்வடிவில் இன்றுள்ளது. அச்சொல் இருபத்தெட்டாவது பிரஹஸ்பதியால் மெய்யியலாக விளக்கப்பட்டது. அது பிரஹஸ்பதி ரகசியம் என்னும் நூலாக மறைபொருள் நாடுநரால் மட்டும் பயிலப்படுகிறது.

"இது மெய்மையின் சொல்வடிவம். அதோ அந்தப் பாறைகளைப்போல பருவடிவம் கொண்டது. இந்த ஒளியைப்போல அனைத்தையும் துலங்கச்செய்வது. காற்றைப்போல மூச்சாவது. நீரைப்போல அமுதாவது. அரசே, மொழியிலமைந்த அறிவுகளில் பொய்கள் உண்டு. பிழைகள் உண்டு. குறைகளும் உண்டு. நிறைமெய்யை அவற்றிலிருந்து பிரித்தறிவது எப்படி? நூறு சொற்கோள் முறைகளைக் கற்றாலும் தெளிவு கிடைப்பதில்லை. ஆயிரம் ஆசிரியர்களை அணுகினாலும் மாறாவிடையை அடையமுடிவதில்லை.

"வழி ஒன்றே. விடாயே நீர் தேடிச்செல்வதற்கு சிறந்த வழிகாட்டி. பிற அனைத்தும் நீரிலிருந்து நம்மை விலக்குபவையே. அவை அழகிய சொற்களாக இருக்கலாம். தெளிவான சொல்முறைகளாக இருக்கலாம். நீரை அடையவைக்கும் வழியே உண்மையானது. நீரே வழியை மதிப்புக்குரியதாக்குகிறது. அரசே, ஐம்புலன்களுக்கும் உள்ளத்திற்கும் அறிவுக்கும் அகப்படுவதே முதன்மை மெய்மை எனப்படும். பிற அனைத்தும் அந்த மெய்மைக்குமேல் ஏறி நின்றிருப்பவை. முதல் மெய்மை நிலம் போன்றது. வானில் பறக்கும் ஒன்றைக்கூட மண்ணில் எம்பிச்சென்றே பற்ற முடியும். பற்றியபின் மண்ணுக்கே மீள்தலும் வேண்டும். மண்ணில் நின்றிருக்கும் அறிவையே பிரஹஸ்பத்யம் என்கிறோம். அதை எங்கள் மறுப்பாளர்கள் சார்வாகம் என்பதுண்டு."

தருமன் வணங்கி "அறிவரே, நான் முன்பிருந்த சௌனக குருகுலத்தில் என்னிடம் வேதநெறிப்படி நான் ஆற்றவேண்டியதென்ன என்று சொல்லப்பட்டது. என் தோழர்களைத் திரட்டி இறுதிப்படைக்கலத்தையும் ஏந்தி படைகொண்டுசென்று எதிரிகளை வென்று எனக்குரிய மண்ணை வென்று ஆளவேண்டும் என்றும், வேதச்சொல் வாழ ஆளவேண்டும் என்றும், என் முடியறத்தை நான் பேணினால் என் தனியறத்தை

தெய்வங்கள் ஏற்கும் என்றும் கூறினர். உங்கள் நெறி என்ன சொல்கிறது என்று அறிய விழைகிறேன்” என்றார்.

“அரசே, நீ நெறிதேடி இங்கு வந்திருப்பதே உன்னால் இப்போது போர்புரிய முடியாதென்பதனால்தான். உன்னிடம் படைவல்லமை இருந்திருந்தால் நெறியென்ன என்று உசாவமாட்டாய், நெறியமைத்து உன்னைக் காக்கும் அறிஞர்களை சூழ வைத்திருப்பாய். மண்ணில் மானுடர் உருக்கொண்ட நாள்முதல் இன்றுவரை இங்கே வென்றது வல்லமை. வென்றதனாலேயே அது வெல்லத்தக்கது. வெல்லத்தக்கது வெல்லும் என்ற நெறியினாலேயே பிறிதொன்று எண்ணத்தேவையில்லை. சிம்மம் உகிர்களால், கழுகு சிறகுகளால், நாகம் நச்சால், அரசன் படையால், அறிவன் சொல்லால் வெல்கிறான். துலாவின் தட்டு எடையுள்ள பக்கம் தாழ்கிறது, அதை முடிவுசெய்யும் ஆற்றல் துலாமுள்ளுக்கில்லை என்றுணர்க!

“அரசை வென்று நீ அறம்காக்கவேண்டும் என்றில்லை. புறவயமானதே இருப்பு எனப்படும். அகவயமானது உருவகமே. அறம் என்பது நீ உணர்வது, அறிவர் வகுத்தது, சொல்லில் இருப்பது, அமைச்சர்களால் விளக்கப்படுவது. நெறியோ புறவயமானது. அது அத்தருணத்தில் அங்குள்ள துலாத்தட்டுகளுக்கு நடுவே நிகர்நிலை என உருவாகி எழுந்து வருவது. நெறியைப் பேணுக! அது உன்னைப் பேணும். அரசன் பெறும் வரிக்கும் அவன் அளிக்கும் கொடைக்கும் நடுவே நின்றுள்ளது துலாமுள். உன் அமைச்சர்களுக்கும் உனக்கும் நடுவே, உன் குடிகளுக்கும் கோலுக்கும் நடுவே, உன் உறவுகளுக்கும் அரசக்கடமைகளுக்கும் நடுவே, உன் படைவல்லமைக்கும் வணிகவல்லமைக்கும் நடுவே, உன் எதிரிகளுக்கு நடுவே என்றும் நின்றுகொண்டிருக்கும் துலாமுள்ளைப் பேணுக! அதுவே உன்னை நிலைநிறுத்தும் விசை.

“தெய்வங்கள் அல்ல, கண்காணா அறமும் அல்ல, மூதாதையர் சொல் அல்ல, சூதர் சொல்லும் புகழுரைகளும் அல்ல, துலாதேரும் தெளிவே அரசனை வெல்லச்செய்கிறது. அந்தத் தெளிவை அடைந்த மன்னனே ஐயமின்றி நாடாள்பவன். அதைத்தான் எங்கள் மெய்மரபைச் சேர்ந்த மாமுனிவர் ஜாபாலி தசரதராமனின் அவையில் நின்று உரைத்தார். அரசமுனிவராகிய ஜனகர் மன்னர்கள் கற்கவேண்டிய மெய்நூல்களில் முதன்மையானது சார்வாகமே என்று உரைத்ததும் அதனால்தான். மண்ணாள்பவன் மண்ணில் காலூன்றி நின்றாகவேண்டும்” என்றார் கணாதர். “அரசே, எளிய சொல் இதுவே. நீ மக்களை வருத்தினால் உன்னை மக்கள் வருத்துவர். நீ எதிரியிடம் பொறுத்தருளினால் உன்னிடம் எதிரி பொறுத்தருள்வான். நீ அளிப்பதே திரும்பி வரும். சிறந்த விதைகளுடன் நிலமிறங்கும் உழவன், கதிர்க்குலை சுமந்து இல்லம் திரும்புவான்.”

தருமன் “தங்கள் சொல்லுக்கும் நால்வேதச் சொல்லுக்கும் வேறுபாடு பெரிதில்லை என்று எண்ணுகிறேன்” என்றார். “ஆம், எங்கள் சொல்லே தொல்வேதம். நால்வேதமென எழுந்தது எங்கள் விழுதுகளில் ஒன்றே” என்றார் கணாதர். “ஒரு தொல்கதை உள்ளது. எங்கள் முதல்குரு பிரஹஸ்பதி தன் தமையன் உதத்யருடன் ஒற்றைக்குடிலில் வாழ்ந்தபோது தமையனின் துணைவி மமதை கருவுற்றாள். அக்குழவி கருவிலேயே வேதச்சொல் கற்றுத்தேர்ந்தது. ஒருநாள் தனியறைக்குள் மமதை துயின்றுகொண்டிருப்பதை பிரஹஸ்பதி கண்டார். ஆனால் மெல்லியகுரலில் வேதச்சொல் ஒலித்துகொண்டிருந்தது. அவர் உள்ளே சென்று அதைச் செவிமடுத்தார். அது கருவிலிருக்கும் குழவியின் சொல் என்று கண்டார். குனிந்து அவள் வயிற்றில் செவிவைத்து அதன் குரலைக் கேட்டார்.

“குழவி பாடிய வரிகள் இன்றும் வேதத்தில் உள்ளவை” என்றார் கணாதர். அவர் கண்காட்ட ஒரு மாணவன் அவ்வரிகளைப் பாடினான்

“நாளின் சுழற்சி என்னைச் சோர்வுறச் செய்யாதிருக்கட்டும்.
நெருப்பு என்னை எரிக்கலாகாது.
என் வேள்விக்குளம் மண்மூடிப்போகலாகாது.
நீர் என்னை விழுங்காமலாகுக!
ஆம், அவ்வாறே ஆகுக!”

“அம்மைந்தன் தன் சிறிய கைகளால் கருவறைக்குருதியை அள்ளி தன் தொப்புளுக்குக் கீழே எரிந்த மூலாதாரக்கனலில் விட்டு அவியாக்கி வேள்வியை செய்துகொண்டிருந்தான். மமதையின் உள்ளத்தில் குடிகொண்டு அமரமருத்துவர்களான அஸ்வினிதேவர்கள் அதைக் கேட்டுக்கொண்டிருந்தனர்” என்றார் கணாதர். “அது உயிரின் பெருவிழைவு என்று உணர்ந்த பிரஹஸ்பதி உரத்தகுரலில் மைந்தா, நில்! அழிவின்மை மானுடர் எவருக்கும் உரியதல்ல என்றார். அக்குழவி விலகுங்கள், தந்தையே! நான் வென்று செல்ல, தடையின்றி பெருக, என்றுமிருக்க விழைகிறேன். விழைவே வேதம் என்றது.

“விழியற்ற விழைவு அது. மறுதுலாவால் நிகர்செய்யப்படாத எதுவும் அழிவே என்று பிரஹஸ்பதி சொன்னார். அதை நான் அறியவேண்டியதில்லை, வேதம் என் கையின் வெல்லமுடியாத படைக்கலம் என்றது குழந்தை. விழைவுமட்டுமேயான வேதமும் விழியற்றதே என்று பிரஹஸ்பதி சினத்துடன் சொன்னார். அவ்விழியின்மையே உன் மறுதுலாத்தட்டாக ஆகுக! என்றார். அம்மைந்தன் விழியிழந்தவனாகப் பிறந்தான். அவனை தீர்க்கதமஸ் என்றனர்.”

“அங்கம் வங்கம் கலிங்கம் சுங்கம் புண்டரம் என்னும் ஐந்து நாடுகளின் முதலரசர்களை ஈன்றவர். கோதமரின் தந்தை என அவரை நூல்கள்

சொல்கின்றன” என்றார் தருமன். “அவை பின்னாளில் சூதர்கள் புனைந்த கதைகளாக இருக்கலாம். தீர்க்கதமஸ் வேதமுனிவர். கட்டற்ற மூலாதாரப் பேராற்றலின் மானுடவடிவம். ஆகவே அவரைப் பெருந்தந்தை என்று வழிபடுகின்றன ஆரண்யகங்கள்” என்று கணாதர் சொன்னார். “கட்டில்லா பெருவிழைவையே தொல்வேதம் என்றனர். தீர்க்கதமஸ் அவ்வேதத்தின் ஆசிரியர்களில் ஒருவர்.”

“அரசே, அன்னம் செயலற்றது. ஏனென்றால் அது விழைவற்றது. அன்னத்தில் விழைவென எழுந்ததே முதல் உயிர். அன்னத்தில் ஏறி அதை ஆட்டுவிக்கிறது அது. வளர்க்கிறது, வாழச்செய்கிறது, கொல்கிறது, உண்கிறது. அவ்வுயிர் விழைவை மட்டும் வழுத்துவதே வேதம். அவ்வுயிர் ஏறிய அன்னத்தையும் வழுத்துவதே சார்வாகம்” என கணாதர் சொன்னார். “அன்னம் தன்னளவில் முழுமையானது. நிலநீர்வளியொளிவிசும்பெனும் ஐந்து பெரும்பருக்களாக தன்னை நமக்குக் காட்டுகிறது. நிகரெதிர்நேர் நிலைகள் எனும் மூன்று இயல்புகளாக இங்கு திகழ்கிறது. என்றும் அழியாதது. தன்னுள் காலத்தை நிகழ்த்திக்கொண்ட பின்னரும் காலத்துக்கு அப்பால் என்றுமென இருப்பது.

“அன்னத்தை செயல்படச் செய்கிறது உயிர். அன்னமே உயிரைப் பேணுகிறது. அன்னமில்லாத உயிருக்கு இருப்பில்லை. சொல்லின்றி பொருள் நிலைகொள்ள முடியாது. அன்னத்தின் இயல்பென்றே உயிரையும் மானுடர் அறியமுடியும். ஆகவே, அன்னமே முதன்மையானது. எங்கள் நிலைப்பாட்டை அன்னவாதம் என்றே அறிஞர் அழைக்கிறார்கள்” என்றார் கணாதர். “சௌனக நெறியின் தொல்குரு தீர்க்கதமஸ். நாங்கள் அவர்களுடன் வேறுபடும் இடம் இதுவே.”

“அவர்கள் சொல்வதும் நாங்கள் ஆற்றுப்படுத்துவதும் ஒரே வழியைத்தான். ஏனென்றால் எங்களிடையே இருப்பது மிகச்சிறிய வேறுபாடு மட்டுமே” என்று கணாதர் தொடர்ந்தார். “அவர்கள் பருப்பொருளாக நிறைந்துள்ள இவ்வுலகை, இயக்கவிசைகளை முற்றிலும் தவிர்த்து உள்ளமைந்த அறமென்னும் அருவை மட்டுமே பேசுகிறார்கள். நாங்கள் இப்பருவுலகை, இதன் முறைமையை முன்வைக்கிறோம். உலகியல் வல்லமையை அடைக! உலக நலன்களைப் பேணுக! உலகம் உன்னைப் பேணும்.”

தருமன் பெருமூச்சுடன் கைகூப்பினார். “அரசே, அவர்களின் வேதநெறி அனலை வழிபடுகிறது. அனலை விண்ணிறங்கிய தெய்வமென்று காட்டுகிறது. அனலை ஓம்ப உனக்கு ஆணையிடுகிறது. சார்வாகம், அனலென்பது விறகின் ஒரு நிலையே என உனக்குச் சொல்கிறது. விறகை வளர்க்கவும் பேணவும் ஆற்றுப்படுத்துகிறது. நலம் சூழ்க!” கணாதர் கைகூப்ப அவரது மாணவர்கள் ஓங்கார ஒலி எழுப்பினர்.

3

காலையில் நீராடுவதற்காக அருகே இருந்த ஊற்றுக்கு தம்பியருடன் செல்லும்போது தருமன் கருவேலங்குச்சியால் பல்துலக்கியபடி தாழ்ந்த தலையும் தயங்கும் காலடிகளுமாக நடந்தார். அவர் விழிகள் நிலம் நோக்கி கூழாங்கற்களிலும் வேர்களிலுமாக ஊர்ந்தன. அவருக்குப் பின்னால், சூழ்ந்திருந்த குறுங்காட்டில் வந்து மொய்த்து சிறகடித்துக்கொண்டிருந்த சிறிய பறவைகளைப் பார்த்தபடி பீமன் வந்தான். அர்ஜுனன் அதற்குப் பின்னால் சிறிய நாணல்களைப் பிடுங்கி வீசி ஒன்றன்மேல் ஒன்றை தைக்கச்செய்து சரடாக ஆக்கி விளையாடியபடி நடந்தான். நகுலசகதேவர்கள் மாற்றாடைகளுடன் தங்களுக்குள் உரையாடியபடி வந்தனர்.

காலையிலேயே துவைதக்காட்டில் பல இடங்களில் தங்கியிருந்த நோயாளிகள் குடில்களுக்கு வந்து காத்து நின்றிருந்தனர். கணாதரின் மாணவர்கள் அவர்களுக்கு நாடி தேர்ந்தும் நாற்றம் தேர்ந்தும் மருந்து அளித்துக்கொண்டிருந்தனர். நோயாளிகளின் இருமல்களும் முனகல்களும் மெல்லிய குரலில் அவர்கள் உரைக்கும் துன்பச்சொற்களும் வண்டுகளின் கூட்டோசை என அங்கே நிறைந்திருந்தன.

குடில்களுக்குப் பின்னால் இளம் மாணவர்கள் கலுவங்களில் மூலிகைகளை அரைத்தபடியும், மூக்கில் மரவுரியைக் கட்டிக்கொண்டு நெடியெழும் வேர்களை மரஉரல்களில் இடித்துக்கொண்டும், முக்கல் அடுப்பின்மேல் நெருப்புக்கொழுந்து சூழ அமர்ந்திருந்த பெரிய செம்புவார்ப்புகளுக்குள் குமிழிவெடித்து ஆவிப்புகை எழ கொதித்துக்கொண்டிருந்த பச்சைவண்ணத் தைலங்களை மரத்தாலான

நீண்ட சட்டுவங்களால் கிண்டிக்கொண்டும், பதம் நோக்கி அதில் பிறபொருட்களைக் கலந்தபடியும் இருந்தனர்.

விரிக்கப்பட்ட பெரிய ஈச்சம்பாய்களில் ஆட்டுப்புழுக்கை போல உருட்டப்பட்ட லேகியக் குளிகைகளை இளையோர் பரப்பினர். முதியோர் அருகமர்ந்து பெரிய கற்பானைகளிலிருந்து பசையை எடுத்து உருட்டினர். முந்தையநாள் அங்கே வந்தபோது மூக்கு அறிந்தது அந்த மருந்துகளனைத்தும் கலந்து எழுப்பிய எரிமணம் என தருமன் உணர்ந்தார். அப்போது அனலுண்ணும் அவியின் மணமென இனிதாகத் தோன்றிய அது அங்கே சூழ்ந்திருந்த நலிந்த நோயாளர்களைக் கண்டபின்னர் அவர்களின் நாற்றமாக ஆகிவிட்ட விந்தையை எண்ணிக்கொண்டார்.

“இங்கு ஒவ்வொருநாளும் நூற்றுக்குமேல் நோயாளர் வருகிறார்கள். அவர்களிடம்தான் இவர்களின் மெய்ச்சொல் முதன்மையாகச் சொல்லப்படுகிறது. அவர்களிடமிருந்து அது ஊர்கள்தோறும் செல்கிறது” என்றான் அர்ஜுனன். “அறிபடுபொருளும் அறிபவனும் எந்நிலையிலும் இரண்டே என்பதனால்தான் இவர்களின் கொள்கை துவைதம் எனப்படுகிறது. அது எப்படியென்றாலும் மருத்துவத்தில் அவர்களுக்கு உதவுகிறது. உடல்கொண்ட நோய் உடல்கொண்டது மட்டுமே என்றும் அது ஊழோ இறைவினையோ அல்ல என்றும் அவர்கள் நோயாளர்களுக்குச் சொல்கிறார்கள். நேற்று ஒருவன் சொல்வதைக் கேட்டேன். நோயைத் திரும்பி நோக்க நோயாளன் முடிவுசெய்யும் கணம் வரைதான் நோய் அச்சமும் துயரும் அளிக்கிறது என.”

தருமன் “ஆம், அது உண்மை” என்றார். “அறியாமையே துயர், அதற்கு மருந்து, அறிவதொன்றே என்கிறார்கள்” என்றான் அர்ஜுனன். தருமன் ஒரு நோயாளனைச் சுட்டிக்காட்டினார். “பார் அவரை. மெலிந்த உடலுக்குள் முட்புதருக்குள் மென்துணிபோல சிக்கிப் படபடக்கிறது அவர் உயிர். இந்தக் காலை அழகானது என்றோ இந்தச் சூரியன் தெய்வவடிவம் என்றோ இவ்வுலகம் இனியது என்றோ அவரால் உணர முடியுமா என்ன? அவருள் அமர்ந்து உணரும் ஒன்றுள்ளது, அது விழைந்தாலொழிய இவ்வுலகம் அமைவதில்லை.” அர்ஜுனன் அவரை நோக்கிவிட்டுத் தலையசைத்தான்.

“இச்சூழல் என்னை அச்சுறுத்துகிறது, இளையோனே. எங்கும் நோயும் வலியும் துயரும் இறப்பும் நிறைந்துள்ளன. காலந்தோறும் இங்குள்ளபடிவர்கள் மானுடமெனக் காண்பது இதைத்தான் என்றால் இவர்கள் கொண்டுள்ள மெய்மையின் பொருளென்ன? இவர்கள் இங்கு செய்யும் மருந்து போன்றதே இவர்களின் மெய்யறிதல் என்றால் நோயில்லாதவன் இதை எவ்வண்ணம் ஏற்கமுடியும்?” என்று தருமன் தொடர்ந்தார். “இது

பயனுள்ளது, பிறிதொன்றிலாதது என்று உணரும்போதே இதிலிருந்து விலகிச்செல்ல விழைகிறது என் உள்ளம்.”

“வாளால் அறுத்துச்சுடினும் மருத்துவன்பால் மாளாக்காதல் நோயாளனுக்கு எழும், மூத்தவரே” என உரத்த குரலில் சொல்லியபடி பீமன் திரும்பிப்பார்த்தான். “நீங்களும் நானும் நோயாளர்கள் அல்ல. அங்கே நமது நகரங்களில் வாழ்பவர்களிலும் பெரும்பாலானவர்கள் இவர்களுக்குரிய நோயாளர் அல்ல. ஆனால் பாரதவர்ஷத்தின் மக்களில் பெரும்பாலானவர்கள் இவர்களின் மருந்துக்குரியவர் அல்லவா? அடிமையென்றாகி மிடிமையில் உழன்று தப்பிப்பிழைத்தலும் தாங்கியமைதலுமே வாழ்க்கையென்றான மானுடர்களுக்குரியது போலும் இக்கொள்கை. அவர்களுக்கு விடுதலையை இது அளிக்கிறது. ஊனுடலும் இயற்கையுமே உண்மை என்கிறது. போரிடுதலும் வெல்வதுமே வாழும் வழியென்று கற்பிக்கிறது. ஊழல்ல, இறையாணைகள் அல்ல, முதுசொற்களும் அல்ல, வென்று வாழும் விழைவே மானுடரை இயக்கவேண்டும் என்கிறது.”

“மூத்தவரே, நான் இதுவரை கேட்ட கொள்கைகளில் இங்குள இன்பங்களனைத்தும் மானுடர் அனைவருக்கும் உரியவையே என்றுரைப்பது இது ஒன்றே. பிறந்தமையாலேயே இன்பமாக இருக்கும் உரிமையையும் அடைகிறோம் என்று இது மட்டுமே சொல்கிறது...” என்றான் பீமன். “மந்தா, வீண்சொற்கள் எடுக்காதே. உரிமைகளால் அல்ல, கடமைகளால் இப்புவியில் மானுட வாழ்க்கை கட்டப்பட்டுள்ளது” என்றார் தருமன். “உரிமைகள் எவற்றையும் அளிக்காத கடமைகளால் என்ன பயன்? இன்பங்கள் இல்லாவிட்டால் இவ்வுலகுதான் எதற்கு? எனக்கு இல்லாத இவ்வுலகை நான் ஏன் பேணவேண்டும்?” என்றான் பீமன்.

“இவ்வினாவை ஒவ்வொருவரும் கேட்கத்தொடங்கினால் பின்பு இப்புவி இல்லை. அளித்தலால் அமைந்துள்ளது இப்புவிவாழ்க்கை. தானுண்ணாது மைந்தருக்கு ஏன் அளிக்கவேண்டுமென தாய் கேட்பதில்லை. தன்னுயிர் அளித்து மைந்தரை ஏன் காக்கவேண்டும் என தந்தை எண்ணுவதுமில்லை” என்றார் தருமன். “ஏனென்றால், அது அவர்களின் மைந்தர். அவர்களுக்கு உவகையையும் மண்நீத்தபின் இங்கு பெயரையும் விண்ணில் நீரையும் அளிப்பவர்கள்” என்றான் பீமன். “எனக்கு என்ன இன்பம் என அனைவரும் வினவும் காலம் ஒன்று எழட்டும், மூத்தவரே. அதன் பின்னரேனும் இங்கு அனைவருக்கும் நலம்பயக்கும் முடியும் கொள்கையும் உருவாகி வரட்டும்.”

“எனக்கு மட்டுமே என்று விழைந்த கோடிமானுடரால் ஆனதாகவே இருந்தது இந்நிலம்” என்று தருமன் சினத்துடன் சொன்னார். “அன்று

இங்கே நாளும் மண் குருதியால் நனைந்திருந்தது. அன்று குமுகங்கள் இல்லை. குடிகள் இல்லை. நெறிகளோ விழுப்பொருளோ இல்லை. எனவே தெய்வங்களும் இல்லை. நான் என்ற சொல் எழுந்து என்றோ நாம் என்றாகியது. இவையனைத்துமென்று பெருகியது. அச்சொல்லில் முளைத்தது முதல்வேதம். அதுவே குமுகமும் குடியும் ஆகியது. நெறிகளும் நூல்களும் ஆகியது. அரசுகளும் மணிமுடிகளுமாகியது." பீமன் புன்னகையுடன் "அதன்பின் குருதிபரப்பும் பொறுப்பை அரசுகள் ஏற்றுக்கொண்டன" என்றான். "நான் உன்னிடம் பேச விரும்பவில்லை" என்றபடி தருமன் முன்னால் நடந்தார். அர்ஜுனனை நோக்கிப் புன்னகைத்த பின்பு பீமன் தொடர்ந்தான்.

இரு கரியபெரும்பாறைகளின் நடுவே வெண்ணிறமான வேர்போல இறங்கி நின்றிருந்தது உள்ளிருந்து ஊறிவழிந்த நீரோடையின் சரிவு. அது விழுந்த இடத்திலிருந்து இரு கைவழிகளாகப் பிரித்து, ஒன்றைக் குடிநீருக்கென தனியாகக் கொண்டுசென்றிருந்தனர். இன்னொன்று பாறைகள் நடுவே வளைந்து வந்து வட்டமாகத் தோண்டப்பட்ட குட்டை ஒன்றுக்குள் விழுந்து நிறைத்து மறுபக்கம் சென்றது.

"இதிலா நீராடுவது?" என்றார் தருமன். "இது மட்டுமே இங்கு நீராடுவதற்கான வழி" என்றான் பீமன். "இதில் மூழ்க முடியாதே. முழங்காலளவுக்குக்கூட நீர் இல்லை" என்றார் தருமன். "மூத்தவரே, படுத்துக்கொண்டால் தலைமூழ்குமளவுக்கு நீர் இருக்கும்" என்றான் பீமன். பின்பக்கம் நகுலன் சிரிக்கும் ஒலி கேட்டு தருமன் சினத்துடன் திரும்ப, அவர்கள் இருவரும் மலையுச்சியை நோக்கினர். மீண்டும் நீரை நோக்கிவிட்டு தருமன் ஆடையைக் கழற்றி சிற்றுடை அணிந்து தாடியை நீவியபடி நீரிலிறங்கினார். அலைகள் எழுந்து கரையோரத்து மென்மணல்கதுப்பை நக்கிய ஒலி கேட்டது. அப்பால் பாறையிடுக்கில் அலைபுகுந்து மீண்டபோது நாய் நீர்குடிப்பதுபோல ஒலியெழுந்தது. விழிகாட்டியதுபோலன்றி அவரது இடைக்குமேல்வரை தூய நீர் இருந்தது.

அவர் மூழ்கி எழுந்தபோது தாடியிழைகளில் நீர்ச்சரடுகள் இணைந்து சொட்டின. பிடரிமயிரை அள்ளி முதுகின்மேல் போட்டபோது குளிர்நீர் அவர் முகத்தை மலரச்செய்தது. கைகளால் துழாவி மும்முறை மூழ்கி எழுந்தார். தாடியைக் கையால் அறைந்து நீரை தெறிக்கச்செய்து வாயால் நீரள்ளி உமிழ்ந்தார். பாறை உருண்டு மூழ்கியதுபோல மெல்ல பீமன் நீரிலிறங்கியபோது அலைகளே எழவில்லை. அவனுடைய பேருடல் நீரில் அமிழ்ந்தது. மஞ்சள்நிறமான தோள்களில் நீர்விளிம்பின் பளிங்குக்கோடு தளிரிலைமேல் என நெளிந்தது. அர்ஜுனன் நீரிலிறங்கியபோது அலை வளையங்கள் அவனைச் சூழ்ந்து நெளிந்தன.

“இளையோன் இறங்கும்போது மட்டும் அலைகள் எழுவதில்லை” என்றார் தருமன். “ஆனால் விஜயன் இறங்கும்போது பழுத்த இரும்பை இறக்கியதுபோல நீர் கொதிக்கிறது.” நகுலன் நீரிலிறங்கியபடி “மூத்தவரே, சிம்மம் வாயை வைத்தாலே சுனைகள் அலையடிக்கின்றன. யானை இறங்கும்போது அவை காலைத்தாமரை வண்டை என இதழ்விரித்து வாங்கிக்கொள்கின்றன” என்றான். “பராசரரின் புராணமாலிகையின் வரி இது...” தருமன் “நீரில் திளைப்பதைக் காண்கையில் இவனுக்கு கால்கள் உள்ளனவா என்றே ஐயம் கொள்கிறேன்” என்றார்.

அவர்கள் அந்தச் சிறிய சுனையில் மூழ்கித் திளைக்கத்தொடங்கினர். நீர் தலையைக் குளிரச் செய்தபோதுதான் எண்ணங்கள் எத்தனை வெப்பம்கொண்டவை என்று தருமன் உணர்ந்தார். எண்ணங்கள் ஆத்மாவின் பாவனைகள் என்றால் அவை எப்படி பருப்பொருளான தலையை கொதிக்கச் செய்யமுடியும்? குளிர்நீர் எப்படி அதை அமைதிகொள்ளவைக்கும்? அவ்வெண்ணத்தை நோக்கி அவரே புன்னகை செய்துகொண்டார். ‘அனைத்தையும் தத்துவமாக்காது அமைய என்னால் இயலாது. ஓயாத சொற்பெருக்கே நான். இது சிறிய ஒரு மகிழ்ச்சி. இதில்கூட என்னால் இயல்பாகத் திளைக்கமுடியவில்லை.’

நீர்விளையாடல். காற்றில் நீரில் ஒளியிலாடல். பறவைகளின் வாழ்வு. குழந்தைகளுக்கும் விலங்குகளுக்கும் இயல்பாக அமையும் கொண்டாட்டம். எதனாலென்றில்லாத உவகை. உவகை என்றால் அது எதனாலென்றிருக்கலாகாது. தன்பெருக்காக எழுந்து நிறையவேண்டும். சிறியமகிழ்ச்சிகள் மட்டுமே மகிழ்ச்சிகளா? பெரியவை மகிழ்ச்சிகள் அல்ல. அவை ஆணவநிறைவுகள். ஆணவமில்லாத மகிழ்ச்சி என்பது சிறிதெனத் தோன்றுவது ஏன்? அது எவருக்கு எதிராகவும் கொள்ளும் மகிழ்ச்சி அல்ல. வென்றடைவது அல்ல. கைப்பற்றுவது அல்ல. வந்தமைவது. ஆனால் எவரும் அதற்கெனத் தேடுவதில்லை. அதைக் கனவுகாண்பதுமில்லை.

பெரியவையே மானுடனை ஆட்டிவைக்கின்றன. உண்மையில் இங்கு அனைத்துமே மிகச்சிறியவை. ஆணவத்தால் தொடப்பட்டதும் அவை பேருருக்கொள்கின்றன. பெரியவற்றுக்காக நூறு சிறியவற்றை பலிகொடுக்கிறோம். ஆணவமென எழுந்து நின்றிருக்கும் அந்த அறியாத்தெய்வத்து பலிபீடம் குருதியுலரலாகாது. நீள்மூச்சுடன் எழுந்து குழல்கற்றையை அள்ளிப் பின்னாலிட்டார். மகிழ்ச்சி மறைந்துவிட்டிருந்தது. எண்ணங்களாக அதைப் பகுத்தாயிற்று. ஆனால் நிறைவிருந்தது. அது ஆணவநிறைவல்ல, காற்றில் அலைக்கழிந்தபின் மண்ணில் படியும் மென்துகிலின் அமைதி. அது தன்வடிவை மண்வடிவாக ஆக்கிக்கொண்டு நிலைகொள்கிறது.

சகதேவன் "மூத்தவரே, சௌனகக்காட்டிலும் இங்கும் சொல்லப் பட்டவற்றுக்கு நீங்கள் மறுமொழி உரைக்கவில்லை" என்றான். நகுலன் "ஆம், நீங்கள் இதற்குள் ஒரு முடிவை எடுத்துவிட்டிருப்பீர்கள்" என்றான். தருமன் அர்ஜுனனிடம் "விஜயா, உன் எண்ணம் என்ன?" என்றார். "படைகொண்டு சென்று வெல்ல நீங்கள் முடிவெடுத்தால், ஐயமே வேண்டியதில்லை. அங்கனையும் கௌரவரையும் வென்று மணிமுடியை உங்களுக்கு அளிக்க என்னால் இயலும். நான் கோரி யாதவர் மறுத்துரைக்கமாட்டார்" என்றான்.

நீர் சொட்டும் குழல்கற்றைகளுடன் எழுந்து நின்றபடி அர்ஜுனன் சொன்னான் "அவர்களின் தரப்பில் பீஷ்மபிதாமகர் வில்லெடுப்பார் என்றால் அவரும் என்னால் வெல்லப்படுவார். துரோணரும் அஸ்வத்தாமனும் ஜயத்ரதனும் என்னால் கொல்லப்படுவார்கள். படைவெற்றி கைகூடுமா என்று ஐயுற்று நீங்கள் தயங்கவேண்டியதில்லை. வேண்டுமா வேண்டாமா என்னும் முடிவை எடுக்கவேண்டியவர் நீங்கள். மறு எண்ணம் எனக்கில்லை."

பீமன் "மூத்தவரே, வழக்கம்போல என் சொற்களை நீங்கள் கோரவில்லை. வழக்கம்போல கோரப்படாமலே அவற்றை நான் சொல்லியும் ஆகவேண்டும்" என்றான். "படைகொண்டு செல்வோம், வென்று முடிசூடுங்கள். அதுவே நான் சொல்லவருவது. இங்கு வருவதற்கு முன்னரே நான் அதைத்தான் எண்ணியிருந்தேன். இரு மாறுபட்ட மெய்வழிகளிலும் அதையே சொல்லியிருக்கிறார்கள். எனவே இதுவன்றி வேறேதும் வழியில்லை. இங்கிருந்தே இந்திரப்பிரஸ்தத்திற்குக் கிளம்புவோம். யாதவருக்கும் பாஞ்சாலருக்கும் செய்தி செல்லட்டும். வேண்டுவது உங்கள் ஒரு சொல்."

தருமன் "ஆனால்..." என தொடங்க "அறம் பேசி எங்களுக்கு அலுப்பூட்டவேண்டாம், மூத்தவரே. எது அறம்? சூதில் தோற்றதனால் முடியையும் குடியையும் அளித்துவிட்டு காட்டில் வாழ்வதா? சூதுக்கு அழைத்து அரசை வைத்தாடச் சொன்னதே அறப்பிழை. அங்கே எங்கள் குலக்கொடியை இழிவுபடுத்தியதோ அறக்கொலை. பிறகென்ன? பழிநிகர் செய்யும் உரிமை இப்போது நமக்குள்ளது" என்று பீமன் கூவினான்.

"இப்போது உங்களுக்குத் தேவை என்ன? அறமா? நான் சொல்கிறேன், கேட்டுக்கொள்ளுங்கள். சூதில் வென்று நம் மண்ணைக் கொண்ட கௌரவர்கள் எப்படி நம் மக்களுக்கு நல்லாட்சி அளிக்கமுடியும்? நம் மக்களுக்கு நல்லாட்சி அளிக்கும் பொறுப்பு நமக்கு உள்ளது. மணிமுடி சூடி அரியணைமேல் அமர்ந்தபோது நீங்கள் மக்களுக்கு அளித்த உறுதி அது. அச்சொல்லுறுதி இப்போது சூதுக்கு என அளித்த சொல்லைவிட

மேலானது. இது நம்குடிக்குள் நாம் அளித்தது. அது எரிசான்றாக்கி தெய்வங்களுக்கு முன் நம் மக்களுக்கு அளித்தது. இது பாண்டவனைக் கட்டுப்படுத்தும். அதுவே சத்ராஜித்தாகிய யுதிஷ்டிரனைக் கட்டுப்படுத்தும். போதுமா? இதற்குமேல் என்ன கோருகிறீர்கள்?"

நகுலன் "ஆம், மூத்தவரே. இளையவர் சொல்வதையே நானும் சொல்கிறேன். இன்று அஸ்தினபுரியிலும் இந்திரப்பிரஸ்தத்திலும் உள்ள இளைய படைவீரர்கள் நம்மை அறிவர். நாம் நாடிழந்த கதையும் அவர்கள் நினைவிலிருக்கும். நமக்குள்ள வஞ்சமும் உணர்வுகளும் அவர்களுக்குமிருக்கும். பதின்மூன்று ஆண்டுகளுக்குப்பின் உருவாகி வரும் இளைய தலைமுறையினருக்கு நாம் வரலாற்றுப் பெயர்கள் மட்டுமே. இக்கதைகள் அனைத்தும் தொன்மங்கள். அவர்கள் நமக்கென எழப்போவதில்லை" என்றான். "அத்துடன் அன்று பாரதவர்ஷத்தின் பெரும்பாலான அரசுகளில் இளையோர் முடிசூடியிருப்பார்கள். இன்று நாம் கொண்டுள்ள அரசஉறவுகள் அப்போது நீடிக்க வாய்ப்பில்லை."

"பதின்மூன்று ஆண்டுகளுக்குப்பின் மீண்டு சென்று நாடாளலாம் என்ற நம்பிக்கையே தேவையில்லை" என்று பீமன் சொன்னான். "நான் உரைத்த வஞ்சினத்துக்காக இதைச் சொல்லவில்லை. அவ்வஞ்சினம் எனக்கு ஒரு பொருட்டும் அல்ல. நான் சொல்வது உங்களுக்காக. மூத்தவரே, நம் ஐவரில் அஸ்தினபுரியை வென்று முடிசூடியாகவேண்டும் என்ற அருந்தவிப்பு எரிந்துகொண்டிருப்பது உங்களுக்குள் மட்டுமே. உங்கள் விழைவு அதுவென்றிருக்க எதன்பொருட்டு இத்தனை நடிப்புகள்? தன் தெய்வத்திடமே நடிப்பதென்பதைப்போல இழிவு பிறிதொன்றில்லை."

"நான் நடிக்கவில்லை, மந்தா. ஐயமே இல்லாமல் அதைச் சொல்கிறேன். அவ்விழைவு என்னுள் உள்ளது என்பதை நான் மறுக்கவில்லை. ஆனால் அவ்விழைவே எனக்கு முதன்மையானதா என்று கேட்டுக்கொள்ளும்போது இல்லை என்றே உணர்கிறேன். அறத்தை அறியுந்தோறும் அறக்குழப்பமே மிகுகிறது. எனவே உன்னைப்போல் ஐயமற்ற சொற்களைச் சொல்ல என்னால் இயலாது" என்றார் தருமன். "மகாசௌனகர் சொன்னதை நினைவுறுகிறேன். நான் திருஷ்ணையைத் தொடரவிழையவில்லை. தன்னலமற்ற விழைவா என்னுடையது என்றே கேட்டுக்கொள்கிறேன். உறுதியான விடை அமையாதவரை நான் முடிவெடுக்க முடியாதவனே."

தலையை அசைத்தபடி விலகிச்சென்று பீமன் நீரில் மூழ்கினான். "விஜயா, நீ என்ன எண்ணுகிறாய்?" என்றார் தருமன். "நாம் படைகொண்டு சென்றால் அது வஞ்சத்தின்பொருட்டே. பிறசொற்களெல்லாமே பொய்கள். வஞ்சம் வெல்ல வேண்டுமென விழைந்தால் ஆணையிடுக!"

என்றான் அர்ஜுனன். பீமன் உரக்க “அரசமுனிவர் ஆகவேண்டும் என்று என்ன கட்டாயமிருக்கிறது? எளிய அரசனென்று ஆனால் போதாதா? அதிலென்ன இழிவு?” என்றான்.

தருமன் “ஆம், மந்தன் சொல்வதும் உண்மை. என்னை ஜனகரென்று சூதர் பாடவேண்டுமென எண்ணுகிறேனா? அதையும் இல்லை என்று என் உள்ளம் சொல்லவில்லை. நான் நூறு சுவர்களில் முட்டிமுட்டித் திரும்பிக்கொண்டிருக்கிறேன்” என்றார். திரும்பி சகதேவனிடம் “இளையோனே, நீ அறியாத அறமில்லை. நீ சொல்!” என்றார். “மூத்தவரே, பன்னிரண்டு ஆண்டுகாலம் காட்டிலும் ஓராண்டுகாலம் மறைவிலும் வாழ்ந்து மீள்வதே உங்களுக்குப் பெருமை சேர்க்கும்” என்றான் சகதேவன். பீமன் உரக்க “மூடா, அவர் விழைவதைச் சொல்கிறாயா?” என்றான்.

“இல்லை, அரசுசூழ்தலின் நெறிகளின்படியே சொல்கிறேன்” என்றான் சகதேவன். “நாள்கோள் குறிகளின்படி மூத்தவர் முடிசூடி பாரதவர்ஷத்தின் பேரரசர் என நீணாள் ஆளப்போவது உறுதி. அதை எவ்வண்ணம் அடையவேண்டுமென்பதே இங்கு வினா. மூத்தவரே, ஒவ்வொரு குடிமகனும் அரசனும் முனிவரும் தன் தந்தையென, ஆசிரியரென, தெய்வமென திகழவேண்டுமென விழைகிறான். தன் குறைகளும் சரிவுகளும் அரசனிடமும் முனிவரிடமும் இருப்பதை அவன் விரும்புவதில்லை. அதன்பொருட்டே அவன் அவர்களின் ஒவ்வொரு சொல்லையும் செவிகூர்கிறான். ஒவ்வொரு காலடியைக்கொண்டும் அதைச் சரிபார்க்கிறான். மூத்தவர் அறச்செல்வர் என்றே அறியப்பட்டவர். ஆகவே அவரை நோக்குபவன் விழிகள் மேலும் கூர்மைகொண்டுள்ளன.”

“எண்ணிப்பாருங்கள்! மனைவியை வைத்து சூதாடி இழந்த ஒருவரை நோக்கி அஸ்தினபுரியின் மாந்தர் அனைவரும் வந்து கூடியது ஏன்? பிறிதொருவர் அதை ஆற்றியிருந்தால் என்ன நிகழ்ந்திருக்கும்? மூத்தவரை அறத்தில் நின்றவர் என்றும் அறத்தால் வீழ்ந்தவர் என்றும் எண்ணுகிறார்கள். அவ்வெண்ணமே அவரது ஆற்றல். ஆனால் ஒற்றை அடிபிழைத்தால் அதுவே அவரைக் கொன்றுண்ணும் கூற்று” என்று சகதேவன் தொடர்ந்தான். யுதிஷ்டிரர் மெல்லிய நடுக்கத்தை உணர்ந்தார்.

“ஐயமே வேண்டியதில்லை, ஒரு சிறுபிழை அவரில் தென்பட்டால் இன்று கொண்டாடுபவர்களின் உள்ளத்தின் ஆழத்து இருளில் வாழும் கொடுந்தெய்வங்கள் உகிரும் நகமும் விழியொளியும் நாநச்சும் கொண்டு எழுந்து வரும். அவரை வேட்டையாடி அழித்துக் கொண்டாட்டமிடும். அதனூடாக எளிய மாந்தர் தங்கள் எளிமையின் இழிவுணர்விலிருந்து விடுபடுவர். அன்று அவர்களிடம் இரக்கமிருக்காது. நிகர்நிலையோ சொல்லொருமையோ இருக்காது. நூறுபிறவியின் எதிரிகளென அவர்கள் உருக்கொண்டிருப்பார்கள்...

“மூத்தவரே, படைகொண்டு முடியை அடைந்தால் படைகொண்டே இறுதிவரை அரியணையைக் காக்கவேண்டும். சொல்காத்து அவ்வறத்தின் வல்லமையால் எழுந்து வந்து அவர் முடிகொண்டால் அதன்பின் அந்த அறமே அவருக்குப் படைக்கலமாக ஆகும். விழைவுமுந்தி வென்று பின் நூறாண்டுகாலம் படைக்கலம்கொண்டு காக்கவேண்டிய அரசை பதின்மூன்றாண்டுகாலம் பொறுத்து வென்று தெய்வங்கள் காவலாக நிற்க ஆள்வதுதான் நன்று.

“வென்றபின் வேதம் பெருக்கச் சொன்னார்கள். நன்று, ஆனால் அவ் வண்ணம் அறம் மீறி வென்று வேதம்பெருக்கிய வேந்தன் ஒருவனின் பெயர்சொல்லச் சொல்லுங்கள். ராவணனா? மாவலியா? கார்த்தவீரியனா? இரணியனா? எவர்? மூத்தவரே, சொல்கடந்து சென்று நீங்கள் அரசை அடைந்தால் அம்மீறலை ஒருகணமேனும் மறக்குமா உங்கள் குடி? அவர்கள் நடுவே உங்கள் சொல் உயிர்கொண்டு வாழுமா? அதை ஆற்றல் கொண்டதாக ஆக்க நீங்கள் அதற்கு நாளும் குருதி கொடுத்தாகவேண்டும். கம்சன் வரை அனைவரும் செய்தது அதைத்தான். ஒருநாள் பலிகொடுக்காவிட்டாலும் அச்சொல்லால் கட்டப்பட்டவை அனைத்தும் விடுபடும். உங்கள் கோட்டைகள் சரியும். கோல்தளர்ந்து வளையும்.

“அரசாட்சி உங்கள் ஆற்றலால் வெல்லப்படுவதல்ல. படையாலோ நூலாலோ நிலைநிற்பதுமல்ல. அது மக்கள் உங்களுக்கு அளிக்கும் உறுதியால் நிலைகொள்வது. நீங்கள் உங்கள் சொல்லில் நிலைகொள்ளாதவரை மக்கள் சொல் உங்களுக்கு நிலையல்ல. எனவே, முதலில் நாம் வெல்ல வேண்டியது நம்மை. எளிய விழைவுகளாலோ தனிப்பட்ட வஞ் சங்களாலோ நம் செயல்கள் தூண்டப்படாதிருக்கட்டும். என்றும் மாறாத சில உண்டு என்றால் அவற்றால் நாம் நடத்தப்படுவோம்.”

சகதேவன் மறுமொழிக்காகக் காத்திராமல் நீரில் மூழ்கினான். நகுலன் “ஆம், மூத்தவரே. பிறிதொன்று சொல்ல என்னால் இயலவில்லை” என்றான். “செய்வதேது என்று நான் கோரிய ஒருமுறைகூட இளையோன் சொல் பிழைத்ததில்லை. அவன் சொல்லே நம்மை ஆளட்டும்” என்றார் தருமன். நீரில் மூழ்கி விழிதிறந்து கைவீசிச் சென்றபோது அப்பால் ஆம்பலிதழ் வெண்மையுடன் சகதேவனின் உள்ளங்கால்கள் நீந்திச் செல்வதைக் கண்டார். ஒருகணம் உளம் அதிர்ந்தது. நன்கறிந்த கால்களல்லவா அவை என எண்ணி மூச்சிழந்து மேலெழுந்தார். முகத்தில் வழிந்த நீரை வழித்தபடி மேலே எழுந்து வந்த சகதேவனைப் பார்த்தார்.

“நீருக்குள் சென்றதுமே தலைப்பிரட்டையாக உணர்ந்தேன், மூத்தவரே” என்றான் சகதேவன் நாணத்துடன் நகைத்தபடி. “தலைமட்டும்

கொண்டது. வால் துடிக்க நீந்தும் சிற்றுயிர்.” தருமன் “நீரிலும் நிலத்திலும் காற்றிலும் வாழும் தவளையென்றாவது அது, இளையோனே. மழைமழை என வேதம் ஓதுவது. விண்ணுக்கு ஆணையிடும் சொல்கொண்ட ஒரே மண்ணுயிர்” என்றார்.

நீர் நலுங்காமல் பீமன் எழுந்து கரையை அடைந்து குழல்கற்றைகளைக் கையால் நீவிப் பின்னாலிட்டு இறுகிய கால்களை எடுத்துவைத்து காட்டுப்பாதையில் நடந்துசென்றான். “நம் அனைவரிலும் குடிகொள்ளும் ஒன்றின் மானுட வடிவம் அவன்” என்றார் தருமன். “ஆகவேதான் எத்தனை வன்சொல் எனினும் அவனை நாம் விரும்புகிறோம்.” அர்ஜுனன் நகைத்தபடி கரையேறி “அவர் வேதமெய்ப்பொருளில் சார்வாகர்” என்றான். அவன் சொல்வதைப் புரிந்துகொண்டு தருமன் உரக்க நகைத்தார்.

4

துவைதக்காட்டின் நடுவே நின்றிருந்த பிரதீகம் என்னும் அரச மரத்தடியில் போடப்பட்டிருந்த கற்பலகைப் பீடத்தில் கணாதர் அமர்ந்திருக்க, அவருக்கு முன் தருமனும் தம்பியரும் திரௌபதியும் நிலத்தில் இட்ட கற்பாளங்களில் கால்மடித்து அமர்ந்திருந்தனர். கணாதரின் முதன்மை மாணவர் பன்னிருவர் அவர்களுக்கு அப்பால் அரைவட்டமாக அமர்ந்திருந்தனர். பின்காலையின் இளங்காற்றில் அரசமரத்தின் தொங்கிய இலைகள் பல்லாயிரம் இமைப்புகளுடன் அசைந்துகொண்டிருந்தன. பொன்னிறமான பழுத்திலைகள் மிதந்து சுழன்று இறங்கி மண்ணில் அமைந்தன.

காலைச்சொல்லாடலில் தருமன் கணாதரிடம் "மெய்யறிந்தவரே, வேதச்சொல் ஒன்றே என்றால், அது மானுடனுக்கு அமுதம் என்றால், ஏன் அது கிளைகொண்டு பெருகவேண்டும்? முரண்பட்டு நிற்கவேண்டும்? ஒற்றைவழி மட்டும் உள்ள காடல்லவா பயணிக்கு உகந்தது?" என்று கேட்டார். புன்னகையுடன் "அதைப் பிறகு சொல்கிறேன்" என கடந்துசென்ற கணாதர் அந்த அவை முடிந்ததும் தருமனிடம் "கானுரைக்கு வருக! அங்கு பேசுவோம்" என்றார். கானுரைகளுக்காக ஏழு அரசமரங்கள் துவைதக்காட்டில் தொல்பழங்காலத்திலேயே நடப்பட்டு பேணப்பட்டிருந்தன.

"இளையவனே, மானுடம் ஒற்றை உயிர்விதையிலிருந்து முளைத்தெழுந்து வேர்விரிந்து கிளைபரப்பிய பேராலமரம் என்கிறது வேதம். விண்ணிலுள்ளன அதன் வேர்கள், கிளைகள் மண்ணில் விரிந்துள்ளன என்று விளக்குகிறார்கள் சிலர். அடிமரத்தை விலக்காவிட்டால் கிளைகள் விரியமுடியாது. ஒவ்வொரு இலையும் தனித்து மலராவிட்டால் ஒளியை

அள்ளமுடியாது. ஒன்றை ஒன்று விலக்காவிட்டால் மரங்கள் காடெனப் பரவ முடியாது.

“இங்கு கணந்தோறும் பரந்துசெல்லும் மானுடம் அதன் முரண்பாடுகளாலேயே தன்னைப்பெருக்கி வளர்த்துக்கொள்கிறது. ஒன்று பிறிதுபோல் அல்லாதாகிறது. ஒன்று பிறிதை மறுத்து நிற்கிறது. ஒவ்வொன்றும் தனக்குரிய இடத்தைக் கண்டடைகிறது. அனைத்தும் நிரப்பாத இடத்தை புதிதொன்று எழுந்து நிறைக்கிறது. ஒருதுளியும் ஓய்ந்திருப்பதில்லை என்பதனாலேயே கடல் அலைகொள்கிறது. ஒவ்வொரு விண்மீனுக்கும் தனியுலகு இருக்குமளவுக்குப் பெரியது விசும்பு” என்றார் கணாதர். “ஆயினும் முதல்விதை ஒன்றே என்று உப்பை அளிக்கும் மண் அறியும். நீரைச் சொரியும் விண்ணும் அறியும். ஆகவேதான் மானுடம் ஒரு குடும்பம்.”

“உறவொருவன் பிறனொருவன்
சிற்றுளத்தோர் சொல்வர்.
உளம் விரிந்து வாழ்பவருக்கோ
உலகோர் ஒரே குடி!”

என்று அவரது மாணவர்கள் தாழ்ந்த சுதியில் பாடி வணங்கினர். “வசுதைவ குடும்பகம்!” என்னும் சொல்லாட்சி மட்டும் மீண்டும் மீண்டும் ரீங்கரித்தது.

“மண்ணுக்கு அடியிலுள்ள உலோகங்கள் அனைத்தும் ஒன்றே என்று அறிக! ஒன்று பொன்னென எழுந்து மன்னர்களின் மணிமுடியாகிறது. அழகிய முலைகள் மேல் தவழும் அணிகலன்களாகிறது. இன்னொன்று செம்பென எழுந்து அடுப்பில் கனல்கிறது. பிறிதொன்று கன்னங்கரிய இரும்பென்று வந்து உழுபடையாகிறது, கொல்லும் படைக்கலமாகிறது. பொன் எத்தனை மதிப்புள்ளதாயினும் அது அடுமனைக்கலமென அமையாது. மேழியோ வாளோ ஆகாது” என்றார் கணாதர். “எங்கள் தொல்மரபு பயன்தரு வேதத்தையே முன்வைக்கிறது. மேழியும் வாளுமாகும் சொல் இது.”

“இங்கிருப்பவை அனைத்தும் எங்கிருந்தோ அளிக்கப்பட்டவை என வேதச்சொல்லை விளக்கிக்கொண்டது சௌனகப்பெருமரபு” என்றார் கணாதர். “அளிக்கப்பட்டவை அனைத்தும் கொண்டு, நுகர்ந்து, அறிந்து, ஆளப்படவேண்டியவை. அளிப்பதோ அறியமுடியாத பெருவிசும்பு. விசும்பென இங்குளது வானம். வானத்தை மண்ணுடன் இணைப்பது எரி. எரிக்கு அவியூட்டுதல் ஒன்றே மானுடன் விசும்புடன் உரையாடும் ஒரே வழி. எனவே வேதித்து வேட்டு எரிச்செயல் ஆற்றுதல் ஒன்றே மானுடர் செய்யக்கூடுவது என்றனர்.”

“எரிக்கு அவியூட்டாத குலமேதும் இம்மண்ணில் இல்லை” என்று கணாதர் தொடர்ந்தார். “தங்கள் வழியில் தங்களுக்குரிய மொழியில் அதைச் செய்துகொண்டிருக்கிறார்கள் குடிகள். ஆனால் எதுவும் முறைப்படுத்தப்படும்போது முனைகொள்கிறது. முனையிலிருப்பவர் மேலோர் ஆகிவிடுகிறார்கள். சீரமைக்கப்பட்ட எதுவும் எவரோ எதற்கோ அமைக்கும் படைக்கலம்தான். நால்வேதம் முறைப்படுத்தப்பட்டதும் நான்கு குலமும் அமைந்தது. குடிகள் அனைவரும் நான்கெனப் பிளந்து மேல்கீழென அடுக்கப்படலாயினர். தொல்காலத்தில் குலம் நான்கும் வேதம் ஓதின. பின்னர் நான்கு குலம் மட்டுமே வேதமோதலாம் என்றாயிற்று. பிறர் ஓதுவது வேதமே அல்ல என்றும், வகுக்கப்பட்ட வேதத்தை அவர்கள் ஓதலாகாது என்றும் சொல்லலாயினர். வேதம் கொண்டவரும் வேதம் மறுக்கப்பட்டவருமென மானுடம் பிரிந்தது.”

“இளையோனே, இங்கு அசுரரும் அரக்கரும் வேதம் ஓதியுள்ளனர் என்று கற்றிருப்பாய். ராவணனுக்கும் பிரஹலாதனுக்கும் மறுக்கப்படாத வேதம் எப்படி மானுடருக்கு மறுக்கப்பட்டது?” என்றார் கணாதர். “ஏனென்றால் அரசுகள் அடிமைகளின்றி ஆளமுடியாது. என்று இங்கு முடியென்றும் கொடியென்றும் கோலென்றும் நூலென்றும் அமைந்ததோ அன்றே தொழும்பரும் உரிமைமாக்களும் உருவாயினர். வேதம் தூயதென்றால் வேதமோதுபவரை அடிமைகொள்ளலாகாது. எனவே, வேதமிலாதோரை உருவாக்கி வேதமின்மையையே காட்டி அவர்களை வென்று அடிமைகொண்டனர் பிருது முதல் யயாதி, பரதன் என தொடர்ந்து பிரதீபன் வரையிலான மாமன்னர்கள். நீ ஆளும் பாரதவர்ஷம் அவ்வாறு உருவானதே.”

“எனவே முறைப்படுத்தப்பட்ட நால்வேதத்தை முற்றெதிர்ப்பதே சார்வாகம் என அமைந்தது. எரியூட்டுதலை, மூவேளை நீர்வணக்கத்தை அது மறுத்தது. தெய்வங்களைச் செறுத்தது. பூசகர்களை, அவர்களின் சடங்குகளை இகழ்ந்தது. இங்குள்ளது பருவெளி. மானுடன் அதிலொரு துளி. அதை ஆக்கி, உண்டு, அதில் இன்புற்று மறைவதே அவனுக்குரிய கடன். இதற்கப்பாலுள்ள எதன் ஆணையையும் நிறைவேற்றும் பொறுப்பு அவனுக்கில்லை” என்றார் கணாதர். “அரசனே, மேல் கீழ் என்றில்லை. மானுடர் என்னும் ஒற்றைச்சொல்லில் உள்ளது சார்வாகம். நாற்குலம் இல்லை. குலமிலாதோர் எவருமில்லை. மெய்வேதமென்று ஒன்றில்லை, வேதமெல்லாம் மெய்யே என்கிறது அது.”

“இன்புறுதல் என்பது இங்குள உயிர்களனைத்திற்கும் உள்ள உரிமை. எனவே எரிநீர்வளியொளிவிசும்பு எவருக்கும் உரியதல்ல. எவர் தெய்வமும் மண்ணையும் விண்ணையும் முழுதாளவில்லை. ஆற்றல் வெல்கிறது என்பதுதான் பருப்பொருளின் மாறா நெறி. பெரியபாறை

சிறியபாறையை உடைக்கும். யானை முயலை மிதித்துக் கடந்துசெல்லும். எனவே ஆற்றல்கொண்டவராகுக. வெற்றிகொள்க. அதையே மானுடருக்கு நாங்கள் சொல்கிறோம். இங்கு எளியோர் எவருமில்லை. பெருந்திரளாகச் சூழ்ந்த எறும்புகளின் புற்றைக்கண்டு யானை அஞ்சும். அதிலுள்ளது இயற்கை அளிக்கும் செய்தி.

“அந்த ஒன்றே இவையனைத்தும் என்னும் ஒற்றைச்சொல்லில் இருந்து வேதத்தைப் பொருள்கொள்ளலாயிற்று தொன்மையான கௌஷீதக மரபு” என்று கணாதர் தொடர்ந்தார். “இது அது என தொட்டுத்தொட்டுச் சென்று அனைத்தையும் வளைத்து அவை ஒன்றே என்றாக்கியது. அதன் பெயர் அறிபடுபொருள். அறிபடுபொருளை அறிவது இங்கிருந்து தானென்று உணர்ந்து தன்னை அறிவென்றாக்கிக்கொள்வது. அதை அறிவது என்றனர். அகன்று நோக்கினால் அதுவும் அறிபடுபொருளில் அடக்கம். ஏனென்றால் அலை கடலில் இருந்து வேறல்ல என கூறினர்.”

“எனவே இங்கிருப்பது அறிபடுபொருளாகிய அது ஒன்றே என்பதே கௌஷீதக மரபின் கூற்று. அது தன்னை தானே அறிந்துகொள்வதே அறிவென்றாகிறது. எனவே அறிபடுபொருளும் அறிவதும் அறிவும் ஒன்றே என்றனர். இங்கிருப்பது முதலும் முடிவுமற்ற அறிவொன்றே எனச் சொல்லாடினர்” கணாதர் சொன்னார். “ஒவ்வொன்றாய்த் தொட்டெண்ணி எண்ணுவதனைத்தையும் ஒன்றெனக்காட்டி நிறுவுவது அவர்களின் வழி. ஒன்றிலிருந்து விரித்து அனைத்துக்கும் பொருள்காண்கின்றனர்.”

“அறிவதெல்லாம் அறிவொன்றையே என்னும் அவர்களின் வரியுடன் முரண்பட்டு எழுந்ததே சார்வாகப் பெருநெறி. அறிபடுபொருள் என்றும் அறிவதற்கு அப்பால் மட்டுமே உள்ளது. அவை இணைவதே இல்லை. அறிவதனைத்தும் நம் புலன்களினூடாகவே. ஆகவே அறிவு எல்லைக்குட்பட்டது. அலகிலாத அறிபடுபொருளை அது ஒருபோதும் முற்றறிவதில்லை” என்றார் கணாதர். “எனவே ஓர் அறிதல் உண்மையா என்னும் வினாவுக்கே எங்கும் இடமில்லை. அது பயனுள்ளதா என்பது மட்டுமே உசாவப்படவேண்டும்.”

“ஆகவே எப்போதைக்குமான உண்மை என ஏதும் இப்புவிமீது இருக்கமுடியாது. காலத்தில் இடத்தில் தருணத்தில் அறிபவனால் அறியத்தக்க ஒன்றே அறிவெனப்படுகிறது. அது அவனுக்கு நலன்பயக்குமெனில் உண்மை, அல்லதெனில் அரையுண்மை. பொய்யென்று ஏதும் இப்புவியில் இல்லை. கிணற்றுக்குள் இருப்பவன் சிறிய உலகை அறிகிறான். மண்மீது நிற்பவன் மேலும் பெரிய உலகைக் காண்கிறான். மரம் மீது ஏறியவனை விட மலையுச்சியில் நிற்பவன்

மேலும் பெரிய உலகைக் காண்கிறான். மருந்து விளையும் மலையுச்சியில் நின்றிருக்கிறீர்கள். உங்களுக்கு இச்சொற்கள் நலம் பயக்கட்டும்!" அவரது மாணவர்கள் "ஆம், அவ்வாறே ஆகுக!" என்றார்கள். தருமன் கைகூப்பினார்.

"வேதமெய்ப்பொருள் உசாவும் இருபெரும் தரப்புகளையும் முழுக்க மறுத்து நின்றிருக்கிறோம். ஒவ்வொரு அவையிலும் சாலைமுனையிலும் நாங்கள் அவர்களிடம் சொல்தொடுக்கிறோம். ஒரு தருணத்தையும் தவறவிடுவதில்லை. வேதத்தைப் பசுவென்கிறார்கள் அவர்கள். அதன் மெய்யறிதலைப் பாலென்கிறார்கள் கௌஷீதக மரபினர். தங்களை அதன் இனிய அகிடு என்கிறார்கள். அவ்வாறென்றால் சார்வாகம் அதன் கொம்பு" என்றார் கணாதர் புன்னகையுடன்.

"ஐந்து இருமைகளை அறிதளத்தில் சந்திக்கிறோம். அவற்றை மெய்யென்று உணர்ந்தவரே சார்வாகத்தை அறியமுடியும்" என்றார் கணாதர். "அறிபொருளும் அறிபவனும் கொண்டுள்ள வேறுபாடு, அறிவும் அறிபடுபொருளும் கொண்டுள்ள வேறுபாடு, அறிவும் அறிபவனும் கொண்டுள்ள வேறுபாடு, அறிபவர்களுக்குள் உள்ள வேறுபாடு, அறிபடுபொருட்களுக்குள் உள்ள வேறுபாடு. பஞ்சபேதம் என எங்கள் நூல்கள் அழைக்கும் இவ்வைந்து வேறுபாடுகளால் எல்லை வகுக்கப்பட்டதே எந்த அறிதலும்."

"இப்பருவுலகு முதற்பேரியற்கை என்னும் அறியப்படாத ஒன்றின் தோற்றப்பெருக்கம். அதுவே இவையனைத்துக்கும் அடிநிலை. என்றோ எங்கோ அது உயிர்களால் அறியப்படலாயிற்று. அவ்வாறு அறியும் சித்தமே கிளைநிலை. அடியும் கிளையும் இணைந்துருவானதே நாம் வாழும் இப்புவிச்சூழ்கை. எல்லா பொருட்களும் நிகரானவை அல்ல என்பதுபோல் எல்லா அறிதல்களும் நிகரானவை அல்ல. மண்புழுவறிவதும் மாமுனிவர் அறிவதும் வேறுவேறு அறிதல்களை. உரிய அறிவை அடைந்து அதை ஆள்வதே விடுதலை.

"அறம் பொருள் இன்பம் வீடு என நான்கு விழுப்பொருட்கள் மானுடருக்குண்டு என்று வகுத்துள்ளனர் வைதிகர். இன்பத்திற்கு உதவாத அறம் பயனற்றது. பொருள் பொருளற்றது. வீடு என்பது நிலைபேறான இன்பமே. எனவே இன்பமன்றி விழுப்பொருள் பிறிதில்லை. புல்லுக்கும் புழுவுக்கும் மாக்களுக்கும் மானுடருக்கும் அதுவே மெய்யான இலக்கு. நாங்கள் உரைப்பது இந்நெறியையே. காமமே புருஷார்த்தம் என்பதனால் எங்களை காமிகர் என்று கூறுவதுண்டு. சார்வாக மெய்நெறி உனக்கு உரைக்கும் வழியும் அதுவே" கணாதர் சொல்லிமுடித்து கைதூக்கி வாழ்த்துரைத்தார்.

தருமன் நீள்மூச்சுவிட்டு “ஆசிரியரே, என் சொல்மீறலைப் பொறுத்தருள்க! நீங்களும் மகாசௌனகரான காத்யாயனரும் சொன்ன வழி ஒன்றே. எளியவன் அதைத் தெய்வங்களின் ஆணையெனக் கொள்ளக் கடமைப்பட்டவன்” என்றார். “ஆனால் இத்தருணத்தில் இவ்வழிகாட்டலை என்னால் ஏற்கமுடியவில்லை. இன்றுகாலை என் இளையோருடன் என் வழி எதுவாக இருக்கமுடியும் என்று பேசினேன். காலமடிப்புகளைக் காணும் விழிகொண்டவன் என் இளையோன் சகதேவன். இப்புவியில் எந்தை பாண்டுவின் வடிவென வாழ்பவன். அவன் காட்டிய வழியே எனக்கு உவப்பெனத் தோன்றுகிறது.”

“இன்பத்தை நாடுக என்பது இப்புவியெங்கும் நீரையும் காற்றையும் ஒளியையும்போல பரவிக்கிடக்கும் பேருண்மை என்பதை உணர்கிறேன். ஆனால் எது இன்பமென எப்படி அறிவது? இளங்குழந்தை வெல்லமே இன்பம் என எண்ணுகிறது. மூவேளையும் வெல்லத்தை மட்டுமே உண்டு வாழ அது விழைகிறது. அன்னை அதை அள்ளி மடியிலிட்டு கால்களைப் பற்றிக்கொண்டு கசக்கும் பச்சிலைச் சாற்றைப் புகட்டுகிறாள். இன்று இன்பம் பயப்பது நாளைய துயராக இருக்கக்கூடும் அல்லவா?

“படைகொண்டுசென்று அஸ்தினபுரியை நான் வெல்வதே உடனடியாக நான் நாடும் இன்பம் என்பதில் ஐயமில்லை. அதுவே என் குல அறம். அதைச் செய்தால் நான் வேதநெறி பேணமுடியும். என் குடியினருக்கு அளித்த சொல்லுறுதியைப் பேணமுடியும். இப்பன்னிரு ஆண்டுகால கான்வாழ்வில் நான் இறப்பேன் என்றால் ஆற்றப்படாத கடமைகளுடன் பேணப்படாத சொற்களுடன் அடங்காத விழைவுகளுடன் இவ்வுலகுவிட்டுச் செல்வேன். மறுபிறப்பில் புழுவெனப் பிறந்து காலத்தை கணம் கணமென நெளிந்து தீர்ப்பேன். அதை இத்தருணம் நன்குணர்கிறேன்.

“ஆனால் என் உள்ளம் உறுதியாகச் சொல்கிறது, இவ்வின்பம் இன்று இத்தருணத்திற்கு மட்டுமே உரியது என்று. இவ்வினிய கனி என் நாவுக்குச் சுவை தரலாம். என் பசியாற்றலாம். நாளை எனக்கும் பின் என் கொடிவழியினருக்கும் நோய் அளிக்கும். இன்னும் ஆயிரமாண்டுகாலம் அந்நோய் நீடிக்கும். இன்று நான் கசப்புமருந்தை உண்ணவே விரும்புகிறேன்” என்று சொல்லித் தலைவணங்கினார்.

கணாதர் மாறாப் புன்னகையுடன் “அதுவும் நன்றே. மெய்மை நாடுபவன் எளிதில் நிறைவடையமாட்டான். அனைத்துத் தரப்புகளையும் அறிந்தபின்னர் முடிவெடுப்பதே உன் வழி என்றால் அவ்வாறே ஆகுக!” என்றார். அவரது மாணவர்கள் ஆசிரியவணக்கத்தை சேர்ந்து பாடினர். கைகூப்பி வணங்கிவிட்டு கணாதர் எழுந்தார்.

5

தன் குடில்நோக்கி நடக்கும்போது இளையோர் நால்வரும் சொல்லின்றி தலைகுனிந்து வருவதை தருமன் உணர்ந்தார். சொல்லின்மை உடலை எடைகூடச் செய்யும்போலும் என உணர்ந்தார். காலடிகள் கற்பாறைகள் என மண்ணில் பதியும் ஒலி கேட்டது. அவர்கள் விழையாதது என்ன நடந்தது? சகதேவன் சொல்லை நகுலன் கடப்பதில்லை. அர்ஜுனன் இங்கு உளம் ஒட்டாதவன். பீமன் மானுட உலகில் வாழ்வதில்லை. திரும்பாமலேயே அவர்கள் ஒவ்வொருவரின் முகங்களையும் விழிமுன் கொண்டுவந்தார். அவை தனிமைகொண்டிருந்தன. எங்கும் எவருடனும் தனிமை கொண்டிருக்க மானுடரால் இயலும்.

குடிலுக்கான பாதை பிரியும்போது ஒவ்வொருவராக தலைவணங்கிக் கடந்துசெல்ல, திரௌபதி அவருக்குப் பின்னால் வந்தாள். தருமன் திரும்பிப்பார்த்து "நீ பீமனுடன் இருந்தாகவேண்டிய நாட்கள்" என்றார். "என் விழைவுப்படியே அவை வகுக்கப்படவேண்டும் என நெறியுள்ளது" என்றாள் திரௌபதி. தருமன் முகம் மலர்ந்து "ஆம், இத்தருணத்தில் நான் தேடுவது உன்னை மட்டுமே. உன்னிடம் சொல்லப்படாதவற்றால் என் உள்ளம் விம்மிக்கொண்டிருக்கிறது. ஒவ்வொரு கணமும் நான் உன்னுடன் பேசிக்கொண்டிருக்கிறேன்" என்றார்.

அவள் இதழ்கள் புன்னகைபோல வளைந்தன. கண்களில் சிரிப்பென ஒன்று வந்து மறைந்தது. பேரவையில் ஆடையில்லாமலானவர் போல் தருமன் கூசினார். விழிவிலக்கி "ஆம், உன் உள்ளம் சொல்வதைக் கேட்கிறேன். இம்மண்ணில் எனக்கிணையான இழிந்தோன் பிறனில்லை. அறமென்று பேசி நிலைகொள்ளல் அறியாது உழல்பவன். இருளையெல்லாம் ஒடுக்கிச் சுருக்கி இக்கட்டுகளில் பேருருக்கொள்ளச்

செய்பவன். கோழை, பேடி, பெருவிழைவு கொண்டவன்” என்றார். “நீ இம்மண்ணிலுள்ள அத்தனைச் சொற்களாலும் என்னை வசைகூறலாம். அனைத்துக்கும் நான் உரியவனே.”

அவள் விழிகளில் மிகச்சிறிய மாற்றம்கூட நிகழவில்லை என்று கண்டதும் அவர் உள்ளம் திடுக்கிட்டது. கைவிரல் நுனிகளிலிருந்து ஒரு நடுக்கம்போல எழுந்த சினம் காதுமடல்களில் வெப்பம் கொள்ளச்செய்து தலையை நிறைத்து விழிகளில் ஆவியெழுந்து மறைத்தது. பின்பு மெல்ல எண்ணம் எழுந்தது. ஏன் அச்சினம்? நான் என்னை இறக்கிக்கொள்கையில் அதை மறுத்து ஓர் உணர்வு அவளில் எழவேண்டுமென எண்ணுகிறேன். புறக்கணிக்கப்படும் மன்னிப்புகோரலைப்போல பெருஞ்சினமூட்டுவது பிறிதில்லை.

தன்நெஞ்சிலேயே குறுவாளைக் குத்தி இறக்குவதுபோல அவர் மேலும் சொன்னார் “ஆம், அந்த ஒருநாளின் பொருட்டே நான் வாழ்நாளெல்லாம் இழிவுசூடுவேன். தலைமுறை நினைவுகளில் கீழ்மகனாக நீடிப்பேன். பல்லாயிரமாண்டுகாலம் பாரதவர்ஷத்துப் பெண்களால் பழிக்கப்படுவேன். அதற்கெல்லாம் முற்றிலும் தகுதியுடையவனாக இழிந்தேன். ஆனால் உன் முன் தலைவணங்கி உன் கால்புழுதியை தலைசூடினால் என்னை நான் மன்னித்துக்கொள்வேன். உன்னால் காறி உமிழப்பட்டாலும் அதற்குரியவன் என்றே என்னை எண்ணுவேன்.”

அவளுடைய அமைதி அவரை உடல்நடுங்கச் செய்தது. மீண்டும் எழுந்த சினத்தை வெல்ல தன்னிரக்கத்தை உருவாக்கிக்கொண்டார். ஆம், தீது விளைந்தது. நான் தீதை எதிர்நோக்கவில்லை. அதை நான் உருவாக்கவுமில்லை. இருந்தும் அதன் அனைத்துப் பழிகளையும் சூடி இங்கு நின்றிருக்கிறேன். குடியறத்துக்கும் பேரறத்துக்கும் நடுவே சிக்கிச் செயலிழந்ததையன்றி பிழையேதும் இழைக்கவில்லை. ஆயினும் இதோ புழுவெனச் சிறுத்து மண்ணில் நெளிகிறேன். உன் கால்களை என் மேல் வைத்து அரைத்துத் தேய்த்துவிட்டுச் செல். ஏனென்றால் பணிபவர்களையே உங்களால் மேலும் பணியவைக்கமுடியும். பணியாதவர்களைக் கொல்லமட்டுமே முடியும். பின்பு குற்றவுணர்வால் அவர்களைத் தெய்வமாக்கி தலைமேல் சுமப்பீர்கள்.

என் தலையை உங்கள் அனைவருக்கும் கீழே வைக்கிறேன். நெஞ்சில் மிதித்து தலைமேல் ஏறிச்செல்லுங்கள். உயர்ந்த மலையுச்சிப்பாறை என இருக்க விழைபவன் அல்ல நான். இன்று படிக்கல்லாக இருப்பதே என் ஊழ்வினை என்றால் அவ்வாறே ஆகுக. அவர் உள்ளம் அச்சொற்களினூடாக மெல்ல விடுபட்டது. நான் ஏன் இவள் முன் இத்தனை சிறுமைகொள்ளவேண்டும்? தருக்கி எழுந்தது இவள்

பிறப்பிலேயே கொண்ட ஆணவம். பருந்தின் கையிலிருந்து துடித்தபடி விண்ணில் பறந்த மீன் போன்றவன் நான். இவள் மிஞ்சி எழுந்தமையால் வீழ்ந்தாள். அவ்வாறு பாரதத்தை ஆள விழைந்தவள் அதற்கு எதிர்வினையாக வருவதையும் ஏற்றேயாகவேண்டும். குலமகள் அல்ல இவள், அரசி. முடிசூடிய அரசியை, படைசூடிவந்த வீராங்கனையை பெண்ணென்று நோக்கவேண்டியதில்லை என்கின்றன ஸ்மிருதிகள். இவள் ஆடிய நாற்களத்தில் வெட்டுண்டாள். நானும் அதிலொரு காய் மட்டுமே.

அவ்வெண்ணங்களால் மெல்ல அவர் முழுமையாகவே விடுபட்டார். எத்தனை கணங்கள் ஆகியிருக்கும்? நூறு காலடிகள் வைக்கப்படவில்லை. அதற்குள் உள்ளம் எங்கெங்கோ சென்று எவ்வண்ணமோ உருவழிந்து உருவெடுத்து புதுப்பிறப்புகொண்டு மீண்டு வந்து நின்றிருக்கிறது. அமைதியுடன் "நீ சொல்லவேண்டியதைச் சொல்லலாம், தேவி" என்றார். அவரது அமைதி அவளைச் சீண்டுவது விழிமாறுதலில் தெரிந்தது. நிலைமீண்ட அவரை எதிர்கொள்ள அவள் சித்தமாக வரவில்லை. அவர் உள்ளத்தில் ஒரு புன்னகை எழுந்தது. ஆம், இதுவே சிறந்த வழி. அந்த உளநெகிழ்வும் சினமும் நன்றே. அவை என் ஊசலை அத்திசைக்கு ஆட்டி இத்திசைக்கு எழுப்பிவிட்டிருக்கின்றன.

"எவர் முடிவை இன்று கணாதரிடம் அறிவித்தீர்கள்?" என்று திரௌபதி கேட்டாள். அவள் அக்கேள்விக்கென சேர்த்திருந்த சினம் அதற்கு முற்கணம் கொண்ட சிறு தயக்கத்தால் விசையிழந்துவிட்டதென்றும் செயற்கையாக உளம்திரட்டி அதைக் கேட்கிறாள் என்றும் அக்குரல் சற்று இடறியதிலிருந்து தெரிந்தது. "என் முடிவு" என்று தருமன் சொன்னார். "ஏனென்றால் அது இந்திரப்பிரஸ்தத்தின் அரசனாக நான் அஸ்தினபுரிமேல் படைகொண்டு செல்வதைக் குறித்தது."

"அதை எடுக்கும் உரிமை உங்களுக்கில்லை" என்று உரத்த குரலில் திரௌபதி சொன்னாள். "ஏனென்றால் அவைமுன் சிறுமைசெய்யப்பட்டவள் நான். குருதிகோரி நிற்பது என் குழல்." அமைதியாக "ஆம்" என்றார் தருமன். "ஆனால் போர் நிகழவிருப்பது என் தலைமையில். அதன் பயனும் பழியும் என் குலமுறைகளின் மேல் விழும்." அவள் முகம் சிவந்திருக்க, முலைகள் எழுந்தமர, நீர்பனித்த கண்களுடன் சீறி முன்னால் வந்தாள். "நாணமில்லையா உங்களுக்கு? இத்தனைக்குப் பின்னரும் அஞ்சி குறுகி குழிமுயல்போல் மண்ணுக்குள் குவிந்திருக்க? ஆண் என ஒருகணமேனும் தன்னை உணர்ந்தவன் தன் துணைவியின் மதிப்பழிந்தபின் வாளாவிருக்கமாட்டான்."

அவர் அவள் சொல்லட்டுமென காத்திருந்தார். "இவர்களின் வீண்சொற்களைக் கேட்டு அமர்ந்திருக்க நான் வரவில்லை. கானேகும்போது நான் அங்கிருந்து கிளம்புவதை மட்டுமே எண்ணினேன்.

இன்று அறிகிறேன், இது சொற்களின் காடு. எண்ணங்கள் அனைத்தையும் இங்கு சொற்களென சிதறடித்து நிறைத்துவைத்திருக்கிறார்கள். இங்கிருந்து எவரும் உணர்வுநிலைகொண்டு மீளமுடியாது. இங்கு இவர்கள் நடுவே அமர்ந்து சொல்லில் மகிழ்ந்திருக்க நான் வரவில்லை. எனக்கு வேண்டியது குருதி. அது வெம்மையாறுவதற்கு முன்னரே வேண்டும். அஸ்தினபுரியின் அவ்வீணர்களின் குருதியாடிய பின்னரே நான் நிறைந்து விழிமூடமுடியும்...”

அவள் அச்சொற்களின் வழியாக உணர்ச்சிகளின் மேலேறிக்கொண்டாள். சற்று அணைந்து பின் எழுந்ததனாலேயே அவள் சினம் மிகையாகப் பெருகியது. “இன்னும் அச்சமென்றால் நீங்கள் செய்வதற்கொன்றே உள்ளது. எரி கூட்டி அதில் ஏறி மறையுங்கள். என் ஐந்துமுகத் தாலியில் ஒரு முத்திரையைக் கழற்றி வீசிவிட்டு மறுகணமே உங்களை மறக்கிறேன். இல்லை, குலத்தையும் குடியையும் விலக்கிவிட்டுச் சென்று அம்முனிவர் காலடியில் அமர்ந்து கொள்ளுங்கள். இளையோரை முன்னிறுத்தி நான் வென்று முடிசூடுகிறேன்.”

“யார் நீங்கள்? இதுவரை நீங்கள் ஆற்றியது என்ன? அடைந்தது என்ன? குருவின் கொடிவழியில் என்றுமிருந்த பேடிமையின் உருவம் நீங்கள். செயலற்றவர்கள் சுட்டிக்காட்டும் முன்வடிவம். பிறிதொன்றுமல்ல. இனியெனக்கு சொற்கள் தேவையில்லை. எவர் சொற்களாலும் என் அழல் இனி அணைக்கப்படுவதுமில்லை. ஆண் எனில் இன்றே கிளம்புக! மாறுபிறப்பெனில் சென்று செத்துமடிக!” அவள் இதழ்கள் வளைந்து கோடி உச்சரிப்பதை, வெண்பற்கள் ஒளிவிட்டுத் தெரிந்து மறைவதை மிக அண்மையிலென அவர் நோக்கிக்கொண்டிருந்தார். ஒவ்வொரு சொல்லுக்குப் பின்னரும் அவருள் முறுகியிறுகி நின்றவை அனைத்தும் விடுபட்டு எழுந்து எளிதாயின.

“தேவி, உன் சினம் விண்வாழும் என் அன்னையரின் அடிவயிற்றில் இருந்து எழுவது. ஒருநாள் நீ எண்ணியதுபோல குருதிப்பெருக்கின்மேல் கால்வைத்து நடப்பாய். கௌரவர் நெஞ்சு பிளந்த நிணம்கொண்டு குழல் முடிப்பாய். அதை இந்த மலைகளைப்போல அத்தனை தெளிவாக அருகே காண்கிறேன்” என்றார் தருமன். அந்த அணிச்சொற்சேர்க்கை அவரை அச்சொற்களிலிருந்து சற்றே விலக்கியது. ஆகவே அச்சொற்களை உரியமுறையில் சீராக அடுக்கமுடிந்தது, ஒரு நெறிநூலில் என. “ஆனால் நான் உன் சொல்லுக்கு மட்டும் கட்டுப்பட்டவன் அல்ல. என் சொல்லுக்கும் அல்ல. அவையமர்ந்து நான் உரைத்த சொல் என் குடிமூதாதையருக்குரியது. அதை நான் மீறமுடியாது.”

அதுவரை தோன்றாத எண்ணம் ஒன்று அப்போது எழுந்தது. “நான் இங்கு வந்திருப்பது என் தந்தை திருதராஷ்டிரருக்கு நான் அளித்த சொல்லின்படி.

அதை மீறிச்சென்றால் நான் முதலில் களமெதிர்கொள்ளவேண்டியது அவரை. பீமன் நெஞ்சு பிளந்து கொள்ளவேண்டியது அவரது குருதியை." அவ்வெண்ணம் ஏன் அதுவரை தோன்றவில்லை? உண்மையில் அவர் தயங்கியதே அதனால்தான் என்று அப்போது அறிந்தார். சொல் சொல்லென அத்தருணம் அவருள் வளர்ந்தது.

"மூத்த தந்தையின் கால்தொட்டு வணங்கி விடைகொண்டு வந்தேன். அது அவர் சொல்லை சென்னிசூடுகிறேன் என்ற பொருள்கொண்ட செயல். மீண்டு சென்று அவர் எதிர்நின்றேன் என்றால் அவரை என் தந்தையல்ல என்று முன்னரே அறிவிக்கவேண்டும். பிதாமகர் பீஷ்மரை மறுதலிக்கவேண்டும். எந்தை பாண்டுவுக்கு உகந்ததல்ல அது. நீ என் அரசி. உன் வஞ்சினமே என் தன்மதிப்பு. ஆனால் எந்தைக்கு உகக்காத ஒன்றையும் நான் செய்யலாகாது" என்றார் தருமன்.

திரௌபதியின் விழிகள் கூர்கொண்டதைக் கண்டபோது தருமனின் உள்ளம் சற்று நடுங்கியது. அவள் கொலைப்படைக்கருவி ஒன்றை அகம்தொட்டு எடுத்துவிட்டாள் என அவர் அறிந்தார். விழிகளை விலக்கிக்கொண்டு, உடனே விழிநோக்காமையால் எழுந்த பாதுகாப்பின்மையை உணர்ந்து மீண்டும் விழிதொட்டு காத்து நின்றார். கன்னங்களில் குழிவிழ அவள் இதழ்கள் நீண்டு புன்னகையாயின. பெண்கள் எத்தனை நுட்பமாக ஆண்களின் நுண்ணிய ஆழங்களை அறிந்துவைத்திருக்கிறார்கள் என வியந்தது அகம். சினம்கொள்கையில்தான் அவர்கள் அத்தனை அணுக்கமாக வருகிறார்கள். தெய்வங்களும் அறியாத இருள்களுக்குள் சென்று தங்கள் நச்சுப்பல்லைப் பதிக்கிறார்கள்.

"நன்று, ஆனால் பாண்டுவின் மைந்தன் என்றால் நீங்கள் ஒருபோதும் மணிமுடி சூடி அமரலாகாது. நீங்கள் முடிதுறந்து காடேகிய குருகுலத்து இளையோனின் மைந்தர் அல்ல. துறக்கமுடியாத முடியை எண்ணி ஏங்கி அக்காட்டில் மைந்தரைப் பெற்ற அன்னையின் புதல்வர்." எரிபட்ட மயிர்ச்சுருள் என தன் அகம் பொசுங்குவதை அவரே விலகி நின்று நோக்கினார். "யாரறிவார்? மரவுரி அணிந்து காட்டிலிருக்கையிலும் மணிமுடியைக் கனவுகண்ட ஏதோ முனிவரின் விதையை அவர் ஏந்தியிருக்கலாம்." நழுவிய மரவுரியாடையை அள்ளித் தோளிலிட்டுக்கொண்டு திரௌபதி திரும்பி நடந்துசென்றாள்.

இணைத்தோள்கள். துவளாத நேர்நடை. இறுகி அசைந்த இடை. எண்ணி இட்ட சீரடிகள். ஏவப்பட்டு விட்ட அம்பு. அக்கணம் அவளை முதல்முறையாக காம்பில்யத்தின் மணத்தன்னேற்பில் கண்டதைத்தான் அவர் நினைவுகூர்ந்தார். அன்று முதற்கணம் எழுந்த அச்சம் ஏன் என்று அப்போதறிந்தார்.

6

நெடுந்தொலைவிலேயே திரௌபதியின் வருகையை பீமன் பார்த்துவிட்டான். அத்தனை தொலைவில், அத்தனை சிறிய அசைவுகளிலிருந்தே அவள் சினத்தைப் புரிந்துகொள்ளமுடிவதை எண்ணி வியந்தான். அவள் தங்கள் குடிலைக் கடந்து செல்வதைக் கண்டு நகுலனும் சகதேவனும் வெளியே வந்து நோக்கி நின்றனர். அப்பால் தாழ்ந்த கிளைகளுடன் நின்றிருந்த வேப்பமரத்தின் அடியில் மரவுரியை விரித்துப் படுத்திருந்த அர்ஜுனன் எழுந்து அமர்ந்து கைகளை கட்டிக்கொண்டு அவளை நோக்கினான்.

அடுமனைக்காகக் கொண்டுவந்து கொட்டப்பட்டிருந்த விறகுக்குவியலருகே கோடரியுடன் நின்றிருந்த பீமன் அரைக்கண்ணால் அர்ஜுனனை நோக்கிவிட்டு, அவள் அருகே வருவதற்காகப் பொறுத்தான். திரௌபதி அவனருகே வந்தபோது அவள் மூச்சிளைப்பின் ஒலியும் புதுவியர்வையின் மணமும் அவனை வந்தடைய, விழிவிலக்கி கோடரியின் கூரை நோக்கிக்கொண்டிருந்தான். எப்போதுமே அது ஒரு கரிய கனி என அவனுக்குத் தோன்றுவதுண்டு. அதன் முனை கனிந்தபகுதி என்று.

அவன் விழிதிருப்புவதற்காக ஒருகணம் காத்தபின் திரௌபதி “இனியும் என்னால் இதைப் பொறுத்துக்கொள்ளமுடியாது, இளையவரே. அதை அந்த மூடரிடம் சொல்லிவிட்டு வந்தேன்” என்றாள். “சிறுமையை செரித்துக்கொள்வதைப்போல பெருஞ்சிறுமை வேறில்லை. பொறுத்துக் கடந்து போகமுடியாவிட்டால் சென்று தலையை மோதி உடைத்துச் சாவதே மேல். இங்கு வரும்போது நான் எண்ணவில்லை, இது இப்படி நம் செயலின்மையைச் சொல்லாக்கிக் கொண்டாடும் இழிவு என.

பாரதவர்ஷமே நம்மை நோக்கி அமர்ந்திருக்கையில் இங்கு இவ்வண்ணம் சொல்லாடிக்கொண்டிருப்பதை எண்ணினால் என் உள்ளம் கூசிச் சிறுக்கிறது” என்றாள்.

பீமன் “ஆம்” என்றான். “அங்கு அவையில் நீங்கள் சொன்ன சொற்களில் சற்றேனும் உண்மை இருந்தால் எழுக! சென்று உங்கள் மூத்தவரிடம் சொல்க, இனி அவரது கயமைக்கும் அச்சத்திற்கும் கட்டுப்பட்டவரல்ல நீங்கள் என்று. அவர் முடிதுறக்கட்டும். சடைசூடி காட்டில் முனிவராக வாழட்டும். அவர் விழைவதும் அதுவே” என்றாள். பீமன் திடுக்கிட்டு அவளை நோக்க “அது ஒன்றும் இங்கு நடக்காதது அல்ல. மூத்தவர் காடேகிய எத்தனை தருணங்கள் இங்குள்ளன? மாமன்னர் சந்தனுவின் மூத்தவர் காடேகியதால் அல்லவா அவர் மணிமுடியை அடைந்தார்?” என்றாள்.

பீமன் திணறலுடன் கோடரியைக் கீழே வைத்தான். நெஞ்சுதளர்ந்த கணத்திலேயே அது எடைகொண்டது எப்படி என அவன் உள்ளத்தின் ஆழம் வியந்தது. “அரசி, நீ சொல்வதைப்போல அது எளிதல்ல. தமையன் அவரே விரும்பி துறவுபூண்டார் என்றால் வேறென்ன செய்வதென்று எண்ணலாம்” என்றான். திரௌபதி உரக்க “அவர் விரும்பித் துறவுபூணுவார் என எண்ணுகிறீர்களா? மண்ணாசையால் கட்டிப்போடப்பட்டிருக்கிறது அவர் ஆன்மா. ஒருகணமும் அவரால் எதையும் கைவிட முடியாது. தன் எடைக்குமேல் தூக்கிக்கொண்டு தவிப்பவர் அவர். கைவிட விழைவது அவரது இயலாமையால் மட்டுமே” என்றாள்.

“அவரே கைவிடாத வரை அவர் அரசரென இருப்பார்” என்றான் பீமன். “ஆம், ஆனால் நான் பேசவந்திருப்பது அத்தமையனின் இளையவனிடம் அல்ல. என் கொழுநனிடம். ஆண்மகன் என நான் எண்ணியிருப்பவரிடம். தன் சொல்லுக்குக் கட்டுப்பட்ட வீரனிடம்...” என்று அவள் பல்லைக்கடித்தபடி சொன்னாள். “அவை உண்மை என்றால் சென்று சொல்லுங்கள் அவரிடம், அவர் இனி அரசர் அல்ல என்று. அவர் ஆணையிட்டு நடத்தாவிட்டால் காடேகலாம் என்று. இனியும் இங்கு என்னால் பொறுத்திருந்து வாழமுடியாது” என திரௌபதி சொன்னாள். அவள் கழுத்து நரம்பு புடைத்து தோளெலும்பு மேல் இழுபட்டு நின்றது. அதன் முடிச்சுகள் அதிர்ந்தன. சொற்களுக்கேற்ப அவள் கைகள் பதைபதைத்து அசைந்தன.

“அரசி, என்ன ஆயிற்று? இங்கு வருகையில் நீ இப்படி இருக்கவில்லை, காட்டின் புதுக்காற்றை ஏற்று என்னுடன் மகிழ்ந்தாய்” என்றான் பீமன். “ஆம், ஆனால் இங்குவந்து இத்தனை முனிவர்களும் சொல்வதைக் கேட்டபின்

அறிந்தேன், உங்கள் தமையனுக்கிருப்பது அறக்குழப்பம் அல்ல, அச்சம் மட்டுமே என்று. அறவோர் சொல்லென்ன என்று ஐயம்கொள்கிறார் என்று எண்ணி இங்கே வந்தேன். அறவோர் போருக்கெழச் சொல்லியும் இவர் அஞ்சி தன் வளைக்குள் தலையை இழுத்துக்கொள்கிறார் என்றால் என்ன பொருள்? போருக்குச் செல்லாதே, சொல்லுடன் விழிமூடி அமை, உனக்கு விடுதலை உண்டு என்று சொல்லும் ஒரு மூடமுனிவரை இவர் தேடிக்கொண்டிருக்கிறார். அவரைக் கண்டடையும்வரை இக்காட்டில் அலைவார். கண்டடைந்தபின் அதுவே இறுதி உண்மை என்பார். அவருடன் நானும் சடைவளர்த்து சருகுமேல் அமர்ந்து தவம் செய்யவேண்டும்.”

இகழ்ச்சியுடன் இதழ் வளைய “என்ன தவம்? இழந்தவற்றை எண்ணி ஏங்காமல் ஓர் இரவுகூடத் துயிலமுடியாத பேதைக்கு தவமா? இளையோரே, ஒருநாள் ஓர் இரவு அம்மூடர் தன்னைமறந்து துயில்கொண்டார் என்றால் நான் அவரால் விடுதலையை நாடமுடியும் என நம்புகிறேன்...” என்றாள். பீமன் “மூத்தவரை நானும் அறிவேன். அவர் உள்ளம் விடுபட்டது என்றால் பிறகு ஒருகணமும் இங்கிருக்கமாட்டார். அவர் தந்தைக்கும் துறவிக்கும் நடுவே ஊசலாடுபவர்...” என்றான். “இல்லை, விழைவுக்கும் விழைவற்றவரென்ற தோற்றத்துக்கும் நடுவே” என்றாள் திரௌபதி.

“ஆனால் அவர் என் மூத்தவர். நான் அறிந்த தந்தை. அவருக்கு இளையோனாக இருந்து மறைவதே இப்பிறவியில் என் கடன்” என்று சொல்லி கோடரியை தூக்கி ஓங்கி வெட்டினான். மரத்துண்டு பிளந்து இருபக்கமும் தெறித்தது. திரௌபதி சிலகணங்கள் சொல்லிழந்து அவனையே நோக்கிக்கொண்டிருந்தாள். அடுத்த விறகை எடுத்து வைத்து அவன் கோடரியைத் தூக்கியதும் “ஆண்மையுள்ளவன் தன் வஞ்சினத்தை தெய்வ ஆணையென எண்ணுவான். மண்ணில் பிற எதையும்விட அதை முதன்மையென்று கொள்வான்” என்றாள். “இப்போதும் அவ்வண்ணமே” என்று சொல்லி பீமன் ஓங்கி வெட்டி, பிளந்த துண்டுகளை காலால் தள்ளி விலக்கிவிட்டுத் திரும்பினான்.

“துருபதன் மகளே, நான் செய்யவேண்டியதென்ன? சொல். உனக்கு ஒப்புதலென்றால் இக்கணமே கிளம்பிச்செல்கிறேன். அஸ்தினபுரிக்குள் நுழைந்து துரியோதனனையும் கௌரவர்களையும் ஒற்றைப்போருக்கு அழைக்கிறேன். அவர்கள் நெஞ்சு பிளந்து குருதியை ஒருகலத்தில் கொண்டுவருகிறேன். அதை மூத்தவர் தடுக்கமுடியாது” என்றான். அவள் இதழ்கள் வளைந்தன. “அது நடவாதென்று உங்களுக்கே தெரியும். அரசனுக்குத் தோழர் என்று அங்கர் களமிறங்கக்கூடும். சூரியன்

அமைந்த தோள்கள். பத்துநொடியளவுக்குக் கூட நீங்கள் அவர் முன் நிற்கமுடியாது.”

பீமனின் கோடரி கை சரிந்தது. முழங்காலில் அதன் கூர்முனை பதிய, அவன் காலை உதறிக் குனிந்தான். அவளும் அந்தப் புண்ணை நோக்கினாள். ஆனால் ஒருகணமும் அதைப் பொருட்டென எண்ணாதவளாக, திரும்பி கைகளைத் தூக்கி உரக்க “இளையவர்களே, இங்கு வருக... நான் உங்களிடம் பேசியாகவேண்டும்” என்றாள். நகுலனும் சகதேவனும் தங்கள் குடில்முற்றத்திலிருந்து அருகே நடந்து வந்தனர். “இளையவரே, உங்களிடமும்தான்...” என அவள் அர்ஜுனனை நோக்கி அழைத்தாள். அவன் எழுந்து சலிப்புற்ற நடையுடன் அணுகிவந்தான்.

பீமன் பெருமூச்சுடன் அருகே நின்றிருந்த முட்செடி ஒன்றின் தண்டை ஒடித்து, கசிந்த பாலை அந்தக் காயத்தின்மேல் விட்டான். அதன் இலையை காயத்தின்மேல் ஒட்டிவிட்டு இறுகப்பற்றிக் குருதிப்பெருக்கை நிறுத்தினான். அவளுக்குத் தெரியாதது ஒன்றுமில்லை என்று ஓடியது அவன் எண்ணம். எங்கிருக்கிறது நரம்புமுடிச்சு என எண்ணாமலேயே கைவைக்கக்கூடிய மருத்துவர்களைப் போன்றவள். அவன் பெருமூச்சுவிட்டான். பின்னர் புன்னகையுடன் திருதராஷ்டிரரை அவனால் எதிர்கொள்ளமுடியாது என்று சொல்வதைத் தவிர்த்து கர்ணனைத் தெரிந்துசொன்ன அவள் கூர்மையை எண்ணிக்கொண்டான்.

அவன் புன்னகைப்பதை அவள் திரும்பாமலேயே கண்டாள். அது அவளை மேலும் சினம் கொள்ளவைப்பதை அவன் உணர்ந்தான். அர்ஜுனன் அருகே வந்து “மூத்தவரிடம் பேசியவை அனைத்தையும் கேட்டேன். அரசி, நெடுந்தொலைவு கேட்கும்படிதான் இருந்தது உன் குரல்” என்றான். திரௌபதி குன்றாச்சீற்றத்துடன் திரும்பிப்பார்த்து “இப்போதே எனக்கு விடை தெரிந்தாகவேண்டும். என் சொல்காக்க எழுபவர் உங்களில் எவர்?” என்றாள். “அரசி, உன் சொல்லுக்கென உயிர்வைத்துக் களம்நிற்கப் போகிறவர்கள்தான் நாங்கள் ஐவரும். ஆனால் எங்கள் மூத்தவருக்கு எதிராக என்றால் அது நிகழப்போவதில்லை” என்றான் அர்ஜுனன்.

“இது வெறும் அச்சம்... கீழ்மை” என்று அவள் கூவினாள். “எதுவென்றாலும் இப்பிறப்பில் இதுவே எங்கள் நெறி” என்றான் அர்ஜுனன். “உங்கள் துணைவியை அவைநடுவே சிறுமைசெய்தார்கள். அதற்குப் பழிதீர்க்காமல் காட்டில் மடிந்தீர்கள் என்னும் பழிகூடவா உங்களுக்குப் பொருட்டில்லை?” என்று அவள் கேட்டாள். “ஆம், அவ்விழிவு வழிவழியாக எங்கள் குருதிச்சரடில் நீடிக்கும். வஞ்சம் தணிக்காது இறந்தோம் என்றால் சூதர்பாடல்களில் புழுவென நெளிவோம். ஆயினும்

எங்கள் கடன் எந்தைவடிவமான மூத்தவருடன் இருப்பதே. பிறிதொன்று எண்ணப்போவதில்லை."

"உங்கள் ஒவ்வொருவரின் உள்ளையும் கருவென்றுகொண்டு மைந்தரென்று ஈன்றவள் நான். என்னிடம் வேண்டியதில்லை இந்த நாடகங்கள்" என்று திரௌபதி கூவினாள். "என்ன சொன்னீர்கள், பிறிதிலாத பணிவா? ஆணவத்தை வேரறுக்க முயலும் முனிவர்களுக்கே அரியது அது. ஆசிரியர் நெஞ்சில் எட்டி உதைத்துவிட்டு விலகிச்செல்லும் மாணவர்களால் ஆனவை இக்கல்விநிலைகள். நீங்கள் ஆணவம் நிறைந்த வீரர்கள். எத்தனை முறை உங்கள் தமையன் முகத்தில் காறி உமிழ்ந்தீர்கள் என நான் தொட்டெண்ணிச் சொல்ல முடியும். எத்தனை முறை அவர் அமர்ந்த அரியணையில் அமர்ந்தெழுந்தது உங்கள் அகம் என நான் அறிவேன். என்னை அணையும்போது தமையனை வெல்லும் உவகையை அடையாதவர் உங்களில் எவர்?"

"தேவி!" என உரக்கக் கூவியபடி அர்ஜுனன் முன்னால் வந்தான். கடும்சினத்தால் அவன் உடல் நடுங்கிக்கொண்டிருந்தது. நீட்டிய அவன் கை அதிர்ந்தது. "போதும், இனி ஒரு சொல்லும் தேவையில்லை. இயலாது, மூத்தோன் சொல்லே எங்கள் வழி. அது எங்கள் குலநெறி." பல்லைக் கடித்து "பாஞ்சாலன் மகள் அதைத் தடுக்க எண்ணவேண்டியதில்லை. செல்க!" என்றான்.

"நான் சிதையேறுகிறேன்!" என்று அவள் உடைந்த குரலில் கூவினாள். அக்குரலின் விசையால் அவள் உடலே முன்வளைந்தது. இரு கைகளும் விரல்சுருட்டி இழுபட்டு நீலநரம்புகள் எழ வளைந்தன. "இக்காட்டில் விறகடுக்கி எரிபுகுகிறேன். எரியில் தோன்றினேன், அதற்கே மீள்கிறேன். இங்கு பெண்மையிழிவு செய்யப்பட்டேன். என்னைக் காக்கவேண்டிய கொழுநர் பேடிகளாகக் கைகட்டி நின்றனர். பொய்வஞ்சினம் உரைத்து அவையை ஏமாற்றினர். அஞ்சி காடுகளுக்குள் பதுங்கி உயிர்பேணினர். என் வஞ்சத்தை இம்மண்ணின்மேல் காறி உமிழ்ந்தபடி விண்புகுகிறேன்."

அர்ஜுனன் அதைக்கேட்டு நடுங்கிவிட்டான். அவள் தோளைத் தொடவிழைபவன் போல கைநீட்டி காலடி எடுத்துவைத்து தளர்ந்த குரலில் "தேவி!" என்றான். அவனைத் தன் வலக்கை நீட்டித்தடுத்த சகதேவன் "அரசி, உன் தீச்சொல்லால் எங்கள் குலமும் கொடிவழியும் நீறாகும். மண்ணிலும் விண்ணிலும் எங்களுக்கு மாண்பென்றோ இனிதென்றோ ஏதும் எஞ்சாது. ஆயினும் மூத்தவருக்கு மைந்தராகவே நாங்கள் நீடிக்கமுடியும்" என்றான். "எரியேறுவது உன் எண்ணமென்றால் அதை உன்னுள் உறையும் தெய்வம் முடிவுசெய்யட்டும். அதுவும் குருகுலத்தின் ஊழ் என்றே கொள்கிறோம்."

அவள் இதழ்கள் சற்று திறந்து அசைவற்றன. நீர்த்திவலைகள் நின்ற கரிய இமைப்பீலிகள் பின்பு அசைந்தன. தலையை அசைத்து குழல்கற்றையைக் காதுக்குப்பின் அள்ளி இட்டாள். அந்தச்சிறு அசைவில் அவளுக்கு ஐவர்மீதுமிருந்த உச்சநிலை ஏளனம் வெளிப்படுவதை எண்ணி பீமன் வியந்தான். அத்தனை சொற்களுக்கும் அப்பால் காலங்கடந்து அதுதான் நினைவில் நீடிக்கப்போகிறதென்று தெரிந்தது. அவள் ஏதோ சொல்லவந்தபின் வலக்கன்னம் குழிய உதட்டைச் சுழித்து கையை வீசி எழுந்த சொல்லை அகற்றி செல்வதற்காகத் திரும்பினாள்.

நகுலன் மெல்லிய குரலில் "தேவி, நீ அஞ்சுவது எதை?" என்றான். அவள் திரும்பி அவனை நோக்கினாள். விழிகள் செவ்வரியோடிக் கலங்கியிருந்தன. "உன்னை நான் நன்கறிவேன். இன்று எங்களுக்குள் புகுந்து நோக்க உன் பெருஞ்சினம் எப்படி உனக்கு உதவுகிறதோ அதைப்போல உனக்குள் நான் என் பேரன்பால் ஊடுருவுகிறேன். இத்தனை சினமும் எதைத் தவிர்ப்பதற்காக?" உறுமல்போல "என்ன சொல்கிறீர்கள்?" என்றாள் திரௌபதி. "நீ அவர்களை மன்னிக்கத்தொடங்கிவிட்டாய். உன்னுள் ஊறும் பெருங்கருணையையே நீ அஞ்சுகிறாய்" என்றான் நகுலன்.

"அறிவின்மை!" என கையை அசைத்தபின் அவள் திரும்பிச்சென்றாள். அவன் உரக்க அவள் முதுகை நோக்கி "ஆம், அதுவே உண்மை. அரியணையோ நூல்புகழோ அல்ல நீ விழைவது. இங்கு அறிஞர் நடுவே நூலாய்ந்து அமர்ந்திருக்கையிலேயே உன்னை முழுதுணர்கிறாய். இக்காட்டில் உன்னை ஒரு முனிவரென அறிகிறாய். இக்காற்றில் கரைந்துவிடலாகாதென்று எண்ணி உன்னை மீட்டுக்கொள்கிறாய்" என்றான். அவள் திரும்பிப்பார்க்கவே இல்லை. ஆனால் அவள் அச்சொற்களால் மிகவும் தளர்ந்துவிட்டாள் என்பதை அவள் நடையே காட்டியது.

நகுலன் மேலும் உரக்க "உன்னுள் எழும் வஞ்சத்தை ஒவ்வொரு நாளும் சொல்லை அவியாக்கி வளர்த்துப் பேணியாக வேண்டும் நீ. ஏனென்றால் இவ்வெளிய மனிதர்களின் சூதுக்கும் சிரிப்புக்கும் அப்பால் நீ தனிமைகொண்டிருக்கிறாய். விசைதளர்ந்தால் இயல்பாகவே அங்குதான் மீள்வாய்" என்றான். அவள் திரும்பிநோக்காமல் நடந்து மறைவதை அவர்கள் நோக்கி நின்றனர். அவள் தோற்றம் மறைந்ததும் அர்ஜுனன் நீள்மூச்சுடன் தளர்ந்தான். அவர்கள் நால்வரும் மெல்ல உடல்மீண்டனர்.

மெல்ல அவர்களைச் சூழ்ந்தது அமைதி. ஒவ்வொருவரும் தங்கள் எண்ணங்களுக்குள் புகுந்து வாயில்மூடிக்கொண்டனர். தொலைவிலிருந்து அவர்களைப் பார்த்த துவைதகுருகுலத்தின் மாணவன் ஒருவன் அவர்களை

நான்கு சிறுபாறைகள் என்றே உணர்ந்தான். அருகருகே அமர்ந்திருந்தும் ஒன்றையொன்று சற்றும் அறியாதவை. அவற்றுக்கிடையே இருந்த இடைவெளி காலத்தில் நிலைத்தது என்பதனால் பெருவெளியென்றே ஆனது. அவர்கள் கலைந்து மீண்டாலும் ஒருவரோடொருவர் ஒன்றும் சொல்லிவிடமுடியாதென்று அவன் எண்ணிக்கொண்டான்.

7

துவைதக் கல்விநிலையில் அந்தியின் சொல்லாய்வும் பொருளெதிர்நிற்றலும் முடிந்தபின்பு இரவுக்கான சங்கு ஊதியது. மாணவர்கள் ஒவ்வொருவராக தங்கள் குடில்களுக்கு மீண்டனர். விளக்குகள் அணையத்தொடங்கின. இறுதி விளக்கும் அணைந்ததும் செறிந்த இருள் வந்து நோக்கை மூடியது. பின்னர் மெல்ல இருளுக்குள்ளிருந்து குறுமரங்கள் புடைத்தெழுந்து வந்தன. அவற்றின் காற்றுலைவைக் காணமுடிந்தது. பின்னர் மெல்லிய இலைவிளிம்புகளை. பின்னர் அவற்றின் இலையசைவை.

மரவுரியை எடுத்து சுழற்றிச் சுற்றியபடி தன் குடிலில் இருந்து தருமன் வெளியே இறங்கினார். தன் காலடிகள் நிலத்தில் இழுபடுவதுபோல் ஒலிக்க, வேட்டைக்கு இறங்கிய நாகம் போல இருளுக்குள் நடந்தார். ஒவ்வொரு காலடிக்கும் அவர் உடல் மெல்ல நடுங்கியது. கால்தளர்ந்து நின்று திரும்பிச்செல்வதைப்பற்றி எண்ணினார். திரும்பிச்செல்வதுபோல ஓர் அசைவு அவர் உடலில் கூடியது. அதை உள்ளத்தால் இறுக்கிக்கொண்டு கண்களைமூடி சிலகணங்கள் நின்றார். பின்பு மேலும் நடந்து சென்று திரௌபதியின் குடில்முற்றத்தை அடைந்து மூடிய மூங்கில்படல் கதவை மெல்ல அசைத்து “அரசி” என்றார்.

அவர் அச்சொல் உள்ளிருந்து எழுவதைத்தான் உணர்ந்தார். நா அறிந்ததா என்றே ஐயமாக இருந்தது. ஆனால் உள்ளே அவள் அதைக் கேட்டதை மிகமெல்லிய உடல் ஒலி உணர்த்தியது. எழுந்துகொள்ளும் ஒலி அல்ல. ஆடைகளின் அணிகளின் ஒலி அல்ல. மூச்சொலியும் அல்ல. அசைவற்ற உடல் அசைவுகொள்வதன் ஒலி. அதைச் செவிகள் கேட்கவில்லை,

உள்ளம் அறிந்தது என தோன்றியது. “யார்?” என்று அவள் கேட்டாள். யாரென்று அவள் அறிந்திருப்பதை அக்குரல் காட்டியது. கடுமையை வரவழைக்க அவள் முயல்கிறாள். “நான்” என்றார்.

அவள் எழுந்து அகலைத் தூண்டி எழுப்புவது தெரிந்தது. முளைப்படல் சுவர்களின் இடுக்குகள் செவ்வொளி கொண்டன. அவர் உடல்மேல் எரிசரடுகளாலான ஆடையொன்றை அணிவித்ததுபோல. அவள் அணுகிவர, அவ்வொளி இழுபட்டு விலகியது. மிகச்சீராகக் காலடி வைத்து இயல்பாக என படலை விலக்கி “உள்ளே வருக!” என்றாள். அவள் கையிலிருந்த சிறிய விளக்கில் சுடர் சினம் கொண்ட விழிபோலிருந்தது. கீழ் ஒளியில் அவள் கருவறையமர்ந்த தேவிபோலிருந்தாள். விளக்கைத் தூணிலிருந்த கொக்கியில் பொருத்தி மரவுரியைச் சீரமைத்தபடி அவள் தூண்சாய்ந்து நின்றாள்.

அவ்வறைக்குள் அமர்வதற்கு என ஒரு பீடம் மட்டுமே இருந்தது. காட்டுக்கொடிகளைத் தீயில் சுட்டு வளைத்துப் பின்னப்பட்டது. “அமர்க!” என்றாள். அவர் அமர்ந்ததும் அது முனகியபடி உருமாறியது. முழங்கால்மேல் கைகளை வைத்துக்கொண்டார். அவள் அவரை நோக்கியபடி நின்றிருந்தாள். அவர் எண்ணிவந்த முதற்சொற்றொடர் அப்போது பொருளற்றதாகத் தோன்றியது. எங்கிருந்து தொடங்குவதென்றறியாமல் அவர் உள்ளம் உடைந்த எண்ணங்களைத் தொட்டுத் தொட்டுத் தவித்தது.

அவள் மெல்லிய உடலசைவுகூட அவரைக் கலைக்கும் என எண்ணியவள் போல நிழலென நின்றிருந்தாள். நெடுநேரமாகியதா என அஞ்சி அவர் தலைதூக்கியபோது அவ்வசைவாலும் அவள் விழியசையவில்லை. சரிந்த இமைகளுடன் விளக்கின் அசையாச்சுடரை நோக்கிக்கொண்டிருந்தாள். அந்த அசைவின்மையில் இருந்த உறுதி அவரைச் சினம் கொள்ளச்செய்தது. பின்னர் அது தன்னிரக்கமாக ஆகியது. அவர் உடைந்து விழவேண்டுமென விழைகிறாள் போலும். உடைந்து விழுந்து கிடந்தால் என்ன செய்வாள்? தலைமேல் மிதித்துச் செல்லட்டும். அந்தக் குற்றவுணர்வைச் சுமக்கட்டும்.

“நீ கோரியதை நிறைவேற்றலாமென எண்ணுகிறேன், அரசி” என்றார் தருமன். சொல்லவந்ததே அவ்வளவுதான் என்னும் திகைப்பு ஏற்பட்டது. நிமிர்ந்து அவள் விழிகளை நோக்கினார். அதில் இருந்த மெல்லிய திகைப்பு அவரை உவகைகொள்ளச் செய்தது. மேலே சொல்லாமல் தலைகுனிந்து அமர்ந்திருந்தார். கேள், உன் ஆவல் வெளித்தெரியட்டும், நீ நின்றிருக்கும் அவ்வுறுதியின் உச்சியிலிருந்து இறங்கு, எப்போதும் வென்றுநின்றிருப்பது எவருக்கும் ஆகாது. ஆம், இதோ இறங்கப்போகிறாய். இன்னும் சிலகணங்களில்...

அவள் “என்ன?” என்றபோது அவர் உள்ளம் துள்ளியது. தலைகுனிந்தபடியே “உன் உணர்வுகளைக்குறித்து எண்ணினேன். நானோ இளையோனோ உன் நெஞ்சைக் கருத்தில் கொள்ளவில்லை. பதின்மூன்று ஆண்டுகாலம் இவ்வஞ்சத்துடன் நீ துயில்நீப்பாய் என்றால் அது பெரும்துன்பம். நீ அடைந்த சிறுமைக்குமேல் அத்துயரையும் அளிப்பது அறமல்ல” என்றார். அவள் முகம் என்னவாக இருக்கிறது என்பதைக் கற்பனையில் அவர் வரைந்துகொண்டே சென்றார். “நான் சொன்னவை அனைத்தும் நெறிகளே. ஆனால் உன் அழல் முன் அவை பொருளற்றவை.”

அவள் ஒன்றும் சொல்லாமல் நிற்பதைக்கண்டு அவர் தலைதூக்கி நோக்கினார். அவள் விழிகளில் மெல்லிய ஐயம்போல ஒன்று தெரிந்தது. அவள் உவகைகொள்ளவில்லையா? இல்லை, அதை மறைக்கும் அளவுக்கு நடிப்புதேர்ந்தவளா? “நாளையே இளையோர் நால்வரும் என் செய்தியுடன் செல்லட்டும். அர்ஜுனன் துவாரகைக்கும் நகுலன் பாஞ்சாலத்திற்கும் சகதேவன் நம் மணவுறவு அரசுகளுக்கும் பீமன் நிஷாத, அசுர, அரக்கர் நாடுகளுக்கும் செல்வார்கள். படைகள் இன்னும் இரண்டுமாதங்களுக்குள் திரளும். அஸ்தினபுரியை வென்று அக்குருதியில் உன்னை நீராட்டுகிறேன். குழல்முடிந்தபின் நீ துயிலலாம்.”

அவள் பெருமூச்சுவிட்டாள். “இல்லை” என்றாள். பேசாததனால் அவள் தொண்டை அடைத்திருந்தது. “நான் இப்போது அதை விரும்பவில்லை” என்றாள். “ஏன்?” என்று அவர் சினத்துடன் கேட்டார். மெல்ல பதற்றம்போல, மூச்சுத்திணறல்போல சினம் மூண்டு எழுந்தது. என்ன எண்ணுகிறாள்? இன்னும் பணிந்து இவள் காலடியில் விழவேண்டுமென எதிர்பார்க்கிறாளா? அடுத்து ஒரு சொல் எழுமென்றால் எழுந்து அவள் கழுத்தை வெட்டிவிடவேண்டும். ஆம். அது ஒன்றே ஆண்மகனுக்குரியது...

“இருளில் படுத்தபின் எண்ணிப்பார்த்தேன். ஒன்று தெளிவாகத் தெரிந்தது. நாம் எந்த முடிவையும் எடுக்கமுடியாது. அதை எடுக்கவேண்டியவர் இளையயாதவர் மட்டுமே. ஏனென்றால் இது அவரது போர்” என்றாள் திரௌபதி. அக்கணமே அச்சொற்கள் ஒவ்வொன்றும் உண்மை என்று உணர்ந்து அவர் உளஎழுச்சிகள் முழுமையாக அணைந்தன. ஒரு சில கணங்கள் கைகளை விரல்பின்னி மடியில் வைத்து கட்டைவிரல்களை ஆட்டியபடி அதை நோக்கிக் கொண்டிருந்தார். பின்பு நிமிர்ந்து “ஆம்” என்றார்.

“பிறிதெல்லாம் வீண்பேச்சுக்கள். அவர்களுடன் ஷத்ரிய அரசர்கள் அணிதிரள்வார்கள் என்றால் நமக்கு யாதவப்படைகளின் முழுமையான ஆதரவு தேவை. அதை அளிக்குமிடத்தில் இளையயாதவர் இருந்தார்

என்றால் இதற்குள் அவர் நம்மைத் தேடிவந்திருப்பார்” என்று திரௌபதி சொன்னாள். “ஆகவே நாம் பொறுத்திருப்பதொன்றே வழி.” தருமன் சட்டென்று எழுந்து, நழுவிய மேலாடையை அணிந்தபின் “நன்று, இதைப்பற்றி இனிமேல் நாம் பேசவேண்டியதில்லை” என்றார்.

“ஆம், ஆனால் இன்று சிறியவர் சொன்ன சொல் ஒன்றையே எண்ணிக்கொண்டிருந்தேன்” என்று திரௌபதி சொன்னாள். “நான் கனிந்துவிடுவேனோ என்று நான் அச்சம் கொண்டிருப்பது உண்மை. ஏனென்றால் அத்தனைக்கு அப்பாலும் நான் பெண், அன்னை. அது நிகழலாகாது. என் அழல் ஒருகணமும் அணையலாகாது. அம்பையைப்போல அதை அழியாது நிறுத்தவேண்டுமென்றால் நான் அனல்புகவேண்டும்.” அவள் அகலொளி அலைபட செந்தழல் என்றே தோன்றினாள். “நான் என்னை உயிருடன் எரியச்செய்கிறேன். இந்த உடலே என் சிதை. ஒவ்வொரு கணமும் பொழுதும் நாளும் என பதின்மூன்றாண்டுகாலம் எரிகிறேன்.”

“தேவி...” என்றார் தருமன். ஆனால் அத்தருணத்திலெழும் எந்த முறைமைச்சொல்லும் அவளுக்கு ஒரு பொருட்டாகத் தெரியாதென்று உணர்ந்தார். “நான் இனி எவருக்கும் துணைவி அல்ல. ஐந்து புரவிகளைப் பூட்டிய தேர் ஏறிய போர்த்தெய்வம் மட்டுமே. இனி என் புன்னகையை நீங்கள் காணப்போவதில்லை. இனி இவ்வுலகின் இனியவை எதையும் நான் சுவைக்கமாட்டேன். புற்றுறையும் படிவர் என என் வஞ்சினத்திற்குள் வாழ்வேன்” மிகத்தணிந்த குரலில் அவருக்கு மட்டுமே கேட்கும்படியாக அவள் அதைச் சொன்னாள்.

அவர் விழிசரித்து அவள் கால்களை நோக்கிக்கொண்டிருந்தார். சிறகுகூப்பி நிரையாகநின்று பொன்னிற அலகு தாழ்த்தி நீர் அருந்தும் பத்து சிறுகுருவிகள் போல கரியவிரல்கள். அவர் எழுந்து “நான் வருகிறேன். உன் எண்ணம் அதுவென்றால் அவ்வாறே ஆகட்டும்” என்றார். அவர் வாயில் நோக்கி நடக்க, அவள் அவரைத் தொடர்ந்து வந்தாள். அவர் படியிறங்கியதும் அவள் ஒரு சொல்லும் உரைக்காமல் வாயிலை மூடினாள்.

அவர் தன் உள்ளத்தில் அவள் கைவிளக்குடன் அவ்வாயிலை நிறைத்து நிற்பதைக் கண்டார். “தேவி, நீ விழைவதுதான் என்ன? முடியா, நிலமா, வெற்றியா, புகழா?” என்றார். “ஏதுமில்லை, என் கடன்முடித்தபின் எளியவளாக காடேகவே எண்ணுகிறேன்” என்று அவள் சொன்னாள். “அப்படியென்றால் ஏன் இந்த வஞ்சம்? இது பாரதவர்ஷத்தைக் குருதிக்களமாக்கும், தேவி” என்றார். “அதற்காகவே நான் வந்தேன்...” என்று அவள் சொன்னாள்.

நான்காம் காடு

ஐதரேயம்

1

ஒற்றையடிப்பாதை, நெடுங்காலத்திற்கு முன்னரே காலடிகள் படாமலாகி மறைந்துவிட்டிருந்தது. ஆகவே அதை விழிகளால் பார்க்கமுடியவில்லை. ஆனால் பாதையை மறந்து இயல்பாக நடக்கும்போது கால்கள் அதைக் கண்டடைந்தன. முதலில் குறும்புதர்களில் கால் சிக்கியும் கல்களில் இடறியும் அவர்கள் தடுமாறினாலும் விரைவிலேயே கால்களை நேரடியாகவே சித்தம் கட்டுப்படுத்தத் தொடங்கியது. அதன்பின் அவர்கள் வழியை எண்ணவில்லை.

கையில் மூங்கில்வில்லில் சிற்றம்புகளுடன் அர்ஜுனன் முன்னால் நடந்தான். அவனுக்குப் பின்னால் தருமனும் தொடர்ந்து திரௌபதியும் சென்றனர். அவர்களைத் தொடர்ந்து நகுல சகதேவர்கள் கைகளில் கூர்முனை பொருந்திய நீள்வேல்களுடன் சென்றனர். அவர்களுடன் இணைந்தும் காட்டுக்குள் சென்று கிளைகள் வழியாக மீண்டும் நடக்கும் மந்தையை பறந்து தொடரும் காகம் போல பீமன் சென்றான்.

ஐதரேயக் காடு பறவைகளின் ஓசைகளால் நிறைந்திருந்தது. அவை மிகப்பெரிய ஓர் உரையாடலில் ஈடுபட்டிருப்பவை போல என தருமன் எண்ணினார். ஒவ்வொரு பறவையென நோக்கினால் அவை இணைகளுக்காக ஏங்கின, குஞ்சுகளை ஆற்றுப்படுத்தின, எதிரிகளை அஞ்சின, அறைகூவின, கூடி உணவுண்ண அழைத்தன, உண்டபின் மகிழ்ந்தாடின. பறவைகள் அமர்ந்த ஒருமரம் பிறிதொன்றுடன் உரையாடியது. ஒரு குன்று மற்றொன்றுடன் பேசியது. முழுக் காடே விண்ணை நோக்கிப் பேசிக்கொண்டிருந்தது. தனிக்குரல்களைக் கேட்டு செவிமயங்குகையில் அவ்வோசை ஒருங்கிணைந்து

ஒற்றைப்பெருக்கென்றாகி ஒரு சொல்லின் முடிவிலா ஒழுக்கென்று காட்டியது. அதில் மறைந்து பின்பு சித்தம் மீளும்போது தன்னருகே இருந்த சிறுபறவையின் ஒற்றைத்தனிக்குரலைக் கேட்டு தருமன் உடல் அதிர்ந்தார்.

துவைதக்காட்டிலிருந்து கிளம்பி காம்யகக் காட்டில் சிலநாட்கள் தங்கியிருந்தனர். அங்கே அவர்களுக்கு பிரஹஸ்பதி நீதியை கணாதரின் முதல்மாணவர் சப்தகர் கற்பித்தார். அதன் சுருக்கமான வடிவத்தை அரசர்களுக்குரிய வகையில் காம்பில்யத்தில் முன்பு தங்கியிருந்த அந்தணர் ஒருவர் துருபதனுக்குக் கற்பித்ததை திரௌபதி நினைவுகூர்ந்தாள். தாபகர் என்னும் அந்த அந்தணர் விழியற்றவர். கைக்கோல் என ஒரு குள்ளனை உடனழைத்துக்கொண்டு ஊர்கள்தோறும் செல்பவர். அவையில் நெறிநூல் உரைத்துப் பரிசில் பெற்றதும் அவர் "அரசே, உனக்கு மட்டும் என ஓர் அரசநெறிநூலை உரைக்கவிருக்கிறேன். கோல்கொண்டு அரசமரும் தகுதி அற்றவர்கள் அதைக் கேட்கலாகாது. இத்தொன்மையான நூல் வேதங்களுடன் பிறந்தது. வேத ரிஷியாகிய பிரஹஸ்பதியால் இயற்றப்பட்டது. அவரது மாணவர்களால் முழுதும் பயிலப்படுகிறது. அவர்கள் அறிவது காட்டுமதயானை. நான் சங்கிலி அணிந்த வேழத்தை உனக்கு அளிக்கிறேன்" என்றார். அன்றுமாலை அரசரின் வசந்த மண்டபத்தில் அமர்ந்து அந்நூலை உரைத்தார்.

"அரசே, பிறந்து பசித்து அழுது முலைநோக்கி உதடு குவிக்கும் கணம் முதல் இறுதிநீருக்காகக் கைகளை அசைத்து உதடுகளை நீட்டும் தருணம் வரை மானுடர் செயல்தொடரில் கட்டுண்டிருக்கிறார்கள் என்று அறிந்தவனே இப்புவியின் கணக்குகளை அவிழ்க்கும் முதல் எண்ணைக் கண்டடைந்தவன். தான் மேன்மையுறும் வழியையும் இழிவுறும் முறையையும் அறியாத உயிரென ஏதுமில்லை இவ்வுலகில். எனவே மானுடன் எங்கும் நோக்கவேண்டியதில்லை, தன்னுள் நோக்குவதே அனைத்துக்கும் விடையளிப்பது."

தாபகர் சொன்னார் "தெய்வத்தையே அனைத்துக்கும் இழுப்பவன் மூடன். தெய்வமில்லை என அவனுடன் பேசப்புகுபவன் பெருமூடன். இங்கு ஆற்றுவன அனைத்தும் எதிர்வினை கொண்டவை என உணர்ந்தவனே அறிஞன். முதற்செயலின் மறுசெயலே மானுடனின் மறுகணம். ஒருதுளி முலையுண்டதுமே அன்னை எனும் உறவும், இனிமை எனும் சுவையும், பசி எனும் தேவையும், பால் எனும் பொருளும் உருவாகி வந்துவிடுகின்றன. பகையும் ஐயமும் அச்சமும் பிறக்கின்றன. இன்பம் பிறந்ததுமே துன்பம் உடன் தோன்றிவிடுகிறது.

“வலைநடுவே இருக்கிறோம் என உணர்ந்தவனே உண்மையில் இருக்கிறான். பிறந்து இறந்து செயலாற்றி அவ்வலையைப் பின்னுவது தானும்தான் என்றுணர்ந்தவன் அறியத்தொடங்குகிறான். அறிதலும் வலைபின்னுவதே என்று கண்டவன் விடுதலைபெறுகிறான்” என்றார் தாபகர். “எனவே ஒவ்வொரு சொல்லையும் அதன் எதிர்ச்சொல் என எழுந்து சொல்வெளியென பெருகப்போவது என்ன என்றுணர்ந்து சொல்க! ஒவ்வொரு செயலையும் எதிர்ச்செயல்நிரை என்ன என்றுணர்ந்து செய்க!

“ஆம், எதிர்வருவது அறியமுடியாத காலப்பெருக்கில் உள்ளது. காலமே என்றான செயலெதிர்ச்செயல் என்னும் வலைப்பின்னலில் உள்ளது. ஆகவே அறியமுடியாமையே இங்கு எஞ்சுகிறது என்று உரைப்பவன் பேருண்மை ஒன்றை சொல்கிறான். ஆனால் அரசே, பேருண்மைகளைக்கொண்டு நூல்களை எழுதலாம். சொல்லெனச் சுருக்கி காட்டிலமர்ந்து ஊழ்கம்கொண்டு விண்ணேகலாம். அவை அரசனுக்கு உதவாது. அவை அரிய மணிகள். அணிகளெனச் சூடுதற்கே உரியவை. எளிய உண்மை சந்தையில் உணவாக மாறும், வழித்துணையாக உடன்வரும் நாணயம் போன்றது. அது நீ வாழும் காலத்தில் உன் விழியெட்டும் தொலைவுக்குள் நீ ஆற்றிப் பயன்கொய்யும் செயல்வட்டத்திற்குள் மட்டுமே பொருள்கொள்வது. உடைந்த உண்மைகளைப் போற்றுக! அவையே இவ்வுலகை ஆற்றியுள்ளன.

“அறியமுடியாமையை பீடமாக்கி அறிவு நின்றுள்ளது. இவ்வலையின் கண்ணிப்பெருக்கு நீ அறியமுடியாதது. ஆனால் உன்னருகே உள்ள முதல்கண்ணியை நீ அறியமுடியும். அதன் அறியா எல்லையில் உள்ள கண்ணியும் அந்த முதற்கண்ணியின் தொடர்ச்சியே என்று உணர்க! வலையையே அறியமுடியும் என்பதனால் அதை அறிக! தேவையானவற்றை அறிந்தவன் ஆவாய்” தாபகர் பின்னர் சொல்லெண்ணி அவைகூடவும், விளைவறிந்து செயலாற்றவும் உதவும் பதினெட்டு நெறிகளை அவையில் எடுத்துரைத்தார்.

காம்யகத்தில் சப்தகர் பிரஹஸ்பதி நீதியின் மெய்ப்பொருளை நோக்கிச் சென்றார். “அரசே, இப்புடவி ஓர் இடமல்ல, ஒரு பொருளல்ல, ஓர் இருப்பல்ல. எனவே இதற்கு முதல்முடிவில்லை. வடிவம் இல்லை. முக்காலமென்றும் ஏதுமில்லை. இது ஒருநிகழ்வு. தன்னைத்தானே பின்னி விரிந்துகொண்டேயிருப்பது. அப்பின்னலின் ஒரு கண்ணியில் நீங்கள் இருந்தால் அது உங்கள் உலகம். அங்கிருப்பவற்றுடன் தொடர்புள்ளவற்றால் ஆனது அதன் வடிவம். அங்கு நீங்கள் உணர்வது இருப்பு. அதுவே காலத்தை முன்பின் என வகுத்து உங்களுக்கு அளிக்கிறது.”

“இது இடமல்ல என்பதனால் மையம் என ஏதுமில்லை. பொருண்மை அல்ல என்பதனால் நிலை என ஏதுமில்லை. இருப்பல்ல என்பதனால் நோக்கமென ஏதுமில்லை. இந்நிகழ்வின் நெறியென்பது செயல்கள் முற்றிலும் நிகரான விளைவுகளாக மாறியே ஆகவேண்டும் என்பதே. ஏனென்றால் இது கூடுகிறதென்றாலும் குறைகிறதென்றாலும் அலகிலா காலப்பெருவெளியில் இது முன்னரே அழிந்துவிட்டிருக்கும். இது நீடிக்கிறதென்பதனாலேயே இது மூவா முதலா சுழற்சி என அறியலாம். செயலே காரணம், விளைவு அதன் காரியம். காரியம் அனைத்தும் பிறிதுக்குக் காரணம். காரியகாரண உருமாற்றமெனும் அலகிலாப் பெருந்தொடரையே இங்கு புடவியென நாம் அறிகிறோம். அதையே பிரஹஸ்பதியின் மெய்யியல் கர்மம் என்கிறது.

“நம் ஒவ்வொரு காலத்துளியும் அடுத்த காலத்துளிக்குக் காரணம். நம் இக்கணத்து உடல் முந்தைய கணத்து உடலின் காரியம். கர்மத்தில் உள்ளன அனைத்தும். கர்மமே அனைத்தும். இச்சொற்களைக் கேட்ட நீங்கள் முந்தைய நீங்கள் அல்ல. ஒவ்வொன்றும் பறக்கும் பெரும்புயலை ஒரு கணமின்னலில் ஓவியமெனக் காண்பதே இப்புடவி என்று உணர்ந்தவன் விழிகொண்டவன். காரணம் காரியமென மாறும் என்னும் நெறியே மாறுதலே ஆன இப்புடவியின் மாறாமை என்றறிக! அரசே, கர்மத்தை அறிந்து கர்மமென உணர்பவனே தன்னையறிந்தவன்.

“இப்பெரும் சுழற்பெருக்கிற்கு வெளியே இதை ஆக்கியதும் ஆட்டுவிப்பதும் அழிப்பதுமென ஏதுமில்லை. அவ்வாறு ஒன்றிருந்தால் அதன் காரணம் என்ன? அது காரணம் என்றால் அதன் காரணம் என்ன? அது வளர்கிறதென்றால் மறையவும்கூடும். அழியாதது எனில் செயலற்றது. செயலாற்றுகிறது எனில் அதுவும் கர்மத்திற்குள் அமைந்ததே. கர்மத்திற்குள் அமைந்தது கர்மத்தை ஆக்கி ஆட்டி அழிப்பது அல்ல. இங்கு இவ்வண்ணம் இருக்கும் இது என்றுமுள்ளது. இது சுழற்சி. எனவே இதன் இறுதியே தொடக்கமும் ஆகும். எனவே இதற்கு முழுமுதற்காரணம் என ஒன்றில்லை.”

காம்யகக் காட்டில் ஒன்பது மாதகாலம் தங்கி பிரஹஸ்பதி சூத்திரங்களைக் கற்றுத்தேர்ந்தார் தருமன். அவற்றுக்கு உரையென எழுதப்பட்ட பன்னிரு நூல்களையும் பாடம் கேட்டார். ஒருநாள் சொல்லாடுகையில் சப்தகரிடம் கேட்டார் “அனைத்தும் காரணம் கொண்ட காரியங்களே என்றால் பிரஹஸ்பதியின் கர்மவாதத்திற்குக் காரணமாக அமைந்தது எது?” சப்தகர் சிரித்து “உணவு உடலாக மாறுவதைக் கண்ட மூதாதை வேடர்களாக இருக்கலாம்” என்றார். பின்பு “உண்மையில் அதைத் தொல்கர்மவாதம் என்றே சொல்வதுண்டு. பழங்குடிகள் எதுவும் அழிவதில்லை என்று எண்ணுகிறார்கள். ஒவ்வொன்றும் இன்னொன்றாக

ஆகிக்கொண்டிருக்கிறது. இறந்தவர்கள் மண்ணுக்குள் புகுந்து கருவாகி உடல் திறந்து திரும்பி வருகிறார்கள் என்பதே அவர்களின் முதல்மதம்.”

தருமன் “பிரஹஸ்பதிய மெய்யியலின் காரியம் எது?” என்றார். “இது விதையல்ல, ஒற்றைமுளையென எழ. இது அனல். தொட்டதையெல்லாம் அனலாக்கிக்கொண்டிருக்கிறது. வைதிகமரபிலுள்ள அனைத்துக் கர்மவாதங்களும் சார்வாகத்திற்கு கடன்பட்டவைதான். ஆயினும் சூரியனை முதற்காரணமாக முன்வைத்து புவியைத் தொகுக்கும் வைதிகமரபான ஐதரேயம் சார்வாகத்திற்கு அணுக்கமானது. சார்வாகமளவுக்கே தொன்மையானது” என்றார் சப்தகர்.

“சுக்ல யஜுர்வேதத்தை முதனூலாகக் கொண்ட ஐதரேய மெய்மரபின் அறிவு நூறு பிராமணங்களாகவும் நூறு ஆரண்யகங்களாகவும் தொகுக்கப்பட்டு இன்று கற்பிக்கப்படுகிறது. ஐதரேயமே மூன்று உள்மரபுகள் கொண்ட பெரும்போக்கு என்கிறார்கள் அறிஞர்கள். சடங்குகளுடன் நிற்பவர்கள் ஐதரேயப் பிராமணங்களைக் கடப்பதில்லை. ஐதரேய ஆரண்யகங்களை உதறி முன்செல்லும் மெய்யுசாவிகளின் ஒரு புதுமரபும் அதற்குள் உள்ளது” என்று சொன்ன சப்தகர் “இந்த ஐயம் எழுந்தமையாலேயே நீங்கள் ஐதரேயக் காட்டுக்குச் செல்லுங்கள். அங்கு நீங்கள் தேடுவது உங்களைத் தேடிவருவதாக!” என வாழ்த்தினார்.

ஐந்துநாட்களுக்குப்பின் ஐதரேயக்காட்டுக்குச் செல்லும் வழியைத் தெரிந்துகொண்டு அவர்கள் காம்யகத்திலிருந்து கிளம்பினர். வழியில் இல்லறத்தோர் வாழும் ஊர்களுக்குள் நுழையாமல் காடுகள் வழியாகவே சென்றனர். வேறுவழியில்லாமல் சில ஊர்களைக் கடக்க நேர்கையில் இருள்பெருகி விழிகள் அனைத்தும் மூடியபின்னரே பொழுதுதேர்ந்தனர். வழியில் அவர்கள் தங்களுக்குள் பேசிக்கொள்ளவில்லை. திரௌபதி ஆழ்ந்த அமைதிக்குள் சென்றுவிட்டிருந்தாள். சிலவேளை அவள் அவர்களுடன் இருப்பதையே அவரால் உணரமுடியவில்லை. அர்ஜுனன் விழிமட்டுமாக மாறிவிட்டிருந்தான். நகுலனும் சகதேவனும் மட்டும் ஒருவருக்கொருவர் மெல்லிய குரலில் உரையாடிக்கொண்டனர்.

பீமன் அகவியும் கூவியும் குழறியும் பிளிறியும் முரண்டும் மூளியும் காட்டுயிர்களுடன் உரையாடிக்கொண்டே வந்தான். அவன் தலைக்குமேல் ஆள்காட்டிக்குருவி எப்போதும் பறந்தது. பறவைக்கூட்டங்கள் நகைத்தபடி அவனைச் சூழ்ந்து சிறகடித்தன. குரங்குகள் அவனை எல்லையில் எதிர்கொண்டு எல்லைவரை கொண்டுசேர்த்தன. அவன் அழைப்பை ஏற்று கானுலாவிய தனிக்களிறு ஒன்று தேடிவந்தது. அதன்மேல் ஏறிச்சென்று தோள்நிறைய பலாப்பழங்களுடன் திரும்பிவந்தான். உச்சிப்பாறைமேல் தொற்றி ஏறி தேன்கூடு கொண்டுவந்தான். வழியில்

தலைநீட்டிய மலைப்பாம்பொன்றை எடுத்து தோள்களில் மாலையென அணிந்துகொண்டான். அவனை நோக்கிப் புன்னகைத்தபடி தருமன் நடந்தார்.

ஐதரேயக்காட்டை தொலைவில் வேள்விப்புகை எழக்கண்டதுமே அவர்கள் உணர்ந்தனர். அதை இலக்காக்கி அவர்கள் சென்றபோது எதிரே வேதமாணவர்கள் குழுவாக வந்தனர். தாடியும் மீசையும் அடர்ந்து பழுத்து மங்கிய மரவுரி அணிந்து புழுதிமூடி எதிரே வந்த அவர்களை முனிவர்கள் என்றே மாணவர்கள் எண்ணினர். அர்ஜுனன் அவர்கள் எவரென்று கேட்டான். "சதபதபிராமணத்தைக் கற்க வந்தவர்கள். ஜைமினியின் சொல்மரபைச் சேர்ந்தவர்கள்" என்றனர்.

அவர்களிடம் தருமன் வழி உசாவினார். "நேர் எதிரே தெரியும் உயர்ந்த பாறையே சதபதம் எனப்படுகிறது. அதிலிருந்து விழும் சிற்றருவியின் கரையில் உள்ளது ஐதரேயக் கல்விச்சாலைகளின் தலைநிலை. அங்கே அக்குருமரபின் நூற்றுப்பதினேழாவது ஆசிரியரான திவாகரர் அமர்ந்திருக்கிறார். ஆயிரத்தெட்டு மாணவர்களும் எழுபத்தாறு ஆசிரியர்களும் அங்குள்ளனர். வேள்விப்புகையையும் சதபதமுடியையும் நோக்கியே நீங்கள் அங்கே சென்றடைந்துவிடமுடியும்" என்றார் அவர்களில் முதலில் வந்தவர்.

அங்கிருந்து பாதை தெளிவான அடையாளங்களுடன் இருந்தது. அவர்கள் அணுகுந்தோறும் சதபதசிருங்கம் அமுதகலம் போல மேலெழுந்து வந்தது. அதன் உருண்டபாறைமுடிமேல் நின்றிருந்த பேராலமரத்தின் வேர்கள் விரல்கள்போல மாறி கரும்பாறையுருளையைக் கவ்வியிருந்தன. அருவியொலி காற்றிலேறி வந்து செவிதொட்டு மறைந்தது. அவர்கள் அந்திவெளிச்சம் அணையத்தொடங்கியபோதே ஐதரேயக் கல்விச்சாலையை அடைந்தனர். தொலைவில் வேதம் எழத்தொடங்கிவிட்டிருந்தது. கைகளைக் கூப்பியபடி தருமன் அதைநோக்கிச் சென்றார்.

2

அப்க முனிவரின் மைந்தரான விசாலர் தன் பதின்மூன்று மனைவியரில் பிறந்த பதினெட்டு மைந்தர்களாகிய மாணவர்களுடன் காட்டிலிருந்து வெளிவந்து அருகிலிருந்த மகிபாலம் என்னும் ஊருக்குள் நுழைந்தபோது எதிரே மகிதை என்னும் குயவப்பெண் குடத்தில் நீருடன் நடந்துவந்தாள். அவளை விலகிச்செல்லும்படி கைகாட்டிவிட்டு விசாலர் அவருக்கே இயல்பான உரத்த குரலில் வேதமெய்ப்பொருளை விளக்கிக்கொண்டு நடந்தார். "புடவியை நாம் உருவாக்கி எடுக்கிறோமென்பதில் ஐயமில்லை. உருவாக்கியதைக் கடந்து உண்மையை நோக்கிச் செல்வதே கடினம். மாணவர்களே, அறிஞன் அவனே உருவாக்கிய அறிதல்களினால் சிறையிடப்பட்டிருக்கிறான்" என்றார்.

குடத்துடன் ஒதுங்கி புதருக்குள் நின்ற மகிதை "அந்தணரே, சுழற்சியினால் உருவான எதுவும் சுழற்சியால் அழியுமாறும் ஆகும்" என்றாள். "சீ, விலகு! குயவப்பெண்ணுக்குரியதல்ல வேதமெய்ப்பொருள்" என்று ஒரு மாணவன் அவளை விலக்கிவிட்டான். அவர்கள் பேசியபடி முன்னால் சென்றனர். "விலங்குகள் வாசனையாலும், மானுடர் நினைவுகளாலும், அறிஞர் சொற்களாலும், முனிவர் இருத்தலுணர்வாலும், தெய்வங்கள் சடங்குகளாலும் சிறையிடப்பட்டிருக்கிறார்கள். மாணவர்களே, பிரம்மம் தன் அறியமுடியாமையின் கூண்டுக்குள் அடைபட்டுள்ளது" என்றார் விசாலர்.

ஆனால் அவள் சொன்ன அச்சொல் அவரது உள்ளத்தில் நீடித்துக்கொண்டேயிருந்தது. மிக எளிய பெண், இளையவளும்கூட. அவர்கள் பேசிக்கொண்டிருந்த எதையும் அவள் அறிந்திருக்கவும் வாய்ப்பில்லை. போகிறபோக்கில் அவளறிந்த எதையோ

சொன்னாள். ஆனால் அச்சொல் அக்கணம் எழுவதற்கு ஏதோ ஆணையிருந்தாகவேண்டும். அவள் சொன்னதென்ன? சுழற்சியைப்பற்றி. அதைப்பற்றித்தானே அவரும் பேசிக்கொண்டிருந்தார். "மஹத் சுருங்கி அகங்காரமாகிறது. அகங்காரம் முனைகொண்டு சித்தம். சித்தம் அலைகொண்டு புத்தி. புத்தி புலன்களென ஐந்து முகம் கொள்கிறது. புலன்கள் புடவியை சமைக்கின்றன" என்றார் விசாலர்.

"அறியமுடிவதையே அறிவெனக் கொள்கிறோம் என்னும் பெருஞ் சிறையிலிருந்து எப்போதேனும் விடுதலை கொள்ளுமா மானுடம்? அறியேன். இக்கணம் இதைச் சொல்கையில் இதுகாறும் காடமர்ந்து தவம்செய்தவர்களை, உடலுருகி சித்தமென எரிந்து அணைந்தவர்களை, அறிந்தறிந்துசென்று அறியாமையைக் கண்டவர்களை, எஞ்சாது எய்த எண்ணி எய்தினோம் என்று எஞ்சியவர்களை எண்ணி என் அகம் உருகுகிறது. காற்றை விழுதெனப்பற்றி விண்ணேற முயல்பவர்கள்தானா மானுடம் கண்ட மெய்யுசாவிகள் அனைவருமே என எண்ணித் திகைப்படைகிறேன்" என்றார்.

அன்று அச்சிற்றூரின் சாவடியில் அவர்கள் தங்கினர். ஊர்மக்கள் கொண்டுவந்து அளித்த அரிசியை கீரைகளுடன் கலந்து அமுதாக்கி மாணவர்கள் பரிமாறினர். அதை உண்டபின் குளிர்ந்த கருங்கல்லில் புழுதியை வீசியகற்றிவிட்டு உடலோய்ந்து படுத்துக்கொண்டார் விசாலர். அறியா ஆழத்திற்குள் சென்றுகொண்டிருந்தபோது அந்தக் குயவப்பெண்ணின் குரலைக் கேட்டார். பின்பு துயில்கலைந்து விழித்துக் கொண்டபோது மெல்லிய ரீங்காரமாக இருந்தது உலகோசை. கையூன்றி புரண்டு காட்சிவெளியை நோக்கினார். அது மிகமெல்ல பெருவட்டமாக அவரைச் சூழ்ந்து ஓடிக்கொண்டிருந்தது. அதன் மையமென இருந்தன அவர் விழிகள்.

எழுந்து மேலாடையைச் சீரமைத்து ஓசையில்லாத காலடிகளுடன் நடந்தார். அந்தப் பெண் குடத்துடன் ஒதுங்கி நின்ற மரத்தருகே வந்தார். அப்பால் அவர்கள் கடந்து வந்த சிற்றாறு இருந்தது. அதிலிருந்து அவள் தண்ணீர் மொண்டுசென்ற நீர்த்தடம் அப்போதும் இருந்ததைக் கண்டு அதைப் பின்தொடர்ந்து சென்றார். குட்டைப்புதர்களினூடாகச் சென்ற ஒற்றையடிப்பாதையில் நடந்து தாழ்ந்த புற்கூரைகொண்ட குயவனின் குடிலைச் சென்றடைந்தார். அதைச்சுற்றி களிமண் குவைகளும் விறகுக்குவியல்களும் இருந்தன. கன்றுகளுடன் பசுக்கள் நின்றுகொண்டிருந்தன.

அப்போது மகிதை சக்கரத்தில் களிமண் வைத்துச் சுழற்றி பானை வனைந்துகொண்டிருந்தாள். அவரது காலடியோசை கேட்டு ஒரு பசு

எழுப்பிய குரலை அவள் கேட்டாள். எழுந்து குனிந்து கூரைமூங்கிலில் பற்றியபடி அவரை நோக்கினாள். அந்தணமுனிவர் தன் இல்லம் வந்தது அவளுக்கு எந்த எழுச்சியையும் ஏற்படுத்தவில்லை என்பதை அவர் கண்டார். மிக இயல்பான புன்னகையுடன் அவள் இறங்கி அருகே வந்து "என் சிற்றிலுக்கு வருக, அந்தணரே!" என்று வரவேற்றாள். "படைப்பு நிகழும் இடம்" என்றார் விசாலர். "ஆம், அமர்க..." என்று அவள் ஒரு மணைப்பலகையைப் போட்டாள். அவர் அமர்ந்ததும் குடிலுக்குள் நுழைந்து மரத்தாலத்தில் கனிகளுடன் திரும்பி வந்து அவர் அருகே வைத்தாள். "அருந்துக, இது என் குடியின் கொடை" என்றாள். அவர் அக்கனிகளைத் தொட்டு வாழ்த்தியபின் ஓர் அத்திக்கனியை எடுத்து உண்டார்.

"சொல், நீ காலையில் எதைச் சொன்னாய்?" என்றார். "நீங்கள் புடவி உருவாவதைப்பற்றிச் சொல்லிக்கொண்டிருந்தீர்கள். இது பெரும் சுழற்சியால் மட்டுமே உருவாகிவரமுடியும்" என்றாள். "ஏன் அது சுழற்சியாக இருக்கவேண்டும்?" என்றார். "முடிவிலாத அசைவு எதுவும் சுழற்சியே. எங்கும் செல்லாது தன்னைத்தான் நிகழ்த்திக்கொண்டிருக்கும் செலவு அது" என்றாள். வியந்து அவளை நோக்கினார். உடலெங்கும் புழுதியும் முழங்கைவரை களிச்சேறும் இருந்தன. குழல்கற்றைகள் கலைந்து கன்னத்தில் நிழலாடப் பறந்தன. "நீ என்ன கற்றிருக்கிறாய்?" என்றார்

"நான் எதையும் கற்றதில்லை, முனிவரே" என்றாள். "எந்தையுடன் பேசிக்கொண்டிருப்பதே என் கல்வி. அவர் களிமண் எடுக்கவும் விறகு சேர்க்கவும் பானை விற்கவும் செல்லும்போது நானும் செல்வேன். கண்டதையும் கேட்டதையும் என் எண்ணத்தால் விரித்தெடுத்துக்கொள்வேன்." பெருமூச்சுடன் விசாலர் "நீ இன்றுகாலை சொன்னதற்கென்ன பொருள்?" என்றார். அவள் குயவர் சக்கரத்தருகே சென்றமர்ந்தாள். அங்கே பாதியுருவான குடம் ஒன்றிருந்தது. சக்கரத்தை வலக்கையால் இடவலமாகச் சுற்றி விரலால் அதன் விளிம்பைத் தொட்டாள். அவள் கையில் மையெனக் குழைந்து சரடென இழைந்து மெல்ல அது உருக்கொண்டது.

"மெல்லிய தொடுகையை அதுவே பெருக்கிக்கொள்கிறது. ஏனென்றால் அது உருவெடுக்க விழைகிறது" என்று மகிதை சொன்னாள். "அதைவிட மெல்லிய தொடுகையை இவ்வாழிக்கு அளிக்கிறேன். அது சுழல விரும்புகிறது. ஏனென்றால் சுழற்சியே பொருள்களின் இயல்பான அசைவு. இப்புவியில் இருக்கும் அனைத்து அசைவுகளும் ஏதேனும் சுழற்சியின் பகுதிகளே. இதோ விழிநோக்கும் அனைத்துக் கிளைகளும் சுழன்றுகொண்டிருக்கிறன. காற்றிலேறும் அத்தனை தூசிப்பருக்களும்

சுழல்கின்றன. இங்கு கலமென குடமென வட்டை என கும்பா என நிறைந்திருக்கும் அத்தனை பொருட்களும் அந்தச் சுழற்சியின் வடிவங்கள்தான்.”

அவள் தன் இடக்கையால் அந்த ஆழியை மறுதிசை நோக்கித் திருப்பினாள். அவள் கை அங்கேயே இருந்தது. மெல்ல குடம் களிமண்ணாக மீண்டது. சற்றுமுன் உருக்கொண்டு அங்கிருந்த ஒன்று கண்ணெதிரே வானில் மூழ்கி இன்மை என்றாவதை அவர் திகைப்புடன் நோக்கி அமர்ந்திருந்தார். “இதுவும் சுழற்சியே. இச்சுழற்சியை நீட்டினால் இக்களிமண் மறுதிசையில் மீண்டும் குடமாகும்” என்றாள் மகிதை.

அவளைத் தன்னுடன் அழைத்துக்கொண்டு விசாலர் தன் கல்விநிலைக்கு மீண்டார். அவருடைய பதினான்காவது மனைவியாக அவள் ஆனாள். அவள் பிறந்தெழாக் குலத்தோள் என்பதனால் அவளை இதரை என்று பிறர் அழைத்தனர். அவளுக்குப் பிறந்த மைந்தன் மகிதாசன் என அழைக்கப்பட்டான். தாசன் என்னும் பெயரே அவனைப் பிற மைந்தரிடமிருந்து முழுமையாக விலக்கியது. அவன் உடலில் சேறு இல்லையென்றாலும் மகி என்னும் சொல்லாக அவன் பேருடன் எப்போதும் மண் இருந்தது.

கருவிலேயே மகிதாசன் வேதம் கற்றான். மழலையென முதற்சொல்லையே வேதமென உரைத்தான். சொல்லறியும்போதே வேள்விப்பந்தலில் அமர்ந்துகொண்டான். ஆயினும் அங்கே அயலவனாகவே இருந்தான். ஒருநாள் தந்தைக்கு வேள்விக்குரிய கலங்களை அவன் தூய்மைப்படுத்திக்கொண்டிருக்கையில் நெய்ப்பிசுக்கேறிய வெண்கலக் கலத்தை தரையிலிருந்து மண் அள்ளிப்பூசித் துலக்கினான். விசாலருக்கு அந்தணப்பெண்ணில் பிறந்த கிருபன் என்னும் மைந்தன் அவனை நோக்கி சினந்து “மண்ணை அள்ளித் துலக்கி உன் குலத்தைக் காட்டிவிட்டாய். எழுந்து விலகு, இழிந்தோனே” என்றான்.

“நான் வேதமெய்யறிவால் எவருக்கும் இளைத்தவன் அல்ல” என்று மகிதாசன் சொன்னான். “வேதம் ஒவ்வொன்றிலிருந்தும் தன்னை விடுவித்துக்கொண்டவனுக்குரியது. நீ உன் பெயர்போலவே மண்ணுக்கு அடிமை...” என்றான் கிருபன். பிற மைந்தர் அவனை நோக்கி நகைத்தனர். கண்ணீருடன் விலகிச்சென்ற மகிதாசன் அதைத் தன் தந்தையிடம் சொல்ல தருணம் நோக்கியிருந்தான். அன்றுமாலை நூலாய்வு முடிந்து தந்தை மைந்தருடன் விளையாடுவதைக் கண்டு அருகணைந்தான். கிருபனையும் பிறரையும் விசாலர் தன் மடிமேல் வைத்துக் கொஞ்சுவதைக் கண்டான். தன்னை ஒருநாளும் அவ்வாறு அவர் குலவியதில்லை என்று உணர்ந்ததும் அவன் உடல் பதறத்தொடங்கியது. கண்ணீருடன் அங்கிருந்து விலகிச் சென்றான்.

அன்னை அவனை ஆறுதல்சொல்லி அணைத்துக்கொண்டாள். “நான் மண்ணுக்கு அடிமையா?” என்று மைந்தன் வினவ “மானுட உடல்கள் அனைத்தும் மண்ணுக்கு அடிமையே. கற்றவனின் சித்தம் மட்டுமே விடுதலைகொள்வது” என்று மகிதை சொன்னாள். அவனை அழைத்துச்சென்று களிமண்ணில் ஓர் அன்னையுருவைச் செய்தாள். மேலிரு கைகளிலும் மலரும் அமுதகலமும் ஏந்தி கீழ் இரு கைகளாலும் ஆழி ஒன்றைச் சுழற்றியபடி அமர்ந்திருந்த அவ்வன்னைவடிவத்தைச் சுட்டிக்காட்டி “மைந்தா, இதுவே உன் குடித்தெய்வமாகிய அன்னை மகி. இவளை வணங்குக!” என்றாள்.

வணங்கி நின்ற மைந்தனிடம் “அனைத்துயிரையும் ஆக்குபவள். அமுதூட்டி வளர்ப்பவள். அழித்து உண்டு பசியாறுபவள். அளவிலாப் பொறுமைகொண்டவள். அனலை உள்கரந்தவள். அனைத்துத் தன்னுணர்வுகளாலும் அறியப்படும் மகத் இவளே. அகங்காரமாகி, அறிவாகி, உணர்வாகி, ஐம்புலனாகி நிற்பவள். இவளை வணங்குக!” என்றாள். “அன்னையை அணுகியிரு. முட்டிமுட்டி அவள் பாலைக்குடி. அன்னை அளவுக்குமேல் அமுதூட்டுவதில்லை. ஒருநாள் உன்னை அவள் விலக்கி இனி நீ என்னவன் அல்ல, செல் என்பாள். அன்று நீ விடுதலை கொள்வாய்” என்றாள். அன்னையை வணங்கி அச்சிறிய சிலையை கையிலெடுத்துக்கொண்டு சிறுவன் தந்தையின் காட்டிலிருந்து விலகிச்சென்றான்.

பன்னிரண்டு ஆண்டுகாலம் மகிதாசன் தனித்த குடில் ஒன்றில் குயவனாக வாழ்ந்தான். கலம்செய்து விற்று அப்பொருள்கொண்டு தவம்செய்தான். பின்பு மெல்லிய புகைத்தாடியும் சுடர்கொண்ட கண்களும் மெலிந்த கரிய உடலும் கொண்ட இளைஞனாக, தன் தந்தை வாழ்ந்த காட்டுக்குச் சென்றான். முதிய விசாலர் தன் மைந்தர்களான மாணவர்களுக்கு வேதமெய்ப்பொருளை சொல்லிக்கொண்டிருந்தார். “பிரம்மத்தை அறியக்கூடுவதில்லை என்பதே அதைப்பற்றிய முதல் அறிவென்று அறிக! ஏனென்றால் அறிந்ததுமே அது அறிவென்றாகிறது. எல்லைக்குட்பட்டதாகிறது. அலகிலியான அது அப்படி தன்னை அடைத்துக்கொள்வதில்லை.”

அப்போது கையில் ஒரு குடத்துடன் அவர் கல்விச்சாலை முன்வந்து நின்றான் மகிதாசன். அவனைக் கண்டதுமே அடையாளம் கொண்ட விசாலர் திகைப்புடன் எழுந்தார். “ஆசிரியரே, உங்களுக்கு என் ஆசிரியக்கொடையென ஒன்றைக் கொண்டுவந்தேன். நிகரற்றது, முடிவிலாதது. விசும்பு” என அக்குடத்தைக் காட்டினான். “இதற்குள் நிறைந்துள்ள விசும்பைப் பெற்றுக்கொண்டு என்னை வாழ்த்துங்கள்!” அக்குடத்தை அவர் காலடியில் வைத்தான். அவர் அவன் சொல்வதென்ன

என்று புரிந்துகொண்டார். மெல்லிய உடல்நடுக்கத்துடன் நோக்கி நின்றார்.

சினம் கொண்ட கிருபன் வெளியே வந்து கைநீட்டி “மூடா, உன் குடத்தில் அடங்குவதா விண்ணகம்? ஆணவத்திற்கு எல்லை இல்லையா?” என்றான். “அவ்வாறென்றால் இக்குடத்திற்குள் இருப்பதென்ன?” என்று மகிதாசன் கேட்டான். “எங்குமுளது விசும்பு என்றால் இது விசும்பே.” மூத்தமாணவனாகிய சூக்தன் “இது வானென்றால் வெளியே இருப்பது என்ன?” என்றான். “அதுவும் வானே. குடத்தில் அள்ளப்பட்டமையால் இது குடவானம். வெளியே இருப்பதை விரிவானம் என்று சொல்லுங்கள். சொல்வதுதான் பொருளாகிறது.”

விசாலர் கைகளைக் கூப்பியபடி அணுகி தனயன் முன் கால்மடித்து மண்டியிட்டு தளர்ந்த குரலில் “ஆசிரியனே, அழியாத மெய்யறிவை எனக்கு அருள்க!” என்றார். அவரது மாணவர்கள் மெய்விதிர்த்து அதை நோக்கி நின்றனர். விசாலரின் நெற்றிப்பொட்டில் கைவைத்து வாழ்த்தினான் மகிதாசன். அவர் தலையைக் கைவளைத்து காதில் அப்பெருஞ்சொல்லைச் சொன்னான். “பிரக்ஞையே பிரம்மம்.”

ஐதரேயப் பெருங்காட்டில் திவாகரர் தன் கல்விச்சாலையில் ஆசிரியரின் புலித்தோலிட்ட பீடத்தில் அமர்ந்து சொன்னார். “இதரையின் மைந்தர் என்பதனால் மகிதாசன் ஐதரேயர் எனப்பட்டார். அவரது மெய்யறிவு இங்கு கிளைத்துத் தழைத்தமையால் இது ஐதரேயக்காடு எனப்பட்டது. பிராமணங்களாகவும் ஆரண்யகங்களாகவும் தொகுக்கப்பட்ட ஐதரேய மெய்யியலின் முதல் பெருஞ்சொல் அதுவே.” அவரது மாணவர்கள் வண்டுகள் இணைந்த ரீங்காரம் போல அதை முழங்கினர்.

3

ஐதரேயப்பெருங்காட்டை வகுந்தோடிய பிரக்ஞாதாரா என்னும் நீர்நிறைந்த காட்டாற்றின் கரைக்கு காலையில் தருமனும் தம்பியரும் நீராடச் சென்றனர். கருக்கிருட்டு மறையத்தொடங்கியிருந்தது. இலைகளினூடாகத்தெரிந்த வானில் ஒளிநனைவு ஊறிக்கொண்டிருந்தது. அங்கு வந்தபோதிருந்த இறுக்கத்தை அங்கிருந்த பசுமையும் அக்குடில்களில் இருந்த அழகும் மெல்ல இல்லாமலாக்கிவிட்டிருந்தன.

ஐதரேயமரபு ஏழு அரசர்களால் புரக்கப்படுவது. எனவே அங்கே எதற்கும் குறையில்லாமலிருந்தது. நாளும் நெய்யுடனும் கனிகளுடனும் மாணவர்கள் ஊர்களிலிருந்து தேடிவந்துகொண்டிருந்தனர். மண்ணுக்கு அடியில் சுட்டசெங்கற்களை அடுக்கி காரை இடையிட்டுக் கட்டப்பட்டிருந்த கலவடிவமான களஞ்சியங்களில் ஒன்பதுவகை தானியங்களும் நிறைந்திருந்தன. மாணவர்கள் நயமான மரவுரியாடைகளை அணிந்திருந்தனர். மலைப்பாறை உடைத்து எடுத்த உப்புகளை நீரில் கொதிக்கவைத்து மரவுரிகளை இளமஞ்சள், குருதிச்செம்மை நிறங்களில் ஆக்கிக்கொண்டிருந்தனர். இளமாணவர்கள் மஞ்சளும் மூத்தோர் செம்மையும் அணியவேண்டுமென நெறியிருந்தது.

அகன்ற குடில்களில் இழுத்துக்கட்டப்பட்ட தூளிப்படுக்கைகளில் மரவுரிமெத்தையும் இறகுத்தலையணைகளும் இருந்தன. வெளிக்காற்று அளவோடு உள்ளே வந்து சுழன்றுசெல்வதாக குடில்களின் சாளரங்கள் அமைந்திருந்தன. குடில்களுக்குப் பின்னால் அமைந்திருந்த அடுகுடில்களுக்கு நீரளிக்க சிறிய நீரோடை ஒன்று வெட்டிக்கொண்டுவரப்பட்டு நீர் நெளியச் சுழன்றுசென்றது. மாணவர்கள் மிகமெல்லிய குரலில் பேசியபடி நிழல்கள் போல ஓசையின்றி நடந்தனர்.

குடில்நடுவே இருந்த குழியிலிருந்து தேவதாருப்பிசின் எரிந்த புகை அப்பகுதியை இரவில் முழுமையாகச் சூழ்ந்தமையால் இரவில் கொசுக்களோ பூச்சிகளோ அண்டவில்லை.

நெடுநாட்களுக்குப்பின் தன்னை முற்றிலும் மறந்து துயின்ற தருமன் காலையில் எழுந்ததுமே தன் முகத்தில் ஒரு புன்னகை இருப்பதை உணர்ந்தார். காற்று குளிராக தாழைமணத்துடன் இருந்தது. புலரிவேதமோதுதலுக்காக அவியும் விறகும் கொண்டுசென்ற மாணவர்களின் கைகளில் இருந்த நெய்விளக்குகள் மின்மினிகள் போல நடமாடின. அவர்களின் மென்குரல்கள் இறுகிநெகிழும் மூங்கில்கள் போல ஒலித்தன. அப்பால் தொழுவங்களில் பால்கறக்கும் ஓசையும் கன்றுகள் அன்னையை அழைக்கும் குரலும் கேட்டன. ஒவ்வொன்றும் இனிமை இனிமை என்று சொல்லிக்கொண்டிருந்தது.

அவர் தன் மாற்றாடைகளை எடுத்துக்கொண்டு வெளிவந்தபோது மாணவன் ஒருவன் தேய்த்துக்குளிக்க சதைத்த ஈஞ்சம்பட்டையையும் பல்துலக்க ஆலவிழுதுக்குச்சியையும் தலைக்குத்தேய்க்க வேம்புகலந்த நல்லெண்ணையையும் கொண்டுவந்து அளித்தான். அவற்றைக் கையில் வாங்கியபடி அவர் நடந்தபோது தங்கள் குடில்முற்றங்களில் அவருக்காகக் காத்திருந்த அர்ஜுனனும் நகுலனும் சகதேவனும் வந்து இணைந்துகொண்டனர். பீமன் எங்கே என அவர் கேட்கவில்லை என்றாலும் நகுலன் மெல்ல “மூத்தவர் நேற்றிரவே காட்டுக்குள் சென்றுவிட்டார். இன்னமும் மீண்டுவரவில்லை” என்றான். தருமன் தலையசைத்தார்.

“நேற்று அவர் வந்ததுமே அவரைத்தேடி ஒரு குரங்குக்கூட்டம் இங்கே வந்தது. அருகிருந்த மரக்கிளைகளில் அமர்ந்து அவரை அழைத்துக்கொண்டேயிருந்தது. அவர் அவற்றுடன் கிளம்பிச்செல்வதைக் கண்டேன்” என்றான் நகுலன். “அவன் அங்கே மகிழ்ச்சியாக இருப்பான். அவனை அவை தங்கள்குலமாகவே எண்ணுகின்றன. இளமையில் அவனை முலைகொடுத்துப் பேணி வளர்த்தெடுத்தது ஓர் அன்னைக்குரங்கே” என்றார் தருமன்.

பிரக்ஞாதாராவின் கரையில் பாறைகளில் மோதி நீர் கொப்பளிக்கும் ஓசையும் திவலைப்புகையும் நிறைந்திருந்தன. ஒரு பாறையில் ஆடைகளை வைத்துவிட்டு தருமன் எண்ணெய்யை தன் குழலிலும் தாடியிலும் பூசி கைவிரல்களால் நீவிக்கொண்டார். இளையோர் நீராடுவதற்கான சிற்றாடையை அணிந்தனர். நகுலன் சென்று காட்டிலிருந்து தாளியிலைகளைக் கொய்து வாழையிலை கோட்டி அதில் எடுத்துவந்தான். சிறியபாறைக்குழி ஒன்றில் வைத்து பிறிதொரு கல்குழவியால் அதை அரைத்தான்.

மரங்களுக்குமேல் எங்கோ குரங்கொன்றின் ஒலி கேட்டது. "முதற்கதிரை அது பார்த்துவிட்டது" என்றார் தருமன். தொடர்ந்து நூற்றுக்கணக்கான குரங்குகள் எக்களிப்பதுபோலவும் கூவியார்ப்பதுபோலவும் சங்குபோலவும் குறுமுழவுபோலவும் ஓசையிட்டன. "குரங்குவேதம்" என்றார் தருமன். "மூத்தவரும் அவர்களுக்குள் இருக்கலாம்" என்று நகுலன் பச்சிலை விழுதை வழித்தபடி சொன்னான். தருமன் புன்னகைத்தபடி நீரில் இறங்கினார். நீர் அவரைத் தள்ளாடச்செய்தது. குளிரில் தோள்கள் சிலிர்த்து குறுகிக்கொண்டன. மெல்லிய நடுக்கத்துடன் அரையிருளில் பற்கள் ஒளிவிட சிரித்துக்கொண்டு "இளமையான ஆறு" என்றார். அர்ஜுனனும் ஆற்றிலிறங்கினான். நீரின் ஒளி மாறுபடத்தொடங்கியதை நோக்கி "புலரியின் வெளிச்சம்... அதை நீர்தான் முதலில் அறிகிறது. நீராலானவை என்பதனால் விழிகளும்" என்றான்.

தருமன் நீரை அள்ளி இறைத்து துளிகளைச் சிதறடித்து சிறுவனைப்போல சிரித்தார். புலரிப்பறவைகளின் ஓசைகள் வலுக்கத்தொடங்கின. அர்ஜுனன் "ஐதரேய மரபின் முதன்மைத்தெய்வம் சூரியன் என்கிறார்கள்" என்றான். "ஆம் அப்கமுனிவரின் மெய்மரபு, சூரியனையே அறியக்கூடிய பிரம்மம் என்றது. சூரியனைப்புகழ்ந்து அவியிடும் பன்னிரண்டாயிரம் வேதப்பாடல்கள் இம்மரபில் பாடப்பட்டன. அவற்றில் ஒருபகுதியே பின்னர் சம்ஹிதைவடிவ வேதங்களில் சேர்க்கப்பட்டது" என்றார் தருமன். "இவர்கள் முதல் அவியை சூரியனுக்கு இடுகிறார்கள். இந்திரன் முதலான அனைத்து தேவர்களும் சூரியனின் மாற்றுருக்களே என எண்ணி வழிபடுகிறார்கள்."

"பருப்பொருட்களை வானிலிருந்து பிரித்துக்காட்டுபவை வடிவமும் வண்ணமும்தான். அவை இரண்டும் சூரியனால் உருவாக்கப்படுபவை என்கிறார்கள். எனவே விஸ்வசைத்ரிகன் என சூரியனை வணங்குகிறார்கள். ஒவ்வொருநாளும் இப்புடவிப்பெருக்கை ஏழு வண்ணம் தொட்டு வரைந்துவிட்டு மாலை அதை அழித்து உலகோவியன் மீள்கிறான். இரவில் நாம் காண்பவை கலைந்த கோலத்தின் எஞ்சிய வண்ணங்களே. சூரியன் ஒளிவிரிப்பவன் என்றே பிறமரபுகள் சொல்கின்றன. ஒளியையும் நிழலையும் ஆக்குபவன் என்கின்றது இம்மரபு.

"ஐதரேயரால் அப்கரின் மரபு கைக்கொள்ளப்பட்டதும் சூரிய ஒளியை நுண்மையாக்கிக் கொண்டனர். பருவடிவம் கொண்ட பிரக்ஞை என அதை மகிதாசர் சொன்னார். கண்களால் காணத்தக்கதும் ஆடிகளால் அளையப்படுவதும் நீர்நிலைகளில் தேக்கப்படுவதுமான பிரக்ஞை என ஐதரேய ஆரண்யகங்களில் ஒன்றில் மகிதாசன் சொல்கிறார். சூரிய ஒளி பிரக்ஞைக்கான முழுமுதல் ஒப்புமையென ஆகியது. அதுவே அனைத்தையும் அவை அமைந்துள்ள முடிவிலிப்பெருக்கில் இருந்து

விளிம்புகட்டிப் பிரித்து இருப்பை உருவாக்கி அளிக்கிறது. அவை ஒளியை எதிரொளிப்பதனூடாகவே தங்கள் அனைத்து இயல்புகளையும் அடைகின்றன.

“ஒளியுமிழ்பவை ஒளியுண்பவையே. ஒளியை முற்றிலும் கடத்துபவை ஒளியில் மறைகின்றன. ஒளியை முற்றிலும் கடத்தாதவை நிழலில் புதைகின்றன. ஆகவே இப்புவிக்காட்சி என்பது குறையொளி திகழ்பவற்றின் வலைப்பின்னலே. நிறைநிலைகொண்டவை பிரக்ஞைக்கு கீழோ மேலோ சென்று மறைந்துவிடுகின்றன. இரு முடிவிலிகளுக்கு நடுவே நம் பிரக்ஞையால் அள்ளி எடுத்து எல்லைவகுக்கப்பட்ட சிறு துண்டுதான் இப்புடவி” தருமன் சொன்னார். “நேற்றிரவு அவர்களின் முதலாம் கானூலை வாசித்துக்கொண்டிருந்தேன். ஐதரேயமரபு ரிக்வேதத்தை சடங்கெனவும் மெய்யெனவும் இரு கோணங்களில் விளக்கிச்செல்லும்போது விழி தெளியுந்தோறும் விண்மீன்கள் பெருகுவதுபோல வேதம் விரிந்துகொண்டே செல்கிறது.”

காடே சூரியனை எதிர்கொண்டு கொந்தளிக்கத் தொடங்கியது. பறவைகள் எறியப்பட்டவைபோல செங்குத்தாக மேலெழுந்து சிறகடித்துச் சுழன்றன. பல்வேறு விலங்குகள் மரச்செறிவுக்குள் ஓசையிட்டன. தொலைவில் ஐதரேயக் கல்விநிலைகளிலிருந்து வேதச்சொல் பெருகியெழுந்தது. தருமன் ஈரம் சொட்டும் உடலுடன் எழுந்து நின்று கிழக்கு நோக்கித் திரும்பி நீர்வணக்கம் செய்யத்தொடங்கினார். இளையோரும் அவருக்குப்பின்னால் நின்று நீர் இறைத்து ஒளியை வணங்கினர்.

முதல்கதிர் கூரிய அம்புபோல இலைகளுக்குள் இருந்து வந்து நீர்ப்பரப்பில் விழுந்தது. புன்னகைப்பதுபோல நதியின் நீர் நிறம்மாறியபடியே வந்தது. அலைவளைவுகள் அனைத்தும் ஒளிகொள்ளத் தொடங்கின. தருமன் முந்தையநாள் ஐதரேயக் கல்விநிலையில் ஓதப்பட்ட சாந்திமந்திரத்துடன் தன் வணக்கத்தை முடித்தார்.

“எனது சொல் உள்ளத்தில் நிலைபெறுக
உள்ளம் சொல்லில் நிலைபெறுக
சுடரொளியே நான் என ஒளிர்க
உள்ளமும் சொல்லும் என்றானவை
வேதமெய்மையை எனக்கு அளிக்கட்டும்
நான் அறிந்தவை என்னைவிட்டு விலகாதிருக்கட்டும்
கற்றவற்றை பகலும் இரவும் நான் சிந்திப்பேனாக.
நான் நடைமுறை உண்மையில் தெளிவுள்ளவனாகுக
பிரம்மம் என்னைக் காக்கவேண்டும்

என் நல்லாசிரியர்களைக் காக்கவேண்டும்
ஆம், அவ்வாறே ஆகுக!"

அதன்பின் அவர் ஆழ்ந்த அமைதிக்குச் சென்றுவிட்டார். அதை உணர்ந்தவர்கள் போல அவர்களும் மேற்கொண்டு எதையும் பேசவில்லை. நீரளையும் ஒலி மட்டும் அங்கே கேட்டுக்கொண்டிருந்தது. தருமன் நகுலன் அளித்த தாளியிலைப் பசையை அள்ளி தன் குழலிலும் தாடியிலும் பூசி நீவியபின் நீரிலிறங்கி அலசி நீராடி எழுந்தார். மெல்லிய மரவுரியால் தலையையும் உடலையும் துடைத்தபின்னர் "தந்தையே" என்னும் பெருமூச்சுடன் எழுந்து கரைநோக்கிச் சென்றார்.

அவரைத் தொடர்கையிலேயே நகுலன் ஒரு மெல்லிய பதற்றத்தை உணரத்தொடங்கினான். அதைப் பிறர் உணர்கிறார்களா என அவன் திரும்பிநோக்கியபோது அவர்களின் முகங்களும் அவ்வாறே இருந்தன. அந்தக் காலையின் நெகிழ்வும் இனிமையும் உள்ளம் எதையோ எதிர்நோக்கியமையால் போட்டுக்கொண்ட மாற்றுரு நடிப்புகளே என அப்போது தோன்றியது. கனவில், அல்லது அதற்கும் அப்பால், உள்ளத்தால் எதிர்காலத்தை நோக்கமுடிகிறது. இல்லை, இன்புற்றிருப்பது அளிக்கும் குற்றவுணர்வா? நிலையின்மையின்மேல் அமர்ந்திருப்பதன் அச்சத்தால் உள்ளம் எப்போதும் தீயது எதையோ எதிர்பார்க்கிறதா? நன்று நிகழ்கையில் தீதை எண்ணிக் கலங்குகிறதா? இல்லை, இது உண்மை. உள்ளத்தின் உள்ளே அத்தனை தெளிவாகத் தெரிகிறது.

எதிரே அஸ்தினபுரியில் இருந்து வந்த ஒற்றனாகிய காலன் நிற்பதைக்கண்டதும் ஒருவகையான நிறைவுணர்வே ஏற்பட்டது. அந்த அறியமுடியாத தவிப்பு மெல்லியதென்றாலும் அதைத் தாளமுடியவில்லை. இப்போது அது விலகிவிட்டது. எதிர்பார்த்தது மறைந்திருக்கவில்லை, எதிர்நிற்கிறது. தருமன் அவனை நோக்கிச் செல்ல, அவன் தலைவணங்கி மெல்லியகுரலில் முகமன் உரைத்தான். அவனைக்கண்டதுமே தருமனின் முகம் மாறுவதை நகுலன் கண்டான். அதில் தீயதை எதிர்நோக்கும் பதற்றம் இல்லை, மாறாக நாற்களப்பலகையை விரிக்கும் சூதாடியின் பரபரப்பே இருந்தது. நீரையும் வானையும் ஒளியையும் கண்டு நெகிழ்ந்த முனிவனை அரசுசூழ்தலில் ஆடும் அரசன் வென்று மேலெழுந்தான் என நகுலன் எண்ணிக்கொண்டான்.

"அரசே, பேரரசி குந்தியால் இங்கு அனுப்பப்பட்டேன்" என காலன் நேரடியாகவே தொடங்கினான். "அமைச்சர் விதுரர் ஒருமாதம் முன்பு அஸ்தினபுரியிலிருந்து வெளியேறிவிட்டார்." அதை தருமன் எந்த உணர்ச்சியுமில்லாமல் கேட்டுக்கொண்டார். "அவரைத் தேடி எங்கும் ஒற்றர்களும் தூதர்களும் சென்றிருக்கிறார்கள். அவர் உங்களைத்தேடி

வந்திருக்கக்கூடுமென அங்கே பேசப்பட்டது. நம் ஒற்றர்கள் உங்களைத் தொடர்ந்துகொண்டிருக்கிறார்கள். ஆகவே அவர் உங்களிடமும் வரவில்லை என அரசி அறிந்துகொண்டார். நாமும் அவரைத்தான் தேடிக்கொண்டிருக்கிறோம்."

"ம்..." என தருமன் தலையசைத்தார். "அவர் உண்ணாநோன்பிருந்து உயிர்விட்டிருக்க முடிவுசெய்திருக்கக் கூடும் என பேரரசி எண்ணுகிறார்" என்றான் காலன். தருமன் திகைப்படைவதை அவர் முகம் காட்டியது. அறியாமல் மேலாடைமுனையை விரல்கள் பற்றிக்கொண்டன. சிலகணங்களுக்குள் அவர் மீண்டார். "அவர் உயிர்துறக்கலாகாது என பேரரசி விரும்புகிறார். இங்கு நிகழவிருக்கும் சமரில் நம் தரப்பின் முதன்மையான வல்லமைகளில் அவரும் ஒருவர். அவரை எப்படியேனும் கண்டுபிடித்து அந்நோன்பை விட்டுவிடச்செய்யவேண்டும்... அவரைத்தேடி நீங்கள் சென்று மன்றாடவேண்டும் என பேரரசி ஆணையிடுகிறார்."

"அவர் எங்கே என்று எப்படி அறிவது?" என்றான் நகுலன். "இன்னும் சிலநாட்களில் அதை நம் ஒற்றர்கள் கண்டறிந்துவிடுவார்கள். அச்செய்தியை தங்களிடம் பறவை வழியாகத் தெரிவிப்பார்கள். நீங்கள் அக்கணமே கிளம்பியாகவேண்டும்." தருமன் "ஆம், அன்னையின் ஆணை எங்களுக்குக் கடமை" என்றார். அர்ஜுனன் "அவர் உண்ணாநோன்பிருக்கக் கூடும் என எப்படி உய்த்தறிந்தார் அன்னை?" என்றான். "இளவரசே, முதலில் அவர் சினம்கொண்டு கிளம்பிச்சென்றதை மட்டுமே பேரரசி அறிந்திருந்தார். பின்னர் காந்தார மாளிகையிலிருந்து நம் உளவுச்சேடி அங்கே பேரரசரும் காந்தாரப்பேரரசியும் மந்தணமாகப் பேசியவை அனைத்தையும் செவிகூர்ந்து நமக்குச் சொன்னாள். அதன்பின்னரே நிகழ்ந்தவற்றின் முற்றுருவும் நம்மை வந்தடைந்தது. அதைக்கொண்டுதான் பேரரசி அவ்வாறு எண்ணத்தலைப்பட்டார்" என்றான் காலன்.

"வருக!" என்றபின் தருமன் முன்னால் நடக்க, காலன் தலைவணங்கி உடன் நடந்தான். அவர்கள் தருமனின் குடிலை அடைந்ததும் தருமன் திரும்பி தம்பியரிடம் "நாம் இங்கு மந்தணச்சொல் சூழ்வது முறையல்ல. இது வேதநிலை. இங்கு எந்த அரசுக்கும் எதிராக எதுவும் பேசப்படலாகாது. எனவே அந்த மரத்தின் அடியில் அமர்ந்து சொல்லாடுவோம். எவ்வகையிலும் எவருக்கும் எதிராக ஒருசொல்லும் எழாதபடி அறுவரும் நாகாப்போம்" என்றார்.

4

“அரசே, நீங்கள் அஸ்தினபுரியிலிருந்து காடேகியநாள் முதலே விதுரர் விழிதெரியாமல் மறைந்துவிட்டார். அவர் தெற்கே இடுகாடுகளுக்குள் எங்கோ சென்றுவிட்டதாகவும், மேற்குக்காட்டில் கலியின் ஆலயத்தருகே பார்த்ததாகவும் சொன்னார்கள். அவர் நகர்நீங்கியிருக்கலாமென்றும் பேசிக்கொண்டார்கள். பேரரசர், விதுரர் எங்கே என்று கேட்டுக்கொண்டேயிருந்தார். ஆனால் அன்றைய உணர்வுக்கொந்தளிப்புகளில் அவரை முழுமையாக எவரும் தேடவில்லை என்பதே உண்மை” என்றான் காலன்.

அவன் முன் தரையில் விலகியமர்ந்து பாண்டவர்கள் அவன் சொற்களைக் கேட்டுக்கொண்டிருந்தனர். ஒவ்வொருவரும் அமர்ந்திருந்த தோற்றமே அவர்களின் உள்ளங்களைக் காட்டுவதாக இருந்தது. இருகால்களையும் மலரமர்வில் மடித்து கைகளை மடிமேல் விடுதலென மலரவைத்து தருமன் அமர்ந்திருந்தார். அந்தக் கூடுகையில் பேசப்படுவதை கேட்காமல் காட்டை நோக்கி அமர்ந்திருப்பவன் போல சற்றே உடல் திரும்ப அர்ஜுனன் இருந்தான். அவன் இடச்செவி மட்டுமே காலனை எதிர்கொண்டிருந்தது. சற்றே தளர்வான உடலுடன் இயல்பாக அமர்ந்திருந்தான் சகதேவன். நகுலன் இறுகிய தோள்களும் கூர்ந்த விழிகளும் கோத்த விரல்களுமாக காலனின் சொற்களை நோக்காலேயே கேட்பவன் போலிருந்தான்.

“உண்மையில் விதுரர் தன் இல்லத்தில்தான் இருந்தார் என்பதை பின்னர்தான் அறிந்தனர். அவர் அங்குள்ள மந்தணவைப்பறைக்குள் புகுந்து கதவை தாழிட்டுக்கொண்டிருந்தார். அங்கே அவர் துணைவி மறைந்தபின் அவருக்கு அணுக்கமான எவருமில்லை. அவரது மைந்தர்கள்

நாற்பத்தொன்றாம்நாள் நீர்க்கடன் முடிந்ததுமே துவாரகைக்குச் சென்றுவிட்டனர். அவர் உள்ளே வந்ததையும் கரவறைக்குள் சென்றதையும் எவருமே நோக்கவில்லை. நீங்கள் நகர்நீங்கியபின் பேரரசர், அவரைத் தேடிக்கொண்டு வந்தாகவேண்டும் என ஆணையிட்டார். ஒற்றர்கள் தேடத்தொடங்கினர். அவர் நகர்நீங்கவில்லை என்பதை உறுதிசெய்தனர்" காலன் சொன்னான்.

நான்காம்நாள் விதுரரை அவரது அணுக்கனாகிய கனகர்தான் கண்டடைந்தார். அவர் தன் அரண்மனைக்குள்தான் இருக்கிறார் என்பதை கனகர் முன்னரே அறிந்திருக்கக்கூடும். அரண்மனைவிட்டு அவர் வெளியேறவில்லை என உறுதிசெய்துகொண்டபின் பிறிதொருமுறை விதுரரின் அறையை நோக்கலாமெனச் சென்ற அவர் கரவறையின் வாயிலருகே அவரது மேலாடை நழுவிய நிலையில் கிடப்பதைக் கண்டார். கரவறை உள்ளிருந்து மூடப்பட்டிருக்கலாம் என எண்ணி அதைத் தள்ளியபோது அது ஓசையின்றி திறந்துகொண்டது. உள்ளே இருளுக்குள் முதலில் எதுவும் தெரியவில்லை. வெளியொளி உள்ளே சென்றதும் சற்றுநேரத்தில் சிறிய சுடர் ஒன்று உள்ளே விழிதிறந்தது. வியப்புடன் அவர் விழிகூர்ந்து நோக்கினார். கீழே விதுரர் தரையில் விழுந்தவர் போல படுத்திருந்தார். அவர் இடக்கையில் ஓர் அருமணி இருந்தது.

அரசே, அது அஸ்வதந்தம் என்னும் பெயருடைய அருமணி. முன்பு மாமன்னர் பாண்டுவால் விதுரருக்கு அளிக்கப்பட்டது. அப்படி ஒரு மணி இருந்ததையே அனைவரும் மறந்துவிட்டிருந்தனர். விதுரர் நினைவழிந்திருந்தார். பலநாள் துயில்நீப்பும் உணவின்மையும் அவர் உடலை வீழ்த்திவிட்டன. மருத்துவசாலைக்குக் கொண்டுசென்றனர். அவர் உணவுண்ணும் நிலையில் இருக்கவில்லை என்பதனால் மெல்லிய ஆம்பல்தண்டுக் குழாயை அவர் வாய்க்குள் செலுத்தி அதனூடாக தேனையும் நீரையும் கலந்து புகட்டினர். இரண்டாம்நாள்தான் அவர் விழித்தெழுந்தார். அப்போது அவர் அருகே பேரரசர் இருந்தார். விழித்தெழுந்த விதுரர் உரத்தகுரலில் பேரரசரை நோக்கி 'பழிகொண்டவரே, வெளியே செல்லுங்கள்! உங்கள் பழி என்மேல் படியலாகாது. வெளியே செல்லுங்கள்' என்று கூவி மீண்டும் மயக்கமானார்.

துயரத்துடன் பேரரசர் திரும்பிச்சென்றார். நிலைகொள்ளாமல் தனக்குத்தானே புலம்பியபடி, எவரையும் சந்திக்க மறுத்து தன் அறைக்குள்ளேயே சுற்றிக்கொண்டிருந்தார். இசைகேட்பதும் நின்றுவிட்டிருந்தது. மூன்றாம்நாள் விதுரர் எழுந்ததும் அவரைப் பார்க்கவேண்டுமென அவர் சொல்லியனுப்பினார். மருத்துவநிலை விட்டு

மீண்ட விதுரரைக் கண்டு நானும் அஞ்சிவிட்டேன். அரசே, அவர் காந்தார இளவரசர் சகுனியைப்போன்ற விழிகள் கொண்டிருந்தார். அவரை நான்தான் பேரரசரிடம் அழைத்துச்சென்றேன். அடைப்பக்காரனாக உள்ளே நானும் இருந்தேன்.

அரசர் அப்போது தன் படுக்கையறைக்குள் இருந்தார். அந்நாட்களுக்குள் அவரும் மெலிந்து வெளிறிவிட்டிருந்தார். கழுத்தெலும்புகள் புடைத்திருந்தன. கண்கள் பழுத்திலைகள் போல மஞ்சளோடி உதடுகள் உலர்ந்து மெல்லிய நடுக்குடன் காய்ச்சல் கண்டவர் போலிருந்தார். விதுரர் உள்ளே நுழைந்ததும் அவ்வொலி கேட்டு அவர் கைகளை விரித்தபடி அறியாமல் எழுந்தார். பின்னர் தானே தயங்கி திரும்ப அமர்ந்துகொண்டார். விதுரர் வாழ்த்தோ முகமனோ சொல்லவில்லை. சிலகணங்கள் பேரரசரின் மூச்சு மட்டுமே ஒலித்துக்கொண்டிருந்தது.

பின்னர் தொண்டையைக் கமறியபடி 'இளையோனே, ஒரு முகமனுக்குக்கூட தகுதியற்றவன் ஆகிவிட்டேனா நான்?' என்றார். விதுரர் அவரை சுருங்கிய விழிகளுடன் கூர்ந்துநோக்கி 'ஆம்' என்றார். அச்சொல் பேரரசர் உடலில் சென்று தைப்பதையே காணமுடிந்தது. அவர் ஏதோ சொல்ல விழைபவர் போல உதடுகளை மென்றார். பின்னர் பெருமூச்சுடன் தலைகுனிந்தார். விதுரர் 'நீங்கள் செய்த இச்செயலின்பொருட்டு நம் கொடிவழியினரால் பழிக்கப்படுவீர்கள். ஆயிரம் தலைமுறைகள், உங்களைக் கீழியலார் என்றே நினைவில்கொண்டிருக்கும். இதுவரை அமர்ந்திருந்த அறத்தின் பீடத்திலிருந்து சேற்றில் விழுந்துவிட்டீர்கள்' என்றார்.

'நான் என்ன செய்வது? என்னால் முடிந்தவரை இங்கே ஒரு குருதிப்பெருக்கு நிகழலாகாதென்றே முயன்றேன். வேறுவழி தெரியவில்லை இளையோனே, நீயாவது இதைப் புரிந்துகொள்' என்றார் பேரரசர். 'வீண்சொல் வேண்டியதில்லை. உங்கள் முடிவுக்குப்பின் இருந்தது எந்த அரசுசூழ்தலும் அல்ல. உங்கள் மைந்தர்பற்று மட்டுமே...' என்றார் விதுரர். 'இல்லை, உண்மையிலேயே எனக்கு மாற்று தெரியவில்லை. பிறிதொன்றும் ஆகக்கூடுவதாக இல்லை. எவரும் எனக்கு வெளியேற வழிகாட்டவில்லை' என்றார் பேரரசர். 'மூத்தவரே, அகச்சான்று அருகே நின்றிருக்கச் சொல்லுங்கள். உங்களை அம்முடிவை எடுக்கவைத்தது பீமனின் சொற்கள் அல்லவா?'

பேரரசர் நடுங்கத்தொடங்கினார். 'சொல்லுங்கள்! நீங்கள் அஞ்சிவிட்டீர்கள் அல்லவா? உங்கள் மைந்தரைக் காப்பதற்காகத்தானே அவர்களைக் காடேகச்செய்தீர்கள்?' பேரரசர் நடுங்கிக்கொண்டேயிருந்தார். தன் பெரிய கைகளைக் கோத்து தலைகுனிந்து அமர்ந்திருந்தார். எழுபவர் போல ஓர் அசைவு அவரில் உருவாகியது. தன் உடலுக்குள்ளேயே

அவர் திமிறிக்கொண்டிருப்பதுபோல. பின்பு யானைமூச்செனஉயிர்த்து அவர் 'ஆம்...' என்றார். கனைத்துக்கொண்டு 'உண்மை... அவன் என் மைந்தர்களைக் கொல்வதாகச் சொன்னான். மூத்தவனின் தொடை பிளந்து... இளையவனின் நெஞ்சுபிளந்து...'

பேருருவம்கூட நடுங்கும்போது சிறுத்துக்குறுகிவிடுவதன் விந்தையை நான் எண்ணிக்கொண்டிருந்தேன். அவர் கண்களிலிருந்து நீர் வழியத்தொடங்கியது. உதடுகளை அழுத்தி விம்மல்களைத் தடுக்கமுயன்றார். அவை பீறிட்டு வெளிவந்து திடுக்கிடச்செய்யும்படி அறைக்குள் இருந்த அமைதிக்குள் ஒலித்தன. 'அவன் ஊழின்மைந்தன். அவன் பிறக்கையிலேயே அதை நிமித்திகர் சொன்னார்கள். இளையோனே, அவன் பிறந்த நாள்முதல் நான் அஞ்சிக்கொண்டிருப்பது அதைத்தான். நான் ஆற்றிய அனைத்தும் அவ்வச்சத்தை வெல்வதற்காகத்தான்... நீ உணரமாட்டாய், தன் மைந்தரின் இறப்பை அவர்கள் பிறந்த கணம் முதல் எண்ணிக்கொண்டிருக்கும் ஒரு தந்தையின் துயரை.'

விதுரர் நெகிழ்ந்ததுபோல முகம்தூக்கிப் பார்த்தார். 'இளையோனே, நான் அவன் தொடைபிளந்து ஒரு சிறுசுனையருகே கிடப்பதைக் கண்டுவிட்டேன். இளையோன் நெஞ்சுபிளந்து குருதிபெருக்கி களம்பட்டுக் கிடப்பதை என் கனவில் பலமுறை கண்டுவிட்டேன்... அது நிகழும். அதைநோக்கியே அனைத்தையும் கொண்டுசெல்கின்றன தெய்வங்கள். பழிகொண்ட தெய்வங்கள். அளியறியா தெய்வங்கள். அழிவில் களியாட்டமிடும் கொடுந்தெய்வங்கள். இளையோனே, என்னைப் பெருந்தந்தை என்கின்றனர். தந்தையென்றிருப்பதே ஒரு பெரும் வதை. பெருந்தந்தை தீராப்பெருந்துயரில் ஆடுபவன் மட்டுமே.'

'இதோ என்னைச்சூழ்ந்திருக்கிறார்கள் என் மைந்தரும் பேர்மைந்தரும். அள்ளி அள்ளி அணைத்து என் தோள்சலிக்கவில்லை. எண்ணிப்பார், இவர்கள் ஒவ்வொருவரும் கொல்லப்படுவார்கள் என்றறிந்ததுமே அப்பேரின்பமே மேலும் பலமடங்கு துன்பமாக ஆகிவிட்டிருக்கிறது எனக்கு. ஒவ்வொரு சடலமாகப் பார்த்துப்பார்த்து உடல்நடுங்கி விழித்துக்கொள்வதே என் இரவுகள். ஒவ்வொரு முகத்தைப் பார்க்கையிலும் துணுக்குற்று உடல்நடுங்குபவை என் பகல்கள். இப்புவியில் நீயும் என் துயரை அறியாவிட்டால் நான் எங்கு சென்று அதை உரைப்பேன்?'

அவர் தோள்கள் குலுங்க அழத்தொடங்கினார். விதுரர் திரும்பி என்னை நோக்கினார், ஆனால் நான் நின்றிருப்பதை அவரது அகம் அறியவில்லை. தத்தளிக்கும் உடலுடன் மூத்தவரை நோக்கினார். பின்னர் எழுந்துசென்று அவர் தோளைத் தொட்டார். 'மூத்தவரே, இப்போதும் ஒன்றும் பிழைபட்டுப்போகவில்லை. நாம் மீண்டுவர இன்னும் வழியுள்ளது.

இத்தனைக்கு அப்பாலும் அனைத்தையும் பொறுத்தருளக்கூடியவனே உங்கள் முதல்மைந்தன் என்பது நமக்கு இருக்கும் நல்லூழ். இப்போது நாம் செய்யக்கூடியது ஒன்றே, அவர்களைத் திரும்ப அழைப்போம். அவர்களின் மண்ணை அவர்களுக்கே அளிப்போம். இருசாராரும் பன்னிரண்டு ஆண்டுகாலம் ஒருவரை ஒருவர் சந்திக்கலாகாதென்றும் எவ்வுறவும் கொள்ளலாகாதென்றும் ஆணையிடுவோம்.'

'அது நிகழக்கூடியதல்ல, இளையோனே' என்றார் பேரரசர். 'எத்தனை முறை அவர்களிடம் நான் கேட்டிருப்பேன். தந்தையென்ற இடத்திலிருந்து இறங்கி மன்றாடியுமிருப்பேன்...'. விதுரர் 'அவர்கள் சற்றேனும் அறிவிருந்தால் உணர்வார்கள். நாம் செய்யும் ஒவ்வொன்றும் அவர்களை ஆற்றல்மிக்கவர்களாக ஆக்குகிறது. நெறிமீறி காட்டுக்குள் அனுப்பப்பட்டவர்கள் என்னும் சொல்லே அவர்களுக்கு மக்களின் ஆதரவைப் பெற்றுத்தருகிறது. கானேகி மீண்ட தசரத ராமனுடன் தருமனின் பெயரும் இணைந்துவிட்டது இன்று.'

'பாரதவர்ஷத்தின் அரசர்களும் அவ்வண்ணமே எண்ணுவார்கள். ஓர் அரசன் எதன்பொருட்டேனும் காட்டுக்குள் அனுப்பப்பட்டான் என்றால் அது தவறான முன்நெறியாகிவிடும். அது என்றேனும் தங்களுக்கும் பொருந்தும் என அரசகுடியினர் அஞ்சுவார்கள். மூத்தவரே, இங்குள்ள அரசகுடியினரில் அரியணைக்கு உரிமைகொண்ட இளையோர் பலர் உள்ளனர். மாற்றன்னையருக்குப் பிறந்தவர்கள். முறைக்குருதி அற்றவர்கள். இரண்டாம் தலைநகராள்பவர்கள். அவர்களில் வென்று கோலேந்தியவர்களும் பலர் உண்டு. அவர்கள் இத்தருணத்தில் தருமனுடன் நிற்பார்கள். காடேகலை ஏற்கமறுப்பார்கள்' என்றார் விதுரர்.

'அதைவிட இன்று துவாரகையில் நிகழ்வது என்ன? அங்கே விருஷ்ணிகளும் அந்தகர்களில் ஒருசாராரும் அன்றி பிறர் இளையயாதவர் இந்திரப்பிரஸ்தத்திற்கு உதவிசெய்வதை ஏற்கவில்லை. மூத்தயாதவர் துரியோதனனையே ஆதரிக்கிறார். மதுராவின் வசுதேவருக்கும் அவ்வெண்ணமே உள்ளது. இவர்கள் காடேகிய செய்தி அங்கே பரவி யாதவர்கள் ஒருமித்து இளையயாதவருக்கு ஆதரவுசெலுத்துவார்கள் என்றால் போர் முடிந்துவிட்டதென்றே பொருள். இன்று, அரசுசூழ்தலின் நோக்கில்கூட அவர்களைத் திரும்ப அழைப்பதே நன்று.'

'ஆம், எனக்குப் புரிகிறது. ஆனால் அந்த மூடனுக்கு அது புரியவேண்டுமே' என்றார் பேரரசர். 'அவருக்குப் புரியாது. ஆனால் அங்கனுக்குப் புரியும். அவனுடன் அவர் இருக்கையில் இதை அவர்களின் செவிசெலுத்துவோம்.' பேரரசர் 'நானா? நான் அவர்களுடனிருக்கையில் முன்னரே மறைந்து

மண்நுழைந்தவனாக அல்லவா உணர்கிறேன்?' என்றார். 'நானும் சொல்லுமிடத்தில் இல்லை. ஆனால் ஒருவர் சொல்லக்கூடும். நம் நல்லூழாக மைத்ரேய முனிவர் நாளை இங்கு வருகிறார். அவர் சொல்லட்டும்' என்றார்.

'முனிவர்சொல் கேட்குமிடத்திலா அவர்கள் இருக்கிறார்கள்?' என்றார் பேரரசர். 'இல்லை, ஆனால் அவர் ஒருமையை உருவாக்குபவர். அதனாலேயே அவ்வாறு அழைக்கப்படுபவர் அவரது சொல்லும் சொல்கடந்த வல்லமைகளும் அதற்கு உதவக்கூடும். நாம் ஏன் நம்பிக்கை இழக்கவேண்டும்? இது நம் இறுதிமுயற்சியாகவே இருக்கட்டும்...' என்றார் விதுரர். 'ஆம், அவ்வாறே ஆகுக!' என பேரரசர் பெருமூச்சுடன் ஒப்புக்கொண்டார்.

காலன் சொன்னான் "அன்று விதுரருடன் நானும் அவர் அலுவல்கூடம்வரை சென்றேன். அவர் நம்பிக்கை கொண்டிருக்கிறாரா என எனக்கு ஐயமாகவே இருந்தது. அவரது நடையிலும் அசைவுகளிலும் நிறைவோ மகிழ்வோ தென்படவில்லை. அமைச்சுநிலைக்குச் சென்று தன்பீடத்தில் அமர்ந்ததும் அவர் சற்று விடுதலை கொண்டவர்போல் தோன்றினார். தன் கச்சையிலிருந்து அந்த வைரத்தை எடுத்து சற்றுநேரம் பார்த்துக்கொண்டிருந்தார். வைரங்கள் நம் விழிகளைச் சந்தித்ததுமே ஒளிகொள்பவை. நாகவிழி போல மயக்கி வயப்படுத்துவை. அவர் விழிகளுக்குள் அந்த அருமணியின் ஒளி இரு புள்ளிகளாகத் தெரிந்தது. அறிதுயிலில் ஆழ்ந்தவர்போல அவர் முகம் அமைதிகொண்டிருந்தது."

5

“மைத்ரேயரைப் பார்க்க அமைச்சர் விதுரர் சென்றபோது கனகரும், அடைப்பக்காரனாக மூங்கில்கூடையுடன் நானும் உடன்சென்றோம்” என்று காலன் சொன்னான். “மைத்ரேய மாமுனிவர் புஷ்பகோஷ்டத்திற்குப் பின்னாலிருந்த குறுங்காட்டுக்குள் முனிவர்களுக்காக அமைக்கப்பட்டிருந்த ஈச்சையோலைக் குடிலில் தங்கியிருந்தார். மாமுனிவரான பராசரரின் வழிவந்தவர் அவர் என்று அறிந்திருந்தேன். அவர்களுக்கு வேதத்தைவிட புராணங்களே மெய்யறிதலின் பெருந்தொகை என்றனர். அவருடன் அவரது எட்டு மாணவர்களும் வந்திருந்தனர்.”

நாங்கள் செல்லும்போது அவர் அன்றைய வகுப்பு முடிந்து மாணவர்களுடன் அளவளாவிக்கொண்டிருந்தார். விதுரர் முனிவரின் தாள்பணிந்து முகமனும் வாழ்த்தும் உரைத்தார். நாங்களும் வணங்கி அப்பால் அமர்ந்துகொண்டோம். மைத்ரேயர் ‘உம்மை மீண்டும் காண்பது உவகை அளிக்கிறது, விதுரரே’ என்றார். திரும்பி தன் மாணவர்களிடம் ‘இவரை நான் முன்பு ஒருமுறை அக்ஷவனத்தில் சந்தித்திருக்கிறேன். அன்று இவர் இளைஞர். தன் வாழ்க்கையின் இலக்கு என்ன என்று என்னிடம் கேட்டார். வாழ்க்கையின் இலக்கு வேறு பொருள் வேறு என்று நான் சொன்னேன். அவ்வண்ணமென்றால் பொருள் என்ன என்று என்னிடம் கேட்டார்’ என்றார்.

விதுரர் துயரப்புன்னகையுடன் ‘ஆம்’ என்றார். ‘அன்று நான் இவரிடம் சொன்னேன், வாழ்க்கையின் இலக்கு ஒவ்வொரு பிறவிக்கும் ஒன்றே அல்ல என்று. ஒவ்வொருநாளுக்கும் ஓர் இலக்கென்றா இப்புவியில் வாழ்கிறோம்? துஞ்சுவது போலும் சாக்காடு, விழிப்பது பிறப்பு. பிறந்திறந்து

பெருகியோடும் இந்தப் பயணத்தின் முற்றிலக்கை அறிவதனால் இப்பிறவியில் எப்பயனும் கூடுவதில்லை. கூரிய வாளின் முனைவழியாக ஊர்ந்துசெல்லும் எறும்பிடம் அதைச் சொன்னால் அது என்ன பயனை அடையப்போகிறது?'

விதுரர் 'நான் அன்று சொன்னேன், எரிகொள்ளியில் அமர்ந்திருக்கும் எறும்பிடம் சொல்லலாம் அல்லவா என்று. இன்று இருபுறமும் எரிகொண்ட சுள்ளியில் தவிக்கிறேன், முனிவரே' என்றார். மைத்ரேயர் புன்னகை செய்து 'ஆம், அன்று நான் உம்மிடம் சொன்னேன் வாழ்வை அறிய விழைபவர் முப்பிறவியை அறிந்தாகவேண்டும் என்று. அப்போதுகூட இலக்கை ஒருவாறாக உய்த்துணர்வதற்கு மட்டுமே அது உதவும் என்றேன். அப்பிறவிகளில் இருந்து இப்பிறவி வரை அழியாது தொடர்வது என்ன என்று மட்டும் அறிந்தாலே போதுமே என்று நீர் சொன்னீர்' என்றார்.

'அன்றுரைத்ததையே இன்றும் சொல்கிறேன்' என்று மைத்ரேயர் சொன்னார். 'ஒருவனின் பிறப்பும் வாழ்வும் இறப்பும் அவனைச் சூழ்ந்தவர், அணுகியவர், அகலே வாழ்பவர் என பல்லாயிரத்தவருடன் பின்னியிணைந்தவை. எனவே அதை முற்றறிதல் எவருக்கும் இயலாது. ஆனால் நீர் என்னைப் பணிந்து உமது முற்பிறப்பைச் சொல்லும்படி கோரினீர். அதை நான் என் அறிவிழியால் கண்டு உரைக்கமுடியும் என்றும் ஆனால் அதற்குரிய வேளை வருகையில் நானே தேடிவருகிறேன் என்றும் சொன்னேன். அது இவ்வேளை.'

விதுரர் தலைவணங்கினார். மைத்ரேயர் மாணவர்களிடம் கைகாட்ட அவர்கள் ஏழு மரப்பெட்டிகளை இழுத்துவந்து அருகே வைத்து அதில் ஒன்றைத் திறந்தனர். அதற்குள் சுவடிகள் நிறைந்திருந்தன. 'இது பராசரரின் புராணமாலிகையின் முழுவடிவம்' என்றார். 'எங்கள் மெய்மரபின் முதலாசிரியர் பராசரரிடமிருந்து உருவாகி எங்கள் கல்விமரபில் நீடிப்பது இம்முறை. பராசரரின் புராணமாலிகை முழுவடிவில் பன்னிரண்டாயிரம் கதைகளின் பெருந்தொகை. அதன் உட்கதைகள் முப்பத்தாறாயிரம். ஊடுகதைகள் அறுபத்தேழாயிரம். அதில் சொல்லப்பட்டுள்ள பெயர்கள் மட்டும் எட்டு லட்சம்' என்றார் மைத்ரேயர்.

'பாரதவர்ஷத்தின் எவர் கதையும் இதற்குள் எவ்வண்ணமோ சொல்லப்பட்டிருக்கும் என்பதுதான் இம்முறையின் அடிப்படை நெறி. பெயர் தொட்டு எடுத்து விரலோட்டிச் சென்று உரிய புள்ளியில் நிறுத்துவதற்கென ஒரு முறைமை உண்டு. ஏழாண்டுகாலம் ஆசிரியரிடம் அமர்ந்து பயிலவேண்டியது. அத்துடன் அது விரலில் தெய்வங்களை எழச்செய்யும் ஊழ்கமும் கூட' என்றபடி அவர் மாணவன் அளித்த ஒரு

சுவடித்தொகையைக் கையில் எடுத்தார். ‘இதுவே சுட்டேடு. இதிலிருந்து பிரிந்து செல்பவை கிளையேடுகள்’ என்றபடி விதுரரிடம் ‘உமது நாள், கோள், தெய்வம் ஆகியவற்றை உரையுங்கள்’ என்றார்.

விதுரர் அவற்றைச் சொன்னதும் அவர் அரைவிழி மூடி அச்சுவடிகளைப் புரட்டிக்கொண்டிருந்தார். ஒரு சுவடியை நிறுத்தி வாசித்து அதன் வரிகளில் விரலோட்டி ஒரு வரியில் நின்றார். அதைக் குனிந்து நோக்கிய மாணவன் மெல்லிய குரலில் சொல்ல, ஒருவன் மூன்றாவது பெட்டியைத் திறந்து அதை அருகே கொண்டுவந்துவைத்தான். அதில் ஒரு சுவடிக்கட்டை எடுத்து அவ்வண்ணமே தேடி ஓர் ஏட்டை உருவி அதில் விரலோட்டி மைத்ரேயர் நிறுத்தியதும் அவன் அச்சொல்லை நோக்கி இன்னொரு பெட்டியை எடுத்தான். மீண்டும் ஒரு சுவடியை எடுத்து சொல்தேடி அடைந்து சுட்டியதும் அதற்கேற்ப மாணவன் ஓர் ஏட்டுக்கட்டை எடுத்தான். அவர் அதை வாசித்தபின் பெருமூச்சுடன் திரும்ப வைத்தார்.

‘விதுரரே, இளமைந்தரின் களியுவகையை மானுடர் பின்னர் அடைவதே இல்லை. எனென்றால் அவர்கள் இளையோரைவிட மேலும் இப்புவியை அறிந்துவிட்டார்கள். அறியுந்தோறும் துயர் என்பதே வாழ்க்கை. ஒரு வாழ்க்கைக்கு மேல் பிறிதொன்றையும் அறிவது பெருந்துயரையே அளிக்கும். இதை முன்னரும் உம்மிடம் சொன்னேன்’ என்றார் மைத்ரேயர். ‘முனிவரே, நூறாண்டு கண்ட முதியவர்கள் இளமைந்தரின் களிப்பை தாங்களும் அடைகிறார்கள். முற்றறிபவர் துயருறுவதில்லை’ என்றார் விதுரர்.

‘ஆம், விழைந்தபின் அறியாமல் அமைவதில்லை மானுட உள்ளம்’ என்றபின் மைத்ரேயர் தொடர்ந்தார். ‘முதல்வரி கன்னிமூலை. அடுத்த சுட்டு காகம். அடுத்த சுட்டு யமன். மூன்றையும் இணைத்த கதை ஆணிமாண்டவ்யருடையது. அக்கதையை நீர் அறிந்திருக்கக்கூடும்’ என்றார். ‘ஆம்’ என்றார் விதுரர். ‘எட்டு வசுக்களில் இறுதிவசுவின் கூறான மாண்டவ்ய முனிவர் முழுமை அடையும்பொருட்டு பேசாநோன்புகொண்டு தவமிருந்தார். அவர் இருந்த குகைக்குள் அரசப்படைகளிடமிருந்து தப்பி ஓடிவந்த திருடர்கள் புகுந்து ஒளிந்தனர். துரத்தி வந்த படைத்தலைவன் அவரிடம் திருடர்களைப்பற்றிக் கேட்டான். அவர் மறுமொழி இறுக்கவில்லை. குகைக்குள் புகுந்து அவர்களைப் பிடித்துக் கொன்றபின் திரும்பிவந்த படைத்தலைவன் அவரையும் திருடர்குழுவினர் என எண்ணி ஈட்டியின் ஆணியை நட்டு அதன்மேல் அவரைக் கழுவேற்றிவிட்டுச் சென்றான்’ என்றார் மைத்ரேயர்.

அக்கதையை மைத்ரேயர் பிறிதொருவகையில் விரித்துச் சொன்னார். மூன்றுநாட்கள் அக்கழுவிலேயே அமர்ந்து வலிமிகுந்து கதறி உயிர்துறந்த மாண்டவ்யர் அந்த ஆணியுடன் தென்புலத்தார் உலகுக்குச் சென்றார். அங்கு அறத்தின் தலைவன் என அமர்ந்திருந்த யமனிடம் இது எவ்வண்ணம் தனக்கு நிகழ்ந்தது என்று கேட்டார். 'நிகழும் ஒவ்வொன்றும் நெறிப்படியே' என்றான் யமன். 'ஒன்று பிறிதொன்றுக்கு நிகர் எனக் காட்டுவதே என் தலைமேல் அமைந்த துலா.'

கடும்சினத்துடன் 'என் துயருக்கு நிகராக நான் செய்த பிழை ஏது?' என்றார் மாண்டவ்யர். 'நீர் அவ்வரசரின் குடி. அரசனுக்கு உதவவேண்டிய கடமை கொண்டவர். அதைச் செய்யாது அமைந்தது உம் பிழை. அதன்பொருட்டே இறப்பு' என்றான் யமன். 'அந்தத் திருடர்கள் கருவுற்றிருந்த பெண்ணொருத்தியைக் கொன்று அவள் அணிந்திருந்த நகையைத் திருடினர். அவளருகே நின்றிருந்த இளமைந்தனையும் தலைவெட்டி வீழ்த்தினர். தடுக்கவந்த இரு இளைஞரைக் கொன்று, துரத்தி வந்த வீரர்களையும் கொன்றபின் அந்தக் குகைக்குள் புகுந்தனர். எண்ணியோ எண்ணாமலோ நீர் அவர்களின் குற்றங்களுக்கு உடந்தையாக ஆனீர். அப்பிழைக்காகவே மண்ணில் உச்சமான வலியை அடைந்தீர்.'

சினம்கொண்டு கண்ணீர்விட்ட மாண்டவ்யர் 'இறப்புக்கரசே, பேசாநோன்பு என் தவம். எளிய மானுடரின் அரசுக்கும் அறத்துக்கும் நான் கட்டுப்பட்டவனா?' என்று கேட்டார். 'மாண்டவ்யரே, அரசுக்குக் கட்டுப்படாதவர் என்றால் அரசின் பாதுகாப்பில்லாத காட்டுக்குள் நீர் சென்றிருக்கவேண்டும்' என்றான் யமன். 'அரக்கரையும் அசுரரையும் விலங்குகளையும் அஞ்சி நீர் அரசாட்சி நிலவும் மண்ணுக்குள் தவம் செய்தீர். அவன் கோல் உமக்குக் காப்பென்றால் அதன் நெறிக்கு நீரும் கட்டுப்பட்டவரே' என்றான்.

'அறமோ அடர்காட்டிலும் தொடர்வது. ஓர் அன்னையின் விழிநீரும் இளமைந்தனின் குருதியும் உமக்கு ஒரு பொருட்டல்ல என்றால் அத்தவத்தால் நீர் அடைவதுதான் என்ன?' என்று யமன் கேட்டான். 'உலகைத்துறத்தலே தவம். உலகின் கடமைகளுக்குள் வாழ்பவனுக்குரியதல்ல அது' என்றார் ஆணிமாண்டவ்யர். 'உண்மைத் தவத்தை உலகியலிலும் ஆற்றலாம்' என்றான் யமன். 'உலகியலை நீ அறிந்ததில்லை. மெல்லுடலிகள் முட்புதரில் வாழ்வதுபோன்றது அறம்தேர்வோன் அன்றாட வாழ்க்கையில் அமைவது' என்றார் ஆணிமாண்டவ்யர்.

'உமது இயலாமையை நெறியென இங்குரைக்க வேண்டாம்' என யமன் கூச்சலிட்டான். 'மூடா, எவரிடம் இச்சொல்லை எடுத்தாய்?

இதோ, நான் தீச்சொல்லிடுகிறேன். உன் துளியில் ஒன்று மைந்தன் என மண்பிறக்கட்டும். அங்கே உலகியலின் பெருங்கொந்தளிப்புக்கு நடுவே அறம்நாட முயன்று அகமழியட்டும்' என்றார் மாண்டவ்யர். 'நான் அடைந்த இக்கட்டை அவனும் அறிக! தேர்ந்த சொல் ஆயிரம் நாவில் உறைகையிலும் சொல்லற்றவனாக அவையமர்வான். செவிடர் கூடிய அவையில் கூவித்தளர்வான்.'

விதுரர் தளர்ந்தவர் போல பீடத்தில் உடல்சாய்த்தார். மைத்ரேயர் சுவடிப்பேழைகளை மூடி எடுத்துக்கொண்டுசெல்லும்படி சொன்னார். அவர்கள் அவற்றை இழுத்து அகற்றுவதை விதுரர் பொருளற்ற வெறிப்புடன் நோக்கிக்கொண்டிருந்தார். நானும் கனகரும் விழிப்புற்று ஒருவரை ஒருவர் நோக்கினோம். எனக்கு முதலில் அக்கதையினூடாக அவர் சொல்லவந்தது என்ன என்று புரியவில்லை. கனகருக்கும் புரியவில்லை என்று உணர்ந்தேன்.

'விதுரரே, தன்னையறிகையில் பெரும் பொருளின்மை ஒன்றையே மானுடர் உணர்கிறார்கள். அவ்வெறுமையைக் கடந்து இங்கு தங்கிவாழும் உளவல்லமையைத் திரட்டிக்கொள்வது எளிதல்ல' என்று மைத்ரேயர் சொன்னார். 'ஆகவேதான் இதை நீர் அறியவேண்டாம் என்றேன்.' விதுரர் ஒளியற்ற புன்னகையுடன் 'ஆம், இப்போது அறிந்துகொண்டேன், மாமுனிவரே. இதற்கப்பால் அவ்வெறுமை என்னுடன் இருக்கும். அது என் சொற்களில் தயக்கமாகவும் என் எண்ணங்களில் இடைவெளிகளாகவும் என் கனவுகளில் புன்னகையாகவும் வெளிப்படட்டும்' என்றார். 'தகுதியான சொற்கள்' என்றார் மைத்ரேயர்.

மீண்டும் சற்றுநேரம் அமைதி நிலவியது. விதுரர் 'முனிவரே, தாங்கள் இன்று எங்கள் அரசரைப் பார்க்கவேண்டும். அவருக்கு அவர் தந்தை விரும்பும் சில சொற்களைச் சொல்லவேண்டும்' என்றார். மைத்ரேயர் 'அறவுரை சொல்வது என் கடமை' என்றார். 'அவரது உடன்பிறந்தார் இன்று காட்டுக்கு அனுப்பப்பட்டுள்ளனர். அவர்கள் உயிருடன் மீள்வதே அரிது. அவ்வாறு நிகழுமென்றால் இக்குடிக்குத் தீராப்பெரும்பழி சேரும்' என்றார். 'ஆம், அறிவேன். அதை நான் அவரிடம் சொல்கிறேன்' என்றார். 'இந்தச் சுவடிக்கட்டுகளும் உடனிருக்கட்டும்' என்றார் விதுரர். ஒருகணம் விழிகூர்ந்தபின் 'அது தேவை என்றால் அவ்வாறே ஆகட்டும்' என்றார் மைத்ரேயர்.

விதுரர் எழுந்து அவர் கால்களைத் தொட்டு வணங்கினார். நானும் கனகரும் வணங்கினோம். அவர் எங்கள் தலைதொட்டு வாழ்த்தினார். திரும்பியபின் தயங்கிய விதுரர் 'கதையின் எஞ்சிய பகுதி ஒன்றை தாங்கள் வாசித்தீர்கள், சொல்லவில்லை முனிவரே' என்றார். அவர்

புன்னகையுடன் ‘அதைக் கேட்காமல் உம்மால் செல்லமுடியாதென நான் அறிவேன்’ என்றார். ‘ஆம், ஆணிமாண்டவ்யர் என்ன ஆனார்?’ என்றார் விதுரர். மைத்ரேயர் நேர்க்குரலில் ‘சினம் கொண்ட யமன் அவர்மேல் மறுதீச்சொல் இட்டான் என்கின்றது புராணமாலிகை. துலாமுள்ளின் தவிப்பு என்றால் என்னவென்று அறிவீரா என்று யமன் கூவினான். மானுடனாகப் பிறந்து அதை அறிந்துவிட்டு மீளும். உம் உடல் தைத்தது ஒரு முள்ளே. ஆயிரம் முட்களில் படுத்து அதை உணர்வீர் என்றான்’ என்றார்.

“மைத்ரேயரின் புன்னகையை இப்போதும் நினைவுறுகிறேன்” என்றான் காலன். “விதுரர் பெருமூச்சுடன் தலைவணங்கிவிட்டு வெளியே நடந்தார். நானும் கனகரும் உடன் சென்றோம். எங்களிடம் உடன்நின்று மைத்ரேயரை அரசரவைக்குக் கொண்டுசெல்லும்படி விதுரர் ஆணையிட்டார்.” தருமன் பெருமூச்சுடன் உடலை நீட்டி, கைவிரித்து, தன்னை மீட்டுக்கொண்டார்.

6

மைத்ரேயருடன் அவரது மாணவர்களும் அந்தச் சுவடிப்பேழைகளுடன் வந்தனர். கனகர் என்னிடம் 'அரசர் எந்நிலையில் இருக்கிறார் என்பதே தெரியவில்லை. அவரைப் பிறர் அணுகவிடாது அவரது தோழர்கள் சூழ்ந்திருக்கிறார்கள்' என்றார். 'உடல்நிலை எவ்வண்ணம் உள்ளது?' என்றேன். 'அது நன்றாகவே உள்ளது என எண்ணுகிறேன்' என்றார் கனகர். நான் யாதவப்பேரரசிக்கு உரியவன் என்பதை அவர் எவ்வண்ணமோ உய்த்துணர்ந்திருந்தார் என நானும் உணர்ந்திருந்தேன். ஆனால் நாங்கள் அதை முழுமையாகவே மறைத்துக்கொண்டோம்.

அரசர் இருந்த மருத்துவநிலை இளைய பால்ஹிகரின் ஆணைக்குள் இருந்தது. அதைக் காவல்காத்த காந்தார வீரர்கள் அவர் சொல்லுக்கே கட்டுப்பட்டனர். எங்களை அவர்தான் முதலில் எதிர்கொண்டார். எதிர்பார்த்தது போலவே 'அவர் முனிவர்களை சந்தித்து அறவுரை கேட்கும் நிலையில் இல்லை, அமைச்சரே' என்றார். கனகர் முன்னரே விதுரரால் சொல்லப்பட்ட மறுமொழியை உரைத்தார். 'ஆம், அறிவேன் பால்ஹிகரே. ஆனால் மைத்ரேயர் வெறும் முனிவர் அல்ல. நலம்நோக்கும் திறன் கொண்டவர். அரசரின் உடல்நிலையை அவரால் நோக்கி ஆவதென்ன என்று கூறமுடியும்.'

இளைய பால்ஹிகர் அதைச் சிலகணங்கள் சிந்தித்தார். 'பராசரரின் வழிவந்தவர். இந்த அரசமரபே பராசரரில் இருந்து எழுந்தது என்று அறிந்திருப்பீர்கள். பராசரரின் மைந்தராகிய கிருஷ்ணதுவைபாயனரின் சொல்லால்தான் நாம் பாரதவர்ஷத்தில் இன்று வாழ்கிறோம்' என்றார் கனகர். 'இவர் யார்?' என்று என்னைச் சுட்டி கேட்டார். 'என் அணுக்கன்' என்றார் கனகர். இளைய பால்ஹிகர் எண்ணிநோக்க இடம்தராமல் கனகர்

மேலும் 'முனிவர் கிளம்பி வந்துவிட்டார். அவரைத் திருப்பியனுப்புவது முறையல்ல' என்றார். 'நன்று, அரைநாழிகை நேரம். அதற்குமேல் இல்லை' என்றார் இளைய பால்ஹிகர்.

அரசர் தென்னக மருத்துவர் ஏழுவரால் நலம் நோக்கப்பட்டுக் கொண்டிருந்தார். அகத்தியமுனிவரின் வழிவந்த தென்னாட்டு மருத்துவரான எயிற்றன் இளங்கண்ணன் அவரை நோக்கும்பொருட்டு வரவழைக்கப்பட்டிருந்தார். நாங்கள் சென்றது உச்சிப்பொழுது. விதுரர் தேர்ந்தெடுத்த நேரம். அது ஏன் என்று எனக்கு அங்கு சென்ற பின்னரே புரிந்தது. அரசநிலையில் அங்கரும் மருத்துவநிலையில் எயிற்றனும் இல்லை. அவர்கள் உணவுண்டு ஓய்வுகொள்ளச் சென்றுவிட்டிருந்தனர். இளையமருத்துவர் நால்வரும் மருத்துவப்பணியாளரும் செவிலியரும் மட்டுமே இருந்தனர். இளைய பால்ஹிகரின் ஏவலன் எங்களை உள்ளே அழைத்துச்சென்றான்.

மருத்துவ அறையில் மருந்துப்புகையின் மணம் சூழ அரசர் துயின்றுகொண்டிருந்தார். அவர் அருகே தாழ்ந்தபீடத்தில் இளைய கௌரவர் துச்சாதனர் அமர்ந்தபடியே துயில, சாளரத்தோரம் துர்முகரும் துச்சலரும் சுபாகுவும் நின்று மெல்லிய குரலில் பேசிக்கொண்டிருந்தனர். சுபாகுதான் எங்களைப் பார்த்தார். 'என்ன?' என்றார். 'மைத்ரேய மாமுனிவர் அரசரைப் பார்க்க வருகிறார்' என்றார் கனகர். 'அரசரையா? இப்போதா? இது காலை உழிச்சிலுக்கும் கட்டுமாற்றலுக்கும்பின் அரசர் துயிலும் நேரம்' என்றார் சுபாகு.

'இளைய பால்ஹிகரே அனுப்பினார்' என்றார் கனகர். 'பராசரரின் வழிவந்த மைத்ரேயர் நம் குடிக்கு மூத்தவர் போன்றவர். அரசரின் உடல்நிலையை நோக்கிச் சொல்லவே அவர் வந்துள்ளார்.' சுபாகு சினத்துடன் 'ஆனால் அரசரை இப்போது எழுப்ப முடியாது. அவர் பெருவலியில் துன்புற்று அஹிபீனா முகர்ந்து இப்போதுதான் துயிலத்தொடங்கினார்' என்றார். அதற்குள் துச்சாதனர் விழித்துக்கொண்டு 'என்ன?' என்றார். கனகர் 'பால்ஹிகரால் முனிவர் இங்கு அனுப்பப்பட்டுவிட்டார். வந்து மருத்துவசாலை வாயிலை அணுகிவிட்டார். இனி நாங்கள் ஒன்றும் சொல்லமுடியாது' என்றார். துச்சாதனர் புரிந்துகொண்டு சினத்துடன் பீடத்தின் கைப்பிடியைத் தட்டியபடி எழுந்து 'யார் அனுப்பியது அவரை? மூத்தவரை எழுப்ப முடியாது. நான் சொன்னதாகச் சொல்லும்' என்றார்.

மெல்லிய முனகலுடன் அரசர் விழித்துக்கொண்டு தாழ்ந்த குரலில் 'வரச்சொல், இளையோனே' என்றார். 'மூத்தவரே' என்று அழைத்துக்கொண்டு துச்சாதனர் அருகே ஓடினார். 'வரச்சொல்... எனக்கு விடாயடங்க ஏதாவது கொடு... ஒருவாய் போதும்.' துச்சாதனர்

கைகாட்ட, செவிலியர் பழச்சாறுடன் வந்து அவருக்கு சிறுகரண்டியால் அள்ளி ஊட்டினர். மும்முறை அருந்திவிட்டு போதும் என அவர் தலையசைத்தார். அவர் வாயைத் துடைத்தபின் அவர்கள் அகன்றனர்.

நான் அரசரையே நோக்கிக்கொண்டு நின்றேன். அவரை அக்கோலத்தில் நான் எண்ணியிருக்கவே இல்லை. உடல் வற்றி உலர்ந்த வாழைமட்டை போலிருந்தது. இரு கைகளும் நரம்புகள் புடைத்திருக்க, முழங்கையும் கணுக்கையும் எலும்பு முண்டுகள் எழுந்து இருபக்கமும் கிடந்தன. தொண்டைமுழை மிகப்பெரிதாக எழுந்து மெல்ல அசைந்தது. கன்னங்கள் ஒட்டி, பழுத்த பெரிய விழிகள் கொண்ட கண்கள் கருகிச்சுருங்கி, பற்கள் உதிர்ந்த வாயில் உதடுகள் உலர்ந்து, அவர் முகம் பாதிமட்கிய சடலம் போலிருந்தது. அப்படி எண்ணியமைக்காக நான் உளம் கூசினேன்.

குறடுகள் ஒலிக்க மைத்ரேயர் உள்ளே வந்தார். அவருடன் மாணவர்கள் கொண்டுவந்த சுவடிப்பேழைகளை இளையோர் வியப்புடனும் ஐயத்துடனும் நோக்கினர். அரசர் மெல்லிய குரலில் ‘வணங்குகிறேன், முனிவரே. பொறுத்தருளல் வேண்டும். கைகூப்பவோ தலைவணங்கவோ இயலாதவனாக இருக்கிறேன்’ என்றார். மைத்ரேயர் அந்நிலையில் அரசர் இருப்பாரென்று எதிர்பார்த்திருக்கவில்லை. ‘அரசே’ என திகைப்புடன் சொல்லி, திரும்பி கனகரைப் பார்த்தார். ‘இன்று இதுதான் என் அவை… அமர்க!’ என்றார் அரசர்.

மைத்ரேயர் மிகஎளிமையான உள்ளம்கொண்டவர் என்பதை நான் முன்னரே அறிந்திருந்தேன். அரசசூழ்ச்சிகளை அவர் அப்போதும் புரிந்துகொள்ளவில்லை. அமர்ந்தபடி ‘நான் அரசவை என்றே எண்ணியிருந்தேன். இங்கு நுழைந்தபோதுதான் மருத்துவநிலை என உணர்ந்தேன்… அப்போதுகூட தாங்கள் இங்கிருப்பதை என்னால் உய்த்துணர முடியவில்லை’ என்றார். கனகர் ‘சினம் கொண்ட பிதாமகர் பீஷ்மரால் அரசர் தாக்கப்பட்டார். மூத்தோரின் அன்புக்கு நிகராகவே சினமும் இருக்கும் என்பார்கள். அவ்வாறே நிகழ்ந்தது’ என்றார். ‘ஆம், அதைச் சொல்லிக் கேள்விப்பட்டேன். ஆனால் இத்தனை பெரிய அடி என என்னால் கணிக்கமுடியவில்லை. என்ன சொல்கிறார்கள் மருத்துவர்? எத்தனை காலம் இங்கே கிடக்கவேண்டியிருக்கும்?’ என்றார்.

‘இன்னும் சிலநாள்’ என்றார் சுபாகு. ‘ஒருவேளை வாழ்நாள் முழுக்கவேகூட. இன்னும் என் உள்ளுறுப்புகள் குருதியுமிழ்வதை நிறுத்தவில்லை. மூச்சில் வலி மிகுந்துள்ளது. எனவே சொல் அனைத்தும் வலியே’ என்றார் அரசர். அறியாது வழிந்த கண்ணீருடன் துச்சாதனர் இறைஞ்சக் கூப்பியது போல கைகளைக் கோத்துக்கொண்டார். கைகளை பல்லாயிரம் முறை

அவ்வுணர்ச்சியுடன் கூப்பியிருப்பார். எனவே கண்ணீர் இயல்பாகவே கைகளை கூப்பச்செய்கிறது என எண்ணிக்கொண்டேன்.

மைத்ரேயர் சற்றுநேரம் என்ன பேசுவதென்று அறியாமல் கைகளை மடிமேல் கோத்தபடி அரசர் படுத்திருந்த மஞ்சத்தின் காலைப் பார்த்தபடி அமர்ந்திருந்தார். 'தங்கள் அறவுரைகளைச் சொல்லலாம், முனிவரே' என்றார் அரசர். 'இளையோனே, இங்கு அரசனுக்குச் சொல்லளிக்கும் முனிவனாக வந்தேன். இப்போது பராசரரின் மாணவனாக, என் குலத்து இளையோனை ஆற்றுப்படுத்தும் முதியவனாக இதைச் சொல்கிறேன். நீ செல்லும் பாதை உகந்தது அல்ல. அது உனக்கு மட்டும் அழிவை அளிப்பதல்ல.'

'முனிவரே, உங்கள் பாதங்களைச் சென்னிசூடி நான் சொல்வதற்கொன்றே உள்ளது. நான் என் வழியை முழுமையாக முடிவு செய்துவிட்டேன்' என்றார் அரசர். வலியுடன் அவர் உடல் மெல்ல அதிர, இரு கைகளும் இழுத்துக்கொண்டன. மருத்துவர் இருவர் அருகே சென்று கைகளை மெல்லப்பற்றி நீவி தசையிழுபடலை சீரமைத்தனர். வலிமுனகலுடன் பற்களால் இதழ்களைக் கடித்து இறுக்கி கண்களை மூடினார். கழுத்துநரம்புகள் புடைத்து நெளிந்தன. கண்களிலிருந்து நீர் வழிந்து காதுகளை நோக்கிச் சொட்டியது.

'மைந்தா, பாரதவர்ஷத்தின் இன்றுள்ள அறவோரோ அரசரோ குடிமூத்தோரோ அன்னையரோ நீ செய்ததை ஒருபோதும் ஏற்றுக்கொள்ள மாட்டார்கள். சூதில்வென்று மண்ணைக் கவர்ந்தது இழிவு. பெண்ணை அவைமுன் நிறுத்தி இழிவுபடுத்தியது கீழ்மை. அவர்களைக் கானேக அனுப்பியது கொடுமை. ஒன்றை அறிந்துகொள், குடிகளால் ஏற்கப்படாத அரசனின் கோல் ஒருகணமும் நிலைத்து நிற்காது. நிலைக்காத கோல்கொண்ட அரசன் ஐயமும் பதற்றமும் கொண்டவனாகிறான். தன் அரியணையின் கால்களையே அவனால் நம்பமுடியாது. அவன் வாள் குருதியில் நனையத்தொடங்குகிறது.'

'நீ இப்போது ஆற்றிய பழிகளுக்காக மட்டும் நான் அஞ்சவில்லை. இதில் தொடங்கும் நீ இனி ஆற்றப்போகும் பெரும்பழிகளுக்காகவே பதறுகிறேன். ஆம், ஐயமே தேவையில்லை. பழியில் தொடங்கியது பழியையே வளர்க்கும். ஒருநாளும் நீ நிறைவுடன் நாடாளமுடியாது. வாழ்ந்தோமென எண்ணி விண்ணேகவும் முடியாது' மைத்ரேயர் சொன்னார். 'இப்போதும் பிந்தவில்லை. நீ உன் தமையனை அழைத்துவந்து அவனுக்குரிய அரசை அளி. அந்த ஒரு செயல் வழியாக நீ அவனை எப்போதைக்குமாக வென்று செல்வாய். அறத்திலும் மறத்திலும் நீயே முதல்வன் என்றாவாய். கொடுப்பதனூடாக அடைவதைப்போல,

பொறுப்பதனூடாக வெல்வதைப்போல அழியாத செல்வமும் பெருமையும் பிறிதில்லை. ஒருமுறை அதைச் சுவைத்துப்பார். உன் உள்ளம் மலரும். புதிய மானுடனாக இப்படுக்கையிலிருந்து நீ எழுவாய்...'

மெல்லிய முனகல்களுடன் அரசர் படுக்கையில் கிடந்தார். அசைவே இல்லாத உடல், ஆனால் அது துடித்துக்கொண்டிருந்தது. விலாவிலும் ஒட்டி உள்ளடங்கிய வயிற்றிலும் நரம்புகள் நெளிந்தன. தசைகள் விதிர்த்தன. 'நீ மண்ணை விழைகிறாய். அது அரசனுக்குரிய இயல்பு. விழைவையே வேதம் சொல்கிறது. வென்றடைவதையே அது கொண்டாடுகிறது. ஆனால் விழைவுகள் அனைத்தும் இப்புவியில் மறுவிசைகளால் நிலைப்படுத்தப்பட்டுள்ளன. எல்லையின்மை என்பதே மானுடர்க்கில்லை. எல்லையின்மையையும் முழுமையையும் விழைபவர் தெய்வங்களைப் போருக்கு அழைக்கிறார்கள். அவர்கள் தெய்வங்களால் அழிக்கப்படுவார்கள்.'

'உன் எல்லையை அறிக! அது பாண்டவர்களே. பீமனும் அர்ஜுனனும் இருக்கையில் நீ நிகரிலாது பாரதவர்ஷத்தை ஆளமுடியாது. ஆகவே அவர்களை ஏற்றுக்கொள். மானுடனாக உன் வரையறைகளை வகுத்தவன் ஆவாய்' என்றார் மைத்ரேயர். அரசர் மெல்ல முனகியபடி தலையை மட்டும் அசைத்தார். பின்னர் 'முனிவரே, நீங்கள் எத்தனை சொல்லெடுத்தாலும் இனி இப்பிறவியில் எனக்கு மறு எண்ணம் இல்லை' என்றார்.

சற்றே சினம்கொண்ட முனிவர் 'என்னிடம் உன் முற்பிறவியை கணிக்கச் சொன்னார்கள். அதை நோக்கி உன் வாழ்க்கையைச் சொல்கிறேன். மைந்தா, உன் உள்ளம் இத்தனை உறுதிகொள்வது ஏன் என நீயே உணர்வாய். அது உன்னை நீயே மேலும் முழுமையாகக் காணச்செய்யும்' என்றார். அவர் தலையசைக்க, மாணவர்கள் பேழைகளை எடுத்து வைத்தனர். மைத்ரேயர் 'அரசரின் அனைத்துச் செய்திகளையும் முன்னரே பெற்றிருக்கிறேன். அவற்றுடன் நான் அறியவிரும்புவது ஒன்றே. அரசரின் கனவுகள் என்ன?' என்றார்.

அரசர் மறுமொழி சொல்லவில்லை. துச்சாதனர் சினத்துடன் ஏதோ சொல்ல வர, சுபாகு அவரைத் தடுத்து 'உத்தமரே, அரசரின் உடல்நிலையை தாங்களே காண்கிறீர்கள். பிறிதொருநாள் வருக!' என்றார். அதற்குள் அரசர் மெல்லிய குரலில் 'காகங்கள்' என்றார். மைத்ரேயர் சுவடிகளை எடுத்து ஒன்றிலிருந்து ஒன்றுக்கென தாவிச்சென்றார். பின்பு நீள்மூச்சுடன் அவற்றைத் திருப்பிக்கொடுத்துவிட்டு எழுந்துகொண்டார். அவர் முகமும் உடலும் மாறிவிட்டிருந்தன. 'மைந்தா, நீ யார் என்பதை

அறிந்துகொண்டேன். இதுவே இறுதித்தருணம் உனக்கு. பிறிதொன்று அமையப்போவதில்லை.'

'ஆம், இது நான் வெற்றிகொண்டு நின்றிருக்கும் தருணம்' என்றார் அரசர். 'இன்று பாரதவர்ஷத்தில் எனக்கு நிகரென எவருமில்லை. இப்படுக்கையிலிருந்து எழுவேன். பாரதவர்ஷத்தின் சக்ரவர்த்தியென அமர்வேன்.' மைத்ரேயர் இதழ்களில் புன்னகை எழுந்தது. 'இல்லை, நீ ஆளப்போவதில்லை. உன் எதிர்காலத்தையும் நான் பார்த்துவிட்டேன். மூடா, நீ ஆளப்போவதில்லை. பாரதவர்ஷத்தின் சக்ரவர்த்தி என ஒருநாளும் நீ அழைக்கப்படப் போவதில்லை. பதின்மூன்றாண்டுகாலம் கரந்து வாழப்போவது அவர்கள் அல்ல, நீதான்.'

உச்சவிசையுடன் உடலை உந்தி அரசர் பாதி எழுந்துவிட்டார். 'பார்ப்போம். இதற்குமேல் என்ன பார்ப்போம்' என கூவியபடி வலக்கையால் தன் இடத்தொடையை ஓங்கித் தட்டினார். அப்படியே மல்லாந்து விழுந்து வலிப்புகொண்டு துடிக்கத் தொடங்கினார். மைத்ரேயர் சிவந்த முகத்துடன் கைநீட்டி ஓரடி முன்னால் வைத்து முழங்கிய குரலில் 'மூடா, நீ தொடைபிளந்து கிடப்பதை நான் பார்த்துவிட்டேன். நீ பிறந்த கணம் முதல் இதோ இந்நகரில் தோன்றி உனக்காகக் காத்திருக்கிறது உன்னைக் கொல்லும் பெருங்கதாயுதம்' என்றார். பின்னர் திரும்பிப்பார்க்காமல் நடந்து வெளியேறினார்.

7

மைத்ரேயர் தன் மாணவர்களுடன் கிளம்பிக்கொண்டிருந்தபோது குடிலுக்குள் யுயுத்ஸு பாய்ந்து நுழைந்து 'தந்தை வந்துகொண்டிருக்கிறார்' என்றார். நான் திகைத்து 'எங்கே?' என்றேன். 'இங்குதான்... சஞ்சயன் அழைத்துவருகிறான். இடைநாழியைக் கடந்துவிட்டார்' என்றார். நான் உள்ளே சென்று அங்கே வழித்துணைக்காவலர்களிடம் பேசிக்கொண்டிருந்த கனகரிடம் 'அமைச்சரே...' என்று மூச்சிரைத்தேன். அவர் திகைத்து 'என்ன?' என்றார். 'பேரரசர் வந்துகொண்டிருக்கிறார். இடைநாழியைக் கடந்துவிட்டார்' என்றேன்.

இருவருக்கும் என்ன செய்வதென்று தெரியவில்லை. மைத்ரேயரிடம் பேரரசர் அவரைப் பார்க்க வருகிறார் என்று எப்படி சொல்வது என கனகர் தயங்கியபோது அவரது முதல்மாணவன் மறு அறைக்குள் சென்று அதை அவருக்கு அறிவித்தான். அவர் மெல்லிய குரலில் ஏதோ சொல்வது கேட்டது. கனகர் வெளியே ஓடினார். அதற்குள் பேரரசர் உள்ளே நுழைந்துவிட்டிருந்தார். அவர் கை பற்றி உடன்வந்த சஞ்சயன் 'இவ்வழி' என்றான். அவர் 'ம்' என முரசுபோல உறுமினார். கனகர் சென்று பணிந்து முகமன் சொன்னார். 'நான் முனிவரைப் பார்க்கவேண்டும்' என்றார் பேரரசர்.

அதற்குள் மைத்ரேயரின் மாணவர் வெளிவந்து வணங்கி முகமன் உரைத்து 'ஆசிரியர் தங்களை அழைத்துவரும்படி சொன்னார், பேரரசே' என்றார். 'ம்' என முனகியபடி சஞ்சயன் கை பற்றி பேரரசர் உள்ளே சென்றார். நானும் கனகருக்குப் பின்னால் மெல்ல உள்ளே நுழைந்தேன். அறைக்குள் மரவுரி விரித்த சேக்கையில் அமர்ந்திருந்த மைத்ரேயர் எழுந்து இரு கைகளையும் விரித்து 'பேரரசருக்கு நல்வரவு' என்றார்.

பீடத்தைச் சுட்டி 'வருக!' என்றார். பேரரசர் விழியிழந்தவர் என்பதை அவர் உணர்ந்ததாகத் தெரியவில்லை.

பேரரசர் அருகே சென்று தலைதாழ்த்தி வணங்கினார். 'என் அரசுக்கு வந்திருக்கும் எந்தையர் வடிவம் நீங்கள். நானும் என் மைந்தரும் அடிமேல் முடிபடிய வணங்குகிறோம், முனிவரே' என்றார். 'நல்லூழ் தொடர்க!' என்றார் மைத்ரேயர். அமர்ந்து தன் கைகளை கைப்பிடிமேல் வைத்து மெல்ல முன்சரிந்து 'மைந்தனை சென்று பார்த்தீர்கள் என்று அறிந்தேன்' என்றார். 'ஆம், அவனுக்கு அறவுரை சொல்லவேண்டியது என் கடமை. அதைச் செய்தேன்.' பேரரசர் சிலகணங்கள் விழிகள் உருள அசைவற்றிருந்தபின் 'அவன் எளிய உள்ளம் கொண்டவன். இனியவன். இன்று ஊழ் அவன் விழிகளை மறைக்கிறது' என்றார்.

'அனைவரும் ஏதேனும் வகையில் விழியிழந்தவர்களே' என்றார் மைத்ரேயர். அம்மறுமொழியால் சற்று சினம் கொண்ட பேரரசர் 'தாங்கள் அவனைக் கடுமையான சொற்களால் ஆற்றுப்படுத்தியதாக அறிந்தேன்' என்றார். 'ஆம், மிகக்கடுமையான சொற்கள். ஏனென்றால் அவன் நெகிழ்வற்றவனாக இருந்தான். பாறைபோல. என் தலையை அப்பாறையில் முட்டிக்கொண்டதாக உணர்ந்தேன். அத்துடன் அவன் ஆணவம்...' தன் நாவில் எழுந்த அச்சொல்லாலேயே அதை உணர்ந்து கடும் சினம்கொண்டார் மைத்ரேயர். 'என் முன் தொடைதட்டினான்... ஆம், தொடையை. அவனுடைய அதே தொடையை.'

பேரரசர் 'அவன் தங்கள் சிறுமைந்தனைப் போல. கொடிவழியில் நீங்கள் வியாசபிதாமகருக்கு நிகரானவர்' என்றார். 'அவன் பிழைகளை பிள்ளைவிளையாட்டெனக் கொள்ளவேண்டிய இடத்தில் இருக்கிறீர்கள் நீங்கள்.' மைத்ரேயர் சினம் மீதூற இருக்கைவிட்டு எழுந்து 'பிள்ளைவிளையாட்டா? எது? அவன் எவரென நூல்தேர்ந்து நோக்கினேன். அவன் கலிவடிவம். இப்புவியைக் குருதியில் ஆழ்த்தவந்தவன். அவன் வெல்லப்படுவான். அழிக்கப்படுவான். ஆனால் அவன் இங்கு நிறுவிவிட்டுச்செல்பவை என்றுமிருக்கும்...' என்றார்.

'ஆம், அதை அவன் பிறந்தபோதே நிமித்திகர் சொன்னார்' என்றார் பேரரசர். 'அவன் வளர்ந்தது பிறப்பிலேயே சுமத்தப்பட்ட அந்த அடையாளத்துடன்தான். அனைத்துத் தகுதிகளுமிருந்தும் என் மைந்தன் அவைகள்தோறும் சிறுமைகொண்டது அந்த அடையாளத்தால்தான். இன்று நீங்களும் அவன்மேல் சினம்கொள்வது அதனாலேயே.' மைத்ரேயர் 'அவன் எச்சொல்லிலும் அமையப்போவதில்லை. அழிவை அன்றி எதையும் அவனிடம் நாம் இனி எதிர்பார்க்கவேண்டியதில்லை. அரசே, அவன் இறுதியை நான் பார்த்துவிட்டேன்...' என்றார்.

‘நானும் அதைக் கனவுகளில் பார்த்துக்கொண்டிருக்கிறேன். இந்நகரின் அவைநடுவே பாண்டவர் தங்கள் வாயால் அதை அறைகூவிவிட்டுச் சென்றிருக்கிறார்கள். இந்நகரே அதைத்தான் பேசிக்கொண்டிருக்கிறது இப்போது’ என்றார் பேரரசர். ‘ஆனால் நீங்கள் முனிவர். உங்கள் சொல் எழுந்துவிட்டதென்றால் மக்கள் இனி அதையே ஆதாரமாகக் கொள்வார்கள். அச்சொல் அவனைச் சூழ்ந்து அழிக்கும்.’ மைத்ரேயர் ‘ஆம், அழிக்கும். அதை நான் அறிவேன். அழிக கலி!’ என்றார். ‘மூதாதையே, நீங்கள் அவன்மேல் தீச்சொல்லிடுவது உங்கள் கால்களை நீங்களே அனல்கொண்டு சுடுவதைப்போல. அவன் உங்கள் கொடிவழியினன்.’ மைத்ரேயர் ‘இல்லை, அவன் அழியவேண்டியவன். அழியப்போகிறவன்’ என்றார்.

‘நான் மன்றாட வந்திருக்கிறேன். உங்கள் கால்கள்மேல் என் தலை அமர்கிறது. எளிய தந்தையாக வந்து உங்கள் முன் கைநீட்டி இரக்கிறேன். என் மைந்தர் செய்த பிழைகளை அவர்களின் பிதாமகருக்கு நிகரான நீங்கள் பொறுத்தருளவேண்டும். அவர்கள்மேல் உங்கள் தீச்சொல் விழலாகாது’ என்று சொல்லி பேரரசர் தன் கைகளை நீட்டினார். ‘அது தீச்சொல் அல்ல, மைந்தா. அது ஊழ். நான் அதைக் கண்டுசொன்னேன்’ என்று அக்கைகளைப் பற்றியபடி மைத்ரேயர் சொன்னார். ‘இல்லை, அது உங்கள் வாயிலிருந்து வந்தது என்பதனாலேயே தீச்சொல்தான். அதற்கு நீங்களே மாற்றுச்சொல் உரைக்கவேண்டும்.’ என்றார் பேரரசர்.

‘ஊழுக்கு நான் மாற்று உரைப்பதா?’ என்றார் மைத்ரேயர். ‘அவர்கள் தங்கள் பாதையை மாற்றிக்கொண்டால், ஆணவத்தையும் பெருவிழைவையும் கடந்து தங்கள் எல்லைக்குள் அமைந்தால், அவ்வூழில் இருந்து அவர்கள் விடுபடக்கூடும்.’ பேரரசர் கைகளைக்கூப்பி, கண்ணீர் வழிந்து தாடிமயிரிழைகள் மேல் வழிய ‘கனிவுகொள்ளுங்கள். அருள்புரியுங்கள். அவர்கள் வாழ்வார்கள் என ஒரு சொல் சொல்லுங்கள்’ என்றார். ‘என் சொல் அதுவே. அவர்கள் வழிதேரட்டும். பிறிதொன்றும் நான் சொல்வதற்கில்லை’ என்றபடி மைத்ரேயர் எழுந்துகொண்டார். திரும்பி தன் மாணவனிடம் ‘அனைத்தும் சித்தமல்லவா? நாம் இப்போதே கிளம்பவேண்டும்’ என்றார்.

பேரரசர் அப்படியே கூப்பிய கைகளுடன் கண்ணீருடன் அமர்ந்திருந்தார். ஒளியிழந்த விழிகளிலிருந்து நீர்வழியக்காண்பது நெஞ்சுலையச்செய்தது. நான் பின்னடைந்தேன். மைத்ரேயர் ‘பேரரசே, நான் இன்றே கிளம்புகிறேன். எங்கும் எதையும் ஒருங்கிணைக்கும் வல்லமைகொண்டவன் என்பதனால் எனக்கு இப்பெயரை என் ஆசிரியர் இட்டார். இன்று என் எல்லையைக் கண்டேன். எனக்கும் இது

ஆணவக்குலைவே. நன்று' என்றபின் மாணவர்களை நோக்கி கைகளால் ஆணையிட்டுக்கொண்டு விலகிச்சென்றார்.

சஞ்சயன் குனிந்து அரசரின் காதில் 'விலகிச்செல்கிறார். அவர் கொண்டிருக்கும் கசப்பு அவர் வலக்கை விரல்கள் இறுகக்குவிந்திருப்பதில் தெரிகிறது. இடக்கையால் தாடியை நீவிச்சுருட்டிக் கசக்குகிறார். நிலையழிந்திருக்கிறார்' என்றான். யுயுத்ஸு 'கிளம்புவோம், தந்தையே' என்று அவர் கைகளைப் பற்றினார். பேரரசர் எழுந்து உரத்த குரலில் 'மூத்தவரே, நான் விடைகொள்கிறேன். என் கண்ணீர் மட்டும் இங்கு விழுந்துகிடக்கிறது. என்மேல் கனிந்து பிறிதொருமுறை எண்ணிப்பாருங்கள்... என் மைந்தர் மேல் உங்கள் சொல்பழி விழலாகாது' என்றபின் யுயுத்ஸுவின் கைகளைப்பற்றிக்கொண்டு நடந்தார்.

கனகரும் நானும் உடன் நடந்தோம். அவர் தலையை உருட்டியபடி அவ்வப்போது நின்று யானைபோல் உடலுக்குள் உறுமியபடி சென்றார். யானை யானை என்றே தோன்றிக்கொண்டிருக்கிறது. யானைபோல அளியது பிறிதுண்டா? உடல் பெரிது, தலையும் கொம்புகளும் செவிகளும் மூக்கும் அனைத்துமே பெரியவை. ஆகவே உவகையும் அச்சமும் ஐயமும் துயரமும் மிகப்பெரியவை. குழந்தைபோல களிகூர்வது யானை. சிறுபூச்சிகளைக் கண்டு அது அச்சம்கொள்வதைக் கண்டிருக்கிறேன். கிளைத்த மண்ணைக்கண்டு ஐயுற்று விலகுவதைக் கண்டிருக்கிறேன்.

அரசே, துயர்கொண்ட யானைகளை பலமுறை பார்த்திருக்கிறேன். அவை இருள் திரண்டு குளிர்ந்து பாறையென்றாகிவிட்டதுபோல் நின்றிருக்கும். அவை நின்றிருக்கும் இடமே கருமைகொண்டுவிடும். அவற்றை அணுகிவரும் பறவைகள்கூட அத்துயரையே சிறகால் அளையும். துயர்கொண்ட யானை பெரும்பாலும் உயிர்வாழ்வதில்லை. உண்ணாது அருந்தாது நின்று அத்துயரையே உயிர்த்து உடல்விம்மி துதிக்கை தளர்ந்து செவிநிலைத்து விழுந்து இறக்கும். அத்தனைபெரிய துயரை காற்று தாளாது. அது மண்ணுக்கே உரியது. மண் இன்றுவரை இங்கு வாழ்ந்து இறந்த பல்லாயிரம்கோடி உயிர்களின் துயர் விழுந்து மட்கி உப்பாகி விரிந்து கிடப்பது.

அந்த எண்ணங்களின் எடை என் கால்களையும் அழுத்தியது. பேரரசர் அரண்மனைக்குள் சென்றதுமே 'விதுரனை வரச்சொல்!' என்றார். நான் 'அவ்வண்ணமே' என்றபின் விரைந்தேன். அமைச்சுநிலைக்குச் சென்று விதுரரிடம் நடந்தவற்றைச் சொல்லி அரசர் அழைக்கிறார் என தெரிவித்தேன். அவர் ஒன்றும் சொல்லாமல் கச்சையை இறுக்கிக்கொண்டு எழுந்தார். அதற்குள் அஸ்வதந்தம் இருக்கிறதா என நான் எண்ணிக்கொண்டேன். இங்கு உயிர்கொண்டு வரும்

பொருட்களிலேயே கடினமானது குதிரையின்பல். ஒருகணமும் ஓயாது அசைபோடுவது. சினம்கொண்ட குதிரை, கடிவாளத்து இரும்பை மெல்வதைக் கண்டிருக்கிறேன்.

விதுரர் சீரான நடையில் என் முன் சென்றார். அவர் கைகள் இயல்பாக இருந்தன. உடல் நிலைகொண்ட தோள்களுடன் நிமிர்ந்த கழுத்துடன் நேர்கோடென சென்றது. ஆனால் அவர் இயல்பாகத் திரும்பி அருகே திறந்திருந்த வாயிலை நோக்கவில்லை. சாளரத்திரைச்சீலை ஒன்று அவரைத் தொட எம்பியபோதும் விழிதிருப்பவில்லை. அவர் அந்த நிகர்நிலையை நடிக்கிறார் என உணர்ந்தேன். தன்னை முழுமையாகத் திரட்டி கூர்கொண்டிருக்கிறார். கூர் என்பது இயல்புநிலை அல்ல. பரவுதலே உள்ளம். இருக்கும் இடமெல்லாம் வழிந்து நிறைவதே மானுடனின் இருப்பு. கூர்கொள்பவர்கள் அரசுசூழ்பவர்கள், போர்வீரர்கள், வணிகர்கள். கூர்கொண்ட அனைத்தும் படைக்கலங்களே. அவர்கள் அறியாத்தெய்வங்களின் போருக்குக் கருவியாகிறார்கள். அரசே, உச்சநிலைகளில் என்னைப்போன்ற எளியவர்கள்கூட கூரிய எண்ணங்களை அடைகிறோம். அவற்றிலேயே நாம் முழுமையாக வாழ்கிறோம்.

இசையவையில் பேரரசர் தன் பீடத்தில் செதுக்கி வைக்கப்பட்ட சிலை என நிமிர்ந்து இறுகி அமர்ந்திருப்பதை தொலைவிலேயே கண்டேன். விதுரர் உள்ளே நுழைந்ததும் ஒரு சிறிய அசைவு உருவாகியதா அது என் விழிமயக்கா என ஐயுற்றேன். சஞ்சயனின் இதழ்கள் அசைந்துகொண்டேயிருந்தன. அவன் சொல்லில் நானும் வருவேனா? வராமலிருக்கமாட்டேன், ஏனென்றால் அவன் காற்று போல அனைத்தின்மீதும் பரவுபவன். அவனுக்கென சித்தமே இல்லை. அவன் விழிகளுக்குப்பின் அவரது சித்தமே நின்றிருந்தது.

விதுரர் சென்று வணங்கியதும் பேரரசரின் கைகள் பீடத்தின் கைப்பிடிமேல் இறுகுவதைக் கண்டேன். என் நெஞ்சு அதிரத்தொடங்கியது. ‘மைத்ரேயர் ஏன் இங்கு வந்தார்?’ என்றார். ‘நான் தங்களிடம் சொன்னேன். அவர் பராசரகுலத்துப் பெருமுனிவர். முனிவர்கள் அரசரைப் பார்க்க வருவது வழக்கமே’ என்றார் விதுரர். ‘ஆம், ஆனால் இங்கு என்ன நிகழ்ந்தது என உலகமே அறியும். இன்று சூதர்கூட அஸ்தினபுரியைத் தேடிவருவதில்லை. அவர் எப்படி வந்தார்?’ என்றார் பேரரசர். ‘பேரரசே, மைத்ரேயர் மிக எளியவர். அவருக்கு அரசியல்நிலைமைகள் தெரியாது’ என்றார். ‘இல்லை, அவர் வந்தது திட்டத்துடன்தான். அவரது திட்டம் இல்லையென்றால் பிறிதொருவரின் திட்டம்’ என்றார் பேரரசர்.

‘அவர் வந்தபின் தெரிந்திருக்கும் அரசன் நோய்ப்படுக்கையில் இருக்கிறான் என. அவன் உள்ளமும் உடலும் நிலையிலில்லை என்று

தெரிந்தபின்னரும் ஏன் அவர் அங்கே சென்றார்? எவர் அவரை அங்கு கொண்டுசென்றது?' விதுரர் 'பேரரசே, நான் உங்களிடம் சொன்னேன். உங்கள் ஆணைப்படியே அவர் அரசரைப் பார்க்கச் சென்றார்' என்றார். பேரரசர் 'ஆம், நீ என்னிடம் சொன்னாய். உண்மை. ஆனால் நீ சொல்வதற்கு முன்னரே அனைத்தையும் முடிவுசெய்துவிட்டாய். அச்சூழ்ச்சியில் நான் விழுந்தேன்...' என்றார். விதுரர் 'அவ்வண்ணமெனில் அவ்வாறே. அவர் அரசருக்கு நெறியுரைக்கவேண்டுமென்பதே என் விழைவு. அதற்காகவே அச்சூழ்ச்சி' என்றார்.

'இல்லை, நீ அறிவாய். மைந்தன் என்ன உளநிலையில் இருக்கிறான் என. நோய்ப்படுக்கையில் வலியில் துடிக்கும் ஒருவன் நன்றுதீதென ஏதறிவான்? அவன் முனிவரை சிறுமைசெய்வான் என நீ அறிந்திருந்தாய். ஆகவேதான் அவரை அங்கே கொண்டுசென்றாய். அவர் வாயால் அரசன் தீச்சொல்பெறும்படி செய்தாய். அதை இந்நேரம் இந்நகரே அறிந்திருக்கும். அந்தணர் கொதிக்கத் தொடங்கிவிட்டிருப்பார்கள். குடிகளில் அச்சம் பரவிக்கொண்டிருக்கும். அதுவே உன் விழைவு' என்று பேரரசர் கூவினார். 'நீ என் மைந்தனை அவர் முன் இழுத்துவிட்டாய். அவரிடமிருந்து பழிபெறும்படி களம் அமைத்தாய்.'

'மூத்தவரே, இப்பழிச்சொற்களை உங்களிடமிருந்து எக்கணமும் எதிர்பார்த்திருந்தேன். இப்போது பேசுவது அஸ்தினபுரியின் அறச்செல்வர் அல்ல. விழியிழந்த வெறும்தந்தை' என்றார் விதுரர். 'ஆம், நான் வெறும் தந்தைதான். இனி அதை மறுக்கவேண்டியதில்லை. இப்புவியில் தெய்வங்களைவிட மூதாதையரைவிட அறத்தைவிட எனக்கு என் மைந்தனே மேலானவன். அரசும் குடிகளும் உறவும் நட்பும் எனக்கு ஒரு பொருட்டே அல்ல. போதுமா? இனி எதையாவது நான் தெளிவாக்கவேண்டுமா?' என்று கூவினார் பேரரசர். உணர்வெழுச்சிகொண்டு எழுந்து இரு கைகளையும் விரித்து கழுத்து நரம்புகள் புடைக்கக் கூவினார்.

'ஆம், என் மைந்தனை முதலில் இக்கைகளில் எடுத்த கணம்முதல் அவன் நலனன்றி எதையும் நான் எண்ணியதில்லை. அவனே நான். என்னிலிருந்து நான் அள்ளி எடுத்த பழுதற்ற நான் அவனே. அவன் ஆற்றியவை நான் விழைந்தவையே. அவன் நிலைகொள்வது என் அலைகளுக்கு மேலேயே. ஒரு தருணத்திலும் அவனை விட்டுக்கொடுக்கமாட்டேன். ஒருகணமும் அவனிடமிருந்து என் உள்ளம் விலகாது... சென்று சொல் உன் அவையோரிடம். அறமுரைக்கவரும் அந்தணரிடம் சொல். முனிவர்களும் தெய்வங்களும் அறிக, நான் என் மைந்தன் அமர்ந்திருக்கும் பீடம் மட்டுமே.'

‘அதை நான் முன்னரே அறிவேன்’ என்றார் விதுரர். மூச்சிரைக்க கையசைத்து ஏதோ சொல்லவந்த பேரரசரை நோக்கி ‘நீங்கள் இட்ட அணைத்தடுப்புகளையெல்லாம் பெருவெள்ளம் அடித்துச்சென்றுவிட்டதை அறிந்து நிறைவையே அடைகிறேன். இனி எந்தத் தயக்கமும் இல்லை எனக்கு...’ என்றார். பேரரசர் வெறுப்பால் இழுபட்ட உதடுகளுடன் ‘உன் அகம் விழைவதென்ன என்றும் எனக்குத் தெரியும். நீ நாடுவது அவர்களின் நலனை மட்டுமே’ என்றார். அவர் முகம் மாறிக்கொண்டே செல்வதைக் கண்டு நான் அஞ்சிப் பின்னடைந்தேன். அரசே, மானுடர் கீழிறங்குவதை எத்தனை பேருவகையுடன் செய்கிறார்கள். ‘ஏனென்றால் அவர்கள் உன் மைந்தர். ஓர் இருண்ட வெளியில் நீ அவர்களின் தந்தை.’

‘மூத்தவரே...’ என உடைந்த குரலில் அழைத்தபடி விதுரர் அறியாது பின்னடைந்தார். அவர் இடக்கை துழாவி பீடத்தின் மேல்விளிம்பைப் பற்றிக்கொண்டது. ‘இல்லை என்று சொல், மூடா! இல்லை என்றால் உன் இடைக்கச்சையில் இருக்கும் அஸ்வதந்தம் ஏன் ஒளிவிடுகிறது என்று சொல்!’ என்று உறுமியபடி பேரரசர் அருகே வந்தார். ‘மூத்தவரே!’ என அழுகைபோல அழைத்த விதுரர் அவரை நிறுத்தும்படி சஞ்சயனையும் யுயுத்ஸுவையும் மாறிமாறி நோக்கினார். ‘சென்று சொல் உன் மைந்தரிடம். அவர்கள் என் மைந்தனுக்கு எதிரிகள், ஆகவே அவர்கள் எனக்கும் எதிரிகளே. அவர்கள் காடுவிட்டு மீள்வதை நான் விரும்பவில்லை. மண்புழு மண்ணுக்குள் செத்துமறைவதுபோல அவர்கள் அங்கேயே அறியப்படாது அழிவார்கள் எனச்சொல்... போ!’

‘செல்கிறேன், இனி எனக்கு இங்கு இடமில்லை’ என்று விதுரர் சொன்னார். ‘இதுநாள்வரை உங்களை மூத்தவர் என்றழைத்து இங்கு வாழ்ந்தமைக்காக நாணுகிறேன். இனி இந்நகர் என்னுடையதல்ல.’ நழுவிக் கீழே கிடந்த சால்வையை குனிந்து எடுத்துக்கொண்டு விதுரர் வெளியே ஓடினார். ‘செல், நீ இறந்துவிட்டதாகவே எண்ணிக்கொள்கிறேன். ஒவ்வொருவராக இறந்தால் மட்டுமே எனக்கு விடுதலை’ என்று பேரரசர் கூவினார். யுயுத்ஸு ‘போதும் தந்தையே, போதிய நஞ்சைக் கக்கிவிட்டீர்கள்’ என்றார். ‘என்ன சொன்னாய், மூடா?’ என பேரரசர் கைகளைத் தூக்கியபின் மூச்சிரைக்க நிறுத்தி ‘விலகிச்செல்... என் கைகளால் இறக்காதே’ என்றார்.

“விதுரரைத் தொடர்ந்து நானும் கனகரும் சென்றோம். அவர் நேராக தன் இல்லம் நோக்கிச் சென்றார். ஆனால் பாதிவழியிலேயே நின்றுவிட்டார். திரும்பி எங்களிடம், தன்னை எவரும் தொடரவேண்டியதில்லை என்று ஆணையிட்டார். நாங்கள் அங்கேயே நின்றோம். அவர் தன் தலைப்பாகையையும் பட்டுக் கச்சையையும் மேலாடையையும் களைந்து நிலத்தில் இட்டார். மார்பணியையும் குண்டலங்களையும்

கைவளைகளையும் உருவி அதன்மேல் வீசினார். எங்களை நோக்காமல் நடந்து அரண்மனைமுற்றத்தை அடைந்து அங்கிருந்து சாலையை அடைந்து கிழக்குக் கோட்டைவாயில் நோக்கிச் சென்றார்" என்றான் காலன்.

"அவர் செல்லும்போதே ஓர் இரவலனிடம் இடையாடையை அளித்துவிட்டு மரவுரியை வாங்கிக்கொண்டது பின்னர் தெரியவந்தது. அவர் கிழக்குக்கோட்டை முகப்புக்குச் செல்லக்கூடுமென நாங்கள் எண்ணினோம். கனகர் அங்கே அவரைச் சந்தித்து செல்லவேண்டாமென மன்றாடும்படி அமைச்சர்கள் சிலரை அனுப்பினார். கோட்டையை அவர் கடந்தாரென்றால் அங்கே அவரைக்கண்டு தங்கள் தவச்சாலைக்கு அவரை அழைத்துச்செல்லும்படி வேதமுனிவர் நால்வரை நிறுத்தினார். துரோணருக்கும் கிருபருக்கும் செய்தியனுப்பி அவரை செல்லும்வழியிலேயே இடைமறித்து தங்கள் கல்விநிலைகளுக்கு அழைத்துச்செல்லக் கோரினார்.

"ஆனால் விதுரர் அப்படியே மறைந்துவிட்டார். எவருமறியாமல் கோட்டையை விட்டு நீங்கும் பிறர்அறியா கரவுப்பாதைகளை அவர் அறிந்திருந்தார். அவர் கிழக்குவாயிலை அடையவே இல்லை. கங்கைக்கரைப்பாதைகள் எதிலும் தென்படவில்லை. படகோட்டிகளும் சுமைதூக்கிகளும் விடுதிக்காப்பாளர்களும் சாலைவணிகர்களும் கரந்தலையும் ஒற்றர்களும் அவரைக் காணவில்லை" என்று காலன் சொன்னான். "அச்செய்தியை அரசருக்கு அறிவிக்கும்படி யுயுத்ஸுவுக்குச் சொன்னோம். அவர் பேரரசர் சொல்லவிந்த இறுக்கத்துடன் இருப்பதாகவும் செவிகள் உணர்வுகொண்டிருப்பதகாவும் தெரியவில்லை என்றும் சொன்னார். நான் அனைத்தையும் பேரரசிக்குச் சொன்னேன்."

அதைக்கேட்டு அமர்ந்திருந்த பாண்டவர்கள் மெல்ல இயல்புநிலைக்கு மீண்டனர். நகுலன் சிறிய கற்களை எடுத்து வீசிக்கொண்டிருந்தான். அங்கில்லாதவன்போல மரக்கிளைகளின் மேல்நுனியை நோக்கிக்கொண்டிருந்தான் அர்ஜுனன். தருமன் "அன்னை என்ன சொன்னார்?" என்றார். "அரசிக்கு அங்கு நிகழ்ந்தவை மட்டுமே முழுமையானவை என்று தோன்றவில்லை" என்றான் காலன். "விதுரருக்கும் பேரரசருக்கும் இடையே மேலும் ஓர் உரையாடல் நிகழ்ந்திருக்கவேண்டும் என்று பேரரசி சொன்னார். அதை அறியவிழைவதாக ஆணையிட்டார். ஆனால் அப்படி ஒரு மந்தணச்சொல்லாடல் நிகழ்ந்திருந்தால் அதை சஞ்சயனும் யுயுத்ஸுவும் மட்டுமே அறிந்திருப்பார்கள். அதை அவர்களிடமிருந்து அறியமுடியாது என்று நான் சொன்னேன். பேரரசி நிறைவுறவில்லை."

“பேரரசியின் ஒற்றர்களும் விதுரரைத் தேடிக்கொண்டிருந்தனர். அவர் சௌனகக்காட்டில் தென்பட்டதாக ஒரு செய்தி வந்தது. அதன்பின் அவர் காம்யகம் சென்றிருக்கக்கூடுமென்றனர். ஆனால் அவரை நேரில்பார்த்தோம் என எவரும் சொல்லவில்லை. அவர் உங்களை வந்து பார்ப்பார் என எண்ணி பேரரசி காத்திருந்தார். நீங்களிருக்கும் இடத்தை பிறர் அறியும்படி ஒற்றர்கள்மூலம் பரப்பியதும் அதற்காகவே. இத்தனை நாட்களாகியும் அவர் உங்களை வந்து பார்க்காததனால்தான் அவர் வடக்கிருக்கக்கூடும் என்னும் ஐயத்தை அடைந்தார். அதன்பின்னரே என்னிடம் உங்களைச் சந்தித்து இவற்றை எடுத்துரைக்கும்படி ஆணையிட்டார்.”

தருமன் “ஆம், அவர் உண்ணாநோன்பிருக்கக்கூடும். அவர் உள்ளத்தில் பேரரசர் இறையுருவாக மூதாதையாக வீற்றிருந்தார். அந்தப்பெரும் சரிவுக்குப்பின் உயிர்வாழ்தலுக்கான அடிப்படையையே அவர் இழந்திருப்பார்” என்றார். “இந்நேரம் எங்கோ அவர் உண்ணாநோன்பில் இருப்பார். நாம் கண்டடைவதற்குள் உயிர்விட்டிருக்கவும் வாய்ப்புள்ளது.” சகதேவன் “அன்னை துயருற்றிருக்கிறாரா?” என்றான். “ஆம் இளையோரே, அன்னையை இத்தனை துயர்மிக்கவராக மிக அரிதாகவே நான் கண்டிருக்கிறேன்” என்றான் காலன். “நாம் என்ன செய்வது? பேரரசரின் ஒற்றர்களும் அன்னையின் ஒற்றர்களும் கண்டடையாத ஒன்றை நாம் எப்படி அறிவது?” என்றார் தருமன். “அவர் இறுதியாக எதையேனும் சொல்லவிழைந்தால் உங்களிடமே சொல்வார். ஆகவே உங்களுக்கு அவரது அழைப்பு வரும் என பேரரசி எண்ணுகிறார்” என்றான் காலன்.

அர்ஜுனன் “காலரே, விதுரர் கிளம்பிச்சென்ற அன்று அச்செய்தியை அன்னையிடம் நீர் சென்று உரைத்தீர் அல்லவா? அன்று அன்னை என்னென்ன சொன்னார்?” என்றான். காலன் “எப்போதும்போல வினாக்களைத் தொடுத்துக்கொண்டிருந்தார்” என்றான். “அவர் முகம் எப்படி இருந்தது? என்னென்ன வினவினார்? நீர் மானுட உள்ளங்களை நுண்மையாகத் தொடரும் திறன் கொண்டவர். உமது நுண்விழிகளால் கண்டவற்றுடன் சேர்த்தே சொல்லும்” என்றான் அர்ஜுனன்.

“செய்தியை நான் செல்வதற்கு முன்னரே அறிந்திருந்தார். அவரிடம் அப்போது துயர் வெளிப்பட்டதென்றாலும் அதைவிட ஆழத்தில் ஓர் அகநிறைவு வெளிப்பட்டதோ என்று நான் ஐயம் கொண்டேன். என் எண்ணத்திற்காகப் பொறுத்தருள்க! காதலனைப் பற்றிய செய்தியை எதிர்நோக்கும் இளங்காதலியின் பரபரப்பே அவரிடமிருந்தது. இளவரசே, நிறைவூட்டும் செய்தி என முன்னரே நம் ஆழம் உய்த்துணர்ந்துகொண்டதென்றால் மட்டுமே நாம் பரபரப்படைகிறோம். நம் விழிகள் ஒளிவிடுகின்றன. நம் உதடுகள்

கேளாச்சொற்களை உச்சரிப்பவை போல அசைகின்றன. நம் கைவிரல்கள் நெளிகின்றன, பின்னுகின்றன. தீயசெய்தி என்றால் நாம் முன்னரே தளர்ந்துவிட்டிருப்போம். பதற்றம் மட்டுமே விழிகளிலும் குரலிலும் வெளிப்படும். கைகள் இறந்த பாம்புகள் போல தோள்முனையில் தொங்கிக்கிடக்கும்" என்றான் காலன்.

"அவர் என்னிடம் அனைத்தையும் சொல்லும்படி சொன்னார். நான் பார்த்தவற்றையும் கேட்டவற்றையும் சொல்லெண்ணிச் சொன்னேன். நீ எண்ணியவற்றையும் சொல் என்றார். எண்ணியவை அறிவின்மைகளே அரசி என்றேன். அவை எவையானாலும் அவ்வாறு உன்னை எண்ணவைத்தது எது என்பது எனக்குத் தேவையானதே என்றார். சொல்லி முடித்ததும் மேலும் மேலும் வினாக்களைக் கேட்டார். மைத்ரேயரிடம் பேச வரும்போது பேரரசர் சஞ்சயனிடம் உரையாடிக்கொண்டு வந்தாரா என்றார். விதுரரிடம் பேரரசர் கொந்தளித்தபோது சஞ்சயனும் யுயுத்ஸுவும் விழிகளால் சந்தித்துக்கொண்டார்களா என்று கேட்டார். பேரரசர் தன் நச்சுச்சொற்களை முற்றுமிழ்ந்தபின்னரே யுயுத்ஸு அவரைத் தடுத்தார் என நான் அவரிடம் அதைச் சொன்னபோதே உணர்ந்தேன். அவ்வண்ணமெனில் அச்சொற்களை அவர் முன்னரே சொல்லியிருக்கவேண்டும், அவற்றை அவர் சொல்லாமல் அடங்கமாட்டார் என்பதனால்தான் யுயுத்ஸு தடுக்கவில்லை என்றார் பேரரசி."

அர்ஜுனன் மெல்லிய பெருமூச்சுடன் "ஆம், அன்னையை அணுக்கமாக நின்று பார்க்கமுடிகிறது" என்றான். "நான் சொல்லி முடித்ததும் தளர்ந்தவராக அவர் பீடத்தில் அமர்ந்து விரல்களால் பீடத்தின் கைப்பிடியில் தாளமிட்டபடி எண்ணங்களில் ஆழ்ந்தார். அவர் மெல்லமெல்ல அமைதியடைந்து குளிர்ந்து வெண்பளிங்குச் சிலையென ஆனார். அவரது அந்த அமைதிக்கு அருகே அலைபாய்ந்த சாளரத்திரைச்சீலைகள் என்னைத் தொல்லைப்படுத்தின. அவற்றைச் சென்று நிறுத்தவேண்டுமென விழைந்தேன்" என்றான் காலன். "சற்றுநேரம் கழித்து பேரரசி என்னிடம் அவரது ஒற்றர்படைத்தலைவர் வக்த்ரரை வரச்சொல்லும்படி ஆணையிட்டார். நான் அறைநீங்கினேன்."

"இறுதியாக ஒன்றைக் கேட்டிருப்பார்" என்றான் அர்ஜுனன். "அவரது அமைதி அதற்காகத்தான். நீர் அதைச் சொல்லலாமா என எண்ணுகிறீர்." காலன் "ஆம்" என்றான். "சொல்லும்" என்றான் அர்ஜுனன். "அஸ்வதந்தத்தை அவர் வீசிவிட்டுச் சென்றாரா என்றார். இல்லை என்றேன். சரி நீ போகலாம் என்றார். நான் கதவைமூடிவிட்டு வெளியே சென்றேன்" என்றான் காலன். "இறுதியாக நீர் கண்ட அரசியின் முகம்

துயர்கொண்டிருந்ததா?" என்று அர்ஜுனன் கேட்டான். காலன் தயங்கினான். "சொல்க!" என்றான் அர்ஜுனன்.

காலன் மெல்லிய குரலில் "நான் எப்போதுமே கதவுமூடுவதற்கு முந்தைய கணத்தை கூர்ந்து நோக்குவேன். சந்திப்பு முடிந்து கதவுமூடி தனிமைகொண்டுவிட்டோம் என்னும் உணர்வு அறியாமலேயே எழுந்து அவர்களின் முகம் அதைக் காட்டும்தருணம் அது. அதுவரை அவர்கள் காத்தவை அப்போது விலகிவிட்டிருக்கும். முகம் எப்போதுமே பிறிதொன்றைக் காட்டும்" என்றான். "ஆம், நீர் அப்படிப் பார்ப்பவர் என நான் அறிந்தேன். சொல்க! அன்னையின் முகம் எப்படி இருந்தது?" என்றான் அர்ஜுனன். "பேரரசி முகத்தில் நற்செய்தியை அறிந்த மலர்வு எஞ்சியிருந்தது."

"நன்று" என்றான் அர்ஜுனன். அவன் கைகாட்ட, காலன் தலைவணங்கி விலகிச்சென்றான். "மூத்தவரே, நாம் அஞ்சவேண்டியதில்லை. விதுரர் உண்ணாநோன்பு இருக்கமாட்டார்" என்று அர்ஜுனன் சொன்னான். "அவரது செய்தி நம்மைத் தேடிவரும். காத்திருப்போம்."

8

“அரசே, புழு பறப்பதைப் பார். நெளியும் சிறுவெண்புழுவுக்குள் சிறகு எவ்வடிவில் உள்ளது? அதன் கனவாக. அக்கனவு அதற்குள் பசியென்று ஆகிறது. பசி அதை கணம் ஓயாது நெளியச்செய்கிறது. நெளிந்து நெளிந்து அது இறகுகளைக் கருக்கொண்டபின் கூட்டுக்குள் சுருண்டு தவமியற்றுகிறது. உடைத்தெழுந்து வண்ணச்சிறகுகளுடன் வெளிவந்து காற்றிலேறிக்கொள்கிறது. மண்ணுடன் மண்ணொன்றாகிய புழுவில் விண்ணகம் குடிகொள்ளும் விந்தை இது என்று அறிக!” ஐதரேயக்காட்டின் முதன்மை ஆசிரியர் திவாகரர் சொன்னார்.

“சிறகென்பது பறக்கத் துடிக்கும் விழைவு ஒரு பருப்பொருளானது என்று அறிந்தவன் இப்பருவுடலே அது கொண்ட விழைவுகளால் ஆனதென்று அறிவான். கைகள் எவ்விழைவுகள்? அரசே, கால்களின் உள்ளடக்கம் என்ன? விழிகள் விழைவதென்ன? செவிகள் தேடுவதென்ன? சுவையாக மணமாக உடல் அறிவது எந்த விருப்பை? மானுடர்களாக இங்கு வந்து நிகழ்ந்து மீள்வதுதான் என்ன? ஒவ்வொரு மனிதனும் ஒரு விழைவென்றால் அவ்விழைவுகள் பின்னி விரிந்து இங்கு உருவாவது என்ன? அது ஒருபெரும் விழைவென்றால் அவ்விழைவு எய்துவது எதை?

“துணி தைப்பவனைப் பார்க்காமல், அத்துணியையும் காணாமல், அவன் கையிலிருந்து ஓடும் ஊசியை மட்டும் பார்த்தால் அதன் ஓயாச்செயல்பாடு திகைப்பூட்டும் பொருளின்மை அல்லவா? இங்கு நாம் ஆற்றுவது நாமறியாப் பெருஞ்செயலை என்று அறிந்தவனே அத்திகைப்பிலிருந்து விடுபடமுடியும். துணியை நாம் காண இயலாது. அதை ஊழ் என்கின்றார்கள். தைப்பவனை நாம் அறியமுடியாது. அதை அது என்று மட்டுமே சொல்லிக்கொள்ளமுடியும். ஆனால்

ஊசியைக்கொண்டு துணியையும் தைப்பவனையும் உய்த்துணர்பவன் விடுபடுகிறான். அதுவே ஐதரேய மெய்யறிதல்.

“ஊழ் என்பது நம்மனைவரையும் பின்னிப்பிணைத்திருக்கும் பெருவலை மட்டுமே. இவ்வலையில் பிறந்திறந்து சென்றுகொண்டிருக்கிறோம். ஏனென்றால் இப்பிறவிக்கு முன்பு ஏதுமில்லை என்றால் இங்கு நான் கொண்டுவருபவை எங்கிருந்து வருகின்றன? இப்பிறவிக்கு அப்பால் ஏதுமில்லை என்றால் நான் இங்கு ஈட்டியவை எங்கு செல்கின்றன? புழுவென ஒரு பிறப்பு. விழைவை உடலாக்கி கூண்டுக்குள் செய்யும் தவம் என்பது பிறிதொரு இறப்பும் மறுபிறப்பும். சிறகுகள் ஓய விழுந்து இறுதியென ஓர் இறப்பு. தந்தை இட்ட பெயருடன் மடிபவன் ஒருபிறப்பாளன். தான் ஈட்டியபெயர் சூடியவன் மறுபிறப்பாளன்.

“வேதத்தில் எழுந்த முனிவராகிய வாமதேவரை வணங்குக! கோதம குருமரபினராகிய அவரது நாவிலெழுந்த வேதத்தை வாழ்த்துக!” என்று திவாகரர் சொன்னார். “கருவிலிருந்த கனவில் அவர் தேவர்களின் பிறப்புண்மைகளை முற்றறிந்துகொண்டார். மண்ணுக்கு வந்து அவர் கற்றது மொழியை மட்டுமே. நூறு இரும்புக்கோட்டைகளென கருவறைச்சுவர்களால் காக்கப்பட்டார். பருந்தென அவற்றைக் கிழித்து மண்ணுக்கு எழுந்தார். பின்பு அக்கருவறையை நோக்கி அவர் சொன்னார், இதோ நீ அளித்த சிறகுகளுடன் நீ தேக்கிய விழைவுகளின் வடிவாக எழுந்துள்ளேன். அரசே கேள், அக்கோட்டைகளைக் கட்டியது அப்புழுவே. அச்சிறையை உடைப்பதும் அதுவே.”

“இப்பருவெளிப்பெருக்கு ஒரு நெசவு. ஊடுசரடென செல்வது அறிபொருள். பாவுசரடென ஓடுவது பிரக்ஞை. பிரக்ஞை உறையாத ஒரு பருமணலைக்கூட இங்கு நீங்கள் தொட்டெடுக்க முடியாதென்றறிக!” அவர் பேசிக்கொண்டிருக்கையிலேயே ஒரு மாணவன் கைதூக்கியபடி எழுந்து நின்றான். அலைபாய்ந்த குழல்கற்றைகளும் தெளிந்த விழிகளும் கொண்டிருந்தான். “ஆசிரியரே, அறிபடுபொருளும் அறிவுமாகி நின்றிருப்பது முதற்பெரும்பொருள் என்கிறது ஐதரேயம். வானம் குடத்தில் என மானுடனில் அடைபடுவதே பிரக்ஞை என்கிறது. நான் அதைப்பற்றி ஒரு வினாவை எழுப்ப விழைகிறேன்.”

“இது சொல்லாடுவதற்குரிய இடமல்ல, இளையோனே. இங்கு நான் அரசருக்கு ஐதரேயப் பெருமரபை உரைத்துக்கொண்டிருக்கிறேன்” என்றார் திவாகரர். “சொல்லாடல்களன்களில் பலமுறை இதைப் பேசியிருக்கிறோம்.” அவன் “ஆம்” என்றான். “ஆனால் அது நெறிகளுக்குட்பட்டு சொல்முறைகள்கொண்டு களமாடுதல். எனக்கு அது உவப்பல்ல. நான் பயிற்சியை வேண்டவில்லை. நான் கோருவது

போரை.” திவாகரர் “அதற்கான இடமல்ல இது” என்றார். “அதை நான் முடிவுசெய்துகொள்கிறேன். நான் பிழைபுரிந்தேன் என்றால் என்னைத் தீச்சொல்லிட்டு அழியுங்கள்” என்றான் அவன்.

திவாகரர் பொறுமையைக் காத்தபடி “சொல்!” என்றார். “எங்கு எவ்வாறு முழுமுதல்பிரக்ஞை தனிப்பிரக்ஞை என ஆயிற்று என்றறியாமல் இவ்வறிதல்களால் என்ன பயன்?” என்றான் அவன். “நதி தேங்கி குளமாகிறது. ஏன் என்றால் அங்கு ஒரு பள்ளமிருந்தது என்பதொன்றே மறுமொழி. அவ்வாறு ஆவது நதியின் இயல்பென்பதற்கு அப்பால் விளக்கமில்லை” என்றார் திவாகரர். “அகாலத்தின் ஒரு தருணத்தில் முழுமுதன்மையின் சித்தப்பெருக்கு காலக்குவையில் தேங்கியது. படைப்புவிசையென்றாகியது. அதை பிரம்மன் என்கிறார்கள். பிரம்மனின் வாயிலிருந்து சொல் எழுந்தது. அலகிலா சித்தம் பொருளுக்குக் கட்டுப்பட்ட சொல்லென்ற கணம் படைப்பு நிகழ்ந்தது.”

“சொல்லில் எழுந்தது நெருப்பு. பிரம்மனின் மூக்கில் தோன்றியது உயிர். உயிர்ப்பே காற்று. விழிகளிலிருந்து நோக்கு. நோக்கிலிருந்து ஒளி. ஒளியிலிருந்து சூரியர்கள். செவிகள் தன்னுணர்வைப் படைத்தன. தன்னிருப்பைக்கொண்டு நான்கு திசைகள் வகுக்கப்பட்டன. தன்னுள் கனிந்தபோது உள்ளம் பிறந்தது. உள்ளத்திலிருந்து சித்தம் உருவாகியது. சித்தம் சந்திரன் என குளிர்ந்து வானிலெழுந்தது. மைந்தா, பிரம்மனின் தோல் முளைத்து பருப்பொருள்வெளி பிறந்தது. பிரம்மனைப் படைத்து ஊட்டிய தொப்புள் கொடி அப்போது அறுந்து விலகியது. புண்ணெனத் திறந்த தொப்புளில் இருந்து ஒவ்வொன்றுக்கும் எதிர்விசையாக அமையும் இருள் எழுந்தது. உயிர்கள் அதை இறப்பு என்றன. ஆதலழிதலின் பின்னலென இங்கே அனைத்தும் அமைந்தன” என்றார் திவாகரர்.

“தூயது இந்தக் குடம் என்று அறிக!” என்றார் திவாகரர். “அனல் சொல்லென வாயில் அமைந்தவன். காற்று மூச்சென மூக்கில் ஆடுபவன். கதிரோன் ஒளியென விழியானவன். திசைத்தேவர்கள் செவிகளென குடிகொள்பவன். மண்ணின் உயிர் தோலென ஆனவன். சந்திரன் உள்ளமென்றும் விண்ணகமே சித்தமென்றும் அமைந்தவன். இறப்பு இருளென குடிகொண்ட உடல் கொண்டவன். நீரை விந்துவென்றும் குருதியென்றும் ஏந்தியவன். மானுடன் பெருவெளியின் துளி. அங்கு அவ்வாறு அமைந்தது இங்கு இவ்வாறு அமைகிறது. குடத்தில் அடங்கக்கூடியதே விண் என்பதனால் மட்டுமே அறிவு பயனுள்ளதாகிறது.”

“ஒவ்வொருமுறையும் இதுவே நிகழ்கிறது” என்று அவன் பொறுமையிழந்து கூவினான். “ஆயிரம் சொற்களைக் கடந்து வினா சென்று நிற்குமிடம் ஒன்றே. அருவென அமைந்தது உருவென ஆனது எப்படி? அலகிலி

எல்லைகொண்டது ஏன்? பிரக்ஞையென அமைவது பொருளென ஆனது எப்போது? அத்தனைச் சொற்களும் அங்கு சென்றதுமே தயங்கி நின்றுவிடுகின்றன. பின்பு ஒரு சொல்மயக்கம். ஒரு கனவு. ஒரு கூடுபாய்தல். நான் தேடுவது மறுமொழியை, மயக்கத்தை அல்ல."

"மறுமொழி என்று ஒன்றில்லை. நான் சொல்வது ஓர் எண்ணத்தை. அது உன் சித்தத்தில் எதிரொலிக்கிறது. நீ கேட்பது உன் எதிரொலியை மட்டுமே. அது உன் உள்ளக்குகைகளால் பெருக்கப்படுகிறது" என்றார் திவாகரர். "பிரக்ஞை என நம்முள் நிறைந்திருப்பதன் புறவடிவமே மொழி. மொழியின் முதல் ஒலி அ. அது மூச்சுக்குத் திறந்த வாய். திகைத்து அமைந்த நா. பொருளை அள்ளத் துணிந்த உயிர். மொழியின் அனைத்து ஒலிகளுடனும் அது இணைந்துள்ளது."

"மைந்தா, அ என்பது அது என்னும் சுட்டு. அல்ல என்னும் மறுப்பும்கூட. அலகிலி என்னும் விரிவு. அகம் என்னும் கூர்மை. மொழியை பின்னோக்கி இழுத்தால் அது சென்றடையும் புள்ளி அ என்பதே. அதுவே முழுமுதன்மையின் வரிவடிவம்" திவாகரர் சொன்னார். "திறந்த வாய் மூடக்குவிவது உ. மூடியமைவது ம். அகர உகர மகாரமாகி நின்றது அதுவே. அதையே ஓம் என்கிறோம். அச்சொல்லிணைவை ஊழ்கத்தில் அமைந்து உள்ளுணர்பவன் அந்த மாயக்கணத்தை அறியக்கூடும். பொருள் பிரக்ஞையென்றாவதும் பிரக்ஞை பொருளென்றாவதுமான நடனத்தை. இம்மிலிருந்து அவுக்கும் அவிலிருந்து இம்முக்குமான தொலைவையே அலகிலாப்பெருவெளி என அறிகின்றனர் யோகியர்."

"இவை சொற்கள்" என்றான் அவன். "வெறும் சொற்கள்... சொற்களில் சொல்லப்படத்தக்கதல்ல அதன் மையம் என்றால் அதை ஏன் சொல்லப்புகுந்தீர்கள்? சொல்லப்பட்டவை சொல்லால் மட்டுமே அளக்கப்படவேண்டும்." திரும்பி மாணவர்களை நோக்கி "கேளுங்கள், எத்தனை காலமாக இந்தக் கழையாட்டத்தைப் பாத்துக்கொண்டிருக்கிறோம்? இங்கே தன் வினா அடங்கி வாழ்பவன் எவன்? இத்தனைக்கும் அப்பால் என ஒன்றை நோக்கித் தாவாத நெஞ்சுடன் இங்கு முழுதமைந்தவன் யார்?" என்றான். அவர்கள் விழிகள் மட்டுமென அமர்ந்திருந்தனர்.

சினந்த விழிகளுடன் கரிய உருக்கொண்ட ஒருவன் எழுந்தான். "ஆம், இங்கு நாம் கற்பது வினாக்களை மட்டுமே. விடைகளென அளிக்கப்படுவது சமித்தும் நெய்க்கரண்டியும் பொருளறியாத் தொல்சொற்களும்தான்" என்றான். அவன் சொற்கள் முன்னரே மாணவர்களால் கேட்கப்பட்டவை என விழிகள் காட்டின.

அவன் திவாகரரிடம் "உள்ளத்துள் உறைகிறது பிரக்ஞை என்றால் விலங்குகளுக்குள் உறைவது என்ன? அதுவும் பிரக்ஞையே என்றால் அதைவிடப் பெரியதா இதோ என்னுள் இருந்து எரியும் பிரக்ஞை? ஈயும் கொசுவும் கொண்டுள்ள பிரக்ஞை மேலும் சிறியதா?" என்றான். திவாகரர் "ஆம், மானுடனில் எரியும் பிரக்ஞை அவன் பிறவிகள்தோறும் திரட்டி எடுத்து இங்கு கொண்டுவந்து சேர்த்தது. இங்கிருந்து பிறிதொரு இடத்திற்குச் செல்வது" என்றார். அவன் கைகளைத் தூக்கி "அவ்வண்ணமென்றால் மானுடரின் பிரக்ஞையிலும் வேறுபாடுண்டு அல்லவா?" என்றான்.

"ஆம், என்ன ஐயம்? உனது பிரக்ஞை அல்ல அங்கே கன்றோட்டுபவனுடையது. அப்பால் ஊர்ப்பாதையில் சுமைதூக்கிச் செல்பவனுடையது மேலும் குறைந்ததே. பிறவிகள் அமைக்கின்றன படிநிலைகளை" என்றார் திவாகரர். "ஆசிரியரே, உங்கள் மெய்யறிதல் இறுதியில் மானுடரைப் பகுத்து மேல்கீழென அடுக்குவதற்கே உதவுகிறது. இங்கு அரசர்கள் அளிக்கும் நெய்யும் உணவும் உடையும் ஏன் வந்து குவிகின்றன என்பதற்குப் பொருள் இதுவே. இது நான் கொண்ட பிரக்ஞை. இது மேலானது என்பதற்கு நானன்றி சான்று ஏதுமில்லை. ஆனால் இதை அடைந்தமையால் பிறவிஏணியில் முதலில் நிற்பவன் என நான் என்னைக் கருதிக்கொள்கிறேன் என்றால் மூடன் நான்."

"நீ பேசுவது தத்துவம் அல்ல" என்றார் திவாகரர் சலிப்புடன். "இருக்கலாம். இது எளிய அறம் என்றே நானும் எண்ணுகிறேன். ஆசிரியரே, என்ன செய்துகொண்டிருக்கிறது நமது வேதமெய்யறிவு? இதோ சொல்கொண்டு பொருள்தேடி எழுந்துவந்துகொண்டிருக்கின்றன பாரதப்பெருநிலத்தின் தொல்குலங்கள். வேதமறிந்தமையால் அவர்களைவிட அந்தணர் மேலோர் என்று அவர்களிடம் சொல்கிறோம். அந்தணர் வாழ்த்துவதனால் அரசர்கள் ஆளத்தக்கவர்கள் என்கிறோம். ஆசிரியரே, வேதத்தால் அவர்களை வெல்கிறோம். வேதம் இன்று ஒரு படைக்கருவி அன்றி வேறில்லை" என்றான் கரியவன்.

"நான் இங்கிருந்து எங்கு செல்வது? இதோ தீட்டப்பட்ட பிரக்ஞை கொண்டிருக்கிறேன் என்று கூவியபடி என்னை அரசவைகளில் விற்பனைக்கு வைக்கவேண்டும் அல்லவா? தொல்குடிகள் வாழும் காடுகளுக்குச் சென்று அரும்பொருள் என்னைப் பார் என்று சொல்லி பொருள்கொடை பெறவேண்டும் அல்லவா? கூரிய அம்பு என என்னைக் கூவி முன்வைக்கவேண்டும். கூரிய அம்பெனில் குறியை எய்தியிருக்குமே என ஒருவன் கேட்டால் கூசி விழிதாழ்த்தவேண்டும். சொல்லெண்ணி வேதம்கற்று, பொருள்தேர்ந்து நுண்மைபெறுவதெல்லாம் அந்த இழிவுக்காகத்தானா?" அவன் மூச்சு ஏறியிறங்கியது. "நான்

என் அன்னையையும் தந்தையையும் உதறி காட்டுக்கு வந்தது இதற்காகத்தானா? இங்கு அறிவைப் பிச்சையிடுங்கள் என்று கையேந்தி நின்று செய்த தவத்தின் பொருள் இதுதானா?"

முதலில் எழுந்தவன் சொன்னான் "ஆசிரியரே, இங்குள்ள அத்தனை கல்விநிலைகளிலும் வினாக்கள் எழுந்துகொண்டிருக்கின்றன. குருமரபுகள் முரண்பட்டுப் பிரியும் செய்திகளே நாளும் வந்து செவிசேர்கின்றன. கானகங்கள் கொந்தளிக்கின்றன. இனி, சமித்துக்களாலும் நெய்யாலும் மட்டும் வேள்விக்குளம் எரியாது. வேதப்பொருள் பெய்யப்பட்டாகவேண்டும். இங்கு பொழியப்படும் நெய் சென்றுசேருமிடம் எது? ஆத்மன் என நின்றிருக்கும் நான் எதற்காக என் பிரக்ஞையின் முழுமையென நின்றிருக்கும் பரமாத்மனுக்கு அவியளிக்கவேண்டும்? தானே தனக்கு அவியளிக்கச் செய்து அமர்ந்திருப்பதா அது?"

"நம் முதலாசிரியரின் சொற்கள் இவை. உச்சிப்புள்ளியின் வாசலைப் பிளந்து உள்ளே நுழைந்தது அது. அதற்கு உறைவிடங்கள் மூன்று, கனவுகள் மூன்று. அது ஆனந்தமயமானது. அது ஆர்ப்பரிக்கிறது, இது என் உறைவிடம், இது என் உறைவிடம், இது என் உறைவிடம். அது இங்கு வந்து உறைந்தபின்னர் வேதமாவது ஏது? வேள்விதான் ஏது?" என்றான் கரியவன். "நான் கேட்பவை நூலிலிருந்து எழும் சொற்கள் அல்ல. விடாய்கொண்டவன் எதிரே வருபவனிடம் கேட்பதுபோன்றவை இச்சொற்கள். நீர் இருக்கும் வழியன்றி பிறிது எதுவும் பயனற்ற மொழியே."

"மைந்தா, இது நசிகேதன் கேட்ட வினா" என்றார் திவாகரர். "இங்குள்ளது அறிவு. அறிவின் எல்லையைச் சென்று முட்டிக்கொண்டவன் தேடவேண்டியது ஊழ்கத்தின் பாதை. அங்கு செல்க!" திரும்பி கரியவனிடம் "உன் பாதை பயனுறுமெய்யை உசாவுவது. அதை நீ தேர்க!" என்றார். அவன் "அப்படியென்றல் இங்கு நான் கற்றவை பொருளற்றவையா?" என்றான். "இல்லை. அவை நீ ஏறிச்சென்ற படிகளாக அமையலாம். இங்கிருந்து நீ பெற்ற ஒற்றைச் சொல்லில் இருந்து நீ எழலாம்" என்றார் திவாகரர்.

அவர்கள் உடலை அசைத்தபடி நின்றனர். திவாகரர் கைகூப்பி "நன்று, உனக்கு என் அருள் உடனிருக்கும். நீ விழைவது எதுவோ அது நீ என ஆகுக! ஓம், அவ்வாறே ஆகுக!" என்றபடி எழுந்தார். அவரது மாணவர்கள் ஆசிரிய வணக்கத்தைப் பாடினர்.

9

அர்ஜுனன் முன்னரே சென்றுவிட்டான். நகுலனும் சகதேவனும் பெருங்குடிலில் பிற மாணவர்களுடன் உரையாடிக்கொண்டிருந்தனர். தருமன் எழுந்து வெளியே வந்தபோது கரிய இளைஞனைப் பார்த்தார். அவனிடம் பேசாமல் பிற மாணவர்கள் விலகிச் சென்றுகொண்டிருந்தனர். தருமன் அவனை நோக்கிப் புன்னகைத்து "உத்தமரே, தங்கள் பெயரை அறிய விழைகிறேன்" என்றார். "என்னை பாவகன் என்கிறார்கள்" என்று அவன் சொன்னான். "அது இக்குருகுலத்திற்காக நான் சூடிக்கொண்ட பெயர். எரிவடிவோனாக எழவேண்டும் என அன்று நான் கனவுகண்டேன்." தருமன் புன்னகைத்து "அக்கனவு இன்னமும் நீடிக்கிறது என நினைக்கிறேன்" என்றார்.

உள்ளிருந்து முதலில் எழுந்த மாணவன் வெளிவந்தான். தருமன் "அவரும் தாங்களும் சொல்லாடுவதுண்டு என்று எண்ணுகிறேன்" என்றார். "ஆம், அவர் பெயர் பவமானன். எங்கள் பெயர்களே முதலில் எங்களை அணுக்கமாக்கியது" என்றான் பாவகன். பவமானன் அணுகிவந்து வணங்கினான். "நீங்கள் சொல்வது உண்மை பவமானரே, பாரதவர்ஷத்தின் அனைத்துக் காடுகளும் எரிந்துகொண்டிருக்கின்றன" என்றார் தருமன்.

"ஏனென்றால் இது வளரும் மரம். உலக்கைக்குப் பூண்கட்டலாம், மரத்திற்குக் கட்டப்படும் பூண் உடைந்து தெறிக்கும்" என்று அவன் சொன்னான். அவர்கள் பெருமுற்றத்தில் இறங்கி குடில்களை நோக்கிச் சென்றனர். இரவு குளிருடன் சூழ்ந்திருந்தது. இலைத்தழைப்பின் இடைவெளிகளில் ஓரிரு விண்மீன்கள் தெரிந்தன. "உங்களிடம் பேச

விழைகிறேன், உத்தமர்களே. நானும் உங்களைப்போல் ஐயம்கொண்டு அலைக்கழியும் மாணவனே" என்றார் தருமன்.

அவர்கள் மேற்காக நடந்தனர். குடில்களிலிருந்த வெளிச்சம் கண்களைவிட்டு மறைந்தபோது சூழல் தெளிவாகத் தொடங்கியது. மரங்களுக்கு அடியிலிருந்த பாறைகள் உள்ளொளிகொண்டு துலங்குபவை போல் தெரிந்தன. ஒரு பாறைமேல் தருமன் அமர்ந்ததும் அவர்கள் அருகே அமர்ந்தனர். "நசிகேதனின் கதையை நான் அறிந்திருக்கிறேன். இன்று ஆசிரியர் அதை எப்பொருளில் உரைத்தார் என்று விளங்கவில்லை" என்றார் தருமன். பவமானன் "அந்தத் தொன்மையான கதை ஒவ்வொரு வேதமரபிலும் ஒவ்வொருவகையாக விளக்கமளிக்கப்படுகிறது, அரசே" என்றான். "எங்கள் குருமரபில் அது வேதச்சடங்குகளின் உண்மைநாடும் கதையென்றே கொள்ளப்படுகிறது."

முன்பு வாஜசிரவஸ் என்னும் ஒரு முனிவர் இருந்தார். அவர் கடம் என அழைக்கப்பட்ட யஜுர்வேதமரபின் முதன்மை ஆசிரியர். கடமென வழங்கப்பட்ட நிலப்பகுதியின் அரசரும்கூட. அவர் நூறு பெருவேள்விகளை இயற்றியவர் என்கின்றன நூல்கள். நூறாவது வேள்வியில் ஆயிரம் பசுக்களை அவர் அந்தணர்களுக்கு அளித்தார். மரக்குடுவையிலிருந்த நீரை ஊற்றி அவர் பசுக்களைக் கையளிப்பதைக் கண்டு அவர் மைந்தனும் மாணவனுமாகிய நசிகேதன் அருகே வந்தான். தந்தையே, நாம் கொடுப்பது எதற்காக என்றான்.

"கொடுப்பதன் மூலம் பசியாற்றமுடியும் என்றால் பசியென அமைந்த நெறியுடன் போரிடுகிறோமா? துயரைக் களைய முடியும் என்றால் அதை யாத்த படைப்புத்தெய்வத்தை அறைகூவுகிறோமா?" என்று நசிகேதன் கேட்டான். "இல்லை மைந்தா, கொடுப்பதன்மூலம் இப்புடவிநெசவில் எதுவும் மாறுவதில்லை. இடக்கையிலிருந்து வலக்கைக்கு செல்கிறது பொருள். ஆனால் அச்செயல்வழியாக நாம் விடுதலை கொள்கிறோம்" என்று தந்தை சொன்னார். "ஏற்க எழுந்த கைகளும் எரிந்து எழுந்த தழலும் ஒன்றே. ஒன்று இப்புவியின் தழல். இன்னொன்று அவ்விண்ணின் கை. அளிப்பதும் அவியிடுவதும் வேள்விதான்."

"கொடுப்பதனூடாகவும் படைப்பதனூடாகவும் நாம் பெறுவதுதான் என்ன?" என்றான் நசிகேதன். "இங்கு நாம் அடைந்த ஒவ்வொரு பொருளும் நம்முள் ஓர் இடத்தை எடுத்துக்கொள்கின்றன. அப்பொருளை அளிக்கையில் அவ்விடத்தில் அதுவாக ஆன பிரக்ஞை மட்டுமே எஞ்சுகிறது. கொடுத்து ஒழிந்தவன் பிரக்ஞையால் நிறைகிறான்" என்று தந்தை சொன்னார். "இன்று நான் செய்யும் வேள்வி மகாபூதம் எனப்படுகிறது. என் பொருட்கள் அனைத்தையும் இரவலர்க்கு

அளிப்பேன். என் எண்ணங்கள் அனைத்தையும் எரிதழலில் இடுவேன். எனக்குரிய அனைத்தையும் அளித்தபின் எஞ்சுவதிலிருந்து என்னை அறிவேன்.”

“தந்தையே, உங்களுக்குள் மைந்தன் என பேருருக்கொண்டு அமர்ந்திருக்கும் என்னை அளிக்காமல் எப்படி விடுதலை பெறுவீர்கள்?” என்று நசிகேதன் கேட்டான். “நானென்று அங்கே இருப்பது அகலாது உங்களுள் தூயபிரக்ஞை எப்படி பெருகிநிறைய முடியும்?” தந்தை “உன்னைக் கொடையளிக்க இயலாது, மைந்தா. எங்கிருந்தாலும் நீ என் மைந்தனென்றே இருப்பாய்” என்றார். “இல்லை தந்தையே. இறப்புக்குப்பின் எவரும் மைந்தரென்றும் தந்தை என்றும் எஞ்சுவதில்லை. அவை இம்மண்ணிலிருந்து ஊறி ஆத்மாமேல் படியும் அடையாளங்கள் மட்டுமே. என்னை யமனுக்குக் கொடையளித்தால் நீங்கள் என்னை முழுமையாக அளித்தவராவீர்கள்.”

தந்தை திகைத்து விழிநீருடன் மைந்தனை பார்த்தார். “ஒற்றை ஒருகணம் என்னை அளிப்பதாக எண்ணிவிட்டீர்கள், தந்தையே” என்றான் நசிகேதன். “கையில் கொடைநீருடன் நின்று என்னை இறப்புக்கு அளிப்பதாக எண்ணியமையால் அக்கொடை நிகழ்ந்தது என்றே ஆயிற்று. நான் என் இறப்பைத் தேடிச்செல்கிறேன்.” கண்ணீருடன் மைந்தனை நோக்கிக் கைநீட்டி “மைந்தா” என்று அழைத்தார் தந்தை. “துயர் களைக, தந்தையே! என்னை அளித்துவிட்டீர்கள். உங்கள் உள்ளம் விடுதலைகொள்ளட்டும்” என்றபின் அவன் தன் இடையாடையைக் களைந்தான். “அணையாதவன் என எனக்கு நீங்கள் இட்டபெயரைப் பொருளாக்குகிறேன், தந்தையே” என்றபின் நசிகேதன் தன் அடையாளங்கள் அனைத்தையும் துறந்து அரண்மனைவிட்டு இறங்கிச்சென்றான்.

“அங்கு முடியவில்லை அக்கதை” என்றான் பாவகன். “தளர்ந்து வேள்விப்பந்தலில் விழுந்த தந்தை எரிந்தெழுந்தாடிய தழலையே நோக்கிக்கொண்டிருந்தார். கொடுப்பது எத்தனை அரியதென்று அப்போது அறிந்தார். கொடுப்பவற்றில் இருந்து முற்றிலும் விலகாதவனால் அதற்கு நிகரானதைப் பெறமுடியாதென்று பின்னர் உணர்ந்துகொண்டார். அவருக்கு இழந்த மைந்தனிலிருந்து ஒரு கணமும் விடுதலை கிடைக்கவில்லை. அவன் அவருள் வளர்ந்தான். தளிரென ஊடுருவிப் பிளந்த பாறையை கிளையில் ஏந்தி நின்றிருக்கும் மரம் என் அவன் தந்தையை ஏந்தியிருந்தான்.

பவமானன் புன்னகையுடன் “நசிகேதன் யமனிடம் சென்று மெய்யறிவைக் கேட்டுணர்ந்ததாகச் சொல்கிறார்கள். அவன் ஏன் யமனிடம் சென்றான்

என்பதற்கான விளக்கங்கள் பல. எங்கள் முதலாசிரியர், உயிர்கள் அனைத்தும் யமனுக்கு உயிர்க்கொடையளிப்பவையே என்பதனால் அவனிடம் சென்றான் என்பார். உயிரை யமனுக்கு அளித்து அவை பெற்றுக்கொள்பவைதான் என்ன என்று அவன் அவரிடம் கேட்டான். அழிவின்மையை என்று அதற்கு யமன் மறுமொழி சொன்னான்" என்றான் பவமானன்.

"யமன் நசிகேதனிடம் கேட்ட மூன்று வினாக்கள் விடைகள் ஊழ்கத்தில் எண்ணி ஒளிர வைக்கவேண்டியவை. வேள்விக்குரிய தூயஎரி எது? எப்போதும் அணையாத சுடர் எது? அனைத்தையும் சமைக்கும் தீ எது? மூன்றுக்கும் விடை ஒன்றே, ஆத்மா எனும் தழல். அதிலிருந்து உசாவியும் சொல்லாடியும் முன்செல்லும் பாதைகள் பல உள்ளன. எங்கு அனைத்தும் இணைந்து ஒற்றைவினாவாக ஆகின்றனவோ அங்கு சொல் திகைத்து நின்றுவிடுகிறது" என்றபின் பவமானன் பெருமூச்சுடன் அமைதியானான்.

இருளின் ஓசையைக் கேட்டபடி அவர்கள் அமர்ந்திருந்தனர். நெடுநேரத்திற்குப்பின் பாவகன் "நான் நாளை கருக்கிருட்டில் கிளம்புகிறேன். சார்வாகர்களின் துவைதக்காட்டுக்குச் செல்வதாக இருக்கிறேன். இவர்களின் வீண்வேதச் சடங்குகளும் விளக்கென எரியாத சொற்களும் என்னைச் சலிப்பிலாழ்த்தத் தொடங்கி நெடுநாட்களாகின்றன" என்றான். பவமானன் "எனக்கும் அதே சலிப்புதான். நானும் நாளை காலை கிளம்புகிறேன். ஆனால் எங்கு செல்வேன் என்று தெரியவில்லை" என்றான்.

ஆடை திருத்தி எழுந்துகொண்ட தருமன் "பாவகரே, நீர் செல்லும் வழியை நான் நன்கறிவேன். அதை உமக்கு விளக்குகிறேன்" என்றார். நிமிர்ந்த பாவகனிடம் "ஏனென்றால் அங்கிருந்துதான் நான் இங்கு வந்தேன்" என்று சொல்லிப் புன்னகைத்தார். ஒருகணம் திகைத்தபின் பாவகன் வெடித்துச் சிரித்தான். பவமானன் "நான் இங்கிருந்து சாந்தீபனி குருநிலைக்குச் செல்லலாம் என எண்ணுகிறேன், அரசே" என்றான். "அங்கு அவர்கள் வேதமோதுதலை முழுமையாகத் தவிர்க்கிறார்கள். சொல் என்பது அறிவென்பதால் முற்றறியாத சொல் பயனற்றது என்கிறார்கள். அறிதலின் வழி ஒன்று அங்கே திறக்கமுடியும்" என்றான்.

பாவகன் "அவர் இக்குருநிலையின் விக்ருதிப்பிளவினூடாக வெளியேறுகிறார். நான் இதன் அபானவழியினூடாக வெளியே செல்கிறேன்" என்றான். பவமானன் நகைத்தபடி "நான் செல்லும் வழி சாந்தீபனி குருநிலையின் அபானமாக இல்லாதவரை நன்று"

என்றான். சிரிப்பினூடாக அவர்கள் அந்தக் கடந்துசெல்லலை எளிதாக்கிக்கொள்கிறார்கள் என தருமன் உணர்ந்தார். அவர் உணர்ந்ததை அறிந்த பாவகன் “உதறுவது போல் துயர்மிக்கது பிறிதில்லை, அரசே. இந்த மரங்கள் ஒவ்வொன்றிலும் இந்தப் பாறைகள் அனைத்திலும் என் அகம் படிந்துள்ளது. நான் விட்டுச்செல்வது அதையும்தான்” என்றான். தருமன் “நன்று சூழ்க!” என வாழ்த்தினார்.

10

புலர்காலைக்கு முன்னரே காலனுடன் நகுலன் வந்து தருமனை எழுப்பினான். மரவுரித்தூளியில் துயின்றுகொண்டிருந்த தருமன் எழுந்து இருளுக்குள் கையில் சிறு நெய்யகல்சுடருடன் நின்றிருந்த இருவரையும் நோக்கியதுமே நெஞ்சு பெருமுரசென அறையப்பட்டார். “என்ன ஆயிற்று?” என்றார். “விதுரர் இருக்குமிடம் தெரிந்துவிட்டது” என்று நகுலன் சொன்னதும் உள்ளம் அலை பின்வாங்கி குளிர்ந்து உறைந்தது. ஒரு கணத்திற்குள் தன்னுள் உறைந்துகிடந்த அத்தனை அச்சங்களையும் பேருருக்கொண்டு பார்த்துவிட்டார்.

“எங்கிருக்கிறார்?” என்றார் சீரான குரலில். எழுந்து உடையைச் சீரமைத்தபடி “உண்ணாநோன்பிருக்கிறாரா?” என்று நகுலனை நோக்காமல் கேட்டார். தன் உள்ளத்தை இருளிலும் அவன் அறிந்துவிடக்கூடும். முதலிருவரும் தங்களுக்கென உலகு கொண்டவர்கள். மாத்ரேயர்கள் அவர் நிழல்கள். அவர் விழிகளைப்போல அவர்கள் அறிந்த பிறிதொன்றில்லை. “தைத்ரியக் காட்டில் இருக்கிறார். உண்ணாநோன்பு கொள்ளவில்லை. ஆனால் எவரிடமும் சொல்லாடாமல் தனிமையில் இருக்கிறார்” என்றான் நகுலன்.

ஒருகணத்தில் உள்ளம் தன் தெரிவுகளை வரிசைப்படுத்தியதை தருமன் நினைத்துக்கொண்டார். முதன்மையென எழுந்த அச்சம் மைந்தனைப் பற்றியதுதான். அப்படியென்றால் இப்புவியில் அவனே தனக்கு முதன்மையானவனா? வெறும் தந்தை அன்றி பிறிதில்லையா தான்? தந்தையென்று ஆனபின் தந்தைமட்டுமே என்றன்றி பிறிதொன்றாக ஆனவர் எவரேனும் இப்புவியில் இருந்துள்ளனரா? அப்போது மிக

அணுக்கமாக திருதராஷ்டிரரை உணரமுடியுமென தோன்றியது. ஆயிரம் மைந்தரின் தந்தை. கணுதோறும் காய்த்த மரம்.

“நாம் உடனே கிளம்பியாகவேண்டும்” என்று காலன் சொன்னான். “தைத்ரியக்காடு சற்று அப்பால் உள்ளது. செல்லும் வழி எனக்குத் தெரியும்.” தருமன் “ஆம், கிளம்புவோம். இளையோனே, மந்தனுக்கு செய்தி சொல்லவேண்டும். அவன் காட்டுக்குள் குரங்குகளுடன் இருப்பான் இந்நேரம்” என்றார். “குறுமுழவொன்றை மயில்நடைத்தாளத்தில் வாசிக்கச் சொல்லிவிட்டுச் சென்றிருக்கிறார் மூத்தவர். அவரை எளிதில் அழைத்துவிடலாம்” என்றான் நகுலன். “பிறர் ஒருநாழிகைக்குள் சித்தமாகட்டும். நான் சென்று திவாகரரை வணங்கி விடைபெற்று வருகிறேன். கருக்கிருட்டு மயங்குவதற்குள் கிளம்பிவிடுவோம்” என்றார் தருமன்.

நீராடி உடைமாற்றி அவர் மையக்குடிலுக்குச் சென்றபோது திவாகரர் தன் அணுக்க மாணவர்கள் ஐவருக்கு ஆரண்யகத்தைக் கற்பித்துக்கொண்டிருந்தார். அவர்கள் அரையிருளில் முகம் மட்டும் அகலொளியில் மின்ன அமர்ந்திருந்தனர். அவர் புலித்தோலிட்ட மணைமேல் கண்களை மூடி அமர்ந்து அவர்கள் ஐவருக்கும் மட்டுமே கேட்கும்படி உரையிட்டுக்கொண்டிருந்தார். அரைநாழிகையில் அந்தக் கற்பு முடிவதுவரை தருமன் வெளியே காத்து நின்றிருந்தார். உள்ளே மெல்லிய மணியோசை எழுந்ததும் ஒரு மாணவன் தருமனின் வருகையை சென்று அறிவித்தான். திவாகரர் அவரை உள்ளே அழைத்ததும் சென்று கைகூப்பியபடி அமர்ந்தார்.

“ஆசிரியரே, இந்த குருகுலத்தில் ஒருமாதகாலம் தங்கி ஐதரேய விழுப்பொருளை அறிந்து தெளிய இயன்றது என் நல்லூழ்” என்றார் தருமன். “மேலும் இருமாதம் இங்கு தங்கவேண்டுமென எண்ணியிருந்தோம். உடனே செல்லவேண்டிய அரசப்பணி வந்துள்ளது. சொல்கொண்டு கிளம்பலாம் என்று வந்தேன்.” திவாகரர் கை தூக்கி அவர் நெற்றியைத் தொட்டு வாழ்த்தினார். “அறிவுறுக! அறிவே வெற்றியென்றும் ஆகுக! நிறைவுறுக!” தருமன் அவர் கால்களைத் தொட்டு சென்னிசூடினார்.

“நேற்றிரவு இங்கே சொல்லெடுத்த இருவரும் இன்று கிளம்புகின்றனர்” என்றார் திவாகரர். “பாவகனும் பவமானனும் என் சொல்லமர்வு தொடங்குவதற்கு முன்னரே வந்து வாழ்த்துபெற்றுச் சென்றனர். அவர்களுடன் நீங்களும் செல்வது ஒரு நற்குறி என்றுபடுகிறது. ஏனென்றால் விரிவது எதுவும் வளர்ச்சியே.” தருமன் “அவர்களுடன் நேற்று இரவு நெடுநேரம் சொல்லாடிக்கொண்டிருந்தேன். அவர்களின் ஐயங்கள் இங்கே கற்றவற்றால் தீட்டப்பட்டு கூர்கொண்டிருக்கின்றன. அவை இலக்கை அடையட்டுமென வாழ்த்தினேன்” என்றார்.

“ஆம், நான் சொன்னதும் அதுவே” என்றார் திவாகரர். “என் ஆசிரியர் மகாபிங்கலர் இங்கு அமர்ந்திருந்த காலத்தில் ஒரு மாணவர் விடைபெற்றுச் செல்வதென்பது ஆண்டுகளுக்கொரு முறை நிகழ்வதாக இருந்தது. இன்றோ அது கொத்துக்கொத்தாக வாரந்தோறும் நிகழ்ந்துகொண்டிருக்கிறது. இலையுதிர்காலத்துப் புயல்காற்று என்று இதை இங்கு ஓர் ஆசிரியர் சொன்னார். புயல்தான். காடுகள் கொந்தளித்துக் கொண்டிருக்கின்றன. அத்தனை குருகுலங்களிலும் நாள்தோறும் மாணவர் வந்துசேர்கிறார்கள், விலகிச்செல்கிறார்கள்.” தருமன் “அது நன்று. அவர்களின் தேடல் கூர்கொள்கிறது” என்றார். “ஆம், அவர்கள் எதையாவது கண்டடைந்தால் நன்று” என்றார் திவாகரர்.

“சொல் ஒன்றே. அது அந்தணனாக அனல் ஓம்பியது. ஷத்ரியனாக வாள் ஏந்தியது. வைசியனாக துலா பற்றியது. சூத்திரனாக மேழி பிடித்தது. நான்கு திசைகளிலும் வேலியென்றாகி இவ்விளைநிலத்தைக் காத்தவை அவை. இன்று விளைநிலங்கள் பெருகிவிட்டிருக்கின்றன. வேலி விரிய முடியவில்லை” என்றார் திவாகரர். “ஆனால் அதற்கு இக்கல்விநிலைகள் என்ன செய்யமுடியும்? இவை தேன்கூடுகள். தேனீ பல்லாயிரமாண்டுகாலம் பயின்றவகையிலேயே காட்டுத்தேனை தன் தட்டுகளில் நிரப்பமுடியும். எடுத்துச்செல்பவர்கள் ஏதேனும் செய்யலாம்.

“பிறிதொரு கோணத்தில் இது காட்டுக்குள் அமைந்த சுனையென்றிருந்தது. இதன் நான்கு ஊற்றுக்கள் இதை நிறைத்தன. வானத்தை அள்ளி தன்னில் விரித்து குளிர்விழி என திகழ்ந்தது. இன்று பெருமழை பெய்து புதியகாட்டாறுகள் எழுந்துள்ளன. மலரும் குப்பையும் மண்ணும் சேறுமென புதுவெள்ளம் வந்து இதை நிறைக்கிறது. கொந்தளித்து நிறைந்து கவிகிறது. இதன் ஒருகணம் பிறிதொன்றுபோல் இல்லை. அரசே, வேதமெய்யறிவு இன்று பல்லாயிரம் குலங்களின் தொல்லறிவுகளால் அலைக்கழிக்கப்படுகிறது. உலகமெங்குமிருந்து சிறகடித்து வந்து நம் துறைசேரும் கலங்களில் வந்திறங்குபவை பொன் மட்டுமல்ல, புதிய எண்ணங்களும்தான்.

“என்ன நிகழுமென என்னால் கணிக்கக் கூடவில்லை. வரவிருக்கும் நிலநடுக்கத்தை குழியெலி அறிவதுபோல இங்கு இருண்ட காட்டுக்குள் அமர்ந்து நான் இதை உணர்ந்துகொண்டிருக்கிறேன்” என்றார் திவாகரர். “வேதச்சொல்லில் இருந்து இங்கு அறமும் நெறியும் பிறந்தது. இன்று அதை மறுக்கும் குரல்கள் எழுந்து சூழ்கின்றன. அவியிடுவதனால் என்ன பயன் என்கிறார்கள். அனலோம்புவதனால் அறம் வளருமா என்கிறார்கள். அழியாத சொல் என்றால் அது அனைத்துயிருக்கும் பொதுவே என்கிறார்கள். ஒரு வினாவுக்கு விடைதேடுவதற்குள் பறவைக்கூட்டங்களென ஓசையிட்டபடி எழுந்து சூழ்கின்றன பலநூறு நாவுகள்.”

“அரசே, இவையனைத்தும் தொடங்கியது எங்கிருந்து என நான் அறிவேன்” என்று திவாகரர் சொன்னார். “அன்று நான் இளையோன். என் ஆசிரியருக்கு முதன்மை மாணவன். உடலெங்கும் புழுதியுடன் கையில் ஓர் இசைமூங்கில் மட்டும் கொண்டு இங்கு வந்தவன் யாதவகுலத்தவன். குழலில் மயிற்பீலி சூடியிருந்தான். அது தன் குடியடையாளம் என்றான். கரியவன், பெயரும் கிருஷ்ணனே. இன்று உங்களுக்கு அணுக்கமானவன். நாளை பாரதவர்ஷத்திலொரு பெரும்போர் சூழுமென்றால் அதன் நடுவே நின்று ஆட்டிவைக்கப்போகிறவன் அவன். அக்குருதிப்பழி முழுக்க அவனையே சேருமென்பதில் எனக்கு ஐயமில்லை.”

“இளையயாதவர் நட்பும் வழித்துணையும் இறைவடிவுமென எங்களுக்கு அருள்பவர்” என்றார் தருமன். திவாகரர் “ஆம், அதை அறிவேன்” என்றார். “இங்கு வந்தடைந்த அவனுக்கு விடாய்நீர் அளித்து வரவேற்பு சொன்னவன் நான். அவன் நீராட சுனைமுகம் கொண்டுசென்றேன். உண்பதற்கு அமுதை நானே கொண்டுசென்றளித்தேன். அவன் எரிந்துகொண்டிருந்தான் என்று தோன்றியது. அனலருகே நின்றிருப்பவன் என உள்ளத்தால் உணர்ந்தேன். அன்று மாலை சொல்லவை கூடியபோது என் ஆசிரியர் மகாபிங்கலர் அவனை நோக்கியே பேசிக்கொண்டிருந்தார். உண்மையில் அங்கிருந்தவர் அனைவரும் அவன் ஒருவனையே உடலே விழியாக நோக்கிக்கொண்டிருந்தனர்.”

ஆறுமாதகாலம் அவன் எங்களுடன் இருந்தான். இங்குளோர் ஓராண்டில் கற்பதை அவன் ஒருவாரத்தில் கற்றான். பிறிதெவரிடமும் ஒரு சொல்லும் அவன் பரிமாறிக்கொண்டதில்லை. வேதமெய் பேசிய அவைகளில் அன்றி அவனை எங்கும் பார்த்ததுமில்லை. அவன் இங்கே ஆபுரப்போனாக தன்னை அமைத்துக்கொண்டான். பசுக்களும் கன்றுகளும் அவனைக் கண்டதுமே அறிந்துகொண்டன. சொல்லாமலேயே அவன் விழைந்ததைச் செய்தன. பகலெல்லாம் அவற்றைக் காட்டில் மேயவிட்டு மரத்தடியில் அமர்ந்து விழிசொக்கி குழலிசைத்துக்கொண்டிருந்தான். குழல்கேட்கும் தொலைவில் செவிகூர்ந்தபடி அவை மேய்ந்தன. குழல்நின்றதும் வந்து அவனருகே கூடின. அவன் நடந்து மீள்கையில் அந்திக்கருக்கலில் விழிகள் மின்ன உடன் வந்தன.

ஐதரேயமெய்மை அனைத்தையும் அவன் கற்றுத் தேர்ந்தான். பன்னிரண்டாவது ஆரண்யகம் நிறைவுற்று ஆசிரியர் ஆற்றிய உரைக்குப்பின் அவன் எழுந்து உரத்த குரலில் கேட்டான் ‘ஆசிரியரே, அரசனுக்கு மண்ணில் இறைவனுக்குரிய இடத்தை அளிப்பது எது?’ அவன் அதைக் கேட்பான் என்று நான் முன்னரே உணர்ந்திருந்தேன். மதுராவில் கம்சனின் குழவிக்கொலையையும் தாய்மாமன் நெஞ்சுபிளந்து குருதி அணிந்த மருகனின் மறத்தையும் அறியாதவர் எவரும்

அங்கிருக்கவில்லை. 'இளையோனே, ஒலிகளில் முதன்மையானது அ என்பதுபோல் உலகியலில் அமைந்த மானுடரில் அரசன். விண்ணுக்கு இந்திரன் எவ்வண்ணமோ அவ்வண்ணமே அரசுக்கு அவன். அதை வகுத்தளிப்பது வேதம். வேதகாவலனை வேதமே காக்கும்' என்றார்.

'அவ்வண்ணமென்றால் என் நகரில் சொல்திருந்தும் முன்னரே வாள்போழ்ந்து வீசப்பட்ட குழவியருக்கு வேதம் பொறுப்பேற்கிறதா? அங்கே விழுந்த அன்னையரின் விழிநீருக்கு வேதமே அடிப்படையா?' என்றான். அவன் உடல் அவைநடுவே நின்று பதறுவதைக் கண்டேன். ஆசிரியர் வாயெடுப்பதற்குள் அவன் கைநீட்டிக் கூவினான் 'ஆம், அதுவே உண்மை. மண்புரக்கும் நெறிகளை அமைத்தது வேதம். மானுடரில் இந்திரர்களை உருவாக்கியது. இன்று பாரதமெங்கும் குருதிப்பழி சுமந்து நின்றிருக்கிறது.'

'மைந்தரைக் கொன்றவனின் அவைநின்று வேதமோத அந்தணருக்குத் தயக்கமிருக்கவில்லை. முனிவரே, அவர்களின் கையிலிருந்த கங்கைநீரே அங்கு தந்தையரின் வாள்களைக் கட்டுண்டு நிற்கச்செய்தது. அன்னையரின் தீச்சொல் எழுந்து அந்நகர் எரிபடாமல் காத்தது. அனைத்து மறத்துக்கும் வேதமே துணை என்றால் அவ்வேதத்தை மிதித்து மேலேறிச்சென்று அறத்தை அடையவேண்டிய காலம் வந்தணைந்துள்ளது' என்று அவன் சொன்னான். அக்குரலை இப்போது கேட்பதுபோல் அறிகிறேன். பலநூறுமுறை அது எனக்குள் நிகழ்ந்துவிட்டது. சில தருணங்களில் சொற்கள் முற்றிலும் பொருளிலிருந்து விடுபட்டு தூய உணர்வுமட்டுமே என்றாகிவிடுகின்றன.

'யாதவனே, ஐம்பருக்களின் கூட்டு இப்புடவி. ஐந்துபுலன்களும் உடன் சேர்ந்து அமைகையில் உடல். ஆன்மா குடிகொள்கையில் மனிதன். இவை இங்ஙனம் கூடியமைவதென்பது இங்கெங்கும் நாம் அறியும் அறியவொண்ணா பெருவிளையாட்டின் ஒரு கணம். எண்ணத் தீராத பெருவிந்தையே மனிதன். ஒருவன் தன் உடலை ஒருகணம் நோக்கினான் என்றால் இவையிணைந்து இப்படி நின்றிருப்பதைக் கண்டு பரம்பொருளே என்று வீரிட்டு கண்ணீர் வடிக்காமலிருக்கமாட்டான்' என்றார் மகாபிங்கலர். 'ஆனால் ஒரு பிடி நெருப்பு போதும் மனிதனைக் கூட்டவிழ்க்க. ஆன்மா விண்புகும். ஐம்புலன்களும் அவற்றுக்குரிய தேவர்களைச் சென்றடையும். ஐம்பருக்களும் நிலைமீளும். எஞ்சுவது ஏதுமில்லை.'

'வேதத்தின் ஒவ்வொரு ஒலியும் ஆயிரமாயிரம் ஆண்டுகளாக காற்றில் உருத்திரண்டன என்கின்றன பிராமணங்கள். ஒலிகள் கூடிச் சொல்லானது மேலும் ஆயிரமாயிரம் வருடங்களில். அச்சொற்களில்

பொருள்சென்றுகூடியது மேலும் பல்லாயிரம் ஆண்டுகளில். இளையோனே, ஒரு சந்தம் உருவாகி வர மானுடம் எத்தனை தவம் செய்திருக்கவேண்டும் என்று அறிவாயா? ஒரு சடங்கு வகுக்கப்பட எத்தனை போர்கள் நிகழ்ந்திருக்குமென உணர்ந்திருக்கிறாயா? ஒரு நெறியை நாம் அனைவரும் ஏற்க எத்தனை விழிநீர் சிந்தப்பட்டிருக்கவேண்டும் என எண்ணிப்பார்! மெல்ல நெகிழ்ந்து வழிவிட்டது மண்ணைப் போர்த்தியிருந்த ஆசுரம். வேதமுளை ஈரிலை விட்டெழுந்தது.'

'இது செங்குருதியும் கண்ணீரும் நீரென விடப்பட்டது. அருந்தவம் வேலியாகி காக்கப்பட்டது. இன்று அமைந்துள்ள இவ்வாழ்க்கை வேதக்கொடை. ஆம், அது பிழைபட்டிருக்கும் தருணங்களுண்டு. வகுக்கப்பட்டு உறுதியாக நிலைநாட்டப்பட்டிருப்பதனாலேயே அது எளிதில் மீறப்பட முடியாததாகிறது. தெளிவாக விளக்கப்பட்டதென்பதனாலேயே அது எண்ணத்தைக் கட்டுப்படுத்துவதாகிறது. ஆனால் வேதச்சொல் கட்டவிழ்ந்தால் மீள்வது ஆசுரம். விடியலில் விலகிய இருள் எங்கும் செல்வதில்லை. ஒவ்வொரு இலைக்கு அடியிலும் ஒவ்வொரு கூழாங்கல்லுடனும் அது காத்திருக்கிறது. அதை மறக்காதே' என்றார் மகாபிங்கலர்.

'ஆசிரியரே, ஓங்கி உயர்ந்த கோபுரத்தை அடியில் இருந்து இடிப்பவன் தானுமழிவான் என நானும் அறிவேன். ஆனால் அதை இடிப்பவன் அதை நன்கறிந்த சிற்பி என்றால் அது அவன் கையில் களிப்பாவை. இடிப்பது அதன் கற்களைக்கொண்டு பிறிதொன்றைக் கட்டி எழுப்ப. இங்கு எழுக புதியவேதம்! மேலும் மானுடர் அறிவது. மேலும் அழகியது. மேலும் தெய்வங்கள் குடிகொள்வது. அதை நீங்கள் அறிவீர்கள்' என்றான். பின்பு அந்த அவையிலிருந்தே இறங்கி வெளியே சென்று இருளுக்குள் மறைந்தான். அவன் ஆசிரியரின் நற்சொல் பெறவில்லை. விடைகொள்ளவுமில்லை.

அவன் சென்றபின் அனைவரும் ஆறுதலுடன் நிலைமீண்டோம். ஆனால் ஒவ்வொருவரும் அக்கணமே மாறிவிட்டிருந்தோம். பிறகொருபோதும் நான் அவனை நினைக்காமல் ஒருநாளைக் கடத்தியதில்லை. அவன் சொற்கள் ஊடுகலக்காமல் வேதச்சொல் ஆய்ந்ததுமில்லை. என் ஆசிரியரும் அவ்வாறே ஆனார் என நான் அறிந்தேன். அவர் அதன்பின் சொன்னவை அனைத்தும் அங்கு அவன் விட்டுச்சென்ற சொற்களுக்கான மறுமொழியாகவே அமைந்தன. எதிர்நிலைகொண்டு அவர் விலகிவிலகிச் சென்றார்.

ஆனால் அவர் வைகாசிமாதம் வளர்நிலவு நான்காம்நாள் உடல்நீத்து சொல்முழுமை கொள்கையில் அருகே நான் அமர்ந்திருந்தேன். என்

கைகளை தன் மெலிந்து நடுங்கும் கைகளால் பற்றிக்கொண்டார். ‘இளையோனே, அன்று என் முன் வந்தவன் எவன் என நான் அறியேன். அவன் முகமும் நான் அறிந்திராததே. ஆனால் அவன் குரலை எங்கோ கேட்டிருக்கிறேன் என என் அகம் சொல்லிக்கொண்டேயிருந்தது. இப்போதும் அதை வலுவாகவே உணர்கிறேன். அவன் யாரென்றோ அவன் சொற்களின் பொருள் என்னவென்றோ நாம் அறியமுடியாதென்றும் தோன்றுகிறது.’

‘மண் அகழ்ந்து மணி எடுப்பது போல வேதத்திலிருந்து அவன் புதியவேதத்தை எடுக்கக்கூடும். முன்னரே வேறு வேதங்களிலிருந்து எழுந்துள்ளதே இவ்வேதம் என நாம் அறிவோம். இங்கு நமக்கிடப்பட்ட பணி, இதைச் சொல்லும் பொருளுமென ஓம்புவது மட்டுமே. அதை நாம் செய்வோம். அருமணிகளுக்குக் காவலென நச்சுநாவுடன் நாகங்கள் அமைவதுபோல இருப்பினும் அதுவே நம் அறம். நான் நிறைவுகொண்டுள்ளேன். பிறிதொருமுறை அவனைப் பார்க்கையில் அவனிடம் இந்நிறைவை நானே உரைப்பேன் என நினைக்கிறேன்’ என்றார். அவரால் மூச்சுகொள்ள முடியவில்லை. ஆனால் பேசவிழைந்தார்.

கைகளைக் கூப்பி கண்களை மூடி முதலாசிரியர் மகிதாசர் இயற்றிய இந்திர வாழ்த்தை சொல் சொல்லாக நினைவுகூர்ந்தார். ‘இளையோனே, பிரம்மம் இந்திரன் என பெயர்கொள்கிறது என்கிறது பாடல். ஏனென்றால் அவன் காணப்படுபவன். இங்கே இதோ இவ்வாறென்று வந்து நிற்பவன். தேவர்கள் மறைந்திருப்பவர்கள். அவன் ஒருவனே அவர்களின் சார்பில் கண்முன் எழுபவன். அரசனும் அவ்வாறே. தெய்வங்கள் மறைந்திருக்கின்றன என்பதனால் கோலுடன் அவன் அரியணை அமர்கிறான்.’

‘அரசனை பிரம்மவடிவன் என்கின்றன பிராமணங்கள். அவன் மணிமுடி விஷ்ணு. நெற்றிப்பொட்டு சிவன். அவன் கைகள் பிரம்மன். அவன் தோள்கள் கொற்றவை. அவன் நெஞ்சு லட்சுமி. அவன் நா கலைமகள். அவன் விழிகள் ஆதித்யர்கள். அவன் காது வாயு. அவன் கழுத்து சோமன். அவன் வயிறு வருணன். மைந்தா, அவன் கால்களே யமன் என்கின்றன மூதாதையர் சொற்கள்’ என்றார். பின்பு ‘ஆம், நமக்குச் சொல்லப்பட்டது அது’ என்றபின் நீள்மூச்சுவிட்டார். அதன்பின் அவர் பேசவில்லை.

“எரி சென்ற காடு போல அவன் சென்ற தடம் தெரிந்தது. வேதம் கானகங்களில் பொருள்பெருகத் தொடங்கி பல தலைமுறைகள் ஆகின்றன. இதுவரை இப்படி ஒரு கொந்தளிப்பு நிகழ்ந்ததில்லை. அறிவுத்தளத்தில் எது நடந்தாலும் அது உகந்ததே. ஏனெனில் உண்மையே வெல்லும். அவ்வண்ணமே ஆகுக!” என்று திவாகரர் சொன்னார். “நான் விழைவதும் அதுவே” என்று சொல்லி வணங்கி தருமன் எழுந்துகொண்டார்.

11

வழியிலேயே அவர்களுடன் பவமானன் இணைந்துகொண்டான். அவர்கள் ஐதரேயக்காட்டைக் கடந்து அப்பால் விரிந்த புல்வெளியை அடைந்தபோது தொலைவில் ஒரு மரத்தடியில் அவன் அமர்ந்திருப்பதைக் கண்டனர். காலன் அவனை நோக்கி கைவீசக்கண்டு அவன் எழுந்து நின்றான். அருகணைந்ததும் அவன் அணுகி தலைதாழ்த்தி வணங்கினான். “நீரும் எங்களுடன் வரலாம், உத்தமரே” என்றார் தருமன். “ஆம், ஆனால் என் வழி ஏது என நான் இன்னும் அறியவில்லை. தைத்ரியக்காட்டிலிருந்துதான் நான் இங்கு வந்தேன். எனவே அது என் இலக்கல்ல” என்றான் பவமானன். “நன்று, வழிதெரியும்வரை உடன்வருக!” என்றார் தருமன்.

“நீங்கள் ஆசிரியரிடம் பேசிக்கொண்டிருப்பதைக் கண்டேன். நான் குருகுலம்விட்டு நீங்கும்போது இருளுக்குள் அவர் குரல் ஒலித்துக்கொண்டிருந்தது.” அவன் நகைத்து “அது என் உள இருளுக்குள்ளா என நான் ஐயம்கொண்டேன்” என்றான். தருமன் புன்னகை செய்தார். “அவரைப் பிரிவது கடினம் என்றே எண்ணியிருந்தேன். தாயுமானவராக இருந்த நல்லாசிரியர் அவர். ஆனால் துறவுகொள்ள எண்ணம் வந்தபின் அன்னை சலிப்பூட்டத்தொடங்கும் விந்தையை நான் எண்ணி எண்ணிப்பார்த்திருக்கிறேன். பேரன்புகொண்ட அன்னை வெறுப்பையே உருவாக்குகிறாள். புழுக்கத்தில் கம்பளிமெய்ப்பையை அணிந்திருப்பதுபோல. கழற்றிவீசிவிட்டு விடுதலை நோக்கிப் பாயவேண்டுமென துடிக்கிறோம்.”

அவன் பெருமூச்சுடன் “வணங்கியதும் அவர் சற்று விழிகலங்கினார். அக்கணம் மட்டும் என்னுள் இருந்த கசப்பு சற்றே மட்டுப்பட்டது”

என்றான். “ஆனால் கிளம்பி காட்டுப்பாதையில் வரத்தொடங்கியதும் என்னையறியாமலேயே அது மீண்டும் ஊறித்தேங்கியது.” தருமன் “அது இயல்பே” என்றார். “ஆசிரியருக்கும் மாணவருக்குமான உறவென்பது தந்தை மைந்தன் உறவுபோலவே தெய்வங்களிட்ட ஆயிரம் முடிச்சுகளும், அதை அவிழ்க்க முயலும் மானுடரிட்ட பல்லாயிரம் முடிச்சுகளும் செறிந்தது.” அப்பால் விழிசுருக்கி அதைக் கேட்டுக்கொண்டிருந்த அர்ஜுனனைக் கண்டதும் அவருக்குள் ஒரு புன்னகை விரிந்தது. “இளையோன் அதை நன்கறிவான்” என்றார்.

ஆனால் அர்ஜுனன் எரிச்சல்கொள்ளவில்லை. அவருள் எழுந்த புன்னகையை அவனும் கண்டுகொண்டிருந்தான் என தோன்றியது. பவமானன் “துரோணருக்கும் தங்களுக்குமான உறவைப்பற்றி சூதர் பாடிய கதைகளை கேட்டுக்கொண்டே வளர்ந்தவன் நான், இளையபாண்டவரே” என்றான். “ஆம், நானும் அவற்றைக் கேட்டு வளர்கிறேன்” என்று அர்ஜுனன் இதழ்கோடிய புன்னகையுடன் சொன்னான். தாடியை நீவிக்கொண்டே காட்டின் இலையுச்சிகளை நோக்கியபடி “செல்வோம்” என்றான்.

அவர்கள் நடந்தபோது சகதேவன் “ஆசிரியர் மாணவரிடம் கொள்ளும் அன்பா மாணவர் ஆசிரியரிடம் கொள்ளும் அன்பா எது பெரிது என்னும் வினா எப்போதுமே எழுவதுண்டு. ஆசிரியர் இறந்தகாலத்தில் மேலும்மேலும் பின்னோக்கிச் சென்றுகொண்டே இருப்பவர். அவருக்கு வாழும் நிகழ்காலமும் அறியா எதிர்காலமும் மாணவனே. ஆகவே மேலும்மேலும் உருகி எழுந்து அவனைச் சூழ்கிறார். அவனை விட்டுவிடாமலிருக்கும் பொருட்டு அதற்குரிய சொற்களை உருவாக்கிக்கொள்கிறார். மாணவனுக்கு அவர் எதை அளித்திருந்தாலும் அவன் தேடும் எதிர்காலத்தில் அவர் இல்லை. அவன் அவரைவிட்டு விலகிச்சென்றே ஆகவேண்டும். ஆகவே அவன் அவர்மேல் கசப்புகளைப் பயிரிட்டு விலக்கத்தை உருவாக்கிக்கொள்கிறான்” என்றான்.

“அறியேன்” என்றான் பவமானன்.“நான் அவர்மேல் கசப்புகொள்ளவில்லை என்றே எண்ணுகிறேன். அவர் அளித்தவை எனக்குப் போதவில்லை. அவர் முன்வைத்தவற்றைப் பிளந்து வெளிச்செல்கிறேன். அக்கல்வி அவரேதான் என்பதனால் அது அவரைப் பிளப்பதே.” தருமன் சிரித்து “ஆம், ஆனால் இது நாம் எண்ணிக்கொள்வதுபோல தூய அறிவுத்தேடல் மட்டும் அல்ல. இதிலுள்ளது நம் ஆணவத்தின் ஆடலும்கூட. அதை நேருக்குநேர் உணர்ந்துகொண்டோம் என்றால் நன்று” என்றார்.

பவமானன் “ஆம், அதையும் நான் உணர்கிறேன். என்னுடையது நிலைத்தமர முடியாத இளமையின் துடிப்பு மட்டும்தானா என்றும்

எனக்கு நானே கேட்டுக்கொள்கிறேன். பெயர்ந்துசெல்லமுடியாத முதுமையில் அடைந்ததில் அமர்ந்துகொள்வேனா? அப்படித்தான் தேடுபவர்கள் சென்று அமைகிறார்களா?" என்றபின் தலையைக்குலுக்கி "அறியேன்... எண்ண எண்ண நம்மைச் சூழ்ந்து ரீங்கரிக்கின்றன சொற்கள். அனைத்தும் இறுதியில் வெறும் சொற்கள் மட்டுமே" என்றான்.

புல்வெளிமேல் வானத்தின் ஒளிக்கசிவு மெல்லிய புகைப்படலம்போல வந்து படியத் தொடங்கியது. ஓரிரு பறவைகள் மரக்கூட்டங்களின்மேல் சிறகடித்தெழுந்து சுழித்து மீண்டும் இறங்கின. அவற்றின் ஒலியில் காடு விழித்தெழத் தொடங்கியது. காட்டை நோக்கியபடி திரண்ட கைகளை சற்றே விரித்து பீமன் நெடுந்தொலைவு முன்னால் நடக்க, அவனருகே காலன் நடந்தான். புற்பரப்பில் இரவுப்பனியின் ஈரம் நிறைந்திருந்தது. குளிர்காற்று முதலில் இனிதாக இருந்து பின் நடுக்குறச்செய்து அப்போது மண்ணிலிருந்து எழுந்த மென்வெம்மை காதுகளில் பட மீண்டும் இனியதாக ஆகத் தொடங்கியிருந்தது

"விலகி வந்தவர்கள் முந்தைய ஆசிரியரைப் பழிப்பதைக் கண்டிருக்கிறேன்" என்று பவமானன் தொடர்ந்தான். "அவர்கள் அவரது கொள்கைகளைப் பழிக்கத் தொடங்குவார்கள். ஆனால் அது அவரே என்பதனால் மெல்ல அவரது ஆளுமையைப் பழிப்பதில் சென்றுசேர்வார்கள்." அவன் நகைத்து "அவ்வாறு பழிப்பவர்கள் வந்தணைந்த புதிய ஆசிரியரிடம் எண்மெய்யும் மண்பட வணங்குவர். உருகி விழிநீர் கசிவர். அது நடிப்பல்ல. அவர்கள் அவ்வுணர்ச்சிகளினூடாக தங்களை இங்காவது முற்றமைத்துக்கொள்ள முடியுமா என்று தேடுகிறார்கள்" என்றான்.

அர்ஜுனன் "அவர்களின் பிழை ஒன்றே, ஆசிரியர் ஓநாயன்னையைப் போல உண்டு செரித்து கக்கி வாயில் ஊட்டுவார் என எண்ணுகிறார்கள். மெய்யறிவை எந்த ஆசிரியரும் அளிக்கமுடியாது. ஆசிரியரின் அறிவு மாணவனுக்குரியதே அல்ல. ஏனென்றால் இரு மானுடர் ஒற்றை உள்ளம் கொள்வதே இல்லை. ஆசிரியர் அளிப்பது அவர் கடந்துவந்த பாதையை மட்டுமே. மாணவன் கற்றுக்கொள்வது தான் செல்லவேண்டிய பாதையைத்தான். அவன் அடைவது தன் மெய்மையை. அது அவ்வாசிரியர்நிரை அளித்ததும் கூடத்தான் என்று உணர்பவன் ஆழ்ந்தமைகிறான். ஆகவேதான் சென்று எய்தியவர்கள் ஆசிரியர்களை முழுதும் பணியத் தயங்குவதில்லை" என்றான்.

"இப்பயணத்தை உணர்ந்தவன் ஆசிரியர்களை வழிச்சாவடிகளை என வணங்கி எளிதில் கடந்துசெல்வான். ஆசிரியர்களில் சிறியவர் பெரியவர் என்றில்லை. ஆசிரியர் என்பது ஓர் அழியாநிலை. அதில் முகங்கள் மட்டும்தான் மாறிக்கொண்டிருக்கின்றன" என்று அர்ஜுனன்

சொன்னான். “முற்றிலும் பணியாமல் கல்வி இல்லை. ஆணவத்தால் ஊற்று சுரக்கும் கண்களை மூடிவைத்துவிட்டு குருகுலங்களில் அமர்ந்திருப்பதில் எப்பயனும் இல்லை. அப்பணிவுடனேயே நீங்கமுடிபவனால் மட்டுமே கல்விகொள்ளும் கலம் என தன் உள்ளத்தை ஆக்கிக்கொள்ளமுடியும்.”

புன்னகையுடன் பவமானனின் தோளைத் தொட்டு அர்ஜுனன் சொன்னான் “இளையோனே, எவரும் மாணவர்களோ ஆசிரியர்களோ மட்டும் அல்ல, ஆசிரியர்களும் மாணவர்களுமாக ஒரே தருணத்தில் திகழ்கிறார்கள். நான் துரோணரின் கால்களை எண்ணி வணங்காமல் ஒருநாளும் விழித்ததில்லை. என் மாணவர்களுக்கு நான் அளிப்பது அவருடைய சொற்களைத்தான். அழியாது செல்பவை சொற்கள். மானுடர் அவற்றைக் காலத்தில் கடத்தும் சரடுகள் மட்டுமே.”

12

"இன்று நீங்கள் ஆசிரியரை சந்திக்கச் சென்றபோது அங்கு நிகழ்ந்துகொண்டிருந்ததை இயற்கல்வி என்கிறார்கள்" என்று பவமானன் சொன்னான். "ஸ்வாத்யாயம் செய்யும் மாணவர்களை ஆசிரியர் தெரிவு செய்கிறார். அவர்களுக்குரிய நூல் ஒன்றைப் பரிந்துரைக்கிறார். ஒவ்வொருநாளும் இரவிலோ புலரியிலோ அவர்கள் அவரைத் தனியாகச் சந்திக்கிறார்கள். அவர் ஒரு பாடலை அவர்களுக்குக் கற்பிக்கிறார். அடுத்த அமர்வு வரை அவர்கள் எவரிடமும் எதுவும் பேசக்கூடாது. எவர் சொல்லையும் கேட்கவும் கூடாது. நூலாயவோ இசைகேட்கவோ ஒப்புதலில்லை. பணிகளென எதையும் ஆற்றலாகாது. காட்டுக்குள் உலவுதலும் தடுக்கப்பட்டுள்ளது. அவர்கள் அப்பாடல் வரிகளுடன் முற்றிலும் தனித்திருக்க வேண்டும்.

"அந்நூலின் பெரும்பொருள் மண்டையுச்சியைப் பிளந்து உள்ளே இறங்கும் கடப்பாரை போல அவனுள் நுழையும். ஆனால் அதன் நுண்பொருள் கருவறைக்குள் விந்து என அறியாது புகுந்து உறையும். மானுடனை நூல் முற்றாக மாற்றியமைக்கமுடியும் என்பதைக் கண்டிருக்கிறேன். இவ்வாறு கற்ற நூலில் இருந்து மாணவனுக்கு விடுதலை மிக அரிது" என்றான் பவமானன். "நீர் கற்ற நூல் எது?" என்றான் அர்ஜுனன். "ஐதரேய ஆரண்யகத்தின் நான்காம் நூல்" என்றான் பவமானன். "ஓராண்டு காலமாகியது அது என்னைச் சூழ்ந்துகொள்ள. நான் அதிலிருந்து வெளிவர ஒருகணம்தான் ஆகியது."

பெருமூச்சுடன் அவன் சொன்னான் "ஒவ்வொன்றும் கைகளால் ஆற்றக்கூடிய செயல்களாக நிகழ்ந்துகொண்டிருந்தன. ஒவ்வொன்றும் உள்ளத்தால் அடையக்கூடிய பொருள்வெளியாக விரிந்துகொண்டுமிருந்தன.

ஒன்றில் இன்னொன்றைக் கண்டடைவதென்பது காலைமலர் இதழ் விரிவதுபோன்றது. அல்லது முகில்களில் இடி எழுவதுபோன்றது.” அவன் துயர்மிக்க புன்னகையுடன் தலைகுனிந்து நடந்தபடி சொன்னான். “ஒருவரி என்னில் எழுந்ததை நினைவுகூர்கிறேன். ஆரண்யகம் சொன்னது, இருவகைக் கயிறுகள் உள்ளன. வலம்புரியும் இடம்புரியும். வலம்புரி சில விலங்குகளைக் கட்டும். இடம்புரி சிலவற்றை. இருபுரிக் கயிறுகளும் கையிலிருப்பவன் அனைத்து விலங்குகளையும் கட்டுகிறான். அப்போது கயிறு திரித்துக்கொண்டிருந்தேன். கைநடுங்கி இழைகள் தரையில் விழுந்துவிட்டன.”

“இருபுரியில் எதுவானாலும் அது கயிறே. ஆனால் அது குறிப்பதென்ன, மறுபுரியா அவிழ்புரியா? அன்று பித்தெடுத்தவனாக காட்டுக்குள் ஓடினேன். கொதிநீர் விழுந்தவன் இன்னது செய்வதென்று அறியாமல் அலறியபடி அங்குமிங்கும் அலைக்கழிவது போலிருந்தேன். பின்னர் எங்கோ சொல்லென இன்னமும் நான் ஆக்கிக்கொள்ளாத என் அறிதலைச் சென்றடைந்தேன்” என்றான் பவமானன்.

“பிறிதொருமுறை ஆசிரியர் எனக்கு சொல்லுரைத்துக் கொண்டிருந்தார். இந்நாளை அவன் எனப் பாடித்தொடங்குவோம் என்றார். அவன் எனும் சொல்லே பிரம்மம். அதை நாமுரைக்கையில் அவன் ஆணென ஆகிறான். அவன் எனும் அச்சொல் பெண் என ஆகிறது. அவர்கள் முயங்கி மைந்தரைப் பெற்றெடுக்கிறார்கள் என்று அவர் சொல்லிக்கொண்டிருந்த கணம் நான் வேள்விச்செயல் என்றால் என்ன என்று கண்டுகொண்டு மெய்சிலிர்ப்படைந்தேன்” பவமானன் சொன்னான். “நான் அறிந்த சொற்கள் அனைத்தும் என்னுடன் உள்ளன இப்போது. அவை விண்மீன் ஒளியென வழிகாட்டுகின்றன.”

அவன் இனியநினைவுகளால் அப்போதெழுந்த கசப்பை வெல்ல முயல்கிறான் என்று தெரிந்தது. இளவெயில் எழத்தொடங்கியதும் அவர்கள் ஒரு சிற்றோடைக்கரையை வந்தடைந்தனர். அங்கே மரத்தடியில் இலைகளைப் பறித்துப் பரப்பி, அவர்கள் அமர்ந்து ஓய்வெடுக்க மஞ்சம் அமைத்தான் பீமன். தருமனும் பவமானனும் அமர்ந்தனர். அப்பால் திரௌபதி ஆடையால் முகம் மறைத்து உடல்சுருட்டிப் படுத்தாள். சிலகணங்களிலேயே அவளிடமிருந்து துயில்மூச்சு எழத்தொடங்கியது.

நகுலனும் சகதேவனும் அப்பால் அமர்ந்தனர். பீமனும் அர்ஜுனனும் மெல்லிய குரலில் பேசிக்கொண்டு காட்டுக்குள் சென்று மறைந்தனர். ஓடை நீர்குலுங்கி ஒலிக்க சிறுபாறைகளினூடாக ஒளிகொண்டு பாய்ந்தோடியது. அவர்களின் தலைக்குமேல் கௌதாரி ஒன்று ஓசையிட்டுக்கொண்டேயிருந்தது. மிகத்தொலைவில் இடியோசை உறுமியது.

“கிழக்கே மழை வருகிறது” என்று பவமானன் சொன்னான். “தித்திரிப்பறவைகள் மழையை முன்னறிபவை. நீங்கள் செல்லும் பாதை அது. மழைமுகிலை எதிர்கொள்வீர்கள்.” தருமன் கிழக்கை நோக்கியபோது அங்கே வான்சரிவில் நிழல்விழுந்ததுபோல கார் தெரிந்தது. “ஆம், ஆனால் மெல்லியமழைதான்” என்றார். “குறுமழை. ஆனால் இடியும் மின்னலும் இருக்கும்” என்று பவமானன் சொன்னான்.

“தைத்ரியக்காட்டில் நீர் எத்தனை ஆண்டுகள் இருந்தீர்?” என்று தருமன் கேட்டார். “நான்காண்டுகாலம்” என்று கையால் இலைத்தண்டுகளை ஒடித்தபடி பவமானன் சொன்னான். “வேதக்கல்விமரபுகளில் தொன்மையான ஒன்று அது. அங்கே இப்போது தித்திரிமுனிவரின் வழிவந்த கோபாயனர் முதன்மை ஆசிரியரென அமர்ந்திருக்கிறார். தைத்ரியமரபு தனக்கென வேதச்சடங்குமுறைகளும் கூற்றுநெறிகளும் பொருளமைவுகளும் கொண்டது. பாரதவர்ஷம் முழுதிலும் இருந்து அங்கே நாளும் மாணவர்கள் தேடி வந்துகொண்டிருக்கிறார்கள்.” அச்சொற்குறிப்பே அவன் மேலும் ஏதோ சொல்லப்போகிறான் என்பதை காட்டியது. தருமன் அவனை நோக்கி அமர்ந்திருந்தார்.

“ஆனால் இவற்றால் என்ன பயன்? அரசே, வேள்விகள் என்றுமிருந்தன. நாகர்களும் நிஷாதர்களும் கிராதர்களும் அசுரர்களும் அரக்கர்களும்கூட வேதமோதி அவியிட்டனர். நால்வேதங்கள் என அவை எல்லைகட்டப்பட்டபோது அவை முறைப்படுத்தப்பட்டன. இன்று அதர்வவேதத்துடன் மட்டுமே நாகர்களும் கிராதர்களும் கொண்டிருந்த வேதஉறுப்புகள் இணைந்துள்ளன” என்று பவமானன் சொன்னான். “வேதவேள்விகளை பிராமணங்கள் வகுத்தன. வேதச்சொல்லை ஆரண்யகங்கள் விளக்கின. இன்று என்ன நிகழ்கிறது இக்கல்விநிலைகளில்? எந்த எரி எச்செயலுக்கு, எந்த வகை எரிகுளம், நோன்பென்ன, நெறியென்ன, ஏன் அவியென்ன விறகென்ன என்றுகூட முற்றாக வகுத்துவிட்டிருக்கின்றனர்.

“இங்கு சொல்லெண்ணி இவர்கள் கற்பது மாறாது இவற்றை நிலைபெறச்செய்யும் ஆணைகளை மட்டுமே. அவற்றை நாநுனியில் ஏற்றிக்கொண்டவன் பெருவைதிகனாக இங்கிருந்து கிளம்பி நகரங்களுக்குச் செல்கிறான். அரசவைகளிலும் ஊர்மையங்களிலும் அமைந்து நற்கொடை கொள்கிறான். வேதம் ஓதி வாழ்த்துரைக்கிறான். விதைப்புக்கும் அறுவடைக்கும் திருமணத்திற்கும் பிறப்புக்கும் தருணம் குறிக்கிறான். போருக்கு எழுபவர்களின் வாள்தொட்டு அருள்புரிகிறான். இவையே வேதமெய்யறிவு என்றால் வேதமில்லா பழங்காலத்துக்கு மீள்வதே உகந்ததாகும்.”

அர்ஜுனன் கிழங்குகளுடனும் கனிகளுடனும் வந்தான். நகுலனும் சகதேவனும் எழுந்து சென்று அவற்றைப் பெற்றுக்கொண்டனர். ஓடையில் அவற்றைக் கழுவி துண்டுகளாக்கி இலைகளில் பரிமாறி இருவருக்கும் கொண்டுவந்து வைத்தான் நகுலன். தருமன் முதல்துண்டை எடுப்பதற்காகக் காத்து அவர் உண்டபின் திரௌபதி எடுத்துக்கொண்டாள். தருமன் "மந்தன் எங்கே?" என்றார். "அவர் உணவுண்கிறார்" என்றான் அர்ஜுனன். புரிந்துகொண்ட தருமன் உண்ணத்தொடங்கினார்.

கையில் கிழங்குத்துண்டை எடுத்துக்கொண்டு "இங்கு உள்ளவை மூன்று எல்லைகள் மட்டுமே" என்று பவமானன் தொடர்ந்தான். "ஒன்றில் வேதங்களைச் சொல்லெண்ணிக் கற்கிறார்கள். வேள்விச்சாலைகளை கூடுகட்டும் குளவிகளைப்போல அச்சு மாறாமல் கட்டுகிறார்கள். வேதத்தை காட்டுச்சீவிடுகளைப்போல ஒற்றையிசையாகப் பாடுகிறார்கள். இரண்டாவது எல்லையில் இவர்களை முற்றிலும் மறுத்து அமர்ந்திருக்கிறார்கள் சார்வாகர்கள். வேதமில்லை, வேள்வி தேவையில்லை என்கிறார்கள். இன்பமே விழுப்பொருள் அதை அடையும் வழியே அறிவு, அதைக் காலஇடத்தருணத்தில் கண்டடைவது மட்டுமே கல்வி என்கிறார்கள்."

"பேசிப்பேசி எல்லைகடந்து சென்று அறிவு தொகுக்கப்படவேண்டியதே இல்லை என்கிறார்கள். மானுடன் தானென உணர்ந்ததுமுதல் இங்கு அறிதல்கள் இணைக்கப்படுகின்றன. அவை இணைந்து மாமானுட வடிவென எழுந்து நின்றிருக்கின்றன. மொழியின் கடல். பொருளின் அலைப்பெருக்கு. ஊன் புழுவாவதுபோல அறிவு மானுடனாக உருக்கொண்டு எழுகிறது. அதில் பிறந்து அதை உண்டு அதில் திளைத்து அதில் மடிகிறோம். ஆனால் பட்டறிவன்றி பிற அறிவெல்லாம் பயனற்றவை என்கிறார்கள் பிரஹஸ்பதியர். அனைத்தறிவும் பட்டறிவாக மாறும்போதே பயன்கொள்கின்றன என்கிறார்கள்.

"மூன்றாம் எல்லையில் அருமணிதேரும் வணிகனைப்போல வேதச்சொல்லை எடுத்து ஒளியில் நோக்கி ஆராய்கிறார்கள். அதன் ஒவ்வொரு பட்டையையும் கணக்கெடுக்கிறார்கள். அருமணிகளேதான். எவருக்கும் எப்பயனும் இல்லாத நுண்மைகள். ஒரு குவளை நீரோ ஒருபிடி உணவோ ஆகாத பேரழகுகள். பிரக்ஞையே பிரம்மம். ஆத்மாவே பிரம்மம். இவையனைத்திலும் உறைகிறது இறை. அது நீயே. எத்தனை பெருஞ்சொற்றொடர்கள், எத்தனை ஊழ்கச்சொற்கள். அவை இங்கே காட்டுக்குள் எவ்வுயிரும் அண்டாத மலையுச்சிச் சுனைபோல் ஊறி நிறைந்துகொண்டிருக்கின்றன.

“மூன்றுக்கும் அப்பால் ஒன்று இருக்கவேண்டும். இல்லையென்றால் உருவாகி வரவேண்டும். தெய்வமென கருவறை அமர்வது, அருமணியென சென்னிசூடத்தக்கது, படைக்கலமென கையிலமைவது, உழுபடை என மண்ணுடன் இயைவது. அத்தகைய ஒன்றுக்காகக் காத்திருக்கின்றன இக்கானகங்கள்.”

விந்தையான உளஎழுச்சி ஒன்றை தருமன் அடைந்தார். “அரசே, வேதமெய்நூல்களின் சிறப்பே அவை மாற்றற்கரிய உறுதிகொண்டவை என்பதுதான். அதனால்தான் அவை வென்று நின்றன. மானுடம் சிதறிப்பரவிய காடுகளிலிருந்து பாரதவர்ஷத்தைப் படைத்தெடுத்தன. அவற்றின் தீங்கும் அவ்வுறுதியே. வைதிகன் யானைமேல் செல்பவன் போல. அவன் எந்த வாயிலிலும் தாழ்ந்துசெல்ல முடியாது என்று சொல்லப்படுவதுண்டு. வேதத்தின் உறுதியுடன் காவியப்பாடல்களின் நெகிழ்வுடன் ஒரு புதியவேதம் எழவேண்டும். இரும்பும் ஆடகப்பொன்னும் ஆன ஒன்று. கானகங்கள் இன்று கருவலிகொண்டு துடிப்பது அதற்குத்தான் போலும்.”

அவன் பேசிக்கொண்டிருந்ததை ஆர்வமற்று விழிதிருப்பிக் கேட்டுக்கொண்டிருந்த அர்ஜுனன் அச்சொற்களால் மெல்லிய மாற்றமொன்றை அடைவதை தருமன் கண்டார். மீண்டும் அந்த விந்தையான உணர்வெழுச்சி ஏற்பட்டது. அந்த மாற்றம் எப்படித் தெரிந்தது என எண்ணிக்கொண்டார். அவன் விழிதிருப்பவில்லை. உடலில் எவ்வசைவும் எழவில்லை. ஆனால் அவன் மெல்ல அகம் மலர்வதை உணரமுடிந்தது. அல்லது அச்சம்கொள்வதை. அல்லது வியப்பதை. அது எப்படித் தெரிந்தது? காதலன் பெயர் ஒலிக்கையில் காதலியின் மலர்வுபோல. வியாசமாலிகையின் வரி அது. ஆம், அதுதான். தருமன் புன்னகைத்தார். விழிதிருப்பி திரௌபதியைப் பார்த்தபோது அவள் எழுந்து அமர்ந்து அர்ஜுனனைப் பார்த்தபின் விழிதிருப்புவதைக் கண்டார். அப்படியென்றால் அது ஓர் உளமயக்கு அல்ல.

“கிளம்புவோம், மூத்தவரே. இரண்டுநாழிகையில் வெயில் ஏறி வியர்வை வழியத்தொடங்கிவிடும்” என்றான் பீமன். “ஆம்” என்றபடி தருமன் எழுந்தார். நகுலனும் சகதேவனும் எழுந்தனர். திரௌபதி எழுந்து தன் ஆடையிலிருந்த சருகுகளைத் தட்டிவிட்டுக்கொண்டாள். கனவிலிருப்பவர்கள் போல பவமானனும் அர்ஜுனனும் அமர்ந்திருந்தனர். பவமானன் முகம் துயர்கொண்டதுபோல, தனிமை சூழ்ந்ததுபோலிருந்தது. அவர்கள் எழுந்த அசைவைக்கண்டு அவனும் எழுந்தான்.

“மூத்தவரே, கிளம்புவோம்” என்று நகுலன் அர்ஜுனனை அழைத்தான். “ஆம்” என்று திடுக்கிட்டு எழுந்து தன் வில்லுக்குக் கைநீட்டினான் அர்ஜுனன். அவனையே வியப்புடன் திரௌபதி நோக்கிக்கொண்டிருந்தாள். அவள் நீள்விழிகள் பாதிமூடியவைபோலிருந்தன. பவமானன் “நான் இவ்வழியே பிரிகிறேன், அரசே” என்றான். “நீங்கள் தேடுவது உங்களையும் தேடுவதாக!” என தருமன் அவனை வாழ்த்தினார்.

13

உச்சிப்பொழுது வரவில்லை, மாறாக வெயில் மங்கியபடியே வந்தது. இலைநிழல்கள் வடிவழிந்து கரைந்து மறைந்தன. தொலைவில் தெரிந்த மரக்குடைகள் வானில் புடைத்து எழுந்து அணுகி வந்தன. பறவைகள் கூவியபடி வான்நிறைத்து தென்றிசை நோக்கிச் சென்றன. வானிலிருந்து ஒளி முழுக்க வழிந்து மேற்குச்சரிவில் தேங்கியது. கிழக்குத்திசையில் செறிந்திருந்த கருமை மேலேறிக்கொண்டே வந்தது. அதன் பரப்புக்குள் மின்னல்கள் துடிதுடித்தன. களிறு உறுமுவதுபோல தொலைவில் இடி ஒலித்தது.

“மந்தா, எங்கேனும் ஓர் இடத்தில் அமைந்து இந்த மழையை எதிர்கொள்வோம். புயலும் உள்ளதென எண்ணுகிறேன்” என்றார் தருமன். “ஆம், பருவம்தவறிய மழை. இடியும் புயலும் இருக்கும்” என்றான் நகுலன். பீமன் சுற்றும் பார்த்தபின்னர் “அந்தப் பாறை இடுக்குக்குள் நின்றுகொள்ளலாம், மூத்தவரே” என்றான். “ஆம், புயல்மழையில் பக்கவாட்டு நீர்க்காற்றே சாட்டைகள் என அறையும். பாறை இடுக்கு பாதுகாப்பானதே” என்றான் சகதேவன்.

அவர்கள் அந்தப் பாறையிடுக்கை அடைந்ததும் பீமன் “ஒருகணம்” என்று அவர்களைத் தடுத்தான். பாறைச்சரிவில் தொற்றி ஏறி மேலே உரிந்த பொருக்கென பிளந்து நின்ற பாறையை அணுகினான். அதைச் சுற்றிவந்து பார்த்தபின் குதித்து அப்பால் நின்றிருந்த மரக்கிளை ஒன்றை உடைத்து தன் இடைக்கத்தியால் செதுக்கி எடுத்துக்கொண்டு மேலே சென்றான். “என்ன செய்கிறான்?” என்றார் தருமன். பீமன் அந்தக் கிளையை நெம்புகோலாக்கி பாறையுரிவைப் பிளந்து மேலெழுப்பினான்.

“பிளந்துவிட்டான்” என்றார் தருமன். “அவன் தோள்வல்லமை சிலதருணங்களில் எனக்கே அச்சம் அளிக்கிறது.”

பிளந்த பாறையை சரிவில் மிக மெல்ல உந்தி கீழிறக்கிக் கொண்டுவந்து அந்தப் பாறைப்பிளவை நோக்கித் திருப்பியதுமே அவன் செய்யப்போவதென்ன என்று அவர்களுக்குப் புரிந்துவிட்டது. அந்தப் பாறைப்பலகையை பிளவுக்குமேல் கூரையென அமைத்தபோது அது ஒரு சிறு குகையென்றாகியது. “மேலிருந்து நீர் வழிந்து வரக்கூடும். அந்தப் பாதையைத் திருப்பிவிட்டு வருகிறேன்” என்றான். “இனிய சிறுவீடு. வேதங்கள் பெறப்பட்ட அத்தொல்காலத்தில் இப்படித்தான் வாழ்ந்திருப்பார்கள்” என்றார் தருமன்.

அவர்கள் அதற்குள் சென்று அமர்ந்தனர். தொலைவில் இடியோசை கேட்டது. காற்றில் குளிர் பெருகியது. மெல்லிய மின்னலில் எதிரே இருந்த பாறை நிறம்மாறி துடித்து மீண்டும் கருமைகொண்டது. ஏதோ பறவையொன்றின் குரல் வாள்வீசும் ஒலிபோல் எழுந்தது. புழுதியும் சருகுத்தூளும் மலர்ப்பொடியும் அள்ளிக்கொண்டு வந்த காற்று அவர்களை மூடிக் கடந்துசென்றது. திரௌபதி ஆடையை நன்கு சுற்றிக்கொண்டு தூசியைத் துப்பினாள்.

“மண்மணம்” என்று தருமன் சொன்னார். “நினைவிருக்கிறதா, இளையோனே? முன்பு இத்தகைய ஒரு புதுமழையில் நாம் கங்கைக்கரைக் காட்டில் ஒரு மரப்பொந்தில் அமர்ந்திருந்தோம். இதேபோல.” நகுலன் புன்னகைத்து “ஆம், அப்போது மிகச்சிறிய உடல்கொண்டிருந்தோம். ஒரு சிறுமரப்பொந்துக்குள் ஐவரும் அமரமுடிந்தது” என்றான். சகதேவன் “பின்னர் சாலவனத்திலும் ஒரு குகைக்குள் மழைக்கு ஒதுங்கினோம். அன்று அன்னை உடனிருந்தார்” என்றான்.

தருமன் முகம் மலர்ந்து அந்நினைவுக்குள் ஆழ்ந்துசென்றார். “அன்னை மழையைக்கண்டு அஞ்சியதை நினைவுகூர்கிறேன். அவர் முகம் சினந்ததுபோலிருந்தது. பின்னர் அழுவதுபோல் ஆகியது. ஆனால் மழைத்தூவல்கள் வருடி உடல் குளிரத் தொடங்கியபோது அன்னையின் முகம் அறியாது மலர்ந்தது. கைநீட்டி குகைவாயிலில் பொழிந்த நீர்ச்சரடுகளை அளைந்தார். காலால் சேற்றுநீரை மிதித்துக் கலக்கினார். பின்னர் சிறுமியைப்போல் துள்ளும் குரலில் இமைகள் படபடக்க அவர் இளமைகொண்டாடிய மதுவனத்தின் மேய்ச்சல்காடுகளைப் பற்றிச் சொல்லத் தொடங்கினார்.

“அன்னையை அதுபோல பின்னரும் கண்டதில்லை. அவரும் அவர் தமையன் வசுதேவரும் கன்றுகளை ஓட்டிக்கொண்டு செல்லும் போது நாகங்கள் குறுக்காகக் கடந்து செல்வதையும் அவற்றை

மணம்கொண்ட முதற்பசு பெருமூச்சுவிட்டு விழியுருட்டி நின்று விடுவதையும் அதன் மூச்சிலிருந்தே அவர்கள் உய்த்துணர்ந்து நாகத்தை அடையாளம் காண்பதையும் சொன்னார். மழைவருவதை காற்றின் ஈரவெம்மையிலிருந்தே உணர்ந்து பசுக்கள் கரியமூக்கு வியர்க்க தலைதூக்கிக் காத்துநின்றிருப்பதையும் குளிர்காற்று மண்மணத்துடன் மரங்களைச் சுழற்றியபடி சூழ்வதையும் இலைகள் மேல் துளிவிழும் கொந்தளிப்பையும் நாமே பார்ப்பதுபோலிருந்தது" என்றார் தருமன்.

"அப்போது உண்மையிலேயே அக்குகைக்குள் நாகம் ஒன்று நுழைந்தது. அரசப்பெருநாகம்" என்றான் நகுலன். திடுக்கிட்டதுபோல தருமன் அவனைத் திரும்பிப்பார்த்தார். "அன்னைதான் அதன் மணத்தை முதலில் அறிந்தார். அது என்ன மணம், மூத்தவனே அது என்ன மணம், மந்தா அந்த மணம் என்ன என்று பதறினார். மூத்தவர் குனிந்து கீழே கிடந்த கற்பாளங்களைப் பெயர்த்தபோது சீறியபடி அவர் இடையளவுக்குப் படம்விரித்து எழுந்தது. இருவிழிகளும் இருளில் அனலெனச் சுடர்ந்தன. அதன் வலப்பக்கப் பாறையை மிதித்து அது சீறித் திரும்புவதற்குள் கழுத்தைப்பற்றி கையில் சுருட்டி எடுத்தார். அவர் கையளவுக்கே அதன் உடலும் இருந்தது. இறுகிய தசைச்செறிவு போல மின்னியபடி அது அவர் பிடியில் நெளிந்தது. அதன் நா எழுந்து பறந்தது."

"ஆம்" என்றபடி தருமன் தலைகுனிந்தார். "அன்னை அதை விட்டுவிடு மந்தா, இது என் ஆணை என்று கூவினார். இது அப்பாம்பின் குகை. அது மீளவரும் என்றார் மூத்தவர். வீசுங்கள் அதை. மழைக்குள் சென்றபின் மீளாது என்று இளையவர் சொன்னதும் மூத்தவர் மழைச்சரடுக்கு அப்பால் அதை எறிந்தார். ஒரு வளைவு மட்டுமே தெரிந்தது. மறைந்துவிட்டது" என்று நகுலன் சொன்னான். "அதன்பின் அன்னை பேசவில்லை. அவரிலிருந்து விரிந்தெழுந்த அனைத்தும் மீண்டும் உள்ளே புகுந்துகொண்டன. அந்த மழை நான்குநாழிகைப்பொழுது சூழ்ந்து பெய்தது. ஓய்ந்து துளித்தபோது நாம் கிளம்பினோம். அன்னை ஓர் அசைவென மட்டுமே நம்முடனிருந்தார். மீண்டும் அவர் குரலை நாம் கேட்க ஏழுநாட்கள் ஆயின."

தருமன் அவனையே நோக்கிக்கொண்டிருந்தார். மீண்டும் ஒரு புழுதிச்சுழல் எழுந்து அவர்களை மூடிக் கடந்துசென்றது. அதில் வண்ணத்துப்பூச்சிகளும் கலந்திருந்தன. குளிரத் தொட்டவை மழைத்துளிகள் என பின்னர் கைதூக்கி நோக்கியபோது தெரிந்துகொள்ள முடிந்தது. எதிர்பாரா கணத்தில் விழிகளை வெண்மையால் மூடி மின்னல் எழுந்தடங்கியது. குருதிப்புள்ளிகள் ஒளிரும் கண்களுடன் தருமன் பர்ஜன்யனைப் புகழும் வேதமந்திரத்தைச் சொல்லத்தொடங்கினார். செவிகளைக் கடந்து சித்தத்தையும் நடுங்கச்செய்தது இடியோசை.

"எங்கு சென்றிருக்கிறான் மந்தன்?" என்றார் தருமன் அமைதியின்மையுடன். "வருவார்" என்று சகதேவன் சொன்னான். "அவர் கொண்டாடும் தருணங்கள் இவை, மூத்தவரே." அர்ஜுனனும் திரௌபதியும் ஆழ்ந்த அமைதியுடன் இருப்பதை தருமன் உணர்ந்து திரும்பிப்பார்த்தார். ஒரே கணத்தில் இருவர் விழிகளையும் நோக்கிவிட்டு திரும்பிக்கொண்டார். "இங்கும் நாகம் வாழக்கூடும்" என்றான் நகுலன். "இங்கு மேலே கூரையில்லை. அது நீர்புகா இடங்களிலேயே வாழும்" என்றான் சகதேவன். மின்னல்களும் இடியோசையும் பழகிவிட்டிருந்தன. அறைந்து மூடப்போகிறது என எதிர்பார்த்த மழை யானைநடையில் மெல்ல அணுகியது. மழைத்துளிகள் மிகப்பெரிதாக இருந்தன. அவை விழுந்த அறைதலில் இலைகள் துடித்து உதிர்ந்தன. ஓசை அவர்களை முழுமையாக மூடிக்கொண்டது.

"மான்குளம்பு மழை என இதற்குப்பெயர்" என்று தருமன் எவரிடமென்றிலாது சொன்னார். மழைக்குள் இருந்து பீமன் கையில் ஒரு கூடையுடன் ஓடிவந்தான். பெரிய உடல்கொண்டவன் காற்றென ஒழுகிவருவதை எப்போது பார்த்தாலும் எழும் விந்தையுணர்வை தருமன் அடைந்தார். மடம்புக்குள் நுழைந்து தன் உடலைப் பொருத்திக் கொண்டான். அவர்களின் உடல்வெம்மையால் அவன் உடலில் வழிந்த நீர் ஆவியாகிச் சூழ்ந்தது. "எங்கிருந்தாய்?" என்றார் தருமன். "என்ன அது?" என அக்கூடையை நகுலன் எடுத்தான். காட்டுக்கொடிகளால் பீமனே பின்னிய அக்கூடைக்குள் கிழங்குகள் இருந்தன.

"நன்று" என்று தருமன் சொன்னார். "இந்தமழை எவ்வளவு நீடிக்குமெனத் தெரியவில்லை. பசிக்கும் என எண்ணிக்கொண்டிருந்தேன்." நகுலன் கிழங்கை எடுத்து தருமனுக்கு அளித்தபின் திரௌபதிக்கு அளித்தான். அவர்கள் கிழங்குகளை உண்ணத்தொடங்கினர். மழைக்குள் மின்னல்கள் ஊடுருவி நிறைந்து மறைந்தன. ஒவ்வொரு மழைத்தாரையும் கண்கூசும் வெண்பளிங்கு விழுதெனத் தெரிந்தணைந்தது. தருமன் "வேதமெய்ப்பொருளின்படி எரியிறைவன் விண்ணிலிருந்து வந்தவன். ஆதித்யர்களுக்கு ஒளியை அளிக்கும் முதற்பேரொளியின் மைந்தன் அவன்" என்றார்.

"காலமறியா நெடுங்காலம் இப்புவியின் உயிர்கள் இரவுகளில் குளிரில் நடுங்கிக்கொண்டிருந்தன. நோய்களில் அவை செத்துக்குவிந்தன. இருளை அஞ்சிய உயிர்கள் அன்னைப்புவியை வணங்கி மன்றாடின. அன்னை விண்நோக்கி ஏங்கினாள். ஒருநாள் விண்ணில் வாழ்ந்த செந்நிற ஆதித்யர்களில் ஒருவன் அம்புபோல மண்ணைநோக்கி வந்து புதைந்து ஆழத்தில் மறைந்தான். அன்னையின் கருவில் அவன் வளர்ந்தான்.

“ஆயிரமாண்டுகாலம் அன்னை வயிற்றில் வாழ்ந்தமையால் அவன் மாதரிஸ்வான் என அழைக்கப்பட்டான். சிறிய செந்நிற ஈரிலைத் தளிர்விட்டு அவன் எழுந்தபோது அவனைக் கண்டு உயிர்கள் அஞ்சின. அவன் ஆறாச்சினம் கொண்டவன். உண்ணப்பெருகும் பசிகொண்டவன். நாவே உடலென்றானவன். அந்திப் பொன்னொளி வண்ணத்தவன். ஆனால் அவியளித்துப் பேணும்போது இளங்கன்றுபோல நமக்கு இசைபவன். செந்நிற வழிகாட்டிப் பறவை. செம்முனைகொண்ட வேல்படை. நம் முன்றிலில் விரிந்து தீரா பொன்மலர். நம் அடுமனைகளில் சோர்வுறாத பணியாளன்.

“எப்பொருளாலும் தூய்மை கெடாதவன் என்பதனால் அவனை அக்னி என்றழைத்தனர் மூதாதையர்” என்றார் தருமன். “பிறிதொரு ஆதித்யன் ஆழிப்பரப்பில் விழுந்து நீல இருளுக்குள் கருவானான். அவன் செந்நிறச் சிறகுகளுடன் சீறும் அலைகள் மேல் எழுந்தபோது அவனை ஆபாம் நபாத் என்றழைத்தனர். நீரில்பிறந்தவன் மண்ணில்பிறந்தவனுக்கு இளையோன். அவன் அலைவளைவுகளில், மீன்செதில்களில், கடல்கொண்ட பலகோடி விழிகளில், சிப்பிக்குள் முத்தொளியில் வாழ்பவன். நெய்யிலும் சோமத்திலும் சுராவிலும் உறைபவன் அவன்.

“மூன்றாவது ஆதித்யன் விழுந்தது ஓர் அன்னைத்தவளையின் விழிகளுக்குள்” என்றார் தருமன். “அங்கிருந்து அவன் ஒலியென எழுந்தபோது அவனை அவ்வொலியாலேயே வாக் என்றனர். நாவில் அனலென எழுபவன். மழலையரில் அவன் மகிழ்ச்சி. கவிஞரில் அவன் சந்தம். முனிவரில் அவன் மந்திரம். நீதிதேடும் மூத்தோரில் அவன் கூர்வாள். உடன்பிறந்தார் மூவரும் ஒருவரை ஒருவர் அறியும் தருணமே வேள்வி என்கின்றனர் வைதிகர். மாதரிஸ்வான் அரணிக்கட்டையில் கண்விழித்து வேள்விக்குளத்தில் சிறகுகொள்கிறான். நெய்யென சோமம் என சுரா என அவனைச் சென்றடைகின்றான் நீர்மைந்தன். நாவிலெழுந்து உடன் நின்றாடுகிறான் சொல்மைந்தன்.”

அவர்கள் அச்சொற்களைக் கேட்டுக்கொண்டு ஒற்றை உடலெனத் திரண்டு பெயல்திரையைப் பார்த்தபடி அமர்ந்திருந்தனர். பீமன் “மூத்தவரே, இந்தப் பழங்கதைகளால் இன்று ஆவதென்ன?” என்றான். தருமன் “இன்று அவ்விளைஞன் சொன்னதை நினைத்துக்கொண்டேன், மந்தா. இன்றுள வேள்விகளில் மூன்று அனல்களும் ஒருசேர எழுவதில்லையோ என்று” என்றார் தருமன். அவர்கள் ஒன்றும் சொல்லவில்லை. சற்று கழித்து “மூவரும் ஒன்றென ஆகி நடமிட்ட அந்தப் பழைய வேள்விச்சாலைகள் மீண்டும் உருவாகவேண்டும். உருவாகியாகவேண்டும். ஏனென்றால் இங்கு மானுடம் வாழ்ந்தாகவேண்டும் என்பதே பிரம்மத்தின் ஆணை” என்றார்.

இடியோசை நீர்ச்சரடுகளை அதிரச்செய்தது. அவர்களைச் சூழ்ந்திருந்த பாறைப்பரப்பு நீராலானதுபோல் குளிர்கொண்டது. யானை ஒன்றின் கருவறைக்குள் இருப்பதுபோல என்று தருமன் எண்ணிக்கொண்டார். வாரணவதம் நினைவில் எழுந்தது. எரியுண்ட அரக்குமாளிகை. அது ஒரு வேள்விக்கொடை என்றே நினைவில் தங்கிவிட்டிருந்தது. பெருமூச்சுடன் உடலை அசைத்து அமர்ந்து “கரியுரித்து போர்த்தி எழுந்த அண்ணலை எண்ணிக்கொள்கிறேன், இளையோனே” என்றார். “இவ்விருள் கிழித்து மீண்டுமொரு அனல் எழவேண்டும்.”

ஐந்தாம் காடு

தைத்ரீயம்

1

பின்மழைச் சாரலில் நனைந்தவர்களாக அவர்கள் தைத்ரியக்காட்டுக்குள் சென்றார்கள். தொடர்ந்து மழை பெய்துகொண்டேயிருந்தது. இரவில் பல இடங்களில் மரங்களுக்கு அடியிலும் குகைகளிலும் தங்கினர். பின்னர் பீமன் இலைகளைக்கோட்டி மழைகாக்கும் தழையாடை ஒன்றை அமைத்தான். கமுகுப்பாளைகளைக் கொண்டுவந்து வெட்டிப்பின்னி குடைகளைச் செய்தான்.

மழைக்குள் ஒடுங்கியபடி தழையாடையும் குடையுமாக அவர்கள் சென்றபோது குளிரில் மகிழ்ந்து நின்றிருந்த யானைநிரைகள் திரும்பி நோக்கி துதிநீட்டி மெல்ல பிளிறின. விழிகளுக்குத் தென்படாத மானுடரை மணம்பெற்ற பெருங்களிறு ஒன்று காதுகளை முன்கோட்டி, விரைந்த அடி எடுத்து வைத்து, பெருவயிறு அதிர முன்னால் ஓடிவந்தது. பீமன் அதற்கு எதிர்க்குரலெடுத்ததும் பின்வாங்கி துதிதாழ்த்தி ஐயத்துடன் நின்றது.

தைத்ரியக்காட்டின் நுழைவெல்லையாக அமைந்த பாதைமுகப்பில் இருந்த கரிய உருளைப்பாறையில் வழித்துணைத்தெய்வமான பூஷன் நான்கு முகங்களும் நான்கு கைகளும் கைகளில் வேலும் மதுக்குடுவையும் கயிறும் அருளும் விரல்களுமாகச் செதுக்கப்பட்டிருந்தான். அதற்குக் கீழிருந்த தொன்மையான குறிகளை நோக்கிய தருமன் “இங்கிருந்து எட்டுகல் தொலைவில் இரு குன்றுகளுக்கு நடுவில்” என்றார். “தொன்மையான கல்விநிலை. இங்கு வேதங்களுக்கு நான்கு வைப்புமுறைகளை முனிவர்கள் உருவாக்கினர் என்பார்கள். குருகுலத்திற்கு அருகே ஓர் ஆறு ஓடுகிறது. அதற்கு வாஜி என்று பெயர்.”

காட்டுக்குள் அவர்கள் நுழைந்தபோது மழை நின்று காற்று சுழன்றடிக்கத் தொடங்கியது. அவர்களின் தழையாடையும் பாளைக்குடையும் பறந்து அகன்றன. பின்னர் இலைகளிலிருந்து தெறித்த நீரால் முழுக்க நனைந்தார்கள். தைத்ரியக்கல்விநிலை தொலைவிலேயே தேன்மெழுகுபூசப்பட்ட மரப்பட்டைக்கூரையிடப்பட்ட குடில்களின் தொகையாகத் தெரியத் தொடங்கியது. தொலைவிலிருந்து அதைக் காண்பதற்காக நான்கு உயர்ந்த தூண்களின்மேல் பரணமைத்து அங்கே நான்குதிசைகளுக்கும் தெரியும்படி பெரிய நெய்யகல் விளக்கை எரியவைத்திருந்தனர். அதைப் புரக்கும் காவலர்களாக இருமாணவர் அங்கே அமர்ந்திருந்தனர். செந்நிற ஒளி, சூழப்பொழிந்த மென்மழைச்சாரலுக்குள் கசிந்து பரவியிருந்தது. கூரைகள் நீர்வழிய கருமைகொண்டு கூம்புவடிவப்பாறைக் கூட்டங்கள்போல் தெரிந்தன.

அவர்களை எதிர்கொண்டழைத்த முதியமாணவர்கள் மூவர் முகமனுரைத்து விருந்தினர்குடில்களுக்குக் கொண்டுசென்றனர். இரும்புக்குடுவைகளில் கனலிட்டு வைத்திருந்தமையால் மென்வெம்மையுடன் அறைகள் அவர்களை அணைத்துக்கொண்டன. வெம்மையை உணர்ந்ததுமே பசிக்கத் தொடங்கியது. அவர்கள் அருகே இருந்த வாஜி ஆற்றின் வளைவில் இருந்த மரத்தாலான படித்துறையில் இறங்கி நீராடினர். மீண்டுவந்து புதிய மரவுரியாடைகள் அணிந்து சூடான பால்கஞ்சியும் சுட்டுத் தேன்சேர்த்த பழங்களும் உண்டனர். “தங்களை இன்று மாலை ஆசிரியர் சொல்லவையில் சந்திப்பார், அரசே” என்றான் மாணவன்.

“இங்கு எங்கள் அமைச்சரும் ஆசிரியரும் சிறியதந்தையுமான விதுரர் இருப்பதாக சொல்லப்பட்டோம். முடிந்தவிரைவில் அவரைச் சென்றுபார்க்க விழைகிறோம்” என்றார் தருமன். “அவர் இங்கு வந்து இரண்டு மாதங்களாகின்றன. அவர் வருகையை எவருக்கும் அறிவிக்கலாகாதென்று சொன்னார். வந்தநாள் முதல் அங்கே வாஜியின் கரையிலிருக்கும் மரச்செறிவில் கட்டப்பட்டுள்ள பழைய குடிலில் தனித்து வாழ்கிறார். இங்கு வேதநிலைக்கோ சொற்களத்திற்கோ வருவதில்லை. உணவு மட்டும் இங்கிருந்து செல்கிறது. அவரைப் பிறர் பார்ப்பதே அரிதாகிவிட்டது. அவர் உடல்நிலை சீராக உள்ளதா என்பதற்கு உணவு கொண்டுசெல்பவன் வந்து சொல்வதே ஆதாரமாகக் கொள்ளப்படுகிறது” என்றான் மாணவன்.

“உணவுண்கிறாரா?” என்று தருமன் கேட்டார். “ஆம், மிகக்குறைவாக. நாளில் ஒருபொழுதுக்கு மட்டும்” என்றான் மாணவன். “நான் அவரைப் பார்க்க விழைவதை சென்று சொல்க! அவருக்காக இங்கு

காத்திருக்கிறோம். அவரைச் சந்தித்தபின்னரே மீள்வோம்” என்றார் தருமன். “ஆம்” என்று தலைவணங்கி மாணவன் மீண்டான்.

தருமன் பெருமூச்சுடன் தன் குடிலுக்குள் சென்று அங்கிருந்த மரப்பீடத்தில் அமர்ந்தார். மழை மீண்டும் தொடங்கிய ஓசை கேட்டது. தொலைவில் ஏதோ கன்று ஓசையிட்டது. மணிகள் ஓசையிட பசுக்கள் நீர்ப்படலத்துக்கு அப்பால் நிரையாகச் சென்றன. அடுமனைப் புகையை நீர்ச்சரடுகள் அறைந்து நிலம்நோக்கிப் பரப்பின. வேகும் கிழங்கின் மணம். மாவு அப்பமாக உருக்கொள்வதன் மணம்.

நகுலன் ஈச்ச ஓலையால் செய்யப்பட்டு தேன்மெழுகு பூசப்பட்ட தலைக்குடையைச் சூடி சற்று முன்குனிந்து வந்தான். அதைக் கழற்றி அருகே வைத்துவிட்டு வந்து “இரு இளையமாணவர்களுடன் சென்று தொலைவில் நின்று அமைச்சரைப் பார்த்தேன், மூத்தவரே. மிக மெலிந்திருக்கிறார். தாடியிலும் குழலிலும் முடி பெருமளவுக்கு உதிர்ந்திருக்கிறது. ஆனால் நடமாடுகிறார். வெளியே சென்றபோது அவர் உடல் மெல்ல நடுங்கிக்கொண்டிருப்பதைக் கண்டேன்” என்றான். “நூலாய்கிறாரா?” என்றார் தருமன். “இல்லை. அவரிடம் நூலேதுமில்லை என்றனர்” என்றான் நகுலன். “அவரிடம் அந்த அருமணி உள்ளது. அதை ஊழ்கப்பொருளென கொண்டிருக்கிறார் என்கிறான் உணவளிப்பவன்.” தருமன் தலையசைத்து விழிதிருப்பிக்கொண்டார். “மூத்தவர் வழக்கம்போல காட்டுக்குள் புகுந்துவிட்டார்” என்றான் நகுலன். தருமன் மறுமொழி சொல்லவில்லை.

விதுரரிடம் சென்ற மூத்தமாணவன் வந்து “அவர் எவரையும் பார்க்கும்நிலையில் இல்லை என்று சொல்லச்சொன்னார், அரசே” என்றான். தருமன் “நான் அவரைப் பார்க்காமல் இங்கிருந்து செல்லப்போவதில்லை என்று அறிவித்தீரா?” என்றார். “ஆம்” என்று அவன் சொன்னான். “அவரை வணங்கி வாழ்த்துபெற்றுச் செல்லவே வந்தோம். ஒருமுறை நோக்கி மீளமட்டுமே ஒப்புதல் கோருகிறோம் என்று சொல்லி வருக!” என்றர் தருமன். அதற்கும் விதுரர் மறுத்துவிட்டதாகச் செய்தி வந்தது. “அவர் இருக்கும் நிலையைப் புரிந்துகொள்ளும்படி கோரியிருக்கிறார், அரசே” என்றான் மாணவன்.

“காத்திருப்போம், நாம் இதற்கென்றே வந்தோம்” என்றார் தருமன். நகுலன் “அன்னை நம்மை அனுப்பினார்கள் என்று சொல்லச் சொன்னால் என்ன?” என்றான். “ஆம், அப்படிச் செய்வோம்” என தருமன் மாணவனை அழைக்க எழுந்தார். சகதேவன் “மூத்தவரே, அவர் சந்திக்க மறுக்க முடியாத ஒருவர் திரௌபதிதான்” என்றான். தருமன் கூர்ந்துநோக்க “அவர் அதன்பின் அவளைச் சந்திக்கவேயில்லை. அவள்

பார்க்க விழைவதாகச் சொல்லி அனுப்புவோம்” என்றான். தருமன் “ஆம்” என்று தளர்ந்த குரலில் சொன்னார்.

திரௌபதியை சந்திக்க விதுரர் உடனே ஒப்புக்கொண்டார். திரௌபதியிடம் விதுரரை சந்திக்க வரும்படி நகுலன் சென்று சொன்னபோது முகத்தில் எந்த உணர்வும் தெரியாமல் அவள் கிளம்பினாள். அவர்கள் இளமழையில் குடைகளுடன் செடிகள் எல்லைமீறி மறைத்த காட்டுப்பாதையில் ஒருவர் பின் ஒருவராக முற்றிலும் தனித்து சென்றனர். விதுரரின் குடிலைக் கண்டதும் தருமன் தயங்கி நின்றார். திரும்பி திரௌபதியிடம் அவள் முதலில் செல்லும்படி கைகாட்டினார். அவள் அதே பாவைமுகத்துடன் முன்னால் சென்று கதவை மெல்ல தட்டினாள். மரப்பட்டை மென்கதவுக் குடுமியில் திருகி ஒலிக்க திறந்தது.

வாயிலில் நின்ற விதுரர் அவளை எதிர்பார்த்திருந்தாலும் அதிர்ந்தார். அவர் கண்களுக்குக் கீழே பட்டுத் திரைச்சுருக்கவளைவுகள் போல தொங்கிய மென்சதைகளில் ஒன்று அதிர்ந்தது. உதடுகள் ஓசையின்றி மெல்ல திறந்தன. பின்னர் நீர்ப்பாவை என கலைந்து “வருக, அரசி!” என்றார். அவள் உள்ளே நுழைந்ததும் தருமனை நோக்கி உள்ளே வரும்படி தலையசைத்தார். நால்வரும் உள்ளே சென்றனர். திரௌபதி தலைதாழ்த்தி விதுரரை வணங்கினாள். விதுரர் “உள்ளம் அமைதியுறுக! விழைவது பெறுக!” என அவளை வாழ்த்தினார். அவள் முகம் மாறுதலில்லாமல் இருந்தது. அவர் தொண்டைதான் சற்று இடறியது.

தருமன் அவரை குனிந்துகால்தொட்டு சென்னிசூடினார். “வெற்றி சூழ்க!” என அவர் தருமனை வாழ்த்தினார். அர்ஜுனனும் நகுலனும் சகதேவனும் அவ்வாறே வாழ்த்துப்பெற்றபின் விரித்திட்ட ஈச்சைப்பாயில் அமர்ந்தனர். ஆடைகளின் ஓசைகள் மட்டும் கேட்டன. வெளியே மழை பெய்யும் ஒலி. நெடுந்தொலைவில் ஒரு பசுவின் அழைப்பு.

அமைதியைக் கலைப்பதற்காக தருமன் “அன்னையின் ஆணைபெற்று வந்தோம், தந்தையே” என்றார். விதுரர் அதைக் கேட்டதாகத் தெரியவில்லை. அவர் திரும்பி திரௌபதியிடம் “நான் ஒரு சொல்லும் உரைக்கத் தகுதிகொண்டவன் அல்லன்” என்றார். “உங்கள் கால்களில் தலைவைத்து மைந்தன் என நின்று பொறுத்தருளக் கோருவதன்றி நான் செய்யக்கூடுவதொன்றுமில்லை.” அவள் ஒன்றும் சொல்லாமல் விழிசாய்த்து அமர்ந்திருந்தாள். ஒருகணம் சினம்கொண்டு தருமனின் குருதி தலைக்குள் ஏறியது. அவர் பார்வையை திருப்பிக்கொண்டு இதழ்களை இறுக்கினார்.

“அறவுணர்வென்பது ஒருவனின் தன்னியல்பாக உள்ளிருந்து எழவேண்டும் என்பதை அறிந்தேன், அரசி. அது விழைவுபோல, அச்சம்போல, சினம்போல ஒன்றாக அவன் உள்ளமென்றான நெசவில் இருக்கவேண்டும். நூல்கள் அறமறிந்தோனுக்கு நம்பிக்கையையும் அறம்பிழைப்பவனுக்கு அதற்குரிய வழிகளையும் மட்டுமே அளிக்கின்றன. நடுவில் நின்றிருக்கும் என்னைப் போன்றவர்களுக்கு அவை ஐயங்களை மட்டுமே பெருக்குகின்றன. எவராக இருப்பினும் தன்னைப் பெருக்கி நேர்நின்று நோக்கும் தருணம் ஓர் இறப்பு. நான் இன்னமும் மீண்டுபிறக்கவில்லை” என்றார் விதுரர். கைகூப்பி “நான் கற்ற நூல்களெல்லாம் உண்ணப்படாது அழுகிய உணவுபோல என் அறைக்குள் நிறைந்திருப்பதாக உணர்கிறேன். அவற்றை மறப்பதே என் தவம் என்று இங்கு வந்தேன்” என்றார்.

அதற்கும் திரௌபதி மறுமொழி சொல்லப்போவதில்லை என தருமன் அறிந்தார். ஆனால் அவள் சொல்வதற்காக அவர் செவிகள் கூர்ந்தன. கணங்கள் எடைகொண்டு சரிந்தபின் அவள் மெல்ல தளர்ந்து மூச்செறிந்தாள். அவளுடைய சொல்லின்மையை உணரமுடிந்தது. பிற அனைத்தையும்விட அந்த அமைதியே கொடிய படைக்கலம் என அறிந்திருக்கிறாள். இளம் வெள்ளாட்டை கால்களில் இடுக்கிக்கொண்டு காதுகளைப்பற்றிக் கழுத்தைத் தூக்கி மூச்சுக்குழாயை மெல்ல அறுக்கும் அடுமனைக்கொலைவலன் போல அவள் அதைச் செய்கிறாள். உள்ளே ஏதோ ஒன்று மகிழ்கிறது. ஆம், ஐயமே இல்லை. அவளுக்குள் குடிகொள்ளும் அந்த அறியாத்தெய்வம் குருதிபலிகொள்ளும் தருணம் இது.

“அனைத்தையும் ஒரே கணத்தில் ஆடைகளின்றி நோக்கிவிட்டேன். இங்கு நிகழ்பவை ஆற்றலின் மோதல்கள் மட்டுமே. ஆற்றலென்பதோ மானுடரில் குடிகொள்ளும் குருதிப்பற்றும் விழைவுகளும் வஞ்சங்களும்தான். அந்த யானைப்போரில் முயல்களுக்குப் பங்கேதுமில்லை. அதில் ஓர் இடம் பெறும்பொருட்டு உரைக்கும் வீண்சொற்களே அறநூல்கள்” என்றார். கசந்த நகைப்புடன் “அறத்தின்பொருட்டு எதையேனும் அடைந்தவன் அறிவுள்ளவன், இழந்தவன் பெருமூடன்” என்றார்.

தருமன் மெல்ல அசைந்து “துயர்கொண்டிருக்கிறீர்கள், தந்தையே. அஸ்தினபுரியில் நிகழ்ந்தவை அனைத்தையும் நானும் அறிவேன். பெரியதந்தைமேல் தாங்கள் எவ்வகையிலும் சினம் கொள்ளவேண்டியதில்லை” என்றார். “சிலநாட்களுக்கு முன் ஒரு செய்தி என என்னைப் புலரியில் எழுப்பியதுமே என் உள்ளத்தில் எழுந்த முதல் எண்ணம் என் முதல் மைந்தன் பிரதிவிந்தியனைப் பற்றியதே. அடுத்து தேவிகையின் மைந்தன் யௌதேயன். பின்னரே அனைத்தும். அது

உயிரின் இயல்பு. மூத்ததந்தையார் தன் மைந்தரை நெஞ்சுசேர்க்கிறார் என்றால் அது இங்கு தந்தையென்றும் மைந்தர் என்றும் நிகழ்த்தும் வல்லமைகளின் விருப்பம் மட்டுமே."

விதுரர் "ஆம், நான் அதையெல்லாம் எண்ணாமலில்லை" என்றார். "துறந்து இங்கு வருகையில் என் மைந்தரைப்பற்றியே நானும் எண்ணிக்கொண்டிருந்தேன். மைந்தரிலிருந்து தந்தையருக்கு விடுதலை இல்லை" என்றார். தலையை அசைத்தபடி "நான் எண்ணிக்கொண்டது என்னைப்பற்றி. இந்த விழிமுன் உண்மைகளுக்கு மேல் அமர்ந்து எதை இத்தனைநாள் பயின்றேன்? எதை நம்பி சொல்லாடினேன்? என் அடித்தளம் அசைந்துவிட்டது, மைந்தா. அதன்பின் நான் அங்கிருக்க முடியவில்லை."

தருமன் இயல்பாக அஸ்வதந்தம் குறித்துக் கேட்க எண்ணி சொற்களை அடக்கிக்கொண்டார். விதுரர் அங்கிலாது எங்கோ சித்தத்தால் அலைந்துகொண்டிருந்தார். அவரிடம் தருமன் பேசவேண்டியதை முன்வைப்பதற்கான தருணமா அது என குழம்பி சகதேவனைப் பார்த்தார். சகதேவன் அதை உணர்ந்து "அமைச்சரே, கனியாது உதிர்வது வலிமிக்கது. நீங்கள் இன்னமும் அஸ்தினபுரியிலிருந்து விடுபடவில்லை" என்றான். விதுரர் திடுக்கிட்டு நிமிர்ந்து நோக்க "அங்கிருந்து அஸ்வதந்தத்தைக் கொண்டுவந்திருக்கிறீர்கள். அது அந்நகரும் மணிமுடியும் அனைத்தும்தான்" என்றான். விதுரர் மெல்ல நடுங்கத் தொடங்கினார். அவர் வாய் சற்று திறந்தது.

"நேராகச் சொல்வதனால் என் மேல் சினம்கொள்ளலாகாது தாங்கள்" என சகதேவன் சொன்னான். "அனைத்து நடிப்புகளுக்கும் அடியில் இருந்த உண்மையைக் கண்டுகொண்டு உளமழிந்து இங்கு வந்திருப்பதாகச் சொன்னீர்கள். அதுவும் ஒரு நடிப்பென்று அறியாமலா இருக்கிறீர்கள்? எத்தனை நடிப்புகளினூடாக நாம் சென்றுகொண்டிருக்கிறோம்! அறிந்தவர் என்று. ஏதுமறியாதவர் என்று. துயரமானவர், தனித்துவிடப்பட்டவர், புரிந்துகொள்ளப்படாதவர் என எத்தனை தோற்றங்கள்! அமைச்சரே, எவரும் எவ்வுண்மையையும் முற்றிலும் புதிதெனக் காண்பதில்லை." தருமன் திகைப்புடன் கைநீட்டி ஏதோ சொல்ல முயல, அவன் சொல்லட்டும் என விதுரர் கைகாட்டினார்.

"நீங்கள் அமைச்சர். நதி தேர்ந்த பாதை. அது சுழித்த இடம். அது தடம் மாறவேண்டுமென்றால் வானும் மண்ணும் கருதவேண்டும். நீங்கள் அமைச்சர், பிறிதொருவரும் அல்ல. நெறிநூலர் அல்ல, முனிவரும் அல்ல. எது உங்கள் இடமோ அங்கு திரும்பிச் செல்லுங்கள். எங்கு பிறர் எவருமே அறியாமலிருந்தாலும் முற்றுமுழுதாக அமைவீர்களோ அங்கு

சென்று அமர்க! அங்கே உங்கள் அகச்சான்று காட்டும் வழியில் செல்க! விழைவோ ஆணவமோ அச்சமோ வஞ்சமோ திசைதிருப்பாமலிருந்தால் நீங்கள் இப்பிறவியில் சென்றடையக்கூடிய அனைத்தையும் அடைவீர்கள்." என்றான் நகுலன்.

"நான் நடிக்கிறேன் என்கிறாயா, மைந்தா?" என்று விதுரர் கேட்டார். அவர் குரலில் இருந்த தளர்வு தருமனை உளமுருகச் செய்தது. அவர் திரும்பி சகதேவனின் விழிகளுக்குள் நோக்கினார். அவன் ஐயமற்ற குரலில் "இங்கிருக்கையில் நீங்கள் உங்களை எப்படிப் பார்த்துக்கொண்டீர்கள்? இங்கிருந்து வெளியே நோக்கும் கோணத்திலா அன்றி வெளியே இருந்து இங்கிருக்கும் உங்களை நீங்களே நோக்கும் கோணத்திலா?" என்றான். விதுரர் மறுமொழி சொல்லாமல் மெல்ல நடுங்கும் தலையுடன் அவனையே நோக்கினார்.

"அங்கிருந்து நோக்கிக்கொண்டிருந்தீர்கள், அமைச்சரே. அதை இங்கு வரும்வழியிலேயே நான் உணர்ந்தேன். இங்கு ஒவ்வொரு பொருளும் அக்கோணத்தில் நோக்கி அமைக்கப்பட்டிருந்தன. உங்கள் கைகளுக்கு உள்ளம் சொன்னது அது. அமைச்சரே, உலகுமுன் நடிக்கும் உருக்கள் ஏதும் நமக்குரியவை அல்ல. அவை எதிர்மறை இன்பங்களை அன்றி எதையும் அளிப்பதில்லை" என்றான் சகதேவன். "ஆகவே, கிளம்பிச்செல்லுங்கள். அஸ்தினபுரிக்கன்றி எங்கு சென்றாலும் நீங்கள் அயலவர். அமைச்சறை பீடத்திலன்றி எங்கமர்ந்தாலும் நீங்கள் நிலைகொள்ளப் போவதில்லை."

அவர்களின் மூச்சுக்கள் மட்டுமே ஒலித்துக்கொண்டிருந்தன. முதலில் விதுரர் கலைந்தார். "நன்று, மைந்தா. என்றும் நிலைமாறாத சொல்கொண்டவன் நீ. உன் சொற்கள் என் உள்ளத்தில் வளரட்டும்" என்றார். சகதேவன் எழுந்து தலைவணங்கினான். பிறரும் எழுந்துகொண்டனர். தருமன் விதுரரிடம் விடைபெறுமுகமாக ஏதேனும் சொல்ல விழைந்தார். ஆனால் ஒரு சொல்லும் எழவில்லை. பெருமூச்சுடன் மீண்டுமொருமுறை தலைவணங்கி குடையை எடுத்துக்கொண்டு இளமழை நின்றிருந்த சரள்கல்முற்றத்தை நோக்கி இறங்கிச்சென்றார்.

2

"அரசே கேள், இக்ஷ்ுவாகு குலத்தில் பிறந்த ஹரிச்சந்திரன் என்னும் அரசன் இருந்தான். நூறு மனைவியரையும் ஆயிரம் களஞ்சியங்களையும் லட்சம் ஆநிலைகளையும் கொண்டு அவன் செழிப்புற்றிருந்தான் என்கின்றன நூல்கள். நூறு மனைவியரும் கருவுறாமைகண்டு உளம் வருந்தினான். தொல்புகழ் இக்ஷ்ுவாகு குலம் வேருடன் அழியுமோ என கண்ணீர்விட்டான். அவன் அவைக்கு நாரத முனிவர் வந்தபோது அவர் தாள்பணிந்து தனக்கு ஒரு வழி உரைக்கும்படி கோரினான். 'வருணனைப் போற்று. அனைவருக்கும் கனியும் அரசமைந்தனை அவன் அளிப்பான்' என்று நாரதர் சொன்னார்."

வருணனுக்குரிய ஏழு வேள்விகளை ஹரிச்சந்திரன் செய்தான். முகில்கள் கூடி கருமைகொண்டு அவன் வேள்விச்சாலை நனைந்தது. அவன் வேள்விச்சாலையின் கூரைவழியாக இறங்கிய நீர்ச்சரடு ஒரு வெள்ளித்தூண் என நின்றது. அதில் எழுந்த வருணன் அங்கிருந்த அந்தணருக்குக் காட்சியளித்தான். 'அரசே, இப்பிறவியில் உனக்கு மைந்தனுக்கு ஊழளி இல்லை. அந்நினைப்பு ஒழிக!' என்றான். 'இல்லை, மைந்தனில்லாமல் இப்புவி விட்டு நீங்கமாட்டேன். என் மூத்தோருக்கு நீர் அளிக்க மைந்தன் இல்லையேல் என் வாழ்வுக்கே பொருளில்லை' என்று ஹரிச்சந்திரன் அழுதான்.

'அரசே, நீர் அள்ளி அளிக்க குருதிமைந்தன் வேண்டுமென்பதில்லை. மைந்தன் என ஏற்கப்பட்ட எவருக்கும் அவ்வுரிமை உண்டு. மைந்தரில்லை என்பவர் குருதிமுளைக்காதவர் அல்ல, உள்ளம் விரியாதவர் மட்டுமே. வெளியே எத்தனை இளமைந்தர். எத்தனை ஒளிரும் விழிகள். எத்தனை பாற்புன்னகைகள். உளமிருந்தால் நீ பல்லாயிரம் மைந்தருக்குத்

தந்தையாகலாம். நூறு பிறவிகளில் அவர்கள் இறைக்கும் நீரால் அங்கொரு கங்கையை ஓடச்செய்யலாம்' என்றான் வருணன். 'நான் விழைவது எனக்கென்றொரு மைந்தனை மட்டுமே. என் குருதியே நான். நானாகி எஞ்சவேண்டும் என் மகன்' என்றான் ஹரிச்சந்திரன்.

'அரசே, இது புடவியை அமைத்து ஆளும் நெறி. நீ மட்டுமல்ல, நானும் அதை மீறமுடியாது. இந்நதிக்கரையின் ஒரு மணற்பருவைக் கூட்டவும் குறைக்கவும் எவருக்கும் உரிமை இல்லை' என்றான் வருணன். 'என் வேள்விப்பயன் என நீ இங்கு வந்தாய். வேதத்திற்குக் கடமைப்பட்டவர்கள் தேவர்கள். வேண்டியதை நீ அளித்தாகவேண்டும்' என்று உரைத்த ஹரிச்சந்திரன் திரும்பி அந்தணரிடம் 'மைந்தனைக் கோரி அவியிடுக! மறுத்து இத்தெய்வம் விண்புகுமென்றால் வேதத்தை மீறிய பழி அதைச் சூழ்க!' என்றான். அந்தணர் அவியிட்டு வேதம் ஓதினர்.

'ஆம், நீ சொல்வது உண்மை. வேதம் வேட்பதை தேவர் மீறமுடியாது' என்றான் வருணன். 'ஆனால் விண்பரப்பில் உன் மைந்தன் இன்றில்லை. அன்னத்தை மண்ணிலிருந்து எடுக்கலாம். ஆத்மனை எங்கிருந்து அள்ளுவது?' என்றான். 'நான் அதை அறியேன். நான் வேட்பது வந்தாகவேண்டும்... ஊற்றுக சோமம்! பொழிக சுரா! பெய்க நெய்!' என்று அரசன் கூவினான். வருணன் கைகூப்பி 'ஒரு வழி உள்ளது, என் மைந்தன் தக்ஷசவர்ணியை உனக்கு மைந்தனாக அளிக்கிறேன். உன் மைந்தனுடலில் அவன் இரு வியாழவட்டகாலம் வாழ்வான். அதன்பின் அவன் மீண்டு வந்தாகவேண்டும்' என்றான். ஹரிச்சந்திரன் 'ஆம், ஒப்புகிறேன்' என்றான்.

'அரசே, பெறுபவன் கொடுத்தாகவேண்டும் என்பது வேதநெறி. நூறுமேனி கொய்பவன் மூன்று வேள்விக்குக் கடன்பட்டவன் என்கின்றது பிராமணம். நீ பெறப்போவதோ ஒரே மைந்தனை. அவனையே நீ வேள்விக்கு அவியாக அளித்தாகவேண்டியிருக்கும்' என்றான் வருணன். 'ஆம், ஆணை!' என்றான் ஹரிச்சந்திரன். வருணன் அருளியபின் மறைந்தான். மழைநின்று இளவெயில் எழுந்ததும் நிகழ்ந்ததெல்லாம் மறையும் கனவென்று ஹரிச்சந்திரன் உள்ளத்தில் எஞ்சியது. மைந்தன் பிறக்கவிருக்கிறான் என்னும் உவகை மட்டுமே எஞ்சியது.

ஹரிச்சந்திரனின் முதல் மனைவி கருவுற்று அழகிய மைந்தனை ஈன்றாள். அவனுக்கு ரோஹிதாஸ்வன் என பெயரிட்டார்கள். அவனைத் தன் தோளிலிருந்து இறக்காமல் வளர்த்தான். அரசே, தன் வாழ்வும், புகழும், வீடுபேறும் மைந்தனே என ஆகிறவன் அருள்பெற்றவன். அவன் இம்மண்ணில் மானுடருக்கு அளிக்கப்பட்டுள்ள பேரின்பங்களில் ஒன்றை அடைகிறான். அவன் பழிகொண்டவனும் கூட. தேனன்றி பிறிதுண்ணாத கரடிபோல அவன் மெலிந்து அழிவான்.

மைந்தனுக்கு இருபத்துநான்கு அகவை நிறைந்ததும் ஒருநாள் கனவில் பாசமும் அலைபடையுமாக முதலைமேல் ஏறிவந்த வருணன் 'உன் சொல் நிறைவேறும் நாள் வந்துவிட்டது. உன் மைந்தனை வேள்விப்பலியாக அளி' என்று கோரியபோதுதான் தன் வாக்குறுதியை ஹரிச்சந்திரன் நினைவுகூர்ந்தான். திகைத்து 'என் மைந்தனையா? நான் அவனை இந்நாட்டை ஆள்வதற்காகவே ஈன்றேன். நான் இறந்தபின் அவன் வாழ்வதைக் காணவே உயிர் வாழ்கிறேன்' என்றான். 'அவன் என் வேள்விக்குப் பலியாக வந்தாகவேண்டும். அது உன் சொல்' என்றான் வருணன். 'மாட்டேன். ஒப்பமாட்டேன்' என்று கதறியபடி ஹரிச்சந்திரன் கண்விழித்தான்.

ஆனால் அத்தனை அந்தணர்களின் கனவிலும் வருணன் தோன்றி வாக்குறுதியைப் பேணும்படி கேட்டான். 'அந்தணரே, சொல்லுங்கள். என் மைந்தனை நான் மீட்டுக்கொள்வது எப்படி?' என்றான் ஹரிச்சந்திரன். 'அரசே, வேள்விப்பலி என்பது கொலை அல்ல. பலியாகும் மானுடன் அவனே விரும்பி வந்து வேள்விச்சாலையின் பலித்தூணருகே நிற்கவேண்டும். உங்கள் மைந்தன் ஒப்பாவிட்டால் அவனைப் பலியிட வேதநெறி இல்லை' என்றார்கள் அந்தணர்கள்.

ஹரிச்சந்திரன் தன் மைந்தனிடம் 'மைந்தா, நீ பலியாவதற்கு ஒப்புக்கொள்ளவேண்டியதில்லை. இங்கு நீ இருக்கவேண்டியதுமில்லை. இங்கிருந்து செல். எங்காவது கரந்து வாழ். உனக்காக நான் பழிகொள்கிறேன்' என்றான். ரோஹிதாஸ்வன் பலியாவதற்கு அஞ்சி தப்பி ஓடினான். காடுகளில் வேதப்பள்ளிகளில் சேர்ந்து தாடியும் முடியும் வளர்த்து பிறபெயரில் வாழ்ந்தான். அவனைத் தேடி அரசரின் படைகள் வீணே அலைந்தன.

ஆறாண்டுகாலம் காட்டில் வாழ்ந்த ரோஹிதாஸ்வன் ஒருநாள் பிராமணங்களில் தேர்ந்த ஓர் அந்தணரைக் கண்டு தன் கதையைச் சொன்னான். 'நான் உயிர்பிழைத்திருக்க பிராமணங்கள் சொல்லும் வழி ஏதேனும் உண்டா?' என்று கேட்டான். 'தைத்ரிய பிராமணங்களில் ஒன்றில் ஒரு வழி சுட்டப்பட்டுள்ளது. உனக்கு மாற்றாக வேதம்கற்ற அந்தண இளைஞன் ஒருவன் விரும்பி வந்து வேள்விப்பலியாக ஆவான் என்றால் நீ உயிர்பிழைக்கலாம்' என்றார் அந்தணர். அப்படிப்பட்ட அந்தணரைத் தேடி ரோஹிதாஸ்வன் பயணமானான்.

ஓராண்டுகாலம் காட்டில் அந்தணர்களைத் தேடியலைந்தான் ரோஹிதாஸ்வன். அவனுக்காக உயிரளிக்க எவரும் சித்தமாகவில்லை. அகத்தியகூட மலையடிவாரத்தில் அவன் ஒரு முனிவரைப்பற்றிக் கேள்விப்பட்டான். ஆங்கிரீச குலத்தில் பிறந்த வைதிகரான அஜிகர்த்த

சௌவ்யவாசி அவரை விண்ணவனாக நிறுத்தும் பெருவேள்வி ஒன்றைச் செய்யத் திட்டமிட்டிருப்பதாகவும் அதற்காக ஒவ்வொருநாளும் காட்டில் அரக்கும் தேனும் கோரோசனையும் புனுகும் சேர்த்து ஊர்கள்தோறும் விற்று பொருள் சேர்ப்பதாகவும் சொன்னார்கள்.

அரசே, எந்த வேள்வியையும் மானுடர் முழுமையாகச் செய்துவிடமுடியாது என்பதே நூல்கள் கூறுவது. அனைத்து வேள்விகளும் ஒருசில குறைகளுடன் முடிவடைகையில் அக்குறைகளுக்காக தேவர்களிடம் பொறுத்தருளக் கோரும் வேதச்சொற்களை சொல்லியே அவற்றை நிறைவடையச் செய்வர். தொல்வேதங்கள் கூறும் அனைத்து அவிகளையும் அளித்து, பன்னிரண்டாயிரம் வைதிகரை அமரச்செய்து, தொல்வேதச் சொல் பன்னிரண்டு லட்சத்தையும் முழுமையாக ஓதி தன் வேள்வியை நிறைவுறச்செய்யவேண்டும் என அஜிகர்த்தர் விரும்பினார். அவரது பிதாமகர் ஆங்கிரீசரும் விழைந்து முடிக்காத பெருஞ்செயல் அது.

இளமையில் அதைக் கேட்டநாள் முதல் பிறிதொரு எண்ணமில்லாதவராக வாழ்ந்தார். ஒரு சொல் பிழையாது, ஓர் அசைவு மாறாது, ஒரு சந்தம் திரியாது முழுவேதத்தையும் கற்று நினைவில் நிறுத்தினார். ஒவ்வொருநாளும் வேள்வித்தீ வளர்த்து அவியிட்டு வேததேவனை தன்னுடன் நிறுத்தினார். வேதமென்பது வேட்கை. அரசே, வேதத்தின் உச்சியோ பெருவேட்கை. அஜிகர்த்தர் வைதிகரில் முதல்வர் என்று போற்றப்பட்டார். நிகரற்ற அவரது வேட்கையால் பிற வைதிகரால் அஞ்சப்பட்டார்.

அவரது மூன்று மைந்தர்களும் அவருக்கு அடிமையென அமைந்து அப்பணியை செய்துவந்தனர். மைந்தர்கள் பிறிதொரு உலகில்லாது தனக்கு முற்றிலும் அடிமையாக இருக்கவேண்டுமென விரும்பிய அஜிகர்த்தர் அவர்களுக்கு நாய்வால், நாய்குறி, நாய்குதம் என்று பெயரிட்டிருந்தார். அரசே, ஒருவனுக்கு இடும் பெயர்கள் அவன் உள்ளத்தை வகுத்துவிடுகின்றன. சுனபுச்சன் ஒவ்வொருநாளும் தந்தைக்குப் புகழ்மொழி உரைத்து பாராட்டி அவருடன் இருந்தான். சுனஃசேபன் அவர் சொன்ன வேலையை ஓடிஓடி செய்தான். சுனலாங்குலன் அடுமனை ஓரத்திலேயே அமர்ந்திருந்தான். அவர்களின் பெயர்களால் அவர்கள் சந்தைகளில் பழிக்கப்பட்டனர். பெண்களால் வெறுக்கப்பட்டனர். அதை அவர்கள் அறியவேயில்லை. விலங்குகளைப்போல அவர்கள் மானுட உலகில் வாழ்ந்தனர்.

ஒவ்வொருநாளும் தான் ஆற்றிவந்த மகாபூதவேள்விக்குத் துணையமரவேண்டும் என்பதனால் அவர்களுக்கு வேதங்களை சொல்மாறாது கற்பித்திருந்தார் அஜிகர்த்தர். ரோஹிதாஸ்வன் அவரிடம்

வந்து வணங்கி அவரது விருப்பத்தை மிக எளிதில் நிறைவேற்றும் வழி ஒன்று தன்னிடமிருக்கிறது என்றான். அவர் மைந்தர்களில் ஒருவன் தனக்காக வேள்விப்பலியாக நிற்பான் என்றால் ஆயிரம் பசுக்களைக் கொடையளிப்பதாகவும் அவற்றின் நெய்ப்பயனால் பத்தாண்டுகளில் போதிய செல்வத்தைச் சேர்த்து அவர் விண்புகும் வேள்வியைச் செய்யலாம் என்றும் சொன்னான். அவர் தன் வேட்கை நிறைவேறும் வாழ்க்கை என்றே அதைக் கண்டார். அரசே, அழிவின்மையை வேட்பவன் பிற எதையும் பொருட்படுத்துவதில்லை.

முதல்மைந்தன் தனக்கு இனியவை சொல்லி அருகிருப்பவன் என்பதனால் அஜிகர்த்தர் அவனை அளிக்க விரும்பவில்லை. அடுமனைக்காவலன் என்பதனால் இளையவனை அளிக்க அன்னையும் ஏற்கவில்லை. ஆகவே நடுவமைந்த மைந்தன் சுனக்ஷேபன் தந்தையால் நீரூற்றி ரோஹிதாஸ்வனுக்குக் கொடையளிக்கப்பட்டான். 'இனி உன்னுடையவன் அவன்' என அஜிகர்த்தர் சொல்லளித்தார். பின்னர் மைந்தனிடம் திரும்பி 'நீ இவருடன் செல்க! இவர் காட்டும் வேள்விப்பந்தலில் உன் உயிரை உகந்து பலியாக அளி. இது உன் தந்தையின் ஆணை' என்றார். 'அவ்வாறே' என்று சுனக்ஷேபன் தலைவணங்கினான்.

சுனக்ஷேபனுடன் தன் நகர்மீண்ட ரோஹிதாஸ்வன் தந்தையிடம் வந்து வேள்விநெறிகளின்படி அந்தண இளைஞனே தனக்கு மாற்றாக நிற்கலாகும் என்றும், பிராமணங்கள் கூறும் நெறி அது என்பதனால் தேவர்கள் அதை மறுக்கலாகாது என்றும் சொன்னான். அந்தணரை அழைத்து வருணனை பன்னிருகளத்தில் வரவழைத்து சொல்கேட்டபோது அவனும் அதை ஏற்றான். எனவே வேள்விக்கு நாள் குறிக்கப்பட்டது. வேள்விப்பந்தல் எழுப்பப்பட்டது. நூறு வைதிகர் வந்து பந்தலில் அமர்ந்தனர்.

அப்பந்தலில் நான்கு பெருவைதிக மரபிலிருந்தும் முதன்மை ஆசிரியர்கள் வந்திருந்தனர். உத்கர்த்தராக அயஸ்ய முனிவரும் அத்வர்யுவாக ஜமதக்னியும் பிராமணராக வசிஷ்டரும் ஹோதாவாக விஸ்வாமித்திரரும் வந்தனர். மஞ்சள் ஆடை அணிந்து மலர்மாலை சூட்டப்பட்டு அழைத்துவரப்பட்ட சுனக்ஷேபன் பலிவிலங்கென வேள்வித்தூணில் கட்டப்பட்டபோது நான்கு முனிவர்களுமே சினந்து எழுந்தனர். 'மானுடனை பலிகொடுப்பது தொல்வேத நெறி. ஆயிரம் சல்லடைகளால் சலித்து மீட்ட நால்வேதம் அதை ஒப்புவதில்லை' என்று உரைத்து அவர்கள் எழுந்து வெளியேறினர்.

திகைத்து நின்ற அரசனிடம் 'அரசே, தொல்வேதமுறைப்படி மானுடனை பலிகொடுப்பவர்கள் இன்றுமுள்ளனர். அவர்களைக் கொண்டுவருக!' என்றார் அந்தணர் ஒருவர். தொல்வேத வேள்வி இயற்றுபவர்களைத்

தேடிச்சென்ற ரோஹிதாஸ்வன் எங்கும் காணாமல் இறுதியில் மீண்டும் அஜிகர்த்தரிடமே வந்துசேர்ந்தான். 'முனிவரே, இன்று தொல்வேதத்தை முழுதாற்றுபவர் நீங்கள் மட்டுமே. மேலும் ஆயிரம் பசுக்களைப் பெற்றுக்கொண்டு எங்கள் வேள்விப்பலியை நிறைவேற்றி அருள்க!' என்றான்.

அதை ஏற்று தன் பிற இரு மைந்தருடன் வேள்விச்சாலைக்கு வந்த அஜிகர்த்தர் சுனக்ஷேபனை தூயநீராட்டி காப்புகட்டி கொண்டுசென்று வேள்விக்காலில் கைகள் பிணைத்துக்கட்டி வேள்விப்பலியாக அறிவித்தார். அவன் நாளும் கோளும் குலமும் பெயரும் கூவி அறிவித்து விண்ணவர்க்கு இனிய பலி அவன் என தெரிவித்தார். தானே உத்கர்த்தராகவும் அத்வர்யுவாகவும் பிராமணராகவும் அமர்ந்து வேள்வியை முழுமைசெய்தார்.

ஆனால் இளமைந்தனைக் கொல்ல அந்தணர் ஒப்புக்கொள்ளவில்லை. 'இளங்கன்றைக் கொன்று பலியிடுவதே வேதநெறி. வேதமோதும் நாகொண்டவனை பலியிட நாங்கள் சித்தமல்ல' என்று விலகினார்கள். எரியில் எழுந்த வருணன் நாநீட்டி அவி தேடி துள்ளிக்கொண்டிருந்தான். அவன் சினம் கொள்வதைக்கண்ட ஹரிச்சந்திரன் அஜிகர்த்தரின் கால்களில் விழுந்து 'முனிவரே, தாங்களே ஹோதாவாகவும் அமர்ந்து வேள்வி நிறைவுசெய்யவேண்டும்' என்றான். 'பத்தாயிரம் பசுக்கள் தேவை எனக்கு. இவ்வேள்வி முடிந்ததும் இப்புவியில் மானுடர் எவரும் இயற்றாத வேள்வியை நான் தொடங்குவேன்' என்றார் அஜிகர்த்தர். 'ஆம், அவ்வாறே ஆகுக!' என்றான் அரசன்.

தந்தை தன் கையில் கூரிய கத்தியுடன் அணுகி வருவதை மைந்தன் கண்டான். அப்போது விஸ்வாமித்திரர் வேள்விச்சாலைக்குள் நுழைந்தார். 'மைந்தா, உன் விழிகளை மறந்து என்னால் துயிலமுடியவில்லை. இவ்வேள்விப்பலியை நான் தடுக்கிறேன்' என்று கூவினார். 'வேள்விக்கென நிறுத்தப்பட்ட விலங்கை விடுவிப்பவன் வேள்வியைத் தடுத்த பழியைச் சுமக்கவேண்டும். முனிவரே, நீர் நீங்கா இருளுலகுகளுக்குள் தள்ளப்படுவீர்' என்று அஜிகர்த்தர் சினத்துடன் கூவினார்.

'நான் இவனை இப்போதே என் மைந்தனாக ஏற்கிறேன்' என்று விஸ்வாமித்திரர் சொன்னார். குனிந்து அங்கிருந்த கங்கைநீர்க் குடத்தையும் தர்ப்பையையும் கையில் எடுத்து மைந்தனை ஏற்பதற்கான வேதமந்திரங்களைச் சொல்லி 'வேதச்சொல் சான்றாக இக்கணம் முதல் இவன் என் மைந்தன்' என அறிவித்தார். 'மைந்தா, ரிக்வேதத்தை முழுதும் கற்று நிறைந்தவன் நான். பத்தாயிரம்முறை ரிக்வேதத்தை நான் முழுமையாகச் சொல்லியிருக்கிறேன். என் வாழ்நாள் தவம்

அது. அந்தப் பயன் முழுக்க உனக்கே அமையட்டும். ரிக்வேதத்தின் இறுதிப்பாடலை மட்டும் சொல்லி அதை நீ உன் தந்தையின் கொடை எனக் கொள்க!' என்றார். 'நீ வேள்விப்பலியாகக்கூடாது. வைதிகனாகி சொல்நிறையவேண்டும். இது உன் தந்தையின் ஆணை' என கூவினார்.

சுனஃஷேபன் அவர் சொன்ன வேதமந்திரத்தைச் சொன்னதும் வானில் இடி எழுந்தது. அனல் விழுந்து வேள்விச்சாலை எரியத் தொடங்கியது. மின்னுருவாக மண்ணில் வந்திறங்கிய இந்திரன் வருணனை வென்று துரத்தினான். அவன் இடிச்சொல் முழங்கியது. 'நீ வாழ்த்தப்பட்டாய்' என மும்முறை ஒலித்தது வானம். வேள்விச்சாலை எரிந்தணைந்தது. விஸ்வாமித்திரர் சுனஃஷேபனை கை பற்றி நெஞ்சோடு சேர்த்து அழைத்துச்சென்றார்.

"தொல்வேதங்களிலேயே உள்ளது இக்கதை" என்றார் கோபாயனர். "சுனஃஷேபமுனிவரை சௌனகம், ஐதரேயம், தைத்ரியம் என்னும் மூன்று வேதநிலைகளும் தங்கள் முன்னோடி என கொள்கின்றன. வேதவேள்விகளின் முறைமையை வகுத்தவர் அவர். எங்கள் தொல்கதைகளின்படி தித்திரிப்பறவைகளின் வடிவில் சென்ற முனிவர்களுக்கு சுனஃஷேபர் அருளிய வேதமெய்ப்பொருளை கற்பதனால் இம்மரபு தைத்திரியம் எனப்படுகிறது." அவர் முன் தருமனும் தம்பியர் மூவரும் அமர்ந்திருந்தனர். கோபாயனர் கைகாட்ட இரவுக்கல்வி முடிந்ததை அறிவித்தபடி மணியோசை எழுந்தது.

3

கோபாயனரின் சொற்கூடத்திலிருந்து வெளிவந்து நின்ற தருமன் எண்ணங்களால் எடைகொண்ட தலையை உதறுவதுபோல அசைத்தார். “இவ்வழி, மூத்தவரே” என்று அழைத்த நகுலனை நோக்கிப் பொருளில்லாமல் சிலகணங்கள் விழித்தபின் “ஆம்” என்றார். அவர்கள் மழைச்சாரல் காற்றில் பீலிவிசிறிகள் போல அலையலையாக வந்து தழுவிய குளிர்ந்த முற்றத்தில் இறங்கி உடல் குறுக்கியபடி நடந்தனர். தன் குடில்முன் வந்ததும் தருமன் நின்றார். இளையவர்கள் அவரை வணங்கி விடைபெற்றனர்.

குடிலுக்குள் சென்று தனிமையை உணர்ந்ததுமே திரௌபதியின் உறுதிதான் அவர் நெஞ்சில் அன்றையநாளின் எச்சமென இருந்தது. எவரிடமும் எவ்வகையிலும் அவள் கனியவில்லையா என்ன? ஒருமுறைகூட மன்னித்துவிட்டேன் என அவள் சொல்லவில்லை என்பதை எண்ணிக்கொண்டார். ஒருவரிடமும் ஆறுதலாக ஒருசொல் கூறவில்லை. பெருமூச்சுடன் அறைக்குள் ததும்பியவர்போல நடந்தார். சுவர்களுக்குள் இருக்கமுடியாதென்று தோன்றியது. வெளியேவந்து வாயிலில் நின்றார். குடில்கள் ஒவ்வொன்றாக விளக்குகள் அணைக்கப்பட்டு இருளுக்குள் மறைந்தன. தொலைவில் விண்ணில் என வழிவிளக்கு தெரிந்தது. உடனிருந்த மாணவன் தேவன் போலிருந்தான்.

மிக அப்பால் ஒரு கொட்டகைக்குள் வெளிச்சம் தெரிந்தது. அங்கு நெருப்பு எழுந்து மேலே சென்று பறந்து மீண்டும் அமைந்தது. எவரோ விறகை உருட்டிவைக்க, தீப்பொறிகள் பறந்தன. பேச்சுக்குரல் பறவைக்குழறல் என கேட்டது. தருமன் அந்தக் கொட்டகை நோக்கிச் சென்றார். அவர்கள் ஆநிரைகாப்பவர்கள் என தெரிந்தது. அக்கொட்டகைக்கு

அப்பால் நூற்றுக்கும் மேற்பட்ட வட்டமான தாழ்ந்த ஈச்சையிலைக் கொட்டகைகளில் பசுக்கள், நடுவே அமைந்த வட்டவடிவ புல்லறைக்குள் இருந்து உலர்புல்லை இழுத்து மென்றபடி கழுத்துமணிகள் ஒலிக்க, கண்மணிகள் ஒளிவிட நின்றிருந்தன. கற்தரையை குளம்புகள் மிதித்து எழுந்த ஒலிகளும் மூச்சொலிகளும் இருளில்பெய்த இளமழைக்குள் அணுகுந்தோறும் தெளிவடைந்தன.

கொட்டகைக்கு அருகே அவர் வந்து குனிந்ததும் “யார்? சாம்பரே நீரா?” என்றபடி ஒருவன் எழுந்து வெளிவந்தான். “நான் யுதிஷ்டிரன்” என்றார் தருமன். “வருக அரசே... நாங்கள் ஆகாவலர். இரவெல்லாம் விழித்திருப்போம். அறிந்திருப்பீர், இங்கு சிறுத்தைகளும் ஓநாய்களும் உண்டு. புலிகளும் வருவதுண்டு” என்றான். “நன்று, நான் உள்ளே வரலாமா?” என்றார். “வருக, இங்கும் நாங்கள் சொல்லாய்வே செய்துகொண்டிருக்கிறோம்” என்றான் அவன். “என் பெயர் கருணன். இவன் கிருதன். அவன் கிரீஷ்மன்.”

தருமன் அவர்கள் நடுவே இடப்பட்ட வைக்கோல் இருக்கையில் அமர்ந்தார். நடுவே எரிந்த தழலில் அந்தக் கொட்டகை இளவெம்மையுடன் இருந்தது. நீண்ட கம்பியில் கிழங்குகளையும் கொட்டைகளையும் குத்தி, தீயில்காட்டி சுட்டுவைத்துக்கொண்டிருந்தான் கிரீஷ்மன். அதை அவர்கள் எடுத்து தோல்களைந்து உண்டனர். “எடுத்துக்கொள்ளுங்கள், அரசே” என்றான் கிருதன்.

அவர்கள் அவரை அரசர் என தயங்கவில்லை. இயல்பான ஊக்கத்துடன் கிருதன் “இன்று அவையில் முதலாசிரியர் சொன்ன கதையைப்பற்றி என்ன எண்ணுகிறீர்கள்?” என்றான். “அது உங்களுக்கு புதியகதை அல்ல என எண்ணுகிறேன்” என்றார் தருமன். “ஆம், மிகத்தொன்மையானது. இன்று சொல்லும்போது அக்கதையை ஆசிரியர் சற்று மாற்றிவிட்டார்” என்றான் கிரீஷ்மன். “இன்று அவர் சொல்லிவருகையில் அது மூன்று தந்தையரின் கதை என ஒலித்தது” என்றான் கருணன்.

“ஆம், தந்தையர் மூவர்” என்று தருமன் சொன்னார். “தன் மைந்தனைப்பற்றி மட்டுமே எண்ணியவன் ஹரிச்சந்திரன். தன் வெற்றிக்காக மைந்தரையே பலிகொடுக்க முனைந்தவர் அஜிகர்த்தர். புவியில் அனைத்து மைந்தரையும் தன் மைந்தரென எண்ணும் உளவிரிவுகொண்டவர் விஸ்வாமித்திரர்.” கிரீஷ்மன் சிரித்து “நீங்கள் இன்று உங்கள் இளையதந்தையைச் சென்று பார்த்ததை ஆசிரியர் அறிந்திருக்கிறார்” என்றான். “ஆம், அது எங்களுக்காகச் சொல்லப்பட்டதென்றே தோன்றுகிறது” என்றார் தருமன்.

“அரசே, அக்கதை மேலும் நீள்கிறது” என்றான் கருணன். “விஸ்வாமித்திரருக்கு நூறு மைந்தர்கள். சுனஷேபனை தன் மைந்தன்

என அவர் ஏற்றுக்கொண்டதும் தன் வாழ்நாள்தவத்தை ஒரே கணத்தில் அவனுக்கே முழுமையாக அளித்ததும் மைந்தரில் சிலரை சினம் கொள்ளச்செய்தது. அவரது முதல்மைந்தனின் தலைமையில் அவர்கள் தந்தைக்கு எதிராகத் திரண்டனர். அவர் அவர்களைத் தீச்சொல்லிட்டு பாரதவர்ஷத்திலிருந்து துரத்தினார் என்று கதைகள் சொல்கின்றன." தருமன் "தாய்மையும் தந்தைமையும் குருதியினால் அல்ல. அது விலங்குகளுக்குரிய பண்பு" என்றார்.

"அரிய கதை. இதை ஆசிரியர் தொல்வேதத்திற்கும் வகுத்த நால்வேதத்திற்குமான வேறுபாட்டைச் சுட்டும்பொருட்டு பலமுறை கூறியிருக்கிறார்" என்றான் கிரீஷ்மன். "தொல்வேதம் விழைவுமட்டுமேயானது. செயலென்பது விழைவால் செலுத்தப்படுவது மட்டுமே. அதில் உயிர்ப்பலி இருந்தது. மானுடப்பலியும் இருந்தது. விஸ்வாமித்திரரின் அழைப்பைக் கேட்டு இந்திரன் இறங்கிவந்து மானுடப்பலி நாடிய தேவர்களை வென்று துரத்திய தருணமே புதியவேதத்திற்கான முதல்தொடக்கம்."

"நீங்கள் அறிந்திருப்பீர்கள், அரசே. தொல்வேதத்தின் முதற்பெருந்தெய்வம் வருணனே. பெருங்கடல்களில் குடிகொள்பவன். மழையை ஆள்பவன். பசுமையைப் படைப்பவன். அவனை இந்திரன் வென்றது வேதமெய்மையையே மாற்றியமைத்தது. இன்று வேதத்தின் முதலிறைவன் இந்திரனே" என்று கிரீஷ்மன் தொடர்ந்தான். "இந்திரனும் விழைவுக்குத் தலைவனே. வேட்பவர்களுக்கு அருள்பவன் அவன். ஆனால் அறத்தில் நிற்பவன். அரசனுக்குரிய பேரியல்புகள் கொண்டவன். மானுடன் அறிந்த முதல் அரசன் இந்திரனே. மானுடரில் இந்திரர்களாக அரசர்களை உருவாக்கியது வேதம். பசுங்கால் தழைத்த மண்ணில் செங்கோல் ஊன்றப்பட்ட பின்னரே அறம் வளர்ந்தது என்று ஆசிரியர் சொல்வதுண்டு."

"அரசே, அசுரரும் அரக்கரும் வேதவேள்விகள் செய்ததைப்பற்றி புராணங்கள் சொல்கின்றன. அவர்கள் அவ்வேள்விகளை முழுமைசெய்து மானுடர் எண்ணவும் இயலாத வெற்றிகளை அடைந்தனர். அனைவருமே முதலில் விண்ணேறிச்சென்று இந்திரனை வென்றதாகவே புராணங்கள் சொல்கின்றன. ஏனென்றால் இந்திரனே அவர்களின் முதல் எதிரி. அவனை வெல்லும்படி அறைகூவுகின்றன அவர்களின் வேதங்கள். இந்திரன் மானுடருக்குரிய தேவன். இந்திரன் மண்ணில் அரசர்களாக வாளுடன் எழுந்தபோது அசுரரும் அரக்கரும் வெல்லப்பட்டு மறைந்தனர். அவர்களின் வேதங்கள் அழிந்தன. அஜிகர்த்தர் ஆற்றவிழைந்ததும் அத்தகைய வேள்வியைத்தான்" என்றான் கிரீஷ்மன்.

“இல்லை அரசே, அது பிழையானது” என்றான் கிருதன். “அனைத்து வேதங்களும் அவற்றுக்குரியவர்களுக்கு உகந்த நலனையே உரைக்கின்றன. வேதங்கள் வெல்லப்படுவதே இல்லை, கைவிடப்படுகின்றன. அறியாமையால், ஆணவத்தால், பெருவிழைவால்.” அனல் நோக்கி முகம்நெருங்க, அவன் தலைமயிரும் தழல் என செம்மைகொண்டது. அவன் மிக இளையவன் என்று தெரிந்தது. இளைஞர்களுக்குரிய எழுச்சி அவன் சொற்களைத் திக்கவைத்தது. நாணம் கொண்டவன்போல அவன் சிவந்து குரல் தழுதழுத்தான். மெலிந்த சிற்றுடல் சொற்களுக்கேற்ப அலைபாய்ந்தது.

“அனைவருக்குமுரியது ஒற்றைவேதமே என்பதற்கு என் முந்தைய பிரகதாரண்யக வேதநிலையின் ஆசிரியர் சௌரவ்யர் ஒரு கதை சொல்வதுண்டு” என்றான். “அன்று வேதமிலாதிருந்தது. தேவர் பிரஜாபதியிடம் சென்று கேட்டனர், தந்தையே எங்களுக்கு வேதத்தை அருள்க என்று. அவர் முகில்களில் இடி என பேரொலி எழுப்பினார். ‘த!’ என்னும் சொல். அறிந்துகொண்டோம் தந்தையே என்றார்கள் தேவர். என்ன பொருள் கண்டீர் என்று பிறப்பித்தோன் கேட்டார். ‘தயங்குக!’ ஆம், எங்கும் விழைவுகளாலும் சினத்தாலும் செலுத்தப்படுகிறோம். ஒவ்வொரு தருணத்திலும் தாங்குதலும் தயங்குதலுமே எங்களுக்கு அறிவென உடன்நின்றாகவேண்டும் என்றார்கள். ஆம், அவ்வாறே ஆகுக என்று அவர்களை அனுப்பினார் தந்தை.”

“அதன்பின் மானுடர் வந்து பணிந்து தங்களுக்கென வேதம் ஒன்றைக் கோரி நின்றனர். மீண்டும் முகில்களில் முழங்கியது அவ்வொலி. ‘த!’ இது உங்கள் வேதத்தின் முதல்விதை. நீங்கள் கண்ட பொருள் என்ன என்றார் தந்தை. ‘தருக!’ என்று பொருள்கொண்டோம் தந்தையே. கொள்ளுதலும் வெல்லுதலுமாக மண்ணில்போராடி அழிபவர் நாங்கள். இனி மூதாதையருக்குக் கொடுக்கிறோம். தெய்வங்களுக்குக் கொடுக்கிறோம். மைந்தருக்குக் கொடுக்கிறோம். அண்டியோருக்கும் அயலோருக்கும் அளிக்கிறோம். கொடுப்பதனூடாக நாங்கள் வாழ்வோம் பெருகி வளர்வோம் என்றனர். ஆம் அவ்வாறே ஆகுக என வாழ்த்தினார் தந்தை.

“இறுதியாக அசுரர் வந்து பணிந்து தங்களுக்கும் ஒரு வேதம் கேட்டனர். மீண்டும் முகில்கள் அந்த அழியா முதற்சொல்லை உரைத்தன. ‘த!’ நீங்கள் பொருள் கொண்டதென்ன என்று தந்தை கேட்டார். ‘தழைக!’ என்று அசுரர் சொன்னார். தான் என தருக்கி நின்றிருக்கும் எங்களுக்குத் தேவை அளி ஒன்றே. அறத்தின் முன், ஊழின் முன், தெய்வங்களுக்கு முன் தணிவதே நாங்கள் கற்றாகவேண்டியது. இரக்கத்தை அடையும் அசுரன் தேவனாகிறான் என்றார்கள். ஆம், அவ்வாறே ஆகுக என்றார் பிரஜாபதி.

"த!த!த! என்னும் ஒலி. தம!தத்த!தய! ஒவ்வொருநாளும் இங்கு அமர்ந்து அதைக் கேட்டுக்கொண்டிருக்கிறேன், அரசே. அம்மூன்று முதற்சொற்களிலிருந்து மூவகை வேதங்கள் எழுந்தன என்று ஆசிரியர் சொன்னார். அசுரவேதங்களை அவர்கள் பேணவில்லை, எனவே அவர்களை அவ்வேதங்கள் பேணவில்லை. அருள்மறந்தமையால் அவர்கள் அழிந்தனர். என்றேனும் கொடைமறந்தார்கள் என்றால் மானுடரும் அழிவர்" என்று கிருதன் சொன்னான். "வேதங்களை மானுடர் பசுக்களைப்போல் பேணவேண்டும் என்பது பிராமணநெறி. பசும்புல்லும் நீரும் போன்றவை வேதம் ஆணையிடும் நற்செயல்கள். கொடையளிக்காதவன் வேதத்தைப் பட்டினியிடுபவன். அவன் ஆயிரம் கைகளால் கறந்தாலும் அமுது சுரப்பதில்லை."

அவனுடைய உணர்வெழுச்சி அனைவரையும் அமைதியடையச் செய்தது. அத்தகைய சொல்லாடல்களில் ஒரு விளையாட்டு இருந்துகொண்டிருக்கவேண்டும். அந்த எல்லையை ஒருவர் கடக்கும்போது அதன் நெறிகள் அனைத்தும் சிதறிவிடுகின்றன. தருமன் கிழங்குகளை உரித்துத் தின்றுகொண்டிருந்தார். கிரீஷ்மன் புதிய ஒரு கிழங்கை கம்பியில் பொருத்தி தீயில் நீட்ட, அது தோல்பொசுங்கி பட் என வெடித்தது. அதன் பிளவு ஒரு புன்னகைபோல என்று தருமன் எண்ணினார்.

அப்போது எழுந்த ஓர் எண்ணம் அவரை உளஎழுச்சி கொள்ளச்செய்தது. "கிரீஷ்மரே, தொல்வேதத்தை ஆண்ட வருணனை இந்திரன் வென்றதைப்பற்றிச் சொன்னீர்கள்" என்றார். "இந்திரன் வருணனை வென்று சுனஷேபரின் பலியை நிறுத்தினான். அதன்பின்னர் சுனஷேபமுனிவரின் ஆணைப்படி வேதவேள்விகளில் மானுடனைப் பலியிடலாகாதென்று ஆணை உருவாகியது. அதுவே இன்று மீண்டும் நிகழ்ந்துள்ளது என்பதை நீர் உணர்ந்திருக்கிறீரா?" கிரீஷ்மன் விழிசுருக்கி நோக்க, கிருதன் பரபரப்புடன் முன்னால் வந்தான்.

"நெடுநாட்களுக்கு முன்னர் மந்தரமலையுச்சியில் யாதவர்கள் ஒரு வேள்விக்கொடை நிகழ்த்தினர். அதில் அவர்கள் பசுக்களை பலியிடக் கொண்டுசென்றபோது இளமைந்தனாகிய இளையயாதவர் சென்று அவர்களை விலக்கினார். அன்னைக்கு நிகரான பசுவைக் கொன்று பலியூட்டுவது பழியையே கொண்டுவரும் என்றார். நம் அன்னையைக் கோரும் தெய்வங்கள் நமக்கு இனி தேவையில்லை என்று வகுத்தார். சினந்தெழுந்து பலிகொள்ள வந்த இந்திரனை எதிர்கொண்டு வென்றார். அவன் வஞ்சம்கொண்டு பெய்வித்த பெருமழையை மந்தரமலையைத் தூக்கிக் குடையாக்கி நின்று தடுத்து தன் குடிகளைக் காத்தார்."

“ஆம். நான் அதைக் கேள்விப்பட்டிருக்கிறேன்” என்றான் கிருதன். “கிரீஷ்மரே, அதன்பின்னர் இந்திரனை வழிபடுவதை யாதவர் முழுமையாகவே நிறுத்திக்கொண்டனர். அமுதூட்டும் மந்தரமலையையே பிரம்மவடிவென்று வழிபடத் தொடங்கினர். அந்தக் கதைகள் சூதர் சொல்வழியாகப் பரவின. யாதவகுடிகள் அனைத்தும் இந்திரவழிபாட்டையும் உயிர்ப்பலிவேள்வியையும் நிறுத்திக்கொண்டன. இந்த ஐம்பதாண்டுக்குள் பாரதவர்ஷமெங்கும் வேள்வியில் உயிர்க்கொலை முழுமையாகவே இல்லாமலாகிவிட்டிருக்கிறது. சௌனக, சாந்தோக்ய, கௌஷீதக, ஐதரேய குருநிலைகள் அனைத்திலும் அந்த ஆணை பிராமணங்களாக அறிவிக்கப்பட்டுவிட்டது.”

“தைத்ரிய வேதநிலையிலும் உயிர்ப்பலி தடுக்கப்பட்டுவிட்டது” என்றான் கிரீஷ்மன். “இன்று அரசவேள்விகளில் மட்டுமே இந்திரன் வழிபடப்படுகிறான். வருணனை இந்திரன் வென்று மானுடபலியை நிறுத்தியதுபோன்றதே இதுவும். இதுவும் ஒரு புதியவேதத்தின் பிறப்பு என ஏன் சொல்லக்கூடாது?” அவர்கள் திகைத்த முகத்துடன் நோக்கி அமர்ந்திருந்தனர். கிருதன் கையால் தரையை அறைந்து “ஆம், அதுதான். அதுவேதான், பிறிதொன்றுமில்லை” என்றான்.

4

புலரி நீராட்டுக்கு நகுலனும் சகதேவனும் மட்டுமே வந்தனர். "மூத்தவர் காட்டுக்குச் சென்று மீளவேயில்லை. இளையவர் கருக்கிருட்டில் எழுந்து வில்பயிலச் சென்றுவிட்டார்" என்று நகுலன் சொன்னான். அவர்கள் வாஜியின் கரையை அடைந்தனர். நாணல்செறிந்த அதன் கரையில் இருந்து நீராடும் ஆழம் வரை இறங்கிச்செல்ல மரக்கால்களை நட்டு அதன்மேல் தடிகளை சேர்த்துக்கட்டி ஒரு சிறு பாலம் அமைத்திருந்தனர். ஆடைகளைக் களைந்து அதன்மேல் நடந்துசென்ற தருமன் குளிரில் உடல்சிலிர்க்க குழல் இளங்காற்றில் பறக்க வான்நோக்கி நின்றார். விடிவெள்ளியைத் தேடிக் கண்டடைந்தது பார்வை. ஒவ்வொரு முறையும் அதைப் பார்க்காமலிருக்க முடிவதில்லை. அதன் கூர்மை விழிகளுக்கு நேராக வைக்கப்பட்ட வேல்முனையின் ஒளி போல.

பெருமூச்சுடன் திரும்பி துருவனைத் தேடிக் கண்டடைந்தார். நிலைபெயராமை என்பது எப்போது ஒரு பெருவிழுமியமாக ஆகியிருக்கும்? வேதத்தை துருவன் எனும் தறியில் கட்டப்பட்ட பசு என்னும் ஓர் ஆரண்யகத்தின் வரியை நினைத்துக்கொண்டார். இங்குள்ள ஒவ்வொன்றும் நிலையழிந்திருக்கும் காலமொன்று இருந்திருக்கக் கூடும். சொற்களெல்லாம் அந்தந்தக்கணமே காற்றில் கரைந்து மறைந்த காலம். மறைந்த மானுடர் நீரில் மூழ்கி நினைப்பழியப்பட்ட காலம். நகரங்கள் சருகுக்குவைபோல காற்றில் அலைபாய்ந்த காலம்.

அன்று வேதங்களை நிலைபெயராமையில் கட்டி வைத்தனர். அதில் தொடுத்துத் தொடுத்து அனைத்தையும் நிலைநிறுத்தினர். இது அறம். இவன் என் மைந்தன். இது என் குடி. இங்கு என் கொடி. இவையாகின்றன

என் தெய்வங்கள். இன்று கட்டவிழ்ப்பதுபோல பெருஞ்செயல் வேறில்லை. வேதப்பசுவைக் கொண்டுசென்று அத்துருவனில் கட்டிய மாமுனிவர்நிரையனைத்துக்கும் நிகர் என துலாவின் மறுதட்டில் நிலைகொள்ளும் ஒருவன். ஆனால் அவனை எளிய யாதவன் என்று காட்டுகின்றது என் விழி. குழலூதி கன்றோட்டி அமர்ந்திருக்கிறான். அவையமர்ந்து புலவர் சொல்கேட்டுச் சிரிக்கிறான். சினந்தும் கனிந்தும் சொல்லாடியும் ஊழ்கத்திலாழ்ந்தும் பிறிதொரு மானுடனென்றே இருக்கிறான். ஒருவேளை இவை என் உளமயக்குகளோ? நான் விழைவதை எல்லாம் அவன்மேல் ஏற்றிக்கொள்கிறேனோ?

எந்தத் தொடர்பும் இல்லாமல் திரௌபதியின் நினைவு வந்தது. பின்னர் தெரிந்தது, அத்தொடர்பு துருவனிலிருந்து எழுந்தது என. அவளை துருவனும் கங்கையுமானவள் என்று சூதர்கள் பாடுவதுண்டு. அது பிதாமகர் வியாசரின் பாடல். அவர் நகுலனிடம் "அரசி என்ன செய்கிறாள்?" என்றார். "இங்கும் அவள் எளிதில் பணியாளர்களுடன் இணைந்துவிட்டாள். சடங்குகளுக்கான இலைகளில் மலர்க்கோலமிடுவதும் சுவர்களில் கொடிக்கோலங்கள் அமைப்பதுமாக நாள் முழுக்க அங்கிருக்கிறாள்" என்றான் நகுலன். தருமன் புன்னகைத்து "காவியமும் அரசியலும் கற்றவளால் எப்படி இச்சிறு செயல்களில் முழு உள்ளம்கொண்டு ஈடுபட முடிகிறது?" என்றார். "பெண்கள் அனைவருமே அத்தகைய இயல்புடன் அல்லவா இருக்கிறார்கள், மூத்தவரே? சின்னஞ் சிறு செயல்களில் மூழ்குகையில்தான் அவர்கள் மேலும் பெண்கள் என தோன்றுகிறார்கள்" என்றான்.

"ஆம், உண்மை" என தருமன் நகைத்தார். "நம் அன்னையும் அத்தகைய எளிய செயல்களில் எத்துணை உளம் ஆழ்ந்து செல்வார் என்பதைக் கண்டு வியந்திருக்கிறேன். ஆடைகளுக்குப் பொன்னூல் பின்னல்களைத் தெரிவுசெய்வதில், அறைகளின் திரைச்சீலைகளில், புரவிகளின் ஒத்திசைவில் ஒவ்வொன்றிலும் குறிப்பாக இருப்பார். என் இளமையில் கண்ட ஒன்றை எப்போதும் எண்ணியிருப்பேன்.

"பேரரசர் திருதராஷ்டிரரின் அவைக்கு தன் அரசுரிமைக் கோரிக்கையை முன்வைப்பதற்காக அன்னை கிளம்பிக்கொண்டிருந்தார். மறுநாள் காலை அவர் கொற்றவை ஆலயத்திற்குச் செல்லும் பல்லக்கு சித்தமாகிவிட்டதா என்று சாளரம் வழியாகப் பார்த்தார். அவற்றின் இரு திரைச்சீலைகளுக்கு நடுவே மெல்லிய நிறவேறுபாடு இருந்தது. உடனே அவற்றைச் சீரமைக்கும்படி ஆணையிட்டார். அவைநுழைவுக்கென செவிலி மாலினி வந்து வாயிலில் காத்திருந்தாள். செயலகரிடம் அந்தத் திரைச்சீலைகளைக் கொண்டுவந்து தன்னிடம் காட்டும்படி சொன்னார். அவர் வருவது வரை காத்திருந்தார்.

“நேரம் ஒழுகிக்கொண்டிருந்தது. சேடி வந்து அருந்துவதற்கு நீர் அளித்தாள். அதை அருந்தி முடித்ததும் தன் முகத்தை மீண்டும் ஆடியில் நோக்கித் திருத்திக்கொண்டார். அவைகூடிக்கொண்டிருக்கிறது என்று செய்தி வந்தது. அனலில் நிற்பதுபோல மாலினி தவித்தாள். அன்னை செயலகர் வருவதுவரை காத்திருந்தார். அவர் கொண்டுவந்து காட்டிய நான்கு திரைச்சீலைகளும் இசைவுகொள்ளவில்லை. என்ன இசைவின்மை என்று என் விழிகளுக்குத் தெரியவும் இல்லை. அவர்களுக்கும் அது சரியாகப் புரியவில்லை. அன்னை அத்திரைச்சீலைகளை அருகருகே வைத்து வெளிச்சத்தில் காட்டியபோதே புரிந்தது. மீண்டும் அவர்கள் சரியான திரைச்சீலைகளைக் கொண்டுவந்து காட்டினர். அதைக்கண்ட பின்னரே அன்னை நிறைவடைந்து மாலினியை நோக்கிப் புன்னகைத்து, செல்வோம் மாலினி என்றார். அவர் முகத்திலிருந்த நிறைவைக் கண்டு நான் வியந்தேன்” என்றான் நகுலன்.

“ஆம், அதை நாம் புரிந்துகொள்ளவே முடியாது” என்றபடி தருமன் நீரில் இறங்கினார். சகதேவன் “அரசி சிறியவற்றில் ஈடுபடுவது அவள் உள்ளத்தில் எடைகொண்டு நிறைந்திருக்கும் பெரியவற்றிலிருந்து விடுபடுவதற்காகவே. அதுவும் பெண்களின் வழிகளில் ஒன்று…” என்றான். “ஆம், அன்னையும் அப்படிச் செய்வதுண்டு. துயர்கொள்ளும்போது தன் பெட்டிகளை அடுக்கி தூய்மைசெய்யத் தொடங்குவார்.” தருமன் நீரில் மூழ்கி எழுந்து தாடியை அறைந்து தோளுக்குப்பின்னால் விரித்தபின் மீண்டும் மூழ்கினார்.

“நேற்று இங்கிருந்து இளையமாணவன் ஒருவன் விலகிச்சென்றான். அவன் சௌனக குருநிலைக்குச் செல்வதாக தன் நண்பர்களிடம் சொல்லியிருக்கிறான்” என்றான் நகுலன். நீர் வழியும் முகத்துடன் தருமன் திரும்பி அவனைப் பார்த்தார். “இது தொன்மையான வேதநிலை. இங்குள்ள நெறிகள் நெகிழ்வற்றவை. வேதச்சொல் பிழைபடலாகாதென்று மட்டுமே இவர்கள் நோக்குகிறார்கள்” என்றான் நகுலன். “சொற்பிழையின்றி வேதம் கற்கும் மாணவர்களில் பெரும்பாலானவர்களுக்கு பொருள் புரிவதில்லை. பொருளில் சித்தம் செல்பவர்களுக்கு சொற்பிழை எழுகிறது.”

“ஆம்” என்று தருமன் சொன்னார். “அத்துடன் ஒன்றுண்டு, இளையோனே. தத்துவத்துடன் முரண்பட்டு மோதாதவர்களை தத்துவம் தொடுவதே இல்லை. எந்தத் தத்துவக் கொள்கையையும் நன்னெறியென்றோ மூத்தோர் சொல்லென்றோ எடுத்துக்கொண்டால் அது பொருளிழந்து எளிய சொல்லாட்சியாக மாறி நின்றிருப்பதைக் காணலாம். வியந்து வழிபடலாம், கற்று நினைவில் நிறுத்தலாம். சொல்லி உரை அளிக்கலாம். காற்று பாறைமேல் என அவை அவனைக்

கடந்துசென்றுகொண்டிருக்கும். இளையோனே, எதிர்விசையால்தான் தத்துவம் தன் அனைத்து ஆற்றல்களையும் வெளியே எடுக்கிறது. முன்னின்று மோதும்போது மட்டுமே அதற்கு விழிகளும் பற்களும் உகிர்களும் சிறகுகளும் முளைக்கின்றன.”

சகதேவன் அவர் சொல்லப்போவதென்ன என்னும் ஆர்வத்துடன் துவைத்துக்கொண்டிருந்த மரவுரிச்சுருளைக் கையில் எடுத்தபடி நிமிர்ந்தான். “ஆகவே தத்துவ ஆசிரியனின் மிகச்சிறந்த மாணவன் அவனை மிகக்கூர்மையாக எதிர்ப்பவனே. அந்தத் தீயூழில் இருந்து அவர்கள் தப்பவேமுடியாது” என்று தருமன் சொன்னார். “நேற்று இங்கு ஓர் இளைஞனைப் பார்த்தேன். இங்கிருந்து அவன் சென்றுவிடுவான் என்றே தோன்றியது. பிறரிடம் தத்துவம் ஓர் ஆர்வத்தையும் உள்ளக்கிளர்ச்சியையுமே உருவாக்குகிறது. அவர்கள் தத்துவம் எனும் மாபெரும் நாற்களமாடலில் சிக்கிக்கொண்டவர்கள். ஆனால் அதற்குள் மகிழ்ந்திருப்பார்கள். சொல்லடுக்கிக் கலைப்பதில் ஆர்வம் வந்தபின்னர் மெல்ல அனைத்துத் தத்துவங்களையும் சொற்களாக ஆக்கி அக்களத்தில் பரப்புவார்கள். பிரம்மமும் வீடுபேறும் பிறவித்துயரும் மாயையும் அதில் வெறும் சொற்கள் மட்டுமே. அவர்களுக்கு தந்தை என நான் இருந்திருந்தால் அவர்களின்பொருட்டு பதற்றம் கொள்ளமாட்டேன். அவர்கள் இங்குள அனைத்தையும் தேடி அடைந்து வாழ்ந்து மறைவர்.

“அவ்விளைஞன் அவ்வாறல்ல. ஒரு தத்துவக்கூற்றை, கொலையாணையை எதிர்கொள்ளும் குற்றவாளி போல, காதலியின் குறியிடச்செய்திபோல ஒருவன் எதிர்கொள்கிறான் என்றால் அவன் மட்டுமே உண்மையில் தத்துவத்தை அறிகிறான். அவனுக்கு தத்துவம் வெற்றுச்சொற்கள் அல்ல. பொருள்கூட்டி நாற்களமாடல் அல்ல. அது வாழ்க்கையை விடவும் குருதியும் கண்ணீரும் சிரிப்பும் செறிந்தது. இவர்கள் காண்பவை கல்விழிகளுடன் அமர்ந்திருக்கும் தெய்வச்சிலைகளை மட்டுமே. அவன் அவற்றைக் குருதிபலி கேட்கும், கனிந்து அருளும், விண்நோக்கி தூக்கிச்செல்லும் தெய்வங்களாகக் காண்கிறான். அவன் இக்கொலைக்களிற்றை வென்று மத்தகத்தின்மேல் ஏறிக்கொள்வான், அல்லது அதன் காலடியில் மடிவான்” என்றார் தருமன்.

அவர் நீரில் மூழ்கி குமிழிகள் எழுவதை இருவரும் நோக்கி நின்றனர். மீண்டும் அவர் தலை எழுந்ததும் நகுலன் “மூத்தவரே, நானும் இத்தத்துவச் சொல்லாடல்களை நோக்கிக்கொண்டிருக்கிறேன். அவையமர்கையில் அவற்றின் தரப்புகள் திசையிலிருந்து திசை வரை தொலைவுகொண்டவை என தோன்றுகின்றன. ஆனால் குடில்மீண்டு இருளுக்குள் படுத்திருக்கையில் இவர்கள் நின்று மல்லிடும் களம்

ஊசிமுனைமேல் அளவுக்கே இடமுள்ளது என தோன்றுகிறது. அதுவே உண்மை என்று காலைவெளிச்சம் உறுதியும் சொல்கிறது” என்றான்.

தருமன் சிரித்து “ஒருவகையில் அது உண்மை, இளையோனே. நூல்கள் பல்லாயிரம். நூலோர் பலமடங்கு. தொட்ட இடமெல்லாம் முளைக்கின்றன கொள்கைகள். ஆனால் மானுடம் தன்னை தான் நோக்கி உசாவத் தொடங்கிய நாள் முதல் தத்துவத்தின் வினாக்கள் ஒருசிலவே. விடைகளும் அவ்வாறே” என்றார். மீண்டும் மூழ்கி எழுந்து “வேதமுடிவுகாண எழும் இச்சிந்தனையை சிலர் வேதாந்தம் என்கிறார்கள்” என்றார்.

5

கோபாயனர் சினம்கொண்டிருப்பதை உள்ளே நுழைந்ததுமே தருமன் அறிந்துகொண்டார். அவர் அருகே நின்றிருந்த மாணவன் பணிந்து அவரை அமரும்படி கைகாட்டினான். அவர் அமர்ந்துகொண்டதும் வெளியேறி கதவை மெல்ல மூடினான். அவர்களிருவரும் மட்டும் அறைக்குள் எஞ்சியபோது கோபாயனர் பெருமூச்சுடன் உடலை எளிதாக்கிக்கொண்டார். சினமின்றி இயல்பாகப் பேசவேண்டுமென அவர் எண்ணுவதைக் காணமுடிந்தது. எதுவானாலும் முதற்சொல் அவரிடமிருந்தே எழட்டும் என தருமன் காத்திருந்தார்.

"இன்றுகாலை கிருதன் என்னும் இளையோன் இங்கு வந்து என்னிடம் உரையாடிச் சென்றான்" என்று உணர்ச்சியற்ற இறுகிய குரலில் கோபாயனர் சொன்னார். அக்கணமே நிகழ்ந்தவை அனைத்தையும் தருமன் புரிந்துகொண்டார். ஒன்றும் சொல்லாமல் நோக்கியபடி அமர்ந்திருந்தார். "நேற்றிரவு ஆகாவல்கொட்டகையில் நீங்கள் பேசியதை அவன் என்னிடம் சொன்னான். அச்சொற்களை நீங்கள் அச்சொல்லாடலில் ஓர் அதிர்ச்சிக்காக சொல்லியிருக்கலாம். அவன் அதை அப்படியே எடுத்துக்கொண்டுவிட்டிருக்கிறான்" கோபாயனர் சொன்னார்.

"எளிய உள்ளம் கொண்ட இளையோன். அத்தனை தத்துவச்சொல்லாட்சிகளையும் வாழ்க்கையுடன் நேரடியாக இணைத்துப் பார்ப்பவன். அத்தனை உவமைகளையும் வாழ்க்கையிலிருந்து நேரடியாகவே எடுத்துக்கொள்பவன். அத்தகையோர் இங்கு வந்தபடியே இருப்பார்கள். அவர்களை எளிதில் நிறைவடையச் செய்யமுடியாது. ஏனென்றால் நாம் வாழ்க்கையைப்பற்றிப் பேசினால் அதற்கு தத்துவ

ஒருமையைக் கோருவார்கள். தத்துவ ஒருமைகொண்ட கூற்றுகளுக்கு வாழ்க்கையில் ஆதாரம் கேட்பார்கள். அவர்கள் தாங்களே அறிந்து அடங்கவேண்டும் அல்லது அனைத்திலிருந்தும் அகன்று செல்லவேண்டும். அதுவரை அவர்களை வைத்திருப்பது கடினம், அகற்றுவது மேலும் கடினம். ஏனென்றால் நம் கல்விநிலையின் மிகக்கூரிய மாணவர்கள் அவர்களே" என்றார் கோபாயனர்.

"ஆம், அவ்விளையோன் அத்தகையவன்" என்றார் தருமன். "அவன் என்னிடம் சொன்னான், நீங்கள் இளையயாதவரை தொல்வேதத்தின் தெய்வங்களை வென்ற இந்திரனை வென்றவர் என்றீர்கள் என. வேதம் புதிதுசெய்த சுனஷேப முனிவர் போன்றவர்கள் அனைவருக்கும் அவர் ஒருவரே நிகர் என்றீர்கள் என." தருமன் மெல்ல தன்னை இறுக்கிக்கொண்டு "ஆம்" என்றார். "அதை நீங்கள் உண்மையிலேயே நம்பித்தான் சொல்லியிருக்கிறீர்களா?" என்றார் கோபாயனர். "நம்பாத எதையும் நான் சொல்வதில்லை, முனிவரே" என்றார் தருமன்.

சிலகணங்கள் கோபாயனர் அசைவற்று கீழே சாய்ந்த விழிகளுடன் அமர்ந்திருந்தார். பின்பு தொண்டையைக் கனைத்துக்கொண்டு பேசத்தொடங்கினார். "அரசே, நீங்கள் உஷஸ்தி சக்ராயனரின் கதையைக் கேட்டிருப்பீர்கள்" என்றார். தருமன் பேசாமலிருக்க அவரே தொடர்ந்தார். "முழுமையான கதையை எங்கள் பிராமணங்கள் சொல்கின்றன. முன்பு உத்தரகுரு நாட்டில் இஃப்யா என்னும் சிற்றூரில் வாழ்ந்துவந்த வேதமெய்யாளர் அவர். வேதம் உரைத்த வாழ்க்கையை வாழ்ந்தார். ஒவ்வொருநாளும் அருகிருக்கும் வயல்களிலும் காட்டிலும் திரிந்து பறவைகள் உதிர்த்த கதிர்களையும் தானாகக் கனிந்த கனிகளையும் சேர்த்துக் கொண்டுவந்து தன் துணைவியிடம் அளித்து சமைத்துண்டார். ஐவேளை எரி ஓம்பினார். மூவேளை பொழுதிணைவு வணக்கத்தைச் செய்தார்."

அப்போது பெரும்பஞ்சம் வந்தது. எங்கும் பசுமை என்பதே இல்லாமலாயிற்று. மக்கள் கூட்டம்கூட்டமாக வெளியேறினர். கொடையளிக்க எவருமில்லாமல் கிராமங்கள் ஒழிந்தன. உணவில்லாமல் காட்டுவிலங்குகளும் தொலைவு தேடின. நாட்கணக்கில் உணவு ஏதுமில்லாமல் உஷஸ்தி சக்ராயனர் மெலிந்து உலர்ந்து ஒடுங்கினார். ஆயினும் அங்கு அவர் செய்துவந்த தவத்தை நிறுத்தலாகாதென்பதனால் அங்கேயே வாழ்ந்தார். அறமீறல் நிகழ்ந்தாலொழிய அந்தணன் வாழ்நிலத்தைக் கைவிடலாகாது. அவன்பொருட்டே மீண்டும் அங்கு மழை எழவேண்டும்.

அந்நாளில் ஒருமுறை குருநாட்டின் அரசன் கிருதவர்மன் வேட்டைக்கென அங்கு வந்து காட்டில் இளைப்பாறிக்கொண்டிருந்தான். கையிலிருந்த உணவை முழுக்க அவர்கள் உண்டுமுடித்துவிட்டிருந்தமையால் துணைவர்கள் எஞ்சிய உணவுத்துகள்களைத் திரட்டி அரசனுக்கு மட்டும் அளித்துவிட்டு விலகி நின்றிருந்தனர். உணவின் மணம் அறிந்து அங்கு வந்த உஷஸ்தி சக்ராயனர் அரசனை அணுகி உணவுக்கொடை இரந்தார். திகைத்த அரசன் 'முனிவரே, வைதிகர்களுக்கு தூயநல்லுணவையே அளிக்கவேண்டும் என்பது என் முன்னோர் வகுத்த நெறி. இது மிச்சில். கெட்டுப்போனதும்கூட' என்றான். 'உயிர்காக்கும் உணவு அமுதே. இன்று இது என்னுள் அமைந்த நால்வேதங்களையும் காக்கும் வல்லமைகொண்டது' என்றார் உஷஸ்தி சக்ராயனர்.

அரசன் தயங்கியபடி அந்த உணவை அளிக்க, உஷஸ்தி சக்ராயனர் அதைப் பெற்றுக்கொண்டார். 'என் குடிலில் மனைவி இருக்கிறாள். முதலில் அவளுக்கு இதை அளிக்கக் கடமைப்பட்டிருக்கிறேன்' என்றார். 'விடாய்க்கு இன்நீர் உள்ளது முனிவரே, அது தூயதும்கூட' என்றான் அரசன். 'பசிக்கு இரக்கையில் தெய்வங்கள் உடன்நிற்கின்றன. சுவைக்கு இரந்தால் அவை நெறிகளை நோக்கத் தொடங்கிவிடும். நீர் என் கால்வாயிலேயே ஓடுகிறது' என்று சொல்லிவிட்டு அவர் கிளம்பிச்சென்றார். அந்த உணவை தன் துணைவியுடன் பகிர்ந்து உண்டார்.

மழைபொழிவதற்காக அரசன் பெருவேள்வி ஒன்றைச் செய்தான். வேள்வி முடிந்தபின்னரும் மழை எழவில்லை. வேள்வி நிறைவுறவில்லை என்று கண்டு நிமித்திகரை அழைத்து நற்குறி கேட்டான். 'இவ்வேள்வியை குறையற்ற அந்தணர் இயற்றவில்லை என்றே தெரிகிறது' என்றார் நிமித்திகர். அப்போது தன்னிடம் இரந்துசென்ற உஷஸ்தி சக்ராயனரை அரசன் நினைவுகூர்ந்தான். அவரை அழைத்துவர தன் அமைச்சர்களை அனுப்பினான்.

அரசனின் ஆணைக்கேற்ப உஷஸ்தி சக்ராயனர் தலைநகருக்கு வந்தார். அங்கு வேள்வி செய்துகொண்டிருந்த அந்தணர்கள் பட்டும் பொன்னணியுமாகப் பொலிந்தனர். நல்லுணவு உண்டு உடல் ஒளிகொண்டிருந்தது. வேதமுழுமையையும் கற்றறிந்தவர் என அவர்களின் உள்ளம் தருக்கியிருந்தது. அவர்கள் எளிய மரவுரி அணிந்து பிச்சைக்காரனைப்போல வந்த உஷஸ்தி சக்ராயனரைக் கண்டு எள்ளல் நகைகொண்டனர். ஒருவர் அவரிடம் 'வேள்வி முடிந்தபின்னரே உணவளிக்கப்படும் அந்தணரே, அவ்வழி சென்று காத்திருங்கள்' என்றார்.

அவர்களிடம் பணிவுமாறாமல் உஷஸ்தி சக்ராயனர் சொன்னார் 'வைதிகர்களே, நான் உங்களிடம் மூன்று வினாக்களைக் கேட்கிறேன்.

விடை சொன்னீர்கள் என்றால் விலகிச்செல்கிறேன்.’ அவர்கள் செருக்குடன் ‘கேளுங்கள்’ என்றனர். ‘இந்த வேள்விப்பந்தலை ஆளும் தெய்வம் எது? அந்த எரிகுளத்தின் தலைவன் யார்? இங்குள்ள அவிக்குவைகள் எவருடையவை?’ அவர்களுக்கு விடைதெரியவில்லை. வெவ்வேறு பெயர்களை எண்ணிப்பார்த்த பின்னரும் எதுவும் பொருந்தவில்லை. ‘என் பெயர் உஷஸ்தி சக்ராயனர். நான் வசிஷ்ட குருமரபைச் சேர்ந்தவன். என் சொற்களை நீங்கள் ஏற்கலாம்’ என்றார்.

உஷஸ்தி சக்ராயனர் அவர்களிடம் சொன்னார். ‘வைதிகர்களே, வேள்விச்சாலையின் அரசன் பிராணன். வேள்விச்சாலையை ஒரு புருஷன் என்கின்றன நூல்கள். அப்புருஷனுக்கு மூச்சென ஓடுவது பிராணன் எனும் தெய்வம். வாயுவின் மைந்தன் அவன். அவனுக்கு நான்கு தம்பியர். அபானன் உதானன் சமானன் வியானன் என்னும் துணைவருடன் அவன் இங்கு வந்துள்ளானா?’ அவர்கள் திகைத்தனர். ‘வைதிகர்களே, இந்த வேள்விச்சாலை மூச்சுத்திணறுகிறது. ஏழுமுறை இதன் அனல் அவிந்தது. இச்சாலையை ஐந்து பிராணன்கள் நிறைக்கட்டும்.’ அவர்கள் தலைவணங்கினர்.

உஷஸ்தி சக்ராயனர் அவர்களிடம் சொன்னார் ‘வைதிகர்களே, அனைத்து அனல்களும் ஆதித்யர்களே. எரிகுளத்தின் இறைவன் நம் ஆதித்யனாகிய சூரியன். எரிகுளத்து நெருப்பு சூரியனை நோக்கவேண்டும். அவை தொட்டுக்கொள்ளவேண்டும். எரிகுளத்திற்குமேல் கூரை அமையலாகாது.’ அவர்கள் வணங்கி ‘அவ்வண்ணமே’ என்றனர். ‘வைதிகர்களே, இங்குள்ள அவிக்குவைகள் அனைத்தும் அன்னம். அன்னமே பிரம்மம். பிரம்மம் பிரம்மமாக மாறுவதையே நாம் வேள்வி என்கிறோம்.’ அவர்கள் அவருடைய தாள்பணிந்து அவ்வேள்விக்குத் தலைமை ஏற்கும்படி சொன்னார்கள்.

“வேள்வி நிகழ்ந்தது. குருநாட்டில் பெருமழை பெய்து நீர்நிலைகள் நிறைந்தன. பைங்கூழ் பழனங்கள் செழித்தன. வேதம் நிலத்தைக் காத்தது, நிலம் வேதத்தைப் புரந்தது” என்றார் கோபாயனர். “அரசே, இக்கதையின் உட்பொருள் புரிந்திருக்கும். வேதவேள்விக்குத் தலைவன் என வந்தமர்ந்தவன் முடிசூடிக் கோல்கொண்டவன் அல்ல. பட்டும்பொன்னும் அணிந்தவன் அல்ல. உஷஸ்தி சக்ராயனர் இரந்துண்டு கந்தை அணிந்து மண்ணில் கலந்து வாழும் எளியவர். வேதம் என்றும் அத்தகையோராலேயே புரக்கப்படுகிறது. இந்த பாரதவர்ஷம் அவர்களால் கோத்திணைக்கப்பட்டது. வாள்முனையால் அல்ல. அரசுசூழ்தலால் அல்ல.”

“வானளித்ததை உண்டு மண்ணுக்கு அறிவை மட்டுமே அளித்துச்சென்ற சான்றோர் தறிமேடையில் அமர்ந்து நெய்தெடுத்த பட்டு இந்த

மண். பெறுவதற்கு எவரிடமும் எதுவும் இல்லை என்பதனால் முழுவிடுதலைகொண்டோரால் சொல்நிறுத்திக் காக்கப்படுவது" என்று கோபாயனர் சொன்னார். "அவர்கள் அமைத்த வேதத்தை மாற்றியமைக்கவேண்டும் என்றாலும் அவர்களே வரவேண்டும். அரசர்கள் இங்கு பிறந்து வென்று தோற்று ஆண்டு அடைந்து இறந்து மறைந்தபடியே இருக்கிறார்கள். அவர்களுக்கு இங்கு எந்நெறியையும் மாற்றும் உரிமை இல்லை. அவ்வுரிமை அளிக்கப்பட்டிருந்தால் இதற்குள் ஒவ்வொருவரும் வேதநெறியை தங்களுக்கு உகந்தவகையில் மாற்றியமைத்திருப்பார்கள். அரசியல் பிழைத்தோர்க்குக் கூற்றாகும் அறம் என இங்கு வேதம் அவர்களுக்கு மேல் எழுந்து நின்றிருக்கிறது. அக்காவல் அழிந்து மக்கள் கொடுங்கோலுக்குமுன் கையறுநிலை கொண்டிருப்பார்கள்.

"உங்கள் யாதவர் யார்? கன்றோட்டும் குலத்தோர். வென்று ஒருநாட்டை அடைந்தமையால் அரசர். வெல்லப்படாத காலம் வரை அவர் அப்படியே அழைக்கப்படுவார். அரசர் என அமர்ந்து அவர் ஆற்றிய வேள்விகள் என்ன? அஸ்வமேதமோ ராஜசூயமோ வேண்டாம், எளிய வேள்வியைக்கூட துவாரகையில் அவர் ஆற்றியதில்லை. ஆம், அவர் வேதம் கற்றிருக்கிறார். இங்குள்ள அத்தனை கல்விநிலைகளிலும் புகுந்து வெளிப்பட்டிருக்கிறார். ஆனால் மாமன்னர் யயாதியோ அரசமுனிவர் ஜனகரோ துணியாததைச் செய்ய அவருக்கு என்ன தகுதி?" என்றார் கோபாயனர்.

அவர் குரல் எழுந்தது. "அவரை இந்நிலம் ஏற்றுக்கொள்ளப்போவதில்லை. அவரது ஆற்றல் என்பது துவாரகையால் அவரிடம் சேர்ந்த செல்வம், அவரைச் சூழ்ந்துள்ள யாதவகுலம். அதைவைத்து இந்நாட்டை முழுமையாக வென்று தன் சொல்லை இங்கு நிலைநாட்ட முயல்வார் என்றால் அவருக்கு ஹிரண்யகசிபுவின் கதையைச் சொல்லுங்கள். நால்வேதத்தைத் தடைசெய்து தன் அசுரவேதத்தையே பாரதவர்ஷமெங்கும் நிலைநிறுத்தவேண்டும் என அவர் எண்ணினார். அவர் மைந்தனின் நாவிலேயே எழுந்தது வேதம். அவர் அரண்மனைத் தூண்பிளந்து எழுந்தது சிம்மம்."

அவரது சிவந்த முகத்தை நோக்கியபடி சற்றுநேரம் தருமன் அமர்ந்திருந்தார். பின்பு கைகூப்பி தலைவணங்கி "தைத்ரிய மரபின் முதலாசிரியரை தாள்தலைதொட வணங்குகிறேன். இங்கு எனக்குரைக்கப்பட்ட சொற்கள் அனைத்தும் மெய்யே என்பதில் எனக்கு ஐயமில்லை" என்றார். சினத்துடன் கோபாயனர் "அவ்வண்ணமென்றால் இன்றே அதை அவரிடம் சென்று சொல்லுங்கள். இன்று இளையயாதவன் எதை நம்பி வேள்விகளை மறுக்கிறான்? சாந்தீபனி மரபு கௌஷீதகத்தின் ஒரு சிறுகிளை. அதற்கென்றொரு வேதச்சொல்வைப்பு இல்லை.

பொருள்கோடலும் இல்லை. புதியன சொல்லுதல் எவருக்கும் எளிது. அதைச் சொல்லி நிறுத்துதல் அரிது. தகுதியற்றவரிடம் பிறக்கும் சிந்தனை அதனாலேயே தகுதியற்றதாகிவிடுகிறது” என்றார்.

தணிந்த குரலில் “ஒவ்வொரு காலத்திலும் ஒருவர் வேதமுதல்வர் என எழுந்து வருகிறார் என்பதே இம்மரபின் வல்லமை என நான் எண்ணுகிறேன், ஆசிரியரே” என்றார் தருமன். “இன்று எழுந்து வந்திருப்பவர் அவர். ஆம், சடைமுடி சூடி கானகத்தில் அமர்ந்தவர் அல்ல. இரந்துண்டு வாழ்பவரும் அல்ல. ஆனால் அது மட்டுமே வேதத்தின் நெறி என எவர் சொல்வது?” மேலும் பணிந்து தருமன் தொடர்ந்தார். “இவையனைத்தையும் முற்றுணர்ந்தவன் அல்ல நான். இதை என்றேனும் உணர்வேனா என்றே இன்று ஐயுறுகிறேன். ஆயினும் எந்த அவையிலும் எவர் முன்னிலையிலும் நான் சொல்வதற்கு ஒன்றுண்டு. பாண்டவர்கள் இளையயாதவருக்கு உரியவர்கள். இப்பிறவியில் பிறிதொரு எண்ணமில்லை.”

மீண்டும் தலைவணங்கி தருமன் எழுந்துகொண்டார். சினத்துடன் கைநீட்டி கோபாயனர் சொன்னார் “யுதிஷ்டிரனே, தொல்வேதங்களில் பேசப்பட்ட ரிஜிஸ்வானின் கதை ஒன்றுண்டு, அறிந்துகொள்! அவன் இரக்கமற்ற தந்தையால் அடித்துக் குருடாக்கப்பட்டான். குருடானதனால் வேத அவைகளில் விலக்கப்பட்டான். காட்டுக்குள் தனித்துப்புகுந்த அவன் அங்கே குகை ஒன்றுக்குள் சென்று ஒதுங்கினான். அங்கு காலொடிந்த அன்னை ஓநாய் ஒன்று மகவீன்று கிடந்தது. பசித்துக் கிடந்தபோதும் எழுந்துவந்து அவனைக்கொல்ல முடியாமல் அது உறுமியது.”

“அதன் நிலையுணர்ந்த அவன் சந்தைக்குச் சென்று தன் கையில் இருந்த பணத்தால் ஓர் ஆட்டை வாங்கிக்கொண்டு வந்து ஓநாய்க்கு அளித்தான். அவ்வாறு அவன் நூற்றியொரு ஆடுகளை அந்த அன்னைஓநாய்க்கு குருதிக்கொடை என அளித்தான். உடல்மீண்டு வல்லமைகொண்ட ஓநாய், ஓநாய்களின் வயிற்றில்வாழும் ஜடரை என்னும் அனலிடம் வேண்டிக்கொண்டது. ஜடரையின் குரல்கேட்டு அஸ்வினிதேவர்கள் இறங்கி வந்தனர். அவர்கள் அவனை விழிகொண்டவனாக ஆக்கினர்.”

தருமன் அவரை நோக்கியபடி நின்றார். “நான் இதற்குமேல் சொல்வதற்கொன்றுமில்லை. நன்று சூழ்க!” என்றார் கோபாயனர். மறுமொழி சொல்லாமல் தருமன் தலைவணங்கி வெளியே சென்றார்.

6

“ஆம், அவர் எளிய யாதவர்தான்” என்று வெடிப்புறுகுரலில் அர்ஜுனன் சொன்னான். அவன் அருகே தருமன் அமர்ந்திருக்க, எதிரே கிருதனும் பின்னால் நகுலனும் சகதேவனும் நின்றிருந்தனர். “சென்று சொல் உன் ஆசிரியரிடம், இளையபாண்டவன் இக்கதையை சொன்னான் என!” அவன் முகம் சிவந்திருந்தது. கண்கள் சினத்தால் நீர்மைகொண்டிருந்தன. தருமன் “இளையோனே, இதைப் பிறிதொரு தருணத்தில் பேசிக்கொள்ளலாமே” என்றார். “இல்லை அரசே, இவ்விடையைக் கேளாமல் என்னால் இங்கிருந்து நகரமுடியாது” என்றான் கிருதன். “குடியிலும் பிறக்காமல் ஆசிரியர் காலடியிலும் அமராமல் எப்படிக் கற்றார் வேதங்களை என்று என் மூத்த மாணவர்கள் கேட்டனர். அதற்கு என்னிடம் மறுமொழி இல்லை.”

“சத்யகாம ஜாபாலரின் கதையை உங்கள் குருநிலைகளில் சொல்லி யிருப்பார்கள்” என்று அர்ஜுனன் சொன்னான். “ஜாபாலி என்னும் வேட்டுவப்பெண்ணுக்கு மைந்தராகப் பிறந்தார். இளமையில் அன்னையுடன் காட்டுக்குச் சென்று கனிகளும் கிழங்கும் ஊனும் தேனும் சேர்த்து மீள்வார். ஊர்ச்சந்தையில் அவற்றை விற்று உப்பும் உடையும் வாங்கி மீள்வார். அவர் வாழ்ந்தது பெரும்பாலும் காட்டிலேயே. அன்னை தன் வேட்டுவமொழியை அன்றி எதையும் அவருக்குக் கற்பிக்கவுமில்லை. ஆனால் அன்னைஓநாய் மைந்தருக்கு என காட்டைக் கற்பித்தாள். பறவைமொழிகளை, விலங்குத்தடங்களை, வான்குறியை, மண்ணின் மாற்றங்களை என ஒவ்வொன்றையும் சுட்டிக்காட்டிக் கற்பித்தாள்.”

ஒருநாள் அன்னையிடம் சத்யகாமன் கேட்டான் ‘இந்தக் குயில் எத்தனை காலமாக இப்படிக் கூவிக்கொண்டிருக்கிறது?’ அன்னை ‘மைந்தா, குஞ்

சென வந்த கணம் முதல்' என்றாள். 'அதன் அன்னை எப்போதிருந்து அப்படிக் கூவுகிறது?' என்றான். அன்னை 'அதன் முதல்கணம் முதல். புவியில் குயில் தோன்றிய கணம் முதல் அதன் பாடல் ஒன்றே' என்றாள். 'மானுடர் மொழி மட்டும் ஏன் மாறிக்கொண்டிருக்கிறது?' என்று அவன் கேட்டான். 'ஏனென்றால் மானுடரைச் சூழ்ந்துள்ள பொருளுலகம் மாறிக்கொண்டிருக்கிறது' என்று அன்னை சொன்னாள். 'மாறாதவை என்று சில உண்டா மானுடருக்கு?' என்றான். 'ஆம், மாறாதவை விண்ணில் இருந்து மானுடர் பெற்ற ஆணைகள்' என்று அன்னை சொன்னாள். 'அவற்றைச் சொல்லும் மொழியும் அழியாததாகவே இருக்கமுடியும்' என்று மைந்தன் சொல்லிக்கொண்டான்.

ஒருநாள் சந்தையிலிருந்து அவன் மீளும்போது குறுங்காட்டின் அருகே ஒரு சிற்றாறின் கரையில் அந்தணர் ஒருவர் வேதம் ஓதி அந்திவணக்கம் செய்வதைக் கண்டான். அருகே சென்று 'முதியவரே, நீங்கள் குயில்போன்றவரா?' என்றான். அவர் அவன் சொல்வதைப் புரிந்துகொண்டார். 'ஆம், நான் என்னை ஆளும் விசைகளின் ஒலி மட்டுமே' என்றார். 'அது என்ன சொல்? அதை நான் கற்கும் வழி என்ன?' என்றான் சத்யகாமன். 'இது வேதம். இதைக் கற்க உன் குலமும் குடிமரபும் தந்தை பெயரும் வேண்டும்' என்றார் வைதிகர்.

அன்னையிடம் திரும்பிவந்த சத்யகாமன் 'அன்னையே, என் குலமும், கோத்திரமும் எவை?' என்று கேட்டான். 'அவ்வினா எழுமென்று காத்திருந்தேன், மைந்தா. நாம் மலைவேடர். இங்கு அன்னை மட்டுமே குருதியுறவு. தந்தையென நகர்மாந்தர் சொல்லும் உறவுக்கு இக்காட்டுக்குள் பொருள் இல்லை. எனவே நீ ஜாபாலியின் குலத்தில் பிறந்தவன். ஜாபாலகுடியைச் சேர்ந்தவன். மேலான உண்மையை விழைந்தமையால் இனி உன் பெயர் சத்யகாமன். எவர் கேட்டாலும் சத்யகாம ஜாபாலன் என உன் பெயரைச் சொல்' என்றாள். 'நான் வேதச்சொல் பயில காடுவிட்டுச் செல்லவிழைகிறேன், அன்னையே' என்று அவள் கால்தொட்டு வணங்கி அருட்சொல் பெற்றுக் கிளம்பினான்.

சத்யகாமன் கௌதம குருநிலையின் முதன்மையாசிரியரான ஹரித்ருமதரை அணுகி கால்தொட்டு வணங்கி, வேதம் பயில வந்திருப்பதாகச் சொன்னான். 'உன் குல, குடி, தந்தை பெயர் சொல்லி அமைக!' என்றார் ஆசிரியர். 'மெய்விரும்பி வந்தவன். ஜாபாலியின் மைந்தன்' என்றான் சத்யகாமன். 'வேதம் கற்க அதற்குமேல் தகுதி வேண்டுமென்றால் சொல்க, மீள்கிறேன்!' ஆசிரியர் புன்னகைத்து 'முதல் தகுதியே போதும். பின்னது உன் அன்னைக்கு உன் கொடை என்று இம்மண்ணில் சொல்லப்படட்டும்' என வாழ்த்தினார்.

குருநிலையில் மாணவனாகச் சேர்ந்த வேடன் ஒவ்வொருநாளும் அங்கிருந்தவர்களால் அயலவனாகவே பார்க்கப்பட்டான். 'அவன் பிறப்பு இழிந்தது. அவனால் வேதம்பயில முடியாது' என்றனர் மாணவர் சிலர். 'தூய்மையற்ற கலத்தில் அமுதை வைக்கலாகுமா?' என்றனர் வேறுசிலர். 'மாணவர்களே, வேதமெய்மையை அடைய வேதமும் தேவையில்லை என்று அறிக! சிறகுள்ளவனுக்கு ஏணி எதற்கு?' என்றார் ஹரித்ருமதர். மறுநாளே சத்யகாமனை அழைத்து 'மைந்தா, இந்தத் தொழுவத்தின் மெலிந்து நோயுற்ற நூறுபசுக்களை உனக்களிக்கிறேன். அவற்றை ஆயிரமாக ஆக்கித் திரும்பி வருக!' என்றார்.

நூறுபசுக்களுடன் அன்றே சத்யகாமன் காட்டுக்குச் சென்றான். அவனை ஆசிரியர் திருப்பியனுப்பிவிட்டார் என்று மகிழ்ந்தனர் மூத்தமாணவர்கள். 'தனக்குரிய தொழிலை அவன் செய்யலாம்' என்றனர். புன்னகைத்து ஹரித்ருமதர் சொன்னார் 'ஐவேளை எரியோம்புதலுக்கு இணையானது ஆபுரத்தல் என்கின்றது தொல்வேதம். நீங்கள் உளமொருக்காது ஓதும் வேதம் வீண். அவன் நிறைந்து செய்யும் கன்றுமேய்த்தல் கனியும்.'

ஏழாண்டுகாலம் காட்டிலிருந்தான் சத்யகாமன் என்கின்றன தொல்கதைகள். அங்கு அவன் மானுடரை ஒருமுறையும் காணவில்லை. அவன் உதடுகள் ஒரு சொல்லும் உரைக்கவில்லை. மெல்ல அவன் உள்ளத்தில் ஓடிய சொற்களும் அணையத்தொடங்கின. ஓராண்டுக்குள் அவன் மானுட மொழியிலிருந்து முழுமையாகவே விலகிச்சென்றான். கன்றுகளிடம் பேச மட்டுமே அவன் வாய் அசைந்தது. பின்னர் அவற்றுடன் அவற்றின் மொழியில் தான் பேசத்தொடங்கியிருப்பதை ஒருநாள் உணர்ந்தான். உச்சிப்பொழுது கடப்பதைக் கண்ட அன்னைப்பசு ஒன்று அவனிடம் 'மைந்தா, பசித்திருக்காதே, உண்டுவா. இப்பகுதியை என் மைந்தன் பார்த்துக்கொள்வான்' என்றது. அருகே நின்றிருந்த இளங்காளை 'ஆம், நான் பொறுப்பு' என்றது.

பின்னர் சத்யகாமன் அங்குள்ள அனைத்து உயிர்களிடமும் பேசலானான். 'ஆசிரியர்களே, சொல்க! என்றும் அழியாதது எது?' என்று அவன் கேட்டான். அக்காட்டில் வசித்த முதிய எருதொன்றை தன் முதலாசிரியனாகக் கொண்டான். அது சொன்னது 'மைந்தா, அறிக! ஆற்றலே அழியாதது. எனவே வாயுவே இறைவடிவம்.' பின்னர் அவன் செங்கழுகுடன் அமர்ந்தான். 'இளையோனே, தூய்மையே அழியாதது. எனவே அனலே இறைவன்' என்றது. அன்னப்பறவை ஒன்று அவனுக்குச் சொன்னது 'ஆதித்யர்களால் ஆனதே ஒளி. ஒளியே அழியாதது.' மீன்கொத்தி சொன்னது 'ஒவ்வொரு கணமும் துடிப்பது எதுவோ அதுவே நீ. பிராணனே அழியாதது என்றறிக!' பின்னர் அவன் கிளையிலமர்ந்த கிள்ளையிடம் கேட்டான், 'அழியாதது என்ன?' அது உரைத்தது 'எது

பொருளுலிருந்து தன்னை முற்றாக விடுவித்துக்கொண்டதோ அது. இளையோனே, சொல்லே அழியாதது.'

'இவை ஐந்தாலும் ஆனதே நான். இவையனைத்தும் அழியாதவை. அழிவின்மையே பிரம்மம். நானும் அதுவே' என்று அவன் உணர்ந்தான். ஆயிரம் பசுக்களுடன் அவன் திரும்பிவரக் கண்டபோது ஹரித்ருமதரின் குருநிலையில் இருந்தவர்கள் எழுந்து தொழுதுநின்றனர். பொன்னாலான கொம்புகளும் வைரங்கள் என ஒளிவிட்ட விழிகளும் கொண்ட நான்கு பசுக்களாக வேதங்கள் அவனைத் தொடர்ந்துவந்தன. வெண்பசுவாக ரிக். செம்பசுவாக யஜுர், பழுப்புநிறப் பசுவாக சாமம். கரும்பசுவாக அதர்வம். 'வருக மைந்தா, நீ கற்றவற்றை எளியவர்களாகிய எங்களுக்குச் சொல்' என்று உரைத்தார் ஹரித்ருமதர்.

"இன்றுமிருக்கிறது ஜாபால வேதமரபு. ஆயிரம் கல்விநிலைகளாக பாரதம் முழுக்க பரவியிருக்கிறது அது. சென்று சொல்க, உங்கள் ஆசிரியரிடம்! கன்றுமேய்த்தவன் பெற்ற அந்த வேதத்தை அனலோம்புபவன் எளிதில் பெறமுடியாது என. என்றும் அழியாதது தன்னை வெளிப்படுத்தத் தேர்வுசெய்யும் கருவிகளை இன்றிருந்து நாளை மடியும் எளிய மானுடர் வகுக்கமுடியாது என." அர்ஜுனன் எழுந்துகொண்டு "வினாக்கள் எழுந்த உன் உள்ளம் வாழ்க, மைந்தா! நீ சென்று சேருமிடம் ஏதென்று நான் அறிவேன். அவ்வாறே ஆகுக!" என வாழ்த்திவிட்டு நடந்தான்.

7

விதுரர் நோயுற்றிருப்பதாக காலன் வந்து சொன்னபோது தருமன் ஆற்றங்கரையிலிருந்த ஆலமரத்தடியில் நகுலனுடனும் சகதேவனுடனும் பேசிக்கொண்டிருந்தார். அவர்கள் காலையின் வழிபாட்டுச்சடங்குகள் முடிந்தபின்னர் ஆற்றங்கரைக்கு உடல்முகம் கழுவும்பொருட்டு வந்தனர். எதிரே கிருதன் வருவதை தருமன் கண்டார். "நேற்று நாம் பேசிக்கொண்டிருந்த இளையோன். நாம் சொன்ன சொற்கள் அவனை இரவு கண்துயில விட்டிருக்காது" என்று தருமன் புன்னகைத்தார். ஆனால் அவர்களைக் கண்டதும் கிருதன் மறுபக்கம் வழியாக விலகிச்சென்றுவிட்டான்.

அது தருமனைத் திகைக்க வைத்தது. "அவன் நம்மைத் தவிர்க்கிறானா?" என்றார். "அவன் உள்ளம் வருந்தும்வண்ணம் எதையேனும் சொல்லிவிட்டோமா? இல்லை நம்முடன் பேசிக்கொண்டிருந்தமையால் அவனுக்கு இங்கே தீங்கேதும் நிகழ்ந்தனவா? இளையவனே, அவனைச் சந்தித்து அதை அறிந்துவா" என்றார். சகதேவன் "தேவையில்லை, மூத்தவரே. நேற்று இளையவர் சொன்னவை அவனைக் கொந்தளிக்கச் செய்துவிட்டன. அவன் உள்ளமும் எண்ணமும் அச்சொற்களைத் தாளாது தவிக்கின்றன. இப்போது பெருமழையில் இளஞ்செடி என தளர்ந்து சரிந்திருக்கிறான்" என்றான்.

"அந்த வலியே அவன் நம்மைத் தவிர்க்கச்செய்கிறது. நம்மைப்பற்றி எண்ணவே கூடாதென உறுதிகொள்வான். ஆனால் எண்ணிக்கொண்டேதான் இருப்பான். செல்லவேண்டிய தொலைவனைத்தையும் முழு உடலால் மண்புழு போல சென்று சேரவேண்டிய ஒன்றே தத்துவத்தின் பாதை, மூத்தவரே. பெருமழையை

அவன் இலைகள் அஞ்சலாம். வேர்கள் மண்ணுக்குள் உவகைகொண்டு கிளர்ந்திருக்கும். அந்த முரண்பாட்டுக்குள் அலைக்கழிகிறான்" என்று சகதேவன் தொடர்ந்தான். "மானுடன் மிக எளிய உயிர். இத்தனை பெரியவற்றை இச்சிறுபறவை எதன்பொருட்டு கவ்விக்கொள்கிறது?" என்று தருமன் பெருமூச்சுவிட்டார்.

"கழுகு என சிறகுவிரிக்காத பறவைக்குஞ்சுகளே இல்லை. அவற்றில் சில கழுகுகளாகவும் ஆகின்றன. பறக்கத் துடிக்கும்போதே மயிர்கொண்ட கைகள் சிறகுகள் என்றாகின்றன" என்று சகதேவன் சொன்னான். "சப்ததந்திர நீதியின் வரிகள் இவை." தருமன் எண்ணங்கள் வேறெங்கோ செல்ல தலையை அசைத்தார். பின்பு "எல்லாம் வீண் என்று தோன்றும் கணங்களே தத்துவமாணவனின் நரகுலகு" என்றார். கைகளை விரித்து "எல்லாம் எண்ணும் வேளையில் பசிதீர உண்ணுவதும் உறங்குவதுமாய் முடியும். என்புத்தசையென எழுந்த உடலின் இன்பத்திலன்றி எதிலும் நிறைவென்பதே இல்லை. அடைந்த கணமே கடத்தல் என ஆனது தத்துவம். எனவே அதை மயிர்சுட்டுக் கரியெடுத்தல் என்றனர் முன்னோர்" என்றார்.

பேசியபடியே அவர்கள் ஆலமரத்தடிக்கு வந்ததும் அங்கே அமர்ந்துகொண்டனர். "இந்த ஆலமரத்தின் பெயர் நிதாந்தம்" என்று நகுலன் சொன்னான். "ஆலமரங்களின் பெயர்களைக்கொண்டே ஒரு குருநிலையின் எண்ணங்களை உய்த்துக்கொள்ளலாம் போலும்." தருமன் "அனைத்து வேதநிலைகளையும் தவிர்த்துவிட்டுச் சென்று எங்காவது எளிய ஆற்றங்கரையில் ஒரு குடிலமைத்துத் தங்கவேண்டுமென தோன்றுகிறது, இளையோனே. எவரும் நாமிருப்பதை அறியலாகாது, எவரையும் நாமும் அறியலாகாது" என்றார். "அவ்வாறு அமைந்தவைதான் இவையனைத்தும். மானுடர் அவற்றைத் தேடிக்கண்டடைந்து கொடைப்பொருட்களுடன் வந்து குழுமுகிறார்கள்."

காலன் வருவதை அவர்கள் பார்த்தனர். "அவன் உடலில் விரைவு உள்ளது" என்றான் நகுலன். அருகே வந்த காலன் வணங்கி சுருக்கமாக "அமைச்சர் விதுரர் நோயுற்றிருக்கிறார். நேற்று பகல் முதலே உணவுண்ணவில்லை. இரவு கடும் வெப்பநோயால் நடுங்கிக்கொண்டிருப்பதைப் பார்த்திருக்கின்றார்கள். இன்றுகாலை முதல் தன்னினைவே இல்லை. தங்கள் பெயரைச் சொல்லிக்கொண்டிருக்கிறார்" என்றான். தருமன் எழுந்து "வருக!" என்று தன் தம்பியரிடம் சொல்லிவிட்டு விரைந்து நடந்தார். "அவர் உண்ணாநோன்பிருந்தாரா?" என நகுலன் காலனிடம் கேட்டான். "இல்லை, முன்நாள் சற்று உணவுண்டிருக்கிறார்" என்று அவன் சொன்னான்.

அவர்கள் விதுரரின் குடிலை அடைந்தபோது உள்ளே மருத்துவர்கள் இருந்தனர். கைகளைக் கட்டியபடி தருமன் அவர்கள் வெளியே வருவதற்காகக் காத்து நின்றிருந்தார். காலன் மெல்லிய குரலில் "காலையிலேயே முதன்மையாசிரியருக்குத் தெரிவித்துவிட்டார்கள். தங்களைத்தேடி குடில்களுக்குச் சென்றபின்னரே என்னிடம் சொன்னார்கள்" என்றான். உள்ளே மருத்துவர்கள் மெல்லிய குரலில் பேசுவதும் செம்புக்கலங்கள் முட்டிக்கொள்ளும் ஒலியும் கேட்டது. நடுவே மிகப்பெரிய இருமல்தொடர் எழுந்தமைந்தது. அது விதுரர் என தருமனால் எண்ண முடியவில்லை. மெலிந்தவர் என்றாலும் அவர் எப்போதுமே உறுதியான உடல்கொண்டவராகவே தென்பட்டிருக்கிறார்.

மருத்துவர்கள் எழுந்து வெளிவருவதைக் கேட்டார்கள். முதலில் வெளிவந்த முதுமருத்துவர் சக்ரர் "வணங்குகிறேன், அரசே. காய்ச்சல் சற்று மிகையாகவே உள்ளது. நெஞ்சு மட்டுமல்லாது வயிறும் பழுத்துவிட்டிருக்கிறது. மூக்குவழியாகவும் வாய் வழியாகவும் மருந்து அளிக்கவேண்டியிருக்கிறது" என்றார். தருமன் "உயிருக்கு இடர்...?" என்றார். "உள்ளது, உடல் மிக நொய்ந்துள்ளது. உள்ளம் அதைவிட நொய்ந்துள்ளது. இக்கூட்டில் தங்கிவாழ ஆத்மன் விரும்பவில்லை. ஆகவே..."

தருமன் "என்ன சொல்கிறீர்கள்?" என்று கேட்டபோது குரலே எழவில்லை. "அதைத்தான் சொல்லிக்கொண்டிருக்கிறேன். அவருள் வாழ்வது விழையவேண்டும், ஆற்றுவதற்கு எஞ்சியுள்ளது என்று" என்றபின் சக்ரர் திரும்பி தன் துணைவர்களைப் பார்த்துவிட்டு நடந்தார். தயங்கிய காலடிகளுடன் தருமன் படிகளில் ஏறி குடிலுக்குள் சென்றார். அவர்கள் உள்ளே சென்றபோது அச்சிறு அறை நிறைந்தது. மழையில்தளிர்த்த காட்டுத்தழைப்பு இளவெயிலில் வாடிய மணத்துடன் காற்று உள்ளே வந்தது. அதிலிருந்த நீராவி பிறிதொரு மழையைச் சொன்னது.

விதுரரை அந்த வெக்கை மூச்சுத்திணறச் செய்வது போலிருந்தது. மெலிந்து எலும்புநிரை எழுந்த மார்பு மேலெழுந்து நின்றது. குரல்வளை புடைத்து அசைந்தது. மூச்சொலியுடன் உரசல் போல இழுபடல் போல முனகல் போல பலவித ஒலிகள் கலந்து வந்தன. அவ்வப்போது எழுந்த இருமலில் அவர் உடலே அதிர்ந்து எழுந்து துடித்து மீண்டும் மஞ்சத்தில் விழுந்தது. அருகே அமர்ந்திருந்த மருத்துவ உதவியாளன் அவர் இருமியமைந்ததும் வாயைத் துடைத்தான்.

தருமன் சென்று அவர் அருகே போடப்பட்ட காட்டுக்கொடிபின்னியமைந்த சிறுபீடத்தில் அமர்ந்தார். அவர் அருகே நகுலனும் சகதேவனும் நின்றனர். அவரை அழைக்க மருத்துவ உதவியாளன் கைநீட்ட வேண்டியதில்லை

என தருமன் தலையசைத்து மறுத்தார். கைகளை மார்பில் கட்டியபடி அவரையே நோக்கிக்கொண்டிருந்தார். இருமி அதிர்ந்து தளரும் மெல்லிய கரிய உடல். அவர் கிருஷ்ணதுவைபாயன மகாவியாசரின் வடிவில் வந்தவர் என்பார்கள். பிதாமகர் தென்னகக் காட்டுக்குள் எங்கோ உயிருடன் இருக்கிறார் என்று சூதர் சொல்வழியாக அறிந்திருந்தார். அப்படியென்றால் அவர் இவரைப்போல் இருப்பாரா? ஆனால் அவர் கவியோகி. இவர் உலகியலில் ஆடி உயிர் கரைந்துகொண்டிருப்பவர்.

அவருடைய அருகமைவை விதுரர் உணர்ந்துகொண்டு விழிகளைத் திறந்தார். தேர்ச்சகடம் ஏறி உடைந்த நாகத்தின் தலை எழுவதுபோல அவர் கைமட்டும் நீண்டு வந்தது. தருமன் கை நீட்டி அதைப் பற்றிக்கொண்டார். "உண்பதும் உறங்குவதும் காமமும் இறப்பும்" என அவர் மெல்லிய குரலில் சொன்னார். "பிறிதொன்றுமில்லை." அச்சொற்களை அவர் சொன்னாரா, தன் உள்ளம் உரத்ததா என தருமன் திகைத்தார். அவருள் ஓடிக்கொண்டிருந்தது அவ்வெண்ணம். "ஆம், வேறொன்றுமில்லை. அனைத்தும் வீண்." அவர் குரல் அவ்வுடலில் அமைந்த பிறிதொன்றின் ஒலியென கேட்டது. மிகமிக ஆழத்திலுள்ள ஏதோ உலகில் வாழும் ஒன்று.

"அரசியை நான் பார்க்கவேண்டும்" என்றார் விதுரர். "அழைக்கிறேன்" என்று தருமன் சொன்னார். "இப்போதே. ஒருவேளை நான்..." என்றபின் "நான் சொல்லிக்கொள்ளவேண்டியது அவளிடம் மட்டுமே. அது மட்டுமே எஞ்சியிருக்கிறது" என்றார் விதுரர். இருமல் எழுந்து அவரைத் தூக்கிப்போட்டது. சரள்கல்பாதையில் துள்ளிச்செல்லும் தேர்த்தட்டின்மேல் படுத்திருப்பவர்போல அவர் அதிர்ந்து உலுக்கிக்கொண்டு பின் மெல்ல தளர்ந்தார். கை பக்கவாட்டில் விழுந்து விரல்கள் ஒவ்வொன்றாக விரிந்தன. இமைச்சுருக்கம் அதிர்ந்து பின்பு மெல்ல விரிந்து முகம் துயில்கொண்டது. வாய் விழுந்து பற்கள் தெரிய உலைவாய்நீராவி என மூச்சு வெடித்து வெடித்து வெளிவரத்தொடங்கியது.

தருமன் எழுந்து வெளியே வந்தபோது காலன் அருகே வந்தான். "அரசியை உடனே வரும்படி சொல். இது என் ஆணை!" என்றார். அவன் கிளம்பியதும் "இளையோனே, நீயும் உடன்செல்" என்று சகதேவனிடம் சொன்னார். அவர்கள் இருவரும் செல்வதைப்பார்த்தபடி முற்றத்தில் நின்றிருந்த மகிழமரத்தின் அடியில் காத்திருந்தனர். அதன் மெல்லிய சருகுகள் காற்றில் மிதந்து இறங்கிக்கொண்டிருந்தன. சிலந்திவலையின் கண்காணா நுண்சரடில் சிக்கி ஓர் இலை வெளியில் நடனமிட்டுக்கொண்டிருந்தது.

"இத்தனை காற்றடிக்கிறது. இவ்வலைகள் அறுந்துவிடுவதே இல்லை" என்று அவர் விழியோட்டல் கண்டு நகுலன் சொன்னான். தருமன்

“அறுந்துவிடுகின்றன. ஆனால் மறுநாளே முன்பிருந்ததுபோல அவை உருவாகிவிடுகின்றன” என்றார். அந்தச் சிறிய வெண்ணிறச் சிலந்தியை அப்போதுதான் கண்டார். “திசைக்கையன் என்று இதைச் சொல்கிறார்கள். தன்னுள் இருந்து எடுத்து தன்னைச்சுற்றி வலைபின்னி அதன் நடுவே திசைகளையே கைகளென்றாக்கி அமர்ந்திருக்கிறது, தான் எதன் ஒப்புமை என அறியாமல்.” நகுலன் அந்தப் பேச்சு தத்துவமாக மாறுவதை அப்போது விரும்பவில்லை. திரௌபதி வரும்வரை வெறும் சொல்லோட்டம் நிகழ்ந்தால் போதுமென நினைத்தான். “சலிக்காமல் பின்னுகிறது. அதற்கு என்ன நிகழ்கிறதென்றே தெரிவதில்லை. அதன் உயிர்க்கடமை அது, அவ்வளவுதான்.”

வியப்பூட்டும்படி அந்தப் பேச்சு அப்படியே அறுந்து நின்றது. அவர்கள் வெயில்பொழிவை நோக்கியபடி நின்றிருந்தனர். உள்ளே விதுரர் உரக்க இருமும் ஒலி கேட்டது. நகுலன் “உண்மையில் இருமுவது ஒரு நற்குறி. உடலில் ஆற்றல் எஞ்சியிருக்கிறது, நெஞ்சச்சளியை அது வெளியேற்ற முயல்கிறது என்பதைக் காட்டுகிறது” என்றான். தருமன் அதை மேலும் பேசிச்செல்ல விரும்பவில்லை. மீண்டும் ஆழ்ந்த அமைதி உருவானது. வெண்சிலந்தி அவர்களுக்கு முன்னால் வந்தது. ஒளியில் நீந்திச்சென்று ஒரு கணத்தில் அது மறைந்தது. முழு ஒளியையும் தன் உடல்வழியாக கடக்கச்செய்து தன்னை அது பெருவெளியில் புதைத்துக்கொண்டது.

சகதேவனும் காலனும் வர, தொடர்ந்து திரௌபதி வருவதை அவர்கள் கண்டனர். தருமன் மெல்லிய பதற்றம்கொண்டு ஓர் அடி முன்னால் எடுத்துவைத்து பின் தன்னைக் கட்டுப்படுத்திக்கொண்டார். திரௌபதி எப்போதும்போல சீரான காலடிகளுடன் நிகர்கொண்ட தோள்களுடன் பெரும் அணிவகுப்பில் முதன்மைகொண்டு செல்பவள்போல வந்தாள். அவர்கள் அருகே வந்ததும் நகுலன் சென்று “வருக, அரசி!” என்றான். “நோயுற்றிருக்கிறார். எதிர்பார்க்கவேண்டியதில்லை என்றார் மருத்துவர். உன்னிடம் சில சொற்கள் பேசவிழைகிறார்.”

அவள் அனைத்தையும் சகதேவனிடம் கேட்டிருந்தாள். எனவே மெல்ல படியேறி மேலே சென்றாள். பிறர் நின்றுகொள்ள தருமன் அவளைத் தொடர்ந்து உள்ளே சென்றார். மருத்துவ உதவியாளன் எழுந்து “இருமுறை விழித்துக்கொண்டு வந்துவிட்டார்களா என்று கேட்டார், அரசி” என்றான். அவள் அவர் அருகே சென்று நின்றாள். தருமன் கைகாட்ட மருத்துவ உதவியாளன் அவர் தோளை மெல்லத் தொட்டு “அமைச்சரே” என்றான். அவர் திடுக்கிட்டு விழித்துக்கொண்டு வாய் மெல்ல திறக்க, நாக்கு அதன் பொந்துக்குள் தவிக்க, பழுத்த விழிகளால் அவளைப் பார்த்தார்.

“வந்துவிட்டார்கள், அமைச்சரே” என்று மருத்துவ உதவியாளன் சொன்னான். அவர் ஆம் என தலையசைத்தார். அவர் முகம் மிக மெலிந்திருந்தமையால் மூக்கு புடைத்து எழுந்திருப்பதாகத் தோன்றியது. அதன் மேல்வளைவு மெழுகுபோல உயிரற்ற ஒளி கொண்டிருந்தது. விழிகளுக்குக் கீழே வீங்கியிருந்த இமைத்தசைகள் இழுபட்டுத் துடித்தன. மூச்சொலி எழுந்தடங்கியது. தருமன் அவள் ஏதாவது சொல்வாள் என எதிர்பார்த்தார். மண்டியிட்டு அமர்ந்து அவர் கைகளைத் தொடலாம், கனிந்த குரலில் என்ன செய்கிறது என்று கேட்கலாம். அவள் அப்படி செய்யக்கூடியவளே அல்ல. ஆனால்…

விதுரரின் கைகள் மஞ்சத்தின் மேல் தவித்தன. ஒரு கையை மெல்ல தூக்கி தன் வயிற்றின்மேல் வைத்துக்கொண்டார். அவர் வயிறு சற்று வீங்கியிருப்பதுபோல் தோன்றியது. மறு கை தவித்தது. மார்பின்மேல் கிடந்த ஆடையைப் பற்றியது. சிலந்திபோல தொற்றி மேலேறி மார்புக்கு வந்தது. இரு கைகளும் ஒன்றை ஒன்று தொட்டன. விரல்கள் கோத்துக்கொண்டன. அவர் வணங்குகிறார் என்று அப்போதுதான் புரிந்தது. “எளியவன்… பொறுத்தருளவேண்டும்” என்று அவர் சொன்னார். கண்கள் சரிந்து இமைப்பீலிகளைக் கடந்து நீர் ஊறி கன்னங்களில் வழிந்தது. “பொறுத்தருளவேண்டும்… மூடன். சிறுமைகொண்டவன் நான்…”

அவள் அசையாமல் நின்றிருந்தாள். தருமன் தன் நெஞ்சின் ஒலியைக் கேட்டார். அவள் ஏதேனும் சொல்லவேண்டும். ஒரு சொல்லேனும். உள்ளத்தால் அந்தப் பொழுதைத் தள்ளி முன்னே செலுத்தினார். ஆனால் இரும்புச்சுவர் என நின்றிருந்தது அந்தத் தருணம். இறுகி அமைதிகொண்டு. “நான்… பொறுத்தருளவேண்டும், தேவி” என்றார் விதுரர். கண்களை மூடிக்கொண்டு வலிகொண்டவர் போல தலையை அசைத்தார். பற்கள் வெளிவந்து உலர்ந்த இதழ்களைக் கவ்வி தடம்பதித்தன. கைகளில் ஒன்று தவித்து சறுக்கி விலாவருகே மஞ்சத்தில் விழுந்தது. தொண்டைமுழை ஏறியிறங்கித் தவித்தது.

முன்னால் பாய்ந்து அவள் தோள்களைப் பற்றி உலுக்கவேண்டுமெனத் தோன்றியது. நெஞ்சுடைய வீரிடவேண்டுமென உடல் தவிப்புகொண்டது. அவள் அசையா உடலுடன் நிலைவிழிகளுடன் நின்றிருந்தாள். “ம்” என்று விதுரர் சொன்னார். இருமல் வந்து உலுக்கிய உடல் மெல்ல அமைந்ததும் “ம்ம்” என மீண்டும் முனகினார். அவளை நோக்க தருமனால் முடியவில்லை. கால்கள் தளர்வதுபோலிருந்தது. பலமுறை திரும்பி வெளியே செல்லும் உடலசைவுகள் எழுந்தபோதும் கால்கள் அசைவுகொள்ளவில்லை.

விதுரர் மெல்ல துயிலத் தொடங்கினார். அடித்தொண்டை ஒலி எழுந்தது. இன்னொரு கையும் நழுவி மஞ்சத்தில் விழ இரு கால்களும் விடுபட்டு விரிந்தன. அவள் அப்போதும் விதுரரையே நோக்கிக்கொண்டிருந்தாள். அவர் திரும்பி அவளைப் பார்த்தார். கருங்கல்முகம். உணர்வுகள் நிகழவே முடியாதது.

அறியாமலேயே அவர் கால்கள் திரும்பின. வெளியே வந்தபோது முற்றத்தின் வெளிச்சம் விழிகளைக் குருடாக்கி இமைகளுக்குள் குருதிக்குமிழிகளைச் சிதறடித்தது. கண்களை மூடிக்கொண்டு சிலகணங்கள் நின்றார். தலைசுற்றி விழுந்துவிடுவோம் என ஐயுற்றார். கைநீட்டி வாயில்தூணைப் பற்றிக்கொண்டார். குளிர்காற்று வந்து பட்டபோதுதான் உடல் வியர்வைகொண்டிருப்பது தெரிந்தது. காது அடைக்கும் ஒரு ரீங்காரம். வெண்கல மூடி தட்டப்பட்டதுபோல.

தருமன் முற்றத்தில் இறங்கி மகிழமரத்தடி நோக்கிச் சென்றார். நகுலன் "பேசிவிட்டாரா?" என்றான். அவருக்குப் பின்னாலேயே திரௌபதியும் வந்து படியிறங்கி நின்றாள். நகுலன் "நான் சென்று அவளைக் குடிலில் விட்டுவிட்டு வருகிறேன், மூத்தவரே" என்றான். அவன் அருகே சென்று "செல்வோம்" என்றபோது திரௌபதி மறுமொழி சொல்லாமல் தலையசைத்தாள். அவர்கள் சென்று மறைவதை தருமன் நோக்கி நின்றார். மழைகழுவிய காற்றை நிறைத்திருந்த பகல் ஒளி கண்களைக் கலங்கி வழியச்செய்தது.

8

அர்ஜுனன் ஒன்றும் சொல்லாமல் அவன் புதியதாக அமைத்த வில்லை வளைத்துப் பார்த்துக்கொண்டிருந்தான். "இன்று நான் அடைந்த உளச்சோர்வு எதனால் என்று பின்னரே எனக்குப் புரிந்தது, இளையோனே" என்று தருமன் சொன்னார். "அவள் நம்மை மன்னிக்கவில்லை. பன்னிரு படைக்களத்திலிருந்து வெளிவந்த அக்கணத்தின் உளநிலையிலேயே இப்போதும் இருக்கிறாள்."

"அவள் மூத்தவரை முழுமையாகவே மன்னித்துவிட்டாள்" என்று அர்ஜுனன் சொன்னான். "அவருடன் கானாடுகையில் அவள் முகம் கொள்ளும் மலர்வு அதையே காட்டுகிறது. இளையோரிடம்கூட அவளுக்கு பெருஞ்சினமென ஏதுமில்லை." தருமன் "ஆம், அவள் பெருஞ் சினம் கொண்டிருப்பது என்னிடம் மட்டுமே" என்றார். "அது முற்றிலும் சரியானது." அர்ஜுனன் அதற்கு மறுமொழி சொல்லவில்லை.

அவன் ஏதாவது சொல்வான் என தருமன் எதிர்பார்த்தார். அவன் மீண்டும் தன் வில்லில் மூழ்கிவிட்டமை கண்டு தன் கையிலிருந்த சருகை வீசிவிட்டு தலைகவிழ்ந்து அமர்ந்திருந்தார். அவர் குழற்சுருள்கள் முகத்தின் மேல் நிழலாட விழுந்து கிடந்தன. அருகே கிடந்த குச்சி ஒன்றை எடுத்து மண்ணைத் தோண்டிக்கொண்டிருந்தார். அப்பால் நகுலன் வருவதைக் கண்டதும் நிமிர்ந்து பார்த்தார்.

"உடல் எளிதாக இருக்கிறது. நற்செய்தி என எண்ணுகிறேன்" என்றான் அர்ஜுனன். நகுலன் அருகே வந்து தலைவணங்கி "அமைச்சர் தேறிவருகிறார் என்கிறார்கள் மருத்துவர்கள். காய்ச்சல் மிகவும் குறைந்திருக்கிறது. இன்று பால்கஞ்சியும் பழச்சாறும் அருந்தியிருக்கிறார்.

ஓரிருநாளில் முற்றிலும் நலமடைந்துவிடுவார் என்கிறார்கள்” என்றான். தருமன் பெருமூச்சுடன் “நன்று” என்றார்.

“இன்று காலையில் நினைவு மீண்டிருக்கிறது. தன் அணுக்கன் ஒருவனுக்கு ஓர் ஓலை அனுப்பும்படி சொல்லியிருக்கிறார். இப்பகுதிக்குரிய அவரது ஒற்றன் என எண்ணுகிறேன்” என்றான் நகுலன் அருகே அமர்ந்தபடி. “நாம் சென்று பார்ப்பதை விரும்புவாரா?” என்று தருமன் கேட்டார். “ஆம் என்றே எண்ணுகிறேன். அவர் மீண்டும் முந்தைய உளநிலைக்கே மீண்டுவிட்டார் எனப் படுகிறது” என்று நகுலன் சொன்னான்.

ஆனால் அவர் உடல்நிலை மீண்டது தனக்கு ஏன் பேருவகையென எதையும் அளிக்கவில்லை என தருமன் எண்ணிக்கொண்டார். அது ஆறுதலை அளித்தது, கூடவே ஓர் ஏமாற்றத்தையும். விதுரர் இறந்துபோவதற்குரிய மிகச்சரியான தருணம் இதுவன்றி வேறேது? அறத்தின்பொருட்டு மூத்தோனையும் நகரையும் துறந்து அறியாக்காடொன்றின் கல்விநிலையில் அவர் நோன்பிருந்து இறந்தார் என்றால் அது சூதர்களால் பாடப்படும். காவியங்கள் எழுதப்படும். தலைமுறைகள் அதைக் கேட்டு கண்ணீர் மல்குவார்கள்.

எதுவாக அவர் அறியப்பட்டாரோ அதை நிறுவிவிட்டு இறப்பதென்பது பெரும்பேறு. அந்த வாய்ப்பு வந்தது, அதை அவர் கடந்துசெல்கிறார். அவர் பிழைதான் அது. இன்னும் அவர் ஆத்மா விடைபெற விரும்பவில்லை. அந்த மெலிந்த கரிய கூட்டை கவ்விக்கொண்டு இன்னமும் இங்கு எஞ்ச விரும்புகிறது.

இனி அவர் என்ன செய்யப்போகிறார்? இங்கே நோன்பிருந்தால் எத்தனை காலம்? காலம் செல்லச்செல்ல அனைத்துப் பெருமைகளும் அன்றாட வாழ்வாகிவிடுகின்றன. பெரும் இழப்புகளும் பலிகளும் மறக்கப்படுகின்றன. இங்கிருந்தால் ஒரு முதியவயது மாணவனாக அவர் மாறக்கூடும். அவரது பெயர்கூட காலப்போக்கில் மறக்கப்படும். மாணவர்கள் சூட்டிய பெயரே எஞ்சும். பன்னிரண்டு ஆண்டுகள் ஒரு முழுவாழ்க்கை. அதன்பின் அவர் முன்பு ஓர் அமைச்சராக இருந்தார் என்பது அவருக்கே பழையநினைவு.

விடைபெற்று மீண்டும் அஸ்தினபுரிக்குச் செல்லலாம். அங்கே அவரை திருதராஷ்டிரர் ஆரத்தழுவி வரவேற்பார். இவர் கிளம்பியதுமே அவர் நோயுற்றுப் படுத்துவிட்டார் என்றார்கள். தமையனின் அவையில் இளையோன் என இருக்கலாம். ஆனால் துரியோதனனின் அரசவையில் இனி அவர் அமைச்சர் அல்ல. உரிய இடத்தில் உரிய முறையில் இறக்காதவர்களுக்கு பெருமை இல்லை.

அவ்வெண்ணங்களில் இருந்த இரக்கமின்மையைக் கண்டு அவரே அஞ்சினார். எழுந்து காட்டுக்குள் புகுந்து பின்னியும்பிரிந்தும் சென்ற ஒற்றையடிப்பாதைகள் வழியாக நடந்தார். வழிதவறி மீண்டார். வழிகளைக் கண்டடைந்ததும் உவகை கொண்டார். அவரை மேலிருந்து ஒரு குட்டிக்குரங்கு உற்றுப் பார்த்தது. ஆர்வம் மிகுந்து கிளைவழியாக அவருடனேயே வந்தது. அவருக்கு இளமையில் இடும்பவனத்தில் உடன் வந்த குட்டிக்குரங்கு நினைவுக்கு வந்தது. அது மூத்து முதற்குரங்காகி முதுமைகொண்டு மறைந்திருக்கும். அதன் மைந்தரும் பெயர்மைந்தரும் காடுகளுக்குள் நிறைந்திருப்பார்கள்.

அவர் அந்தக் குட்டிக்குரங்கை நோக்கிப் புன்னகைத்தார். அவர் கையைத் தூக்கியதும் அது அஞ்சி ஓசையிட்டபடி மேலே சென்றது. மீண்டும் தயங்கி இறங்கிவந்தது. மெல்லமெல்ல அவரை அணுகியது. அவர் அதை நோக்காதபோது அவர் ஆடையைத் தொட்டு இழுத்துவிட்டு கிளைகளில் ஏறிச்சென்றது. அவர் அதையும் பொருட்படுத்தவில்லை என்று கண்டுகொண்டதும் அவருக்கு இணையாகவே நடக்கத் தொடங்கியது.

அவருக்கு அது தன் திறனையும் தன் காட்டின் சிறப்பையும் காட்டத் தொடங்கியது. பாய்ந்து கிளைகளில் ஏறி காற்றில் வால்விடைக்கத் தாவியது. ஒரு மரத்தில் ஏறி சில்லைக்கிளை வழியாக பிறிதொன்றுக்குச் சென்றது. தலைகீழாக வாலால் சுருட்டிப்பிடித்து கிளைகளில் தொங்கி ஊசலாடியது. எதிரே வந்த மான் ஒன்றின் தலைக்குமேல் சென்று அதன் கொம்பைப்பிடித்து ஆட்டிவிட்டு மேலேறிக்கொண்டது.

அவர் சிரிக்கத் தொடங்கியதும் அதன் துள்ளல் கூடியது. கிளைகளை உலுக்கி சிறிய பழங்களை உதிரச்செய்தது. நாவல் பழங்களை அவர் குனிந்து பொறுக்கிக்கொண்டார். அதுவும் வந்து பழங்களைப் பொறுக்கிக்கொண்டது. பின்னர் ஒரே தாவலில் அவர் தோள்மேல் ஏறி அமர்ந்து பழங்களை நீட்டியது. அதன் நகங்களின் தொடுகை அவரைக் கூசிச்சிரிக்க வைத்தது.

காட்டின் எல்லைவரை உடன்வந்த குரங்கு அங்கே அதிர்ச்சியுடன் நின்றது. “எதற்காகப் போகிறாய்?” என்று பார்த்தது. கிளைகளிலும் தரையிலுமாகத் தாவி “போகத்தான் வேண்டுமா?” என்று கேட்டது. சினம்கொண்டு இரு கைகளையும் ஊன்றி சிவந்த குதத்தைக் காட்டிக் கூச்சலிட்டபடி உடலை ஊசலாட்டியது. அவர் அதை நோக்கிச் சிரித்து கையசைத்தபின் குடில்களை நோக்கிச் சென்றார்.

அவர் செல்வதைப் பார்த்தபடி அது அங்கேயே நின்றது. குடில்முற்றத்தை அடைந்தபின் அவர் திரும்பிப் பார்த்தார். அது அங்கேயே ஒரு கிளையில் அமர்ந்து அவரைப் பார்த்துக் கொண்டிருப்பதைக் கண்டார். தன் குடிலை

அணுகும்போது நகுலன் அவருக்காகக் காத்திருப்பதைக் கண்டார். அவர் முகம் மலர்ந்திருப்பதைக் கண்டு அவன் குழம்புவது தெரிந்தது. "மூத்தவரே, அமைச்சர் உங்களைப் பார்க்க விழைந்தார் என்று செய்தி வந்தது" என்றான். "ஆம்" என்று அதே மலர்வுடன் அவர் மறுமொழி சொன்னார். "அவரது உடல்நிலை மிகவும் சீரடைந்துவிட்டிருக்கிறது... ஒருநாளுக்குள் அத்தனை மாறுதலென்பது விந்தை என்று சொன்னார் மருத்துவர்."

"இப்போது மருத்துவர்கள் அவருக்கு நஸ்யம் அளித்துக் கொண்டிருக்கிறார்கள். காத்திருப்போம். அவர்கள் செய்தியனுப்பியதும் சென்று சந்திப்போம்" என்றான் நகுலன். தருமன் வாயிற்படியில் அமர்ந்தார். "தெளிந்திருக்கிறீர்கள், மூத்தவரே" என்றான். "ஆம், காடு அளிக்கும் தெளிவுகளுக்கு முடிவேயில்லை. சத்யகாம ஜாபாலர் அடைந்த மெய்மை காட்டிலிருந்தே என இப்போது புரிகிறது" என்றார் தருமன். அப்பால் நிழலாடியது. அவர் திரும்பிப்பார்க்க, அந்தக் குட்டிக்குரங்கு முற்றத்தின் எல்லையில் நின்றிருந்த அசோகமரத்தின் அடியில் அமர்ந்திருந்தது.

நகுலன் அதை நோக்கியதும் அது உளிதீட்டும் ஒலியை எழுப்பியபடி மரத்தில் ஏறிக்கொண்டது. "என்னுடன் காட்டில் உலா வந்தது. என்னைப் பிரிய உளமில்லாமல் தொடர்கிறது" என்றார் தருமன். "அன்பிலிருந்து விலங்குகளுக்கு விடுதலையே இல்லை என்பார்கள். அன்பை அறுக்கத் தெரிந்த ஒரே உயிர் மானுடனே" என்றான் நகுலன். குட்டிக்குரங்கு மெல்ல நடந்து தருமனின் அருகே வந்து நின்றது. அதன் வால் நெளிந்தது, கண்கள் சிமிட்டி சிமிட்டி மூடின. அவர் கைநீட்ட, பாய்ந்து அருகே வந்து அவர் மடிமேல் ஏறி அமர்ந்து தன் கைகளை விரித்தது. அதில் அது நாகப்பழங்களைக் கொண்டுவந்திருந்தது.

"இத்தனை தொலைவுக்கு நசுங்காமல் கொண்டுவந்திருக்கிறது" என்றான் நகுலன். தருமன் அதன் பிடரியையும் முதுகையும் வருடிக்கொண்டிருந்தார். அது மல்லாந்து அடிவயிற்றைக் காட்டியது. வெளிர்சாம்பல் நிற மயிர்மென்மையை அவர் வருடியதும் அப்படியே துயிலத்தொடங்கியது.

9

பீமனும் அர்ஜுனனும் முன்னரே விதுரரின் குடில்முகப்பில் நின்றிருந்தனர். தருமனும் நகுலனும் அவர்களைப் பார்த்தபின் சற்று நடைவிரைவுடன் நோக்குவிலக்கி அணுகினர். “ஐவரையும் வரச்சொன்னார் அமைச்சர்” என்றான் நகுலன். தருமன் கேட்காமலேயே “நம்மை மட்டும்தான், அரசியைக் கூப்பிடவில்லை” என்றான். தருமன் தலையசைத்தார். வெயில் உடலிலிருந்து வியர்வையை ஆவியாக எழச்செய்தது. அன்றும் மழை இருக்கும் என்று தோன்றியது. ஆனால் வானம் ஒளிநிறைந்திருந்தது.

அவர்கள் அவர் வருவதற்காகவே காத்திருந்தனர் என தெரிந்தது. அவர் அருகே வந்ததும் சொல்லின்றி தலைவணங்கினர். தருமன் முதலில் நடந்து உள்ளே செல்ல பீமன் தொடர்ந்து வந்தான். அவன் உடலில் இருந்து காட்டின் தழைமணமும் சேற்றுமணமும் எழுந்தது. அர்ஜுனனும் நகுலனும் சகதேவனும் இறுதியாக வந்தனர். காலடிகள் மட்டும் ஒலித்தன. அவர்கள் குடிலுக்குள் நுழைந்ததும் அவை ஒலிமாறுபாடு கொண்டன.

தருமன் அமர்வதற்கு மட்டுமே பீடமிருந்தது. அவர் அமர்ந்ததும் மருத்துவ உதவியாளன் அவருக்குத் தலைவணங்கியபின் விதுரர் தோளைத்தொட்டு “வந்து விட்டார்கள், அமைச்சரே” என்றான். அவர் கண் திறந்தபோது அவை தெளிந்திருப்பதை தருமன் கண்டார். நோயுற்றவர்களின் கண்களில் இருக்கும் அனற்படலம் அவற்றில் இருக்கவில்லை. உதடுகளும் ஈரம்கொண்டிருந்தன. மருத்துவ உதவியாளன் “பழச்சாறு அருந்தினார். காய்ச்சல் பெரும்பாலும் நின்றுவிட்டது” என்றான்.

தருமன் “வணங்குகிறேன், தந்தையே. உடல்நிலை மீண்டுவிட்டது என்றனர். இன்னும் சிலநாட்களில் எழுந்துவிடுவீர்கள்” என்றார்.

விதுரர் “ம்” என தலையை அசைத்து “உடல்நிலை சீரடைந்ததும் நான் தமையனிடமே மீளப்போகிறேன்” என்றார். தருமன் “ஆம், தாங்கள் அங்கிருப்பதே நன்று. இந்தக் காடு தங்களுக்கு ஒவ்வாதது. அஸ்தினபுரியில் நல்லுணவும் மருத்துவ உதவியும் உங்களை மீளச்செய்யும்” என்றார். “ஆம்” என்றார் விதுரர். “அங்கு தமையன் இருக்கிறார். நான் அவரிடம் மீண்டுசெல்லவேண்டும்.”

சிலமுறை முனகியபின் விழிகளை மூடியபடி “என் இடம் அதுவே. நான் அவரை ஒருகணமும் மறக்கவில்லை. என்னால் உறவுகளிலிருந்து விலக முடியாது. உறவுகளுக்கு மேலே எனக்கு எதுவும் இல்லை. அறமென்றும் விடுதலை என்றும் நான் எண்ணிக்கொள்ளலாம். அது உண்மை அல்ல என உறவுகளை விட்டுவிட்டு வந்தபோதுதான் தெரிந்தது” என்றார். சொல்லத் தொடங்கியதும் அவர் துயர் முழுதும் மொழியாகியது. “எத்தனை ஏங்கியிருக்கிறேன், இப்படிக் கிளம்பி வருவதைப்பற்றி! இத்தகைய ஒரு கானக வாழ்க்கையைப்பற்றி. யுதிஷ்டிரா, அங்கிருக்கையில் ஒவ்வொருநாளும் அங்கிருந்து கிளம்பிச்செல்வதைப்பற்றியே எண்ணிக்கொண்டிருப்பேன். நுணுக்கமாகத் திட்டங்கள் போடுவேன். ஆகவேதான் மிக எளிதாக நான் அஸ்தினபுரியிலிருந்து வெளியேற முடிந்தது.”

“என் பேரன்னை சத்யவதியும் அன்னையரும் காடேகக் கண்டபோது என்னுள் உருவான எண்ணமாக இருக்கலாம் இது. அவர்களைக் காட்டுக்குள் கொண்டுசென்று விட்டவன் நான்தான். ஒருநாள் நானும் வந்துவிடுவேன் என்பதே அன்று என் உள்ளம் கொண்ட எழுச்சி. அஸ்தினபுரியிலிருந்து கிளம்பியபோது அக்காட்டுக்குத்தான் சென்றேன். அங்கு சென்றதும் ஒன்று தெரிந்தது, என் உள்ளத்திற்குத்தான் அது அரசியரின் காடு. காடு அதை மறுநாளே கடந்துவிட்டது. புதிய முளைகள், புதிய உயிர்கள் என அது மாறுதோற்றம் கொண்டுவிட்டது. எத்தனை சிறியவர்கள் மானுடர்! நீர்மேல் ஓயாது எழுதிக்கொண்டிருக்கும் நீர்ப்பூச்சிகள்...”

அவர் பேசட்டும் என தருமன் காத்திருந்தார். “இங்கு வந்தபோதுகூட நான் தனியாக வரவில்லை.” அவர் அஸ்வதந்தம் பற்றிச் சொல்லப்போகிறார் என தருமன் எண்ணினார். ஆனால் அவர் அதைக் கடந்து “எங்கும் நான் தனியாகச் செல்லமுடியாது. உன்னைப் பார்ப்பவர் யோகி என எண்ணக்கூடும். நீ பிரியமுடியாத உறவுகளுடன் காடேகியவன் என அவர்கள் அறிவதில்லை. என் உறவுகள் விழிக்குத்தெரியாமல் தொடர்பவர்கள்.” அவர் மெல்ல புன்னகை செய்தார். “ஆனால் நான் நம்பி அமர்ந்திருந்த ஒன்று உடைந்துவிட்டது. அறமென நான் எண்ணிய ஒன்றின்மேல் கட்டப்பட்டவை என் எண்ணங்கள் யாவும். இவ்வுலகை

சமைப்பதில் அறம் எப்பங்கும் ஆற்றவில்லை என்று உணர்ந்தபின் ஆடையற்று அவைமுன் நிற்பவனாக உணர்ந்தேன்."

அச்சொல் அவர் வாயில் வந்தபோதுதான் அது தன்னுள் எப்போதுமிருக்கும் எண்ணம் என உணர்ந்தார். "ஆம், அந்த அவைநிகழ்ச்சி. அது அனைவருக்கும் காட்டியது அவர்கள் உண்மையில் எவர் என. மிகைநடிப்பு வழியாகவும் அமைதியினூடாகவும் சொற்களினூடாகவும் கனவுகளினூடாகவும் அவர்கள் அதைக் கடந்துசெல்கிறார்கள். நான் அதைக் கடந்து செல்லாதவன். ஏனென்றால் அவை நடுவே அவ்வண்ணம் நின்றது அவள் அல்ல." பெருமூச்சுடன் "அப்போதே கிளம்பியிருக்கவேண்டும். ஆனால் ஒவ்வொன்றையும் சீரமைத்துவிடலாமென்னும் நம்பிக்கை அப்போதும் எஞ்சியிருந்தது. என் மீதான நம்பிக்கை, அதைவிட என் தமையன் மீதான நம்பிக்கை" என்றார்.

"நான் துவைதக்காட்டுக்குத்தான் சென்றேன்" என்றார் விதுரர் "அங்கே சார்வாக மெய்யறிவைக் கேட்டேன். நான் எண்ணிவந்தவை அதே சொற்கள். அறமென்பது அரண்மனைகளைப்போல, கோட்டைகளைப்போல பயனுள்ளது. ஆனால் எவருடையது அது என்பதே அறியப்படவேண்டியது. இன்பவிழைவன்றி இப்புவியில் எதுவுமே உண்மையான விசைகள் அல்ல. அது, நீர் மதுவென்றும் தேனென்றும் மருந்தென்றும் மாற்றுருக்கொள்வதுபோல நம் முன் வந்து நிற்கிறது என்றார்கள்."

"அங்கு கேட்ட ஒரு வரி என்னை நிலையழியச் செய்தது" என்றார் விதுரர் "அறத்தை நாம் ஏன் நம்புகிறோம் என்றால் நம் இன்பவிழைவை நாம் மறைக்க விரும்புகிறோம் என்பதனால்தான். உண்மை உண்மை என என் உள்ளம் அந்த அவையிலமர்ந்து ஆயிரம் முறை உரக்கக் கூவியது" என்று விதுரர் சொன்னார். "ஆனால் மெல்லமெல்ல அந்த அவையிலிருந்து நான் விலகத்தொடங்கினேன். முற்றிலும் சீரான சொல்லொழுங்குடன் முன்வைக்கப்பட்ட அவ்வெண்ணங்கள் அவற்றின் ஒழுங்காலேயே முழுமையற்றவை என எண்ணத்தலைப்பட்டேன். உண்மையின் நடுவே ஓர் அறியமுடியாமை இருந்தே தீரும். இல்லையேல் மானுடனின் எண்ணப்பெருக்கு என்றோ நின்றிருக்கும். இன்று தொடங்கி பல்லாயிரமாண்டுகாலம் கடந்த பின்னரும் மையமானது சொல்லப்படாமலேயே எஞ்சும்."

"அங்கிருந்து இங்கு வந்தேன். என்னுள் அனைத்தும் கலைந்திருந்தன. என்னால் அவற்றைச் சொற்களாக்கி அடுக்கி எண்ணமாக்கிக் கொள்ளமுடியவில்லை. ஆனால் உள்ளம் சலிப்பதே இல்லை. அதற்கு

வேறுவழியே இல்லை. அது தன் புடவியை தன்னிலிருந்து நூற்று நெய்து எடுத்தாகவேண்டும்.” அவர் புன்னகைத்தார். “இந்த நோயுறுதல் ஒரு நல்லூழே. ஓயாது ஓடிக்கொண்டிருந்த தறி நின்றது. கனவும் கடந்து ஆழ்நிலை கூடியது. அங்கே அனைத்தையும் கண்டேன். மொழி சென்றடையாத ஆழங்கள். யுதிஷ்டிரா, கனவுத்தளம் காட்சிகளால் ஆனது. ஆழ்தளமோ வெறும் உணர்வுகள். உடலற்ற ஆத்மாக்களைப்போல இம்மண்ணில் எதன்மேலும் ஏறிக்கொள்ளாதவை. எதன்பொருட்டுமென்றில்லாத உணர்வுகளை அளைந்தபடி இங்கே கிடந்தேன்.”

“அப்போது ஒன்றும் தெரியவில்லை. விழித்தெழுந்தபோது அடைந்தவற்றை சொல்லாக ஆக்கமுயன்றேன். உடைபட்ட சொற்களாக அவை மாறத்தொடங்கியதும் மீளலானேன்” என்றார் விதுரர். “அங்கு நான் அடைந்த உணர்வுகள் அனைத்தும் என் உறவுகளுக்கானவை. என் மைந்தர், மனைவி, மூத்தவர்…” பெருமூச்சுடன் “அவைதான் நான் என்றால் அவற்றை நான் ஏன் அஞ்சவேண்டும்? ஏன் உதறி வெவ்வேறு மாற்றுருக்களைச் சூடவேண்டும்? நான் இனி அவற்றை எவ்வகையிலும் தவிர்க்கப்போவதில்லை, அவற்றால் ஆனது என் உள்ளம்” என்றார்.

“சார்வாக நெறி இருபெரும் ஆசிரியர்களால் இரண்டாகப் பகுக்கப்பட்டுள்ளது” என்றார் விதுரர். “முதலாசிரியரான பிரஹஸ்பதி இன்பமே விழுப்பொருள் என்கிறார். ஆனால் பிறருக்கும் இன்பம் தேவையென்ற கட்டுப்பாடு அதன் எதிர்விசை. அந்த உணர்வை மானுடர் இங்கு வாழ்வதற்கு இன்றியமையாதது என்கிறார். சுக்ரரோ அந்த எதிர்விசை தூய ஆற்றலால் மட்டுமே எதிர்கொள்ளப்படவேண்டும் என்கிறார். இருவருமே காணாத ஒன்றுண்டு. அறமென்றும் பிறிதென்றும் இங்கு அணிசூடி நின்றிருப்பது மானுடனின் பற்று மட்டுமே. இன்பத்தைவிட முதன்மையானது அது.”

“யுதிஷ்டிரா, இப்புவியில் விழியிழந்த என் தமையனின் அருகமைதல் எனக்கு எந்த இன்பத்தைவிடவும் மேலானது. மானுடம் உறவுகளால் பின்னப்பட்டது. பற்றே இதன் இயக்கவிசை. அன்பென்று அதைச் சொல்கிறோம். இரக்கமென்று பிறிதொரு தருணம் கூறுகிறோம். நெஞ்சுருகாதவன் வாழ்வதே இல்லை. இங்குள்ள அனைத்தும் அவனுக்கு மறுக்கப்பட்டுள்ளது” என்றார் விதுரர். “அதை இப்போது மலைகளைப்போல பெரும்பருவடிவாக அருகறிகிறேன். அன்பு செலுத்துக, அதன்பொருட்டே வாழ்க! பிறிதொன்றுமில்லை. தெய்வங்களென தோற்றம்காட்டி நின்றிருக்கும் பிற அனைத்தும் நம் ஆத்மாவைத் திருடிச்செல்லும் பூதங்கள்.

“நான் சென்று என் தமையனிடம் இதைச் சொல்வதாக இருக்கிறேன்” என்றார் விதுரர். “அவர் இருக்கும் நிலையே உயர்ந்தது. விலங்குகளைப்போல

எண்ணப்படலத்தால் மறைக்கப்படாத அன்பு. அது அழிக்கலாம், அன்பில்லாத அழிவை விட அன்பால் நிகழும் அழிவு மேல் என்பதே என் மறுமொழி." அவர் பெருமூச்சுடன் கண்களை மூடிக்கொண்டார். பேச்சின் விசையால் அவர் மூச்சு விரைவுகொண்டிருந்தது. மெல்லிய சீழ்க்கை ஒலி ஒன்று மூச்சுடன் கலந்திருந்தது.

சிவந்த விழிகளைத் திறந்து "நான் இன்னும் சரியான சொற்களில் இவற்றைச் சொல்லப்போகிறேன் என எண்ணுகிறேன்" என்றார். உடனே பற்கள் தெரிய நகைத்து "பின்னாளில் சூதர் இதை விதுரநீதி என்றே சொல்லக்கூடும்" என்றார். தருமன் புன்னகை செய்து "அவ்வாறு ஒரு நெறிநூல் நமக்கு அமையட்டுமே, அமைச்சரே" என்றார். விதுரர் "இங்கிருந்து எங்கு செல்லவிருக்கிறீர்கள்?" என்றார்.

"இங்கிருந்து பிரகதாரண்யகம் செல்லலாம் என்பது எங்கள் எண்ணம். இங்கே அனைத்தும் மெல்ல திரும்பி எங்களுக்கு எதிராக ஆகிக்கொண்டிருக்கின்றன. விழிகளெல்லாம் விலகிவிட்டன" என்றார் தருமன். "ஆம், அதை என்னால் உணரமுடிகிறது. இங்குள்ள வேதநிலைகள் அனைத்திலுமே வேரென இளையயாதவர் மீதான சினம் கரந்துள்ளது" என்றார் விதுரர். புன்னகையுடன் திரும்பி சகதேவனிடம் "முதியவன் பல சுவர்களில் முட்டிச்சலித்து நீ சொன்ன இடத்துக்கே வந்துவிட்டேன், இளையவனே" என்றார்.

சகதேவன் "ஆம்" என்றான். "இத்தனை கடந்து அனைத்தையும் பார்ப்பவன் எப்படி எதிலுமே பற்றின்றி இருக்கிறாய், மைந்தா?" என்றார் விதுரர். "அமைச்சரே, நிமித்திகன் வெறும் சான்றுமட்டுமே. ஊழ் வடிவில் அவனுக்கு பிரம்மம் காட்சியாகிறது. தன்னிலை கரைந்து வழிபட்டு நிற்பதன்றி அவன் செய்யக்கூடுவது பிறிதொன்றுமில்லை" என்றான் சகதேவன். விதுரர் அவனையே சிலகணங்கள் நோக்கியபின் விழிதிருப்பி "நன்று" என்றார்.

10

விதுரர் கிளம்பிச்செல்லும் நாளில்தான் துவாரகையின் செய்தி வந்தது. காலனுக்கு பறவைவழியாக குந்தி அனுப்பிய செய்தி நான்குநாள் பயணத்தில் அவனுக்கு வந்தபோது அப்பால் விதுரரின் குடில்வாயிலில் தருமனும் தம்பியர் நால்வரும் நின்றிருந்தனர். விதுரரை அழைத்துச்செல்வதற்கான அத்திரியும் துணைசெல்லும் வீரர்கள் இருவரும் பொதிசுமக்கும் அத்திரியும் அதை ஓட்டும் மலைமகனும் அப்பால் நின்றிருந்தனர். அத்திரிகள் காதுகளை அடித்துக்கொண்டும் தும்மிக்கொண்டும் குனிந்து நிலத்தில் கிடந்த சருகுகளை எடுத்து கடித்துத் துப்பிக்கொண்டும் நின்றன.

காலன் அவர்களை அணுகி இயல்பாக நின்றான். அவன் வந்து நின்றதைக் கண்டதுமே நகுலன் அவனிடம் செய்தி ஏதோ இருப்பதை உணர்ந்துகொண்டான். அவர்கள் அவனை உளமில்லா விழிகளால் நோக்கிவிட்டு திரும்பிக்கொண்டனர். நகுலன் மெல்லிய குரலில் "அவருக்கான மாற்றாடைகள் எந்தப் பொதியில் உள்ளன?" என்றான். ஏவலன் "அத்திரிமேல், இளவரசே" என்றான். "அவர் நீராடி உடைமாற்றுகையில் அனைத்துப் பொதிகளையும் அவிழ்க்கமுடியாது. அவற்றை மட்டும் தனியாக எடுத்து ஏவலன் தன் தோளில் போட்டுக்கொள்ளட்டும்" என்றான். ஏவலன் தலைவணங்கினான்.

பீமன் "வரும்போது இவை ஏதுமில்லாமல் வந்தார்" என்றான். மிக இயல்பாக அச்சொற்கள் விழுந்தாலும் அதிலிருந்த இடக்கை காலன் உணர்ந்தான். "உறவுகள் தேவை என அவர் மெய்யறிவை அடைந்ததும் ஒவ்வொன்றாக ஒட்டிக்கொள்கின்றன. பெரும்பாலும் அஸ்தினபுரியைச் சென்றடையும்போது ஒரு சிறு ஊரே அவருடன் செல்லும் என

எண்ணுகிறேன்” என்றான். “மந்தா, விடம்பனம் தேவையில்லை” என்றார் தருமன் மெல்லிய கசந்த குரலில். “அதை இத்தருணத்தை அமைத்த விசைகளிடம் அல்லவா சொல்லவேண்டும், மூத்தவரே?” என்றான் பீமன்.

நகுலன் புன்னகைக்க, தருமன் தலைதிருப்பிக்கொண்டார். அப்போது அவன் அவர் பார்வையில் பட்டான். “என்ன?” என்றார். ‘ஒன்றுமில்லை’ என அவன் தலையசைத்தான். ஏவலன் ஒருவன் குடிலைவிட்டு வெளியேவந்து ஒரு சங்கை எடுத்து ஊதினான். அங்கிருந்த அனைவரும் சித்தமான உடலசைவுகள் எழுந்தன. அப்பால் குடில்களுக்குள் இருந்து வேதமாணவர்கள் வெளியே வந்தனர். மையக்குடிலிலிருந்து ஒரு முதியமாணவன் தாலத்தில் பழங்களும் நீரும் மலர்களும் தகழியும் சுடரும் கொண்டு நடந்துவந்தான். அவனுடன் இன்னொருவன் ஒரு மூங்கில்பெட்டியுடன் வந்தான். மூன்றாமவன் மணியொன்றை ஒலிக்கவைத்தபடி தொடர்ந்தான்.

குடிலுக்குள் இருந்து ஏவலன் ஒருவனின் தோளைப்பற்றியபடி விதுரர் மெல்ல காலடி எடுத்துவைத்து நடந்து வந்தார். மூச்சிளைத்து நின்று பின்பு மெல்ல படிகளில் கால்வைத்து இறங்கினார். தருமன் அவர் அருகே நெருங்கி கைகளைப்பற்றி உதவினார். முற்றத்தில் நின்று இளைப்பாறிய விதுரர் அவர்களைத் திரும்பிப்பார்த்தார். “இன்னும் சிலநாட்களுக்குப்பின் கிளம்பியிருக்கலாம், அமைச்சரே. மலைச்சரிவில் அத்திரிப்பயணம் கடினமானது” என்றார் தருமன். “ஆம், ஆனால் கடினமான பயணம் என்னை மீண்டெழச்செய்யும்” என்றார் விதுரர்.

“தாங்கள் சொன்னவற்றைத்தான் எண்ணிக்கொண்டிருக்கிறேன், அமைச்சரே. என் சொற்களாக அதையே பெரியதந்தையிடம் சொல்லுங்கள். எங்கள்பொருட்டு அவர் சற்றேனும் துயர்கொண்டிருந்தால் அது தேவையில்லை. நாங்கள் இங்கு உவகையுடன் இருக்கிறோம். பன்னிரண்டு ஆண்டுகாலம் நீண்டது, அதை முடித்து நாங்கள் அவரை மீண்டும் காண்போம் என நான் எண்ணவில்லை. அவர் எங்களைப்பற்றிய குற்றவுணர்வு ஏதுமின்றி கடந்துசெல்லட்டும்” என்றார் தருமன். “ஆம், அதை உன் சொற்களாகச் சொல்கிறேன்” என்றார் விதுரர்.

பீமனை நோக்கிய தருமன் “மந்தா, தந்தையை வணங்கு” என்றார். பீமன் அருகே சென்று குனிந்து வணங்க, விதுரர் வெடித்துச் சிரித்து “குனிந்தபின் என் உயரம் இருக்கிறான். இவனை மானுடன் என்றே எண்ணத் தோன்றவில்லை” என்றார். “நான் உண்மையில் குனிவதே இல்லை, அமைச்சரே” என்றான் பீமன். “அவ்வண்ணமே என்றும் திகழ்க!” என

விதுரர் வாழ்த்தினார். அர்ஜுனனும் நகுலனும் சகதேவனும் சென்று வணங்கி வாழ்த்துகொண்டனர்.

“செல்கிறேன்” என்று சொல்லி அவர் கிளம்பினார். அவர் திரௌபதியைப்பற்றி ஏதேனும் கேட்பார் என காலன் எண்ணினான். அவர் அச்சொல்லையே எடுக்கவில்லை. ஆனால் அவர்கள் அப்போது அவளைத்தான் எண்ணுகிறார்கள் என எப்படியோ தெரிந்தது. விழிகள் இருக்கும்வரை மானுடர் மறைப்பது என ஏதுமில்லை. விதுரர் நடக்கத்தொடங்கியதும் எதிரே வந்த தாலப்பொலியினர் அவரைச் சந்தித்தனர். தாலமேந்திய மாணவன் “தங்கள் வருகை மங்கலம் கொணர்ந்தது. விடைபெறல் மெய்யறிவை எஞ்சவைக்கிறது. நன்று சூழ்க என ஆசிரியர் வாழ்த்தினார்” என்றான்.

“ஆம், நான் மறக்கமுடியாத ஓர் இடம். இங்கு ஒரு புதையலை நான் முற்பிறவிகளில் புதைத்து மறந்திருந்தேன்” என்றார் விதுரர். இன்னொருவன் மூங்கில் பேழையைத் திறந்து உள்ளிருந்து ஒரு மஞ்சள்நிறமான பட்டுத்துணியை எடுத்து விதுரருக்குப் போர்த்தி “இது எங்கள் ஆசிரியரின் வழித்துணை வாழ்த்து, அமைச்சரே” என்றான். “பேறுபெற்றேன்” என்றார் விதுரர்.

அவர்கள் நடந்து அத்திரியை நோக்கிச் சென்றனர். வீரர்களின் உதவியுடன் விதுரர் அத்திரிமேல் ஏறிக்கொண்டதும் அவர் கால்களைச் சேர்த்து தோல்நாடாவால் கட்டினர். அவர்கள் ஒருவருக்கொருவர் சொல்பரிமாறிக்கொண்டதும் முகப்பில் செல்பவன் தன் சங்கை ஊதினான். குருநிலையின் அனைத்து மாணவர்களும் “வழி சிறக்க! பூஷன் துணை வருக!” என வாழ்த்தினர்.

அவர்கள் சென்று மறைவதை நோக்கி நின்றிருந்த பீமன் “நமக்கு எவரும் இப்படி வழியனுப்புகை அளித்ததில்லை” என்றான். “நாம் கானகர்” என்றார் தருமன். “ஆம், மீண்டும் அரசர்கள் ஆவோம் என்பதில் உறுதியுமில்லை. பட்டு ஏன் வீணாகவேண்டும்?” என்றான் பீமன். முகம் சுளித்துத் திரும்பிய தருமன் “என்ன செய்தி?” என காலனிடம் கேட்டான். “அரசே, துவாரகை பற்றிய செய்தி வந்துள்ளது” என்று அவன் சொன்னான். அர்ஜுனன் முகம் மாறியது. அவன் அருகே வந்து “ம்” என்றான்.

“செய்தி அஸ்தினபுரிக்கு பேரரசியின் கைகளுக்குச் சென்றிருக்கிறது. எனக்கு வந்தது அவர் அனுப்பிய மந்தண ஓலை. தங்களிடம் செய்தி சொல்லும்படி ஆணை” என்றான் காலன். “ம்” என்றார் தருமன். “துவாரகையின் யாதவர்களுக்குள் மெல்லிய ஊடல்கள் எப்போதும் இருந்துகொண்டிருந்தன என அறிந்திருப்பீர்கள். அரசியின் குலமான

அந்தகர்களும் அரசரின் குலமான விருஷ்ணிகளும் தங்களை முதன்மைக்குடிகளாக எண்ணுவதை தடுக்கமுடியவில்லை. போஜர்களும் ஷைனியர்களும் குக்குரர்களும் ஹேகயர்களும் சினம்கொண்டபடியே சென்றனர். நாம் சூதுக்களத்திற்குச் சென்ற நாட்களில் அப்பிளவு பெரிதாகியது.”

“குக்குரர்களில் ஒரு சாராரிடம் சால்வநாட்டரசர் மந்தணப்பேச்சு நடத்தியிருக்கிறார். ஹேகயர்களும் உடனிணைந்துள்ளனர். அவர் துவாரகையின் எல்லைகளுக்கு மேல் படைகொண்டுசென்றார் என்றால் அவர்கள் போரில் கலந்துகொள்ளமாட்டார்கள் என்று உறுதிபெற்று அவர் துவாரகையின் வடக்கு எல்லைகளைத் தாக்கியிருக்கிறார். மலைப்பொருட்கள் கொள்ளும் சந்தைகளிலும் சிந்துவின் படகுகளிலும் சுங்கம் கொள்ளும்பொருட்டு துவாரகை அமைத்திருந்த பன்னிரு சாவடிகளை சால்வர் தாக்கியிருக்கிறார். எதிர்ப்படை கொண்டுசென்ற சாத்யகியை சால்வரின் படைகள் வென்றன.”

அர்ஜுனன் “ம்” என்றான். “துவாரகையில் அப்போது இளையயாதவர் இல்லை. நடந்தது ஒரு சிறு கொள்ளை என எண்ணி பலராமர் சிறிய படையைத்தான் சாத்யகிக்கு அளித்திருக்கிறார். சாத்யகி படைகொண்டு செல்லும் வழியிலேயே அந்தகர்களும் விருஷ்ணிகளும் தவிர பிறர் நின்றுவிட்டனர். எல்லைக்குச் சென்றபோதே சால்வருடன் சைந்தவரின் படைகளும் பால்ஹிகரின் படைகளும் துணைநிற்பதை சாத்யகி கண்டார். அவர் படை முழுமையாக அழிந்தது. புண்பட்டு அவர் களத்திலிருந்து மீண்டார்.

“செய்தியறிந்து இளையயாதவர் திரும்பிவந்தார். சால்வரை வெல்லாவிட்டால் துவாரகைக்கு அது பேரிழிவு. மேலும் துவாரகை ஆற்றலற்றது என்ற சொல்லும் எஞ்சும். ஆனால் எல்லைகளைத் தாக்கியதென்பது, சால்வர் துவாரகையின் படைகளை தனக்கு உகந்த இமயமலையடிவாரத்திற்கு இழுக்கும்பொருட்டு செய்த சூழ்ச்சியே. அங்கே அவர் தோழர்கள் அவரைத் துணைக்கிறார்கள். சைந்தவரும் பால்ஹிகரும் படைகொடுக்கிறார்கள். திரிகர்த்தர்களும் உடன்நிற்பதாகச் சொல்லப்படுகிறது. அஸ்வத்தாமரும் கூர்ஜரரும் அறியாது படைத்துணை அளிப்பார்கள்.

“ஆகவே படைகொண்டு சென்றால் வென்றாகவேண்டும். யாதவர் ஒன்றாகத் திரண்டு நிற்காமல் படைவெல்லல் அரிது. இந்திரப்பிரஸ்தத்தின் உதவியும் இல்லை என்பதனால் இளையயாதவர் தயங்கிக்கொண்டிருக்கிறார். பாரதவர்ஷத்தில் துவாரகை இன்று முற்றிலும் தனித்துவிடப்பட்டுள்ளது” என்று காலன் சொன்னான். “ஆம்,

இத்தருணத்தைப் பயன்படுத்தி அதை முற்றழிப்பதே அரசுசூழ்தலில் சிறந்த முடிவாக இருக்கமுடியும்" என்று அர்ஜுனன் சொன்னான். "இவையனைத்துக்கும் பின்னால் அங்கன் இருக்கிறான் என்பதில் ஐயமில்லை."

"பேரரசி அவ்வாறு சொல்லவில்லை" என்றான் காலன். "அன்னை சொல்லமாட்டார்கள்" என்றான் அர்ஜுனன். உடனே "அவர்களுக்கு அது தெரிந்திருக்காது" என்று சேர்த்துக்கொண்டான். "இப்போரிலுள்ள சூழ்ச்சி, எண்ணுந்தோறும் விரிகிறது, மூத்தவரே" என தருமனிடம் சொன்னான். "படைகொண்டு செல்ல சால்வர் ஏன் தேர்ந்தெடுக்கப்பட்டார்? பால்ஹிகனும் திரிகர்த்தனும் தூயஷத்ரியர் அல்ல. சைந்தவனும் அஸ்வத்தாமனும் அஸ்தினபுரிக்கு உறவினர். ஆகவே சால்வர். அவரை யாதவர் தாக்கினால் ஷத்ரியர் அணிதிரள்வார்கள். அஸ்தினபுரியின் படைகளும்கூட வெவ்வேறு பெயர்களில் கலந்துகொள்ளக்கூடும்."

"இளையயாதவரை எவரும் வெல்லமுடியாது" என்றார் தருமன். "ஆம், ஆனால் இது தனிப்போர் அல்ல. படைப்போர். இங்கு ஒன்றுதிரண்ட படை வேண்டும். என்ன நிகழ்கிறது துவாரகையில் என்றே தெரியவில்லை" என்றான் அர்ஜுனன். "அங்கே யாதவர்களை ஒன்றெனத் திரட்ட முயற்சிகள் நிகழ்கின்றன என்கின்றது செய்தி. நாளும் இளையயாதவர் யாதவச் சிற்றூர்கள்தோறும் சென்று தன் குடியினரிடம் பேசுகிறார். அவர்கள் அவரை இன்னும் முழுதேற்கவில்லை" என்றான் காலன்.

"அது மானுட அறியாமை" என்றார் தருமன். "யாதவர் இப்போது இளையயாதவருக்கு முன்னால் அவர்கள் கன்றோட்டும் சிறுகுடியாகச் சிதறி பெருமையழிந்து கிடந்ததை முழுமையாக மறந்திருப்பார்கள். ஒவ்வொருவரும் இன்று பழம்பெருமை மிக்கவர்கள் என சொல்லி அதை உண்மையிலேயே நம்பத்தலைப்பட்டிருப்பார்கள். இளையயாதவருக்கு மேல் தங்கள் குலம் கொள்ளும் வெற்றியைத்தான் அவர்கள் இன்று எண்ணிக்கொண்டிருப்பார்கள்."

காலன் "யாதவகுடிகள் எப்போதுமே பூசலிடுவதில் பெருவிருப்புள்ளவர்கள்" என்றான். "இன்று அத்தனைபேருமே கார்த்தவீரியனின் கொடிவழியினர் என்கிறார்கள். பெருமைமிக்க அக்குலத்திற்கு இளையயாதவர் சிறுமை கொண்டுவந்துவிட்டார் என்று பேசிய ஒரு முதியவனை நான் ஒருமுறை துவாரகையில் கண்டேன்." சற்றுநேரம் அமைதி நிலவியது. "எதிரிகள் சூழும்போதேனும் அவர்கள் ஒன்றுபடலாம்" என்றார் தருமன்.

"ஆம், அது பொதுவாக நிகழ்கிறது. ஆனால் அவர்களில் ஒருவர் மறுதரப்பில் இருக்கும்போது அவ்வாறல்ல. அஸ்வத்தாமனின் தோழனாகிய யாதவ குடித்தலைவன் கிருதவர்மன் இன்று இளையயாதவர்

மேல் நிகரற்ற பெருஞ்சினத்துடன் இருக்கிறான். அவன் ஒருகாலத்தில் இளையயாதவருக்கு நிகரான வீரன் என அறியப்பட்டவன்" என்றான் அர்ஜுனன். "அவரை ஆதரித்தால் விருஷ்ணிகளும் அந்தகர்களும் வீழ்ச்சியடைவார்கள் என்று சொன்னால் போதும்... அவ்வாறுதான் நடந்திருக்கும்."

"ஆம், இப்படி ஏதோ நிகழ்கிறது என நான் உணர்ந்திருந்தேன். இல்லையேல் இளையயாதவர் நம் உதவிக்கு வந்திருப்பார்" என்றார் தருமன். "அதை திரௌபதி நன்றாகவே உணர்ந்திருக்கிறாள்" என்று அவர் சொன்னபோது பிறர் முகங்கள் மாறின. "நாம் செய்வதற்கொன்றுமில்லை. நன்று நிகழ்க என்று நம் மூதாதையரை வேண்டிக்கொள்வோம். இளையயாதவரின் சொல்வன்மையையும் சூழ்ச்சித்திறனையும் நம்புவோம்" என்றார் தருமன்.

"அன்னைக்கு இதையே என் செய்தியாக அனுப்பிவிடுங்கள், காலரே" என்றபடி தருமன் திரும்பினார். "மூத்தவரே, இன்று இளையயாதவர் இக்கட்டில் இருக்கிறார். நம் உதவியை அவர் நாடக்கூடும். இளையவன் வில்லுடன் சென்றால் அவரை வெல்ல இவர்களால் முடியாது. இது நம் கடமை" என்றான் பீமன். "நாம் இன்று கானேகிவிட்டவர்கள்" என்றார் தருமன். "கான்விட்டு மீள்வோம்!" என தன் தொடையில் அறைந்து ஒலியெழுப்பியபடி பீமன் கூவினான்.

"நம்மை சொல்மீறச் செய்து காட்டிலிருந்து கொண்டுவந்து போர் வென்றால் அது இளையயாதவருக்குப் பெருமை அல்ல, மூத்தவரே" என்றான் அர்ஜுனன். "இது அவரது களம். அவருக்கு உருவாகும் முதன்மை எதிர்விசை. அதை அவரே வென்று மீளட்டும்." பீமன் சினத்துடன் தலையசைத்தான். "நற்செய்தி சின்னாட்களில் வரும்" என்றான் அர்ஜுனன். "நான் அறிவேன் அவரை. அவர் வெல்லற்கென வந்தவர்."

ஆறாம் காடு

பிருஹதாரண்யகம்

1

வேதம் செழித்த காடுகளில் அதுவே பெரிது. நெடுங்காலம் அதற்குப் பெயரே இல்லாமலிருந்தது, ஏனென்றால் அதை மானுடர் பார்த்ததே இல்லை. அங்கே முதன்முதலாகச் சென்று குடியேறியவர் கௌஷீதக மரபிலிருந்து விலகிச்சென்ற சூரியர் என்னும் வேதமுனிவர். கௌஷீதகத்தில் இருபதாண்டுகாலம் வேதம் பயின்று வேள்வியை அறிந்து முதிர்ந்த சூரியர் ஒருநாள் அம்மரபின் முதன்மை ஆசிரியர் அஸ்வாலாயனரிடம் "ஆசிரியரே, இவ்வேதங்கள் அனைவருக்கும் உரியவையா?" என்றார். "ஆம், வேதங்கள் மானுடத்திற்குரியவை" என்றார் அஸ்வாலாயனர்.

"நான் மானுடன் அல்ல" என்று சூரியர் சொன்னார். "அன்னத்தாலான இந்தக் கூடு மானுடத்தில் இருந்து பெறப்பட்டது. இதற்குள் வாழ்வது எங்குமுள பிறிதொன்று. நான் வேதமோதும்போது அது அச்சொற்களுக்குச் செவிகொடுக்காமல் அகன்று தனித்து நிற்பதைக் காண்கிறேன். நான் தொட்டு எழுவதை மட்டுமே நான் காண்கிறேன். என் உலகு நான் படைப்பதே. எனவே எனக்குரிய வேதம் என ஒன்றுண்டு, அதை என் நா இன்னமும் கண்டுகொள்ளவில்லை என்று உணர்கிறேன்."

அஸ்வாலாயனர் சினந்து "இது வெறும் ஆணவம் மட்டுமே. உன்னை நீ பிறிதில்லா ஒன்று என உயரத்தில் நிறுத்திக்கொள்கிறாய்" என்றார். "நான் உயரத்தில் நிறுத்திக்கொள்ளவில்லை, ஆசிரியரே. ஆனால் நான் பிறிதில்லாத ஒன்றே" என்றார் சூரியர். அஸ்வாலாயனர் "மைந்தா, நான் சொல்வதை கேள். நீ அறியக்கூடுவது உன்னை மட்டுமே. நீ உள்நோக்கி அறிந்தமையாலேயே நீ உனக்கு அணுக்கமானவன். நீ

அறிந்தமையால்தான் நீ பிறிதில்லாதவன் என உணர்கிறாய். இங்குள்ள புல்லும் புழுவும் உனக்கு முற்றிலும் நிகரே" என்றார்.

"ஆம், அவை எனக்கு முற்றிலும் நிகர் என்றும் உணர்கிறேன். ஆனால் அவை மகிழும் வேதம் அல்ல என்னுடையது. ஆசிரியரே, பிறிதில்லாத ஒன்று மேம்பட்டது என்று ஏன் சொல்லவேண்டும்? இது பிறஎதுவும் போன்றது அல்ல. இங்குள்ள ஒவ்வொன்றையும்போலவே" என்றார் சூரியர். "ஒவ்வொருவருக்கும் ஒரு வேதம் என்பது எப்படி இருக்கமுடியும்?" என்று ஆசிரியர் கேட்டார். "ஒவ்வொருவருக்கும் ஒரு முகம் இருக்கமுடியும்போது வேதம் ஏன் இருக்கமுடியாது?" என்றார் மாணவர். அச்சொல்லாடல் எழுந்து அனல்கொண்டு மெல்ல தணிந்தது.

"இளையோனே, இவ்வெண்ணத்தை மட்டும் சூழ்ந்து நோக்கியபடி மேலும் ஓராண்டுகாலம் இங்கிரு. உன்னுள் இருந்து நான் வேறு என உணர்த்தும் அது நானும் அதுவே என உணர்வதற்கு ஒரு வாய்ப்பு கொடு. ஓராண்டு நீடிக்காத எச்சிந்தனையும் வெறும் உணர்ச்சி மட்டுமே. அதன்பின்னரும் அவ்வண்ணமே தோன்றும் என்றால் நீ உன் சொல்லைத்தேடிக் கிளம்பலாம்" என்றார் அஸ்வாலயனர்.

அதைத் தலைவணங்கி ஏற்ற சூரியர் ஓராண்டுகாலம் கழித்து வந்து ஆசிரியரை வணங்கிச் சொன்னார் "இப்போது விளாம்பழம் முற்றிலும் கனிந்துவிட்டது." ஆசிரியர் தலையசைத்து "ஆம், தொடங்கப்படுவது எவ்வண்ணமோ முடியும். நன்று சூழ்க!" என்றார். ஆசிரியரின் கால்களைத் தொட்டுவணங்கி "வாழ்த்துக!" என்றார் மாணவர். "நான் கற்பித்தவை வழித்துணையாகுக, கைவிளக்காகுக!" என்றார் ஆசிரியர்.

கௌஷீதகத்தின் சோலையில் இருந்து கிளம்பிய சூரியர் பன்னிரு நாட்கள் இளங்காடுகளினூடாகப் பயணம் செய்தார். எங்கும் மானுடரே விழிகளுக்குத் தென்பட்டனர். எவரும் அறியாத ஓர் இடத்தில் தன்னுள் அமைந்த அது மட்டுமே தன்னை உணரும்தருணம் வேண்டுமென அவர் விழைந்தார். முற்றிலும் தனித்திருக்கையிலேயே அதன் குரலைக் கேட்கமுடியும் என எண்ணினார். ஒவ்வொரு காட்டையும் அடைந்து 'இதுவல்ல! இதுவல்ல!' என தவிர்த்து கடந்துசென்றார்.

பல காடுகளில் வேதநிலைகள் இருந்தன. பலவற்றில் முனிவர்கள் தவம்செய்தனர். அனைத்துக் காடுகளிலும் மலைக்குடிகள் வாழ்ந்தனர். மானுடரில்லாக் காடு அவர் கண்களுக்குத் தெரியவேயில்லை. "மானுடரில்லா இடமென்று ஒன்றில்லை, முனிவரே. ஏனென்றால் சூரியன் மானுட விழிகளைத் தீட்டுகிறது. மானுட விழிகளால் இப்புடவிச்சித்திரம் தீட்டப்படுகிறது" என்றார் சௌனகக் கல்விநிலையின் ஆசிரியர். "மானுடர் அறியாத நிலம் என ஒன்றுண்டு என்றால் அது

உருவாகவில்லை என்றே பொருள்.” சூரியர் “ஆம், நான் உருவாக்கி எடுக்கும் காடு எனக்குத் தேவை” என்றார்.

அந்நாளில் அவரைச் சந்தித்த மலைமகன் ஒருவனிடம் “மானுடர் அறியாத காடு எங்கேனும் உண்டா?” என்று கேட்டார். “முடியில் பேன் போல காடெங்கும் மலைமக்கள் வாழ்வார்கள். அவர்களில்லாத காடு எங்குமில்லை” என்றான் அவன். “இல்லை, இத்தேடல் எனக்குள் எழுந்தமையாலேயே எங்கோ ஒரு பெருங்காடு அவ்வண்ணம் எனக்காகக் காத்திருக்கிறது என்று உணர்கிறேன்” என்றார் சூரியர். அவன் எண்ணி பின் தெளிந்து “என்னுடன் வந்து எங்கள் முதுபூசகரைப் பாருங்கள். அவருக்குள் ஆயிரம் மலைத்தெய்வங்கள் குடிகொள்கின்றன. அவற்றில் ஏதேனும் ஒன்று அதை அறிந்திருக்கக்கூடும்” என்றான்.

மலைமகனுடன் சென்று அவர்களின் குன்றுசூழ் குறுங்குடியை அடைந்து அங்கே முதியமரப்பொந்தில் ஏழு தெய்வக்கற்களுடன் தனித்துவாழ்ந்த முதுபூசகர் அருகே அமர்ந்து உசாவினார். அவருக்குள் வாழ்ந்த ஆயிரம் மலைத்தெய்வங்களில் ஒன்று பெருங்கூச்சலுடனும் நடுக்குடனும் எழுந்து விடைசொன்னது. “வடக்காகச் செல்க! எங்கிருந்து வெண்ணிறமான நீர் வழியும் ஓடைகள் வருகின்றனவோ அப்பெரும்காடு இன்னமும் மானுடரால் கண்டடையப்படவில்லை. ஆகவே அதற்கு மானுட மொழியில் பெயருமில்லை. சூரியன் மட்டுமே அறிந்த அந்நிலத்தில் மலைத்தெய்வங்கள் மட்டுமே வாழ்கின்றன. அவற்றை நிறைவுசெய்தவன் அங்கே வாழமுடியும்...”

வணங்கி விடைபெற்று சூரியர் கிளம்பிச்சென்றார். வெண்ணிறமான ஓடை என்றால் அதில் சுண்ணமும் கந்தகமும் கலந்திருக்கக்கூடும் என அவர் உய்த்துணர்ந்தார். காட்டில் ஓடிவரும் ஓடைகளின் நீரை அள்ளி ஒரு வாய் அருந்திப்பார்த்து அவற்றில் சுண்ணமும் கந்தகமும் மணக்கும் ஓடையைத் தெரிவுசெய்து அத்திசை நோக்கிச் செல்வதையே தன் வழியாகக்கொண்டு ஓராண்டுகாலம் காட்டுக்குள் சென்றார். ஓடைநீரின் நாற்றமும் வெண்மையும் மிகுந்தபடியே வந்தன. பின்னர் அவர் பாலென நுரைக்கும் ஓடைகளைக் கண்டுகொண்டார். அணுகமுடியாத அளவுக்கு அவற்றிலிருந்து கந்தகவாடை எழுந்தது.

அதன்பின் காட்டின் நீரெல்லாமே கந்தகமாக இருந்தது. ஓடைக்கரைகளில் மஞ்சள்சேறு கனிந்திருந்தது. காய்களிலும் கனிச்சாறுகளிலும் கந்தகமே மணத்தது. சூரியர் மலைக்கற்றாழைச் செடிகளின் இலைக்குவைக்குள் தேங்கிய மழைநீரையும் மாலையில் இலைத்தளிர்களில் துளித்துநின்ற பனியையும் தொகுத்து அருந்திக்கொண்டும் துவர்க்கும் கனிகளை மட்டும் தேர்வுசெய்து உண்டபடியும் மேலும் சென்று பெயரற்ற பெருங்கானகத்தைக் கண்டுகொண்டார்.

அங்கே மண்ணில் ஆயிரம் புண்கள் இருந்தன. அவை வெம்மைநிறைந்த வெண்ணிற ஆவியுடன் புண்ணுமிழ் சலம் என சேற்றை உமிழ்ந்து கொதித்துக்கொண்டிருந்தன. விம்மி அழும் நிலத்துக்குமேல் வெண்புகை காளான்குடை என வானில் எழுந்து நின்றது. அங்கு பெரிய விலங்குகள் எவையும் வாழவில்லை. நீர் உண்ணும் வழக்கமில்லாத கீரிகளும் முயல்களும் எலிகளும் மட்டுமே வாழ்ந்தன. பறவைகளின் ஒலியே அங்கே உயிரொலியாக இருந்தது.

எவராலும் அறியப்படாத, எப்பெயரும் சுட்டாத மரங்களும் உயிர்களும் நிறைந்த காட்டில் சூரியர் வாழ்ந்தார். தன் பெயரை இழந்தார். கண்டடையப்படாதவராக அதில் தொலைந்து மறைந்தார். அங்குள்ள ஒளிபுகா மலைக்குகை ஒன்றுக்குள் புகுந்து விழிகளை மூடிக்கொண்டார். இருளுக்குள் எழுந்து நான் என உணர்ந்த ஒன்று ஒளியின்றி தவித்ததைக் கண்டார். மின்மினி போல அது நான் நான் என அதிர்ந்து மெல்ல சுடர்கொண்டது. தன்னொளியால் அது அவ்விருளை அகற்றியது. ஒவ்வொன்றின் மேலும் சென்று அமர்ந்து ஒளிர்ந்து எழுந்து அப்பொருளை ஆக்கி நிறுத்தியது. ஒவ்வொரு கணமும் ஒரு பொருள் பிறந்து வந்தது. பின்னர் அவர் அப்பேருலகில் முழுமையாக வாழலானார்.

இருபதாண்டுகாலம் அவர் அங்கே தன்னந்தனிமையில் வாழ்ந்தார். அன்னமென எழுந்த ஒன்று உண்ணப்படாது வீணாவதில்லை. அறிவு வளராமல் மறைவதுமில்லை. மண்ணுக்குள் செல்லும் பிலத்திற்குள் அமர்ந்து ஒருவர் மெய்யறிதலை அடைந்தால்கூட மாணவர்கள் தேடிவருகிறார்கள். அவரைத் தேடி ஓர் இளைஞன் வந்தான். அவர் அவன் காலடிகள் காலத்தின் மறுமுனையிலிருந்து அணுகிவருவதைக் கேட்டார். அவன் விழிகள் இருளில் இருமின்மினிகள் என இணையாகப் பறந்து வந்தன. அவர் இருந்த இருட்குகைக்குள் நுழைந்து தாள்பணிந்து மெய்யறிதலை தனக்கு அளிக்கும்படி கேட்டான்.

“நீ யார்?” என்று சூரியர் கேட்டார். “நான் கிளம்புவதற்கு முன்பிருந்த பெயரையும் மரபையும் துறந்துவிட்டேன்” என்றான் அவன். “முன்பிருந்த எதுவும் பின்னிற்காத மெய்யறிதல் ஒன்றைத் தேடி நான் இவ்வேதக்காடுகளில் அலைந்தேன். நேதி நேதி என துறந்து இக்காட்டைக் கண்டுகொண்டேன்.” சூரியர் “எவ்வண்ணம் இதைக் கண்டாய்?” என்றார். “நான் பறவைகளைப் பார்த்துக்கொண்டே வந்தேன். இத்திசையிலிருந்து எப்பறவையும் வெளிவரவில்லை. இத்திசை நோக்கி பிறநிலத்துப் பறவைகள் செல்லவுமில்லை. இங்குள்ள காடு தனித்தது என்று உணர்ந்தேன்.”

சூரியர் "நீ வேண்டுவதென்ன ?" என்றார். "பிறிதொன்றில்லாத மெய்மை" என்றான் இளைஞன். "மானுடர் தங்களில் பாதியை பெயரெனக் கொண்டவர்கள், இளையோனே. நான் சூரியன் என்றே என்றும் என்னை உணர்ந்திருந்தேன். விழிமறையும் இக்காரிருளில் இருபதாண்டுகாலம் தன்னந்தனிமையில் நான் அமர்ந்திருக்கையில் என்னுள் எழுந்த சுடரால் அனைத்தும் துலங்குவதைக் கண்டேன்." அவர் அவனைத் தன் கையால் தலைவளைத்து நெற்றிப்பொட்டை தன் சுட்டுவிரலால் தொட்டு தானறிந்த வேதவரியைச் சொன்னார் "நானே பிரம்மம்."

அவனை ஆசிரியர், யாக்ஞவல்கியர் என்று அழைத்தார். அகம்பிரம்மாஸ்மி என்னும் அவ்வரியில் தொடங்கிய அவன் கல்வி பதினெட்டு ஆண்டுகாலம் நீண்டது. சூரியர் வீடுபேறடைந்து ஒன்பதாண்டுகள் கழித்து அந்த வரியில் வந்து முடிந்தது. அப்போது அது ஒலியாக, பொருளாக, உள்ளோவியமாக இருக்கவில்லை. மொழியென மாறுவதற்கு முன் எப்படி இருந்ததோ அப்படி திரும்பிச்சென்றமைந்திருந்தது.

2

வேதமறிந்த வைசம்பாயனர்கள் எழுவர். முதல் வைசம்பாயனர் கௌஷீதக மரபின் ஆசிரியரான அஸ்வாலாயனரின் முதன்மை மாணவர். அவர் தன் ஆசிரியரிடம் முரண்பட்டுச் சென்று தன் வேதமரபை தானே உருவாக்கினார். கௌஷீதகத்திலிருந்து கிளம்பிச்சென்று வேதவியாசரைச் சென்றடைந்தார். வியாசரின் மாணவராக நாற்பதாண்டுக்காலம் அமைந்து வேதங்களைக் காவியவடிவில் கற்றறிந்தார். சொல்பெருகும் வேதமரபு ஒன்றை உருவாக்கினார். அது கிருஷ்ண யஜுர்வேதம் என்றழைக்கப்பட்டது. கரியவேதம் கட்டற்றதாக இருந்தது. அதைக் கற்க அவர் உருவாக்கிய முறைமை கிருஷ்ணாரண்யம் என அழைக்கப்பட்டது.

கௌஷீதக ஆரண்யகங்களில் ஒன்றில் அவர் கிளம்பிச்சென்ற தருணம் கதையாக சொல்லப்பட்டிருக்கிறது. அஸ்வாலாயனர் தன் மாணவர்களுக்கு வேதமெய்மையை கற்றுக்கொடுத்துக்கொண்டிருக்கையில் வைசம்பாயனர் எழுந்து “ஆசிரியரே, பெருவல்லமை கொண்டது எது?” என்றார். “செல்லுந்தோறும் மேலும் பெருகும் ஆறு” என்றார் அஸ்வாலாயனர். “துணை கொண்ட ஒன்றே விசைமிக்கது.”

வைசம்பாயனர் “ஆசிரியரே, முளைப்பதில் உயிர்த்திறன் மிக்கது எது?” என்றார். “முருங்கை. அது தடியிலும் கிளையிலும் தளிரிலும் முளைப்பது. உடல்முழுக்க விதைகளால் ஆனது” என்றார் அஸ்வாலாயனர். அவர் என்ன கேட்கப்போகிறார் என்பதை அவரது முந்தைய தனிச்சொல்லாடல்களிலிருந்து அறிந்திருந்த பிற மாணவர்கள் திகைப்பும் எதிர்பார்ப்புமாகக் காத்து நின்றனர்.

வைசம்பாயனர் "ஆசிரியரே, அழியாத காட்டுயிர் எது?" என்றார். "எலி. காட்டரசர்களாகிய யானைகள் அளவுக்கே அவை மண்ணுக்குள் வாழ்கின்றன. யானைகள் அஞ்சும் எதையும் எலி அஞ்சுவதில்லை" என்றார் அஸ்வாலாயனர். "ஏனென்றால் அவை ஒன்றிலிருந்து ஆறென பெருகிக்கொண்டேயிருக்கின்றன. மாணவனே, எது விரைந்து பெருகுகிறதோ அதுவே அழியாதது."

"ஆசிரியரே, அவ்வண்ணமென்றால் வேதம் மட்டும் ஏன் கட்டுப்படுத்தப்பட்டதாக இருக்கவேண்டும்? அதன் சொல்லும் பொருளும் ஏன் வரையறுக்கப்படவேண்டும்? மலையிறங்கி நிலம்பெருகும் நதிகளைப்போல அது செல்லட்டுமே. முருங்கைபோல முளைக்கட்டும். எலிகளைப்போல பெருகட்டும்" என்றார் வைசம்பாயனர். உரத்த குரலில் "வேதங்களால் தவிர்க்கப்பட்டவை என மும்மடங்கு தொல்வேதப்பாடல்கள் உள்ளன. வேதம் முளைத்தெழுந்து உருவான பன்மடங்குப் பாடல்கள் உள்ளன. அவற்றில் சிறந்தவையும் இணைந்து வேதம் சிறக்குமென்றால் என்ன தடை?" என்றார்.

"மைந்தா, வரையறுக்கப்படாத ஒன்றுக்கு இருப்பென்பதே இல்லை" என்றார் அஸ்வாலாயனர். "அவ்வரையறையை அவை இணைதலின் வழியாக இயல்பாக உருவாக்கிக் கொள்ளட்டும். நாம் அவற்றை முன்னரே அணையிட்டு நிறுத்தினால் காலப்பெருக்கில் சொல்லைக் கட்டிப்போடுகிறோம்" என்றார் வைசம்பாயனர். "என் மரபு மாறாச்சொல் என்பதையே வேதமெனக்கொண்டது. மாறுமென்றால் அது வேதமே அல்ல" என்றார் அஸ்வாலாயனர். "நால்வேதங்களும் வரையறை செய்யப்பட்டதே மாற்றம் அல்லவா?" என்றார் வைசம்பாயனர். "மைந்தா, நீ அதை வேதம் வகுத்த வியாசரிடமே கேட்கலாம். நூற்றி எட்டாவது மகாவியாசர் இன்று வியாசவனத்தில் அமர்ந்திருக்கிறார். அவரிடம் செல்க!" என்று சொல்லி அஸ்வாலாயனர் முடித்துக்கொண்டார்.

கௌஷீதகம் நீங்கி வியாசவனம் சென்று ஆசிரியரென அமர்ந்திருந்த வேதவியாசரின் தாள்பணிந்தார் வைசம்பாயனர். வளர்வதே அழியாச்சொல் என்று தான் எண்ணுவதை அவர்முன் வைத்தார். "வேதங்களை உருத்திரமணி என கோத்து கழுத்தில் அணிய நான் விரும்பவில்லை, ஆசிரியரே. விதைக்கூடை என எடுத்துக்கொண்டு வளம் நிறைந்த இம்மண்ணில் உலவ விழைகிறேன்."

"மைந்தா, தத்துவம் அருமணிகளைப்போல. பிறிதொன்றிலாத தன்மையாலேயே அது மதிப்பு பெறுகிறது. இலக்கியம் விதைகளைப்போல. முளைத்துக் காடாவதனால் அது மதிப்பு கொள்கிறது. வேதம் தத்துவமே" என்றார் வியாசர். "அது ஏன் இலக்கியமும் ஆகக்கூடாது?" என்றார்

வைசம்பாயனர். "ஏனென்றால் வேதம் அடித்தளம். அது உறுதியாக அமைந்தாகவேண்டும். வேதம் படைக்கலம், அது நெகிழலாகாது. வேதம் துலாமுள், அது நிலைநின்றாகவேண்டும்."

"வேதம் தத்துவமாக இருந்ததில்லை. அதை வகுத்து தத்துவமாக ஆக்கியவர்கள் உங்கள் முன்னோடிகளே" என்றார் வைசம்பாயனர். "மைந்தா, இலக்கியம் கண்டடையும், ஆனால் பயனளிக்கவேண்டும் என்றால் அது மந்தரமலையால் கடையப்பட்டாகவேண்டும். அமுதும் நஞ்சும் பிரிக்கப்பட்டாகவேண்டும். தத்துவமென மாறாத இலக்கியம் வெறும் களியாட்டு மட்டுமே" என்றார் வியாசர்.

"ஆசிரியரே, குவிவதன் வழியாகக் கடந்துசென்று எய்துவது ஒருவழி. அகன்று உலகை அணைப்பதனூடாக எய்தும் வழியை ஏன் ஒடுக்கவேண்டும்?" என்றார் வைசம்பாயனர். "ஏனென்றால் வேதம் அழியாத முன்னறிவென அனைத்து அறிதல்முறைகளுக்கும் பின்னால் நின்றுகொண்டிருக்கிறது. அதைத் திருத்தமுடியும் என்றால் அது சான்றென எங்கும் நிற்கமுடியாது" என்றார் வியாசர். "வேதமென அமைந்தது, அதை நாம் வெளியே நின்று வகுத்தளிக்கும் இலக்கணம் வழியாக தன்னை ஒருங்கமைத்துக்கொள்ள வேண்டுமா என்ன? அதன் தன்னியல்பாலேயே அது ஒருங்கிணைய முடியாதா? அன்னப்பறவைகள் நடுவே வாத்துக்கள் கலந்துவிடும் என்று நாம் அஞ்சுகிறோமா?" என்றார் வைசம்பாயனர்.

"இங்கு இவ்விருக்கையில் அமர்ந்து நான் நீ சொல்வதை ஏற்கமுடியாது. வகுத்து எண்ணி ஒலியமைத்து உளம்கொண்டு நாவிலமைந்த சொல்லென்றே இங்கு வேதம் திகழமுடியும். ஆயினும் உன்னை விலக்க நான் விழையவில்லை. இவ்வனத்தின் தென்மேற்கு மூலையில் பிறன் என நீ தங்குக!" என்றார் வியாசர். "அவ்வண்ணமே" என தலைவணங்கி அகன்றார் மாணவர்.

பின்னொருநாளில் கானுலா சென்ற வியாசர் அனைத்து விலங்குகளும் அசைவிழந்து விழிமின்ன நின்று வேதச்சொல் கேட்பதைக் கண்டார். மரங்களில் பறவைகள் பூக்களைப்போல வண்ணம் மட்டுமென நிறைந்திருந்தன. புலியருகே மான் நின்றிருந்தது. மலைப்பாம்பின் வளைவின்மேல் முயல் அமர்ந்திருந்தது. வியந்து அருகணைந்தபோது அங்கே ஒரு சுனைக்கரையில் அமர்ந்து வைசம்பாயனர் வேதமோதுவதைக் கண்டார்.

வேதச்சொல் முழுதமைந்ததும் அவர் முன் சென்று "இது நான் கேட்டறியாத வேதம். எங்கிருந்தது இது?" என்றார். "இது தொல்வேதச் சொல். மலைநாகர்களிடம் புழங்கியது. அவர்களின் தெய்வங்களால்

மீட்டி வளர்க்கப்பட்டது" என்றார் வைசம்பாயனர். வியாசர் திகைத்து நின்றபின் பெருமூச்சுடன் "ஆம், வகுக்கையில் வெளியேறுவது மேலும் வளர்ந்து முன்னால் வந்து நிற்கிறது. தொகுப்பவர்களை முடிவின்மை வந்து சந்திப்பது அப்படித்தான்" என்றார்.

வியாசரின் ஆணைப்படி முறைப்படுத்தப்படாத பாடல்களைச் சேர்த்து வைசம்பாயனர் அமைத்த அவ்வேதம் கிருஷ்ணயஜுர்வேதம் எனப்பட்டது. அம்முறை ஏற்கப்பட்டதும் விரைவிலேயே நால்வேதங்களுக்கும் கிருஷ்ண, சுக்ல சாகைகள் உருவாயின. கரியவேதம் மலரொடு சருகும் கொண்டு வெள்ளம் பெருகும் கங்கை போலிருந்தது. நிலம்பரவி உலகூட்டியது. வெண்ணிற வேதமோ மலையுச்சியின் மானசரோவரம் போல நின்றிருந்தது. வேதத்தை முற்றறிபவர்கள் அவற்றை கிருஷ்ண சுக்ல சாகைகளுடன் சேர்த்து கற்றுணரவேண்டுமென நெறி அமைந்தது.

வைசம்பாயனரின் வேதநிலைக்கு இளமாணவனாக வந்து சேர்ந்த அந்தணச் சிறுவனை அவர் யக்ஞன் என அழைத்தார். மாணவர்களில் அவர் பேரன்புக்குரியவனாக அவனே இருந்தான். ஒளிவிடும் சிறிய கண்களும் கொழுத்த வெண்ணிற உடலும் மணிக்குரலும் கொண்டிருந்தான். வேதமோதுவதில் இருந்த அதே ஒன்றலுடனும் உவகையுடனும் உணவுண்டான். அவனை பறவைகள் தங்களைப்போலவே விடுதலையானவன் என அடையாளம் கண்டுகொண்டன. ஆசிரியர் தன்னருகே அவனிருக்கையில் உவகையும் புரியாத அச்சமும் ஒருங்கே எழக்கண்டார்.

ஒருநாள் கானுலா செல்கையில் காட்டுப்பறவை ஒன்று வேதவரி ஒன்றை சொல்வதைக் கேட்டு வியந்து நின்ற வைசம்பாயனர் அது எவ்வண்ணம் கற்றது என மாணவர்களிடம் கேட்டபோது யக்ஞன் இரவு முழுக்க காட்டுக்குள் அமர்ந்து வேதமோதிப் பயில்கிறான் என்று சொன்னார்கள். வேதங்களின் கிருஷ்ணசாகைகளை கற்றுத்தேர பன்னிரண்டு ஆண்டுகளாகும் என்பது அனைத்துக் கல்விநிலைகளும் கொண்டுள்ள வகுநெறி. மூன்றாண்டுகளில் அதைக் கற்றுத்தேர்ந்தவர் வைசம்பாயனர் என அனைத்துக் கதைகளும் வியந்தன. யக்ஞன் அதை ஒரே ஆண்டில் கற்று முடித்துவிட்டான் என்றனர் மாணாக்கர். நால்வகைச் சொல்முறையிலும் அவன் வேதங்களைச் சொல்லி விளையாடுவதுண்டு என்றனர்.

வைசம்பாயனர் அதைக் கேட்டு இறும்பூது எய்தினார். எட்டு கானகங்களில் இருந்து வந்த வேத ஆசிரியர்களின் முன்னிலையில் அவனை நிறுத்தி ஒரு தேர்வு நிகழ்த்தினார். அவன் ஒரு சொல்

பிழைக்காமல், ஒரு சந்தம் மாறாமல் வேதங்களை முற்றோதியதைக் கண்டதும் அவர்கள் எழுந்து நின்று கைதூக்கி "நீள்புகழ் கொள்க! நீடு வாழ்க!" என்று வாழ்த்தினர். "இனி வேதமரபின் முதன்மை அறிஞன் என இவ்விளைஞனே அறியப்படட்டும்" என்றார் வியாசர். அன்று ஆசிரியர் உள்ளத்தில் மாணவனைப் பற்றிய முதல் முள் குடியேறியது. பின்னர் அது நாளும் வளரலாயிற்று.

பிறிதொருநாள் சொல்லவையில் வைசம்பாயனர் தொல்வேத வரியொன்றை வேதத்துடன் இணைத்துப் பாடியபோது யக்ஞன் எழுந்து அதை மறுத்தான். "வேதமெய்மைக்கு எதிரான வரி வேதத்தில் அமையலாகாது" என்றான். "மானுடப்பலியை வேதம் கடந்து வந்துவிட்டது. இவ்வரியில் நோன்புகொண்டவனின் தூய ஊனை தெய்வங்கள் விரும்புகின்றன என்று ஒரு வரி வந்துள்ளது."

சினத்துடன் "மூடா, இது கட்டற்றது என்பதனாலேயே கிருஷ்ணசாகை" என்றார் வைசம்பாயனர். "ஆம், ஆனால் அப்போதும் அது வேதமென்றே அறியப்படுகிறது. நீங்கள் இணைத்த வரி வேதங்களுக்கு மாறானது. அது வேதம் அல்ல" என்றான் யக்ஞன். வென்று அடக்கியிருந்த அனைத்துச் சினமும் ஒன்றாகக்கூடி முகத்தில் கனல "அதை முடிவுசெய்யவேண்டியன் நான்" என்று வைசம்பாயனர் சீறினார். "இல்லை, முடிவுசெய்யவேண்டியவர்கள் நாங்கள். இது கங்கை. உங்கள் படித்துறையில் நீங்கள் எதைக் கலக்கிறீர்கள் என்பதை அடுத்தப் படித்துறையில் நீராடுபவர்களே முடிவுசெய்யவேண்டும்" என்றான் யக்ஞன்.

"இந்தக் கல்விநிலை என்னுடையது. இங்கு விளங்குவது என் ஆணை" என்றார் வைசம்பாயனர். "இல்லை ஆசிரியரே, எங்கும் திகழ்வது வேதத்தின் ஆணை மட்டுமே" என்றான் யக்ஞன். அவர்கள் சொல்மோதிக்கொள்வதை மாணவர்கள் திகைப்புடன் நோக்கி நின்றனர். அது எங்கு சென்று முடியும் என அவர்கள் அறிந்திருந்தனர். உடல்நடுங்க எழுந்த வைசம்பாயனர் கைவீசி பெருங்குரலில் "மூடா, வேதம் கற்றமையால் நீ ஆசிரியனை விஞ்சிவிடுவாயா என்ன? நானறியாத வேதவரி ஒன்றைச் சொல்ல முடியுமா உன்னால்? சொல். நீ என்னிலும் மேலோன் என ஒப்புகிறேன்" என்றார். "ஆணை" என்று தலைவணங்கிய யக்ஞன் நூறு யஜுர்வேத வரிகளை சொன்னான்.

கிருஷ்ணயஜுர்வேதத்தின் தொகைக்காரரான வைசம்பாயனர் அவ்வரிகளைக் கேட்டு திகைத்து நின்றார். அவை வேதமென அவர் உணர்ந்தார், ஆனால் அவற்றை முன்பு அறிந்திருக்கவில்லை. திகைப்புடன் "இதை எங்கு கற்றாய்?" என்றார். "ஆசிரியரே, நீங்கள்

கற்பித்த அதே வேதச்சொற்கள்தான். சொல்கூட்டும் முறைகளினூடாக வேதத்தினுள்ளேயே இதை நான் அடைந்தேன்" என்றான் யக்ஞன். "அவ்வாறு எல்லைகடந்து சொற்கூட்ட நான் உனக்கு ஒப்புதல் அளிக்கவில்லை. இது ஆசிரியனாகிய என்னைச் சிறுமை செய்வது. இதன்பொருட்டு உன்மேல் நான் தீச்சொல்லிடுவேன்" என்றார்.

"கற்றவற்றினூடாக விரிவதே கிருஷ்ணசாகைகளின் வழி என்றிருக்க இதற்கு நான் ஏன் ஒப்புதல் பெறவேண்டும்?" என்றான் யக்ஞன். "ஒப்புதல்பெற வேண்டும். நான் கற்பித்தது என்று சொல்லி நீ ஒரு பிழைவேதத்தை இங்கு நிறுவிச் செல்லலாகாது. நான் கற்பித்தது அது என பின்னர் அனற்சான்றாக ஆகும். என் ஒப்புதல் அதற்கில்லை என உலகோர் அறியவும் மாட்டார்கள்" என்று வைசம்பாயனர் கூவினார். "நீ என்னை மீறியமையால் இனி எனக்கு மாணவன் அல்ல. இதோ, உன் ஆசிரியராக நின்று நான் ஆணையிடுகிறேன். நான் கற்பித்தவை அனைத்தையும், அவற்றிலிருந்து நீ பெற்றவை முழுமையும் இங்கே கூறிவிட்டு இக்குருகுலம் விட்டு அகல்க!"

"ஆணை" என வணங்கிய யக்ஞன் கைகூப்பி அமர்ந்து தான் கற்றவேதத்தை முழுமையாக உரைத்து முடித்தான். கற்றவற்றிலிருந்து தான் சென்றடைந்தவற்றையும் ஒரு சொல் மாறாது உரைத்து முழுமை செய்தான். வைசம்பாயனர் "இவற்றில் ஒரு சொல்லேனும் உன்னில் எஞ்சவில்லை என ஆணையிடுக!" என்றார். யக்ஞன் "ஆணை" என்று நிலம்தொட்டு உறுதியளித்தான். ஆசிரியரை வணங்கி அன்றே விலகிச்சென்றான்.

வேதத்தை மீண்டும் புதிதாக முதற்சொல்லில் இருந்து கற்றுமீள யக்ஞன் விழைந்தான். அவன் சென்ற அத்தனை குருநிலைகளுக்கும் முன்னரே அவனை வைசம்பாயனர் பழிச்சொல்லிட்டு புறந்தள்ளிய கதை தெரிந்திருந்தது. தேடி நெடுந்தொலைவு சென்று, சென்ற இடங்களில் சிறுமைகொண்டு, ஒருகணமும் சோர்வுறாமல் பயணம்செய்து இறுதியாக சூரியர் வாழ்ந்த கந்தகப் பெருங்காட்டைக் கண்டடைந்தான். அவர்முன் வணங்கும்போது அவனுள்ளும் அவன் வாழ்ந்த சொல்வளர்காடுகள் சுருங்கி மறைந்துவிட்டிருந்தன. அவர் முன் அமர்ந்து வேதமெய்ப்பொருளைக் கற்றறிந்தான். அவனை ஆசிரியர், யாக்ஞவல்கியர் என்றழைத்தார்.

3

பிருஹதாரண்யகத்தை நோக்கிச் சென்ற பாதை மரப்பட்டைகளும் கற்பாளங்களும் பதிக்கப்பட்ட வண்டித்தடமாக இருந்தது. “ஒரு வேதக்காட்டுக்கு வண்டித்தடம் இருப்பதை இப்போதுதான் காண்கிறேன்” என்று தருமன் சொன்னார். “ஆம், இக்காடு மட்டுமே அவ்வாறு அரசர்களால் முற்றிலும் பேணப்படுகிறது” என்றான் அவர்களை அழைத்துச்சென்ற வைரோசனன் என்னும் மாணவன்.

அவர்கள் அவனை அப்பாதையில் அமைந்த முதல் அன்னச்சாவடியில் கண்டனர். தாழ்ந்த மரக்கூரை கொண்ட மையக்குடிலைச்சுற்றி வழிப்போக்கர் ஓய்வெடுப்பதற்கான கொட்டகையும் கொண்ட அச்சாவடியை கீர்த்திமான் என்ற அந்தணனும் துணைவியும் நடத்திக்கொண்டிருந்தனர். அதற்கு மிதிலையின் அரசர் ஜனகர் முன்பு எப்போதோ அளித்த அறக்கொடைச்சிற்றூர்களிலிருந்து தேவையான பொருட்கள் ஏழுநாட்களுக்கு ஒருமுறை வந்துகொண்டிருந்தன. கீர்த்திமானின் குடும்பம் தலைமுறைகளாக அந்தச் சாவடியை நடத்திக்கொண்டிருந்தது.

இளஞ்சாரல் மழையில் நனைந்தபடி பாண்டவர்கள் அங்கே வந்தபோது முன்னரே ஏழு ஒற்றைக்காளை வண்டிகள் அவிழ்க்கப்பட்டு நுகம் தாழ்த்தி நின்றிருந்தன. காளைகளும் பொதிசுமக்கும் பன்னிரு அத்திரிகளும் அருகே கொட்டகைக்குள் புல் மென்றுகொண்டு நின்றன. அவற்றைப் பூச்சிகள் கடிக்காமலிருக்க வேப்பிலைச் சருகிட்ட புகை எழும் கலங்கள் அங்கிருந்தன. கூரைமேல் வெண்புகை படர்ந்திருந்தது. அவற்றின் கழுத்துமணி ஓசையைத்தான் தருமன் தொலைவிலேயே கேட்டார். அவருக்கு முன்னால் சென்றுகொண்டிருந்த ஒற்றைக்காளை

வண்டி அங்கே சென்று நின்றது. அதை ஓட்டிவந்தவன் காளையின் கழுத்துக்கயிற்றைப்பிடித்து நிறுத்தி சகடங்களுக்குக் கீழே கட்டையை வைத்தான். அதன் தேன்மெழுகு பூசப்பட்ட பாய்க்கூரை வளைவின்மேல் ஈரம் பளபளத்தது.

பீமன் சாவடியின் முற்றத்தை அடைந்ததும் "விருந்தினர் நாங்கள். உணவும் நீரும் விழைகிறோம்!" என்று உரக்கக் கூவினான். உள்ளிருந்து சிரித்தபடி இறங்கி வந்த இளைஞன் "வருக வருக!" என்று அவர்களை கொட்டகைக்குள் அழைத்துச்சென்றான். "நீராடி உணவுண்ணும் அளவுக்கு சிறிய பசி அல்ல என பேருருவரின் முகம் சொல்கிறது. இன்னும் சற்றுநேரத்தில் உணவுண்ணலாம்" என்றான். "நான் இங்குள்ள உணவால் நிறைபவன் அல்ல" என்றான் பீமன். "இளையபாண்டவரின் உணவு குறித்து அறியாதோர் எவர்?" என்றான் இளைஞன். அவர்கள் கூர்ந்து நோக்க, "ஐவரும் சென்றால் யாரென அறியாத எவரும் பாரதவர்ஷத்தில் இருக்கமுடியாது..." என சிரித்தான்.

"என் பெயர் வைரோசனன். நான் பிருஹதாரண்யகம் செல்லும் மாணவன். நீங்களும் அங்குதான் என நினைக்கிறேன்" என்றான். பீமன் "ஆம்" என்றான். "அங்கே பல்லாயிரம் மாணவர்கள் பயில்கிறார்கள். அக்காடு முழுக்க கல்விநிலைகள்தான். அவர்களுக்குரிய உணவும் பிறவும் நாளும் சென்றுகொண்டிருக்கின்றன. அங்குள்ள எதையும் உண்ணமுடியாதென்று அறிந்திருப்பீர்கள்" என்றான். "ஆம், அது கந்தகக்காடு என்றனர்" என்றான் பீமன். "அங்கு நீங்கள் உண்ண பெரிய விலங்குகள் ஏதுமில்லை" என்றான் வைரோசனன். "நன்று, சிறிய விலங்குகள் பல சேர்ந்தால் பெரிய விலங்களவே ஆகும்" என்றான் பீமன்.

வைரோசனன் பேசிக்கொண்டேயிருந்தான். அவர்கள் உணவுண்டபின் கொட்டகைக்கு ஓய்வெடுக்க வந்தனர். திரௌபதி கீர்த்திமானின் துணைவியும் மகளும் தங்கியிருந்த உள்ளறைக்குச் சென்றுவிட்டாள். வைரோசனன் சொன்னான் "இன்று இங்குமட்டுமே வேதங்களை முழுமையாகக் கற்றறியமுடியும் என்கிறார்கள். பிற வேதநிலைகள் எதிலும் கற்பிக்கப்படாத வேதப்பாடல்களும் இங்கு கற்பிக்கப்படுகின்றன. ஆகவே பிருஹதாரண்யகத்தில் சிறிதுநாள் கற்றால்மட்டுமே வேதப்பேரவைகளில் மதிப்பு என்றாகிவிட்டிருக்கிறது."

யாக்ஞவல்கியரை முதலாசிரியராகக் கொண்ட கந்தகக்காடு நோக்கி மாணவர்கள் செல்லத்தொடங்கி பலநூறாண்டுகள் ஆகின்றன என்றான் வைரோசனன். பதின்மூன்றாவது யாக்ஞவல்கியர் அங்கே ஆசிரியராக இன்று அமர்ந்திருக்கிறார். வேதம் வளர்ந்த காடுகளில் அதுவே பெரியது என்பதனால் அது பிருஹதாரண்யகம் என அழைக்கப்பட்டது. வேதம்

ஓம்பும் அரசர்களின் கொடைச்செல்வத்தை ஏந்திய அத்திரிகள் நாளும் நடந்து காட்டுக்குள் உருவான அழியாத்தடம் போன்றதே அக்கல்விநிலையின் மாணவர் நாவிலும் வேதச்சொல் பதிந்திருப்பது என்றனர் சூதர்.

அதை ஒரு காடென்று சொல்வதே பிழை என்று தருமன் எண்ணினார். செல்லும் வழியெங்கும் மாணவர்களுக்கு மலைப்பொருட்களையும் பிறவற்றையும் விற்கும் சிறுவணிகர் வந்து குடிலமைத்திருந்தனர். காட்டுக்குள் ஏவலர்களின் குடில்கள் நிரைவகுத்து தெருக்களைப்போன்றே அமைந்திருந்தன. அங்கிருந்து ஓயாத பேச்சொலியும் விலங்குகளின் ஒலியும் எழுந்துகொண்டிருந்தன. அச்சாலையில் நடக்கையில் எதிரே வந்த மாணவர்கள் அனைவரும் மரவுரியின் நிறத்திலேயே அமைந்த பருத்தியாடைகளை அணிந்திருப்பதை தருமன் கண்டார்.

அதை நோக்கிய வைரோசனன் “இங்கு ஆசிரியர்கள் பட்டும் அணிவதுண்டு. இன்னுணவு உண்பதும் சிறந்த குடில்களில் வாழ்வதும் மாணவர்களின் வழக்கம்” என்றான். “இது துறவியரின் அமைப்பு அல்ல, அரசே. இவ்வுலகில் இனியதனைத்தையும் எய்துவதே வேதத்தின் பயன்களில் முதலாவது என்று கற்பிப்பவை இவர்களின் நூல்கள்.” பீமன் “இக்குருநிலை இத்தனை புகழ்மிக்கதாக இருப்பது இதனால்தான்போலும்” என்றான்.

புன்னகையுடன் அவனை நோக்கியபின் வைரோசனன் “முதற்குரு யாக்ஞவல்கியர் இளங்கன்றின் இறைச்சியை விரும்பி உண்பவர் என்கின்றன பிராமணங்கள். நெய்யுடன் சேர்த்து அவித்த ஊன்சோறு அவருக்கு உகந்த உணவாக இருந்தது என்கிறார்கள். சதபதத்தில் நடந்த சொல்சூழ்கை ஒன்றில் பசுவையும் காளையையும் உண்ணலாகாது என்று சொல்லப்பட்டபோது அவர் எழுந்து அவை இளமையானவை என்றால் நாவுக்கு மென்மையானவை, ஆகவே நான் உண்பேன் என்று சொன்னதாக பிராமணம் கூறுகிறது” என்றான்.

“அவரை நான் மிகவிரும்புவேன் என நினைக்கிறேன்” என்றான் பீமன். வைரோசனன் உரக்க நகைத்து “இக்குருநிலைக்குரிய ஆநிரைகள் அங்கே கோபதத்தில் உள்ளன. இப்போது ஒன்றரை லட்சம் பசுக்களும் காளைகளும் உள்ளன என்கிறார்கள். முதல் யாக்ஞவல்கியர் கன்றுபெருக்குவதில் பேரார்வம் கொண்டிருந்தார். அவரிடம் பத்தாயிரம் பசுக்கள் இருந்தன என்கின்றன பிராமணங்கள்” என்றான். “மாணவர்கள் எளிதில் வேதத்தை அறிய கன்றுபெருக்குதலே வழி என்றுதான் சிலநாட்கள் முன்பு மூத்தவர் சொன்னார்” என்றான் பீமன். “அக்கன்றை உண்ணும்போது அதே மெய்மைகூடுவதை நானும் உணர்ந்திருக்கிறேன்.”

சினத்துடன் திரும்பிநோக்கியபின் தருமன் தன்னை அடக்கிக்கொண்டார். மூங்கில்கூட்டங்களை நட்டு உருவாக்கிய பெரிய கோட்டைபோன்ற வேலிக்கு நடுவே அமைந்த வாயிலை அவர்கள் சென்றடைந்தனர். அங்கிருந்த காவல்மாணவர்களிடம் வைரோசனன், வந்திருப்பவர் அஸ்தினபுரியின் அரசகுலத்தவரான தருமன் என்றதும் அவர்கள் இணைந்து மேடைவிட்டு கீழிறங்கி வந்து வணங்கினர். "தங்கள் வருகையால் பிருஹதாரண்யகம் நலம் பெறட்டும், அரசே" என்றான் மூத்தமாணவன். "நான் நலம்பெறவே வந்தேன்" என்றார் தருமன்.

அவர்களை ஓர் இளமாணவன் வழிகாட்டி விருந்தினர் குடில்களுக்கு அழைத்துச்சென்றான். அவனுடன் செல்கையில் பீமன் மெல்லிய குரலில் வைரோசனனிடம் "நீர் அவர்களிடம் எங்களுடன் வந்தவராக அறிமுகம் செய்துகொண்டீர் அல்லவா?" என்றான். "இல்லை, நான் ஒன்றும் சொல்லவில்லை. அவர்கள் அவ்வண்ணம் எண்ணிக்கொண்டால் அதைக் குலைத்து அவர்களைக் குழம்பவைப்பது கடுமையானது என உணர்ந்து அமைதி காத்தேன்." பீமன் நகைத்து "இக்காட்டில் நான் உம்மிடம் நெருக்கமாக ஆவேன் என எண்ணுகிறேன்" என்றான்.

"இங்கு இப்போது கன்றிறைச்சி உண்ணுகிறார்களா?" என்று அவன் காதில் கேட்டான் பீமன். வைரோசனன் "ஆம், முறைப்படி அது தடை செய்யப்பட்டுள்ளது. ஆனால் சில வகை வேள்விகளில் கன்றுகள் பலியிடப்படுகின்றன. அன்றுமட்டும் கன்றுகளை உண்கிறார்கள்" என்றான். பீமன் "ஆம், இத்தனை பசுக்களை வளர்த்துவிட்டு அவற்றை உண்ணவில்லை என்றால் எப்படி காட்டைக் காக்கமுடியும்?" என்றான். "ஏன், சிங்கங்களை வளர்க்கலாமே?" என்றான் வைரோசனன். பீமன் அவன் தோளில் ஓங்கி அறைந்து பெருங்குரலில் நகைத்தான்.

அவர்களுக்கு அளிக்கப்பட்ட குடில்கள் அரண்மனைகளுக்கு நிகராக இருந்தன. பிரம்புகளைப் பின்னி செய்யப்பட்ட மஞ்சமும், பீடங்களும் இருந்தன. மேலே காற்றசைக்கும் தட்டிவிசிறிகள் தொங்கின. தரையில் செந்நிறமான மரவுரி விரிக்கப்பட்டிருந்தது. "இவை இப்படிப் பேணப்படுகின்றன என்றால் ஏவலர் பலர் இங்கு இருக்கவேண்டும்" என்றார் தருமன். "ஆம், இங்கு ஏழாயிரம் ஏவலர்கள் பணியாற்றுகிறார்கள்" என்றான் அவரை வழிகாட்டி அழைத்துவந்த மாணவன்.

அன்றுமாலை குடில்களுக்கு நடுவே ஒன்றன்மேல் ஒன்றென ஏழு அடுக்குகளாக ஏறிக் கவிழ்ந்த மரப்பட்டைக் கூரையிட்ட வட்டவடிவமான பெரும்வேள்விச்சாலையில் நிகழ்ந்த அந்திக்கொடையில் முதன்மை விருந்தினராக அவர்கள் சென்றமர்ந்தனர். ஆயிரம் வைதிகர் கூடி அமர்ந்து நூறு வேள்விக்குளங்களில் அனலோம்பி அவியளித்து வேதம்

முழங்கினர். அவர்களைச் சூழ்ந்து ஐந்தாயிரம் வேதமாணவர்கள் கூடிநின்று அவ்வேதப்பேரிசையில் இணைந்துகொண்டனர். அவர்களில் நானூறு பெண்களும் இருந்தனர்.

தருமன் திரும்பி நோக்க, வைரோசனன் "இங்கே மாணவிகளாகவும் ஆசிரியைகளாகவும் ஆயிரத்துக்குமேல் பெண்கள் இருக்கிறார்கள் என அறிந்துள்ளேன், அரசே" என்றான். அத்தனை முகங்களும் இளமையும் ஒளியும் கொண்டிருந்தன. பயின்று கூர்தீட்டப்பட்ட குரல்கள் ஒன்றென இணைந்து ஒலித்தபோது வேதச்சொற்கள் ஒவ்வொன்றும் ஒலிதிரண்டன. ஆண்குரல்களின் அனைத்து இடைவெளிகளையும் பெண்குரல்கள் நிறைக்க, பிற எங்கும் கேட்டிருக்காத முழுமையை அடைந்தது. அது மானுடக்குரலெனத் தோன்றவில்லை, ஐம்பருக்களும் இணைந்து எழுப்பிய ஒலி அது என உளமயக்கு கொண்டார் தருமன்.

வேள்வி அனைத்து வகையிலும் முழுமைகொண்டிருந்தது. அவியென நெய்யும் சோமமும் சுராவும் அன்னமும் நெருப்பளிக்கப்பட்டன. மலரும் விறகும் எரிய, அங்கிருந்த காற்றே நறுமணமென ஆகியது. நறுமணம் அவ்வேதச்சொற்கள் மேல் படர்ந்தது. அக்காட்சி மண்ணுலகில் அல்ல விண்ணிலெங்கோ நிகழ்கிறதென்ற கனவை உருவாக்கியது. வேள்விநிறைவுக்குப்பின் அவிமிச்சம் பங்கிட்டு அனைவருக்கும் அளிக்கப்பட்டது. அதன்பின் வேள்விமுற்றத்திற்கு வந்த மாணவர்கள் சாமவேதப்பாடல்களை வெவ்வேறு இசைமுறைமைகளில் இசைத்தனர். குழல்களும் யாழ்களும் முழவுகளும் மணிகளும் உடன்சேர்ந்துகொண்டன.

இறுகிய உடல்கொண்ட இளைஞர்கள் வந்து உடற்கலைகளைக் காட்டினர். சிறுத்தை என பாய்ந்து காற்றில் சுழன்றனர். குரங்குகள் போல தாவித்தொற்றினர். உடல்கள் அம்புகள் போல காற்றில் பாய்ந்தன. ஒருவர் மேல் ஒருவரென ஏறி ஒரு மரம் என ஆயினர். கலைந்து யானை வடிவுகொண்டனர். பரவி முதலை என ஆயினர். நடனமும் போரும் ஒன்றேயான அக்கலை தருமனை விழிவியந்து அமரச் செய்தது. அருகிருந்த அர்ஜுனனிடம் "போர்க்கலை பயிற்றுவிக்கும் இடங்களில்கூட இத்தகைய தேர்ச்சியைக் கண்டதில்லை" என்றார். அர்ஜுனன் "போரெனப் பயின்றால் இத்திறன் அமையாது, மூத்தவரே" என்றான். தருமன் திரும்பி நோக்க, "பெரிதொன்றுக்கான கருவியாகும்போதே கலை முழுமைகொள்கிறது" என்றான்.

அதன்பின் மகளிர் கைகளில் மலர்களுடன் நிரையமைந்து துணைவேதப் பாடல்களை இன்குரலில் பாடினர். பாடலுக்கேற்ப மலர்களைச் சுழற்றியும் அசைத்தும் குலைத்தும் அப்பாடலை வண்ணங்களாக விழியறிவதுபோல எண்ணச்செய்தனர். நீரே மழையாக, பனியாக,

துளியாக, நதியாக, சுனையாக, கிணறாக, அருவியாக, அலைகடலாகத் தெரிவதுபோல வேதம் முடிவிலா வடிவம் கொண்டது. சித்தம் அழிய விழிகளுக்குள் ஆத்மன் முழுமையாகக் குடியேறியிருந்த தருணம்.

சங்கு முழங்க அவை முடிந்ததும் முதலாசிரியரும் யாக்ஞவல்கியருமான பிரபாகரர் எழுந்து அவையை வணங்கி தன் மாணவர்களுடன் விடைபெற்றுச் சென்றார். ஒவ்வொருவராக அகன்றனர். மலர்ந்த முகத்துடன் வெளிவந்த தருமன் "இளையோனே, இதுகாறும் நாம் பார்த்தவை அல்ல, இதுவே மெய்வேதத்தின் இடம். மானுடம் இங்கு சுவையாக, உணர்வுகளாக, அறிதல்களாக பெருகிக்கொண்டே செல்கிறது. அனைத்துமாகி நின்றிருக்கும் வேதமே மானுடருக்குரியது. அதை உணர்ந்தமையால்தான் வேதவியாசர் கிருஷ்ணசாகைகளும் வேதமே என வகுத்தார்" என்றார்.

வைரோசனன் "இக்குருநிலையின் கொள்கை அதுவே" என்றான். "பிரம்மம் ஒன்றே. ஆனால் இவை அனைத்துமாக ஆகி நிறையவேண்டுமென அது எண்ணியிருக்கிறது. ஆகவேதான் வேதமும் ஓதும் நாவும் கேட்கும் காதும் உணரும் சித்தமுமாக அதுவே இங்கு விரவியிருக்கிறது. வேதம் பிரம்ம வடிவம். மானுடன் அறியும் அனைத்துமாக அதுவே ஆகவேண்டும். அனைத்துக் கலைகளும் வேதமே, அனைத்து அறிதல்களும் வேதப்பகுதிகளே என யாக்ஞவல்கியர் சொன்னார். அரசே, வேதம் வேதாங்கங்களுடனும் உபவேதங்களுடனும் இணைந்தே கற்கப்படவேண்டும் என பிருஹதாரண்யக மரபு வகுக்கிறது" என்றான்.

"நீர் இருந்த குருநிலையைவிட பிருஹதாரண்யகத்தை நன்கறிந்திருக்கிறீர்" என்றான் பீமன். "ஆம், சென்ற மூன்றாண்டுகளாக இக்குருநிலையைக் குறித்தே எண்ணிக்கொண்டிருக்கிறேன். இங்கு நுழைவது கடினம் என்றார்கள். சௌனகம், கௌஷீதகம் முதலிய குருநிலைகளில் பயின்றவர்களை கடுமையான மாற்றுப்பயிற்சிகளுக்குப் பின்னரே இங்கு ஏற்கிறார்கள். துவைதவனத்தில் இருந்து எவரும் இங்கு வரவே முடியாது" என்றான் வைரோசனன் "நல்லூழாக நான் உங்களுடன் வந்தேன்."

பீமன் "இங்கிருந்து செல்வதும் கடினம் என எண்ணுகிறேன். இங்குள்ள மடைப்பள்ளி நாகரன் என்னும் சூதரால் நடத்தப்படுகிறது. உணவை பிரம்மமென அறிந்த படிவர் என்றே அவரைச் சொல்லத் துணிவேன். இப்போது மடைப்பள்ளிக்குத்தான் செல்லப்போகிறேன்" என்றான். வைரோசனன் "இங்கு இலக்கணம், காவியம், வானியல், மருத்துவம், வில்லியல், இசையியல், பொருளியல் என அனைத்துமே வேதங்களுடன் இணைத்துக் கற்கப்படுகின்றன. காமநூலும் அடுமனையறிவும்கூட உபவேதங்கள் என்றே கொள்ளப்படுகின்றன" என்றான். பீமன் "நன்று,

அன்னமே பிரம்மம் என்று உணர்ந்தவன் பிற அனைத்தையும் பிரம்மம் என்றுணர்வதன் முதற்படியில் இருக்கிறான்" என்றபின் விலகிச்சென்றான்.

"ஆம், இதுவே முறையான வேதக்கல்வி என்று நான் எண்ணுகிறேன். நாம் இதுவரை சென்ற இடங்களில் எல்லாம் அவர்கள் தங்களுக்கான வேதக்கல்வியை உருவாக்கிக் கொண்டிருந்தனர். இவர்கள் பாரதவர்ஷத்திற்குரிய வேதக்கல்வியைப் படைக்கின்றனர். இங்கிருந்து வேதம் எழுந்து பாரதத்தைத் தழுவிப்பரந்து வளரும்" என்றார் தருமன். "அர்த்தவேதம், தனுர்வேதம், கந்தர்வவேதம், ஆயுர்வேதம் ஆகியவை உபவேதங்கள். வியாகரணம், ஜோதிஷம், நிருக்தம், சந்தஸ், சிக்ஷா, கல்பம், சூத்திரம் ஆகியவை வேதாங்கங்கள். அவையின்றி வேதம் நிறைவுகொள்வதில்லை என்று வைசம்பாயன மரபு வகுத்தது."

"அதை ஏற்பவர்கள்கூட அவ்வாறு வேதங்களைக் கற்கத் துணிவதில்லை. அவர்களின் உள்ளத்தில் வேதச்சொல்லுக்கு நோயாளியின் சீழ்குறித்துப் பேசும் ஆயுர்வேதச்சொல் எப்படி நிகராகும் என்னும் ஐயமே ஆட்டுவிக்கிறது. அந்த உளத்திரிபைக் கடக்க வேதத்தை பொருளறிந்து கற்பதும் வேதத்துடன் வாழ்க்கையை எதிர்கொள்ளச் செல்வதுமே ஒரே வழி. காடுகளில் உறைபவர்கள் வேதங்களை வெளியே மூன்றியல்புடன் கொந்தளிக்கும் வாழ்க்கையிலிருந்து வேறுபடுத்துகிறார்கள். இங்கு நம் முன்னோர் வாழத் துடித்தனர், வாழ்ந்து கடந்தனர். அவர்களின் விழைவும் கண்டடைதலுமே வேதம். வாழ்வில்லாத வேதம் வெற்றுச் சொல்லாய்வாகவே எஞ்சும்" என்றார் தருமன்.

திரௌபதி மெல்லிய குரலில் "இங்கு பெண்களுக்கு வேதக்கல்வி எப்போதிலிருந்து இருக்கிறது?" என்றாள். அவள் குரலைக் கேட்டே நெடுநாட்களாகின்றன என்று அப்போதுதான் தருமன் உணர்ந்தார். அவளை நோக்கித் திரும்பாமலிருக்க விழிகளைக் கட்டுப் படுத்திக்கொண்டார். "பெண்கள் வேதமோதி வேள்வி நிகழ்த்தியது தொல்வேதகாலத்தின் இயல்பான வழக்கமாக இருந்தது, அரசி. அன்று வேதங்கள் குடிகளில் அன்றாடம் புழங்கின. வேள்விகள் இல்லமுற்றங்களில் நிகழ்த்தப்பட்டன. மூத்தோருடன் பெண்டிரும் மைந்தரும் அமர்ந்து வேதம் ஓதி அவியளித்தனர்" என்றான் வைரோசனன்.

"முனிவர்கூடிய வேதநிலைகளில் நால்வேதம் பகுக்கப்பட்டது என அறிந்திருப்பீர்கள். அவை முறையாகக் கற்பிக்கப்படும்பொருட்டு கல்விச்சாலைகள் அமைந்தன. அங்கே இளமைந்தர் காமவிலக்கு நோன்புகொண்டாலொழிய கல்வி அமைவதில்லை என்பதனாலும் காடுகளில் பெண்கள் வாழ்வது கடினம் என்பதனாலும் பெண்கள் விலக்கப்பட்டனர். வேதநிலைகளில் நெறிப்படி வேதம் பயின்றவரே

வேள்வி இயற்றும் தகுதிகொண்டவர் என்றானபோது பெண்கள் வேள்வியிலமர்வதும் இல்லாமலாயிற்று.

“ஆயினும் நால்வருணங்களும் தங்களுக்குரிய வேதத்தை இல்லங்களில் மகளிருக்குக் கற்பித்துக்கொண்டுதான் இருந்தனர். அரசியர் வேதம் கற்பதும் வேதச்சொல்லாய்வு மன்றுகளில் அமர்வதும் இயல்பாகவே இருந்தது. பின்னர் அவர்கள் கிருஹ்ய சூத்திரத்தை மட்டும் கற்றால் போதுமென ஆயிற்று” என்றான் வைரோசனன். “கதைகளின் படி முதலாசிரியர் யாக்ஞவல்கியரே தன் இரு துணைவியருக்கும் வேதம் கற்பித்து வேள்விச்சாலையில் உடனமர்த்தினார் என்கிறார்கள். அவ்வழக்கம் இன்றும் இங்கு தொடர்கிறது.”

திரௌபதி தலையசைத்துவிட்டு நடந்தாள். அவள் ஏன் அவ்வினாவைக் கேட்டாள் என்று தருமன் எண்ணிக்கொண்டார். அவளைத் திரும்பி நோக்கவேண்டும் என்று எழுந்த உளவிசையை மீண்டும் வென்றார். அவர்கள் குடில்கள் அமைந்த வளாகத்தை அடைந்ததும் ஒவ்வொருவராக சொல்லின்றி விடைகொண்டு பிரிந்தனர். வழக்கம்போல அவர் நிற்பதையே அறியாதவளாக திரௌபதி சென்றாள். அவர் அவளை நோக்கவேண்டுமென இறுதிக்கணம் வரை எழுந்த துடிப்பை வென்று தன் குடிலைநோக்கி நடந்தார். குடில்முற்றத்தை அடைந்தபோது எடைசுமந்தவர் போல கால்கள் தளர்ந்திருந்தன.

4

மிதிலையின் அருகே சாலவனம் என்னும் காட்டில் காத்யாயன முனிவர் குடிலமைத்துத் தங்கியிருந்தார். அவர் மகள் காத்யாயனிக்கு இளமையிலேயே வேதச்சொல்லிலும் மெய்யிலும் ஈடுபாடு எழுந்ததைக் கண்ட தந்தை அவளைத் தன் மாணவியாக ஏற்று தானறிந்த அனைத்தையும் அவளுக்குக் கற்றுக்கொடுத்தார். கற்றுத்தேர்ந்த காத்யாயனி கன்னியிளமைகொண்டபோது அவளுக்கு அவர் மணமகனைத் தேடத்தொடங்கினார்.

அங்கு வந்த முனிவர் ஒருவர் "நீர் செய்தது பெரும்பிழை. பெண்களுக்குரியது இல்லம். அவர்களுக்கு இல்லநெறி சொல்லும் கிருஹ்ய சூத்திரமே போதுமானது. வேதமறிந்த பெண் தன்னைவிட கற்றறிந்த ஒருவனிடம் மட்டுமே தன்னை உவந்தளிப்பாள். தன்னை ஆளாத ஆண்மகனை பெண் வெறுப்பாள். ஏனென்றால் அவள் அவனிடம் காண்பது தன் வயிற்றில் பிறக்கப்போகும் மைந்தனை. தன் மைந்தன் தன்னைவிட எளியவனாக இருக்க எந்த அன்னையும் ஒப்பமாட்டாள். காத்யாயனரே, பெண்ணின் உள்ளம் கருப்பையில் உள்ளது என்று சொல்கின்றன நூல்கள். இவளை வெல்பவனை எப்படி நீர் கண்டடைவீர்?" என்றார்.

"என்ன செய்வேன்?" என்று காத்யாயனர் திகைத்தார். அதற்கு ஒரு வழியை அவரே கண்டடைந்தார். மிதிலைக்குச் செல்லும் வேதமுனிவர்கள் அனைவரையும் தன் இல்லத்திற்கு உணவருந்த அழைத்தார். எவரேனும் ஒருவரை காத்யாயனியே சுட்டட்டும் என காத்திருந்தார். மிதிலையின் அரசர் ஜனகர் வேதமெய் காண்பதில் பெருவிழைவுள்ள அரசமுனிவர் என பெயர் பெற்றிருந்தமையால் மிதிலை நோக்கி அவ்வழியே நாளும் முனிவர்கள் செல்லும் வழக்கம் இருந்தது. வந்து அவள் கையால்

உணவுண்டு சென்ற இளவைதிகர்கள், முனிமைந்தர்கள் எவரும் அவள் உள்ளம் கவரவில்லை.

ஒருநாள் அவர் இல்லத்திற்கு வந்த யாக்ஞவல்கியர் அவள் இட்ட மணையில் அமர்ந்து இலையில் காத்யாயனி பரிமாறிய அன்னத்தைக் கையில் எடுத்ததும் அவள் மெல்லிய குரலில் "முனிவரே, நீர் நீர்த்தூய்மை செய்துகொள்ளவில்லை" என்றாள். அவர் விழிதூக்கி நோக்கிவிட்டு உண்ணத்தொடங்கினார். அவள் பிறிதொன்றும் சொல்லாமல் உணவு பரிமாறினாள். யாக்ஞவல்கியர் மாமுனிவர் என்றும் அவரை காத்யாயனி விரும்பக்கூடும் என்றும் எதிர்பார்த்திருந்த காத்யாயனர் ஏமாற்றம்கொண்டு விழிதிருப்பிக்கொண்டார்.

ஆனால் மறுநாள் காத்யாயனி "தந்தையே, எனக்கு யாக்ஞவல்கியர் முனிவரையே மணமகனாகப் பாருங்கள்" என்றாள். காத்யாயனர் வியந்து நோக்க "வேதத்தால் தூய்மை செய்யப்பட்டவர்களுக்கு பிறிதொரு தூய்மை தேவையில்லை என்று நேற்று உணர்ந்தேன்" என்றாள். "அவர் தன் தேவைக்குமேல் ஒரு பருக்கையும் உண்ணவில்லை. இலையில் ஒரு பருக்கையும் எஞ்சவைக்கவில்லை. ஒவ்வொரு கவளம் சோறும் பிறிதொன்று போலவே இருந்தன. ஒவ்வொரு கையசைவும் வாயசைவும் ஒருமைகொண்டிருந்தன. ஒவ்வொரு துளி உணவிலும் முற்றிலும் சுவையுணரப்பட்டது. உண்பது வேள்வி என நிகழ்வதைக் கண்டேன். வேள்வியாற்றுதல் என்பதன் உச்சம், செய்வதனைத்தும் வேள்வியாதலே" என்றாள்.

"ஆம், அவர் உணவில் சுவைகொண்டவர். ஊனுணவை விரும்பி உண்பவர் என்று சொல்லப்படுகிறது" என்றார் காத்யாயனர். காத்யாயனி புன்னகைத்து "நான் அவருக்கு வைத்த ஒரு கூட்டில் உப்பும் புளிப்பும் சேர்க்கவில்லை. வேப்பெண்ணெய்யையே கலந்திருந்தேன். பிறிதொன்று இனியது. அவர் முகத்தில் இரண்டுக்கும் வேறுபாடே தெரியவில்லை. இரண்டிலும் சுவையறிந்தவர் பிரம்மத்தையே உண்கிறார்" என்றாள்.

யாக்ஞவல்கியரைச் சென்று கண்டு தன் மகளின் விழைவை உணர்த்தினார் காத்யாயனர். "தகுதியான பெண்ணின் விழைவை மறுக்கலாகாது. அவள் வயிற்றில் காத்திருப்பவர்களின் தீச்சொல்லுக்கு இடமாகும்" என்றார் யாக்ஞவல்கியர். அனற்சான்றாக்கி அவர் காத்யாயனியை மணந்தார். அவர்களுக்கு காத்யாயனர், சந்திரகாந்தர், மகாமேதர், விஜயர் என்னும் நான்கு மைந்தர்கள் பிறந்தனர். பின்னாளில் வேதம் முற்றுணர்ந்த முனிவர்கள் என அவர்கள் புகழ்பெற்றனர்.

யாக்ஞவல்கியருடன் காத்யாயனி பிருஹதாரண்யகத்தின் குடிலில் வாழ்ந்தாள். நாள்தோறும் பெருகிக்கொண்டிருந்த குருநிலையின் செல்வமும்

மாணவர்களும் அவளால் ஆளப்பட்டன. ஆசிரியர்துணைவியை இறைவடிவம் என மாணவர்கள் வணங்கினர். அவள் அவருக்கு மந்தணத்தில் காதலியாகவும் அவைகளில் அறத்துணைவியாகவும் இடர்களில் அமைச்சராகவும் நோயில் அன்னையாகவும் திகழ்ந்தாள். ஆடுகளத் தோழனாகவும் ஆளும் கணவனாகவும் மைந்தருக்குத் தந்தையாகவும் அவர் அவளுடன் இருந்தார்.

ஆனால் அவளிடம் அவர் ஒருநாளும் வேதமெய்மையைப் பேசவில்லை. வேள்வியவைகளுக்கு அவளைக் கைத்துணைக்கு எனக்கூட அழைத்துச்செல்லவில்லை. அது கண்மறைத்த காதலால் என முதலில் அவள் எண்ணினாள். பின்னர் அன்னையென்றே அவளைக் காட்டிய குழவியரால் என நம்பினாள். பின்னர் உணர்ந்தாள் அவருக்கு அவள் ஓர் ஆத்மா என தெரியவில்லை என. ஒருமுறைகூட அவள் தன் விழைவை அவரிடம் சொல்லவில்லை.

மைந்தரும் வேதம் கற்கச் சென்றபோது அவள் தனிமைகொண்டாள். அவர்களும் தந்தையின் விழிகளையும் அசைவுகளையும் பெற்றபோது முற்றிலும் தனித்தாள். கொல்லையில் பசுக்களிடமும் வந்தமரும் பறவைகளிடமும் மட்டும் பேசலானாள். சொல்லெடுக்காதவர்களின் விழிகளில் தெரியும் ஒளி அவளிடமும் தோன்றியது. சொல் எரிந்த உடல் உருகி எலும்புரு ஆகியது. கன்னங்கள் குழிந்தன. தோல் சுருங்கி பூசணம்படிந்தது. அவள் தேம்பல்நோய் கொண்டிருக்கிறாள் என்றனர் மருத்துவர். எந்த மருந்தும் அவளை நலம்பெறச் செய்யவில்லை.

யாக்ஞவல்கியர் அவளிடம் அன்புடனிருந்தார். அவள் நோய்நீங்கும்பொருட்டு புதிய மருத்துவர்களை நாளும் கொணர்ந்தார். அவள் உணவுகளை தானே தெரிவுசெய்தார். அவளுடன் இருக்க எப்போதும் ஏவல்பெண்டுகளை அமர்த்தியிருந்தார். ஆனால் அவளை அவர் அணுகியறியவே இல்லை. கனியுந்தோறும் அகல்வதும் உறவுகளில் நிகழ்வதுண்டு. அது கனிபவர் அவ்வாறு தன்னை உணர்கையில் நிகழ்வது.

5

அங்கிரீசரின் மைந்தர் கர்கரின் கொடிவழிவந்த வாசக்னு முனிவருக்கு ஒரு மகள் இருந்தாள். அவளுக்கு தன் முன்னோரின் பெயரைக்கொண்டு கார்கி என்று பெயரிட்டார் வாசக்னு. அன்னையின் கருவிலிருந்து அவள் வெளிவந்ததுமே கருவறைக்குள் எழுந்த பெண்களின் சேர்ந்தொலி மகிழ்வாலானதல்ல என்று அவர் உணர்ந்தார். கண்களை மூடி தன் அகவிழியால் அவர் அக்குழவியைப் பார்த்துவிட்டார். எனவே வளைந்த முதுகும் குறுகிய கைகளும் அவரைவிதைபோல நீண்ட தலையுமாகக் கொண்டுவந்து காட்டப்பட்ட பெண்குழந்தையைக் கண்டு அவர் வியப்புறவில்லை. அதை அவர் நா அறியாமல் "அறிவுப்புகழ் கொள்க!" என வாழ்த்தியது.

அவ்வாறு பெண்குழந்தைகளை வாழ்த்தும் வழக்கம் இல்லை. இனியவாழ்வும், செல்வமும் பெருக என்று மட்டுமே வாழ்த்துவது வழக்கம். முனிமைந்தரை வாழ்த்தும் அச்சொல் தன் வாயில் ஏன் எழுந்தது என அவர் எண்ணி வியந்தபோது அக்குழவியின் அழகின்மையினால்தான் அவ்வாறு தோன்றியது என்று கண்டடைந்தார். ஆகவே அக்குழந்தை மொழியறிந்தபோது அதனிடம் சொன்னார் 'நீ பிறப்பிலேயே விடுதலை கொண்டவள், மகளே. பெண்கள் தங்கள் அழகிய உடலின் சிறையிலிருந்து வெளிவருவது கடுந்தவத்தால் அன்றி அரிது. உடலழகு அவர்களின் உள்ளமென்று ஆகிறது. சித்தப்பெருவெளியை நிரப்பி நீர்ப்பாசி என படர்கிறது. வான் விரிந்து நின்றாலும் தன் முகத்தை அதில் நோக்கி அவள் அணிகொள்கிறாள்."

"அழகுடைய பெண்கள் தெய்வங்களால் கைப்பற்றப்பட்டவர்கள். அவள் விழிகளை ஆதித்யர்களும், குரலை கந்தர்வர்களும், முலைகளை

தேவர்களும், கருவறையை பூமாதேவியும் ஆள்கிறார்கள். மகளே, அவள் நெஞ்சை நூற்றெட்டு நாகங்கள் ஆள்கின்றன. அழகில்லாத பெண் அத்தெய்வங்களில் இருந்து விடுதலைபெற்றவள். நீ எவரென்றும் உன் பாதை எதுவென்றும் நீயே முடிவுசெய்யலாகும். அந்நல்வாய்ப்பு உனக்கு அமைந்தமையால் நீ பிறந்து வந்த கணமே நீ அறிவுப்புகழ் அமையவேண்டுமென உன் தந்தையாகிய நான் வாழ்த்தினேன். அது உன் இலக்காகுக!" என்றார் வாசக்னு.

தன் மகளுக்கு தொல்வேதமுனிவர் தீர்க்கதமஸுக்கு காக்ஷிவதியில் பிறந்த கோஷையின் கதையை அவர் சொன்னார். இளமையிலேயே கைகால்கள் குறுகி அவள் பிறந்தாள். அவள் அன்னையும் கைதொட்டு எடுத்து அவளை முலையூட்டத்தயங்கினாள். கருகிய சுள்ளிபோலிருந்த அவளை எடுத்து தன் முகத்தோடு சேர்த்து தீர்க்கதமஸ் சொன்னார், மகளே உனக்கு வேதமே உலகாகுக! அங்கு நீ ஒளிகொள்வாய்!

கோஷை வேதங்களை முழுமையாகக் கற்றுத்தேர்ந்தாள். அஸ்வினி தேவர்களை அவள் தன் வேதச்சொல்லால் அருகணையச்செய்தாள். நிழலுருவும் ஒளிவிட எழுந்த இரட்டையர் அவளிடம் "நீ விழைவதென்ன?" என்றனர். அவள் ஆயிரம் விழைவுகொண்டிருந்தாள். நல்லுடல், நற்காதல், இனிய மைந்தர், இல்லம். ஆனால் அவள் அத்தருணத்தில் "மெய்மை" என்றே கோரினாள். "ஆம், அது அளிக்கப்பட்டது" என்று சொல்லி மறைந்தனர். அவள் உடல் மின்மினி போல ஒளிகொண்டதாக ஆயிற்று.

சொல்திகழத் தொடங்கிய இளநாவால் வேதங்களைக் கற்று ஓதத்தொடங்கினாள் கார்கி.. நால்வேதங்களையும் கற்று நிறைந்தாள். வேதச்சொல்லுசாவுவதில் அவளுக்கு நிகரான எவரும் விதேக நாட்டிலேயே இல்லை என்று வைதிகர் சொன்னார்கள். கோஷையின் குரல் என ரிக்வேதத்தில் எஞ்சிய இருபாடல்களை அவள் தன் தனிவேதமாகக் கொண்டிருந்தாள். அவளுக்குள் மூச்சென எண்ணங்களை பின்னிச் சுழன்றபடி அது ஓடிக்கொண்டிருந்தது.

பன்னிரு வயதில் அவள் மிதிலையில் ஜனகரின் அவையில் நிகழ்ந்த வேதச்சொல்லாய்வுக்கு வந்தபோது அவளுடைய எட்டு மாணவர்கள் அவளைப் பட்டுமஞ்சலில் தூக்கி வந்தார்கள். அதிலிருந்து ஆமைபோல தன் பெரிய கூனை தூக்கியபடி வளைந்த கால்களை எடுத்துவைத்து குறுகிய கால்களை ஆட்டியபடி அவள் நடந்துவந்தபோது விழிகள் வியப்புடன் அவளை நோக்கின. அவள் விழிகளை அறிவதேயில்லை என்று அவர்கள் உணர்ந்தனர். நோக்கப்படும்போது பெண்களின் உடலில் நிகழும் எந்த மாற்றமும் அவளில் எழவில்லை.

ஜனகரின் அவையில் முதலில் அவள் குரல் எழுந்தபோது அதிலிருந்த தூய ஒலி பிறரை அமைதியடையச்செய்தது. வேதம் தனக்குரிய மானுடக்குரலை தெரிவுசெய்துவிட்டது என்றார் ஜனகர். அவையாடலில் மெல்லமெல்ல அனைவரும் சொல்லடங்கி ஆசிரியர் முன் மாணவர்கள் என்றாயினர். அவள் திரும்பிச்செல்லும்போது முதுவைதிகர் பன்னிருவர் அவள் உடைமைகளை எடுத்தபடி அவள்பின் பணிந்து சென்றனர். அவள் ஏறிய பல்லக்கை அவர்கள் சுமந்து நகர் எல்லைவரை கொண்டுசென்றனர். அவள் குடிலுக்கு வெளியே எந்நேரமும் அவள் வெளிவரும் தருணத்தைக் காத்து நின்றிருந்தனர் மாணவர்.

“யாழ் ஏன் வளைந்துள்ளது என இன்று கண்டறிந்தேன்” என்றார் பெருவைதிகரான சபரர். “நிமிர்வென்பது பிறிதொன்றால் வெல்லப்படாதிருத்தல். உடலென்று அமைந்த அன்னத்தை வென்றிருக்கிறது வேதம். வேள்வியில் எரிகுளத்தில் அனல்பட்டு உருகி வளையும் விறகு தானும் அனலாகிக்கொண்டிருக்கிறது.” கார்கி விதேகத்தின் வேதச்செழுமையின் உச்சம் என்று சூதர்களால் பாடப்பட்டாள். அவள் காலடியில் அமர தென்னக நாடுகளிலிருந்தெல்லாம் நெடுநாட்கள் நடந்து வந்தணைந்தனர் வேதவிழைவோர்.

ஜனகரின் அமைச்சரான மித்ரரின் மகள் சுலஃபை தன் தோழியருடன் நீர்விளையாட்டுக்குச் சென்றிருந்தாள். முதிரா இளமையை அடைந்திருந்த அவளும் தோழியரும் கன்னியரென விளைந்த பெண்களின் உடலையும் ஆடைகளையும் பேச்சையும் அசைவுகளையும் கூர்ந்து நோக்கி தங்களுக்குள் பேசிக்கொள்ளும் வழக்கம் கொண்டிருந்தனர். எவர் தோள்கள் பெரியவை, எவர் முலைகள் எழுந்தவை, எவர்குரல் இனியது என அவர்கள் சொல்லாடினர். கன்னியர் ஆண்களை நோக்கி விழிமுனையால் உரைக்கும் சொற்களை அவர்கள் அறிவதற்கு முன்னரே இவர்கள் அறிந்தனர். எந்த அழகியை எவரெல்லாம் விழைகிறார்கள், எவருக்கெல்லாம் அவள் விழிகொடுக்கிறாள், எவரையெல்லாம் அவள் தன் வழிநிறுத்தி ஆடுகிறாள் என்று நீருக்குள் கழுத்தளவு மூழ்கி நின்று நாழிகைபோவதறியாமல் கோழிக்குஞ்சுகள்போல மென்குரலில் பேசிச் சிரித்துக்கொண்டார்கள்.

நீராடி முடித்து அவள் சோலைவழியாக தோழியருடன் கூவிச்சிரித்தபடி வருகையில் குடில் ஒன்றின்முன் இளைஞர்கள் கூடி நின்றிருப்பதைக் கண்டாள். அழகுடலும் ஒளிரும் விழிகளும் கொண்டவர்கள் அக்குடில்வாயிலை நோக்கி உணவுக்காக வந்தமர்ந்திருக்கும் பறவைகள்போல காத்து நின்றனர். “அவர்கள் எவரைக் காத்து நின்றிருக்கிறார்கள்?” என்று அவள் அங்கிருந்த காவலனிடம் கேட்டாள். “வேதப்பேரறிவரான கார்கிதேவிக்காக அவர்கள் நின்றிருக்கிறார்கள்.

அவர்களில் எவரை அவர் ஏற்பார் என்று தெரியாதனனால் தவிப்புகொண்டிருக்கிறார்கள்” என்றான் அவன்.

அவள் தன் தோழியருடன் அங்கே சென்று அந்த முற்றத்தில் தானும் நின்றாள். அங்கிருந்த இளையோர் எவருமே அவளையோ தோழியரையோ நோக்கவில்லை. நெடுநேரம் கடந்து கதவு மெல்லத்திறந்து ஒரு மாணவன் வெளிவந்து கார்கிதேவியின் வரவை அறிவித்தான். இரு மாணவர் தொடர வெளிவந்த கூனுடல் பெண்ணைக் கண்டு திகைத்து சுலஃபை பின்னடைந்தாள். அவள் உடல் அறியாது நடுங்கிக்கொண்டிருந்தது. அக்கூனுடலியை நோக்கிச் சென்ற இளைஞர்கள் அவள் காலடியில் பணிந்து “கல்வியைக் கொடையளியுங்கள், ஆசிரியரே” என்று இறைஞ் சினர். அவள் அவர்களின் தலைமேல் கைவைத்து வாழ்த்தினாள்.

திரும்பி ஓடி தன் படுக்கையறைக்குள் சென்று ஒடுங்கிக்கொண்டாள் சுலஃபை. இரவெல்லாம் எண்ணம் ஒழுங்குறாது தவித்துக்கொண்டிருந்தாள். மறுநாள் துயிலின்மையின் மயக்குடன் சோர்ந்து கிடந்தாள். அன்றிரவு அனைத்தையும் மறந்து துயின்றாள். மறுநாள் தெளிவுடன் விழித்து அக்கூனுடலை தன் எண்ணங்களிலிருந்து முழுமையாகவே தவிர்த்து நாள்கடத்தினாள். இசைகேட்டாள். நூல்பயின்றாள். மலர்த்தோட்டத்தில் பந்தாடினாள். அன்றிரவு துயில்கையில் ஒரு கனவெழுந்தது. அதில் அவள் கூனுடலுடன் ஒரு பீடத்தில் அமர்ந்து சுவடி நோக்கிக்கொண்டிருந்தாள்.

திகைத்து எழுந்து அமர்ந்து உடல்நடுங்கி வியர்வைகுளிர்ந்தாள். நெஞ்சைத் தொட்டபடி கண்ணீர்விட்டாள். எவரிடம் அதைப் பகிர்வதென்றே அறியாமல் தவித்தலைந்தாள். மறக்கவும் கடக்கவும் முயல்கையில் பெரிதென எழுந்தது அவ்வெண்ணம். ஒரு கட்டத்தில் ஓடிச்சோர்ந்து களைத்த முயல் சீறித்திரும்புவதுபோல எதிர்நின்று அதைச் சந்தித்தேயாகவேண்டும் என அவள் முடிவுசெய்தாள். ‘ஏன் நான் அஞ்சுகிறேன்?’ என கேட்டுக்கொண்டாள். ‘எதை வெறுக்கிறேன்?’ அவ்வண்ணம் ஒரு வினாவாக அனைத்து அலைக்கழிப்புகளையும் தொகுத்துக்கொண்டதுமே நுரை நீர்ப்படலமாக சுருங்கியழிவதுபோல அது எளிதாகியது.

‘என் நினைவறிந்த நாள் முதல் பேரழகி என்றே சொல்லப்பட்டிருக்கிறேன். எந்தையின் விழிகளின் பெருங்காதலையே நான் முதலில் கண்டேன். அதன் ஒளிமுன் நான் வளர்ந்தேன். அழகி அழகி என என்னிடம் சொன்ன விழிகளை மட்டுமே நான் கண்டிருக்கிறேன்’ என்று அவள் தன்னிடம் சொல்லிக்கொண்டாள். ‘ஆகவே அழகே என் தகுதி என்று எண்ணலானேன். அழகு கவர்வதென்பதனால் மேலும் கவர்வதனூடாக மேலும் அழகுகொள்ளலாம் என எண்ணினேன். என்னை

அழகுசெய்தேன். அழகிய அசைவுகளைக் கற்றுக்கொண்டேன். இனிய நடிப்புகளைப் பழகினேன். பிறரைக் கவர்பவளாக ஆவதற்காகவே என் வாழ்க்கையை இதுவரை அமைத்துக்கொண்டிருக்கிறேன்.'

அவ்வெண்ணம் அவளை எரியச்செய்தது. 'தங்களைக் கவர்வதற்காகவே நான் வாழவேண்டுமென எனக்கு ஆணையிட்டவர் எவர்? எனக்கென்று ஏதுமின்றி தொழும்பர்நிலை கொள்வதே என் தகுதி என நான் எவ்வண்ணம் எண்ணலானேன்? ஏவல்தொழில் செய்ய இளமையிலேயே பழக்கப்படுத்தப்படும் விலங்கா நான்?' அவள் அச்சொற்களை தன்மேல் விழுந்த எரிதுளிகளாக உணர்ந்தாள். ஆனால் மீண்டும் மீண்டும் அச்சொற்களை அள்ளி தன்மேல் சொரிந்து அதில் நீராடி மீண்டெழுந்தாள். 'நான் விழைவதென்ன என்றுகூட இன்றுவரை நான் அறிந்ததில்லை. என் விழைவையே அறியாத நான், என்று என் மகிழ்வை அறியப்போகிறேன்? என்று என் நிறைவைச் சென்றடையப்போகிறேன்?'

'அழகிலாத கூனிவடிவம் என்னை ஏன் கூசச்செய்கிறது? ஏனென்றால் நான் இளமைமுதலே அதனிடமிருந்து அஞ்சி விலகி ஓடிவந்துகொண்டிருக்கிறேன். ஒவ்வொரு ஆடையாலும் ஒவ்வொரு அணிப்பொருளாலும் அதைத் தவிர்த்து முன்செல்கிறேன். ஆனால் நான் செல்லும்பாதையின் இறுதியில் அதுவே எனக்காகக் காத்திருக்கிறது. எந்தத் தெய்வமும் என்னை அதிலிருந்து காக்கமுடியாது. அழகியின் நரகம் முதுமை. அவளை அது கேலிப்பொருளாக்குகிறது. தன்னைத்தானே வெறுக்கச்செய்கிறது.'

தன் ஆடைகளை அள்ளி முதுகில் கட்டிக்கொண்டு கூனியென மாற்றுருக்கொண்டு ஆடியில் நோக்கினாள். அவள் எண்ணியதுபோல உள்ளம் அஞ்சி விலகவில்லை. அவள் அதை நோக்க நோக்க அது அவளையும் நோக்கியது. எந்த முனிவர் முதுமையை அஞ்சுகிறார்? அவர்களின் சிறப்பு காலத்தால் வளர்வது. அளிக்குந்தோறும் பெருகுவது. அந்தக் கூனுடலி சிற்றகவையிலேயே முனிவராகி முதுமைகொண்டவள் மட்டுமே. அவள் அன்றிரவெல்லாம் அக்கூனுடலை நோக்கிக்கொண்டிருந்தாள். அந்த ஆடிமுன்னால் சரிந்து விழுந்து துயின்று அக்கனவில் கூனுடலியாக தன்னைக் கண்டாள். அவ்வுடல் அவளுக்கு இயல்பானதாக இருந்தது.

சுலஃபை மறுநாள் காலையில் கிளம்பிச்சென்று கார்கி வாசக்னேயியைக் கண்டு தாள்பணிந்து தன்னை மாணவியாக ஏற்றுக்கொள்ளும்படி கோரினாள். அவளிடம் "நீ இன்னும் முதிரா இளம்பெண். உன் தந்தையிடம் ஒப்புதல் பெற்று வருக!" என்றாள் கார்கி. மித்ரர் தன் மகளின் விழைவைக் கேட்டு அஞ்சினார். "பெண்ணே, நீ அவள் பெற்றிருக்கும் புகழைக்கண்டு வியக்கிறாய். பெண்ணுக்கு அது எந்த

இன்பத்தையும் அளிப்பதில்லை. அக்கூனியின் உள்ளத்தை அணுகி அறிந்தால் காதலுக்காகவும் தாய்மைக்காகவும் ஏங்கும் ஒரு பெண்ணை நீ காண்பாய்" என்றார் மித்ரர். "அவ்வண்ணம் அணுகுவதற்கும் அவர் மாணவியாக நான் ஆகவேண்டும், தந்தையே" என்றாள் சுலஃபை.

"அவள் எதைவெல்ல வேதத்தை அள்ளி அணைத்துக்கொண்டிருக்கிறாள் என்று நீயே காண்பாய். மானுடரை அவர்களின் உப்பைக்கொண்டு எப்போதைக்குமென அறிக! சொற்களை அத்தருணத்துடன் மட்டும் அமைத்துக்கொள்க!" என்றார் மித்ரர். "தந்தையே, அவள் தழுவிக்கொண்டிருக்கும் வேதம் பிரம்மத்தின் ஒலிவடிவம் என்கிறார்கள். அது கணவனைவிட, மைந்தரைவிட, இல்லறத்தைவிட மேலான முழுமையை அளிக்காதா என்ன?" என்றாள் சுலஃபை. தடுமாறிய மித்ரர் "அளிக்கும் என்றே சொல்கின்றன நூல்கள். ஆனால் வேதம் முற்றுணர்ந்த மாமுனிவரும் காமத்தால் நிலையழிந்த கதைகளைத்தானே புராணங்கள் சொல்கின்றன. அசையாத பீடத்தில் அமர்ந்த முனிவன் துருவன் மட்டுமே" என்றார். "அதை விழைவதையாவது நான் எனக்குரியதாகக் கொள்ளலாமே" என்றாள் சுலஃபை.

"நீ பேரழகி. உனக்காக ஆரியவர்த்தத்தின் மாமுனிவர்களின் இளமைந்தர் சொல்காத்திருக்கிறார்கள். அழியாப்புகழ்கொண்ட மைந்தரை நீ பெற்றெடுக்க முடியும். இல்லமகளாக நிறைந்து பேரன்னையென முதிர்ந்து விண்ணுலகு ஏக முடியும்" என்றார் மித்ரர். "இன்று என் உள்ளம் விழைவது இதுவே. இது பொய்யான விழைவா என நூறுமுறை கேட்டுக்கொண்டேன். இதுவொன்றே நான் என்கிறது என் ஆழம். இதை இன்று தவிர்த்தால் நான் பிறகு வெற்றுடல் என்றே எஞ்சுவேன்."

"அவ்வண்ணமென்றால் எனக்கு ஓர் உறுதியளி. நீ காமத்துறப்பு நோன்பு கொள்ளலாகாது. உரிய அகவையில் மணம்புரிந்துகொள்ளவேண்டும்" என்றார் தந்தை. மகள் அவ்வுறுதியை அளித்தபோது "நீ விழைவதை அடைக!" என வாழ்த்தினார்.

6

கார்கியின் மாணவியாக ஆகி அவளுடன் சுலஃபை கிளம்பிச்சென்றாள். மிதிலையின் எல்லைக்கு அருகே இருந்த கர்கவனம் என்னும் காட்டில் அமைந்த குடிலில் ஆசிரியையுடன் தங்கினாள். அவள் காலடியில் அமர்ந்து சுலஃபை வேதம் கற்றாள். நால்வகை சொல்முறையையும் அறுவகைநோக்குகளையும் ஆழ்ந்து அறிந்தாள். அவர்களிருவரும் இணைந்து வேதச்சொல்லவைகளுக்குச் சென்றனர். ஆசிரியைக்குப் பின்னின்று ஏடு எடுத்தளிக்கும் முதல் மாணவியாக அவள் ஆனாள்.

கார்கியின் மெய்த்திறன் தன்னைச் சூழ்ந்ததும் அவள் உடலழகு தன் விழிகளை நிறைப்பதை சுலஃபை உணர்ந்தாள். ஆசிரியையின் விழிகளில் ஒளியென ஒரு சொல் தோன்றி அது இதழ்களை அடைவதற்குள்ளாகவே அவள் அதை அறிந்தாள். அந்தச் சொல்திகழ்ந்தபின் அவள் இதழ்களில் எஞ்சிய புன்னகையிலிருந்து அடுத்த சொல்லின் ஊற்றுமுகத்தைக் கண்டாள். சிறுபறவை ஒன்றின் ஒலி என எழுந்த கார்கியின் சிரிப்புக்கு நிகரான இனிமையை அவள் எங்கும் காணவில்லை. குறுங்கால்களை எடுத்துவைத்து ஆசிரியை நீராடச்செல்லும்போது ஒவ்வொரு பாதச்சுவடிலும் தொட்டுத்தொட்டு சென்னிசூடித் தொடர்ந்தது அவள் உள்ளம்.

சொல்திறக்கும் கணத்தின் பேருவகையை சுலஃபை கண்டுகொண்டாள். மெய்வெளியின் அணுவடிவே சொல். விசும்புகனிந்த பனித்துளி போல. கோடியாண்டுகள், பல்லாயிரம்கோடி விசைகள், அறியாத பெருநோக்கம் ஒன்று. சொல்லென வந்து நின்றிருப்பதைத் தொட்டு மீண்டும் வெளியாக்குவதே தவம். இன்பத்தில் தலையாயது தவமே. தன்னையழிப்பதே முழுமை. அவள் பிறிதிலாது அங்கிருந்தாள்.

ஒவ்வொருகணமும் மாறிக்கொண்டிருந்தாள். அது வளர்ச்சி அல்ல என்றறிந்தாள். முழுமையிலிருந்து முழுமைநோக்கிச் செல்லும் கணங்கள் அவை. ஒன்றை ஒன்று முழுமையாக நிரப்பிக்கொள்பவை. காலமற்றவை.

அவள் கன்னியானதும் மித்ரர் அவள் அளித்த வாக்கை நினைவுப்படுத்தினார். அவள் அதைத் தவிர்க்கமுடியாமல் தவித்தபோது மேலும் மேலும் வற்புறுத்தினார். "நீ மணம்செய்துகொள்ளலாம், அதுவே நன்று" என்றாள் கார்கி. "என் உடலே எனக்குக் காப்பு. நீ அமர்ந்த அவைகள் எதிலும் உன் உடலுக்குமேல் சொல் ஈர்க்கவில்லை. கன்னி என நீ இருக்கும்வரை உன்னால் உடலைக் கடக்க முடியாது." சுலஃபை "ஆனால் என்னைப் பெண் என அணுகும் ஆண்களனைவரும் எனக்குக் கசப்பையே ஊட்டுகிறார்கள். என்னை மனைவியென்றும் அன்னையென்றும் ஆக்கித் தளைக்கவே அவர்களின் உளம் விழைகிறது" என்றாள்.

உரக்கச் சிரித்தபடி கார்கி சொன்னாள் "ஆம், அவர்களின் குருதி அப்படிப் பயிற்றுவிக்கப்பட்டிருக்கிறது." "அன்னையே, உடலென மட்டும் ஒரு பெண்ணை அணுகுபவன் அப்பெண்ணை சிறுமைசெய்யவில்லையா?" கார்கி சொன்னாள் "ஆம், ஆனால் அவளை அவன் குருதி கருவறை என்று அணுகுகிறது. அது அவனை ஆளும் தெய்வங்களின் ஆணை. மகளே, மானுடரை விரும்பக் கற்றுக்கொள்ளாமல் எவரும் விடுதலைகொள்வதில்லை."

"என் தந்தை முன்பு என்னிடம் சொன்னார், உங்களை அணுகியறிகையில் உங்களுக்குள்ளும் மனைவியும் அன்னையும் ஒளிந்து ஏங்கிக்கொண்டிருப்பதை நான் காணலாகும் என்று. இத்தனை ஆண்டுகளில் நான் அவ்வண்ணம் எதையும் காணநேரவில்லை" என்றாள் சுலஃபை. "நானே நூறாயிரம் முறை திசைமாற்றி நின்று அவ்வினாவை என்னிடம் கேட்டிருக்கிறேன். இல்லை இல்லை என்றே என் அகம் சொல்கிறது" என்றாள் கார்கி. "என் உடலுக்குரிய தெய்வங்கள் இளமையிலேயே என்னைக் கைவிட்டிருக்கலாம். அல்லது நான் என் வேதத்தால் அவர்களை நிறைவுபடுத்தி விண்புகச் செய்திருக்கலாம்."

"இன்று என்னால் கூறமுடிவது ஒன்றுண்டு, ஆண்களைவிட பெண்களுக்கே காமநீப்பும் துறவும் எளிதானது. பெண்களின் காமத்தில் வென்றடக்குவது என்னும் விழைவு கலந்திருப்பதில்லை. ஏற்றவற்றின் முன் தன்னை முழுதளிக்கவும் பெண்களால்தான் முடியும்" என்றாள் கார்கி. "ஆகவே பெண்களுக்கு மெய்மை மெல்லவே வந்தடையும். வந்தடைந்தவை முழுமையாகவே விடுதலையாக உருமாற்றம் கொள்ளும். ஆண்களில் அதன் பெரும்பகுதி ஆணவமெனத் திரிந்து அகம்நிறைத்து நாறும்."

“வேதத்தை பெண்கள் ஆண்களுக்கு நிகரென அறியமுடியாதென்று இன்னும் முனிவரவை எண்ணுகிறது” என்றாள் சுலஃபை. “ஆண்கள் அறியும் வேதத்தை அவர்களுக்கு நிகரென அறிவது பெண்களால் இயல்வதல்ல. பெண்கள் அறியும் வேதத்தை ஆண்களும் அறியமுடியாது. இம்மண்ணும் வானும் அனைவருக்கும் உரியவை என்றால் மகிழ்வும் அறிவும்கூட அவ்வண்ணமே” என்றாள் கார்கி. “எளிய உள்ளம் கொண்டவர் இம்முனிவர்கள். அளியவர் என்றே சொல்லவேண்டும். அவர்கள் அறிந்தவர்கள் என்பதனால் அறிவினூடாக அன்றி பிறிதை அறியமுடியாமல் தளையுண்டிருக்கிறார்கள்.”

மித்ரர் நாள் செல்லச்செல்ல அச்சம் மிக்கவராக ஆனார். ஒவ்வொருநாளும் மகளிடம் வந்து “உன் மணமகனைச் சுட்டு. நான் அவருக்கு உன்னை அளிக்கிறேன். இன்னமும் பிந்துவது உகந்தது அல்ல. இப்போதே என்குடியில் பழிச்சொற்கள் எழத்தொடங்கிவிட்டன” என்றார். அவள் “உகந்தவரைச் சொல்கிறேன்” என்று சொல்லி கடந்துசென்றாள். “உன் தந்தைக்கு அளித்த சொல் இது. இது பிழைத்தால் நான் உயிர்வாழமாட்டேன்” என்றார் மித்ரர். “என்னால் ஆண்களை ஏற்கமுடியவில்லை, தந்தையே” என்றாள் சுலஃபை. “ஏன் இதை இப்படித் தலைமேற்கொள்கிறீர்கள்?” மித்ரர் “நீ அறியமாட்டாய். மணம்புரியாத பெண்ணின் தந்தை பழிசுமந்து சாகவேண்டுமென்பதே இங்குள்ள வழக்கம்” என்றார்.

மிதிலையின் பேரழகி தங்களை மறுக்கிறாள் என்னும் செய்தியே இளைஞரை சினம்கொள்ளச் செய்தது. அவளைப்பற்றிய அலர்களை அவர்களே உருவாக்கினர். அவள் கந்தர்வபூசனை வழியாக பெண்மையை இழந்து உடலுக்குள் ஆணாகிவிட்டாள் என்றனர். அவள் முனிவர்களுடன் முறைமீறிய உறவுகொண்டு வேதக்கல்வியை பெற எண்ணுகிறாள் என்றனர். அவளை மிக விழைந்தவர்களே அவ்வலரை பெருவிருப்புடன் கேட்டு பிறரிடம் பரப்பினர். அவளை வழிபட்டவர்கள் அதைக்கேட்டு தங்கள் முகம்மலர்வதைக் கண்டு தாங்களே வியந்துகொண்டனர். அலர் எழுந்து சூழச்சூழ மித்ரர் நிலையழிந்து பித்துகொண்டவர் போலானார்.

ஜனகரின் அவைகூடலுக்கு வந்த யாக்ஞவல்கியரை அப்போதுதான் சுலஃபை கண்டாள். அவையில் வெண்ணிறத் தாடியும் தோள்புரண்ட பனிக்குழலும் கொண்டு இனியபுன்னகையுடன் எழுந்து நின்று அவர் வேதமெய்மையை உரைத்தார். “தாமரைமலரிதழ் மேல் நீர்த்துளி என அமர்ந்திருக்கிறது இப்புடவி” என சம்பிரமாதி என்னும் முனிவர் சொன்னபோது “அந்தத்தாமரை, நீரளவு மாறினும் ஒழுக்கு கொள்ளினும் நிலைமாறுவதில்லை. அதன் தண்டும் வேரும் அடிச்சேற்றில் ஆழ ஊன்றியிருக்கின்றன” என்று அவர் சொன்னார். அவை “ஆம், ஆம்”

என்றுரைத்தது. அவையில் அமர்ந்திருந்த கார்கியிடம் மெல்ல குனிந்து “அன்னையே, நான் இவரை மணந்துகொள்கிறேன்” என்றாள் சுலஃபை. கார்கி புன்னகைபுரிந்தாள்.

ஆனால் மித்ரர் திகைத்து பின் சினம்கொண்டு கூவினார். “நீ சொல்வதென்ன என்றறிவாயா? அவர் என் வயதே ஆனவர். அவருக்கு முன்னரே மனைவியும் நான்கு மைந்தரும் உள்ளனர்” என்றார். “ஆம், அனைத்தையும் அறிந்தே சொல்கிறேன். என் விழைவை மட்டும் அவரிடம் சொல்லுங்கள்” என்றாள் சுலஃபை. “இது அறிவின்மை. நீ பேரழகி. நீ ஒரு முதியவரை மணந்தாய் என்றால் இங்குளோர் என்ன நினைப்பார்கள்?” சுலஃபை “என்னை அழகிய உடல் மட்டுமென்றே எண்ணியவர்களுக்கு நான் கூறும் மறுமொழி இது. நான் மதிப்பதும் விழைவதும் என்ன என்பதற்கான விளக்கமும் இதுவே” என்றாள்.

மூச்சிளைக்க, உடல் பதற அவளை நோக்கிநின்றார் மித்ரர். அவள் வெண்கலச் சிலையை எரியில் வைத்து பழுக்கச்செய்தது போலிருந்தாள். எது அவளை மேலும் பேரழகியாக்குகிறது? இப்போது அவள் அணிசெய்துகொள்வதில்லை. அழகிய அசைவுகளோ இன்சொற்களோ அவளிடமில்லை. உள்ளிருந்து ஒன்று எழுந்து ஒளியென விரிகிறது. “உனக்கு மைந்தர் பிறப்பதும் அரிது” என்று அவள் விழிகளை விலக்கி சாளரத்தை நோக்கி நின்று மித்ரர் சொன்னார். “அது நன்று என்றே எண்ணுகிறேன்” என்றாள் சுலஃபை. “தந்தையே, என்னைவிட மெய்யறிவில் இளைத்தவர் ஒருவருக்கு மனைவியாகும் இழிவிலிருந்து நான் இவ்வண்ணம் தப்புகிறேன். அதைமட்டும் நோக்குக!”

சலிப்புடன் திரும்பி தன் மாளிகையை அடைந்து சுருண்டு படுத்துக்கொண்டார் மித்ரர். அவர் துணைவி சபரி அவர் அருகே வந்தமர்ந்து “இவ்வாறு அவள் மணம்புரிய ஒப்புக்கொண்டதே நல்லூழ் என்று கொள்வோம். பெண்ணின் உளம்நிறைக்கும் கணவன் எவர் என பிறர் ஒருபோதும் சொல்லிவிடமுடியாது” என்றாள். சினத்துடன் “அவள் எதிர்நிலைகொண்டு இம்முடிவை எடுத்திருக்கிறாள். இது சின்னாட்களிலேயே அவளுக்குச் சுமையாகும்” என்றார் மித்ரர். “இல்லை, அவள் ஆசிரியனை கணவனாக ஏற்றிருக்கிறாள்” என்றாள் சபரி. “ஆண்களுக்கு மனைவி தோழியோ அன்னையோ மட்டுமே. பெண்ணுக்கு கணவன் பிறிதொன்றுமாகவேண்டும். சிலருக்குத் தந்தை, சிலருக்குத் தோழன், சிலருக்குக் காவலன், சிலருக்கு ஆசிரியன்.”

அவள் சொல்கேட்டு ஒருவாறாகத் தேறி பிருஹதாரண்யகம் சென்று யாக்ஞவல்கியரைக்கண்டு தன் மகளின் விழைவைச் சொன்னார் மித்ரர். “விண்ணின் விழைவில்லாமல் பெண் உள்ளத்தில்

அவ்வாறு தோன்றாதென்கின்றன நெறிநூல்கள். ஆனால் நான் முதுமைகொண்டிருக்கிறேன். என் குருதி இனி முளைக்காது என்றே உணர்கிறேன். என் மனைவியின் ஒப்புதலும் இதற்குத் தேவை. ஆனால் நான் சென்று அவளிடம் ஒப்புதல்கோரமுடியாது, அது என் விழைவை அறிவித்தலாகும்" என்றார் யாக்ஞவல்கியர். "என் மகள் வந்து உங்கள் மனைவியைக் கண்டு ஒப்புதல் கோரட்டும்" என்றார் மித்ரர். அந்த ஒப்புதல் கிடைக்கப்பெறாது என்றே அவர் நம்பினார்.

தந்தையுடன் சுலஃபை பிருஹதாரண்யகக் காட்டுக்கு வந்தாள். யாக்ஞவல்கியரின் குடிலுக்குள் சென்று காத்யாயனியைப் பார்த்ததுமே அவள் அனைத்தையும் புரிந்துகொண்டாள். குனிந்து அவள் கால்களைத் தொட்டு "மூத்தவரே, உங்களுக்கு இளையவளாக இங்கிருக்க அருளவேண்டும்" என்றாள். காகங்களை நோக்கிக்கொண்டிருந்த காத்யாயனி திரும்பி தன் கடந்துசென்ற கண்களால் அவளை நோக்கினாள். "நான் உடனிருக்கிறேன் அக்கா" என்றாள் சுலஃபை. "ஆம்" என்று சொல்லி காத்யாயினி அவளைத் தலைதொட்டு வாழ்த்தினாள்.

யாக்ஞவல்கியர் தன் மைந்தரின் ஒப்புதலுடன் மாணவர் புடைசூழ சுலஃபையை மணம்புரிந்தார். அவள் பிருஹதாரண்யகப் பெருங்காட்டில் இரண்டாவது ஆசிரியமனைவியாக மைத்ரேயி என்னும் பெயருடன் அமைந்தாள்.

7

பிருஹதாரண்யகத்தில் மைத்ரேயி இளைய அறத்துணைவியாகவும் காத்யாயனியின் ஏவல்பெண்டாகவும் வாழத்தொடங்கினாள். இருபதாண்டுகளாக பிருஹதாரண்யகக் கல்விநிலை வளர்ந்து பேருருக்கொண்டிருந்தது. ஒவ்வொரு கிளையிலிருந்தும் பறவைச்செய்திகள் வழியாகவே தொடர்புகள் நிகழ்ந்தன. வரும்செல்வத்திற்கு கணக்குகள் வைத்துக்கொள்வதும், மாணவர்களுக்கும் ஆசிரியர்களுக்கும் அவற்றை முறையாகப் பகிர்ந்தளிப்பதும், ஒவ்வொருநாளுமென வந்துகொண்டிருந்த நூற்றுக்கணக்கான பூசல்களுக்கும் மனக்குறைகளுக்கும் தீர்வுகாண்பதும் ஓர் அரசு நடத்துவதற்கிணையான செயல்களாக இருந்தன.

அப்பொறுப்பைத் தன் எட்டு மாணவர்களுக்கும் நான்கு மைந்தர்களுக்குமாகப் பகிர்ந்தளித்திருந்தார் யாக்ஞவல்கியர். ஆயினும் இறுதியில் அவரே அனைவரும் ஏற்கும் முடிவை எடுத்தாகவேண்டியிருந்தமையால் மெய்ப்பொருள் எண்ணுவதும் ஊழ்கத்திலாழ்வதும் அவருக்கு அரிதாகவே வாய்த்தன. ஐவேளை எரியோம்புவதே அடையாளச் சுருக்கமாகத்தான் செய்யமுடிந்தது. முதற்புலரியில் எழுந்து அவர் கதிர்வணக்கம் புரிகையிலேயே கரையில் அவருக்காக மாணவர்களும் ஆசிரியர்களும் ஏவலர்தலைவர்களும் காத்து நின்றிருப்பது வழக்கமென்றாயிற்று. அவர் நாளின் அனைத்துக் கணங்களும் பங்கிடப்பட்டிருந்தன.

நாளும் அரசர்களின் தூதர்களும் முனிவர்களும் அக்கல்விநிலைக்கு வந்தனர். அயல்நிலத்து முனிவர் நெடுந்தொலைவு கடந்து அவரைக் காணவென்றே வந்தனர். அரசர்களும்கூட காணவருவதுண்டு. அவருடைய நாட்கள் அச்சந்திப்புகளுக்காக நேரத்தைப் பகுப்பதிலேயே

கழிந்தன. அவ்வாழ்க்கையின் பொருளின்மைகூட சித்தத்தில் படாத அளவுக்கு அவர் ஓடிக்கொண்டிருந்தார். எப்போதாவதுதான் அவர் தன் அறத்துணைவியர் இருந்த குடிலுக்கு வந்தார். அங்கு தனக்கு இரு மனைவியர் இருப்பதை அப்போதுதான் நினைத்துக்கொண்டதுபோல விழிப்புகொண்டு உளம் திரட்டி அவர்களிடம் இன்சொல் உரைப்பார்.

நாள்போக்கில் களைத்து தளர்ந்து மஞ்சத்திற்கு வரும்போது நிழலென விழிக்குத் தோன்றும் இளம்துணைவியிடம் ஓரிரு சொற்கள் பேசுவதும் அரிதாயிற்று. மகளிருடன் மகிழ்கையிலும் உள்ளே துறவுநிலை கொண்டவர்கள் உண்டு, துறவுக்குள்ளும் காமம் கரப்பவர் போல. அவருள் வாழ்ந்த வேதப்படிவர் உண்மையில் மணம்புரிந்து மகளிரை அறியவே இல்லை. காத்யாயனியின் காதலில் உவந்திருந்தபோதும், அவள் அளித்த இளமைந்தரை கையிலேந்திக் களித்தபோதும்கூட அந்த வேதப்படிவர் அதை உணரவில்லை. அன்று மேற்பரப்பு மட்டும் உருகிய அரக்குக்கட்டி போன்றிருந்தார், பின்னர் அதுவும் உறைந்து நிலைமீண்டது. ஓயாக்காற்றில் ஏற்று நின்றிருக்கும் காற்றாடிப்பொறியின் அச்சு என அவர் தேய்ந்துகொண்டிருந்தார்.

ஆனால் மைத்ரேயி தன்னை இயல்பாக அச்செயற்பெருக்கில் பொருத்திக்கொண்டாள். அவள் வருகையில் எந்த எதிர்பார்ப்புடனும் இருக்கவில்லை. தன்னை எவ்விதமாகவும் உருவகித்துக் கொண்டிருக்கவுமில்லை. எனவே வந்ததுமே அங்குள்ள மண்ணில் புதுமுளை என தளிர்விட்டெழ அவளால் இயன்றது. யாக்ஞவல்கியருக்குரிய பணிவிடைகளை அவர் குடிலுக்கு வரும்போது இயல்பாக ஆற்றினாள். அவரில்லாதபோதும் அங்கு அவர் இருப்பதாகவே எண்ணிக்கொண்டாள். கொல்லையின் கன்றுகளையும் அடுமனையின் ஏவல்பெண்டுகளையும் புரந்தாள். தன் மூத்தவளுக்கு இயல்பான தோழியாகவும், ஏவல்பெண்ணாகவும் இருந்தாள்.

மெல்ல அவள் கைகள் விரிந்து அக்கல்விநிலையின் அனைத்து அன்றாடப்பணிகளையும் நிகழ்த்தத் தொடங்கின. கல்விநிலையில் இளமைந்தரின் நலன்களை நோக்கத் தொடங்கியவள் செல்வம் வருவதையும் போவதையும் வழிநடத்தலானாள். பின்னர் நெறிநிறுத்தவும் மீறல்களைக் கண்டு சுட்டவும் தொடங்கினாள். யானை தன் பாகனைக் கண்டுகொள்வதுபோல அக்கல்விநிலை தன் தலைவியை மத்தகத்தில் ஏற்றிக்கொண்டது.

யாக்ஞவல்கியருக்காகக் காத்திருந்த பலமுடிவுகள் அவளால் எடுக்கப்பட்டன. அவள் எடுக்கும் ஒரு சிறந்த முடிவு பத்து புதிய முடிவுகளைக் கொண்டுவந்து வாயிலில் நிறுத்தியது. நாளடைவில்

அவளே பிருஹதாரண்யகக் கல்விநிலையின் அனைத்துப் பிரிவினராலும் ஏற்கப்பட்ட முதல்வி என்றானாள். யாக்ஞவல்கியரின் நான்குமைந்தரும் அவளையே முதன்மை அன்னை என கருதினர். ஆசிரியர்கள் அவளை யாக்ஞவல்கியரின் மாற்றுருவென எண்ணினர். முதற்புலரியிலெழுந்து மங்கலத் தோற்றத்தில் தன் குடிலருகே இருக்கும் கொட்டகைக்கு ஏவல்பெண்டிருடன் அவள் வரும்போது அங்கே அவளுக்காக கல்விநிலைகளின் தலைவர்களும் அரசதூதர்களும் ஆசிரியர்களும் பொருள்காப்பாளர்களும் காத்து நின்றிருந்தனர்.

அவளால் யாக்ஞவல்கியரின் பணிச்சுமைகள் குறைந்தன. ஆனால் விடுவிக்கப்படுந்தோறும் அவர் விலகிச்சென்றார். ஒருகட்டத்தில் அப்பெரும் கல்விநிலையில் அவர் ஆற்றுவதற்குரிய செயல்கள் மிகக்குறைவாக ஆயின. அப்பெருக்கு அவரைக் கடந்து முன்னால் சென்றுவிட்டிருந்தது. அவர் அந்த மாற்றத்தையும் அறியவில்லை. அவர் உள்ளம் வேதச்சொல்லை நாடியது. நாட்கணக்கில் மீளாச்சித்தத்துடன் சொற்களைத் தொடர்ந்து புறமென்றான மொழியிலும் உள்ளென்றான காட்சிகளிலும் அலைந்தார். அவரைக் காணவென வந்த வேதப்படிவர்கள்கூட ஓரிரு சொற்களுக்குப்பின் மைத்ரேயியைச் சந்தித்து மீள்வதையே விரும்பினர்.

மைத்ரேயி கூடவே காத்யாயனியுடன் மேலும்மேலும் அணுக்கமாகிக் கொண்டிருந்தாள். யாக்ஞவல்கியர் நாளெல்லாம் ஓடிச்செய்த பணிகளை அரைநாளிலேயே முடித்து இல்பேணவும் அவளுக்கு நேரமிருந்தது. இரவுகளில் மூத்தவளுடன் தனியாக அமர்ந்து பேசிக்கொண்டிருப்பது அவள் வழக்கம். தொடக்கநாட்களில் கோயிற்சிலை என சொல்லறியாதவளாக இருந்த காத்யாயனியின் விழிகள் பின்னர் மெல்ல அவளை அடையாளம் கண்டுகொண்டன. அவளுக்காக தேடலாயின. பின்னர் அவளிடம் மட்டுமே மூத்தவள் பேசினாள். மழலைபோல மெல்லிய குரலில் பறவைகளைப்பற்றியும் பசுக்களைப்பற்றியும் அவள் சொன்னாள். சிரித்து நாணினாள். விண்மீன்களைச் சுட்டி புரியாத சொற்கள் பேசுகையில் கனவுக்குள் சென்று நீள்மூச்சுடன் மீண்டாள்.

அவள் பேச்சின் உள்ளடக்கம் என்பது எப்போதுமே அங்கிருந்து கிளம்புவதாகவே இருப்பதை அவள் ஒருநாள் உணர்ந்தாள். வெளியே என கைசுட்டியபடிதான் அவள் பேசத்தொடங்கினாள். பேசிப்பேசிக் களைத்து அவள் துயிலும்போதும் கைகள் வெளியே என சுட்டப்பட்டிருக்கும். அச்சுட்டுவிரலை நோக்கியபடி அவளருகே அமர்ந்திருக்கையில் மைத்ரேயி பெரும் உளக்கிளர்ச்சியை அடைந்தாள். அவளருகே படுத்து அவளுக்கிணையாகத் தலைவைத்து அந்தச் சுட்டுவிரல் காட்டிய திசையை நோக்கிக்கொண்டிருந்தாள். அப்பால்

கரிய வானம் விண்மீன்சிமிட்டல்கள் பெருகிப்பரக்க வளைந்திருந்தது. வெட்டவெளி. பொருளின்மை. அறியமுடியாமை. அனைவரும் சென்றுசேரும் கருமை அது என்கின்றன நூல்கள்.

அவள் விட்டுத்தாவி சுழன்று மீண்டும் ஆடும் எண்ணங்களைத் தொடர்ந்துகொண்டிருக்கையில் ஒரு விண்மீன் கீழிறங்கியது. அது கிழித்த செந்நிறக்கோடு சிலகணங்கள் எஞ்சியிருந்தது. அவள் அது மறைவதைக் கண்டு கண்களைமூடி இமைகளுக்குள் மேலும் சிலகணங்கள் அதை நீட்டித்தாள். எங்கோ இலைகள் கலையும் ஒலி. கன்றின் சாணிமணத்துடன் காற்று வந்து குழல்கலைத்துச் சென்றது.

அவள் விழிமூடப்போகும்போது ஒருவிண்மீன் சுழன்று பறந்தபடி அணுகுவதைக் கண்டாள். அது அவளை நோக்கித்தான் வந்துகொண்டிருந்தது. நோக்கியிருக்கையிலேயே ஐயமெழுந்தது. அதை விழிகளுக்குள் தேக்கிக்கொள்ளவேண்டுமென முனைந்தாள். விழிமூடி அந்த ஒளித்துளியை அசையாது நிறுத்தினாள். வேதச்சொல் ஒன்றை அதனுடன் இணைத்து இசைக்க வைத்தாள். அச்சொல் ஒளிச்சுடராக அவள் விழிகளுக்குள் நின்றிருந்தது.

ஒருநாள் யாக்ஞவல்கியர் தன் ஊழ்க அறையிலிருந்து எழுந்து தான் உருவாக்கிய கல்விநிலையினூடாகச் சென்றுகொண்டிருந்தபோது எதிரேவந்து வணங்கி அகன்ற மாணவன் ஒருவனின் விழிகளுக்கு தான் முற்றிலும் அயலான் எனக் கண்டுகொண்டு உளம் அதிர்ந்தார். அது வெறும் ஐயமா என்று திகைத்து ஒவ்வொருவர் விழிகளாக நோக்கிக்கொண்டு சென்றார். அனைவருமே அவரை முற்றிலும் அயலான் என்றே நோக்கினர். பின்னர் உணர்ந்தார், உண்மையில் அவர்கள்தான் அவருக்கு அயலவர் என்று. எவர் பெயரும் முகமும் அவருக்குத் தெரிந்திருக்கவில்லை. அவர் மாணவர்களைச் சந்தித்து உரையாடியே பல்லாண்டுகள் ஆகியிருந்தன. ஆசிரியர்கள் பலரை அவர் முழுமையாகவே மறந்துவிட்டிருந்தார். அடையாளம் காணாவிழிகளை விழிகள் அடையாளம் காண்பதில்லை.

அப்படியென்றால் நான் இறந்துவிட்டேனா என அவர் தனக்குத்தானே கேட்டுக்கொண்டார். அலைகளை நீர்ப்பரப்பு என இறந்தவர்களை மானுடம் அக்கணமே மறந்துவிடும் என அவர் கற்றிருந்தார். உடலென எஞ்சும்போதே ஒருவன் இறந்துவிடக்கூடுமா? அவ்வெண்ணமே பேரச்சத்தை எழுப்பியது. ஒவ்வொருவரையாக அழைத்து “நான் இறக்கவில்லை” என்று கூவவேண்டுமென வெறி எழுந்தது. ஒருநாள் முழுக்க அந்தக்கொந்தளிப்பு நீடித்தது. பிருஹதாரண்யகக் கல்விநிலை அமைந்தபோதே அங்கு வந்த மூத்த ஆசிரியர் ஒருவரைத் தேடிச்சென்றார்.

அவரைக் கண்டதுமே எழுந்து வணங்கி நின்ற அந்த ஆசிரியர் விழிகளில் இருந்தது இறந்துபட்ட மூதாதையர் மேல் கொண்ட பணிவே என உணர்ந்ததும் ஒரு சொல் பேசாது மீண்டார்.

அன்று ஆற்றங்கரையில் நீரொழுக்கை நோக்கி அமர்ந்திருக்கையில் அஸ்வாலாயனரின் சொற்றொடர் எண்ணத்தில் ஓடியது. "மூன்றுமுறை பிறக்காதவன் முறையாக இறப்பதில்லை." பலநூறுமுறை பேசி ஆய்ந்த சொற்றொடர் ஆயினும் அத்தருணத்தில் அது திகைப்புடன் எழச்செய்தது. வைசம்பாயனரின் குருநிலையில் இருந்து கிளம்பும்போது அதே போன்று தான் இறந்துவிட்டதாக அவர் உணந்திருக்கிறார் என நினைவுகூர்ந்தார்.

அன்று நோக்கும் விழிகளெல்லாம் மிக அப்பால் பிறிதெவரோ என தோன்றின. அவர்கள் வாழும் ஒவ்வொரு இடத்தையும், அவர்கள் சொல் ஒவ்வொன்றையும் இது அல்ல இது அல்ல என்று விலக்கியே அவர் பிருஹதாரண்யகக் காட்டுக்கு வந்தார். சூரியரைச் சந்தித்து அவர் அளித்த மெய்சொல்லைப் பெற்றபோது மீண்டும் பிறந்தெழுந்தார். 'இது இரண்டாவது இறப்பு, நான் மூன்றாவதாகப் பிறந்தெழவேண்டும்' என சொல்லிக்கொண்டார். சொல்லென அமைத்தபோது முதலில் திகைப்பூட்டும் பொருளின்மைகொண்டிருந்தது அவ்வெண்ணம். சொல்லச்சொல்ல அணுகி காற்றென வெளியென சூழ்ந்துகொண்டது. அதில் வாழத்தொடங்கினார். மெல்ல அது இனிதாகியது. ஆம், இரண்டாவது இறப்பு, மூன்றாம் பிறப்பு.

தன் இல்லறக்குடிலை அவர் அடைந்தபோது நாளும் அவர் அங்கே வந்துசெல்வதுபோன்ற இயல்புடன் மைத்ரேயி வந்து அவரை வரவேற்றாள். அவர் கைகால் கழுவி பீடம்கொண்டதும் இன்னீர் கொண்டுவந்தளித்தாள். அவர் அருகே வணங்கி நின்றாள். அவளுடைய அழகிய இளமுகத்தை அவர் அன்று புதிதென நோக்கினார். அவர் புன்னகைத்தபோது அவளும் அது புதிதல்ல என்பதுபோல புன்னகைசெய்தாள். "இளையவளே, உன் மூத்தவளையும் இங்கு அழைத்துவா" என்றார் யாக்ஞவல்கியர். "இன்று நான் உங்களுக்கான இறுதிச்சொற்களைச் சொல்லவிருக்கிறேன்."

மைத்ரேயி சென்று காத்யாயனியை அழைத்து வந்து அருகே நிறுத்தினாள். "இல்லத்தரசிகளே, நான் இன்றுமாலையுடன் இந்த வாழ்க்கையிலிருந்து இறந்து அகலவிருக்கிறேன். நாளை முற்றிலும் புதிய வாழ்வொன்றில் பிறிதொருவனாக மீளப்பிறப்பேன். செல்வதற்கு முன் இப்பிறவியில் நான் இயற்றிய அனைத்தையும் முழுமையாக முடித்துச்செல்ல விரும்புகிறேன்" என்றார் யாக்ஞவல்கியர். மைத்ரேயியின் முகத்தில்

புன்னகை அவ்வண்ணமே இருந்தது. காத்யாயனி அச்சொற்களைக் கேட்டதாகவே தெரியவில்லை.

காத்யாயனியிடம் "எனக்கு இனியதுணைவியாக இருந்தாய். என் மூதாதையர் மகிழும் மைந்தரை அளித்தாய். நான் உனக்கு ஆற்றியவற்றில் குறைகளும் பிழைகளும் இருந்தால் அவை முழுமையாகவே என்னைச் சார்ந்தவை. என் மூதாதையர் பொருட்டும் என் மைந்தர் பொருட்டும் அவற்றை நீ பொறுத்தருளவேண்டும் என்று கோருகிறேன். உன் கணவனாக வந்தவன் முதிர்ந்து மைந்தனாகி அமைந்துள்ளேன். உன் கால்களில் தலைவைத்து இன்சொல்லைக் கோருகிறேன்" என்றார். அவள் முகம் அச்சொற்களுக்கு அப்பால் இருந்தது.

மைத்ரேயியிடம் "இளையவளே, நீ விழைந்து வந்தது என்ன என நான் அறியேன். மானுடரை ஒவ்வொரு வயதுக்கும் அப்பருவத்திற்குரிய பூதங்கள் பிடித்தாட்டுகின்றன. என்னை சொல்பூதம் ஆண்டது. பின்னர் காமம் கைப்பற்றியது. பொருள்பூதம் கையிலிட்டு விளையாடியதுண்டு. நீ வந்தபோது என்னை ஆண்டது நானறியா பூதம் ஒன்று. அது என்னைக் கொண்டுசென்று காட்டியவை எவையென இன்றும் என்னால் சொல்லிவிட இயலாது. உன்னை நான் புறக்கணித்தேன். கணவன் என உனக்கு நான் அமையவில்லை. நீ எனக்கு அளித்த அனைத்துக்கும் பிறிதொரு உலகில் ஈடுசெய்கிறேன். என்னை வாழ்த்தி நற்சொல் உரைக்கவேண்டும்" என்றார். அவள் புன்னகையுடன் "எப்போதுமிருக்கும் சொல்லுக்கு அப்பால் ஏதுமுரைக்கவேண்டியதில்லை" என்றாள்.

"இக்கல்விநிலையின் பொறுப்புகளை அடித்தளம் முதலே பகிர்ந்தளித்துக்கொண்டுதான் வந்துள்ளேன். என் மைந்தருக்கும் ஆசிரியர்களுக்கும் உரிய பொறுப்புகளை எழுதி வைத்திருக்கிறேன்" என்றார் யாக்ஞவல்கியர். "இனி உங்களுக்கு நான் செய்யவேண்டியது. குலமகளிருக்குரியவை இல்லங்களும் நிலங்களும் ஆநிரையும் பொன்னும் என்கின்றன நூல்கள். இக்கல்விநிலையில் நான் தங்குவதற்கென அமைக்கப்பட்ட குடில்கள் உங்களுக்குரியவை. இக்கல்விநிலைக்கு அப்பால் எனக்கு மட்டுமென மன்னர்கள் அளித்த கழனிகளை இருவருக்கும் இணையாகப் பகிர்ந்தளிக்கிறேன். எனக்கு வேள்விக்கொடை என அளிக்கப்பட்ட ஆநிரைகள், எனக்கு கல்விக்கொடை என அளிக்கப்பட்ட பொன் ஆகியவற்றையும் இரண்டாகப் பகுத்து இருவருக்கும் அளிக்கிறேன். உங்கள் வாழ்க்கை துயரற்றதாக ஆகவேண்டும் என்றும், நீங்கள் நிறைவடையவேண்டும் என்றும் வாழ்த்துகிறேன்" என்றார்.

மைத்ரேயி புன்னகை மாறாமல் "இவற்றை நீங்கள் ஏன் அளிக்கிறீர்கள்?" என்றாள். "ஏனென்றால் இவற்றால் எனக்கு இனி பயனில்லை. நான்

இப்பிறப்பில் இனி வாழப்போவதில்லை” என்றார் யாக்ஞவல்கியர். “அப்படியென்றால் இங்கிருந்து பயனுள்ள எதை எடுத்துச்செல்கிறீர்கள்?” என்றாள் மைத்ரேயி. அக்கேள்வியை எதிர்கொண்டதும் அவர் ஒருகணம் திகைத்தார் “நீ கேட்டபின்னரே எண்ணினேன். மானுடன் மறுபிறவிக்குக் கொண்டுசெல்லக்கூடியவை இரண்டே, வினைப்பயனும் மெய்யறிவும். வினைப்பயன் தானாக உடன் வரும், மெய்யறிவு எடுத்துச்செல்லப்படவேண்டும்.”

“ஆசிரியரே, பயனுள்ளவற்றை நீங்கள் எடுத்துச்செல்கிறீர்கள் என்றால் பயனற்ற பழையவற்றை எங்களுக்கு விட்டுச்செல்கிறீர்கள் என்றல்லவா பொருள்?” என்றாள் மைத்ரேயி. “நான் அளிப்பவை இப்புவியில் கணவன், மனைவிக்கு அளிக்கக்கூடியவை அனைத்தும் அல்லவா? இவையே இவ்வாழ்வின் பொருள் என்பதனால்தான் பொருளென அழைக்கப்படுகின்றன” என்றார் யாக்ஞவல்கியர். “இவற்றில் என்றுமழியாதவை எவை?” என்று அவள் கேட்டாள். “அழிவதே பொருள்” என்றார் யாக்ஞவல்கியர். “அழிபவை அழியாத ஒன்றை அளிக்க இயலுமா?” என்றாள் மைத்ரேயி. “இல்லை, அவை அளிக்கும் அனைத்தும் அழிபவையே.”

“ஆசிரியரே, அழியக்கூடிய ஒன்று எப்படி நிறைவை அளிக்கமுடியும்? மாறாநிலையே நிறைவு எனப்படுகிறது” என்றாள் மைத்ரேயி. “நிறைவை அளிக்கும் செல்வம் எது?” என்று அவள் மீண்டும் கேட்டாள். “விடுதலை” என்று அவர் சொன்னார். “விடுதலையை அளிப்பது எது?” என்றாள் மைத்ரேயி. “கட்டியிருப்பது அறியாமை. அறிவே விடுதலையாகும்” என்றார் யாக்ஞவல்கியர். “அறிவின் உச்சம் என்ன?” என்றாள். “தன்னை அறிதல்” என்றார் யாக்ஞவல்கியர். “முழுவிடுதலை எப்படி அடையப்பெறும்?” என்றாள் மைத்ரேயி. “அறியுந்தோறும் அறிதலே கட்டுகளாகின்றது. அறிவிலிருந்து அடைவதே முழுவிடுதலை” என்றார். “ஆசிரியரே, விடுதலை அடைந்தவன் எப்படி இருப்பான்?” என்றாள். “அறிவழிந்து அறிவென அமைந்திருப்பான்” என்றார் யாக்ஞவல்கியர். “ஆசிரியரே, அந்த மெய்யான செல்வத்தை எங்களுக்கு அருளவேண்டும்” என்று அவள் கோரினாள்.

அப்போதுதான் அவர்களை பெண்கள் என்றே தான் எண்ணியதை யாக்ஞவல்கியர் உணர்ந்தார். மாணவர்களாக அவர்கள் ஏன் ஒருகணமும் விழிகளில் தென்படவில்லை என வியந்தார். அப்போது தன்னுள் ஓடிய உளச்சித்திரங்களில் காத்யாயனியின் விழிகளைக் கண்டபோது அதிலிருந்த தீராத ஏக்கம் எதன்பொருட்டு என்று அறிந்தார். இரு கைகளையும் கூப்பியபடி “பெரும்பிழை செய்துவிட்டேன், இப்போது

அறிகிறேன் அனைத்தையும். இங்கு நான் இயற்றிநிறைவுசெய்யாத பெரும்பணி என்பது உங்கள் இருவருக்கும் நானறிந்த மெய்யறிவை முற்றளிப்பதே" என்றார்.

"அருகமர்க!" என அவர்களை அழைத்தார். அவர்களை அணைத்து தலையை சுற்றிப்பற்றி காதில் அவர்களுக்கு மட்டுமேயான குரலில் ஊழ்கச்சொல்லைச் சொன்னார் "அஹம் பிரம்மாஸ்மி."

8

பிருஹதாரண்யகத்திலிருந்து முதற்காலடியை எடுத்துவைப்பதைப்பற்றி யாக்ஞவல்கியர் அன்றிரவு முழுக்க எண்ணிக்கொண்டிருந்தார். கொந்தளித்த உள்ளத்துடன் தன் குடிலுக்குள் சுற்றிவந்தார். வெளியே மின்மினிகள் செறிந்த இருட்டு ரீங்கரித்துக்கொண்டிருந்தது. பல்லாண்டுகளுக்கு முன்பு சூரியரைப்பார்ப்பதற்காக அக்காட்டுக்குள் முதற்காலடியை எடுத்துவைத்த நாளை மீண்டும் மீண்டும் எண்ணிக்கொண்டார். எத்தனையோ ஆண்டுகளுக்கு முன்பு முழுமையாகவே உளக்காலத்தில் மறைந்துவிட்டிருந்த நாள் அது. அப்போது ஒவ்வொரு மணற்பருவும் ஒவ்வொரு ஒலித்துளியும் தெளியும்படியாக எழுந்துவந்தது.

அவர் இடையாடை அன்றி ஏதுமில்லாது அந்தப்பெயரற்ற காட்டின் அருகே வந்து சுழித்தோடிய வெண்ணிறஓடையை நோக்கியபடி நின்றார். அக்காடு பிற எங்குமில்லாத ஒன்றைக் கொண்டிருந்தது, அது என்ன என்று கூர்ந்தார். பறவைகளின் ஒலிகள். அணில்களும் பிற சிற்றுயிர்களும் எழுப்பிய ஒலிகள். காற்றின் ஒலி. கந்தகம் கலந்த மணம். பின்னர் உணர்ந்தார், அக்காடு எவரையும் கொல்வதில்லை என. அங்கு நாகங்களோ கொலைவிலங்குகளோ இல்லை. அதை அறிந்ததுமே அக்காட்டின் ஒலி பெரும் கொண்டாட்டமாக ஆகியது. மாற்றிலாத வாழ்வு மட்டுமே தேங்கிய ஒரு பசும்பரப்பு.

அங்கு பிறமானுடர் எவருமில்லை என்றே அப்போது எண்ணினார். சூரியர் குகைக்குள் தவம்செய்வதை ஓர் உள்ளுணர்வாக அவர் அடைந்தது அதன்பின்னர்தான். அந்த ஓடையைத் தாண்டுவதா என எண்ணி ஒருகணம் தயங்கிநின்றார். அப்பால் புதருக்குள் இருந்து

வெளிவந்த கீரி ஒன்று இளவெயிலில் பிசிறிநின்றிருந்த மென்மயிர் உடலுடன் குழந்தைமுகத்துடன் இருகால்களில் அமர்ந்து எழுந்து நின்று அவரை நோக்கியது. அதன் மணிக்கண்களில் ஒரு திகைப்பு இருந்தது. அவர் தன் இடையாடையை எடுத்து அப்பால் வீசிவிட்டு ஓடைகடந்து காட்டுக்குள் காலடி எடுத்துவைத்ததும் அது திடுக்கிட்டு, அமர்ந்திருந்த இடத்திலேயே இல்லாமலாயிற்று. அவர் நடந்தபோது அவருக்குப்பின் அது வளையிலிருந்து எழுந்து அமர்ந்து அதே திகைப்புடன் நோக்கியது.

அவர் அக்காலடியை பேருவகையுடன் உடல்முழுக்க உணர்ந்தார். மீண்டுமொரு கால்வைத்தபோது "இதோ! இதோ!" என்று கூச்சலிட்டுக் கொப்பளித்தது உள்ளம். "இத்தருணம்! இது என்றுமிருக்கும். நான் அதை அத்தனை அழுத்தமாக எனக்குள் உணர்கிறேன்." அதை அவர் பின்னர் பலமுறை மாணவர்களுக்குச் சொல்லியிருக்கிறர். பிருஹதாரண்யக கதாமாலிகாவிலும் மற்ற சில நூல்களிலும் அத்தருணம் பலவகையாக காவியத்தன்மைகொண்டு மொழியில் பதிந்திருக்கிறது. பின்னர் அது காவியநிகழ்வாகி அவரிடமிருந்தும் அகன்றது.

மறுநாள் புலர்வதற்காக அவர் காத்திருந்தார். கருக்கிருட்டு செறிந்தபோது, காற்றின் குளிர் அழுத்தம்கொண்டபோது வெளியே சென்று வானை நோக்கினார். விடிவெள்ளி தோன்றுவதைப் பார்க்க அங்கே காத்து நின்றார். வானம் விண்மீன்வெளியாகக் கிடந்தது. பெரும்பெருக்கொன்று கிழக்கிலிருந்து மேற்குநோக்கி ஒழுகிச்செல்வது போல, அல்லது மேற்கிலிருந்து கிழக்கு நோக்கியா? அவ்வாறு எண்ணியதுமே அது தீப்பந்தப்பொறி போல நாலாபக்கமும் தெறித்துப்பரவுவதைக் காணமுடிந்தது. ஒருகணத்தில் மாறாது காலக்கருமையில் அமைந்திருந்தது. விடிவெள்ளி எப்படித் தோன்றும்? சூரியனையும் சந்திரனையும்போல தொடுவான் கோட்டிலிருந்து உதித்தெழுமா?

முதல் கரிச்சானின் மெல்லிய குரலைக் கேட்டார். அது விடிவெள்ளி கண்டபின்னரே குரலெழுப்பும் என்பார்கள். விழிதூக்கியபோது விடிவெள்ளி அங்கிருந்தது, அது எப்போதுமே அங்குதான் அமைந்திருக்கும் என்பதுபோல. திகைப்புடன் அவர் அதையே நோக்கிக்கொண்டிருந்தார். இருளிலிருந்து பிதுங்கி வந்ததா? இல்லை பிறிதொரு விண்மீனிலிருந்து துளித்துச் சொட்டியதா? இல்லை தன் விழிகளிலிருந்து அங்கு சென்றதா? தன் எண்ணத்தில் அது முளைத்ததா? அவ்வெண்ணம் ஒருகணம் அவரை உடல்திறந்து காற்றாக ஆக்கிப் பரப்பியது. "இவை நான்!"

மீண்டபோது விடிவெள்ளி மேலெழுந்திருந்தது. பறவைக்குரல்கள் சூழ ஒலித்தன. உள்ளே சென்று தன் பொருட்களை எடுத்துக்கொண்டு செல்லவேண்டுமென எண்ணியதுமே புன்னகை எழுந்தது. அங்கிருந்தே கிளம்பி இருளுக்குள் காட்டுப்பாதையில் நடந்தார். மையச்சாலையில்

அப்போது பேச்சுக்குரல்கள் ஒழுகத்தொடங்கிவிட்டிருந்தன. ஆனால் காடு இருட்டுக்குள்தான் கிடந்தது. தலைக்குமேல் விடிவெள்ளியால் எழுப்பப்பட்ட பறவைகளின் ஒலி நிறைந்திருந்தது. நீரின் ஒலி கூடவே வந்துகொண்டிருந்தது.

பின்புலரியில் அவர் காட்டின் அறியாத மறு எல்லை ஒன்றை அடைந்திருந்தார். அங்கு அவருடன் புதருக்குள் வந்துகொண்டிருந்த வெண்ணிற ஓடை வளைந்து புல்வெளியில் ஒளிவிட்டபடி கிடந்தது. அதற்கப்பால் சென்ற பசும்புல்பரப்பைக் கண்டார். ஓடைக்கரையை அடைந்ததும் மறுபக்கமிருந்து வந்த காற்றே சொன்னது, அது பிருஹதாரண்யகத்தின் எல்லை என்று. அங்கு மேய்ந்துகொண்டிருந்த மான் அவரைக் கண்டதும் தலைதூக்கி காதுகளை முன்கோட்டி மூக்கு கூர்ந்தது.

தனக்குள் எந்த எண்ணம் எழுகிறது என்று பார்த்தார். தன் எண்ணங்களை நோக்கியபடி நடந்துகொண்டேயிருந்தார். ஒன்றும் நிகழவில்லை. உள்ளம் மிக இயல்பாக ஓடிக்கொண்டிருந்தது. ஓடையைக் கடந்தபின்னர்தான் அவர் அதைக் கடந்திருப்பதையே உணர்ந்தார். மான் இடச்செவியை மட்டுமே அவருக்காக ஆட்டியது. முன்வலக்காலை உதறியபடியும் தும்மலோசை எழுப்பியபடியும் அது மேய்ந்துகொண்டிருந்தது. அவர் அதைக் கடந்துசென்றதை விழியுருளலால் மட்டுமே அது எதிர்கொண்டது.

தன் குருநிலைகளில் இருந்து யாக்ஞவல்கியர் மறைந்துவிட்டதை மெல்லமெல்லத்தான் அனைவரும் அறிந்தனர். சிலநாட்கள் அது உணர்வெழுச்சியுடன் பேசப்பட்டது. யாக்ஞவல்கியர் காட்டில் ஒரு மானால் கொல்லப்பட்டார் என்றன சில கதைகள். அவர் ஒரு வேட்டுவப்பெண் வயிற்றில் பிறந்து சிறுவனாக புதியகாட்டை அறிந்துகொண்டிருக்கிறார் என்றன. அவரை நீண்ட சடைமுடிக்கற்றைகளுடன் இமயக்குகை ஒன்றில் கண்டதாகச் சொன்னார்கள் சிலர்.

பிருஹதாரண்யகம் சொல்தழைத்து வளர்ந்தது. அரசர்களின் கொடைகளைச்சுமந்து அதன் களஞ்சியங்களை நோக்கி வண்டிகளும் அத்திரிகளும் வந்துகொண்டிருந்தன. அதன் கல்விநிலைகளை நோக்கி இளமைந்தர் கண்களில் வினாக்களுடன் அணுகிக்கொண்டிருந்தனர். மைத்ரேயி அங்கே அதன் தலைவி என இருந்து ஆண்டாள். அவளை ஆசிரியரின் மெய்யுரு என வழிபட்டனர் மாணவர்கள். ஒவ்வொரு உயிரசைவையும் நோக்கும் இமையா விழிகொண்டவள் அவள் என்று அவளைப் பற்றிப் பாடினர் சூதர்.

ஆனால் அவள் மேலும் மேலும் தனிமைகொண்டவளாக மாறிக்கொண்டே சென்றாள். தன் ஊழ்கச் சொல்லுடன் காட்டுக்குள் சென்று அமர்ந்திருப்பதையே அவள் விரும்பினாள். ஒருநாள் அவள் அக்காட்டின் எல்லைக்குச் சென்று அமர்ந்திருந்தபோது வெண்ணிற நீர் சுழித்தோடிய ஓடைக்கு அப்பால் விழிசுருக்கி நின்றிருந்த இளமைந்தன் ஒருவனைக் கண்டாள். அவனருகே சென்று "எங்கு வந்தாய்?" என்றாள். "எனக்கு மட்டுமே உரியதொன்றை அறிய" என அவன் சொன்னான். "என்ன கற்றிருக்கிறாய்?" என்று அவள் கேட்டாள். "இதுவரை எதையும் கற்கவில்லை" என்று அவன் சொன்னான்.

அவன் அழகிய விழிகளை நோக்கி அவள் வியந்து நின்றாள். "இவ்வழியை எப்படி அறிந்தாய்?" என்றாள். "இளமையிலேயே எனக்குப் பிடித்த மணம் ஒன்றிருந்தது. நான் அதை மட்டும் தேடித்தேடி அலைந்தேன். அது வலுத்துவலுத்து என்னை இங்கழைத்து வந்தது" என்றான் அவன். "உன் பெயர் என்ன?" என்று அவள் கேட்டாள். "சூரியன்" என்றான். அவள் கைகளை விரித்து "இது உன் இடம், வருக மைந்தா!" என்றாள். அவனைத் தழுவியபடி தன் கல்விநிலைக்கு மீண்டாள்.

அவனுக்கு ஒருநாள் முதல்விடியலில் "நானே பிரம்மம்" என்னும் ஊழ்கவரியைச் சொல்லி ஆற்றுப்படுத்திவிட்டு மைத்ரேயி அங்கிருந்து கிளம்பினாள். பிருஹதாரண்யகத்திலிருந்து காத்யாயனியை அழைத்தபடி மைத்ரேயியும் கிளம்பியபோது அனைவரும் கண்ணீர்விட்டனர். உளக்கிளர்ச்சியுடன் பேசிக்கொண்டனர். அதுவும் சின்னாட்களில் பழங்கதை என்றாகியது.

9

பாலென நுரைபொங்கும் தூத்மதியே மிதிலையை அணைத்து ஓடிய முதன்மை ஆறு. ஜலதையும் பலானையும் கமலையும் ராத்வதியும் அதில் மலைச்சேற்று நிறங்களுடன் பெருகி வந்து இணைந்துகொண்டன. அங்கு எப்போதும் இளஞ்சேற்றின் நுரைமணம் இருந்தது. வடமேற்கே எழுந்த மலையடுக்குகளின் குளிர் ஊறிவந்த அந்த ஆறுகளின் பெருக்கால் மிதிலையின் அனைத்துச் சுவர்களும் எப்போதும் பனித்திருந்தன. அங்குள்ள மக்களின் விழிகளும் சொற்களும்கூட குளிர்ந்தவையே என்றனர் கவிஞர்.

மலையுருண்டு வந்த கற்களை அடுக்கிக் கட்டப்பட்ட உயரமற்ற கோட்டையால் சூழப்பட்டிருந்தது மிதிலை. கோட்டையின் வாயில்முகப்பில் மட்டும் மரத்தாலான உயர்ந்த காவல்கோபுரமும் அதன்மேல் மூன்று எச்சரிக்கைமுரசுகளும் இருந்தன. அதன்மேல் கவிழ்ந்த தாமரைக்கூரைக்குமேல் மிதிலையின் மேழிக்கொடி பறந்தது. தேர்கள் செல்வதற்கான மையச்சாலை மரத்தடிகள் பதிக்கப்பட்டிருந்தது. தேவதாரு மரங்களால் கட்டப்பட்ட மூன்றடுக்கு அரண்மனையை அது சென்றடைந்தது.

அரண்மனையின் முற்றத்தில் மிதிலையின் அரசர்களின் குலதெய்வமான பூமாதேவி ஒருகையில் அமுதகலமும் மறுகையில் மலரும் கொண்டு கோயில்கொண்டிருந்தாள். அரண்மனையைச் சுற்றி காவல் ஏதுமிருக்கவில்லை. அரண்மனை முற்றத்தையே மக்கள் சந்தையாகவும் பயன்படுத்தினர். மலையிறங்கி வரும் மக்கள் கொண்டுவரும் மதிப்புமிக்க கம்பளியாடைகளும் தோலாடைகளும் கீழே மலைச்சரிவுக்கு அடியிலிருந்து வணிகர்கள் கொண்டுவந்த வெண்கலப்பொருட்களும்

இரும்புக்கருவிகளும் உப்புப்பாறைகளும் மரவுரியாடைகளும் அங்குதான் விற்கப்பட்டன.

மரங்களால் கட்டப்பட்ட உயரமற்ற சிறியவீடுகள் செறிந்த மிதிலையில் காலை மிகப்பிந்தியே வந்தது. ஒளியில் வெம்மை ஏறிய பின்னரே மக்கள் கணப்பின் சூடு பரவிய அறைகளின் கம்பளிப்போர்வைக்குள் இருந்து வெளிவந்தனர். சுருக்கங்கள் பரவிய முகங்களுடன் வெயிலை நோக்கியபடி நெடுநேரம் அமர்ந்திருந்தனர். அவர்களின் கால்நடைகள் அதன்பின்னரே மெல்ல தொழுவங்களிலிருந்து ஆவியெழும் உடலுடன் வெளிவந்தன. சூரியனை ஏற்று உடல் சிலிர்த்தன. குழந்தைகள் சிவந்த கன்னங்களுடன் வந்து தந்தையரை அணைத்துக்கொண்டு அமர்ந்தன. அவர்கள் முன்னால் ஒளியிலாடிய இறகுகளுடன் சிறிய பறவைகள் வந்து தெருக்களில் கிடந்த பழைய சாணியைக் கிளறி சிரித்து எழுந்து அமைந்து அப்பொழுதைக் கொண்டாடின.

அவர்கள் உச்சிப்பொழுதின் ஒளிமட்டுமேயான சூரியனின் கீழ் நின்றபடியே வயல்திருத்தினர். பெரும்பாலும் காய்கறிகளும் சோளமுமே அங்கு பயிரிடப்பட்டது. ஆண்டில் மூன்றுமாதம் மலைச்சரிவுகள் கரைந்து வழியும்படி பெருமழை பெய்தது. மக்கள் தங்கள் மரக்குடில்களில் ஒடுங்கி கணப்புகளுடன் ஒண்டியபடி மழையைக் கேட்டுக்கொண்டிருப்பார்கள். மக்களில் ஒருசாரார் ஐந்து ஆறுகளிலும் இறங்கி அவற்றின் கரையோர வண்டலை அள்ளி நீரில் கழுவி அதில் அருமணிகள் உள்ளனவா என்று பார்த்தனர். மிதிலையின் வருவாயின் பெரும்பகுதி அவ்வாறுகளில் அருமணிகளாகவே கிடைத்தது. அதை வாங்க கீழே பெருங்கடல் அலைக்கும் தாம்ரலிப்தியிலிருந்து வணிகர்கள் வந்தனர்.

மிதிலையின் மண்ணும் புழுதியும் காற்றும் அனைத்துமே ஐந்தாறுகளின் வண்டலால் ஆனவை. அவற்றை எவ்வகையிலும் தவிர்க்க முடியாதென அங்கு வந்த சிலகாலத்திலேயே வணிகர்கள் அறிந்தனர். மிதிலை நகரினர் புழுதியை ஒருபொருட்டென எண்ணுவதில்லை. அங்குள்ள வீடுகள் அனைத்தும் புழுதியால் மூடப்பட்டிருந்தன. அரண்மனையே மென்புழுதிப்படலத்துக்குள் இருந்தது. ஆலயத்திற்குள் தெய்வமும் ஐந்தாற்றுச் சேறு குழைத்து உருவாக்கப்பட்டதே.

ஐந்து ஆறுகளின் வண்டல் சந்தன நிறமான அலைவடிவாகப் படிந்திருந்த அப்படுகைக்கு தொல்பழங்காலத்தில் குடிவந்த மக்கள் தாரிகள் என அழைக்கப்பட்டிருந்தனர். அவர்கள் வாழ்ந்த தொல்நிலம் கீழே சரஸ்வதி ஓடிய சமவெளியில் அமைந்திருந்தது. பல்லாயிரமாண்டுகளாக அவர்கள் அங்கே கன்றுபெருக்கியும் மேழியோட்டியும் மதில்சூழ்ந்த சிற்றூர்கள் அமைத்து வாழ்ந்தனர். விண்ணிலிருந்து எழுந்த ஆணையொன்றால்

சரஸ்வதி ஒழுக்கு நின்றது. அதன் நீர் ஆங்காங்கே சிறுகுளங்களென்றாகியது. அக்குளங்களின் நீருக்கென மக்கள் ஒருவருக்கொருவர் போரிட்டனர்.

பின்னர் அக்குளங்களும் சுருங்கி மண்ணுக்குள் மறையத் தொடங்கியபோது அவர்கள் நான்குதிசைகளிலும் நீரும் வாழ்வும் தேடிக் கிளம்பினர். ஒரு நிலத்தைக் கண்டடைந்தவர் அங்கு பிறர் வராதபடி செறுத்துப் போரிட்டனர். பெரியகுடிகள் ஈரமுள்ள நிலங்களைக் கண்டடைய, சிறுகுடிகள் துரத்தப்பட்டு மேலும் மேலும் சிதறிப்பரந்தன. ஆண்களால் தலைமை வகிக்கப்பட்ட குடிகள் போர்த்தன்மை கொண்டிருந்தன. பெண்களால் தலைமை வகிக்கப்பட்ட குடிகளே மேலும் தொன்மையானவை. அவற்றால் அவர்களை எதிர்த்துப் போரிடமுடியவில்லை. அவை எல்லைகளுக்கு அகற்றப்பட்டன.

அவ்வாறு சிதறியவர்களில் ஒரு சிறுமலைக்குழு அவர்களின் முதுதலைவியாகிய சூசிகையால் மலைமீது வழிநடத்திக் கொண்டுசெல்லப்பட்டது. அவர்களே ஐந்துஆறுகள் ஓடிய சேற்றுப்படுகையைக் கண்டடைந்தனர். தாரிமொழியில் மண் மிதி எனப்பட்டது. எனவே அந்நிலம் சூசிகையால் மிதிலை என்று அழைக்கப்பட்டது. அன்னை அங்கு அவர்கள் வாழ்வதற்கு ஆணை அளித்தாள். மேழி பற்றத்தெரிந்த அம்மக்களால் விரைவிலேயே அங்கு வளமான சிறுகழனிகள் அமைக்கப்பட்டன. பச்சைப்படிக்கட்டுகள் போல அவை மலைச்சரிவில் இறங்கி ஐந்து ஆறுகளைச் சென்றடைந்தன. சேறு அவர்களுக்கு வற்றாத உணவை அளித்தது.

நெடுங்காலம் மிதிலை சின்னஞ்சிறு மலைச்சிற்றூராக எவராலும் அறியப்படாமல் அங்கே இருந்தது. சேற்றைக்குழைத்து சிறுவீடுகளைக் கட்டிக்கொண்டனர். சேற்றிலேயே வாழ்ந்தமையால் அவர்கள் நீங்காச் சேறுபடிந்த உடல்கொண்டிருந்தனர். அவர்கள் தங்களையும் மிதிகள் என்றே அழைத்துக்கொண்டனர். அவர்களின் காலடியில் அருமணிகள் புதைந்துகிடந்தன. அவர்கள் அதை அறியாமல் நிறைவாழ்வு வாழ்ந்தனர். மூதன்னையே அவர்களின் அரசி. அவள் முன்னிலையில் நன்றும் தீதும் முடிவாயின.

அவர்கள் அந்நிலத்தைக் கண்டடைந்த நாளை மிதிநாள் என கொண்டாடினர். அது பெருமழைக்காலம் முடிந்து வெள்ளம் வடிந்து மலைச்சரிவுகள் அனைத்தும் சேற்றுக்குழம்பு குமிழியிட்டு நொதித்துக்கொண்டிருக்கும் பருவம். மிதிநாளுக்கு முந்தைய பதினான்கு நாட்களுக்குள் பிறக்கும் பெண்குழந்தைகளில் மூத்ததைத் தெரிவுசெய்து, அதை கொட்டும் குரவையுமாக மூங்கில்கூடையில் கொண்டுவந்து அச்சேற்றில் புதைத்துவைப்பார்கள். பூசைகள் செய்து நீர்தெளித்து

அகழ்ந்து அவளை வெளியே எடுப்பார்கள். மண்ணன்னையின் மகள் அவள் எனக் கருதி கொண்டுசென்று இளவரசி என முடிசூட்டுவார்கள். வாழும் மூதன்னை மறைந்து கோல் ஒழியும்போது அவள் அரசியாவாள். மிதிலையின் அரசி என்பதனால் அவள் மைதிலி என்றும் குளிர்ந்தவள் என்பதனால் சீதை என்றும் அழைக்கப்பட்டாள்.

நெடுங்காலத்திற்குப் பின்னர்தான் மிதிலைக்கு அரசன் உருவானான். மிதிலையின் அருமணிகள் மேழியில் தட்டுப்படத் தொடங்கின. அவற்றை அவர்களின் குழந்தைகள், குழியாடலுக்கும் விரலாடலுக்கும் பயன்படுத்தின. அவ்வழியாகச் செல்கையில் அம்மலைக்குடிக்கு வந்து தங்கியிருந்த மலைவணிகன் ஒருவன் அதைக் கண்டான். குறைந்த விலைக்கு அவற்றை அவன் வாங்கிக்கொண்டான். சின்னாட்களிலேயே மிதிலையை நாடி வணிகர்கள் வரத்தொடங்கினர்.

செல்வம் வந்ததும் கள்வரும் வந்தனர். கள்வரை வெல்ல மிதிலை படைக்கலம் ஏந்தவேண்டியிருந்தது. படைகளை நடத்துவதற்காக மூதன்னையின் முதல்மைந்தன் தலைவனாகத் தெரிவுசெய்யப்பட்டான். அன்னையின் உடலின் ஒருபகுதியாக அவன் கருதப்பட்டான். அன்னையின் உடலாகப் பிறந்தவன் என்னும்பொருளில் அவன் ஜனகன் என்றழைக்கப்பட்டான். பின்னர் போருக்கு அரசனும் அறநெறிகளுக்கு மட்டுமே அன்னையின் அவையும் என்று ஆயிற்று.

காலப்போக்கில் மிதிலையின் அனைத்து அரசர்களும் ஜனகன் என்று அழைக்கப்பட்டனர். அரசனின் மூத்தமகளை சேற்றிலிருந்து அகழ்ந்தெடுத்து குலத்தலைவியாக்கினர். அவளே மண்ணன்னையின் ஆலயத்துப் பூசனைமுறைகளை ஆற்றக் கடமைப்பட்டவள். மைதிலி என்றும் சீதை என்றும் ஜானகி என்றும் அவள் அழைக்கப்பட்டாள். நெடுங்காலம் கழித்து மிதிலை பிற அரசகுடியினருடன் மணவுறவுகொள்ளத் தொடங்கி இளவரசி பிறநகருக்குக் குடிபெயர்ந்தபோது அவள் தங்கை அப்பொறுப்புக்கு வந்தாள்.

நூற்றெட்டாவது ஜனகராகிய பூமித்வஜர் வேதமறிந்த அறச்செல்வர் என புகழ்பெற்றார். அவர் அவைக்கு கார்கியும் கௌதமரும் காத்யாயனரும் சிறப்பளித்தனர். அவர் செல்வத்தால் ஐதரேயக்காடும் பிருஹதாரண்யகமும் செழித்தன. பானுமதர், சத்குமான்யர், சூசி, ஊர்ஜநாமர், சத்வயர், கிருதி, அஞ்சனர், அரிஸ்நாமி, சுருதாயு, சுபாஸ்யு, சுர்யாசு, சிருஞ்சயர், சௌர்மாபி, அனேனர், பீமரதர், சத்யரதர், உபாங்கு, உபகுப்தர், ஸ்வாகதர், சனானந்தர், சுப்ராச்சயர், சுபாஷணர், சுச்ருதர், சுஸ்ருதர், ஜயர், விஜயர், கிருது, சுனி, வித்ஹப்யர், த்வதி, பகுலாஸ்வர், கிருதி, திருதியர் என்னும் ஜனகர்கள் அவர் பெருமையாலேயே சூதர்களின் பாடல்களில் அழியாது வாழ்ந்தவர்கள்.

கிருதி திருதியரின் கொடிவழியில் வந்தவர் எட்டாவது ஜனகராகிய ஸீரத்வஜர். அவர் மகளாகப் பிறந்த சீதையை அயோத்தியின் ரகுகுல ராமன் மணந்தான். இலங்கையின் அரக்கர்கோன் ராவணனால் அவள் கவர்ந்து செல்லப்பட்டாள். படை கொண்டுசென்று அவளை ராகவராமன் மீட்டுவந்த கதையை சூதர்பாடல்கள் பலவாறாகப் பாடின. எரிபுகுந்து சொல்திகழ்ந்த அவளை மண்ணன்னையின் பெண்வடிவு என புற்றுறைமுனிவர் பாடிய தொல்காவியம் அனைவர் நாவிலும் அழியாது வாழ்ந்தது.

எப்போதும் வேதம் முழங்கிக்கொண்டிருக்கும் அவை என்று மாமன்னர் பூமித்வஜ ஜனகரின் அவையைச் சொன்னார்கள் கவிஞர்கள். அங்கதக்கவிஞன் ஒருவன் ‘உடல்பழுத்த முதுவைதிகர்கள் அணிபொலியும் நடனப்பெண்களைவிட கண்களைக் கவரும் அவை’ என அதைப் பற்றிப் பாடினான். “நூறாண்டுகள் ஒழியாது வேதம் ஒலித்த மண் ஆகையால் அங்கே மானுடர் பேசுவதெல்லாம் வேதச்சந்தமாகவே ஒலிக்கிறது” என்றனர் கவிஞர். ஐதரேய மரபில் வேதமெய் கற்றுத்தேர்ந்த அந்தணராகிய அஸ்வலனர் ஜனகருக்கு அமைச்சராக அமைந்து அவைகளனைத்தையும் வழிநடத்தினார்.

சொல்தேர்பேரவை என அது பாரதவர்ஷம் முழுக்க அறியப்பட்டபோது அதைத் தேடி பாரதவர்ஷம் எங்கும் இருந்து வைதிகர்களும் புலவர்களும் வரலாயினர். எனவே ஒவ்வொரு நாளும் அங்கு புதிய மெய்யறிவு ஒன்று எழுந்தது. மறுநாள் எழுந்த ஒன்று அதை மறுத்தது. நிலைக்காத துலாமுள் என அந்த அவையின் மையம் மாறிக்கொண்டேயிருந்தது. “அந்த அவையில் ஒருநாள் அமர்பவன் மெய்யறிவான். மறுநாளும் அமர்பவன் அதை இழப்பான்” என்றனர் அங்கதக்கவிஞர்.

நாளும் பெருகிக்கொண்டிருந்த மெய்ப்பூசலைக் கண்டு ஜனகரே கவலைகொள்ளத் தொடங்கினார். அனைத்தும் அறிந்த அரசமுனிவர் என அவர் அறியப்பட்டும்கூட அவரது அவை என்பதனாலேயே அவர் எங்கும் சொல்முதன்மைகொள்ள முடியவில்லை. வரவேற்பவருக்குரிய பணிவை அவர் பேணியாகவேண்டியிருந்தது. “அவை என்றால் இறுதிச்சொல் ஒன்று இருந்தாகவேண்டும். அதை ஒரு நாக்குதான் உரைக்கமுடியும். அது எது என்று வகுப்போம். அவ்வாறின்றி நிகழும் சொல்லாய்வுகள் வெறும் பறவைப்பூசல்களாகவே எஞ்சும்” என்றார் அமைச்சர் அஸ்வலனர். “இங்கு பகுதட்சிணைப் பெருவேள்வி ஒன்றைக் கூட்டுவோம். அதன் மெய்யவையில் முடிவாகட்டும் முதல்வர் எவர் என.”

அதை ஏற்று ஜனகர் ஒரு பெருவேள்வியைத் தொடங்கினார். அரச அறிவிப்பு நகர்முனைகளில் பொன்முகப்படாம் அணிந்த களிறுமேல்

எழுந்த திருமுகத்தானால் பட்டோலை விரித்து வாசிக்கப்பட்டது. கொம்புகளும் முரசுகளும் முழங்கி அதை ஆதரித்தன. பாரதவர்ஷத்தின் அனைத்துக் கல்விச்சாலைகளுக்கும் அழைப்பு விடுக்கப்பட்டது. மானுடமொழி பேசும் எவரும் வந்தமர்ந்து தங்கள் மெய்யறிவை அங்கு தொடுக்கலாமென்று அறைகூவப்பட்டது.

பாரதவர்ஷத்தின் அத்தனை நகரங்களுக்கும் திருமுகங்கள் சென்றன. பாரதவர்ஷத்தின் தலைமை வேதப்படிவர் எவர் என அந்த அவையில் உறுதியாகுமென பேச்சு பரவியது. அது அறிஞரென அறியப்பட்டிருந்த அனைவரையும் அந்த அவைக்குச் செல்லத் தூண்டியது. "ஜனகரால் ஏற்கப்பட்டவர் நான்குவேதங்களாலும் ஏற்கப்பட்டவர்" என்றனர் சூதர்.

10

அவைகூடல் குறிக்கப்பட்டிருந்த சித்திரை மாதம் வளர்பிறை முதல்நாளை நோக்கி வைதிகர்களும் அறிஞர்களும் வரத்தொடங்கினர். மிதிலை நகரில் கோடைகாலம் முழுக்க முகில்குவைகள் போல புழுதி நிறைந்திருக்கும். அந்நகரை தொலைவிலிருந்து நோக்கியவர்கள் மலைச்சரிவில் ஒரு செந்நிறமுகில்மேல் அதன் கோபுரமுகடுகள் மட்டும் வெயிலில் மிதந்து நிற்பதைக் கண்டனர். அணுகுந்தோறும் திரைக்குள் என அதன் கட்டடங்களும் மனிதர்களும் தெரியலாயினர். உள்ளே நுழைந்ததும் தாங்களும் அதில் கரைந்து மறைந்தனர். ஒவ்வொரு முகமும் புழுதிக்குள் இருந்து எழுந்து சிரித்து அணுகி சொல்லாடி புழுதிக்குள் மறைந்தது. “மிதிலை அன்னைமிதியின் நகரம். இங்கு காற்றும் ஒளியும் வானும் மண்ணாலானதே. அங்கு வேள்வியில் காண்பீர், எரிதழலும் மண்ணென்றே எழுந்து நிற்பதை” என்றனர் வணிகர்.

வேள்வியின் மெய்யவையில் வெல்லும் வேதப்படிவருக்கு ஆயிரம் வெண்பசுக்களும், அவற்றின் கன்றுகளும் ஆகொடையாக அளிக்கப்படும் என்று அறிவிக்கப்பட்டிருந்தது. அப்பசுக்களின் கொம்புகள் பொன்கட்டப்பட்டிருக்கும். அவற்றை உரிமைகொண்டவரை பிற வைதிகர் எழுந்து வேதமுதல்வர் என சுட்டி வாழ்த்துவர். வேள்விக்கெனத் தேர்ந்து திரட்டப்பட்ட ஆயிரம் பசுக்களும் தூத்மதியின் கரையில் அமைந்த கொட்டகைகளில் கட்டப்பட்டிருந்தன. ஒவ்வொருநாளும் அவற்றைக் காண அயலூர் மக்கள் வந்து குழுமினர். “வெண்முகில்கள் போல. வெண்பளிங்குப் பாறைகள் போல. வெண்பட்டுக்குவியல்கள் போல” என்று சூதர்கள் அவற்றைப்பற்றி முச்சந்திகளில் நின்று பாடினர்.

வேள்விக்கு ஆரியவர்த்தத்தின் அனைத்து வேதநிலைகளிலும் இருந்து முதலாசிரியர்கள் தங்கள் மாணாக்கர்களுடன் வந்தனர். அவர்கள் தங்குவதற்கான குடில்கள் ஐந்து ஆறுகளின் கரைகளில் நிரைவகுத்தன. அவர்களைக் கண்டு வணங்கவும் தங்கள் குழவியரை அவர்கள் தொட்டு வாழ்த்தவும் விரும்பிய இல்லறத்தார், வைதிகர் தங்கள் நீர்வணக்கமும் நெருப்புக்கடனும் முடிந்து ஓய்வெடுக்கையில் அவர்களின் குடில்கள்முன் நிரைவகுத்து நின்று கண்டு வணங்கினர். பொன்னையும் வெள்ளியையும் காணிக்கை வைத்தவர்களுக்கும் வெறும்பழங்களுடன் வந்தவர்களுக்கும் நடுவே எண்ணத்துளியாலும் வேறுபாடு காட்டாமல் வாழ்த்தினர் அந்தணர்.

முதல்நாள் அஸ்வலனர் “மெய் என்பது சொல்லில் அமையும் தன்மைகொண்டது. எனவே அறியக்கூடியது. அழியாதது. எனவே மெய்யமைந்த சொல் அழியாதது. அழியாச்சொல்லே வேதம். அழிபவர் அனைவருக்கும் அழிவின்மையே அமுதம்” என்னும் முதற்சொல்லை அவையில் நிறுத்தி சொல்லாடலைத் தொடங்கினார். கௌதம மரபின் சால்வரும், சௌனக மரபின் உத்தாலகரும், வைசம்பாயனரும், கண்வரும், மத்யாதினரும் ஒவ்வொருநாளிலும் தங்கள் மெய்ச்சொற்களை முன்வைத்தனர். ஜரத்காரு முனிவரின் வழிவந்த அர்த்தபாகர், லஹ்ய முனிவரின் வழிவந்த ஃபுஜ்யர், கௌஷிதிய மரபில் வந்த கஹோலர் ஆகியோருக்குப்பின் உஷஸ்தி சக்ராயனரின் வழிவந்த உஷஸ்தர் ஆகியோர் மெய்யுரையை முன்வைத்தனர்.

ஒரு மெய்யறிதலை பிறிதொன்று வென்று சென்றது. வெல்லற்கரிய முழுமைகொண்டது என ஒரு மெய்ச்சொல் தோன்றும்போதே கனியினுள் இருந்து விதை என அதற்குள் இருந்தே சொல்லெடுத்து அடுத்த மெய்யறிவை வளர்த்து நிலைநாட்டினார் இன்னொருவர்.

பதினான்காம் நாள் முழுநிலவு. குருபூர்ணிமையாகிய அன்று காலைக்குமுன்னரே மாணவர்கள் எழுந்து இருளுக்குள் விழிமூடியபடியே சென்று நீராடி மணம்கொண்டு தேடி மலர்கொய்து தங்கள் ஆசிரியர்களின் குடில்களை அணுகி துயிலும் அவர்களின் கால்களில் மலரிட்டு வணங்கி விழிதிறந்து அக்கால்களை நோக்கினர். அதை நெஞ்சில் நிறுத்தி “வழிகாட்டுக! துணைவருக! இறைவடிவாக எழுந்தருள்க!” என வணங்கினர். மாணவர்களாகச் சேர விழைந்த இளையோர் கைகளில் மலர்களுடன் ஆசிரியர்களைக் காத்து குடில்கள் நடுவே நின்றிருந்தனர். அவர்களின் விழி தங்கள் மேல் பட்டபோது நிலம்படிய விழுந்து “அறிவுக்கொடை அளியுங்கள், ஆசிரியரே” என வணங்கினர்.

அன்றோடு அந்த அவை நிறைவுகொள்கிறது என்றறிந்தமையால் அனைவரும் அரண்மனை முகப்பிலிருந்த வேள்விப்பந்தலில் கூடினர்.

வேள்வி நிகழ்ந்துகொண்டிருக்கையில் அங்கு நீண்ட சடைமுடிக்கற்றைகள் தோளிலும் மார்பிலும் புரள எரிவிழிகளுடன் வந்த ஒரு யோகி உரத்த குரலில் "சமஸ்ரவஸே, வருக! இதோ உனக்கு நான் வாக்களித்த பசுக்களும் பொன்னும். கொண்டுசென்று உன் குடிபுரந்து ஆள்க!" என்றார். அனைவரும் திரும்பி நோக்கினர். அவரைப்போலவே தாடியும் சடையும் கொண்டிருந்த சமஸ்ரவஸ் என்னும் மாணவன் கையில் கோலுடன் அங்கு வேள்விக்கொடைக்காகக் கட்டப்பட்டிருந்த பசுக்களை நோக்கிச் சென்றான்.

சினந்தெழுந்த அஸ்வலனர் "நில்லும், யார் நீர்? இங்கு என்ன நிகழ்கிறதென்று அறிவீரா?" என்றார். "ஆம், அறிவேன். நான் உதறிச்சென்ற மரவுரிகளுக்கு நிகராகப் பெறத்தக்கவை இப்பசுக்கள்." அப்போதுதான் சௌனகர் அவர் எவரென அடையாளம் கண்டுகொண்டார். "முனிவரே, நீங்கள் யாக்ஞவல்கியர் அல்லவா?" என்றார். "ஆம், அது என் முந்தைய வாழ்க்கை" என்றார் அவர். "இந்த அவை தங்களுக்குரியது. வந்தமர்ந்து வெல்க!" என்றார் கௌதமர். "என் மாணவன் இவன். என்னிடம் இந்த அவைகூடுவதைச் சொன்னான். அவனுக்கு இப்பசுக்கள் அவன் நாடுவதை அடைய உதவும் என்றான். பசுக்களைப் பெற்றுத்தருகிறேன் என்றேன். அதன்பொருட்டே வந்தேன்" என்ற யாக்ஞவல்கியர் திரும்பி சமஸ்ரவஸிடம் "பசுக்களைக் கொண்டுசெல்க!" என ஆணையிட்டார்.

"நில்லுங்கள், மாமுனிவரே! நான் உங்களை நன்கறிவேன். இப்போதுதான் நேரில்காண வாய்த்தது. வேதமுணர்ந்து மூத்தவர் நீங்கள் என்று அறிவேன். ஆயினும் இந்த அவையில் வேதமெய் உரைத்து இங்குள்ளவர்கள் அனைவரையும் சொல்வென்று மட்டுமே அந்த ஆநிரைகளைக் கொண்டுசெல்ல முடியும்" என்றார் அஸ்வலனர். "நன்று" என்றபடி யாக்ஞவல்கியர் உள்ளே வந்தார். "என்னுடன் சொல்லாட விழைபவர் எழுக!" அஸ்வலனர் "முதலில் நானே எழுகிறேன். இந்த அவையில் நான் முன்வைத்த முதல்வரிகளை மீண்டும் உங்களுக்காக உரைக்கிறேன்" என்றார்.

அவர் சொல்லிமுடித்ததும் யாக்ஞவல்கியர் கேட்டார் "அஸ்வலனரே, உணர்த்துவதும் உணர்வதும் இன்றி நின்றிருக்கும் மெய் உண்டா?" "ஆம்" என்றார் அஸ்வலனர். "அவ்வண்ணமென்றால் சொல்வதும் கேட்பதும் இன்றி நின்றிருக்கும் சொல் உண்டா?" அஸ்வலனர் "ஆம், அதுவே வேதம்" என்றார். "கேட்கப்படுகையில் அது குறைகிறதா மிகுகிறதா?" என்றார் யாக்ஞவல்கியர். அஸ்வலனர் திகைத்தார். "கேட்கப்படுபவனால் அது உருமாற்றம் அடைகிறதா?" என யாக்ஞவல்கியர் தொடர்ந்தார்.

"ஆம்" என்றார் அஸ்வலனர். "ஆகவேதான் வேதங்கள் மாறுபாடு கொள்கின்றன." "அந்த மாறுபாடுகள் அனைத்தையும் தொகுத்துச்

சுருக்கினால் தோன்றுவது மெய்மையா அல்லவா?" என்றார் யாக்ஞவல்கியர். திகைத்த அஸ்வலனரை நோக்கி "அதுவும் மெய்மையே. ஏனென்றால் இங்கு மெய்மை அன்றி பிறிதொன்றுமில்லை" என்றார் யாக்ஞவல்கியர். "அதெங்ஙனம்?" என எழுந்தார் உத்தாலகர். "ஏனென்றால் ஈஸோவாஸ்யம் இதம் சர்வம்" என்றார் யாக்ஞவல்கியர்.

அவர்களின் சொற்கள் ஒன்றை ஒன்று கூர்முனையில் மட்டுமே சந்திக்கும் அம்புகள் போல எழுந்தன. சொற்களனில் ஜனகர் எழுந்து கேட்டார் "முனிவரே, ஒன்று உரையுங்கள். இங்கு ஒவ்வொருநாளும் ஒரு முனிவரின் குரலாகத் திரண்டு வந்தது ஒரு கருத்து. உண்மைகள் ஏன் மாறுபடுகின்றன?" யாக்ஞவல்கியர் சொன்னார் "அரசே, நீங்கள் சிறுமகவாக அன்னையின் இடையிலிருக்கையில் அவள் சொன்ன ஏதேனும் நினைவிருக்கிறதா?" "ஆம், இன்றும் நினைவுள்ளது ஒரு வரி" என்றார் ஜனகர். "உணவை வீணாக்கலாகாது. அரசன் என்றான பின்னர் ஒவ்வொரு கூலமணியையும் ஓர் உழவனின் உழைப்பாக மட்டுமே பார்க்க அது எனக்குக் கற்பித்தது."

"உங்கள் தந்தையின் ஒரு சொல் என இன்றும் நின்றிருப்பது என்ன?" என்றார் யாக்ஞவல்கியர். "முற்றிலும் தண்டிக்கத்தக்க பிழை என்றோ முழுமையாகவே பேணப்படவேண்டிய நன்மை என்றோ ஏதுமில்லை என்று அவர் எனக்குச் சொன்னார்" என்றார் ஜனகர். "அரசே, உங்கள் முதல் ஆசிரியரின் சொற்களில் உகந்தது எது?" என்றார். "எண்ணம் எழுத்தாவதற்கு நடுவே நின்றுள்ளது அறியாமை" என்றார் ஜனகர். "அரசே, உங்கள் வேதஆசிரியரால் சொல்லப்பட்டது என்ன?" என்றார் யாக்ஞவல்கியர். "அழியாத ஒன்றை அடைவது வரை அடைவதை அழியாமல் பேணுக!" என்றார் ஜனகர்.

"அரசே, இவையனைத்தும் உண்மை என்றால் இவை ஏன் ஒன்றுடன் ஒன்று தொடர்பற்றிருக்கின்றன?" என்று யாக்ஞவல்கியர் கேட்டார். "இவை நான் என்னும் தொடர்ச்சியால் இணைக்கப்பட்டுள்ளன. இவை என் வளர்ச்சிநிலைக்கேற்ப சொல்லப்பட்டவை." யாக்ஞவல்கியர் "அவ்வண்ணமே வேதமும் வேதமெய்மையும் மானுடம் வளர்வதற்கேற்ப தாங்களும் வளர்ந்து வந்து சேர்கின்றன என்று கொள்க!" என்றார். "இவையனைத்தும் உண்மையே. இவ்வுண்மைகளை ஒன்றென இணைக்கிறது நாளும் வளரும் மானுடம்." ஜனகர் கைகூப்பினார். "ஆனால், உங்கள் மெய்குரு ஒரு சொல்லையும் சொல்லவில்லை, ஜனகரே" என்றார் யாக்ஞவல்கியர்.

அப்போது பல்லக்கு ஒன்று வந்து அவ்வேதசாலை முன் இறங்கியது. அதைச் சுமந்துவந்தவர்கள் விலக, அதைச் சூழ்ந்து வந்தவர்கள் உள்ளிருந்து மெலிந்து குறுகிய சிற்றுடல்கொண்ட கார்கியை வெளியே எடுத்தனர்.

இரு மாணாக்கியரின் கைகள் தாங்க அவர் மெல்ல நடந்துவந்தார். அவருக்குப் பின்னால் மழித்த தலையும் மரவுரியும் அணிந்த ஊழ்க மாணாக்கியர் மூவர் நடந்துவந்தனர். கார்கி அவைநடுவே வந்து "மாமுனிவராகத் திகழ்ந்த யாக்ஞவல்கியர் மீண்டும் வந்துள்ளார் என்று அறிந்தேன். அவருடன் சொல்கோக்கவே வந்தேன்" என்றார்.

"அமர்க, வேதப்படிவரே!" என்றார் ஜனகர். அவர் அமர்ந்ததும் "நான் கேட்க விழையும் வினா இது. மாமுனிவரே, மாமன்னன் ஒருவனின் அஸ்வமேதப்புரவி எதனால் ஆற்றல் கொண்டதாகிறது?" என்றார். "அவன் கொண்டுள்ள ஆள்தேர்யானைபுரவிப் படைகளால். அதைவிட அவன் குடிகள் அவன்மேல் கொண்டுள்ள பற்றால். அதைவிட அவன் உள்ளத்தின் உறுதியால். அதைவிட அவன் கொண்ட விழைவால். அதைவிட அவன் மூதாதையரின் வாழ்த்துகளால். அதைவிட அவன் ஆற்றிய நல்வினைப்பயனால்."

"யாக்ஞவல்கியரே, அவன் புரவி எதனால் தடுத்து வெல்லப்படுகிறது?" என்று கார்கி கேட்டார். "அறிவரே, அவனை எதிர்க்கும் அரசர்களால். அவர்களைக் குறைத்து மதிப்பிட்ட அவன் அறியாமையால். அதைவிட தன்னை மிகையாக எண்ணிய அவன் ஆணவத்தால். அதைவிட அவன் சினத்தால். அதைவிட அவன் பொறுமையின்மையால். அதைவிட அத்தருணத்தில் அமைந்த ஊழின் வலைப்பின்னலால்." கார்கி கேட்டார் "முனிவரே, அவ்வாறு எங்குமே நிறுத்தப்படாத அஸ்வமேதப்புரவி இறுதியில் சென்றடையும் இடம் எது?"

அன்று பகல் முழுக்க, அந்தி அணைந்து, இரவு எழுவதுவரை அந்த வினாவும் விடையும் தொடர்ந்தன. கார்கி ஆயிரத்தெட்டு வினாக்களைக் கேட்டார். அனைத்துக்கும் விடைசொன்ன யாக்ஞவல்கியரை கார்கி வணங்கியபோது வெளியே முழுநிலவு உருகிய பொற்தாலமென எழுந்து வந்தது. அதன் ஒளிக்கற்றைகள் சரிந்து வேதசாலையை பொன்மெழுகின. அவை செவிகூர்ந்து அமைதிகொண்டிருக்க, அனல்கொழுந்துகள் ஆடும் ஓசை மட்டுமே கேட்டது. கார்கி தன் இறுதிவினாவைக் கேட்க வாயெடுத்தபோது யாக்ஞவல்கியர் கைகூப்பியபடி "அவ்வினாவை நீங்கள் கேட்கலாகாது. நான் சொல்லலாகாது. அது எந்நிலையிலும் ஒரு வினாவல்ல, எதற்கும் விடையும் அல்ல" என்றார். "ஆம்" என்று கார்கி கைகூப்பினார். இருவரும் ஒருவரை ஒருவர் வணங்கியபடி அசைவிழந்து அமர்ந்திருக்க, அவர்களை நோக்கியபடி ஜனகரும் அவையினரும் அமைந்திருந்தனர்.

அஸ்வலனர் முதலில் மீண்டார். "அவை வென்றீர், முனிவரே! அப்பரிசு தங்களுக்குரியது. பாரதவர்ஷத்தின் அந்தணமுதல்வர் தாங்களே. வேதமெய் முற்றுணர்ந்தவரும் தாங்களே" என்றார். அவரைத்

திகைத்தவர்போலத் திரும்பிப்பார்த்தார் யாக்ஞவல்கியர். பின்பு தன் மாணவனை நோக்கிக் கையசைத்தார். அவன் சென்று அந்தப் பசுக்களை அவிழ்த்து ஓட்டிச்சென்றான். முற்றிலும் தனித்தவராக நீள்மூச்சுடன் எழுந்த யாக்ஞவல்கியர் "என் ஆசிரியை ஆனீர், கார்கி. என் விடைகளை எல்லாம் நான் உதறிவிட்டேன். விடையென ஆகாதது அன்றி இனி எதையும் கருத்தில் கொள்ளமாட்டேன்" என்றார். கார்கி அவரை வணங்கி "அவ்வண்ணமே என்னிடம் வினாக்களும் இல்லை, முனிவரே. எனக்கு மெய்மையைக் காட்டினீர். வினாக்களைக் கடந்ததை இனி நாடுவேன்" என்றார்.

யாக்ஞவல்கியர் மெல்லிய குரலில் கார்கியை வாழ்த்திப்பாடினார் "இன்மையில் இருந்து இருப்புக்கு, இருளில் இருந்து ஒளிக்கு, இறப்பிலிருந்து அமுதத்திற்கு..." கார்கி தலைவணங்கி "ஆம், அவ்வறே ஆகுக!" என்றார். சூழ்ந்து நின்ற முனிவரும் வைதிகரும் அவர்கள் அங்கு சொல்கடந்து சென்று கண்டதென்ன என்று அறியாமல் திகைத்து நோக்கி நின்றனர். வேறு எவரிடமும் விடைகொள்ளாது வடதிசை நோக்கி யாக்ஞவல்கியர் நடந்து மறைந்தார். எவரையும் உணராதவராக தென்திசை நோக்கி தன் மாணவிகளுடன் கார்கி சென்றார்.

கார்கியின் புகழ்மிக்க அம்மாணவிகளை அவையினர் அறிந்திருந்தனர். முதல் மாணவி வதவா பிரதித்தேயி கோசல அரசகுலத்தைச் சேர்ந்தவர். இரண்டாம் மாணவியான அம்பை காத்யாயனி காத்யாயன முனிவரின் மகள். மூன்றாம் மாணவியான சுலஃபை மைத்ரேயி ஜனகரின் முன்னாள் அமைச்சரும் வேதப்படிவருமான மித்ரரின் மகள். காத்யாயனியும் மைத்ரேயியும் யாக்ஞவல்கியரை விழிகளால்கூட அறியவில்லை. அவர் அவர்களை எண்ணத்தாலும் உணரவில்லை. அவர்கள் பிரிந்துசென்ற அந்தக் கணத்தை நகர்மக்கள் நெடுநாட்கள் நினைவில் சூடியிருந்தனர். அவர்கள் தங்கள் பாதைகளில் எங்கோ மீண்டும் சந்தித்தேயாகவேண்டும் என்றனர் கவிஞர். சந்திக்கவே முடியாதபடி விரிந்ததே பெருவெளி என்றனர் முனிவர்.

11

இருளில் வெளியே இறங்கி குடில்முற்றத்தில் நின்று அப்பால் தெரிந்த திரௌபதியின் குடிலை தருமன் நோக்கிக்கொண்டிருந்தார். தொலைவில் எங்கோ ஒரு காட்டுநாயின் ஊளை கேட்டது. இருளிலும் காகங்கள் சிறகடித்துப் பறந்துகொண்டிருப்பதை கண்டார். அவற்றின் கருமை வானத்தின் கருமையைக் குறைத்துக்காட்டியது. இருட்டுக்குள் அங்கு அவர் நிற்பதை அவரன்றி வேறெவரும் அறியவில்லை. அவ்வெண்ணமே பெரும் கோட்டையென சூழ்ந்து பாதுகாப்பளித்தது. ஆனால் அதுவே அதைப் பொருளற்ற செயலாகவும் ஆக்கியது.

என்ன எண்ணுகிறேன் இப்போது? இவ்விருளில் இப்படி நின்றபடி அவளையே எண்ணிக்கொண்டிருப்பதை அவள் அறியவேண்டும் என்று விழைகிறேனா? அவள் குடில்விட்டு வெளியே வருகிறாள். ஏதோ நினைப்பில் விழிசுழற்ற, அவரைக் காண்கிறாள். அவர் அத்தனிமையில் அவளுக்காக நின்றிருப்பதை அறிந்ததும் அவள் முகம் மாறுகிறது. விழிகள் கனிகின்றன. மெல்ல அருகே வருகிறாள். எத்தனை எளிய உளநாடகம். மானுடர் தங்கள் பகற்கனவுகளுக்குள் ஆணவம்மிஞ்சிய மூடர்களாக மட்டுமே இருக்கமுடியும்போலும்.

அங்கே ஆயிரம் ஆண்டுகாலம் நின்றிருக்கலாம். தெய்வங்களும் மூதாதையரும் அன்றி எவரும் அறியப்போவதில்லை. விண்மீன்கள் என விழிதிறந்து மண்நோக்கிக்கொண்டிருக்கும் அவர்களுக்கு அது ஒருபொருட்டும் அல்ல. அங்கேயே ஒரு கற்பாறையாக மாறி அவர் காலத்தில் நிலைத்தாலும் தலைக்குமேல் விண்மீன்கள் மாறாது சிமிட்டிக்கொண்டிருக்கும். பெருமூச்சுடன் அந்த வீண் எண்ணங்களை விரட்டினார். உள உச்சங்களில் எண்ணங்கள் ஏன் கட்டவிழ்ந்து

சிதறுகின்றன? முனைகூர்ந்தால் கொள்வதற்குப் பொருளில்லை என்பதனாலா? அல்லது கொள்ளும் அப்பொருளின் எடையை அஞ்சியா? மீண்டும் பொருளற்ற எண்ணங்கள்...

அங்கே நின்றிருக்கமுடியாமல் அவர் தன் அறைக்குள் சென்றார். நெய்யகல் மெல்லிய ஒற்றை இதழசைவாக நின்றிருந்தது. தூண்நிழல் அருகே அதன் காவல்பூதமென நின்றாடியது. பீடத்தில் அமர்ந்து அருகே வைக்கப்பட்டிருந்த சுவடியில் ஒன்றை எடுத்துப்புரட்டினார். மைத்ரேயியின் வினாக்களுக்கு யாக்ஞவல்கியர் அளித்த விடைகள் அடங்கிய சிறுநூல் அது. கைபோன போக்கில் ஏடுகளைப் புரட்டினார். "கணவர்கள் அவர்கள் கணவர்கள் என்பதனால் விரும்பப்படுவதில்லை, மைத்ரேயி. மாறாக அவன் ஆத்மா என்பதனால் விரும்பப்படுகிறான். மனைவி மனைவி என்பதனால் விரும்பப்படுவதில்லை. அவள் ஆத்மா என்பதனால் விரும்பப்படுகிறாள்." கண்களை மூடி அச்சொற்களை அவர் தனக்குள் ஓடவிட்டார். உள்ளம் அச்சொற்களுக்கு அப்பால் தனியாக ஒரு சொல்நிரையென சென்றுகொண்டிருந்தது.

"அனைத்தும் அவற்றின் பொருட்டு விரும்பப்படுவதில்லை. அனைத்தும் ஆத்மா என்பதனாலேயே விரும்பப்படுகின்றன." அவர் அவ்வெழுத்துக்களையே நோக்கிக்கொண்டிருந்தார். பூர்ஜமரப்பட்டையில் கடுக்காய் கலந்த மையால் இறகுமுனைகொண்டு எழுதப்பட்ட வரிகள். அவை எழுதப்பட்டு எத்தனை ஆண்டுகளாகியிருக்கும்? முப்பதாண்டுகளுக்கு குறையாது. அவற்றை எழுதிய இளமாணவன் முதிர்ந்திருப்பான். அவன் அறிந்துவிட்டானா அவன் எழுதியதன் பொருளென்ன என்று?

அவர் சுவடியை வைத்துவிட்டு எழுந்து வெளியே சென்றார். மீண்டும் முற்றத்தில் நின்றிருந்த கொன்றையின் அடியில் கைகளை மார்பில் கட்டிக்கொண்டு நின்று அவள் குடிலை நோக்கிக்கொண்டிருந்தார். அவள் துயின்றிருப்பாளா? அவள் காட்டுக்குள் வந்த அன்று நன்கு துயின்றாள். மறுநாளும் துயின்றாள். எப்போது துயில்மறக்கலானாள்? துயின்றுகொண்டிருக்கவும்கூடும். இனி அவளுக்கு ஊசலாட்டம் இல்லை. இறுகி இரும்புக்குண்டு என ஆகிவிட்டது அவள் உள்ளம். அது குளிர்ந்த உலோகம் அல்ல. நஞ்சு குளிர்ந்தது. தொட்டால் கை எரிவது. அவளால் துயில முடியாது.

அவள் குடில்கதவைத் தட்டி அவள் பெயர் சொல்லி அழைத்தால் என்ன? அவள் எழுந்து வந்தால் அவளிடம் மென்குரலில் 'அன்னையிடம் மைந்தன் என வந்துள்ளேன்' என்று சொல்லவேண்டும். அப்போது குரல் உடையலாம். கண்களில் நீர் நிறையலாம். அவரே இருளுக்குள் புன்னகைத்துக்கொண்டார். அவள் முகம் அப்படியேதான் இருக்கும்

என்பதில் ஐயமே எழவில்லை. இருளுக்குள் இருண்ட தேவிசிலை போல. கல்விழிகள், கல்லுதடுகள். கண்களைக்கொட்டினாலும் இருளில் எழுந்த அந்தப் பாவை விழிகளுக்குள் நின்றது. நிமிர்ந்து வானில் அலைந்த காகங்களைப் பார்த்தார்.

அப்படி அவள்முன் சென்று நிற்கும் உரிமையை அளிப்பது எது? அவளுடன் காமத்திலாடிய பொழுதுகளின் நினைவுதான். ஆணுக்கு மட்டும்தான் அது அத்தனை முதன்மையானதா? பெண்ணை ஆட்கொண்டுவிட்டதாக, அவளுக்குள் புகுந்து முற்றிலும் அறிந்துவிட்டதாக எண்ணுகிறானோ? அந்தத் தனிமையின் தருணங்களை அவளால் கடக்கவேமுடியாதென்று எண்ணிக்கொள்கிறானோ? ஆனால் ஆணுக்கு தன் உடல் எதுவோ அது அல்ல பெண்ணுக்கு என்று தோன்றியது. ஆண் உடல் அவனுக்கு மட்டும் உரியது. அவள் உடலோ முதன்மையாக அவள் குழந்தைகளுக்குரியது. குழந்தைகளுக்குப்பின் அது அவளுக்கு முற்றிலும் வேறுபொருள் கொண்டுவிடுகிறதோ? அவள் கொள்ளும் தனிமையின் தருணங்கள் காமத்தில் மட்டுமல்ல...

எண்ணங்கள் அழுத்த அவர் இருளில் நடந்தார். நின்றபோது சுமைகொண்ட எண்ணங்கள் நடந்தபோது உடன்பறப்பதன் விந்தையை உணர்ந்து புன்னகைத்துக்கொண்டார். முற்றிலும் அகன்று சென்றுவிட்டாளா? மீளவே மாட்டாளா? ஆம், அவ்வாறுதான், ஐயமே இல்லை. அதுவே முறை. அதுவன்றி பிறிது எதுவும் அத்தருணத்தை, அங்கெழுந்த சொற்களை பொருளற்றவையாக்கிவிடும். ஆனால் அவ்வாறு அது முற்றிலும் முடியாது என்றே அரற்றிக்கொண்டிருக்கிறது உள்ளம். அது வெறும் விழைவு. ஏக்கம். ஆனால் அதைத் தொடும் அருகமைவில் பார்க்கமுடிகிறது.

இருளில் தன் காலடிகள் ஒலிக்க நடந்தார். மரக்கிளைகளில் கூடணைந்திருந்த பறவைகள் எழுந்து சிறகடித்துப் பறந்தன. புதர்களுக்குள் ஒரு சிற்றுயிர் சருகின் சலசலப்புடன் ஓடி மறைந்தது. தொடர்பில்லாமல் வாரணவதம் நினைவுக்கு வந்தது. அந்த எரிமாளிகையை குகைமுடிவில் எழுந்து இருளில் நின்று நோக்கியபோது அது ஒரு சிதை என தோன்றியது. அதில் தானும் உற்றோரும் எரிந்துகொண்டிருப்பதுபோல. அதிலெரிந்தவர்கள் அறுவர். அறியாத ஆறுமுகங்கள். அவர்களாகி அங்கே எரிந்தமைந்தது அவரும் ஐவரும்.

பிருஹதாரண்யகத்தின் கதை சொல்லிக்கொண்டுவந்த வைரோசனனிடம் திரௌபதி கேட்டாள் “அவர்கள் ஏன் இங்கிருந்து கிளம்பிச்சென்றார்கள்? அவர்களுக்குரியதல்லவா இந்தக் கல்விநிலை?” வைரோசனன் “இல்லை, அரசி. இதன் நிலமும் பொருளும் மட்டுமே அவர்களுக்குரியவை.

இங்குள்ள கல்வி யாக்ஞவல்கியரால் வகுக்கப்பட்டது. சுலஃபை மைத்ரேயி இதைத் தலைமை தாங்கி நடத்தியபோதுதான் பெண்கள் இங்கு சேர்க்கப்பட்டார்கள். பெண்களுக்கு வேதம் கற்கவும் வேள்விகளில் அமரவும் இணையுரிமை அளிக்கப்பட்டது" என்றான்.

"யாக்ஞவல்கியரின் காலத்திலேயே இங்கு வேதாங்கங்களும் உபவேதங்களும் முழுமையாகக் கற்பிக்கப்பட்டன. மைத்ரேயிதேவி இங்கு இயற்கலைகள் அனைத்தும் கற்பிக்கப்பட ஆணையிட்டார். வேள்வியை பெரும் களியாட்டமாக ஆக்கியதும் அவர்தான். ஆனால் ஒருநாள் அனைத்தையும் விட்டுவிட்டு அவர்கள் இங்கிருந்து கார்கியின் கல்விநிலையைச் சென்றடைந்தனர். இங்குள்ள ஒருதுளிப் பொன்னோ ஒரு பசுவோ அங்கு செல்லவில்லை."

"கார்கியின் கல்விநிலையில் மெல்லமெல்ல ஆண்கள் அனைவருமே விலகிச்செல்ல, பெண்கள் மட்டுமே அப்போது எஞ்சியிருந்தனர். தலைமை மாணாக்கி வதவா பிரதித்தேயியின்கீழ் அவர்கள் அமைந்தனர். அவர்கள் அங்கு ஏழாண்டுகாலம் ஊழ்கம் பயின்றனர். பின்னர்தான் ஜனகரின் அவையில் யாக்ஞவல்கியரை கார்கி கண்டுகொண்ட மெய்யவை நிகழ்ந்தது. அதன்பின் மூன்றாண்டு கடந்து கார்கி முழுமையடைந்தார். வதவா பிரதித்தேயியும் உடன் அமர்ந்து முழுமைகொண்டார். பின்னர் பதினெட்டு ஆண்டுகள் கார்கியின் வேதநிலை மைத்ரேயியால் நடத்தப்பட்டது. அக்காட்டுக்கு இன்று கார்கவனம் என்று பெயர்."

அவள் "அங்கு வேதம் கற்பிக்கப்பட்டதா என்ன?" என்றாள். "ஆம், அங்கு கற்பிக்கப்படும் வேதம் பிறிதெங்கும் இல்லாதது. அதை சாக்தவேதம் என்கிறார்கள். அதில் ரிக் யஜுர் சாமம் மூன்றும் பிற எங்கும்போலவே. அதர்வத்தில் தொல்லன்னையரைத் தொழும் பாடல்கள் ஆயிரம் மிகையாக உள்ளன" என்றான் வைரோசனன். "இங்குள்ள வேதநிலைகள் எதனுடனும் அதற்குத் தொடர்பில்லை. அவர்களின் சடங்குகள் முற்றிலும் மந்தணமானவை. அவர்கள் பாடும் சந்தமும் வேறுபட்டுள்ளது."

"இன்றுள்ள மைத்ரேயியை நான் ஒருமுறை அதர்வவேதப் பெருவேள்வி ஒன்றில் கண்டிருக்கிறேன். அவர் விழிகளை நோக்க அஞ்சி விலக்கிக்கொண்டேன். கார்கக் காட்டை பிற வைதிகமுறைமைகள் முழுமையாகவே விலக்குகின்றன. ஆயினும் ஒவ்வொருநாளும் ஒரு பெண் பாரதவர்ஷத்தில் எங்கோ இருந்து தன் இல்லத்தைத் துறந்து நிலைகொண்ட விழிகளுடன் ஊர்களையும் அடர்காடுகளையும் கடந்து அங்கே சென்றுகொண்டிருக்கிறாள். பிற வேதநிலைகளில் இருந்து மாணாக்கர் வெளியேறுவது உண்டு. கார்கக் காட்டிலிருந்து எவரும் வெளியேறியதே இல்லை."

"அவர்கள் மைத்ரேயிக்கும் கார்கிக்கும் யாக்ஞவல்கியரால் சொல்லப்பட்ட மெய்ச்சொற்களை நூல்களாக்கிக் கொண்டிருக்கிறார்களா?" என்றாள் திரௌபதி. "இல்லை அரசி, முதுமை வருவதை அறிந்து தன் பொருள்களை மனைவியருக்கு பங்கிட்டளித்துவிட்டு கானேக முடிவுசெய்த யாக்ஞவல்கியரிடம் மைத்ரேயி ஏழு வினாக்களைக் கேட்கிறார். அவை இங்குள்ள நூல்களில் சொல்லப்பட்டிருப்பவையே. அவற்றுக்கு மறுமொழி அறியாது திகைத்த யாக்ஞவல்கியருக்கு மைத்ரேயி அளிக்கும் மறுமொழிகளாக அமைந்துள்ளன அவர்களின் நூல்கள்" என்றான் வைரோசனன். "கார்கியுடனான உரையாடலிலும் கார்கியே மெய்மையுரைப்பதாக அந்நூல்கள் சொல்கின்றன."

அவர்கள் குடில்முற்றத்தை அடைந்துவிட்டிருந்தனர். தருமன் அவள் முகத்தை நோக்க முயன்றான். நெய்விளக்கின் செவ்வொளியில் அது உணர்வற்றிருந்தது. அவள் ஒன்றும் சொல்லாமல் தன் குடிலுக்குள் புகுந்து மறைந்தாள். வைரோசனன் "அரசே, ஓய்வெடுங்கள். நாளை காலை இங்கே சொற்பேரவை நிகழ்கிறது. பிருஹதாரண்ய மரபின் துணைமரபுகளான முண்டகவனம், மாண்டூக்யவனம், பிக்ஷுகவனம், முக்திகவனம் போன்ற பதினெட்டு தரப்புகளும் வந்து ஒரே களத்தில் சொல்லாடலுக்கு நிற்கிறார்கள்" என்றான்.

இருண்ட காட்டுக்குள் சென்றுவிட்டதை அறிந்து தருமன் நின்றார். வழிதவறிவிட்டால் புலரிவரை சுற்றிவரவேண்டியதுதான். கால்களில் வந்த வழியின் நினைவு இருக்கக்கூடும் என்று தோன்றியது. அப்படியே திரும்பி நடந்தால் குடில்களுக்குச் சென்றுவிடமுடியும். ஆனால் ஓர் அடி தவறான திசையில் வைத்தாரென்றால் அது முற்றிலும் பிழையான எல்லைக்குக் கொண்டுசெல்லக்கூடும். இன்னும்கூட கந்தகம் கொந்தளிக்கும் குழிகள் கொண்டது இக்காடு. மானுடர் வாழ்ந்து வாழ்ந்து இதன் ஒரு சிறுபகுதியைத்தான் பழக்கி எடுத்திருக்கிறார்கள்.

திரும்பி நடந்தபோது அவர் தைத்ரியக்காட்டின் அந்தக் குட்டிக்குரங்கை நினைத்துக்கொண்டார். அங்கிருந்த நாளெல்லாம் அவர் மடியில் உறங்கியது அது. அதன் அன்னை பலமுறை அதைத் தொடர்ந்து வந்து அவரை நோக்கி அமர்ந்திருந்துவிட்டுச் சென்றது. சிலநாட்களில் அவர் குடிலிலேயே அது தங்கத் தொடங்கியது. அவரது மரவுரிகளைக் கொண்டுசென்று கூரைமேல் போட்டது. காட்டுக்கனிகளைக் கொண்டுவந்து குடிலெங்கும் உருளவிட்டது. சுவடிகளை ஒருமுறை அது தொட்டபோது அவர் சினம்கொண்டு கை ஓங்கினார். பற்களைக் காட்டிச் சீறியபடி தூணில் ஏறிக்கொண்டது. இரு கைகளாலும் கால்களாலும் குறுக்குச்சட்ட மூங்கிலைப்பற்றிக்கொண்டு அமர்ந்து ஊசலாடுவதுபோல ஆடி 'ஹஹ் ஹஹ்' என்று ஓசையிட்டது.

அவர் மீண்டும் அதை அதட்ட, மேலே சென்று சிறுதுளி சிறுநீரை அவர் அருகே பீய்ச்சியது. அதன் நாற்றத்தால் அறை நிறைந்தது. அன்று முழுக்க மேலேயே அமர்ந்திருந்தது. அவர் இரவு படுத்தபோது மெல்ல அருகே வந்து அமர்ந்து 'ர்ர்ர்' என்றது. அவர் அதன் தலையின் புன்மயிரை மெல்ல தடவினார். அவர் அருகே உடலை ஒட்டிக்கொண்டு குழந்தைபோல சுருண்டு படுத்துக்கொண்டு உடனே துயிலில் ஆழ்ந்தது. ஆனால் அதன்பின் அது சுவடிகளைத் தொடவே இல்லை.

அவர்கள் அங்கிருந்து கிளம்பியபோது அது மரக்கிளைகளில் தாவியபடி கூடவே வந்தது. அதன் பின்னால் ஓசையிட்டபடி அதன் அன்னை வந்தது. அவர்கள் தைத்ரியத்தின் எல்லையெனத் திகழ்ந்த ஓடையைக் கடந்தபோது அது இருகால்களில் எழுந்து தலைமேல் கைவைத்து நின்று எம்பி எம்பி ஓசையிட்டு அழுதது. கண்களில் நீர் வழிய தலைகுனிந்து தருமன் நடந்தார். பற்களை இறுகக்கடித்து கைகளை முறுக்கிப் பற்றியிருந்தார். எல்லைக்கு அப்பால் அவர் மறைந்ததும் தொலைவில் அதன் கூரிய அழுகை ஒலி கேட்டது. நெஞ்சுலைய அவர் விம்மிவிட்டார்.

இருளில் நின்று அவர் விழிநீர் உகுத்தார். முதல் துளி விழிநீரின் வெம்மையை கன்னங்களில் அறிந்ததும் அனைத்துத் தடைகளும் அவிழ்ந்தன. அவர் விம்மியும் தேம்பியும் அழுதார். நின்று மீண்டும் கிளர்ந்து அழுதுகொண்டேயிருந்தார். கால் தளர்ந்து ஒரு சாலமரத்தின் அடியில் அமர்ந்தார். அழுகை முற்றிலும் ஓய்ந்ததும் அவர் உள்ளம் இனிய துயிலுக்குப்பின் விழித்ததுபோல தெளிவடைந்திருந்தது. வழியை சித்தம் நன்றாக அறிந்தது. தன் குடிலுக்குத் திரும்பி மரவுரிச்சேக்கையிட்ட மஞ்சத்தில் படுத்துக்கொண்டார். மரவுரிச்சுருள் ஒன்றை அருகே போட்டுக்கொண்டபோது அந்தக் குரங்கு அருகே படுத்திருப்பதைப்போல உணர்ந்தார். அதற்கு சூக்தன் என்று பெயரிட்டார். அதை வருடியபடி துயிலில் ஆழ்ந்தார்.

12

காலையில் நீராடி மீண்டபோது குடில்முற்றத்தில் காலன் காத்து நின்றிருந்தான். அவர் அவனை நோக்கி வணக்கங்களை ஏற்றபின் தன் குடிலுக்குள் சென்று ஈர ஆடைகளை மாற்றிக்கொண்டார். வெளியே வந்தபோதும் அவன் அங்கேயே மரத்தடியில் நின்றிருந்தான். “சுருக்கமாகச் சொல், நான் எரிசெயலுக்குச் சென்றாகவேண்டும்” என்றார் தருமன். காலன் விதுரரை அறியாமல் அவருடன் அஸ்தினபுரிக்குச் சென்றிருந்தான். அவர்கள் செல்லும் பாதையில் அவர்களுக்குச் சற்று முன்பென அவன் சென்றான்.

“அமைச்சர் நலமாகச் சென்று சேர்ந்தார்” என்றான் காலன். “அவர் தன் வருகையை முன்னரே ஓலையினூடாக அறிவித்திருந்தார். எனவே காட்டெல்லை கடந்ததுமே அவருக்கு அரசவரவேற்பு முறைமைகள் கிடைக்கத் தொடங்கிவிட்டன.” தருமன் அதில் இடக்கு இருக்கிறதா என அகத்தால் தேடினார். “ஆனால் பேரரசிக்கு அவருக்கு ஏதாவது ஆகக்கூடுமென்ற ஐயம் இருந்தது.” தருமன் புருவம் சுருக்கி “எவரிடமிருந்து?” என்றார். “அஸ்தினபுரியின் அரசரிடமிருந்தும் தம்பியரிடமிருந்தும்தான். விதுரர் பாண்டவர் பக்கம் உளம்சாய்ந்தவர் என அவர்கள் எண்ணுகிறார்கள் என்பதில் ஐயமில்லை.”

“அதனால் அவரை அவர்கள் கொல்வார்களா? துரியோதனனை என்னவென்று எண்ணினார் அன்னை? அவன் புவியாளப் பிறந்த சக்ரவர்த்தி” என்றார் தருமன். “ஆம், ஆனால் அவருக்குப் பிடிக்கும் என ஏதாவது அமைச்சனோ ஒற்றனோ எல்லை மீறலாம் அல்லவா? வழிகள் முழுக்கக் காக்கப்படவேண்டுமென்பது அன்னையின் ஆணை. ஆகவே

நான் முழுமையான விழிகளும் கண்களுமாகக் கடந்துசென்றேன்" என்றான் காலன். தருமன் பெருமூச்சுடன் "சொல்க!" என்றார்.

"அரசே, விதுரர் கிளம்பிய நாள் முதல் பேரரசர் உடல்நலம் குன்றிப் படுத்துவிட்டார். உணவு உண்பது குறைந்து அவர் உடல் மெலிந்து என்பும்தோலுமென ஆகியது. இசையோ மைந்தர்களோ அவரை மகிழ்விக்க முடியவில்லை. உயிர்துறக்க முடிவுசெய்தவர் போலிருந்தார். யுயுத்ஸுவும் சஞ்சயனும் மட்டுமே அவருடன் இரவுபகலென எப்போதும் இருந்தனர். அவர்களால்தான் அவர் உயிர்வாழ்ந்தார். ஒருநாள்கூட பேரரசரின் மைந்தர்கள் வந்து அவரைப் பார்க்கவில்லை. அரசர், அவர் இறந்த செய்தி உண்டென்றால் எனக்குச் சொல். பிறிதேதும் எனக்குத் தேவையில்லை என்று சொல்லிவிட்டதாகச் சொல்கிறார்கள்.

"யுயுத்ஸு மதிநுட்பம் மிகுந்தவர். விதுரர் குறித்த செய்தி மட்டுமே பேரரசரை மீளச்செய்யும் என்றுணர்ந்து ஒற்றர்களை வரவழைத்து விதுரர் குறித்த தகவல் வந்துவிட்டது என்று சொல்லி அவருக்கு நம்பிக்கையூட்டி உணவுண்ணச் செய்வார். நாளுக்கு முப்பதுமுறை அவர் கேட்டுக்கொண்டேயிருப்பார். வருகிறார் என்று சொல்லிக்கொண்டேயிருப்பார்கள். அந்நிலை சிலநாட்கள் நீடிக்கும். மீண்டும் பேரரசர் உணவை மறுக்கத் தொடங்குவார். சிலநாட்கள் கழித்து மீண்டும் ஒரு பொய்ச் செய்தி அவருக்கு கிடைக்கச்செய்யப்படும். அவரை அவ்வாறு உயிர்தக்கச் செய்தனர் அவ்விளையோர்.

"ஆனால் உண்மையிலேயே விதுரர் வருகிறார் என்னும் செய்தி வந்தபோது அதைப் பேரரசரிடம் சொல்லி நம்பவைக்க முடியவில்லை. அவர் பலநாட்களாக உடல் நலிந்து மஞ்சத்திலேயே படுத்திருந்தார். நினைவு எப்போதாவது திரும்பி அலைபாய்ந்து மீண்டும் சுஷுப்தியில் மூழ்கிக்கொண்டிருந்தது. ஒருநாள் இரவு உச்சகுரலில் அலறியபடி எழுந்தமர்ந்து இளையோனே இளையோனே என்று கூவியிருக்கிறார். கைகளால் அரண்மனைத்தூண்களை அறைந்தபடி அங்குமிங்கும் முட்டிமோதியிருக்கிறார். அருகணைந்து அவரை அமரச் செய்தபோது அவர் விதுரர் இறந்துவிட்டதாகக் கனவுகண்டது தெரியவந்தது. அரசே, இங்கு விதுரர் நோயுற்று இறப்பை அணுகிய அந்த இரவுதான் அது.

"இங்கு நோய்மீண்டு விதுரர் எழுந்தநாளில் அவரது கனவில் அவர் வந்து புன்னகை புரிந்திருக்கிறார். அவர் மீண்டுவருகிறார் என்று களிகொண்டு கூவி ஆர்ப்பரித்திருக்கிறார். ஆனால் உடனே நம்பிக்கையிழந்து அது விண்ணிலிருக்கும் இளையோனின் குரல் என எண்ணத் தொடங்கிவிட்டார். அவர் உண்மையில் வரும் செய்தியை சொன்னபோது யுயுத்ஸுவை அறைந்து விலகிச்செல் மூடா, உன்

சொற்களை நம்ப நான் சிறுமைந்தன் அல்ல என்று கூவினார். மீண்டும் மீண்டும் நினைவு தவறிக்கொண்டிருந்தது. அரைத்துயிலில் இளையோனே என்ற சொல்லன்றி எதுவும் அவர் நாவில் எழவில்லை.

“விதுரர் கோட்டைமுகப்பை அடைவதுவரை அவரிடம் அரசர் நோயுற்ற செய்தி சொல்லப்படவே இல்லை” என்று காலன் தொடர்ந்தான். “சொல்லப்பட்டதும் அவர் தேரிலமர்ந்து கண்ணீர்விட்டு அழுதார். விரைவு விரைவு என கூவிக்கொண்டேயிருந்தார். பேரரசர் நோயிலிருப்பது நகரில் பரவியிருந்தமையால் விதுரரின் வரவை மக்கள் எதிர்பார்த்திருந்தனர். ஆனால் அவரைக் கண்டதும் வசைபாடத் தொடங்கினர். குலமகளிர் மாளிகைமுகப்பில் நின்று அவரைக் கைசுட்டி பழிச்சொல் கூறினர். அவர் எதையும் கேட்கவில்லை. அரண்மனை முகப்பில் இறங்கி இடைநாழியில் ஏறி ஓடினார். இருமுறை கால்தவறி விழுந்தவரை, கூடவே ஓடிய ஏவலர் பற்றிக்கொண்டனர்.

“பேரரசரின் மஞ்சத்தறைக்குள் புகுந்து அவர் அருகே அமர்ந்து அவர் கால்களைப் பற்றிக்கொண்டார் விதுரர். அவர் பாதங்களில் தன் தலையை வைத்து ஓசையின்றி குலுங்கி அழுதார். பேரரசரும் அவர் குரலைக் கேட்டதுமே விழித்துக்கொண்டார். அவர் நெஞ்சு விம்மிக்கொண்டிருந்தது. தொண்டைக்குள் சிக்கிய ஒலி அங்கே நின்று பதைத்தது. அவர் கைகளை நீட்டி விதுரரின் தலையைத் தொட்டார். குழலைப்பற்றி இழுத்து தூக்கி ‘உணவு உண்டாயா? நெடுந்தொலைவு வந்திருப்பாய்’ என்றார். ‘இல்லை’ என்றார் விதுரர். ‘உணவருந்து... யுயுத்ஸு, இளையோனை உணவருந்தச் செய்’ என்றார் பேரரசர்.

“யுயுத்ஸு ‘தந்தையே, நீங்கள் உணவருந்தவேண்டும்’ என்றான். ‘ஆம், கொண்டுவா’ என்றார். அதன்பின் கண்ணீர்விட்டு விசும்பி அழலானார். அவர்கள் அவர் அருகே நின்று அவர் அழுது ஓய்வதுவரை நோக்கிக்கொண்டிருந்தனர். அவர் மீண்டதும் ‘உணவு கொண்டுவா... ஊனுணவு...’ என்றார்.” காலன் சிரித்து “அவ்வளவுதான், நீர் நீரை கண்டு இணைந்துகொண்டது. ஒரு சொல் பேசப்படவில்லை. மறுநாள் காலை பேரரசர் பீடத்தில் இசைகேட்க அமர்ந்திருக்க, அருகே விதுரர் அமர்ந்து ஓலைச்சுருக்கங்களைச் சொல்வதை நோக்கினால் அங்கே ஏதும் நிகழ்ந்தமைக்கான எந்தச் சான்றும் இருக்கவில்லை” என்றான்.

“விதுரர் மீண்டும் அமைச்சர் ஆனாரா?” என்றார் தருமன். “ஆம், அதைத்தான் அஸ்தினபுரியில் விந்தையாகப் பேசிக்கொண்டார்கள். விதுரர் அகன்றதுமே அமைச்சுப்பொறுப்பு முழுமையாகவே அங்கரின் கைகளுக்குச் சென்றது. அவரும் பால்ஹிகரும் அதை நடத்தினர். அவர் மீண்டுவந்ததும் அவரையே அமைச்சராக மீண்டும் அமைத்து அரசர்

ஆணையிட்டார். அவரே கிளம்பிவந்து அமைச்சரைக் கண்டு பணிந்து இயல்பாக முகமன் சொல்லி அவ்வாணையை அளித்தார். விதுரரும் ஒன்றும் நிகழாததுபோல அப்பொறுப்பை ஏற்றுக்கொண்டார். அவர் உங்களைச் சந்தித்ததைச் சொல்லவில்லை, உங்களைப்பற்றி அரசர் ஏதும் கேட்கவுமில்லை."

"அவனுக்குத் தெரிந்திருக்கும்" என்றார் தருமன். "ஆம், இங்கு எப்போதும் அவரது ஒற்றர்கள் சூழ்ந்துள்ளனர்" என்றான் காலன். "அவரை மீண்டும் அமைச்சராக ஆக்க பூரிசிரவஸுக்கு விருப்பமில்லை என்று அறிந்தேன். அதை அவர் சொன்னதாகவும் 'அவர் என் தந்தை. அவ்வண்ணமே இங்கிருப்பார்' என்று அரசர் சொல்லிவிட்டதாகவும் சொல்லப்படுகிறது. நான் அதை உறுதி செய்துகொள்ளவில்லை." தருமன் "அவன் அவ்வாறு சொல்லக்கூடியவனே. சிறியன அவன் இயல்பல்ல" என்றார்.

காலன் தலைவணங்கி அகல, தருமன் வேள்விச்சாலைக்குச் சென்றார். நகுலனும் சகதேவனும் முன்னரே அங்கிருந்தனர். அவர் அவர்களுக்கு அருகே அவருக்கென இடப்பட்ட தர்ப்பைப்புல் இருக்கையில் அமர்ந்தார். பிருஹதாரண்யகத்தில் வழக்கமான மாபெரும் வேள்விச்செயல் நடந்துகொண்டிருந்தது. அவி உண்ட நெருப்பு ஒளியிழந்து சுருண்டது. மெல்ல எழுந்து கொழுந்து விட்டு தாவி காற்றில் ஏறி நின்று துடித்தது. பீதர்நாட்டுப் பட்டை விரித்து உதறும் ஒலிபோலிருந்தது அதன் ஓசை. வேதச்சந்தத்தில் அது மட்டும் தனியாக ஒலித்தது. கட்டப்பட்டு திமிறித் தாவும் சிம்மம். மண்ணில் கட்டப்பட்டுள்ளது எரி. மாதரிஸ்வானுக்கு அன்னையிலிருந்து விடுதலையே இல்லை.

வேள்விமீதம் உண்டபின் அவர்கள் எழுந்து வெளியே வந்தனர். தருமன் சுருக்கமாக காலனின் செய்தியைச் சொன்னார். "ஆம், நான் அதையே எதிர்பார்த்தேன்" என்றான் நகுலன். வைரோசனன் அவர்களருகே வந்து "வரும் முழுநிலவுநாளில் இங்கே பெரும் பூதவேள்வி ஒன்று நிகழவிருக்கிறது, அரசே" என்றான். "அதை நிகழ்த்துபவர் அஸ்தினபுரியின் அரசர். பேரரசர் உடல்நலம் குன்றியிருந்தபோது நாளும் அவருக்காக அவியிட்டு வேண்டிக்கொள்ள ஆணையிட்டிருக்கிறார். இப்போது அவர் உடல்நிலை செம்மையாகிவிட்டமையால் அதைப் பெருங்கொடை வேள்வியாக ஆக்கும்படி ஆணை."

நகுலன் "அஸ்தினபுரியில் நாளும் வேள்வி நிகழ்ந்துகொண்டிருக்கிறது என்கிறார்கள்" என்றான். "அஸ்தினபுரியின் செல்வம் அத்தனை வேதநிலைகளுக்கும் சென்றுகொண்டிருக்கிறது. வைதிகர் அனைவருமே இன்று அஸ்தினபுரிக்கான வேள்விகளில் ஈடுபட்டிருக்கிறார்கள்." வைரோசனன் "உண்மையில் இன்று பாரதவர்ஷம் முழுக்கவே

வேள்விகள் பெருகிவிட்டிருக்கின்றன. அத்தனை ஷத்ரிய மன்னர்களும் தொடர்வேள்விகள் செய்துகொண்டிருக்கிறார்கள். இதுபோல வேள்வி பெருகிய காலம் பிறிதில்லை என்கிறார்கள். வேள்விப்புகை நீர் சுமக்காத கார்மேகம்போல நகர்கள் மேல் பரவி நின்றிருக்கிறது என ஒரு சூதன் பாடினான்” என்றான். நகுலன் புன்னகை செய்து “சூதர்கள் நஞ்சு கலந்தால்தான் சொல் மணக்கும் என்று அறிந்தவர்கள்” என்றான்.

“ஒவ்வொருவரும் வேள்விப்புரவலர் என்னும் பெயர் பெறுவதற்காகப் போட்டியிடுகிறார்கள். பெருவேள்வி புரிபவன் முதன்மை ஷத்ரியன் என்று எண்ணுகிறார்கள்” என்றான் வைரோசனன். சிரித்துக்கொண்டு “முன்பெல்லாம் அயோத்தி, கோசலம் போன்ற தொன்மையான அரசகுடியினர் வேள்விகளைப் பெரிதாகச் செய்ததில்லை. அதனால் அவர்கள் அடைவதற்கொன்றுமிருக்கவில்லை. உருவாகி வரும் புதிய அரசர்களும் குலத்தூய்மை அற்றவர்களுமே தங்களை உயர்ந்தோர் என நிலைநாட்டும்பொருட்டு வேள்விகளைச் செய்வார்கள். வேள்விகளைச் செய்வதே குலத்தகுதிக் குறைவு என்பதற்கான சான்றாக ஷத்ரியர்களின் அவைகளில் இளிவரலுக்கு ஆளாகும்” என்றான்.

“நாம் கிளம்புவோம்” என்றார் தருமன். “எங்கு, மூத்தவரே?” என்றான் நகுலன். “கார்க குருநிலைக்குச் செல்வோம். அங்கிருக்கும் இன்றைய மைத்ரேயியைப் பார்ப்போம்” என்றார் தருமன். நகுலன் தயங்க, வைரோசனன் “அவர்கள் ஆண்களை அங்கு விரும்புவதில்லை” என்றான். “சென்று பார்ப்போம். உள்நுழைய ஒப்புதல் இல்லை என்றால் நாம் நின்றுவிடுவோம். திரௌபதி மட்டும் செல்லட்டும்” என்றார் தருமன். “அவர்களின் வேதநிலையை பிற வேதநிலைகள் ஏற்றுக்கொள்வதில்லை” என்றான் நகுலன். “நாம் அவ்வாறு பிரித்துப் பார்க்கவில்லை. நாமும் எவருடனும் இல்லாதவர்களே” என்றார் தருமன். அவர்கள் தலையசைத்தனர்.

ஆனால் மாலையில் காட்டில் இருந்து திரும்பிவந்த அர்ஜுனன் அதை உறுதியாக மறுத்துவிட்டான். “மூத்தவரே, நாம் சாந்தீபனி குருநிலைக்குச் செல்வோம்” என்றான். “ஆம், அங்கும் செல்லவேண்டும். ஆனால்...” என தொடங்கிய தருமனிடம் “நாம் அங்குதான் சென்றாகவேண்டும், மூத்தவரே. சிலநாட்களில் அங்கே இளையயாதவர் வருவார். நாம் அவருக்காகக் காத்திருப்போம்” என்றான் அர்ஜுனன். “ஆம், நன்று” என்றார் தருமன். “திரௌபதியும் அதையே விரும்புவாள்.” அர்ஜுனன் அதற்கு மறுமொழி என ஏதும் சொல்லவில்லை. அவன் சொல்வான் என எதிர்பார்த்து பின்பு தருமன் “அவள் அவரிடம் மட்டுமே பேசவிழைவதாக என்னிடம் சொன்னாள்” என்றார். அதற்கும் அவன் ஒன்றும் சொல்லவில்லை.

ஏழாம் காடு

சாந்தீபனி

1

பிருஹதாரண்யகத்தில் இருந்து கிளம்பி சாந்தீபனிக் காட்டுக்குச் செல்லும் வழியெங்கும் தருமனும் தம்பியரும் இளையயாதவரையே எண்ணிக்கொண்டு சென்றனர். ஆனால் ஒரு சொல்லேனும் அவரைப்பற்றிப் பேசிக்கொள்ளவில்லை. அவரைப்பற்றி எண்ணும்போது எப்போதுமே எழுந்துவரும் உளஎழுச்சியும் உவகையும் அப்போது உருவாகவில்லை. முன்பு எப்போதும் உணர்ந்திராத தனிமையும் நிலைகொள்ளாமையுமே வந்து மூடிக்கொண்டது.

தருமன் அவரைப் பற்றிப் பேச எண்ணினார். துவாரகையில் என்ன நடந்தது, சால்வன் தோற்கடிக்கப்பட்டுவிட்டானா? ஆனால் அவ்வினாவுக்கு விடையென வழக்கம்போல உள்ளம் பொங்கியெழும் ஒரு வெற்றிக்கதை சொல்லப்படாவிட்டால் வாழ்க்கையில் நம்பிப் பற்றிக்கொள்ள வேறேதும் எஞ்சியிருக்காது. அத்தருணத்தில் அவர் பெயர் ஒன்றே நீண்ட இருட்குகைப்பாதையின் மறுஎல்லையின் ஒளிப்புள்ளியாகத் தெரிந்தது.

அவர் விழைந்ததுபோலவே செல்லும் வழியில் ஓர் இசைச்சூதனைக் கண்டுகொண்டார்கள். பிருஹதாரண்யகத்திலிருந்து கிளம்பி மரத்தடிகளிலும் காட்டிலமைந்த அறச்சாவடிகளிலும் இரவு தங்கி பதினெட்டுநாட்கள் நடந்து சாம்யகம் என்னும் காட்டில் அமைந்த அன்னநிலையத்தில் உணவுக்காகக் காத்திருந்தபோது அவன் அவர்களுக்கு முன்னால் நின்றிருந்தான். புழுதிபடிந்த உடலுடன் கந்தையென்றான மரவுரி அணிந்து சிக்குபிடித்த தலைமுடியும் தாடியுமாக நின்ற அவர்களை அங்கே உணவுக்கென நிரைவகுத்த எவரும் அடையாளம் காணவில்லை.

கருணன் என்னும் அச்சூதன் மட்டும் திரும்பி நோக்கி “அந்தப் பேருடலரும் உணவுக்காகவா வந்து நின்றிருக்கிறார்?” என்றான். பீமன் “ஆம், சூதரே. இங்கு அன்னம் அளந்து வழங்கப்படவில்லை அல்லவா?” என்றான். “அது உண்மை. ஆனால் அளவின்றி வழங்கப்பட்டால் நீங்கள் ஒருவர் உண்பதற்கான அன்னம் இக்காட்டில் இருக்காது” என்றான் அவன்.

“அஞ்சவேண்டாம். நான் அளவுக்குட்பட்டே அன்னத்தை உண்பதாக உள்ளேன். என் உணவு காட்டில் அளவிறந்து கிடைக்கிறது” என்றான் பீமன். “அது நன்று. காட்டில் நீர் மான்களை வேட்டையாடுகிறீரோ?” பீமன் “காட்டெருமைகளை” என்றான். கருணன் சற்று சொல்நின்று பின்பு “வாய்ப்புள்ளது. உமது உடல் அத்தகையது” என்றான். பின்னர் “எப்போதேனும் மான்களோ பன்றிகளோ சிக்குமென்றால் என்னையும் எண்ணிக்கொள்ளும்” என்றான்.

அவர்கள் பனையோலைத் தொன்னைகளில் பருப்பும் கீரையும் கிழங்குகளும் அரிசியுடனும் வஜ்ரதானியத்துடனும் கலந்து வேகவைக்கப்பட்ட அன்னமும் வாங்கிக்கொண்டு சென்று ஆலமரத்தடியில் வேர்புடைப்புகளில் அமர்ந்தனர். “இரண்டுநாள் பசிக்கு சூடான அன்னம் அளிக்கும் இன்பம் நிகரற்றது” என்றான் சூதன். “ஆனால் சூடான ஊனுணவு என்றால் உயிரே எழுந்து நடனமிடத் தொடங்கிவிடும்.” பீமன் “ஆம், ஊன் ஊனை வளர்ப்பது” என்றான்.

“எனக்கு மானின் ஊன் பிடிக்கும். அவை உண்ணும் புல்லின் மணம் அவ்வூனில் இருக்கும்” என்றான் கருணன். “பன்றி ஊனை சிறு துண்டுகளாக வெட்டி உப்பு சேர்த்து வெயிலில் காயவைத்து வைத்துக்கொண்டால் கையில்கொண்டுசெல்லும் உணவு அது. தீயில் வாட்டி கொழுப்பு உருக அப்படியே உண்ணலாம். தென்னகத்துப் பாணர் யாழில்லாமல் பயணத்துக்கு இறங்கக்கூடும், இது இன்றி இறங்குவதில்லை.” “அதற்கு சில பன்றிகளை உடன் கூட்டிச்செல்லலாமே?” என்றான் பீமன்.

ஏறிட்டு அவனைப் பார்த்த கருணன் வெடித்துச் சிரித்துப் புரைக் கேறினான். மீண்டும் புரைக்கேறித் தடுமாற, பீமன் அவன் தலையில் ஓங்கி ஒரு தட்டு தட்டினான். மூச்சு சீரடைந்ததும் அவன் கலங்கிய கண்களுடன் “அதற்காக தலை சிதறுமளவுக்கா அடிப்பது?” என்றான். பெருமூச்சுடன் “நான் நீங்கள் எவர், எங்கு செல்கிறீர் என அறிந்துகொள்ளலாமா?” என்றான். “நாங்கள் சாந்தீபனிக் காட்டுக்குச் செல்கிறோம்” என்றான் பீமன். “அது இன்னமும் எட்டுநாட்கள் பயணத்தில் அல்லவா உள்ளது?” என்றான் சூதன். “அப்படியா? நாங்கள் கேட்டுத்தெரிந்துதான் சென்றுகொண்டிருக்கிறோம்.”

சூதன் "நானும் உங்களுடன் வரலாமென நினைக்கிறேன். உணவு குறைவின்றி கிடைக்கும்..." என்றான். "நீர் எங்கே செல்கிறீர்?" என்றான் பீமன். "உண்மையை சொல்லப்போனால் நான் அதை இன்னும் அறியவில்லை. ஊர்கள்தோறும் சென்று சலித்தேன். சரி காடுகள்தோறும் செல்லலாமே என எழுந்தேன். துவைதக்காடு சென்றேன். அவர்கள் சொல்வதை நான் நாவில் ஏந்தியிருந்தால் பட்டினி கிடந்தே சாகவேண்டியதுதான் என தோன்றியது. சிறந்த கதைகள் ஏதேனும் சிக்குமென்றால் ஒரு குறுங்காவியத்துடன் ஊர்களில் தோன்றுவேன்" என்றான் கருணன்.

அன்னத்தை வழித்து உண்டுவிட்டு தருமனை நோக்கி கருணன் "இவர் யார்? கல்விநிலையில் இருந்து துரத்தப்பட்ட முனிவர் போலிருக்கிறார்?" என்றான். பீமன் "இவர் அரியணையிலிருந்து துரத்தப்பட்ட முனிவர், யுதிஷ்டிரர் என்று பெயர்" என்றான். "ஆ!" என்று கருணன் வாயைப் பிளந்தான். "கதைகளிலிருந்து இறங்கி வந்துவிட்டீர்களே! அய்யோ, நான் முதல்முறையாக கதைகளில் பேசப்படும் ஒருவரை நேரில் பார்க்கிறேன்." பீமன் "எப்படி இருக்கிறார்?" என்றான். "திரும்ப கதைக்குள் சென்றுகொண்டிருப்பவர் போலிருக்கிறார்" என்றான் கருணன். பீமன் நகைத்தான்.

"ஓநாய் போல சிரிக்கிறீர். அப்படியென்றால் நீர் விருஹோதரர். அந்தப் பெண் துருபதன் மகள். அவர் வில்விஜயர். அடாடா, ஏன் இது எனக்கு முன்னர் தோன்றவில்லை? நான் உடனே காவியம் எழுதியாகவேண்டுமே" என்றான் கருணன். பீமன் "கூச்சலிடாதீர். உமக்கு சிறந்த காவியங்கள் காத்திருக்கின்றன" என்றான். "நீங்கள் இப்போது எங்கிருந்து வருகிறீர்கள்?" என்றான் கருணன்.

"பிருஹதாரண்யகத்திலிருந்து. சாந்தீபனிக் காட்டுக்கு செல்கிறோம். உமக்கு வழி தெரியுமா?" என்றான் பீமன். கருணன் "சூதர்களுக்கு அனைத்து வழிகளும் தெரியும். அவர்கள் வழி தவறினால் அதுவே வழியென்றாகிவிடும்" என்றான்.

"நீர் அறிந்த வழி என்றால் எங்களுடன் வாரும்" என்றார் தருமன். கருணன் "அரசே, வணங்குகிறேன். தங்களை முனிவரென பார்க்கையில் ஜனகரை நினைவுகூர்கிறேன். அவரை அரசமுனிவர் என்கிறார்கள்" என்றான். தொன்னையைச் சுருட்டி கையில் எடுத்தபடி எழுந்து "ஏன்?" என்றான் பீமன். "அவர் அவ்வாறு அழைக்கப்பட விரும்பினார்" என கருணன் கைவிரல்களை நக்கியபடி சொன்னான். "பாரதவர்ஷத்தின் சக்ரவர்த்தி என அத்தனை அரசர்களும் அழைக்கப்படுகிறார்கள். அவர்களின் அவைச்சூதர்களால், அவர்களின் மஞ்சத்தறையின் சுவர்களுக்குள்.

அதைப்போன்ற ஓர் அழைப்பாகவே இதுவும் இருக்கும், அதை யாரோ கவிஞன் எழுதிவைத்துவிட்டான்."

"சாந்தீபனி என்றால் அனைத்தையும் சுடரச்செய்வது என்று பொருள். நான் முதலில் அதைக் கேட்டபோது அங்கே காட்டுத்தீ எரிந்துகொண்டிருக்கும் என எண்ணினேன். பின்னர் சொன்னார்கள் அது மின்மினிகள் நிறைந்த காடு என. மின்மினி இருந்தால் நாகங்களும் இருக்கும் அல்லவா என்றேன். ஆம், அவையும் ஒளிவிடும் என்றார்கள். நஞ்சும் அதன் உணவும் ஒளிவிடுவதைப்பற்றி எண்ணியபோது மிகவும் வேதாந்தமாக அமைந்துவிட்டது. அதை ஏதேனும் முனிவருக்கு அளித்து நிகராக ஒரு கதையைப் பெற்றுக்கொள்ளலாம் என எண்ணுகிறேன்" என்றான் கருணன்.

அவர்கள் காட்டுப்பாதையில் செல்லத் தொடங்கினர். பீமன் மரங்களிலிருந்து கனிகளையும் காய்களையும் கொண்டுவந்தபடியே இருந்தான். "இத்தனைக்கும் பின்னரா நீங்கள் அங்கே உணவுக்கு வந்து நிரையில் நின்றீர்கள்?" என்றான் கருணன். "நான் இத்தனை கனிகளை உண்டால் காதல்பாடல்களை அன்றி வேறெதையும் பாடாமலாகிவிடுவேன்." தருமன் "இங்கிருக்கும் காடு ஏன் சாந்தீபனி என அழைக்கப்படுகிறது?" என்றார். "நான் கற்றறிந்ததைச் சொல்கிறேன். உண்மை என்பது பரவலாக அனைவராலும் ஏற்கப்படுவதனால் நாச்சொல் என நீடிப்பது. மக்கள் தங்கள் விழைவைச் சொல்லிச்சொல்லி நிலைநாட்டிக்கொள்கிறார்கள். அவர்களுக்கு அதற்கு உதவுவதே சூதர்களின் கடன்" என்றான் கருணன்.

"அரசே, சௌனக குருநிலையில் இருந்து பிரிந்து சென்ற பதினெட்டு பிரிவுகளில் ஒன்று சாந்தோக்யமரபு. அதிலிருந்து பிரிந்து வளர்ந்த ஏழு பிரிவுகளில் ஒன்று என சாந்தீபனி மரபு சொல்லப்படுகிறது. முன்பு சாந்தோக்யக் காட்டின் வேதச்சொல்லவையில் சகஸ்ரர் என்னும் இளைஞர் எழுந்து 'பிறிதிலாதது ஏன் தன்னைப் பிறிதெனக் காட்டுகிறது? அதற்குரிய விடையன்றி எதுவும் பொருளற்றதே' என்றார். ஆசிரியராக அமர்ந்திருந்த பன்னிரண்டாவது ஸ்வேதகேது 'மைந்தா, நோக்க எவருமே இல்லாதபோதும் கன்னியர் அணிசெய்துகொள்கிறார்கள். மைந்தர்கள் விளையாடுகிறார்கள்' என்றார்."

அதன் பெயர் லீலை என்று ஸ்வேதகேது சொன்னபோது சகஸ்ரர் 'அது ஒரு சொல் மட்டுமே' என்றார். 'அனைத்தும் சொற்களே' என்று ஸ்வேதகேது அதற்கு மறுமொழி சொன்னார். அறிதலுக்கு நிகராக மானுடர் வைக்கத்தக்கது ஒரு சொல்லே. அச்சொல்லை எடுத்துக்கொண்டு அங்கு பிறிதொரு அறிதலை வைத்துச்செல்வதே பிறர் செய்யத்தக்கது'. அந்த

விளக்கத்தை ஏற்றுக்கொள்ளாதவராக சினந்து சகஸ்ரர் சாந்தோக்ய குருநிலையிலிருந்து கிளம்பிச்சென்றார். பிறிதொரு குருநிலையை நாட உளம்கொள்ளாதவராக அவர் காட்டுப்பாதைகளில் கால்கள் கொண்டு சென்றதுபோல சென்றுகொண்டிருந்தார். பலநாட்கள் அலைந்து அவர் சென்றடைந்த காடுதான் இன்று சாந்தீபனி என அழைக்கப்படுகிறது.

அரசே, சகஸ்ரர் அதைக் கண்டது ஆடிமாதக் கருநிலவு நாளில். அவர் ஒரு காட்டின் விளிம்பைச் சென்றடைந்ததும் அங்கே இருந்த குரங்குகள் அனைத்தும் ஒரு திசைநோக்கிச் செல்வதைக் கண்டார். அங்கு நீரோ இன்னுணவோ இருக்கக்கூடுமென எண்ணினார். பின்னர் காட்டுப்பசுக்களும் மான்களும் அதே திசைநோக்கிச் சென்றன. விலங்குகள் அனைத்தும் கூட்டம் கூட்டமாக மலையேறிச்செல்லக் கண்ட அவர் தானும் உடன்சென்றார். வளைந்து சுழன்றேறிய அப்பாதை அவரை ஒரு மலையுச்சியில் கொண்டுசென்று சேர்த்தது.

அங்கே விலங்குகள் அனைத்தும் ஒன்றை ஒன்று நெருக்கியபடி மரங்களிலும் புதர்களிலுமாகக் காத்திருப்பதைக் கண்டார். அவை காத்திருப்பது எதுவென்றறியாமல் அவரும் அத்திசை நோக்கி விழிநாட்டி நின்றார். இருள் பரவத்தொடங்கியதும் அவர் தொலைவில் தரையும் வானும் சந்திக்கும் வளைகோட்டில் மெல்லிய நீலவெளிச்சத்தைக் கண்டார். அங்கொரு பெரிய ஏரி தேங்கியிருப்பதாக முதலில் எண்ணினார். ஆனால் வான் ஒளி அணைய அணைய அந்த வெளிச்சம் கூடியபடியே வந்தது. சற்றுநேரத்தில் அங்கே காட்டுத்தீ எரிந்தணைந்த கனல்வெளி பரந்திருப்பதுபோல் தெரிந்தது. அவ்வொளி பச்சைநீரொளியா என விழியை மயக்கியது

குரங்குகள் ஊளையிடத்தொடங்கின. ஒன்றுடன் ஒன்று இணைந்துகொண்டு அவை எழுப்பிய ஊளை அறுபடாது வானில் எழுந்து வளைந்தது. அங்கிருந்த அத்தனை விலங்குகளும் ஒலியெழுப்பத் தொடங்கின. அவ்வொலிகள் அனைத்தும் கலந்து அந்த மலையின் கூக்குரல் என ஒலித்தது. அவர் கீழிறங்கி செல்லத்தொடங்கினார். வரையாடுகள் மட்டுமே செல்லத்தக்க மலைச்சரிவு அது. உள்ளத்தின் விசையால் இயக்கப்படும் அச்சமற்ற இளையோர் மட்டுமே அவ்வழி செல்லமுடியும்.

ஏழுநாட்கள் பயணம் செய்து அவர் அந்தக் காட்டைச் சென்றடைந்தார். அது ஒளிவிடுவது ஒரு விழிமயக்கோ என்னும் ஐயம் அவருக்கிருந்தது. ஆனால் ஒவ்வொரு நாளும் அவர் அணுகிச் செல்லுந்தோறும் அந்த ஒளி மிகுந்தபடியேதான் வந்தது. அது இளநீல ஒளியெனத் தோன்றியது. செந்நிறமோ பச்சையோ என மாறிமாறி மாயம் காட்டியது. பேருருவம்

கொண்ட மின்மினி அது என எண்ணம் குழம்பியது. கந்தர்வர்கள் மானுடரை ஈர்த்து அழிக்க வைத்த பொறியோ என்று அஞ்சியது.

அந்தக் காட்டை அவர் காலையில் சென்றடைந்தார். அது ஒரு மாபெரும் நொதிச்சேற்றுக்குழி. அதன்மேல் விழுந்து மட்கிக்கொண்டிருந்த பெரிய மரங்களின் மீதன்றி எங்கே கால்களை வைத்தாலும் புதைந்து உள்ளிழுத்தது. நொதித்துக் குமிழிவெடிக்கும் சேற்றின் நீராவிவாடை, பன்றி வாய்திறந்ததுபோல எழுந்தது. அங்குள்ள மரங்களெல்லாமே பெரும்கோபுரங்கள் போல எழுந்த அடிமரங்களுடன் கிளைவிரித்து பச்சைக்கூரையைத் தாங்கிநின்றன. அவற்றின் வேர்கள் நீராடும் பாம்புக்கூட்டங்கள் போல சதுப்புக்குள் மூழ்கி அப்பால் எழுந்து வளைந்து மீண்டும் மூழ்கிப்பரவியிருந்தன.

அச்சதுப்பு முழுக்க மூழ்கிய யானையின் துதிக்கைக்குமிழ் போலவும், தளிர்விட்டெழும் வாழைக்கன்றின் கூம்புமுனைபோலவும், ஆட்டுக்குட்டியின் இளங்கொம்புகள் போலவும், பசுவின் வால்மயிர் போலவும் மூச்சுவிட எழுந்த வேர்கள் பரவியிருந்தன. அத்தனை மரங்களிலும் இளநீலநிறமான பாசிப்பரப்பு படர்ந்து மேலேறியிருந்தது. பெருமரங்கள் இடைவெளிவிட்டு உருவான ஒளிகொண்ட வட்டங்களில் கிளைகளிலிருந்து கிளைகளாகப் பிரிந்த கள்ளிச்செடிகள் பசுந்தழல்போல செறிந்து மேலெழுந்திருந்தன.

அங்கு பெரிய விலங்குகள் ஏதுமில்லை. கீரிகள், முயல்கள் போன்ற சிறு விலங்குகள் தரையில் விழுந்த மரங்களின் மீதும் சருகுக்குவைகளின் மீதும் மட்டுமே பாய்ந்து ஓடின. கிளைகளில் சிறிய கரும்பட்டு உடலும் வெண்நுரைபடர் முகமும், நீண்ட வாலும் கொண்ட குரங்குகள் சுண்டப்பட்டவை போல தெறித்துச் சென்று சிறுநுனிகளில் அமர்ந்து ஊசலாடி எக்காள ஒலியெழுப்பின. அணில்கள் கிளைகளில் நீர்த்துளிகளென தொற்றி நீண்டோடி வால் தெறிக்க உளிசெதுக்கும் ஓசையெழுப்பின. பறவைகளின் ஓசை தழைப்பசுங்கூரைக்குமேல் ஓயாது ஒலித்துக்கொண்டிருந்தது. புதர்களுக்குள்ளும் சருகுக்குவைகளுக்குள்ளும் செம்போத்துகள் கொல்லன் துருத்தியென ஓசை எழுப்பி ஊடுருவி ஓடின.

அங்கு ஒளிவிடுவது எது என அவரால் உணரமுடியவில்லை. பெரிய மரமொன்றின்மேல் தொற்றி ஏறி அதன் உச்சிக்கவை ஒன்றில் கால்நீட்டி அமர்ந்தார். செல்லும்வழியில் பறித்துக் கொண்டுசென்ற கனிகளை அங்கு அமர்ந்து உண்டார். அந்த மரக்கிளையிலிருந்த பாசிப்படலம் அவர் உடலில் சாம்பலென பூசிக்கொண்டது. அது இருந்தால் கொசுக்கள் கடிக்காதென்று எண்ணி அவ்வண்ணமே விட்டுவிட்டார்.

அங்கு ஒளியுடன் கந்தர்வர்கள் வந்திறங்கக்கூடுமென எண்ணினார். அவர்கள் வரும்பொழுது தான் விழித்திருப்போமா என ஐயுற்றார். அவர்களின் மாயையால் துயின்றுவிடக்கூடும். துயிலாதிருக்கவே தன் முழுச் சித்தத்தையும் குவித்தபடி அமர்ந்திருந்தார்.

இருள் பரவத்தொடங்கியதும் அவர் மெல்ல தன் உடல் ஒளிகொள்வதைக் கண்டார். திகைப்புடன் எழுந்து தன் கைகளைப் பார்த்தார். இளநீலப் பட்டுப்பரப்பாக அவர் உடல் மாறிவிட்டிருந்தது. வயிறும் கால்களும் மின்னத் தொடங்கின. தன்னைச் சூழ்ந்திருந்த மரங்கள் அனைத்தும் இளநீலமாக ஒளிகொள்ளத் தொடங்கியபோதுதான் அது என்ன என்று அவருக்குப் புரிந்தது. அந்த மரங்களின் மேல் படர்ந்திருந்த பாசியின் ஒளி அது. கூர்ந்து நோக்கியபோது அதன் ஒவ்வொரு துளிப்பருவும் மிகமென்மையான ஒளியை வெளிவிட்டது. ஆனால் அவை இணைந்து அக்காட்டையே ஒளிகொள்ளச் செய்தன.

அந்த ஒளியில் இலைப்பரப்புகளும் பளபளத்தன. சற்றுநேரத்தில் கீழே சதுப்புவெளியிலிருந்து பல்லாயிரக்கணக்கில் மின்மினிகள் எரிகனல்மேல் காற்றுபட்டதுபோல கிளம்பத்தொடங்கின. அவை எழுந்து இலைகள்மேல் அமர்ந்தன. காற்றில் சுழன்று நிறைந்தன. காட்டின் ஒளி செந்நிறமாகியது. விழிகொள்ளாத விம்மலுடன் அவர் அதை நோக்கி அமர்ந்திருந்தார். பின்னர் அந்தக் கள்ளிச்செடிகள் ஒளிகொள்ளலாயின. அவற்றுக்குள் பச்சைநிற ஒளியே சாறென ஓடுவதுபோல. அவற்றின் தண்டுகளுக்குள் அது ஓடுவதன் அலைகளைப் பார்க்கமுடிந்தது.

இரவெல்லாம் அவர் அந்த ஒளியில், விழிகளில் ஆத்மா நிறைந்திருக்க அமர்ந்திருந்தார். புலரியில்தான் துயின்றார். துயிலில் அவரது மூடிய இமைகளுக்குமேல் வெயில்காசுகள் விழுந்தபோது அவர் ஒரு கனவுகண்டார். அக்கனவில் அவர் அறிந்ததன் அதிர்வில் உடல் நிலைதடுமாற கீழே விழுந்தார். அவரது ஒரு கால் மரக்கிளையில் சிக்கிக்கொண்டதனால் கீழே மரத்தடிமேல் விழாது தப்பினார். உடலெங்கும் சிராய்ப்புகளில் குருதி வழியும்போதும் அவர் மகிழ்ந்து சிரித்துக்கொண்டிருந்தார்.

அரசே, அவர் உருவாக்கிய கொள்கையை மகாலீலாசித்தாந்தம் என்கிறார்கள். இவ்விசும்பும் புடவியும் பிரம்மத்தின் விளையாட்டுகள். செயலுக்குத்தான் தேவையும் இலக்கும் உண்டு. ஆடல் ஆடலின் இன்பத்திற்கென்று மட்டுமே நிகழ்த்தப்படுவது. அது ஆடியும் கன்னியுமாகி தன்னைப் பார்த்துக்கொள்கிறது. சிம்மமும் மானுமாகித் தன்னைக் கிழித்து உண்கிறது. புழுவும் புழுவுமாகிப் புணர்ந்து புழுவாகப் பிறக்கிறது. அலைகளினூடாக தன்னை நிகழ்த்திக்கொள்கிறது கடல்

என்று அக்கொள்கையை சகஸ்ரர் முன்வைத்தார் என்று அவர்களின் நூல் சொல்கிறது.

“அனைத்தும் ஒளிவிடும் காட்டுக்கு பாரதவர்ஷமெங்கிலும் இருந்து இன்று மாணவர்கள் வந்துகொண்டிருக்கிறார்கள். அத்தனை வேதமெய்மைகளையும் சாந்தீபனியின் மெய்மையாக மாற்றிக்கொள்ளமுடியும் என்கிறார்கள். அனைத்து மெய்மையாகவும் அது உருமாறவும் கூடும். ஏனென்றால் அது ஒளி. தான் தொடுவதையெல்லாம் தானென்று காட்டும் பெருமாயத்தையே நாம் ஒளி என்கிறோம்” என்றான் கருணன். “சாந்தீபனி கல்விநிலையின் நூற்றெட்டு கிளைகள் பாரதம் முழுக்க இருக்கின்றன. தெற்கே உஜ்ஜயினியில் இருக்கும் சாந்தீபனிக் கல்விநிலையில்தான் இளையயாதவர் தன் மூத்தவருடன் சேர்ந்து கல்விபயின்றார்.”

அவர்கள் பிறிதொரு அன்னநிலையத்தின் அருகே கட்டப்பட்டிருந்த கொட்டகையில் ஈச்சையோலைப் பாய்களில் அமர்ந்திருந்தனர். ஆமணக்கெண்ணெய் ஊற்றப்பட்ட கல்விளக்குகள் எரிந்த கொட்டகைக்குள் பலர் துயின்றுகொண்டும் சிறுகுழுக்களாக அமர்ந்து பேசிக்கொண்டும் இருந்தனர். பெரும்பாலானவர்கள் எளிய யாதவர்களாகவும் சூத்திரர்களாகவும் தோன்றினர். நாடோடிகளான சூதர்களும் அவர்களுள் இருந்தனர். அவர்களின் முழவுகளும் யாழ்களும் தலைமாட்டில் ஒலிமறந்து அமைந்திருந்தன.

அவர்களை தருமன் நோக்குவதைக் கண்ட கருணன் “சாந்தீபனிக்காடுதான் வேதக்கல்விநிலைகளில் அனைத்துக் குடிகளும் தேடிவருவதாக உள்ளது. அது வேதக்கல்விக்கு குலம் நோக்குவதில்லை. வேதமெய்மை அனைவருக்கும் உரியதென்று எண்ணுகிறது. வேதம் நாடிவரும் புதுக்குலங்களால்தான் அது இன்று பேணப்படுகிறது” என்றான். “ஆம், யாதவர்கள் மட்டுமல்ல நிஷாதர்களும் கூட தங்கள் மைந்தர்களை சாந்தீபனிக் கல்விநிலைகளில்தான் சேர்க்கிறார்கள்” என்றான்.

2

"இப்புடவியின் அனைத்து உயிர்களும் ஒன்றுடன் ஒன்று பிணைந்துள்ளன" என்றார் சாந்தீபனி முனிவர். "இங்குள்ள ஒரு சிறுபுழு அழியும் என்றால் அதை உண்ணும் ஒரு பறவை அழியும். அப்பறவையை நம்பியிருக்கும் ஒரு விலங்கு அழியும்... கோடானுகோடி உயிர்கள் ஒன்றுடன் ஒன்று முழுமையாகத் தொடுக்கப்பட்டுள்ளன. இங்குள்ள உப்புகள் அனைத்தும் ஒன்றுடன் ஒன்று கலந்துள்ளன. உப்புகளுடன் உயிர்கள் பின்னப்பட்டுள்ளன. அரசே, ஒன்றை ஒன்று சார்ந்தே இங்குள்ள அனைத்தும் செயல்படுகின்றன. தனித்திருக்கும் பெரும்பாறைகூட மழையிலும் வெயிலிலும் கரைந்து தன்னைச் செதுக்கிக்கொண்டிருக்கிறது."

அவ்வாறென்றால் மெய்மை மட்டும் எப்படி தனித்தமைய முடியும்? இங்குள்ள எந்த மெய்யறிதலும் பொய் அல்ல. பயனற்றதும் அல்ல. அது எதனுடன் இணையவேண்டியது என்பது மட்டுமே நாம் அறியவேண்டிய வினா. ஒவ்வொரு உண்மையும் தனக்கு இணையும் எதிரும் ஆன பிற பல்லாயிரம் உண்மைகளுடன் இணைந்தே பொருள்கொள்கிறது. உயிர்களைப்போல உப்புகளைப்போல உண்மைகளும் பெருநடனமொன்றின் சிறுதுளியசைவுகள் மட்டுமே. அதையே லீலை என்கிறார் எங்கள் முதலாசிரியர்.

பிருஹதாரண்யக மரபை நோக்குங்கள். நேதி நேதி என மறுத்துமறுத்துச் சென்று எஞ்சுவதே இறுதியுண்மை என்று அது எண்ணுகிறது. அது மறுத்துச் சென்ற அனைத்தும் ஒன்றுடன் ஒன்று கைகோத்து ஒற்றைப் பேருருவாக அவர்களைச் சூழ்கின்றன. பின்னர் அவர்கள் நிகழ்த்துவது அந்த இறுதியுண்மையை படைக்கலமாகக்கொண்டு முடிவிலியுடன்

ஒரு போர். பொருளில்லாத பெருநடனமே அதுவும். அரசே, இங்குள்ள அனைத்தும் பொருளின்மையின் பேரழகு கொண்டவை. கோடானுகோடி இணைவுகளும் பிரிவுகளும் விரிவுகளும் ஒடுங்கல்களுமாக நிகழும் இந்த விளையாட்டை உணர்ந்துகொண்டவன் விடுதலை கொள்கிறான்.

அரைநாழிகைநேரம் ஒரு சிறுநாய்க்குட்டியின் விளையாட்டைக் கூர்ந்துநோக்கி பொருள்கொள்ள முயல்க! சித்தம் சிதறிப்போகும். அதன் பொருளின்மை பேரலையாக எழுந்து வந்து எண்ணப்பெருவெளியுடன் மோதும். நம்மால் பொருளின்மையைத் தாளவே முடிவதில்லை. நாம் இங்கு ஒவ்வொன்றையும் எண்ணி அடுக்கியிருக்கிறோம். பெயரிட்டு இலக்கமைத்து பொருத்திப் பொருள் அளித்து வைத்திருக்கிறோம். நம் சிற்றுலகுக்கு அப்பால் உள்ளது இந்த நிகழ்பெருக்கு. பொருளின்மையின் கொந்தளிப்பு அது.

அதை நோக்குபவன் முதலில் தன் சின்னஞ்சிறு உலகின் எளிய நெறிகளைக்கொண்டு அதற்கொரு பொருள் சமைத்து அளிக்கிறான். அதுவே அதன் மெய் என்று தன்னைச் சூழ்ந்தவர்களிடம் சொல்லிச்சொல்லி நிலைநாட்டுகிறான். அரசே, மெய்கண்டவன் ஏன் மெய்யிலமராமல் அதைத் தோளிலேற்றி ஊர்க்கோலம் செல்கிறான்? ஏனென்றால் அவன் தன்னைச்சூழ அம்மெய்மை திகழும் ஓர் உலகை அமைத்துக்கொள்ள விழைகிறான். அது அவன் கோட்டை. அதுவே அவன் சுற்றம். அவன் மொழி அது. அவன் மூச்சிழுக்க விழையும் காற்றுவெளி.

பிறிதொருவன் தன்னைக் காத்துக்கொள்ள முயல்வதில்லை. காற்றில்வைத்த மணப்பொருள் என அவன் கரைந்து மறைகிறான். அவனைக் கரைக்கும் முடிவிலியை அறியமுடியாமையின் வெறிப்பு ஒளிரும் விழிகளால் நோக்கிக்கொண்டிருக்கிறான். யோகி அறியும் இருள் என்கின்றன அதை நம் நூல்கள். அவனை பரமஹம்சன் என்கின்றன. செத்தவன்போல் வாழ்பவன். அறிந்து கடந்து இல்லாமல் இருப்பவன் அவன்.

“அரசே கேள், அப்பொருளின்மையின் மையத்தில் பெரும்கொண்டாட்டமொன்று உள்ளது என்று கண்டுகொண்டவனே விடுதலை பெற்றவன். கொண்டாட்டங்கள் அனைத்தும் பொருளற்றவையே. பொருளற்றவை மட்டுமே கொண்டாட்டமாக ஆகவும் முடியும். இது லீலை. நிகழ்வுகளின் பெருவிளையாட்டு. நிகழ்வுகளை நோக்கும் பார்வைகளின் பெருவிளையாட்டு” என்றார் சாந்தீபனி முனிவர். “ஆகவே எந்தக் கொள்கையையும் எங்கள் மரபு விலக்குவதில்லை. எதனுடனும் மோதுவதும் மறுப்பதும் இல்லை. அனைத்தையும் உள்ளிழுத்துக்கொண்டு ஒற்றைப் பெரும்படலமெனப் பின்னி விரிந்துசெல்லவே முயல்கிறது.

”எங்கள் கொள்கையை சமன்வயம் என்கிறோம். ஒன்றுக்கு முற்றிலும் நிகரென பிறிதொன்றைக் கண்டு ஒன்றின் போதாமையை பிறிதொன்று நிரப்ப தன் இயக்கநெறிகளின்படி தானே வளர்ந்துசெல்லும் முறை இது” என்று சாந்தீபனி முனிவர் சொன்னார். “உலகியலும் மெய்யியலும், தத்துவமும் காவியமும், வேட்டலும் துறத்தலும் என முன்னோர் முரண்பட்டவை என வகுத்த அனைத்தையும் ஒன்றென இணைத்து நோக்குகிறோம். எவ்வுண்மையையும் நிலைநாட்டுவதற்காக அல்ல, உண்மைகளென இங்கு வந்தவை அனைத்தும் உண்மையின் பகுதிகளே என அறிவதற்கே இங்கு மெய்யவை கூடுகிறது.”

அவர்கள் சாந்தீபனிக் காட்டின் நடுவே அமைந்திருந்த கல்விநிலையின் மையக்குடிலில் அமர்ந்திருந்தனர். நூறு நெய்யகல்களின் பொன்னிற இதழ்கள் மெல்ல அசைந்துகொண்டிருந்த அந்த நீள்வட்டக் கூடத்தில் நூறு மாணவர்கள் மடியில் மலர்க்கை வைத்து உடல் நிமிர்ந்து விழிசரித்து அமர்ந்து அவர் சொல்வதைக் கேட்டுக்கொண்டிருந்தனர். பெரிய குடையெனக் கவிந்திருந்தது வளைக்கப்பட்ட மூங்கில்களைக்கொண்டு எழுப்பப்பட்ட கூரை. சுற்றிலும் நூறு தூண்கள் விளக்குகளை ஏந்தி நின்றிருந்தன.

“எவருமில்லா காடு தனக்குத்தானே என கொண்டாடிக்கொண்டதை எங்கள் முதலாசிரியர் கண்டார். தான் அடைந்த மெய்மையையே அவர் பெயர் எனக் கொண்டார். அனைத்தையும் ஒளிவிடச் செய்வதாக இருந்தது அந்த அறிதல். இன்று நாங்கள் இங்கு அளிக்கும் கல்வி என்பது எங்கு எதைக் கற்றாலும் அதை ஒளிவிடச்செய்யும் அறிவுதான்” என்றார் சாந்தீபனி முனிவர். “விலக்குவது எங்கள் வழக்கமல்ல என்பதனால்தான் அனைவரையும் இங்கு அமைத்துக்கொள்கிறோம். ஆகவேதான் மானுடர் அனைவருக்கும் உரியதென இது திகழ்கிறது.”

“நால்வேத மெய்மையும், தொல்வேதங்கள் அறிந்தவையும், வேதம் கிளரா புறமானுடருக்குத் தெளிந்தவையும் அனைத்தும் சென்று முயங்கிச் சுழிக்கும் ஒரு மையம். அது நாங்கள் விரியவிரியத்தான் உருவாகும் என்பதனால் எங்கள் கல்விநிலையை இங்கிருந்து தென்னகம் வரை விரித்துச்சென்றோம். யவனரும் சோனகரும் பீதரும் காப்பிரிகளும் கொண்டுள்ள மெய்மைகளையும் அள்ளி அணைத்துக்கொண்டோம். ஒரு மனிதனுக்குரிய மெய்மை உலகுக்குரியதாகும் என்றும் உலகுக்குரியதே ஒவ்வொருவருக்குரியதுமாகும் என்றும் எங்கள் ஆசிரியர்கள் சொன்னார்கள்.”

“இங்கு நிகழ்வது ஒரு பந்தாடல், அரசே” என்றார் சாந்தீபனி முனிவர். “பந்தைக் காணாமல் ஆட்டத்தைக் காண்பவரின் திகைப்பை இதற்குள்

நீங்கள் அடைந்துவிட்டிருப்பீர்கள். இந்த ஆடல் எதன்பொருட்டென்று அறியும்கணம் இவையனைத்தும் இனிய களியாட்டாக மாறித் தெரியத் தொடங்கும். அத்தருணம் உங்களுக்கு அமைவதாக!" தருமன் எழுந்து தலைவணங்கினார்.

அவர்கள் மெய்யவை முடிந்து, பந்த ஒளியும் நிழல்களும் முயங்கியாடிய அரையிருளில் தங்கள் குடில்களுக்குத் திரும்பினர். தருமன் "இங்கிருந்து இளையயாதவர் கிளம்பியிருக்கிறார், இங்கு மீண்டும் வந்துசேர்ந்திருக்கிறார்" என்றார். "எதற்காக இக்குருநிலையில் இருந்து அவர் கிளம்பினார்? எதைக் கண்டுகொண்டபின் திரும்பிவந்தார்?" அவர் சொற்களுக்கு எவரும் மறுமொழி சொல்லவில்லை.

இரு பந்தங்களைக் கடந்து சென்றபின் தருமன் "இன்று அவர் சொல்வது சாந்தீபனி குருநிலையின் சொற்களைத்தானா?" என்றார். அர்ஜுனன் இருட்டுக்குள் "இல்லை" என்றான். அவனைக் கூர்ந்து நோக்கினார் தருமன். ஆனால் மேலும் சொல்லாமல் அவன் நடந்து மேலும் இருளுக்குள் சென்றான். தலையசைத்தபடி தருமன் தொடர்ந்தார்.

3

தருமன் சாந்தீபனிக்காட்டின் நடுவே ஓடிய அஸ்வினி என்னும் சிற்றாற்றின் கரையில் நீராடுவதற்குச் சென்றபோது அங்கே நீராடிக்கொண்டிருந்த ஒரு முனிவரைக் கண்டு தலைவணங்கினார். பிறிதொரு இடம்தேடி அவர் விலக முயல, முனிவர் "வணங்குகிறேன், அரசே. இங்குள்ள ஆறுகளும் ஓடைகளுமெல்லாம் சேறு மண்டியவை. சில இடங்களில் மட்டுமே நீராடமுடியும். தாங்கள் இங்கேயே நீராடலாம்" என்றார். "ஆம், நான் ஆற்றின் கரைவழியாக நோக்கியபடியே வருகிறேன்" என்றபடி தருமன் அந்தப் பாறைநீட்சியை அடைந்தார்.

"இந்தப் பாறை நீண்டு பெரும்பெருக்கு வரை வந்துள்ளது. எனவே கரையோரச் சேற்றை மிதிக்காமல் தெளிநீரில் இறங்கமுடியும். இப்படி சில இடங்களே உள்ளன" என்றார். "என் பெயர் பிருகதன். இங்கு வேதம் பயிற்றுவிக்கிறேன்." தலைதாழ்த்தி "வணங்குகிறேன், உத்தமரே" என்றார் தருமன். அவர் தன் ஆடைகளைக் கழற்றிவிட்டு நீரில் இறங்குவதைப் பார்த்தபடி பிருகதர் நீருக்குள் நின்றார். "இங்கே ஒழுக்கு இல்லை. இப்பகுதியில் நிலம் முற்றிலும் நிகர்பரப்பாக உள்ளது. ஓடைகளும் இங்கே தவழத்தான் செய்கின்றன. முன்பு இது பெரும்சதுப்பு. இப்போதுகூட உள்காடுகள் சதுப்பாகத்தான் உள்ளன. மானுடர் வரத்தொடங்கியதும் சதுப்பு குறைந்தது" என்றார் பிருகதர்.

"நூறாண்டுகளுக்கு முன்பு அஸ்வினி சற்று தேங்கிச்சென்ற ஓர் இடத்தை உடைத்து நீர் பக்கவாட்டில் ஊறிப் பரவாமலாக்கினர். அதன்பின் சதுப்பு பாதியாகக் குறைந்துவிட்டது" என்றபடி அவர் நீரில் மூழ்கி தாடிசொட்டிப் பெருக எழுந்தார். தருமன் நீரில் இறங்கி மூழ்கி எழுந்து நடுக்கத்துடன் உடலை உலுக்கிக்கொண்டார். "தங்கள் இளையோர்

வரவில்லையா?” என்றார் பிருகதர். “அவர்கள் தமையனுடன் காட்டுக்குள் சென்றுவிட்டனர். இன்று நான் தனியன்” என்றார் தருமன். “நன்று, அவ்வப்போது தனிமையும் தேவையே” என பிருகதர் நகைத்தார். தருமன் புன்னகைத்து மீண்டும் மூழ்கினார். “இங்கு இக்குருநிலை அமைந்து எத்தனை காலமாகிறது?” என்றார் தருமன்.

“நாநூறாண்டுகள் என்கிறார்கள். இன்றுள்ள குடில்கள் அமைந்து நூறாண்டுகள் கடந்துவிட்டன. இவை மாளவத்தின் அரசன் பிரபாவர்மனின் கொடை” என்றார் பிருகதர். “பிரபாவர்மன் மாளவ அரசர்களில் முதலில் பெருவேள்வியைச் செய்தவன் என்னும் பெருமைகொண்டவன். அவன் பெயர் நூல்களில் அதிராத்ரம்வேட்ட பிரபாவர்மன் என்றுதான் பதிவாகியிருக்கிறது. அறிந்திருப்பீர்கள், மாளவர்கள் தூயஷத்ரியர்களாகக் கருதப்படுவதில்லை. தொன்மையான ஜனபதங்களைச் சேர்ந்தவர்கள் அல்ல அவர்கள்.” தருமன் “ஆம், அவர்கள் மத்ரநாட்டு அரசர் அஸ்வபதியின் மைந்தர். அவர் நைமிசாரண்யக் காட்டுக்கு வேட்டைக்குச் சென்றபோது அவர்களின் அன்னை மாளவியைக் கண்டு மணம்கொண்டார். அவர்களுக்குப் பிறந்த ஏழு மைந்தர்களே மாளவர்” என்றார்.

நகைத்தபடி பிருகதர் “அக்கதையை அவர்கள் இன்று சொல்ல விழைகிறார்கள். பழைய நூல்களில் அவர்கள் வெறுமனே படைக்கலமேந்திய தொல்குடியினர் என்றுதான் சொல்லப்படுகிறார்கள். மாளவர்களின் நாடு நைமிசாரண்யத்தின் விளிம்பில் அமைந்துள்ளது. விந்தியமலையைக் கடந்து தண்டகாரண்யத்திற்கும் தெற்கே செல்வதற்கான வழி அது. வணிகவழிகளில் சுங்கம் கொள்ளத் தொடங்கியதும் மலைமக்களான மாளவர் அரசொன்றை அமைத்தனர். நெடுங்காலம் அன்னையரால் ஆளப்பட்டது அவ்வரசு. பிரபாவர்மனின் மூதாதையான மகாகாலர் சிம்மவக்ரர் என்னும் பேரில் அரசராக முடிசூட்டிக்கொண்டார். கலிங்கத்திலிருந்து சிற்பிகளை வரவழைத்து கோட்டையும் அரண்மனையும் கட்டினார்” என்றார்.

“ஆயினும் மாளவர்கள் பிற ஷத்ரியர்களால் அரசர்களென ஏற்கப்படவில்லை. ஷத்ரிய அவைகளில் அவர்களுக்கு அழைப்பும் இருக்கவில்லை. எனவே மாளவர்கள் வேள்விகளை நிகழ்த்த விரும்பினர். இல்லறத்தாருக்குரிய சிறிய வேள்விகளையே அவர்களால் நிகழ்த்தமுடிந்தது. அரசர்களுக்குரிய பெரிய வேள்விகளை நிகழ்த்த அவர்களுக்கு எந்த வேதநிலையிலிருந்தும் அந்தணர் செல்லவில்லை. அனைத்து வேதநிலைகளுக்கும் அவர்கள் செய்தியனுப்பினர். இறுதியில் அவர்கள் இங்கு வந்துசேர்ந்தனர். இங்கிருந்து நூற்றெட்டு அந்தணர்

சென்று பிரபாவர்மன் விரும்பிய அதிராத்ர வேள்வியைச் செய்து அளித்தனர்.

“அதற்கு மாற்றுதவியாக பிரபாவர்மன் பாரதவர்ஷம் முழுக்க பன்னிரண்டு கல்விநிலைகளை சாந்தீபனி குருநிலைக்கு அமைத்து அளித்தான். தலைமையிடமாகிய இங்கே சேற்றுப்பரப்பை மேடுறுத்தி குடில்களை அமைத்தான்” என்றார் பிருகதர். “அவ்வாறு உஜ்ஜயினியில் அவன் அமைத்த குருநிலையில்தான் உங்கள் இளையயாதவர் பயின்றார்.” அச்சொற்களில் இருந்த அழுத்தம் தருமனை அவர் விழிகளை நோக்கவைத்தது. அந்த வெறுப்பு அவர் அத்தனை சொற்களை ஏன் பேசுகிறார் என்பதைக் காட்டியது. தருமன் ஒன்றும் சொல்லவில்லை.

“அவரைப்பற்றி நான் சொல்வது உங்களுக்கு உவப்பாக இராது என நான் அறிவேன்” என்றார் பிருகதர். “ஆனால் நான் சொல்ல விழைவனவற்றை எங்கும் சொல்வேன். அதுவே என் இயல்பு.” தருமன் ஒளியின்றி புன்னகை செய்தார். “உஜ்ஜயினியில் ஷிப்ரை ஆற்றின் கரையில் இருக்கிறது அந்த குருநிலை. நான் அங்கே பன்னிரண்டு ஆண்டுகாலம் இருந்தேன். அப்போதுதான் இளையயாதவன் அங்கே கல்வி பயில வந்தான். என்னைவிட இருபதாண்டுகள் இளையவன்.” அவர் நீரில் மூழ்கி சற்றுநேரம் கழித்து எழுந்தார். தாடியின் நீரை கையால் தெறிக்கச்செய்துவிட்டு “இங்கிருந்து அவனுக்காகவே முதலாசிரியர் கிளம்பி அங்கே சென்றார் என்றால் நம்பமாட்டீர்கள்” என்றார்.

“இன்றிருப்பவரின் தந்தை அவர். சாந்தீபனி குருநிலை கீழே அரசர்களிடமும் அறிஞர்களிடமும் புகழ்பெறுவது அவரது அறிவுத்திறனால்தான். பாரதவர்ஷத்திற்கு வெளியிலும் உள்ள அனைத்து மெய்யறிதல்களையும் அறிந்தவர் அவர் காலத்தில் அவர் ஒருவரே. இளமையில் குருநிலைகள்தோறும் சென்று தங்கி வேதமெய்மைகளைக் கற்றார். ஆறு நோக்குகளையும் ஆறு வழிபடுமுறைகளையும் அறிந்தார். சமணர்களிடம் சென்று அமர்ந்து அவர்களின் மெய்மையில் தேர்ச்சிபெற்றார். நாகர்களின் வேதங்களும் நிஷாதர்களின் வேதங்களும்கூட அவருக்குத் தெரிந்திருந்தன. அவர் பெரும்பயணி. கிழக்கே தாம்ரலிப்தியிலும் மேற்கே சிந்துவின் கரையிலும் சென்று தங்கி யவனரும் பீதரும் காப்பிரியும் சோனகரும் கொண்டுள்ள மெய்மைகளைக் கற்று அறிந்தார்” என்றார் பிருகதர்.

“பின்னர் இங்கு வந்தமர்ந்து இருபதாண்டுகாலம் அனைத்தையும் உட்கொண்டு உணர்ந்தார். அனைத்து நோக்குகளையும் ஒற்றைப் பெரும்பரப்பென ஆக்கும் சாந்தீபனியின் சமன்வயக் கொள்கையை அவையனைத்தையும் கொண்டு அவரே நிறுவினார். சாந்தீபனி

மெய்மரபின் முதன்மைப் பேரறிஞர் அவரே” என்றார் பிருகதர். “ஆனால் அவர் நாளும் துயர்கொண்டிருந்தார். ஒருநாள் அதை அவரது அணுக்கமாணவனாகிய எனக்குச் சொன்னார். இங்கு வந்து அவர் காலடியில் அமர்ந்து மெய்ச்சொல் கற்ற ஒவ்வொருவரும் ஒன்றைத்தேடி வந்திருந்தனர். பலவற்றை அவர்களால் ஏற்கமுடியவில்லை. அவர்கள் ஒருவர் என்பதனால் அவர்களுக்குரிய மெய்மையும் ஒன்றே என அவர்கள் எண்ணினர். அதற்குச் செல்லும் வழியும் ஒன்றே என நம்பினர்.”

அவர்களுக்கு அவர் பன்முகம் கொண்ட மெய்மையைக் கற்பித்தார். அவர்கள் அதில் நெஞ்சளைந்து சலித்து ஒன்றைமட்டும் எடுத்துக்கொண்டனர். அதை ஏற்று பிறவற்றை மறுத்தனர். ஏற்பது உறுதியாக அமையவேண்டும் என்பதனால் மறுப்பை பன்மடங்கு வலுவாக்கிக்கொண்டனர். மறுப்பே அவர்களின் ஏற்பை நிலைநிறுத்தியது. நாளடைவில் அவர்களின் தத்துவமென்பது வலுவான மறுப்புகளின் தொகை என்றாயிற்று. அரசே, நீங்களே அதைக் காணலாம், அனைத்துத் தத்துவமாணவர்களும் மறுப்புகளால் ஆனவர்கள். எனவே எதிர்நிலையே அவர்களின் ஆளுமை.

ஒன்றின் எதிர்நிலையும் அந்நிலை அளவே உண்மையானது என்று சாந்தீபனி கல்விநிலை சொன்னது. எதிர்நிலையைப் பொறுத்துக் கொள்ளவேண்டும் என சிலர் அதைப் புரிந்துகொண்டனர். எதிர்நிலையைக்கொண்டு தன்னிலையை வலிமைப்படுத்திக் கொள்ளவேண்டும் என பிறர் விளங்கிக்கொண்டனர். எதிர்நிலையால் நிரப்பப்படும் ஒன்றில்லையேல் தன்னிலை வலுவற்றதாகிவிடும் என்று அவர்கள் புரிந்துகொள்ளவே இல்லை.

அதைவிட கருத்துகளின் லீலை என்பதை அவர்களால் உள்வாங்கிக் கொள்ளவே முடியவில்லை. கருத்துகள் என்பவை அம்புகள் என்றே அவர்களின் உள்ளத்தில் பதிவாகியிருக்கின்றன. அவை வில்நிற்பதற்கு முன்னரே இலக்கமைந்துவிட்டவை, வெல்பவையும் தோற்பவையும் என அவை இருபாற்பட்டவை என்று அவர்களின் உள்ளம் எண்ணுகிறது. விளையாடுதல் என்றால் இலக்கை விட்டுவிடுதல் என்றே அதில் பொருள் அமைகிறது. வானிலாடும் பறவைக்குலங்கள் போன்றவை அவை என அவர் சொன்னார். அவர்கள் அப்பறவைகளில் எது வல்லூறு என்றே நோக்கினர்.

பலநூறுமுறை தோற்றபின் முதலாசிரியர் சொன்னார் ‘ஒருவேளை இது மானுடருக்குப் புரியும் மெய்யறிதலே அல்ல என்றிருக்கலாம். இது தெய்வங்களுக்குரியது என்றிருக்கலாம். என் மெய்யறிதல் என்னுடன் மண்புகலாம். அவ்வாறென்றால் அதுவே ஆகுக!’ பெருமூச்சுடன் அவர்

தனக்குத்தானே சொல்லிக்கொண்டார் ‘பயனும் வெற்றியும் நாடும் வரை கருத்துகளை எவரும் அறிவதேயில்லை.’

அரசே ,சோர்ந்துபோய் அவர் பலநாட்கள் சொல்லவைக்கு வருவதையே தவிர்த்தார். இருண்ட அறைக்குள் நாட்கணக்கில் ஊழ்கத்திலாழ்ந்து தன்சொற்களைத் தானே அளைந்தபடி அமர்ந்திருப்பதையே விரும்பினார். தன் ஒளியை முற்றிலும் தானே விழுங்கிக்கொண்ட கரிய வைரம் போல் அவர் இருப்பதாக அன்று ஒரு கவிஞன் எழுதினான்.

அப்போதுதான் அவர் ஒரு கனவுகண்டார். ஒருநாள் காலை தன் அறைக்குள் துயிலெழுந்து நான் அரணிக்கட்டை கடைந்துகொண்டிருந்த அறைக்கு வந்தபோது முகம் மலர்ந்து பரபரப்பு கொண்டிருந்தார். என்னிடம் ‘நான் அவனைக் கண்டேன்’ என்றார். ‘யாரை?’ என்றேன். ‘இளையவனை. என் சொல்லை வளர்த்தெடுக்கும் மாணவனை’ என்றார். ‘எங்கு?’ என்றேன். ‘என் கனவில்... சற்றுமுன். அவன் குழந்தை விழிகளும் விளையாட்டுச்சிரிப்பும் கொண்டிருந்தான். லீலை என என் முதலாசிரியர் சொன்னதை அவனால் மட்டுமே தெளிவுறப் புரிந்துகொள்ள முடியும்’ என்றார்.

நான் குழப்பத்துடன் ‘ஆசிரியரே, அவர் எங்கிருக்கிறார்?’ என்று கேட்டேன். ‘தெற்கே, உஜ்ஜயினியின் குருநிலையில் அவனைப் பார்ப்பதாகத்தான் என் கனவு சொன்னது. நான் அங்கே செல்லவிரும்புகிறேன்’ என்றார். ‘அங்கு யாதவர்களின் மைந்தர் மட்டுமே வருகிறார்கள் என்று அறிந்தேன்’ என்றேன். ‘நன்று. அவன் யாதவன் அல்ல என்று எப்படி எண்ணுகிறாய்?’ என்றார். இங்கிருந்து கிளம்பி அங்கு சென்றோம். அங்கு ஆசிரியர் ஒவ்வொரு மைந்தனிலும் அவனை எதிர்பார்த்துக்கொண்டிருந்தார். ‘கனவில் நான் கண்டது முகமல்ல, கண்கள் மட்டுமே’ என்றார். ஒருநாள் தன் மூத்தவனாகிய பலராமனுடன் வந்த இளையவனைக் கண்டதுமே சொல்லிவிட்டார் ‘இவனேதான்’ என்று.

“வெறும் நான்காண்டுகாலம்தான் அவர்கள் அங்கே கற்றனர்” என்றார் பிருகதர். “வரும்போது அவர்களுக்கு செம்மொழியின் எழுத்துகள்கூடத் தெரிந்திருக்கவில்லை. அவன் எங்கோ கோகுலத்தில் கன்றோட்டிக் கொண்டிருந்தான். எப்போதும் குழலிசைத்து, தனிமையிலிருக்க விழைந்தான். அவன் மூத்தவனோ எதற்கும் இருப்பதிலேயே பெரிய தடியை எடுத்து அடிக்க முனையும் பெருஞ்சினம் கொண்டிருந்தான். ஆசிரியர் அவர்களைச் சுட்டியதும் நான் வியந்தேன். நானும் அவர்களைக் கூர்ந்து நோக்கிக்கொண்டிருந்தேன். ஓரிரு நாட்களிலேயே ஒன்று தெரிந்துகொண்டேன், இளையவன் நிகரற்ற அறிவுகொண்டவன்.

எதையும் பிறிதொருமுறை சொல்லவேண்டியதில்லை அவனுக்கு. எதிலும் தொடக்கத்துக்கு அப்பால் கற்பிக்கவேண்டியதில்லை.”

அவனுக்கு எழுத்தறிவித்தவன் நான். ஆசிரியரின் ஆணைக்கேற்ப ஒவ்வொருநாளும் அவனை எழுப்பி நீராடக் கூட்டிச்செல்வேன். நானே என் கைகளால் வேம்பும் மஞ்சளும் பயிறும் கலந்த பொடியால் அவனை நீராட்டுவேன். அவன் உடலில் இருந்து சாணிமணத்தை அகற்றியவன் நான். மொழித்தூய்மை வரும்பொருட்டு நாளெல்லாம் அவனுக்கு சொற்களைப் பாடக் கற்றுக்கொடுத்தேன். ஆசிரியர் அவனுக்கென்றே அமர்ந்து வேதம் பயிற்றுவித்தார். முதிர்ந்த மாணவர்கள்கூட அமரமுடியாத மெய்யவைகளில் அவன் எழுந்து சொல்லாடினான். எவரும் அவனுக்கு நிகர்நின்று பேசமுடிந்ததில்லை. சொல்லில் இருந்து அவன் செல்லும் தொலைவை நூறாண்டுகாலம் வேதப்பெருங்காடுகளில் சொற்தவம் செய்த தொல்முனிவரே சென்றுள்ளனர் என்று ஆசிரியர் சொல்வார்.

மலர்ந்த முகமும் கனிந்த குரலும் இன்றி ஆசிரியர் அவனிடம் பேசியதில்லை. ‘வேதச்சொற்களில் அவன் தீர்க்கதமஸ். வேத நூலமைவில் அவன் வியாசன். வேதமெய்மையில் அவன் யாக்ஞவல்கியன். வேதநுண்மையில் அவன் தத்தாத்ரேயன்’ என்று அவர் சொல்வார். கல்விச்சாலைகளிலேயே அவனை நோக்கி ‘நீ எதையும் கற்றுக்கொள்ளவில்லை, மைந்தா. உனக்கு நான் அனைத்தையும் நினைவூட்டுகிறேன்’ என்பார். ஒவ்வொரு முறையும் அவனிடம் பேசும்போது அவர் தன்னுள் கைகூப்பிக்கொள்கிறார் என நான் உணர்வதுண்டு

அவன் கற்றமுறையை இப்போதும் நினைவுகூர்கிறேன். பிறர் வேதங்களைக் கைகூப்பியபடி அணுகினர். நம் அகலில் சுடரென அமைகையிலும் எரியின் கட்டற்ற பேராற்றலை நாம் அறிவோம். அவனோ அன்னை முந்தானையைப் பற்றியிழுக்கும் மைந்தன் என அதை அணுகினான். ‘முதல்முறையாக நான் காண்கிறேன், மெய்யறிவுடன் விளையாட வந்த ஒருவனை’ என ஆசிரியர் பேருவகையுடன் சொன்னார். சொல் மாறாமல், சந்தம் பிழைக்காமல் வேதமோத வேண்டுமென்பதே நெறி. வேதத்தை அது பிழைக்கலாகாது என்னும் அச்சமில்லாமல் ஓத எவராலும் இயல்வதில்லை. வேதத்தை இருமுனையும் கூர்கொண்ட வாளை என கையிலேந்துகிறோம். அச்சமே வேதம் அளிக்கும் உணர்வு.

அவ்வச்சம் அழியும்போது கால்நடைகளின் கால்களில் வழி என வேதம் மாறிவிட்டிருக்கும், அதை ஓதுபவன் அதை அறியாமலாவான். அவன் வேதங்களை விளையாட்டுச் சொற்களாக்கினான். வேதச்சொற்களைக்கொண்டு காட்டில் தோழருடன் வட்டாடினான்.

பசுக்களை அழைக்கும் ஒலியாக அதை மாற்றிக்கொண்டான். பூசல்களில் தோழரை வசைபாடவும், கேலிசெய்யவும்கூட வேதமே உருமாறி அவன் நாவிலெழுந்தது. அதைப்பற்றி ஆசிரியரிடம் முறையிட்டவர்களிடம் ஆசிரியர் சொன்னார் 'கங்கையை நீ எதற்கெல்லாம் பயன்படுத்துகிறாய் என்று பார். அன்னை தன் மைந்தனுக்கு மலம்கழுவி விடமாட்டாளா என்ன?' அவர் அவனை ஏனோ தலைமேல் தூக்கி வைத்துக்கொள்கிறார் என்றே அவர்கள் எண்ணினர். தன் மாயப்பேச்சுக்களால் அவரை அவன் கவர்ந்துவிட்டான் என்றனர்.

உஜ்ஜயினியின் சாந்தீபனிக் கல்விநிலையில் அவனை பிற மாணவர் அனைவருமே வெறுத்தனர். சுதாமன் என்னும் ஏழைப்பிராமணன் அன்றி அவனுக்கு நண்பர்களே இருக்கவில்லை. அவனை ஏன் வெறுக்கிறீர்கள் என்று நான் மாணவர்களிடம் கேட்டிருக்கிறேன். 'ஆசிரியரே, மறுகணம் என்ன செய்வான் என முற்றிலும் அறிந்துகொள்ள முடியாத ஒருவனிடம் எப்படி நண்பராக இருக்கமுடியும்?' என்று சொன்னார்கள். கல்விநிலையிலிருந்தே ஒருநாள் கிளம்பிச்சென்றார்கள். கம்சனைக் கொன்று மதுராவை அவர்களிருவரும் வென்றதாக அறிந்தோம்.

அவன் தன் தாய்மாமனைக் கொன்றது எங்கள் கல்விநிலை முழுக்க பலமாதங்கள் கொந்தளிப்பை உருவாக்கியது. தாய்மாமன் யாதவர்களுக்கு தந்தைக்கு நிகரானவர். அவனை சாந்தீபனி குருநிலை மறுத்துரைக்கவேண்டும் என்று பல யாதவர்குழுக்கள் கோரினர். அவன் அரசைக் கைப்பற்றியமை மகதத்தைச் சினம்கொள்ளச் செய்துள்ளது என்றும், சாந்தீபனிக் கல்விநிலைகள் மீது மகதச்சார்புள்ள ஷத்ரியர் முனியக்கூடும் என்றும் சொல்லப்பட்டது.

நானேகூட ஆசிரியரிடம் 'நாம் நம்மை இளையயாதவனுடன் முழுமையாக அடையாளம் காட்டிக்கொள்ள வேண்டியதில்லை, ஆசிரியரே' என்று சொன்னேன். ஏனென்றால் நான் ஷத்ரியரின் சினத்தை அஞ்சினேன். அதைவிட அவன் கட்டின்மையை அஞ்சினேன் 'இது அவனுடைய கல்விநிலை. இங்கு முதன்மைமாணவன் அவனே. மாற்று எண்ணம் உள்ளவர்கள் இதிலிருந்து விலகலாம்' என்றார். நான் தலைகுனிந்து விலகிச்சென்றேன்.

உண்மையில் நான்கூட அவன்மேல் மயங்கிக்கிடந்த காலம் அது. அவன் பேரறிவுத்திறம், அச்சுமை சற்றுமில்லாத இளமைக்களியாட்டம் இரண்டும் மாறிமாறி என்னை அலைக்கழித்தன. புலன்கடந்த யோகியாகவும் உலகின்பங்களில் திளைப்பவனாகவும் ஒருவன் எப்படி ஒரேநாளில் தோற்றமளிக்கமுடியுமென்ற விந்தையை என் எளிய சித்தம் கடந்ததே

இல்லை. அவனிடம் பூசலிடுவதுகூட அவனுடன் களியாடுவதன் ஒரு பகுதியே என்றாகியது.

அவன் சொன்னால் என் உள்ளம் மிக எளிதில் வேதப்பொருள் தொட்டறிந்தது. அத்தகைய நானே அவனைச் சினந்து வெறுக்கும் தருணமொன்று வந்தது. நான் உஜ்ஜயினி சாந்தீபனி குருநிலைக்கு நீண்டகாலத்துக்குப்பின் சென்றிருந்தேன். அன்று அவன் ஆசிரியரைப் பார்க்க வந்தான். குருநிலை விட்டுச்சென்று துவாரகையின் அரசனாக மணிமுடிசூடியபின் முதல்முறையாக அங்கே வருகிறான் என்றனர். அவனைப் பார்க்கும் ஆவலில் நானும் எரிந்துகொண்டிருந்தேன்.

அவன் வருவதையொட்டி குருநிலை அலங்கரிக்கப்பட்டிருந்தது. அவ்வாறு செய்யும் மரபு எங்கள் வேதக்கல்விநிலைகளில் இல்லை என்பதை அறிந்திருப்பீர்கள். ஆகவே பலர் அதையொட்டி சினம் கொண்டிருந்தனர். ஆனால் நான் உளமகிழ்ந்தேன். மாவிலைத் தோரணங்களையும் மலர்மாலைகளையும் சுற்றிச்சுற்றிப் பார்த்துக்கொண்டிருந்தேன். அவன் தன் கொடியுடனும் அணிப்படையுடனும் அரசமுடிசூடி வருவான் என நான் எதிர்பார்த்தேன். தொலைவில் அரசமுரசு ஒலிக்கக் கேட்டதும் முகப்புக்கட்டடத்தின் உப்பரிகைமேல் ஏறி நின்றுகொண்டேன். என் உள்ளம் துள்ளி விழுந்துகொண்டிருந்தது.

கருடக்கொடி தொலைவில் தெரிந்தது. தனிப்புரவியில் ஒருவன் அக்கொடியுடன் புழுதிச்சிறகு சூடியவனாக வந்தான். புழுதிக்கு அப்பால் நான்கு புரவிகள் தெரிந்தன. ஒன்றில் அவன் கரிய உடலை நான் கண்டேன். எளிய வெண்ணிற ஆடை. அணித்தோற்றமென ஏதுமில்லை. பிறிதொன்றில் பலராமன் அமர்ந்திருந்தான். சற்று அப்பால் வந்த இருபுரவிகளில் ஒன்றில் அக்ரூரரும் மற்றொன்றில் கிருதவர்மனும் இருந்தனர். நான் கைகளை வீசி மகிழ்ச்சியொலி எழுப்பிக்கொண்டேயிருந்தேன். ஆனால் அவர்கள் என்னைப் பார்க்காமல் கடந்து உள்ளே சென்றனர்.

அவன் அவ்வண்ணம் எளிய தோற்றத்தில் வந்தது என்னை ஏமாற்றம் கொள்ளச்செய்தது. ஆனால் அங்கிருந்த பிற யாதவர் அதில் மகிழ்ச்சி அடைந்தனர். சேதிநாட்டு யாதவன் ஒருவன் “நோக்குக, அவன் இன்னமும் கன்றுமேய்ப்பவனே. அவன் தந்தை மதுராவில் இன்னும் உறுதியாக அரியணை அமரவில்லை. ஜராசந்தர் எண்ணுவதுவரை மட்டுமே அது நீடிக்கும். மகதப்படைகளை அஞ்சி பாலைநிலத்தைக் கடந்துசென்று கடற்பாறைகளுக்கு மேல் ஒரு சிறு ஊரை அமைத்து அங்கே ஒளிந்திருக்கிறான். சிந்துவில் செல்லும் படகுகளைக் கொள்ளையடிக்கிறான். கூர்ஜரன் சினப்பதுவரை அவன் ஆடல் நீடிக்கும்’ என்றான்.

அவன் முழு அரசனாகவில்லை என்று முன்னரே பலர் சொல்லிக் கேட்டிருந்தேன். அவனுக்கு அஸ்தினபுரியில் அவன் அத்தையின் ஆதரவு இருக்கக்கூடும் என்ற ஐயத்தாலேயே அவனை ஷத்ரிய மன்னர் விட்டுவைத்திருக்கிறார்கள் என்று சொன்னார்கள். எனக்கு அவ்வரசியல்கள் புரியவில்லை. ஆனால் அவனையே எண்ணிக்கொண்டிருந்தேன். அவன் தோற்கக்கூடுமென என்னால் எண்ணமுடியவில்லை.

நான் குருநிலைக்குச் சென்றேன். அப்போது அவன் மட்டுமே ஆசிரியருடன் இருந்தான். அவன் தமையனும் பிற யாதவரும் வெளிக்கூடத்தில் இருந்தனர். அவர்கள் என்னைக்கண்டு எழுந்து தலைவணங்கினர். அவர்களின் முகங்கள் கவலையுடன் இருந்ததைக் கண்டேன். அவர்கள் உடலெங்கும் புழுதி வியர்வையில் ஊறி வழிந்தது. பலராமனிடம் நான் 'ஏன் புழுதியுடனேயே வந்தீர்கள்? நீராடி உடைமாற்றிவிட்டு ஆசிரியரை சந்திக்கலாமே?' என்றேன். அவன் 'இளையோனின் விருப்பம்' என்றான். உள்ளே செல்லலாமா என அறியாமல் நான் நின்றேன்.

வெளியே ஏதோ ஒலி கேட்டது. நான் நோக்கியபோது இளையயாதவன் மறுவாயில் வழியாக வெளியேறி புரவியில் ஏறிக்கொள்வதைக் கண்டேன். 'இளையோன் கிளம்பிவிட்டான்' என்று பலராமன் கூவியபடி வெளியே ஓடினான். பிறரும் அவனுடன் சேர்ந்து வெளியே ஓடினர். அவர்கள் முற்றத்தில் நின்ற புரவிகளில் ஏறிக்கொண்டனர். நான் வெளியே சென்று இளையயாதவனை நோக்கியபோது அவன் பின்பக்கத்தை மட்டுமே கண்டேன். அவர்கள் வெளியேறிக்கொண்டிருந்தனர். குருநிலையின் மாணவர்கள் கூடி அவர்கள் செல்வதைப் பார்த்தனர். எவருக்கும் ஏதும் புரியவில்லை.

நான் ஆசிரியரின் அறைக்குள் சென்றேன். அவர் புலித்தோலில் கைகளைக் கட்டியபடி அமர்ந்திருந்தார். அருகே சென்று பணிந்தேன். அவரே ஏதேனும் சொல்வார் என எதிர்பார்த்தேன். அவர் துயர்கொண்டவராக தலைகுனிந்து அமர்ந்திருந்தார். நான் மெல்ல 'என்ன நடந்தது? இளையோனைப் பார்க்க நானும் ஆவல்கொண்டிருந்தேன்' என்றேன்.

ஆசிரியர் 'நான் அவனிடம் ஓர் ஆசிரியக் காணிக்கையைக் கோரியிருந்தேன். அதை அளித்துவிட்டுச் செல்கிறான்' என்றார். நான் புரியாமல் 'அவன் ஏதும் கொண்டுவரவில்லையே?' என்றேன். 'அதைச் செய்தியாகக் கொண்டுவந்து அளித்தான்' என்றார். 'ஆசிரியரே, அதன்பொருட்டு நீங்கள் ஏன் துயர்கொள்ளவேண்டும்?' என்றேன். அவர் பெருமூச்சுவிட்டபின் எழவிரும்புபவராகக் கைநீட்டினார்.

நான் அவரைத் தூக்கினேன். என் தோள்பற்றி நின்றபோது அவர் தள்ளாடுவதை உணர்ந்தேன். ‘ஆசிரியரே, உங்களுக்கு என்ன ஆயிற்று?’ என்றேன். ‘என் மைந்தன் சிலநாட்களில் இங்கு வருவான். அவனே இனி இக்குருநிலையை தலைமைதாங்கி நடத்தட்டும்’ என்றார். நான் ‘ஆம், அது அனைவரும் எதிர்பார்த்ததுதானே?’ என்றேன். ‘நான் நாளை காலையே கிளம்பிச்செல்கிறேன்’ என்று அவர் எங்கோ நோக்கியபடி சொன்னார். நான் திடுக்கிட்டு ‘ஏன்?’ என்றேன். ‘எங்கு செல்கிறீர்கள், ஆசிரியரே?’ என்று மேலும் பதறிக் கூவினேன். ‘நான் கிளம்பியாகவேண்டும். இனி இங்கிருந்து சொல்லாடுவது கேலிக்குரியது’ என்றார்

அக்குரலில் இருந்த தளர்வை ஒருநாளும் மறக்கமுடியாது என்னால். ‘நானும் வருகிறேன், ஆசிரியரே’ என்றேன். ‘இல்லை, இப்பயணத்தை நான் தனியாகவே நிகழ்த்தவேண்டும். மீண்டும் திரும்பிவரப்போவதில்லை. எய்தினேன் என்றால் நன்று. இல்லையேல் அப்படியே உதிர்கிறேன் என்றுபொருள். அதுவே ஊழ்’ என்றார். நான் துயரத்துடன் ‘வேண்டாம், ஆசிரியரே. தாங்கள் எழுப்பிய அமைப்பு இது. நாங்கள் உங்கள் மைந்தர். எங்களைக் கைவிட்டுவிட்டுச் செல்லவேண்டாம். அது எவ்வகையிலும் முறையல்ல. நாங்கள் ஏதிலிகளாகிவிடுவோம்’ என்றேன். சொல்லும்போதே அழத்தொடங்கினேன்.

ஆனால் அவர் உறுதியுடனிருந்தார். மேற்கொண்டு ஒரு சொல்லும் உரைக்கவில்லை. ‘என்ன நிகழ்ந்தது?’ என்று நான் கேட்டேன். அவர் மறுமொழி சொல்லவுமில்லை. அன்றிரவு நான் ஆசிரியரின் குடிலுக்கு வெளியே அமர்ந்திருந்தேன். அவர் என்னை அழைத்து ஏதேனும் சொல்வார் என எண்ணிக் காத்திருந்தேன். அவர் இரவெல்லாம் துயிலாமல் குடிலுக்குள் இருளில் அமர்ந்திருந்தார். இரவெல்லாம் அவர் மூச்சொலியை நான் கேட்டேன்.

அரைத்துயிலில் அவரைத் தொடர்ந்து எங்கோ சென்றுகொண்டிருந்தேன். அவர் எழுந்த ஒலிகேட்டு நான் எழுந்தேன். வெள்ளி முளைத்திருந்தது அப்போது. நான் வாயிலில் சென்று நின்றேன். அவர் கையில் ஒரு கோலுடன் வெளியே வந்தார். என்னைப் பார்க்கவில்லை என்பதுபோலக் கடந்துசென்று இருளுக்குள் நடந்தார். அவரைத் தொடரவேண்டுமென என் கால் தவித்தது. ஆனால் நான் அங்கேயே நின்றிருந்தேன்.

“அவர் சென்றது ஏன் என்று ஓரிரு மாதங்களிலேயே தெரியவந்தது” என்று சினத்துடன் பிருகதர் சொன்னார். “சாந்தீபனி குருநிலையின் தலைமாணாக்கனாகிய இளையயாதவன் சென்று துவைத குருநிலையில் மாணவனாகச் சேர்ந்த செய்தியை காடே பேசிக்கொண்டது. அங்கிருந்து அவன் சாந்தோக்ய குருநிலைக்குச் சென்றான். குருநிலைகள்தோறும்

அவன் தாவிக்கொண்டிருந்தான். வேதக்குரங்கு என அவனை எள்ளிநகையாடினர் வைதிகர். அதை வளர்த்த குறவனின் காதைக் கடித்துவிட்டு கிளைக்குத் தாவியது அது என்றனர்.”

“ஆம், உண்மையில் நடந்தது அதுவே. சாந்தீபனி குருநிலையின் மெய்மையை முழுமையாக மறுத்துரைத்தான். ஆசிரியரின் முகத்தை நோக்கி அதைச் சொன்னான் என நான் உய்த்துணர்ந்தேன். அவர் அதுவரை வாழ்ந்த வாழ்க்கையையே பொருளில்லாததாக ஆக்கினான். அவர் நின்றிருந்த நிலம் புகையென ஆகியது. அவர் அனைத்தையும் உதறிவிட்டுச் சென்றது அதனால்தான்” என்றார் பிருகதர்.

“அன்று அவனை நான் வெறுக்கத் தொடங்கினேன். வேம்பென நஞ்சென அவனை எண்ணிக்கொள்கிறேன் இன்று.” அவர் மூச்சிரைத்தார். பின்பு பற்களைக் கடித்தபடி பாறைமேல் ஏறிச்சென்று தன் மரவுரியை எடுத்து அணிந்தார். மேலாடையை படீர் படீர் என உதறினார். சுழற்றி தன்மேல் அதை அணிந்துகொண்டு தலைமயிரை கைகளால் தட்டி நீரைத்தெறிக்கவிட்டார்.

நீரில் தருமன் அவரையே நோக்கியபடி நின்றார். “அவன் அதன்பின் இங்கு வந்ததே இல்லை. நானும் அவனைச் சந்தித்ததில்லை. அவன் வெற்றிகளை அறிந்துகொண்டே இருந்தேன். துவாரகை பாரதத்தின் முதன்மைப்பெருநகராக வளர்ந்ததையும் சூதர்வழி கேட்டேன். அவன் குடி அவனை தெய்வமென வழிபடுகிறது என்றார்கள். வேதம் புதிது செய்யவந்த வித்தகன் என அவனை சில இளவைதிகர் போற்றுவதையும் கேட்டேன்.” வெறுப்பில் முகம் சுளிக்க “இப்போது இங்கு வரப்போகிறான் என்று செய்தி வந்துள்ளது. அவனைச் சந்திக்கும் நல்லூழ் எனக்கு அமைகிறது. நன்று!” என்றார்.

அவர் விழிகளின் ஒளியையே நோக்கிக்கொண்டிருந்தார் தருமன். வெறுப்பு உருவாக்கும் ஆற்றலை எண்ணிக்கொண்டார். எளிய மனிதர் இவர். இவருள் ஊறித் தேங்கிய வெறுப்பின் விசையால் பல மடங்கு பேருருக் கொண்டிருக்கிறார். “இங்கு வருவதாக அவன் எழுதிய ஓலையை வாசித்தேன். அதில் ஒரு வரி... என்னைக் கொந்தளிக்க வைத்தது அது. குருவசை புரிந்தமையின் விளைவை அவன் அறிகிறானாம் இன்று. ஆகவே இங்கு குருவை எண்ணி ஒரு விளக்கேற்றிவிட்டுச் செல்ல விழைகிறானாம்.”

“மூடன்! மாமூடன்!” என அவர் கூவினார். “தன் ஆசிரியரை அவன் வசைபாடவில்லை, கொன்றான். ஆம், கொன்றான். எங்கள் ஆசிரியர் சென்ற வழிகூட எவருக்கும் தெரியாது. காட்டுப்பறவைபோல எங்கோ உதிர்ந்திருப்பார். இவன் இத்தனை காலம் கழித்துத்தான் செய்தவற்றை

உணர்கிறானா?" மேலாடையைத் தோளிலிட்டுவிட்டு திரும்பி தருமனிடம் "அவனிடம் சொல்லுங்கள், நான் இங்கு இருக்கிறேன் என்று! அவன் முகத்தில் நான் காறி உமிழ்ந்தேன் என்று! நாற்பதாண்டுகளாக நான் என் குருவின் கால்களையே எண்ணிக் கொண்டிருப்பவன். என் முகத்தை ஏறிட்டு நோக்கும் தகுதி அவனுக்கில்லை என்று அவனிடம் சொல்லுங்கள்!" என்றார்.

அவர் திரும்பி நடந்து செல்வதை தருமன் நோக்கிக்கொண்டிருந்தார். தளர்ந்த காலடிகளுடன் நீரில் நின்றமையால் அதன் இழுவிசையை அறிந்தார். மும்முறை மூழ்கி எழுந்து கரைவந்து தலைதுவட்டிக்கொண்டார். தன் உடல் எடைகொண்டு கால்களை அழுத்துவதாக உணர்ந்தார்.

4

அந்திவேளை வேள்வியும் சொல்லாடலும் முடிந்தபின் முன்னிரவில் சாந்தீபனி குருநிலையின் முதன்மை ஆசிரியரின் தனியறைக்குள் தருமன் அவர்முன் அமர்ந்திருந்தார். அவர்களுக்குள் நிகழ்ந்த உரையாடல் முறுகிச்சென்று முறிந்திருந்ததன் அமைதி அங்கே நிலவியது. "பிருகதர் எந்தையின் அணுக்கர். இனியவர். எளிய பற்றுக்களால் ஆனவர். அவருக்கு எந்தைமேல் உள்ள அன்பு இப்போது இளையயாதவன் மீதான வஞ்சமாக மாறிவிட்டது" என்றார் சாந்தீபனி முனிவர். அவர் முகம் மெல்லிய சிரிப்பில் வளைந்தது. "அது எளியதென்பதனாலேயே கடினமானதும்கூட."

"அரசே, எளியமானுடர் இனியோர் என்று அறிவுடையோர் இரங்கிச் சொல்வதைக் கேட்டிருப்பீர். அது கற்றவரின் ஆணவத்தால் சொல்லப்படுவதன்றி வேறில்லை. கல்வியே ஒருவனை தன்னை தான் காணச்செய்கிறது. தன்னை அறியாதவனின் உணர்வுகள் அனைத்தும் விலங்கியல்பு போல தன்பெருக்காக எழுபவை. அது அன்பென வெளிப்படுகையில் அதிலிருக்கும் கட்டின்மை நம்மை வியக்கச்செய்கிறது. எண்ணத்தெரிந்தவனின் தடைகளேதும் அதில் இருப்பதில்லை என்பதனால் அது இறைவடிவமென்றே நம்மால் எண்ணப்படுகிறது."

"ஆனால் வெறுப்பும் சினமும் ஐயமுமாக அது மாறும்போது அந்தக் கட்டின்மையும் விளக்கமின்மையும் நம்மை அச்சுறுத்துகின்றன. நம் சொற்களும் நெறிகளுமெல்லாம் முழுமையாகவே தோற்று நின்றிருக்கும் இடம் அது" என்றார் சாந்தீபனி முனிவர். "கட்டற்ற பேரன்பு மட்டுமே அவ்வண்ணம் ஒருவனில் வெளிப்படும் என்றால் அவன் கல்லாத எளியோன் அல்ல, கடந்துசென்ற மெய்யறிவன். ஆனால் பேரன்புக்கும்

பெருவஞ்சத்திற்கும் அணுவிடையே வேறுபாடு. பாலே திரிவதற்கு எளியது.”

“ஆம்” என்று தருமன் சொன்னார். “அதை நெறியவைகளில் பலமுறை பார்த்திருக்கிறேன். நெறிகளுக்கு அப்பாற்பட்ட பெருவஞ்சமும், ஆறாச் சினமும், விழிமூடிய தன்னலப்போக்கும் எளிய மக்களில்தான் பெரும்பாலும் வெளிப்படுகின்றன.” சாந்தீபனி முனிவர் “எந்தைக்கும் இளையயாதவனுக்கும் இடையே நிகழ்ந்த பூசல் என்னவென்று என்னால் ஒருசொல் மாறாது சொல்லிவிடமுடியும். ஏனென்றால் அவர் நானே” என்றார். “நான் உஜ்ஜயினி சாந்தீபனி குருநிலைக்குத் திரும்பி வந்தபோது எந்தை அங்கில்லை. கதறியபடி ஓடிவந்த பிருகதர் அவர் அன்று காலையிலேயே கிளம்பிச்சென்றதை என் காலடியில் விழுந்து நெஞ்சிலறைந்தபடி சொன்னார். அக்கணமே அனைத்தையும் நான் தெளிவுறக்கண்டேன். பின்பு ஒவ்வொருவரிடமாகக் கேட்டு அறிந்துகொண்டேன். துவாரகையில் சென்று தங்கிய நாட்களில் இரு யாதவர்களிடமும், நிகழ்ந்தவை குறித்துப் பேசியிருக்கிறேன்.”

எந்தைக்கு மலைமகள் ஒருத்தியில் பிறந்தவன் நான். நீர் எளிதில் துளியாகிறது. உலோகம் மிகுவெப்பத்தில் உருகி அனலென்று சொட்டுகிறது. எந்தை துறவுபூணவே எண்ணியிருந்தார். ஐம்புலன்களையும் வெல்வது அவருக்கு எளிதாகவே இருந்தது. ஆனால் கனிவு என்னும் ஆறாவது புலனை வெல்ல அவரால் இயலவில்லை. காட்டில் நீராடச்செல்லும்போது ஓர் அன்னைநாய் தன் மைந்தனை நாவால் உடலெங்கும் நக்குவதைக் கண்டார். அன்னையின் கண்களிலிருந்த மயக்கம் அவரை மெய்விதிர்ப்பு கொள்ளச்செய்தது. எளிய நாய் ஒன்று தெய்வவடிவாக அங்கிருப்பதைக் கண்டார். அக்கணத்தில் அவர் ஒரு மைந்தனுக்காக விழைந்தார்.

அவ்விழைவே நான். அரிதில் பிறந்தவனாகிய என்னை, தன் வடிவாகவே அவர் கண்டார். தன் மடியிலமர்த்தி வேதச்சொல் கற்பிப்பார். தானறிந்த அனைத்தையும் ஒரேநாளில் எனக்குக் கற்பிக்க முயல்வார். என் இளமையின் சிறிய கலத்தை உணர்ந்ததும் சினந்து என்னை உலுக்குவார். உடனே கனிந்து தழுவி கண்ணீர்மல்குவார். எப்போதும் என்னைச் சூழ்ந்தே இருந்தது அவருடைய சித்தம். அதை நான் ஒரு மாறாத்துணை என என்னுடன் எப்போதுமே உணர்ந்துகொண்டிருந்தேன். மழைக்காலப் பேரருவியென என்மேல் கொட்டிக்கொண்டேயிருந்தார்.

அவரிடமிருந்து தப்புவதற்காக இளமையிலேயே எங்காவது கிளம்பிச்செல்லத் தொடங்கினேன். ஆனால் ஓரிரு நாட்களிலேயே நான் அவருக்காகத் தவிக்கத் தொடங்குவேன். மீண்டு வந்தால் படுத்தபடுக்கையாக இருக்கும் அவரைத்தான் காணவேண்டியிருக்கும்.

ஒரு சொல் எழாமல் என்னைத் தழுவிக் கண்ணீர்விடுவார். அரசே, தாயுமான தந்தை இரண்டுக்கும் அப்பால் சென்று பலிகொள்ளும் தெய்வமாக ஆகிவிடுகிறார்.

பின்னர் என்னையே நான் நுணுகி ஆராயத்தொடங்கினேன். ஏன் அவரை விட்டுப்போக என்னால் இயலவில்லை? அது பேரன்பினால் என்றால் அவருடனிருக்கையில் நான் ஏன் விட்டுச்செல்லத் தவிக்கிறேன்? அவர் என்னை முற்றிலும் சூழ்ந்துகொண்டிருந்தார். என் காற்றும் வானும் பொருள்வயப் பேருலகும் அனைத்தும் அவரே என்பதுபோல. அவர் சொல்லாகவே இருந்தது என் சித்தம். நானே எதையேனும் எண்ணிக் கண்டடைந்து மகிழ்ந்த மறுகணமே அது அவரது சொற்களே என்று உணரும் தருணத்தின் சோர்வு ஒவ்வொன்றும் ஓர் இறப்பாக இருந்தது எனக்கு.

அப்படியென்றால் அது அன்பல்ல. ஏன் நான் மீண்டு வருகிறேன் என்றால் பிறிதொரு உலகில் வாழ எனக்குப் பழக்கமில்லை என்பதனால்தான். அந்த மெய்யுலகங்களில் நான் அயலவனாகத் தவிக்கிறேன் என்பதனால்தான். நான் என்னை மீட்டுக்கொள்ளாவிட்டால் வெறும் நிழலென எஞ்சுவேன். உயிர்வாழும் ஏட்டுச்சுவடி. மெய் பிதற்றும் கிளிப்பிள்ளை. நான் என்னை அவ்வாறு எண்ணவே நடுங்கினேன். நான் எனும் சொல்லாக எனக்குள் எழுந்த தெய்வம் விழிசீற ஆயிரம் கைகள் கொண்டு எழுந்தது அப்போது. பின்பு தெளிந்த நிலையிலும் அதுவே உறுதியாகப் பட்டது. எந்தைக்கு நல்மைந்தனாக நானிருப்பதென்பதேகூட அவரிலிருந்து பிரிந்து நான் என என்னை வளர்த்துக்கொள்வதே.

வேறு வழியே இல்லை, குருதி வழிய அறுத்துக்கொண்டுதான் ஆகவேண்டும். உடைந்து விழுந்த பிஞ்சிலிருந்தும் பால் வடியும். அது தாய்மரத்தின் பால்தான். ஆயினும் அப்பிஞ்சின் குருதியும் கூட. கிளம்பிச்சென்றாகவேண்டும், இன்றே, இல்லை நாளை. இனி பிந்தலாகாது, இனியில்லை பொழுது... இவ்வாறு நாட்களை செலுத்திக்கொண்டிருந்தேன். என் குழப்பங்களை அறியாது தந்தை மேலும் மேலும் கைகள் பெற்று என்னைத் தழுவிக்கொண்டிருந்தார். ஒரு கை எனக்கு ஊட்டியது. ஒரு கை என்னை நீராட்டியது. ஒரு கை எனக்குக் கற்பித்தது. ஒரு கை இரவில் என்னைக் கால்தழுவி ஆற்றியது. ஆசிரியர், நண்பர், ஏவலர் அனைவரும் அவரே.

பொறுக்கமுடியாமல் ஒருநாள் கிளம்பிச்சென்றேன். அது இயல்பான உதிர்வே என கிளம்பியபின் கொண்ட விடுதலையால் உணர்ந்தேன். அவ்விடுதலை நாள் செல்லச்செல்ல வளர்வதிலிருந்து உறுதி செய்துகொண்டேன். சாந்தீபனிக் காட்டிலிருந்து தெற்கே உஜ்ஜயினி

வந்தேன். அங்கிருந்து மேலும் சென்றேன். அங்கிருந்து கிளம்புவதற்கு முன் பிருகதரை அழைத்து நான் பிரபாச நீரில் ஆடிவிட்டுத் திரும்பிவருவதாகச் சொன்னேன். ஆனால் நான் சென்றது மேற்குமலைகளின் உச்சியில் சௌராஷ்டிர நாட்டுக்குள் அஷ்டசிரஸ் முடிமேல் இருக்கும் பிரபாசத் தீர்த்தத்துக்கு அல்ல. மாளவத்திற்கு வடக்கே இன்றைய துவாரகைக்குத் தென்னெல்லையாக அமைந்த பிரபாசக் கடல்துறைக்கு. அனைவரும் அறிந்த இடம் யாதவர்களின் தூநீராட்டுத் தலமான பிரபாச தீர்த்தம்தான். அப்படித்தான் பிருகதர் எடுத்துக்கொண்டார்.

எந்தை என்னைப் பின்தொடர்ந்து வந்து நாளும் என்னைப் பற்றிய செய்திகளை அவருக்கு அனுப்ப தன் மாணவர்களையோ ஒற்றர்களையோ அமைப்பார் என அறிந்திருந்தேன். ஓரிரு நாட்களுக்குள்ளாகவே என்னைத் திரும்பிச்செல்லும்படி கோரி மன்றாட்டு வந்துவிடும். தந்தையிடம் பொய் சொல்லக்கூடாது என்பதனால் பிராபச ஜலம் என்று பிருகதரிடம் சொன்னேன். அவர் தான் எண்ணியதையே கேட்கும் எளிய உள்ளத்தவர் என அறிந்திருந்தேன். அவ்வண்ணமே நிகழ்ந்தது. எந்தை பிரபாச தீர்த்தம் வரை ஒற்றர்களை அனுப்பி நான் அங்கே சென்றடையவில்லை என்று கண்டடைந்தார்.

பிரபாசத் துறை குறித்து நான் வியாசரின் காவியத்தில்தான் படித்தேன். அது கடல் நிலத்திற்குள் பீரிட்டு வந்து உருவாக்கிக்கொண்ட ஒரு பெருஞ்சுழி. அதன் விளிம்பில் இறங்கினால் நீர் நம்மை அள்ளி நெடுந்தொலைவுக்குச் சுழற்றிக் கொண்டுசென்று மறு எல்லையிலுள்ள சிறிய குகைவாயிலுக்குமுன் விட்டுவிடும். அக்குகை அதனுள் உள்ள இயற்கையான அருமணிகளால் ஒளிகொண்டது. அதனுள் அமர்ந்தால் ஊழ்கம் எளிதில் வயப்படும் என்றது வியாசமாலிகை. ஆனால் அங்கு செல்லும் தகுதி நமக்கு உண்டா என்பதை கடலே முடிவு செய்யும். தகுதியற்றவர்களை அது தன் சுழிமையத்திற்குக் கொண்டுசென்று விழுங்கிவிடும்.

“அங்கு சென்று என்னை நானே நோக்கி அறியவேண்டுமென விழைந்தேன். ஓராண்டில் திரும்பி வரலாமென்று எண்ணித்தான் சென்றேன். ஆனால் அங்கே நான் எண்ணாதவை அனைத்தும் நிகழ்ந்தன” என்று சாந்தீபனி முனிவர் தொடர்ந்தார். “பிரபாசத் துறைக்கு நெடுங்காலமாக எவரும் செல்வதில்லை என்று அவந்திக்குச் சென்ற பின்னரே அறிந்தேன். மாளவத்தின் ஆட்சிக்கு அப்பாற்பட்ட நிலம் அது. அங்கு முனிவர்கள் செல்வதற்கான பாதை ஒன்று முன்பிருந்தது. ஆனால் சிலநூறாண்டுகளாக அப்பகுதியில் வாழ்ந்த ஐந்து தொல்குடிகள் ஒற்றைக் குமுகமாக இணைந்து அரசு ஒன்றை அமைத்துக்கொண்டிருந்தனர்.

அதற்கு பஞ்சஜனம் என்று பெயர். மாளவமும் பிற அரசுகளும் அதை அஞ்சின.”

ஐந்து வெவ்வேறு குடிகள் கலந்துருவானது பஞ்சஜனம். அந்நிலம் முற்றிலும் வேறுபட்ட ஒன்று. அடர்காடு சூழ்ந்த மலைப்பிரிவு ஒன்று நீண்டு கடலுக்குள் இறங்கி நின்றிருக்கும். அது சங்கு வடிவமானது. அதை இன்று சங்ககிரி என்றே சொல்கிறார்கள். மலைத்தெய்வமான தாரையை வழிபடும் தாராபுத்ரர்களும், பறக்கும் நாகத்தை வழிபடும் சிரோநாகர்களும், முகில்வடிவ யானையை வழிபடும் கஜமேகர்களும் அந்த மலைக்காட்டில் வேட்டையாடி வாழ்ந்தனர். கடலாமையை வழிபடும் மகாஜலர்களும் அலைத்தெய்வத்தை வழிபடும் தரங்கர்களும் கடலோரமாக மீன்பிடித்து வாழ்ந்தனர். அவர்களுக்குள் பல்லாயிரமாண்டுகளாக ஓயாது போர் நிகழ்ந்துவந்தது.

சிலநூறாண்டுகளுக்கு முன்பு பெருங்கடல்கொந்தளிப்பு ஒன்று நிகழ்ந்தது. கடலலைகள் எழுந்து சங்ககிரியை முழுமையாகவே மூடின. கடலை அறிந்திருந்த தரங்கர்களும் மகாஜலர்களும் நீருக்குமேல் படகுகளில் ஏறித் தப்பினர். அலைகள் மலைவிலாவை ஓங்கி அறைந்து நுரை எழுப்பின. நீர் வடிந்து கடல் நிலைமீண்டபோது பாறையிடுக்குகளில் எல்லாம் சிப்பிகளும் சங்குகளும் சோழிகளும் நிறைந்திருப்பதை மலைமக்கள் கண்டனர். அவர்கள் அதை ஆர்வத்துடன் பொறுக்கிச் சேர்த்தனர். ஏனென்றால் கடல்குடிகளை அஞ்சி அவர்கள் கடலருகே செல்லும் வழக்கமே இருக்கவில்லை.

இரு பாறைகளுக்கு நடுவே கிடந்த பெரிய சங்கு ஒன்றை கஜமேகர்குலத்தைச்சேர்ந்த இளைஞன் ஒருவன் கண்டான். முதலில் அதை அவன் ஒரு வெண்பன்றிக்குட்டி என்றே எண்ணினான். பின்னர் அது பளிங்குப்பாறை என நினைத்தான். வழுக்குப் பாறைகளில் தொற்றி ஏறி அவன் மேலே சென்று அதைக் கையில் எடுத்தான். வெண்ணெய் உறைந்து கல்லானதுபோல குளிர்ந்து போயிருந்த அது ஒரு பெரிய சங்கு என தெரிந்தது. பிற சங்குகளிலிருந்து அது வேறுபட்டிருப்பதை அவன் கண்டான். அது வலம்புரியாகச் சுழன்றிருந்தது.

அதை அவன் எடுத்துக்கொண்டு சென்று துளையிட்டு ஊதினான். சிம்மம்போல அது ஒலியெழுப்பக் கேட்டு மலைச்சரிவில் வாழ்ந்த மதயானைகள்கூட மத்தகம் தாழ்த்தின. அதைக் கையிலேந்தியதனாலேயே அவன் குடியில் அவன் அனைவராலும் பணியப்பட்டான். அவனை அக்குடி தங்கள் அரசனாக்கியது. ஒருநாள் கஜமேகர்கள் தங்கள் படைக்கலங்களுடன் திரண்டு அவன் தலைமையில் மலையிறங்கி தரங்கர்களின் சிற்றூர்களுக்குச் சென்றார்கள். அவர்கள் வருவதைக்கண்டு

சினந்து தங்கள் மீனெறி வேல்களுடனும் தூண்டில்முட்களுடனும் தரங்கர்கள் எதிர்த்துவந்தனர். கஜமேகர்களின் தலைமுகப்பில் அவர்களின் தலைவன் மிகப்பெரிய வலம்புரிச் சங்குடன் வருவதைக் கண்டனர். அவன் அதை மும்முறை ஊதியதும் அவர்கள் படைக்கலங்களை விட்டுவிட்டு முழங்கால் ஊன்றிப் பணிந்தனர்.

அவன் அவர்களை வென்று அவர்களை தன் மக்கள் என அறிவித்தான். அவர்களின் குலத்தலைவி அமரும் பாறைப்பீடத்தில் அந்தச் சங்கை தன் தலையில் வைத்தபடி அரசன் என அமர்ந்தான். அவர்கள் அவனுக்கு மீனும் சிப்பியும் முத்துக்களும் அளித்து வணங்கினர். அவன் பெருஞ் சங்கத்தின் கதை அனைத்துக் குலங்களுக்கும் பரவியது. எந்த எதிர்ப்பும் இன்றி ஐந்து குலங்களும் அவனைத் தங்கள் அரசனாக ஏற்றுக்கொண்டன. அவன் தன் தலையில் அந்த வெண்சங்கை முடியெனச்சூடி அமர்ந்து ஆட்சி செய்தான். அவனை அவன்குடி சங்கன் என்று அழைத்தது. மாளவர்களும் பிறரும் அவனைச் சங்காசுரன் என்றனர்.

சங்கனின் வழிவந்த அரசர்கள் மாளவம், விதர்ப்பம், கூர்ஜரம் போன்ற பிற அரசுகளின் எல்லைகளைத் தாக்கி கருவூலங்களைக் கொள்ளையிடுவதை தங்கள் பொருள்வளர்க்கும் வழியாகக் கொண்டிருந்தனர். வணிகப்பாதைகளில் வண்டிகளை மறித்து சூறையாடினர். பயணிகளில் பெண்களையும் அரசகுடியினரையும் அந்தணரையும் பிணையாகப் பிடித்துக்கொண்டுசென்று சிறையிட்டு பெரும்பொருளுக்கு விலைபேசினர். செல்வம் சேரச்சேர அவர்கள் கோட்டையையும் அரண்மனையையும் கட்டிக்கொண்டனர். அவர்களின் அரசன் சங்குவடிவமான பொன்முடியைச் சூடிக்கொண்டான். அவர்களின் குலக்குறியான அந்த வலம்புரிச் சங்கு அரண்மனையின் மையத்தில் ஒரு பொற்பீடத்தில் அமைக்கப்பட்டிருந்தது. அதை பாஞ்சஜன்யம் என்றனர்.

சங்கனின் படைகள் முன்னரே ஒருமுறை துவாரகைக்கு வந்த யாதவப்பெண்களைக் கவர்ந்து கொண்டுசெல்ல முயன்றன. செய்தி அறிந்த கிருஷ்ணனும் பலராமனும் ஒருசிறு புரவிப் படையுடன் குறுக்குவழியாகச் சென்று அவர்களை மறித்துப் போரிட்டு தங்கள் பெண்களை மீட்டனர். சங்கனின் மைந்தன் ஒருவன் அப்போரில் கொல்லப்பட்டான். துவாரகை உருவாகி வந்தமை பஞ்சஜனர்களுக்கு அச்சுறுத்தலாக இருந்தது. துவாரகைக்கு வரும் கலங்களை பஞ்சஜனர் தாக்கிக் கொள்ளையடித்தனர். அவர்களைச் சென்று தாக்கி வெல்லும் அளவுக்கு துவாரகைக்கு படைவல்லமையும் இருக்கவில்லை. எனவே ஒவ்வொருநாளுமென அங்கே கரையிலும் கடலிலும் போர்களும் பூசல்களும் நிகழ்ந்துகொண்டிருந்தன.

இவை எதையும் அறியாமல் நான் பிரபாசத் துறைக்குச் சென்றேன். நான் எங்கு செல்கிறேன் என்பதை எவரிடமும் சொல்லவில்லை. மாளவத்தின் எல்லையைக் கடந்ததுமே என்னை எவரோ தொடர்வதுபோல உணர்ந்தேன். சற்றுநேரத்திலேயே என்னை வளைத்துக் கொண்டார்கள். என்னை அறைந்து வீழ்த்தி கைகளை பின்னால் கட்டி இழுத்துச்சென்றனர். அவ்விளமையில் அதையும் ஒரு காவிய நிகழ்வாகவே எண்ணிக்கொண்டேன். என்னைக் கொண்டுசென்று சங்கன் முன் நிறுத்தினர். முதற்சங்கரசரின் பன்னிரண்டவது கொடிவழியினன் அவன். என்னிடம் என் கொடிவழியையும் குருமுறைமையையும் கேட்டான்.

நான் வேண்டுமென்றே பொய் சொன்னேன். என் குருமுறை கௌதமநெறி என்றும் என் தந்தை பெயர் விபாசர் என்றும் சொன்னேன். ஏன் அப்படிச் சொன்னேன் என்று இன்றும் தெரியாது. அந்த இளமையையே சுட்டுவேன். ஏதோ ஒன்று நிகழவேண்டுமென எண்ணினேன். முனிவர்களைக் கொல்லமாட்டார்கள் என எண்ணியிருக்கலாம். அல்லது பிணைத்தொகைக்காக அவர்கள் என் தந்தையை அணுகக்கூடாது என்பதனாலாக இருக்கலாம். என் ஆணவம் நிமிர்வதற்கான ஒரு தருணமல்லவா அது?

அவர்கள் என்னைப்பற்றி தூதுகளை அனுப்பினர். மாளவர் என்மேல் ஆர்வம் காட்டவில்லை. கௌதமர்கள் தங்களில் எவரும் காணாமலாகவில்லை என்று சொல்லிவிட்டனர். ஓராண்டுகாலம் என்னை அவர்கள் சிறை வைத்திருந்தனர். பின்னர் என்னை அவர்களின் படகுகளில் அடிமைப்பணிக்காகச் சேர்த்துக்கொண்டனர். உண்மையில் எனக்கு அவ்வுலகம் புத்தம்புதியதாக இருந்தது. ஒவ்வொருநாளும் புதிய அறிதலுடன் விடிந்தது. கடுமையான உடலுழைப்புக்குப்பின் பெரும்பசியுடன் உண்பதும் உடல் சோர்ந்து தன்னைமறந்து துயில்வதுமே பேரின்பம் என்று கண்டுகொண்டேன். படகோட்டவும் கடல்புகுந்து மீன்கொள்ளவும் பயின்றேன். அவர்கள் மொழியை நன்கு கற்றேன். நாளடைவில் அவர்களில் ஒருவனாக ஆனேன். அவர்களால் விரும்பப்பட்டேன்.

என் கல்விப்புலம் எனக்கு உதவியமையால் அவர்களில் கற்றோன் என முதன்மை பெற்றேன். எங்கும் எக்குலத்திலும் அந்தணனுக்கான இடமொன்று உள்ளது. செந்தண்மை என்பதே அந்தண்மை என்பதனால். அவர்களின் மொழிக்கு நான் இலக்கணம் அமைத்தேன். அவர்களிடமில்லாத சொற்களை செம்மொழியிலிருந்து எடுத்து அளித்தேன். அவர்களின் கடற்குறிகளைத் தொகுத்து சமுத்ரலக்ஷணகாரிகை என்னும் நூலை இயற்றினேன். அந்நூலை அவர்கள் அனைவரும் மனப்பாடம் செய்யவைத்தேன். அவர்களின்

குமுகநெறிகளைத் தொகுத்து சங்க ஸ்மிருதி ஒன்றை அமைத்தேன். அவை புதிய தலைமுறைகளுக்கு எளிதாகக் கற்பிக்கப்பட்டன. அவர்களின் தொழிலும் குமுகமும் சொற்களால் உறுதியாகக் கட்டி நிறுத்தப்பட்டன.

என்னை அங்கே எவரும் சிறையிட்டிருக்கவில்லை. விரும்பியிருந்தால் நான் கிளம்பி வந்திருக்கமுடியும். ஆனால் மீண்டு வந்து நான் ஆற்றும் செயற்களங்கள் ஏதுமிருக்கவில்லை. எந்தை நான் இறந்துவிட்டதாக எண்ணி இறுதிச்சடங்குகளைச் செய்தார் என சூதன் ஒருவனிடமிருந்து அறிந்தபோது பெரும் விடுதலையையே அடைந்தேன். அங்கே மூன்று சங்ககுலக் கன்னியரை மணந்தேன். அவர்களில் எனக்கு ஏழு மைந்தர் பிறந்தனர். ஏழு விழுதுகளால் மண்ணுடன் அசையாது பிணைக்கப்பட்டேன். நான் இயற்றிய உலகில் அதன் மைய அறிஞனாக என் வாழ்க்கையை அமைத்துக்கொண்டேன். சிலந்திக்குத் தன் வலையே சிறை.

ஒருமுறை என் தந்தை எனக்கான நீர்க்கடனை இயற்றும்பொருட்டு சௌராஷ்டிரத்தில் அஷ்டசிரசுக்குமேல் அமைந்திருந்த பிரபாசதீர்த்தம் சென்றிருந்தார். அவருடன் துவாரகையிலிருந்து வந்த இரு யாதவர்களும் துணைசென்றனர். நான் அங்குதான் உயிர்துறந்ததாக அவர் எண்ணிக்கொண்டிருந்தார். அங்கு சென்று எனக்கான கடன்களை முற்றும் செய்து தான் துறவுபூண்டு உலகியல் கடன்களில் இருந்து விடுபடவேண்டுமென விழைந்தார். இப்பிறவியில் தனக்கு எஞ்சியிருப்பது அது என்றே அவர் எண்ணினார்.

அவர் உள்ளத்தில் நான் கொண்டிருந்த இடமென்ன என்று யாதவர்களுக்கோ பிற மாணவர்களுக்கோ தெரியாது. நான் இறந்ததாகச் செய்தி கேட்டதுமே எந்தை அதை தெய்வங்களின் அடி என்றே எடுத்துக்கொண்டார். தீபட்ட யானைபோல அலறித்துடித்தபடி அவர் தன் ஆசிரியரிடம் ஓடினார். அனைத்தையும் துறந்து மலைக்குகை ஒன்றில் தவம் செய்திருந்த அவர் 'அரியதே பறிக்கப்படும் என்னும் ஊழின் நெறியை காவியங்களை நோக்கினாலே அறியலாம். அது உனக்கு அரியதென்று தோன்றியதேகூட அது பறிக்கப்படும் என நீ அறிந்ததனால்தானோ?' என்றார்.

'அத்தனை இரக்கமற்றதா அது? அத்தனை நெறியின்மையா நம்மை ஆள்கிறது?' என்றார் எந்தை நெஞ்சில் ஓங்கி அறைந்தபடி. 'அதன்மேல் கேள்விகளால் மோதாதே, மூடா! கேட்கக்கேட்க விடையின்மை கொள்வதன் பெயரே ஊழ் என்பது. அதைவிட்டு விலகிச் செல். உன் ஊழுக்கு உன்னை ஒப்படை' என்றார். 'என் மைந்தன்! நான் அவனை விழியால் பிறிதொருமுறை பார்ப்பேனா? பிறிதொன்றையும் நான்

வேண்டேன்' என்று எந்தை நெஞ்சுடைந்து கதறினார். 'இறப்பைக் கண்ட அனைவரும் சொல்பவை இவை. சொற்களைக் கருதி வை. ஒருவேளை நீ அவனை மீண்டும் காண நேர்ந்தால் அத்தனை சொல்லும் பொருளின்றிப்போகும்' என்றார் ஆசிரியர்.

எந்தை அவர் சொல்வன எதையும் செவிகொள்ள முடியாதவராக இருந்தார். நாற்பது நாட்கள் தன் குருநிலையின் இருளுக்குள் ஒடுங்கிக் கிடந்தார். தன்னை இறுக்கிச் சுருட்டி ஓசையே இன்றி அத்துயரை முழுக்க பெற்றுக்கொண்டார். ஒரு சொல்கூட மிச்சமின்றி என்னைத் தன் உள்ளத்திற்குள் செலுத்திப் புதைத்தார். என்னைப்பற்றி அவர் எவரிடமும் பேசுவதில்லை. என்னை அவர் முற்றிலும் மறந்துவிட்டதாகவே பிருகதர் போன்றவர்கள் எண்ணியிருந்தனர். ஆனால் அவருக்குள் ஆறாத புண் என நான் குருதி கசிந்துகொண்டிருந்தேன். என்னை அவர் எண்ணுவதே இல்லை. ஆனால் அவர் கனவில் மாறா இளமையுடன் நான் வந்துகொண்டிருந்தேன்.

அந்த இருளிலிருந்து அவரை மீட்டது இளையயாதவனைப் பற்றிய கனவு. அனைத்திலும் நம்பிக்கையிழந்து இருண்டு சென்றுகொண்டிருந்த அவருக்கு மீண்டும் வாழ்விருப்பதாக அறிவித்தது. மலையடிவாரத்து சாந்தீபனி குருநிலையை உதறி உஜ்ஜயினிக்கு வந்து அவனுக்காகக் காத்திருக்க முடிவெடுத்ததே அவரை மீட்டது. தன் மாணவர்கள் சென்று துவாரகையை அமைத்து படைவல்லமை கொண்டதும் எந்தை அவர்களிடம் கோரியது தன்னை மைந்தன் இறந்த பிரபாச தீர்த்தத்திற்குக் கொண்டுசெல்லவேண்டும் என்றுதான்.

உண்மையில் மூத்தயாதவர், அவருக்கு ஒரு மைந்தன் இருந்ததையே அப்போதுதான் அறிந்தார். 'ஆசிரியரே, உங்களுக்கு மைந்தன் ஒருவன் இருந்தானா? நான் இன்றுவரை அறியவில்லையே? உங்கள் மைந்தனே இவன்தான் என்றல்லவா எண்ணினேன்?' என்றார். 'ஆம், இவனும் என் மைந்தனே. இவனுக்கு எப்படிக் கற்பிப்பது என அவனிடமிருந்தே கற்றேன். என் மைந்தன் மேல் கற்பாறை விதைமுளைமேல் என அமர்ந்திருந்தேன். அவன் என்னை உதறிச்சென்று விடுதலைகொண்டான்' என்றார் எந்தை. இளையவன் அதைக் கேட்டு புன்னகையுடன் வேறெங்கோ நோக்கி நின்றிருந்தான்.

யாதவர்களுடன் கிளம்பி பன்னிரு நாட்கள் பயணம் செய்து அரிய மலைவளைவுகளைக் கடந்து பிரபாச தீர்த்தத்தை அணுகி நீர்க்கடனுக்காக அமர்ந்தார் எந்தை. இலைமேல் அன்னமும் மலரும் படைக்கப்பட்டு என் வடிவாக அங்கிருந்து எடுக்கப்பட்ட சிறிய கூழாங்கல் ஒன்றும் வைக்கப்பட்டிருந்தது. சடங்குகள் செய்வதற்காக அமர்ந்த முதிய

அந்தணர் விழியறியாதவர். அவர் அக்கூழாங்கல்லைத் தொட்டதுமே 'இது உயிருள்ளதாயிற்றே!' என்றார். 'என்ன சொல்கிறீர்கள்?' என்றார் எந்தை. 'இம்மைந்தன் இறக்கவில்லை. உயிருடன் எங்கோ இருக்கிறான். இவனுக்களிக்கப்பட்ட அன்னத்தையும் நீரையும் இவன் மூதாதையரே இதுவரை பெற்றுக்கொண்டனர்... ஐயமே இல்லை' என்றார் அந்தணர். எந்தை 'மைந்தா! என் உயிரே!' என அலறியபடி மயங்கி விழுந்துவிட்டார்.

திரும்பிவரும் வழியெங்கும் எந்தை கண்ணீர் விட்டுக்கொண்டிருந்தார். அவரிடம் இளையயாதவன் ஒருசொல்லும் கேட்கவில்லை. சாந்தீபனி குருநிலையை அடைந்ததும் எந்தை இரு யாதவர்களையும் அருகழைத்தார். 'நான் உங்களுக்கு ஆசிரியனாக அமைந்து இதுகாறும் கற்பித்தேன். ஆசிரியக்கொடை இன்றி கல்வி முழுமையாவதில்லை. இன்று உங்களிடம் ஆசிரியக்கொடை கோருகிறேன், என் மைந்தன் எங்கிருந்தாலும் மீட்டுக் கொண்டுவருக! அவனைக் கண்டபின்னரே நான் அனலவிந்து உயிர்துறக்க முடியும். பிறிதொன்றும் இப்புவியில் எனக்குத் தேவையில்லை' என்றார். மூத்தயாதவர் 'எட்டாண்டுகாலம் ஆகிவிட்டது. அவர் விழைந்திருந்தால் மீண்டு வந்திருக்கக்கூடுமே' என்றார். 'எதையும் நான் கேட்க விழையவில்லை. என் மைந்தனை எனக்கு கொண்டுவந்து கொடுங்கள்... அது ஒன்றே எனக்குரிய ஆசிரியக்கொடை' என்றார் எந்தை. 'அவ்வண்ணமே ஆகுக!' என்றான் இளையயாதவன்.

நான் விடைபெற்றுச் சென்றதை பிருகதரிடமிருந்து மீண்டும் கேட்டறிந்தான். ஒவ்வொரு சொற்துளியையும் ஒவ்வொரு முகக்குறியையும் அவரிடமிருந்து மீட்டெடுத்தான். ஏழுநாட்கள் பன்னிருமுறை அவரிடம் அவன் உரையாடினான் என்கிறார்கள். இறுதியில் அவன் அவராக மாறி என் முன் அத்தருணத்தில் நின்றிருந்தான். என் விழிகளின் கரவைக் கண்டடைந்தான். பிரபாச தீர்த்தம் என்னும் சொல்லை நான் தவிர்த்ததை, பிரபாச நீர் என்றே சொன்னதை உணர்ந்தான். மூத்தவரிடம் 'ஐயமே இல்லை மூத்தவரே, அவர் சங்கனின் சிறையில் இருக்கிறார்' என்றான்.

'ஆனால் அவர்கள் பிணையர்களைப் பற்றி செய்தி அறிவிப்பார்கள். பிணைமீட்புச் செல்வம் கோருவார்கள்' என்றார் மூத்தவர். 'ஆம், அது நிகழவில்லை. ஆசிரியரின் மைந்தர் தன் பெயரையும் குலத்தையும் மறைத்திருக்கலாம். அவர்கள் அந்தணரைக் கொல்வதில்லை' என்றான். 'ஆனால் அவர் இத்தனை நாள் எங்கிருக்கிறார்? அவர்களுடன் அவர் வாழ்கிறாரா?' என்றார் மூத்தவர். 'அறியேன். அவரைத் தேடிச் செல்வோம். அவரை மீட்காமல் திரும்பமாட்டோம் என உறுதிகொள்வோம்' என்றான் இளையயாதவன்.

நான் வந்த வழியை அவர்கள் அவ்வாறே மீண்டும் நடித்தனர். என்னைப் போலவே உஜ்ஜயினிக்கு வந்து அங்கிருந்து பஞ்சஜனத்தின் எல்லைவரை

வந்தனர். அங்கே ஒரு வணிகச்சாவடியில் அவர்களிடம் பஞ்சஜனத்தின் கஜமேக குலத்தைச் சேர்ந்த வணிகன் ஒருவன் அறிமுகமானான். அவன் துவாரகைக்குச் சென்று வணிகம்செய்ய விரும்பினான். அவன் அவர்களிடம் துவாரகைபற்றிக் கேட்டுக்கொண்டிருந்தான். அவர்கள் துவாரகை பற்றி அவனிடம் பேசிக்கொண்டே பஞ்சஜனம் குறித்துக் கேட்டறிந்தனர். அவன் நான் இயற்றிய கடல்நூலில் இருந்து ஒரு செய்யுளைப் பாடினான். அதைக் கேட்டதுமே இளையயாதவன் சொல்லிவிட்டான் 'ஐயமே இல்லை, இது சாந்தீபனி குருநிலையில் பயின்றவரால் யாக்கப்பட்டது. இதை இயற்றியவர்தான் நாம் தேடுபவர்.'

"நான் என் பெயரை கிரிஜன் என்று அங்கே சொல்லியிருந்தேன். அவர்கள் மீட்டுச் செல்ல விரும்புவது என்னைத்தான் என அன்றே அவர்கள் முடிவு செய்தனர்" என்றார் சாந்தீபனி முனிவர். "அன்று அவர்களால் பஞ்சஜனரை வெல்லமுடியாத நிலை இருந்தது. படைகொண்டு சென்றால் என்ன என்று மூத்தவர் கேட்டபோது இளையயாதவன் சிரித்தபடி 'மூத்தவரே, நாம் படைகொண்டுசென்றால் பஞ்சஜனரின் படைகளுடன் மட்டுமல்ல அதை நடத்திவரும் சாந்தீபனி குருநிலையின் பேரறிவுடனும் போரிட வேண்டியிருக்கும். நாம் வெல்லமுடியாது' என்றான். 'அப்படியென்றால் என்னதான் செய்வது?' என்றார் மூத்தவர். 'வென்றாகவேண்டும் என்றால் அதற்கான வழி ஒன்று இருப்பதைக் கண்டுகொள்ளலாம்' என்றான் இளையவன்."

5

"பெரும்பாலான வெற்றிகளை இளையயாதவன் படைவல்லமை இல்லாமல்தான் அடைந்திருக்கிறான் என்பதை நீங்கள் அறிந்திருப்பீர்கள், அரசே" என்றார் சாந்தீபனி முனிவர். தருமன் புன்னகையுடன் "ஆம்" என்றார். "இரு வகையில் அவன் வெற்றிகள் அமைந்துள்ளன என்று கதைகள் காட்டுகின்றன. ஒன்று, மிகச்சிறிய படையுடன் எதிர்பாராத தருணத்தில் சென்று பெருந்தாக்குதலை நிகழ்த்தி, வென்றதுமே விலகிச்சென்றுவிடுவது. அது வேங்கையின் வழி. அது வருவதையும் செல்வதையும் விழிகளறிய முடியாது. கூர்ஜரத்தின் கருவூலங்களை அவன் வென்றது அவ்வண்ணமே."

"பிறிதொன்று தனிக்களிறின் வழி" என அவர் தொடர்ந்தார். "மத்தகம் குலுக்கியபடி அது தன்னந்தனியாக வந்து மன்றில் நிற்கும். துதிக்கை தூக்கித் தூக்கி சின்னம் விளித்து அறைகூவும். தன் தனிவல்லமையாலேயே வென்று நின்றிருக்கும். துவாரகையின் ஒற்றர்கள் பஞ்சஜனத்தை உளவறிந்துகொண்டிருப்பதை நான் அறிந்திருந்தேன். ஒருநாள் துவாரகையின் தலைவன் பஞ்சஜனம் மீது போர்கொள்வான் என எண்ணியும் இருந்தேன். உண்மையில் எனக்கு அதில் உணர்வுகள் ஏதுமில்லை. அந்த ஆடல் எவ்வகையில் முடியும் என்றறிவதற்கான மெல்லிய ஆர்வம் மட்டுமே இருந்தது."

வணிகர்களாகச் சென்ற என் ஒற்றர்களிடமிருந்து இளையயாதவன் என்னைப் பற்றி விசாரித்தறிந்ததை நானும் உணர்ந்துகொண்டேன். என்னைத் தேடி அவன் வருவான் என எதிர்பார்த்தேன். வேங்கையாகவா யானையாகவா என்று எண்ணி எண்ணி நோக்கினேன். அப்போதறிந்தேன், அவனுடன் நான் உளப்போரில் ஈடுபட்டுக்கொண்டிருப்பதை. நான்

விலகிய இடைவெளியில் எந்தைக்கு இனியவனாக ஆனவன் என அவனை அறிந்திருந்தேன். எங்கோ மைந்தன் என என் உள்ளம் தந்தையை உரிமைகொண்டிருந்தது. மைந்தனுக்கும் மாணவனுக்குமான சமர் வரலாற்றில் முடிவதேயில்லை.

அவன் வந்தால் அவனை வென்று நின்றிருக்கவேண்டும் என உறுதிகொண்டேன். அவனைவிட ஒரு படி மேலானவன் என அவன் என்னை உணரும் தருணமே என் இறுதி வெற்றி. நான் ஆற்றியவை அனைத்தும் தந்தைக்குமேல் நான் கொண்ட வெற்றிகள் என நன்கறிந்திருந்தேன். அவர் அளித்த மொழியும், அவர் கற்பித்த வேதமும் முற்றிலும் பயனற்ற சூழலில் வந்து என் தனித்திறனால் முளைத்தெழுந்து அரசொன்றை அமைத்திருக்கிறேன். அவர்களுக்குரிய வேதங்களை அருளியிருக்கிறேன். அவர் தன் முழுதறிவால் ஆக்கிய முதன்மை மாணவனை வென்றால் எந்தையிடம் நான் பிறிதொன்றும் சொல்வதற்கில்லை. அந்தத் தருணத்தை எட்டுத்திசைகளிலும் எக்கணமும் என எதிர்நோக்கியிருந்தேன்.

இன்று எண்ணுகையில் வியப்புடனும் நாணத்துடனும் எண்ணிக்கொள்கிறேன். நான் ஆற்றிய அனைத்துக்கும் பின் எந்தையிடம் ‘பாருங்கள், என்னால் என்ன இயலும் என்று’ என மீளமீள சொல்லிக்கொண்டேயிருந்திருக்கிறேன். என் முன்னிருந்து அவர் விலகி நின்ற தருணமே இருந்ததில்லை. நான் அவரை விட்டு வந்ததே அவரை மீறி வளர்வதற்காகத்தான். ஆனால் அவர் பொருட்டே நான் வாழ்ந்திருக்கிறேன். அவரற்ற உலகில் எனக்கு இலக்குகளே இல்லை.

நான் இளையயாதவன் சோனகர் அல்லது யவனர் துணையுடன் ஒரு கூர்த்தாக்குதலை பஞ்சஜனம் மீது தொடுப்பான் என்றே எண்ணினேன். உண்மையில் ஒரு பெரிய யவனக்கப்பல் தன் விற்பொறிகளுடன் வந்து கரையணைந்தது என்றால் பஞ்சஜனம் வீழ்ச்சி அடைந்துவிடும். ஆகவே மகாசங்க மலையின் பாறைமடிப்புகள் முழுக்க சிறிய நோக்குமேடைகளை அமைத்து அங்கு இரவும் பகலும் எரியம்புகளுடன் தொலைவில்லவரை நிறுத்தினேன். மகாசங்க முடிமேல் ஒரு காவல்மாடத்தை அமைத்து தொலைகடலை கூர்நோக்க ஆணையிட்டேன்.

பஞ்சஜனத்திற்கு வரும் இரண்டு மலைப்பாதைகளிலும் காவலரண்களை அமைத்து படைகளை நிறுத்தினேன். பெரியபடை வந்ததென்றால் உடனே அறிவிக்கும்படி மலைக்காவல்மாடங்களில் ஆட்களை வைத்தேன். முள்ளம்பன்றி என அஞ்சி கூர்சிலிர்த்து நின்றிருந்தது பஞ்சஜனம். சங்கன் என்னிடம் ‘எதை அஞ்சுகிறீர், அந்தணரே?’ என்று கேட்டான். ‘துவாரகை நம்மை வென்றாகவேண்டும்’ என்றேன். ‘நம்மை எவரும் வெல்லமுடியாது.

ஏனென்றால் நிலத்தைக் கைவிட்டு காடுகளுக்குள் புகுந்துகொள்வோம்' என்று அவன் சொன்னான். 'மூடா! நீ சேர்த்த செல்வம் இருக்கும்வரை எங்கும் படைகள் உன்னை நாடிவரும்' என்றேன். புரியாமல் என்னை விழித்துப்பார்த்தான்.

ஏழுமாதகாலம் நான் யாதவர்களுக்காகக் காத்திருந்தேன். அவன் வரவில்லை. துவாரகையிலிருந்து படை எழுவதற்கான எந்த அடையாளமும் கிடைக்கவில்லை. மெல்ல சங்கனும் படைகளும் எச்சரிக்கை இழந்தனர். அவ்வாறு எச்சரிக்கையை இழக்கச்செய்வதே அவன் நோக்கமா என்று எண்ணி நான் மேலும் எச்சரிக்கை கொண்டேன். அத்தனை கதைகளைக் கேட்டிருந்தும்கூட அவன் அவ்வாறுதான் செய்வான் என என்னால் ஏன் எண்ணமுடியவில்லை என்று இன்று வியக்கிறேன். அவன் பஞ்சஜனர்களின் அலைவிழா அன்று விழவுக்களத்தில் தோன்றினான்.

தரங்கர்களின் தொல்விழா அது. அவர்களுக்கு கடலே முழுமுதல் தெய்வத்தின் கண்தொடு வடிவம். பெருந்தோற்றம் கொண்ட அன்னையின் ஆடைநுனி என அவர்கள் கடலை எண்ணினர். ஒவ்வொருநாளும் அதைத்தொட்டு வணங்குவர். மலரும் அன்னமும் கொண்டு அதை வழிபடுவார்கள். அலைகளின் கை வந்து தங்கள் படையல்களை வாங்கிச் செல்லும்போது குரவையிட்டுக் கண்ணீர் மல்குவர். குழந்தை பிறந்த ஏழாவதுநாளே சிறு மரப்படகில் ஏற்றி அலைகளுக்குமேல் கொண்டுசெல்வது அவர்களின் சடங்கு. ஏழாவது வயதில் தன்னந்தனியாக கடலுக்குள் ஊர்ந்து அலைப்பரப்பைக் கடந்து ஆழ்கடல் வரை சென்றுவரவேண்டும். பதினெட்டு வயதில் ஆழ்கடலுக்குள் சென்று அவன் உருவை விடப் பெரிய ஒரு மீனை பிடித்துவரவேண்டும்.

பஞ்சஜனத்தின் கடற்கரை பேரலைகள் எழுவது. அது ஏன் என்று நான் கண்டடைந்திருந்தேன். இருபக்கமும் இரு மலைகள் கடலுக்குள் இறங்கிச் சென்றிருக்க, நடுவே நின்றிருக்கும் நிலம் அது. அலைகள் மலைநீட்சிகளில் அறைபட்டு வெண்ணுரை சிதற எழுந்து சுழன்று கொப்பளிக்கும். அங்கு எழும் அலைகளின் திசைகளையும் சுழிகளையும் அங்கேயே பிறந்து வளர்ந்த முதியோராலும் கணிக்க முடியாது. கடலோட்டமும் காற்றும் அப்பாறைகளின் அமைப்பும் இணைந்து ஆற்றும் பெருநடனம் அது. அறியாதோர் அந்தக் கரையில் நின்றிருப்பதே கூட உயிரிடர் அளிக்கலாம். அலை வலமிருந்தோ இடமிருந்தோ மட்டுமல்ல சுழன்று நேர்பின்னாலிருந்துகூட வரும். ஒரு மரத் தடியை நீரிலிட்டால் விறகுத்துகள்களாகவே அதைக் காணலாம். பஞ்சஜனர் மட்டுமே அவ்வலைகளில் ஆட இயலும்.

அலையற்ற கடற்கரைகளையே மீனவர்குடிகள் நாடுவது வழக்கம். ஆனால் தரங்கர் இக்கடற்கரையை அறியாத தொல்காலத்திலேயே தெரிவுசெய்திருந்தனர். சிலமீன்கள் அலைநுரைக்கும் அருவிமுனையை நாடுவதுபோல. ஏனென்றால் அவை அங்கு வாழப் பழகிக்கொண்டால் எதிரிகளை அஞ்சவேண்டியதில்லை. தரங்கர்களுக்கு அங்குள்ள கொலைக்கடலே பெரும்காவல். அவர்களன்றி எவரும் அக்கடல் வழியாக அவர்களை அணுகமுடியாது. இருபக்கமும் எழுந்த மலைச்சுவர்கள் பக்கக் காவல். எதிரிகளற்றிருந்தமையால் அவர்கள் நட்புகளும் அற்றவர்கள் ஆனார்கள். ஆகவே காலத்தால் கைவிடப்பட்டு அங்கேயே மாற்றமின்றி வாழ்ந்தனர். பாரதத்தை அலைக்கழித்து கோத்திணக்கிய வேதப்பொற்சரடு அங்கு வந்துசேரவேயில்லை.

அவர்கள் பிற நான்கு குடிகளுடன் இணைந்தபோதுதான் உண்மையில் உரையாடவே கற்றனர் என்பார்கள். பஞ்சஜனர் அரசமைத்து சுங்கம் கொள்ளவும் வணிகம் செய்யவும் தொடங்கிய பின்னர் ஐந்துகுடிகளின் மொழிகளும் இணைந்து பஞ்சஜனம் என்னும் மொழியாகியது. வணிகர்களுடன் பேச அவர்கள் செம்மொழியின் சொற்களைக் கற்றனர். அரசே, நீர்ப்பாசியின் ஒருதுளி போன்றது செம்மொழியின் ஒரு சொல். அது எங்கோ வேதத்திலிருந்து வந்திருக்கும். துளி ஈரம்போதும், அது முழுவேதத்தையும் கொண்டுவந்து அங்கே பரப்பிவிடும்.

ஐங்குடி அமைந்தபின் அங்கு வந்து அவர்களில் ஒருவனாகிய முதல் வைதிகன் நான். நான் அங்கு வேதமெழச் செய்தேன். விண்மீன் கணிக்கவும் கடல்மீன் கணிக்கவும் வேதம் உதவுவதை அவர்கள் கண்டனர். அங்கு சங்கன் காவலெ்ன அமர முதல்பெருவேள்வியை நான் இயற்றியபோது அவர்களும் இப்பெருநிலத்தின் வேர்ப்பின்னலில் இணைந்து இதன் குடிகளானார்கள். அவர்கள் கடலன்னையின் குரல் குடிகொண்ட சங்கத்தை வழிபடும் வழக்கம் கொண்டவர்கள். அவர்களின் குடிமூத்தோர் தலையில் ஒரு சங்கை அணிந்தபடியே அவையமரும் வழக்கம் கொண்டிருந்தனர். அவர்களின் தெய்வச்சொல்லின் வெண்ணிறவடிவம் என அமைந்திருந்தது பாஞ்சஜன்யம்.

பாஞ்சஜன்யத்தின் ஓங்காரமே வேதத்தின் முதல் ஒலித்துளி என நான் அவர்களுக்குக் கற்பித்தேன். அவர்களின் அனைத்து இறைவழிபாடுகளிலும் பாஞ்சஜன்யம் மையமென அமர்ந்தது. தரங்கர்களின் அலைவிழவை ஐங்குடியினரும் கொண்டாடும் பெருவிழவென நான் மாற்றினேன். அதன் முதல்நாள் வேள்வியின் எரிகொடையும் மூன்றாம்நாள் கடற்கொடையும் நிகழும். கடற்கொடைநாளில் முதற்புலரியில் அலையன்னைக்கு அன்னமும் மலரும் அளித்து வணங்கியபின் பகல்

முழுக்க போர்விளையாட்டுகளும், பெண்டிரின் நடனங்களும் நிகழும். அதன்பின் இளையோர் அலையிலிறங்கிக் கடலாடுவார்கள்.

உணவுக்கும் மதுவுக்கும் பின் அலைநீராட்டு நிகழ்ந்துகொண்டிருந்தது. வெற்றுடல்கொண்ட ஆணும் பெண்ணும் கொந்தளித்துச் சுழன்றடித்த அலைகளுக்குள் பாய்ந்து நீந்தித் துடித்தனர். சினந்த புரவிகள் போல பிடரி பறக்க எழுந்து வந்த அலைகள்மேல் தாவி ஏறி கைவீசிப் பறந்தனர். அறைந்து சுருண்ட அலைகளில் சென்று கரியபாறைகளைக் கைகளால் கவ்விக்கொண்டு ஏறி மேலே சென்றனர். ஆண்களும் பெண்களும் உடல்தழுவி நீருக்குள் புகுந்தனர். வெண்பற்கள் ஒளிவிடச் சிரித்தபடி மேலெழுந்து வந்தனர்.

முதியோர் கரைமுழுக்க நிரைநின்று கைவீசிக் கூவியும் துள்ளி ஆர்ப்பரித்தும் அவர்களை ஊக்கினர். கரைமீள்பவர்களுக்காக மணல்வெளியில் ஊனுணவும் மீனுணவும் சமைக்கப்பட்டன. அரசமேடையில் சங்கன் கோல்சூடி மணிமுடி அணிந்து பொன்னணிகளும் மணியாரங்களும் ஒளிவிட அமர்ந்திருந்தான். அவனருகே ஐங்குலத்தைச்சேர்ந்த அவன் ஐந்து அரசியரும் முடிசூடி அமர்ந்திருந்தனர். பின்னால் அமைச்சர் குழு நின்றிருந்தது. அரசமேடையின் வலப்பக்கம் பொன்மேடையில் பாஞ்சஜன்யம் மலர்சூடி அமர்ந்திருந்தது. அதனருகே வைதிகனுக்கான தர்ப்பைமேடையில் நான் அமர்ந்திருந்தேன். இடப்பக்கம் மங்கலமுழவுகளும் கொம்புகளும் குழல்களுமாக இசைச்சூதர் நின்றனர்.

அலைகளில் பெருங்கூச்சல் எழுவதை நான்தான் முதலில் கண்டேன். சுறாமீன் வந்திருக்குமென முதலில் எண்ணினேன். ஆனால் அத்தகைய அலைவெளியில் பெருஞ்சுறா நீந்த முடியாது. எப்போதாவது தவறிவரும் பெருமீன்கூட பாறைகளின் அறைபட்டு உயிரிழந்து உடல்சிதறிக் கரையொதுங்குவதே வழக்கம். அனைத்து இளையோரும் ஒருங்கு திரண்டு ஒரு மீன்சுழி என ஆவதை, அவர்கள் அலைகளில் எழுந்தமைந்து ஏதோ கூவுவதைக் கேட்டேன். அலை ஒன்று மேலெழுந்து அமைந்தபோது அதன் உச்சியில் ஒருகணம் யானைமருப்பிலென அமர்ந்து கைவீசி இறங்கி மறைந்த இளையயாதவனை அடையாளம் கண்டுகொண்டேன்.

வந்தவன் இளையயாதவன் என்று நான் சொன்னதும் சங்கன் சினத்துடன் எழுந்து நின்றான். ‘படைகொண்டு வந்துள்ளானா? எங்கே?’ என்றான். ‘தனியாக வந்துள்ளான். கடல்வழியாக’ என்றேன். ‘நீந்தியா? இக்கடல் வழியாகவா?’ என்றான் சங்கன். நான் ‘ஆம்’ என்றேன். அவன் திகைப்புடன் நோக்கி நின்றான். அவன் மனைவியர் வியப்புடன் கிளர்ந்து எழுந்து நின்று நோக்கினர். தங்களுக்குள் துள்ளும் குரலில் மொழியாடிக்கொண்டனர்.

முதலில் இளையோரிடம் எழுந்த திகைப்பும் விலக்கமும் அகல்வதைக் கண்டேன். அவன் அந்த அலைகளில் ஏறிவந்தான் என்பதே அவனை அவர்களில் ஒருவனாக ஆக்கியது. அவனை அவர்கள் பிடிக்க முயன்றனர். அவன் அவர்களின் தோள்களை மிதித்துத் தாவி அகன்றான். தழுவிய கைகளினூடாக நழுவிச்சென்றான். ஒரு கட்டத்தில் அது ஒரு விளையாட்டாகியது. நீர்த்துளிகள் பளிங்குமணிகளாகத் தெறித்து ஒளிவிடும் வெளியில் அவன் கரிய முகம் எழுந்து சிரித்து மறைந்துகொண்டிருந்தது. கரையில் இருந்த அனைவருமே சொல்லின்றி அதையே நோக்கிக்கொண்டிருந்தனர். 'அலைபிறந்தவன் போலிருக்கிறான்' என்று ஒரு பெண் சொன்னாள். 'அவனை அலைமகள் கொழுநன் என்கிறார்கள்' என்று இன்னொருத்தி சொன்னாள். இக்கதைகளை எல்லாம் இவர்கள் எப்படி அறிந்தனர் என்று நான் வியந்தேன்.

பின்னர் அவன் கரையணைந்தான். அவனைச் சூழ்ந்து ஐங்குடியின் இளம்பெண்கள் முலைததும்பும் இளைய உடல்களுடன் கைவீசி நீந்தி வந்தனர். அவனைத் தழுவியும் அவன் உடல்தொட்டு வழுக்கியும் நீந்திச் சிரித்தனர். மணல்விளிம்பில் அவன் கரையேறியபோது அவன் உடலையே அங்கிருந்த அனைவரும் முழுவிழியாலும் நோக்கிக்கொண்டிருந்தனர். முற்றிய எருமைக்கொம்பு போல என நான் எண்ணிக்கொண்டேன். கருமையின் ஒளி. உறுதியின் ஒளி. உயிரின் ஒளியும்கூட. அத்தசை வளைவுகள், எலும்பசைவுகள்.

அவன் வந்து சங்கனின் அரசமேடைக்கு முன்னால் நின்றான். 'அரசே, யாதவனாகிய நான் இங்கே உங்கள் குடியென வந்து நின்றிருக்கிறேன். தங்கள் பாதங்களை வணங்குகிறேன்' என்றான். சங்கன் அச்சொற்களை எதிர்பார்க்கவில்லை. முகம் மலர்ந்து அரியணையில் அமர்ந்து நிமிர்ந்த தலையுடன் 'நன்று, வாழ்க!' என்று வாழ்த்தினான். 'நான் இங்கு உங்கள் குலத்தைப் போருக்கு அறைகூவுகிறேன். படைக்கலம் எதுவாயினும் போர்முறை எதுவாயினும் எவருடனும் தனிப்போருக்கு நான் ஒருக்கமாக உள்ளேன். வென்றால் உங்கள் ஐங்குலமும் எனக்கு அடங்கவேண்டும்' என்றான்.

அவனைச் சூழ்ந்து வேலியென நின்றிருந்த ஐங்குடியினர் அதை எதிர்பார்க்கவில்லை. சிலகணங்கள் அமைதிக்குப்பின் ஒலிகள் கலைந்தன. மெல்லிய குரலில் அவன் என்ன சொன்னான் என்று பேசிக்கொண்டனர். மெல்ல குரல்கள் எழுந்து முழக்கமாயின. 'பாரதவர்ஷம் முழுக்க இருக்கும் நடைமுறை இது. நீங்கள் என்னிடம் போர்புரிய மறுக்க முடியாது' என்றான். நான் சங்கனிடம் 'வேண்டாம், மறுத்துவிடு!' என்றேன். என் விழிகளை அவன் சந்திக்கவில்லை. பீடத்தில் கைகளை வைத்தபடி விழிசுருக்கி நோக்கி அமர்ந்திருந்தான்.

இளையயாதவன் 'இங்குள்ள கன்னியர் சொல்க, நான் கோருவது பிழையா என' என்றான். அத்தனை பெண்களும் கைகளைத் தூக்கி 'பிழையல்ல! ஆண்கள் எழுக! போர் நிகழ்க!' என்று கூவினர். பற்கள் ஒளிவிட கிள்ளைக்குரல்களுடன் கூவிச்சிரித்தனர். நான்கு பெண்கள் ஓடிச்சென்று அவனைத் தூக்கித் தங்கள் தோள்மேல் உயர்த்தினர். 'ஆம்! இளையயாதவனுக்கு இங்கே யார் நிகர்?' என்று ஒருத்தி உரக்கக் கூவினாள். 'ஆம்! ஆம்! சொல்க!' என்று மற்ற பெண்கள் கூவினர்.

சங்கன் எழுந்து தன் செங்கோலையும் மணிமுடியையும் எடுத்து அமைச்சர்களிடம் கொடுத்தான். நான் 'வெறும் மற்போர் போதும். வென்றான் என்றால் அவன் கோருவதை அளிப்பேன் என சொல்லளிக்க வேண்டாம்' என்றேன். 'இச்சிறுவன் வெல்வான் என்கிறீர்களா, அந்தணரே?' என்றான் சங்கன் சினத்துடன். ஒன்றும் சொல்லமுடியாதென்று உணர்ந்து நான் அமைதியானேன். சங்கன் மேலாடையைக் களைந்தபடி 'இளையோனே, என்னுடன் தோள்கோத்து களம் நில்!' என்றான்.

'அவ்வண்ணமே' என்றான் இளையயாதவன். 'வெற்றிக்குப்பின் நான் கோருவது ஐங்குலத்தின் அரசனாக அமர்தலை' என்றான். 'முதலில் நீ களத்தில் எத்தனை கணம் நிற்பாய் என்று பார்... தன்னந்தனியாக கடலுக்குள் சென்று சுறா கொண்டுவந்து அரசனாக ஆனவன் நான்' என்றான் சங்கன். 'ஆம், அதை அறிந்தே உங்களை வெல்லவந்தேன். அச்சுறாவையும் இன்று வென்றவனாவேன்' என்றான் இளையயாதவன். பெண்கள் கூவிச்சிரித்து 'வெல்க! வெல்க!' என்றனர்.

அவர்கள் மணலில் இறங்கி தோள்விரித்து நின்றனர். கொடுக்கு விரித்த கடல்நண்டின் முன் ஒரு சிறு கருவண்டு நிற்பதுபோலத்தான் இருந்தது. தன் பெருந்தோள்களைத் தட்டியபடி சங்கன் சுற்றிவர, அவனைக் கூர்ந்து நோக்கியபடி இளையயாதவன் சுழன்றான். அப்போதும் அவன் முகத்தில் இளநகைப்பு இருந்தது. அவனை நோக்கிக்கொண்டிருந்தபோது எனக்கு ஏற்பட்ட வியப்பை இப்போதும் நினைவுகூர்கிறேன். அவனுக்கு அச்சமென்பதே இல்லையா? வென்றுவிடுவோம் என அத்தனை உறுதியாகவா எண்ணுகிறான்? தனிப்போரில் எந்தப் பெருவீரனும் தோற்பதற்கு வாய்ப்புள்ளது என்று அறிந்திருக்கிறேன். தான் யாரென அறிந்தவர்களுக்குரிய உறுதியா அது? அல்லது எதையுமே அறியாத குழந்தையாடலா? அனைத்தையும் வெறும் லீலை என்று கற்பிக்கும் எந்தையின் சொற்களை அவ்வண்ணமே தலைசூடிக்கொண்டானா?

ஆனால் போர் தொடங்கியதுமே தெரிந்துவிட்டது, அவனே வெல்வான் என. அவனே வென்றாகவேண்டும். அதைப் பின்னாளில் பலமுறை

பகுத்து ஆய்வு செய்திருக்கிறேன். நம் எண்ணங்களிலும் வாழ்க்கையிலும் கதைகளுக்கான இடம் பற்றி எண்ணிப்பாருங்கள். கதைகளில் உள்ள ஒத்திசைவு வாழ்க்கையில் இல்லை. எனவே நாம் கதைகள் வாழ்க்கையை வழிநடத்தவேண்டுமென விழைகிறோம். கதை போல வாழ்க்கையை ஆக்க நம்மையறியாமலேயே முயல்கிறோம். அப்படியே கதைபோல நிகழ்ந்தது என்பதே நாம் ஒரு நிகழ்வைப்பற்றிச் சொல்லும் உச்சநிலைப் பாராட்டு. அது கதையல்ல என்றால் கதையென்றாக்கிக் கொள்வோம். கதையென ஒத்திசையாத ஒன்றை நினைவிலிருந்தே அகற்றுவோம்.

அரசே, நம் வாழ்க்கையில் பெரும்பாலும் கதையாக நாம் கேட்டவற்றையே மீளவும் நடிக்கிறோம். அந்நிகழ்வின் அறமோ நெறியோ அல்ல, அதில் செயல்படும் ஆற்றல்கள் அல்ல, அதன் பின்னாலுள்ள கதையின் வடிவமே நம் உள்ளத்துள் கரந்து அத்தருணத்தை முடிவுசெய்கிறது. அங்கே இளையயாதவன் வெல்வதை அத்தனை இளையோரும் உளவிழிகளால் நோக்கிவிட்டனர். ஏனென்றால் அதற்கிணையான கதைகளை அவர்கள் பலமுறை கேட்டு அதில் பலமுறை உளம்நடித்திருந்தனர். அவனை நீங்கள் நன்கறிவீர்கள் அரசே, தன்னை ஒரு கதையென ஆக்கிக்கொள்வதையே எப்போதும் செய்துகொண்டிருக்கிறான். ஓர் எழுச்சிமிக்க நாடகத்தருணமென அனைத்தையும் ஆக்கிக்கொள்கிறான். அன்று அவன் அலைகளின் மீதேறி பஞ்சஜனத்தின் விழாவுக்கு வந்ததே சிறந்த நாடகத் தொடக்கம்.

தனித்த அழகிய இளைஞன், ஒளிவிடும் சிரிப்புடன் மழலையின் தெளிந்த விழிகளுடன் வந்து மற்களத்தில் நிற்கிறான். எதிரே அவனைவிட பல மடங்குபெரிய தோள்கள் கொண்ட மல்லன். அங்கிருக்கும் அன்னையரும் கன்னியரும் யார் வெல்லவேண்டுமென விழைவார்கள்? அத்தனைபேரின் விழிகளும் வேண்டிக்கொண்டிருந்தன. உள்ளங்கள் ஏங்கிக் கனிந்திருந்தன. நான்குமுறை அவன் சங்கனை தோள்தவிர்த்துத் தாவியகன்றபின் இளையோரும் அவன் வெல்வதையே விழைந்தனர். ஏனென்றால் அவன் வென்றால்தான் புதுவரலாறு நிகழ்கிறது. ஏதோ ஒன்று முன்னகர்கிறது. இளையோர் விழைவதெல்லாம் புதியனவற்றை மட்டுமே. அது அழிவேயாக இருப்பினும்.

அங்கு அது புதிது. ஆனால் எத்தனைமுறை நிகழ்ந்த கதை! அங்கு கதை மெல்ல அனைவரையும் கைப்பற்றிக்கொண்டு தன்னை நிறுவியது. இனி அதன் விழைவே நிகழுமென நான் நன்கறிந்திருந்தேன். வியப்பென்னவென்றால் அதை சங்கனும் உள்ளூர அறிந்திருந்தான். அங்குள்ள உள்ளங்கள் திரண்டு வந்து எதிரே நின்றபோது அவன் தோள்கள் அவ்வெடை தாளாது தழையத் தொடங்கின. அத்தனைபேரையும் கதைமாந்தராகக் கொண்டு அந்த நாடகம் நிகழ்ந்து முடிந்ததுமே

நேராகத் தொன்மமாக ஆகியது. அவன் சங்கனை தூக்கிச்சுழற்றி தரையில் அறைந்து அவன் இரு கைகளையும் பற்றி முறுக்கி ஒன்றாகப் பிடித்துக்கொண்டு கைதூக்கி வெற்றிக் குரலெழுப்பினான். கூடி நின்ற அனைவரும் அவனுடன் சேர்ந்து ஆர்ப்பரித்தனர்.

அவன் எழுந்தபோது இளங்கன்னியர் பாய்ந்துசென்று அவனைப் பற்றித் தூக்கித் தலைமேல் வீசி, கூவி ஆர்த்தனர். இளையோர் அவன்மேல் மேலாடைகளையும் கிளிஞ்சல்களையும் வீசிக் கூச்சலிட்டனர். அன்னையர் அவனைத் தொட்டுநோக்க முண்டியடித்தனர். அங்கே நிகழ்ந்துகொண்டிருந்த உணர்வுக்கொப்பளிப்பை என் பீடத்தில் அமர்ந்தபடி நான் நோக்கிக்கொண்டிருந்தேன். எத்தனை முறை நிகழ்ந்த நாடகம் இது. இன்னும் எத்தனை முறை இது இங்கே நிகழும். ஒருவேளை மண்மீது எங்கோ ஒவ்வொரு நாளும் கணமும் இது நிகழ்ந்துகொண்டிருக்கிறதுபோலும். ஒரு தலைவனை தங்களுக்குள் இருந்து எடுத்து முன்வைக்கிறார்கள். எவர் முன்? இதோ தலைக்குமேல் தூக்குகிறார்கள். அப்படியென்றால் தெய்வங்களுக்கா காட்டுகிறார்கள்?

அவன் வீரர்களுக்குரிய முறையில் நடந்துகொண்டான். சங்கன் முடிதுறக்க, அதை வாங்கித் தான் அணிந்துகொண்டு ஐங்குடியின் கோல்சூடி அரியணையில் அமர்ந்து அலைவிழவைத் தலைமைதாங்கி முடித்துவைத்தான். உடனே அந்த முடியை எடுத்து சங்கனின் மூத்த மைந்தனின் தலையில் சூட்டி, அரிமலரிட்டு வாழ்த்தி அவனை ஐங்குடியின் அரசனாக ஆக்கினான். சங்கனின் ஐந்து துணைவியரையும் அன்னை என ஏற்று அடிபணிந்து மலர்கொண்டு வாழ்த்து பெற்றான். தன் வெற்றிக்கு ஈடாக அவன் கோரியது இரண்டே. ஐங்குலம் என்றும் துவாரகைக்கு அணுக்கர்களாக இருக்கவேண்டும். என்னை அங்கிருந்து அழைத்துச்செல்ல ஒப்பவேண்டும்.

ஐங்குலத்து மூத்தோர் கூடி அவனை வணங்கி அவர்களின் அருங்கொடையாக பாஞ்சஜன்யத்தை அவனுக்கே அளித்தனர். ஐங்குலம் என்றும் துவாரகையின் ஒருபகுதி என்பதை அக்கொடை வழியாக அவர்கள் உறுதியளித்தனர். இன்று அவ்வுறவு மேலும் வலுவாகிவிட்டிருப்பதை நீங்கள் அறிந்திருப்பீர்கள். பட்டத்து இளவரசர் பிரத்யும்னர் சங்கனின் மகளை மணம் புரிந்துகொண்டிருக்கிறார். துவாரகையின் வல்லமை வாய்ந்த கடலோடிகளில் பெரும்பாலானவர்கள் ஐங்குலத்தோரே.

பாஞ்சஜன்யம் இன்று துவாரகையின் அரசவையில் பொற்பீடத்தில் வைக்கப்பட்டுள்ளது. ஒவ்வொரு நாளும் துவாரகையின் குடிப்பேரவை கூடும்போது குலங்கள் இணைந்தமர்வதற்கான அறைகூவலாக அது

ஒலிக்கிறது. அவை நிறைவில் இளையயாதவன் தன் ஆணைகளை உரைத்து முடித்ததும் அவன் சொல்லுக்கு தெய்வங்கள் அளிக்கும் ஆதரவுக்குரலாக அது ஒலித்தமைகிறது. பாஞ்சஜன்யமே அவனுள் வாழும் தெய்வத்தின் ஓசை என்கிறார்கள் துவாரகையின் சூதர்.

அவன் என்னிடம் வந்து பணிந்து 'உங்களுக்காகவே இங்கே வந்தேன், ஆசிரியமைந்தரே. உங்களை என் ஆசிரியரிடம் அழைத்துப்போவதாக உறுதி கொடுத்தேன்' என்றான். 'நான் அதை அறிந்திருக்கிறேன். எந்தையைச் சந்திப்பதில் எனக்கும் ஆர்வமிருக்கிறது. நீ செல்க! நான் இங்கு என் பணிகளை இருநாட்களில் முடித்துவிட்டு உன்னைத் தொடர்ந்து உஜ்ஜயினிக்கு வருகிறேன்' என்றேன். 'நன்று, உங்கள் சொற்களை ஆசிரியரிடம் அறிவிக்கிறேன்' என்று சொல்லிவிட்டு அவன் துவாரகைக்கு மீண்டான்.

நான் அங்கே செய்து முடிக்க பல பணிகளிருந்தன. எனக்குப்பின் அங்கு வைதிகனாக அமர்வதற்கு என் முதல்மாணவனாகிய சக்ரனை அமைத்தேன். ஐங்குடிக்குரிய முதல்நூல்களையும் வழிநூல்களையும் வகுத்து அந்நெறிகளை அரசவை ஏற்க வைத்தேன். அங்கு வேள்விகளும் பூசனைகளும் நிகழவேண்டிய முறைமையையும் குடிகளின் ஒழுக்கமும் அறமும் செல்லவேண்டிய வழிகளையும் வகுத்து நான் எழுதிய சங்கஸ்மிருதி என்னும் நூலை அவர்களின் குடியவை ஏற்க வைத்தேன். அனைத்தையும் ஒருக்கியபோது அங்கு நான் இருந்தாகவேண்டுமென்பதில்லை என்று ஆயிற்று. அவர்களிடம் விடைபெற்று நான் கிளம்பினேன்.

ஐங்குடியினரும் விழிநீர் வார வந்து என்னை வழியனுப்பினர். என் கால்களில் இளையோர் நிரையென வந்து விழுந்து வணங்கி மலரும் சொல்லும் கொண்டனர். இளங்குழவியரை என் காலடித் தடங்களில் வைத்து எடுத்தனர். என் கால்பொடியை எடுத்து ஆடைகளில் முடிந்துகொண்டனர். பஞ்சஜனத்தின் எல்லையில் நின்று திரும்பி நோக்கியபோது அழுநீர் நிறைந்த ஆயிரம் விழிகளைக் கண்டபோது ஒன்றுணர்ந்தேன், நான் முன்னரே அங்கிருந்து கிளம்பிவிட்டிருக்கவேண்டும்.

அங்கே அதுவரை நான் இருந்தது என் ஆணவத்தால்தான். அந்தணன் விதைக்கவும் காக்கவுமே கடமைப்பட்டவன், அறுவடையைச் செய்வான் என்றால் அவன் சூத்திரனாவான். களஞ்சியம் நிறைப்பான் என்றால் வைசியன் ஆவான். கோல்கொண்டு அதைக் காக்கையில் ஷத்ரியன் ஆவான். பசித்தவருக்குப் பகிரமறுத்தான் என்றால் வருணமற்றவன் ஆவான். ஒருபோதும் தன் அந்தண்மையை மீண்டும் அடையமாட்டான்.

நீள்மூச்சுடன் திரும்புகையில் எண்ணிக்கொண்டேன், எந்தை காலடியில் சென்று பணிவேன். வெல்வதன் தோல்வியை அறிந்துவிட்டேன் தந்தையே. அனைத்தும் லீலையே என்பதை விழிமுன் கண்டு மீண்டுவிட்டேன். இனி என்னை மாணவனாக ஏற்றுக்கொள்க. இனி உங்கள் மெய்மையை எனக்குள் ஊற்றுக. இவையனைத்தும் இக்கலம் இவ்வண்ணம் ஒழிவதற்காகத்தான் நிகழ்ந்தன போலும்.

ஆனால் நான் மீண்டு வந்தபோது எந்தை சாந்தீபனி குருநிலையில் இல்லை. நான் வந்துசேர்வதற்கு முந்தையநாள்தான் இளையயாதவன் வந்து எந்தையிடம் சொல்லாடிச் சென்றிருந்தான். அன்றுகாலை எந்தை குருநிலை நீங்கியிருந்தார். அவர் எனக்கிட்ட ஆணை மட்டும் அங்கிருந்தது. நானே சாந்தீபனி குருநிலையின் ஆசிரியனாக அமர்ந்து அதை நடத்தவேண்டும் என்று தந்தை கூறியிருந்தார்.

அதை என்னிடம் சொன்ன அவரது மாணவர்களிடம் நான் திகைப்புடன் கேட்டேன் 'நானா? எனக்கு அவர் எதையும் கற்பிக்கவில்லையே?' அவர்கள் 'இல்லை, கற்பிக்கவேண்டிய அனைத்தையும் அவனுக்கு அளித்துவிட்டேன். அவனே அமர்க என்றே முதலாசிரியர் சொன்னார்' என்றனர். 'குருகுலக் கல்வி முடித்து அவன் மீள்கிறான். தந்தையின் வாழ்த்து அவனுக்கு உண்டு என்று சொல்லுங்கள் என்றார் முனிவரே' என்றனர்.

"அவர் சொல்லிச்சென்றது என்ன என்று எனக்குப்புரியவில்லை. ஆனாலும் அவர் ஆணையை ஏற்று நான் இக்குருநிலையின் தலைவனாக ஆனேன். அதன்பின் அறிந்தேன் அவர் சொன்னதன் பொருளென்ன என்று" என்றார் சாந்தீபனி முனிவர். "அவர் கற்பிக்க விழைந்தது பெருவிளையாட்டை. அவரது மாணவர்கள் அதை லீலை என்னும் கருத்துருவாகவே அறிந்தனர். நான் அதில் ஆடி மீண்டு வந்திருந்தேன்."

6

“என்ன நிகழ்ந்தது என்று நான் இளையயாதவனிடம் மூன்றுமுறை கேட்டிருக்கிறேன்” என்றார் சாந்தீபனி முனிவர். “முதல்முறை, தவிர்க்கும் புன்னகையுடன், அதைப் பிறிதொரு தருணத்தில் சொல்கிறேன் ஆசிரியரே என்றான். அப்போது மூத்தவர் உடனிருந்தார். அவர் உரத்த குரலில், இவன் என்ன சொன்னான் ஆசிரியரிடம் என நானும் அறியேன். நான் பலமுறை அதைக் கேட்டுவிட்டேன். என்னிடமும் சொன்னதில்லை என்றார்.”

இரண்டாம் முறை நாங்கள் இருவரும் துவாரகையில் அவன் அறையில் தனித்திருக்கையில் கேட்டேன். என்ன நிகழ்ந்தது என சொல்லிவிடலாம் ஆசிரியரே. ஆனால் வெளியே நிகழ்ந்தவற்றை மட்டுமே சொல்லமுடியும். அதனால் பயன் என்ன? என்றான். அவன் முகத்தில் எப்போதுமுள்ள மாறாபுன்னகை அப்போதுமிருந்தது. ஆனால் விழிகளில் வலியைக் கண்டேன். ‘அப்படியென்றால் உனக்கும் வலி உண்டா? நீயும் துயர்கொள்வதுண்டா? நன்று’ என என் உள்ளம் சொல்லிக்கொண்டது. அதை உணர்ந்ததுபோல அவன் உரக்க நகைத்து “லீலை!” என்றான். மேலும் ஓசையெழச் சிரித்துக்கொண்டு “ஆம், லீலை… அரிய சொல்” என்றான்.

மூன்றாம் முறை நான் அவனிடம் கேட்டது எந்தை கிளம்பிச்சென்று பன்னிரண்டு ஆண்டுகள் நிறைவடைந்தபோது. முதியோர் இல்லம்விட்டு சென்றால் ஒரு வியாழவட்டம் நிறைவுகொண்டபின் விழிமறைந்தவர் மண்மறைந்துவிட்டார் என்று கணித்து நீர்க்கடன்கள் செய்வது வைதிகமுறைமை. மூன்றுவியாழவட்டம் காப்பது நடுஅகவையருக்கும் ஐந்து வியாழவட்டம் காப்பது இளமைந்தருக்கும் வழக்கம் என்று

நிமித்திகர் என்னிடம் சொன்னார்கள். அதுவரை நான் அதை எண்ணியதில்லை. அதை அவர்கள் நாவிலிருந்து கேட்ட அன்றுதான் எந்தையை முற்றாக இழந்தேன்.

கங்கையில் நீர்க்கடன்களை முறைப்படி செய்து எந்தையை விண்ணேற்றினேன். அதன்பின் எனக்குள் சூழ்ந்த வெறுமையைத் தாளாமல் துயில் முற்றழிந்தேன். இந்த சாந்தீபனி குருநிலையின் வாயிலில் ஒருநாள் எந்தை வந்து நிற்கப்போகும் தருணத்தை நான் ஒவ்வொருநாளும் எதிர்பார்த்திருந்தேன் என அப்போது உணர்ந்தேன். அவருக்காகவே நான் இங்கு வேதச்சொல் பயின்றேன். அவர் இருந்த காலத்தைவிட இருமடங்கு பெரிதாக இதை வளர்த்தெடுத்தேன். என்னருகே அவர் எப்போதுமிருந்தார். மீண்டுவந்து அவர் சொல்லப்போகும் சொல்லை எத்தனை முறை நான் கருக்கொண்டு உருத்திரட்டியிருப்பேன்!

அவர் வரப்போவதில்லை என்று தெளிந்ததும் ஒருகணத்தில் அனைத்தும் பொருளிழந்தன. அதெப்படி என்று வியந்தபடி எண்ணியெண்ணி மருகியபடி இருந்தது என் அகம். அவர் மீண்டுவரவில்லை என்றால், நான் என்னவானேன் என அவர் அறியவே இல்லை என்றால், நான் அடைந்தவற்றைக்கொண்டு என்ன செய்வது? லீலை என்கிறோம், ஊழின் பெரும்பொருளின்மை என விளக்குகிறோம்... அச்சொல்லை வாழ்ந்தறிய நேர்வது நம் உடலும் நம் நகரும் நாமறிந்த அனைத்தும் துண்டுகளாக துகள்களாக பொடிப்படலமாக உடைந்து சிதறிப் பரந்தழிவதற்கு நிகர்.

தாளாமலானபோது கிளம்பி துவாரகைக்குச் சென்றேன். அங்கே அவன் தன் மனைவியருடன், கவிஞரின் பாடல்களிலும் சூதர் கலைகளிலும் போர்க் களியாட்டுகளிலும் மூழ்கித் திளைத்துக்கொண்டிருந்தான். அவனை அவ்வண்ணம் கண்டதும் எழுந்த பெருஞ்சினத்தை என்னால் அடக்கமுடியவில்லை. அவன் அவைநின்று "மூடா! உன் ஆசிரியர் மறைந்து வியாழவட்ட நிறைவாகிறது. அதை அறிவாயா?" என்று கூவினேன். "ஆம், நிமித்திகர் சொன்னார்கள். அவருக்கு நான் ஆற்றவேண்டிய சடங்குகள் ஏதுமில்லை என்றனர்" என்றான்.

"அவரைக் கொன்றவன் நீ" என்று கூவினேன். "பன்னிரண்டு ஆண்டுகளுக்கு முன் உன் சொற்களால்தான் அவர் துரத்தப்பட்டார். அப்பழியை நீ சுமந்தாகவேண்டும்" என்றேன். "ஆசிரியரே, அப்பறவை கிளையிலிருந்து விண்ணுக்கு எழுந்ததா இல்லை சிறகோய்ந்து மண்ணில் விழுந்ததா?" என்றான். "அது விண்ணேகியது என்றுதான் உங்கள் குருநிலையில் சொல்கிறீர்கள்." நான் "ஆம், துறவிக்குத் துறத்தல் எல்லாம் மெய்யறிதலே. அவர் வென்று சென்றார்" என்றேன். "அவரை வெல்லச்செய்தவன் எப்படி பழி சுமக்கவேண்டும் என்கிறீர்கள்?" என்று அவன் சிரித்தான்.

“நீ அவரைத் துயர்கொள்ளச் செய்யவில்லை என இந்த அவையில் உன்னால் உறுதிசொல்ல முடியுமா? அவர் செல்கையில் உன்னை வாழ்த்தினார் என்று ஆணையிட்டு உரைப்பாயா? ஆசிரியரின் இறுதிவாழ்த்தைப் பெறாதவன் கல்வி நிறைவடைந்தவனா என்ன?” என்றேன். “அவர் என்னை வாழ்த்தவில்லை. பழிச்சொல்லே அளித்துச் சென்றார்” என்று அவன் மாறாசிரிப்பிருந்த விழிகளுடன் சொன்னான். “ஆகவேதான் அவரது மெய்யறிதலின் ஒரு துளியையும் நான் எடுத்துக்கொள்ளப் போவதில்லை என உறுதிகொண்டிருக்கிறேன்” என்றான். “சாந்தீபனி குருநிலையுடன் எனக்கு இனி உறவில்லை. அங்கு நான் கற்றேன். ஆசிரியருக்குரிய கொடையையும் அளித்தேன்.”

“அவரிடம் நீ சொன்னதென்ன?” என்றேன். என் குரல் தணிந்திருந்தது. “அதை நான் ஒருபோதும் சொல்லப்போவதில்லை” என்றான். “ஏனென்றால் நான் சொல்வது என் தரப்பே ஆகும்.” நான் உரக்க “நீ நாணுகிறாய். நீ அஞ்சுகிறாய். உன் சிரிப்புக்குப் பின் அது இருப்பதை அவை அறிக!” என்றேன். அவன் நகைத்து “ஆசிரியரே, நான் எண்ணிக்கொண்டிருப்பது லீலையைப் பற்றி மட்டும்தான்” என்றான். நான் திகைத்து நோக்க, சிரித்துக்கொண்டே “பெரும்பொருளின்மை” என்றான். நான் திரும்பி நடந்தேன்.

அங்கே ஒருகணமும் இருக்கமுடியாமல் நான் அன்றே கிளம்பிவிட்டேன். துவாரகையிலிருந்து பாலைநிலம் வழியாக உஜ்ஜயினிக்குச் சென்றேன். செல்லும்வழியில் ஒரு பாலைச்சோலையில் முள்மரத்தடியில் இளைப்பாறிக்கொண்டிருந்தேன். அப்போது தொலைவில் புரவியில் அவன் தனியாக வருவதைக் கண்டேன். பாலையின் காற்றும் ஒளியும் கலந்த அலைமேல் அவன் உருவம் நெளிந்துகொண்டிருந்தது. அது என் விழிமயக்கா என ஐயம் கொண்டேன். அவனாகிய அலைகள் இணைந்து மெல்ல திரண்டு அவனேயாக மாற அருகணைந்தான். புரவிக்குளம்புகள் மணலில் அழுந்தி ஒலித்தன.

நான் நோக்கியபடியே இருந்தேன். அவன் இறங்கி அருகே வந்தான். முகமன் சொல்லாமல் “தங்களிடம் பேசவே வந்தேன், ஆசிரியரே” என்றான். “சொல்!” என்றேன். “சொல்லற்குரிய தருணம் அல்ல அது. ஆசிரியனைப் பழித்தல் என்பது இந்த ஆடலின் ஒரு தருணம்போலும். அதை இன்னமும் என்னால் கடக்க முடியவில்லை” என்றான். முதல்முறையாக அவன் முகம் கலங்குவதை நான் கண்டேன். “நான் கடக்கவே இயலாத ஒன்று அது” என்றபடி அமர்ந்தான். பெருமூச்சுவிட்டபடி மணலை அளைந்துகொண்டிருந்தான். “சொல்!” என்றேன்.

“நான் இதை உங்களுக்காகவே சொல்ல வந்தேன்” என்றான். “சொல்வதனூடாக நான் இதிலிருந்து விடுபடப்போவதில்லை.

இதன் பொறி அத்தனை எளிதில் அறுபடுவதல்ல.” நான் அவனை நோக்கிக்கொண்டிருந்தேன். அதுவும் அவன் ஆடும் நாடகமா என எண்ணும் உள்ளத்தை என்னால் வெல்லமுடியவில்லை. “ஆனால் நீங்கள் இதில் சிக்கிக்கொண்டீர்கள் என இன்று அவையில் நீங்கள் கொண்ட சினம் கண்டு அறிந்தேன். இதிலிருந்து நீங்கள் மீண்டாகவேண்டும். இல்லையேல் உங்கள் கல்வியும் அறிவும் தெளிவும் இதனால் அழிந்துவிடக்கூடும். குருதியெல்லாம் நஞ்சாகக்கூடும்” என்றான்.

நான் அவன் சொன்ன சொற்களை விழிகளால் கேட்பவன் போல் அமர்ந்திருந்தேன். அவன் சொன்னது முற்றிலும் உண்மை என நான் அப்போது அறிந்தேன். அவ்வினாவுடன் நான் வாழ முடியாது. “ஆசிரியரே, எந்தை நந்தகோபரின் கை பற்றி நானும் என் தமையனும் கல்விச்சாலைக்குள் நுழைந்தபோது மையக்குடிலில் இருந்து ஆசிரியர் கைகளை விரித்தபடி பாய்ந்து என்னைப் பற்றிக்கொண்டார். ‘வந்தாயா, வந்துவிட்டாயா’ என்று கூவினார். திரும்பி ‘பிருகதரே, இவன்தான், இவனேதான்’ என்றார். ‘வந்துவிட்டான், இதோ என்முன் வந்து நின்றிருக்கிறான்’ என்று கண்ணீர் ஒலித்த குரலில் கூவினார்” என்றான் இளையயாதவன்.

அவர் கொண்ட அக்கொந்தளிப்பைக் கண்டு எந்தை திகைத்தார். ‘ஆசிரியரே, இவர்களை நீங்கள் பிறிதெவரோ என எண்ணியிருக்கக்கூடும். இவர்கள் அரசிளங்குமரர்கள் அல்ல, யாதவர்கள். என் மைந்தர், கோகுலமென்னும் ஆயர்ச்சிறுகுடியினர்’ என்றார். ‘ஆம், இவர்களைப் பார்த்தாலே தெரிகிறதே, ஆயர்ச்சிறுவர். ஆனால் இவர்கள்தான் நான் தேடியவர்கள். இவர்களுக்காகவே இங்கு இக்கல்விநிலை எழுந்தது’ என்றார் அவர். என்னைத் தூக்கித் தோளிலேற்றிக்கொண்டு அறைக்குள் சென்றார். அங்கிருந்த இன்னுணவை எடுத்து என்னிடம் தந்து ‘உண்க! இது என் முதல் இனிப்பு’ என்றார்.

அன்றுமுதல் நான் உஜ்ஜயினியின் சாந்தீபனி குருநிலையின் மாணவனாக அன்றி இளமைந்தனாகவே கருதப்படலானேன். இரவும் பகலும் நான் ஆசிரியருடன் இருந்தேன். பயிற்றமர்வுகள் முடிந்து மாணவர்கள் சென்றபின் அவர் மடிமேல் ஏறியமர்ந்து சொல்கேட்கத் தொடங்குவேன். என் ஐயங்கள் ரக்தபீஜனைப்போல துளியிலிருந்து ஒன்றென முளைப்பவை. அவர் ஒவ்வொரு வினாவுக்கும் மேலும் மேலும் மலர்ந்தபடியே செல்வார். விடைபெறாத வினா ஒன்று உதடுகளில் எஞ்ச அவர் அருகே படுத்துத் துயில்வேன். அவ்வினாவுடன் விழித்தெழுவேன். அவருடன் காலையில் நீராடுவேன். அனலோம்புகையில் அருகமர்வேன். அவர் உடலின் ஓர் உறுப்பென அவர் குருதி என்னில் ஓட, என் துடிப்பு அவர் எண்ணமென்றாக வாழ்ந்த நாட்கள் அவை.

அந்நாளில்தான் என்னை அக்ரூரர் காணவந்தார். ‘இளையோனே, உனக்கான நாள் வந்துவிட்டது’ என்றார். கல்விநிலையின் சாலமரத்தடியில் அமரச்செய்து என்னிடமும் மூத்தவரிடமும் மதுராவில் என்ன நிகழ்கிறது என்று சொன்னார். இளமைந்தர்கள் கொன்றுவீழ்த்தப்பட்ட செய்திகேட்டு நான் உடல் விதிர்த்து எழுந்து நின்றுவிட்டேன். ‘இன்னுமா அவன் நெஞ்சு பிளக்கப்படவில்லை?’ என்றேன். ‘அதை நீ செய்யவேண்டுமென்பது ஊழ் போலும்’ என்றார் அக்ரூரர். ‘உன் ஆசிரியரின் வாழ்த்துபெற்று நாளை கிளம்புவோம்!’

நடுங்கும் உடலுடன் நான் ஆசிரியரைத் தேடிச்சென்றேன். அவர் தொலைவில் அமர்ந்து நூலாய்ந்துகொண்டிருந்தார். அவர் முகம் கொண்ட ஒளி என்னை எரிந்தெழச் செய்தது. ஓடிச்சென்று அந்தச் சுவடிகளைப் பிடுங்கி வீசிவிட்டுக் கூவினேன். ‘இந்நெறிகளுக்கு என்ன பொருள்? இங்கு நாம் ஆராயும் மெய்ச்சொல்லால் என்ன பயன்? சொல்திருந்தா இளமைந்தர் கொன்று குவிக்கப்படுகையில் அவன் நெஞ்சு கிழிக்க வாளென எழாத வேதங்கள் போல் இழிந்தவை எவை?’ என்றேன். தரையைக் காலால் உதைத்து ‘நம்மை கட்டிவைப்பதுதான் இச்சொற்களால் ஆவதென்றால் இவற்றை மிதித்துத் தள்ளுகிறேன்’ என்று கூவினேன்.

புன்னகையுடன் ஆசிரியர் ‘மைந்தா, அவர்கள் மானுட மைந்தர்கள் என்பதனால் நீ கொதித்தெழுகிறாய். ஏனென்றால் நீயும் மானுடன்’ என்றார். ‘திரும்பிப்பார், அதோ அக்கிளையில் சிறு கிளிக்குஞ்சை கவ்வி வந்து கூருகிரால் பற்றி அமர்ந்து கொத்திக் கிழித்து உண்ணுகிறது காகம். இப்போதும் கிளிக்குஞ்சின் கதறல் ஒலித்துக்கொண்டுதான் இருக்கிறது.’ திரும்பி நோக்கி நான் உடல் தளர்ந்தேன். ‘ஆம்’ என்றேன். ‘ஒருகணம் திரும்பி கீழே நோக்கு. துடிக்கத் துடிக்க அந்தப் புழுக்குழவியை கவ்விக் கொண்டுசெல்கின்றன எறும்புகள்’ என்றார். நான் அக்கணத்திறப்பில் புவியென விரிந்த மாபெரும் கொலைக்களத்தைக் கண்டு குளிர்ந்துறைந்து நின்றேன்.

ஆசிரியர் ‘அலகிலா பேரின்பவடிவம் இப்புவி. அலகிலா துயரவெளியும்கூட. நெறி, அறம், அன்பு, இரக்கம், அழகு என நின்றுளது நம்முன். மீறல், மறம், வெறுப்பு, கொடுமை, இருள் என அதுவே மறுகணம் தன்னைக் காட்டுகிறது. மைந்தா, அதையே லீலை என்றேன்’ என்றார். ‘இருநிலைகளுக்கு நடுவே அசையா நிகர்நிலை கொண்டவன் அந்த லீலையைக் காண்கிறான். இன்பத்திலும் துன்பத்திலும், இருளிலும் ஒளியிலும், அறத்திலும் மறத்திலும் அசையாத சித்தம் கொண்டவனே யோகி.’ அவர் சொற்கள் என்னுள் இன்றும் ஒலிக்கின்றன.

ஆசிரியர் என் தோளில் கைவைத்துச் சொன்னார் 'மைந்தா கேள், துயரத்தில் துவளாமல் இன்பத்தை நாடாமல் பற்றும் அச்சமும் சினமும் எழா உள்ளம் கொண்டவனே இப்பெருவிளையாடலைக் காணும் விழிப்புள்ளவன். அவனையே யோகி என்கின்றனர். பற்றின்றி, இன்பத்தை நாடாமல், துயரை வெறுக்காமல் நின்றிருப்பவனின் சித்தமே நிலைபெற்றது. இங்கு அனைத்தும் புயலொன்றால் அலைக்கழிக்கப்பட்டு சுழன்று ஆடிக்கொண்டிருக்கின்றன. தானும் அதில் ஆடுபவன் ஆடலை அறிவதில்லை. சித்தம் அசைவற்றவன் அந்தப் பெருஞ்சுழற்காற்றைக் கண்டுகொள்கிறான்.'

நான் அதைக் கேட்டுக்கொண்டு சிலகணங்கள் நின்றேன். பின் என் உள்ளிருந்து ஒரு சீறல் எழுந்தது. அவர் கையைத் தட்டிவிட்டுவிட்டு வெளியே ஓடினேன். நேராகச் சென்று அக்ரூரரிடம் 'கிளம்புக! இப்போதே...' என்றேன். 'ஆசிரியரின் வாழ்த்துரை பெற்றுவிட்டாயா?' என்றார் அக்ரூரர். 'நான் என் உள்ளுறைபவனின் வாழ்த்தைப் பெற்றுவிட்டேன்' என்றேன். அவருடன் கிளம்பிச்சென்றேன். மதுரா நகர்புகுந்து என் மாமனைக் களத்தில் கொன்றேன். அந்தப் பாழ்பட்ட நிலத்தைக் குருதியால் மும்முறை கழுவினேன். அறம் மீறக்கண்டும் அஞ்சி அமர்ந்திருந்த மாக்கள், உயிர்வாழவும் தகுதியற்றோர் என அறிவித்து அவர்களைத் தேடித்தேடி வேட்டையாடினேன்.

குருதியைப்போல புரிந்துகொள்ள முடியாத ஒன்று இப்புவியில் இல்லை, ஆசிரியரே. அருந்த அருந்த விடாய்பெருக்கும் இனிய மது அது. எரியென்று கொழுந்துவிடும் நீர். கோடானுகோடி விதைகள் கலந்த ஓடை. நான் அதில் மிதந்துசென்றேன். எங்கோ ஓர் இடத்தில் என்னை நிறுத்திக்கொள்ளவேண்டுமென அறிந்திருந்தேன். ஆனால் குருதி குருதியைப் பெருக்கியது. ஒருநாள் மதுராவில் தெருவில் நடந்தபோது எதிரே வந்த இளமைந்தன் ஒருவனை நோக்கிப் புன்னகையுடன் குனிந்தேன். அவன் விழிகளில் எழுந்த அச்சத்தை, அவன் உடல் அறியாது குன்றிச் சிலிர்ப்பதைக் கண்டேன்.

என்னை உணர்ந்தவனாக நான் திரும்பி ஓடினேன். அங்கிருந்தே புரவியேறி சாந்தீபனி குருநிலைக்கு வந்தேன். தன் அறையில் அமர்ந்து அதைப்போலவே சொல்லாய்ந்துகொண்டிருந்த ஆசிரியரின் முன் சென்று கண்ணீருடன் நின்றேன். 'ஆசிரியரே, நான் சொல்லாய்ந்த ஒருவன் செய்தற்கு அஞ்சும் அனைத்தையும் செய்துவிட்டு வந்துள்ளேன்' என்றேன். கால்மடித்து அவர்முன் விழுந்து 'என்மேல் தீச்சொல்லிடுக! என்னை எரியால் பொசுக்குக! நான் குருதியாடிய கொடுந்தெய்வம் இன்று' என்றேன்.

ஆசிரியர் மாறாப்புன்னகையுடன் 'மைந்தா, நீ செல்லும்போது சொன்னதையே இன்றும் சொல்கிறேன், இது லீலை. இப்புவி என்றும் குருதியால் நனைந்தபடிதான் உள்ளது' என்றார். நான் கடும் சினம் கொண்டேன். 'அங்கு இறந்துவிழுந்த இளமைந்தரின் குருதியும் இவ்வீணரின் குருதியும் ஒன்றா?' என்றேன். 'என்ன ஐயம்? அனைத்துக் குருதியும் ஒன்றே. அம்மைந்தர் வளர்ந்து படைவீரர்களாகிக் களம்பட்டால் மட்டும் அது அறமென்றாகிவிடுமா?' என்றார். 'இவை பொருளற்ற இறப்புகள்' என்றேன். 'அனைத்து இறப்பும் பொருளற்றதே. ஏனென்றால் அனைத்து வாழ்வுகளும் பொருளற்றவையே' என்றார் ஆசிரியர்.

அவர் என்னிடம் 'பொருளின்மை எனும் கரிய யானையின் மத்தகத்தின்மேல் அமர்ந்தவனே யோகி. அவ்விருளில் வெண்தந்தங்கள் என இரு நிலவுகள் எழும். அதுவே மெய்மை' என்று சொன்னார். அச்சொற்களைத் தாளமுடியாதவனாக நான் அங்கே அமர்ந்தேன். அவர் சொல்வனவற்றை வெறுமே பார்த்துக்கொண்டிருந்தேன். 'நீ விழைந்ததை ஆற்றி மீண்டுவிட்டாய். இனி உனக்குக் கடமைகள் இல்லை. இங்கேயே இருந்து எஞ்சியதை கற்றுச்செல்க! ஒருவேளை இனிமேல் உனக்கு லீலை என்னும் சொல் பசுங்குருதி மணம் கொண்ட கருக்குழவி போல பொருள் அளிக்கக்கூடும்' என்றார்.

நான் மீண்டும் சில ஆண்டுகள் குருநிலையில் கற்றேன். என்னுள் எழுந்த எரித்துளி மேல் மேலும்மேலும் சொற்களைப் போட்டு மூடிக்கொண்டேயிருந்தேன். என்னை அங்குள்ள அனைவருமே அச்சத்துடனும் அருவருப்புடனும்தான் பார்த்தனர். ஆசிரியர் மட்டுமே என்னை அவருக்கு உகந்தவனாகக் கொண்டிருந்தார். 'ஆம், அவனே என் முதல்மாணவன். சொல்லுக்கு அப்பால் சென்று சொல் எழுந்த ஊற்றைக் காணும்வரை செல்லத்துணிபவன்' என்றார். அவரை எதிர்த்துப் பேச அவர்கள் அஞ்சினர்.

ஆனால் ஒருநாள் நான் வேள்விக்கு தர்ப்பைமேல் அமர்ந்த ஆசிரியரின் வலப்பக்கம் அமர்ந்திருந்தேன். அவர் கையின் பொருளுணர்ந்து அன்னத்தை எடுத்து அவியாக அளித்தேன். அன்று வேள்வி முடிந்ததும் மூத்தமாணவர் எழுவர் என் கைதொட்ட அவிமிச்சத்தை உண்ணமாட்டோம் என்று மறுத்தனர். என்னைச் சுட்டிக்காட்டி வெறுப்பு எழுந்த குரலில் 'குருதிபடிந்த அன்னம் அது. தெய்வங்கள் ஏற்காதது' என்றார் சம்யுக்தர். 'ஷத்ரியன் போர்க்களத்தில் சிந்தும் குருதியன்றி பிற அனைத்தும் கொலையே. இவன் கன்றோட்டும் குலத்தின் நெறிமீறி தாய்மாமனைக் கொன்றவன். பழிசூழ்ந்தவன்.'

அக்கணத்தில் எழுந்த பெருஞ்சினத்தால் நான் கூவினேன் 'ஆம், இங்கு நீர் ஆற்றும் இது பொருளற்ற வேள்வி. அங்கு மதுராவில் நான் ஆற்றிய குருதி வேள்வியே தெய்வங்களுக்கு உகந்தது. அங்கு எழுந்த நாணொலியும் வஞ்சினமுமே வேதம். அந்தணரே, பசித்தவனுக்கு அன்னமும் நோயுற்றவனுக்கு மருந்தும் தனித்தவனுக்குத் துணையும் வஞ்சிக்கப்பட்டவனுக்கு வாளுமென எழுவதே மெய்வேதம்.' என் சினமே சொற்களைக் கொண்டுவந்து சேர்த்தது. 'இங்கு இதைப்போல ஆயிரம் மடங்கு பெரிய குருதிவேள்வி ஒன்றை நிகழ்த்துவேன். அத்தனை தேவர்களையும் வரவழைத்து மெய்வேதம் எதுவென்று காட்டுவேன். இது என் ஆணை! அறிக தெய்வங்கள்!'

அதன்பின் அங்கு தங்க விரும்பாமல் கிளம்பிச் சென்றுவிட்டேன். மகதத்தை வென்று என் நிலத்தை மீட்டேன். கடலோரம் சென்று துவாரகையை அமைத்தேன். என் வினா என்னைத் துரத்த வெவ்வேறு மெய்நூல்கள்தோறும் சென்றுகொண்டிருந்தேன். வேதமெய்மையை வைரத்தின் பட்டைகள் என திருப்பித்திருப்பி முடிவிலா வெளியாகக் காட்டின அவை. பஞ்சுப்பொதிகளை எரிதுளி என அவற்றை என் வினா கடந்துசென்றது. நாள் செல்லச்செல்ல நாகத்தின் தலைக்குள் நஞ்சு முதிர்ந்து குளிர்நீல மணி ஆவதுபோல அவ்வினா என்னுள் எஞ்சியது. அதைப் பிற எவரிடமும் கேட்டறிய வேண்டியதில்லை என்று தெளிவுகொண்டேன். என்னுள் இருந்து ஓர் ஆசிரியன் எழுந்து அவ்விடையை எனக்கு அருளவேண்டும். அவனுக்காகக் காத்திருக்கலானேன்.

அப்போதுதான் ஆசிரியர் என்னை அழைத்து பிரபாச தீர்த்தத்திற்கு அழைத்துச்செல்லும்படி கோரினார். அவர் மைந்தர் முன்னரே மறைந்துவிட்டார் என நான் அறிந்திருந்தேன். அவர் புன்னகையுடன் ஒருநாள் அதை என்னிடம் சொன்னார். 'என்னை வெல்ல அவன் கிளம்பிச்சென்றான்.' மேலும் சிரித்தபடி 'மைந்தர் தந்தையிடமிருந்து அகன்று அகன்று அவரை வெல்ல முயல்கிறார்கள். வெல்லுந்தோறும் அணுகி வந்தமைகிறார்கள். ஆனால் அவனுக்குத் தெரிந்திருக்கவில்லை, செல்வதை மட்டுமே அவனால் திட்டமிடமுடியும் என்று' என்றார். 'அவர் எங்கே?' என்றேன். 'பிரபாச தீர்த்தமாடச் சென்றான். அங்கு சென்றவர்களில் சிலரே மீள்கிறார்கள்' என்றார்.

ஆனால் அன்று நான் பிறிதொரு ஆசிரியரைக் கண்டேன். அவர் நடுங்கிக்கொண்டேயிருந்தார். ஒரேநாளில் பல்லாண்டுகால முதுமை வந்து கூடியதுபோல. அவர் கை பற்றி மலைப்பாதையில் அழைத்துச்சென்றபோது விட்டில் ஒன்றைப் பற்றியிருப்பதுபோலவே உணர்ந்தேன். அவர் மைந்தன் உயிருடனிருப்பதாக நிமித்திகர்

சொன்னபோது கூண்டைத் திறந்து நான் முற்றிலும் அறியாத ஒருவர் வெளிவந்தார். அங்கு அலறிவிழுந்து நினைவுமீண்டு எழுந்ததுமே என் கைகளைப் பற்றிக்கொண்டு 'என் மைந்தன்! என் மைந்தன்!' என அரற்றத் தொடங்கினார்.

என்னிடம் அவர் மைந்தனை மீட்டுக்கொண்டு வரவேண்டும் என்று ஆசிரியக்கொடை கோரியபோது என் கைகளைப் பற்றி நெரித்துக்கொண்டிருந்த கைகளில், கலங்கி வழிந்த விழிகளில் நான் கண்டது பேதைமையையே ஆற்றலாகக் கொண்ட அன்னை ஒருத்தியைத்தான். என் நெஞ்சுக்குள் மிக ஆழத்தில் ஒன்று நலுங்கியது. நான் அவரிடம் அவர் மைந்தனுடன் மீள்வதாக உறுதியளித்தேன். 'என் மைந்தனை ஒருநோக்கு காட்டு. அவன் கால்களை தோள்களை நான் ஒருமுறை விழிகொண்டால் போதும். மானுடன் என வந்தமைக்கு பிறிதொன்றும் எனக்குத் தேவையில்லை' என்று அவர் அழுதார்.

நான் பஞ்சஜனத்தை வென்று அச்செய்தியுடன் அவரைக் காணச்சென்றேன். அவர் நான் வருவதை அறிந்து கண்ணீருடன் எனக்காகக் காத்திருந்தார். நான் அவர் தனியறைக்குள் சென்றதுமே 'எங்கே என் மைந்தன்? எப்போது வருகிறான்?' என்றார். 'அவர் அங்கு ஆற்றிய பணிகளை முடித்துவிட்டு நாளை இங்கு வந்துசேர்வார். நான் துவாரகை வழியாக வந்தேன்' என்றேன். அங்கு நிகழ்ந்ததை நான் சொல்வதைக் கேட்கும் பொறுமை அவருக்கு இருக்கவில்லை. 'எப்போது கிளம்புவான்? இன்று கிளம்பியிருப்பானா? அவந்திக்கு அருகேதானே பஞ்சஜனம்? அவன் அங்கிருந்து இங்கு வர தேர் அளிக்கப்பட்டுள்ளதா?'

நான் அவர் விழிகளை நோக்கி என் நெஞ்சில் அதுவரை கொண்டுவந்த வினாவைக் கேட்டேன் 'ஆசிரியரே, இந்த மைந்தனுக்கும் மதுராவில் கம்சனால் கொல்லப்பட்ட ஆயிரம் மைந்தருக்கும் வேறுபாடு ஏதேனும் உள்ளதா?' நான் கேட்டதென்ன என்று அவர் அக்கணமே புரிந்துகொண்டார். நெஞ்சில் உதைபட்டவர்போல பின்னடைந்து நடுங்கும் இரு கைகளையும் நெஞ்சோடு கோத்து 'என்ன சொல்கிறாய்?' என்று அடைத்த குரலில் கேட்டார். 'லீலை என்றால் என்னவென்று தாங்கள் சொன்னது இதுவா? இல்லை இது மாயை என்பதுவா?' என்றேன்.

ஆசிரியரே, அப்போது என்னுள் எழுந்த இன்பத்தை எண்ணி இன்று கூசுகிறேன். அச்சொற்களைக் கேட்டவன் அறிதலின் வேட்கையால் அலைக்கழிக்கப்பட்ட மாணவன் அல்ல. அவன் பிறிதொருவன். அவனை நான் நன்கறிவேன். மிக எளியவன், ஆனால் அவனைத் தவிர எவரையும் ஒரு பொருட்டாக எண்ணாதவன். ஆசிரியனென்று வந்த

ஒருவருக்கு மாணவனென்று பணிந்தமைய நேரிட்டமையாலேயே சினம் கொண்டவன். அவ்வஞ்சத்தை ஆயிரம் பட்டுத்துணிகளால் பொற்பேழைகளால் நறுமணங்களால் மூடிக்கரந்தவன். அத்தருணம் அவன் வணங்கியமைந்த அத்தனை தருணங்களுக்கும் மறுதுலா. அவன் வென்று பேருருவம் கொண்டெழுந்த கணம் அது.

ஆசிரியர் உடல்குன்றிச் சிறுப்பதை அப்போது நான் கண்டதைவிட பலமடங்கு தெளிவாக பின்னர் வந்த ஒவ்வொரு நாளிலும் கண்டேன். நுரைக்குமிழிகள் உடைந்துடைந்து அமைவதுபோல அவர் தான் சொன்ன ஒவ்வொரு சொல்லையும் எண்ணி மீட்டு உடைந்து அவிந்துகொண்டேசென்றார். உண்மையிலேயே அவர் உடல் சிறுத்து கூன்கொண்டது. 'ஆம்!' என்றார். தனக்குத்தானே என 'ஆம்! ஆம்!' என தலையசைத்தார். 'லீலை!' என முனகி 'நஞ்சு... ஆலகால நஞ்சு' என்றார். பின்னர் சீறல் ஒலியெழுப்பி அழுதபடி கால் தளர்ந்து அப்படியே தன் பீடத்தில் அமர்ந்தார். தோள்குறுக்கி தலைகவிழ்ந்து உடல் அதிர விசும்பினார்.

நான் அவரை நோக்கிக்கொண்டு நின்றேன். என்னுள் அப்பேருருவனும் படம்சுருக்கும் பாம்பென சிறுத்து சுருளத்தொடங்கினான். நான் பெருமூச்சுவிட்டு தோள் தளர்ந்தேன். அங்கிருந்து விலகிச் சென்றுவிட வேண்டுமென்று மட்டுமே அப்போது விரும்பினேன். ஒரு சொல்லேனும் சொல்லவேண்டும். ஆனால் எச்சொல் எடுத்தாலும் அது மேலும் கூரிய படைக்கலமாகவே ஆகும் தருணம் அது. நான் திரும்பிச்செல்ல உடலசைந்தபோது என் உடலுடன் பிணைக்கப்பட்டவர் போல அவர் உடல் விதிர்த்தது. 'ம்' என்று முனகியபடி அவர் நிமிர்ந்தார்.

என் விழிகளை அவர் விழிகள் சந்தித்தபோது அவற்றில் கூரிய நகைப்பு ஒன்றைக் கண்டு திகைத்தேன். 'சரியான அம்பு, இளையோனே. சரியான இலக்கும்கூட' என்றார். அவர் விழிகள் நாகக்கண்கள் போலிருந்தன. 'ஆசிரியனைக் கொன்று உண்டு எழுகிறாய். நன்று!' என் உடல் குளிர்ந்து நடுங்கத்தொடங்கியது. அவர் சொல்லப்போவதை நான் முழுதுணர்ந்துவிட்டேன். 'இவ்வூழே உனக்குமென்றுணர்க! உன் முதல்மாணவன் உன்னை மறுப்பான். நீ வாழ்ந்தது எவருக்காகவோ அவர்களே உன்னை அழிப்பர்!'

நான் அது ஒரு நல்வாழ்த்து என்பதுபோல் கைகூப்பித் தலைவணங்கினேன். 'தன்னந்தனிமையில் நீயும் உணர்வாய், லீலை என்றால் என்னவென்று!' பித்தனைப்போல உரக்க நகைத்து 'நச்சுப் பாம்பை வளர்ப்பவன் அதனால் கடிபட்டாகவேண்டும் அல்லவா? உன்னிடமும் வளர்கிறது அச்சொல்' என்றார். அவர் வெறிகொண்டு நகைத்து என்னை நோக்கிக் கைசுட்டி

‘லீலை! ஆம் லீலை!’ என்றார். நான் குனிந்து அவர் கால்களைத் தொட்டு சென்னிசூடினேன். அவர் ‘வெல்க!’ என என்னை வாழ்த்தினார். நான் திரும்பி மறுபக்க வாயிலினூடாக வெளியே சென்றேன். புரவியில் ஏறி அதைச் சவுக்கால் அடித்து விரையச்செய்து புழுதிபறக்க பாலைவெளியில் பாய்ந்து துவாரகை நோக்கிச் சென்றேன்.

“மறுநாளே உங்கள் தந்தை உஜ்ஜயினி நீங்கியதாகவும் நீங்கள் வந்தபோது அவர் அங்கு இல்லை என்றும் அறிந்தேன். நான் அவர் மீளமாட்டார் என அறிந்திருந்தேன் என்று என்னிடம் இளையயாதவன் சொன்னான்” என்றார் சாந்தீபனி முனிவர். “நான் அவனிடம் ஒன்றும் சொல்லவில்லை. கண்களில் துயருடன் உரக்க நகைத்தபடி நாகம் என்னிடம் வளர்ந்துகொண்டேயிருக்கிறது ஆசிரியரே என்றான். எழுந்து புரவிமேல் ஏறிக்கொண்டு பாலையில் புழுதி பறக்கத் திரும்பிச்சென்றான்.”

தருமன் “சில சொற்கள் கொலைவாள் போன்றவை” என்றார். “ஒருவர் தன் வாழ்நாளெல்லாம் எதைத் தன்னிடமிருந்தே மறைத்துவருகிறாரோ அதை அவரிடம் சுட்டும் சொற்கள். அவற்றை ஒருபோதும் நாம் சொல்லக்கூடாது. ஏனென்றால் கொல்லும் சொற்கள் எல்லாம் கொன்றபின் மேலும் குருதிப்பசிகொண்டு திரும்பிவருபவை.”

7

கருணன் வருவதை தருமன் தொலைவிலேயே பார்த்துவிட்டார். அவனை அப்போது அவர் விரும்பவில்லை. அவர் முகக்குறியிலேயே அதைப்பார்த்துவிட்ட அர்ஜுனன் புன்னகையுடன் "சூதர்கள் நம் எதிர்காலம், மூத்தவரே. அவர்கள் நம்மைத் தொடர்வதை நாம் தடுக்கமுடியாது. அவர்கள் நம்மைப்பற்றிச் சொல்வது நமக்கு அதிர்ச்சியளிப்பதாகவே இருக்கும். ஆனாலும் அதுவே நாம் என்று நெடுமூச்சுடன் அமையவேண்டியதுதான்" என்றான். நகுலன் "அவர்களின் இளிவரல் பலசமயம் உளம் சோரச்செய்கிறது" என்றான். "அவர்கள் அனைத்தையும் மாபெரும் கேலிக்கூத்தாக ஆக்கிவிடுகிறார்கள்"

தருமன் "சூதர்களின் நிலை இரக்கத்திற்குரியது" என்றார். "இங்கு மலைக்குடிகளையும் செம்படவர்களையும் பார்க்கிறோம். அவர்கள் தங்கள் உலகில் தங்களைவிட மேலானவர்களென எவரையும் பார்ப்பதே அரிது. அவ்வப்போது வந்துசெல்லும் விருந்தினருக்கு அவர்கள் எவ்வகையிலும் கட்டுப்பட்டவர்கள் அல்ல. ஆகவே அவர்கள் எங்கும் தலைவணங்காமல் எந்த இழிவையும் எதிர்கொள்ளாமல் காட்டுமரங்களென வான்நோக்கி நிமிர்ந்திருக்கிறார்கள். ஆனால் சூதர்கள் பாடகர்களாகவும் தேரோட்டிகளாகவும் அடுமனையாளர்களாகவும் மருத்துவர்களாகவும் முனிவர்களையும் அந்தணரையும் அரசர்களையும் சார்ந்தே வாழவேண்டியிருக்கிறது. அரசு நிகழுமிடங்களில் வரலாறு சமைக்கப்படும் தருணங்களில் உடனிருக்கிறார்கள். ஆனால் உலைக்களத்துப்பூனை என வெறும் சான்றாகவே எஞ்சுகிறார்கள்."

"அவர்களைச் சூழ்ந்துள்ள ஒவ்வொரு தருணமும் அவர்களிடம் நீ எளியவன், நீ வெறும் விழியும்சொல்லும் மட்டுமே என்று

சொல்லிக்கொண்டிருக்கின்றது. அவ்விழிவுணர்வை அவர்கள் தங்கள் அங்கதத்தைக்கொண்டு கடந்துசெல்கிறார்கள்" என்று அவர் தொடர்ந்தார். "அவர்களின் வழி ஒன்றே, அவர்கள் எளியவர்கள் என்பதனால் அனைத்தையும் அவர்கள் அளவுக்கே எளிமையாக்கிவிடுகிறார்கள். மகாவியாசன் அவர்களுக்கு சொல்தடுமாறும் முதியவனாகத் தெரிகிறான். அரசமுனிவர் யயாதி காமம் கொண்டலைபவர். பெருந்தோள் ஹஸ்தி உணக்குவையில் முளைத்தெழுந்த குடைக்காளான்..."

அர்ஜுனன் புன்னகைத்து "அல்லது, அவர்களுள் இருந்து எளியமனிதர்களை வெளியே எடுத்துவைக்கிறார்களோ?" என்றான். தருமன் முகம்சுளித்தபின் அப்பேச்சைத் தவிர்த்து நகுலனிடம் "மந்தன் எங்கே?" என்றார். "இங்கும் காடுதான். அவர் இருந்தால் இந்தச் சூதனின் எட்டிச்சாறை தன் நவச்சாரக்குழம்பால் எதிர்கொண்டிருப்பார்" என்றான் நகுலன். "இரு நாட்களுக்கு முன் இருவரும் அடுமனைத் திண்ணையில் சொல்கோத்தனர். அவர் வென்று வென்று சென்றார். அவர் தொடையிலும் தோளிலும் அறைந்து சிரிப்பதைக் கண்டு நான் அருகே சென்றேன். இவன் முகம் சிறுத்து கண்கலங்கி நின்றிருந்தான். அவரிடமிருந்து விடுபட்டதும் நேராகச்சென்று மூக்கு தளும்ப குடித்துவிட்டு வந்து என் சொல்லையெல்லாம் கசக்கவைத்துவிட்டீரே இளையபாண்டவரே, நீர் உண்பதெல்லாம் நஞ்சாகிறதா என்ன என்று அடுமனை வாயிலைநோக்கிப் புலம்பிக்கொண்டிருந்தான்."

சகதேவன் "ஆம், மூத்தவர் அதைக் கேட்காதவர் போல உள்ளே பெருங்கலத்தில் அஷ்டமதுரத்தை பெரிய சட்டுவத்தால் கிளறிக்கொண்டிருந்தார். அன்று அதை இங்குள அனைவரும் சொல்லோடு சொல் சேர்த்து புகழ்ந்தபடியே உண்டனர்." தருமன் முகம் மலர்ந்து "ஆம், இளையவன் கைபட்ட உணவில் அவன் இருப்பான். அதில் ஒரு விள்ளலை வாயில் இட்டதுமே அதை உணர்ந்தேன்" என்றார். நகுலன் "அவருடைய பசி அதிலிருக்கிறது. அவர் சமைக்கும் உணவை உள்ளத்தால் உண்டுவிடுகிறார். அவருள் அது சமைக்கப்பட்டு நம் நாவுக்கு இனிதாக மீண்டு வருகிறது. உண்டுபுறந்தருதலால்தான் அவர் ஓநாய்வயிற்றர் எனப்படுகிறார்" என்றான்.

அர்ஜுனன் கண்களில் சிரிப்புடன் "அதில் அவருடைய நஞ்சு கலந்திருக்காதா என்ன?" என்றான். தருமன் "அன்னையின் வயிறு அது, பார்த்தா. அழுகிய ஊனுண்ணும் ஓநாயின் முலைப்பாலை ஜடரன் எழாத கைக்குழந்தைக்கு மருந்தெனக் கொடுப்பதுண்டு. அது அமுது" என்றார். அப்பேச்சால் மெல்ல அவர்கள் மலர்ந்து இயல்புநிலையை அடைந்தனர். அவர்கள் அமர்ந்திருந்த சிறுமேட்டின்மேல் அரசமரம் பச்சைநிறக் காசுகள் என இலைகள் பளபளத்துத் திரும்ப காற்றொலிசீறியபடி

பசுஞ்செண்டு போல நின்றிருந்தது. தருமன் கால்களை நீட்டி இளைப்பாறிக்கொண்டார். அர்ஜுனன் சிறியபுற்களைப் பறித்து காற்றில் வீசி ஒன்றை பிறிதொன்றால் தைத்தான்.

மூச்சிரைக்க மேலேறி வந்த கருணன் மதுவருந்தியிருப்பது தெரிந்தது. ஆகவே மிகையான பணிவுடன் கைகளைக் கட்டி உடலை வளைத்து அருகணைந்தான். அவன் இடப்புருவம் மட்டும் மேலேறித் துடித்துக்கொண்டிருந்தது. அவன் தருமனிடம் "அஸ்தினபுரியின் பேரரசரை நான் இன்று வணங்க முடியாது. ஏனென்றால் அவர் இன்று பேரரசர் இல்லை. நாளைதான் பேரரசர். இந்திரப்பிரஸ்தத்தின் பேரரசரையும் நான் வணங்க முடியாது. ஏனென்றால் அவர் நேற்று பேரரசர். என்னைப்போன்ற எளிய சூதன் எப்படி நிகழ்காலத்தில் நின்று தங்களை வணங்குவதென்று தெரியவில்லை. ஆகவே குருகுலத்தில் சொல்லாராய வந்த நெறியுடையோனை வணங்குகிறேன்" என்றபின் சகதேவனிடம் "நான் சரியாகத்தானே பேசுகிறேன்?" என்றான். சகதேவன் சலிப்புடன் "ஆம்" என்றான்.

"நன்று" என்றபடி கருணன் கையூன்றி பெருமூச்சுடன் அமர்ந்தான். "உண்மை, நான் ஒப்புக்கொள்கிறேன். நான் மது அருந்திவிட்டே வந்திருக்கிறேன். காலையிலேயே சென்றேன். அங்கே ஏழுகளிமகன்கள் ஒரு குழுவாக மதுவருந்த வந்திருந்தனர். ஒருவன் கேட்டான் ஏழுபேருக்கும் கள் கொடுங்கள் என்று. பனையர் கள்ளை எடுத்ததும் இன்னொருவன் எழுந்து பூசலிட்டான். அதெப்படி அத்தனை பேருக்கும் நீயே கள் சொல்லலாம், எனக்கு கள் போதும் என்றான். மூன்றாமவன் பற்களைக் கடித்தபடி வஞ்சத்துடன் ஆமாம் நான் எனக்குப்பிடித்ததையே அருந்துவேன், எனக்கு கள்தான் வேண்டும் என்றான்.

"நான்காமவன், பூசலிடவேண்டாம், கள் அருந்தினால் என்ன பிழை என்றான். கடும்சினத்துடன் நிலத்தை அறைந்து நான் கள் மட்டும்தான் அருந்துவேன், எவன் தட்டிக்கேட்பது என்றான் ஐந்தாமவன். ஆறாமவன் அவரவருக்கு வேண்டியதைக் கேட்டுக் குடிப்போம் நண்பர்களே, எனக்கு கள் சொல்கிறேன் என்றான். ஏழாமவன் சற்று முதிர்ந்தவன். என்ன பூசல் இங்கே, அனைவருக்கும் பொதுவாக ஒரு முடிவுக்கு வருவோம், நாம் கள் அருந்துவோம் என்றான். சீறி எழுந்து ஒப்புக்கொள்ளமுடியாது, நான் கள்தான் அருந்துவேன் என்று கூவினான் முதலாமவன். இரண்டாமவன் கைகளைச் சுருட்டிக்கொண்டு முன்னெழுந்து நான் கள் அருந்துகிறேன் ஆண்மையிருந்தால் நீ தடுத்துப்பார் என்றான். பெரிய அடிதடி. ஒருவன் மேல் இன்னொருவன் கலத்தை எடுத்து அடித்தான். இருவர் கட்டிப்புரண்டனர். ஒருவன் நெஞ்சில் அறைந்து அலறினான்.

இன்னொருவன் தரையில் உருண்டு ஆடையின்றி எழுந்து நின்று அழுதான்."

சிறிய ஏப்பம் விட்டு "பூசல் பெருகிக்கொண்டே சென்றது. நான் உள்ளே நுழைந்து நாம் இனிய கள்ளை அருந்துவோம் நண்பர்களே. இதிலென்ன பூசல்? நாம் என்ன வேதமெய்மையா ஆராய்கிறோம் என்றேன். ஆம் உண்மை என்று எழுவரும் கண்ணீருடன் என்னைத் தழுவிக்கொண்டார்கள்" என்றான் கருணன். "அவர்கள் வணிகர்களுக்கு பொதிசுமப்பவர்கள். பொதிகளில் என்ன இருக்கிறது என்று அவர்கள் கேட்டுக்கொள்வதே இல்லை. அதை அறிந்தால் அந்த அறிவையும் சேர்த்து அல்லவா சுமக்கவேண்டும்? நல்ல மனிதர்கள். அவர்களிடம் நான் ஆணித்தரமாகக் கேட்டேன், நண்பர்களே சூதனுக்குக் கள்வாங்கிகொடுக்கும் நல்லூழ் உங்களில் எவருக்கு உள்ளது என்று. எழுவரின் மூதாதையரும் நற்செயலாற்றி பயனீட்டி வைத்திருந்தார்கள்." பெரிய ஏப்பம் வெடிக்க ஒருமுறை உலுக்கிவிட்டு "உயர்ந்த கள்" என்றான்.

"நாம் பிறிதொரு தருணத்தில் பேசுவோமே" என தருமன் எழப்போனார். "இருங்கள் அரசே, நான் எங்கே செல்வேன்? நான் சற்றுமுன் அடைந்த மெய்யறிதலை உங்களிடம் சொல்லவேண்டும் என்றுதான் குடிலுக்குச் சென்றேன். அங்கே நீங்கள் இல்லை. இங்கிருக்கலாம் என்று தேடிவந்தேன்" என்று அவன் அவர் கால்களைப் பிடித்தான். "மெய்யறிவைத்தேடி இத்தனை தொலைவுக்கு காட்டுக்குள் வந்திருக்கிறீர்கள். நான் அறிந்த மெய்யறிவை உங்களிடமன்றி எவரிடம் சொல்வேன்? சாதகப்பறவைக்கு மழைபோல தவம்செய்தவனுக்கு மெய்யறிவை வழங்குக என்றுதானே பராசரமாலிகை சொல்கிறது?"

தருமன் சலிப்புடன் தலையசைத்து "சொல்லும்" என்றார். அர்ஜுனன் முகத்தில் எழுந்த புன்னகை அவனைச் சினம்கொள்ளச்செய்தது. "அதாவது ஒரு காடு. அடர்காடு. ஆயிரக்கணக்கான மரங்கள் கொண்டது அது. அங்கே எட்டியும் பலாவும் நின்றிருக்கின்றன. பிணம்நாறிப்பூவும் செண்பகமும் பூக்கின்றன. அங்கே நின்றிருப்பனவற்றில் ஒன்றை மட்டும் மூதாதையர் அடையாளம் காண்கிறார்கள். அது பனை" என்றான் கருணன். "ஆ! எத்தனை அழகிய மரம். கரியது. உறுதியான உடல்கொண்டது. முள்சூடி சிலிர்த்து நிற்பது. தெய்வங்கள் உறுமிச்சூழும் தலைகொண்டது. கருமுலைக்கொத்து கனிந்த அன்னைப்பன்றி அல்லவா பனை? அன்னை இக்காடெங்கும் பேருடல்கொண்டு நின்று முழங்கும் சொல் என்ன?"

"என்ன?" என்றார் தருமன் புரியாதவராக. "அந்தப்பனையில் எழுகின்றன நீள்முலைக்காம்புகள். அன்னையின் வேர்கள் மண்ணுக்குள் அறிந்த

கனிவு கிளையிடுக்குகளில் முலைக்காம்புகள் என வளர்கின்றன. அவற்றை எடுத்து மெல்லச்சீவி கலங்களுக்குள் வைக்கவேண்டும். கலங்கள்... என்ன சொன்னேன்? ஆம், கலங்கள் தூயவையாக இருக்கவேண்டும். அன்னையின் முலைச்சாறு தேங்குபவை அவை. தூய பால். இனியது, சிற்றுயிர்கள் தேடிவந்து விழுந்து சாகுமளவுக்கு அரியது..." என அவன் தொடர்ந்தான். "அதை அப்படியே அருந்துபவரும் உண்டு. ஆனால் அதை எடுத்து முந்தைநாள் கள்ளின் ஓரிரு துளியை ஊற்றி உறைகுத்தி, இருங்கள் அவ்வாறு முன்னிருந்ததை உறைகுத்துவதை என்னவென்று சொல்வீர்கள்? நீங்கள் கற்றறிந்தவர் அல்லவா? நான் எளிய களிமகன், தெருமுனைச்சூதன்..."

சுருங்கிய விழிகளுடன் தருமன் நோக்கி அமர்ந்திருந்தார். "ஆ, நினைவுக்கு வந்துவிட்டது. சுருதி. சுருதிப்பிரமாணம்" என்றான் அவன். "நான் பொதுவாக எதையும் மறப்பதில்லை" என்று சொல்லித் தலையசைத்தான். "என்ன சொன்னேன்! உறைகுத்தி மண்ணில் புதைத்திட்டுக் காத்திருக்கவேண்டும். நான்கு நாட்கள்... இல்லை ஏழு. அல்லது இன்னமும்கூட. உண்மையில் அதுவே சொல்லும், நறுமணம் நுரையென எழுந்து தான் கனிந்துவிட்டதை அறிவிக்கும். அரசே, இதை நோக்கியிருப்பீர்கள்... தான் கனிந்ததை அறிவிக்காத கனியென்று உலகில் ஏதுமில்லை.

"பொறுத்திருக்கவேண்டும். நாவில் எச்சில் எழ நாளுக்கு நான்குமுறை திறந்துபார்க்கக்கூடாது. சுட்டுவிரல் விட்டு தொட்டு நாவில் வைத்து சுவைபார்க்கக்கூடாது. ஆசைமீதூறி அரைச்சமையலிலேயே எடுத்து மாந்தலாகாது. அதற்குள் தேவர்கள் புடமிடப்படுகிறார்கள். பித்தின் தெய்வமாகிய சோமன். மின்னலுக்குரிய இந்திரன். அலைகளின் அரசனாகிய வருணன். எரிந்தெழும் அக்னி. அரசே, நோயாற்றும் அஸ்வினிதேவர்கள், வழித்துணையாகிய பூஷன், உலகு துலக்கும் சூரியன், ஏன் இருளேறி வரும் எமனும்கூடத்தான். அவர்களை நுரைக்கவும் குமிழிகளாகி வெடிக்கவும் விட்டுவிடவேண்டும்.

"பின்பு அதை மெல்ல காய்ச்சுகிறோம். மிகமென்மையாக. எரிந்தெழுந்தால் அமுதை தேவர்கள் உண்டுவிடுவார்கள். அடிமண்டியே நமக்கு எஞ்சும். ஆவியெழவில்லை என்றால் அசுரர்களுக்குரிய மதுவாக ஆகும் அது. தூய மது எழும்போது மூன்று தெய்வங்களும் வந்து சூழ்ந்துகொள்கிறார்கள். படைப்பவன், காப்பவன், அழிப்பவன். அவர்களருகே நின்று குற்றம்குறை சொல்லும் அவர்களின் துணைவியரும் வருவார்கள். கல்வி, செல்வம், வீரம். நாம் அதை அருந்தும்போது அத்தனை தெய்வங்களையும் மும்முறை வணங்கவேண்டும்.

"இனிய மதுவாக நமக்குள் இறங்குவது என்ன? கரும்பனை அல்லவா? அரசே, அந்தப்பனை நின்றிருக்கும் பெருங்காடே அல்லவா? அதன்பின் நகரங்கள் நமக்கு வெறும் குப்பைக் குவியல்களாகிவிடுகின்றன. கல்விநிலைகள் ஓசையிடும் கிள்ளைக்கூட்டங்கள். அரசுகள் விழியிழந்தோர் விரல்தொட்டு ஆடும் விளையாட்டுக்கள். போர்க்களங்கள் கலங்கள் ஒலிக்கும் அடுமனைப்புழக்கடைகள். இல்லங்கள் புதைகுழிகள். நாம் பேருருக்கொண்டு எழுகிறோம். நம் கால்களால் மலைகளையும் ஆறுகளையும் கடந்துசெல்கிறோம். நம் மூச்சுக்காற்றில் கடல்களில் அலைகள் சுருளக்காண்கிறோம். பாலைவனங்களில் புயல் கிளப்புகிறோம்."

அவன் கைகளை விரித்தான் "காட்டை உண்டவன். காடுறையும் தொல்தெய்வங்கள் அனைத்தும் குடியேறிய உடல்கொண்டவன். அவர்களின் எடை தாளாமல் அவன் தள்ளாடி நடக்கிறான். எதிரே யார்?" கோணலாக சிரித்துக்கொண்டு அவன் கேட்டான் "யார்?" அர்ஜுனன் புன்னகையுடன் "யார்?" என்றான். "பிரம்மன்! அவன் கேட்டான், யார் நீ என்று. நான் சொன்னேன், அகம் பிரம்மாஸ்மி! ஆம். அதைத்தான் சொன்னேன். ஏனென்றால் நானே அது. அவன் திகைத்து நின்றான். அப்போது அப்பால் ஒருவன். யார் அவன்?"

"சிவன்" என்றான் நகுலன். "ஆம், அவனேதான். நான் யார் தெரிகிறதா என்றான். நான் சொன்னேன், தெளிவாகச் சொன்னேன். ஆம், நான். அகம் பிரம்மாஸ்மி. அவன் சினம்கொண்டு நோக்கினான். அப்போது வந்தது யார்? ஆம், விஷ்ணு. சங்காழிகதைமலர் கொண்டு வந்துநின்றான். இவை என்ன என்றான். இவையனைத்தும் நானே. அகம் பிரம்மாஸ்மி என்றேன். அவன் சிரித்து ஆம் அவ்வாறே என்றான்" என்றான் கருணன். "அரசே, இதோ என் வாயில் நறுமணமிக்க ஆவியாக எழுவதே அம்மெய்ப்பொருள். அது கரும்பனைகளில் உறுமப்படுவது. காட்டில் முழங்குவது. மண்ணின் ஆழத்தில் அமைதியாவது. அகம் பிரம்மாஸ்மி! ஆம்!"

அவன் சுட்டுவிரலைக் காட்டி ஒருகணம் அசைவிழந்தான். கண்ணிமைகள் சரிந்து வந்தன. உடல் தளர்ந்தபடியே செல்ல அவன் தன்னைப் பிரக்ஞையால் உந்தி நிமிரச்செய்தான். "அகம் பிரம்மாஸ்மி என்று உணர்வது மிக எளிது. கையளவு தெளிகள்ளே போதும். அந்தச்சொல் ஏதாவது தொந்தரவுசெய்தால் பிரக்ஞானம் பிரம்மாஸ்மி என்பதை எடுத்து அதன்மேல் வீசுவேன். அது உடைந்தால் தத்வமசி. அவற்றின் மேல் ஒவ்வொன்றாக எடுத்து வீசிக்கொண்டேயிருக்கவேண்டும். எழுவதற்குத் தருணமே அளிக்கக்கூடாது. ஈஸோவாஸ்யம் இதம் சர்வம். ஏகம் ஏவத்விதீயம் பிரம்ம. சர்வகல்விதம் பிரம்ம. அவ்வளவுதான். மெல்ல

அடங்கி ஒருவகையான நிறைநிலை ஏற்படும். அதைத்தான் யோகம் என்கிறார்கள்.”

“போதும்” என்று முகம் சிவக்கச் சொன்னபடி தருமன் எழுந்தார். “இளையோரே, இப்படியே நீங்கள் சென்றால் நான் எப்படி என் குடிலுக்குச் செல்வது?” என்றான் கருணன். “நாளை காலையில் செல்லலாமே” என்றபடி நகுலன் எழுந்தான். கருணன் “இது முறையல்ல. நான் மெய்ச்சொற்களை ஊழ்கத்திலறிந்த சூதன்” என்றான். தருமன் விரைவாக நடந்து சரிவிலிறங்க அவருடன் இளையோர் சென்றனர். “மூடன்” என்றார் தருமன் பற்களைக் கடித்தபடி. “கருத்துகளின் லீலை” என்றான் அர்ஜுனன். சினந்து திரும்பி நோக்கியபின் ஒன்றும் சொல்லாமல் தருமன் நடந்து சென்றார். அர்ஜுனன் இளையவர்களை நோக்கிப் புன்னகைசெய்தான்.

8

“ஒரு சொல் இன்னொன்றாக மாற ஆயிரமாண்டுகாலம் ஆயிற்று என்பதே வேதமெய்மையின் சுருக்கமான வரலாறு” என்றார் சாந்தீபனி முனிவர். அவர்முன் அவரது மாணவர்கள் நிரைவகுத்து அமர்ந்திருந்தனர். “ஈராயிரமாண்டுகளுக்கு முன்பு வேதமுனிவர் கண்டடைந்தார்கள். அறியமுடியாமையாகவே தன்னை உணர்த்தும் ஒன்றை. அதை அது என்றல்லாமல் எச்சொல்லாலும் குறிப்பிடமுடியாதென்று அறிந்தனர். தத் என்னும் சொல்லே வேதமெய்ச்சொல் என விளங்கியது அன்று.”

“ஒன்றேயான அது என அதை அறிந்தனர். அதுவன்றி ஏதுமிருக்கவில்லை என உணர்ந்தனர். ஒருமையான அது மேலே உள்ளதா இல்லை கீழே உள்ளதா, அங்கு படைப்பாற்றல் உண்டா, அது முன்னால் உள்ளதா இல்லை பின்னால் உள்ளதா, அது எப்படிப் பிறந்தது, அதை யார் உருவாக்கினர், அல்லது உருவாக்கவில்லை என பல்லாயிரம் வினாக்களாக அதை அணுகினர். வான் வடிவமான அதுவே அறியும், அல்லது அதுவுமறியாது என்று வகுத்தனர்” என்று சாந்தீபனி முனிவர் தொடர்ந்தார். “ஆயிரமாண்டுகளுக்குப்பின் அது ஒரு பெயரை சூடிக்கொண்டது, பிரம்மம்.

“வியப்பின் ஒலி அது. பெரிது என்றும் முழுமை என்றும் பிறிது என்றும் பெருகுவது என்றும் உறுதி என்றும் அழிவற்றது என்றும் பல பொருள் கொள்வது. விரிந்துபெருகும் அத்தனை பொருள்களையும் அச்சொல் தன்னில் சூடிக்கொண்டது. அச்சொல் ஆண்டது வேதம்விளைந்த தொல்காடுகளை” சாந்தீபனி முனிவர் சொன்னார். “தைத்ரியம் சொல்கிறது ரிக் எல்லையுள்ளது, சாமம் எல்லையுள்ளது. யஜுர் எல்லையுள்ளது. பிரம்மமோ எல்லையற்றது.

“எல்லையற்றதைச் சொல்லும் சிறு சொல். அச்சொல் ஒவ்வொரு பொழுதும் ஒரு தனியறிதலாயிற்று. அவ்வறிதல்களின் தொகைக்குமேல் விண்மீன் என அண்மையும் சேய்மையுமாகி நின்றது. இவையனைத்தும் ஆகும் ஒன்று. இவையனைத்துக்கும் அப்பால் எஞ்சும் ஒன்று. அதுவே இவையனைத்தும். அந்த மெய்மையை அச்சொல் குறிக்கத் தொடங்கியதும்தான் அது முளைத்துத் தீராத விதையென்றாகியது. நிலமனைத்தையும் பசுமைகொள்ளச் செய்யும் பெருநதி என இம்மண்ணில் பெருகலாயிற்று” என்றார் சாந்தீபனி முனிவர்.

“இங்குள்ள அனைத்தும் அச்சொல்லின் முடிவிலா தோற்றங்களே என்றுணர்க! குடிநெறியும் கோல்முறையும் வேள்வியும் ஊழ்கமும் அதுவே. மேழியும் துலாவும் வாளும் தர்ப்பையும் அதுவே. உருவற்றது ஆயிரமாயிரம் தெய்வங்களாக ஆலயங்கள்தோறும் விழிதிறந்தது. பெயரற்றது பல்லாயிரம் பெயர்களாக மொழிநிறைத்தது. அறியப்படாதது அன்னையென்றும் தந்தை என்றும் கன்னி என்றும் மைந்தன் என்றும் வந்து நம்மருகே அமர்ந்தது. கழனியில் உணவும் களத்தில் குருதியும் கல்விச்சாலையில் மொழியும் ஊழ்கத்தில் ஒளியும் ஆகியது. அதை வணங்குக!

“சென்ற ஆயிரமாண்டுகாலமாக அச்சொல் தன்னைப் பிறிதொன்றாக ஆக்கிக்கொண்டிருக்கிறது. நாம் காடுகளில் காண்பது அந்தப் பெருந்தவிப்பையே” என்று சாந்தீபனி முனிவர் சொன்னார். “அத்தனை மெய்ச்சொற்களும் வேதங்களில் உள்ளன. அவை தங்கள் யுகம் எழுகையில் முளைத்துப் பெருகி எழுகின்றன. வேதங்களில் இருந்து எழுந்தது ஆத்மா என்னும் சொல். அகம் என்றும் பிரக்ஞானம் என்றும் இதம் என்றும் எழுந்துவந்த பலநூறு சொற்கள் சென்று சூழ்ந்து பறந்து ரீங்கரித்து அச்சொல்லை துயிலெழுப்பின. வேதமெய்மையைக் கற்க வருபவன் அது எழுந்து வந்த பாதையை மொழியில் காணக்கூடும்.

“ஒன்றே பிரம்மம், பிறிதில்லை என்று முழங்கினர் படிவர். இவையனைத்தும் பிரம்மமே என்று அறிந்தனர். அதிலமர்ந்தனர். யானைமேல் ஏறுபவன் யானையாகிறான். இளையோரே, முகில்மேல் ஏறிக்கொள்பவன் தேவனாகிறான். பேரறிவின்மேல் ஏறிக்கொண்டவன் என்னாவான்? அறிவென்று தன்னை உணர்ந்து அவன் சொன்னான் அதுவே நான். அவ்வுணர்வை நோக்கியபின் பிரக்ஞையே பிரம்மம் என்று அவன் கூறினான். தன் வடிவிடம் சுட்டினான் அது நீ. தனக்குத்தானே சுட்டி ஆத்மனே பிரம்மன் என்றான். பின் எழுந்து விண்ணைத் தலைசூடி நானே பிரம்மம் என்றான்.”

சாந்தீபனி முனிவர் கைகூப்பி நிறுத்தியதும் அவரது மாணவர்கள் "ஏகம் ஏகத்விதீயம் பிரம்ம", "சர்வகல்விதம் பிரம்ம", "சோஹம்", "பிரக்ஞானம் பிரம்மாஸ்மி", "தத்வமசி", "அயம் ஆத்ம பிரம்ம", "அகம் பிரம்மாஸ்மி" என்னும் ஏழு பெருஞ்சொற்றொடர்களை ஏழுமுறை ஓதினர். அவை ரீங்கரித்து சொல்லவையை நிரப்பி அமைதியென்றாயின.

"அங்குளதை இங்குளதாகக் காணும் பெருந்தவமே இன்று நிகழ்கிறது" என்றார் சாந்தீபனி முனிவர். "மாண்டூக்யர்களின் சொற்கள் இவை. காணமுடியாதவன், செயல்களுக்கு அடங்காதவன், பற்றற்கரியவன், உய்த்தலுக்கு அப்பாற்பட்டவன், எண்ணம் கடந்தவன், சொல்கடந்தவன், நுண்ணுணர்வின் உட்பொருள், பெருவெளியை தன்னுள் அடக்கியவன், நீடித்த அமைதிகொண்டவன், இரண்டற்றவன், இனியவன், நான்காவதாக நின்றிருப்பவன், அவனே ஆத்மன், அவனே அறியத் தகுந்தவன். அத்தனை வேதமெய்மரபுகளும் இன்று அளாவிக்கொண்டிருப்பது இந்த ஒளியிருள்பெருவெளியையே.

"அழிவற்றதை கணம்நில்லாது உருமாறும் இவ்வுடலுக்குள் காண்கிறார்கள். நோயும் மிடிமையும் ஐயமும் அச்சமும் விழைவும் துயரும் கொந்தளிக்கும் இதனுள் அலையற்றது அமைந்துள்ளது எங்ஙனம் என விளக்க முனைகிறார்கள்" என்ற சாந்தீபனி முனிவர் புன்னகைத்தார். "குடுவையில் பயனுள்ளதாக இருக்கும் மருந்துக்கலவை போலிருக்கிறது இவர்களின் மெய்யறிதல். உடலுக்குள் அது நஞ்சோ மருந்தோ என்று இன்னும் முடிவாகவில்லை. காடுகளில் மெய்மை என்பது சொல்லில் நின்றிருந்தால் போதும். கழனியில் அது மேழியென உழுது விதையென முளைத்து கதிரென அறுவடை ஆகவேண்டும்.

"கட்டிறந்த பாழ்வெளியில் களித்திருக்கும் முனிவருக்குரிய மருந்து எங்ஙனம் கூடுகட்டி குஞ்சுகளை ஊட்டும் குடித்தலைவனுக்கு உகந்ததாகும்?" என்று சாந்தீபனி முனிவர் தொடர்ந்தார். "எங்கும் எழுவது அவ்வினாவே. முன்பு ஒரு விடுகதையைக் கேட்டேன். பிரம்மன் படைத்தவற்றில் பெரிய காளைக்களிறொன்று இருந்தது. அதன் ஒரு கொம்பிலிருந்து மறுகொம்பு வரைக்கும் ஆயிரம்கோடிக் காதம் தொலைவு. அப்படியென்றால் அதன் வலக்கொம்பிலிருந்து எழுந்து பறக்கும் செம்பருந்து எத்தனை காலம் கழித்து இடக்கொம்பைச் சென்றணையும்?"

சிலகணங்கள் அமைதி. இளைய மாணவன் ஒருவன் "புலரியெழுந்து அந்திக்குள்" என்றான். முகம் மலர்ந்து "நன்று" என்றார் சாந்தீபனி முனிவர். "கதிரவன் கடக்கும் வானம் அது. அதைத்தான் இங்கும் சொல்வேன். இங்கிருந்து அங்குவரை ஒற்றைச் சிறகடிப்பில் செல்லும் ஒரு பறவையால் மட்டுமே இங்கு எழும் அத்தனை எண்ணங்களையும்

ஒன்றெனத் தொகுக்க முடியும்." அவையை நோக்கியபடி சிலகணங்கள் தன்னுள் ஆழ்ந்தவராக அமர்ந்திருந்தபின் மெல்ல கலைந்து "மானுடம் காட்டும் உண்மை ஒன்றுண்டு, தேவையானது நிகழும். எண்ணங்கள் கோடி ஒன்றை ஒன்று தொடுத்து ஒன்றுடன் ஒன்று முரண்பட்டுப் பெருகலாம். அனைத்தையும் கடந்து நோக்கும் ஒன்றுள்ளது, மானுடனின் தேவை. அது ஒவ்வாததைத் தள்ளி உரியதை அள்ளும். தொடுக்கும். உருக்கி ஒன்றாக்கும்."

சாந்தீபனி முனிவர் பற்கள் தெரிய நகைத்து "பலசமயம் அது வேள்விக்கரண்டியால் மண்ணள்ளலாம். கூர்வாளால் கதிர்கொய்யலாம். பொற்பட்டால் மீன் துழாவலாம். அவ்வண்ணமென்றால் அதுவே தெய்வங்கள் எண்ணிய பயன் என்றுதான் பொருள்" என்றார். "விளைந்துபெருகும் அனைத்தையும் இணைக்கும் கொள்கையை முன்வைத்தது சாந்தீபனி குருநிலை. சமன்யவம் ஒன்று நிகழ்ந்தாகவேண்டும்."

குரல் மெல்ல மேலெழ "இளையோரே, என்றும் அது நிகழ்ந்துகொண்டேதான் உள்ளது. நால்வேதம் அமைத்த வேதவியாசர் செய்தது சப்த சமன்வயம். இனி ஒரு தத்துவ சமன்வயம் நிகழ்ந்தாகவேண்டும். இந்த ஆறு ஓடிஓடி ஆழத்திற்குச் சென்றுவிட்டது. அணைகட்டி நீரை மேலெடுத்து கழனி நிறைத்தாகவேண்டும்" என்றார் சாந்தீபனி முனிவர். கைகூப்பி அவர் தன் உரையை முடித்தபோது அவை ஒலியடங்கி நோக்கிக்கொண்டிருந்தது.

"ஓம் அது முழுமை. இது முழுமை.
முழுமையிலிருந்து முழுமை எழுகிறது
முழுமையிலிருந்து முழுமை பிறந்தபின்னரும்
முழுமையே எஞ்சியிருக்கிறது"

சாந்தீபனி முனிவர் கைகூப்பி அவ்வேதச்சொல்லை உரைத்தபோது அவரது மாணவர்களும் இணைந்துகொண்டனர். அவர் தன் வலப்பக்கம் திரும்பி அங்கிருந்த தன் தந்தையின் மரமிதியடிகளைத் தொட்டு சென்னிசூடிவிட்டு எழுந்து கூப்பிய கைகளுடன் வெளியே சென்றார். ஒரு மாணவன் எழுந்து சங்கை முழக்கினான். மெல்லிய பேச்சுக்குரல்களுடன் மாணவர்கள் கலைந்து செல்லத் தொடங்கினர்.

தருமன் எண்ணங்களில் ஆழ்ந்தவர் போல தலைகவிழ்ந்து அமர்ந்திருந்தார். "மூத்தவரே" என்றான் நகுலன். திடுக்கிட்டு அவனை நோக்கியபின் தருமன் கையூன்றி மெல்ல எழுந்தார். தாடியைக் கையால் தடவியபடி அவர் நடக்க, அவர்கள் கொண்டுவந்திருந்த சுவடிகளை எடுத்துக்கொண்டு நகுலன் உடன் சென்றான். வெளியே முன்னிரவின் இருள் நிறைந்திருந்தது. தொலைவில் அகல்சூடி அமைந்திருந்த குடில்திண்ணைகள் இருளில் மிதந்தவைபோல் தெரிந்தன.

9

அர்ஜுனன் குடிலுக்குள் வந்து வணங்கி கைகட்டி நின்றான். அவர் சுவடிக்கட்டைக் கட்டி பேழைக்குள் வைத்தபின் நிமிர்ந்து பார்த்தார். அருகே தெரியும் எழுத்துகளுக்காகக் கூர்கொண்ட விழிகள், சூழலை நோக்கித் தகவமைய சற்றுநேரம் ஆகியது. அவன் உருவம் நீருக்கு அப்பாலெனத் தெரிந்து மெல்ல தெளிவடைந்தது. அவனைச் சூழ்ந்திருந்த குடிலின் தூண்களும் மரப்பட்டைச் சுவர்களும் சாளரங்களுக்கு அப்பால் மரங்களும் உருக்கொண்டன.

அர்ஜுனன் அவர் நோக்கு மீள்வதற்காகக் காத்து நின்றிருந்தான். சுவடிகளை வாசிக்கையில் அவர் விழிகள் பிற உலகங்களைக் கரைத்து அகற்றிவிடுவதை அவன் அறிந்திருந்தான். சுவடிகளிலிருந்து எழும்போது விழியிழந்தவர் போல் முகம் கொண்டிருப்பார். அந்தத் திகைப்பு மெல்ல விலகி அவர் விழிகளில் நோக்கு திரும்பியபின்னரே அவர் அவன் தமையன் என்று மீண்டு வருவார். "ம்?" என்று அவர் கேட்டார். "இளையயாதவர் அணுகிவிட்டார்" என்றான்.

தருமன் மேலாடையைச் சீரமைத்து கையூன்றி எழுந்தார். அவர் மூட்டுகளில் முதுமையின் தளர்ச்சி ஒலித்தது. "இன்று பின்னுச்சி வேளை இங்கு வந்தடையக்கூடும் என்றார்கள். காட்டுக்குள் அவர் நுழைந்ததை அறிவித்து முரசு எழுந்தது." தருமன் "இங்கு ஏற்பாடுகள் தொடங்கிவிட்டனவா?" என்றார். "இல்லை மூத்தவரே, அவர் சாத்யகியை மட்டும் அழைத்துக்கொண்டு தனியாகத்தான் வருகிறார். இங்கு வரவேற்புகள் ஏதும் தேவையில்லை என அறிவுறுத்தியிருக்கிறார்." தருமன் வியப்புடன் நோக்கி "தனியாகவா?" என்றார். "ஆம்" என்றான்

அர்ஜுனன். “நெடுநாட்களுக்குப்பின் வருகிறார் என்றார்கள்” என்றார் தருமன். “அதனால்தான் அப்படி வருகிறார் போலும்” என்றபின் அர்ஜுனன் தலைதாழ்த்தி வெளியே சென்றான்.

முகம் கழுவி குழல் திருத்தி தருமன் வெளியே வந்தார். சாந்தீபனி குருநிலை முழுக்கவே இளையயாதவர் வரும் செய்தி பரபரப்பை உருவாக்கியிருந்தது. ஆனால் அவர்கள் அப்படி கிளர்ச்சிகொள்ளவில்லை என்று காட்ட விரும்பினர். ஆகவே மிகையான இயல்புணர்வை நடித்தபடி மெல்ல நடந்தனர். சிறிய செய்திகளை உரக்கச் சொல்லி தேவையின்றி சிரித்தனர். தருமன் அவர்களை நோக்கியபடி நடந்தார். அவரை நோக்கித் தலைவணங்கி முகமன் உரைத்தபடி மாணவர்கள் சிறுவேலைகளை ஆற்றியபடி கடந்துசென்றனர். காலைவேள்விக்கென கொண்டுசெல்லப்பட்ட பசுவையும் கன்றையும் இருவர் ஓட்டிக்கொண்டு சென்றனர். பெரிய பித்தளை அண்டாக்களுடன் மூவர் சென்றனர். அனைவர் விழிகளிலும் அத்தருணம் இருந்தது.

சாந்தீபனி முனிவர் அவரது குடிலை விட்டு வெளியே வந்து திண்ணையில் நின்றபடி நெய்ப்பானைகளைக் கொண்டுசென்றவர்களுக்கு ஏதோ ஆணையிட்டுக்கொண்டிருப்பதை தருமன் பார்த்தார். அவர் கிளர்ச்சி கொண்டிருந்தார், அதை அவ்வண்ணமே அவர் உடலும் முகமும் வெளிப்படுத்தவும் செய்தன. தருமன் முனிவரை தொலைவிலிருந்தே வணங்க, அவர் உரக்க “இளையோன் வருகிறான், அரசே” என்றார். “ஆம், அறிவேன்” என்றார் தருமன். “நெடுநாட்களுக்குப்பின் வருகிறான். எந்தை மகிழ்வார்” என்றார் சாந்தீபனி முனிவர். “இது அவன் ஆசிரியனாக அமர்ந்திருக்கவேண்டிய இடம்” என்றபின் புன்னகைத்து உள்ளே சென்றார்.

குருநிலைக்கும் இளையயாதவருக்குமான உறவை அங்கு வந்தநாள் முதலே தருமன் கூர்ந்து நோக்கிக்கொண்டிருந்தார். அங்குள்ள ஒவ்வொருவரும் ஒவ்வொரு நாளும், ஒவ்வொரு உரையாடலிலும் அவரைப் பற்றியே எண்ணிக்கொண்டும் பேசிக்கொண்டும் இருந்தனர். அவர் ஆசிரியராக அமர்ந்த குருநிலை என்று அவர்கள் எண்ணுவதாகத் தோன்றும். ஆனால் அவர் அக்குருநிலையை முற்றிலுமாகத் துறந்து சென்றார் என்பதை அவர்கள் எப்போதும் நினைவில்கொண்டிருந்தனர். தன் ஆசிரியரைத் துறந்து சென்றார் என்றும் அவரை வாழ்வு துறக்கவைத்தார் என்றும் அறிந்திருந்தனர். இளையயாதவரை எண்ணுவது தங்கள் ஆசிரியருக்குச் செய்யும் பிழை என்றும் உள்ளம்கொண்டிருந்தனர்.

ஆகவே ஒவ்வொரு உரையாடலும் இயல்பாக இளையயாதவரைப் பற்றியதாக மாறும். அவர் எண்ணங்களையும் செயல்களையும்

தொட்டுத்தொட்டுச் சென்ற ஒரு கட்டத்தில் ஒரு மூத்த மாணவன் "நாம் ஏன் அவரைப் பற்றிப் பேசவேண்டும்? அவர் சாந்தீபனி குருநிலையின் ஆசிரியர் அல்ல" என்று உரக்க சொல்வான். அத்துடன் அவ்வுரையாடல் அறுபட்டு நிற்கும். பெருமூச்சுடன் ஒவ்வொருவரும் சுக்கான் பற்றிக் கலம் திருப்புவதுபோல தங்கள் எண்ணச்செலவை மாற்றியமைப்பார்கள்.

ஆனால் அங்கு பேசப்படும் ஒவ்வொன்றும் இளையயாதவருக்குரிய மறுமொழிகள் என்பதை சிலநாட்கள் அச்சொற்களனுக்குள் அமைந்ததுமே தருமன் புரிந்துகொள்ளத் தொடங்கினார். இளையயாதவர் அங்கிருந்த நாட்களே குறைவானவை. அவர் சொல்லி அங்கு எஞ்சியவையும் சிலவே. ஆனால் அவர்கள் உசாவியும் எண்ணிப்பெருக்கியும் அவர் தரப்பை மிகவலுவாக உருவாக்கிக்கொண்டிருந்தனர். அவர் பெயரைச் சொல்லாமல் அவரை மறுத்தனர், அவருடன் சொல்லாடினர். வென்று கடந்ததுமே அவர்கள் அவராக மாறி அவர் தரப்பை மேலும் உருவாக்கிக்கொண்டு அதனுடன் பொருதலாயினர்.

தத்துவம் பிசிறின்றி கோக்கப்படும்போதே அதைச் சார்ந்தவர்களின் நாளுள்ளம் ஐயம்கொள்ளத் தொடங்குகிறது. எனவே நாளுண்மையைச் சொல்லும் ஒருவன் அதன் உயிர்நிலையைச் சுண்டி அதிரச் செய்துவிடமுடியும். நாளுண்மையில் வலுவாக நின்றிருக்கும் தத்துவம் எப்போதும் தன் இயல்பான சிறுமையை உணர்ந்தபடியே இருக்கிறது. பறக்கும் கவிச்சொல் ஒன்று அதை எழுச்சிகொள்ளச் செய்கிறது. கவ்விய அனைத்தையும் கைவிட்டு அது தானும் சிறகு விரிக்கிறது. உலகியலே தத்துவத்தின் எதிரி. தத்துவம் உலகியலின் பிடிபடாக் கனவு. அவர் ஒருதருணம் நாளுண்மையென வந்து நின்றார். மறுகணமே கவிச்சொல்லென ஆகி அதை வென்றார்.

தத்துவத்தை அணுகுந்தோறும் ஒவ்வொரு மானுடரும் மெல்லிய திரிபுகொள்ளத் தொடங்குவதன் விந்தையை தருமன் எண்ணிக்கொண்டேயிருந்தார். தாளாப்பேருண்மை ஒன்றை சுமந்தவர்கள் போல ஒரு முகம். புரிந்துகொள்ளப்படாதவர்களாக, தனியர்களாக, ஒவ்வொன்றையும் பொருளின்மையெனக் கண்டு நகைப்பவர்களாக, எக்கணமும் உதிரக்காத்து அதிர்பவர்களாக அதன் நூறாயிரம் பாவனைகள். அப்படியே மறுபக்கமென உண்மையென்பதை முற்றிலும் மறுத்து எளியோரில் எளியோனாக மண்ணில் நின்றிருக்கும் ஒரு தரப்பு. வியர்வை கொட்ட தோட்டத்தில் உழைப்பவர்கள், கன்றோட்டுபவர்கள், அடுமனையில் பணியாற்றுபவர்கள், சொல்லவைகளில் விழிதிருப்பி எங்கோ என அமர்ந்திருப்பவர்கள், அரிய சொல்லாட்சி எழுகையில் தனக்குள் என மெல்ல நகைத்துக்கொள்பவர்கள், அனலெழும்

சொல்லாடல்களில் கடந்து எளிய இளிவரலொன்றைச் சொல்பவர்கள் என அது முகம்பெருகுகிறது.

சாந்தீபனி குருநிலையைச் சுற்றிவருகையில் தருமன் மாணவர்களையே நோக்கிக் கொண்டிருந்தார். ஒவ்வொருவரும் ஒவ்வொரு தோற்றத்தில் நடமாடிக்கொண்டிருந்தனர். தத்துவம் கற்றபின் அக்கல்வியென்றே ஆகி இயல்பாக அமைந்த எவருமே இல்லையா என்று வியந்தார். தத்துவம் மானுட ஆணவத்துடன் மட்டும்தான் நேரடியாக உரையாடுகிறதா? அந்த இயல்பான பாதையை வெட்டி அதை உள்ளிருக்கும் பசிக்கு உணவாக்குவதற்கான பயிற்சிதான் என்ன? தத்துவம் அனலெரியும் உலைமையம். அதை அணுகுந்தோறும் ஒவ்வொன்றும் உருகி உருக்கலைந்தாகவேண்டும். புடமிடப்பட்டு மாசுகளைந்து மறுபக்கம் எழுபவனே தத்துவத்தைக் கடந்தவன். தத்துவத்தைக் கடக்காதவனுக்கு அதனால் பயனேதுமில்லை.

அவர் ஓடைக்கரையை அடைந்தபோது அங்கே பெரிய செம்புக்கலங்களை நீரிலிட்டுத் தேய்த்துக்கொண்டிருந்தனர். கலவளைவுக்குள் நீர் சுழித்து எழுந்து சென்றது. நீண்ட குழலை நாரால் முடிந்து தோளில் இட்டிருந்த நடுவயதான ஒருவர் கலங்களை நாரால் தேய்த்துக்கொண்டிருந்தார். அவரைச் சூழ்ந்து இளமாணவர்கள் கலம் தேய்த்தனர். தருமன் அருகே வந்ததும் அவர் நோக்கி “வருக, அரசே!” என்றபின் விழிகளால் அப்பால் கிடந்த நாரைச் சுட்டிக்காட்டிவிட்டு திரும்பி மாணவர்களிடம் “தேர்ந்த வேதிக்கூட்டு என்பது அக்கலத்தின் பங்கில்லாது நிகழ்வது” என்றார்.

தருமன் என்ன செய்யப்போகிறார் என்பதையே அனைத்து மாணவர்களும் ஓரவிழியால் நோக்கிக்கொண்டிருந்தனர். அவர் தன் ஆடையை மடித்து மேலேற்றிவிட்டு அந்த நார்ச்சுருணையை எடுத்துக்கொண்டு நீரில் இறங்கினார். அருகே ஊறிக்கொண்டிருந்த கலத்தைத் தேய்க்கத் தொடங்கினார். அவர் தருமனை முற்றிலும் அறியாதவர் போல பேசிக்கொண்டே சென்றார். “ஆகவே கலம் தேர்வதே வேதியியலின் முதல் பணி. அத்தனை உலோகங்களும் வேதிச்செயலில் பங்குகொள்ளும் வேதிப்பொருட்களே. மண் நன்று. ஏனென்றால் அது அன்னையென நின்றுள்ளது. ஆயினும் அது சிலவற்றுடன் இணைந்தாடும் தன்மைகொண்டது.”

“கல்குடுவைகள் மேலும் நன்று” என்று அவர் சொன்னபடியே சென்றார். “அவையும்கூட பொன்மாற்று வேதியியலுக்குப் பயனற்றவை. பீதர்களின் பளிங்குக்குடுவைகளே இதுகாறும் வந்தவற்றில் மிக உகந்தவை. அவை ஈடுபடுகின்றனவா என்று இனிமேல்தான் முற்றுறுதி செய்யவேண்டும்.” காலால் நீரைத் தள்ளி தான் தேய்த்த கலத்தை அவர் கழுவினார்.

அங்கே தருமன் நிற்பதைக்கண்ட மாணவர்கள் பலர் அருகே வந்தனர். இயல்பாகவே பலர் கலம் கழுவத்தொடங்கினர். ஓடை இடமின்றி ஆனதும் எஞ்சியவர்கள் கரையில் கைகட்டி நின்றனர்.

“அனைத்து வேதிக்கலவைகளும் சமன்வயங்களே” என்று அவர் தொடர்ந்தார். “எந்த சமன்வயத்திலும் அதை நிகழ்த்தும் கலத்தின் இயல்பு கலந்துள்ளது. முற்றிலும் அவ்வாறு கலக்காத ஒரு சமன்வயம் இங்கு நிகழமுடியுமா என்பதே ஐயம்தான்.” அவர் உடல் இறுகி நார்நாராக அசைந்தது. கடுமையான உடலுழைப்பை மேற்கொள்பவர் என தருமன் எண்ணிக்கொண்டார். வெண்மயிர் கலந்த தாடியில் நீர்த்துளிகள் ஒளிர்ந்து ஆடிச் சொட்டின. “ஆகவே கலம் ஏது என்பது முதற்கேள்வி. அதைவிடுத்துப் பேசுவதெல்லாம் பொய்யே.”

தருமன் தனக்குள் ஒரு புன்னகை எழுவதை உணர்ந்தார். அதை முகத்தில் எழாது காத்தபடி “அப்படியென்றால் இளையயாதவர் தத்துவ சமன்வயம் செய்யும் ஆற்றலற்றவர் என நீங்கள் எண்ணுகிறீர்களா, உத்தமரே?” என்றார். அங்கிருந்த அனைவருமே அதிர்ச்சிகொள்வது உடலசைவுகளாகவே தெரிந்தது. அத்தகைய நேரடியான வினாவை எப்போதுமே எதிர்கொண்டிராத அவர் சிலகணங்கள் நிலைகுலைந்துபோனார். அவர் கைகள் பதறுவதையும் விரல்களால் சுருணையை இறுகப்பற்றுவதையும் தருமன் கண்டார். அவர் விழிகள் நிலையழிந்து உருண்டன. உதடு ஒருமுறை சொல்லின்றி திறந்து மூடியது. மறுகணம் உரத்த குரலில் “என்ன சொல்கிறீர்? இளையயாதவனா? அவனைப்பற்றி இங்கு என்ன?” என்றார்.

“இங்கு பேசப்படுவது அவரைப்பற்றித்தான் என்று எண்ணினேன்” என்றார் தருமன். “நான் பிழையாகப் புரிந்துகொண்டேன் என்றால் பொறுத்தருளவேண்டும்... ஆனால் எனக்கு அதையே எண்ணத் தோன்றியது.” அவர் கையை வீசி “அறிவின்மை!” என்றபின் குனிந்து நீரைக் காலால் தள்ளி கலம்மீது வீசினார். “நான் பேசிக்கொண்டிருப்பதே வேறு. இது தத்துவத்தின் கூர்முனை. அன்றாட அரசியலுக்கு இதனுடன் தொடர்பு ஏதுமில்லை.” தருமன் “ஆம், புரிந்துகொள்கிறேன். நான் அரசன், அன்றாட அரசியலை என்னால் தவிர்க்கமுடிவதில்லை” என்றார்.

“அறியாமையை என்னால் பொறுத்துக்கொள்ள முடிவதில்லை” என்றார் அவர். “நான் பேசிக்கொண்டிருப்பதே வேறு.” தருமன் “ஆம், ஆனால் என் பொருட்டு நான் கேட்ட வினாவுக்கே நீங்கள் மறுமொழியிறுக்கலாமே” என்றார். “என் பணி அதுவல்ல” என்றபின் அவர் கலத்தை விசையுடன் தேய்க்கத் தொடங்கினார். “தத்துவம் அரசியலும் ஆகவேண்டுமல்லவா?” என்றார் தருமன். தன் புன்னகையை

முழுமையாகவே உள்ளே மறைத்துக்கொள்ள முடிந்தது அவரால். அவர் தேய்ப்பதை நிறுத்திவிட்டு "நான் பேசிக்கொண்டிருந்த தளமே வேறு" என்றார். "அச்சம் கொள்ளவேண்டியதில்லை, நேரடியாகவே நீங்கள் இளையயாதவரைப்பற்றி என்னிடம் பேசலாம்" என்றார் தருமன்.

அவர் சுருணையை வீசிவிட்டு "அச்சமா, எனக்கா? என்னை என்னவென்று எண்ணினீர்? நான் இப்போதிருக்கும் ஆசிரியரின் தந்தை இங்கிருந்தபோது வந்தவன். இவரைக் களித்தோழனாகவே அறிந்தவன். நீங்கள் சொல்லும் இளையயாதவனை சொல்திருந்தா சிறுவனாகக் கண்டவன்" என்றார். "ஆம், நேரடியாகவே சொல்கிறேன். தத்துவ சமன்வயம் செய்ய இவன் யார்? இவன் அரசன். அரசமுனிவரான ஜனகர்கூட அவை கூட்டி அங்கு முனிவர்கள் அனைவரையும் அவையமரச்செய்து வேதச்சொல் ஆய்ந்தார். இவன் கற்ற நூல்கள் என்ன? இவன் கொண்ட ஆசிரியர்கள் எவரெவர்? சாந்தீபனி குருநிலை இவனை இன்னமும் ஏற்கவில்லை. எங்கள் ஆசிரியரின் பழிச்சொல் அவன்மேல் உள்ளது.

"இவன் இன்னமும் ஆணிவேர் அமையாத யாதவகுலத்தின் அரசன். பாலைநிலத்திற்கு அப்பாலிருப்பதனாலேயே இன்னமும் ஷத்ரியர்களால் வெல்லப்படாதிருக்கிறான். ஆனால் இவன் தேன்தட்டில் தேன் நிறைகையில் கரடிகள் தேடி வரும்... அதன்பின் காட்டுக்குள் ஓடி ஒளிந்து தத்துவ சமன்வயம் செய்யட்டும். தன் எட்டு மனைவியருக்கும் அவற்றைச் சொல்லிக்கொடுக்கட்டும்." அவர் விழிகள் ஈரமணிந்தன. முகம் வெறுப்பால் சுளித்து கழுத்துத்தசை இழுபட்டது. "அரசன் என இவன் ஆற்றிய வேள்வி எது? இவன் வென்ற களங்கள் எவை? சொல்லுங்கள்!"

"இனிமேல் வெல்லலாம் அல்லவா?" என்றார் தருமன். "ஆம் வெல்லவும் கூடும். அவன் தத்துவம்பற்றிப் பேசுவதெல்லாம் அவ்வாறு வெல்லும்பொருட்டே. குலம்கொண்டு படைசேர்க்க இயலாதவன் வேதச்சொல்கொண்டு சேர்க்க முயல்கிறான். அதனால்தான் அவன் கலம் மாசுடையது என்கிறேன். அவன் நோக்கம் அதுவாக இருக்கையில் நிரைநிரையென வரும் தலைமுறைகளுக்கான ஐந்தாவது வேதத்தை அவன் எப்படி அமைக்க முடியும்? அவன் எண்ணுவது ஓர் எளிய போர்ச்சூழ்கை என்றால் அதைச் சொல்லுங்கள். அதற்கு தத்துவ சமன்வயம் என்றெல்லாம் பெரிய சொற்களை அளிக்க வேண்டியதில்லை."

அவர் சுருணையைத் தூக்கி வீசிவிட்டு நடந்துசென்றார். தருமன் அவரை நோக்கி நின்றார். ஒரு மாணவன் "அவர் பெயர் பத்ரர். இங்குள்ள மூத்த ஆசிரியர்" என்றான். "சொல்லவைகளில் நான் அவரைக் கண்டதே இல்லையே?" என்றார் தருமன். "அவர் எங்கும் வருவதில்லை.

அடுமனையில் பணியாற்றுவார். தொழுவில் கன்றுகளுடன் துயில்வார். விழைபவர்கள் அவரைத் தேடிச்சென்று சொல்கேட்கலாம்” என்றான் ஒருவன். இன்னொருவன் “அவர் ஆசிரியரை விழிதொட்டுப் பேசுவதே இல்லை. மையக்குடில் பக்கமாகவே செல்வதில்லை” என்றான். “உண்மையில் இங்கு வேதமுழுதறிந்தவர் இவரே என்கிறார்கள். ஆசிரியர் தன் மைந்தரென்பதனால்தான் சாந்தீபனி குருநிலைக்கு அவரை ஆசிரியராக ஆக்கினார்” என்றான்.

அவ்விழிகளை தருமன் மாறிமாறி நோக்கினார். மீறலை விழையும் இளம் நெஞ்சங்கள். கற்பிக்கப்பட்டவை அனைத்தும் பிழையென்றும் தங்கள் நுண்ணறிவால் அதற்கப்பால் சென்று கற்கப்போவதாகவும் எண்ணிக்கொள்வதில் கிளர்ச்சி அடைபவர்கள். தாங்கள் அறியாத ஏதோ ஒன்று தங்களைச் சூழ்ந்துள்ளதாகவும் எச்சரிக்கையுடனும் கூர்மதியுடனும் அவற்றைக் கடந்துசென்று நோக்கும் திறன் தங்களுக்கு மட்டுமே உள்ளதாகவும் கற்பனை செய்துகொள்பவர்கள். தருமன் புன்னகையுடன் “ஆனால் அவர் ஆசிரியருக்குரிய நிகர்நிலை கொண்டவராகத் தெரியவில்லையே?” என்றார்.

இளமாணவன் ஒருவன் கிளர்ந்து முன்வந்து “அவர் இங்கு சொன்னவையே உண்மை. இளையயாதவர் ஒரு சிற்றரசன். சூதர்பாடல்களின் வழியாக அவர் தன்னை ஒரு கதையாக மாற்றிக்கொண்டிருக்கிறார். தவளை நுரைகிளப்புவதுபோல. அக்கதைகள் அவரைத் தகுதிகொண்டவராக ஆக்குவதில்லை” என்று கூவினான். இன்னொருவன் “எவரும் உருவாக்கலாம் வேதத்தை. எவர் ஏற்பார்கள்? இவர் செய்யும் தத்துவ சமன்வயத்தை யாதவர்களின் குலங்களனைத்தும்கூட ஏற்கப்போவதில்லை. ஷத்ரிய குலங்களுக்கு இவர் எளிய ஆமருவி மட்டுமே” என்றான். “தன் ஆசிரியரின் பழிசுமந்த ஒருவரால் பயனுள்ள எதைச் சொல்லிவிடமுடியும்?” என்றான் வேறொருவன்.

தருமன் அவர்களை நோக்கிக்கொண்டு நின்றார். அவர்கள் ஒற்றைக்குரலில் கூவத்தொடங்கினர். இளமைந்தரானதனால் அவர்களின் உணர்வுகள், அவர்களின் குரலை அவர்கள் கேட்குந்தோறும் பெருகின. “ஒருபோதும் அவர் சாந்தீபனி குருநிலையின் பெயரைப் பயன்படுத்தலாகாது” என்று ஒருவன் சொன்னான். “அவர் சால்வருடன் களத்தில் தோற்றவர். வங்கரையும் கலிங்கரையும் எப்படி அவரால் எதிர்கொள்ளமுடியும்?” என்றான் இன்னொருவன். “தலையில் அடிபட்ட பாம்பின் இறுதிப்படம். இறுதிச்சீறல்” என்று மற்றொருவன் கூச்சலிட்டான்.

அவர்கள் அத்தனைபேரும் இளையயாதவராக மாறி தங்களுக்குள் நூறாயிரம் முறை நடித்தவர்கள் என தருமன் எண்ணிக்கொண்டார்.

அப்படி நடிக்காத இளையோர் எவரும் பாரதவர்ஷத்தில் இன்றிருக்க வழியில்லை. அந்நடிப்பின் உச்சியில் அவர்கள் ஒவ்வொரு முறையும் அறியும் உண்மை ஒன்றுண்டு, அவர்கள் அவர் அல்ல. வீடுதுறந்து காடேகி குருநிலைகள்தோறும் சென்று வேதச்சொல் கற்றுத்தேர்ந்தாலும் அவர்கள் சென்றடையும் இடம் ஒன்றுண்டு. அதற்கப்பாலொரு பீடத்தில் அவர் அமர்ந்திருக்கிறார். அது அவர் வருவதற்கு முன்னரே அவருக்காகப் போடப்பட்ட பீடம். வந்ததுமே அவ்வண்ணம் இயல்பாக தன் பீடத்திலமர்பவனே அதற்குரியவன். படிப்படியாக ஏறிச்சென்று அடைவதென ஏதுமில்லை இங்கு.

வேறுவழியே இல்லை. வாழ்நாளெல்லாம் நீங்கள் அவரை ஊடியும் நாடியும் ஆடிக்கொண்டிருக்கவேண்டியதுதான் என தருமன் எண்ணிக்கொண்டார். அவ்வெண்ணம் ஒரு புன்னகையாக விரிய, அவர்கள் குழப்பத்துடன் ஒருவரை ஒருவர் பார்த்துக்கொண்டார்கள்.

10

நகுலன் அருகே வந்து வணங்கி "அவர்கள் காட்டைக் கடந்துவிட்டனர். இன்னும் அரைநாழிகைக்குள் நுழைவார்கள்" என்றான். தருமன் "அர்ஜுனன் எங்கே?" என்றார். "அவர் தங்களிடம் செய்தியைச் சொன்னதுமே கிளம்பி தன் தோழரை எதிர்கொள்ளச் சென்றுவிட்டார். இந்நேரம் அவர்கள் தோள்தழுவியிருப்பார்கள். அவர்களுக்கு இடையே எப்போதும் சொல்லப்படாத ஏதும் இருப்பதில்லை." தருமன் "அப்படி ஒரு மானுட உறவு நிகழமுடியுமா, இளையோனே?" என்றார். நகுலன் "மானுட உறவுகள் தூயவை என்றுதான் காவியங்கள் சொல்கின்றன" என்றான். "ஆம், காவியங்கள் மானுடரை தேவர்களாக்க விழைபவை" என்றார் தருமன்.

சகதேவன் உள்ளே வந்து "மூத்தவரே, அனைவரும் முகப்புக்குச் செல்கிறார்கள்" என்றான். "அரசி?" என அவனைப் பார்க்காமல் கேட்டார் தருமன். "அவளுக்கு நானே சென்று செய்தி சொன்னேன். முறைமைப்படி அவள் முகப்புக்குச் சென்று வரவேற்க வேண்டியதில்லை. வரவேற்புச்சடங்குகள் முடிந்தபின்னர் இளையயாதவரே வந்து அவளைப் பார்க்கவேண்டும். அதற்கு அவள் குடிலில் இடமில்லை. ஆகவே தென்கிழக்கு மூலையில் நின்றிருக்கும் அரசமரத்தடி மேடையில் சந்திக்கும்படி சொல்லலாமா என்று கேட்டேன். அவ்வண்ணமே என்றாள். அதை இளையயாதவரிடம் முறைப்படி நானே தெரிவிக்கலாமென எண்ணுகிறேன்."

"நான் நேற்றிரவும் அவள் குடிலைச்சுற்றி நடந்துகொண்டிருந்தேன். கருக்கிருட்டு வரை" என்றார் தருமன். "மூத்தவரே…" என்ற நகுலன் "இங்கு இரவில் நாகங்கள் அலைவதுண்டு. புலிகளும் நுழைவதுண்டு

என்கிறார்கள்” என்றான். தருமன் “அதை நான் எண்ணவில்லை அப்போது” என்றார். “சில தருணங்களிலாவது ஏதேனும் நிகழ்ந்து இறந்தாலும் நன்றே என்று தோன்றும், அதைப்போன்ற கணம் அது. நான் நேற்று இறப்பை அவ்வளவு விரும்பினேன். அதிலிருந்து என்னை மீட்டது ஓர் எளிய நினைவு. சூக்தன் எனும் அக்குரங்குக்குட்டி. அதை உளம்கனிந்து எண்ணிக்கொண்டபோது உறவுகளின் இனிமைக்குள் மீண்டும் அமிழ்ந்தேன். அதில்தான் நான் சுருண்டு துயில முடிகிறது.”

அவர்கள் பேசாமல் நின்றனர். “இளையோனே, நேற்று என்னை அலைக்கழித்த எண்ணம் இதுதான். மீளமீள ஒரே வினாதான். அரசியிடம் நான் கொண்ட அணுக்கம்போல இப்புவியில் எனக்குப் பிறிதொன்று அமைந்ததில்லை. என் இளையோராகிய நீங்கள் என் உடல். நான் உங்கள் தந்தைநிலை கொண்டவன் என்பதனாலேயே நான் உங்களுக்கு அணுக்கமானவன் அல்ல. அவளிடம்தான் நான் அனைத்து வாயில்களையும் திறந்தேன். இளையோனே, அவள் எனக்குள் சென்ற தொலைவுக்கு தெய்வங்களும் சென்றதில்லை. அவளிருக்கும்வரை நான் மந்தணங்கள் அற்றவன் என எண்ணியிருந்தேன். அவள்முன் மட்டுமே அந்த விடுதலையில் திளைத்தேன்” என்றார் தருமன். “இளையோனே, ஒருநூலின் வரியை இருவரும் ஒரேகண்ணால் கண்டடையும் தருணத்தின் பேருவகை. ஒரே எண்ணத்தை இருவரும் ஒரேசமயம் அடைவதன் பெருவியப்பு. அறிவென உணர்பவன் தன்னை அனைத்திலிருந்தும் பிறிதென ஆக்கிக்கொள்பவன். மீதமின்றி பகிர பிறிதொரு அறிவைக் கண்டடைவான் என்றால் அவன் தேவர்களுக்குரிய இன்பத்தை அடைகிறான்.”

“அப்படி இருந்தேன். எத்தனை பகலிரவுகள். எத்தனை ஆயிரம் சொற்கள். மகத்தான தருணங்கள்...” என அவர் சொன்னபோது குரல் இடறியது. “நிகழ்ந்தது இழிவின் எல்லை. அங்கு நான் நின்றிருந்த இடம் சிறுமையின் உச்சம். ஒன்றையும் மறுக்கவில்லை. ஆனால் அது அவையனைத்தையும் இல்லையென்று ஆக்கிவிடுமா? ஒரே கணத்தில் நான் அவளுக்கு யாருமில்லை என்றாகிவிடுவேனா? எண்ணி எண்ணி நோக்கினாலும் என்னால் சென்றடைய முடியவில்லை. அதெப்படி அதெப்படி என்றே என் உள்ளம் மருகிக்கொண்டிருக்கிறது. இனி அவையெல்லாம் வெறும் நினைவே என்றால் நான் வாழ்ந்திருந்த ஓர் உலகமே கனவென்றாகிறது.”

அவர்கள் ஏதேனும் சொல்வார்கள் என அவர் எண்ணினார். அவர்கள் பேசாமல நிற்பதைக் கண்டு “இளையோனே, நீ அனைத்தையும் அறிந்து அமைந்தவன். நீ சொல். இது ஒரு சிறிய இடைவெளிதானே? என்றோ ஒருநாள் இதை எண்ணி இப்படியும் இருந்தோமா என்று நாம் வியக்கப்போகிறோம்தானே? இன்று நான் இழந்து நிற்கும் அனைத்தையும்

பிழையீடு செய்து மீண்டும் எய்தமுடியும் அல்லவா?" என்றார். சகதேவன் பேசாமல் நின்றான். "சொல்" என்றார் தருமன். "இல்லை மூத்தவரே, அது முடிந்துவிட்டது. இனி அது எவ்வகையிலும் மீளாது" என்று அவன் சொன்னான். "அந்நினைவுகளும் மெல்ல அழியும். அவ்வுணர்வுகள் அனலவிந்து மறையும். அதை வேண்டுமென்றால் இத்தருணத்திற்கான ஆறுதலாகக் கொள்ளலாம்."

விழித்து தருமன் அவனைப் பார்த்திருந்தார். "ஆண்பெண் உறவின் இயல்பே அதுதான், மூத்தவரே. எத்தகைய மேன்மைகொண்டது என்றாலும் அது கனவென்றே அழிந்து மறையும். இவ்வுலகில் எளிதில் மறையாதது குருதியுறவு மட்டுமே. அதுவும் குருதியால் அழிக்கப்படக்கூடும். மானுடர் கொள்ளும் எவ்வுறவிலும் இறுதிச்சொல் என ஒன்று சொல்லப்படாது எஞ்சும். நஞ்சென்று எங்கோ கரந்திருக்கும்." தருமன் நோக்கிக்கொண்டே இருந்தார். பின்னர் ஆமென தலையசைத்து மீண்டார். பெருமூச்சுடன் "ஒன்றும் எஞ்சாதா, இளையோனே? அத்தனை பழிகொண்டவரா மானுடர்?" என்றார். சகதேவன் மறுமொழி சொல்லவில்லை. "சொல்" என்றார் தருமன். அவன் சிலகணங்கள் நின்றபின் திரும்பி நடந்து சென்றான்.

அவனையே நோக்கிக்கொண்டிருந்தபின் கையூன்றி எழுந்த தருமன் கால்கள் நிலைகொள்ளும்வரை தூணைப் பற்றிக்கொண்டு நின்றார். பின்னர் நகுலனிடம் "நேற்று எண்ணினேன், அவள் குடிலின் கதவைத் தட்டி அவள்முன் நின்று எச்சமின்றி என்னுள் உள்ள அனைத்தையும் இழுத்து வெளியே போட்டாலென்ன என்று. அவளுக்கு என் விழிநீர் புரியும் என்று தோன்றியது" என்றார். "அதை நீங்கள் ஏன் செய்யவில்லை?" என்றான் அவன். "அதை அவள் மறுதலித்தாள் என்றால் அங்கே நான் இறந்தாகவேண்டும்" என்றார் தருமன். "அல்லது அங்கு அவளை நான் கொன்றாகவேண்டும்..."

"ஆம், அதனால்தான் மானுடர் அந்த எல்லைவரை செல்வதில்லை" என்றான் நகுலன். "மூத்தவரே, ஆனால் அது நீங்கள் எண்ணுவதுபோல எளிதும் அல்ல. அவள்முன் சென்று நிற்பதை அதைச் செய்வதற்கு முன்னரே நீங்கள் பலமுறை நடித்துவிடுவீர்கள். ஒவ்வொரு முறையும் அது வளர்ந்து உருமாறும். அங்கே நீங்கள் நிற்கையில் நீங்கள் விழைந்த ஒன்றை நடிக்க முயல்வீர்கள். விரும்பாததையும் சேர்த்து நடிப்பீர்கள். உங்களை நீங்களே விலகி நின்று வியந்து நோக்கிக்கொண்டிருப்பீர்கள்.

"அது பொய்யென்று நீங்கள் அறிவீர்கள். ஆகவே நீங்கள் அந்தத் தருணத்திற்காக நாணுறுவீர்கள். அன்று அப்படி அங்கு நின்ற உங்களை நீங்களே வெறுப்பீர்கள். அப்படி தன்னைத்தானே

வெறுக்கும் ஓர் உச்சத்தருணமாவது வாழ்க்கையில் நிகழாத மானுடர் எவருமிருக்கமாட்டார்கள்” என்று நகுலன் சொன்னான். “மூத்தவரே, உச்சத்தருணங்களில் வாழ்வது மிகமிகக் கடினம். மாபெரும் யோகியரே அங்கு இயல்பாக இருக்கமுடியும். அல்லது அறிவிலா மூடர். பிறர் அங்கே நடிக்கமட்டுமே முடியும்.”

அவன் புன்னகைத்து “ஆகவே மாவீரனாகவோ மாபெரும் தொன்மமாகவோ ஆகாது எளிய தருணங்களினூடாகவே வாழ்ந்து முடிபவன் மகிழ்வுடன் இருக்கிறான். தன்னைத்தானே வெறுக்கவும் ஏளனம் செய்யவும் நேர்வதில்லை அவனுக்கு” என்றபின் தலைவணங்கி “தங்களுக்காகக் காத்திருக்கிறார்கள் அங்கே” என்றான்.

11

சாந்தீபனிக் கல்விநிலையின் முகப்பில் நின்றிருந்த சுஹஸ்தம் என்னும் அரசமரத்தின் அடியில் தருமன் இளையயாதவரை எதிர்கொள்ளக் காத்திருந்த மாணவர்களுடன் நின்றிருந்தார். பீமனும் நகுலனும் சகதேவனும் அவருக்கு இருபக்கமும் நின்றிருந்தனர். மங்கல இசையும் வாழ்த்தொலிகளும் இருக்கலாகாது என்று சொல்லப்பட்டிருந்தமையால் ஓர் இளம் மாணவன் கையில் வைத்திருந்த பெரிய நீள்வட்ட மரத்தாலத்திலிருந்த எட்டுகான்மங்கலங்கள் அன்றி வேறு வரவேற்புமுறைமைகள் ஏதுமிருக்கவில்லை.

தொலைவில் பறவைகள் எழுந்து ஓசையிடுவதைக் கேட்டதும் தருமன் அவர்கள் அணுகிவிட்டதை உணர்ந்தார். அதற்குள் அங்கிருந்த வீரன் ஒருவன் சங்கொலி எழுப்பினான். காத்து நின்றிருந்தவர்களில் ஒருவன் மறுசங்கொலி எழுப்பினான். குதிரைக்குளம்படிகள் கேட்கத்தொடங்கின. ஈரமுரசில் கோல்கள் விழுவதுபோல சருகுகள் மேல் அவை ஒலித்தன. பின்னர் பசுந்தழைப்புக்கு அப்பாலிருந்து வண்ணங்கள் கசிந்து இணைந்து அவர்கள் தோன்றினர்.

முதலில் அர்ஜுனனும் இளையயாதவரும் இணையாகப் புரவியில் வந்தனர். அவர்களுக்குப் பின்னால் சாத்யகி வந்தான். இறுதியாக இரு காவல்வீரர்கள் வந்தனர். ஒருவன் கையில் சங்கு வைத்திருந்தான். அவர்களைப் பார்த்ததும் அவன் மீண்டும் சங்கொலி எழுப்பினான். காத்து நின்றிருந்தவர்கள் எதிர்ச்சங்கம் முழக்கினர். இளையயாதவரின் புன்னகை வெண்மலர் போல கரிய முகத்தில் தெரிந்தது. அவர் சுரிகுழல்கற்றைகள் தோளில் சரிந்திருந்தன. தலையிலணிந்திருந்த மயிற்பீலி அப்போது எடுத்து வைத்ததுபோலிருந்தது. கரியபுரவிமேல் அவர் அமர்ந்திருந்தார்.

காட்டின் நிழலுக்குள் அது மறைந்துவிட்டிருந்தமையால் அவர் மிதந்து வருவதுபோலத் தோன்றியது.

முதன்மை மாணவன் இளையோனிடமிருந்து தாலத்தை வாங்கிக்கொண்டு முன்னால் சென்றான். தாலத்திலிருந்த மலர்மாலையை எடுத்து இன்னொரு மூத்தமாணவன் இளையயாதவருக்குச் சூட்டினான். இளையமாணவர்கள் அவர்மேல் பொன்னிற மலர்களைத் தூவி வேதச்சொல் உரைத்து வரவேற்றனர். அவர்கள் விலகியதும் தருமன் இரு கைகளையும் விரித்தபடி அணுகிச்சென்று இளையயாதவரைத் தழுவிக்கொண்டார். “நன்று, தவக்கோலம் தங்களுக்கு அழகு” என்று சொல்லி அவர் தோள்களைப் பற்றி அழுத்தினார் இளையயாதவர். தருமன் “ஆம், இங்கு உவகையுடன் இருக்கிறேன்” என்றார்.

பீமனை நோக்கி “காடாளத் தொடங்கிவிட்டீர், மந்தரே. வரும் வழியிலேயே சில குரங்குகளைப் பார்த்தபோது அவை உங்கள் நண்பர்கள் என உணர்ந்தேன்” என்றார். “ஆம், அங்கே இருப்பவை குறியன் கூட்டம். அவற்றின் ஒலியைக் கேட்டேன்” என்றான் பீமன். பீமனின் பெரிய கைகளைப் பற்றியபடி “குறியன் என்பவன் வால்குறுகிய முதுகுரங்கா? என்னிடம் அவன் வரவேற்புரைத்தான்” என்றார் இளையயாதவர். “ஆம், அவன் எனக்கும் உங்களைப்பற்றிச் சொன்னான்” என்றான் பீமன்.

பீமனிடம் “தங்கள் தோள்கள் மேலும் பருத்திருக்கின்றன, நன்று” என்றபின் நகுலனையும் சகதேவனையும் நோக்கி கைகளை விரித்தார் இளையயாதவர். அவர்கள் ஒரேஅசைவாக வந்து அவர் கால்தொட்டு சென்னிசூடினர். “இளையோர்தான் சற்று களைத்திருக்கிறார்கள்” என்றார் இளையயாதவர். “ஆம், என்ன இருந்தாலும் காடு கொடிது” என்றார் தருமன். “வருக அரசே, தங்களுக்காக ஆசிரியர் காத்திருக்கிறார்” என்றான் முதுமாணவன்.

அவர்கள் இன்மொழி பேசியபடி இருபக்கமும் அசோகமும் மந்தாரையும் நிரைவகுத்த கல்விநிலைப் பாதை வழியாகச் சென்றனர். இளையயாதவர் “இங்கு அனைத்தும் மாறிவிட்டன. மரங்கள், குடில்கள், முகங்கள்...” என்றார். “அவை மாறாமலிருக்காது என்று நன்கறிவேன். ஆயினும் மாறியிருப்பதைப் பார்க்க உள்ளம் பரபரப்படைகிறது.” தருமன் “ஆம், நானும் எங்கும் மாற்றங்களையே முதலில் பார்ப்பேன். அது முதுமைகொள்வதன் அடையாளம் போலும்” என்றார். சிரித்தபடி “இல்லை, அந்த மாற்றத்தின் நடுவே மாறாதிருக்கும் ஒன்றைக் கண்டு நிறைவடைவதற்கான முயற்சி அது. அனைத்தும் மாறுவது நாம் மறக்கப்படுவோம் என்பதற்கான சான்று. மாறாமலிருக்கும் ஒன்று நாம் எஞ்சவும் கூடும் என்பதற்கான நம்பிக்கை” என்றார் இளையயாதவர்.

தருமன் விழிகளையே நோக்கிக்கொண்டு நடந்தார். அவரிடம் இளையயாதவரைப்பற்றி சினம்கொண்டு பேசிய இளமாணவர்களில் பலர் அங்கிருந்தனர். அனைவர் விழிகளும் வியப்பால் விரிந்து இளையயாதவரையே நோக்கிக்கொண்டிருந்தன. அவர்கள் என்ன உணர்கிறார்கள் என தருமனால் உணரமுடிந்தது. அவரைக் கண்டதும் முதலில் எழும் எண்ணம் அவர் உருவம் மிகச்சிறியது என்பதே. அவர் பேருடலன் அல்லர். ஆனால் குறியவனும் அல்லர். அவர்கள் விழிகளுக்குமுன் முதற்கணம் அவர் இயல்புருவைவிட குறுகிச் சிறுக்கிறார்.

ஏனென்றால் அவர்கள் அவரைக் குழந்தைவயதில் கதைகளாக அறிந்தவர்கள். குழந்தைகளின் தன்னுணர்வில் முதன்மையானது தாங்கள் சிறியவர்கள் என்பதே. ஆகவே அவர்கள் எப்போதும் மேலே பார்க்கிறார்கள். மேலே ஏற முயல்கிறார்கள். அண்ணாந்து சொல்கேட்கிறார்கள். அவர்களின் உலகம் மேலேதான் உள்ளது. அவ்வுலகில் அவர்கள் அவரை அறிந்தனர். அண்ணாந்தே அவரை நோக்கினர். அவர்களின் அறியா உள்ளத்தில் அவர் உருவம் கதைகளால் விரித்துப் பெரிதாக்கப்பட்டது.

அக்கதைகளுக்கு அயலானவராக அவர் எளிய உடலுடன் தென்படுவார். 'இவரா? இவரேதானா?' என நெடுநேரம் சித்தம் திகைக்கும். பின்னர் 'இத்தனை எளியவரா? எப்படி?' என வியக்கத் தொடங்குவார்கள். அவர் அசைவுகள் சொற்கள் சிரிப்புகள் அனைத்திலும் அது எவ்வண்ணம் நிகழ்ந்தது என்பதற்கான சான்றுகளைத் தேடுவார்கள். கூர்ந்து நோக்கப்படுவதனாலேயே அவர் பெரிதாகத் தொடங்குவார்.

மானுடப் பெருவெள்ளத்தில் கூர்ந்து நோக்கப்படுபவர்கள் மிகமிகச் சிலரே. காதலின் போது காதலர் கூர்ந்து நோக்கிக்கொள்கிறார்கள். நோக்கி நோக்கி ஒருவரை ஒருவர் வளர்க்கிறார்கள். ஆனால் அது காலநுரை. இருவருக்குள் நிகழ்ந்தழியும் கனவு. அவரோ பல்லாயிரம் விழிகளால் நோக்கப்படுகிறார். நோக்குகளைச் சேர்த்துக் கோக்கின்றன சொற்கள். அவர்கள் விழிகளில் ஏறி அவரைக் கூர்ந்து நோக்குவது அவர்களின் உள்ளம். அவ்வுள்ளம் அவரில் தன்னைப் படியச்செய்கிறது.

பின்னர் அவர் அவர்களின் வடிவாகிறார். அவரை வளர்த்தெடுப்பது அவர்கள் தங்களைப்பற்றிக் கொள்ளும் விழைவுக் கற்பனைகளின் வளர்ச்சி. அவரைப் பற்றிய கதைகள் புத்துருக் கொள்கின்றன. அக்கதைகளை அவர்கள் மேலும் வளர்த்தெடுக்கிறார்கள். அவர் பேருருக்கொள்ளத் தொடங்குகிறார். அவ்வுருவுக்குத் தொடர்பே இல்லாமல் அவர் எளிய

மானுடனாகச் சிரித்து புழங்குகையில் தொன்மத்திற்கும் மானுடனுக்கும் நடுவே மயங்கித் தவிக்கிறது அவர்களின் சித்தம். அந்த மாயத்தால் அவர் ஒருபோதும் சித்தம்விட்டு இறங்காதவராகிறார்.

அவர்களின் விழிநடுவே சென்றுகொண்டிருக்கும்போது ஒரு நாடகத்தில் கூத்தர்கள்போல அணிகொண்டு வந்து நின்றிருப்பதாகத் தோன்றியது. விழாக்களிலும் அவைகளிலும் எப்போதும் தோன்றும் உணர்வுதான். ஆனால் மிகச்சில கணங்களிலேயே அதை வென்றுவிடமுடியும். ஏனென்றால் அங்கு அத்தனைபேருமே நடிகர்களாக இருப்பார்கள். இங்கு நோக்கும் விழிகள் உணர்வெழுச்சிகளால் நிறைந்திருந்தன. அத்துடன் அவை நிகழின் விழிகள் அல்ல. வரும் தலைமுறைகளின் விழிகள். அறியாத காலமடிப்புகளில் எங்கெங்கோ நின்றுகொண்டு நோக்கிக்கொண்டிருக்கிறார்கள்.

அசைவுகள் பொய்யென ஆகாதிருக்க தருமன் தன்னை இறுக்கிக்கொண்டார். அது செயற்கையான மிடுக்காக தன் உடலில் தோன்றக்கண்டார். தளர்த்தியபோது அது செயற்கையான புறக்கணிப்பாகத் தோன்றியது. இயல்புநிலை என்பது இரண்டுக்கும் நடுவே ஒரு நடிப்பா என்ன என நினைத்துக்கொண்டபோது புன்னகை ஏற்பட்டது. அப்புன்னகை அவரைச் சற்று இயல்பாக ஆக்கியது. இளையயாதவரைப் பார்த்தார். அவர் புல்லும் கல்லும் மண்டிய ஓடையின் மீன் போல மிக இயல்பாக அவர்களினூடாகச் சென்றுகொண்டிருந்தார். வாழ்த்துகளை புன்னகையுடன் ஏற்றுக்கொண்டார். இறுகிய முகங்களையும் அதே புன்னகையுடன் எதிர்கொண்டார்.

எதிரே மாணவர்கூட்டத்திற்குள் பாதி புதைந்தவராக பிருகதர் நின்றுகொண்டிருந்தார். சேற்றுக்குள் உடல்புதைத்து மூச்சுக்கு முகம் மட்டும் நீட்டி ஒடுங்கியிருக்கும் விரால்மீன் போல. அவர் விழிகள் இளையயாதவரில் கூர்ந்திருந்தன. சிறிய சுருக்கத்துடன். ஐயமா ஆர்வமா வெறுப்பா என்றறிய முடியாத சுருக்கம். கூட்டம் நெரிபட்டதனால் அவர் சற்று ததும்பிக்கொண்டிருந்தார். அவரை இளையயாதவர் கடந்துபோகும் கணத்தில் கண்டுவிட்டார். முகம் மலர்ந்து புன்னகைத்து கைகளைக் கூப்பியபடி “வணங்குகிறேன், ஆசிரியரே” என்றபடி அவரை நோக்கிச் சென்றார். அறியாது அவர் உடல் பின்னடைவின் அசைவைக் காட்டியது. இளையயாதவர் குனிந்து அவர் கால்களை சென்னிசூடினார். “வாழ்த்துங்கள்” என்றார். அவர் தலைமேல் வெறுமனே கைவைத்தார்.

எழுந்து “நீண்டநாள் ஆயிற்று பார்த்து. நலமாக இருக்கிறீர்கள் அல்லவா?” என்றார். “ஆம்” என்று பிருகதர் சொன்னார். மேலும் பின்னடைய அவர் விழைவதுபோல் தோன்றியது. மாணவர்கள் இளையயாதவரைச்

சூழ்ந்து உடல்களால் அலையடித்தனர். அர்ஜுனன் அவர் தோளில் தொட்டு “செல்வோம், யாதவரே” என்றான். “தங்கள் குடிலுக்கு பின்னர் வந்து சந்திக்கிறேன், ஆசிரியரே” என்றபின் அவர் முன்னால் சென்றார். திரும்பி பிருகதரைப் பார்த்த தருமன் அவர் விழிகளில் அதே சுருக்கம் நீடிப்பதைக் கண்டார்.

சாந்தீபனி முனிவர் தன் குடிலின் வாயிலிலேயே கைகளைக் கூப்பியபடி வந்து நின்று இளையயாதவரை வரவேற்றார். “உங்கள் ஆசிரியரின் இல்லத்திற்கு வருக, யாதவரே” என்றார். இளையயாதவர் குனிந்து அவர் கால்களைத் தொட்டு சென்னிசூடினார். அவர் அதில் ஒரு கணம் திகைத்ததுபோல் தோன்றியது. “அழிவற்றதாகுக உங்கள் மெய்யறிதல்!” என்று முணுமுணுத்தபின் “வருக!” என்று அவர் தோளைத்தொட்டார். அவர்கள் உள்ளே நுழைந்ததும் அர்ஜுனன் தலைவணங்கி வாயிலிலேயே நின்றான். நகுலன் “நாம் கூடத்திற்குச் சென்று காத்திருப்போமே!” என்றான். “ஆம்” என்றார் தருமன்.

அவர்கள் மாணவர்களினூடாக கூடம் நோக்கிச் சென்றனர். மாணவர்களின் ஓசை அதற்குள் பெருகி அப்பகுதியைச் சூழ்ந்திருந்தது. ஒரு சொல்லவை உச்சத்தில் முடிந்தபின்னர் அச்சொல்லாடலை ஒவ்வொருவரும் முன்னெடுப்பதுபோல் தோன்றியது. “நடிகன்!” என ஒரு குரல் கேட்டது. தருமன் அறியாது திரும்பிப்பார்த்தார். புன்னகையுடன் கண்ணொளிரத் தெரிந்த அத்தனை விழிகளில் எது அதைச் சொன்னது என்று அறியமுடியவில்லை. அவர் தலைதிருப்பியதுமே “பொய்ப்பணிவே ஆணவத்தின் உச்ச வெளிப்பாடு” என அக்குரல் சொன்னது. அவன் தனக்குள் மகிழ்கிறான் என தருமன் எண்ணினார். மீண்டும் திரும்பிநோக்கி அவனுக்கு அந்த உவகையை அளிக்கலாகாது என கழுத்தை இறுக்கிக் கொண்டார்.

கூடத்தில் புல்பாய்களில் அவர்கள் அமர்ந்தனர். நகுலன் “இளையயாதவர் சற்று தளர்ந்திருக்கிறார்” என்றான். “ஆம், நடையிலும் தளர்வுள்ளது. நான் இன்றுவரை அவரை இத்தகைய தளர்வுடன் பார்த்ததே இல்லை” என்றான் சகதேவன். அர்ஜுனன் “துவாரகையில் நிகழ்ந்தவற்றைத்தான் சொல்லிக்கொண்டு வந்தார். அவர் உள்ளம் தளர்வதில் பொருளிருக்கிறது” என்றான். தருமன் அவனைத் திரும்பிப் பார்த்தார். “யாதவர்களின் உட்பூசல்... அது உச்சத்தை அடைந்திருக்கிறது” என்றான் அர்ஜுனன்.

“யாதவர்குலங்கள் பூசலிடாமலிருந்ததே இல்லையே?” என்றார் தருமன். “ஆம், ஆனால் முன்பு அவர்களை இணைக்கும் சரடாக இளையயாதவர் இருந்தார். இன்று அப்பூசலை உருவாக்குவதாகவே அவரது இருப்பு மாறிவிட்டது. அதைத்தான் எண்ணித் துயர்கொள்கிறார்” என்று

அர்ஜுனன் சொன்னான். “இன்று அவர் நம்பிய அனைவருமே அப்பூசலில் அவருக்கு எதிராக அமர்ந்திருக்கிறார்கள்.” அச்சொற்களைக் கேட்டு சற்று அதிர்ந்த தருமன் அவன் விழிகளை நோக்கி “அக்ரூரருமா?” என்றார். “பலராமரும்” என்றான் அர்ஜுனன். தருமன் சிலகணங்களுக்குப்பின் பெருமூச்சு விட்டு “ஆம், அவ்வாறே அது ஆகும். அவர்கள் கருமையும் வெண்மையும்” என்றார்.

12

அவை நிரம்பி நீராவி வெம்மையும் வியர்வை வாடையும் கொள்ளத்தொடங்கியது. தருமன் கைகளைக் கட்டியபடி தலைகுனிந்து அமர்ந்திருந்தார். வெளியே சங்கு முழங்க உள்ளிருந்தவர்கள் அமைதியாயினர். வெளியே இருந்து ஒரு மாணவன் சிற்றகல் ஒன்றை ஏந்தியபடி கூடத்திற்குள் நுழைந்தான். பிறிதொருவன் சங்குடன் தொடர்ந்தான். அவனுக்குப் பின்னால் இளையயாதவரும் சாந்தீபனி முனிவரும் இணையாகக் கூடத்திற்குள் நுழைந்தனர். அங்கிருந்த அனைவரும் எழுந்து நின்று அவர்களை வணங்கினர். அவர்களைக் கைதூக்கி வாழ்த்தியபடி சாந்தீபனி முனிவர் தன் பீடத்தை அடைந்தார்.

விளக்கேந்திய மாணவன் சிற்றகலால் அங்கிருந்த பிற நெய்யகல்களை ஏற்றியதும் தர்ப்பை போடப்பட்டிருந்த பீடம் ஒளிகொண்டது. சாந்தீபனி முனிவர் அவை நோக்கித் திரும்பி "இன்று இங்கு நுண்வடிவாக இருக்கும் எந்தை மகிழ்வுகொள்கிறார். அவருக்கு உகந்த முதல்மாணவர், அவர் எண்ணிய இரண்டாவது மைந்தர், இன்று இக்கல்விநிலைக்கு வந்திருக்கிறார். இக்கல்விநிலையின் தலைவரென அவர் அமர்ந்து இதை வழிநடத்தவேண்டுமென எந்தை விழைந்திருக்கிறார். என்றாயினும் அவர் பெயருடன் இணைந்தே இது நினைக்கப்படுமென்றே என் உள்ளம் சொல்கிறது" என்றார்.

மாணவர்கள் விழிவிரித்து அமர்ந்திருந்தனர். அவர்கள் எண்ணுவதென்ன என்று உணரமுடியவில்லை. அகல்சுடர்களை ஏற்றி முடித்து மாணவன் பின்னால் சென்று அமைந்தான். "எந்தை அமர்ந்த இந்த ஆசிரியபீடத்தில் இன்று இளையயாதவர் அமர்ந்து நமக்கு அவர் அருளிய சொற்களைச் சொல்லவேண்டுமென விழைகிறேன்" என்றார் சாந்தீபனி முனிவர்.

இளையயாதவர் அதை மறுப்பார் என தருமன் எண்ணினார். ஆனால் புன்னகையுடன் இளையயாதவர் அவையை நோக்கி "ஆசிரியர்களின் சொற்கள் மாணவர்களில் வாழ்கின்றன, விதையின் உயிர் மரத்தில் சாறெனத் திகழ்வதுபோல" என்றார். "நான் எண்ணுவதைச் சொல்கிறேன். ஒவ்வொரு சொல்லுக்கும் நான் அவருக்குக் கடன்பட்டிருக்கிறேன்." சாந்தீபனி முனிவர் அவர் கைகளைப்பற்றி பீடத்தில் கொண்டுசென்று அமர்த்தினார். அருகே இருந்த பீடத்தில் தான் அமர்ந்துகொண்டார்.

"இளையோரே, அந்த அழகிய மரம் தன் கிளைகளை மண்ணில் விரித்துள்ளது. வேரை விண்ணில் பரப்பியிருக்கிறது" என்று அவர் சொன்னார். "விண்ணகம் தூயநீர் ஒன்றால் நிறைந்துள்ளது என்கின்றன நூல்கள். அப்பாற்கடலின் திவலையையே நாம் மழை என்கிறோம். விசும்பின் துளி இங்கு பசும்புல் தலையாகிறது. பருப்பொருள் அன்னமாகிறது. அன்னம் அன்னத்தை வளர்க்கிறது. அன்னத்தின் ஆடலையே இங்கு இயல்வாழ்வு என்கிறோம். ஆயிரம் கிளைகள். பல்லாயிரம் சிறுகிளைகள். பற்பலப் பல்லாயிரம் சில்லைகள், முடிவிலா இலைகள்.

"அனைத்திலும் பெருகும் சாறு ஒன்றே. அது விண்ணில் ஊறுவது. இளையோரே, வேர் அங்கிருக்கிறதென்றால் அதன் விதை எங்கிருந்தது? விண்ணகத்தில் நுண்வடிவாக இருந்தது அவ்விதை. முளைத்த பின்னரே தன்னைக் கண்டுகொண்டது அது. இலைகளின் காரணமென சில்லைகளும் சில்லைகளின் காரணம் என கிளைகளும் கிளைகளின் காரணமென மரமும் மரத்தின் காரணமென வேர்களும் வேர்களின் காரணமென விதையும் என்றால் அவ்விதையின் காரணமென அமைவது எது? அதுவே இங்குள அனைத்தும். அதை வணங்குக!

"முடிவற்றுத் தளிர்ப்பதே அதன் விழைவென்பதனால்தான் அது இங்கு இவ்வண்ணம் உருக்கொண்டது. இங்கிருந்து வளர்ந்தெழுகிறது. அவ்வண்ணமென்றால் அதன் அழியாச்சொல் உயிர்த்திருப்பது தடியிலா, கிளையிலா, சில்லையிலா, இலையிலா? இல்லை எழுந்து ஒளிகொள்ளும் புதுத்தளிரில் மட்டுமே. உறுதியும் வண்ணமும் கொண்டவை மரமும் கிளைகளும். ஆனால் தளிருக்கு மட்டுமே பொன் அளிக்கப்பட்டுள்ளது" என்று அவர் சொன்னார். தனக்குள் என அவர் சொல்லிக்கொண்டே சென்றபோது அவரும் அங்கின்றி அச்சொற்கள் முழங்குவதுபோல் தோன்றியது.

"தளிரென எழுந்த ஒவ்வொன்றுக்கும் நிகராக அறியாத வானத்து ஆழங்களில் அதன் வேர்நுனி முளைகொள்கிறது என்றறிக! இங்கு ஒரு தளிரைக் கிள்ளுபவன் அங்கு ஒரு வேர்முளையின் பழிகொள்கிறான்.

இளையோரே, தடியால் இலையால் முள்ளால் தளிரைக் காத்துக்கொள்கிறது மரம். ஏனென்றால் தளிரிலேயே அது வாழ்கிறதென அது அறிந்துள்ளது.” அவர் விழிகள் பாதி மூடியிருந்தன. இதழ்கள் அசைகின்றனவா என்னும் உளமயக்கு ஏற்பட்டது. “இலைகளின் அலைகளாக ஒரு பெருவெள்ளம். புவிமூழ்கடித்து அது எழுகிறது இன்று. அதன் நுரைகள் அறைகின்றன இமயமலைமுடியை. அதன் ஆழிப்பேரோசை சுமந்த சங்குகள் ஆகின்றன நாம் உரைக்கும் ஒவ்வொரு சொல்லும்.”

“இனியவர்களே, பெருவெள்ளம் எழுகையில் உங்கள் தனிக்கிணறுகளால் என்ன பயன்? அவை விண்ணில் ஊற்று கொண்டவை ஆயினும்?” என்று அவர் சொன்னார். அச்சொற்கள் மீண்டும் மீண்டும் முழங்கும் அமைதியொன்றினூடாகக் கடந்து சென்றார். “ஊற்றென்பதும் உள்ளூறைந்த பெருவெள்ளமே. அதை அறிந்தவன் வெள்ளத்தைக் கண்டு அஞ்சுவதில்லை. இன்று தேவை அஞ்சாமை. நொய்மையான இல்லங்களை, ஒழுகும் களஞ்சியங்களை, நீச்சலறியாத இளமைந்தரைக் கொண்டுள்ள இல்லறத்தாரின் அச்சத்தால் எதிர்கொள்ளப்படுகிறது இன்றைய பெருவெள்ளம். மலைவிளிம்பில் நின்று அலைவெளிச்சம் கண்டு உவகையுடன் கைவிரித்து எழும் இளையோர் வருக! அவர்கள் இப்பெருவெள்ளத்தின் பொருளுணர்க! அவர்கள் சொல்லில் எழுக மேலும் புதுமழை!”

அவர் கைகூப்பினார். சாந்தீபனி முனிவர் கைகூப்பி முழுமைப்பாடலைப் பாடினார். அதன் பின்னரும் அவை ஓசையில்லாமல் அமர்ந்திருந்தது. அவ்வசைவின்மையில் மெல்லிய நிழலாட்டமென வாயிலுக்கு அப்பால் பத்ரர் தோன்றினார். அந்த நாடகத்தனமான தோன்றுதலுக்காகவே அவர் அங்கு காத்திருந்ததை உடனே தருமன் உணர்ந்தார். அவர் அடுமனையிலிருந்து வருபவர்போல கையில் ஒரு மரச்சட்டுவத்தை ஏந்தியிருந்தார். இடையில் தோலாடை நனைந்திருந்தது. உடலெங்கும் வியர்வை வழிந்தது. “இளையோனே, நான் உன் அணிச்சொற்களைக் கேட்க வரவில்லை. நீ இங்கு வந்துள்ளாய் என்றறிந்தேன். உன்னைக் காணும்பொருட்டே வந்தேன். உன் சொற்களைக் கேட்டேன்.”

இகழ்ச்சியுடன் உதடுவளைத்து “சொற்களின் அரசவைநடனம். நன்று!” என்றார். “அணியும் ஆடையும் இன்றி அவை ஆடினால் மேலும் காமத்தைத் தூண்டக்கூடும்...” இளையயாதவர் “தங்கள் சொற்களுக்கு நன்றியுடையேன், பத்ரரே” என்றார். கைகளைத் தூக்கி உரத்த குரலில் கூவியபடி அவர் அணுகினார். “நான் கேட்பதொன்றே. எனக்கு அணிகளில்லாமல் அவைநிற்கும் ஆண்மகனாக மறுமொழி சொல். நீ வேதத்தை ஏற்பவனா? மறுப்பவனா?” அவர் முகம் சினத்தால் இழுபட்டு

நெளிந்தது. "எந்த வேதம் என்று தொடங்கவேண்டியதில்லை. எலி தப்பிச்செல்லும் வளைகளை எல்லாம் மூடியபின் தடியெடுத்தவன் நான். நால்வேதமென இன்று அமைந்து இப்புவியை ஆளும் மெய்ச்சொல்லை நீ ஏற்றவனா? மறுப்பவனா? அதைமட்டும் சொல்!"

"நான் வேதமறுப்பாளன் இல்லை" என்றார் இளையயாதவர். "பத்ரரே, மலர்கொண்டு நிற்கும் மரத்திலிருந்து மகரந்தத்தைக் கொண்டுசெல்கிறது சிறுவண்டு. வேரும் கிளைகளும் இலைகளும் மலர்களும் கொண்ட அந்த மரத்தை அது மறுக்கவில்லை. அம்மரத்தின் நுண்சாரத்தையே அது கொண்டுசெல்கிறது. அந்த மரத்தை அது அழிவற்றதாக்குகிறது." பத்ரர் கைகளை ஓங்கி அறைந்து சினமும் ஏளனமும் கலக்க நகைத்தார். "வேதத்தை அழிவற்றதாக்க வந்துள்ளான் யாதவன். மகிழ்ந்திருங்கள், முனிவர்களே. களிகொள்ளுங்கள், மாணவர்களே. உங்கள் வேதம் இனி அழியாது. இதோ அதைக் காக்கும் தெய்வம் எழுந்தருளியுள்ளது."

"மெல்லிய சிறுவண்டுகளே மரத்தைக் காப்பவை, பத்ரரே" என்றார் இளையயாதவர். "ஆகவேதான் யானை உண்ணும் கிளையிலும் மான் உண்ணும் இலைகளிலும் பறவைகள் உண்ணும் கனிகளிலும் தன் சாறை மட்டும் வைத்திருக்கும் மரம் வண்டுகள் நாடிவரும் மகரந்தத்தில் தன் கனவை வைத்திருக்கிறது. வெளியே சென்று பாருங்கள், தான் செல்லவிரும்பும் திசைநோக்கி கைநீட்டி மலர்க்குவளைகளில் மகரந்தப்பொடி ஏந்தி நின்றிருக்கும் பெருமரங்களைக் காண்பீர்கள்!" பத்ரர் உச்சகட்ட வெறுப்புடன் "போதும்!" என்றார். "நான் உன்னிடம் ஒப்புமைகளால் விளையாட இங்கு வரவில்லை. இதுவரை நீ இயற்றிய வேள்விகள் என்ன? அதைமட்டும் சொல்!"

"நான் தேவர்களிடம் வேட்பதில்லை" என்றார் இளையயாதவர். "அவ்வண்ணமென்றால் நீ வேள்விச்செயல்களை மறுக்கிறாயா?" இளையயாதவர் "இல்லை" என்றார். "வேண்டுபவர்கள் வேட்கலாம். பெற்று நிறையலாம். வேள்வி பிழையென்று நான் ஒருபோதும் சொன்னதில்லை. அது இகம். வேதம் பரத்திற்கும் உரியது என்று மட்டுமே சொல்கிறேன்." பத்ரர் "மண்ணில் உள்ளது விண் என உணர்ந்தோர் அருளியது வேதம். மண்ணின்றி நிற்கும் திறன்கொண்டதாகையால் அது மானுடம் கடந்தது. அதை இங்கமர்ந்து சொன்னவர் நீ துறந்து சென்ற உன் ஆசிரியர்" என்றார். இளையயாதவர் "ஆம், நான் அவர் சொல்லைத் துறக்கவில்லை. நான் வேதகாவலன். வெண்ணெய் உண்பவன், எனவே ஆகாவலன்" என்றார்.

"இனி நீ ஒன்றும் சொல்லவேண்டியதில்லை. இதோ இந்த அவையிலேயே சொல்லிவிட்டாய், வேள்வி புரப்பவன் அல்ல நீ என்று. இது

வேதநிலம். வேள்வி புரக்காதவனுக்கு இங்கு முடியும் கோலும் இல்லை. வேதமறுப்பாளனைக் கொன்று அவன் குடிவெல்வது ஷத்ரியரின் கடமை. எண்ணிக்கொள் நாட்களை, அவர்கள் எழுந்து வருவார்கள். உன் நகரும் கோட்டையும் கொடியும் வீழும் தருணம் நெருங்கிக்கொண்டிருக்கிறது” என்று பத்ரர் கூவினார். “என்ன சொன்னாய், மூடா? நீ வேதசாரம் நாடுபவனா? மலமுருட்டிச் செல்லும் வண்டுக்கு மகரந்தச்சுவை தெரியுமா? இழிமகனே, என் ஆசிரியர் அமர்ந்த பீடத்திலிருந்து இக்கணமே இறங்கு!”

“அதைச் சொல்லவேண்டியவன் நான்” என்றார் சாந்தீபனி முனிவர். “பத்ரரே, உம்மை இங்கு நான் பேசவிட்டதே நீர் உச்சகட்டமாக என்ன பேசிவிட முடியுமென்று இந்த அவை அறியட்டும் என்றுதான். கற்றும் தெளிந்தும் ஒருவன் அடைந்தவற்றுக்கெல்லாம் அடியிலிருப்பது தன் பிறப்பின் மீதான வெற்றுப்பெருமைதான் என்றால் அவனே இழிந்தோனினும் இழிந்தோன். இங்கு நீர் இழிவுசூடவில்லை, உமக்குள் சென்ற வேதமெய்மையையும் இழிவு செய்கிறீர். உம்மைக் கீழ்மகனாகக் காட்ட வேண்டிய அத்தனை சொற்களையும் சொல்லிவிட்டீர்... நீர் செல்லலாம்!”

“ஆம், செல்கிறேன். உங்கள் இழிந்த அவையில் நான் சொல்லாட வரவில்லை. என் செயற்களம் அடுமனை. இங்குள்ள அனைவருக்கும் பசியாற்றும் கை இது. உங்கள் கைகளின் வேள்விக்கரண்டிக்கு நிகரானது இது.” அவர் தன் சட்டுவத்தைத் தூக்கிக் காட்டினார். “ஏனென்றால் வேதத்திற்கு என்னை முற்றளித்தவன் நான். எனவே செய்வதெல்லாம் எனக்கு வேள்வியே. என் ஆசிரியர் அமர்ந்த பீடத்தில் அமரத் துணிவுகொண்ட இவ்விழிமகனிடம் அவன் யார் என்று சொல்லிச்செல்லவே வந்தேன். யாதவா, உன் சொல்லை உன் குடியினர்கூட செவிகொள்ளப்போவதில்லை. வேதமென்பது பல்லாயிரம் முனிவர் கொண்ட அருந்தவத்தின் அமுது நனைந்தது. உன் வீண்சொற்களால் அதை நீ தொடவும் முடியாது.”

அவர் போகத் திரும்பியதும் “பத்ரரே” என இளையயாதவர் மெல்ல அழைத்தார். அவர் அறியாது நோக்கித் திரும்ப, அவரைக் கூர்ந்துநோக்கி மெல்லிய குரலில் இளையயாதவர் சொன்னார் “தவத்துக்கு நிகரானது போர்க்களக்குருதி என நூல்கள் சொல்கின்றன. என் சொல் ஒவ்வொன்றையும் குருதியால் ஆயிரம் முறை நீராட்டி எடுத்து வைக்கிறேன். அவை வேதச்சொல் அளவுக்கே ஒளிகொள்வதைக் காண்பீர்கள்!” பத்ரர் மெய்சிலிர்ப்பதைக் காணமுடிந்தது. அவையினர் அனைவரும் கொண்ட விதிர்ப்பை தன் உடலால் தருமன் உணர்ந்தார். “ம்ம்” என உறுமிவிட்டு பத்ரர் வெளியே சென்றார்.

அவை பெருமூச்சொலிகளுடன் மெல்ல மீண்டது. சாந்தீபனி முனிவர் "இளையோரே, எந்தை சொன்ன சொல்லை மறுத்துச்சென்றவர் இவர் என்று நாம் அறிவோம். ஆயினும் எந்தை இவரையே தன் மாணவர் என்று எண்ணினார் என நான் அறிவேன். மறுப்பதனூடாக இவர் அவர்சொல்லை வாழவைக்கலாம். தொகுத்து முன்செல்லலாம். யோகியரின் பாதையை நாம் அறியோம். இதோ, உலகச்செயலனைத்தையும் ஒருங்குசெய்து ஓயாது அமைந்திருக்கும் இவரை மாபெரும் யோகி என்றே என் உட்புலன்கள் சொல்லிக்கொண்டிருக்கின்றன. இன்று அவர் அறியாப்புதிர். நாளை அவர் சொற்களினூடாக அப்புதிர் அழியலாம். இவர் எவரென்று நாம் அறியலாம். நன்று, அதுவரைக்கும் பின்பும் சாந்தீபனிக் கல்விநிலையின் முதலாசிரியர் அவரே. இது எந்தைவடிவென்று இங்கிருந்து நான் இடும் ஆணை. ஆம் அவ்வாறே ஆகுக!" என்றார்.

அவர் எழுந்து இளையயாதவரை வணங்கினார். அதன்பின் மூத்த மாணவர்கள் ஒவ்வொருவராக வந்து அவரை வணங்கி விலகினர். அனைவருக்கும் மலரளித்து "மெய்மை கைவருக!" என இளையயாதவர் வாழ்த்தினார். தருமன் எழுந்து இளையயாதவரை அணுகியபோது அவர் விழிகளை நோக்கினார். அவரறிந்த களிச்சிறுவன் அங்கிருக்கவில்லை. யோகத்திலாழ்ந்த விழிகள். கடந்துசென்றமையால் கனல்கொண்டவை. அவர் காலடியில் தலைவணங்கியபோது தன் வாழ்நாளில் முதல்முறையாக ஆணவம் முழுதடங்கி சித்தம் அவிந்து பணிந்தது அகம். "வெல்க, நிறைக!" என்றார் இளையயாதவர். தருமன் ஒருகணம் நெஞ்சுவிம்ம கண்ணீர் கொண்டார்.

13

அவை முடிந்ததும் எழுந்த இளையயாதவரை மாணவர்கள் சூழ்ந்துகொண்டார்கள். அவர்கள் அவரிடம் பேச ஒருவரை ஒருவர் கடந்து முண்டியடிப்பதைக் கண்டபின் தருமன் புன்னகையுடன் வெளியே நடந்தார். நகுலனும் சகதேவனும் அவரைத் தொடர்ந்து சென்றனர். அர்ஜுனன் இளையயாதவர் அருகிலேயே நின்றுகொண்டான். “அவர் மேல் சினம் கொண்டிருந்தவர்கள் அனைவரும் அதை மறந்துவிட்டனர், மூத்தவரே” என்றான் நகுலன். “ஆம், பத்ரர் அவருக்கு நன்று செய்தார். அவர் அங்கு வந்து பேசிய சொற்களின் கீழ்மையே மாணவர்களை அவரிடமிருந்து அகற்றி இளையயாதவைரை நோக்கிக் கொண்டுவந்துவிட்டது. அதை சாந்தீபனி முனிவர் அழுத்திச் சொல்லியும் காட்டிவிட்டார்” என்றார் தருமன்.

“நானும் அவ்வண்ணமே எண்ணினேன்” என்று நகுலன் சொன்னான். “இக்கல்விநிலையின் பெரும்பாலான மாணவர்கள் எளிய குடிப்பிறப்பு கொண்டவர்கள். யாதவர்கள் பலர். சூத்திரர்களும் நிறையபேர் உள்ளனர். அவர்கள் இவ்விழிசொற்களைக் கேட்டு சினமே கொள்வார்கள்.” தருமன் “அவர் இன்று பேசியதும் இளநெஞ்சங்களுக்கு எழுச்சியளிப்பதே. தத்துவத்தை எதிரீடுகளாகப் பிரிப்பது மிக எளிது. நன்று தீது என. எளியது கடியது என. நின்றது செல்வது என. அவர் இன்று மிக இயல்பாக அதைப் பழையது வருவது என பிரித்துக்காட்டினார். இளையோரின் உள்ளம் என்றும் வருவதையே ஏற்கும். அது உகந்ததா அல்லவா என்பதுகூட அவர்களுக்கு ஒரு பொருட்டல்ல” என்றார்.

அவர்கள் பேசியபடியே வெளியே சென்று முற்றத்தில் நடந்தனர். “உண்மையில் இவ்விளையோர் அவரை வெறுத்தனரா என்றே எனக்கு

ஐயம்தான். அவர்களில் பெரும்பாலானவர்கள் பெரும்போக்கில் அடித்துச்செல்லப்பட்டனர், அவ்வளவுதான். சிலர் அவருடன் உள்ளத்தால் ஓயாது உரையாடிக் கொண்டிருப்பவர்கள். அவர்களுக்கு அவரை எதிரியாக நிறுத்திப்பேசித்தான் பழக்கம். அவரிடம் அவர்கள் கேட்கும் வினாக்களை எல்லாம் அப்போது உணர்வெழுச்சி நிறைந்த குற்றச்சாட்டுகளாக ஆக்கிக்கொள்ளலாம். அவருக்கு எதிராக நின்றிருக்கையில் அவருக்கு நிகரென்றும் தோற்றமளிக்கலாம்" என்றார் தருமன்.

"இன்று அவர் தன்னியல்பான எளிமையுடனும் பேரறிவுடனும் தங்கள்முன் தோன்றியபோது அந்த மாற்றுருக்கள் அனைத்தும் கழன்று உதிர்ந்துவிட்டன. அவரை என்றுமே அவர்கள் வழிபட்டனர், அவ்வியல்புநிலைக்கே அவர்கள் மீண்டனர். அவரை எதிர்த்தோம் என்பது இன்று அவர்களுக்கு தங்களைப்பற்றி ஒரு நம்பிக்கையை அளிக்கிறது. வெறுமனே வழிபடவில்லை என்றும் எதிர்த்து உரிய விடைகள் பெற்றே ஏற்றுக்கொண்டோம் என்றும் சொல்லிக்கொள்ள முடிகிறது" என்று தருமன் சொன்னார். "காமத்திற்கு ஆயிரம் மாற்றுருக்கள் என்பார்கள், அறிவியக்கத்தில் அது பல்லாயிரம். ஏனென்றால் ஆணவத்தைக் கடந்து அறிவிலாடுவது மானுடருக்கு எளிதல்ல. அவ்வாறு கடந்தவர்கள் பின்னர் மானுடரும் அல்ல."

"அவர்களை அவர் வென்றுவிட்டார். இனி அவரை அவர்கள் வழிபடத் தடையேதுமில்லை" என்றான் நகுலன். தருமன் பேசாமல் வந்த சகதேவனை நோக்கி "நீ என்ன எண்ணுகிறாய், இளையோனே?" என்றார். "எழுச்சிகொண்ட வழிபாட்டுணர்வு இங்கு இருந்துகொண்டுதான் இருக்கும்" என்று அவன் சொன்னான். அவனைச் சிலகணங்கள் நோக்கி சொல்லெதிர்பார்த்த தருமன் "சொல்!" என்றார். "ஆனால் மானுட உள்ளத்தின் இருட்பாதைகள் எளியவை அல்ல. அதேயளவுக்கு காழ்ப்பும் இங்கு நீடிக்கும்."

தருமன் நெற்றி சுருங்க "ஏன்?" என்றார். "ஏனென்றால் காழ்ப்பு தன்னளவிலேயே சுவைமிக்கது. மூத்தவரே, மானுடன் தேடுவதென்ன? அவன் உள்ளத்தை மிச்சமின்றி நிறைத்து அவன் நாட்களை விரைவுகொள்ளச் செய்யும் ஒன்றுக்காகத்தானே? காழ்ப்பைப்போல அதை அளிக்கும் பிறிது எது? காமமும் ஆணவநிறைவும் தோன்றி உடன் மறையும் இன்பங்கள். காழ்ப்பு தொடத்தொட வளர்வது. அனைத்தையும் தன்னுடன் இணைத்துக்கொண்டு தான்மட்டுமே என திகழ்வது" என்றான் சகதேவன். "காழ்ப்புகொண்டவனை அது ஆற்றல்கொண்டவனாக ஆக்குகிறது. பழுக்கக் காய்ச்சிய வாள் மும்மடங்கு வல்லமை கொள்கிறது."

“பிராமணரும் ஷத்ரியரும் அவரை ஏற்கமாட்டார்கள் என்கிறாயா?” என்றார் தருமன். “அது அத்தனை எளிதல்ல, மூத்தவரே. தங்கள் பெருமையுணர்வாலேயே அந்தணர் அவரை ஏற்கலாம். தங்கள் கூரிய நேருள்ளத்தால் ஷத்ரியரும் அவரை ஏற்கக்கூடும். தங்கள் இழிவுணர்வால் யாதவர் அவரை வெறுக்கலாம். தாங்கள் சூத்திரர் என்பதனால்தான் அவரை விரும்புகிறோம் என எவரும் எண்ணிவிடலாகாதென்பதற்காக அவர்கள் அவரைப் புறக்கணிக்கலாம். இப்படித்தான் இது நிகழுமென எவரேனும் சொல்வதனாலேயே அப்படி அல்லாமலாகலாம். வெறுப்பும் விருப்பும் அவற்றை அடைபவர்கள் தங்களை எவ்வகையில் இங்கு முன்வைக்கிறார்கள் என்பதை மட்டுமே சார்ந்துள்ளன.”

சிலகணங்களுக்குப்பின் தருமன் “இளையோனே, வரவர உன் சொற்களைக் கேட்பதே அச்சமும் துயரமும் அளிப்பதாக உள்ளது. ஒரு சொல்லாலும் உன்னை எதிர்த்து நிற்கமுடிவதில்லை. என் ஆழம் சொல்கிறது நீ சொல்வனவெல்லாம் உண்மை என்று” என்றார். “உண்மைமுன் நின்றிருக்கப் பயின்றோமென்றால் முதலில் எழும் திகைப்பும் துயரமும் விலகி மெல்ல ஓர் ஆறுதலை அடையத்தொடங்குவோம், மூத்தவரே. அது நிலையழிந்து நீரில் செல்பவன் காலடியில் பாறையை உணர்வதுபோல” என்றான் சகதேவன். நகுலன் புன்னகைத்து “பாறை கால்கீழிலென்றால் நன்று. கூரையென மெல்லிய புல்அமைவதே உகந்தது. தலைமேல் விழுந்தாலும் தீதில்லை” என்றான். சகதேவன் சிரித்துவிட்டான்.

அவர்கள் குடில்களை அணுகும்போது தொலைவிலேயே தருமனின் குடில்முற்றத்தில் பிருகதர் நிற்பதைக் கண்டனர். “உங்களுக்காகக் காத்து நின்றிருக்கிறார்” என்றான் நகுலன். “என்ன நாடகத்தை ஒத்திகை பார்த்துக்கொண்டிருக்கிறார் என்றே தெரியவில்லை. வரவர எவரைப் பார்த்தாலும் கூத்தரங்கில் அமர்ந்திருக்கும் உணர்வு வந்துவிடுகிறது, இளையோனே” என்றார் தருமன். பிருகதர் அவர்களை நோக்கி வந்து “அந்த இழிமகனுடன் வருவீர்கள் என்று அஞ்சினேன். அவனுடன் வந்திருந்தீர்கள் என்றால் என் சுடுமொழிகளை அவன் கேட்டிருப்பான். வீணன்” என்றார். “பார்த்திருப்பீர்கள், அத்தனைபேர் முன்னிலையிலும் என் கால்களில் விழுகிறான். என்னவென்று நினைத்தான் என்னை? இவன் காலில் விழுந்தால் அனைத்தையும் மறந்து இவனை நெஞ்சில் சூடுவேன் என்றா?

“நான் வேண்டுவதென்ன? எனக்கு முறைமை செய்யவேண்டுமென்று எவரிடம் கேட்டேன்? ஆம், நான் அவன் ஆசிரியன். அவனுக்கு எழுத்தறிவித்தவனே நான்தான். ஆனால் எனக்கு அது ஒரு பொருட்டே அல்ல. நான் எதையும் எதிர்பாராது இங்கே வாழ்ந்து எளிய மனிதனாக மடியப்போகும் ஒருவன். இங்குள்ள எத்தனை பேருக்கு இன்று தெரியும், நான் பெரியவருக்கு அணுக்கன் என்று? என் கையால்தான்

வேததரங்கிணியையும் பிரஸ்னசமுச்சயத்தையும் ஏட்டில் எழுதினேன் என்று சொன்னால் இவர்கள் நம்பப்போவதில்லை. நான் அதை ஒரு பொருட்டென எண்ணவுமில்லை.

"என் வஞ்சம் நேரடியானது. என் ஆசிரியரை அவன் சிறுமைசெய்து அவர் கடந்தேக வழிவகுத்தான். அதை அவர் மைந்தர் மறக்கலாம், நான் மறக்கப்போவதில்லை. என் நோக்கில் அவன் ஒருபோதும் சாந்தீபனிக் கல்விநிலைக்கு உரியவன் அல்ல, அவன் நச்சுச்செடி. பிடுங்கிக் களையவேண்டியவன். ஆம்." அவர் மூச்சிரைத்தார். "அதைத்தான் அவனிடம் சொல்ல விழைகிறேன். எனக்கு இங்கே எந்த இடமும் இல்லை. என்னை குருநிலையின் எப்பொறுப்பிலும் விட்டுச்செல்லவில்லை ஆசிரியர். ஆனால் அவரை நான் நெஞ்சில் சூடியிருக்கிறேன். ஒருநாளும் அவர் அடிகளை சென்னிசூடாமல் நாள் விடிந்ததில்லை எனக்கு. என் உடலை மண்தின்னும் வரை அவ்வண்ணமே இருப்பேன்.

"சென்று சொல்லுங்கள் அவ்விழிமகனிடம், நான் அவனை எவ்வகையிலும் ஏற்கவில்லை என்று! நான் எதையுமே பொறுத்துக்கொள்ளவில்லை என்று... ஆம்!" மேலும் சொல்லப்போகிறவர் போல இருமுறை உடலெழுந்துவிட்டு அவர் திரும்பிச்சென்றார். அவர் குரல் இடறியதை, தொண்டை ஏறியிறங்கியதை, விழிகள் நீரணிந்ததை தருமன் திகைப்புடன் நோக்கி நின்றார். "உணர்ச்சிகளை செம்மையாக உருவாக்கிக்கொண்டுவிட்டார். இப்போது அவர் உள்ளம் நிறைவுகொண்டிருக்கும்" என்றான் நகுலன். "அவர் வாழ்நாளெல்லாம் சூட ஓர் அரிய தோற்றம் அமைந்துவிட்டது. சரியான சொற்கள். உகந்த உணர்வுகள். நாளைக்குள் இங்குள்ள அத்தனை பேரிடமும் அதைச் சொல்லிவிடுவார்."

"நாம் இரக்கமற்றவர்களாக ஆகிக்கொண்டிருக்கிறோமா?" என்றார் தருமன். "இரக்கமற்றவராக ஆகப்போகிறவர் இவர்தான். தோற்றங்களைவிட மாறுதோற்றங்கள் விசை மிக்கவை, முழுமையாக்கப்பட்டவை. நல்ல நடிகர்களை தேர்ந்த புரவிகளை போர்வீரர்கள் என தெய்வங்கள் விரும்புகின்றன" என்றான் சகதேவன். குடிலருகே சென்றதும் "நன்று, நான் ஓய்வெடுக்கிறேன்" என்றார் தருமன். குடுமியில் எடைகொண்ட கதவென ஒருகணம் ஒரு சொல்லில் நின்று சுழன்று பின் "இன்றே அவளை அவர் சந்திக்கிறாரா?" என்றார். "ஆம், அங்குள்ள முறைமைகள் முடிந்ததும் சந்திக்கக்கூடும்" என்றான் நகுலன்.

"நன்று!" என்றபின் தருமன் உள்ளே சென்றார். தலைவணங்கி நகுலனும் சகதேவனும் தங்கள் குடில்களுக்குச் சென்றனர். தன் அறைக்குள் நுழைந்ததும் தருமன் பெரும் விடுதலையுணர்வை அடைந்தார். பாயை விரித்து விழிமூடி எண்ணங்களின்றிப் படுத்துவிடவேண்டுமென்று தோன்றியது.

14

அர்ஜுனன் வந்து குடிலுக்குள் தலைவணங்கி நின்றான். பாயில் படுத்திருந்த தருமன் துயில் மயக்கம் எஞ்சிய விழிகளுடன் "ம்?" என்றார். "அரசியை இளையயாதவர் பார்க்கச் செல்கிறார். தாங்களும் உடனிருக்கவேண்டுமென்றார்." தருமன் "நானா? அவர்கள் தனியாக சந்திக்க விழையலாம்" என்றார். "இளையயாதவர் அது ஒரு முறைமைச் சந்திப்பாகவே அமையவேண்டுமென விழைகிறார்." தருமன் சிலகணங்கள் எண்ணிவிட்டு "அப்படி அவர் சொன்னாரா?" என்றார். "ஆம்" என்றான் அர்ஜுனன். "சரி" என அவர் எழுந்துகொண்டார்.

உடல்தூய்மை செய்துகொண்டு அவர் அவனுடன் சென்றார். செல்லும் வழியில் இருவரும் பேசிக்கொள்ளவில்லை. தொலைவில் அரசமரத்தடியில் திரௌபதி தனியாக அமர்ந்திருப்பதைக் கண்டதும் தருமன் மெல்லிய குரலில் "இளையயாதவர் ஏன் நான் உடனிருக்கவேண்டும் என்றார்?" என்றார். "அதை அவரே அறிவார். ஆனால் அவர் அரசியை தனியாகச் சந்திக்க விரும்பவில்லை என தெரிந்தது. இன்றிருக்கும் அவரது உளநிலை அதற்குரியதல்ல என்று நீங்களும் அறிவீர்கள்." தருமன் "ஆம்" என பெருமூச்சுவிட்டு "அவரிடம் அரசி எந்நிலையில் இருக்கிறாள் என்று சொன்னாய் அல்லவா?" என்றார். "ஆம், சொன்னேன்" என்றபின் அர்ஜுனன் "தாங்களே செல்லலாம்" என்று நின்றுகொண்டான்.

அவர் அரசமரத்தடியை அடைந்ததும் திரௌபதி ஒருகணம் நிமிர்ந்து பார்த்தாள். அவள் விழிகளில் வியப்பில்லாததைக் கண்டு அவளுக்கு அவர் வருவது தெரியும் என அவர் உய்த்தறிந்தார். அரசமரத்தடியில் அமர்ந்து பேசுவதற்காக மரத்தாலான பீடங்கள் போடப்பட்டிருந்தன. அவர் அவளுக்கு நிகராக ஆனால் சற்று விலகி அமர்ந்தார். அவள்

அவர் அமர்ந்ததையே உணராதவள் போலிருந்தாள். அவர் அவளை ஓரக்கண்ணால் பார்த்தார். நிமிர்ந்த தோள்கள், சொடுக்கி எழுந்த தலை. கருங்குழல் சரிந்து பின்னால் பீடத்தில் விழுந்து வளைந்திருந்தது. ஆடையணிகளின்றியும் அரசியென்றே தெரிந்தாள்.

அவள் அவர் நோக்குவதை உணர்கிறாள் என எண்ணியதும் அவர் தன் விழிகளை விலக்கிக்கொண்டார். விழிகள் விலகியதுமே அவள் தோற்றம் மேலும் முழுமையுடன் உள்ளே தோன்றியது. நோக்கியபோது அறியாத குறுநிரைகள் அப்போது தங்கள் மென்நிழலுடன் அசைந்தன. அவர் நெஞ்சு படபடக்கத் தொடங்கியது. முற்றிலும் அறியாத பெண்மீதென பெரும் ஈர்ப்பு அவள்மேல் ஏற்பட்டது. அவள் உடலின் மெல்லிய வியர்வை மணத்தை, வெம்மையை உணரமுடிந்தது. முதிரா இளைஞன் என அவர் உள்ளம் கிளர்ந்தபடியே சென்றது. அறியாது அவருடல் அவளை நோக்கி நகர்ந்தது. நகரவில்லை, அப்படி ஓர் அசைவு உடலுக்குள் நிகழ்ந்தமைந்தது. அதை அஞ்சி அவர் மறுபக்கம் விலக, அவ்வசைவு அவர் உடலில் நிகழ்ந்தது.

அச்சிறு அசைவால் அவர் உணர்வுகள் கலைந்தன. ஏக்கமெழுந்து நெஞ்சு எடைகொண்டது. கண்ணீர் குளிர்ந்த விழிகளை இமைகளால் அடக்கினார். அப்போது தெரிந்தது, இழந்தது என்ன என்று. இழக்கப்பட்ட பெண்ணைப்போல இனிதான சுட்டெரிக்கும் பிறிதொன்றுண்டா? விரும்பும் பெண்ணை இழந்தவர்கள் எப்படி உயிர்வாழ்கிறார்கள்? என் அகம் உருகிக்கொண்டிருக்கிறது. மிக அருகே இருந்தும் எங்கோ என்றிருக்கிறாள். அவளறிவாளா? அறிவாள். அவள் நுண்ணுணர்வின் கூர்மை அவர் அறிந்ததே. வியந்து திகைத்து அஞ்சி அடைக்கலமான நஞ்சு அது. அவள் அறிவாள் என்பதில் ஐயமே இல்லை. ஆனால் சிறுபூச்சியை என உதறிவிட்டு அமர்ந்திருக்கிறாள். பெண்களால் அது முடியும்.

தொலைவில் இளையயாதவர் வருவதைக் கண்டதும் அவர் பெருமூச்சுவிட்டார். நன்று, இல்லையேல் இத்தன்னிரக்கம் சினமாகப் பற்றி எழுந்துவிடக்கூடும். புறக்கணிக்கப்படுகையில்தான் நாம் எத்தனை ஆணவம் கொண்டவர்கள் என்று தெரிகிறது. இளையயாதவர் வருவதையே நோக்கிக்கொண்டிருந்தார். அவர் சிறுவனைப்போல மேடுகளைத் தாவிக்கடந்தும் அருகே நின்ற மரங்களின் கிளைகளைப் பற்றி ஆட்டிவிட்டும் அப்பால் எழுந்து பறந்த பறவை ஒன்றை நின்று நோக்கி முகம் மலர்ந்தும் வந்தார். அவர் தலையில்சூடிய மயிற்பீலி காற்றில் நலுங்கியது. அத்தனைக்கும் அப்பால் அவரை ஒரு சிறுவன் என்று நிலைநிறுத்துகிறது அது.

அவர் அரசமரத்தடிக்கு வந்ததும் "இந்திரப்பிரஸ்தத்தின் அரசரையும் அரசியையும் வணங்குகிறேன். முறைமைசார்ந்த சந்திப்பு என்பதனால் என் கையுறையாக இதைக் கொண்டுவந்தேன்" என்று தன் இடையிலிருந்து ஒரு சிறு கருவியை எடுத்து அவர்கள் முன் வைத்தார். "பீதர்களிடமிருந்து இதைப் பெற்றேன். கலங்களில் அமைக்கப்படும் வடக்குநோக்கிக் கருவியை கையில் கொண்டுசெல்லும்படி சிறிதாக அமைத்துள்ளனர்" என்றார். அக்கருவியில் வட்டமான சிறுவெள்ளிப்பேழைக்குள் கல்லிரும்பாலான சிறிய கரியமுள் நின்று நடுங்கிக்கொண்டிருந்தது. அதன் அசைவுகள் அடங்கியதும் முள் வடக்கு நோக்கி நிலைத்தது.

"பீதர்நாட்டில் சில இடங்களில் இத்தகைய ஆற்றல்கொண்ட கல்லிரும்புப் பாறைகள் உள்ளன" என்றார் இளையயாதவர். "அவற்றை அவர்கள் கரிய ஆமை என்று வழிபடுகிறார்கள். மண்ணுக்குள் உள்ள தெய்வங்களின் செல்வத்தைக் காக்கும் வல்லமைகொண்ட தெய்வம் அது." தருமன் புன்னகையுடன் "ஆம், குபேரன்" என்றார். அந்தப் பேழையைக் கையிலெடுத்து மும்முறை சுற்றியபின் கீழே வைத்தார். நிலையழிந்து தடுமாறி மெல்ல மீண்டும் வடக்கையே அது காட்டியது. "நிலைபெயராமை" என்று இளையயாதவர் சிரித்தார். தருமன் "குபேரனை எண்ணிய மனம் வேறெங்கும் நிலைப்பதில்லை. வடவன் இப்புவியின் பல்லாயிரம் கோடி உள்ளங்களை தன்னில் நிலைபெறச் செய்பவன்" என்றார்.

அந்தச் சிறிய கருவி தருமனின் உள்ளத்தின் அனைத்துத் துயரங்களையும் விலக்கிவிட்டது. திரௌபதி முறைப்படி குனிந்து அக்கையுறையை ஒருமுறை தொட்டு அதை ஏற்றுக்கொண்டாள். "அரசி, தங்களை ராஜசூயம் வேட்டு அமர்ந்திருக்கும் கோலத்தில் சந்தித்துச் சென்றேன். இன்று இங்கே மரவுரி அணிந்து அமர்ந்திருக்கிறீர்கள். ஒன்றுமட்டும் சொல்ல விழைகிறேன். அரசர் அரியணையாலோ மணிமுடியாலோ அமைந்தவர்கள் அல்லர். அவர்கள் ஆளும் மக்களின் உள்ளங்களில் உள்ளது அவர்களின் பீடம். அங்கமர்ந்து நீங்கள் இன்றும் ஆள்கிறீர்கள். நாளை அரியணையும் மணிமுடியும் செங்கோலும் தேடிவரும், ஐயம் வேண்டியதில்லை."

நெடுநாட்களாகவே பேசாமலிருந்தமையால் திரௌபதி தன் குரலையே இழந்துவிட்டவள் போலிருந்தாள். அவள் நெஞ்சுக்குள் இருந்த சொற்கள் தொண்டையை முட்டுவதை தருமனால் உணரமுடிந்தது. பெருமூச்சுடன் உடலை அசைத்தபின் அவள் இருமுறை தொண்டையைச் சீரமைத்தாள். பின்னர் "வெற்று முகமன்கள் சொல்லாதவர் என்று உங்களைப்பற்றி எண்ணியிருந்தேன். கூர்மதியர், சொல்வலர், களவீரர், காத்துநிற்பவர், கைவிடாதவர், தளர்ந்தமையாதவர் என்றெல்லாம் எண்ணியிருந்தேன்.

எஞ்சியது இவ்வெண்ணம் ஒன்றே. அதையும் இப்போது இழந்தேன்” என்றாள். இளையயாதவர் அவள் முகத்தையே நோக்கி அமர்ந்திருந்தார். “அணிச்சொற்களை சொல்லிவிட்டீர்கள். கடமை முடிந்தது. நீங்கள் செல்லலாம்” என அவள் எழுந்தாள்.

“அரசி...” என அழைத்தபோது அவர் குரல் உணர்வெழுச்சி கொண்டிருந்தது. “தன்னடக்கம் கருதி நீங்கள் சொன்ன அச்சொற்களை மறுப்பவன் அல்ல நான். ஆம், நான் கூர்மதியன், சொல்வலன், களவீரன்தான். ஐயமே தேவையில்லை, காத்துநிற்பவன், கைவிடாதவன், ஒருபோதும் தளர்ந்தமையாதவன். என் சொற்கள் வெறும் முகமன்கள் அல்ல.” திரௌபதி சீற்றத்துடன் “அவைநடுவே நான் சிறுமைகொண்டு நின்றேன். காத்து நிற்கும் வீரராகிய நீங்கள் எங்கிருந்தீர்கள்?” என்றாள்.

இளையயாதவர் “ஆம், நான் அங்கிருக்கவில்லை. அத்தனை விரைவாக அனைத்தும் முடிவாகுமென நான் எண்ணியிருக்கவில்லை. குடிப்பூசலில் எரிந்துகொண்டிருந்த யாதவர்களின் ஊர்கள்தோறும் சென்றுகொண்டிருந்தேன் அப்போது. என் எல்லைகள் மேல் சால்வனின் படை எழுந்த அன்றே அஸ்தினபுரியில் சூது நிகழ்ந்தது” என்றார். “அரசி, நான் வெல்லற்கரியவனே. ஆனால் ஊழாலும் அல்ல. நான் மானுடன், தெய்வம் அல்ல.”

“அப்படி என்றால் இப்போது எழட்டும் உங்கள் படை. சென்று அவ்வீணரின் நெஞ்சுபிளந்த குருதியைக் கொண்டுவந்து எனக்கு அளியுங்கள். என் குழல்சீவி ஐந்துமுடி போட்டு அமைகிறேன்...” அவள் குரல் எதிர்பாராதபடி உடைந்தது. “வஞ்சம் சுமந்து வாழமுடியவில்லை, யாதவரே. நாளும் எரிந்துகொண்டிருக்கிறேன். இவ்வஞ்சத்துடன் இறப்பேன் என்றால் பேரணங்காகி இக்காடுகளில் குருதிவெறிகொண்டு அலைவேன். என்னைக் காப்பாற்றுங்கள். நீங்களன்றி எனக்கு யாருமில்லை. இத்தனிமையில் ஒவ்வொருநாளும் உங்களையே எண்ணி உங்களுடன் பேசிக்கொண்டேயிருந்தேன்.”

முதல்முறையாக தருமன் திரௌபதியின் அழுகையொலியைக் கேட்டார். அவர் உடலில் குளிர்ந்த வாள் பாய்ந்ததுபோல இருந்தது. இடக்கால் நடுங்கலாயிற்று. அவள் விம்மியும் விசும்பியும் அழுதாள். “மாவீரருக்கு மகளும் தங்கையும் ஆனேன். ஐவருக்கு மனைவியானேன். பெருவீரர்களை மைந்தரெனவும் பெற்றேன். எவரும் எனக்கு உதவவில்லை. சிற்றில்பிறந்த சிறுகுடிப்பெண்ணுக்குக் கூட இழிவு நேர்ந்தால் சினந்து வேல்கொண்டு எழ ஆண்மகன் ஒருவனேனும் இருப்பான். எனக்கு எவருமில்லை. தன்னந்தனிமை... இத்தனை தனிமையை நான் எப்போதும் உணர்ந்ததில்லை. யாதவரே, கைவிடப்பட்டபின் உணரும் தனிமை ஆயிரம்மடங்கு எடைகொண்டது.”

"அரசி, அவர்கள்..." என இளையயாதவர் தொடங்கியதும் அவள் ஒரே கணத்தில் உச்சகட்ட சினம்கொண்டாள். "ஆம், அவர்களின் அறக்கணக்குகள் எனக்குத் தெரியும். அவர்களின் அரசியல்கணக்குகளும் தெரியும். பெண்ணென நான் தேடுவது எக்கணக்கும் இன்றி எனக்கென வந்து நிற்கும் ஓர் ஆண்மகனை. இயலாமையின் உச்சத்தில் ஒருவர் அங்கேயே சங்கறுத்துக்கொண்டு செத்துவிழுந்திருந்தால் அடங்கியிருக்கும் என் அழல்." அவள் உடல் நடுங்கியது. கரிய தோலுக்குள் அனலென செங்குருதி ஓடுவது தெரிந்தது. கழுத்திலிறங்கிய நீலநரம்பு தோள்வளைவில் எழுந்து கைகளில் இறங்கியது.

"அரசி!" என இளையயாதவர் சொன்னதும் அவள் மேலும் சினத்துடன் கைநீட்டி "போதும், சொல்லவருவது அரசியல் கணக்குகளை என்றால் அதை நான் முன்னரே அறிந்துவிட்டிருக்கிறேன் என்று கொள்ளுங்கள். அறம், அரசு, வேறென்ன சொல்லப்போகிறீர்கள் ஆண்கள்? காமம் கொண்டாடவும் மைந்தரைப் பெற்று மகிழவும் குலமகள் வேண்டும் உங்களுக்கு. உங்கள் அரசியலுக்கு முன் அவள் வெறும் பகடை. உங்கள் கணக்குகள் முடிந்தபின் வெறும் பழைய ஆடை" என்றாள். அவள் விழிகள் சிவந்திருந்தன. மூச்சு ஏறியிறங்கியது.

அவளைச் சிலகணங்கள் நோக்கியிருந்தார் இளையயாதவர். அவள் மூச்சு அடங்கி தலைதாழ்த்தி கைவிரலால் விழிநீர்ப்பிசிறைச் சுண்டி உதடுகளை இறுக்கி மூச்செறிந்ததும் மெல்லிய குரலில் "அரசி, அங்கே நீங்கள் உரைத்துவந்த வஞ்சினத்தைக் கேட்டு நடுங்கினேன். குலமாதர் அவ்வண்ணம் குடிவேரையே அகழ்ந்தெடுப்பதாக வஞ்சினம் உரைப்பதில்லை" என்றார். வெறிக்குரலில் அவள் "நான் குலமாதல்ல. நான் அரசி! கோலேந்தி அரியணை அமர்பவள். இப்பெருநிலத்தைக் குடைகவிழ்த்து ஆள்பவள்" என்றாள்.

"ஆம், நீங்கள் அரசி. அதனாலேயே இது அரசியலென்றாகிவிடுகிறது. இது குடிப்பூசல் அல்ல. ஆகவேதான் இதன்பொருட்டு குருதிபெருகவிருக்கிறது" என்றார் இளையயாதவர். "இது உங்கள் தனிமதிப்பைப் பற்றியதென்றால் நாளை களத்தில் கழுத்தறுபட்டு விழவிருக்கும் பல்லாயிரம் தந்தைகள் பல்லாயிரம் தனயர்கள் பல்லாயிரம் உடன்பிறந்தோர் ஏன் அதற்கு வாள்கொண்டு எழவேண்டும்? அவர்களுக்கு இதிலென்ன? எந்த உரிமையில் அவர்களையும் இணைத்துக்கொண்டு அந்த வஞ்சினத்தை அவைமுன் உரைத்தீர்கள்?"

அவள் சினத்துடன் ஏதோ சொல்லவர, கையமர்த்தித் தடுத்து "அங்கு நீங்கள் நின்றது அரசியென. சொன்ன சொற்களெல்லாம் அரசியென்றே" என்றார் இளையயாதவர். "அரசி, இப்பாரதப் பெருநிலத்தில் எத்தனை அரசர்கள் களத்தில் தலையுடைந்தும் நெஞ்சுபிளந்தும் இறந்திருக்கிறார்கள்?

எத்தனை அரசர்கள் தேர்க்காலில் கட்டி இழுக்கப்பட்டிருக்கிறார்கள், அறிவீர்களா? அரசர்கள் கழுவேற்றப்பட்டிருக்கிறார்கள். உயிரோடு தோலுரிக்கப்பட்டிருக்கிறார்கள். எண்ணெய்க்கொப்பரைக்குள் வெந்திருக்கிறார்கள். அவர்களின் தலைகள் வெட்டி கோட்டைமுகப்பில் காட்சிக்கு வைக்கப்பட்டிருக்கின்றன. அவர்களின் பற்கள் அரண்மனைமுகப்பில் மாலையென தொங்கவிடப்பட்டிருக்கின்றன. ஆம், அப்படித்தான் இங்கு அரசியல் நிகழ்ந்திருக்கிறது. அங்கு அறமென்பது வெற்றிக்குரிய வழியென்றே பொருள்படுகிறது.

“நீங்கள் அரசியென முடிசூடிக் கோலேந்தியதுமே இந்த ஆடலுக்குள் வந்துவிட்டீர்கள். படைகொண்டு நாடுகளை வெல்லும்போது நீங்கள் பெண்ணல்ல. திறைகொண்டுவந்த மன்னர் உங்கள் காலடியில் முடிசரிக்கும்போதும் நீங்கள் பெண்ணல்ல. ஆனால் அரசியல் தோற்று அவைமுன் நிற்கும்போதுமட்டும் பெண்ணென்று ஆகிவிடுவீர்களா என்ன? அரசி, அந்தணன் ஒருவன் வேள்விக்கரண்டியைக் கீழே போட்டுவிட்டு செங்கோலேந்தினால் அவன் அரசனே. அவன் மறத்துக்குத் தன்னைக் கொடுத்தவன். களத்தில் தோற்று வீழ்ந்து தன் நெஞ்சுக்கு நேராக வாளை ஓங்கும் எதிரியிடம் அவன் நான் அந்தணன், நீ என்னைக் கொன்றால் அந்தணக்கொலைக்கான பழிசேரும் என்று சொன்னானென்றால் அவன் எத்தகைய வீணன்?

“பொறுப்பேற்றுக் கொள்ளுங்கள். இது உங்கள் ஆடல். நீங்கள் தொடங்கியது இது. பாரதவர்ஷத்தின் சக்ரவர்த்தியென்றாக விழைந்தவர் இவர் அல்ல, நீங்கள். ஐவரும் உங்கள் கனவுக்கான பகடைகள் மட்டுமே. நம்மை நம்மைவிட அறிந்தவர் நம் எதிரிகள். உங்களை வெல்லாமல் தன் வெற்றி முழுமையடையாதென்று கௌரவமுதல்வன் அறிந்திருக்கிறான். அரசியலில் வெற்றி என்பது முற்றழிப்பதே. எதிரியைக் கொன்று அவன் பற்களை மாலையெனச் சூடுபவன் வீணன் அல்ல. அவன் அவ்வெதிரியின் குலத்திற்கு அழியாத அச்சுறுத்தலை அளிக்கவிரும்புகிறான். சிறுமையின் சுமைகொண்டு அக்குலம் சுருங்கிச் சிறுக்கவைக்க முயல்கிறான். உங்கள் நிமிர்வை அழிக்காமல் வெற்றியில்லை என்று மூத்தகௌரவன் எண்ணியிருந்தால் அது மானுடநெறிமீறல். ஆனால் அரசுசூழ்தலில் உகந்த வழியே.”

அவள் குத்திட்ட விழிகளுடன் அவரையே நோக்கிக்கொண்டிருந்தாள். அவள் விழிகளை ஓரக்கண்ணால் நோக்கிய தருமன் அகம் நடுங்கித் தலைகுனிந்தார். அந்தச் சொல்லாடல் அப்போதே முடிந்துவிடவேண்டுமென்று மட்டுமே அப்போது விழைந்தார். “அவைநின்று சொல்லுரைத்துவிட்டீர்கள். உங்கள் கொழுநர் ஐவரையும் அதற்குக் கட்டுப்பட்டவர்களாக ஆக்கிவிட்டீர்கள். அரசி,

உங்கள் சொல்லுக்கு நானும் முழுதும் கட்டுப்பட்டவனே. கௌரவர் ஒவ்வொருவரும் தலையுடைந்து களத்தில் மறைவர். குருதியாடி நீங்கள் கூந்தல் முடிவீர்கள். விழிநீரும் கண்ணீரும் விழுந்த களம்வழியாக நடந்து நீங்கள் முடிசூடுவீர்கள். ஐயமே தேவையில்லை, இது நிகழும்."

அவள் உதடுகள் மெல்லப் பிரிந்த ஒலி கேட்டதுபோல் தோன்றியது. "அரசி, அதில் உங்கள் விழிநீரும் கலந்திருக்கும். உங்கள் வயிற்றுக்குருதியும் அங்கு வீழ்ந்திருக்கும்." திரௌபதி நடுங்குவது தெரிந்தது. உதடுகளை மடித்து இறுக்கி அத்தருணத்தைக் கடக்க அவள் முயன்றாள். "என்ன சொல்கிறீர்கள், யாதவரே?" என்றபோது அவள் குரல் மிக ஆழத்திலிருந்து வந்தது. "அரசி, சிம்மங்களுக்கு குருதிச்சுவை காட்டுவதைவிடக் கொடியது தெய்வங்களுக்குக் காட்டுவது. தங்கள் பீடம்விட்டு எழுந்த தெய்வங்கள் குளிர்ந்தமையாமல் திரும்பா" என்றார் இளையயாதவர். "தெய்வங்களுக்கு அனைவரும் எளிய சிற்றுயிர்கள் மட்டுமே. வென்றவரும் தோற்றவரும் வெறும் குருதிதான்."

அவள் இரு கைகளையும் சேர்த்துப் பற்றிக்கொண்டாள். அவள் கழுத்துத்தசை இழுபட்டு அதிர்ந்தது. ஏதோ சொல்லவருபவள்போல் தோன்றினாள். ஆனால் உடனே எழுந்து ஆடையைப்பற்றி இழுத்துச் செருகியபடி நடந்து அகன்றாள். இளையயாதவர் அவளையே நோக்கி அமர்ந்திருந்தார். தருமன் "கூரிய சொற்கள், யாதவரே" என்றார். "ஆம், ஆனால் பிறிதெவரும் அவர்களிடம் இதைச் சொல்லப் போவதில்லை" என்றார் இளையயாதவர்.

15

திரௌபதியின் உருவம் தொலைவில் மறைவதுவரை தருமனும் இளையயாதவரும் அமைதியாக அதை நோக்கியபடி அமர்ந்திருந்தனர். அவள் குடில்களுக்கு அப்பால் சென்றதும் தருமன் பெருமூச்சுடன் இயல்புநிலை அடைந்து திரும்பி இளையயாதவரை நோக்கினார். அவர் இரு கைகளையும் மரப்பீடத்தில் ஊன்றி தலையைத் தாழ்த்தி சுருங்கிய விழிகளால் நோக்கிக்கொண்டிருந்தார். முதிரா இளைஞர்களுக்குரிய கரியமென்தாடி அவர் முகத்தில் பரவியிருந்தது. கண்களுக்குக் கீழே மெல்லிய கருமை. ஆனாலும் அவரை இளைஞன், சிறுவன் என்றே சொல்லிக்கொண்டிருந்தது சித்தம்.

“துவாரகையில் என்ன நிகழ்கிறது, இளையயாதவரே?” என்றார் தருமன். அவ்வாறு நேரடியாகக் கேட்கலாமோ என ஒரு கணம் தோன்றியது. ஆனால் அவரிடம் மட்டுமே எப்போதும் முறைமைகளை நோக்கியதில்லை என்றும் எண்ணிக்கொண்டார். “எப்போதுமிருக்கும் குடிப்பூசல். இம்முறை அது சற்று பெருகிவிட்டது” என்று இளையயாதவர் சொன்னார். “யானைமேல் அமர்ந்திருக்கும் பாகன் அறிவான், அது எந்நிலையிலும் ஒரு காட்டுவிலங்கே என. அது மதம்கொள்ளும் தருணங்கள் வந்துகொண்டே இருக்கும் என்று.” அவரே பேசட்டுமென தருமன் காத்திருந்தார்.

“யாதவர்களின் பண்பாட்டிலேயே உள்ள இயல்புதான் அது, அரசே” என்றார் இளையயாதவர். “அவர்கள் புதிய புல்நிலம் தேடிப் பிரிந்து சென்றாகவேண்டும். பிரியாவிட்டால் அவர்களின் கால்நடைகள் உணவில்லாது அழியும். இங்குள்ள அத்தனை யாதவகுடிகளும் ஒன்றிலிருந்து ஒன்றென பிரிந்து உருவானவைதான்.

இன்றிருப்பவற்றுக்குள்ளும் பிரிவதற்கான அனைத்துக்கூறுகளும் உள்ளன.”

உண்மையில் பிரிந்து செல்வதற்கான உளநிலை எப்போதும் அவர்களிடமுள்ளது. ஒரு பண்பாட்டியல்பு அல்லது பழக்கம் வேறுபட்டால்போதும், அதையே பிரிந்து செல்வதற்கான நெறியென உடனே எடுத்துக்கொள்வார்கள். ஒரே குலத்தை, ஒரே குடியைச் சேர்ந்த யாதவர்கள் உண்ணும்போது ஒருசாரார் முதலில் மதுவை உண்ணவேண்டும் பிறிதொரு சாரார் முதலில் இனிப்பு உண்ணவேண்டும் என வகுத்து ஐந்தாண்டுகாலம் அதைக் கடைப்பிடித்தால் சில ஆண்டுகளுக்குள் அவர்கள் இரு பிரிவினராக ஆவது உறுதி. அதை நான் பலமுறை கண்டிருக்கிறேன்.

பிரிந்து செல்லும்போது அவர்கள் செல்வங்களை ஈவிரக்கமில்லாது பகுத்துக் கொண்டாகவேண்டும். அதைவிட நினைவுகளைப் பகுத்துக்கொள்ளவேண்டும். அது எளிதல்ல, அதற்கு அவர்கள் கண்டறிந்த வழி என்பது பூசல். மிகச்சிறிய தருணங்களைக்கூட எளிதில் பூசலாக்கிக்கொள்ள முடியும். அதிலும் ஒரு பொதுவிழாவில் பூசல் எளிதில் வெடிக்கும். ஏனென்றால் அங்கு அத்தனைபேரும் தங்கள் இடம்குறித்த பதற்றத்துடன் இருப்பார்கள். தங்களை, தங்கள் உண்மையுருவைவிட மேலாகக்காட்ட முயன்றுகொண்டிருப்பார்கள். ஒருவனை சற்றே புண்படுத்தினால்போதும், அவனுடன் தங்களை அடையாளப்படுத்திக்கொண்டுள்ள அத்தனைபேரும் கிளர்ந்தெழுவார்கள்.

ஒருமுறை ஒருவன் சிவப்புத் தலைப்பாகை வைப்பதைப்பற்றி ஒரு வசையைச் சொன்னான். சிவப்புத் தலைப்பாகை அணிந்த அத்தனைபேரும் அவனுக்கு எதிராகத் திரண்டனர். பிறவண்ணத் தலைப்பாகை அணிந்தோர் அவனை ஆதரித்தனர். இரு கூட்டமாக எதிரெதிர் நின்று வசைபாடினர், பூசல் தொடங்கியது.” என்றார் இளையயாதவர். புன்னகையுடன் “ஒரு குமுகச் செயல்பாட்டை அல்லது பண்பாட்டு நுட்பத்தைப் புரிந்துகொள்ள மிகச்சிறந்த வழி அதை முடிந்தவரை பொருளற்றதாக விளக்கிக்கொள்வதே என்று படுகிறது” என்றார்.

ஷத்ரியர்களின் பூசலை பார்த்திருக்கிறேன், அது கொலையிலேயே முடியுமென அனைவரும் அறிவார்கள். ஆகவே அனைவரும் அதைத் தொடக்கத்திலேயே நிறுத்திவிட உள்ளம்கொண்டிருப்பார்கள். மூத்தவர்கள் உரியதருணத்தில் தலையிடுவார்கள். ஆனால் யாதவர்களின் பூசல்களில் உச்சமே தடியால் அடித்துக்கொள்வதும் கல்வீசுவதும்தான்,

எவரும் இறப்பதில்லை. அதை ஓர் உளஎழுச்சிகொண்ட களியாட்டாக அனைவரும் எதிர்பார்க்கிறார்கள் என்றே தோன்றும். மூத்தவர்கள் வெறுமனே நோக்கி நிற்பார்கள்.

அரசே, யாதவ மூத்தவர்களைப்போல பூசல்களை ஒடுக்கத் தெரியாத குடித்தலைவர்களை நான் கண்டதே இல்லை. ஏனென்றால் அவர்கள் உள்காடுகளில் தனித்து வாழ்பவர்கள். ஆண்டுக்கொருமுறையோ இருமுறையோதான் அவர்கள் திரளைப் பார்க்கிறார்கள். அயலாரிடம் பேசவே அவர்கள் தயங்குவார்கள். கூட்டம் அவர்களை முற்றிலும் செயலற்றதாக்கிவிடும். அவர்கள் பூசல்களில் நத்தையென உட்சுருங்கிவிடுவதைக் கண்டிருக்கிறேன்" என்றார் இளையயாதவர். "இறப்பு இல்லையென்பதனாலேயே யாதவர்களின் பூசல்கள் மேலும் வன்முறை கொண்டவை. ஷத்ரியர்களின் பூசல் இறப்புகளில் எப்படியோ முடிந்துவிடுகின்றது. இறப்பு அப்பூசல்களின் பொருளின்மையை உடனடியாக பேருருக்கொண்டு காட்டிவிடுகிறது. அது உருவாக்கும் துயர் அப்பூசல் உருவாக்கிய கசப்புகளை உருகச் செய்துவிடுகிறது.

யாதவர்களின் பூசல் முற்றிலும் சொல்சார்ந்தது. குருதியும் வலியும் இல்லை என்பதனாலேயே அது நிறைவுகொள்வதில்லை. மேலும்மேலுமென தாவுகிறது. உடல் செல்வதற்கு எல்லையுண்டு, அது பொருள். சொல் செல்வதற்கு எல்லையில்லை, அது வெளி. சிறுமைகளின் உச்சம், இழிவுபடுத்தலின் இயலும் எல்லை. அதன்பின் ஒருபோதும் அவை மறக்கப்படுவதில்லை. நாவினால் சுட்டவடு ஆறுவதில்லை. உண்மையில் ஆற அவர்கள் விடுவதுமில்லை. ஏனென்றால் அச்சொற்களினூடாகவே அவர்கள் தங்களை வேறுபடுத்திக்கொள்கிறார்கள். தங்கள் தன்னடையாளத்தை அவ்விலக்கம் வழியாகவே உருவாக்கிக்கொள்கிறார்கள். அக்கசப்பை இழந்துவிட்டால் அவர்களிடம் எஞ்சுவது ஏதுமில்லை.

தலைமுறைகளுக்கு அவற்றைக் கைமாற்றுகிறார்கள். சொல்லிப்பெருக்கி தொன்மங்களாக்கிக் கொள்கிறார்கள். பிறவெறுப்பும் தன்னிரக்கமும் ஒன்றின் இருபக்கங்கள். இரு உச்சநிலைகளிலாக மாறிமாறிச் செல்லும் ஒருவரிடம் பேச நம்மிடம் ஏதும் இருப்பதில்லை. அரசே, சென்ற சிலமாதங்களாக நான் யாதவர்குடிகள் தோறும் சென்றுகொண்டிருந்தேன். கொந்தளிப்பின்றி நான் கண்ட எவருமில்லை. முதலில் அவர்களின் உணர்வுகளை என்னால் புரிந்துகொள்ளவே முடியவில்லை. பெருங்குலங்களாகச் சேர்ந்து வாழாமையால் அவர்கள் அதற்கான உளநிலைகளைக் கற்றுக்கொள்ளவில்லையா? அல்லது, பெருநிலம் நிறைந்து வாழ்பவர்களால் எப்போதும் ஒதுக்கப்பட்டு காடுபுகுந்து வாழநேர்ந்தமையின் தன்கசப்பா?

பின்னர் எப்போதோ தோன்றியது, அவர்கள் வாழும் அக்காட்டுத்தனிமையில் அவ்வண்ணமல்லவா மானுடர் உடனிருக்கமுடியும் என்று. அவர்களுக்கு உலகம் தேவைப்படுகிறது, அதனுடன் வீச்செழுந்த உளத்தொடர்பு வேண்டியிருக்கிறது. அது அன்போ வெறுப்போ. அன்பு அனைவர்மேலும் இயல்வதல்ல. அதற்கு அணுக்கம் தேவையாகிறது. எளியோருக்குக் குருதியே இயல்பான அணுக்கம். யாதவர்கள் தங்கள் மைந்தர்மேல் கொண்டிருக்கும் பேரன்பு திகைப்பூட்டுவது. ஒவ்வொருநாளும் ஒவ்வொரு கணமும் என அவர்களை எண்ணிக்கொண்டிருக்கிறார்கள். அவர்களின் பேரன்பு அக்குருதிவட்டத்திற்குள்தான். அதற்கு வெளியே விரிந்திருக்கும் மானுடவெளியுடன் அவர்கள் வெறுப்பால்தான் ஆழ்தொடர்புகொள்கிறார்கள்.

“அத்தனை பேரன்புகொண்டவர்கள், விருந்தினர் மேல் குளிர்மழையாகப் பெய்பவர்கள், கள்ளமற்ற எளிய உள்ளமும் நேரடியான பேச்சும் கொண்டவர்கள் எப்படி அந்த அளவுக்கு வெறுப்புகொண்டிருக்கிறார்கள் என்பதற்கான விடை அதுவே. எளிய உள்ளம் கொண்டவர்கள் புரிந்துகொள்ளவும் எளிதானவர்கள் என்பதைப்போலப் பிழை பிறிதில்லை. அவர்களின் வெளிப்பாடுகளே எளிமையானவை. ஏனென்றால் அவற்றைச் சிக்கலாக ஆக்கிக்கொள்ளும் அறிவுத்திறன் அவர்களிடமில்லை. அவர்களின் ஆழுள்ளம் இப்புவியின் இயல்பான எதைப்போலவும் சிக்கலான பெருவலை. அதைத் தொட்டு நீவிப் புரிந்துகொள்வதற்குத் தேவையானது தெய்வங்களின் விழி.”

“தெய்வங்கள் அவ்விழியைத் தங்கள் விலக்கத்தால் மட்டுமே அடைகின்றன” என இளையயாதவர் தொடர்ந்தார். “மானுடர் அழிந்தாலும் வாழ்ந்தாலும் அவற்றுக்கொன்றுமில்லை. தங்கள் உயரங்களில் இருந்தபடி அவர்கள் புழுக்களென நெளியும் மானுடத்தைக் குனிந்து நோக்குகின்றனர். அரசே, மானுடப்பெருக்கை அப்படிப் புரிந்துகொண்டவர்கள் மாமுனிவர்கள். அவர்கள் மானுடத்தின் உள்ளே இல்லை. அதற்கிணையாகவே பேரரசர்களும் புரிந்துகொண்டிருக்கிறார்கள். கொடுங்கோலர்கள், பேரழிவுகளுக்கு அஞ்சாதவர்கள் என அவர்கள் புகழ்கொண்டார்கள். ஏனென்றால் அவர்களுக்கும் மானுடத்திரள் ஒரு பொருட்டே அல்ல.

அவ்விலக்கம் வழியாக மானுடத்தை மிகச்சரியாக அவர்கள் புரிந்துகொண்டனர். மேலாடையென மானுடத்தைச் சுழற்றி அணிந்தனர். படைக்கலம் என வீசி வெற்றிகொண்டனர். நடைபாதை என விரித்துக் கடந்துசென்றனர்” என்றார் இளையயாதவர். அவர் குரல் மெல்ல தழைந்தது. “அது என்னால் இயலவில்லை, நான் தெய்வம் அல்ல. முனிவனும் அல்ல. பேரரசன் என என்னைச் சொல்கிறார்கள், நான்

உண்மையில் அவ்வாறானவனும் அல்ல. நான் மானுடன், யாதவன், தந்தை, கணவன், மைந்தன். என்னால் இவ்வெளிய பெருந்திரளை இளிவரலுடன் கடந்துசெல்ல முடியவில்லை. இவர்களை நோக்கி என் கைகள் பெருவிழைவுடன் விரிந்தபடியே உள்ளன. இவர்களின் துயர்களை எண்ணி கண்ணீர்விடாமலிருக்க என்னால் இயலவில்லை.

“இவர்களின் அனைத்துப் பிழைகளையும் பொறுத்துக்கொள்கிறேன். இவர்களை மன்னிக்கும்பொருட்டே இவர்களைப் புரிந்துகொள்ள விழைகிறேன். இவர்களின் தலைமுறைகள் இங்கு நலம்கொண்டு வாழவேண்டுமென விரும்புகிறேன்” என்றார் இளையயாதவர். அவர் குரல் மேலும் தழைந்து தனக்குத்தானே என ஒலித்தது. “நான் புரிந்துகொள்வது அல்ல, நான் ஆள்வது அல்ல, நான் கடந்துசெல்வது அல்ல, இவர்கள் இங்கு வாழ்வதே முதன்மையானது என்று எண்ணுகிறேன். அவர்களிடமிருந்து விலக நான் முயல்வதே இல்லை. அவர்களால் விலக்கப்படுகிறேன். அரசே, மீண்டும் மீண்டும் அவர்களை நோக்கிச் சென்றுகொண்டேயிருக்கிறேன். ஒவ்வொருமுறையும் தோற்று தன்னந்தனியனாகத் திரும்ப வருகிறேன்.”

“யாதவகுடிகளில் எரியும் நெருப்பு என்னால் அணைக்கப்பட முடிவதாக இல்லை. நான் என் முழு உயிர்மூச்சாலும் ஊதி அணைத்து அப்பால் செல்வதற்குள் அவர்கள் அதைப் பற்றவைத்துக் கொண்டார்கள். ஏனென்றால் அவர்கள் அந்த வெறுப்பைக் களியாட்டெனக் கொண்டாடிக்கொண்டிருந்தனர்” என்றார் இளையயாதவர். தருமன் “அந்தகர்களும் விருஷ்ணிகளும் பிறரை ஆள விழைகிறார்கள் என்று சொல்லப்பட்டது” என்றார். “ஆம், அது ஓர் உண்மை. ஆனால் முழு உண்மை அல்ல” என்று இளையயாதவர் சொன்னார்.

அந்தகர்கள் துவாரகையை ஆளும் அரசியின் குலம். விருஷ்ணிகள் என் குலம். ஆகவே அவர்கள் முதன்மை கொள்கிறார்கள் என்பது முதல்தோற்றம் மட்டுமே. உண்மையில் அவ்வாறு நிகழலாகாதென்பதே என் விழைவும் ஆணையும். அந்தகர்களும் விருஷ்ணிகளும் அவ்வாறே தாங்களும் எண்ணுகிறார்கள். ஏனென்றால் துவாரகை அவர்களுடையது என அவர்கள் உண்மையிலேயே நம்புகிறார்கள். அது பிற யாதவகுடிகளாலும் காக்கப்படவேண்டுமென விழைகிறார்கள். ஆகவே தங்கள் முதன்மையைத் துறக்கவும் பிறருக்குப் பணியவும் சித்தமாகிறார்கள். அங்கே துவாரகையில் காவல்பணிகள் முதல் தலைமைப்பணிகள் வரை முதலிடம் போஜர்களுக்கும் ஹேகயர்களுக்கும் குங்குரர்களுக்குமே. அவர்களின் ஆணைக்குப் பணிந்தே அந்தகரும் விருஷ்ணிகளும் வாழ்கிறார்கள்.

ஆனால் பிறர் அறிவார்கள் அந்த இடம் அந்தகர்களாலும் விருஷ்ணிகளாலும் அளிக்கப்படுவதென்று. அது அளிக்கப்படுவதனாலேயே அளிப்பவனை மேலே கொண்டுசென்றுவிடுகிறது என்று. அவர்கள் அந்தகர்களையும் விருஷ்ணிகளையும் கண்காணித்துக்கொண்டேயிருக்கிறார்கள். ஒரு சிறு ஐயம் எழுந்தால்கூட இது அந்தகர்களின் நகரம், விருஷ்ணிகளின் கோல் என்று சொல்லத்தொடங்கிவிடுவார்கள். அதை அஞ்சி அஞ்சி ஒவ்வொருநாளும் வாழ்ந்தனர் அந்தகர்களும் விருஷ்ணிகளும்.

ஆனால் அது முதல் தலைமுறை. இரண்டாம் தலைமுறை எழுந்து வந்தபோது அவர்களின் அவ்வுணர்வுகள் அவிந்தன. போஜர்களும் ஹேகயர்களும் குங்குரர்களும் தாங்கள் இயல்பாகவே மேலானவர்கள் என எண்ணத்தலைப்பட்டனர். ஏனென்றால் அவர்களின் தந்தையர் மேலானவர்களாக இருந்தனர். அந்தகர்களும் விருஷ்ணிகளும் தங்களுக்கு உரிமைகளும் இடமும் அளிக்கப்படவில்லை என எண்ணலாயினர். ஏனென்றால் அவர்களின் தந்தையர் தணிந்திருந்தனர். வெறும் குல அடையாளம் அந்தகர்களுக்கும் விருஷ்ணிகளுக்கும் போதவில்லை. அவர்கள் ஒவ்வொரு இடத்திலும் சிறுமைகொண்டனர். ஒருகட்டத்தில் அவர்களுக்கும் சில உரிமைகளும் இடமும் அளிக்கப்படவேண்டியதாயிற்று.

அக்கணமே அது பிறரால் அரசியும் அரசரும் அளிக்கும் குடிச்சலுகை என விளக்கப்பட்டது. ஐயத்தையும் வெறுப்பையும் பரப்புவதைப்போல எளிது பிறிதில்லை. அந்தகர்களும் விருஷ்ணிகளும் தங்களுக்கு அளிக்கப்பட்டுள்ள இடம் மிகச்சிறிதென்று உணர்கிறார்கள். ஏனென்றால் அவர்கள் துவாரகையை அமைக்கவும் காக்கவும் அளப்பரிய பங்காற்றியிருக்கிறார்கள். அந்தச்சிறு இடம் அளிக்கப்படுவதையே பிறர் எதிர்க்கிறார்கள் என்பது அவர்களை வஞ்சம் மிக்கவர்களாக ஆக்கியது.

இவையனைத்திற்கும் இறுதி என ஏதோ ஒரு புள்ளி உள்ளது, பொறுமையின் பெருந்தன்மையின் எல்லை அது. அவை மானுட இயல்புகள் அல்ல அல்லவா? அவை இனிய பாவனைகள் அல்லவா? அந்தப் புள்ளி வந்தது. 'ஆம், அந்தகர்களுக்கும் விருஷ்ணிகளுக்கும் உரியதே இந்நகரம். மாற்றார் தங்கள் இடங்களில் அமைக!' என்னும் குரல் எழுந்தது. எழுந்ததுமே அது வலுப்பெற்றது, ஏனென்றால் அது அவர்களின் கனவுகளில் முன்னரே பேருருக்கொண்டு நின்றிருந்தது.

அது எழுந்ததுமே பிறர் அதிர்ச்சி அடைந்தனர். அக்குரல் நேரடியாக எழாதவரைக்கும்தான் அவர்களின் இடம் அனைத்தும். அதைச் சொல்ல அந்தகர்களும் விருஷ்ணிகளும் தயங்கும்வரைக்கும்தான் அவர்கள் பேசமுடியும். அதன்பின் அவர்களுக்கிருப்பது தன்னிரக்கத்தின் பாதை ஒன்றே. 'ஆம், நாங்கள் அயலவர், இந்நகருக்காக ஒருதலைமுறைக்காலம்

உழைத்தோம், இன்று இந்நகர் வல்லமைகொண்டபின் தூக்கி வீசப்பட்டுவிட்டோம். இதுவே நம் ஊழ்' என அவர்களின் உள்ளம் புலம்பத்தொடங்கியது.

அதுவும் ஓர் எல்லைவரைதான். அங்கே நின்று 'அப்படியென்றால் நாம் ஏன் இந்நகருக்கு உண்மையாக இருக்கவேண்டும்? நாம் சிந்தும் வியர்வையும் கண்ணீரும் குருதியும் இவர்கள் உண்டு மகிழ்வதற்காகவா? நாம் இன்றி இவர்கள் இந்நகரை எப்படி ஆள்கிறார்கள் என்று பார்ப்போம். நம் பங்கென்ன என்று நிறுவுவோம். இவர்கள் நம் குடிதேடி வந்து அடிபணியட்டும்' என்று அவ்வெண்ணம் திரும்பியது. அதுவே உளப்பிளவின் உச்சம். தானிருக்கும் கொம்பை வெட்டிவீழ்த்தி தானும் உடன்வீழ்ந்து பிறர் வீழ்ந்ததை எண்ணி மகிழும் இழிவு. அது உருவானதுமே எதிரிகளுக்குத் தெரிந்துவிடுகிறது.

"ஷத்ரியர்கள் துவாரகையை நோக்கி நாவூறிக் காத்திருக்கிறார்கள் என அறிந்திருப்பீர்கள், அரசே" என்றார் இளையயாதவர். "முதலில் இப்படி ஒரு நகர் இருப்பதே அவர்களுக்குத் தெரியலாகாது என்றிருந்தேன். அவர்களிடமிருந்து நெடுந்தொலைவில் அணுகமுடியா பாலைக்கு அப்பாலிருந்தேன். பாரதவர்ஷமே ஜராசந்தனை நோக்கி அமர்ந்திருந்த காலம் அது. நான் மறைந்துபோனேன். வணிகமே முதன்மையானதாயிற்று. மெல்லமெல்ல செல்வம் சேர்ந்தது. அரண்மிக்கதாக நகரை வளர்த்தெடுத்தேன். என்மேல் நோக்குகள் குவிந்தன."

அதன்பின் தயங்கலாகாதென்று முடிவெடுத்தேன். என் செல்வத்தை மும்மடங்கு பெருக்கிக் காட்டினேன். சிறிய விரைவுத்தாக்குதல்களினூடாக என் எதிரிகளை வென்றேன். என் செல்வம், மதிநுட்பம், போர்த்திறன் குறித்த அச்சத்தை பாரதவர்ஷத்தில் நிலைநிறுத்தினேன். அதுவே எனக்குக் காப்பாகியது. அரசே, அது என் எதிரிகளுக்கான அறைகூவல் மட்டும் அல்ல, என் யாதவக்குடிகளுக்கானதும்கூட. ஒருபோதும் யாதவர் முழுதாக என்னை ஏற்றுக்கொள்ளவில்லை. நான் விருஷ்ணி என்றே பார்க்கப்பட்டேன். ஹேகயர் கார்த்தவீரியன் திரும்பிவருவதையே தங்கள் கதைகளில் சொல்லிக்கொண்டிருந்தனர். போஜர்கள் தங்கள் அரசன் மார்த்திகாவதியை ஆள்பவனே என்று எண்ணிக்கொண்டிருந்தனர்.

என்னை எதிர்த்தவர்களை நான் முற்றழித்தேன். சததன்வாவைக் கொன்றேன். கிருதவர்மனை சிறுமைசெய்து துரத்தினேன். அக்ரூரருக்கு அவர் யாரென்பதை அவை நடுவே காட்டினேன். ஒவ்வொருவரையும் தங்கள் சிற்றெல்லைக்குள் நிற்கச்செய்து தலைமேல் ஓங்கினேன். நான் மேலெழுந்தோறும்தான் என் குலத்தார் என்னுடன் நிற்பர் என அறிந்திருந்தேன். யாதவர் போர்வீரர்கள் அல்லர். ஆனால் எப்போருக்கும் எண்ணிக்கை ஒரு விசையே.

பாரதவர்ஷத்தின் நடுவே உங்கள் நகரை நிறுத்தி உங்களை சத்ராஜித் என முடிசூடவைத்தது என் அறைகூவலின் இறுதிச்சொல். அதன்பின் எனக்கான கரவுப்படை எழுந்துவருமென நன்கறிந்திருந்தேன். அதற்காகக் காத்திருந்தேன். ஆனால் அது இருளில் நாகம் நுழைவதுபோல என் நகருக்குள் நுழைந்தது. நான் துவாரகைக்குத் திரும்பியபோதே அனைத்தும் தொடங்கிவிட்டிருந்தன. நகருக்குள் நுழைந்தபோதே நான் வேறுபாட்டை உணர்ந்தேன். காவலில், வீரர்முகங்களில், வாழ்த்தொலிகளில். அரண்மனையை அடைந்தபோது எனக்கு முதலில் சொல்லப்பட்டதே அங்கு நிகழ்ந்த பூசல்தான்.

வழக்கம்போல மிக எளிய தூண்டுதல். துவாரகையின் கன்றுபூட்டுவிழா. அதில் அந்தகர்களின் காளையை போஜன் ஒருவன் பிடித்துவிட்டான். அவன் அதன் கால்களுக்கு நடுவே தன் மேலாடையை விட்டு நிலைதடுமாறச் செய்தான் என்று அந்தகர்கள் குற்றம்சாட்டினர். போஜர்கள் அதை இழிவுபடுத்தலாக எடுத்துக்கொண்டு சினந்தெழுந்தனர். கைப்பூசல் கல்வீச்சாகியது. போஜர்களில் எண்மர் குருதிப்புண் அடைந்தனர். குருதிவழிய அவர்கள் தங்கள் குலமன்றுக்குச் சென்று முறையிட்டனர். அன்றே போஜர்கள் அனைவரும் தங்கள் காவல்பணிகளை அவ்விடங்களிலேயே கைவிட்டுவிட்டு இல்லம் திரும்பினர்.

காவல்மாடங்களில் ஆளொழிந்ததை அறிந்ததும் சத்யபாமா கடும் சினம்கொண்டாள். போஜர்குலத்துக் காவலர்களுக்கு ஐந்து கசையடி அளிக்க ஆணையிட்டாள். அவர்களை இழுத்துச்செல்ல ஹேகயர் மறுத்துவிட்டனர். குங்குரர்களும் அவர்களுடன் சேர்ந்துகொண்டனர். அந்தகர்களை அனுப்பி அவர்களைப் பிடித்து இழுத்துவரும்படி செய்தாள். அவர்கள் செண்டுவெளி முற்றத்தில் கைகள் பிணைக்கப்பட்டு சட்டங்களில் கட்டப்பட்டனர். அவர்களுக்கு சாட்டையடி வழங்கப்பட்டது. ஒரு சொல்லின்றி பற்களை இறுகக்கடித்தபடி அவர்கள் அந்த அடிகளை வாங்கிக்கொண்டனர்.

அவர்கள் தண்டிக்கப்படுவதைப் பார்க்க வழக்கம்போல சத்யபாமை சென்றிருந்தாள். குற்றம்சாட்டப்பட்டவர்கள் தங்கள் பிழையெண்ணி வருந்தி பொறுத்தருளும்படி கோருகையில் அவர்களை மன்னித்து ஏற்றுக்கொள்வது அவள் வழக்கம். போஜர்களின் மன்னிப்புக்குரலுக்காக செவிகூர்ந்தபடி வந்த அவள் அவர்களின் அமைதியைக் கண்டு திகைத்தாள். அவள் அந்நிரையைக் கடந்துசென்றதும் பின்னால் ஒருகுரல் ஒலித்தது 'போஜர்கள் இதை ஒருபோதும் மறக்கமாட்டார்கள்'. அவள் திடுக்கிட்டுத் திரும்பிப்பார்த்தாள். 'போஜர்கள் கைகளிலும் சாட்டை ஒருநாள் வந்துசேரும்' என்று ஒருவன் சிவந்த கண்களுடன் சொன்னான்.

சாட்டையேந்திய காவலன் அவனை அடிக்கப் பாய்ந்தான். அவள் கைவீசி அவனைத் தடுத்துவிட்டு 'உம் தலையரிந்து வீச ஆணையிடப்போகிறேன்' என்றாள். 'போஜர்கள் அந்தகர்கள் முன் தலையிழப்பார்கள், வணங்கமாட்டார்கள்' என்று அவன் கூவினான். அது ஓர் ஊழ்த்தருணம், அரசே. உண்மையில் அவன் அத்தகைய கொள்கைவீரனாக இருந்திருக்கமாட்டான். அந்தச் சாட்டையடியை எதிர்கொள்ளும்பொருட்டு அவன் உருவாக்கிக்கொண்ட உளநாடகமாக அது இருக்கக்கூடும். அதை நடித்ததுமே அதை உணர்ச்சியுடன் நம்பி அதில் ஈடுபடுகிறான்.

அத்தருணத்தில் செய்யவேண்டியது ஒன்றே, அதை ஓர் எளிய கேலிநாடகமாக ஆக்கிவிடலாம். நான் அவனை விடுவித்து அவனுக்கு துணிவுக்கான ஒரு பரிசை அளித்துப் பாராட்டியிருப்பேன். அவன் என் பரிசைப்பெற்றவன் என்பதனாலேயே போஜர்களால் விலக்கப்படுவான். அல்லது அவனை அவர்கள் கொண்டாடினார்கள் என்றால் அது மேலும் கேலிக்குரியதாக ஆகும். செய்யக்கூடாத ஒன்றை அவள் செய்தாள். அவனை ஒரு களப்பலியாக ஆக்கி அவர்களுக்கு அளித்தாள். சினம்கொண்டு உடல்நடுங்க குரல் உடைய 'அவன் தலையை வெட்டி வையுங்கள். அவன் தலையை வெட்டி இங்கே நட்டுவையுங்கள்' என்றாள். அக்கணமே அவன் தலை வெட்டப்பட்டது.

உண்மையில் அவள் சொல்வதென்ன என்று அவளே உணரவில்லை. அந்தத் தலை ஓசையுடன் மண்ணில் விழுந்து உருண்டபோதுதான் அவள் திடுக்கிட்டு தான் செய்ததென்ன என்று உணர்ந்தாள். அங்கே நின்றிருக்கமுடியாதவளாக தன் அரண்மனைக்குள் புகுந்து மஞ்சத்தில் படுத்துவிட்டாள். குளிர்கண்டவளைப்போல நடுங்கிக்கொண்டேயிருந்தாள். எச்செய்தியையும் தன்னிடம் சொல்லவேண்டியதில்லை என்று ஆணையிட்டாள்.

போஜர்களின் உட்பிரிவான குக்குட குலத்தைச் சேர்ந்தவர் என் மூத்தவரின் துணைவியான ரேவதிதேவி என அறிந்திருப்பீர்கள். போஜர்குலப் பெண்களும் குங்குரகுலப் பெண்களும் ஹேகயகுலப் பெண்களும் இணைந்து சென்று அவர்களிடம் முறையிட்டனர். சினந்தெழுந்த அவர்கள் நேராக கடல்மாளிகையில் ஓய்வெடுத்துக்கொண்டிருந்த என் மூத்தவரிடம் சென்று முறையிட்டார்கள். 'இக்கணமே என் குலம் மீண்டாகவேண்டும். அந்தககுலத்து அரசியால் இன்றுவரை நான் அடைந்த சிறுமைகளைத் தாங்கிக்கொண்டேன். இது பொறுக்கமாட்டேன். என் குலம் மீட்கப்படவில்லை என்றால் இங்கேயே நாக்கறுத்துச் செத்துவிழுவேன்' என்றார்கள்.

மூத்தவர் அரசுப்பணிகளில் தலையிடுபவரல்ல. ஆனால் துணைவியை அந்நிலையில் அவர் கண்டதே இல்லை. மருண்டுபோய் 'சரி, நான் சொல்கிறேன்' என்று செண்டுவெளிக்குச் சென்றார். ஓர் ஆணையால் அனைவரையும் விட்டுவிடலாம் என அவர் எண்ணினார். ஆனால் செண்டுவெளியில் ஈட்டிமேல் அமர்ந்திருந்த அவ்வீரனின் தலையைக் கண்டு அதிர்ந்தார். அதைச் சூழ்ந்து போஜர்களும் குங்குரர்களும் அழுகையும் வெறியுமாகக் கூச்சலிட்டுக்கொண்டிருந்தனர்.

குக்குடர்களின் கூட்டம் ஒன்று நெஞ்சிலறைந்து அழுதபடி அவரை நோக்கி ஓடிவந்தது. ஒரு முதியவள் அவரை நோக்கிக் கைசுட்டி 'மூடா! உன் துணைவி உன்னை நம்பி இந்நகர் புகுந்தவள். அவள் தன்மதிப்பைக் காக்க உன்னால் முடியவில்லை என்றால் உன் குண்டலங்களை அறுத்துவீசிவிட்டுக் காடேகு' என்று கூச்சலிட்டாள். அத்தருணம் அவரை நிலையழியச் செய்தது. 'எங்கே இதைச் செய்தவர்கள்? அவர்களைக் கட்டி இழுத்து வருக!' என அவர் ஆணையிட்டார்.

போஜர்கள் அந்தகர்களைப் பிடிக்கச்சென்றபோது அவர்கள் படைக்கலங்களுடன் போருக்கு எழுந்தனர். இரு தரப்பும் வாள்களும் வேல்களுமாக அறைகூவிக்கொண்டன. அம்புகள் சில எழுந்து பாய்ந்தன. குருதி சிந்த விழுந்தவர்களைத் தூக்கிப்பிடித்தபடி தெருக்களில் சென்றனர் இருசாராரும். அவர்களைக் கண்டதும் அக்குடிப்பெண்கள் நெஞ் சிலறைந்து கதறியபடி தெருக்களுக்கு வந்தனர். அவர்களின் கதறல்கேட்டு நடுநிலை கொண்டவர்களும் குருதிக்கொதிப்பு கொண்டனர். நகரமே போர்க்களமென்றாயிற்று.

தேரிலேறி அக்களத்தின் நடுவே சென்று நின்றார் மூத்தவர். 'துவாரகைக் காவலர்களே, யாதவரே, நீங்கள் விழைவதென்ன சொல்லுங்கள்!' என்று கூவினார். 'நீர் விருஷ்ணிகுலத்தவரா குக்குடகுலத்துப் பெண்ணின் கணவரா சொல்லும்!' என்று விருஷ்ணிகள் கூவினர். 'ஆம், அதைச் சொல்லும்...' என்றனர் பிறர். 'நான் யாதவன். இந்நகராளும் அரசன்' என்றார் மூத்தவர். 'ஒப்பமாட்டோம்... எங்கள் குடிபிறக்காத எவரையும் ஏற்கமாட்டோம்' என்று கூவினர் வீரர்கள்.

மீண்டும் 'நீங்கள் விழைவதென்ன?' என்று அவர் கோரினார். இறுதியில் 'அந்தகக்குலத்து அரசி வந்து எங்கள் குலமூத்தாரிடம் பிழைபொறுக்கும்படி கோரவேண்டும்' என்றார் ஒருவர். அச்சொல் கிடைத்ததும் 'ஆம்! ஆம்!' என அவர்கள் கூச்சலிட்டனர். 'அந்தகர்களிடம் விருஷ்ணியாகிய நான் மன்னிப்பு கோருகிறேன். பிறரிடம் அந்தகக்குலத்து அரசி மன்னிப்பு கோருவாள். நான் உறுதியளிக்கிறேன்' என்றார் மூத்தவர். அவர்கள் 'ஆம், அழைத்து வருக அவர்களை!' என்று கூவினர்.

தேரில் சத்யபாமையின் அரண்மனைக்குச் சென்றார் மூத்தவர். தன் ஆணையை அரசியிடம் சொல்லும்படி சேடியரிடம் ஆணையிட்டார். ஆனால் சத்யபாமை அவ்வாணையைப் புறந்தள்ளினாள். ‘எனக்கு ஆணையிட எவருமில்லை இப்புவியில்’ என்றாள். சினந்தெழுந்து தோள்தட்டியும் தரையை உதைத்தும் மூத்தவர் கூச்சலிட்டார். ‘இக்கணமே அரண்மனைக்குள் சென்று அவள் தலையை உடைக்கிறேன்’ என்றார்.

இளைய அரசியர் எழுவரும் அவரை ஆறுதல்படுத்தியபின் சத்யபாமையிடம் சென்று மன்றாடினர். ‘நான் செய்த செயலுக்கு ஒருபோதும் மன்னிப்புக் கோரமாட்டேன். அதன்பின் என் சொல்லுக்கு மதிப்பில்லாமலாகும். அதற்கு மாற்றாக நான் உயிர்விடவே சித்தமாவேன்’ என்றாள் அரசி. மன்றாடிய இளையாள்களைச் சினந்து கையோங்கி வெளியே துரத்தினாள். செய்தியறிந்து அக்ரூரர் ஓடிவந்தார். ‘சினம் வேண்டாம் மூத்தவரே, நான் சொல்கிறேன் அவர்களிடம்’ என்று உரைத்து உள்ளே சென்றார். அவரை நோக்கவே அரசி மறுத்துவிட்டாள்.

வெளியே வந்து அக்ரூரர் மூத்தவரின் கைகளைப் பற்றிக்கொண்டார். ‘மூத்தவரே, பொறுங்கள். நான் போஜர்களிடம் பேசுகிறேன்...’ என அவர் மூத்தவரை அழைத்துக்கொண்டு செண்டுவெளிக்குச் சென்றார். ‘நான் மூத்தயாதவன், உங்கள் தந்தையருக்கும் தந்தையென இருப்பவன். உங்களிடம் பணிந்து மன்றாடுகிறேன். பூசல் தவிருங்கள். அரசிக்கு உடல்நலமில்லை. அவர்பொருட்டு நான் நிகழ்ந்தவற்றுக்கு போஜர்களிடம் மன்னிப்பு கோருகிறேன்’ என்றார்.

போஜர்குலத்தலைவர் சாம்யகர் ‘முடியாது, அரசி வரட்டும். உடல்நலமில்லையென்றாலும் அவரே வரவேண்டும்’ என்றார். ‘சாம்யகரே, உம்மைத் தோளில் தூக்கி வளர்த்தவன் நான். பொறுத்தருளும்படி மண்ணில் நெற்றிதொட்டு மும்முறை வணங்கிக் கோருகிறேன்’ என்றார் அக்ரூரர். ‘இல்லை, ஒப்பமாட்டோம்... நீர் யார்? நீர் விருஷ்ணிகுலத்துவந்த பிருஷ்ணி குடியினர். உமக்கும் அந்தகர்களுக்கும் என்ன உறவு? உமக்கும் போஜர்களுக்கும் என்ன தொடர்பு?’ என்று ஒருவன் கூவினான்.

அவர் ‘யாதவர்களே எந்தை மணந்தது அந்தகக்குலத்தில். நாங்கள் பன்னிருவர். எழுவர் பெண்கொண்டது போஜர்குலத்தில். மூவர் ஹேகயப்பெண்களை மணந்தனர். இங்கு குலம்விட்டு மணம்கொள்ளா யாதவர் எவருள்ளனர்? எப்படி வந்தது இந்தப் பூசல்? உளம் தெளிக, ஆயிரமாண்டுகளுக்குப்பின் நமக்கு என ஓர் அரசும் கொடியும் அமைந்துள்ளது. கன்றோட்டிகள் என இழிவுகொண்டிருந்த நம் குலம் இன்று முடிகொண்டு பாரதத்தை ஆள எழுந்துள்ளது. பூசலிட்டு நாம் நம்மை அழிக்கலாகுமா? இது எவர் அளித்த வஞ்சகம் என எண்ணிப்பாருங்கள்’ என்றார்.

அவர்கள் அவர் சொல்லைக் கேட்கவில்லை. ‘அந்தகர் நிகர் சொல்லட்டும். போஜர்குருதிக்கு அந்தகரில் ஒரு தலை உருளட்டும்’ என்று கூவிக்கொண்டிருந்தனர். ‘தலைதானே? இதோ என் தலை. கொள்க!’ என்று கூவியபடி அவர் செண்டுவெளி மன்றில் தன் மேலாடையை அகற்றிவிட்டு அமர்ந்தார். ‘நான் இனி உணவுண்ணப்போவதில்லை. நீர் அருந்தவும் மாட்டேன். இங்கு பூசல் நிகழ்ந்தால் இவ்வண்ணம் இருந்து இறப்பேன், ஆணை’ என்று கூவினார். ‘என்ன இது? அக்ரூரரே...’ என்று மூத்தவர் கூவினார். அவரும் அருகே அமர்ந்தார்.

அக்ரூரரை நோக்கி இருதரப்புமே வெறுப்புடன் கூச்சலிட்டன. ‘நம்மை மீண்டும் இவ்விழிகுலத்தாருக்கு ஏவல்செய்ய வைக்கமுயல்கிறார் அக்ரூரர்’ என்று அந்தகர் சொன்னார்கள். ‘இவர் பிருஷ்ணி குலத்தவர். இவருக்கும் நமக்கும் எவ்வுறவு?’ என்றார்கள். ‘விருஷ்ணிகுலக் கிழவனின் வஞ்சகம் இது. நம்மை அடிமைகளாகக்கொண்டு அவர்களின் நகரை அமைப்பதற்கான சூழ்ச்சி’ என்று கூவினர் போஜர்.

.உச்சி வெயில் ஏறிக்கொண்டிருந்தது. அக்ரூரர் விழிமூடி அமர்ந்திருந்தார். அவர்கள் மேலும் மேலும் கூவி அவரை வசைபாடினர். அவர்முன் தங்கள் தலைப்பாகைகளை அவிழ்த்து வீசினர். உண்மையில் அவர்களின் செயலெழுச்சி அடங்கத்தொடங்கியது. கூச்சலால் அதை ஈடுகட்டிக்கொண்டிருந்தார்கள். கூச்சலும் தணியத்தொடங்கியது. பலர் வசைபாடியும் எள்ளிநகையாடியும் விலகிச்சென்றனர். போஜர்கள் அகன்றபின் அந்தகர்களும் விருஷ்ணிகளும் சென்றனர். அங்கு சிலரே எஞ்சியிருந்தனர்..

“.அந்திசாயும்போது போஜர்குலத்து மூத்தவரை அமைச்சர்கள் அழைத்துவந்தனர். அவர்கள் மன்றாடி நீர் அளிக்க, அதை உண்டு அக்ரூரர் எழுந்தார். அன்றைய பூசல் அப்போது தவிர்க்கப்பட்டது. ஆனால் களையப்படாது தவிர்க்கப்படும் பூசல் என்பது மண்ணில் மறைக்கப்படும் விதைபோல” என்றார் இளையயாதவர். “நான் துவாரகைக்குத் திரும்பியபோது எனக்காகக் காத்திருந்தது கள்கலம் போல பூசல் நிறைந்து புளித்து நுரைவழிந்த நகரம்.”

16

“ஒரு நகரத்தின் உள்ளம் இருள்வதை எப்படிக் கண்களால் பார்க்கமுடியும் என்று வியந்தபடியே துவாரகையின் வழியாகச் சென்றேன்” என்றார் இளையயாதவர். “ஒவ்வொன்றும் இருண்டிருந்தன. வெண்மை கண்கூசவைக்கும் சுதைச்சுவர்களும் பளிங்குப்பரப்புகளும்கூட. அரண்மனைக்குள் நுழைந்ததும் அக்ரூரர் என்னருகே வந்து முகமனுரைத்தார். ‘என்ன நிகழ்ந்தது?’ என்றேன். ‘தாங்கள் ஓய்வெடுத்து வருக! மந்தண அறைக்கு வந்து நானே சொல்கிறேன்’ என்றார். ‘நன்று’ என்று மட்டும் சொன்னேன். மந்தண அறைக்குச் செல்வதற்கு முன்னரே அனைத்தையும் ஒற்றர்களின் ஓலைகள் வழியாக அறிந்துகொண்டேன்.”

அக்ரூரர் அனைத்தையும் மிகவும் எளிதாக்கிச் சொன்னார். ஆனால் அந்த வடிவிலேயே நிகழ்ந்தவற்றின் அனல் இருந்தது. சத்யபாமை அவள் சினத்தாலும் மூத்தவர் அவர் பொறுமையின்மையாலும் அனைத்தையும் அவற்றின் உச்சம் நோக்கிக் கொண்டுசென்றுவிட்டிருந்தனர். அந்த நாளுக்குப்பின் நகரில் வெளிப்பூசல்கள் முழுமையாக மறைந்து மேலோட்டமான அமைதி திரும்பியது. நோய்க்கூறு உள்ளே வளரத்தொடங்கியது. ஒவ்வொருவரும் வஞ்சம் கொண்டனர். வஞ்சத்தைச் சொல்லிச் சொல்லி வளர்த்தனர். அந்த அமைதியையே தங்களுக்கு எதிரான பெருவஞ்சம் ஒன்று வளர்வதற்கான சான்றாக எண்ணிக்கொண்டனர்.

ஆனால் சத்யபாமையும் மூத்தவரும் அமைதி திரும்பிவிட்டதாகவே எண்ணினர். ஆகவே அவர்கள் தங்கள் தனிப்பட்ட சினங்களை வளர்த்தெடுக்கலாயினர். தன் ஆணையை சத்யபாமை புறக்கணித்தமையால் மூத்தவர் கொதித்துக்கொண்டிருந்தார். ரேவதிதேவி

அதை அவரிடம் சொல்லிச் சொல்லி வளர்த்தெடுத்தார். மறுபக்கம் தன் அரண்மனைக்குள் புகுந்து தன்னை மிரட்டினார் என்று சத்யபாமை சினம்கொண்டாள். இருசாராரும் எங்கும் சந்தித்துக்கொள்ளவில்லை. ஆகவே அவர்கள் சொல்லவேண்டிய அனைத்தையும் தங்கள் உள்ளங்களுக்குள்ளேயே சொல்லிப் பெருக்கிக்கொண்டனர். சொல்லப்படாத எதிர்மொழிகளை தாங்களே உருவாக்கிக்கொண்டு அதனெதிர்நின்று மேலும் வஞ்சம் கொண்டனர்.

ஒவ்வொருவருக்கும் ஓர் உளச்சிக்கல். தான் செய்தது பிழை என சத்யபாமையின் உள்ளம் அறிந்திருந்தது. அதை வெல்ல தான் சிறுமைசெய்யப்பட்டவள் என்னும் பாவனை தேவைப்பட்டது. ஆகவே மூத்தவரின் சொற்களை அவள் மிகைப்படுத்திக்கொண்டாள். அவ்வலியில் திளைத்தாள். அரசே, நாம் எத்தனை ஆவலாக நமக்கு இழைக்கப்பட்ட சிறுமதிப்புகளை வளர்த்தெடுத்துக்கொள்கிறோம் என்று எண்ணியிருக்கிறீர்களா? ஆவலுடன் அதை நினைவில் பதித்துக்கொள்கிறோம். ஒவ்வொரு சிறு விவரிப்புகளுடனும் பேணி வைத்துக்கொள்கிறோம். அதை மீண்டும் மீண்டும் நடித்து நூறுமுறை ஆயிரம் முறை சிறுமைகொள்கிறோம். அடிவிழுந்து ஆணவம் துடிதுடித்து கன்றுந்தோறும் துலாவின் மறுதட்டில் பிறிதொரு ஆணவம் பெருகிப்பெருகி வானளாவுகிறது.

நான் அரசியின் மாளிகைக்குச் சென்றபோது துயர்தாளாமல் சத்யபாமை நோயுற்று படுக்கையில் கிடந்தாள். மெலிந்த உடல், புகைபடிந்த கண்கள், வெளிறி உலர்ந்த உதடுகள். மெல்லிய குரலில் என்னிடம் 'நான் இனி உயிர்வாழவேண்டியதில்லை, அரசே. அரசியென இங்கிருந்தேன். அடிமைப்பெண் என்றானேன். இனி நான் அரியணை அமரமுடியாது. ஆணைகளை எவர் விழிநோக்கியும் சொல்லமுடியாது' என்றாள். 'இல்லை, நீ ஒவ்வொன்றையும் பெருக்கிக்கொள்கிறாய்' என்றேன். 'நானா பெருக்குகிறேன்? நான் செய்தவை எந்த அரசியும் செய்பவை. செய்தாகவேண்டுபவை. அதன்பொருட்டு இன்று நான் சிறுமைசெய்யப்பட்டுள்ளேன்' என்று கூவினாள்.

ஒவ்வொன்றுக்கும் அவளிடம் விளக்கமிருந்தது, அவை நூறாயிரம்முறை எண்ணி சொல்லடுக்கிச் செய்யப்பட்டவை. 'நாம் பேரிடர் நோக்கிச் சென்றுகொண்டிருக்கிறோம், அரசி. யாதவ ஒற்றுமை குலையும் செய்தி பரவுவதே நமக்குத் தீங்கைக் கொண்டுவரும். பிழைமுதல்நாடி சீரமைக்கவேண்டிய நிலையில் இருக்கிறோம்' என்றேன். சீற்றத்துடன் எழுந்து அமர்ந்து தன் குழலள்ளிச் சுற்றி முடிந்து 'அனைத்தும் தொடங்கியது அவளிடமிருந்து. அவள் யார்? குக்குடர் குலத்தின் சிறுமகள். தன்னைத் தொல்புகழ் ஷத்ரியப் பேரரசி என்று எண்ணிக்கொள்கிறாள்...' என்றாள்.

‘குக்குடர்களைப் பற்றி அறியாதவர்கள் யார்?’ என்று அவள் கூவினாள். ‘குங்குரர் குலத்திலிருந்து பிரிந்து சென்ற சின்னஞ் சிறுகுலம் அது. இவர்களின் கதையை நான் சிற்றிளமையிலேயே கேட்டு வளர்ந்திருக்கிறேன். விருஷ்ணிகுலத்து சித்ரரதரின் மைந்தர் விடூரதரின் ஆட்சி இங்கே நிகழ்ந்துகொண்டிருந்தபோது அவர் இளையோன் குங்குரர் தன் தமையனின் மைந்தரைக் கொன்று அவர் மகள்கள் நால்வரை நிலம்கடத்தி மதுராவைக் கைப்பற்றினார். அறம்பிழைத்த குங்குரரை அன்றே பழிச்சொல்லிட்டு நகர்நீங்கினர் விருஷ்ணிகள்.

‘பழிகொண்ட குலம் அது. ஆயிரம்வேள்விகள் செய்தாலும் கறைநீங்காத பெயர்கள் அவை’ என்று அவள் கூச்சலிட்டாள். ‘குங்குரரின் கொடிவழி வந்த வஹ்னி, புலோமன், கபோதரோமன், தும்புரு, துந்துபி, தரித்ரன், வசு, நாகுகன், ஆகுகன் ஆகியோரும் என்றும் யாதவர்களால் பழிசுமந்த இழிந்தோர் என்றே பார்க்கப்பட்டனர் என்று அறியாதவர் எவருமில்லை. ஆகுகரின் மைந்தர் உக்ரசேனரும் தேவகரும். உக்ரசேனர் மதுராபுரியின் மணிமுடி சூடினார். தேவகர் உத்தரமதுராபுரிக்கு அரசரானார். விதர்பநாட்டு வேடர்குல மன்னர் சத்யகேதுவின் மகள் பத்மாவதியை மணந்து உக்ரசேனர் ஈன்ற மைந்தனே கம்சர். பிள்ளைப்பழி கொண்ட வீணர் அவர்.

‘கம்சரைக் கொன்று பழிதீர்த்தது விருஷ்ணிகுலம். விடூரதரின் கொடிவழி வந்த சூரசேனரின் குருதியே விருஷ்ணிகுலமாக எழுந்துவந்து இந்நகரை ஆள்கிறது. பழிகொண்ட சிறுகுலத்தில் மேலும் பழிகொண்டு கிளைத்த குக்குடரின் குருதியில் வந்தவளுக்கு இத்தனை ஆணவம் எப்படி வந்தது? நான் கேட்க விழைவது அதுவே. குங்குரகுடியின் அரசர் வஹ்னியின் ஆட்சிக்காலத்தில் அடித்துத் துரத்தப்பட்டு ரைவதமலைக்குச் சென்று ஒளிந்துகொண்டனர் குக்குடர். அங்கிருந்து கடலுள் அமைந்த குசபீடம் என்னும் புல்லடர்ந்த சிறுதீவுக்குச் சென்றனர். அங்கே ஏழு பசுக்களுடன் ஏழு நாட்களுக்குரிய உணவுடன் அவர்கள் சென்றனர் என்று கதைகள் சொல்கின்றன.

‘அங்கு அவர்களுக்கு எதிரிகுடிகள் இருக்கவில்லை. கன்றுகள் பெருக புல்லும் இருந்தது. அங்கே உபரைவதம் என்னும் சிறுநகரை உருவாக்கி அரசரென முடிசூடிக் கொண்டார் குக்குடகுலத்து சாம்பர். அவரை ரைவதர் என அழைத்தனர் அவர்குடியினர். சூரியகுலத்தவர் என்றும் வைவஸ்வத மனுவின் குருதியில் இக்ஷ்வாகு கொடிவழியில் பிறந்தவர் என்றும் புராணக்கதை சமைத்தனர். அக்குலத்தில் பிறந்த சிற்றரசன் கக்குடமி பெற்ற மகள் இவள். அங்கே கன்றோட்டி வாழ்ந்த யாதவச்சிறுமி. ரேவதி என்று பெயர் கொண்டமையால் பெரும்புகழ்கொண்ட ரைவதரின் மகள் அவள் என்று இங்கே சூதர் சொல் பரப்பிக்கொண்டிருக்கிறார்கள்...’

‘நீ சொல்வது உண்மைச் செய்திகளை. ஆனால் அவை அடுக்கப்பட்ட முறை பிழையானது. அவ்வாறு எக்குடியையும் இழிவுசெய்யலாம். பழிக்கறை இல்லாத குடி என ஏதுமில்லை’ என்றேன். ‘நான் அறிவேன், ஏன் அவளை மூத்தவர் மணக்க ஏற்பாடு செய்தீர்கள் என்று. சிந்துநாட்டுக்கும் துவாரகைக்கும் நடுவே உள்ளது குசபீடம். அந்நகர் நம்முடன் இருந்தாகவேண்டும். பழிகொண்ட வீண்குடியின் ஆணவத்தை அதன்பொருட்டு ஏற்றுக்கொண்டது நீங்கள் செய்த பிழை. இங்கு வந்தபோது அவள் காட்டிய தோரணைதான் என்ன? அவள் நகரம் ராஜகிருகத்தைவிடவும் பெரிது என்று சொன்னாள் என்று ஒருமுறை அறிந்தேன். என்னால் சிரிப்பை அடக்கமுடியவில்லை. சிறுமையே இயல்பெனக்கொண்டவள் என பின்னர் அவளைப் புறக்கணிக்கலானேன்’ என்றாள்.

சத்யபாமை ‘இங்கு வந்தநாள் முதல் அவள் நெஞ்சு வஞ்சத்தால் எரிந்துகொண்டிருக்கிறது என நான் அறிவேன். மதுராவை ஆள்வது வசுதேவர். மதுவனத்தை சூரசேனர். துவாரகைக்கு அரசர் இளையவர் என்றால் இவர் யார்? இவரை துவாரகையின் அரசர் என்று எங்களிடம் சொன்னதனால்தான் நான் இங்கு மங்கலநாண் சூடி வந்தேன். இவர் இங்கு படைத்தலைவர்கூட இல்லை. இளையோனின் மெய்க்காவலர். அப்பொறுப்புங்கூட இல்லாமல் காடுகளில் வேட்டையாடி அலைகிறார். அவர் சிறுமையை ஏழுமடங்கு எடையுடன் நான் சூடிக்கொண்டிருக்கிறேன் என்று அவள் சொன்னதாக அறிந்தேன்’ என்றாள்.

அவள் உணர்வென்ன என நான் அறிவேன். அவள் கன்றோட்டி வாழ்ந்த யாதவப்பெண் என்பதை பிறர் மறந்தாலும் அவள் மறப்பதில்லை. அரசி என்று தன்னை ஆடிமுன் நின்று சொல்லிச் சொல்லி உருவேற்றிக்கொள்பவள் அவள். ஆணைகள் அனைத்தையும் மும்முறை அழுத்திச் சொல்வாள். அவை அக்கணமே தலைசூடப்படுகின்றனவா என்று நோக்குவாள். சற்றே மீறப்பட்டாலும் சினம்கொண்டு நிலைமறப்பாள். அவள் உள்ளம் எப்போதும் அவளுக்கான மதிப்பையே எண்ணிக் கணக்கிட்டுக்கொண்டிருக்கிறது. தாழ்வுணர்ச்சி கொண்ட பெண்கள் சிறுமையின் படிகளில் இறங்கத்தொடங்குகையில் அதுவே அவர்களின் இடமென்பதுபோல அத்தனை இயல்பாக, அத்தனை உவகையுடன் பாய்ந்து இறங்கிச்செல்கிறார்கள்.

சற்றே சினத்துடன் ‘உன் சிறுமையை அவர்கள் மேல் சுமத்த வேண்டியதில்லை’ என்றேன். அவள் அதைத்தான் எதிர்பார்த்திருந்தாள். என் சொற்களைக்கொண்டு தன்னை மேலும் சினம்கொள்ளச் செய்தாள். ‘என் சிறுமையா? என் சிறுமை என்றா சொல்கிறீர்கள்?

நான் சொல்கிறேன் சிறுமை எவருடையது என்று. ஒருமுறை அவளே என்னிடம் சொன்னாள். மூத்தவர் நாடாளவேண்டுமென்பது அரசமுறை. மூத்தவர் இருக்க இளையவர் அரசாள்வதை துவாரகையின் மூத்தோர் எப்படி ஒப்பினர் என்று. நான் சொன்னேன், இவ்வரசை அமைத்தவர் இளையவர். அமைத்தவருக்குரியது அரசு. மூத்தவருக்குரிய அரசு மதுராபுரி. வசுதேவர் மறைவது வரை உன் கொழுநர் அங்கு சென்று இளவரசாக அமையட்டும், அதுவே நெறி என்று. வாயை மூடிக்கொண்டு சென்றாள்' என்றாள்.

மேலே சொல்லின்றி அவளை வியப்புடன் நோக்கிக்கொண்டிருந்தேன். அவள் சொல்லும் ஒவ்வொரு சொல்லும் நெடுங்காலம் புடம் போடப்பட்டது என அறிந்திருந்தேன். 'ஒவ்வொரு அரசமுறைச் சடங்கிலும் அவளை மூத்தவரின் அரசி என்பதனால் முதன்மைப்படுத்தி அரியணை அமரச்செய்கிறோம். இங்குள்ள ஒவ்வொரு குடித்தலைவரும் அவளுக்கே முதலரசிக்கான முறைமைகளைச் செய்கிறார்கள். ஆயினும் அவள் நிறைவுகொள்ளவில்லை. இந்நகரை அரசியென அமர்ந்து ஆள விழைகிறாள். அவளுக்குச் சேடியென நான் நின்றிருக்க வேண்டுமென எண்ணம் கொண்டிருக்கிறாள்' என்றாள்.

உரியதருணத்தில் வந்தமைகிறது பெண்களின் தன்னிரக்கம். கண்ணீருடன் 'நான் எதையும் இதுவரை சொன்னதில்லை. எத்தனைமுறை நான் இட்ட ஆணைகள் இங்கு அவளால் நிறுத்தப்பட்டிருக்கின்றன என்று அறியமாட்டீர்கள். நான் குங்குரர்களிடம் எளிய ஆணையொன்றை இட்டால்கூட இவள் யார் என்குடிக்கு ஆணையிட? என்குடி இங்கே என் கோல்கீழ் வாழ்வது என்று அவள் சினம்கொள்கிறாள். என் ஆணைகளைப் பொருட்படுத்த வேண்டியதில்லை என்று குங்குரர்களுக்கு அவள் சொல்லிக்கொண்டேயிருக்கிறாள். அவர்கள் அவளுக்குக் கட்டுப்பட்டவர்கள் என தங்களை எண்ணத் தொடங்கிவிட்டனர்' என்றாள்.

'அனைத்தும் தொடங்கியது அங்கிருந்தே. அவளுடைய வஞ்சத்திலும் பெருவிழைவிலும் இருந்தே. ஆம், அதை நான் உறுதியாகவே அறிவேன். நான் அந்தகர்களின் அரசி, நீங்கள் விருஷ்ணிகளின் தலைவர் என அவள் போஜர்களுக்கும் ஹேகயர்களுக்கும் சொல்லிக்கொண்டே இருந்திருக்கிறாள். அவர்கள் இந்நகர்மேல் காழ்ப்புகொண்டதும் காவல்பணிகளை உதறிச்சென்றதும் அதனால்தான்.' கண்ணீரைத் துடைத்துவிட்டு மீண்டும் சீற்றம்கொண்டு கேட்டாள், 'நான் செய்தபிழை என்ன? இந்நகரின் அரசி நான். காவல்பணிகளை உதறிச்செல்ல எந்த வீரனுக்கும் எதன்பொருட்டும் உரிமை இல்லை. அது பெற்றதாயை பாலையில் விட்டுவிட்டுச் செல்வதுபோல. நாளை இவ்வாறு

ஒவ்வொன்றுக்காகவும் படைப்பொறுப்பை வீரர் கைவிடுவாரென்றால் இந்நகர் என்னாகும்? போர்க்களத்தில் பின்வாங்கினார்கள் என்றால் நம் குடி என்ன ஆகும்? சொல்க!

‘நான் அரசமுறைப்படி எது தண்டனையோ அதையே வழங்கினேன். தண்டனைக்களத்தில் என் குடியை இழிவு செய்தவனுக்கு எது அரசவழக்கமோ அதைத் தண்டனையாக அளித்தேன். அந்தத் தருணத்தைத்தான் அவள் பயன்படுத்திக்கொண்டாள். அவள் தன் அறிவிலாக் கணவனை எனக்கெதிராகக் கிளப்பிவிட்டாள். அவர் சினந்து வந்து என்னைக் கொல்வேன் என அறைகூவினார். நான் இட்ட ஆணைகளை அவரே நிறுத்தம் செய்தார். என்னை இழுத்துச்சென்று குக்குடர்களின் முன் நிறுத்துவேன் என அவர்களிடம் வஞ்சினம் உரைத்துவந்திருந்தார். அரசே, அவர் உள்ளமும் இன்று திரிந்துவிட்டது. இந்நகரின் உரிமை தன்னைச் சார்ந்தது என அவரும் எண்ணத் தலைப்பட்டுவிட்டார். அவள் அதை அவர் சித்தத்திற்குள் நுழைத்துவிட்டாள். நீங்கள் இல்லாதபோது இவ்வரசின் பொறுப்பு என்னுடையது. என் வாயிலில் வந்து நின்று என்னை இழுத்துச் செல்ல ஆணையிடுகிறார் என்றால் அவர் அறைகூவுவது எவருடைய ஆட்சியை?’

என்னால் ஒரு சொல்லும் எடுக்க முடியவில்லை. அவள் அரங்குநிறைந்து ஆடிக்கொண்டிருந்தாள். நான் ‘நீ உடல்நிலையைப் பேணிக்கொள். நான் பார்த்துக்கொள்கிறேன்’ என்று சொல்லி எழுந்துகொண்டேன். என் அரண்மனைக்கு மீண்டபோது அங்கே குசபீடத்தின் அரசியின் அழைப்புடன் சேடிப்பெண் காத்திருந்தாள். அவர்களைக் கொடிமண்டபத்தில் சந்தித்தேன். என்னைக் கண்டதும் கண்ணீருடன் எழுந்து கைகளை நீட்டியபடி ‘இவ்வரசில் நான் யார்? அதை நான் அறிந்தாகவேண்டும். இன்றே அதை உங்கள் வாயால் சொல்லுங்கள். நான் சேடிப்பெண் என்றால் இன்றே நான் என் தந்தையிடம் மீள்கிறேன், அதற்கு நான் பழகியவள் அல்ல’ என்றார்.

‘என்ன நிகழ்ந்தது? சொல்லுங்கள், அரசி’ என்றேன். ‘நான் உங்கள் மூத்தவரின் அரசி. குடிமுறைப்படி அவரே துவாரகையின் அரசர். ஆகவே இந்நகர் எனக்குக் கட்டுப்பட்டது. அவள் இந்நகரை ஆள விழைகிறாள் என்றால் ஆகட்டும் என அதை ஏற்றது என் பெருந்தன்மை. அவளுடைய துடுக்கையும் ஆணவத்தையும் ஆயிரம்முறை தாங்கியிருப்பேன். ஒவ்வொரு முறை சிறுமை செய்யப்படும்போதும் என் கொழுநரின் நாட்டுக்கென அதைப் பொறுத்துக்கொண்டேன்’ என்றதுமே விழிநீர் உகுக்கத்தொடங்கினார். அதை வெறுமனே நோக்கி அமர்ந்திருந்தேன். ‘ஆனால் என் கண்முன் எளிய குடியினர் அழிக்கப்படுவதை காண என்னால் இயலவில்லை. என்குடியினர் வந்து என்முன் எங்களுக்கு

எவருமில்லை என்று இரந்து நிற்கையில் விழிதிருப்பும் அளவுக்கு நான் கோழையோ தன்னலம் கொண்டவளோ அல்ல...'

'தாங்கள் செய்ததில் பிழையேதுமில்லை' என்றேன். 'அதை அவையில் சொல்லுங்கள். அவள் அறியட்டும் நீங்கள் எண்ணுவதென்ன என்று...' என்று அவர் சீறினார். 'நான் உங்கள் தலைமையனிடம் சொன்னது ஒன்றே, இது அவர் அரசு அல்ல என்றால் அவர் இங்கிருக்கவேண்டியதில்லை. அவர் அந்தகர்களால் சிறுமைப்படுத்தப்பட்டு அதைத் தாங்கிக்கொண்டு இங்கே தொடரவேண்டிய தேவையே இல்லை. அவருக்கு குக்குடர்களின் படை இருக்கிறது. விருஷ்ணிகளில் எவர் அவருடன் எழுவார்கள் என்று பார்க்கட்டும் அவர். போஜர்களும் ஹேகயர்களும் குங்குரர்களும் அவருடன் இன்று வருவார்கள். தன் நிலத்தைத் தேடிச்செல்வது யாதவர்களுக்கு இழுக்கொன்றுமில்லை, அவர்களின் தொன்றுதொட்டுவரும் வழக்கமே.'

நான் 'இது என் மூத்தவரின் நிலம். இங்கு அவர் ஆணையை மீற எவருக்கும் உரிமை இல்லை' என்றேன். 'இச்சொற்களின் பொருளின்மையைத்தான் இருபதாண்டுகளுக்கும் மேலாகக் காண்கிறேன். இந்நகரம் அந்த அந்தகக்குலத்து கன்றோட்டும் பெண்ணுக்குரியது. அவளுக்குத் தெரியும், அவள் அரசகுடி அல்ல என்று. அதன் உளநோயால் அவள் ஆட்டுவிக்கப்படுகிறாள்.' நான் அங்கும் சொல்லிழந்தே கிளம்பினேன். என் மூத்தவரைச் சென்று சந்திக்கவே இல்லை. அவர் அனைத்தையும் மறந்து வேட்டைக்குச் சென்றுவிட்டார் என அறிந்தேன். அது அவரது இயல்பு. அவர் உள்ளத்தால் அள்ளிக்கொள்ள முடியாதவை நிகழும்போது முழுமையாகத் தவிர்த்து ஒதுங்கிவிடுவார்.

ஒவ்வொரு நாளும் ஓரிரு குடி என ஹேகயர்களும் போஜர்களும் துவராகையைவிட்டு நீங்கினர். அனைத்துக் குடித்தலைவர்களையும் ஒரு பொதுமன்றுகூடலுக்கு அழைத்தேன். அனைவரும் வந்திருந்தனர். அவர்கள் அங்கே கொந்தளித்துப் பூசலிட்டிருந்தார்கள் என்றால் அதை எளிதில் கடந்திருப்பேன். ஆனால் அவர்கள் ஆழ்ந்த அமைதியுடன் தனிக்குழுக்களாக வந்தனர். ஒருவரை ஒருவர் அறியாதவர் போல இருந்தனர். ஒருசொல்லும் உரைக்காமல் அவையில் அமர்ந்திருந்தனர்.

நான் விழியுருக துவாரகையின் நிலைகொள்ளல் எத்தனை இன்றியமையாதது என்று பேசினேன். யாதவகுலங்கள் சிதறினால் முற்றாகவே அழிக்கப்படுவோம் என்று அச்சுறுத்தினேன். வாழப்போகும் மைந்தருக்காக ஒற்றுமைகொள்வோம் என மன்றாடினேன். அவர்களின் உளக்குறைகளை உரைக்கும்படி கேட்டேன். அவர்கள் அசையாதிருந்தனர். அவர்களை நேரிடையாக நோக்கி அக்ரூரர்

பேசும்படி கோரினார். பெயர் சொல்லி அழைத்து வேண்டினார். எவரும் எதுவும் சொல்லவில்லை. சலித்துப்போய் நான் அவைவிட்டுச்சென்றேன். அதே வெற்றுவிழிகளுடன் அவர்கள் திரும்பிச்சென்றார்கள்.

பின்னர் அவர்களின் குடிகள்தோறும் சென்றேன். குடித்தலைவர்கள் மீண்டும் மீண்டும் தாங்கள் ஒன்றும் சொல்லப்போவதில்லை என்றனர். தங்கள் குடி சினம்கொண்டிருக்கிறது என்றும், குடியின் உள்ளத்திற்கு தாங்கள் கட்டுப்பட்டவர்கள் என்றும் சொன்னார்கள். குடிகளையே நேரில் சந்திப்போம் என்று நான் அவர்கள் சிற்றூர்கள்தோறும் சென்றேன். அந்தகர்களும் விருஷ்ணிகளும் என்னை அவர்களின் குடிக்கு வஞ்சகம் செய்தவனாகவே எண்ணினர். 'நீ ஒரு விருஷ்ணி என சொல்லிக்கொள்ள நாணுகிறாய், யாதவனே' என என் தந்தையின் அணுக்கரான அஜபாலர் சொன்னார்.

'உன் தந்தைபெயரை நாணுவதற்கு நிகர் அது என நீ எண்ணியிருக்கவில்லை. ஷத்ரிய குடிகளில் பெண் தேடி நீ அலைந்தபோதே அதை உணர்ந்தோம். இன்று உன்னை பாரதவர்ஷத்தின் சக்ரவர்த்தி என நிறுவும்பொருட்டு முயல்கிறாய். குடிப்பெருமையையும் குலமரபையும் கைவிட்டு உனக்கு அந்தப் பீடத்தை அமைத்துக்கொடுத்து விருஷ்ணிகள் அடைவதுதான் என்ன? போதும். எங்களுக்கு உன் நகர் தேவையில்லை. நாங்கள் இங்கே காடுகளில் கன்றோட்டியே வாழ்கிறோம். விருஷ்ணிகள் எங்கும் பணியவேண்டியதில்லை.'

அவர் நான் சொன்ன எதையும் கேட்கவில்லை. 'ஆகநிறைவாக நீ சொல்லவருவதுதான் என்ன? நாங்கள் உன் அரசுக்கு அடித்தளமாக அமையவேண்டும். எங்கள் மேல் நீ ஏற்றிவைக்கும் அத்தனை குப்பைகளையும் சுமக்கவேண்டும். அவர்களின் கழிவுகளையும் ஏந்திக்கொள்ளவேண்டும் இல்லையா? செல்க, விருஷ்ணிகளுக்கு பேரரசுகள் தேவையில்லை. காடுதான் அவர்களின் அரசு.' உண்மையில் அவர் சொன்ன இறுதிச்சொல்தான் அனைத்துக்கும் அடியிலுள்ளதா? அவர்கள் பேரரசின் மக்களாக இருந்து சலித்துவிட்டார்களா? காட்டின் அரைவிலங்கு வாழ்க்கை நோக்கி இழுக்கப்படுகிறார்களா?

நேர் எதிர்த்திசையிலிருந்தனர் ஹேகயரும் போஜர்களும். 'அறிக யாதவனே, நாங்கள் கன்றோட்டும் குலம் அல்ல. விருஷ்ணிகளாகிய நீங்கள் கன்றுகளுடன் காட்டில் குடில்களைத் தலையில் சுமந்தலைந்த ஒரு காலமிருந்தது. அன்று மாகிஷ்மதியைத் தலைநகராக்கி ஆண்டவர் எங்கள் பேரரசர் கார்த்தவீரியர். நீ எத்தனை பெரிய அரசனானாலும் கார்த்தவீரியனின் நிழலின் துளிகூட ஆவதில்லை என்று உணர்க. மாகிஷ்மதிப்பேரரசின் எச்சமென இன்றுள்ளது போஜர்களின்

மார்த்திகாவதிதான், துவராகை அல்ல' என்றார் ஹேகயர்குலத்தலைவர் பிரபவர்.

'நாங்கள் எங்கள் வாள்வல்லமையால் வென்றமைத்தது அப்பேரரசு. இன்றும் அவ்வாள்வல்லமையை நம்பியே நீ எங்களிடம் வந்து பணிந்து நிற்கிறாய். இல்லை என்றால் செல். சென்று அந்தகர்களையும் விருஷ்ணிகளையும் வைத்து உன் நகரை அமைத்துப்பார்... அறைகூவுகிறோம், அரைநாழிகைநேரம் அவர்களால் உன் நகரைக் காக்கமுடியாது' என்று அவர் சொன்னபோது சூழ்ந்திருந்தவர்கள் 'ஆம்! ஆம்!' என்று கூச்சலிட்டனர். 'கன்றோட்டிகளைக் காக்க நாங்கள் வாளேந்தி நிற்கவேண்டும். அக்கன்றோட்டிகள் எங்கள் அரசகுடி என்று முடிசூடி அமரவேண்டும். இதற்காகவா நீ வந்தாய்? செல். எங்களுக்குரிய அரசை அமைக்க நாங்களே அறிவோம்.'

'நீ எப்படி அரசமைத்தாய் என்று அறிவேன்' என்றார் போஜர்குலத்தலைவர் சுப்ரர். 'இந்திரப்பிரஸ்தத்தின் ஆதரவை அடைந்தாய். அவர்களை அஞ்சி உன்னை விட்டுவைத்தனர் அரசர். இன்று இந்திரப்பிரஸ்தம் அஸ்தினபுரிக்கு அடிமையாகிவிட்டது. அதன் அரசகுலம் மீளமுடியாதபடி காடேகிவிட்டது. உன் கோபுரம் விழப்போகிறது. நீ அதை அஞ்சியே வந்து எங்கள் வாயிலில் நின்றிருக்கிறாய்.' நான் அவர்களிடம் ஒற்றுமையின் வல்லமை குறித்துச் சொன்னதெல்லாம் என் அச்சமென்றே அவர்களால் புரிந்துகொள்ளப்பட்டது.

'இன்று ஒருவேளை எங்களுக்கான வாய்ப்பு வந்திருக்கலாம். நாங்கள் எங்களை உணர்ந்துகொள்ளவும் எங்களைத் திரட்டிக்கொள்ளவும் இப்போது தருணம் வந்துள்ளது. ஆகவே இந்தப் பூசல்கூட நன்மைக்கே' என்றார் குங்குரர் குடித்தலைவர் ஒருவர். 'நாங்கள் துவாரகையை அமைத்தோம், காத்துநின்றோம். அதை பாரதவர்ஷம் இன்று அறியும். எங்கள் ஆற்றலை நாங்கள் எங்கும் இனி நிறுவவேண்டியதில்லை. எங்களுக்கே அது இன்று தெளிவுபட்டுள்ளது, எங்களுக்கு நம்பிக்கையை அளிக்கிறது. குங்குரரும் போஜரும் ஹேகயரும் பண்டைப்பகை மறந்து ஒன்றாக, அந்தகர்களும் விருஷ்ணிகளும் காட்டிய சிறுமை வழிவகுத்தது.'

'இது நற்தருணம். நாங்கள் இன்று எந்த ஷத்ரியரிடமும் பேரம் பேசமுடியும். நாங்கள் யாரென்று இன்று அஸ்தினபுரிக்கும் தெரியும்' என்றார் பிரபவர். அச்சொற்களை அவர் வாய்தவறி வெளியிட்டதுமே அவர்கள் அனைவரின் விழிகளும் மாறியதைக் கண்டேன். அக்கணமே என்ன நடந்துகொண்டிருக்கிறது என்று புரிந்துகொண்டேன். அதற்குமேல் அங்கே பேசுவதற்கொன்றுமில்லை, ஆணவமும் பேராசையும் தூண்டிவிடப்பட்டவர்கள் தங்களைச் சுற்றி

அணுகமுடியாத கோட்டையை அமைத்துக்கொள்வார்கள். நெறியோ முறைமையோ உண்மையோ அவர்களிடம் சொல்லப்பட்டால் அதைத் தங்களுக்கெதிரான போரென்றே எடுத்துக்கொள்வார்கள்.

நான் செய்வதற்கொன்றே இருந்தது, அவர்களின் கனவுகள் எளிதல்ல என்று ஆக்குவது. அக்ரூரர் சொன்னார், போஜர்களுக்கும் ஹேகயர்களுக்கும் இடையே பூசலூட்டலாமென்று. அது மிக எளிது. மூச்சுக்கொருமுறை கார்த்தவீரியன் பெயரை ஹேகயர் சொல்வதே அவர்கள் ஒன்றுதிரள முடியாதென்பதற்கான சான்று. அவர்கள் ஓர் அரசு அமைத்தால் அது கார்த்தவீரியனின் அரசாகவே இருக்கும், ஹேகயர்களே அதை ஆள்வார்கள். அதை போஜர்களும் குங்குரர்களும் ஏற்கப்போவதில்லை. ஆனால் அப்பிளவை நான் உருவாக்க விரும்பவில்லை. யாதவர்களின் பூசல்களைப் பெருக்குவது எளிது, நான் அதன்பொருட்டு வரவில்லை.

ஆகவே அவர்களின் பெண்களிடம் சென்றேன். குங்குரர்களின் கன்றுபூட்டுத் திருவிழா வந்தது. என் தோழர்களுடன் சென்று அதில் கலந்துகொண்டு கன்றோட்டினேன். ஆற்றுவெள்ளப் புதுநீராட்டில் கன்னியருடன் ஆடினேன். ஹேகயர்களின் உண்டாட்டில் சென்றமர்ந்தேன். அவர்களின் ஊர்கள்தோறும் சென்று அன்னையருடன் அமர்ந்தேன். அன்னையர் அறியப்படாத ஆற்றல் மையங்கள் என மதிசூழ் அரசர்களில்கூட மிகச்சிலரே தெரிந்திருக்கிறார்கள். அன்னையர் பரிவு எனும் ஒரே உணர்வுகொண்டவர்கள். எவராயினும் ஒற்றை உணர்வுகொண்டோர் சலிப்பூட்டுவர். அதனால் அவர்கள் தவிர்க்கப்படுகிறார்கள். தவிர்க்கப்படும்போது அவர்களின் பரிவு மேலும் விசைகொள்கிறது. மேலும் சலிப்பூட்டுவதாக ஆகிறது. தவிர்க்கப்படும் அன்னையரைச் சென்று காண்பதே போதும், அவர்கள் நம் மேல் அன்புகொண்டவர்களாக ஆவதற்கு. அவர்களுக்கு செவிகொடுத்தால் போதும், நம் செய்தி என ஒன்றை அவர்கள் உள்ளத்தில் நட்டுவருவதற்கு.

அன்னையருக்கு அத்தனை குடிகளிலும் அறியப்படாத மைய இடம் உண்டு. யாதவக்குடிகளில் அவர்கள் தெய்வங்கள், விழிதிறந்து நோக்கி சொல்லின்றி அமர்ந்திருப்பவர்கள். நாளில் ஒருமுறையேனும் நினைக்கப்படாதவர்கள், கனவுகளில் பேருருக்கொண்டு ஆணையிடுபவர்கள். அன்னையர் எனக்காகப் பேசத்தொடங்கினர். அவர்களைப் புறக்கணிப்பதனாலேயே அவர்களின் கணவரும் மைந்தரும் குற்றவுணர்வுடன் அவர்களின் சொற்களைச் செவிகொடுக்க வேண்டியிருக்கிறது. அவர்களின் சொற்கள் மீளமீள சொல்லப்படுபவை. ஏனென்றால் தந்தையரைப்போல அவர்களிடம் வாழ்வு மீதான விலக்கம் இல்லை. கேட்கப்படாதபோது அவர்கள் புண்படுவதுமில்லை. சொல்லிச்

சொல்லி நிறுத்தப்படும் எதுவும் பருப்பொருள்போல மறுக்கமுடியாத இருப்புகொண்டவை.

எனக்கு எதிராக சொல்லப்படும் எதையும் யாதவ அன்னையர் ஏற்கப்போவதில்லை என்று அவர்களின் குடிமூத்தார் புரிந்துகொண்டனர். துவாரகைக்கு எதிரான உணர்வுகள் மெல்ல அணையத்தொடங்கின. நெருப்பு அணையத்தொடங்கும்போதே நமக்குத் தெரிந்துவிடும். தன்னைத்தானே அணைத்துக்கொள்ள அனைத்தையும் அதுவே செய்யும். நிறைவுடன் நான் துவாரகைக்குத் திரும்பிவந்தேன். நான் யாதவச் சிற்றூர்களில் அலைந்துகொண்டிருந்தபோதுதான் அஸ்தினபுரியில் சூதுக்களம் நிகழ்ந்தது.

துவாரகைக்குத் திரும்பி அதன் காவல்படைகளை மீளமைவு செய்வதைப்பற்றி எண்ணத்தொடங்கினேன். அதை ஒற்றர்வழியாக அறிந்தனர் ஷத்ரியர். அதற்குமேல் தருணம் காத்திருந்தால் துவாரகை மீண்டுவிடும் என அவர்கள் உணர்ந்தனர். முழுப்பிளவு நடந்து துவாரகையின் படைகளிலிருந்து போஜர்களும் குங்குரர்களும் ஹேகயர்களும் விலகிச் செல்வதற்காகக் காத்திருந்தனர் அவர்கள். பெண்களின் வல்லமையை அவர்களின் ஒற்றர்கள் மதிப்பிடவில்லை. ஷத்ரியகுடிகளில் பெண்களின் குரல் யாதவர்போல் வல்லமை வாய்ந்ததும் அல்ல. அவர்கள் தங்களை வைத்து எங்களைப் புரிந்துகொண்டனர். அனலடங்குவதை அனல்நோக்கி அஞ்சுபவன் எளிதில் புரிந்துகொள்வான். அகலே நின்றிருப்பவன் தழலாட்டத்தையே நோக்கியிருப்பான். அனல் ஒருநாளில் ஒருகணத்தில் அணைந்து மறைவதையே அவன் காண்பான்.

"யாதவரின் எழுச்சி அடங்கியமை ஷத்ரியரை சினம்கொள்ளச் செய்தது. யாதவப்படை மீள்வதற்குள் ஒரு பெருந்தாக்குதலைத் தொடுக்க அவர்கள் எண்ணினர். ஆனால் அது முதன்மை ஷத்ரிய அரசுகளால் செய்யப்பட்டதாகத் தெரியலாகாதென்றும் கருதினர். அப்போரில் யாதவர் வெல்வார்கள் என்றால் அது சால்வன் என்னும் சிறுமன்னனின் தோல்வி. வென்றால் ஷத்ரியரின் சுட்டுவிரலின் வெற்றி. ஆனால் சால்வனுடன் பெருவல்லமை கொண்ட எட்டு ஷத்ரிய அரசுகள் படைத்துணைகொண்டு நின்றன. நான் துவாரகையின் படைகளை மறுதொகுப்பு செய்ய பெருந்திட்டம் ஒன்றை முழுமைசெய்து அவையில் வைத்த அன்று துவாரகையின் எல்லையை சால்வனின் படைகள் தாக்கிய செய்தி வந்தது."

17

“சால்வனின் படைகள் தாக்கிய செய்தி வந்தபோது நான் அரசவையில் இருந்தேன். பறவைச்செய்தியுடன் அக்ரூரர் ஓடி அவைக்குள் நுழைந்து என்னை அடைந்து என் காதில் செய்தியைச் சொன்னார். அவர் சொல்லத் தொடங்கியதுமே நான் அனைத்தையும் புரிந்துகொண்டேன். குட்டிக்குரங்கை அனுப்பியிருக்கிறார்கள், ஆனால் அதன் கைகளில் இருப்பது கூர்வாள்” என்றார் இளையயாதவர். “அப்போதே அவையை முடித்துக்கொண்டு மந்தணஅறை நோக்கிச் சென்றேன். அமைச்சர்கள் அனைவரையும் அங்கு வரச்சொன்னேன். மூத்தவர் வேட்டைக்குச் சென்றிருந்தார்.”

அரசவை கூடும்போது என் நெஞ்சிலிருந்த எண்ணம் ஒன்றே,துவாரகையில் படைப்பிளவு நிகழ்ந்திருப்பது அவர்களுக்குத்தெரிந்திருக்கிறது. ஆகவே நகரத்தை வல்லமைகொண்டதாக ஆக்கவேண்டும். கீழிருந்து மாளவமோ மேலிருந்து கூர்ஜரமோ சிந்துவோ நகரைத் தாக்கக்கூடும். மாளவத்தின் துறைமுகமாகிய மாண்டவபுரத்தில் இருந்து கலங்கள் ஒரே இரவில் துவாரகையை வந்தடையமுடியும். சிந்துவழியாக தேவபாலபுரத்தை அடைந்து படகுகளில் துவாரகையைத் தாக்குவதும் எளிது. துவாரகை வெல்லப்படாமல் யாதவர்கள் அழியவும் மாட்டார்கள். ஆகவே நான் துவாரகையிலேயே இருந்தேன்.

நகரின் அனைத்துக் காவல்மேடைகளிலும் எரியம்புகள் பொருத்தப்பட்ட பொறிவிற்களும், பீதர்நாட்டு எரியுருளைகள் கொண்ட சதக்னிகளும் சித்தமாக்கப்பட்டன. அம்பரீஷங்கள் அரக்கும் எண்ணெய்யும் பீதர்நாட்டு எரிகரியும் கொண்டு நிறைக்கப்பட்டுக் காத்திருந்தன. பாலைநிலத்து வழிகளில் ஆயிரம் இடங்களில் புதைகுழிகள்

அமைக்கப்பட்டு அவற்றுக்குள் நச்சுதடவிய நாவுகளுடன் கூர்வேல்கள் நடப்பட்டன. குதிரைகளும் ஒட்டகங்களும் அத்திரிகளும் எந்நேரமும் சேணம் அணிவிக்கப்பட்டு உணவும் நீரும் அளிக்கப்பட்டு சித்தமாக்கி நிறுத்தப்பட்டன. நகரை அணுகும் பாலங்களனைத்தும் உடைக்கப்பட்டன. அகழிகளில் கடல்நீர் நிறைக்கப்பட்டது.

விரைவுக்காவல்படகுகள் துவாரகையின் கடல் எல்லைவிளிம்புகளில் உலவின. அத்தனை கண்காணிப்புமேடைகளிலும் இரவும் பகலும் காவலர் நிறுத்தப்பட்டனர். வட எல்லை கதனாலும் தென்னெல்லை உத்தவனாலும் காக்கப்பட்டது. நகரில் மதுச்சாலைகள் மூடப்பட்டன. சூதர்களும் பாணர்களும் நகரிலிருந்து அப்புறப்படுத்தப்பட்டனர். இவையனைத்துக்கும் அடியிலிருந்தது ஒன்றே, நகருக்குள் வாழ்பவர்களில் எவர் நம் எதிரிகள் என்று உய்த்தறியக்கூடவில்லை. போஜர்களையும் ஹேகயர்களையும் குங்குரர்களையும் நான் தனித்து ஐயப்படமுடியாது. எனவே நகருக்குள் நுழைபவர் அனைவரும் முத்திரைகாட்டி ஒப்புதல் பெறவேண்டுமென ஆணையிட்டேன். அத்தனை காவல்நிலைகளிலும் அத்தனை யாதவகுலங்களிலிருந்தும் ஓரிருவர் இருந்தாகவேண்டுமென ஏற்படுத்தினேன். வேறுவழியிருக்கவில்லை.

ஆனால் அப்படி ஓர் ஆணையை பிறர் அறியாமல் இடுவது நடக்காது. காவலர் தெரிவுசெய்யப்படும்போதே அவர்கள் எந்தக் குலம் என்னும் வினா எழுந்தது. அந்தகர்களும் விருஷ்ணிகளும் பிறரை, காட்டிக்கொடுத்தவர்கள் என்றே எண்ணினர். அவர்களைக் கண்காணிப்பது தங்கள் பொறுப்பு என்று எடுத்துக்கொண்டனர். பிறரோ தங்களை அந்தகர்கள் சிறுமைப்படுத்துவதாக எண்ணினர். ஒவ்வொரு காவல்நிலையிலும் காவலுக்கு நிகராக இந்த நிகழாப்பூசல் விளங்கியது.

துவாரகையின் வடக்கு எல்லைக்கு அருகே இருந்த காவல்கோட்டையான ஆனர்த்தநகரியில் என் மைந்தன் பிரத்யும்னன் தன் உடன்பிறந்தாருடன் தங்கியிருந்தான். அவனுக்குத் துணைநின்ற சாருதோஷ்ணனும் சாம்பனும் தாம்ரப்தனும் தீப்திமானும் சுபத்ரனும் பிருஹத்சேனனும் வஹ்னியும் விற்கலையில் சிறந்தவர்கள். சால்வனின் படைத்தலைவனாகிய க்ஷேமதூர்த்தி நால்வகைப்படைகளுடன் என் எல்லைக்குள் புகுந்து பதினெட்டு காவல்நிலைகளை முறித்து நூறு சிற்றூர்களையும் எட்டு சுங்கநிலைகளையும் நான்கு சந்தைகளையும் தாக்கிச் சூறையாடினான். ஒவ்வொருநாளும் அவன் படைகள் ஊர்களுக்குள் புகுந்த செய்தி வந்துகொண்டிருந்தது.

அச்செய்தியை எனக்கு அனுப்பாமல் தானே வென்றுவிடலாமென்று பிரத்யும்னன் எண்ணினான். தன் இளையோன் சாம்பன் தலைமையில் படையை அனுப்பினான். சாம்பன் தன் இளையோருடன் சென்று

க்ஷேமதூர்த்தியை பலாசவனம் என்னும் ஊரருகே இருந்த பொட்டல்நிலத்தில் சந்தித்தான். உண்மையில் அங்கு சென்றபின்னரே சால்வனின் படைகள் எத்தனை பெரியவை என்று தெரிந்தது. படைகள் எல்லைமீறி வந்து சிறுபூசல்களிலும் கொள்ளையிலும் ஈடுபடுவது எப்போதுமுள்ள வழக்கம். க்ஷேமதூர்த்தியின் தலைமையிலிருந்த படைகள் நூற்றுக்கும் மேற்பட்ட சிறுகுழுக்களாக எல்லைக்குள் வந்தமையால் அவற்றின் விரிவை உணரமுடியவில்லை.

ஆனர்த்தநகரியிலிருந்து சாம்பன் கிளம்பியதுமே அச்செய்தி அங்கே சென்றுவிட்டிருந்தது. அத்தனை குழுக்களும் இணைந்து ஒற்றைப்படையாக ஆயின. நான்குநாழிகைநேரம் நடந்த அப்போரில் தாம்ரப்தனும் தீப்திமானும் சுபத்ரனும் பிருஹத்சேனனும் காயம்பட்டு களத்தில் விழுந்தனர். அவர்களை மீட்டு தேரிலேற்றிக்கொண்டு சாம்பன் திரும்பவந்து ஆனர்த்தநகரியை அடைந்தான். அவனுக்கும் தோளில் அம்புபட்டு ஆழ்குருதிப்புண் ஏற்பட்டிருந்தது. அதன்பின்னரே அவர்கள் துவாரகைக்குச் செய்தியறிவித்தனர்.

மறுநாள் என் மைந்தன் பிரத்யும்னன் அனைத்துப் படைகளையும் தன்னுடன் அழைத்துக்கொண்டு க்ஷேமதூர்த்தி மேல் போர்கொண்டு சென்றான். அவர்கள் செல்வதற்குள் சால்வனின் பிறிதொரு அமைச்சனாகிய வேகவானின் தலைமையில் பெரும்படை ஒன்று வந்து க்ஷேமதூர்த்தியுடன் சேர்ந்துகொண்டிருந்தது. தான் எண்ணிச்சென்றதைவிட இருமடங்குப் படையை எதிர்கண்டும் பிரத்யும்னன் சோர்வுறவில்லை. ஆனால் யாதவப்படை தளர்ந்துவிட்டது. காளத்ருமம் என்னும் ஊரை ஒட்டிய குறுங்காட்டில் ஒருநாள் முழுக்க அப்போர் நிகழ்ந்தது. அதைச் சூழ்ந்திருந்த பன்னிரு சிற்றூர்கள் எரியம்புகளால் சாம்பலாயின. அங்கிருந்த காளவதி என்னும் ஓடை குருதிப்பெருக்காக மாறியது.

அந்தப் போரில் என் மைந்தர்களான உன்னதனும் அனிலனும் சகனும் பிரபலனும் களத்தில் காயம்பட்டு விழுந்தனர். சத்யபாமையின் மைந்தர்களான பானுவும் சுபானுவும் ஸ்வரபானுவும் பிரபானுவும் மித்ரவிந்தையின் மைந்தர்களான விருகனும் ஹர்ஷனும் மகாம்சனும் சிறைபிடிக்கப்பட்டனர். பிரத்யும்னன் படைகளுடன் திரும்பி ஓடி நகருக்குள் புகுந்து அரணிட்டுக்கொண்டான். சால்வனின் படைகள் அவ்வெற்றியைக் கொண்டாட யாதவச் சிற்றூர்களை எரியூட்டிக்கொண்டு நம் எல்லைக்குள் படையோடினர்.

நான் அனுப்பிய ஆணையைப் பெற்றதும் பிரத்யும்னன் தன் பிற உடன்பிறந்தார் அனைவருக்கும் செய்தி அனுப்பி தன்னுடன்

சேரும்படி ஆணையிட்டான். வடமேற்கில் சிபிநாட்டுக்குச் செல்லும் வணிகவழியைக் காத்து அமைந்திருந்த சக்ரசிலை என்னும் கோட்டையிலிருந்த நக்னஜித்தியின் மைந்தர்களான வீரனும் சந்திரனும் அஸ்வசேனனும் சித்ராகுவும் தங்கள் படையுடன் வந்து பிரத்யும்னனுடன் சேர்ந்துகொண்டனர். கூர்ஜரத்தின் எல்லைக்காவலில் இருந்த பத்ரையின் மைந்தர்களான சங்க்ரமஜித்தும் பிருகத்சேனனும் சூரனும் பிருகரனனும் தங்கள் படைகளுடன் வந்து இணைந்தனர். சிந்துவைக் காக்கும் துறைநகரான கருடத்வஜத்தில் இருந்த சாத்யகியை நான் முழுப்படைகளுடன் என் மைந்தர்களைக் காக்கும்பொருட்டு அனுப்பினேன்.

அவர்கள் சால்வனின் மீது படைகொண்டு செல்லும்போதே திரிகர்த்தர்களின் படைத்தலைவனாகிய விவிந்தியன் தன் படைகளுடன் வந்து சால்வனின் படைகளுடன் இணைந்துகொண்டான். மீண்டும் தாங்கள் எண்ணிவந்ததைவிட மும்மடங்கு பெரிய படையை என் மைந்தர் எதிர்கொண்டார்கள். ஜம்புதலம் என்னும் ஊரில் நிகழ்ந்த அப்போரில் என் மைந்தன் சாருதோஷ்ணன் விவிந்தியனைக் கொன்றான். அவர்கள் தரப்பில் நிகழ்ந்த முதல் அழிவு அது. அவர்களின் படைகளை அது கலங்கச்செய்தது. சிறியபடை என்றாலும் இளையோர் என்பதனால் வெறிகொண்டு போரிட்டனர் அவர்கள்.

அப்போதுதான் சால்வன் தன் புதியமுறை படைசூழ்கையான சௌபத்தால் காக்கப்பட்டு களத்திற்கு வந்தான். அதைப் பறக்கும் கோட்டை என்று அவர்கள் அழைத்தனர். நூற்றுக்கணக்கான யானைகள் இரும்பாலான பெருங்கவசங்களைச் சுமந்து தங்களை அவற்றின் பின் முழுமையாக மறைத்துக்கொண்டு வந்தன. அக்கவசங்கள் ஒன்றுடன் ஒன்று இணைந்து இரும்பாலான கோட்டை போல தெரிந்தன. அவற்றுக்குப் பின்னால் வில்லவர்கள் ஒளிந்து வந்தனர். அவர்களின் தலைக்குமேலும் இரும்புப்பாளங்கள் யானைகளால் தூக்கிப்பிடிக்கப்பட்டு முற்றிலும் மூடியிருந்தன. யவனர்களின் போர்சூழ்கை அது.

இரும்பு உருகி வெள்ளமென வருவதுபோல சௌபம் அணுகுவதைக் கண்டு யாதவப்படைகள் திகைத்தன. சௌபத்தின் இரும்புக்கூரை வாய் விட்டு விலக, உள்ளிருந்து எழுந்த பல்லாயிரம் அம்புகள் மழையென விழுந்து உயிர்குடித்தன. யாதவர்கள் எய்த அம்புகள் மறுகணமே மூடிக்கொண்ட இரும்புக்கோட்டைமேல் முட்டி மணியோசைகள் எழுப்பி உதிர்ந்தன. சாத்யகி ‘முகப்பை மட்டும் உடையுங்கள்... வென்றுவிடலாம்’ என்று கூவியபடி சௌபத்தைத் தாக்கச் சென்றான். அவன் நெஞ்சின் கவசம் பிளந்து தாக்கியது சால்வனின் அம்பு. அவன் புரவியிலேயே குப்புற விழுந்து குருதி சிந்தலானான்.

தளர்ந்து பின்னால் சரிந்துகொண்டிருந்த யாதவப்படைகளை நோக்கி 'முன்னேறுக! அஞ்சற்க! வெற்றி பெறுவோம்... நாம் வென்றே தீர்வோம்' என்று கூவியபடி பிரத்யும்னன் முன்னேறிச் சென்றான். அவனால் செலுத்தப்பட்ட புரவிப்படை முகப்பிலிருந்த இரும்பரணை உடைத்தது. ஆனால் சால்வனின் அம்பு அவன் கழுத்தெலும்பை முறித்தது. தேரிலிருந்து தெறித்து அவன் நிலத்தில் விழுந்தான். சாருதோஷ்ணன் ஓடிச்சென்று பிரத்யும்னனைப் பற்றித் தூக்கி தன் தேரிலேற்றிக்கொண்டான். சிறந்த சூதனாகிய பூருவன் புரவிகளைத் தூண்ட, அவர்கள் களம் விட்டுத் திரும்பி ஓடினர். யாதவப்படைகள் சிறுகூட்டங்களாகச் சிதறி காடுகள் வழியாகத் தோற்றோடின. சென்றவர்களில் பாதிபேர்கூட மீளவில்லை.

அவர்கள் காவல்நகரைக் கைவிட்டுவிட்டு சிந்துவின் கரையிலிருந்த வஜ்ரவாகம் என்னும் காவல்கோட்டைக்குச் சென்று அங்கே ஒருங்கிணைந்தனர். சால்வன் படைகளுடன் பெருகி வந்து ஆனர்த்தநகரியைக் கைப்பற்றினான். அங்கிருந்த கருடக்கொடியைக் கிழித்து குருதியில் நனைத்துப் பறக்கவிட்டான். சூழ அமைந்திருந்த ஊர்கள் அனைத்தும் எரித்தழிக்கப்பட்டன. சுங்கநிலைகளிலிருந்து பல்லாயிரம் பொன் கவரப்பட்டது. வணிகர்களும் குடித்தலைவர்களும் சிறைபிடிக்கப்பட்டு பிணைப்பொருள் பெற்று திருப்பி அனுப்பப்பட்டனர். பிணை அளிக்கப்படாதவர்களின் மூக்கும் செவிகளும் சீவி எறியப்பட்டன. பெண்கள் இல்லங்களிலிருந்து இழுத்துக்கொண்டுசெல்லப்பட்டு வீரர்களால் உரிமைகொள்ளப்பட்டனர்.

சூறையாடுவதென்பது போரின் தொன்மையான வழிமுறை. அது படைவீரர்களை கட்டற்ற விலங்குக் களியாட்டம் நோக்கிச் செலுத்துகிறது. அவர்களின் ஆற்றல் பன்மடங்கு பெருகுகிறது. அவர்களின் எதிரிகளிடம் அச்சம் நிறைகிறது. படைகள் ஓர் ஊருக்குள் நுழைகையிலேயே ஓநாய் நுழைந்த ஆட்டுக்கூட்டமென ஆகின்றனர் மக்கள். உண்மையில் ஒவ்வொரு ஊரிலும் மக்கள் சிறு எதிர்ப்பை அளிப்பார்கள் என்றால் படைகள் முன்னால் நகரமுடியாது. அச்சம் மக்களை ஓலமிடும் கோழைகளாக ஆக்கி படைகளை சூடான வாள் அரக்கை வெட்டுவதுபோல கடந்து செல்லவைக்கிறது.

வஜ்ரவாகத்தில் எஞ்சிய யாதவப்படைகள் ஒருங்கிணைந்ததும் பிரத்யும்னன் படுத்துக்கொண்டே அந்த அவையை தலைமைதாங்கி நடத்தினான். என்ன நிகழ்ந்தது என்று ஒவ்வொருவரும் தங்கள் நோக்கைச் சொல்லிவரும்போதே அனைவருக்கும் ஒன்று தெரிந்தது, யாதவர்களின் படைகள் எவை, அவை எங்கிருந்து எப்போது கிளம்புகின்றன என்னும் அனைத்துச் செய்திகளும் முன்னரே சால்வனின் படைகளுக்கு அளிக்கப்பட்டிருந்தன. அவை யாதவர்களிடமிருந்தே

சென்றிருக்கவேண்டும். இயல்பாகவே பேச்சு நின்றுவிட்டது. மேற்கொண்டு பேசப்படும் ஒவ்வொரு சொல்லும் நச்சுவிதை என முளைக்கும் என்று அனைவரும் அறிந்திருந்தனர். எங்கே எச்சுவரில் காதுகள் அமைந்துள்ளன என்று திகைத்தார்கள்.

சால்வனின் படைகள் பெருகிக்கொண்டிருந்தன. சூறையாடுவதற்கான அரசொப்புதல் இருந்தமையால் ஒவ்வொரு காட்டிலிருந்தும் அசுரப்படைகள் படைக்கலங்களுடன் எழுந்து வந்து அவர்களுடன் சேர்ந்துகொண்டிருந்தார்கள். மூன்று பிரிவுகளாகப் பிரிந்து அவர்கள் ஆனர்த்தநகரியைக் கடந்து வஜ்ரவாகத்தைச் சூழ்வதற்காக எழுந்தனர். க்ஷேமதூர்த்தி தலைமையிலான முதற்படையும் வேகவானின் தலைமையிலான இணைப்படையும் நண்டின் கொடுக்குகள் போல நீண்டுவர, நடுவே சால்வனின் சௌபம் மழைவெள்ளம்போல காட்டின் ஒளிப்பாவைகள் பட்டுநெளிய ஒழுகிவந்தது.

பிரத்யும்னன் தன் படைகளுக்கு வஜ்ரவாகத்தை விட்டு பின்வாங்கிச் செல்லும்படி ஆணையிட்டான். புலர்காலையில் யாதவப்படைகள் முரசறைந்து பின்வாங்கும்பொருட்டு கிளம்பியதுமே பிறிதொரு முரசொலி நேர் எதிராகத் திரும்பி முன்னேறிச் சென்று தாக்கும்படி அறைகூவியது. அந்தகர்கள் மற்றும் விருஷ்ணிகளின் தலைவர்களுக்கு மட்டும் முன்னரே அச்செய்தி அறிவிக்கப்பட்டிருந்தது. போஜர்களும் குங்குரர்களும் ஹேகயர்களும் திகைத்து அங்கேயே நிற்க, விருஷ்ணிகளும் அந்தகர்களும் கிளர்ந்தெழுந்து சென்று அன்று உச்சிப்பொழுதிலேயே சால்வனின் படைகளைத் தாக்கினர்.

அந்த எதிர்பாராத தாக்குதலை சால்வனால் சந்திக்கமுடியவில்லை. அவர்கள் வந்துகொண்டிருந்த இடம் சகதிநிறைந்த வயல்வெளி. சால்வனின் புரவிகள் குளம்பு சிக்கி நின்று கனைத்தன. தேர்கள் சகதிகளில் சகடம் உருள நின்றுவிட்டன. நேருக்குநேர் நான்குநாழிகைநேரம் மட்டுமே அப்போர் நிகழ்ந்தது. சால்வன் பிரத்யும்னனின் அம்புபட்டு தேர்த்தட்டில் விழுந்தான். நண்டின் இருகொடுக்குகளும் திரும்பி வருவதற்குள் விருஷ்ணிகளும் அந்தகர்களும் பின்வாங்கி தங்கள் கோட்டைக்கு மீண்டனர். சால்வனின் படைகள் பின்வாங்கிச் சென்று மீண்டும் ஆனர்த்தநகரியை அடைந்தன.

சால்வன் ஆனர்த்தநகரியை மேலும் மேலும் படைகொண்டு உறுதியான நிலையாக ஆக்கிக்கொண்டான். அதற்குள் துவாரகை மும்முறை தோற்கடிக்கப்பட்ட செய்தியை ஷத்ரிய அரசர்கள் கொண்டாடத் தொடங்கினர். சந்தைகளிலும் தெருமுனைகளிலும் சூதர்கள் பாடலாயினர். அது ஒரு தொடக்கமென நான் அறிந்தேன், ஏனென்றால்

என் தோல்வியைப் பாடும் வாய்ப்பே அதுவரை சூதர்களுக்குக் கிடைக்கவில்லை. அவர்களுக்கு வெற்றியைப்போலவே தோல்வியும் பாடுபொருள் மட்டுமே. அவர்கள் என் தோல்விக்கென எண்ணிச் சேர்த்திருந்த சொற்களை எல்லாம் பொழியத்தொடங்குவார்கள் என நான் உணர்ந்தேன்.

என் மைந்தரைக் கொல்லப்போவதாகவும் பிணையாக பன்னிரண்டாயிரம் பொன்னை பணிவு அறிவிக்கும் கடிதத்துடன் ஏழு நாட்களுக்குள் தூதனை அனுப்பவேண்டும் என்றும் சால்வன் எனக்குச் செய்தி அனுப்பினான். என் துணைவியர் விழிநீருடன் வந்து என்னைச் சூழ்ந்துகொண்டார்கள். துவாரகை எங்கும் அச்செய்தி பரவியதும் தெருக்களில் அன்னையர் இறங்கி அழத்தொடங்கினர். துவாரகையில் என் அவையைக் கூட்டி நானே சால்வன்மேல் படைகொண்டு செல்வதாகச் சொன்னேன். என் அமைச்சர் அது உகந்ததல்ல என்றனர். சால்வனின் வெற்றி அவன் தனியாக வரவில்லை என்பதையே காட்டுகிறது என்றார் ஸ்ரீதமர். சிறுதோல்விகூட துவாரகைக்குப் பெரும்புண்ணாக அமைந்துவிடக்கூடும் என்றார் பத்ரசேனர்.

ஆனால் அவர்கள் சொல்ல அஞ்சியதை அக்ரூரர் நேரடியாகவே சொன்னார். ‘அரசே, பிரத்யும்னனின் இறுதி வெற்றியால் உண்மையில் சிறுமைகொண்டிருப்பவர்கள் ஹேகயரும் போஜரும் குங்குரரும்தான். அவர்களில் எவரோதான் செய்தியை சால்வனுக்கு அளித்தனர் என்பது உறுதியாகிவிட்டது. அவர்களின்றிச் சென்று விருஷ்ணிகள் போர்வென்று மீண்டிருக்கின்றனர். அச்சிறுமையை வெல்ல அவர்கள் தாங்கள் ஐயத்துக்குள்ளானதை சிறுமை என காட்டிக்கொள்கின்றனர். அவர்கள் இனி துவாரகைக்காக எந்தப் போரிலும் கலந்துகொள்வதில்லை என்கின்றனர்.’

நான் ‘அவர்களை நான் அமைதிப்படுத்துகிறேன்’ என்றேன். ‘அது எளிதல்ல, அரசே. அவர்கள் கிருதவர்மனுடன் பேசிக்கொண்டிருக்கிறார்கள் என்று உளவுச்செய்தி உள்ளது. கிருதவர்மன் இன்று அஸ்வத்தாமனுடன் இணைந்துள்ளான். அவர்கள் தன்னுடன் சேர்ந்துகொண்டால் அஸ்வத்தாமனின் உதவியுடன் வடக்கே யாதவநிலத்தில் ஒரு புதிய அரசை உருவாக்க உதவுவதாக வாக்களித்துள்ளான். ஹேகயர்கள் கார்த்தவீரியனின் மாகிஷ்மதியை அங்கே மீண்டும் உருவாக்கும் கனவிலிருக்கிறார்கள்’ என்றார் அக்ரூரர்.

நான் சற்று அறிந்தவைதான், முற்றறிய விரும்பாது தவிர்த்தவை. அவைச்சொற்களாக அதைக் கேட்க அஞ்சினேன். நான் ஆற்றலிழந்து எளிய மானுடனாக நின்றிருப்பது யாதவர்களின் குலப்போரைக்

காணும்போது மட்டும்தான். தந்தையரின் அனைத்து ஆற்றல்களையும் மைந்தர்களின் பூசல் இல்லாமலாக்கிவிடுகிறது. பெண்களைப்போல அவர்கள் ஏங்கி அழும்படி ஆக்குகிறது அது. சொல்லிழந்து அரியணையில் அமர்ந்திருந்தேன். 'ஒற்றுமையை உருவாக்குவதற்கான காலம் நமக்கில்லை. போரில் நீங்கள் தோற்றால் அதன்பின் துவாரகை எழமுடியாது' என்றார் அக்ரூரர்.

அவையனைத்தும் உண்மை என நான் அறிந்திருந்தேன். ஆனால் நான் செய்வதற்குப் பிறிதொன்றும் இல்லை. நான் சால்வனை வென்றாகவேண்டும். அவன் நகரை அழித்து, அவன் படையைச் சிதறடித்து, அவனுக்கு நிகழ்ந்ததை எண்ணியதுமே ஷத்ரியர் அஞ்சி உளம் நடுங்குமாறு செய்தாகவேண்டும். வேறுவழியே இல்லை. எனவே துவாரகையிலிருந்து சிறுபடையுடன் கிளம்பி வடக்கே சென்றேன். என் படையில் யாதவகுலங்கள் அனைத்தும் இருந்தன. அவர்களிலிருந்த ஒற்றர்கள் வழியாக என் படையெழுச்சியை சால்வன் அறிந்திருப்பான் என அறிந்திருந்தேன். ஆகவே பகலில் முழுக்க மூடப்பட்ட தேரிலேயே பயணம் செய்தேன்.

இரவில் என் படைகளிலிருந்து எவருமறியாமல் கிளம்பி சால்வனின் சௌபநாட்டை நோக்கிப் புரவியில் சென்றேன். என் திரை மூடிய தேர் அவ்வண்ணமே மறுநாளும் தொடர்ந்துசென்றது. எனக்கு உடல்நலமில்லை என்னும் செய்தியை சால்வன் அடைந்தான். ஆனால் நான் என் படைவீரர்களான ஆஹுகன், விப்ருது, சதன், சரணன் ஆகியோருடன் ஜாம்பவதியின் மைந்தர்களான சுமித்ரன், புருஜித், சதாஜித், சகஸ்ரஜித் ஆகியோரை சேர்த்துக்கொண்டு ஜாம்பவானின் ஜாம்பபுரியைச் சென்றடைந்தேன்.

ஜாம்பவதியின் மூத்தவரான ஜாம்பவான் என்றும் எனக்கு அணுக்கமானவர். அவரிடமிருந்து தேர்ந்த கரடிகுலப் போர்வீரர்கள் நூற்றுவரை நானே எண்ணி என்னுடன் சேர்த்துக்கொண்டு ஒரே இரவில் சால்வனின் வணிகத்தலைநகரான மத்ரவதியைச் சென்றடைந்தேன். ஜாம்பவர்களின் மென்மரப்படகுகள் பாய்விரித்தால் புரவிகளைவிட மும்மடங்கு விரைவுகொள்பவை. அப்படிப் பாயும் படகுகளில் அமர்ந்தபடியே அம்புதொடுக்கும் ஆற்றல்கொண்டவர்கள் ஜாம்பவர்கள்.

சால்வனின் தலைநகர் சௌபபுரி நன்கு காவல்காக்கப்பட்டிருக்கும் என்றும் மத்ரவதி கங்கையோரமாகத் திறந்துகிடக்கும் கோட்டை என்றும் அறிந்திருந்தேன். எனவே பின்னிரவில் நாங்கள் மத்ரவதியைத் தாக்கினோம். ஒருநாழிகைக்குள் நகரை எரியம்புகளால் பற்றி எரியச்செய்தோம். புகைமண்டிய நகரில் பதறி ஓடிக்கொண்டிருந்த

வணிகர்கள் நடுவே புகுந்தோம். விழிகளில் பட்ட அத்தனை ஷத்ரியர்களையும் கொன்றுவீழ்த்தினோம். அதைப் போர் என்பதைவிட கொலையாட்டு என்பதே பொருத்தம். அரண்மனைக்குள் புகுந்து அங்கிருந்த சால்வனின் மைந்தர்களான கம்பணன், ஜடாசூரன், முஜகேது, விவர்த்தனன், சங்கிரமஜித்தன், சதுர்முகன், விஸ்வசேனன் ஆகியோரை வென்று சிறைப்படுத்தினேன்.

அவர்களில் சதுர்முகனையும் விஸ்வசேனனையும் தலைகொய்து மத்ரவதியின் முகப்பில் கட்டித் தொங்கவிட்டேன். பிறரைக் கட்டி இழுத்து ஜாம்பபுரிக்குக் கொண்டுசெல்ல ஆணையிட்டபின் நானும் ஆஹுகனும் சதனும் மீண்டும் எங்கள் படைகளுடன் வந்து சேர்ந்துகொண்டோம். சரணனையும் விப்ருதுவையும் புருஜித், சதாஜித், சகஸ்ரஜித் ஆகியோருடன் களிந்தமலை வாழும் மச்சர்களிடம் அனுப்பினேன். காளிந்தியின் மைந்தர்களான சுருதன், கவி, விருஷன், வீரன் ஆகியோரை நேராக அங்கு வரச்சொல்லியிருந்தேன். அங்கு விரைவுப்படகுகளுடன் மச்சர்கள் நூற்றுவர் அவர்களுக்காகக் காத்திருந்தார்கள்.

நாங்கள் யாதவப்படைகளை வந்தடைந்த அதே இரவில் சரணும் விப்ருதுவும் சுருதனும் கவியும் தலைமைதாங்கிய மச்சர்களின் படகுப்படை எரிமருந்துக்குவையுடன் சௌபபுரியைத் தாக்கியது. அதன் துறைமுகப்பு தீப்பற்றி எரிந்தது. களஞ்சியங்கள் சாம்பலாயின. நகருக்குள் நூற்றுக்கணக்கான இடங்களில் எரியம்பு விழுந்து தீ எழுந்தது. சௌபபுரியின் காவலர்கள் திருப்பித் தாக்கியதில் நாற்பது களிந்தர்கள் உயிரிழந்தார்கள் என்றாலும் அவர்கள் உருவாக்கிய அழிவு பெரிது. களிந்தர்கள் உடனே தப்பி மீண்டும் தங்கள் ஊர்களுக்குத் திரும்பிவிட்டனர்.

சால்வன் அத்தாக்குதலை எதிர்பார்த்திருக்கவில்லை. அது அனைத்துத் திட்டமிடல்களையும் கடந்த துணிவான பாய்ச்சல். இளவரசர்களைக் கொன்று கட்டித்தொங்கவிட்டது அனைத்து நெறிகளையும் மீறிய கொடுஞ் செயல். சால்வன் முதல்முறையாக அவனை எதிர்கொள்ளும் எதிரியின் உள்முகத்தை அறிந்தான். அவன் அகம் நடுங்கிவிட்டது. அப்போதே அவன் தோற்பது உறுதியாகிவிட்டது. மத்ரவதி தாக்கப்பட்டபோது அதன் படைமுகப்பில் நான் இருந்தேன் என்பதை பல்வேறு ஒற்றர்கள் அவனுக்குச் சொன்னார்கள். நான் சௌபநாட்டு எல்லைக்குள் இருக்கிறேன் என அவன் அஞ்சினான். தன் படைப்பிரிவுகளில் ஒன்றை வேகவானின் தலைமையில் சௌபநாடு நோக்கி அனுப்பினான்.

ஆனால் நான் மத்ரவதியைத் தெரிவுசெய்ததே சௌபபுரியின் காவலைக் கண்டு அஞ்சிதான் என்றான் வேகவான். அப்படைத்தாக்குதலுடன் நான்

காடுகளுக்குள் மறைந்திருப்பேன், இளவரசர்களை வைத்துக்கொண்டு சால்வனிடம் சொல்மாற்றாடுவதற்குத் தூதனுப்புவேன், என் மைந்தரை மீட்கமுயல்வேன் என்று அவன் சொன்னான். ஆனால் வேகவானின் படைகள் கிளம்பிய மறுநாளே சௌபபுரியை களிந்தர்கள் தாக்கி எரியூட்டினர். அந்தப் படைகளின் முகப்பில் என் மைந்தன் புருஜித் என்னைப்போலவே ஆடையும் தோற்றமும் கொண்டு நின்றிருந்தான். நான் அத்தாக்குதலை நடத்தினேன் என்றே ஒற்றர்கள் சௌபனுக்குச் சொன்னார்கள்.

நான் அங்கிருப்பதனால் மீண்டும் ஒரு தாக்குதல் சௌபபுரியில் எங்கும் நிகழக்கூடும் என சால்வன் பதற்றம்கொண்டான். எனவே மறுநாளே க்ஷேமதூர்த்தியின் தலைமையிலான படைகளையும் சௌபபுரிக்கே திருப்பியனுப்பிவிட்டு அவன் ஆனர்த்தநகரியைக் கைவிட்டு துவாரகையின் எல்லையை அடைந்து அங்கு அவன் முன்னரே வெற்றிகண்ட காளத்ருமத்தில் தன் படைகளைத் திரட்டி சௌபம் என்னும் பறக்கும் கோட்டையுடன் நிலைகொண்டான்.

நான் வஜ்ரவாகத்தை அடைந்தபோது அங்கே பிரத்யும்னனும் சாருதோஷ்ணனும் சாத்யகியும் போரில்பட்ட புண்களுடன் நோயில் கிடப்பதைக் கண்டேன். யாதவப்படைகள் சோர்வும் சலிப்பும் கொண்டிருந்தன. படைவீரர்களில் புண்படாதவர்கள் மிகச்சிலரே. கோட்டைக்கு வடமேற்கே இருந்த அரைச்சதுப்புவெளியில் யாதவப்படைகளில் இருந்த ஹேகயர்களும் போஜர்களும் குங்குரர்களும் பிரிந்து சென்று தளம் அமைத்திருந்தனர். யானைகளையும் தேர்களையும் சூழ நிறுத்தி கோட்டைபோல ஆக்கி உள்ளே காவல் அமைத்திருந்தனர். பாடிவீடுகளின்மேல் கருடக்கொடி இறக்கப்பட்டு ஹேகயர்களின் காளைமுத்திரை பொறிக்கப்பட்ட கொடியும் குங்குரர்களின் இரட்டைக்கன்றுக் கொடியும் போஜர்களின் பசுக் கொடியும் பறந்துகொண்டிருந்தன.

நான் அவர்களை என்னிடம் பேச அழைத்தேன். அவர்கள் அதை மறுத்துவிட்டனர். நான் அவர்களைப் பார்க்க வரலாமா என்று அவர்களுக்குச் செய்தி அனுப்பினேன். அவர்கள் என்னை ஒருநாள் காக்கவைத்தபின் வரலாமென அழைத்தனர். நான் தன்னந்தனியாகவே செல்லவேண்டும் என்று அவர்களின் தூதன் கட்டளையிட்டான். என் மைந்தரும் படைவீரரும் அஞ்சினர். இருந்தாலும் நான் கிளம்பினேன். அவர்கள் என் படைவீரர், ஒவ்வொருவரும் என்னால் தேர்ந்தெடுக்கப்பட்டு பயிற்றப்பட்டவர்கள். என் தோழரும் உடன்பிறந்தாரும் உறவினருமாக உடனாடியவர்கள். அவர்களிடம் எனக்கு அஞ்ச ஏதுமில்லை என்றேன்.

காலையில் படைக்கலமேதுமில்லாமல் அவர்களை நோக்கிச் சென்றேன். அங்கிருந்து வந்த நால்வர் என்னை அணுகினர். நான் அவர்கள் முகமன் சொல்லப்போகிறார்கள் என எண்ணியிருக்க, என் கைகளைப் பிடித்து பின்னால் சுழற்றி என் தலைப்பாகையாலேயே கட்டி இழுத்துச்சென்றனர். 'நான் தூதன், என்னை இப்படி கட்டி இழுத்துச்செல்லும் வழக்கம் இல்லை' என்றேன். 'வாயைமூடு விருஷ்ணியே, இனி உன் சொல் எங்களை ஆளாது' என்றான் அந்தப் படைத்தலைவன். அவனை நான் அறிவேன், சரபன் என்று பெயர் கொண்டவன். நான் அவனை என் படைக்குத் தேர்வுசெய்தேன். அவனுக்கு அரசியலும் படையியலும் கற்பித்தேன். என் தோள்சேர்ந்து நின்று ஏழு படையெழுச்சிகளில் பங்கெடுத்தவன். அவனிடமிருந்த அந்தக் களிப்பையே நோக்கிக்கொண்டிருந்தேன். அவன் அறியாத் தென்றல் ஒன்றில் திளைத்துக்கொண்டிருந்தான். உடல் மிதப்பதுபோல சென்றது.

நான் மானுடரை எப்போதும் எதிர்மறையாகவே புரிந்துகொள்கிறேன். ஒவ்வொரு முறையும் அது மேலும் சரி என நிறுவப்படுகிறது. ஆனால் நிகழ்வுகள் அவ்வெதிர்பார்ப்பையும் கடந்துசென்றபடியே உள்ளன. ஆம், என்னால் மானுடரைப் புரிந்துகொள்ள முடிந்ததே இல்லை. ஆனால் மானுடரை முற்றிலும் புரிந்துகொண்டவர் இருவரே என்று என்னையும் மகாவியாசரையும் மட்டுமே சொல்கிறார்கள் சூதர்.

என்னை அவர்கள் இழுத்துச்சென்று மூன்றுகுடிகளின் படைத் தலைவர்களும் அமர்ந்திருந்த மன்றுக்குக் கொண்டுசேர்த்தனர். அங்கே சிறுபடைத்தலைவர்களும் வீரர்களும் இணைந்த உடற்சுவர் எங்களைச் சூழ்ந்திருந்தது. அவர்கள் பீடங்களில் அமர்ந்திருக்க, நடுவே என்னை நிறுத்தினர். நான் அவர்களை அரசர்களுக்குரிய முறைமை காட்டி சொல் வணங்கினேன். என் கைகளை அவர்கள் அப்போதும் அவிழ்த்துவிடவில்லை. நான் பேசத்தொடங்கியதுமே 'நிறுத்து! நாங்கள் இங்கே உன் சொற்பெருக்கைக் கேட்க வந்து அமர்ந்திருக்கவில்லை' என்றார்கள்.

நான் பேசச்சென்ற எதையும் கேட்க அவர்கள் ஒப்புக்கொள்ளவில்லை. தங்கள் தரப்பை ஓங்கிச் சொன்னார்கள். 'ஹேகயர்களின் மாகிஷ்மதி ஏட்டில் அமைந்துவிட்டது. சிபிநாட்டு எல்லையில் உள்ள சித்ரபாகம் என்னும் ஊரில் கோட்டை எழவிருக்கிறது. மாகிஷ்மதியுடன் அஸ்வத்தாமனின் உத்தரபாஞ்சாலம் நட்புமுறைக்கு ஓலைச்சாத்து இட்டுவிட்டது' என்றனர். அஸ்வத்தாமனின் நட்புநாடாகிய அஸ்தினபுரியும் அவர்களுக்கு நட்புநாடாகிவிட்டது. சால்வனின் சௌபபுரியுடனும் கூர்ஜரம் சிந்து பால்ஹிகம் போன்ற நாடுகளிடமும் உறவுபேச தூதர்கள் சென்றுவிட்டனர். 'கார்த்தவீரியனின் ஆயிரம்

கைகள் எழுந்துவிட்டன. இனி எதிரிகள் என எவருமில்லை' என்றார் ஹேகயகுலத்துப் படைத்தலைவர் ஜஹ்னி.

நான் அவர்களிடம் போரின்றி அமையவிரும்பினால் அவர்கள் சொல்லும் ஐந்து நெறிகளுக்குக் கட்டுப்படுவதாக அவர்களுக்கு சொல்லுறுதி அளிக்கவேண்டும் என்றனர். நான் எந்நிலையிலும் மூன்று யாதவர்குலங்களைத் தாக்கலாகாது. யாதவப்படைகளில் உள்ள மூன்றுகுலங்களைச் சேர்ந்த அனைவரையும் விடுவிக்கவேண்டும். அம்மூன்று யாதவர் குடிகள் ஈட்டிய செல்வத்தால் அமைந்தது துவாரகை என்பதனால் அதற்கீடான செல்வத்தை நான் அவர்களுக்கு அளிக்கவேண்டும். அல்லது அச்செல்வத்தில் ஒருபகுதியையேனும் உடனே அளிக்கவேண்டும். மூன்று யாதவகுடிகளின் விழவுகள் எதிலும் விருஷ்ணிகளும் அந்தகரும் கலந்துகொள்ளக்கூடாது. யாதவர்களின் பேரரசன் என நான் என்னைச் சொல்லிக்கொள்ளக்கூடாது, துவாரகை விருஷ்ணிகளின் அரசு என்றே அறிவிக்கப்படவேண்டும்.

அந்நெறிகளில் எது மீறப்படுமென்றாலும் அவர்கள் விருஷ்ணிகளைத் தாக்கிக் கொன்றழிப்பது முறையே என்றாகிவிடும் என்பது இறுதி நெறி. நான் துயருடன் அவர்கள் மேல் நான் கொண்டிருந்த நம்பிக்கையைப்பற்றி சொன்னேன். அவர்கள் பிரிந்துசென்றால் நான் ஷத்ரியர்களால் அழிக்கப்படுவேன் என்றும் துவாரகை மண்மேடாக ஆகும் என்றும் சொன்னபோது விழிநீர் சிந்தினேன். அவர்கள் அதைக் கண்டு புன்னகைத்தனர். மேலும் மேலும் கடினமாகிக்கொண்டே சென்றனர்.

இறுதியாக அவர்கள் எந்நிலையிலும் ஷத்ரியர்களிடம் சேர்ந்துகொண்டு துவாரகையைத் தாக்குவதில்லை என்னும் உறுதிமொழியை மட்டும் கேட்டேன். நான் ஐந்துநெறிகளைப் பேணுவேன் என்றால் அந்த உறுதிமொழியை அளிப்பதாக அவர்கள் ஒப்புக்கொண்டார்கள். நான் என் உறுதிமொழியை ஓலையில் எழுதி என் கருடமுத்திரை பொறித்து அவர்களுக்கு அளிக்க ஒப்புக்கொண்டேன். அங்கேயே அவர்கள் ஓலையெழுதினர். அவர்களின் ஒப்புதல் ஓலை மூன்றுகுடிகளின் படைத்தலைவர்களின் முத்திரையுடன் எனக்கு அளிக்கப்பட்டது. என் ஓலை கருடமுத்திரையுடன் அவர்களுக்கு அளிக்கப்பட்டது.

'எங்களை நீங்கள் எதிரிகளாக எண்ணலாகாது' என்று அவர்களிடம் இறுதியாக நான் கண்ணீருடன் மன்றாடினேன். 'அது நீ நடந்துகொள்ளும் முறையில் உள்ளது, யாதவனே' என்றார் ஹேகயகுலத்துப் படைத்தலைவர் ஜஹ்னி. 'நீ நெறிபேணினாலும் விருஷ்ணிகள் தங்கள் ஆணவத்தால் அழியச் சித்தமாவார்கள் என்பதில் எங்களுக்கு ஐயமில்லை' என்றார் குங்குர குடித்தலைவர் வாகுகர். 'குருதியினாலன்றி நம் குலக்கணக்கு

தீராது, யாதவனே. அக்குருதியை நீ எத்தனைநாள் ஒத்திவைப்பாய் என்பது மட்டுமே வினா' என்றார் போஜர்குலப் படைத்தலைவர் சீர்ஷர். தலைவணங்கி ஒரு சொல் பேசாமல் கண்ணீருடன் நான் கோட்டைக்கு மீண்டேன்.

"ஆம் அரசே, அது நடிப்பு. நான் அளித்த அந்த ஓலை முற்றிலும் பொய். அவர்கள் அரசர்கள் அல்ல, என் படைநீங்கிய வஞ்சகர்கள் மட்டுமே. அவர்களுக்கு நான் சொல்லளிக்கவேண்டிய தேவையே இல்லை. மறுநாள் அந்திக்குள் அனைத்துக் கணக்குகளையும் முற்றாக முடித்தேன்" என்றார் இளையயாதவர்.

18

"அரசே, ஜராசந்தனின் அனைத்துத் தோல்விகளுக்கும் என் அனைத்து வெற்றிகளுக்கும் பின்னணியாக அமைந்தவை எங்களைப் பற்றிய பிழைமதிப்பீடுகளே" என்றார் இளையயாதவர். "அவரை எப்போதும் மிகைமதிப்பீடு செய்தார்கள். அவரே அவரை அவ்வண்ணம் எண்ணிக்கொண்டார். மகதத்தின் வெல்லமுடியா பெரும்படை, அவரது இரக்கமற்ற போர்த்திறம். அவரை பீமன் இயல்பாக வென்றது அந்தப் புறவாயில் வழியாகச் சென்றமையால்தான்."

என்னை எப்போதும் குறைமதிப்பீடே செய்தனர். என்னைப் பற்றி உருவாகிப் பரவிய சூதர்சொல் என் வெற்றிகளை மட்டுமே சொன்னது. நான் வெல்லற்கரியவன் என்ற எண்ணமே உள்ளது. ஆயினும் ஷத்ரியர் உள்ளங்களில் அந்த நம்பிக்கை மீதான உள்ளூறை ஐயமும் எப்போதும் திகழ்கிறது. அது ஷத்ரியர்களுக்கு அவர்களின் குலம் அளிக்கும் குருதியில் கலந்த எண்ணம். அவர்கள் ஷத்ரியர்கள் என்பதனாலேயே சூத்திரர்களைவிட போர்த்திறம் கொண்டவர்கள், வெல்பவர்கள் என்று.

என் வெற்றிகளைக் கண்டு ஷத்ரியர் அஞ்சுவதனால் எளிதில் என் மேல் படைகொண்டு எழத் துணியமாட்டார்கள். துணிந்தபின் மெல்ல வெல்லமுடியுமென எண்ணத்தலைப்படுவர். என் படைகள் பயிற்சியற்றவை. என் படைத்தலைவர் போர்மரபற்றவர். யாதவர்கள் பூசலிட்டுப் பிரிபவர்கள். அத்தனைக்கும் மேலாக நான் பேருருவம்கொண்டவன் அல்ல. என்னைக் கண்டபின் என் கரிய மெலிந்த உடலே நான் என அவர்களின் விழிமுன் எழுகிறது. அது அனைத்து மெய்ப்புரிதல்களையும் திரிபடையச் செய்கிறது. சால்வனையும் அந்தக் குறைமதிப்பீடே தோற்கவைத்தது. அவன் என்னை

அவ்வாறு குறைமதிப்பீடு செய்கிறான் என்பதை அவன் அமைத்த படைசூழ்கையைக் கண்டே நான் உய்த்தறிந்தேன். அதனை முற்றிலும் பயன்படுத்திக்கொள்ள முடிவுசெய்தேன்.

வஜ்ரவாகத்தில் என் படைத்தலைவர்களைக் கூட்டி ஹேகயர் எழுதிவாங்கிய ஓலையைப்பற்றி சொன்னேன். என் மைந்தரும் படைத்தலைவர்களும் கொதித்தெழுந்தனர். உடனே படை கொண்டெழுந்து அவர்களை வென்று சிறைபிடிக்கவேண்டுமென கூச்சலிட்டனர். 'இனி பொறுப்பதென்பது நம் பெருந்தன்மை அல்ல, கோழைத்தனம். நாம் வஞ்சனையைப் பொறுத்தோம் என்றால் வீணர்கள் என்றே அறியப்படுவோம்' என்று சாம்பன் கூவினான். 'எனக்கு ஆணையிடுங்கள் தந்தையே, அவர்கள் விழைவதென்னவோ அதை அவர்களுக்களிக்கிறேன்' என்றான் பிரத்யும்னன். 'வேண்டாம், நாம் அவர்கள் மேல் கொள்ளும் சினம் நம்மை அழிக்கும் நோய். நாம் பூசலிட்டால் நம் கூரைகளைக் கொளுத்திக்கொள்வதாகவே பொருள்' என்றேன்.

"அவையில் அதைச் சொல்லிவந்ததுமே கண்ணீர்விட்டேன். என் அவையினர் அதைக் கண்டு திகைத்து அமைந்திருந்தனர்" என்றார் இளையயாதவர். "அரசே, அது பொய்த்துயர் அல்ல, உண்மையிலேயே யாதவரின் அவ்வுளப்பிளவு கண்டு என் உள்ளம் உருகிக்கொண்டிருந்தது. இரவுகளில் அதை எண்ணி விழித்துக்கொண்டேன் என்றால் துயில்நீத்து இருள்நோக்கி விடியும்வரை நின்றிருப்பேன். காலம்கடந்து நோக்கமுடிவதென்பது பெருந்துயர். இவர்கள் ஒருநாள் பூசலிட்டு முற்றழிவார்கள் என்று உணர்கிறேன்." அச்சொற்கள் யுதிஷ்டிரரை நடுங்கச்செய்தன. அவர் ஏதோ கேட்க உன்னுபவர் போல உடலசைவுகொண்டாலும் சொல்லெழவில்லை.

"நினைவறிந்த நாள்முதல் இவர்களுக்காக வருந்திக்கொண்டிருக்கிறேன். என் இளமையில் என் ஆற்றலாலும் அறிவாலும் இவர்களை ஒன்றென ஆக்கிவிடலாம் என்று எண்ணினேன். அதன்பொருட்டே நான் வந்தேன் என மயங்கினேன். முதுமை நெருங்குகையில் மேலும் மேலுமென தெளிந்து வருகிறது ஊழ். கையறுநிலையில் அதை நோக்கி நிற்பதன்றி நான் செய்யக்கூடுவது பிறிதில்லை" இளையயாதவர் தொடர்ந்தார். "அன்றிரவு நான் உருகி நீர்மைகொண்டு ஒழுகி பின் உறைந்து உறுதிகொண்டேன்."

மறுநாள் காலை சாம்பன் தலைமையில் என் மைந்தர்கள் நடத்திய அந்தகர்களும் விருஷ்ணிகளும் அடங்கிய படை ஹேகய, போஜ, குங்குரப்படைகளைத் தாக்கியது. அப்போரின் செய்தியை பறவைச்செய்தி வழியாக அறிந்த சால்வன் அன்று அந்தியில் அப்பூசல் முடிவதற்குள்

வஜ்ரவாகத்தைத் தாக்கலாமா என்று தன் படைத்தலைவர்களுடன் மதிசூழ்ந்துகொண்டிருந்தபோது நான் சிறிய படை ஒன்றுடன் அவன் படைகளைத் தாக்கினேன். அந்த நேரடியான விரைவுத்தாக்குதலை அவன் எதிர்பார்த்திருக்கவில்லை. என்னால் வஜ்ரவாகத்தைவிட்டு விலகமுடியாதென்றே எண்ணியிருந்தான். அவன் படையெழுவதற்குள் மறுபக்கக் காடுகளிலிருந்து ஜாம்பர்கள் தாக்கத் தொடங்கினர். கங்கையின் கிளையாறுகள் வழியாக வந்த மச்சர்களும் அவன் படையைத் தாக்கலாயினர்.

மிதக்கும் இரும்புக்கோட்டையாகிய சௌபத்தை வெல்லும் வழிமுறையை நானே எண்ணி அமைத்திருந்தேன். என் படைகள் கொண்டுவந்திருந்த அரக்குருளைகள், தேர்களில் அமைந்த சுருள்வில் பொறிகளால் சௌபத்தின் இரும்புக்கூரைகள் மேல் எறியப்பட்டன. தொடர்ந்து எரியம்புகள் சென்று அவற்றில் விழுந்தன. உருகும் அரக்கு சொட்டியதும் யானைகள் பிளிறியபடி கவசங்களை வீசிவிட்டுத் திரும்ப, சௌபம் உடைந்து சிதறியது. என் படைகள் அம்புகளைத் தொடுத்தபடி அவ்விடைவெளிகளில் நுழைந்தன. இருளில் எங்கள் படைகள் நுழைந்தமையால் நாங்கள் எத்தனைபேர் என்றும் எத்திசைகளில் உள்ளோம் என்றும் அவர்களால் அறியக்கூடவில்லை. சற்றுநேரம் அத்திகைப்பு நீடித்தது. அதற்குள் நாங்கள் அவன் படைசூழ்கையை முறித்துவிட்டிருந்தோம்.

சால்வனின் துணிவு எதனாலென்று அப்போர்க்களத்தில் தெரியவந்தது. பீதர்நாட்டு எரிப்பொடிப் பொதிகளை சுருள்விற்களில் தொடுத்து வானிலெறிந்து பற்றவைத்தான். இருளில் அவை சிறு சூரியன்களைப்போல வெடித்து கதிர்பரப்பின. அவ்வெளிச்சத்தில் அவன் காவல்மாடங்களில் இருந்தவர்கள் எங்களை முழுமையாகவே பார்த்துவிட்டனர். அவர்கள் முரசொலிகள் வழியாக எங்கள் படைகளைப்பற்றிய செய்திகளை பகிரத்தொடங்கியதுமே காவல்மாடங்களை அழிக்கும்படி என் படைகளுக்கு ஆணையிட்டேன்.

போர் நெடுநேரம் நிகழமுடியாதென்று உணர்ந்தேன். விரைவே வெற்றி என்று அறிந்து மேலும் மேலுமென என் படைகளை ஊக்கிக்கொண்டிருந்தபோது என்னைத் தேடி மதுராவிலிருந்து தூதன் ஒருவன் வந்தான். தாருகன் என்னும் பெயர்கொண்ட அவனை நான் நன்கறிவேன். என்னால் பயிற்றுவிக்கப்பட்டு மதுராவின் எதிரிகளை உளவறிந்து எனக்குச் சொல்லும்பொருட்டு அமைக்கப்பட்ட திறமைவாய்ந்த ஒற்றன். புரவியில் என்னை அணுகி 'யாதவரே, தீயசெய்தி!' என்று கூவினான். அருகே வந்து 'மகதப்படைகளால் தங்கள் தந்தை வசுதேவர் கொல்லப்பட்டார்' என்றான்.

அதை என்னைச் சூழ்ந்திருந்தவர்களும் கேட்டனர். ‘அரசே, ஏகலவ்யனின் தலைமையில் மகதப்படைகள் மதுராநகரைத் தாக்கின. நகரம் அத்தாக்குதலுக்குச் சித்தமாக இல்லாமலிருந்தமையால் நிலைகுலைந்தது. நிஷாதர்களின் படைகள் நகருள் புகுந்து சூறையாடின. எதிர்கொண்டு சென்ற தங்கள் தந்தை களப்பலியானார்’ என்று அவன் சொன்னான். நெஞ்சிலறைந்து அழுதபடி ‘எஞ்சியபடைகள் தங்கள் அன்னையைக் காத்தபடி வெளியேறி மதுவனம் நோக்கிச் செல்கின்றன. மதுவனத்தில் தங்கள் பிதாமகரிடமும் படைவல்லமை இல்லை. நாளைமாலைக்குள் மகதம் மதுவனத்தைச் சூழ்ந்துகொள்ளும்’ என்றான்.

கையிலிருந்த வில்லும் அம்பும் செயலற்றுத் தழைய, ஒருகணம் திகைத்தேன். எப்படியோ யாதவப்படைகள் அனைத்தும் அத்தருணத்தை உணர்ந்து மெல்ல விரைவழிந்தன. என்னருகே நின்றிருந்த என் மைந்தன் சாம்பன் ‘படைகள் திரும்புக... நாம் மதுவனத்திற்குச் செல்வோம்’ என்றான். அச்சொல் எழுந்ததுமே தாருகன் விழிகளில் எழுந்த நிறைவைக் கண்டேன். மறுகணமே என் ஆழியால் அவன் தலையை வெட்டி வீழ்த்திவிட்டு, திரும்பி குருதிவாளை ஓங்கி ‘முன்செல்லுங்கள் !’ என்று கூவினேன். தாருகனின் அன்னை ஹேகய குலத்தவள் என்று அதன்பின்னரே என் சித்தம் உணர்ந்தது.

ஒவ்வொரு கணமும் நூறிலொன்றாகச் சுருங்கியாகவேண்டும் என்பதே எங்கள் போர்முறை. எண்ணவும் இடம்கொடாது தாக்கி வென்று அவ்வெற்றியை எதிரி உணர்வதற்குள்ளாகவே மீண்டாகவேண்டும். என் சிறிய விரைவுப்படையைவிட பன்னிரண்டு மடங்கு பெரியது சால்வனின் படை. பின்திரும்பி ஓடிய யானைகளில் மூன்றிலொருபங்கை திரும்பக் கொண்டுவந்தார்கள் என்றால் அதன்பின் யாதவர்கள் எவரும் திரும்பிச்செல்லமுடியாது. வெற்றி வெற்றி என்று கூவுவதற்கு மாறாக ‘விரைவு ! விரைவு !’ என்றே போர்க்கூச்சலெழுப்பிக்கொண்டிருந்தனர் என் படைத்தலைவர்கள்.

என்னை வழிநடத்திச்சென்றவன் வேளக்காரர் தலைவனாகிய கூர்மன். அவன் கையில் மின்னிய எரியம்பின் ஒளியைத் தொடர்ந்து படைகளை ஊடுருவிப் போரிட்டுச் சென்றபோது ஓர் இடத்தில் பிழையை உணர்ந்துகொண்டேன். திரும்புவதற்குள் சால்வனின் படைகளால் சூழப்பட்டேன். என் படைப்பிரிவைச் சுற்றி எரித்தூளைப் பற்றவைத்து புகை எழுப்பினார்கள். நான் முற்றிலும் நோக்கிலிருந்து மறைந்ததும் நான் எதிரிகளால் சூழ்ந்து கொல்லப்பட்டேன் என்று கூர்மன் செய்தியறிவித்தான். சால்வனின் படைகள் வெற்றி எக்காளமிடத்தொடங்கின. துயர்க்குரலுடன் யாதவப்படைகள் மீண்டும் பின்னடைந்தன.

அது ஒரு தருணம், அத்தகைய காலச்சுழிகள் கனவுகளைப்போன்றவை. இங்கிரு இதிலிரு என நம்மை இனிதாக்கி அணைத்து உள்ளிழுத்து வைத்திருக்கும் தன்மைகொண்டவை கனவுகள். என் மூச்சு திணறியது. கண்கள் முற்றிலும் இருண்டன. தேர்த்தட்டிலிருந்து விழப்போனேன். விழுந்திருந்தால் அப்போர் அங்கே முடிந்திருக்கும். துவாரகையின் வரலாறும் அறுந்திருக்கும். அத்தருணத்தில் என்னை உயிர்கொண்டு எழச்செய்தது என்னுள் சீறிய ஓர் அருஞ்சினமே. இழிமகன் ஒருவனின் வஞ்சனையால் வீழ்ந்தேன் என்றா என் கதை சொல்லப்படவேண்டும் என எண்ணினேன். எரிந்து வான்நோக்கும் அம்பு போல என்னைத் திரட்டி எழுந்தேன்.

அப்பால் சால்வனின் படைகளைச்சேர்ந்த கழைநோக்கி ஒருவன் தன் நீள்கழையுடன் சென்றுகொண்டிருப்பதைக் கண்டேன். பாய்ந்து அவனை வெட்டி வீழ்த்தியபின் கழையின் கணுக்களில் கால்வைத்து மிதித்து மேலேறி நுனிக்குச் சென்று என் இடையிலிருந்து பாஞ்சஜன்யத்தை எடுத்து ஊதினேன். அந்த ஒலியை அறியாத யாதவர் இல்லை. அக்கணமே பின்னெட்டு எடுத்துவைத்துக்கொண்டிருந்த யாதவர் வாழ்த்துக்கூச்சலும் போர்விளியுமாகப் பெருகி சால்வனின் படைகள்மேல் மோதினர். நான் இறக்கவில்லை என்றறிந்து சால்வனின் படைகொண்ட குழப்பமும் யாதவரின் புத்தெழுச்சியும் சந்தித்த கணத்தில் எங்கள் வெற்றி உறுதியாயிற்று. சால்வனின் படைகள் சரிந்துவிழும் பெருமரம்போல ஓசையிட்டபடி பின்னகரத்தொடங்கின.

போர்க்களத்தில் அரசன் அத்தனை உயரத்துக்கு மூங்கில்மேல் ஏறுவது மதியுடைமை அல்ல என்பதனால் கீழே என் மெய்க்காவலர் கூச்சலிட்டனர். என்னை நோக்கி வந்த அம்புகளைக் கண்டேன். அதிலொரு அம்பு சால்வனுடையதென்று அறிந்த அக்கணமே என் ஆழியால் அவன் கழுத்தை அறுத்தெறிந்தேன். கழை சரியத்தொடங்கியதை உணர்ந்தும் குதிக்காமல் மீண்டும் பாஞ் சஜன்யத்தை முழக்கினேன். அது வெற்றிமுழக்கம். சால்வன் இறந்ததை அறிந்து யாதவர் வெற்றிக்குரலெழுப்பினர். வாள்களையும் வேல்களையும் தலைக்குமேல் வீசி அமலையாடினர். மூங்கிலுடன் சரிந்து படைநடுவே விழுந்த என்னை மெய்க்காவலர் சூழ்ந்துகொண்டனர். என் தோளிலும் விலாவிலும் அம்புகள் பாய்ந்திருந்ததை அதன் பின்னரே அறிந்தேன். கூர்மனின் தந்தை போஜன் என்பதை உணராதுபோனமைக்காக என் உள்ளம் எரிந்தது.

சால்வனின் படைகள் சிதறிப் பின்வாங்கத் தொடங்கின. யாதவர் அங்கு நின்று வெற்றிக்களியாட்டு கொள்ளவும் நகருக்கு திரும்பிச்செல்லவும் விழைந்தனர். ‘இல்லை, இறுதிப்படைவீரனும் எஞ்சும் வரை போர்

புரியுங்கள். ஒருவன்கூட சிறைபடுத்தப்படலாகாது. ஒருவன்கூட புண்பட்டு எஞ்சலாகாது. அத்தனைபேரும் கொல்லப்பட்டாகவேண்டும். இது என் ஆணை!' என்றேன். போர்வெற்றிக்களிப்பு சற்றுநேரத்திலேயே கொலைவெறியாகியது. புண்பட்டுத் துடித்தவர்கள் தலைவெட்டி வீழ்த்தப்பட்டனர். தப்பி ஓடியவர்களைத் துரத்திச்சென்று கொன்றனர் யாதவர்.

அது உண்மையில் மிக எளிது. போராடுபவர்களே படையென இணைந்தவர்கள். தப்பி ஓட முடிவுசெய்த கணமே அவர்கள் தனியர்கள். அவர்களில் பின்தங்கியவர்கள் களைத்தவர்கள், புண்பட்டவர்கள், அஞ்சி நடுங்குபவர்கள். பிடிபட்டதுமே விழிமூடி இறப்பை ஏற்பவர்கள். எதிர்க்காதவர்களைக் கொல்வதன் இன்பம் ஒன்றுண்டு. அது மானுடனை விலங்கு என, அரக்கன் என ஆக்குவது. அதை அவன் தெய்வமென ஆகிவிட்டதாக எண்ணிக்கொள்கிறான். கொல்லக் கொல்ல வாள்கள் ஒளியேறுகின்றன. கொல்லப்படுபவர்கள் மானுடரல்லாது வெறும் தசைக்குவியல்களாக ஆகிக்கொண்டே செல்கிறார்கள்.

நான் என் படைவீரர்களை அவர்களின் இறுதி உளத்தடைகளும் உடைந்து வெறும் கொலைக்கருவிகளென ஆக்க விழைந்தேன். சால்வனின் படைகளுக்கு நிகழ்ந்ததென்ன என்று நூறாண்டுகளுக்கு சூதர் பாடவேண்டும் என திட்டமிட்டேன். என் படைகள், சிறைவைக்கப்பட்டிருந்த என் மைந்தரை மீட்டனர். சிறைபிடிக்கப்பட்ட சால்வனின் ஏழு மைந்தரையும் அங்கேயே தலைவெட்டிச் சரித்தனர். என் படைகளை, சால்வனின் சௌபபுரிவரை அவர்களைத் துரத்திச்சென்று கொல்லும்படி ஆணையிட்டு அனுப்பினேன். நானும் என் மெய்க்காவல்படையும் மட்டும் மீண்டும் வஜ்ரவாகத்திற்கு வந்தோம்.

வஜ்ரவாகத்தில் நிகர்நிலையில் போர் நடந்துகொண்டிருந்தது. சால்வனின் படைகளை என் படைகள் வென்ற செய்தியை அறிந்ததுமே அவர்களின் துணிவு தளரத்தொடங்கியது. உடனே அவர்களுக்குள் பூசல் எழுந்தது. குங்குரர்களும் போஜர்களும் பணிய விரும்பினர். ஹேகயர் போரிட்டபடியே பின்வாங்கி சிபிநாட்டுப்பாதையில் செல்ல விரும்பினர். அப்பூசலே அவர்களின் ஆற்றலை அழித்தது. பாஞ்சஜன்யத்தை ஊதியபடி நான் அந்தகர்களும் விருஷ்ணிகளும் போரிட்டுக்கொண்டிருந்த களத்தில் தோன்றியதுமே எதிர்ப்படை சூழ்கை சரிந்து மூன்றுபிரிவுகளாகப் பிரிந்து பின்வாங்கத் தொடங்கியது.

மூன்றுநாழிகைக்குள் போர் முடிந்தது. ஹேகயர்குடிப் படைத்தலைவர் ஜஹ்னி களத்தில் இறந்தார். பிறர் விருஷ்ணிகளிடம் வாள்தாழ்த்திக் களம்பணிந்தனர். நான் ஆனர்த்தநகரிக்குச் சென்று அங்கே

படைநிறுத்தினேன். அந்நகரும் சூழ்ந்திருந்த ஊர்களும் சால்வனின் படைகளால் சூறையாடப்பட்டு எரிபரந்தெடுக்கப்பட்டு சுடுகாடுபோல் கிடந்தன. அந்நகரில்தான் படைநிலையும் உண்டாட்டும் நிகழவேண்டுமென எண்ணினேன். அங்கு வந்த ஒவ்வொரு விருஷ்ணியும் அந்தகனும் குருதி கொதித்துக்கொண்டிருந்தான். அவர்கள் வரும்வழியெல்லாம் சூறையாடப்பட்ட ஊர்களில் இருந்த குடிகள் நெஞ்சில் அறைந்துகொண்டு கதறியபடி எதிர்நின்று முறையிட்டனர்.

சௌபநாட்டின் எல்லைவரை சென்று கொலையாட்டு செய்து யாதவப்படை மீண்டு வந்தது. சால்வனின் படைகளில் ஐந்திலொன்றே சௌபபுரிக்கு மீண்டது. 'யானையால் நசுக்கிக் கொல்லப்பட்ட விலங்கின் குருதித்தீற்றல் போல சௌபபுரி முதல் ஆனர்த்தம் வரை சால்வப்படையினரின் குருதி நீண்டு கிடந்தது' என அதைப் பிறகு ஒரு சூதன் பாடினான். குருதியாலான செய்தி ஒன்றை ஷத்ரியர்களுக்கு அனுப்ப விழைந்தேன், அதை அனுப்பினேன். ஷத்ரிய அரசுகள் அனைத்திலும் குளிர்ந்த செயலற்ற அமைதி பரவியது.

ஆனர்த்தநகரியில் சிறைப்பட்டோரை நான் மன்றுநிறுத்தினேன். தாருகனின் தலையையும் ஹேகயரான ஜஹ்னியின் தலையையும் கொண்டுவந்து ஆனர்த்தநகரியின் கோட்டைமுன் ஈட்டியில் குத்திவைத்தேன். அதன் முன் குங்குரர்களின் படைத்தலைவர் வாகுகரையும் போஜர்படைத்தலைவர் சீர்ஷரையும் கழுவிலேற்றினேன். 'போரில் பணிந்தவர்களை கழுவேற்றுவது என்ன மரபு?' என்று சீர்ஷர் கண்ணீருடன் கூவினார். 'படைவீரர்களுக்குரிய மதிப்பை எங்களுக்கு அளியுங்கள், யாதவரே. உங்கள் நகருக்காக படைநின்றவர்கள் நாங்கள் என்றாவது நினையுங்கள்' என்றார் வாகுகர்.

'நீங்கள் போர்நெறிப்படி எனக்கு எதிராகப் படைகொண்டு வந்த எதிரிமன்னர்கள் அல்ல. என் கோலுக்கு வஞ்சமிழைத்தவர். குடிவஞ்சமிழைத்தவருக்கு இறுதிநீருக்கும் விண்ணேற்றும் சடங்குகளுக்கும் சூதர்பாட்டில் புகழ்மொழிக்கும் உரிமை இல்லை என்பதே நெறி' என்றேன். அவர்களுடன் அவர்களின் அணுக்கப்படையினர் நாநூறு பேர் கழுக்கூர்களில் நின்று சுழன்று கதறித் துடித்து அமைந்தனர். அவர்களுக்குச் சுற்றும் சிறைப்பிடிக்கப்பட்ட ஹேகயர்களையும் குங்குரர்களையும் போஜர்களையும் நிறுத்தி அதைப் பார்க்கவைத்தேன்.

அதன்பின் அவர்களில் நூற்றுக்குடையோர் அனைவரின் கால்களின் கட்டைவிரல்களையும் வெட்டும்படி ஆணையிட்டேன். அவர்களின் ஆண்விதைகளை மருத்துவர்களைக்கொண்டு அகற்றி, நெற்றியில் தொழும்பர்க்குறியைச் சூடுபொறித்தேன். அவர்களின் உள்ளங்கைகளில்

துளையிட்டு அதன்வழியாக வடம் செலுத்தி சேர்த்துக்கட்டி ஒற்றைத்திரளென இழுத்துச்சென்று துவாரகையின் துறைமேடைகளில் அடிமைகளாகப் பணிக்கமர்த்தினேன். என்னைக் கைபிணைத்துக் கட்டிய சரபனையும் என்னை சால்வனுக்கு ஒற்றுக்கொடுத்த கூர்மனையும் கால்கள் சேர்த்துக்கட்டி குதிரைகளுடன் பிணைத்து ஆனர்த்தநகரியிலிருந்து துவாரகைவரை தரையில் இழுபட்டுச் செல்லவைத்தேன். துவாரகையை அடைந்தபோது அவர்களின் உடலில் வெள்ளெலும்புக்கூடு வெளித்தெரிந்தது.

துவாரகையில் அவர்களைத் தெருக்களினூடாக இழுத்துச்சென்றபோது நகர்மக்கள் இருபக்கமும் விழிதெறிக்க நின்று நோக்கினர். செல்லும்வழியிலேயே தளர்ந்துவிழுந்தவர்கள் கழுவில் குத்தி வைக்கப்பட்டார்கள். அவர்களை நிறுத்திய செண்டுவெளியில் மன்றெழுந்து 'உங்கள் தந்தையென்றிருந்தேன். உங்கள் வாயில்கள்தோறும் வந்து நின்று விழிநீர் விட்டு இரந்தேன். உங்கள் நெறியின்மையால், அதை உருவாக்கிய அறிவின்மையால் என்னைக் கொலைவாள் ஏந்தச்செய்தீர்கள். இன்று உங்களுக்கு நிகழ்ந்தது யாதவர்கள் ஒருபோதும் மறக்காத செய்தியாகட்டும்' என்று சொன்னேன்.

'இனி இந்நகரில் ஆள்வது ஒருசொல்லே. மறுசொல் உங்கள் எண்ணங்களில் ஒருமுறை எழுந்தால்கூட உங்கள் மைந்தர் தலையறுந்து இறந்தார் என உறுதிகொள்ளுங்கள். உங்கள் எண்ணங்களுக்குள் புகுவேன். உங்கள் கனவுகளைக் கண்காணிப்பேன். மறுசொல்லற்ற பணிவன்றி இனி எதையும் பொறுக்கமாட்டேன்' என்றேன். திகைப்பு நிறைந்த விழிகளுடன் யாதவர் என்னை நோக்கி நின்றனர். கதைகளில் அவர்கள் மதுராவில் குருதியாடிய அச்சிறுவனைப்பற்றிக் கேட்டிருந்தனர். அது சூதர்கதையென்றே ஆகிவிட்டிருந்தது. அவன் பேருருவைக் கண்டு அவர்களின் அகம் நடுங்கியதைக் கண்டேன்.

என் தமையனின் அரசி ரேவதி, பெண்டிர் அமர்ந்த பேரவையில் எழுந்து கண்ணீருடன் கூவினார் 'என் குடி அழிக்கப்படுவதைக் கண்டு நான் வாளாவிருக்கமாட்டேன். போரில் வெல்லமுடியாமலாகலாம். இந்த அவையில் நான் சங்கறுத்துச் செத்துவிழுவேன். அதை எவர் தடுப்பார் என்று பார்க்கிறேன்.' அவர்கள் விழிநோக்கிச் சொன்னேன் 'அரசி, நீங்கள் சாகலாம். ஆனால் அப்படி நிகழ்ந்தால் உங்கள் தந்தையையும் தமையன்களையும் இளையோரையும் மறுநாளே நகர்மன்றில் கழுவேற்றுவேன்.' திகைத்து வாய்திறந்து நின்ற குக்குட நாட்டு அரசி திரும்பி உள்ளே ஓடினார்.

பதறி அமர்ந்திருந்த என் அரசியரை நோக்கித் திரும்பியபோது அவர்கள் கைகூப்பினர். விழிதெறிக்க நோக்கிய சத்யபாமையிடம் சொன்னேன்

'இது என் நகர். என் சொல்லே எவர் சொல்லும். மறு எண்ணம் எவரில் எழுந்தாலும் அவர்கள் தங்கள் குடும்பத்தினரைக் கழுவேற்றுகிறார்கள்.' ஒரு நடுக்கத்தின் அசைவு மட்டுமே அவர்களில் தெரிந்தது. 'இன்றுமாலை சத்யபாமை ஒற்றை மரவுரியுடன் சென்று போஜர்களின் குடித்தலைவர்கள் அனைவரையும் சந்தித்து அவர்களின் கால்பொடி சென்னிசூடி பொறுத்தருளும்படி கோரவேண்டும். இன்றுமுதல் ஒருவாரம் ஊர்மன்றில் உணவு ஒழித்து நோன்பிருக்கவேண்டும்' என்றேன்.

அனைத்து குலப்பூசல்களும் முற்றிலும் முடிவுக்குவந்தன. நகரில் குலமென்னும் சொல்லைச் சொல்லவே யாதவர் அஞ்சினர். என் படைகளனைத்தையும் மீண்டும் திரட்டிக்கொண்டு சால்வனின் சௌபபுரியைத் தாக்கினேன். அங்கே அவன் முதிரா இளமைந்தனை அரசனாக்கி அவன் தேவி ஆட்சிசெலுத்திக்கொண்டிருந்தாள். அந்நகரை வென்று அதன் துறைமுகப்பையும் அங்காடிகளையும் எரித்தேன். அதன் அத்தனைக் கட்டடங்களையும் கரியும் சாம்பலுமாக எஞ்சவைத்தேன். அக்கரியில் ஒருபிடி அள்ளிக் கொண்டுசென்று அஸ்தினபுரியின் கங்கைவாயிலில் சிலையென நின்றிருக்கும் காசிநாட்டு இளவரசி அம்பையன்னைக்குப் படைத்து ஒரு பூசனை செய்யும்படி சூதர்களை அனுப்பினேன்.

சால்வனுக்கு ஆதரவளித்த திரிகர்த்தர்களையும் உசிநாரர்களையும் தாக்கி அவர்களின் நகர்களைச் சூறையாடி எரியூட்டி மீண்டேன். கூர்ஜரனுக்கும் மாளவனுக்கும் ஓலை அனுப்பி எனக்கு நேர்ந்த போரிழப்புகளுக்காக அவர்களின் நாட்டை நான் தாக்காமலிருக்கவேண்டும் என்றால் உரிய தண்டத்தொகையை அவர்கள் துவாரகைக்கு அனுப்பவேண்டும் என ஆணையிட்டேன். ஜயத்ரதனுக்கும் அஸ்வத்தாமனுக்கும் என் சொல்லாக ஓலையனுப்பி அவர்கள் என் கையால் இறப்பதை விரும்பவில்லை என்றால் மறுமுறை துவாரகை என்னும் சொல்லையே நாவில் ஏற்றலாகாது என எச்சரித்தேன்.

அதன்பின்னரே போர் முடிந்தது என நிறைவடைந்தேன். ஷத்ரியநாடுகள் அனைத்திலும் என்னைப் பற்றிய அச்சமே திகழ்வதை ஒற்றர்கள் சொன்னார்கள். இந்திரப்பிரஸ்தமும் அர்ஜுனனின் வில்லும் இல்லையேல் நான் வீழ்வேன் என எண்ணியவர்கள் மறுமுறை அவ்வெண்ணத்தை உரைக்கவே நாவஞ்சினார்கள். அஸ்தினபுரியின் அவையில் கர்ணன் சகுனியிடம் 'அஸ்வத்தாமனை அறிவுடையோன் என எண்ணியிருந்தேன். மூடன், பெருமூடன். அவன் அம்புகள் யாதவனுக்கு சிறுபூச்சிகளுக்கு நிகர் என அறிந்திருக்கவில்லை என்றால் அவன் கற்றதுதான் என்ன?' என்றான். 'போர் வெல்லப்படுவது தலைவர்களால், படைகளால் அல்ல என்றறிந்தால் வீணனாகிய

சால்வனை அனுப்புவானா அவன்?’ ஹேகயர்களுக்கு ஆதரவளித்த சகுனி தலைகுனிந்து நிலம்நோக்கி அமர்ந்திருந்தார் என்று அறிந்தேன்.

அனைத்தும் சிலமாதங்களுக்கே என நான் அறிந்திருந்தேன். மானுடர் இன்பங்களையே விழைகிறார்கள். இன்பத்திற்காக அவர்கள் அனைத்தையும் பொறுத்துக்கொள்வார்கள். பெருஞ்சிறுமைகளை, ஈடில்லா இழப்புகளை, அணையமுடியாத வஞ்சங்களை, செரிக்க முடியாத கசப்புகளை. துவராகையில் மீண்டும் கலைகளையும் விழாக்களையும் அமைத்தேன். முதல் விழவறிவிப்புதான் கடினமானது. அது மக்களைச் சீண்டக்கூடாது. அதற்காக ஒரு தருணத்தை நோக்கியிருந்தேன். கம்சரால் கொல்லப்பட்ட மதுராவின் இளமைந்தருக்காக நீர்க்கடன் அளிக்கும் ஆடிமாதக் கருநிலவுநாள் வந்தது. அதற்கான அரசறிவிப்பு வெளிவந்தபோது எவரும் மறுப்பு எதுவும் சொல்லமுடியவில்லை.

மேலும் மூன்று மாதங்களாக அவர்கள் சோர்வில் இருந்தனர். உளச்சோர்வு பெரும் சுமை. நாள் செல்லச் செல்ல எடைவளர்வது. வாழ்க்கையின் பிற அனைத்தையும் அது பொருளற்றதாக்குகிறது. இறப்பை நோக்கி மட்டுமே அதனூடாகச் செல்லமுடியும். உயிர்த்துடிப்புள்ளவர்கள் அதிலிருந்து விடுபட விழைவுகொண்டனர். குழந்தைகள் துயரத்திலும் சோர்விலும் வாழ விழைவதில்லை. எங்கும் விளையாடுவதற்கென ஒரு வாய்ப்பையே அவர்களின் உள்ளம் விழைகிறது. குழந்தைகளுக்கு அண்மையானவர்கள் என்பதனால் பெண்களும் அதையே நாடுகின்றனர். அவர்களின் அவ்விழைவைக் கெஞ்சலாகவும் பின் சிணுங்கலாகவும் மீறலாகவும் ஆண்களுக்கு அளிக்க அவர்களால் இயலும்.

மூன்றுமாதகாலம் ஓர் இறுதி எல்லை. வஞ்சங்களும் கசப்புகளும் பேசிப் பேசி, நினைவில் ஓட்டி ஓட்டி பழையதாயின. பலதடவை பேசப்பட்ட, நினைக்கப்பட்ட ஒன்று எத்தகையதாயினும் எளிதும் சிறிதுமாகத் தோன்றத்தொடங்குவது மானுட உள்ளத்தின் விந்தைகளில் ஒன்று. அனைத்தையும் பேசிப் பேசி மானுடர் கடந்துசெல்வது அதனால்தான். அனைத்தும் குருதியுலர்ந்து தசைகூடி பொருக்காடி தழும்பானபோது அனைவரும் வாழ்வுக்கு வர விழைந்தனர். நிறைவுதரும் அடிப்படை ஒன்று அமைந்த ஒரு கொண்டாட்டம் அறிவிக்கப்பட்டபோது அவர்கள் அதை நோக்கிப் பெருகியெழுந்தனர்.

இளமைந்தருக்கான விழவைத் தவிர்ப்பது குலமூதாதையர் விரும்பாச்செயல் என்று சொல்லிக்கொண்டனர். துயருற்றிருப்பது அவர்களின் குருதிபலியை வீணாக்குவது. தங்கள் மைந்தர் கொண்டாடுவதை அவர்கள் விண்ணிலிருந்து நோக்கி மகிழ்வார்கள். சொல்லில் இருந்து சொல்லென அவ்வெண்ணங்கள் பெருகின.

சொல்லப்பட்டு செவிகளால் கேட்கப்பட்டதுமே அவை பொருண்மையான ஆற்றல்கொண்டன.

நீர்க்கடன் விழவுக்கு பலிப்பொருட்களுடன் கடற்கரைக்குத் திரண்டு வந்து, அன்னம் சமைத்து அருகம்புல்லுடன் உருட்டி இலைவிரித்துப் படைத்து வணங்கி, நீருக்கு அளித்து, மூழ்கி எழுந்து வருவது வழக்கமான சடங்கு. துவாரகையின் மக்களில் மூன்றில் ஒரு பங்கினர் கடலுக்கு வந்தால்கூட அதை வெற்றி என்றே எண்ணினேன். காலையில் மக்கள் வரத்தொடங்கியபோது கால்பங்கு மக்கள் வரவே வாய்ப்பு என்று அக்ரூரர் கணித்துச் சொன்னார். ஆனால் சாலைகளில் மக்கள் பலிப்பொருட்களேந்திய தட்டுகளுடன் செல்லக்கண்டதும் மேலும் மேலுமென மக்கள் வந்தனர். மாலைக்குள் துவாரகையின் குடிகளில் பெரும்பாலும் அனைவருமே கடல்நீராடினர்.

மறுவாரமே மூதாதையருக்கான ஒரு பூசையை நிகழ்த்தும்படி ஆணையிட்டேன். அதனுடன் சூதர்களின் பாடலும் நாடகமும் அரங்குகண்டன. அதில் துவாரகையினர் கலந்துகொள்வதைக் கண்டபோது அங்கு ஏதேனும் துயர் முன்பு நிகழ்ந்ததா என்னும் ஐயமே எழுந்தது. இழந்தவற்றை நோக்கி மீளும் வெறியுடன் துவாரகையினர் களியாட்டுகளை நோக்கி வந்தனர். கடலாட்டும் பாலையில் வேட்டையாடலும் கன்றுபூட்டலும் புரவிமெருக்குதலும் ஏறுதழுவுதலும் செண்டுவெளியின் படைக்கலப்பயிற்சிப் போட்டிகளுமாக நகர் முழுமையாகப் பொலிவுகொண்டது.

“துவாரகை அமைந்ததைக் கொண்டாடும் பெருவாயில் விழாவுக்கு நகர் முன்பைப்போலவே அணிகொண்டது. முன்பைவிட என்றார் அக்ரூரர். யவனரும் பீதரும் சோனகரும் காப்பிரிகளும் தென்னவரும் வந்து என் அவை நிறைத்தனர். அங்காடிகளில் புதுப்பொருட்கள் வந்து குவிந்தன. கள்ளும் காமமும் பெருகின. நகரெங்கும் மீண்டும் கட்டற்ற களியாட்டு ததும்பியது. பெருவாயில் பூசனைக்கு நான் என் தேரில் நகர்வீதிகளினூடாகச் செல்லும்போது கற்சுவர்களும் முரசுத்தோற்பரப்புகள் என அதிரும்படி எழுந்த வாழ்த்தொலிகளால் சூழப்பட்டேன். களிப்பு நிறைந்த முகங்கள் அலையலையெனத் ததும்பின. அரிமலர் மழை பொழிந்த திரையைக் கிழித்துக் கிழித்துச் சென்றேன். என்னை வாழ்த்திய வீரர் முகங்களில் யாதவரின் அத்தனை குடிகளும் ஒன்றெனக் கலந்திருப்பதைக் கண்டேன்.”

19

நீண்டபேச்சுக்குப்பின் வரும் அமைதியில் சித்தத்திலும் சொற்களில்லாமல் ஆகிவிடும் விந்தையை அதிலிருந்து விழித்தபின் தருமன் எண்ணிக்கொண்டார். காற்று மரங்களை உலைக்கும் ஒலி மட்டும் கேட்டுக்கொண்டிருந்தது. மிகத்தொலைவில் காட்டுக்குள் கருங்குரங்குகள் நாய்க்குரைப்பு போல ஒலியெழுப்பின. அரசமரத்திலிருந்து இலைகள் சுழன்றிறங்கி சரிந்து சென்றன.

இளையயாதவரின் சொற்களினூடாக நெடுந்தூரம் சென்று அறியா நிலங்களில் வாழ்ந்து மீண்டபோது உதிரியான காட்சிகள் மட்டும் கனவுகலைந்து எஞ்சுவன போல அவருள் இருந்தன. இளையயாதவர் சற்று அசைந்தபோது அவ்வோசையால் அவர் முழுமையாக மீண்டு வந்தார். “நெடுநேரமாயிற்று” என இளையயாதவர் சொன்னார். “ஆம், நீங்கள் இதைப்போல கட்டற்றுப் பேசுவதை நான் கேட்டதே இல்லை” என்றார் தருமன்.

இளையயாதவர் நிமிர்ந்து நோக்கி விழிகளில் சிரிப்புடன் “அப்படியா? நான் பேசிக்கொண்டேயிருப்பவன் என்றல்லவா என் கல்வித்தோழர்களும் பெண்களும் சொல்கிறார்கள்?” என்றார். “இளவயதில் என்னால் ஒன்றைப் பேசத்தொடங்கினால் நிறுத்தமுடியாது. நான் எவர் செவிக்காகவும் பேசுபவன் அல்ல. என்னுள் எழும் ஒரு சித்திரத்தைத்தான் பேசிப் பேசி முழுமையாக்கிக்கொள்வேன். தொடுத்துச்செல்வது முழுமையடையாமல் என்னால் நிறுத்தமுடியாது. பேசத்தொடங்கியதுமே கேட்பவர்களை மறந்துவிடுவேன்” என்றபின் மேலும் சிரித்து “நான் கற்ற தத்துவநூல்களை முழுமையாகவே பேசித்தான் தொகுத்துக்கொண்டேன். அவற்றை மறுப்பதும் பேசியபடிதான்” என்றார்.

“முழு தத்துவநூலையும் நின்று கேட்பதென்றால் கடினம்தான்” என தருமன் நகைத்தார். இளையயாதவரும் நகைத்துக்கொண்டு “அந்நூலை எவ்வகையிலும் எதிர்கொள்ளவில்லை என்றால் கேட்கலாம். என்னுடன் சுதாமன் என்னும் அந்தணன் பயின்றான். எளிய வைதிகன். என் சொற்களை சொற்களாகவே கேட்டு கடந்துசெல்பவன். இரும்புக்காதுகொண்டவன் என அவனைச் சொல்வார்கள்” என்றார். “அவன் நெடுநாட்களுக்குப்பின் என்னைக் காணவந்திருந்தான். பெரிய குடும்பம், பதினெட்டு குழந்தைகள். எப்படி அவர்களுடன் வாழ்கிறாய் என்று கேட்டேன். யாதவனே, நான் உன் ஒருவனிடம் அடைந்ததை இவர்கள் பதினெட்டுபேரும் சேர்ந்து எனக்கு அளித்ததில்லை என்றான்.”

தருமன் அவர் சிரிப்பை நோக்கிக்கொண்டிருந்தார். பின்பு “யாதவரே, நீங்கள் நகையாட்டாகவும் மன்றுரையாகவும் பேசுவதை நான் கேட்டிருக்கிறேன். இன்று பேசியதுபோல உங்கள் செயல்களை நீங்கள் விளக்கிப்பேசியதில்லை” என்றார். இளையயாதவர் விழிமாறுபட “ஆம்” என்றார். தலைகுனிந்து “அதைப்பற்றியே நான் வியந்துகொண்டிருக்கிறேன்” என்றார். தருமன் “ஏனென்றால் இதையெல்லாம் நீங்கள் இன்னமும் முழுக்க உங்களுக்கே விளக்கிக்கொள்ளவில்லை” என்றார். இளையயாதவர் விழிகளைத் தூக்காமல் “ஆம்” என்றார். “நீங்கள் செய்தவை உங்கள் நெஞ்சில் இருந்து உறுத்துகின்றனவா?” என்றார் தருமன். அவ்வாறு அவர் ஒருபோதும் இளையயாதவரிடம் பேசியதில்லை என்று எண்ணமெழுந்தது.

“இல்லை, இதுவே எல்லை என்றுணர்கிறேன். யாதவர் முற்றழிவின் விளிம்புவரை சென்றுவிட்டார்கள். கூர்வாளைச் சுழற்றி விளையாடும் மைந்தனை கல்வீசி வீழ்த்துவதுபோன்றது நான் ஆற்றியது” என்று இளையயாதவர் சொன்னார். “பிறிதொரு வழி இல்லை. அனைத்தையும் நோக்கிவிட்டு நான் அடைந்தது இது. இந்த அறுவைமருத்துவமே அவர்களை ஒன்றாக்கியது. ஆனால் இதையும் அவர்கள் கடப்பார்கள் என்றால் இனியொன்றும் செய்வதற்கில்லை.”

“அவர்கள் முற்றடங்கிவிட்டார்கள் என்றீர்கள்?” என்று தருமன் கேட்டார். “ஆம்” என்றார் இளையயாதவர். “யாதவர்கள் ஆழத்தில் பெருங்கோழைகள். ஷத்ரியர்களைப்போல எதையும் போராடிப்பெறும் உளம்கொண்டவர்கள் அல்ல. வேளாண்குடிகளைப்போல நெடுநாட்களாக நிலம்காத்து நின்றிருப்பவர்களும் அல்ல. ஒவ்வாததைக் கைவிட்டுச் சென்றுகொண்டிருக்கும் உளநிலை எப்போதும் அவர்களை ஆள்கிறது. மனித உள்ளங்கள் அவர்கள் புழங்கும் சூழலில் உள்ளவற்றில் உள்ளுறைந்துள்ள பொருளை தாங்களும் பெற்றுக்கொள்பவை.

எப்போதும் அக்கரைப்பச்சை நாடும் கால்நடைகளால் சூழப்பட்டவர்கள் யாதவர்."

"களங்களில் நான் அவர்களைக் கூர்ந்து நோக்கியிருக்கிறேன். அவர்களால் போரைத் தொடங்குவதுதான் கடினம். இடர் என வந்ததுமே அங்கிருந்து விலகிச்செல்வதைத்தான் அவர்களின் உள்ளம் நாடுகிறது. அவர்களின் உடல்கள் விலகாதபோதுகூட உள்ளம் விலகி நெடுந்தொலைவு சென்றிருக்கும்" என்றார் இளையயாதவர். "ஆகவே நீச்சலுக்கு அஞ்சிப் பின்னடைபவனை நீரில் தள்ளிவிடுவதைப்போல ஒவ்வொருமுறையும் அவர்களை போருக்குள் செலுத்துவது என் வழக்கம். போரில் ஈடுபட்டபின் அவர்கள் தங்கள் அச்சத்தைத் தாங்களே காண்கிறார்கள். அதை வெல்லும்பொருட்டு இரக்கமற்றவர்களாகவும் கண்மூடித்தனமான வெறிகொண்டவர்களாகவும் தங்களை ஆக்கிக்கொள்கிறார்கள்."

"அவர்கள் போரிடுவதேகூட ஷத்ரியர்களைப்போல அதில் திளைப்பதற்காக அல்ல, அதை முடிந்தவரை விரைவாக முடித்து அதிலிருந்து விலகிவிடவேண்டுமென்பதற்காகவே. அவர்கள் வெற்றியமலை ஆடுவதை நோக்கியிருக்கிறேன். அவர்கள் கொண்டாடுவது தங்கள்மேல் தாங்கள் கொண்ட வெற்றியைத்தான்" என இளையயாதவர் சொன்னார். "அவர்களின் உள்ளத்தில் நீங்காத அச்சத்தை நிலைநிறுத்திவிட்டேன். இனி ஒரு பூசலுக்கு தன்னியல்பாக அவர்கள் எழப்போவதில்லை. அது அவ்வண்ணமே நீடிக்கும்வரை யாதவரின் ஒற்றுமைக்கும் இடரில்லை."

"ஆனால் நீங்கள் அதை நம்பவில்லை. உங்கள் உள்ளத்தின் கலக்கம் அதன்பொருட்டே" என்றார் தருமன். இளையயாதவர் ஒன்றும் சொல்லவில்லை. "இங்கு வருவதற்கு முன் உங்கள் ஆற்றல்மிக்க உள்ளத்தால்கூட வகுத்துக்கொள்ள முடியாத ஒன்று நிகழ்ந்தது. அதனால்தான் அர்ஜுனனைத் தேடி வந்திருக்கிறீர்கள். நீங்கள் இவ்வளவு பேசியதுகூட அதனால்தான்" என்று தருமன் மீண்டும் சொன்னார். "ஆம்" என்றார் இளையயாதவர். அவர் மேலே சொல்வதற்காக தருமன் காத்திருந்தார். ஆனால் உடையைச் சீரமைத்தபடி இளையயாதவர் எழுந்துவிட்டார்.

தருமன் எழுந்தபடி இயல்பான குரலில் "இளையவன் தங்களுக்காகக் காத்திருக்கிறான் என நினைக்கிறேன்" என்றார். "ஆம், இருவரும் இன்று காட்டுக்குள் வேட்டைக்குச் செல்லலாம் என சொல்லியிருந்தேன்" என்றார் இளையயாதவர். "வருகிறேன், அரசே" என்றபின் தயங்கி "நான் இன்று அரசியிடம் சற்று கடுமையாகப் பேசிவிட்டேன் என நினைக்கிறேன். அவர்களிடம் என் அன்பைத் தெரிவிக்கவேண்டும்"

என்றார். “நீங்களன்றி எவர் அதை அவளிடம் சொல்லமுடியும்?” என்றார் தருமன். “இன்னொருமுறை சந்திக்கும்போது சிரிக்க வைத்துவிடுகிறேன்” என்றபடி இளையயாதவர் தன் சால்வையை மீண்டுமொருமுறை சீராகப் போட்டுக்கொண்டார்.

பின்னர் தருமனை நோக்காமல் “சால்வனின் படையெடுப்பின் போதெல்லாம் மூத்தவர் துவாரகையில் இல்லை. பாலைவேட்டைக்குச் சென்றவர் அவ்வழியாக மதுராவுக்கும் பின் மதுவனத்திற்கும் சென்ற பின்னர் திரும்பிவந்தார். திரும்பிவரும்வரை அவரிடம் எதுவும் சொல்லப்படவில்லை. அது என் ஆணை, அவரிடம் அரசியல்செய்திகளைச் சொல்லவேண்டியதில்லை என்பது” என்றார். தருமன் காத்து நின்றார். “வந்ததுமே அவர் தன் அரசியிடம்தான் பேசினார். மறுநாள் என் மன்றுக்கு அவர் வரவில்லை. மாலை என் அறைக்கும் அவர் வரவில்லை.”

“அவர் எளிதில் உளத்திரிபு கொள்பவர். எளிதில் உளம்திரிபவர்களை வெல்வதும் எளிது” என்றார் தருமன். “ஆம், இடம்பொருள் அறியாப் பெருஞ்சினமே மூத்தவரின் இயல்பு. அது ஓரிரு சொல்லில் அணைந்து குளிர்வதையும் நான் அறிவேன். ஆணவமும் தன்னலமும் தொடாத உள்ளம் கொண்டவர் அவர். ஆகவேதான் அவர் சினம்கொண்டிருப்பார் என்றும் அச்சினம் தணிந்த பின்னர் அவரே வரட்டும் என்றும் ஒருநாள் காத்திருந்தேன். அவர் வரவில்லை என்று கண்டதும் நானே இயல்பாக அவர் அரண்மனைக்குச் சென்றேன். நான் வரும் செய்தியை முன்னறிவிப்பு செய்யவில்லை. வாயிலில் நின்றபின் காவலனிடம் வந்திருப்பதை அறிவிக்கும்படி சொன்னேன்.”

“உள்ளே அரசி இருந்தார்கள். அவர்கள் சென்றபின் நான் உள்ளே சென்றேன். மூத்தவர் சினம்கொண்டு பெருங்கைகளை ஓங்கியபடி என்னைத் தாக்க வருவார் என எண்ணினேன். பலமுறை என்னை அவர் தாக்கியதும் உண்டு. இரண்டு அடிகளை நான் வாங்கிக்கொண்டேன் என்றால் அவர் கை அதன்பின் எழாது. அவரிடம் சொல்லவேண்டிய சொற்களை எனக்குள் கோத்தபடி அவர் அறைக்குள் நுழைந்தேன். அவர் பீடத்தில் அமர்ந்திருந்தார். என் காலடியோசை கேட்டதும் நிமிர்ந்து நோக்கியபின் விழிகளை திருப்பிக்கொண்டு அமர்க என்று கைகாட்டினார்.”

நான் அமர்ந்துகொண்டேன். அவர் உடலும் முகமும் காட்டிய மூத்தவரை நான் அதற்கு முன் கண்டதே இல்லை. ஆகவே என் உள்ளம் மலைப்புகொண்டிருந்தது. எங்கு பேச்சை தொடங்குவதென்று தெரியவில்லை. கைகளைக் கோத்தபடி அமர்ந்திருந்தேன். அவரும்

நான் பேசுவதற்காகக் காத்திருந்தார். அது அவர் இயல்பே அல்ல. நான் இயல்பாக மதுவனத்தில் பிதாமகர் எப்படி இருக்கிறார் என்று கேட்டேன். நன்றாக இருக்கிறார் என்று ஒற்றைச் சொல்லுரைத்தார். பெரியதந்தையர் பற்றிக் கேட்டேன். அதற்கும் ஒற்றைவரியே மறுமொழியாக வந்தது. மதுராவில் தந்தையைப்பற்றியும் அன்னையரைப்பற்றியும் கேட்டேன். நலமாக இருக்கிறார்கள், இடரொன்றும் இல்லை என்றார்.

அவருடைய இயல்பே அல்ல அது என்பதனால் நான் செயலிழந்து விட்டேன். பின்னர் என்னைத் திரட்டிக்கொண்டு ஊக்கமெழுந்த குரலில் நான் சால்வனை வென்றதைப் பற்றிச் சொன்னேன். என்னிடம் வெளிப்படும் சிறுவனை மூத்தவர் பெரிதும் விரும்புவார் என எனக்குத் தெரியும். அதனாலேயே அவர்முன் இருக்கையில் என்னையறியாமலேயே நான் சிறுவனாகிவிடுவதுண்டு. என் குரல் விரைவுகொள்ளும். சிறுவர்களைப்போல கைகால்களை வீசி ஒவ்வொன்றையும் விவரிப்பேன். மலர்ந்தமுகத்துடன் அவர் கேட்டிருப்பார். 'மூடா! மூடா!' என தலையிலடித்துச் சிரிப்பார். 'பார்த்தீர்களா இவனை, மூடச்சிறுக்கன்!' என அருகிருப்பவரிடம் சொல்வார்.

அன்று சால்வனின் போர்நிகழ்வுகளைச் சொல்லச் சொல்ல அவர் விழிகள் வெறுமையாக என்னை நோக்கியிருந்தன. ஆகவே என் குரல் தணிந்தது. அதை நான் மேலெழச்செய்தபோது மிகையாகியது. செயற்கையாக சிறுவனைப்போல் நடிக்கிறேன் என உணர்ந்ததுமே என் பேச்சு அறுபட்டு நின்றது. என்ன ஆயிற்றென்றே தெரியாமல் நான் தன்னிரக்கம் கொண்டேன். 'மூத்தவரே, இங்கு நிகழ்ந்தவை வெறும் உளப்பிளவுகள் மட்டுமல்ல. யாதவர்களுக்கு குலப்பூசல் புதிதும் அல்ல. ஆனால் தன்குலத்தைப் போர்முனையில் காட்டிக்கொடுப்பதை இன்றுவரை யாதவர் செய்ததில்லை. நம்மவர் அதையும் செய்தனர். கீழ்மையின் அடியிலி. அதை என் நெஞ்சு தாளவில்லை' என்றதுமே என் கண்கள் நீர்கொண்டு குரல் உடைந்தது.

அது உண்மை உணர்வு, அரசே. நான் ஆயிரம் அலுவல்சொற்களாலும், நாள்நிகழ்வுகளாலும் மூடிமூடிவைத்திருந்த அனல். அதை மிக அணுக்கமான எவரிடமாவது சொல்ல ஏங்கியிருந்தேன். அவரன்றி அத்தனை அருகே பிறர் எவருமிருக்கவில்லை என்று உணர்ந்தேன். 'தொன்மை மிக்க ஹேகயகுடியினர் அதைச் செய்தனர். என்னைக் களத்தில் சால்வனிடம் ஒற்றுக்கொடுத்தனர். நான் வென்றது வீரத்தால் அல்ல, அவ்வஞ்சம் கண்டு எழுந்த பெருஞ்சினத்தால்தான்' என்றேன். என் உணர்வுகள் கட்டின்றி பெருகின. தெய்வத்தின் முன் என அமர்ந்து என் உள்ளத்தைப் பெருக்கினேன்.

‘காலந்தோறும் அடிமைப்பட்டுக் கிடந்த குலம், மூத்தவரே. இன்று காலம் ஒரு பீடத்தை நமக்குக் காட்டுகிறது. இது ஒரு தற்செயல். நீரொழுக்கில் செல்பவன்மேல் வந்து முட்டும் தெப்பம்போன்றது. நம்மைவிடத் தகுதியான குலங்கள் பல இங்கிருக்கலாம். நமக்கு இது அமைந்தது. புதுநிலங்களைத் தேடிச்சென்ற நம் குடி பெருகியதனால். நம்குடிகளை இணைக்கும் வணிகப்பாதைகள் உருவாகி வந்தமையால். நம்மை வெல்லும் படைவல்லமை கொண்ட ஷத்ரியப் பேரரசுகள் இன்மையால். ஷத்ரியப் பேரரசுகளின் உட்பூசல்களால். கலங்கள் கட்டும் கலை வளர்ந்து கடல்வணிகம் பெருகியமையால். ஆயிரம் உட்சரடுகள். அவை பின்னிய வலையில் நாம் மையம் கொண்டிருக்கிறோம்.

‘சூத்திரர் படைகொண்டு பெயர்கொண்டு வரலாற்றில் எழுந்து வரமுடியும் என்று நாம் பாரதவர்ஷத்திற்குக் காட்டியாகவேண்டும். அப்பொறுப்பை நமக்கு அளித்துள்ளது காலம். அதை நாம் தவறவிட்டோம் என்றால் இப்பெருநிலத்தில் பிறகு அது நிகழ மேலும் பல்லாயிரமாண்டுகள் ஆகலாம். ஒவ்வொரு நிலத்திலும் எழுந்து வந்துகொண்டிருக்கின்றன தொல்குடிகள். அனைவருக்கும் முன்னால் செல்லும் கொடி நம்முடையது’ என்றேன். ‘அனைத்துக்குடிகளும் வளர்ந்தாகவேண்டும். அதுவே இப்பெருநிலத்தின் நல்லூழ். இங்கு நாம் கோட்டையும் கொடியும் கொண்டு அமர்ந்திருப்பது அதன்பொருட்டே.

‘இந்தச் சுடரை நாம் அணையவிடலாகாது. அப்பெரும் பழியிலிருந்து நம்மை வரும் தலைமுறைகள் விடுவிக்காது. நம் எதிரிகள் வரவிருக்கும் புதிய பாரதவர்ஷத்திற்குக் குறுக்கே நிற்பவர்கள். பெருவெள்ளத்தைத் தடுக்கும் எளிய மதகுகள். அவர்கள் உடைக்கப்பட்டாகவேண்டும். அதைவிட நம்முள் முளைக்கும் வஞ்சகர்கள் முழுமையாக அகற்றப்பட்டாகவேண்டும். தங்கள் அறிவின்மையால் தன்னலத்தால் அவர்கள் அழிப்பது மாபெரும் மானுடக் கனவொன்றை.

‘ஆம், நான் மிகையான வன்மையுடன் இவர்களைத் தண்டிக்கிறேன். மூத்தவரே, நான் யானையின் கையிலிருக்கும் கழி. என் எடையைவிட நூறுமடங்கு பெரியது என் அடியின் விசை. நான் வரவிருக்கும் யுகத்தின் படைக்கருவி. புதுமழையில் நிலம் முளைப்பதுபோல பாரதவர்ஷம் தளிர்த்துக்கொண்டிருக்கிறது. ஒவ்வொருநாளும் ஒரு புதியகுடி கோல்கொண்டு எழுந்துவருகிறது. நாளுமொரு வணிகப்பாதை சென்று அறியா நிலமொன்றைத் தீண்டுகிறது. நிலம்பிளந்து எழுந்துவரும் பெருந்திரளின் முகப்பிலெழுந்தது இக்கருடக்கொடி.’

நான் பேசிக்கொண்டிருக்கையில் அவர் விழிகள் நிலையற்று அசைந்தன. தோள்களில் தசைகள் இறுகித்தளர்ந்தன. இயல்பாகத் திரும்பி அருகே

இருந்த தாலத்திலிருந்து மாங்கனி ஒன்றை எடுத்து கைகளால் அதன் தோலை உரிக்கத் தொடங்கினார். அக்கணத்தில் என்னில் பெருஞ்சினம் எழுந்தது. ‘ஆகவே என் செயல்களுக்கு நான் இன்றுள்ள எவருக்கும் விளக்கமளிக்க வேண்டியதில்லை. கோடிமாந்தரை கால்கீழிட்டு மிதித்து எழுந்து இவர்கள் இங்கு அமைத்திருக்கும் அரசுகளின் முறைமைகளுக்கும் நெறிகளுக்கும் நான் கட்டுப்பட்டவனும் அல்ல. எளியோரின் விழிநீரை அறியாத இவர்களின் அறமல்ல என் அறம். மானுடத்தை பேரன்புடன் அணைத்துக்கொள்ளாத இவர்களின் இறுகிய வேதமல்ல என் சொல்’ என்றேன்.

‘என்னுள் இருந்து ஆணையிடும் விராடபுருஷனுக்கு மட்டுமே நான் செவிசாய்க்கிறேன். இச்சிறு உடல் அல்ல நான். இக்குடியினன் அல்ல. இக்குலத்தோனும் அல்ல. பாரதவர்ஷமெங்கும் வேரோடி பல்லாயிரம் கிளைவிரித்து வான்சுமந்து நின்றிருப்பவன். இவர்கள் அகம் பிரம்மாஸ்மி என்று சொல்லும் வீண் சொல் அல்ல என் உள்ளமைந்தது. முற்றுணர்ந்து சித்தமென்றாகி நின்றிருக்கிறேன் அவ்வறிதலை. ஆம், நானே பரமபுருஷன்!’ என்றேன். அதன்பின் சொல் செல்லாதென்று உணர்ந்து அமைதியடைந்தேன். சிலகணங்கள் தரையை நோக்கிக்கொண்டு அமர்ந்திருந்தேன். பின்னர் எழுந்து தலைவணங்கி அவர் அறைவிட்டு வெளியேறினேன்.

ஆனால் என் அறை நோக்கிச் செல்லச் செல்ல சோர்வடைந்தபடியே சென்றேன். நான் சொன்ன முழங்கும் சொற்களை மீண்டும் கேட்கையில் எவருடையவையோ என ஒலித்தன. அவற்றை ஏன் அத்தனை முழக்கினேன்? அவ்வாறென்றால் நான் அவற்றை உண்மையில் நம்பவில்லையா? தொலைவில் நின்றிருப்பவர்களிடமே கூவிச்சொல்கிறோம், தன்னுடன் சொல்லும் சொற்களை எவரும் கூவவேண்டியதில்லை என்று ஆசிரியர் சொல்வதுண்டு. என் அகம் எனக்குள் அத்தனை ஆழத்திலா அமைந்திருக்கிறது? அவை உண்மை. ஆனால் அவையே உண்மை அல்ல. அதற்கப்பாலும் ஓர் உண்மை உள்ளது. அது என்ன? அதை நான் அறிவேன். அதன்மேல் உணர்வுகளால் போர்வையிட்டிருக்கிறேன்.

அது என்ன என்று என் அறைக்குள் சென்று பீடத்திலமர்ந்ததும் உணர்ந்தேன். நான் சொன்னவை அனைத்தும் மெய்யே. பாரதவர்ஷத்தின் பல்லாயிரம் புதுக்குலங்கள் முளைத்தெழுவதைக் காண்கிறேன். அவை எழுந்து தழைத்து இத்தொல்பெருநிலம் வாழவேண்டுமென விழைகிறேன். இதன் தொல்மூதாதையர் அறிந்த மெய்மை பல்லாயிரம் கிளைகள்கொண்டு பெருகவேண்டுமென கனவுகாண்கிறேன்.

அதன்பொருட்டே இங்கு முடிசூடியிருக்கிறேன். அதற்காகவே குருதிசூடிக் களம் நிற்கிறேன்.

ஆனால் அது எனக்குள் வாழும் அந்த விராடபுருஷனுக்கு எவ்வகையிலும் ஒருபொருட்டல்ல. அவன் நின்றிருக்கும் வெளியில் அவனைச் சூழ்ந்திருப்பது முழுமுற்றான இன்மை மட்டுமே. அதை உணர்ந்ததுமே நான் விடுபட்டேன். இரும்புத்தூண்மீது படிந்த களிம்பு இந்த யாதவத்தோற்றம். நான் இதுவல்ல. ஆனால் இதுவும் நானே.

அன்றிரவு மீண்டும் என் உள்ளம் உருகத்தொடங்கியது. என் மூத்தவர் என் வெண்ணிழல் என என்றும் என்னுடன் இருந்தவர். கற்றும் கருதியும் நான் வளர்ந்தபோது இழந்தவை அனைத்தும் கூடி அவர் வடிவாக என்னைத் தொடர்ந்தன. அவரின்றி என்னை எண்ணிக்கொண்டதே இல்லை. அவருடன் ஆயிரம் பூசல்கள் வெடித்துள்ளன, ஆனால் அவர் என்னிடமிருந்து விலகியதே இல்லை. வெளித்தோற்றத்திற்கு அன்று நிகழ்ந்தது ஓர் எளிய விலக்கம் மட்டுமே. ஒருநாளில் ஓரிரு சொல்லில் அதைக் கரைத்தழிக்க முடியும். அவர் என்னிடமிருந்து விலகியதில்லை, எனவே விலகப்போவதுமில்லை. அதை நானே சொல்லிக்கொண்டேன். ஆனால் அது உண்மையல்ல என்று ஆழம் அறிந்திருந்தது.

மறுநாளே மீண்டும் மூத்தவரைக் காணச்சென்றேன். அவர் மாறாத விழிகளுடன் உணர்வற்ற ஒற்றைச் சொற்களுடன் என்னை எதிர்கொண்டார். தோற்று சினம்கொண்டு திரும்பி வந்தேன். இரண்டுநாட்கள் அவரை எண்ணாமலிருக்க முயன்றேன். என் அன்றாட அரசுப்பணிகளில் மூழ்கினேன். ஆனால் அவரையே எண்ணிக்கொண்டிருந்தேன் என மீண்டும் அறிந்தேன். கடல்மாளிகையில் இருந்த அவரை மீண்டும் சென்று கண்டேன். விழிநோக்கா தெய்வச்சிலைபோல அவர் மாறிவிட்டிருந்தார்.

இருநாட்களுக்குப்பின் சீற்றம்கொண்டு அவரைத் தேடிச்சென்றேன். ‘மூத்தவரே, என்னைத் தண்டிப்பதென்றால் எதன்பொருட்டு என்று சொல்லுங்கள். என்மேல் சினம்கொண்டிருப்பது ஏன்? அதை நான் அறிந்தாகவேண்டும்’ என விழிநோக்கிச் சொன்னேன். என் கண்களிலிருந்து நீர் பெருகியது. ‘நான் உங்கள் இளையோன். உங்கள் மைந்தனாகவே என்னை உணர்பவன். என் பிழையென்ன என்று சொல்லுங்கள். என் தலையால் அதைக் களைகிறேன்’ என்றேன். ‘அப்படி ஏதுமில்லை, உன் மிகையெண்ணம் அது’ என்றார். ஆனால் அவர் சொல்லும் விழியும் மாறவில்லை.

உணர்வு மிகுதியுடன் நான் அவர்முன் சென்று கைகளைப் பற்றிக்கொண்டேன். ‘மூத்தவரே, நீங்கள் என்னை அடித்திருக்கிறீர்கள்.

வசைபாடியிருக்கிறீர்கள். உங்கள் இந்த உளவிலக்கம் அதைவிட என்னை வதைக்கிறது. நான் என்ன செய்யவேண்டுமென சொல்லுங்கள்' என்றேன். என் கையை மெல்ல உருவியபடி 'ஒன்றுமில்லை. நீ சொல்வன ஏதும் எனக்குப் புரியவில்லை' என்றார். விழிகள் உணர்வற்றிருந்தன. பெரும் ஏமாற்றம் என் நெஞ்சை நிறைத்து மறுகணமே சினமாக மாறியது. நான் அவரை நிறைந்த கண்களுடன் நோக்கி நின்றேன். அவர் என் விழிகளைத் தவிர்த்து திரும்பிச்சென்றார்.

அவரை என்னால் எவ்வகையிலும் ஊடுருவ முடியவில்லை. அவர் உளத்திரிபு ஏன் என்று எல்லா வகையிலும் எண்ணிப்பார்த்தேன். சத்யபாமையிடம் அவரைச் சென்றுகண்டு அடிபணிந்து பொறுத்தருளும்படி கோரவேண்டுமென ஆணையிட்டேன். அவளே என் துயர்கண்டு உளம்வருந்தியிருந்தாள். மூத்தவரைச் சென்றுகண்டு அவர் கால்தொட்டு சென்னிசூடி பொறுத்தருளும்படி கோரினாள். அப்போது தன் அனைத்துக் கட்டுகளையும் இழந்து விம்மியழுதுவிட்டாள். அவர் 'ஒன்றுமில்லை, எனக்கு சினமோ துயரோ இல்லை. நீங்கள் தேவையில்லாது மிகைப்படுத்திக் கொள்ளவேண்டியதில்லை' என்றுதான் மீண்டும் சொன்னார்.

என் தேவியர் சென்று குக்குடர்குலத்து அரசி ரேவதியைக் கண்டனர். எங்களுக்குள் நிகழ்ந்த உளப்பிளவைச் சீர்செய்ய அவர்களால்மட்டுமே முடியுமென மன்றாடினர். முதலில் சினந்தும் பின்பு தருக்கியும் சொல்லாடியபின் மெல்ல அவரும் தணிந்தார். அவரே சென்று பேசியபோதும் மூத்தவர் உளம் மாறவில்லை. எரிச்சலுற்று 'மீளமீள இதையே சொல்கிறீர்கள், நீங்கள் சொல்வன ஏதும் எனக்குப் பிடிபடவில்லை' என்று கூவினார். அக்ரூரரும் பிறரும் அவரை நான்குமுறை அவைக்குக் கொண்டுவந்தனர். அவையில் ஒரு சொல் பேசாமல் மீசையை நீவியபடி எங்கோ விழியகல நெஞ்சு அலைய அமர்ந்திருந்தார்.

அவரை எண்ண எண்ண என் ஏமாற்றம் மிகுந்து வந்தது. ஒரு தருணத்தில் அது எரிச்சலாக ஆகியது. அக்ரூரரிடம் 'இனி அவரைப்பற்றி என்னிடம் பேசவேண்டியதில்லை. மூடத்தனத்திற்கும் அளவுண்டு. எதையுமே புரிந்துகொள்ளாத ஒருவரிடம் பேசுவது பாறைமேல் தலைமுட்டுவதுபோல. அவர் விழைந்தபடி செய்யட்டும்' என்று கசந்து சொன்னேன். அவர் கொண்டுள்ள அந்த விழியின்மையை எண்ணி எண்ணி வெறுக்கலானேன். நான் சொன்னவை எதையும் அவரால் மறுக்கமுடியாது. அவருக்கென மாற்றுநிலையும் இல்லை. ஆனால் உளஒப்புதலும் இல்லை என்றால் அவரை ஏன் மானுடராக நான்

ஏற்கவேண்டும்? ஆம், அவரை நான் புறக்கணிக்கிறேன், அவர் இங்கில்லை என்றே கொள்கிறேன். அதையே மீளமீள சொல்லிக்கொண்டேன்.

ஒருநாள் அவர் தன் அரசியுடன் கிளம்பி மதுராவுக்குச் சென்றார். செல்வதற்கு முந்தைய நாள்தான் எனக்கு செய்தியறிவிக்கப்பட்டது. உண்மையில் அவர் கிளம்பிச்சென்றது ஆறுதலைத்தான் அளித்தது. அவருக்கான அனைத்தையும் செய்ய ஆணையிட்டேன். அவர் கிளம்பும்போது சற்றே விழிகனிந்து என்னிடம் பேசக்கூடுமென என் உள்ளத்தின் ஆழம் எதிர்பார்த்தது. அப்போது அதே வெற்றுவிழிகளுடன் ஒற்றைச் சொல்லுடன் நான் மறுமொழி உரைக்கவேண்டும் என எண்ணிக்கொண்டபோது நெஞ்சின் ஓரத்து எரிச்சல் மேல் குளிர் பரவியது.

ஆனால் அவர் அப்போதும் அதே விழிகளுடன்தான் விடைபெற்றார். என்னையும் நான் இறுக்கிக்கொண்டேன். முறைமைச்சொற்களுக்கு அப்பால் நாங்கள் பேசிக்கொள்ளவில்லை. ஆனால் அவர் விழிமுன்னிருந்து மறைந்ததும் நெஞ்சு ஏக்கம்கொண்டு விம்மியது. விழிகளில் நீர்கோத்து நோக்கு மறைந்தது. என் அறைக்குச் சென்றபோது என்னால் நடக்கவே முடியவில்லை. தனிமையில் அமர்ந்து எண்ணத்தொடங்கியபோது ஒவ்வொரு எண்ணமாக எழுந்து வந்து என்னை அழுத்தின. விழிநீர் சிந்த தனிமையில் அமர்ந்து அழுதேன்.

“மறுநாளே கிளம்பி இங்கு வந்தேன். பார்த்தனின் அருகே மட்டுமே என்னால் சற்றேனும் மீட்புகொள்ள முடியுமெனத் தோன்றியது” என்றார் இளையயாதவர். “இங்கு அனைத்தையும் கழற்றி வீசிவிட்டு சிறுவனைப்போல் சிலநாட்கள் வாழவேண்டும். அதைத்தவிர பிறிதொன்றையும் நான் எண்ணவில்லை.” தருமன் பெருமூச்சுவிட்டு “அவ்வாறு நிகழ்ந்தால் அது நன்றே” என்றார். இளையயாதவர் விழிதூக்கி அவரை நோக்கிவிட்டு திரும்பிக்கொண்டார். பின்பு தலையைச் சரித்து குழல்கற்றைகளை அள்ளிக்கட்டி பீலி நிறுத்தியபின் “நான் வருகிறேன் அரசே, பார்த்தன் காத்திருக்கிறான்” என்றார். “நன்று” என்றார் தருமன்.

மீண்டும் ஏதோ கேட்க அவரிடம் எஞ்சியிருந்தது. அச்சொல்லில் சிலகணங்கள் தத்தளித்த பின்பு “அரசே, தாங்கள் எண்ணுவதென்ன? மூத்தவரின் உளவிலகல் சீரமைய வாய்ப்புள்ளதா?” என்றார் இளையயாதவர். தருமன் கூரிய குரலில் “இல்லை” என்றார். திடுக்கிட்டவர் போல இளையயாதவர் நிமிர்ந்து பார்த்தார். “சொல்லாக மாற்றத்தக்க கசப்புகளும் சினங்களும் சொல்லாக ஆக்கி வெளித்தள்ளத்தக்கவை. இது நஞ்சென அங்கு ஊறிவிட்டது. அங்கே முளைத்துப்பெருகுவது. அதை அகற்ற அவரால்கூட இயலாது. அது

எவ்வண்ணம் எங்கிருக்கிறதென்பதையே அவர் அறிந்திருக்க மாட்டார்" என்றார் தருமன். "சில பிளவுகள் பளிங்கில் மயிர்கோடென தெரிபவை. ஆனால் அவை அமையும்போதே நாம் அறிந்துவிடுவோம், அவை பிளந்து விரிபவை."

"ஆம், நானும் அதையே எண்ணினேன்" என்றார் இளையயாதவர். "பெருஞ்செயல்களுக்காக நாம் எழும்போது சிறியவை நமக்கு எதிராகத் திரள்வதில்லை, அவை சிதறி விலகிவிடுகின்றன. பிற பெரியவையே நிகரான ஆற்றலுடன் எழுந்து வந்து வழிமறிக்கின்றன. பெருங்கனவுகளைக் காக்கின்றன இரக்கமற்ற தெய்வங்கள். அவை விழிநகைக்க கைசுட்டிக் கேட்கின்றன, நீ எதை ஈடுவைப்பாய்? எதையெல்லாம் இழப்பாய்? நம் கனவின் மதிப்பை அதன்பொருட்டு இழப்பவற்றைக்கொண்டே அறிகிறோம்." அவர் புன்னகைத்து "என் முன் எப்போதும் முதல் எதிரி என என் மூத்தவரே நின்றிருப்பார். அதுவே ஊழ் எனில் அவ்வாறே ஆகுக!" என்றபின் நடந்தார்.

தருமன் அவர் நடையின் தளர்வை நோக்கினார். வந்தபோது அதிலிருந்த சிறுவன் மறைந்துவிட்டிருந்தான். அவர் இரண்டு அடி வைத்து பின்னால் சென்று "யாதவரே, இதுவும்கூட உங்களுள் எழுந்த விராடவடிவனுக்கு ஒரு பொருட்டில்லை அல்லவா?" என்றார். "ஆம், பொருட்டே அல்ல. அவனுக்கு நானேகூட ஒரு பொருட்டில்லை" என்றபின் சிரித்தபடி இளையயாதவர் நடந்து சென்றார்.

எட்டாம் காடு

மைத்ராயனியம்

1

சாந்தீபனி குருநிலையில் இளையயாதவர் நான்குமாதங்கள் தங்கியிருந்தார். முதல்சிலநாட்களுக்குப்பின் அக்குருகுலத்தின் பெரும்பாலான மாணவர்கள் அவருக்கு அணுக்கமானார்கள். புலர்காலையிலேயே அவர்களை அழைத்துக்கொண்டு கால்நடைகளுடன் அவர் காட்டுக்குள் சென்றார். பசுக்களை அணிநிரைத்துக் கொண்டுசெல்லவும், தனிக்குழுக்களாகப் பிரித்து புற்பரப்புகளில் மேயவைக்கவும், மாலையில் மீண்டும் ஒருங்குதிரட்டவும் அவர்களுக்குக் கற்பித்தார். பசுக்களின் கழுத்துமணி ஓசையிலிருந்தே அவை நன்கு மேய்கின்றனவா என்று அறியவும், அவை நின்றிருக்கும் தொலைவை கணிக்கவும் பயிற்றுவித்தார். அவருடன் பலநாள் பாண்டவர்களும் சென்றார்கள்.

“பசுக்களை நோக்கிப் புரிந்துகொள்ளுதல் ஆமருவுதலின் முதல்படி. அவற்றின் மீது பெரும் அன்பிருந்தாலொழிய அது கைகூடாது. நம் குரலை நம் அன்பென அது அறிகிறது. அதன் குரலை அதன் அன்பென நாம் அறிகிறோம். அன்புக்குரிய கலமென அங்கிருக்கும் பசு ஓர் அறிவென உள்ளமைதல் அடுத்த நிலை. சிறு ஓசைகளில் அசைவுகளில் மணங்களில் அவை நம்முள் முழுமையாக உருக்கொள்ளும்போது நாம் நம்மை என அதை அறிகிறோம். அறிவென ஆன பசு நம்மை தன்னறிவென அறிகிறது. நாம் அதை நம்மறிவென அறிவதைப்போல. பின்னர் ஒரு கணத்தில் பசு நம் அறிவைவிட்டு அகல்கிறது. அது நாமென ஆகிறது. அதன்பின் நாம் காடுசென்று மேய்ந்து கன்றூட்டுவதற்காக பாலூற தொழுதிரும்புகிறோம்” என்றார் அவர்.

“மாணவர்களே, இவை ஒன்றிலிருந்து ஒன்றென எழும் நிலைகள். சிறுமி முதிர்ந்து கன்னியாவதுபோல. கன்னி கனிந்து அன்னையாவதுபோல.

ஒன்றைவிட பிறிது குறைந்தது அல்ல. அறிவென்று மாறாத அன்பு பற்றென்று திரிந்து வலையாகி சூழ்கிறது. அன்பிலிருந்து எழாத அறிவு ஆணவமெனத் திரண்டு பெருஞ்சுமையாகிறது. அறிக, அன்பிலும் அறிவிலும் ஏறியமையாத யோகம் வெறும் உளமயக்கு மட்டுமே. நீர்நிலை நிலவை அள்ளி அள்ளிக் குடிக்கும் மூடர்களின் வழி அது." ஒருகணம் புன்னகைத்து "நீர்நிலவை மட்டுமே உண்ண இயலுமென அறிந்து அள்ளுபவனோ நிலவை உண்கிறான்" என்றார்.

அவர் எப்போது தத்துவச்சொல்லென உரையாடலை மாற்றுவார் என்று ஒருபோதும் முன்னறிய முடிவதில்லை என்பதே அவருடைய முதன்மைக் கவர்ச்சி என தருமன் எண்ணினார். கன்றோட்டும் கலையை சொல்லிவருபவர் பிறிதொன்றை சொல்லத் தொடங்கும் கணத்தில் கிளையசைய வானிலெழும் பறவையைக் காணும் அச்சிலிர்ப்பால்தான் அவரைச் சூழ்ந்து ஒருசொல்லும் தவறவிடாமல் மாணவர் சென்றுகொண்டிருந்தனர். "அவர் கன்றோட்டுகையில் ஞானி. வேதமேடையில் கன்றோட்டி" என்றான் இளமாணவன் ஒருவன். "எப்போது எவ்வுரு என்றறியாமையால் அனைத்தையும் ஒன்றாக்கிக் காட்டமுடிகிறது அவரால்" என்றான் அவன் தோழன்.

வேதச்சொல் உசாவும் அவையில் முதலாசிரியனாக மேடையமர்ந்து அவர் சொல்நிரை குறித்துச் சொல்கையில் இயல்பாக ஆவலன் ஆனார். "ஆற்றல்மிக்க பசுக்களை முதலிலும் இறுதியிலும் நிறுத்துக! பிறபசுக்களையும் கன்றுகளையும் நடுவே கொண்டுசெல்க! வழிநடத்துவது வல்லமைகொண்டதாகுக! பெருவிழைவு கொண்டது பின்னால் உந்திச்செலுத்துக! நடுவே செல்வது தன் விரைவை தானே காணமுடியாது ஒழுகவேண்டும்." அவர்கள் அக்கணத்தில் அவையிலிருந்து காட்டுக்குச் சென்றனர். அங்கே அவர் அவர்களுடன் நீராடிய ஓடைகளை, அவருடன் தாவிச்சென்ற கிளைகளை, அவர் அளித்த கனிகளை, அவர் நகையாட்டுகளை எண்ணி முகம் மலர்ந்தனர்.

அவரன்றி பிற எவரும் அங்கில்லை என்று மாணவர் உணரலான ஒருநாளில் அவர் துவாரகைக்குக் கிளம்பினார். அச்செய்தியை சாந்தீபனி குருநிலை பெரும்பதற்றத்துடன் எதிர்கொண்டது. அவர் சென்றுவிடுவார் என்பதை அவர்கள் ஒவ்வொருவரும் அறிந்திருந்தனர். அவர் சிலநாட்கள் மட்டுமே அங்கிருப்பார் என்றே அவர்களுக்குச் சொல்லப்பட்டது. பேரரசு ஒன்றின் தலைவன் அத்தனை மாதம் அங்கிருந்ததை எப்போதாவது எண்ணிக்கொள்கையில் அவர்கள் வியப்படைந்தனர். ஆனால் மீண்டும் அவர் அங்கிருந்து அகலாதவர் என்னும் மாயையைச் சூடிக்கொண்டு அதில் ஆடினர்.

அவர் கிளம்புகிறார் என்னும் செய்தி அதைக் கிழித்தபோது முதலில் அதை அவரது விளையாட்டெனக் கொள்ள முயன்றனர். அது மறையா நனவு என உணர்ந்ததும் அவர் மீண்டு வருவார் என ஆறுதல்கொண்டனர். ஒரேநாளில் சாந்தீபனி கல்விநிலை ஒலியடங்கி சோர்வு பரவி நிழலாடும் நீர்நிலைபோல ஆகியது. "அவர் இங்கிருந்தது ஒரு கனவு. நாம் அதிலிருந்து விழித்தெழுந்தே ஆகவேண்டும்" என்றார் சாந்தீபனி முனிவர். "ஆசிரியர்களின் சொற்களே அவர்கள் என்றுணர்க! இங்கு அவர் சொற்கள் முளைத்தெழுமென்றால் அவர் என்றும் இங்கிருப்பார்."

அடுமனையிலிருந்து அகப்பையுடன் எழுந்து வந்து சொல்லவை முற்றத்தில் நின்று பத்ரர் கூவினார் "இங்கு அந்த ஆமருவி வந்து என்ன ஆயிற்று? இளையோரே, நீங்கள் கற்றது என்ன? அந்தணரும் ஷத்ரியரும் கன்றோட்டினர். கன்றுவாலிலிருந்து நீங்கள் கற்றறிந்த வேதம் என்ன? இவன் இழிமகன். இழிமக்கள் அணுக்கம் உங்களையும் இழிமக்களாக்குமென்று உணராவிடில் உங்களுக்கு மீட்பில்லை என்றறிக!" மாணவர்கள் வெவ்வேறு இடங்களில் நின்று அவரை நோக்கிக்கொண்டிருந்தார்கள். அவர் மேலும் மேலும் வஞ்சம்கொண்டு கொந்தளித்தபடியே சென்றார்.

"வேதம் மருவ வந்த வீணன். நீங்கள் கற்றவற்றை அவன் மறக்கச்செய்யவில்லை என்று உங்களால் சொல்லமுடியுமா? நான் நூறுமுறை உங்களிடம் கேட்டிருக்கிறேன். ஒவ்வொருமுறையும் ஆமென்று விழிகாட்டி முகம் திருப்பிக்கொண்டீர்கள். இளையோரே, நீங்கள் உணர்ந்தவை அனைத்தும் கலங்கிவிட்டன என்று உணரவில்லையா? அறிக, அவன் வந்தது அதற்காகவே! அவன் குழப்புபவன். கலங்கச்செய்பவன். வேதத்தை அதிலிருந்து உருவாகும் பொய்வேதமே அழிக்கமுடியும், நெருப்பை அதன் புகை அழிப்பதுபோல."

மூச்சிரைக்க பத்ரர் தன் அகப்பையைத் தலைக்குமேல் தூக்கினார். "அன்னம் அளித்த கையால் சொல்கிறேன். இவன் அழிவையன்றி எதையும் கொண்டுவரப்போவதில்லை. இவன் தன் குலத்தின் குருதியிலாடி இங்கு வந்தவன். பாரதவர்ஷத்தின் குருதியில் களித்துக் கடந்துசெல்வான். ஆம், இது உண்மை!" அவர் குரல் உடைந்தது. கண்ணீர் வழிய அவர் சொன்னார் "அழியாதது மாறவும் கூடாது. மாறுவது அழிவது. மாறுவதும் அழிவதும் அடித்தளமாக அமையாது." அகப்பையை ஆட்டி மேலும் சொல்ல விழைபவர் போல விம்மி பின் அவர் திரும்பினார்.

அவர் செல்வதைப் பார்த்தபடி தருமன் மரத்தடியில் நின்றிருந்தார். பின்னர் குடிலுக்குள் சென்று அர்ஜுனனுடன் உரையாடிக்கொண்டிருந்த இளையயாதவரைக் கண்டு தயங்கி நின்றார். அவர்கள் இளங்காதலர்போல

மென்குரலில் பேசிக்கொண்டு காலமறியாது அமர்ந்திருப்பதை அவர் எப்போதும் காண்பதுண்டு. இருவர் முகங்களும் ஒன்றையொன்று ஆடிகள்போல மாற்றொளித்து முடிவின்மை சூடியிருக்கும். அவர்கள் தாங்கள் மட்டும் தனியாக காட்டுக்குள் சென்று உலாவி விடிந்தபின் வருவதுமுண்டு. இளையயாதவர் "வருக, அரசே!" என்றார். தருமன் அவர் அருகே அமர்ந்து கொண்டார்.

"விழிகளில் சொற்கள் உள்ளன" என இளையயாதவர் புன்னகையுடன் சொன்னார். தருமன் "அந்தப் பெருவஞ்சம் பற்றி மட்டுமே நான் பேசவிழைவேன் என நீங்களும் அறிந்திருப்பீர்கள்" என்றார். "ஆம், அதைக் கேட்ட உணர்வு உங்களிடம் உள்ளது" என்றார் இளையயாதவர். "யாதவரே, அந்தப் பெருவஞ்சத்தின் ஊற்று எது? ஒவ்வொருநாளும் நான் பிருகதரைச் சந்திக்கிறேன். நீங்கள் இங்கு வந்தநாளில் அவரிலெழுந்த அந்தக் காழ்ப்பு அவருள் வளர்ந்தபடியேதான் செல்கிறது. உங்கள் நல்லியல்புகள் ஒவ்வொன்றும் அவர் காழ்ப்பை வளர்க்கின்றன. அக்காழ்ப்பே அவர் மூச்சென்றாகிவிட்டது. அவர் உடலும்கூட காழ்ப்பின் பருவடிவென்று ஒளிகொண்டிருக்கிறது. காழ்ப்பினாலேயே அவர் ஆற்றல்கொண்டவராகிறார் என்று தோன்றுகிறது."

"காழ்ப்பின் வழியாக அவர் என்னை அணுகியறியலாமே" என்று இளையயாதவர் சிரித்தார். "என்னை விரும்புகிறவர் என் வெண்முகத்தை அறிகிறார்கள். வெறுப்பவர் கரியமுகத்தை. சுக்லகிருஷ்ண சாகைகளுடன் என்னை அறிகிறார்கள்." மேலும் உரக்க நகைத்து "அதில் உங்கள் இடர் என்ன, அரசே?" என்றார். "பிருகதர் எளிய மனிதர். உங்களைப்போல பேருருவம்கொண்ட ஒருவர் மீதான காழ்ப்பு அவரை மேலும் விரிவாக்குகிறது. அது அவர் வாழ்வுக்குப் பொருளும் ஆகிறது. ஆனால் பத்ரர் கற்றறிந்தவர். கற்றவற்றைக் கடந்துசெல்லவும் முடிந்தவர். அவரே உரைப்பதுபோல அன்னமிட்டமைந்த கை கொண்டவர். யாதவரே, அத்தனை கற்றும் தெளிந்தும் சென்றடையக்கூடிய இடம் அந்தக் கடுங்கசப்பின் பீடம்தானா?"

சிலகணங்கள் அவரைக் கூர்ந்துநோக்கியபின் "அரசே, உங்கள் வினா எழுவது எங்கிருந்து? அவருடன் சேர்ந்து சிலகணங்கள் அக்குரலை ஒலித்த உங்கள் அகத்திலிருந்தா?" என்றார். விழிகளை அவர்மேல் நிலைக்கவிட்டு மாறாமுகத்துடன் "ஆம்" என்றார் தருமன். "அங்கு நின்ற அனைவரும் அச்சொற்களைத் தாங்களும் சொல்லி திடுக்கிட்டு மீண்டனர். அவர் குரலுடன் வந்து இணையும் ஆயிரம் உளக்குரல்களாலேயே அது வல்லமைகொண்டதாகிறது" என்று இளையயாதவர் சொன்னார். "அதனாலேயே நான் அதை வீண்குரல் என சொல்லமாட்டேன். அதைக் கேளாது கடந்துசெல்லவும் மாட்டேன். அரசே, இன்றுமாலை

விடைபெறுகையில் முறைப்படி பத்ரரைச் சென்றுகண்டு அவரிடம் சொல்கொண்டபின்னரே கிளம்புவேன்.”

தருமன் அவர் சொல்லப்போவதைக் காத்திருந்தார். “அவர் அடுமனை மெய்மையின் களம். ஆனால் அவர் அங்கே ஒற்றைச்சுவைக்கு சமைக்கிறார்” என்றார் இளையயாதவர். “கற்பரசிகள் கட்டுண்டிருப்பவற்றிலிருந்து பரத்தையர் எளிதில் விடுபடுகிறார்கள்.” அவர் அச்சொல்லாட்சியால் உளஅதிர்வு கொண்டார். ஆனால் அவர் முகத்தையே நோக்கிக்கொண்டிருந்தார். “பல காடுகளைக் கண்டுவிட்டீர்கள், அரசே. அனைத்துக் காடுகளுக்குச் செல்லும் வழிகளும் இணையும் காடு ஒன்றுள்ளது. மைத்ராயனியக் காட்டுக்கு செல்க!” தருமன் “ஆம், தங்கள் சொல் என் வழி” என்றார்.

2

வேதம் வளர்ந்த காடுகள் அனைத்திலும் சென்று கல்விகற்ற லௌபாயனர் என்னும் முனிவரின் கதை ஆரண்யகங்களில் சொல்லப்பட்டிருக்கிறது. தன் உள்ளூறைந்த அழலை அவிக்கும் மெய்ப்பொருளைத் தேடி அவர் ஏழு வயதில் உபநயனம் முடிந்ததும் இல்லம்விட்டுக் கிளம்பினார். பெரும்பசிகொண்டவன் அன்னம்தேடிச் செல்வதுபோல இளம்கால்களால் மலைகளை மிதித்தேறி ஐதரேயக்காட்டுக்கு வந்தார். நான்காண்டுகளுக்குப் பின் அங்கிருந்து தைத்ரியக்காட்டுக்குச் சென்றார். துவைதத்திலும் காம்யகத்திலும் பிருஹதாரண்யகத்திலும் நான்காண்டுகள் வாழ்ந்து வேதமெய்மையைக் கற்றார். அரசே, அவர் கற்காத கல்விநிலைகளே இங்கில்லை என்கிறார்கள். அறியப்படாத காடுகளாகிய ஹிரண்யகேசம், பைப்பாலடம் போன்றவற்றிலும் அவர் கற்றிருக்கிறார்.

தன் அறுபது வயதுவரை அவர் கற்றுக்கொண்டேயிருந்தார் என்கிறார்கள். தான் புதைத்து மறந்த செல்வத்தைத்தேடி அகழ்ந்து அகழ்ந்து ஏமாற்றமடையும் கருமியைப்போல அவர் கண்ணீருடன் பதறியபடி குருநிலையிலிருந்து குருநிலைக்குச் சென்றார் என்கின்றன நூல்கள். ஒவ்வொன்றிலும் பேரார்வத்துடன் நுழைந்து வெறிகொண்டு கற்றுக் கடந்துசென்று எஞ்சிய உளவினாவுடன் தனித்துவிடப்பட்டு கண்ணீருடன் கிளம்பிச்செல்வதே அவர் வழக்கம். இறுதியாக மாண்டூக்யக் காட்டிலிருந்து கிளம்பி சென்ற வழியில் ஓர் இசைச்சூதனைக் கண்டார். வேதக்காடுகளை முழுதறிந்திருந்த அச்சூதனிடம் பேசியபோது ஒன்றை அறிந்துகொண்டார், அவர் செல்வதற்கு மேலும் சொல்வளர்காடுகள் இல்லை.

உள்ளம் வெறுமைகொள்ள மகாதலம் என்னும் இடத்திலிருந்த அன்னவிடுதி ஒன்றை அடைந்தார். அங்கு நூறுவயதான சுஃபலர் என்னும் முதிய சூதர் தன்னந்தனியாக அவ்வழிப்போகும் அயலவருக்கு உணவளித்துவந்தார். அவரிடம் உணவு பெற்று உண்டு அங்கு நின்றிருந்த மாபெரும் ஆலமரத்தின் அடியில் இரவு தங்கினார். அந்திக் காற்று குளிருடன் வீசிக்கொண்டிருந்த வேளையில் அவர் அருகே வந்து படுத்துக்கொண்ட சுஃபலர் தன் கதையைச் சொன்னார்.

அந்த ஆலமரம் அமைந்த காட்டுவழியினூடாக சுஃபலர் இளஞ் சிறுவனாக அவ்வழி சென்றார். அவருடன் வந்த முதியதந்தை காட்டுக்குள் பாம்பு கடித்து இறந்தபோது மேலும் செல்லும் வழியறியாமல் அழுதபடி திரும்பிவந்து பசித்துக் களைத்து அம்மரத்தின் வேர்க்குவையில் சோர்ந்து படுத்துத் துயின்றார். அவ்வழி சென்ற வணிகர்குழு ஒன்று அந்த மரத்தடியில் ஓய்வெடுத்தது. கிளைகளுக்குமேல் அவர்கள் கலங்களைக் கட்டிவைத்திருந்தனர். மரம் ஏறமுடியாமல் களைத்திருந்தமையால் சுஃபலரிடம் அந்தக் கலங்களை எடுத்துக் கொடுக்கும்படி சொன்னார்கள். அவர் அடிமரத்தின் விழுதுப்புடைப்புகளில் தொற்றி அதன்மேல் ஏறி கிளைக்குவையில் இருந்த கலங்களை எடுக்கையில் அவரிடம் எவரோ எதையோ சொன்னதைக் கேட்டார்.

அஞ்சி நிலையழிந்து விழப்போனவர் அள்ளிப்பற்றிக்கொண்டார். கலங்களுடன் உடல்தளர கீழே வந்தார். அது கீழே எவரோ பேசியதன் ஒரு கீற்றே என தன்னை ஆறுதல்படுத்திக்கொண்டார். அவர்கள் அவரிடம் “சூதரே, சமைத்துக்கொடுங்கள்” என்றார்கள். சமையலுக்கு அடுப்புமூட்டும்போது அவர் அச்சொல்லைக் கேட்டார். அது அவர் உதடுகளில் அசைவாக இருந்தது. அச்சொல் தன்னுள் எண்ணச்சரடென ஓடிக்கொண்டிருப்பதை அறிந்தார். அதை வியந்து நோக்கியது பிறிதொரு உள்ளம்.

அவர் சமைத்து அளித்த உணவை அவர்கள் உண்டு, எஞ்சியதை அவரிடமே அளித்துவிட்டுச் சென்றனர். அவர் அவ்வுணவை உண்ணும்போது இரு மலைப்பயணிகள் அங்கு வந்தனர். பசித்திருந்த அவர்களுக்கு அவ்வுணவை அவர் பகிர்ந்தளித்தார். அன்றிரவு வணிகர்கள் அளித்த அரிசியும் பருப்பும் எஞ்சியிருந்தது. அதைக்கொண்டு மறுநாள் அவர் சமைக்கும்போது மேலும் சில வணிகர் அவ்வழி வந்தனர். அவர்கள் அளித்துச்சென்ற அரிசியும் பருப்பும் மேலும் சிலநாட்களுக்குத் திகைந்தது. அவ்வழி சென்ற அந்தணருக்கு அவ்வுணவை அவர் கொடையாக அளித்தார். சிலநாட்களுக்குள் அது ஓர் உணவுச்சாவடியாகியது. உண்டவரில் உள்ளவர் அளித்துச்சென்றது இல்லாதவருக்கும் அவருக்கும் போதுமான உணவாகியது.

“வேறெங்கும் செல்லவில்லையா?” என்று லௌபாயனர் கேட்டார். “ஆலமரத்தடியிலிருந்து ஆலமரத்தடிக்குச் செல்லலாம். மரங்கள் வேறு, நிலம் ஒன்று” என்றார் சுஃபலர். அந்த மறுமொழி தனக்கேயானது என்று எண்ணியவராக லௌபாயனர் அவரை நோக்கி அமர்ந்திருந்தார். பின்னர் “சூதரே, இதில் நீங்கள் நிறைவுறுகிறீர்களா?” என்றார். “ஆம், நான் முழுமையடைந்துவிட்டேன். இன்று இறப்பினும் விண்ணுலகில் என் மூதாதையரைத் தேடிச்செல்வேன்” என்றார் சுஃபலர். “ஏனென்றால் நான் இதுவரை அன்னமென பரிமாறியது என் நெஞ்சு அறிந்த ஒற்றைச் சொல்லையே.”

“சுஃபலரே, இப்புவி விரிந்துபரந்தது. ஏராளமான ஊர்கள், எண்ணற்ற மாந்தர். எண்ணித்தீராத மெய்மைகள். இங்கு இவ்வொரு செயலில் அமைந்து நீங்கள் அவற்றை இழந்துவிட்டீர்கள் அல்லவா?” என்றார் லௌபாயனர். “இந்த ஆலமரம் இங்கு மட்டும்தானே நின்றுள்ளது” என்று சுஃபலர் சொன்னார். “சிற்றுயிர்ப்பூச்சிகள் பறந்தலைகின்றன. பறவைகள் ஊர்தேடிச் செல்கின்றன. யானைகளுக்கு ஒற்றைக்காடு மட்டுமே. யானைக்கூட்டங்கள் வந்து நின்று இளைப்பாறும் நிழல்கொண்ட இந்த மரம் எங்கும் செல்வதில்லை.”

அவர் சொல்வனவற்றை உணர்ந்துசொல்கிறாரா அல்லது எங்கோ கேட்டவையா அவை என எண்ணி லௌபாயனர் அவரை நோக்கிக்கொண்டிருந்தார். “ஆனால் இதன்வேர்கள் அங்கே அடிமலைச்சரிவுவரை செல்கின்றன. இதன் மகரந்தம் இக்காடு முழுக்க செல்கிறது. இதன் கொடிவழி ஒருவேளை தென்குமரிவரைக்கும்கூட சென்றிருக்கக் கூடும்.”

லௌபாயனர் நெஞ்சு இளகப்பெற்றார். “நான் இங்குள்ள அத்தனை குருநிலைகளுக்கும் சென்றுவிட்டேன், சுஃபலரே. நான் தேடுவதைக் கண்டடையவில்லை” என்றார். “அவ்வாறெனில் அது உங்களைத் தேடிவரட்டும், அந்தணரே. கனிமரங்களைப் பறவைகளும் பூக்களை வண்டுகளும் தேடிவருகின்றன” என்று சுஃபலர் சொன்னார். அவர் சொல்வதைப் புரிந்துகொண்டு லௌபாயனர் மெய்குளிர்ந்தார்.

“நான் உங்களை நல்லாசிரியனாகப் பணிகிறேன். நான் ஆற்றிய பிழை என்ன?” என்றார். “காட்டுப்பசுக்களின் பாலின் சுவை தொழுவத்துப் பசுக்களுக்கில்லை” என்றார் சுஃபலர். “இந்த ஆலமரத்தை ஒவ்வொருநாளும் நோக்கிக்கொண்டிருக்கிறேன். இங்கு அத்தனை பறவைகளும் கூடணைகின்றன. கிளைவிரித்து இது நின்றிருப்பது அவற்றை வரவேற்பதற்காகவே.”

நெடுநேரம் அந்த ஆலமரத்தையே நோக்கிக்கொண்டிருந்தார் லௌபாயனர். சுஃபலர் விரைவிலேயே துயின்றுவிட்டார். துயிலில்

அவர் இதழ்கள் அசைந்துகொண்டிருப்பதைக் கண்டார். அச்சொல் என்ன என்பதைக் கூர்ந்து நோக்கினார். விழியுடன் செவி குவியவில்லை. ஆகவே செவிகளை மறந்து விழியால் அதைக் கேட்கமுயன்றார். விழிகள் அறிந்தது செவிக்குரிய சொல்லாகவில்லை. சலித்து, பெருமூச்சுவிட்டு அவரும் படுத்துத் துயின்றார். துயிலில் மணிமுடிசூடிய முதிய அரசர் ஒருவர் தோன்றினார். அவர் விழிகளைக் கண்டதும் திகைத்து "சுஃபலரே நீங்களா?" என்றார். அவர் அக்குரலைக் கேட்கவில்லை. ஒருசொல்லைச் சொன்னார். தெளிவாக அதை லௌபாயனர் விழிகளும் செவிகளும் அறிந்தன. அவர் அதைத் திரும்பச் சொன்னார். உடனே விழித்துக்கொண்டார்.

அது புலர்காலை. அவர் எழுந்தபோது அருகே சுஃபலர் இறந்துகிடப்பதைக் கண்டார். உடல் தளர்ந்திருந்தாலும் முகம் முலையுண்டு நிறைந்து உறங்கும் குழவியைப்போலிருந்தது. அவரை நோக்கிக்கொண்டிருந்தபோது தன் உதடுகள் அசைந்து ஒரு சொல்லை உரைப்பதை அவர் கேட்டார். சுஃபலரை அக்காட்டில் மண்மறைவு செய்துவிட்டு அங்கேயே லௌபாயனர் தங்கிவிட்டார். அங்கிருந்த அன்னச்சாவடியை அவர் தொடர்ந்து நடத்தினார். முதற்புலரியில் எழுந்து கிழங்குகளும் கீரைகளும் காய்களும் சேர்த்துவருவார். சமைத்துவைத்துக்கொண்டு வருவிருந்துக்காகக் காத்திருப்பார். செல்விருந்து ஓம்பித் துயில்வார்.

அவர் எவரிடமும் பேசுவதே இல்லை. ஆயினும் அவர் மெய்ஞானி என்று மெல்ல புகழ்பெறலானார். அவரைத்தேடி மாணவர்கள் வந்தனர். அங்கு எவ்விலக்கும் எந்நெறியும் இல்லை என்பதனால் அத்தனை மெய்யுசாவிகளும் அங்கு வந்து சேர்ந்தனர். அவர்களுக்குள் தொடர்ச்சியான சொல்லாடல்கள் நிகழ்ந்தன. சாங்கியர்களும் வைசேஷிகர்களும் மீமாம்சகர்களும் அமணர்களும் சார்வாகர்களும் வேதாந்திகளும் ஒருவரை ஒருவர் சந்தித்து சொல்மடுக்கும் இடமாக அது மாறியது. பிற எங்காயினும் தவிர்க்கமுடியாதபடி நிகழும் பூசல்கள் அங்கே லௌபாயனரின் இருப்பினால் தவிர்க்கப்பட்டன.

இரவும்பகலும் தத்துவம் பேசப்படும் இடம் என மகாதலம் சூதர்களால் சொல்லப்பட்டது. வணிகர்கள் அங்கு வந்து தங்கி கொடையளித்துச் செல்ல, அது வளர்ந்தது. லௌபாயனரின் மாணவர்கள் அவரிடம் அடுமனையாளர்களாகச் சேர்ந்தனர். அவர் ஒற்றைச் சொற்களில் ஆணையிடும் பணிகளைச் செய்து அவருடன் இருந்தனர். ஆனால் அவர்களிலிருந்தே அனைத்துக் கொள்கைகளையும் நன்கறிந்த அறிஞர்களும் அறிந்ததைக் கடக்கும் படிவர்களும் உருவாகிவந்தனர். அவர்களில் முதல்மாணவரான மாதவர் அதை ஒரு கல்விநிலையாக

வளர்த்தெடுத்தார். பலநூறுபேர் அங்கு ஒழியாது தங்கி சொல்லாடினர். ஆனால் அங்கு முதன்மையாக அன்னமே வழங்கப்பட்டது.

லௌபாயனர் தன் எண்பத்தெட்டாவது வயதில் நிறைவடைந்தார். ஆலமரத்தடியில் மலர்ந்த முகத்துடன் மல்லாந்து படுத்து அதன் விரிந்த கிளைகளில் கூடணைந்திருந்த பல்லாயிரம் பறவைகளை நோக்கிக்கொண்டிருந்த அவர் தன் அருகே இருந்த மாதவரிடம் அந்த மரத்தைச் சுட்டி “மைத்ரி” என்று சொன்னார். விழிமூடி நீள்துயில்கொண்டார். அந்த ஆலமரம் அதன் பின்னர் மைத்ரி என்று அழைக்கப்பட்டது. அதன் விதைகள் அக்காடு முழுக்க நட்டு விரிவாக்கப்பட்டபோது அக்காடே மைத்ராயனியம் எனப்பட்டது. ஒருங்கிணைவின் பெருங்காட்டில் எந்தக் கொள்கையும் நிகரான ஏற்புடையதே என்று இருந்தது. ஆனால் அதனாலேயே அங்கு வேதமெய்மை நிலைநின்றது. அது வேதச்சொல் வாழும் காடுகளில் முதன்மையானது என்று அறியப்பட்டது.

3

மைத்ராயனியக் காட்டிற்கு தன் தம்பியருடன் உச்சிப்பொழுதில் தருமன் வந்துசேர்ந்தபோது அதை ஒரு கல்விநிலை என்றே அவரால் எண்ணமுடியவில்லை. நூற்றுக்கணக்கான அத்திரிகளும் குதிரைகளும் மலைக்கழுதைகளும் அங்குள்ள மரநிழல்களில் பொதியவிழ்த்துக் கட்டப்பட்டிருந்தன. அவற்றின் சாணிமணமும் மிதிபட்டு சிறுநீருடன் கலந்த புல்லின் மணமும் அவற்றின் உடலில் எழுந்த வியர்வைமணமும் அங்கு நிறைந்திருந்தன. கனிகொண்ட ஆலமரம்போல அப்பகுதியே ஓசையால் நிறைந்திருந்தது. எவரும் எவரையும் முறைப்படி வரவேற்கவில்லை. முகமன்கள் உரைப்பதற்கு எவருக்கும் நேரமில்லை என்பதுபோல அங்குமிங்கும் ஓடிக்கொண்டிருந்தார்கள்.

அங்கே ஓடிய நீரோடையில் கைகால்களைக் கழுவிவிட்டு குடில்வளாகத்திற்குள் நுழைந்தார்கள். மையமாக நின்றிருந்த சாலமரத்தின் அடியில் சுஃபலர், லௌபாயனர், மாதவர் மற்றும் அதன்பின்னர் அமைந்த பதினேழு ஆசிரியர்களின் நினைவாக கல்விளக்குகள் அமைக்கப்பட்டிருந்தன. மைத்ரியன்னை என்னும் அந்த முதல்மரம் அங்கு வருபவர்களின் தெய்வமாக ஆகிவிட்டிருந்ததை அதன் கிளைகளில் தொங்கிய சிறிய மலர்மாலைகள் மற்றும் வேண்டுதல் எழுதிச் சுருட்டிக்கட்டப்பட்ட ஓலைநறுக்குகள் ஆகியவற்றிலிருந்து உணரமுடிந்தது.

குடில்களின் மையமாக ஒரேபந்தியாக ஐந்நூறுபேர் உண்ணும் அளவுக்கு பெரிய அன்னசாலை அமைந்திருந்தது. அதற்குப் பின்னால் தொலைவில் அணையா அடுப்புகொண்ட அடுமனையிலிருந்து செங்கல்லால் ஆன புகைபோக்கி வழியாக அடுப்புப்புகை எழுந்து

வானில் திருநீற்றுக் கீற்றென கரைந்து இழுபட்டு நின்றிருந்தது. அங்கிருந்து ஒரு கூரையிடப்பட்ட நீள்பாதை வழியாக உணவுக்கலங்கள் அன்னசாலைக்குக் கொண்டுவரப்பட்டன. உணவுண்டவர்கள் கைகளைக் கழுவுவதற்காக நீரோடையின் ஒரு கிளை வடக்குப் பக்கமாகத் திருப்பிவிடப்பட்டு வளைந்துசென்றது. அதனருகே எச்சில் இலைகளும் இலைத்தொன்னைகளும் நிறைந்த பெரிய மூங்கில்கூடைகள் நின்றன. அவற்றைப் பொதியென ஆக்கி எடுத்துச்செல்லும் கழுதைகள் நின்றிருந்தன.

அன்னசாலையைச் சுற்றி நீளமான கொட்டகைகள் அமைந்திருந்தன. மூங்கில்நாராலான நூற்றுக்கணக்கான கட்டில்கள் வரிசையாகப் போடப்பட்டு ஒவ்வொரு கட்டிலுக்கும் ஒரு பரணும் அமைந்திருந்தது. அவற்றில் வணிகர்களும் வழிப்போக்கர்களும் அமர்ந்து உரத்த குரலில் பேசிச் சிரித்துக்கொண்டிருந்த ஒலி கூரைப்பரப்பை மீறி மேலெழுந்தது. “நாம் உணவு உண்டபின் இவர்களிடம் பேசுவோம்” என்றான் பீமன். “இங்கு மாணவர்கள் தங்குவதற்கான குடில்கள் எங்குள்ளன?” என்று தருமன் கேட்டார்.

அருகே நின்றிருந்த ஒரு சூதர் “இங்கு தனித்தனியான குடில்கள் எவருக்குமில்லை, உத்தமரே. முதலாசிரியர் மகாசங்கரும் கூட கொட்டகைகளில்தான் தங்கிக்கொள்கிறார். பெண்களுக்கு தனியான கொட்டகைகள் உள்ளன” என்றார். “இங்கு தங்குபவர்கள் அனைவரும் அன்னசாலையில் பணியாற்றவேண்டும் என்பது மரபு. இங்கு முதன்மையாக அன்னமே அளிக்கப்படுகிறது.” “இங்கு வேதவேள்விகளும் சொல்லவைகளும் இல்லையா?” என்று தருமன் கேட்டார். “அன்னமே இங்குள்ள வேள்வி. வயிற்றில் அன்னம் நிறைந்தபின் இயல்பாக எழுவதே மெய்ச்சொல்” என்றார் சூதர்.

மைத்ரியக் காடு ஏழு வேதக்காடுகளுக்குச் செல்லும் பாதைகள் சந்தித்துக்கொள்ளும் மையத்தில் இருந்தது. உண்மையில் அவ்விடுதியே அப்பாதைகளை உருவாக்கியது. அங்கு அன்னம் அறாது என்பதை அறியாத பயணிகள் இருக்கவில்லை. பின்னர் வணிகர்கள் சந்தித்துக்கொள்ளவும் அந்தணரும் சூதரும் உரையாடவுமான மையமாக அது ஆகியது. ‘மைத்ரியக்காட்டில் பேசப்படாத செய்தி’ என்ற சொல்லாட்சியே உருவாகி புழக்கத்திலிருந்தது. வெவ்வேறு நாடுகளின் நாணயங்களை உரியமுறையில் மாற்று கொள்வதற்குரிய இடமாகவும் அது காலப்போக்கில் மாறியது.

பந்தியில் ஐவரும் அமர்ந்தனர். திரௌபதி அப்பால் பெண்களுக்கான பந்தியில் அமர்ந்தாள். அங்கே பன்னிரு பெண்களே இருந்தனர். பத்துபேர்

தங்கள் பாணர்களுடன் வந்த விறலியர். ஒருத்தி முதுபார்ப்பனி. ஒருத்தி வணிகர்களுடன் வந்த பரத்தை. "தங்கள் குலமறிவித்து பந்தி கொள்க!" என்றான் உணவுபரிமாறுபவன். திரௌபதி விறலியருடன் சென்று அமர்ந்துகொண்டாள். அனைவர் முகங்களிலும் வியப்பு தெரிந்தாலும் அவர்கள் ஒன்றும் கேட்கவில்லை.

தருமன் தன்னை வழிப்போக்கனாகிய சூதன் என்று அறிவித்துக்கொண்டான். பரிமாறுபவன் விழிகளில் ஐயத்துடன் "அப்பேருருவரும் சூதரா?" என்றான். "ஆம்" என்றான் பீமன். "நான் அடுமனைப்பணியாளன். உண்டு பெருத்தவன்." அவன் புன்னகைத்து "நன்று" என்றான். அவர்களுடன் ஐநூறுபேர் உணவருந்தினர். அது உச்சிப்பொழுதின் நாலாவது பந்தி. ஆயினும் உணவு சூடாகவும் சுவையுடனும் இருந்தது. கீரையும் கிழங்கும் கோதுமை மாவும் சேர்த்துப் பிசைந்து அவித்த அப்பங்கள். அரிசியுடன் பயறு சேர்த்து பொங்கப்பட்ட அன்னம். பருப்பும் கீரையும் கலந்த கூட்டு. உள்ளே வெல்லம் வைத்துத் தீயில் சுட்ட கிழங்கு. எண்ணெய்யிட்டு வதக்கப்பட்ட வழுதுணையும் வெண்டையும். புளிக்காய் சேர்த்துக் கொதிக்கவைக்கப்பட்ட மோர். சுக்கு போட்டுக் கொதிக்கவைக்கப்பட்ட குடிநீர்.

அவர்கள் உண்ணத்தொடங்கிய சற்றுநேரத்திலேயே பீமன் உண்பதை நோக்கியபடி அனைவரும் விழிமறந்து அமர்ந்திருந்தார்கள். அடுமனைப்பணியாளர் இருவர் அவனுக்காகவே பரிமாறத்தொடங்கினர். தருமன் "மந்தா... சூழை நோக்கு... மந்தா" என பலமுறை மெல்ல இடித்துரைத்தபோதும் அதை பீமன் கேட்கவில்லை. உணவைக் கண்டதுமே அவன் அதனுடன் கலந்துவிட்டிருந்தான். தருமன் தடுமாற்றத்துடன் அப்பாலிருந்த அர்ஜுனனை நோக்க, அவன் புன்னகையுடன் "இரண்டின்மை" என்றான். நகுலன் "ஒன்றும் செய்யமுடியாது, மூத்தவரே" என்றான். "அவனை எவர் என அறிந்துவிடுவார்கள்" என்றார் தருமன். "அங்காடியில் யானை என அவரைச் சற்றுமுன் அந்த சூதன் சொன்னான். எப்படி மறைக்கமுடியும்?" என்றான் சகதேவன்.

சற்றுநேரத்தில் அடுமனைப்பொறுப்பான முதியவர் கரிபடிந்த மரவுரி ஆடையும் வியர்வை வழிந்த உடலுமாக வந்தார். விறகுப்புகை அவருடன் வந்தது. உரத்த குரலில் "நல்லுணவு கொள்பவர் ஒருவர் வந்துள்ளார் என்றனர். தாங்களென அங்கிருந்தே அறிந்தேன், விருகோதரரே. என் கைசமைத்த உணவு இனிது என நம்புகிறேன்" என்றார். "நல்லுணவு என்பதற்கு அப்பால் ஒன்றும் சொல்வதற்கில்லை. எல்லா உணவும் நன்றே" என்றான் பீமன். "ஆம், உண்மை. இதில் கூடுதலாக உள்ளது எங்கள் அன்பு மட்டுமே" என்றார் அடுமனைத்தலைவர்.

“பெரும்பசிக்காக தவம்புரிகின்றன அடுமனைகள். இங்கு நாங்கள் எவரையும் வரவேற்பதோ வழியனுப்புவதோ இல்லை, இளையபாண்டவரே. தங்களுக்காக எழுபவை என் நாவின் தனிச்சொற்கள். தங்களுக்கு என்னவேண்டுமென சொல்லலாம்” என்று அவர் பீமன் அருகே வந்து நின்றார். “மேலும் உணவு!” என உரக்க நகைத்தபடி பீமன் சொன்னான். “ஆம், உணவு உள்ளது. தாங்கள் மகோதரர் ஆனாலும் எங்கள் உணவுக்குவையை ஒழித்துவிடமுடியாது” என்றார் முதியவர். “அதை அறிவேன். ஆனால் என் இரு கைகளாலும் ஒருவாயாலும் அதை நிகழ்த்தவே முயல்வேன்” என்றான் பீமன்.

“அடுமனைத்தலைவரை வணங்குகிறேன். நான் மூத்தபாண்டவனாகிய யுதிஷ்டிரன். இவர்கள் என் தம்பியர். அங்கே பெண்கள்நிரையில் என் அரசி அமர்ந்திருக்கிறாள்” என்றார் தருமன். “நன்று, தாங்கள் இவ்வழி செல்லவிருக்கிறீர்கள் போலும்” என்றார் அடுமனைத்தலைவர். “இல்லை, நாங்கள் வேதம் பயிலும் காடுகளினூடாகச் சென்றுகொண்டிருக்கிறோம். மேலும் மேலும் உண்ணவிழையும் பசிநோய் கொண்டவர்கள்போல. இங்கு வரலாம் என்று எங்கள் தோழர் ஒருவர் சொன்னார். இங்கு தங்கி கற்க விழைகிறோம்” என்றார் தருமன்.

“இங்கே கல்விச்சாலை என ஏதுமில்லை. ஆசிரியர்களும் மாணவர்களும் என எவரும் இல்லை” என்றார் அடுமனைத்தலைவர். “இது ஓர் அடுமனை, ஓர் அன்னசாலை. அதற்குமேல் எதுவும் இங்கு அமைக்கப்படலாகாது என்பது எங்கள் முதன்மையாசிரியரான மாதவரின் ஆணை. அவருடைய ஆசிரியரும் இவ்வன்னசாலையின் மெய்யாசிரியருமான லௌபாயனர் முதல் அனைவருமே இங்கு அன்னம் சமைத்துப் பரிமாறி நிறைவதையன்றி எதையும் செய்ததுமில்லை.” பீமனை நோக்கி விழிசுட்டி “இவர் நல்ல அடுமனையாளர் என அறிந்திருக்கிறேன். எனக்குப் பெருந்துணையாக இருப்பார். பிறர் விரும்பினால் இங்கு கொட்டகைகளில் தங்கி அடுமனைகளில் பணியாற்றலாம்.”

“அது எங்கள் பேறு” என்று தருமன் சொன்னார். “முகமன் நன்று. ஆனால் அடுமனைப்பணி அத்தனை எளிதல்ல” என்று சொல்லி அடுமனைத்தலைவர் திரும்பினார். “உண்டு ஓய்வெடுத்தபின் அடுமனைக்கு வருக! உங்களுக்கு எவரும் பணி அளிக்கமாட்டார்கள். நீங்களே இங்கு நிகழும் அன்னவேள்வியில் உங்கள் இடத்தைக் கண்டடையலாம்” என்றபின் அவர் உள்ளே சென்றார். அருகே நின்றிருந்த அடுமனைப்பணியாளன் “அவர்தான் இக்கல்விச்சாலையின் முதலாசிரியர் பிரபவர். அடுமனைப் பேணலையே கல்வியென செய்துவருகிறார்” என்றான். “ஆம், நான் எண்ணினேன்” என்றார் தருமன்.

உணவுண்டு முடித்து ஓய்வெடுப்பதற்காக அவர்கள் கொட்டகைக்குள் சென்றனர். அங்கே பாதிக்கும்மேலான கட்டில்களில் வணிகர்கள் துயின்றுகொண்டிருந்தனர். அவர்களுடன் வந்த காவல்நாய்கள் அவர்களின் பொதிகளுக்கு அருகே சுருண்டுகிடந்தன. காலடியோசைகளில் அவற்றின் செவிகள் அசைந்து மடிந்து நிமிர்ந்தன. அவற்றின் விழிகள் மட்டும் உருண்டு அவர்களை நோக்கின. கட்டில்களைத் தெரிவுசெய்து படுத்து உடல்தளர்த்திக்கொண்டதுமே தருமன் கண்மயங்கலானார். அவரருகே நகுலனும் சகதேவனும் படுத்தனர். “மந்தன் எங்கே?” என்றார் தருமன். “அவர் அடுமனைக்குள் சென்றுவிட்டார். இளையவரும் உடன் சென்றார்” என்றான் நகுலன். தருமன் கண்களை மூடியபடி “அவர்களுக்கு சோர்வே இல்லை... அவர்கள் உடல்களுக்கு இவ்வுலகு போதவில்லை” என்றார்.

“தாங்கள் அடுமனைப்பணியாளனாகச் செல்லவேண்டியதில்லை, மூத்தவரே” என்று நகுலன் சொன்னான். தருமன் விழிதிறக்காமலேயே புன்னகைத்து “மாறாக இது ஒரு நல்வாய்ப்பென்றே எண்ணுகிறேன். அடுமனைப்பணியில் திறனற்றவை என சில இருக்கும். இசைச்சூதனாகச் செல்வதும் குதிரைச்சூதனாக சாட்டையெடுப்பதும்தான் கடினம்” என்றார். நகுலன் “இங்கு இப்படி ஒரு பெருங்கூட்டத்தில் தத்துவக்கல்வி எப்படி நடக்கமுடியும்? எவர் எதைக் கற்றுக்கொள்ள முடியும்?” என்றான். சகதேவன் “சந்தையில் செவி திறந்திருப்பவன் அறிஞனாவான் என்று இளையயாதவர் சொன்னார்” என்றான்.

4

தொல்புகழ்கொண்ட இக்ஷுவாகு குலத்தில் சுத்யும்னனுக்கு மைந்தனாகப் பிறந்தவன் யுவனாஸ்வன் என்னும் அரசன். குருதி ஓயாத கொடுவாள் கொண்டவன் என அவன் புகழ்பாடினர் சூதர். பாரதவர்ஷத்தின் ஐம்பத்தாறுநாட்டு அரசரையும் அவன் அடிபணியச் செய்தான். அதன்பின்னரும் வெற்றிக்கான விடாய் ஓயாது மேலும் மேலுமென்று எழுந்தது அவன் உள்ளம். இரவுகள்தோறும், தன்னைப் பணியாத அரசர்களை வெல்வதைப்பற்றிக் கனவுகண்டான். அவர்களை வெல்லும் வழிதேடி போர்சூழ்கைகள் வகுத்தான். பகலில் தான் வென்ற நிலத்தின் மக்களுக்கு நீரும் அறமும் சீராகக் கிடைக்கும்படி கோல்நிறுத்தினான். பிறிதொரு எண்ணமே அவனுக்கு இருக்கவில்லை.

யுவனாஸ்வன் ஒன்பது மனைவியரை மணந்து பன்னிரு ஆண்டுகாலம் இல்லறம் நடத்தியும் அவனுக்கு மைந்தர் பிறக்கவில்லை. மணிமுடிக்கென மைந்தர் வேண்டுமென அவனிடம் அமைச்சர்கள் சொன்னபோது அதை அரசுசூழ்தலென்றே அவன் எடுத்துக்கொண்டான். தங்கள் மடியிலாட மகவுகள் தேவை என்று மனைவியர் சொன்னபோது அதைப் பெண்டிரின் இயல்பு என்று மட்டுமே புரிந்துகொண்டன். நாளும்பொழுதும் களம்வகுப்பதிலும் அரசுசூழ்வதிலும் அறமுரைப்பதிலுமே ஈடுபட்டிருந்தான். ஓயாது போரை எண்ணியிருந்தமையால் அவன் முகம் கற்சிலை போலிருந்தது. அசைவுகள் இரும்புப்பாவை போலிருந்தன. விழிகளில் முகமறியும் நோக்கே இருக்கவில்லை. குருதிபலி கோரும் கொடுந்தெய்வம் என்றே அவனை உணர்ந்தனர் சுற்றமும் சூழரும்.

கல் கனியாது அனல் பிறப்பதில்லை என்று நிமித்திகர் சொன்னார்கள். அரசனுக்கு மைந்தன் பிறக்கவேண்டுமென்றால் அவன் நெஞ்சு

நெகிழவேண்டும். உடல் மென்மை கொள்ளவேண்டும். மண்ணில் பிறக்க விழையும் குழவியர் விண்ணில் நின்று கீழே நோக்குகிறார்கள். அருந்தவம் இயற்றுபவர்களையே அவர்கள் தேர்வுசெய்கிறார்கள். உளம்கனிந்த மடிகளிலேயே வந்து பிறக்கிறார்கள். இப்புவியில் நன்றோ தீதோ, கோரப்படாது அளிக்கப்படுவதில்லை. மைந்தருக்கான பெருவிடாயை அவனுள் நிறைக்கவேண்டுமென அமைச்சர் விழைந்தனர். அவன் உடல் வேள்விக்குளமாக வேண்டும். அதில் விழைவெரியவேண்டும். ஆணவம் ஆகுதியாகவேண்டும்.

ஒருமுறை இரவுலாவச் சென்றபோது கால்களைத்து யுவனாஸ்வன் ஓர் அரசமரத்தடியில் தனித்து ஓய்வெடுக்கையில் முன்னரே அமைச்சர்கள் செய்துவைத்திருந்த ஏற்பாட்டின்படி எளிய சூதர்மகள் ஒருத்தி சற்றுமுன் பிறந்த தன் மகனுடன் அப்பால் படுத்திருந்தாள். காய்ச்சலுக்கான நச்சுமருந்து புகட்டப்பட்ட அவள் நோயுற்று மயங்கிக்கிடக்க, அந்தக் குழந்தை வீரிட்டழத்தொடங்கியது. அவ்வொலியை முதலில் யுவனாஸ்வன் ஏதோ பறவை ஒலியென எண்ணினான். பின்னரே குழவியின் அழுகையென அறிந்தான். குழவிக்குரல்கள் எப்போதும் மானுடத்தை நோக்கியே எழுகின்றன, வேண்டுகின்றன, ஆணையிடுகின்றன, சீறுகின்றன. அதை ஒவ்வொருவரும் தங்களுக்கான தனிக்குரல் என்றே உணர்கின்றனர்.

செவிகுத்தும் அதன் அழுகையைக் கேட்டு அமர்ந்திருக்கமுடியாமல் அவன் எழுந்துசென்று நோக்கினான். அத்தனை தொலைவுக்கு அச்சிறிய குழந்தையின் குரல் வந்துசேர்ந்திருப்பதை உணர்ந்து வியந்தான். சருகில் கிடந்து குழந்தை செவ்விதழ்ச் செப்பு கோண கூவியழுதது. அங்கே சூதர்மகள் காய்ச்சல்கண்டு சுருண்டுகிடப்பதையும் குழவி அழுகையால் உடல்சிவந்து கைகால்கள் இழுபட்டு அதிர்ந்துகொண்டிருக்க தொண்டைதெரிய ஓசையிடுவதையும் கண்டான். தன் அமைச்சர்கள் வருகிறார்களா என வழிகளைப் பார்த்தான். அவர்கள் நீர்கொணரச் சென்றிருந்தனர். ஏவலரும் உடனில்லை.

அவன் அச்சூதமகளை காலால் மிதித்து எழுப்பினான். அவள் தன்னுணர்வில்லாத காய்ச்சலில் நடுங்கிக்கொண்டிருந்தாள். உதடுகள் உலர்ந்து ஒட்டியிருந்தன. மூச்சில் முலைக்குவைகள் எழுந்து அடங்கின. மெலிந்த உடல் அலைபாய்ந்தது. அழுது துடித்த குழவி ஓசையின்றி வலிப்புகொள்ளத் தொடங்கியது. யுவனாஸ்வன் அதைக் கையிலெடுத்தான். வாழைத்தளிர்போல அது கைகளில் குழைந்தது. மென்பட்டென வழுக்கியது. சுடர்துடிக்கும் அகல் என பதறச்செய்தது. அதைக் கையிலேந்தியபோது கைகளுடன் கால்களும்

நடுங்கின. அதைக் கீழே போட்டுவிடக்கூடாதென்று எண்ணி நெஞ்சோடணைத்துக்கொண்டான்.

நெஞ்சில் அதன் நெஞ்சத்துடிப்பை உணரமுடிந்தது. ததும்பும் சிறுகலம் என அதை ஏந்தியபடி அவன் அங்குமிங்கும் நிலையழிந்தான். என்ன செய்வதென்றறியாமல் சூழநோக்கினான். அவன் நெஞ்சத்துடிப்பை உடலால் உணர்ந்த அக்குழவி தன் கைகளால் அவன் மார்பின் முடியைப் பற்றிக்கொண்டது. பறவைக்குஞ்சுபோல நகம் நீண்ட அதன் கைகள் அவன் உடலைப் பற்றியபோது அவன் சிலிர்த்தான். அதைக் கையிலெடுத்தபோதே கனியும் கொஞ்சும் மன்றாடும் உளக்குரல் தன்னுள் ஊறியதை அறிந்தான். அக்குழவி அதை அறிந்து அழுகையை நிறுத்திவிட்டு தன் உடலை நெளித்து எம்பி, தவிக்கும் வாயைக் குவித்து அவன் முலைக்கண்களைக் கவ்வி சப்பியது.

கூசித்திகைத்து அவன் பின்னடைந்தாலும் அது தன் வாயை எடுக்கவில்லை. அவன் மெய்விதிர்க்க சிலகணங்கள் நின்றான். தளர்ந்த கால்களுடன் மெல்ல பின்னடைந்து வேர்களில் அமர்ந்துகொண்டான். அவன் கண்கள் கலங்கி வழியலாயின. உடல் மெய்ப்புகொண்டு குளிர்ந்தடங்கி மீண்டும் அதிர்ந்து எழுந்தது. ஆழப்புண்பட்ட துளைவழியாக தன் குருதி வடிந்தோடுவதைப்போல உணர்ந்தான். முழுக்குருதியும் வழிந்தோட உடல் எடையழிந்து ஒழிவதாகத் தோன்றியது. கைகால்கள் இனிய களைப்பால் தொய்ந்தன. விழியிமைகள் சரிந்து ஆழ்துயில்போல ஒன்று அவனை ஆட்கொண்டது. அதில் அவன் பெண்ணென இருந்தான். அவன் கைகள் குழவியின் புன்மயிர்த்தலையைத் தடவிக்கொண்டிருந்தன.

அகலே நின்று நோக்கிய அமைச்சர்கள் ஓடி அருகணைந்தனர். முலையுறிஞ்சிக்கொண்டிருந்த குழந்தையை எடுத்து, கொண்டுவந்திருந்த பாலை துணியில் நனைத்து ஊட்டினர். அந்நேரமும் அதைப் பிரியமுடியாதவனாக அவன் எழுந்து அதை நோக்கிக் கைநீட்டினான். அரண்மனைக்குக் கொண்டுசெல்லும்போது அக்குழவியை தன் கையிலேயே வைத்திருந்தான். அவன் மடியிலேயே அது உறங்கியது. இரவு தன்னருகே படுக்கவைத்து அதைத் தடவிக்கொண்டிருந்தான். தன் முலைக்கண்கள் ஊறுகிறதா என்றே ஐயம்கொண்டான். மீண்டும் இருளில் அதன் வாயில் முலைக்கண்களை அளித்து உடல் உருகலானான்.

அன்னை நோய்நீங்கி மறுநாள் விழித்ததுமே அக்குழவியைக் கேட்டாள். அவளை என்னருகே வந்தமர்ந்து முலையூட்டச்சொல் என்றான் அரசன். அவள் தன் குழந்தையைக் காண அரசனின் அறைக்குள் வந்தாள். அங்கு உடல்குறுக்கி அமர்ந்து முலையளித்தாள். குழவியை தன் அருகே இருந்து விலக்க அரசன் ஒப்புக்கொள்ளவில்லை. அரசப்பணியையும்

நெறிகாத்தலையும் குழவியைக் கையிலேந்தியபடியே செய்தான். தனித்திருக்கையில் புவியில் பிறிதொன்றில்லை என்பதுபோல அக்குழவியையே நோக்கிக்கொண்டிருந்தான். கைவிரல்களால் ஓயாது வருடியும் மீளமீள முகர்ந்தும் அதைப் பார்த்தான். அதன் மென்தசையை முத்தமிட்டுச் சுவைத்தான். அதன் மூச்சொலி காதில்கேட்க காதுகளில் பிஞ்சுவயிற்றைச் சேர்த்துக்கொண்டான்.

பன்னிரு நாட்களுக்குப்பின் ஒருநாள் அமைச்சர் அக்குழவியையும் அன்னையையும் இரவிலேயே அரசனிடமிருந்து பிரித்து அவர்களின் அரச எல்லைக்கு அப்பால் கொண்டுசென்றுவிட்டனர். முகமறியா மக்கள்திரளில் அவள் முழுமையாகக் கலந்து மறையும்படி செய்தனர். விடிகாலையில் விழிப்புகொண்ட அரசன் அறியாமலேயே கைநீட்டி குழந்தையைத் துழாவி அதைக் காணாமல் திடுக்கிட்டு எழுந்து அமர்ந்தான். “எங்கே? என் குழந்தை எங்கே?” என்று கூவியபடி அரண்மனை இடைநாழிகளில் பித்தனைப்போல ஓடினான். எதிர்ப்படுபவர்கள் அனைவரிடமும் குழந்தையைப்பற்றிக் கேட்டு அழுதான். தூண்களை ஓங்கி மிதித்தான். ஏவலரை அறைந்தான்.

குழந்தையும் அன்னையும் மறைந்துவிட்டிருப்பதை உணர்ந்ததும் மேலாடை இல்லாமல் முற்றத்தில் இறங்கி கூவியபடி ஓடிய அவனை அமைச்சர் பற்றிக்கொண்டுவந்தனர். அவனிடம் மெல்ல மெல்ல, அவர்களை மீண்டும் காணமுடியாது என்று சொல்லிப் புரியவைத்தனர். “அது அவள் குழந்தை. அன்னை தன் குழவியை இன்னொருவருக்கு விட்டுத்தரமாட்டாள். அரசன் ஆயினும். பேரன்புடையவன் ஆயினும். அவள் தப்பிச் செல்வது இயல்புதான். அரசே, உங்கள் உடலில் எழுந்த மைந்தரே உங்களுக்குரியவர்கள்” என்றனர்.

அழுது அரற்றியும் பித்தன்போல புலம்பியும் ஏங்கிச் சொல்லிழந்தும் அவன் அரண்மனையில் இருந்தான். அவன் தேவியர் அவனைத் தேற்றமுடியவில்லை. அவன் எவரும் தன்னருகே வருவதை விரும்பவில்லை. அக்குழவியின் ஆடைகளை எடுத்து நெஞ்சோடணைத்துக்கொண்டான். அது படுத்திருந்த மெத்தையின் மெல்லிய குழியை வருடி வருடிக் கண்ணீர்விட்டான். நாளும் அவன் துயர் ஏறிஏறிச் சென்றது. அதன் உச்சியில் அத்துயர் மறுபுரிச்சுழற்சி கொண்டது. ஏழாம்நாள் அவன் அரைத்துயிலில் இருந்தபோது தன்னருகே குழவி இருப்பதை உடலால் உணர்ந்தான்.

விழிதிறந்தாலோ கைநீட்டினாலோ அது கலைந்துவிடுமென்றும் அறிந்திருந்தான். ஆனால் அவன் உள்ளம் உவகையால் நிறைந்தது. உடற்தசைகள் முறுக்கவிழ்ந்து தளர்ந்தன. குழவி மெல்ல அவன்

முலைக்கண்ணைச் சுவைக்கத் தொடங்கியது. அவன் ஆழுணர்வில் அதில் திளைத்தான். குழவி அவனை உண்டபடியே இருக்க அவன் துயிலில் ஆழ்ந்தான். அங்கே அக்குழவியுடன் அறியா நிலங்களில் நடந்தான். விழித்துக்கொண்டபோது அருகே குழவி இல்லை என்னும் தெள்ளிய உணர்வு எஞ்சியிருந்தது, ஆனால் துயர் இருக்கவில்லை. குழவி கிடந்த அந்த மென்மையான மரவுரிக்குவையை கையால் நீவியபடி அவன் விழி கசிந்துவழியப் படுத்திருக்கையில் தன் மேலாடை நனைந்திருப்பதைக் கண்டான். அவன் இருமுலைகளும் சுரந்திருந்தன.

யுவனாஸ்வன் மைந்தர் பிறப்பதற்கான வேள்விகளை இயற்றலானான். பிருகுநந்தனர் என்னும் பெருவைதிகர் அவன் அவையிலமர்ந்து அந்த வேள்விகளை அவனுக்காக ஆற்றினார். ஏழு புத்ரகாமேஷ்டிகளை அவன் செய்தான். ஏழாவது வேள்வியனலில் எழுந்த இந்திரன் "ஊழ்வினையின்படி இவ்வரசனுக்கு மைந்தர் இல்லை. இவன் அன்னையின் கருவுக்குள் பார்த்திவப்பரமாணுவாக இருக்கையிலேயே முடிவானது அது. விதைகள் அற்றது இவன் உடல்" என்றான். "ஊழ் பிரம்மனின் நெறி. வேதம் பிரம்மனையும் ஆளும் நெறிகொண்டது" என்றார் பிருகுநந்தனர். "வேள்விக்கு எழும் அத்தனை தெய்வங்களும் இங்கு வருக! பிரம்மனே வருக!"

மீண்டும் ஏழு புத்ரகாமேஷ்டி வேள்விகளை பிருகுநந்தனர் அமைத்தார். அமைச்சர்கள் உளம்சோர்ந்தனர். தேவியர் நம்பிக்கை இழந்தனர். கருவூலம் ஒழிந்துவந்தது. அரசன் படைக்களம் மறந்தான் என்றறிந்து எல்லைகளில் எதிரிகள் கொழுக்கலாயினர். அவன் நெறியவைக்கு வராமையால் குடிகள் கட்டவிழ்ந்தனர். "அரசருக்கு மைந்தர் இல்லை என்பதே ஊழ் என்றால் அவ்வண்ணமே ஆகுக! அரசரின் இளவல்கள் எவரேனும் அவருக்குப்பின் முடிசூடட்டும்" என்றனர் அமைச்சர். "நாங்கள் முதுமைகொண்டுவிட்டோம். எங்கள் வயிறுகள் கருக்கொள்ளும் ஆற்றலிழந்துவிட்டன. இப்பிறவியில் இப்படி என எண்ணி அமையவும் கற்றுவிட்டோம்" என்றனர் அரசியர்.

ஆனால் யுவனாஸ்வன் ஒரு சொல்லையும் செவிகொள்ளவில்லை. "உயிரின் இறுதித்துளி எஞ்சுவதுவரை மைந்தனுக்கான வேள்வியிலேயே இருப்பேன். என் உடல் முளைக்காமல் இங்கிருந்து அகலமாட்டேன்" என்றான். ஒவ்வொரு நாளும் ஒவ்வொரு கணமும் அவன் மைந்தன் என்னும் நினைவிலேயே வாழ்ந்தான். அவன் உறுதிகொண்ட உடல் நெகிழ்ந்து குழைவுகொண்டது. முகத்தில் மயிர் உதிர்ந்து பெண்மை வந்தது. முலைகள் உன்னி எழுந்தன. இடைசிறுத்து தொடைபெருத்து நடை ஒல்கியது. இதழ்கள் நீர்மைகொண்டன. கண்கள் நீண்டு கூர்கொண்டு கனவுசூடின. குரலில் யாழும் குழலும் கலந்தன.

பதினான்காவது வேள்வியில் எழுந்த பிரம்மனிடம் பிருகுநந்தனர் சொன்னார் “இங்கு நிகழும் அனல்வேள்வி என்பது அரசன் தன் உள்ளத்தால் செய்யும் எண்ணவேள்வியின் மறுவடிவே. இவ்வேள்வியைக் கடந்தாலும் அவ்வேள்விக்கு நீங்கள் நின்றாகவேண்டும், படைப்பிறையே. அருள்க!” பிரம்மன் “என் ஊழைக் கடப்பது முனிவரின் தவம். அது துணை செய்க!” என்று அருளினார். “திசைமுகனே, உங்கள் அருள் இந்த கங்கைநீரென்றாகுக! இதை அருந்தி அரசனின் துணைவியர் கருக்கொள்க!” என்றார் பிருகுநந்தனர். “அவ்வாறே” என்று பிரம்மன் சொல்லளித்தார்.

தர்ப்பையால் அனலைத் தொட்டு கங்கை நீர்க்குடத்தை வருடி அதில் நான்முகன் அருளை நிறைத்தனர். முறைமைசெய்து வேள்வி முடிந்து அந்த நீர்க்கலத்துடன் வேள்விச்சாலையிலிருந்து அருகிலிருந்த கொட்டகைக்குச் சென்ற வேதியர் அங்கேயே அமர்ந்தனர். ஆடைகளை மாற்றிக்கொண்டு மஞ்சத்துக்குச் செல்ல விழைந்தவர்கள் களைப்பால் அங்கேயே அவ்வண்ணமே படுத்துத் துயின்றனர். கொட்டகைக்கு நடுவே இருந்த சிறு பீடத்தில் பொற்கலத்தில் அந்த நீர் இருந்தது.

அவ்விரவில் வேள்வி முடிந்த மணியோசைகளையும் சங்கொலிகளையும் கேட்டுக்கொண்டே அருகே இருந்த வேள்விக்காவலனுக்கான பந்தலில் அரைத்துயிலில் இருந்த யுவனாஸ்வன் தன் உடலில் அனல் பற்றி எரிவதுபோல் கனவு கண்டான். உலர்சுள்ளியைப்போல அவன் கை பற்றிக்கொண்டது. கால்களும் தலையும் எரியலாயிற்று. முலைகள் கனலாயின. வயிற்றில் தழல்சுழன்றது. அந்த அனல் அவன் உடலின் கீழ்ப்பகுதியில் மூலாதாரத்தில் இருந்தே எழுந்தது என்றறிந்தான். விழித்துக்கொண்டபோது தன் உடல் விடாயில் தவிப்பதை உணர்ந்தான். அத்தகைய பெருவிடாயை அவன் முன்பறிந்ததே இல்லை. தொண்டையைக் கைகளால் வருடியபடி எழுந்து ஓடி கொட்டகைக்கு வந்தான். அங்கே பொற்கலத்திலிருந்த கங்கை நீரைக்கண்டு பிறிதொன்று எண்ணாமல் அதை எடுத்துக் குடித்தான்.

ஓசைகேட்டு விழித்துக்கொண்ட பிருகுநந்தனர் கையில் ஒழிந்த குடத்துடன் நின்றிருந்த யுவனாஸ்வனைக் கண்டு திகைத்தார். என்ன நிகழ்ந்ததென்று உடனே புரிந்துகொண்டார். அனைத்து வைதிகரும் பதறி எழுந்து அரசனைச் சூழ்ந்தனர். “என்ன செய்துவிட்டீர்கள், அரசே?” மைந்தனைப் பெறுவதற்கான வேள்விப்பயனை நிறைத்துவைத்த குடமல்லவா இது?” என்றார் பிருகுநந்தனர். “நிகரற்ற வல்லமைகொண்டவனாகிய மைந்தன் இந்த நீரில் நுண்வடிவில் உறைகிறான். பருவுடல் கொள்ள பெருவெளியில் அவன் காத்திருக்கிறான்.” யுவனாஸ்வன் “நான்

அறிந்திலேன். இவ்வண்ணம் எப்படி நிகழ்ந்தது என்றே எனக்குத் தெரியவில்லை” என்றான்.

நிமித்திகரை அழைத்து வருகுறி தேர்ந்தனர். பன்னிரு களம் அமைத்து கல்லுருட்டிக் கணக்கிட்டு நிமிர்ந்த முதுநிமித்திகர் சாந்தர் சொன்னார் “அந்தணரே, தான் எனத் திரண்ட மைந்தன் பருவுடல்கொள்வது உறுதி. தந்தையை வெல்லும் ஆற்றல்கொண்டவன் ஆவான். ஏழு பெருவேள்விகளை நிகழ்த்தி குலம் வாழச்செய்வான்.” பின்னர் எவர் விழிகளையும் நோக்காமல் “நான் சொல்வது குறிகள் காட்டுவதை மட்டுமே. அந்த மைந்தன் அரசரின் உடலிலேயே கருவுறுவான். அங்கு உயிருடல் கொண்டு பிறப்பான்” என்றார்.

ஆனால் பிருகுநந்தனரோ யுவனாஸ்வனோ திகைப்புறவில்லை. அந்தணர் ஒருவரை ஒருவர் நோக்கிக்கொண்டனர். “அரசரின் பெருவிழைவு தன் உடல்முளைக்கவேண்டும் என்பதே. அவ்வாறே அருளின தெய்வங்கள்” என்றார் நிமித்திகர். “ஆம், அவ்வண்ணமே ஆகுக! அதுவும் நல்லூழே” என்றார் பிருகுநந்தனர். அரசன் நெடுமூச்செறிந்தபோது முலைகள் எழுந்தமைந்தன. கனவுடன் கண்முனைகள் கசிவுகொண்டன. இடைநலுங்க அணிகள் குலுங்க அவன் நடந்து தன் அறையைச் சென்றடைந்தான். அங்கு மஞ்சத்தில் களைப்புடன் படுத்துக்கொண்டு கண்மூடி புன்னகைக்கும் மைந்தனின் முகத்தைக் கண்டான். மெய்விதிர்ப்பு கொள்ள “என் தெய்வமே” என நெஞ்சில் கைவைத்து அழுதான்.

அரசனின் வயிறு பெருத்தது. வரிகளோடிச் சரிந்தது. அவன் முலைக்கண்கள் கருமைகொண்டன. புதுமணல்போல மென்வரிகளுடன் முலைக்குவைகள் பருத்துச் சரிந்தன. அவன் உதடுகள் கருமைகொண்டு மூச்சில் இனிய ஊன்மணம் கலந்தது. கழுத்தும் கையிடுக்குகளும் கன்றின. கண்வெளுத்து நடை தளர்ந்தது. அரண்மனைச் சுவர்களை உடைவாளால் சுரண்டி சுண்ணத்தை உண்டான். திரி எரிந்த சாம்பலை சுட்டுவிரலால் தொட்டுச் சுவைத்தான். குங்குமத்தையும் களபத்தையும் சிறு இலைப்பொட்டலமாக எடுத்துவைத்துக்கொண்டு தின்றான். சிறு ஒலி கேட்டும் திடுக்கிட்டான். நிற்கையிலும் நடக்கையிலும் தன் வயிற்றையே எண்ணிக்கொண்டான். தனியாக அமர்ந்து வானைநோக்கிக் கனவுகண்டான். சிறுபறவைகளையும் வண்ணப்பூச்சிகளையும் கண்டு குழந்தைபோல முகம் மலர்ந்து சிரித்தான்.

மாதங்கள் செல்ல அரசனின் வயிறு பெருத்து வலப்பக்கம் சரிந்தது. வலக்கை ஊன்றி பெருமூச்சுடன் எழுந்தான். புரியாத ஐயங்களும் அச்சங்களும் கொண்டு உளம் கலங்கி தனிமையில் அழுதான். மத்தகம்

தூக்கி கொம்பு ஒளிவிட இருளிலிருந்து வரும் களிற்றுயானையை மீண்டும் மீண்டும் கனவுகண்டான். இரவில் முழுத்துயில் இல்லாது கண் சோர்ந்து எழுந்தான். கைகள் குடைச்சல்கொள்ள நாளெல்லாம் மஞ்சத்தில் அசைவில்லாது அமர்ந்திருந்தான். கால்கள் வீங்கின. பின் முகம் உப்பி ஒளிகொண்டது. கண்ணிமைகள் கனிந்து தொங்கின. சிறு அசைவுக்கே நெஞ்சு படபடக்கத்தொடங்கியது. மழலைச்சொல் உரைப்பவன் ஆனான். அனைவர்மீதும் கனிவும் அனைத்தின்மீதும் எரிச்சலும் மாறிமாறி வந்து அவனை அலைக்கழித்தன.

அரசன் வயிற்றில் மைந்தன் இருப்பதை மருத்துவர் உறுதிசெய்தனர். அவன் வளர்ந்து கையும் காலும் கொள்வதை தொட்டுப்பார்த்துச் சொன்னார்கள். முழுவளர்ச்சியடைந்த மைந்தன் ஒலிகளுக்கு செவிகொடுத்தான். காலால் தந்தையின் வயிற்றை உதைத்து உந்தி முழைகாட்டினான். அவன் அசைவை அறிந்து யுவனாஸ்வன் உடல்விதிர்க்க கூசிச்சிரித்துத் துள்ளினான். அந்த முழைமேல் கைவைத்து கூச்சலிட்டு நகைத்தான். “உயிர்கொண்டிருக்கிறான்! உயிர்!” என்று கூவினான். “என் உயிர்! என் உயிரை நானே தொடுகிறேன்!” ஊழ்கத்தில் என என் உயிர் என் உயிர் என்று சொல்லிக்கொண்டேயிருந்தான்.

அம்மைந்தன் எப்படிப் பிறக்கமுடியும் என மருத்துவர்களுக்குப் புரியவில்லை. அரசன் இறக்கக்கூடும் என அவர்கள் அஞ்சினர். பாரதவர்ஷமெங்கும் தூதர்களை அனுப்பினர். அகத்தியரின் வழிவந்த முதுமருத்துவர் ஒருவர் அவர்களின் அழைப்புக்கிணங்கி வந்தடைந்தார். இடையளவே உயரமிருந்த அவர் பெரிய உருண்டை விழிகளும் ஓங்கிய குரலும் கொண்டிருந்தார். “விலாபிளந்து மைந்தன் எழுவான். ஏனென்றால் மண்ணின் விலாபிளந்தே செடிகள் எழுகின்றன.”

அரசனுக்கு மூலிகைகொடுத்து மயங்கவைத்து அவரும் அவருடைய ஏழு மாணவர்களும் அவன் வயிற்றின் தசைகளைக் கிழித்து கனி அகழ்ந்து விதையைப் பிதுக்குவது போல மைந்தனை வெளியே எடுத்தனர். குருதிவழிய குளிர்கொண்டு அவன் அழுதான். அவன் உடலிலக்கணம் நோக்கி “அரியவன். ஆள்பவன்” என்றார் அகத்தியர். அழுகை கேட்டு உள்ளே ஓடிவந்த அமைச்சர்கள் “எங்கே? அரசர் எங்கே? அவர் நலமாக இருக்கிறாரா?” என்றார்கள். தசைகளைப் பொருத்தி குதிரைவால்மயிரால் சேர்த்துத் தையலிட்டு தேன்மெழுகும் அரக்குமிட்ட பட்டுத்துணியால் சுற்றிக்கட்டி பக்கவாட்டில் படுக்கவைக்கப்பட்டிருந்த யுவனாஸ்வன் குருதிமணத்துடன் துயின்றுகொண்டிருந்தான்.

குழந்தையின் அழுகுரல்கேட்டு ஒன்பது அன்னையரும் ஓடிவந்தனர். “அமுது! முதலமுது!” என அகத்தியர் விரைவுபடுத்தினார். சேடியர்

ஓடிச்சென்று நறும்பாலைக் கொண்டுவந்தனர். அதைத் தூயபஞ்சுத்திரியில் தொட்டு மைந்தன் வாயில் வைத்தனர் அன்னையர். அவன் அதைத் துப்பி வழியவிட்டு செந்நிறக் கைகளைச் சுருட்டி ஆட்டி அடிக்கால்கள் சுருங்க கட்டைவிரல் சுழிக்க அதிர்ந்த வயிற்றுடன் அழுதான். அரியதொன்று இரண்டாகக் கிழிபடும் ஒலியுடன் அழுத அவனைக்கண்டு செய்வதறியாமல் அவர்கள் திகைத்தனர்.

“முலையூட்டும் சேடி ஒருத்தியைக் கொண்டுவருக!” என அமைச்சர் சாம்யர் ஆணையிட்டார். ஏவலர் ஓடி முலைப்பெண்டிர் எழுவரைக் கொண்டுவந்தனர். ஆனால் அவர்கள் தங்கள் கைகளால் தொட்டதுமே மைந்தனின் உடல் நீலம்பாரித்து விரைப்புகொண்டது. அவன் உதடுகள் அவர்களின் முலைக்கண்களைக் கவ்வவில்லை. நாண் இழுபட்ட சிறு வில் என அவன் அவர்கள் கைகளில் இறுகியிருந்தான். ஏழு முலைப்பெண்டிரும் அவனை ஊட்டமுடியவில்லை. முலைப்பாலை அவன் வாயில் பீய்ச்ச வைத்தபோதும் உண்ணாமல் கடைவாய் வழிய அவன் துடித்து நடுங்கினான்.

“குழவி கருவறைக்குள்ளேயே குருதிவழியாக அன்னையின் முலைப்பாலை அறிந்துள்ளது. அந்த மணமே அதை முலைக்காம்பு நோக்கி இழுக்கிறது. இம்மைந்தன் அதை அறிந்திருக்கவில்லை” என்றார் அகத்தியர். “என்ன செய்வது? இறப்புதான் இளவரசரின் ஊழா?” என்றார் அமைச்சர் சாம்யர். “அவ்வாறென்றால் நாம் என்ன செய்வது?” என்றார் அகத்தியர். அப்போது மெல்ல விழி அதிர்ந்து முகம் உயிர்கொண்ட யுவனாஸ்வன் “என்ன ஓசை?” என்றான். “அரசே, தங்கள் உடல்திறந்து வந்த மைந்தன்” என்று தூக்கிக்காட்டினார் அகத்தியர். “மைந்தன் ஏன் அழுகிறான்?” என்றான் யுவனாஸ்வன். “அவனுக்கு அன்னைமுலை உகக்கவில்லை. அவனுக்கு அமுதூட்ட வழியில்லை” என்றார் அமைச்சர்.

இடக்கையை ஊன்றி உடலை அசைத்துத் தூக்கி கைநீட்டிய யுவனாஸ்வன் “மாந்தாஸ்யதி!” என்றான். என்னை உண்ணுக என்றுரைத்து தந்தையால் தூக்கி நெஞ்சோடணைக்கப்பட்ட குழவி அள்ளி அவன் மார்பைப் பற்றிக்கொண்டது. அவன் முலைகளில் வாய்சேர்த்து உறிஞ்சி உண்ணலாயிற்று. அவனை அன்னையர் மாந்தாதா என்று செல்லப்பெயரிட்டு அழைத்தனர். தாயுமானவன் கையால் வளர்க்கப்பட்ட அவன் பிறரைவிட அரைமடங்கு உயரமானவனாக வளர்ந்தான். மூன்று மாதங்களில் பல் தோன்றியது. ஆறு மாதங்களில் பேசினான். எட்டு மாதத்தில் நடந்தான். ஒரு வயதில் வில்லேந்தினான். ஏழு வயதில் களம்புகுந்தான். பன்னிரு வயதில் பரிதொடர்வேள்வி செய்து மாமன்னன் என புகழ்பெற்றான்.

ஆஜகவம் என்னும் அவன் வில்லின் நாணோசை தீயவருக்கு இடியென்றும் நல்லவருக்கு யாழென்றும் ஒலித்தது என்றனர் சூதர். வெற்றித்தோள்களுடன் எழுந்த மைந்தனை நோக்கி நிறைவுகொண்ட யுவனாஸ்வன் ஒருநாள் கான்புகுதலுக்கு ஒருங்கினான். அவன் கால்களைத் தொட்டு வணங்கி எழுந்த மைந்தனிடம் “நான் உன்னிடம் சொல்வது ஒன்றே. நான் உன்னிடம் சொன்ன முதல் சொல் அது, என்னை உண்ணுக! எப்போதும் உன் நாவிலிருக்கட்டும் அச்சொல்” என்றான். அவனைக் கானக விளிம்புவரை சென்று வழியனுப்பிவைத்தான் மாந்தாதா.

தந்தை சொன்னதன் பொருளை மறுநாள் முதல் அவன் உணரலானான். காலையில் முதன்முதலாக அவன் கண்ட ஏவலனை நோக்கிச் சொல்லெடுக்கும் முன் ‘என்னை உண்ணுக!’ என்றது அவன் அகம். அகம்படியாளனை, அணுக்கனை, அமைச்சரை, காவலரை, அவையோரை நோக்கி அவன் எச்சொல் எடுப்பதற்கு முன்னரும் அச்சொல் எழுந்து நின்றது. அவையில் கைவிலங்கு பூட்டப்பட்டு நின்றிருந்த அயல்நாட்டு ஒற்றனின் தலைகொய்ய ஆணையிட எழுந்தபோதும் ஊடாக வந்தது அச்சொல். அருகே சென்று தலையை கையால் வருடி அஞ்சி உணர்வழிந்திருந்த அவன் விழிகளை நோக்கி அதைச் சொன்னான். அவன் விழிநீர் பெருக அரசனின் கால்களில் விழுந்தான்.

அரசாளும் அன்னை என்று மாந்தாதா மக்களால் அறியப்பட்டான். வற்றாத முலைப்பால் எழும் உடல்கொண்டவன் அவன் என்றனர் சூதர். பல்லாயிரம் ஊற்றுகள் எழுந்து ஓடைகளாகவும் ஆறுகளாகவும் பெருகும் வறனுறல் அறியா நறுஞ்சோலை என்றனர் கவிஞர். அவன் கால்பட்ட இடங்களில் பசுமரங்கள் முளைத்தன. அவன் சொல்கொண்டு வாழ்த்திய குழவியர் சொல்பெற்றனர். அவன் கைதொட்ட நோயாளர் ஆறுதல்கொண்டனர். அவன் அரசமுனிவரில் முதல்வனென்றனர் படிவர்.

அவன் உலகுநீத்தபோது விண்ணில் இந்திரவில் எழுந்து கரையாமல் நின்றது. பொற்துருவலென ஒளியுடன் மழைபொழிந்தது. சான்றோர் கூடி அவனை மண்ணில் புதைத்தனர். நிலமென விரிந்தான் அரசன், அவன்மேல் வேர்கொண்டெழுந்தன குடிகள் என்றன கதைகள். அவன் உடல்மேல் எழுந்து விதைத்தொடர் என ஆயிரம் ஆலமரங்கள் எழுந்தன என்றன தொல்குடிச் சொற்கள். இறுதி ஆலமரம் கிளைவிரித்துக் கனிகொண்டது. பல்லாயிரம் பறவைகள் அதன்மேல் சிறகு குவித்தமர்ந்தன. அதன்கீழ் வந்தமர்ந்த இளஞ்சூதனின் அறிதுயில் செவியில் சென்று யுவனாஸ்வன் உரைத்தான் “என்னை உண்ணுக!”

விழித்தெழுந்து திகைத்து அமர்ந்தான் அச்சிறுவன். அச்சொல்லை அறியாது அவன் வாய் அரற்றத்தொடங்கியது. பின் அவன் ஒவ்வொரு எண்ணத்துக்கு முன்னரும் அச்சொல் இணைந்துகொண்டது. நாளடைவில் அவன் நாவுரைக்கும் எச்சொல்லும் அச்சொல்லென்றே பொருள்கொண்டன. அன்னமெனக் கனிந்தது அவன் கை. ஒருநாளும் ஒழியாது அவனை உண்டு வயிறு குளிர்ந்தனர் மானுடர். முதிர்ந்து முழுமைகொண்டு கடந்துசெல்வதற்கு முன் அவன் அச்சொல்லை தன்னை அணுகிய பிறிதொருவனுக்கு உரைத்தான். நாவிலிருந்து நாவுக்குச் சென்று அச்சொல் அங்கே அழியாது வாழ்ந்தது. வேட்கும் வேள்விநிலைகளுக்கு நடுவே வேதிக்கும் வேதநிலையென அது திகழ்ந்தது. அங்கு அன்னம் ஒழிந்த தருணமே அமையவில்லை.

5

அடுமனைப்பணி உடலின் அனைத்துத் தசைகளையும் களைப்படையச் செய்வதாக இருந்தது. முதல்நாள் புலர்காலை எழுந்ததுமே அடுமனை ஒரு பூசல்களம்போல ஒளியும் ஓசையுமாக இருப்பதை தருமன் கண்டார். எழுந்துசென்று நீராடி வருவதற்குள் அங்கே வேலை நெடுநேரம் கடந்திருந்தது. அடுமனை உதவியாளர்கள் ஒவ்வொருவரும் எதையோ மறந்துவிட்டுத் தேடுபவர்கள்போல, எங்கோ செல்ல விழைபவர்கள் போல, எதையோ முடித்துவிட்டு கிளம்புபவர்கள் போல வெறிகொண்டு சுழன்றனர்.

அங்கிருந்த பெருந்திரளில் அவர்கள் தங்களுக்குத் தேவையானவர்களை மட்டுமே நோக்கினர், பேசினர். கைகளின் வீசலாக, கால்களின் அசைவாக அவர்கள் நிறைந்திருந்தனர். சிலகணங்களில் அவர்கள் மறைந்து கலங்களும் அகப்பைகளும் சட்டுவங்களும் தங்கள் விருப்பப்படி முட்டி மோதி ஒலித்து முழங்கி முனகி சுற்றிக்கொண்டிருப்பதாகத் தோன்றியது. தருமன் என்ன செய்வதென்றறியாமல் தயங்கியபடி நின்றிருந்தார். அவரை எவரும் கருத்தில்கொள்ளவில்லை. பீமன் அங்கே நீர்ப்பரப்பில் ஒரு சுழி என தெரிந்தான். அவனை நோக்கியே மானுடரும் கலங்களும் சென்றன, அவனிலிருந்து விலகி வளைந்து ஓடின. அப்பால் இன்னொரு சுழியாக பிரபவர் தெரிந்தார்.

தன்னைச் சூழ்ந்து செல்லும் உடல்களுக்கு விலகி விலகி வழிவிட்டு சுவர் ஓரமாகவே சென்று அசையாமல் நின்றார். அர்ஜுனன் காய்களை நறுக்குமிடத்தில் நான்குவகையான கத்திகளுடன் பணியாற்றிக்கொண்டிருந்தான். அவன் கைகளால் காய்களும் கிழங்குகளும் சீரான துண்டுகளாக மாறி அப்பால் குவிந்தன. நகுலன்

பொருட்களைச் சீராகப் பிரித்து அடுப்புகளுக்குக் கொடுத்தனுப்பினான். சகதேவன் அடுமனைக் களஞ்சியத்தில் அமர்ந்து எடுக்கப்படும் பொருட்களைக் கட்டுப்படுத்தினான். அவர்கள் எவரும் அவர் வந்ததை அறியவில்லை. அவர்களின் கைகள் தாங்களே இயங்க, விழிகள் அவற்றுடன் இணைந்து கொண்டன. எங்கிருக்கிறோம் என்பதையே அவர்கள் உணரவில்லை.

வெளியே முந்தையநாள் இரவெல்லாம் வந்துகொண்டிருந்த வணிகர்களும் அந்தணரும் காலையிலேயே எழுந்து நீராடி நீர்வணக்கங்களை முடித்து ஊண்மனைக்குள் குழுமிக்கொண்டிருந்தனர். மைத்ரியக்காட்டின் மரக்கூட்டங்களுக்கு அப்பால் வைதிகர் அமைத்திருந்த வேள்விச்சாலைகளில் புலரியின் எரிகொடை முடிந்து மங்கல வாத்தியங்கள் முழங்கத்தொடங்கின. “விரைவு! விரைவு!” என சரிவிறங்கும் குதிரைப்படைபோல அடுமனை முழங்கிச் சென்றுகொண்டிருந்தது.

தருமன் மெல்ல நகர்ந்து அருகே கலங்களை மூடும் பெரிய செம்புத்தட்டுகளை கழுவிக்கொண்டு வந்துகொண்டிருந்த ஒருவரிடமிருந்து அதை வாங்கினார். ஒருவர் அவரிடம் “அங்கே என்ன பார்வை? மூன்றாவது அடுப்பு... மூன்றாவது அடுப்புக்குப் போ” என்றார். அவர் அதை அங்கே கொண்டுசென்று வைத்து மீள்வதற்குள் மறுபக்கம் மேலும் தட்டுகளுடன் வந்தவர் “விரைவு... விரைவு!” என்றார். தருமன் ஓடிச்சென்று அதை வாங்கிக்கொண்டார். “நாலாவது அடுப்பு... விரைவு!”

நூற்றுக்கணக்கான அடுப்புகளில் தழல்கள் நின்றாடின. அவற்றின் மேலிருந்த செம்புக்கலங்கள் அனல்கொண்டு மெல்லிய விரிசல்மணி ஓசையுடன் செந்நிறமாயின. அவற்றில் குழம்புகளும் அவிநீரும் கொதித்து குமிழியுடைந்து தெறித்தன. வெல்லப்பாகு உருகும் மணம். கிழங்குகள் வேகும் மணம். காய்கறிகளின் கறைமணம். வெந்த அன்னம் பெரிய மரசல்லரிகளால் அள்ளி விரிக்கப்பட்ட ஈச்சம்பாயில் குவிக்கப்பட்டது. அதிலிருந்து எழுந்த புதுஅன்னத்து வெந்தமணம் பிற அனைத்து மணங்களையும் அள்ளி தன்மேல் சூடிக்கொண்டது. ஓர் இடத்தில் நசுக்கப்பட்ட சுக்கின் மணம் கூரிய ஊசி என மூக்கைக் குத்தியது. தட்டுகள் வந்துகொண்டேயிருந்தன. தோள்கள் கடுத்தன. கெண்டைக்கால் தசைகள் இழுபட்டு வலிதெறித்தன.

“அங்கே, விளம்புகலங்கள்!” என ஒருவர் தருமனை நோக்கிக் கூவினார். “பரிமாறவேண்டியதுதான்! உடனே!” என இன்னொரு குரல். அவர் விளம்புகலங்களை நோக்கி ஓடினார். அப்பால் ஓடைநீரில் கழுவப்பட்ட கலங்கள் வந்துகொண்டிருந்தன. அவற்றைக் கொண்டுசென்று

நிறைகலங்கள் அருகே அடுக்கினார். அவற்றில் குழம்புகளையும் அன்னத்தையும் அப்பங்களையும் அள்ளிக்கொண்டு விளம்புகாரர்கள் பந்திகளுக்குச் சென்றனர். "குடிநீர் தொன்னைகள்!" என கூச்சலிட்டபடி ஒருவர் அன்னப்பந்தலில் இருந்து ஓடிவந்தார். தருமன் ஓடிச்சென்று தொன்னைகளை கலவறையிலிருந்து பெற்றுக்கொண்டு அன்னப்பந்தல் நோக்கிச் சென்றார். "விரைவு... இன்னும் கால்நாழிகையில் முதல்பந்தி!"

அவருடன் எட்டுபேர் வந்தனர். அவர்கள் ஒருவரை ஒருவர் அடையாளம் காணவில்லை. எறும்புகள் போல தலையெதிர் வந்ததும் ஒற்றைச்சொல் உரைத்து விலகினர். பந்தலில் நீண்ட எட்டு நிரைகளாக ஈச்ச ஓலைப்பாய்கள் சுருள் நீட்டி விரிக்கப்பட்டன. ஆறுநிரை சிவப்பும் இருநிரை வெண்மையும். பாய்களின் அருகே, தைக்கப்பட்ட காட்டிலைகள் விழுந்து நீண்டு இலைமாலை போல எழுந்தன. தொன்னைகளில் குடிநீர் வைக்கப்பட்டது. விளம்புபவர்கள் எதையும் எண்ணாத கையுறுதியுடன் பணியாற்றினர். முதலில் உப்பு. பின் இனிப்பு. அதன்பின் ஒரு கனி. எளிய தொடுகறிகள். ஒவ்வொரு இலையும் வண்ணப்பொட்டுகள் கொள்ள, நீண்ட இலைமாலையின் வண்ணம் மாறிக்கொண்டேயிருந்தது. இளம்பச்சை இலைத்தொடர் வண்ணமலர்மாலை என ஆகியது.

"பந்தி அழைப்பு!" என்றார் ஒரு விளம்புகாரர் ஓடியபடியே. ஒருவர் தருமனை நோக்கி "முதியவரே, பந்தியழைப்பு!" என்று கூவிவிட்டு தொன்னைகளுடன் சென்றார். ஒருகணம் தயங்கிவிட்டு தருமன் வெளியே சென்று அங்கே கூடிநின்று கலைந்த பேரோசையென பேசிக்கொண்டிருந்த கூட்டத்திடம் கைகூப்பி "விருந்தினர்களே, அன்னம் உண்ண வரவேண்டும்... எங்களை வாழ்த்துகொள்ளச் செய்யவேண்டும்" என்றார். ஓர் இளைஞன் சென்று மரத்தாலான மணியை அடித்தான். அவ்வொலி கேட்டதும் அவர்கள் ஒருவர் இன்னொருவரை அழைத்துக்கொண்டு இயல்பாக ஒதுங்கி எட்டு நிரைகளாக அணி வகுத்தனர்.

முதலில் முதியவர்களும் இறுதியாக இளையோருமென அமைந்த அந்த நிரையின் தலையில் நின்றிருந்த முதியவரை பிரபவரின் முதிய மாணவர் ஒருவர் கால்தொட்டு சென்னிசூடி "வந்து அமர்க, மூத்தவரே!" என்றார். அவர் தலைதொட்டு வாழ்த்தியபின் உள்ளே சென்றார். தருமனும் இன்னொரு நிரை நின்ற முதியவரின் கால்தொட்டு பணிந்து உள்ளே அழைத்துக்கொண்டு சென்றார். எட்டு நிரைகளாக உள்ளே வந்தவர்கள் ஓசையின்றி உடை சுருட்டி கால்மடித்து அமர, பூவும் சருகுமாக நீர்நிறையும் வயல்போல அன்னசாலை வடக்குமூலையிலிருந்து நிரம்பியபடி வந்தது.

ஒருவர் "ஏன் இங்கே இத்தனை ஆட்கள்? கலங்கள் எங்கே?" என்றார். தருமன் "இதோ" என்று அடுமனை நோக்கி ஓடினார். அங்கே

அடுப்பிலிருந்து அடுகலங்களை காதுகளில் கயிறு கட்டி மூங்கில் ஊடே கொடுத்து தூக்கி ஊன்றுகோல் நாட்டி மெல்ல அசைத்து அப்பால் இறக்கிக்கொண்டிருந்தார்கள். அவர்களின் உழைப்புக்கூச்சல் கூரையை முட்டியது. வியர்வை வழியும் முதுகுடன் பீமன் ஒருவனாகவே ஒரு செம்புக்கலத்தைத் தூக்கி இறக்கிவைத்தான். “மேலும் தட்டுகள்!” என ஒருவர் தருமனை நோக்கிக் கூவ, அவர் ஓடை நோக்கி ஓடினார். “கலங்கள் உடனே வேண்டும்... இரண்டாம்நிலை உணவுகள் சென்றுகொண்டிருக்கின்றன! யாரங்கே?”

பிரபவர் வெளியே சென்று ஓடையருகே நின்று உடலில் இரண்டு தொன்னை நீரை அள்ளிவிட்டு வியர்வையை கழுவிக்கொண்டு இன்னொரு மரவுரி ஆடையை அணிந்தபடி பந்திநோக்கச் சென்றார். அவருடன் சென்றபடி அவருடைய முதன்மை அணுக்கன் “எட்டுநிரைகள், நாநூற்றி எழுபத்தெட்டு இலைகள்... முதல் ஆறு நிரைகள் இரவுண்ணா அருகநெறியினர். ஆகவே அன்னமே போட்டுவிடலாமென எண்ணம்” என்றபடி அவருடன் சென்றார். அவர் தருமனை அறியா விழிகளுடன் நோக்கியபடி கடந்துசென்றார். ஊண்புரைகளில் கலங்கள் முட்டும் ஒலியும் உணவு கலங்கும் ஓசையும் மெல்லும் மூக்குறிஞ்சும் இருமும் கனைக்கும் ஓசைகளுடன் கலந்து ஒலித்தன. உண்ணும் ஒலி. அதை அவர் அப்போதுதான் கேட்பதாக உணர்ந்தார். அப்படி ஓர் ஓசை உலகில் உண்டென்றே அறிவதுபோல.

தருமனை நோக்கி வந்த ஒருவர் “தொன்னைகளும் இலைகளும் பந்திக்குச் செல்லவில்லை!” என்று கூவியபடி அகப்பைகளுடன் ஓடினார். தருமன் தொன்னைகளையும் இலைக்கட்டுகளையும் கொண்டுசென்று ஊண்நிரைகளுக்குப் பின்னால் நின்றிருந்த விளம்புகாரர்களுக்குக் கொடுத்தார். “சுக்குநீர்! சுக்குநீர்!” என ஒரு குரல் எழுந்தது. அவர் ஓடிச்சென்று சுக்குநீர்க் குடங்களை தோளில் சுமந்துகொண்டுவந்து வைத்தார். அவை கொதித்துக்கொண்டிருந்தன. கரிந்த வாழையிலைகளைச் சுருட்டிவைத்து தோளில் ஏற்றிக்கொண்டபோதும்கூட தளும்பி தோளில் சொட்டி விதிர்க்கச்செய்தன.

“மறுபக்கம் அமர்வுக்கொட்டகைகளுக்கு வெற்றிலைச்சுருளும் நறுமண வாய்மங்கலங்களும் செல்லட்டும்... இதோ எழப்போகிறார்கள்” என்றபடி ஒருவர் அவரைக் கடந்து ஓடினார். வாய்மங்கலங்களை வெளிக்கொட்டகைக்குள் கொண்டுசென்று அடுக்கிவிட்டு அவர் வரும்போது ஓசையாலேயே முதல்பந்தி முடிந்தது தெரிந்தது. நிறைவான ஏப்பங்களும் மூச்சொலிகளும் எழுந்தன. முதியவர் ஒருவர் மெல்ல கனைத்ததும் அனைவரும் நிரையென எழுந்தனர். தொலைவிலிருந்து பார்த்தபோது அலையொன்று எழுவதுபோல் தெரிந்தது. அவர்கள்

ஆடை கலையும் ஒலிகளுடன் எதுவும் பேசாமல் வெளிப்பாதையில் நடந்து கைகழுவும் ஓடையை நோக்கிச் சென்றனர்.

எச்சில் கைகளை இடைக்குக் கீழாக நீட்டியபடி நிரையாகச் சென்று தோண்டிகளிலும் தொன்னைகளிலும் நீரள்ளி அப்பால் சென்று கழுவினர். கழுவப்பட்ட நீர் வழிந்து அங்கே பாத்திகளாக விரிந்துகிடந்த கீரைக்கொல்லை நோக்கிச் சென்றது. கலந்து உண்ணப்பட்டதுமே உணவின் மணம் எச்சிலின் மணமாக ஆகிவிட்ட விந்தையை அவர் உணர்ந்தார். எச்சில் இலைகள் சீராக மடிக்கப்பட்டுக் கிடந்தன. இலைகளை எடுப்பவர்கள் பெரிய கூடைகளுடன் வந்தனர். "விரைவு! இலையகற்றுக!" என கூவியபடி ஒருவர் அப்பால் சென்றார். தருமன் அவர்களுடன் இணைந்துகொண்டார்.

முதல் இலையைத் தொட்டு வணங்கியபின் எடுத்துக் கூடையிலிட்டார். இருபக்கமும் கை நீட்டி இலைகளை எடுத்துக் கூடையிலிட்டபடியே சென்றார்கள். இலைகள் நிறைந்ததும் கூடைகளைத் தோளிலேற்றி வெளியே கொண்டுசென்று அங்கே நின்றிருந்த அத்திரிகளின் மேல் கட்டினர். அவை கால்மாற்றி எடை ஏற்றுக்கொண்டபின் தும்மி பிடரி சிலிர்த்து சரிவிறங்கி காட்டுக்குள் செல்லும் பாதையில் சென்றன. தருமன் அடுமனைக்குள் சென்று அங்கிருந்து வந்த முதுமாணவரிடம் "பெரும்பாலும் கீரைக்கூட்டு இலைகளில் எஞ்சியிருந்தது. கிழங்கு அப்பமும் ஓரளவு எஞ்சியிருந்தது" என்றார். "கீரையையும் கிழங்கையும் நோக்குக!" என அவர் அடுமனையாளர்களுக்கு ஆணையிட்டார்.

"இரண்டாம்பந்தி தொடங்குகிறது, வெயில் எழுவதற்குள் மூன்றாம் பந்தி முடிந்தாகவேண்டும்" என்று ஆணை ஒன்று ஒலித்தது. "குந்திரிக்கம் செல்க!" என்று ஒருவர் ஒரு பொட்டலத்தை அளித்தார். தருமன் பந்திக்கு ஓடினார். "குந்திரிக்கமா?" என ஒருவர் அதைப் பெற்றுக்கொண்டு இலைகளும் பாய்களும் அகற்றி தூய்மைப்படுத்தப்பட்ட பந்தியில் புகையிட்டு உணவுமணத்தை அகற்றினார். உணவுச்சிதறல்களுக்காகத் தேடிவந்திருந்த ஈக்களும் அகன்றன. "அடுத்தபந்தி தொடங்குகிறது. இலைகள், தொன்னைகள்!" என்றார் ஒருவர். தருமன் மீண்டும் அடுமனை நோக்கி ஓடினார். அவர் எதிரே நகுலன் ஒரு பொதியுடன் வந்து கடந்துசென்றான்.

இலைப்பொதிகளைக் கொண்டுசென்று முடித்ததும் அடுமனையாளர் அவரிடம் "நான்காம்பந்திக்கு மேலும் கிழங்குகள் தேவைப்படும்" என்றார். அவர் சென்று அர்ஜுனனிடம் அதைச் சொன்னபோது "மூன்றுமூட்டை கிழங்குகள் உடனே வரவேண்டும். இன்கிழங்குகள் வேண்டாம்!" என அவர் முகம் நோக்கி ஆளறியாமல் சொன்னான். அவர் "ஆம்... இதோ"

என கலவறை நோக்கி ஓடினார். அடுத்த பந்திக்கான உணவுக்கலங்கள் சென்றுகொண்டிருந்தன. ஒழிந்த அண்டாக்களையும் நிலவாய்களையும் வளைவாய்களையும் நீர் ஊற்றி அலம்பி அப்பால் சென்ற ஓடையில் கொட்டிவிட்டு மீண்டும் கயிறுகட்டித் தூக்கி அடுப்பில் ஏற்றினர். “விறகு! எரி எழுக!” என்று பீமனின் குரல் கேட்டது. தருமன் வெளியே சென்று விறகுக்குவைகள் அருகே நின்றவர்களிடம் “விறகு!” என்றார். “இதோ” என சொல்லி அவன் விறகுகளை அள்ளி கொண்டுசென்றான். அவரும் உடன் சென்றார்.

ஐந்தாம்பந்தி அரையளவே இருந்தது. அதன் இலைகளை அவரே எடுத்தார். அத்திரிகள் இலைகளுடன் சென்றதை நோக்கிவிட்டு அடுமனைக்கு வந்தபோது அது முழுமையாக ஓய்ந்து அமைதிகொண்டிருப்பதைக் கண்டு திகைத்தார். அத்தனை ஒழிந்த கலங்களும் திறந்து கிடந்தன. உணவுக்கலங்கள் மூடிவைக்கப்பட்டு விளிம்புகளில் ஆவி உமிழ்ந்தன. சற்றுமுன்புவரை சிறுகுன்றென குவிந்து வாழையிலையால் மூடப்பட்டிருந்த அன்னம் இருந்த இடத்தில் ஈச்சையோலைப் பாய் மட்டும் பரந்திருந்தது. உணவின் கலவைமணம். ஆனால் அப்போதுகூட அது எச்சில்மணமாக இல்லை, உண்ணத்தூண்டும் மணமாகவே இருந்தது. அடுப்புகளுக்குள் அனல் இளங்காற்றில் சீறிக்கொண்டிருந்தது.

குறுக்காகச் சென்ற ஒருவன் அவரை அடையாளம் கண்டு “அரசே, நீங்களா? உணவருந்தினீர்களா?” என்றான். “இல்லை” என்றார் தருமன். “அங்கே பின்கொட்டிலில் உணவருந்துகிறார்கள். தாங்கள் உள்ளறையில் அமர்ந்தால் நான் உணவு கொண்டுவருகிறேன்” என்றான் அவன். “நான் பின்கொட்டிலில் உணவருந்துகிறேன்...” என்றபின் அவர் வெளியே சென்று ஓடையில் கைகால்களைக் கழுவிக்கொண்டார். உடம்பு முழுக்க வியர்வை வழிந்து உப்பரித்திருந்தது. அத்தனை தசைகளும் வலியுடன் தளரத்தொடங்கின. அப்படி ஒரு பசியை அதற்கு முன் உணர்ந்ததே இல்லை என்று தோன்றியது.

பசி என எண்ணியதுமே பசி பற்றி எரியலாயிற்று. அடுமனைப் பின்கொட்டில் நோக்கிச் செல்லும்போது ஒவ்வொரு காலடிக்கும் பசி மேலெழுந்து உடல் எரிகொள்ளி போல தழல்கொண்டது. கொட்டிலில் அடுமனையில் பணியாற்றிய அனைவரும் கலைந்த நிரைகளாக அமர்ந்திருந்தனர். அன்னமும் அப்பமும் கூட்டும் குழம்புமாக எஞ்சிய உணவு மரக்குடைவுக் கலங்களில் குவிக்கப்பட்டு அவர்கள் நடுவே வைக்கப்பட்டிருக்க, அவர்களே அதை நீண்ட அகப்பைகளால் அள்ளி தங்கள் தொன்னைகளில் போட்டு கலந்து உண்டனர். பனையோலையாலும் கமுகுப்பாளையாலும் மரப்பட்டைகளாலுமான பெரிய தொன்னைகளின் குவியல்களில் இருந்து ஒன்றை எடுத்துக்கொண்டு

தருமன் உணவுத்தாலத்தை அணுகி அன்னமும் அப்பமும் குழம்பும் கூட்டுமென அனைத்தையும் அள்ளி வைத்துக்கொண்டார்.

வேறு எவரையும் நோக்க விழி கூடவில்லை. சித்தம் ஐம்புலன்களை ஆண்டு உணவின் மேல் படிந்திருந்தது. விரைவாக அள்ளி உண்டபோது அவையனைத்தும் ஒன்றெனக் கலந்தன. தனிச்சுவைகள் மறைய, அறியாத புதுச்சுவை ஒன்று நாக்கைத் துடிக்கச்செய்தது. அனல்மேல் உணவுவிழுந்து அமையும் தண்மை. அதைக் குருதி உடலெங்கும் கொண்டுசெல்ல, பதறித்துடித்த தசைச்சரடுகள் இழுவையிழந்து தளர்ந்தன. அடிபட்ட நாகமென துடித்த அடிவயிற்றுத் தசைகள் சொக்கிச் சுருளவிழ்ந்தன. உணவை உடலே ஒருங்கிணைந்து உண்ணும் உவகையை அன்று அறிந்தார். கனவு என, ஊழ்கமென.

ஓர் எல்லையில் உணவால் உடல் நிறைந்த உணர்வு எழுந்தது. வெளியே சென்று கைகால்களைக் கழுவிக்கொண்டு உடம்பின்மேலும் நீரள்ளிவிட்டு உப்பைத் தூய்மைசெய்துகொண்டார். உணவுண்ட அடுமனையாளர்கள் அனைவருமே மதுக்களிகொண்டவர்கள் போல விழி பாதிமூட கால்கள் தளர நடந்தனர். உள்ளே சென்று அங்கு குவிக்கப்பட்டிருந்த மரவுரிப்பொதிகள், கொடிச்சுருள் கூடைகளின் குவியலை அடைந்து சாய்ந்துகொண்டபோது விழியிமைகள் உருகி வழிந்து ஒட்டிக்கொண்டதுபோல துயில் வந்து அழுத்தியது.

எவரோ “அடுத்த பந்திக்கு பன்னிருநிலவாய் அன்னம் தேவை என்றார் ஆசிரியர்” என்றார். “பிருஹதாரண்யகத்தில் பெருவேள்வி. அங்கு செல்கிறார்கள்” என இன்னொருவர் சொன்னார். அப்பால் கேட்ட ஒரு குறட்டை ஒலி நகுலனுடையது போலிருந்தது. அவர் தன் முகம் மலர்ந்திருப்பதை தானே உணர்ந்தார். ஏன் புன்னகைக்கிறேன்? காட்டுக்குக் கிளம்பியபின்னர் முதல்முறையாக என் முகம் இப்படி மலர்ந்திருக்கிறது. நான் எதை எண்ணிக்கொண்டிருந்தேன்? எண்ணிக்கொள்ளவே இல்லை. விரையும் புரவியைப் பற்றிக்கொண்டு ஓடிக்கொண்டிருந்தேன். ஒவ்வொரு கணமும் முன்பின் இல்லாதது. எண்ணங்களால் மறைக்கப்படாதபோது கணங்கள் எத்தனை முழுமைகொள்கின்றன! உணவுசூழ இருந்தேன், ஒரு கணமும் பசியை உணரவில்லை.

பசியுடன் உணவுண்பவர்கள் ஏன் அப்படித் தவிக்கிறார்கள்? காதலியைக் காணச்செல்பவர்கள் போல. கண்டு முத்தமிடுபவர்கள் போல. உடல்சேர்ந்து ஒன்றாக விழைபவர்கள் போல. உண்டு எழும் நிறைவில் அவர்கள் மானுடர் அடையும் உச்சமொன்றில் இருக்கிறார்கள். அதுவரை ஒருவரோடொருவர் எத்தனை பேச்சு! எவ்வளவு முறைமைச்சொற்கள்! பிறரை மதித்தல், தான் மதிக்கப்படுகிறோமா என கண்காணித்தல்.

உண்டபின் முழுத்தனிமை. தனிமையில் மட்டுமே எழும் எண்ணங்கள். தனிமைகொண்டவர்களுக்கு இசைகேட்பவர்களின் முகம் எப்படி அமைகிறது? அல்லது இசைகேட்பவர்கள் தனிமையில் இருக்கிறார்களா என்ன?

சற்றுநேரம்தான் துயின்றிருப்பார். மரத்தாலான மணி ஒலித்து எழுப்பியபோது உடல் மீண்டுவந்திருந்தது. எழுந்தபோது ஊழ்கம் விட்டெழுந்த புத்துணர்வு. "அடுமனையாளர்கள் செல்க!" என்று ஆணை ஒலித்தது. பீமன் மிகப்பெரிய சல்லரி ஒன்றை வலக்கையிலும் மரப்பிடி கொண்ட சட்டுவத்தை இடக்கையிலும் ஏந்தியபடி செல்வதைக் கண்டார். அர்ஜுனன் முன்னரே காய்கறி வெட்டுமிடத்தில் விரைவுகொண்டிருந்தான். வெளியே விறகுடன் நின்றிருந்த அத்திரிகளையும் கழுதைகளையும் வெறும் கையசைவாலேயே நிரைவகுக்கச்செய்து கொண்டுவந்தான் நகுலன். நினைவிலிருந்தே அத்தனை களஞ்சியக் கணக்குகளையும் தொகுத்து ஓலையில் பொறித்து அடுக்கிவிட்டு மீண்டும் பொருள் அளிக்கத் தொடங்கியிருந்தான் சகதேவன். ஒவ்வொருவருக்கும் ஒரு தனித்திறன். பாண்டவர்களில் அவர் மட்டுமே பிறர் ஆணைகேட்டுப் பணியாற்றுபவராக இருந்தார்.

மீண்டும் பணியில் பொருத்திக்கொண்டபோது அனைத்தும் முன்னரே வகுக்கப்பட்டிருந்ததை உணரமுடிந்தது. முந்தையமுறையைவிட உழைப்பு எளிதாக இருந்தது. வெளியே உணவுப்பந்தல் நிறைந்து ஒழிந்து நிறைந்தது. வெயில் சரிந்து நிமிர்ந்து மீண்டும் சரிந்தது. மாலையானதும் அப்பொழுதுக்குரிய அடுமனைப்பணியாளர்கள் துயிலெழுந்து நீராடி வந்துசேர்ந்தனர். முன்பிருந்தவர்கள் களைத்த உடலுடன் அவர்களை நோக்கி வாழ்த்துரைத்தனர். அவர்கள் கேலியுடன் சீண்டிச் சொல்லாடினர். தருமன் இளையோருடன் காட்டுக்குள் நடந்தார். கால்தளர இருமுறை நிற்கவேண்டியிருந்தது. "இங்கேயே ஏதாவது மரநிழலில் துயிலலாம் என்றுகூட தோன்றுகிறது, இளையோனே. நாகம் ஏறிக் கடந்துசென்றால்கூடத் தெரியாது" என்றார். "உண்ணுதல் இத்தனைபெரிய வேள்வி என இன்றுதான் அறிந்தேன், மூத்தவரே" என்றான் நகுலன். சகதேவன் "உண்ணல் அல்ல சுவை. சித்தமோ நாவோ விழியோ செவியோ சுவை என உள்ளவை அனைத்தும் பெரும் உழைப்பால் உருவாக்கப்படுபவையே" என்றான்.

நகுலன் "ஆம், முரசறைபவர்களை நோக்கும்போது, மண்வெட்டி பற்றுபவர்களைவிட மும்மடங்கு உழைப்பு என நான் எண்ணிக்கொள்வதுண்டு" என்றான். "சுவை என்பது என்ன? இப்புவியின் பருப்பொருட்களில் உள்ளூறைந்துள்ள நுண்மை ஒன்றைப் பிரித்தெடுக்கும் முயற்சி அல்லவா? இந்தப் புளிக்காயிலிருந்து புளிப்பை.

அந்த விளாங்காயிலிருந்து துவர்ப்பை. யாழிலிருந்து இசையை. அவற்றைக் கலந்து கலந்து அவையனைத்துமாகி நின்றிருக்கும் ஒன்றைச் சென்றடைகிறோம்” என்றான் சகதேவன். அவனே வெடித்துச் சிரித்து “மீண்டும் பிரம்மத்திற்கே வந்துவிட்டோம்!” என்றான்.

நகுலனும் சிரித்து “விளாங்காயின் துவர்ப்பையும் யாழின் செம்பாலைப்பண்ணையும் இணைக்கும் ஒரு கலை உருவாகவேண்டும். அதுதான் பிரம்மத்தை அறியும் வழி” என்றான். “மூத்தவர் பீமனிடம் கேட்டால் சொல்லக்கூடும். ஒருமுறை வங்கநாட்டு இசைஞன் ஒருவனின் குழலோசையைக் கேட்டு மிகவும் புளிக்கிறது இளையோனே என என்னிடம் சொன்னார்” என்றான் சகதேவன். “ஆம், முரசின் ஓசைக்கு மத்தகம் இருக்கிறது என்று ஒருமுறை அவர் சொன்னார். அவர் புலன்களுக்கு சித்தத்தின் துணையில்லாமல் ஒன்றுடன் ஒன்று உரையாடிக்கொள்ளமுடியும்.” அவர்கள் சிரித்துக்கொண்டே வர, தருமன் அச்சொற்களைக் கேட்டும் உளம்கொள்ளாமல் நடந்தார்.

சூழ்ந்திருந்த சாறிலைச் செடிகளில் இருந்து குளிர் பரப்பிய சிற்றாறு இருண்ட நீர்கொண்டிருந்தது. அதில் இறங்கியபோதுதான் உடல் எத்தனை வெம்மைகொண்டிருந்தது என புரிந்தது. அத்தனை வெம்மையையும் அது தன்னுள்ளிருந்தே எடுத்திருக்கிறது. நீராட நீராட உள்ளிருந்து வெம்மை எழுந்து தோலுக்கு வந்துகொண்டேயிருந்தது. நெடுநேரம் கழித்து காதுமடல்கள் குளிரத் தொடங்கின. பின்பு மூக்குநுனிகள். அப்போதும் உடலுக்குள் வெப்பமிருந்தது. அதைத் தணிப்பவர்போல அவர் நீரை அள்ளித் துப்பிக்கொண்டேயிருந்தார். நடுக்கம் தொடங்கியபோதுதான் கரையேறத் தோன்றியது. விழிகள் அனல்கொண்டவைபோல எரிந்தன. அப்பால் காட்டுக்குள் சென்று மீண்ட நகுலன் “அமிலமென வருகிறது சிறுநீர்” என்றான். “நன்று, குருதியிலிருந்து வெம்மை அகல்கிறது” என்றான் சகதேவன்.

கொட்டகையை அடைந்தபோது அவர் அரைத்துயிலில் இருந்தார். அந்தி வணக்கம் முடித்து அந்தணர்கள் வந்துசேரவில்லை. உணவுண்டு ஓய்வெடுத்து மறுநாள் புலரியிலேயே கிளம்ப முனையும் வணிகர்கள்தான் கட்டில்களில் படுத்துத் துயின்றுகொண்டிருந்தார்கள். அவர்களின் பொதிகளும் கூடைகளும் தரையெங்கும் நிறைந்திருந்தன. அவ்வேளையிலேயே கட்டில்களிலிருந்து குறட்டை ஓசை கேட்டது. தருமன் தன் மஞ்சத்தை அடைந்து உடலை சரித்தார். அக்கணமே அத்தனை மூட்டுகளும் பொருத்து அவிழ்ந்தன. உடல் பல துண்டுகளாக ஆகி மரவுரிமேல் படிந்தது. நகுலன் ஆடைகளை மடித்துவைத்துவிட்டு அருகே கட்டிலில் படுத்தான்.

அருகே கட்டில்களைச் சேர்த்துப்போட்டு அமர்ந்திருந்த வணிகர்குழு ஒன்று உரத்த குரலில் உரையாடிக்கொண்டிருந்தது. அவர்களின் நடுவே அமர்ந்திருந்த பெரிய வெண்தலைப்பாகை அணிந்த மனிதர் புலவர்போல தெரிந்தார். "மூன்றியல்புகளால் ஆன இவ்வியற்கையின் ஒவ்வொரு பொருளும் முதலியற்கையின் சிறுவடிவே. பொருளென்பது பொருண்மையென்றான நிலை. எதிர், நிகர் இயல்புகளின் தொகைக்குமேல் அமர்ந்த நோக்கன். நோக்கனின் கூறு உள்ளுறையாத பொருள் இல்லை. நோக்கன் விலகுகையில் பொருள் தன் பொருண்மைக்குப் பொருள்கொடுக்கும் அடிப்படையை இழந்துவிடுகிறது."

"அப்போது பொருள் இருக்குமா?" என்று ஒருவன் கேட்டான். சாங்கியர் "பொருள் என்றுமிருக்கும். ஆனால் அதைப் பொருளெனக் காட்டும் எவ்வியல்பும் இருக்காது" என்றார். புன்னகையுடன் "அறியப்படாத பொருளின் இருப்பென்பது என்ன?" என்று கேட்டார். சூழ இருந்தவர்கள் அவர் சொல்லுக்காகக் காத்தனர். "ஒருவராலும் ஒருபோதும் அறியப்படாதது இருப்பா இன்மையா?" என்று மீண்டும் சாங்கியர் கேட்டார். "அது இருப்பு என அறியப்படுவதற்கான வாய்ப்பு" என்றார் அப்பால் ஒருவர். "நீங்கள் சூனியவாதிபோலும்" என்றார் சாங்கியர். "ஆம், என்றோ ஒருநாள் எவ்வண்ணமேனும் இருப்பென அறியப்பட வாய்ப்பற்றதே இன்மை."

"இன்மையென்பது ஓர் அறிதல். இருப்பென்பதும் ஓர் அறிதலென்பதனால் இன்மையும் ஓர் இருப்பே" என்றார் இன்னொருவர். "வேதாந்திகள் வந்துசேராமல் சொல்லாடல் முழுமையடைவதில்லை" என்று நகுலன் சொன்னான். "சொல்புகாவிட்டால் வேதாந்திகள் இல்லையென்றாகிவிடுவார்கள். கண்ணுக்கு அசைவும் வேதாந்திக்குச் சொல்லாடலும்" என்றான் சகதேவன். "சாங்கியரே, அறியும்தன்னிலை பொருளில் கலந்த இயல்பிலியா என்ன? இல்லை எதிர்நிலையை அது காண்கையில் தான் மறுநிலையென்றாகிறதா? அது மறுநிலை என்றாவதனால் அவ்வெதிர்நிலை உருவாகிறதா?" என்றார் வேதாந்தி. "அறிபடுபொருளை ஆக்குவது அறிவே. அறிவென்றாகி அதை ஆக்குகிறது அறிபடுபொருள்" அவர் தொடர்ந்தார்.

நகுலன் "இன்னும் எட்டுச் சொற்றொடர்களில் பூனை நான்குகால்களில் நிலம்தொட்டுவிடும்" என்றான். வேதாந்தி "இடக்கையால் அறிபொருளையும் வலக்கையால் அறிபவனையும் ஆக்கி நடுவே நின்றுள்ளது அறிவு" என்றார். நகுலன் "இரண்டு" என்றான். சகதேவன் சிரித்தான். வேதாந்தி "ஆகவே வெறுமையென்றிருப்பதும் அறிவென்றாகும் வாய்ப்புள்ளதே. அறிவென்றாகும் வாய்ப்பில்லாத எதுவும் இங்கு எஞ்சமுடியாது" என்றார். நகுலன் "மூன்று" என்றான்.

தருமன் “இளையோனே” என்றார். நகுலன் “இல்லை” என்றான். “துயில்கொள். இந்தச் சொற்கள் நமக்கெதற்கு? நாம் நாளை புலரியில் எழுந்து அடுமனைக்குச் செல்லவேண்டியவர்கள்” என்றார் தருமன்.

“அறிவென்றாகி தன்னைக் காட்டுவதனாலேயே முடிவிலிகூட இருப்பு கொள்கிறது” என்று வேதாந்தி சொன்னார். தருமன் கண்களைமூடிக்கொண்டு இமைகளுக்குள் அவ்வோசையை செந்நிறச் சிறுகுமிழிகளாக நோக்கிக்கொண்டிருந்தார். “அறிவென்றாகும்போது அது குறைகிறதா என்பதே அடுத்த வினா.” அறிவு. எவருடையது? நான் அறிந்துகொண்டேயிருப்பவை என்னுள் எங்கு செல்கின்றன? திரண்டு புது அறிவை யாக்கின்றன என்றால் நானறியும் அறிவே நான் திரட்டிக்கொள்வதா? தன் குறட்டை ஒலியைத் தானே கேட்டு விழித்துக்கொண்டு வாயைத் துடைத்தபடி திரும்பிப் படுத்ததையே இறுதியாக அவர் பிரக்ஞை அறிந்தது.

6

அடுமனை வாழ்க்கை சொல்லற்றதாக இருந்தது. அங்கே ஒற்றைச்சொல் ஆணைகள் இருந்தன. பின்னர் அவையும் மறைந்தன. நாள்முழுக்க சொற்களில்லாமலேயே சென்றது. கைகளும் கால்களும் விரைந்துகொண்டிருந்தபோது உள்ளம் சொற்களைக் கொப்பளித்துக்கொண்டிருந்தது. செயலும் சொல்லும் இரு தனி ஓட்டங்களாகச் சென்றன. எப்போதாவது சொற்பெருக்கு செயலை நிறுத்தச்செய்தது. மெல்ல சொற்கள் தயங்கலாயின. ஒரு சொல்லில் சித்தம் நின்று அதுவே குயிலோசை என மாறாது நெடுநேரம் ஒலித்துக்கொண்டிருப்பதை செயலின் நடுவே உணர்ந்து மீளமுடிந்தது. பின்னர் அதுவும் நின்றது. செயல் ஓய்ந்து அமர்கையில் நீராழத்திலிருந்து மீன்கணம் எழுந்து வருவதுபோல சொற்கள் தோன்றின.

ஆனால் அப்போது அவை பெருக்கெடுக்கவில்லை. தயங்கியவையாக எழுந்து தனித்தே மிதந்தன. சொற்கள் கனவிலென ஒலிப்பதுபோல சில தருணங்களில் தோன்றும். சொல்லடங்கிய உள்ளத்தின் பெரும்பகுதி ஒழிந்துகிடப்பதைக் கண்டார். காட்சிப்பெருக்காக உணர்வுப்பெருக்காக எண்ணப்பெருக்காக ஓடிக்கொண்டிருந்தவை வெறும் சொற்களே என்றுணர்ந்தது அவரை மீண்டும் மீண்டும் வியப்பிலாழ்த்தியது. அடுமனைப் பணி ஓய்ந்து காட்டில் ஓடைக்கரையிலோ மரத்தடியிலோ அமர்ந்திருக்கையில் தாடியை நீவியபடி வெறுமனே நோக்கியிருப்பது அவர் இயல்பென்றாயிற்று. ஓயாது சொல்முழங்கும் கொட்டகைகளில் அமர்ந்திருக்கையில் அங்கு ஒலிக்கும் சொற்களைத் தொடாமல் விலகியிருந்தன அவர் செவிகளும் விழிகளும்.

சொல்லில் இருந்து விடுதலை என எப்போதோ ஒருமுறை அவர் எண்ணிக்கொண்டார். நகுலனும் சகதேவனும் வழக்கம்போல தங்களுக்குள் பேசிக்கொண்டிருந்தனர். நகுலன் அவரிடம் "உங்கள் குரல் எழுந்தே நெடுநாளாயிற்று, மூத்தவரே" என்றான். அப்போதுதான் அவரே அதை உணர்ந்தார். "சொல்லற அமர்தல் என்கிறார்கள். அமர்ந்தபின் சொல்லை அறுப்பது இயலாது. அறுத்தபின்னரே அமரவேண்டும்" என்றான் நகுலன். அவர் தாடியை நீவியபடி புன்னகை செய்தார். "நீங்கள் சொல்லும் முறை இவனுக்கும் கைவந்திருக்கிறது, மூத்தவரே" என்றான் சகதேவன்.

அப்போதுதான் தருமன் அது தன்மொழி என நினைவுகூர்ந்தார். எத்தனை சொற்களால் நிறைந்திருந்தது தன் உள்ளம். கற்ற ஒவ்வொன்றுக்கும் நிகரிவடிவை உருவாக்குவதை ஓயாது செய்துகொண்டிருந்தது. அதையே எண்ணத்திறன் என்றும் மெய்மையறிதல் என்றும் மயங்கியது. அவர் சொன்ன ஒவ்வொரு சொல்லும் பிறிதொருவரின் மெய்யறிவு. மொழியென்றானது அதன் தொலைநிழல். அந்நிழலின் நிழலுடன் ஆடி அவர் அமர்ந்திருக்கிறார். அவர் புன்னகைப்பதைக் கண்டு நகுலன் "நீங்கள் சுவடிகளையும் நாடுவதில்லை இப்போது" என்றான். அவர் ஆம் என்பதுபோல தலையசைத்தார்.

ஆனால் சொல்லற்ற வெற்றுப்பரப்பில் ஆழப்பதிந்த சொற்கள் உடல் துடிக்கச்செய்யும் ஆற்றல்கொண்டிருந்தன. சொல், கொதிக்கும் பொருளென தொடமுடியும் என்றும் விடாத பேயென தொடரமுடியும் என்றும் கொடுநோயென கணந்தோறும் பெருகமுடியும் என்றும் அவர் உணர்ந்தார். எரிவைத்து விளையாடும் குழந்தையைப்போல அத்தனைநாட்களும் சொல்லாடிக்கொண்டிருந்தார் என்று தோன்றியது. கூட்டமில்லாத பிற்பகலில் தட்டுகளைக் கழுவிக்கொண்டிருந்தபோது மூத்த மாணவரான சலபர் உள்ளே அவர் பேசிக்கொண்டிருந்த கதையொன்றின் தொடர்ச்சியுடன் வெளியே வந்தார். முண்டகர் என்னும் முனிவர் காட்டில் சென்றுகொண்டிருந்தபோது யானை ஒன்றால் துரத்தப்பட்டு கால் உடைந்து கடும் மழையில் நொண்டிக்கொண்டே ஓடி ஒரு குகைக்குள் ஒடுங்கிக்கொண்டார்.

"குகைக்குள் இருந்து அவரால் வெளிவர முடியவில்லை. அவர் கையில் அவர் அகழ்ந்து வைத்திருந்த கிழங்குகள் இருந்தன. அவர் எரிவளர்த்து வேள்விசெய்து அவிமிச்சத்தை மட்டுமே உண்ணும் இயல்புகொண்டவர். அக்குகைக்குள் எரிவதென மரமோ சருகோ ஏதுமில்லை. அங்கு முன்பு தங்கியிருந்த நரிகளின் மலம் புழுதியில் உலர்ந்து சிதறிக்கிடந்தது. முண்டகர் அவற்றைப் பொறுக்கிச் சேர்த்தார். இரு கற்களை உரசி அனலெழுப்பி அவற்றைப் பற்றவைத்து எரியெழுப்பி வேதம் ஓதி

ஆகுதிசெய்தார். அந்த அனலில் சுட்ட கிழங்குகளை அவிமிச்சமென உண்டார். அந்தத் தூயவேள்விக்கு திசைகாக்கும் தேவர்கள் எண்மரும் வந்திருந்தனர். அவிமிச்சத்தை அவருடன் ஏழு வான்திகழ் முனிவரும் உண்டனர்.”

அவர் அச்சொற்களைச் செவிமடுக்காமல் வெண்கலத்தட்டுக்களைக் கழுவி வைத்துக்கொண்டிருந்தார். பதினெட்டுபேர் தட்டுகளைக் கழுவிக்கொண்டிருந்தமையால் அந்த ஓசையே சூழ்ந்திருந்தது. சலபர் “அடிக்கடி ஆசிரியர் அந்தக் கதையைச் சொல்வதுண்டு. தூய மங்கலப்பொருட்களால் மட்டுமே வேள்வி செய்யப்படவேண்டும். ஆனால் நெருப்புக்கு இனிய அன்னமும் மலமும் ஒன்றே. இங்குள அனைத்தையும் ஒன்றெனவே தீ கருதுகிறது. ஆவலுடன் நா நீட்டி அணுகுகிறது. ஆறாப்பசியுடன் கவ்வி உண்கிறது. பிற பருப்பொருட்கள் நான்கும் அதன் ஆடல் தோழர்கள். அது மண்ணுள் இருந்து எழுகிறது. உயிர்கொண்ட மண்ணை அன்னமென உண்கிறது. நீரில் ஒளிந்துகொள்கிறது. ஐந்து காற்றுகளையும் தோழிகளாகக் கொள்கிறது. விண்ணில் கொடிவிட்டுப் படர்கிறது. அனைத்தையும் இணைப்பது அதுவே. எந்நிலையிலும் தூயது. ஒளியே உடலானது. ஒருகணமும் நில்லாதது. விண்நோக்கிச் செல்வது. அதுவே நம் தெய்வமென்றாகவேண்டும்” என்றார்.

“அகல்சுடர் எரிகிறது. மண்ணால் ஆனது அகல். நெய் அதன் ரசம். எரியே அதன் ஆத்மா. ஒளி அதன் அறம்” என்றார் வணிகர்களுடன் வந்த முதியவர். சலபரின் சொற்களிலிருந்து அச்சொல்லுக்கு பலநாட்கள் கடந்து வந்து இணைந்துகொண்டிருந்தார் தருமன். சாங்கியரின் சொல்லில் சொல்லிச் சொல்லித் தேர்ந்த கூர்மை இருந்தது. “நெய்தீர்கையில் எங்கு செல்கிறது சுடர்? சுடராகும் முன் எங்கிருந்தது ஒளி? நெய்யென்றான பசுவில் உறையும் அனல் எது?” அவரை நோக்காது அச்சொற்களைக் கேட்டுக்கொண்டு அவர் இருளுக்குள் படுத்திருந்தார். ஓலிபொருள் படலமென மானுடச்சொற்கள் அனைத்தும் ஆகுமொரு இருள்வெளி. “பொருளின் இருப்பு இருவகை. பருண்மை நுண்மை. அகலென்றும் நெய்யென்றும் அனலென்றுமான பருப்பொருட்களின் இணைவு உருவாக்கும் ஒன்றின் நுண்மையே ஒளி.”

“அனைத்தும் பருப்பொருளே என்றறிந்தவன் மருளிலிருந்து விடுபடுகிறான். ஐம்புலனால் அறிவதும் நாளை அவ்வறிதலாக மாறக்கூடுவதும் என இருபாற்பட்ட இருப்பு கொண்டது பருப்பொருள். ஆடல்மேடையில் கூத்தர் தோன்றி அமைக்கும் நாடகம். அணியறையில் அது அவர்களின் உள்ளத்தில் உறைகிறது. அவர்கள் அணியப்போகும் வண்ணங்கள் காத்திருக்கின்றன. சொற்கள் மூச்சுவடிவில் உருக்கொண்டவாறுள்ளன” என்று சாங்கியமுதியவர் சொன்னார். “இணைந்தும் பிரிந்தும் அவர்கள்

ஆடும் அக்கற்பனையை வாழ்த்துக! அணிகளைந்து அவர்கள் மீள்கையில் எங்கு செல்கிறது அரங்கு எழுந்த கூத்து? அது அங்கு விழிகொண்டு செவிதிறந்து அமைந்த பிறரில் மீண்டுமெழும் நிகழ்வாய்ப்பென சென்றமைகிறது. கருப்பொருள் பருப்பொருளென்றும் பருப்பொருள் கருப்பொருளென்றும் மாறிமாறியாடும் இது முடிவிலாப் பெருஞ்சுழல்."

சொல்லப்பட்ட மறுகணமே அவை முழுமையாக மறைந்துவிடுவதை காலைநீராட்டுக்குச் செல்லும்போது தருமன் உணர்ந்தார். நெஞ்சில் விழுந்த சொற்களை உருட்டி உருட்டி விளையாடும் அந்த இளமைந்தன் எங்கு மறைந்தான்? அவன் அடைந்த உவகைகளுக்கு என்ன பொருள்? இன்று பிறிதொரு சொல் செவிப்படுகையில் மட்டுமே முந்தைய சொல் நீர்பட்டு எழுப்பப்பட்டு முளைகொண்டு வந்தது. "பொருள் ஒரு நிகழ்வாய்ப்பென இருக்கும் பெருவெளி, அறிதலுக்கு அப்பாற்பட்டது. ஆனால் இவை இங்கிருப்பதே அது அங்கிருக்கிறது என்பதற்கான சான்றாகும்." எவர் சொன்னது? பழுத்த விழிகளும் மணியொலிக்கும் குரலும் கொண்ட சாங்கியரா? தொண்டைமுழை எழுந்த கழுத்தும் தொங்கும் குண்டலங்களின் நிழல்விழுந்த நீள்முகமும் கொண்ட வைசேடிகரா? முகங்களை உதறி குரல்கள் மட்டும் வாழும் காற்றுவெளி சூழ்ந்திருந்தது அவரை.

சாலையின் ஒருநுனியில் தோன்றுகிறார்கள் மனிதர்கள். பொருளோ சொல்லோ கொண்டு வந்தமர்கிறார்கள். பின்பு எழுந்து மறுஎல்லையில் மரக்கிளைகளுக்கு அப்பால் சென்று மறைகிறார்கள். முகங்களை அன்னசாலை நினைவுகூர்வதே இல்லை. தொடக்கத்தில் நினைவில் நின்ற முகங்களும் காலப்போக்கில் உருகி பிற முகங்களுடன் கலந்தன. வருவதும் செல்வதுமென காட்டில் என்றுமிருப்பது ஒரு திரள். ஒரே பசி. ஒரே நிறைவு. "பொருட்களில் உறைகின்றன பொருளியல்புகள். அவை பொருளென ஆவதற்கு முன் இயல்புகள் மட்டுமே. பொருட்களில் அவை தங்களை வெளிப்படுத்துகின்றன. கூத்தனில் உறையும் தெய்வம் போல." சொற்கள் எப்போதுமிருந்தன. அறைந்து மழையெனச் சொட்டி ஓய்ந்து துளித்துளியாக விடுபட்டபின் அவை தூய ஒளிப்பரப்பென சித்தத்தை ஆக்கிச்சென்றன.

"வடிவுகொண்டவை அனைத்தையும் தழுவி உண்டு எழும் நெருப்பு வடிவற்றது. நெருப்பு உண்ட அவ்வடிவங்கள் நெருப்புக்குள் எங்கு உறைகின்றன?" சாங்கியம் பருப்பொருளின் நுண்மையை தேடித் தவிக்கும் பெரும்பதற்றமன்றி வேறில்லை. "கசக்கும் காயை இனிய உணவாக ஆக்கும் நெருப்பில் எங்கு உறைந்திருந்தது அவ்வினிமை?" சொல் தேனீபோல ரீங்கரித்தபடி உள்ளத்தைச் சூழ்ந்து பறந்தது. அரைத்துயிலில் ஒரு சொல் எஞ்சியிருக்க சித்தம் மூழ்கி மறைந்தது. சித்தமழிந்தபின் அச்சொல் எங்கு

காத்திருக்கிறது, விழித்தபின் வந்தமர்ந்துகொள்ள? சித்தமே மானுடன். அன்னம் சித்தத்தைச் சூடியிருக்கிறது, விறகு நெருப்பை என. எரிந்தாடும் சித்தம் உடலை சமைத்துக்கொள்கிறது.

“ஒன்றில் இல்லாதது அதில் வெளிப்படமுடியாது. அதில் வெளிப்படுவதனாலேயே அதனுள் அது உள்ளது என்று பொருள். பொருளில் வெளிப்படும் இயல்புகள் அனைத்தும் அதுவே. பொருள் என்பது அதன் இயல்புகளின் தொகையே.” வைசேடிகர் பொருளை அறியும் பெருந்திகைப்பை அளைபவர். ஒரு சொல் பிறிதொன்றில் இருக்கும் எந்த இடைவெளியைக் கண்டுகொண்டு தன்னை இணைத்துக் கொள்கிறது? ஒரு சொல் பிறிதொன்றுடன் தன்னை இழக்காது இணைந்துகொள்ள இயலுமா என்ன?

“சொல் உள்ளத்தில் ஒடுங்குக! உள்ளம் ஆத்மனில் ஒடுங்குக! ஆத்மன் பிரம்மனில் ஒடுங்குக! பிரம்மன் தன்னில் ஒடுங்குக!” என்றார் முதியமாணவரான தாலகர். “இங்கு எழும் இத்தனை சொற்களுக்கு நடுவே மூடிக்கொள்பவன் அறிவிலிகளுக்குரிய உவகையை அடைகிறான். திறந்தவன் நோய்கொண்டு பெருந்துன்பத்தை அடைகிறான். அரசே, இந்தக் கல்விநிலையிலிருந்து ஆறுமாதங்களுக்குள் சித்தம் குலைந்து தப்பி ஓடியவர்களே மிகுதி. அம்புகள் பறக்கும் போர்க்களத்து வானம் இது. ஊடே செல்லும் செம்பருந்துகள் சிறகற்று வீழ்கின்றன. கொசுக்களும் ஈக்களும் அம்புகளை அறிவதே இல்லை. ஒடுங்குக! ஒடுங்கலே இங்கு வென்று வாழும் வழி.”

கொதித்துக் குமிழியிட்டுக்கொண்டிருக்கும் கலத்தருகே நின்று அதை நோக்கிக்கொண்டிருக்கையில் உள்ளம் அமைதிகொள்வது ஏன்? எரிந்தாடும் தழலில் இருந்து விழிவிலக்கமுடியாது செய்யும் ஈர்ப்பு எது? கலைந்து பூசலிட்டு கூவி ஆர்த்து அமர்ந்து ஐயம்கொண்டு எழுந்து அமைந்து மெல்ல அனைத்துப் பறவைகளும் கூடணைந்தபின் கருக்கிருட்டினுள் இருந்து இறுதியாகக் குரலெழுப்பும் தனிப்பறவை எதை வேண்டுகிறது? இருத்தல் என்பது அங்கு மட்டுமே வாய்த்தது என அவர் அறிந்தார். உழைத்து உடலோய்ந்தபின் குருதி மெல்ல அடங்கும்போது உள்ளமிருப்பது தெரியும், அது ஏற்கெனவே அணைந்துகொண்டிருக்கும்.

சமையலுக்கு அவர் கையும் காலும் பழக பல மாதங்களாயின. முதல்நாள் செய்த அதே உடலுழைப்பில் ஐந்துமடங்கு வேலைசெய்பவராக ஆனார். “பரிமாறக் கற்றுக்கொள்வதற்கு முன் தட்டுகளைக் கழுவக் கற்றுக்கொள்க! சமைக்கக் கற்றுக்கொள்வதற்கு முன் பரிமாறக் கற்றுக்கொள்க” என்று தாலகர் அவரிடம் சொன்னார். தட்டுகளைக் கழுவி விளிம்பொருமையுடன் அமைக்கத் தொடங்கிய அன்று அடைந்த

நிறைவை அவர் அடிக்கடி நினைவுகூர்வதுண்டு. சீராக அடுக்கப்பட்டவை அளிக்கும் உவகைக்குப் பொருள் என்ன? அவற்றை அடுக்குவதனூடாக உள்ளம் தன்னைச் சீரமைக்கிறதுபோலும். அடுக்கப்பட்ட ஒன்றில் படிகையில் உள்ளம் தன் முழுமைநாட்டத்தைக் கண்டடைகிறதுபோலும்.

காய்கறிகள் நறுக்குவதைக் கற்றுக்கொள்ள நெடுநாளாயிற்று. ஒவ்வொரு காய்கறியும் ஒவ்வொரு வெளிவடிவில் இருந்தது. வெளிவடிவுக்குத் தொடர்பற்றதெனத் தெரிந்த உள்வடிவின் தொடர்பைத் தெரிந்துகொள்ள கண்கள் உதவாதென்று அறிந்தார். கைதொட்டு அறியமுடிந்தது காய் எனும் உயிர்க்குமிழியை. பின்னர் கைகளே அவற்றை அரிந்தன, பிளந்தன, நறுக்கின. ஒவ்வொரு காயும் மண்ணிலிருந்து உயிர்கொண்டு உப்புகொண்டு அன்னம்கொண்டு தன்னைக் கோத்து அமைத்த வடிவை மீண்டும் இழந்து சீரான துண்டுகளாகப் பிரிந்து அடுத்த இணைப்புக்கென காத்திருந்தன.

“குழம்புகள் கொதிக்கும் மணங்களை நினைவில் கொள்க! உணவின் நுண்வடிவம் மணமே” என்றார் மூத்தமாணவராகிய காலகர். காய்கறிகள் நீர்விட்டு நெகிழத்தொடங்குகையில் கறைமணம். வெந்து குழைகையில் பச்சை மணம். உப்பும் புளியும் காரமும் ஏற்று கறியென்றாகுகையில் அவை முற்றிலும் பிறிதொன்று. சற்று பிந்தினாலும் அவற்றிலிருந்து கரிமணம் எழத்தொடங்கிவிடும். உலை குமிழியிடுகையில் அரிசிமணம். ஏதோ ஒருபுள்ளியில் அன்னத்தின் மணம். அப்பங்களின் நீராவி மணத்தில் எப்போது மாவு அன்னமாகும் மணம் எழுகிறதென்று அறியமுடிந்த நாள், அன்று பிறந்தவரென உணர்ந்தார். “மணம் அறிவிக்கிறது, பிறிதொரு பருப்பொருள் பிறந்திருக்கிறது என்று” என்றார் காலகர்.

“சமையல் என்பது கலவை” என்றார் காலகர். உப்பு, புளி, காரம் என்னும் மூன்று. மாவு, ஊன், நெய் எனும் மூன்று. மூன்றும் நிகரமைகையில் உருவாகின்றது சுவை. ஒவ்வொன்றிலும் அந்த நிகர்ப்புள்ளி ஒவ்வொன்று. அப்புள்ளியில் மிகச்சரியாக அடுசெயல் நின்றால் சுவை.” பீமன் உரக்க நகைத்து கருணைக்கிழங்குக் கூட்டை மரப்பிடியிட்ட சட்டுவத்தால் கிண்டியபடி “ஒருகணம் முன்னால் நின்றுவிட்டால் எழாச்சுவை. ஒருகணம் கடந்துசென்றால் மறைந்த சுவை. சுவையற்ற உணவென ஏதுமில்லை” என்றான். காலகர் வெண்டைக்காய்ப் பொரியலை இளக்கியபடி “ஆம், சமையலறிந்தவருக்கு சுவை ஒரு பொருட்டல்ல” என்றார். “சுவை என்பது நாவறிவது. உணவிலிருப்பது சுவைக்கான ஒரு வாய்ப்புமட்டுமே” என்றான் பீமன்.

“ஆம், அரசே. உணவென்றாவது மீண்டும் ஓர் இணைவு வழியாகவே சுவையென்றாகிறது. நாவும் பசியும் உள்ளமும் என மீண்டுமொரு மும்மை. அவைகொள்ளும் ஒருமை” என்றார் காலகர். “இணைவின்

கலையை அறிந்தவர்களுக்குரியது அடுமனைத் தொழில்." முதல்நாள் உப்பும் புளியும் கலந்து கொதிக்கவைத்து காந்தாரத்துப் பசுமிளகாய் உடைத்துச்சேர்த்து அமைத்த எளிய புளிக்காய்ச்சல் மெல்லக்கொதித்து மணமெழுந்தபோது அதை முதலில் நாக்கு அறிந்தது. கிளர்ச்சியுடன் அதில் ஒரு சொட்டை அள்ளி நாவில் விட்டார். அச்சுவையை உள்ளம் அறிந்தபோது உடலெங்கும் அந்த உவகை பரவியது. திரும்பி அருகே நின்றிருந்த மாணவனிடம் "எப்படி இருக்கிறது?" என ஒரு துளியை அளித்தார். "அவ்வளவுதான், இனி சமையலில் அறிவதற்கு ஒன்றும் இல்லை. அடைவன முடிவதே இல்லை" என்று அவன் சொன்னான்.

அதன்பின் சமையல் ஒரு பித்தென்றாகி சூழ்ந்துகொண்டது. ஒவ்வொருநாளும் அன்று சமைக்கவிருப்பதை எண்ணி விழித்துக்கொண்டார். அன்று சமைத்ததை எண்ணியபடி துயின்றார். வெந்து எழுந்த உணவு இறக்கிவைக்கப்பட்டுக் காத்திருக்கையில் அதனருகே நின்று நோக்கிக்கொண்டிருந்தார். முன்பிலாத ஒன்று. பருப்பொருளில் எங்கெங்கோ எவ்வடிவிலோ இருந்தது. அவர் சித்தத்தில் உறைந்தது. பிறத்தலென்பது ஒன்றிணைதல். ஆதலென்பது மாறுதல். பரிமாறப்படும் போது அவரே பந்திகள்தோறும் சென்று அவை உண்ணப்படுவதை நோக்கினார். கைகளால் கலந்து அள்ளி வாயிலிடப்பட்டு உமிழ்நீருடன் மெல்லப்பட்டு உடல்நுழைந்து உடலென்றே ஆனது அவ்வுணவு. அவரிடமிருந்து எழுந்து அவர்களாக மாறியது. இதோ உண்பவர் அனைவருக்குள்ளும் இருந்துகொண்டிருக்கிறேன். அந்த முகத்தின் நிறைவு நான். இந்த உடலின் இனிய களைப்பு நான்.

சமையல் எங்கோ ஒருபொழுதில் சலிக்கும் என எண்ணியிருந்தார். ஆனால் சலிப்பு எழாது ஆர்வமே மேலும் மேலுமென வளர்ந்துகொண்டிருந்தது. ஒவ்வொரு புதுச்சுவையும் நூறு சுவைகளுக்கான வாய்ப்புகளாகத் தெரிந்தது. ஆக்கி ஆக்கிக் கைதேரும்போது ஆக்குதல் மேலும் நுண்மைகொண்டது. ஆனால் அவருடைய நாக்கின் சுவை மட்டும் மட்டுப்பட்டது. அவர் சமைத்த எவ்வுணவையும் உண்ண அவருக்குத் தோன்றவில்லை. அவற்றின் மணமே போதுமென்றாயிற்று.

அன்னத்தின் நுண்மை உடலின் நுண்மையால் அறியப்பட்டது. கொதிப்பதும் பொரிவதும் வறுபடுவதும் நொதிப்பதும் உருகுவதும் அவிவதுமான அனைத்தினூடாகவும் மெல்ல நடந்து மீள்கையில் அவர் உண்டு முடித்திருப்பார். நாவுக்கோ வயிற்றுக்கோ சுவை தேவைப்படவில்லை. பசி தீர்க்க மோர்விட்டு நீர்க்கக் கரைத்த அன்னம் மட்டுமே போதுமானதாக இருந்தது. அதை உண்டு எழுந்து ஏப்பத்துடன் கைகழுவச் செல்லும்போது ஒருமுறை இளையயாதவர் "முனிவரில் நான் கபிலன்" என்று சொன்னதை நினைவுகூர்ந்தார்.

7

சுயம்புவமனு புடவி சமைத்த மன்வந்தரத்தில் பிரம்மன் மண்ணுக்கு வந்து தன் நிழலை சரஸ்வதி நீர்ப்பெருக்கில் நோக்கினார். அந்நிழல் அலைகளில் நெளிந்தமையால் வளைவுகள்கொண்டு பெண்ணென ஆயிற்று. தன்நிழலை பிரம்மன் புணர்ந்தபோது ஒரு மைந்தன் பிறந்தான். அவனை தந்தை கர்தமர் என்றழைத்தார். தந்தையிடம் வேதச்சொல் பெற்ற கர்தமர் சரஸ்வதியின் கரையில் பிந்துசரஸ் என்னும் குளக்கரையில் அவ்வேதச்சொல் ஒவ்வொன்றையும் தன்னுள் முளைக்கவைக்கும்பொருட்டு தவம்செய்தார். தன்னை அறிந்து எழுந்த அவரை 'நீ அறிந்தவை இப்புவி திகழ்க!' என்று பிரம்மன் வாழ்த்தினார்.

சுயம்புவமனு ஒரு சொல் நூறெனப்பெருகும் விழைவின் தெய்வம். அவர் துணைவி நூறுமுகம் கொண்ட சதரூபை. அவர்கள் தங்கள் காமத்தை அனலாக்கி பெருவேள்வி ஒன்றை நிகழ்த்தினர். சுயம்புவமனுவின் ஒருநெருப்பைச் சூழ்ந்தெரிந்தது சதரூபையின் நூறு இதழ்கொண்ட நெருப்பு. அவ்வேள்வியில் பிறந்த மகள் தேவாகுதி. பொன்றாப் பெருங்காமமே பெண்வடிவுகொண்டவளாக இருந்தாள் தேவாகுதி. காதல்கொண்டு 'நீ விழைவதைக் கேள்' என்று கூறிய கர்தமரிடம் 'காலம் நுழையாத ஓர் இல்லம். கண்கள் இல்லாத ஒளிகொண்ட அறைகள். அங்கே காமம் ஓயாத ஒரு மஞ்சம்' என்று அவள் கேட்டாள். காமரூபம் என்னும் அந்த இல்லம் காலம்திகழ்ந்த மண்ணில் எங்கும் தொடாது விண்ணிலேயே விளங்கியது. அங்கே தவவல்லமையால் காமப்பேருரு கொண்டிருந்த கணவனுடன் அவள் உவந்திருந்தாள்.

உள்ளம் காலமற்றிருந்தது என்றாலும் அவள் உடலில் முதுமை படர்ந்தது. 'நிறைவுகொண்டாயா?' என்று கோரிய கணவனிடம் 'இல்லை, இன்னும்

எனக்கு இளமை வேண்டும்' என்றாள். 'சரஸ்வதியில் ஆடுக! இளமை மீளும்' என்றார் கர்தமர். தேவாகுதியின் கை பற்றி நீராடி தானும் இளமைகொண்டார். அவ்வாறு ஏழுமுறை இளமை மீண்டனர். ஏழாவது முறை இளமை மீண்டு காமம் நுகர்ந்து முதுமைகொண்டதும் 'நிறைந்தாயா?' என்றார் கர்தமர். 'இன்னும் இன்னும் என்றே என் உள்ளம் விழைகிறது' என்றாள் தேவாகுதி. 'இக்காமப் பெருவிழைவை வென்று கடக்க விழைகிறேன்.'

'காமத்தை காமத்தால் வெல்ல இயலாது' என்றார் கர்தமர். 'நான் இதைக் கடப்பதெப்படி?' என்று அவள் கேட்டாள். 'பெண்கள் அன்னையராகி காமத்தைக் கடக்கிறார்கள்' என்று கர்தமர் சொன்னார். 'எனக்கு ஒரு மகவு பிறக்கட்டும்' என்று அவள் கேட்டாள். அவள் வயிறு கனிந்து ஒரு பெண்மகவு பிறந்தது. அவள் மதநீர் முலைப்பாலென ஊறி மகவுக்குச் சென்றது. 'இன்னும் எஞ்சுகிறது என்னில் மதம்' என்றாள் தேவாகுதி. 'பிறிதொரு மகவு எழுக!' என்றார் கர்தமர். அவள் கலை, அனசூயை, சிரத்தை, ஹவிர்ஃபு, கீதை, கிரியை, கியாதி, அருந்ததி, சாந்தி என்னும் ஒன்பது மகள்களை ஈன்றாள்.

'ஒன்பது மகவுக்கும் பின்னர் என்னிடம் எஞ்சும் துடிப்பு என்ன?' என்று அவள் கணவனிடம் கேட்டாள். 'உன்னுள் இருப்பது என்னை வெல்லும் விழைவு. என்னை விஞ்சும் ஒரு மைந்தனுக்கு அன்னையாகுக! நீ நிறைவடைவாய்' என்றார் கர்தமர். தேவாகுதி கருக்கொண்டு ஒரு மைந்தனைப் பெற்றாள். எளிய உருவிருந்தாலும் ஐந்துமடங்கு எடைகொண்டிருந்த அம்மைந்தன் வெளிவந்ததுமே அவள் படுத்திருந்த மஞ்சம் வளைந்தது. அவனைக் கையிலெடுக்க அவளால் முடியவில்லை. அவன் உதடுகளில் முலைக்காம்பை வைத்த மறுகணமே அவள் உடலெங்கும் குருதி இழுபட்டு தசைகள் இழுபட்டு துடிக்கத் தொடங்கின. மாந்தளிர் நிறம் கொண்டிருந்த அவனை தந்தை கபிலன் என்றழைத்தார்.

மைந்தன் மூன்றுமாதத்தில் முதற்சொல்லை உரைத்தான். ஏழுவயதில் வேதங்களை முற்றோதி முடித்தான். பன்னிருவயதில் வேதமுதன்மையாகிய பெரும்பருக் கொள்கையை பிரம்மனிடமிருந்து தானே அறிந்தான். கற்றவற்றில் ஏறி மெய்மையைத் தொட்டறிந்து அவர் மீண்டுவந்தபோது அன்னை தேவாகுதி இறப்புக்கிடக்கையில் இருந்தாள். அருகணைந்து அவள் கைகளைப் பற்றிக்கொண்டார் மைந்தர். 'மைந்தா, எனக்கு இனி காலமில்லை. இப்போதும் என்னுள் நிறைவுறாதிருக்கும் விழைவு என்ன?' என்றாள் தேவாகுதி.

'பெண்ணென்றும் அன்னை என்றும் ஆன நீ இப்புவியே. புவியென்றான முதற்பேரியற்கையே. அதிலுறையும் நிறைவின்மையே இவையனைத்தும்'

என்றார் கபிலர். 'இணைந்து உடலாகிவந்த பருப்பொருட்கள் மீளும். அந்த முதற்பெரும் நிறைவின்மை எப்போதும் வாழும்.' அன்னை விழிநீர் பெருக்கி மைந்தனை நோக்கிக் கிடந்தாள். 'பசியென, காமமென, வெற்றியென, புகழென, எஞ்சிநிற்றல் என உருக்கொண்டாடும் அப்பெரும் நிறைவின்மையால் ஆட்டிவைக்கப்படும் பொருண்மையின் அலைக்கழிவையே வெளியே புடவியெனக் காண்கிறோம். உள்ளே சித்தமென அறிகிறோம்.'

"சாங்கிய மெய்ப்பொருளை அன்னைக்குரைத்து அவள் துயரழித்து நிறைவுகொள்ளச்செய்தார் கபிலர். அரசே அறிக, இப்புவியில் அன்னமென ஆயிரம் பொருட்கள் உயிர்கொண்டெழுந்தபடியே உள்ளன. அத்தனை அன்னங்களையும் சமைப்பது ஒரே அனல். மெய்ப்பொருட்கள் எதுவும் ஆகலாம், கபிலமெய்மை இணையாமல் அவை பயன்படுவதில்லை" என்றார் குறுகிய உடலும் கூர்ந்த முகமும் சிறிய மணிக்கண்களும் கொண்டிருந்த திரிவக்ரர். கொட்டகையில் அனைத்துக் கட்டில்களும் ஒழிந்துகிடந்தன. சிறிய கட்டில் ஒன்றில் மரவுரி போர்த்தி அவர் படுத்திருந்தார். அருகே தருமன் அமர்ந்திருந்தார்.

"சாங்கியம் தொட்டுத் தொடங்குக! ஏனென்றால் இதுவே மண். மண்ணை உதறி எழுபவை ஒவ்வொன்றும் மண்ணில்வந்து விழுந்தாகவேண்டும். மண்ணில் வேர்கொள்பவை மட்டுமே விண்ணைச்சூடி நிற்கமுடியும்" என்றார் திரிவக்ரர். "ஒவ்வொரு கொள்கையிடமும் அறிவன் கேட்கவேண்டிய வினா ஒன்றே. இது எவருக்கு அன்னம்? இப்புவியில் உயிருள்ள அனைத்தும் அன்னமே." தருமன் "ஆம்" என்று தலையசைத்தார். "சாங்கியத்தை அறிய மிகச்சிறந்த வழி அன்னத்தைத் தொடர்வதே. குருநிலை மாணவனைவிட அடுமனைப் பணியாளன் அதை அணுகமுடியும்" என்று திரிவக்ரர் சொன்னார்.

பயணிகள் மிகவும் குறைந்திருந்த கார்காலம். மலைப்பாதைகள் முழுக்க வழுக்கும் சேறால் ஆனவையாக மாறிவிட்டிருந்தன. மலைக்கு வருவதில் முதன்மையானதாகிய உப்பும் செல்வதில் முதன்மையானதாகிய மரவுரியும் மழைக்கு வீணாகிப்போகின்றவை. அவ்வப்போது அவ்வழி செல்லும் துறவிகளும் இரவலரும் வேதமாணவர்களுமன்றி வணிகர்கள் அரிதாகிவிட்டிருந்தனர். வணிகரில்லாமையால் சூதரும் பாணரும் இல்லாமலாயினர். அடுமனைப்பணிகள் பெரிதும் குறைந்து அனைவரும் கொட்டகைகளில் நாளெல்லாம் ஓய்வுகொள்ளலாயினர்.

ஆனால் அடுமனையாளர்களின் உள்ளத்தில் சொல்லவிந்துவிட்டிருந்தது. ஓய்ந்து சேர்ந்தமர்ந்திருக்கையிலும் அவர்கள் ஏதும் பேசிக்கொள்வதில்லை. ஏதேனும் கைப்பணிகளை அவர்கள் கண்டடைந்திருந்தனர். சலபர்

செம்புநிலவாய்களை உருட்டி ஓடைக்குச் சென்று மணலிட்டு நார்கொண்டு தேய்த்து மின்னும் அனல் என ஆக்கிக் கொண்டுவந்து வைத்தார். பித்தளை உருளிகள் பொன்னாயின. சட்டுவங்கள் வாளொளி கொண்டன. காலகர் மழைக்குள் சென்று விறகுகொண்டு வந்து கீற்றுகளென்றாக்கி அடுமனையில் அடுப்புகளுக்கு மேல் தொங்கவிட்டார். தருமன் கொடிகளால் கூடைகளும் உறிகளும் பின்னினார். சிலர் மரத்தாலான அகப்பைகளையும் கரண்டிகளையும் செதுக்கினர்.

தொலைவிலிருந்து நோக்குபவர்களுக்கு அன்னசாலை முழுமையாக கைவிடப்பட்டுக் கிடப்பதாகவே தோன்றியது. களைத்த காலடிகளுடன் அணுகி வருபவர்கள் அங்கே வெவ்வேறு ஒலிகள் கேட்பதைக் கண்டு திகைத்தனர். அருகணைந்து அங்கு வேலை செய்துகொண்டிருப்பவர்களை நோக்கி அவர்கள் இறந்தவர்களோ என ஐயுற்றனர். அவர்களுக்காக எப்போதும் அடுப்பில் கனலிடப்பட்டு புகையெழும்படி செய்யப்பட்டது. பெருமழைக்குள்ளும் அனல்மணம் எழுந்து அங்கு அன்னமிருப்பதை தொலைவிலேயே பயணிகளுக்கு உணர்த்தியது.

திரிவக்ரர் “பருப்பொருட்களில் வாழ்வது பொருண்மையில் குடிகொள்ளும் முதல் நிறைவின்மை. மூன்று குணங்களின் நிகர்நிலை நாடல். ஒவ்வொருவருக்குள்ளும் நின்றிருக்கும் தேடல் அதுவே. இது தன்னை தானென உணர்வது அந்த நிறைவின்மையினால்தான். இவை ஒவ்வொன்றும் ஒவ்வொருவகையில் தனித்தன்மைகொண்டிருப்பது அந்நிறைவின்மையை மையமென சூடியிருப்பதன் வழியாகவே. பொருளின் சாரமென்பது அந்நிறைவின்மை மட்டுமே. எனவேதான் ஒவ்வொரு பொருளும் பிறிதொரு பொருளில் இணையத் துடிக்கிறது. பிறிதொன்றாக விழைகிறது. பிறிதொன்றை நிரப்பி பிறிதொன்றில் நிறைந்து நிறைவுகொள்ள வெம்புகிறது. அதுவே புடவிச் செயல்பெருக்கென்றாகி நம்மைச் சூழ்ந்துள்ளது. நாமென்றும் ஆகியுள்ளது.

“அதற்கப்பால் பொருளுக்கென சாரம் ஏதுமில்லை. பொருளென்றுணரும் பொருளான மானுடனுக்கும் ஆத்மா ஏதுமில்லை” என்றார் திரிவக்ரர். தருமன் தலையசைத்தார். மரவுரியை இழுத்துப் போர்த்திக்கொண்டு “ஆம், ஆத்மா இல்லை. பருப்பொருளின் நிறைவின்மையை பரம்பொருளுக்கான தவிப்பென எண்ணி மயங்கியவர்களால் உருவாக்கப்பட்டது ஆத்மா என்னும் எண்ணம். ஆத்மாவின் தவிப்பைக் கொண்டே உருவகிக்கப்பட்டது பரம்பொருள் என்னும் மையம். ஆத்மா இல்லை என்பதனால் அதுவும் இல்லை என்றாகிறது” என்றார். விழிகளை மூடிக்கொண்டு “ஆம், இல்லை” என்றார்.

மழையின் ஓசை அணுகிவந்தது. கூரையை பேரோசையுடன் அறைந்து பெய்யத்தொடங்கியது. பின்னிக்கொண்டிருந்த நாராலான உறிகளை

எடுத்துக்கொண்டு தருமன் வெளியே சென்றார். மழைக்காமணத்தை எடுத்து தலையில் அணிந்தபடி அடுமனைக்குச் சென்று அதை அங்கே அடுக்கிவைத்தார். அங்கே அர்ஜுனன் மரம்குடைந்து கலம் செய்துகொண்டிருந்தான். அப்பால் நகுலன் ஈச்சைநாரால் சிறியபெட்டிகளைப் பின்னிக்கொண்டிருந்தான். அவர்கள் அவரை அறியவில்லை. அவர் மீண்டும் வெளிவந்தபோது மழைக்கு அப்பால் ஒருவர் நனைந்தபடி சீராக நடையிட்டு வருவதைக் கண்டார். ஆடையற்ற உடல்கொண்ட திசையுடலர். மயிர்பிடுங்கப்பட்ட உடலில் மழை வழிந்தது. தருமன் கூப்பிய கைகளுடன் அருகே சென்று "அருகரே, கொட்டகைக்குள் வந்தமரவேண்டும். தங்களுக்கு உணவளிக்கும் பேறுபெற அருளவேண்டும்" என்றார்.

மழைக்குள் மின்னிய அழகிய சீர்பல்நிரையுடன் புன்னகைத்து "நலம்சூழ்க! நீர் அரசரென எண்ணுகிறேன். அருள் நிறைந்த கோல் சூடுக! கோல் துறந்து நிறைவடையும் பேறு சூழ்க!" என அவர் வாழ்த்தினார் "இந்தக் கூரைநீழலில் நான் தங்கிக்கொள்கிறேன். என் வெறும்கையில் ஒருமுறை உண்ணுமளவு அன்னம் எனக்குப் போதும். என் தவநெறி அது." தருமன் "மரவுரி கொண்டுவருகிறேன். ஈரத்தைத் துடைத்துக்கொள்ளுங்கள்" என்றார். அவர் மீண்டும் புன்னகைத்து "அந்த ஆலமரத்தை அதில் வாழும் பறவைகளை விரட்டிவிட்டு ஈரம்போகத் துடைப்பீரா?" என்றார்.

தருமன் வெறுமனே கைகூப்பினார். "இவ்வுடலில் அதைவிடக் கூடுதலாக உயிர்கள் வாழ்கின்றன. விழிக்குத் தெரியாத சிற்றுயிர்கள். ஒவ்வொன்றும் ஓர் ஆத்மா. இன்பதுன்பங்களும் பிறவிப் பெருஞ்சுழலும் மீட்பும் கொண்டவை." தருமன் மெல்லிய திகைப்பை அடைந்து "சிற்றுயிர்களுக்கு ஐம்புலன்கள்கூட இல்லை என்பார்களே, உத்தமரே" என்றார். "இக்கல் புலன்களே அற்றது. அந்தமரம் ஒற்றைப்புலன் கொண்டது. அவற்றிலும் ஆத்மா உறைகிறது. ஆத்மா இல்லாத எதுவும் இங்கில்லை" என்றார் அருகப்படிவர். "வட்டமொன்று சுழலுமென்றால் மையமொன்று அமைந்தே தீரும், அரசே" என்று உரைத்து முடித்தார். தருமன் மீண்டும் தலைவணங்கினார்.

8

கிருதயுகத்தில் கோசலநாட்டில் சோமகன் என்னும் சந்திரகுலத்து அரசன் ஒருவன் ஆண்டிருந்தான். நூறுபெண்களை மணந்து ஐம்பதாண்டுகள் வாழ்ந்தும் அவனுக்கு மைந்தர் பிறக்கவில்லை. மைந்தரின்மை அவனை நோயென பீடித்தது. தன்னை நோக்கும் எவ்விழிகளிலும் தனக்கு மைந்தரில்லை என்பதே தெரிவதாக அவன் எண்ணினான். சூழ்ந்தவர் சொற்களும் சிரிப்புகளும் நச்சு முள்ளென்றாயின. துயிலின் இருண்ட ஆழத்திலிருந்து தன் மூதாதையர் ஏங்கி அழும் குரல் எழுந்துவரக் கேட்டான்.

தன் மைந்தரன்றி பிற மைந்தரால் நிறைந்த புவியை வெறுக்கலானான். பிற மைந்தரைப் பெற்ற தந்தையர்மேல் சினம் கொண்டான். தன் துணைவியரை வசைபாடி அகற்றினான். விழைவொன்றைத் தொட்ட உள்ளம் அதை ஊதி ஊதி வளர்க்கிறது. அந்த ஐந்தெரி நடுவே ஒற்றைக்காலில் நிற்கிறது. சோமகன் துயிலிழந்தான். உணவை ஏற்க மறுத்தது அவன் உடல். அவன் சித்தம் கொந்தளித்து ஆடி ஓய்ந்து பின் அசைவிழந்தது. உடலும் உள்ளமும் ஆற்றலிழக்கவே, படுக்கைவிட்டு எழாதவனாக ஆனான். பித்துபடிந்த விழிகளால் சாளரம் வழியாகத் தெரிந்த உலகை நோக்கியபடி பிணமெனக்கிடந்தான்.

அவன்முன் எமன் தன் இருளெருமை மேல் ஏறி வந்து நின்றான். “அரசே, மண்ணாள்பவனையும் சொல்லாள்பவனையும் தன்னைக்கடந்தவனையும் தானே சென்று அழைத்து வரவேண்டுமென எனக்கு நெறியுள்ளது. என் கணக்கில் உன் நாள் முடிந்துள்ளது. ஆகவே வந்துள்ளேன், எழுக!” என்றான். சோமகன் கண்ணீர் உகுத்தபடி அவனை நோக்கி மாட்டேன் என தலையசைத்தான். “நீ காம்பு கனிந்து

உதிரவேண்டிய வயது இது. கண்ணீர் உகுக்கிறாயே?" என்றான் எமன். அவன் வீசிய பாசக்கயிற்றிலிருந்து உளம் திமிறி விலகியபடி "என்னை விடு, நான் உன்னுடன் வர விரும்பவில்லை" என்று சோமகன் சொன்னான்.

"உவந்து வர விரும்பாதவர்களைக் கொண்டுசெல்ல என்னால் இயலாது. முதுமையால், நோயால், போர்நிறைவால் மானுடர் இங்கிருந்து விடுபட்ட பின்னரே அவர்களை நான் கொய்கிறேன். விரும்பாமல் எவரும் இறப்பதில்லை என்பதே தெய்வங்களின் நெறி" என்றான் எமன். "நீ முதிர்ந்துவிட்டாய். நோயில் தளர்ந்து பிணம்போலிருக்கிறது உன் உடல். உன் உள்ளம் எண்ணங்களுக்கும் ஆற்றலற்றதாக நீர்வற்றிய ஓடையின் சேற்றுத்தடம்போலிருக்கிறது. இதற்கு அப்பால் நீ இங்கிருந்து அடையப்போவதுதான் என்ன?"

சோமகன் "ஆம், என் ஐம்புலன்களும் அணைந்துவிட்டதை உணர்கிறேன். என் நினைவுகள் உதிர்ந்துவிட்டன. முன்னோக்கிச் செல்லும் ஆற்றல் அழிந்துவிட்டது. நேற்றும்நாளையுமின்றி இன்றில் அமைந்து இங்கிருக்கிறேன். ஆயினும் என் உடலுக்குள் சிறுநெருப்பென எரிவது ஒற்றை விழைவே. எனக்குப் பிறக்கும் ஒரு மைந்தனின்றி நான் விண்ணேக முடியாது" என்றான். "விழைவறாது நான் உடலுதிர்ப்பேன் என்றால் உடல்தேடும் உயிர் என இங்கேயே இருப்பேன். எனக்களிக்கப்படும் அன்னமும் நீரும் கொள்ளப்படா. காலமில்லா வெளியில் அணையாத வெறுந்தவிப்பாக எஞ்சுவேன்."

எமன் உள்ளமிரங்கினான். "சொல்க, மைந்தனை ஏன் நீ விழைகிறாய்?" என்றான். சோமகன் "ஏனென்றால் மானுடனுக்குரிய இரு முதன்மை விழைவுகளில் ஒன்று அது" என்றான். எமன் புன்னகைத்து "அம்மைந்தனை நீ எதன்பொருட்டு இழக்கச் சித்தமாவாய்?" என்றான். "எதன்பொருட்டும் இழக்கமாட்டேன். என் பொருட்டும் என் குடிபொருட்டும் இப்புவியின் அனைத்தின்பொருட்டும் ஏன் தெய்வங்களின்பொருட்டும்கூட!" எமன் புன்னகைத்து "நன்று, நான் உனக்கு பன்னிரண்டு ஆண்டுகளை அளிக்கிறேன். நீ மைந்தனைப் பெற்று வாழ்ந்து அறிந்தபின் வருகிறேன்" என்றான்.

நோய்ப்படுக்கையிலிருந்து சோமகன் எழுந்தான். அதை மருத்துவர் பெருவிந்தை என்று எண்ணினர். தங்கள் வெற்றி எனக் கொண்டாடினர். சோமகனின் முதல் மனைவி காளிகை கருவுற்று ஒரு மைந்தனைப் பெற்றாள். அவள் கருக்கொண்ட நாளிலேயே தீயகுறிகள் தெரியலாயின. அவள் சோமகனின் பட்டத்தரசி, இளவயதிலேயே அவனை மணந்த முதுமகள். குருதிநாள் நின்றே நெடுங்காலமாகியிருந்தது. கருவுற்றதையே அவள் அறியவில்லை. தலைசுற்றி உணவுமறுத்து அவள்

படுக்கையிலிருந்தபோதுதான் மருத்துவச்சி ஐயுற்று உடல்நீர் எடுத்து நோக்கினாள். அவள் கருவுற்றிருப்பதை உணர்ந்ததும் ஐயம்கொண்டு பிற மருத்துவச்சிகளிடம் சொன்னாள். அவர்களும் உறுதிசெய்தபின் அரசனிடம் சொன்னார்கள்.

அரசன் அதைக் கேட்டு உவகையும் கூடவே அச்சமும் கொண்டான். அரசி அக்கருவைச் சுமந்து ஈன்று எழுவாளா என்று மருத்துவரிடம் கேட்டான். “நெய் வற்றும் அகல். திரிகாத்து சுடர்மிகாது சென்றணையவேண்டும்” என்றனர் மருத்துவர். அரசியை படுக்கையிலேயே வைத்து மருத்துவர் பேணினர். அவள் நாளுக்குநாள் குருதியிழந்து வெளிறிக்கொண்டே சென்றாள். நகக்கண்கள் பளிங்கென்றாயின. விழிப்பரப்பு சிப்பிபோல வெளுத்தது. உதடுகள் வாடிய ஆம்பல் போலிருந்தன. மூச்சிலசையும் வறுமுலைகளில் காம்புகள் கருமைகொள்ளவில்லை. அவள் கண்களுக்குக் கீழே தசை தளர்ந்து தொய்ந்தது. புறங்கை வீங்கி குழவியரின் கைபோல ஆகியது. கால்கள் பருத்து ஒளிகொண்டன. பேசவும் ஆற்றலற்று விழிதிறந்து கூரையை நோக்கியபடி அவள் மஞ்சத்தில் படிந்துகிடந்தாள்.

ஏழு மாதம் வரை அவளை அவர்கள் காத்தனர். ஏழாம் மாத முடிவில் குருதிப்போக்கு தொடங்கியது. அதை நிறுத்த அவர்கள் முயன்றபோது கம்பத்தில் கட்டிவைக்கப்பட்ட துணிப்பொதிபோல அவள் மெலிந்த உடலில் தொங்கிய வயிற்றுக்குள் வாழ்ந்த குழவிதசை வாயிலை நோக்கி இறங்கியது. மருத்துவர் அதை வெளியே எடுத்தபோது உயிரற்ற சிறிய தசைப்பாவை போலிருந்தது. தோல்முளைக்காத வெறுந்தசை. அதன் கைகளோ கால்களோ நெளியவில்லை. குரலெழவுமில்லை. விழிகள் மட்டும் அதிர்ந்தன. அரசி தன் மைந்தனை நோக்க தலையைத் தூக்கினாள். குழந்தையைக் காட்டியபோது முகம்சுளித்து பற்களைக் கடித்தபடி “ஜந்து” என்றாள். தலையை மஞ்சத்தில் அமர்த்தி இருமுறை முனகி மூச்சுவிட்டு துயிலில் ஆழ்ந்தாள்.

மைந்தனை மருத்துவர்கள் எண்ணெய்க்கொப்பரையில் போட்டு இளவெம்மை ஊட்டி நான்கு மாதம் பேணினர். தோலும் முடியும் நகமும் முளைத்தன. இதழ்விரித்து பாலை ஏற்று அருந்தினான். பசிக்கையில் முகம்சிவக்க உடலதிர சீவிடுபோல ஓசையெழுப்பினான். கால்கள் நிலம்பதியும் அதிர்வை அறிந்து, வருவது எவரென உணர்ந்தான். பாலளிக்க வரும் சேடியரைக் கண்டதும் மகிழ்ந்து வாய்திறந்தான். ஆனால் அவன் கைகளோ கால்களோ அசையவில்லை. விழிதிறந்து நோக்குகொள்ளவுமில்லை.

அன்னை இட்டபெயரே அவனுக்கு நீடித்தது. அவனை அனைவரும் ஜந்து என்றே அழைத்தனர். வெற்றுயிர் என அவனைப் பிறர்

எண்ணினாலும் தந்தை அவன்மேல் பேரன்புகொண்டிருந்தான். அவன் பிறந்த நாளில் ஈற்றறைக்கு வெளியே நின்று தவித்தான். மைந்தனை எண்ணெய்க்கொப்பரையில் குனிந்து நோக்கியதும் உளமுருகி விழிநீர் பொழிந்தான். இரவும் பகலும் ஆதுரசாலையில் மைந்தனுடன் இருந்தான். விழித்திருக்கும் நேரமெல்லாம் அவனை எண்ணிக்கொண்டிருந்தான். துயிலில் அவனையே கனவுகண்டான். மைந்தன் ஒலியெழுப்பத் தொடங்கியதும் அவ்வொலி கேட்பதற்காக அருகிலேயே அமர்ந்திருந்தான். அவன் தந்தையின் காலடிகளை அறிந்ததும் முகம் மலர்ந்து "ஆ!" என ஓசையிடுவான். "என்னை அழைக்கிறான். தந்தையே என அழைக்கிறான்" என்று சோமகன் கூவி கண்ணீர்மல்குவான்.

தந்தையால் சௌமதத்தன் என்று பெயரிடப்பட்டாலும் அரண்மனையில் ஐந்து என்றே மைந்தன் அழைக்கப்பட்டான். மெல்லிய வெறுப்பும் அருவருப்பும் கொண்டு இடப்பட்ட அப்பெயர் நூறு அன்னையரின் நாவில் இனிய செல்லப்பெயராக மாறியது. இரவும் பகலும் அவன் அன்னையரின் கைகளிலும் மடியிலுமே திகழ்ந்தான். அசைவற்ற கைகால்களும் நோக்கில்லா விழிகளும் கொண்ட அந்தத் தசைக்குவை அவர்களின் விழைவால் பேரழகுகொண்டது. எண்ணுந்தோறும் இனிமையளிப்பதாகியது. அவர்கள் அதுவரை அடைந்த வெறுமையனைத்தையும் நிரப்பியது. அவர்களை தெய்வமென ஆட்சிசெய்தது.

சோமகன் தன் மைந்தன்மேல் பெரும்பித்து கொண்டிருந்தான். ஒவ்வொருநாளும் காலையில் மைந்தன் முகத்தில் அவன் விழிக்க விரும்புவான் என்பதனால் அன்னை ஒருத்தி மைந்தனுடன் வந்து அவன் மஞ்சத்தறை வாயிலில் காத்திருப்பாள். அரசவை கூடும்போது அருகமைந்த அறையில் அன்னையர் அவனுடன் காத்திருப்பார்கள். சிற்றிடைவேளைகளில் அவன் அழைத்ததும் மைந்தனை அவனிடம் அளிப்பார்கள். அவன் குரல் கேட்டதுமே மைந்தன் துள்ளித் ததும்பத் தொடங்குவான். ஏழு வயதாகியும் "ஆ!" என்ற ஒற்றைச் சொல்லன்றி எதுவும் அவன் நாவில் எழவில்லை. அவ்வொரு சொல்லிலிருந்தே அவன் உணர்வதனைத்தையும் அறிந்துகொள்ளுமளவுக்கு அவர்கள் அவன்மேல் பெருவிருப்பம் கொண்டிருந்தனர்.

ஒருநாள் கீழ்த்திசையிலிருந்து வந்த புலோமர் என்னும் வைதிகர் அவன் அவையிலமர்ந்து அறமுரைத்துக்கொண்டிருந்தார். அவரைச் சூழ்ந்து வைதிகரும் அமைச்சர்களும் அமர்ந்திருந்தனர். தாழ்ந்த குரலில் புலோமர் பேசிக்கொண்டிருக்க, அதைக் கேட்கும்பொருட்டு அனைவரும் அவரை நோக்கிச் சாய்ந்தனர். அப்போது பக்கத்து அறையில் ஐந்து வீரிட்டலறும் ஒலி கேட்டது. அதைக் கேட்டு நூறு அன்னையரும் கூச்சலிடுவதும்

அழுவதும் எழுந்தது. சோமகன் அரியணையில் இருந்து இறங்கி "என்ன? என்ன ஆயிற்று?" என்று கூவியபடி பக்கத்து அறைக்குள் ஓடினான்.

அந்தப் பெரிய கூடத்திற்குள் மைந்தன் கதறியழுதுகொண்டிருக்க, அரசியர் அவனைக் கையில் எடுக்கும்பொருட்டு கூச்சலிட்டபடி முண்டியடித்தனர். "அவனை என்னிடம் கொடுங்கள்!" என அவர்கள் கூவி அழுதனர். அவர்களை அதட்டி விலக்கிவிட்டு மைந்தனை தன் கையில் வாங்கிப் பார்த்த சோமகன் அவன் தொடையில் ஓர் எறும்பு கடித்திருப்பதைக் கண்டான். அந்த வடுவில் அவன் கண்ணீர் விட்டபடி முத்தமிட்டான். வலி அமைந்ததும் ஜந்து உடல்கூச நகைக்கலானான். அன்னையரும் நகைத்தபடி அவனைச் சூழ்ந்து வளையல் ஒலிக்க கைதட்டியும் பறவைகள்போலவும் விலங்குகள்போலவும் ஒலியெழுப்பியும் அவனை மகிழ்விக்கத் தொடங்கினர்.

அதன் பின்னரே சோமகன் அரியணையைவிட்டு இறங்கி ஓடியதை உணர்ந்து கூச்சமடைந்தான். மீண்டும் அவைக்குச் சென்றபோது புலோமர் பேச்சை நிறுத்திவிட்டு அவனுக்காகக் காத்திருந்தார். வைதிகரும் அமைச்சரும் அவர் அருகே கைகட்டி நின்றிருந்தனர். சோமகன் புலோமரை வணங்கி "பொறுத்தருள்க அந்தணரே, நான் முதுமையில் தவமிருந்து பெற்ற மைந்தன். அவனன்றி என் உலகம் பொருள்கொள்வதில்லை. அவனுக்காகவே நான் உயிர்வாழ்கிறேன். அவன் அழுமொலி கேட்டபின் நான் இங்கே அமர்ந்திருக்கமுடியாது" என்றான். அங்கே நிகழ்ந்ததைச் சொன்னான். "பேரன்பு என்பது பெருந்துன்பமே என இன்று உணர்ந்தேன்" என சொல்லிப் பெருமூச்சுவிட்டான்.

"இந்த மைந்தன் உனக்கு எவ்வகையில் பொருள் அளிக்கிறான்?" என்றார் புலோமர். "இவனே என் அறம்பொருளின்பம். இவனே என் மூதாதையர். இவனே என் தெய்வவடிவம்" என்றான் சோமகன். "இப்புவியில் எதன்பொருட்டு இவனை இழப்பாய்?" என்றார் புலோமர். அவ்வினாவை எமன் கேட்டதை நினைவுகூர்ந்த சோமகன் "எதன்பொருட்டும் இழக்கமாட்டேன். இங்கும் அங்கும் எதுவும் இவனுக்கு நிகரல்ல" என்றான்.

"ஒற்றை ஒரு மைந்தனைப் பெற்ற தந்தை அப்படித்தான் இருக்கமுடியும். அன்பெல்லாம் அந்த ஒரு மைந்தன்மேல் குவிகிறது. நிறைய மைந்தரைப் பெற்றவர்கள் பலமடங்கு அன்புகொண்டவர்கள். பலமடங்கு உவகையும் அடைவார்கள். ஆனால் அவர்களின் துயர் குறைவே" என்றார் புலோமர். "என் ஊழ் ஒரு மைந்தனை மட்டுமே பெறுவேன் என்பது. நூறு மனைவியர் எனக்கு இருந்தாலும் அவர்களின் வயிறு கனியவில்லை" என்றான் சோமகன். "நூறு மைந்தரை நீ பெறமுடியும். நூறுவிழுது விரித்த

ஆலமரமாக ஆக முடியும்” என்றார் புலோமர். திகைப்புடன் “அதெப்படி?” என்றான் சோமகன். “அரசே, பிருகத்ஃபலம் என்னும் மகாபூத வேள்வி ஒன்று உள்ளது. இது கிழக்குநாட்டில் பெருநிலம் முழுக்கப் பரவிய அரசுகொண்ட மாமன்னர்களுக்கு மட்டும் செய்யப்படுவது. நூறு புத்ரகாமேஷ்டிகளுக்கு நிகர் அது. அதை ஆற்றுபவன் நூறு நிகரற்ற மைந்தரைப் பெறுவான்” என்றார் புலோமர்.

“நான் அதைச் செய்ய விழைகிறேன். எனக்கு நூறு மைந்தர் வேண்டும்” என்று அரியணைவிட்டு எழுந்து நின்று சோமகன் கூவினான். “அரசே, அது எவ்விலை கொடுத்தேனும் தாங்கள் விழைவதைப் பெறும் துணிவுள்ள சக்ரவர்த்திகளுக்குரிய வேள்வி. அதர்வவேதத்தின் இருண்டபக்கத்தைச் சேர்ந்தது. எளிய உள்ளம் கொண்டோர் அதை எண்ணவும் இயலாது” என்றார் புலோமர். “நான் விரிமண்ணாளும் பேரரசன். என் விழைவோ பாரதவர்ஷத்தை முழுதாள்வது” என்று சோமகன் சொன்னான். “நூறு மைந்தர் எழட்டும். நான் என் அஸ்வமேதப் புரவியைக் கட்டவிழ்க்கிறேன்.”

“அரசே, இப்புவியில் எதை அடைந்தாலும் நிகராக ஒன்றை இழந்தாகவேண்டும். கையில் கொடைகளுடன் உங்களிடம் விலைபேச வந்திருக்கும் தெய்வங்கள் நீங்கள் எடுத்துவைக்கப்போகும் மாற்றுப்பண்டம் என்ன என்றே நோக்குகின்றன. இந்த வேள்வியில் பன்னிரண்டரை லட்சம் வெண்ணிறமான பசுக்களைப் பலியிடவேண்டும்” என்றார் புலோமர். சோமகன் திகைத்து அமர்ந்திருக்க “அல்லது அதற்கு நிகராக தன் தந்தையை பலிப்பசுவாக்கி வேள்வியில் அவியிடவேண்டும்” என்று புலோமர் சொன்னார். சோமகன் இமைக்காமல் நோக்கி அமர்ந்திருந்தான். புலோமர் “அல்லது பெற்றெடுத்த முதல் மைந்தனை பலிப்பசுவாகக் குருதி கொடுக்கவேண்டும். கொடை, கொடுப்பவனின் இழப்பால்தான் அளக்கப்படுகிறது” என்றார்.

“அதெப்படி முடியும்? என்ன பேசுகிறீர்கள்?” என்று தலைமை அமைச்சர் சீறினார். “இச்சொல் இந்த அவையில் எழுந்தமையே பெரும்பழி சூழச்செய்வது” என்றார் இணையமைச்சர். “நான் பேரரசர்களின் வழியையே சொன்னேன். பிறருக்குரியவை அல்ல என்றும் எச்சரித்தேன்” என்றார் புலோமர். “ஒரு மைந்தனை இழந்தாலும் நூறு மைந்தரைப் பெறமுடியும். சிம்மம்போல் உடலாற்றல் கொண்டவர்களும் முழுவாழ்க்கை கொண்டவர்களுமான மைந்தர்களையே தெய்வங்கள் அளிக்கும். வேள்வியில் குறைமைந்தர் எழமாட்டார்.”

ஒரு சொல்லும் உரைக்காது சோமகன் எழுந்து தன் அறைக்குள் சென்று கதவை மூடிக்கொண்டான். அவன் தேவியர் வந்து அழைத்தும்

திறக்கவில்லை. இரவெல்லாம் துயிலாமல் உலவிக்கொண்டிருந்த ஒலி கேட்டது. அவன் தனக்குத்தானே பேசிக்கொள்வதும் ஓங்கி தூண்களை மிதிப்பதும் ஓலமிடுவதும் கேட்டு வெளியே நின்றிருந்த அமைச்சர்கள் அஞ்சினர். மறுநாள் காலை கதவைத் திறந்து வெளிவந்த முதிய அரசன் இளமைகொண்டவனைப்போல் தோன்றினான். இறுகிய உடலுடன் நடந்து சென்று அவையமர்ந்து புலோமரை அழைத்துவர ஆணையிட்டான். வந்து வாழ்த்திநின்ற புலோமரிடம் "நான் ஏற்கிறேன். வேள்வி நிகழ்க! அதில் என் மைந்தனை பலிப்பசுவாக அளிக்கிறேன்" என்றான்.

அவையினர் திகைத்தனர். அமைச்சர் உரக்க "என்ன சொல்கிறீர்கள், அரசே? உங்கள் உயிருக்கு நிகரான மைந்தர் அவர்" என்றார். ஆனால் இரவிலேயே அனைத்தையும் எண்ணிமுடித்திருந்தான் சோமகன். "ஆம், நான் விழைந்தது மைந்தரை. நான் பேரன்பு கொண்டிருப்பது மைந்தர் மேல். இந்தக் குறிப்பிட்ட மைந்தன் அல்ல" என்று அவன் சொன்னான். "இது அசைவற்ற ஊன்பிண்டம். இது எனக்குப் பின் அரசாளுமா? எந்தையருக்கு நுண்சொல் உரைத்து நீர்க்கடன் இயற்றுமா? வேள்விக்காவலனாக அமர்ந்திருக்குமா? இதை மைந்தன் என எண்ணிக்கொண்டது என் இழிதகு உளமயக்குதான். உண்மையான ஆற்றல்கொண்ட நூறுமைந்தர் பிறப்பாரென்றால் இதை இழப்பதில் பிழையில்லை."

"ஆம், இவனை இழந்தால் நான் துயர்கொள்வேன். ஆனால் நூறு மைந்தரைப் பெற்று அதை நூறுமடங்கு நிகர்செய்வேன்" என்று சோமகன் சொன்னான். "உண்மை, இது பழிசூழ் செயலே. ஆனால் அரசனாகிய நான் என் மக்களுக்குக் கடமைப்பட்டவன். எனக்காக அல்ல, என் அரசுக்காகவே நான் மைந்தனைப் பெற விழைந்தேன். நூறு பெருவீரர் என் குடியில் பிறந்தால் என் அரசு பாரதத்தை ஆளும். என் குடியினர் என்னை வாழ்த்துவர். அச்சொல்லில் இப்பழி கரைந்துபோகும். நூறு மைந்தர் அளிக்கும் நீரையும் அன்னத்தையும் பெற்று என் மூதாதையர் என்னை வாழ்த்துவர். அவ்வருளில் இங்குள்ள இழிசொற்கள் மறையும்.

"ஆற்றல்மிக்க மைந்தன் ஒருவன் பிறந்தால் அவனை இந்நாட்டின்பொருட்டு களம்புக அனுப்பமாட்டேனா என்ன? அவன் களப்பலியானால் நடுகல் சாத்தி தெய்வமாக்கமாட்டேனா என்ன? நூறு வீரர் தன் குலத்தில் பிறக்கும்பொருட்டு இவன் களப்பலியானான் என்று கொள்வோம். இவன் நூறுமரங்கள் முளைக்கும் கணுக்கள் கொண்ட மரத்தடி. இவன் பிறப்பின் நோக்கமே இதுதான் போலும். அவையோரே, இவன் நோய்கொண்டு நொந்து இறந்தால் விண்புகமாட்டான். ஏனென்றால் இங்கு இவன் நற்செயல் என எதுவும் செய்யவில்லை. ஆனால்

வேள்வித்தீயில் அவியானான் என்றால் தேவர்கள் இவனைக் கை பற்றி விண்ணிலேற்றிக் கொண்டுசெல்வர். அவியென பெய்யப்பட்ட அனைத்தும் தூய்மை அடைகின்றன. விண்வாழும் தெய்வங்களைச் சென்றடைகின்றன.

"தன் குடிகாக்கும் நூற்றுவரை எழுப்பிவிட்டு இவன் விண்புகட்டும். இவ்வெளிய ஊன்தடி பிறந்து உண்டு வளர்ந்தமைக்கு இப்பெருஞ்செயலே பொருத்தமான பொருள் அளிப்பது. அறியாமலேயே குலம்காக்கும் வீரனென்றாகிறான் இவன்" என்றான் சோமகன். "இவனுக்கு நம் நகர்நடுவே நடுகல் நாட்டி வணங்குவோம். என்றென்றும் இவன் பெயர் நம் குடிநினைவுகளில் வாழட்டும்." அரசன் சொல்லிமுடித்தபின் அமைச்சர்களுக்கு சொல் இருக்கவில்லை. அவர்கள் ஒருவரை ஒருவர் நோக்கிக்கொண்டு அமைதியாக நின்றனர்.

செய்தி அறிந்து அன்னையர் நூற்றுவரும் மைந்தனை நடுவே வைத்து உடலால் அரண்கட்டிக் காத்தபடி கதறி அழுதனர். "எங்கள் உயிரை எடுங்கள். எங்களைக் கொன்று அவியிடுங்கள்... எங்கள் மைந்தனை விடப்போவதில்லை" என்று அவர்கள் கூவினர். வாளேந்தி வந்த வீரர்களுக்கு முன்னால் சென்று விழுந்து "இங்கேயே உயிர்துறப்போம். எங்கள் மைந்தனைத் தொடவிடமாட்டோம்" என்றனர். நெஞ்சிலறைந்து அழுதனர். உடைவாளை எடுத்து தங்கள் கழுத்தில் வைத்து "எங்கள் குருதியை மிதித்துக் கொண்டுசெல்க மைந்தனை!" என்றனர்.

அரசியரின் சினம் அறிந்து புலோமர் அங்கு வந்தார். "அரசியரே, உங்கள் ஒவ்வொருவரின் வயிற்றிலும் பிறக்கவிருக்கும் மைந்தர்களை நீங்கள் தடைசெய்கிறீர்கள். இவ்வூன்தடி உங்கள் கைகளில் தவழ்ந்தது உங்கள் மைந்தர் என மறுபடியும் பிறப்பதற்கே என்று அறிக! இவன்மேல் நீங்கள் காட்டிய பேரன்பு இவன் உங்கள் மைந்தனாகப்போகிறவன் என்பதனால்தான்" என்றார். அவர்கள் கண்ணீர் வழிய அவர் சொற்களைக் கேட்டனர். "உங்களில் எவருக்கு மைந்தன் பிறக்க விருப்பமுள்ளதோ அவர்கள் மட்டும் இப்பால் வருக! பிறர் அங்கு நின்று மைந்தனைக் காத்துக்கொள்க!" என்றார் புலோமர்.

நூறாவது அரசியான பத்மை கண்ணீருடன் "இவன் என் உயிருக்கு நிகர். ஆனால் பெண்ணென நான் ஒரு மைந்தனில்லாமல் இறக்க விரும்பவில்லை" என்றபடி விலகி நின்றாள். இன்னொரு அரசியும் "ஆம், நான் மைந்தனில்லாமல் இறந்தால் விண்ணுலகு செல்லமாட்டேன்" என்று விலகி வந்தாள். "நான் இக்குழவியில் கண்டது பிறக்க இயலாத என் மைந்தனைத்தான். அவன் வருக!" என இன்னொருத்தி விலகினாள். அனைத்து அரசிகளும் ஜந்துவை விட்டுவிட்டு விலகினர். அவனை

வயிற்றில் சுமந்துபெற்ற முதல் அரசி மட்டும் அவனை மடியில் வைத்து அணைத்து கண்ணீர்விட்டபடி உடல்குறுக்கி அமர்ந்திருந்தாள்.

"அரசி, உங்களை அன்னையென்று அழைக்கக்கூட அறியாத இந்த மைந்தனால் என்ன பயன்? முடிசூடி அமர்ந்து கோசலத்தை ஆளும் சக்ரவர்த்தி ஒருவன் எழவேண்டிய வயிறு உங்களுடையது" என்றார் புலோமர். அவள் "விலகுக! என் செவிக்கு நஞ்சாகிய சொற்களைச் சொல்லாதொழிக!" என்று கூவினாள். "மைந்தன் என்பவன் மைந்தனுக்குரிய இயல்புகளின் தொகுதி அல்லவா? இவன் இயல்புகள் என்ன? உங்கள் கைகளில் வாழும் இந்த ஊன்பொதியால் உங்கள் அன்னையுள்ளம் நிறைவடைகிறதா?" என்றார் புலோமர். "பேசாதே... விலகு!" என்று அன்னை கூவினாள்.

"அரசி, உங்கள் வயிற்றில் இப்போதே கருத்துவடிவாக வந்துவிட்டான் பேராற்றல் மிக்க மைந்தன். உங்கள் கண்களும் கைகளும் அறிந்துவிட்ட இந்த ஊன்குவைக்காக உங்கள் கனவகம் மட்டுமே அறிந்த அம்மைந்தனைக் கொல்ல முடிவெடுக்கிறீர்கள் இப்போது" என்றார் புலோமர். அரசி நிமிர்ந்து தன் நெஞ்சிலும் வயிற்றிலும் ஓங்கி ஓங்கி அறைந்துகொண்டு வீரிட்டலறினாள். பின்னர் மைந்தனை அப்படியே விட்டுவிட்டு ஓடி தன் அறைக்குள் புகுந்து கதவை மூடிக்கொண்டாள். புலோமர் தன் மாணவர்களிடம் "பலிவிலங்கை வேள்விப்பந்தலுக்குக் கொண்டுசெல்லுங்கள்" என்றார்.

அவர்கள் ஐந்துவைத் தூக்கிக்கொண்டு சென்றபோது அவன் அஞ்சி கழுத்து இறுகிய கன்றுபோல அமறல் ஒலியெழுப்பித் துடித்தான். "ஆ! ஆ!" என அவன் அழுதது அம்மா அம்மா என்றே அவர்களின் செவிகளுக்கு ஒலித்தது. அரசியரில் மூவர் உள்ளம்பொறாமல் ஓடிவந்து அவன் ஒருகையைப்பற்றி இழுத்தனர். இளவைதிகர் அவனை மறுபக்கம் இழுத்தனர். பிற அரசியர் "வந்துவிடடீ... வேண்டாம்" என்று அவர்களை அழைத்தனர். அழுதபடி கையை விட்டுவிட்டுச் சென்று முழந்தாளிட்டமர்ந்து கதறி அழுதனர் அம்மூவரும். அரசியரின் அழுகைக்குரல் சூழ ஐந்து வேள்விப்பந்தலுக்குக் கொண்டுசெல்லப்பட்டான்.

அங்கே வேள்விக்காவலனாக சோமகன் அமர்ந்திருந்தான். தந்தையின் குரலைக் கேட்டதும் ஐந்து மகிழ்ந்து மூக்கை அத்திசை நோக்கித் திருப்பியபடி சிரித்து "ஆ! ஆ!" என ஓசையிட்டான். அவனை அவர்கள் கொண்டுசென்று மணைப்பலகையில் அமரச்செய்தனர். அவன் அஞ்சித் தலைதிருப்பியபோது சோமகன் அவன் தோளைத்தொட்டு "அசையாதே, ஐந்து" என்றான். அவன் ஒருபோதும் அப்பெயரைச் சொல்வதில்லை.

சௌமதத்தன் என்றே சொல்வது வழக்கம். அப்போது அச்சொல் அவனை வெறுப்புக்குரியவனாக ஆக்க உதவியது. ஐந்து தந்தையின் தொடுகையை உணர்ந்து சிரித்துக்கொண்டேயிருந்தான். அவன் கழுத்தில் வேள்விக்கத்தி குளிராகத் தொட்டபோதும் அவன் நகைத்தான்.

அவர்கள் அவன் கழுத்தின் குருதிநாளத்தை அறுத்து, பெருகிய குருதியை வேள்விக்குளத்தில் கொட்டினர். முதல்முறையாக ஐந்துவின் கைகளும் கால்களும் துடித்து இழுபட்டு நீண்டன. அவன் இரு கைகளையும் விரித்து கால்களை உந்தி சோமகனை நோக்கித் தாவினான். "தந்தையே" என்று கூவினான். அதற்குள் மூச்சுக்குழாயும் அறுபட்டதனால் அடுத்த சொல் குருதித்தெறிப்புகளாக அவனைப் பிடித்துக்கொண்டிருந்த வைதிகர்மீதும் அப்பால் நின்றிருந்த அரசன்மீதும் தெறித்தது. அவன் கைகால்கள் அதிர்ந்துகொண்டேயிருந்தன.

அவன் தலையைத்துண்டித்து அப்பால் எடுத்து வைத்தபின் அவன் உடலை சிறுதுண்டுகளாக வெட்டி எரிகுளத்திலிட்டனர். பாம்புச்சீறல்கள்போலவும் கூகைக்குழறல்போலவும் யானைப்பிளிறல்போலவும் எழுந்த அதர்வம் அப்பலியை ஏற்றுக்கொண்டது. நெய்விழுந்த தீ எழுந்து கூரைதொட்டு நின்று ஆடியது. ஊன் உருகும் வாடை எழுந்து அரண்மனைக்குள் சூழ்ந்தபோது அரசியர் நெஞ்சில் அறைந்தபடி கதறி அழுதனர். சிலர் உப்பரிகைகளிலிருந்து கீழே குதிக்க ஓடினர். அவர்களை பிறர் பிடித்துத் தடுத்தனர். மைந்தனின் குருதியன்னை நினைவிழந்து படுத்திருந்தாள். இறுதியாக தலையையும் அவியிலிட்டபின் நூறு அதர்வச் சொல்நிரையை ஆயிரம் முறை சொல்லி அவ்வேள்வியை புலோமர் நிறைவுசெய்தார்.

அன்னையர் பித்துப்பிடித்தவர்கள்போல பலமாதகாலம் ஆடையணியாமல் அணிபூணாமல் இன்னுணவும் ஏற்காமல் இருந்தனர். சோமகனும் இறுகிய முகமும் வற்றிக்குறுகிய சொற்களுமாக அரசச்செயல்களை மட்டும் செய்து வாழ்ந்தான். ஆறுமாதங்களுக்குப் பின் அரசியர் ஒவ்வொருவராக கருவுறத்தொடங்கினர். ஒவ்வொரு கருவுறுதல் செய்தி வந்தபோதும் பிற அனைவரும் உவகைகொண்டனர். நூறுபேரும் கருவுற்ற செய்தி நூறுமடங்கு களிப்பாகியது. நூறு மடங்கு கொண்டாடிய சோமகன் ஐந்துவை அரிதாகவே எண்ணிக்கொண்டான். நூறு கருச்சடங்குகள் ஆற்றப்பட்டபோது முழுமையாகவே மறந்தான்.

அரசியர் தாங்கள் கருக்கொள்ளும்வரைதான் ஐந்துவை நினைத்திருந்தனர். தங்கள் வயிற்றில் உயிரை உணர்ந்தபின் வேறெதையும் அவர்கள் எண்ணாதவர் ஆயினர். நூறுமைந்தரும் ஒவ்வொருவராக மண்ணுக்கு வந்தபோது அரண்மனையும் அந்நாடும் ஐந்துவை முழுமையாக மறந்தனர். அவனுக்கு நகரின் தெற்குமூலையில் ஓர் ஆலயம் அமைக்கப்பட்டு

அங்கே அவன் பலியான அன்று மட்டும் நெய்விளக்கு ஏற்றப்பட்டது. முதல்நாள் விளக்கேற்று விழாவுக்கு அரசியர் சூழ அரசன் வந்திருந்தான். கண்ணீருடன் கைகூப்பி அம்முற்றத்தில் நின்றிருந்தார்கள். அடுத்த ஆண்டு மைந்தர்களைக் கருவுற்றிருந்தமையால் அரசியர் வரவில்லை. அதற்கடுத்த ஆண்டு அரசனும் அக்கோயிலுக்குச் செல்லவில்லை. அவைவைதிகரே உரியமுறையில் பூசனைகளைச் செய்தார்.

ஐந்து எப்போதாவது அவன் குருதியன்னையின் கனவில் வந்தான். அவன் விழிகள்கொண்டு நோக்கி துயரத்துடன் கைநீட்டி "அன்னையே!" என்று அழைத்தான். அவள் கருநிறைந்திருந்த நாளில் இருமுறை அக்கனவுக்குப் பின் கதறி எழுந்து ஓடமுயன்று கீழே விழுந்தாள். கனவுக்குறி நோக்கும் நிமித்திகர் நோக்கி, ஐந்து அவள் வயிற்றில் மீண்டும் மைந்தனாகப் பிறக்க விழைகிறான் என்பதே அக்கனவின் பொருள் என்று உரைத்தனர்.

அதன்வண்ணமே நீண்ட உடலும் பெரிய கைகளும் அரசனுக்குரிய இலக்கணங்களும் கொண்டு நற்பொழுதில் பிறந்த மைந்தன் ஐந்துவின் இடுப்பில் இருந்த அதே மச்சத்தை தானும் கொண்டிருந்தான். அவன் பேரரசன் ஆவான் என்றனர் நிமித்திகர். அவனுக்கு சௌமதத்தன் என்று அன்னை பெயரிட்டாள். இளமையிலேயே படைக்கலம் கையிலெடுத்த அவன் பெருந்திறல்வீரனாக வளர்ந்தான். தன் உடன்பிறந்தார் துணையுடன் ஆரியவர்த்தத்தை முழுதும் வென்று அஸ்வமேதமும் ராஜசூயமும் நிகழ்த்தி சத்ராஜித் என அறியப்பட்டான். துலா சரியாமல் நெறிகாப்பவன் என குடிக்குப் புகழ்சேர்த்தான்.

தந்தையும் அன்னையரும் முற்றிலும் மறந்தாலும் அவன் மட்டும் தன் மூத்தவனை மறக்கவில்லை. ஒவ்வொரு மாதமும் ஐந்துவின் ஆலயத்திற்குச் சென்று வணங்கி படையலும் பூசையும் இட்டு மீள்வது அவன் வழக்கமாக இருந்தது. தன் வாழ்வு என்பது பிறிதொரு விழைவின் ஈடேற்றமே என அவன் அறிந்திருந்தான். சிலையாக நின்றிருந்த ஐந்து கூரிய விழிநோக்கு கொண்டிருந்தான். அவன்முன் நிற்கும் எவரும் அவ்விழிகளை ஏறிடமுடியாமல் விலகிச்செல்வதே வழக்கம். சௌமதத்தன் மட்டுமே அவ்விழிகளை நோக்கியபடி நெடுநேரம் நின்றிருப்பான். "என்னை நான் நோக்கிக்கொண்டிருக்கிறேன் என்று தோன்றுகிறது" என்று அவன் சொன்னான்.

9

நூறு கிளைகளும் ஆயிரம் விழுதுகளும் கொண்டு தனிமரமே காடென்றான மைத்ரி என்னும் ஆலமரத்தடியில் அமைந்த சிறுகொட்டகையில் திசையாடை அணிந்த சமணப்படிவர் தன் முன் அமர்ந்திருந்த தருமனிடம் அறவுரை சொன்னார். "அரசே, இப்புவியில் அறமென்றும் அன்பென்றும் ஏதுமில்லை. இருப்பது விழைவு ஒன்றே. விழைவுக்குரியதை நாடும் வழியையும் அதைப் பேணும் முறைமையையும் மானுடர் அறமென வகுத்தனர். விழைவை அன்பென்று ஆக்கி அழகுறச்செய்தனர். விழைவை வெல்லாதவனால் தன் விழைவை அன்றி எதையும் அறியமுடியாது. அறிபடுபொருள் அனைத்தும் விழைவால் உன்னிடம் தொடர்புகொண்டிருக்கையில் வேறெதை அறியும் உன் சித்தம்?"

"கேள், பசிகொண்டவன் அடுமனைப்பணி ஆற்ற முடியுமா? நாவூறுபவனால் அறுசுவை சமைக்கமுடியுமா? பசியும் ருசியும் விலகியபின்னரே நீ அன்னத்தை அறியத்தொடங்குகிறாய். அதன்பின்னரே அருஞ்சுவை உன் கைகளில் வந்தமைகிறது" என்றார் அருகப்படிவர். "விழைவறுக்காது சொல்லப்படும் ஒவ்வொரு சொல்லும் சொல்பவனின் விழைவால் வளைந்தது. விழைவுகொண்டவனின் செயல்களனைத்தும் அவன் விழைவால் திசைமாற்றப்பட்டவை. விழைவுகொண்டவனின் அறிவென்பது அவ்விழைவு கொண்ட ஆயிரம் உருவங்கள் மட்டுமே."

"மானுடருக்குரிய விழைவுகளில் உயிர்ப்பற்று தெய்வங்களால் பொறுத்தருளப்படுகிறது. அதன்பின்னர் மைந்தருக்கான விருப்பம் அவர்களால் ஏற்கப்படுகிறது. ஆனால் அவையும்கூட உண்மையை மறைப்பவை, உள்ளத்தைத் திரிப்பவை. முற்றிலும் விழைவை

வென்றவனுக்குரியதே முற்றறிவென்று அறிக!” தருமன் அவர் சொற்களைக் கேட்டபடி கைகளை கட்டிக்கொண்டு அமர்ந்திருந்தார். அடுமனைப்புகை கலந்த காற்று மழைநீர்த்துளிகளுடன் வீசியது. ஆலமரத்தின் கிளைகளிலிருந்து பறவைகள் மழையூறிய சிறகுகளை வீசி உலரச்செய்தபடி கிளம்பிச்செல்லும் ஒலி தலைக்குமேல் நிறைந்திருந்தது.

நூறு மைந்தரைக் கண்டு நிறைந்து முதிர்ந்து கம்பூன்றி தளர்ந்து நடந்தார் சோமகன். நூறு மைந்தரின் ஆயிரம் பெயர்மைந்தரைக் கண்டு மேலும் நிறைந்து அவர்களின் பன்னிரண்டாயிரம் மறுபெயர் மைந்தரையும் கண்டு அவர்களின் பெயர்கள்கூட தெரியாமல் முகமும் புரியாமல் ஆனார். நோய்கொண்டு உடல் நைந்து படுக்கையில் கிடந்தார். காலமும் இடமும் அறியாமலாயின. அறிந்த உறவுகள் எவரும் சூழ்ந்திருக்கவில்லை. உடலெங்கும் விடாய் நிறைந்து தவித்தது. ஆனால் வாயில் நீரூற்றப்பட்டபோதுதான் அது நீருக்கான விடாய் அல்ல என்று தெரிந்தது. குரல்வளையில் அனல் எரிந்துகொண்டே இருந்தது. நினைவுகள் முழுமையாக அழிந்தன. தன்னிலை அதன்பின் அழிந்தது. தன்னருகே கிடந்த கை எவருடையதோ என தோன்றியது. அப்போது அவர் அருகே குனிந்த இளமைந்தன் ஒருவன் ‘மூதாதையே, இதோ நீர்’ என்றான்.

அவன் தன் கைகளில் இருந்த மரக்குடுவையிலிருந்து நீரை அவர் நாவில் ஊற்றினான். அந்த நீரைக் கண்களால் பார்க்கமுடிந்தது. நாவை அது தொடவில்லை. எம்பி எம்பி அந்த நீரைக் கவ்வ உளம்தவித்தாலும் உடல் உள்ளத்தை அறியவில்லை. ‘இன்னும், இன்னும்’ என்று அவர் கூவினார். அது சொல்லாகவில்லை. பின்பு நடுக்கத்துடன் அவர் அவனை அறிந்தார், அது சௌமதத்தன். ‘ஜந்து!’ என்று அவர் கூவினார். அவன் அவர் குரலைக் கேட்காத நெடுந்தொலைவில் இருந்தான். முகம் ஒளிகொண்டிருந்தது. விழிகள் வேறெங்கோ என திரும்பியிருந்தன. இத்தனை அழகனா இவன் என வியந்தார். ‘ஜந்து!’ என மீண்டும் அழைத்தார்.

ஜந்து புன்னகையுடன் மறைந்தான். நீர்ப்பாவை மீது காற்றுபடிந்ததுபோல அவன் உருவம் கலைந்ததும் அவர் மீண்டும் ‘ஜந்து’ என முனகினார். அருகே நின்றிருந்த அவர் பெயரன் சோமகன் குனிந்து அவர் இதழ்களை நோக்கி ‘எதையோ சொல்கிறார்’ என்றான். ஏவலன் அவர் இதழ்களில் காதுவைத்துக் கேட்டு ‘ஜந்து என்கிறார்’ என்றான். ‘எதைச் சொல்கிறார்?’ என்று சோமகன் கேட்டான். ஏவலன் மேலே நோக்கி ‘பல்லி ஏதாவது உத்தரத்தில் ஓடியிருக்கலாம்’ என்றான். ‘இங்கு எந்த உயிரும் இல்லையே?’ என்றான் அணுக்கமருத்துவன்.

அவர் மீண்டும் அதையே சொல்ல, செவிகொடுத்துவிட்டு ‘ஆம், ஜந்து என்றுதான் சொல்கிறார்’ என்றான் இன்னொரு ஏவலன். ‘பொருளற்ற

சொல்... அவர் தன் அழிந்துபோன இளமையில் எங்கோ இருக்கிறார். அதை நாம் இன்று இங்கிருந்து அறியமுடியாது' என்றார் மருத்துவர். 'அந்நிகழ்வை எப்படி உள்ளம் மீட்டெடுக்கிறது?' என்றான் சோமகன். 'இளவரசே, முதுபிதாமகரின் வாழ்க்கையில் எங்கோ ஏதோ உயிருடன் அவருக்கு ஓர் எதிர்கொள்ளல் நிகழ்ந்திருக்கிறது' என்றான் ஏவலன்.

மருத்துவர் 'அது அவ்வண்ணம் முதன்மையான செயலாக இருக்கவேண்டுமென்பதில்லை, இளவரசே. வாழ்க்கையின் அனைத்து நிகழ்வுகளையும் உள்ளம், நீர் கரையோரக்காட்சிகளை என இயல்பாகவே பதிவுசெய்துகொள்கிறது. அந்நிகழ்வுகளில் சிலவற்றில்தான் தெய்வங்கள் நுழைந்தாடுகின்றன. மிக எளிய அன்றாடச் செயலாகவும் இருக்கலாம். அந்நிகழ்வை மட்டும் நீரை பாறைப்பிளவு தேக்கிக்கொள்வதுபோல உள்ளம் காத்துக்கொள்கிறது' என்றார். சோமகன் 'ஐந்து என்றால் என்ன பொருள்? வியப்பாக உள்ளது' என்றான்.

முதிய ஏவலன் ஒருவன் 'நம் குடிக்குரிய கைவிடப்பட்ட ஆலயம் ஒன்று நகரின் தெற்குமூலையில் உள்ளது. உங்கள் தந்தையார் உயிருடனிருந்த காலம் வரை அங்கே மாதந்தோறும் கருநிலவு ஏழாம் நாளில் குருதிபலி கொடுத்து வணங்கிவந்தார். அரசகுலத்து மைந்தர் ஒருவரின் நடுகல் அது என்பார்கள். அவர் பெயரை ஐந்து என்று சொல்லிக்கேட்டிருக்கிறேன்' என்றான். 'ஆம், அந்த ஆலயத்தை நானும் ஒருமுறை பார்த்திருக்கிறேன். அதனருகே நின்ற ஆலமரம் வளர்ந்து அது வெடித்தது. சில ஆண்டுகளுக்கு முன் யானையொன்றின் கால்பட்டு இடிந்தழிந்தது. சிலை சரிந்து பாதி மண்ணில் புதைந்து அங்கே கிடக்கிறது' என்றான் இன்னொரு ஏவலன்.

'அந்த ஆலயத்தைச் சீரமைக்க பிதாமகர் விழைகிறார் போலும். அவ்வாறே செய்வோம்' என்றான் சோமகன். முதியவரின் செவியருகே குனிந்து 'ஆலயத்தை மீண்டும் கட்டுகிறோம். ஐந்துவின் ஆலயம் கட்டப்படும்' என்று கூவினான். அவர் அதைக் கேளாத் தொலைவிலிருந்தார். எதிரே நின்றிருக்கும் ஒருவரை நிலைகுத்தி நோக்குபவர் போலிருந்தன விழிகள். 'போதும், அழைத்துச்செல்!' என அவர் எண்ணினார். அவ்வெண்ணம்கூட அவருக்கு வெளியே எங்கோ எழுந்ததுபோலிருந்தது. அதைக் கேட்டு அக்கணமே அருகே இருந்த நிழல் எருமையாகியது. அதன் மேல் அமர்ந்திருந்த அவன் கயிற்றுச்சுருளை வீசி 'வருக!' என்றான்.

நிழலெருமை மீதேற்றி எமன் அவரை அழைத்துச்சென்றான். செல்லும் வழியில் ஒளிமிக்க வானின் நடுவே நிறுத்தி புன்னகையுடன் எமன் கேட்டான் 'அரசே, சொல்க! இந்த நூறு மைந்தரும் ஆயிரம் பெயர் மைந்தரும் பன்னீராயிரம் மறுபெயரரும் உனக்கு எவ்வகையில் பொருட்டு? எதற்காக இவர்களை இழக்கச் சித்தமாவாய்?' அவன்

கேட்பதன் பொருளுணர்ந்து அவர் தலைகுனிந்து கண்ணீர் சிந்தினார். அவரை அவன் இருண்ட பாதைகள் வழியாக அழைத்துச்சென்றான். அவர் அங்கே விம்மல்களையும் அழுகுரல்களையும் கேட்டார். 'அவை என்ன?' என்றார். 'உடலழிந்த விழைவுகள் அவை. உடல்காத்து இங்கு நின்றுள்ளன.' அவர் கடந்துசெல்கையில் தன் குரலையும் கேட்டார். 'ஐந்து ஐந்து' என்று அது அரற்றிக்கொண்டிருந்தது.

"அரசே, இப்புவியில் அனைத்துக் கொடுமைகளும் விழைவின் விளைவாகவே செய்யப்படுகின்றன. இங்கு மெய்மையும் அறமும் விழைவுகளால் விளக்கப்பட்ட வடிவில்மட்டுமே கிடைக்கின்றன. விழைவறுத்து விடுதலை கொள்க! அறிவதறிந்து அமைக! அருகனருள் அதற்குத் துணை கூடுக!" அருகப்படிவரின் குரல் ஓய்ந்தபின்னர் நெடுநேரம் அவர் எஞ்சவிட்ட அமைதியைக் கேட்டுக்கொண்டு தருமன் அமர்ந்திருந்தார். பின்னர் பெருமூச்சுடன் "நான் என் நினைவறிந்த நாள் முதல் மெய்யையும் அதைப் பீடமெனக்கொண்ட மாறா அறத்தையும் தேடி அலைந்துகொண்டிருக்கிறேன். நூல்களில், முனிவர் சொற்களில், சொல்வளர்காடுகளில்" என்றார்.

"நானறிந்த ஒவ்வொன்றையும் மேலுமறிந்த ஒன்று கடந்துசென்றதையே உணர்ந்தேன். பிருஹதாரண்யகத்தின் முழுமைக்கல்வியை சாந்தீபனி குருநிலையின் இணைவுக்கல்வி கடந்துசென்றது. அதுவே முழுமை என்றெண்ணி அங்கிருந்தவனை இவ்வடுமனைக்கு வரச்சொன்னவர் இளையயாதவர். இங்கு வந்து என் சித்தத்தால் அறிந்ததை உடலால் மீண்டும் அறிந்தேன். சொற்கள் சருகென விழுந்து இம்மண்ணில் மட்கியபின் எஞ்சும் உப்பு என்னவென்று இங்கு அறிந்தேன். அத்தனை மெய்யறிதல்களும் ஒன்று பிறிதை நிகர்த்து ஒருமுனையென்றாகும் கணம் வரை வந்தேன். இது விடுதலை என்ற நிறைவுடன் இருந்தேன்."

"அருகப்படிவரே, அடிகள் பணிந்து கேட்கிறேன். நான் இங்கிருந்து செல்லக்கூடும் இடமென்பதென்ன?" என்று தருமன் கேட்டார். "இங்கிருந்து இதைப்போல பிறிதொரு இடம் சென்று கடந்துசெல்ல நான் விழையவில்லை, அடிகளே. நான் சென்ற இடமே இறுதியென்றாகவேண்டும். நான் அறிந்ததே எனக்கு இறுதிவரை எஞ்சவேண்டும்." அருகப்படிவர் அவரை நோக்கியபடி விழிநிலைத்து அமர்ந்திருந்தார். காற்று ஓடிச்செல்லும் ஓசையைக் கேட்டபடி தருமன் கைகூப்பியபடி அமர்ந்திருந்தார். அருகர் மீண்டும் பேசத்தொடங்கியபோது ஒரு சொல்கூட நிகழாது சித்தம் அங்கேயே நின்றிருந்ததை உணர்ந்தார்.

"அரசே, இதுவரை நீ தேடிய அறமென்பது என்ன? அது நீ இங்கு நாட்ட விழைந்த அறம். இங்கு தொடரவேண்டியதென நீ நாடிய அறம்.

அது அறமல்ல, உன் விழைவென்று நீ ஏன் அறியவில்லை?" என்றார். "அருகரே, நான் இவ்வுடலில் இப்பொறிகளுடன் இவ்வுள்ளத்துடன் இக்காலவெளியில் எஞ்சுவதுவரை எனக்குரிய அறத்தை மட்டும்தானே அறியமுடியும்?" என்றார் தருமன். "ஆம், நீ என்பது உன் விழைவல்ல. களிம்பும் துருவுமென படர்பவை ஆணவமும் அறியாமையும் பிறவும். விழைவோ உலோகக்கலவை என உள்கலந்து உருவென்றாகியது. உருகியழிந்து பிறந்தெழாமல் விழைவறுத்து மீளமுடியாது.

"நீ இங்கு அன்னமளித்து ஆணவத்தை வென்றாய். அனைத்தறிவுகளையும் நிகரெனக்கொண்டு அறியாமையை வென்றாய். ஆனால் உன் கையிலிருந்து விழைவை அறுத்து இங்கு நீ அமைந்துள்ளாய் என எண்ணுகிறாயா?" என்றார் அருகப்படிவர். "இல்லை" என்று தருமன் தலைகுனிந்தார். அருகப்படிவர் அவர் சொல்லப்போவதற்காகக் காத்திருந்தார். "இல்லை, உத்தமரே" என்று சொல்லி தருமன் பெருமூச்சுவிட்டார். நெடுநேரம் தலைகுனிந்து அமர்ந்திருந்தபின் "இல்லை, நான் இதை பிறிதொருவரிடம் மட்டுமே சொல்லமுடியும். இல்லை" என உடைந்த குரலில் சொன்னார். அருகப்படிவர் அவரை தன் அன்னை விழிகளால் நோக்கியபடி காத்திருந்தார்.

"நான் அவளுக்காக ஏங்கிக்கொண்டிருக்கிறேன்" என்று சொன்னபோது அவர் உடல் நடுங்கத் தொடங்கியது. "நான் அவள் ஒரு சொல்லேனும் என்னிடம் கனிந்து சொல்வாள் என எதிர்பார்க்கிறேன். இக்காட்டுக்குள் நுழைகையில் என் உள்ளம் ஓலமிட்டுக்கொண்டிருந்தது. எரிமேல் மண்ணள்ளிப்போடுவதுபோல சொற்களைக் குவித்து அதை அணைத்தேன். அதன் வெம்மை என் ஆழத்தில் இருந்துகொண்டேயிருந்தது. இங்கு வந்தபின் இரவுபகலென ஆற்றிய வெறிகொண்ட உழைப்பில் அது முற்றிலுமாக அணைந்தது. சென்ற மாதங்களில் ஒருகணம்கூட நான் அதை எண்ணியதில்லை.

"ஆனால் இப்போது நீங்கள் கேட்டதும் என் உள்ளம் கொந்தளித்தெழுந்து ஆம் என்றது. ஓர் அணுவிடைகூட என் ஏக்கம் தீரவில்லை என்று உணர்ந்தேன். ஆம், அது மறைந்தவை மீளவேண்டுமென விழையும் மூடனின் துயரம் மட்டுமே. எதுவும் திரும்பாது என்னும் மாறாநெறியால் கட்டப்பட்டது இப்புவிவாழ்க்கை. ஆயினும் அதுவே விழைவு. ஒருநாள் ஒரு சொல்லால் அவள் என் தலைதொட்டால் போதும். பிறிதொன்றும் வேண்டேன்." அச்சொற்களை பிறனாகி நின்று அவரே கேட்டு உளமுருகினார். இறுதிச்சொல் மெல்லிய கேவலுடன் வெளிவந்தது. கண்ணீர் தாடிமயிர்களுக்குள் வழிய அவர் உடல்குலுங்கி விசும்பி அழுதார்.

கேவல்களுடனும் மூச்சொலிகளுடனும் அவர் அழுதுமுடிக்கும் வரை மிக இயல்பாக அருகப்படிவர் காத்திருந்தார். நெஞ்சுலையும் நீள்மூச்சுகளுடன் அவர் மெல்ல மீண்டு அமைதியடைந்தார். ஆலமரத்துச் சருகுகள் நிலம்நோக்கிச் சுழன்றிறங்கிக்கொண்டிருந்தன. மீண்டும் கீழ்த்திசையில் முகில் திரண்டது. அங்கே மின்னல் ஒன்று கிழிபட்டுத் துடித்தணைவதைக் காணமுடிந்தது. களிற்றின் பிளிறல்போல இடியோசை தொலைவில் ஒலித்தடங்கியது.

“நான் என்ன செய்வது, அருகரே?” என்றார் தருமன். அவர் “அவளை அறிக! அறிதலே கடத்தல். கடப்பதே விழைவை வெல்லும் ஒரே வழி” என்றார். “நான் எப்போதும் அவளை அறியவே முயல்கிறேன்” என்றார் தருமன். “தவமின்றி அறிதலில்லை” என்றார் அருகப்படிவர். “அவளை அறிதலென்பது அவள் அழலை அறிதலே. அழலுக்கு அஞ்சி அப்பால் நிற்பவர்கள் அதை அறிவதில்லை. தீயில் இறங்கி உருகி மாசுகளைந்து வெளிவரும் பொன் அறியும் தீயென்றால் என்னவென்று. ஆகவே பொன்னை ஜடாக்னி என்கிறார்கள். தீயை சுவர்ணதாரா என்கிறார்கள்.

“ஒவ்வொரு கல்விநிலையிலிருந்தும் கிளம்பும்போதே நீ அடுத்து செல்லவேண்டிய இடமென்ன என்று முடிவுசெய்திருந்தாய். அங்கு அறியக்கூடுவது என்ன என்பதையும் அறிந்திருந்தாய். அறிந்ததை அறிந்து ஆணவம் நிறைந்ததன்றி நீ எதையும் அறியவில்லை. அந்த ஏமாற்றத்தை அக்கல்விநிலைமேல் சுமத்தி அதை நீங்கினாய்” என்றார் அருகப்படிவர். “நீ அறியவேண்டிய மெய்மை உனக்கு முற்றிலும் அயலானதென்றால் உன் ஊழால் மட்டுமே அதைச் சென்று சேர்வாய்.” சொல் நிறைந்துவிட்டது என்பதற்காக கையால் அருட்குறி காட்டினார். தருமன் தலைவணங்கினார்.

10

மைத்ராயனியத்திலிருந்து கிளம்பும் எண்ணத்தை தருமன் பிரபவரிடம் சொன்னபோது அவர் ஓடையில் இடைவரை நீரில் நின்றிருந்தார். மழைக்காலம் முடிந்து இரண்டாவது இளவேனில் தொடங்கிவிட்டிருந்தது. முகில்கள் வானில் மிதந்து நின்றிருந்தாலும் எப்போதாவது மென்தூறல் சொரிவதற்கப்பால் மழையென ஆகவில்லை. காடு பசுமைகொண்டு தளிர்நிறைந்து கறைமணம் கொண்ட குளிர்காற்றை உயிர்த்தபடி சூழ்ந்திருந்தது. ஓடையின் நீர் கலங்கல் தெளிந்தாலும் சேற்றுமணத்துடன் இருந்தது.

அவரது சொற்களைக் கேட்டு நிமிர்ந்துநோக்கி "எப்போது கிளம்புகிறீர்கள்?" என்றார். "நாளை காலை கருக்கிருட்டில்" என்றார் தருமன். "நன்று!" என்றார் பிரபவர். மேலும் ஒருசொல் உரைக்காமல் நீரில் மூழ்கி எழுந்து குழல்படிவுகளை கையால் அடித்து நீர் களைந்தார். அவர் மேலும் பேசாமலிருந்ததே இயல்பானதென்று தருமனுக்குத் தோன்றியது. மேலும் சற்றுநேரம் காத்திருந்தபின் அமைதியாகத் தலைவணங்கி அவர் தன் மரவுரிச்சுருள்களுடன் திரும்பிநடந்தார்.

நகுலன் "இம்முறை நாம் செல்வதெங்கே?" என்றான். "ஒவ்வொருமுறை நாம் கிளம்புகையிலும் நாம் செல்லவேண்டிய இடம்குறித்து எவரேனும் நமக்கு அறிவுறுத்தியிருக்கிறார்கள்." தருமன் "இம்முறையும் அறிவுறுத்தல் உள்ளது. ஆனால் அது இடமாக அல்ல, செல்லும் வழியாக" என்றார். நகுலன் அவரை நோக்கிக்கொண்டு நின்றான். அவர் கட்டிலில் படுத்துக்கொண்டு "நாம் நாளை கிளம்புவோம்" என்று சொன்னார். "மூத்தவரே, குறைந்தது நாம் எத்திசை நோக்கித் திரும்பவேண்டும்

என்றாவது முடிவுசெய்யவேண்டும்” என்றான் நகுலன். “நாம் நாளைவரை பொறுப்போம். இன்னும் ஓர் இரவு எஞ்சியிருக்கிறது” என்றபடி தருமன் கட்டிலில் படுத்து கண்களை மூடிக்கொண்டார்.

முதலில் எழுந்தவன் அர்ஜுனன். அவன் சிற்றகலை ஏற்றும் ஒலிகேட்டு நகுலனும் சகதேவனும் எழுந்துகொண்டார்கள். நகுலன் கால்களைத் தொட்டு “மூத்தவரே!” என்று அழைக்க, தருமன் தன் கைகளை விரித்து நோக்கியபடி எழுந்தார். “முதற்புள் ஒலித்தது” என்றான் நகுலன். “திரௌபதியை எழுப்பு. அதற்கு மந்தனை அனுப்பு” என்றார் தருமன். நகுலன் வெளியே சென்று திண்ணையில் வெறும்தரையில் மல்லாந்து படுத்து தூங்கிக்கொண்டிருந்த பீமனின் கால்களைத் தொட்டு உலுக்கினான். “மூத்தவரே! மூத்தவரே” என்றான். “யார்?” என்றான் பீமன். “மூத்தவரே, நாம் இப்போது கிளம்பவேண்டும். முதற்புலரி” என்றான் நகுலன்.

“நீங்கள் கிளம்புங்கள், நான் வந்து சேர்ந்துகொள்கிறேன்” என்றபடி அவன் புரண்டுபடுத்தான். “மூத்தவரே” என நகுலன் மீண்டும் உலுக்கினான். “என்ன வேண்டும் உனக்கு?” என்று சினந்தபடி பீமன் கண்களைத் திறந்தான். “சென்று அரசியிடம் கிளம்பும்படி சொல்லுங்கள். மூத்தவரின் ஆணை!” பீமன் “ஏன், நீ சொன்னால் என்ன? நீங்கள் கிளம்பும்போது நானும் எழுந்துகொள்கிறேன். செல்லும் வழியில் நீராடுவேன்” என்றான். “மூத்தவரே, நீங்கள் செல்லவேண்டுமென்பது மூத்தவரின் ஆணை.” பீமன் எரிச்சலுடன் எழுந்து ஆடையைச் சுழற்றி அணிந்துவிட்டு ஒன்றும் சொல்லாமல் இருட்டுக்குள் நடந்து சென்றான்.

அவர்கள் நீராடி வரும்போது பீமன் அதே திண்ணையில் துயிலில் இருந்தான். “மந்தா!” என்று தருமன் சினத்துடன் அவன் தோளை தன் காலால் தட்டினார். “என்ன செய்கிறாய்? எழு!” பீமன் எழுந்து “அரசி கிளம்பிவிட்டாள். நீங்கள் கிளம்பும்போது நானும் உடன்வருவேன். அதுவரை துயிலலாமே என எண்ணினேன்” என்றான். தருமன் ஏதோ சொல்லவந்தபின் அதை வென்று உள்ளே சென்று ஈர ஆடைகளை அகற்றினார். நகுலன் “அவர் நேற்று துயிலவில்லை. காட்டுக்குள் இருந்தார்” என்றான். “ஏன், புதிய குரங்குக்கூட்டம் ஏதாவது வந்ததா?” என்றார் தருமன். நகுலன் புன்னகை செய்தான்.

அவர்கள் வெளிவந்தபோது நகுலன் மீண்டும் பீமனை உலுக்கி “கிளம்புகிறோம், மூத்தவரே” என்றான். அவன் எழுந்து “இத்தனை இருளில் கிளம்பி என்ன செய்யப்போகிறோம்? இது காடு. வெயிலே இருக்காது” என்றான். தருமன் பேசாமல் முன்னால் செல்ல, நகுலன்

“அவர் எவ்வழி செல்வது என இன்னமும் முடிவுசெய்யவில்லை” என்றான். “நன்று, எவ்வழி சென்றால் உணவு கிடைக்குமென நான் குரங்குகளிடம் கேட்டுச்சொல்கிறேன்” என்றபடி பீமன் பின்னால் வந்தான்.

அருகிருந்த குடிலில் இருந்து திரௌபதி கையில் ஒரு சிற்றகலுடன் நடந்து வந்தாள். அவள் முகம் சிறு சுடருக்குமேல் பெரியதழலென தெரிந்தது. அவர்கள் அவளை நோக்கியபடி நின்றனர். எண்ணியிராது வந்த உளஎழுச்சியால் தருமன் நோக்கை விலக்கி உதடுகளை இறுக்கிக்கொண்டார். அவள் அருகே வந்து அந்த அகல்விளக்கை அருகே இருந்த பிறையில் வைத்தபின் அவர்களுடன் நின்றுகொண்டாள். பீமன் “விடிவெள்ளி வந்துவிட்டது, கிளம்பப்போகிறோம்” என்றான். அவள் தலையசைத்தாள்.

தருமன் கொட்டகையின் முற்றத்திற்கு வந்து நின்றார். பின்கட்டில் அடுமனையாளர்கள் துயிலெழத் தொடங்கியிருந்தனர். மெல்லிய குரலில் பேச்சொலிகளும் பாத்திரங்கள் முட்டிக்கொள்ளும் ஒலியும் கேட்டது. எங்கிருந்தாவது ஏதாவது குரல் வருமென்பதுபோல அவர் தலைகுனிந்து நின்றிருந்தார். நகுலனும் சகதேவனும் அவரை நோக்கியபடி நிற்க, அப்பால் நோக்கியபடி அர்ஜுனன் நின்றான். திரௌபதி அங்கில்லாதவள் போலிருந்தாள். பீமன் துயில் முழுக்கக் கலையாதவன் போல் தோன்றினான். மெல்லிய காற்று காட்டின் குளிருடன் வந்து அவர்களின் குழல்களை அசைத்து கடந்துசென்றது. அக்காற்றில் வந்தவைபோல நெடுந்தொலைவில் குரங்குகளின் ஒலி கேட்டது.

பின்கட்டுக்குச் சென்று பிரபவரிடம் விடைபெற்றாலென்ன என்று ஓர் எண்ணம் எழுந்தது. ஆனால் அவர் ஒன்றும் சொல்லப்போவதில்லை என்றும் தெரிந்தது. அங்கு தங்கியிருந்த நாட்களில் எப்போதும் எதையும் அவர் சொன்னதில்லை. நேர் எதிரில் மைத்ரி விழுதுக்காடுகள் சூழ வேர்களால் மண் கவ்வி கிளைகள் இருளில் துழாவிக்கொண்டிருக்க நின்றிருந்தது. அதிலிருந்த பறவைக்குலங்கள் அனைத்தும் முழுதடங்கி அமைதிகொண்டிருந்தன. அதை நோக்கிக்கொண்டிருந்தபோது அங்கு கேட்ட ஒருசொல்லும் நினைவுக்கு வரவில்லை என்பதை எண்ணி வியந்தார். அதை முதன்முதலாகக் கண்டபோது எழுந்த வியப்பு மட்டுமே எஞ்சியிருந்தது.

நெடுமூச்சுடன் அவர் காலெடுத்தபோது “பகா!” என்று ஓர் ஒலி கரியவானில் எழுந்தது. பெரிய பறவை ஒன்று அவர் தலைக்குமேல் மிக அண்மையில் கடந்துசென்றது. அதன் மெல்லிய காற்றசைவைக்கூட

அவரால் உணரமுடிந்தது. இருளுக்குள் ஒரு வெண்ணிற இறகு மெல்லச் சுழன்று இறங்கி தரையிலமைவதைக் கண்டார். குனிந்து அதை எடுத்தார். அது ஒரு வெண்ணிற நாரையின் இறகு. “சாரஸப் பறவை” என்று திரும்பி சகதேவனிடம் சொன்னார். அவன் தலையசைத்தான். “எங்கோ சிறுகுளமொன்றைக் காக்கின்றது” என்று அவர் மீண்டும் சொன்னார். அது வந்த திசையை நோக்கியபடி ஒருகணம் நின்றபின் “நாம் அவ்வழி செல்வோம்” என்றார்.

ஒன்பதாம் காடு

யக்ஷவனம்

1

இருபக்கமும் அடர்ந்த காடு சீவிடுகளின் ரீங்காரமாகவும் காற்றோசையாகவும் குரங்கு முழக்கங்களாகவும் பறவைக் கலைவொலிகளாகவும் சூழ்ந்திருக்க, நடுவே வகுந்துசென்ற காட்டுமாடுகளின் கால்களால் உருவான பாதையில் பாண்டவர்கள் சென்றனர். உச்சிப்பொழுதுவரை தருமன் ஒருசொல்லும் உரைக்காமல் தலைதூக்கி நோக்காமல் நடந்துகொண்டிருந்தார். இளையோரும் திரௌபதியும் அவரைத் தொடர்ந்து சென்றனர். அவர்களின் காலடியோசைகள் இருபக்கமும் பட்டு எதிரொலித்துவந்து சூழ்ந்தன.

உச்சிவெயில் தெரியாமல் தலைக்குமேல் தழைப்புக்கூரை மூடியிருந்தது. காலோய்ந்ததும் அவர்கள் ஒரு மரத்தடியில் அமர்ந்தனர். பீமன் காட்டுக்குள் சென்று வலைக்கூடையில் கிழங்குகளும் ஒரு மானின் உடலுமாகத் திரும்பிவந்தான். அவன் உணவைச் சுட்டு சமைக்கையில் அவர்கள் விழி அயர்ந்தனர். கையில் சுனைப்பறவையின் இறகுடன் தலைகுனிந்தபடி தருமன் அமர்ந்திருந்தார். பீமன் “மூத்தவரே, உணவுண்ணலாம்” என்றபோது வெறுமனே தலையசைத்தார்.

சுட்ட மானிறைச்சியையும் கிழங்குகளையும் கனிகளையும் வாழையிலையில் பரப்பிக் கொண்டுவந்து தருமன் அருகே வைத்தான் பீமன். அதன்பின் திரௌபதிக்கு அளித்தான். அவர்கள் அவர் உண்பதற்காகக் காத்திருப்பதை அறியாமல் அவர் எங்கோ என அமர்ந்திருந்தார். சகதேவன் “உண்ணுங்கள், மூத்தவரே” என்றான். அக்குரல் கேட்டு திடுக்கிட்டு விழித்து “ஆம்” என்றபின் அவர் உண்ணத்தொடங்கினார். அவர்களும் உண்ணலாயினர். அவர்கள் உண்ணும் ஓசைமட்டும் அங்கே எழுந்தது.

சற்று ஓய்வெடுத்தபின் அவர்கள் மீண்டும் நடந்தனர். எதிரே ஒரு சூதன் வலத்தோளில் கழியில் கோத்த தோல்மூட்டையும் இடத்தோளில் முழவுமாக தலைசாய்த்து தனக்குள் பாடியபடி வருவதைக் கண்டதும் நகுலன் "இவர்கள் இல்லாத இடமில்லை" என்றான். சகதேவன் "அவன் வருவதைப்பார்த்தால் இங்கே எங்கோ ஊரோ குருநிலையோ உள்ளது தெரிகிறது" என்றான். அவன் அவர்களைப் பார்த்ததும் தொலைவிலேயே தலைவணங்கினான்.

அருகணைய அவன் நடை மாறுபட்டது. நெருங்கியதும் அவன் நிமிர்ந்த தலையுடன் நாடகப்பாங்கில் "காடேகும் இந்திரப்பிரஸ்தத்தின் அரசருக்கும் இளையோருக்கும் வணக்கம். உங்கள் அவையில் ஒருகாலத்தில் பந்திக்கும் பரிசிலுக்கும் மிகமிகப் பின்நிரையில் நின்றிருக்கிறேன்" என்றான். "என்மேல் சினம் கொள்ளக்கூடாது. இன்று வரிசையில் முதன்மையாக நின்றிருக்கும் பேறுபெற்றமையால் நான் சற்று தருக்கியிருக்கிறேன்".

தருமன் "சூதரே, உங்களுக்குப் பெரும்பொருள் அளிக்கும் இடத்தில் நான் இல்லை" என்றபடி திரும்பிப்பார்த்தார். பீமன் அவரிடம் ஒரு கல்லைக் கொடுத்தான். அதை நோக்காமலேயே வாங்கி சூதனுக்களித்து "இக்காட்டில் இதுவே என் கொடையெனக் கொள்க!" என்றார். சூதன் அதை நோக்கியதும் திகைத்து "அரசே!" என்றான். அவன் முகம் மாறியது. "இது வைரம்... உண்மையான வைரக்கல்" என்றான். பீமன் "ஆற்றங்கரையில் கிடைத்தது, சூதரே. பட்டை தீட்டப்படாதது. வணிகர்களிடம் விற்று நீர் விழைந்ததைப் பெறுக!" என்றான். "ஏழு நீரோட்டங்கள். பேரரசுகளை வாங்கும் திறன்கொண்ட வைரம் இது. இது எனக்கா?" பீமன் "ஆம், உமக்கே!" என்றான்.

சூதன் கைகூப்பி "என் சொற்களுக்காக என் மேல் பொறுத்தருள்க!" என்றான். "பழகிய நாவும் கையும் தருணமுணர்வதில்லை... நான் இளிவரல்சூதன்." தருமன் "சூதரே, இவ்வழி சென்றால் என்னென்ன ஊர்கள் வருகின்றன?" என்றார். "இவ்வழி செல்வது எளிதல்ல. உண்மையில் இன்னும் சற்றுதொலைவில் இவ்வடர்ந்த காடு மெலிந்து மறைந்துவிடும். அதன்பின் ஏறிச்செல்லும் மொட்டைப் பாறைச்சரிவு மட்டுமே. வெண்ணிறக் கந்தகம் பூத்த பாழ்நிலம். எனவே மரங்களோ செடிகளோ இல்லை. அங்கே மக்களோ குருநிலைகளோ ஏதுமில்லை. மலைச்சரிவு மேலே சென்று கரிய மூளிப்பாறையில் முடிகிறது. அது வானில் முட்டி நிற்பதனால் அப்பால் என்னவென்று அறியக்கூடவில்லை" என்றான்.

"அதற்கப்பால் ஒருபாதை சென்று மேலும் கடந்து கந்தமாதன மலையை அடைகிறது என்கிறார்கள். திரும்பிவரத் தேவையில்லாத

மெய்மைதேடிகள் செல்வதுண்டு என்று கேள்விப்பட்டேன்" என்றான் சூதன். "அப்படியென்றால் நீர் ஏன் அங்கு சென்றீர்?" என்றான் நகுலன். "இதென்ன கேள்வி? அங்கு சென்றதனால்தானே நான் இதையெல்லாம் அறிந்தேன்?" என்றான் சூதன். "சூதர்கள் வீணாகப் பயணம் செய்யமாட்டீர்களே?" என்றான் நகுலன். "வைரக்கல்லைக் கொடையாகப்பெறும் பயணம் வீண் என்று எப்படிச் சொல்லமுடியும்?" என்றான் சூதன். நகுலன் சிரித்து "சரி, நான் சொல்லாடவில்லை" என்றான்.

தருமன் "சூதரே, இன்று காலை இத்திசையிலிருந்து எதிர்த்திசைக்குச் சென்றது ஒரு சுனைநாரை. இது அதன் இறகு" என்று நீட்டினார். "இது எனக்கொரு செய்தி என்று நினைக்கிறேன். இந்நாரை கிளம்பிய இடத்தைச் சென்றடைய விரும்புகிறேன்." அவன் அதை வாங்கிப்பார்த்து "நாரையா? இப்பகுதியில் நாரை என ஏதுமில்லையே" என்றபடி திருப்பித் திருப்பி நோக்கி "ஆ! இதுவா?" என்றான். "அரசே, இப்பறவையை நான் அறிவேன்." தருமன் அவனை நோக்க "இது பண்டு முண்டகக்காட்டில் இருந்த பறவை அல்லவா? இதன் தோழியும் உடனிருந்தாள். அவள் பழங்களை உண்டாள், இவன் வெறுமனே பார்த்திருந்தான்" என்றான்.

தருமன் விழிகளில் சினத்துடன் "விளையாட்டு வேண்டாம்" என்றார். "இவன் ஏன் வெறுமனே பார்த்திருந்தான் என்று சொல்கிறேன். இவன் துணைவி உண்ட பழம் நஞ்சு. ஆனால் அதை அவள் அமுதென நினைத்தாள். அதை இவன் சொல்லப்போனால் இவனை தன் எதிரி என எண்ணுவாள். ஆகவே தாளாத்துயருடன் தனிமையில் அதை நோக்கியிருந்தான்." தருமன் "வீண்சொல் தேவையில்லை" என்றபடி திரும்ப "கேளுங்கள், அரசே! அல்லது உண்மையிலேயே அது அமுதகனியாக இருக்குமோ? அழிவின்மையை தான் மட்டுமே அடையவேண்டுமென நினைத்து அவள் மட்டும் உண்டாளோ?" என்றான்.

"செல்க!" என்று சினத்துடன் கையசைத்து தருமன் நடக்க, அவன் பின்னால் சென்றபடி "அப்படியென்றால் இவன் எப்படி இத்தனை காலம் வாழ்கிறான்? அமுதை உண்பதைப் பார்ப்பவனும் அழிவின்மையை அடையமுடியுமா? அமுதை உண்பவன் அழிவிலா இன்பத்தையும் அதை வெறுமனே காண்பவன் முடிவிலா மெய்மையையும் அறிகிறான் என்று வைத்துக்கொள்ளலாமா?" என்றான். தருமன் "நீர் என்ன பித்தரா?" என்று கேட்டார். "பித்தர் சொன்னதும் பேதையர் சொன்னதும் பத்தர் சொன்னதும் பன்னப் பெறுபவோ என்பார்களே?" என்றபடி அவன் பின்னால் சென்று நின்றான்.

"சொல்க!" என்று உதட்டை இறுக்கியபடி தருமன் திரும்பி நின்றார். "அந்த இறகை மீண்டும் காட்டுங்கள்..." என்றான் சூதன். அதை மீண்டும்

நோக்கிவிட்டு “இதுவா? இதுதானா?” என்றான். “சொல்லும்!” என்றார் தருமன். “அந்தச் சாரசங்கள் ஒரு மரத்தில் சிறைதழுவி அமர்ந்திருந்தன. அலகுகளால் கொஞ்சிக்கொண்டன. இன்குரலெழுப்பின. காதல்கொண்டவருக்கு உடல் பெருந்தடை. உடலே ஊடகமும் கூட. அந்த இருமையில் நின்றுதவிப்பதே அவர்களின் பேரின்பம். அதில் அவை திளைத்துக்கொண்டிருந்தன” என்றான் சூதன்.

அப்போது அங்கு ஒரு வேடன் வந்தான். தொல்வேடன். கொன்றுண்பதால் நின்று வாழலாம் என்று கண்டுகொண்ட மூதாதை. அவ்வாறுதான் அவன் தன் நூறு குழவிகளை உயிர்புரந்தான். அவர்கள் வளர்ந்து செழித்து பெருங்குலமாக ஆயினர். அக்குலம் பெருகிப் பெருகி குமுகங்களாயிற்று. படைக்கலமும் தொழில்முறையும் கற்றது. மேழியும் துலாவும் ஏந்தியது. மொழிகற்றது. பாடல் பயின்றது. மெய்மை நாடி அவையனைத்தையும் துறந்தது. அவன் தொன்மையான வேர் போன்றவன். அவனில் முளைத்தெழுந்து அவனை உண்டு வளர்ந்தெழுந்த காடுதான் இம்மானுடம். வேர்களுக்குள் அவன் இன்னமும் இருந்துகொண்டிருக்கிறான்.

அரசே, இதோ இதேபோல ஒரு சிற்றோடை. அது வேகவதி. அதிர்ஸ்யை என்றும் அதற்குப் பெயர் உண்டு. வாள் போல வளைந்தது. நாள் என ஒன்றுபோல் காட்டி உயிர் ஈரும் ஒளி கொண்ட வாள். அதற்கு அப்பால் நின்றிருந்தான் வேடன். வில்நாண் இழுத்து அதில் அம்புபூட்டி இழுத்து ஆண்பறவையைக் குறிவைத்தான். அந்தச் சிற்றோடைக்கு இப்பால் அமர்ந்து மெய்மைதேடி விழிமூடியிருந்தான் அவன் நூற்றுவர்வழிப் பெயரன். கொலைகடந்து செயல்கடந்து சொல்கடந்து தன்னைக்கடக்க எண்ணி தவமிருந்தான். வேடனின் அம்புபட்டு விழுந்தது ஆண். பெண் கதறியழுதபடி சிறகடித்தெழு ந்தது. கிளைகளில் முட்டிமோதிக் கதறியபடி சுற்றிவந்தது.

அக்குரல் கேட்டு எழுந்த வேட்டுவமுனிவரிடம் சிறகால் மண்ணை அறைந்தபடி அந்தப் பறவை கேட்டது ‘எதை நோக்கி அமர்ந்திருக்கிறாய், மூடா? நீ தேடும் அமுது அணையாநெருப்பு காவலிருக்கும் ஏழுமலைகளுக்கு அப்பால் உள்ளது. அதன் கரையிலிருக்கும் நச்சுப்பொய்கையில் நீராடாமல் அங்கு செல்ல எவராலும் முடியாது. சென்று அதிலாடுக!’ அவர் ஒன்றும் புரியாமல் நோக்கினார். ‘நச்சுப்பொய்கை! அதுதான் முதல் மெய்மை. மூடா, அதுவே முதன்மையான மெய்மை! அதையறியாமல் நீ அறிந்ததுதான் என்ன?’ என்று அந்தப் பறவை கூச்சலிட்டது.

அவர் அதை நோக்கி இரங்கினார். அவர் விழியுகுத்த நீர் தாடியில் சொட்டியது. ‘பெண்ணே உன் துயர்கண்டு என் உள்ளம் இரங்குகிறது.

நான் உனக்கு அளிக்கக்கூடுவதென்ன?' என்று அவர் கேட்டார். 'கணவனை இழந்தவள் நான். அவனை அன்றி பிறிது எதையும் என்னால் ஏற்கமுடியாது' என்றது பகப்பறவை. 'உன் கணவனின் உடல் அந்தக் கண்காணா ஆற்றுக்கு அப்பால் விழுந்துள்ளது. அதை ஒரு மலைவேடன் எடுத்துச் சென்றுள்ளான். அங்கு சென்றவை இங்கு மீளமுடியாது' என்றார் முனிவர். 'அதை நானும் அறிவேன். அந்த அடையமுடியாமையில் முட்டித்தான் தவித்துக்கொண்டிருக்கிறேன். தலையுடைந்து இப்பால் செத்து உதிர்வேன், நான் செய்யக்கூடுவது அதையே' என்றாள் அவள்.

'உன் குரல் கேட்பதற்கு முந்தைய கணம் நான் அமுதத்தை அடைந்தேன். என் நெஞ்சு கலமாக அதைப் பெற்று நிறைந்து உடலெங்கும் ததும்பிக்கொண்டிருந்தேன். அதை முழுமையாகவே உனக்களிக்கிறேன். நீ உன் துணைவனுடன் அழிவின்மையை அடைவாய்' என்றார் முனிவர். அவர் அருகே வாக்தேவி தோன்றினாள். 'என்ன செய்கிறாய், மூடா? நீ இத்தனைநாள் கணுக்கணுவாய் ஏறிவந்த உச்சம் இது? ஒற்றைக்கணத்தில் இதை அறியாத சிறுபறவை ஒன்றுக்கு அளிக்கிறாயா? மீண்டும் இதை நீ எண்ணவும் இயலாது' என்றாள். 'இக்கணம் என் நெஞ்சு நெகிழ்கிறது. இவ்விழிநீரைப் பார்த்தபின் நான் வீணே என் அமுதைச் சுமந்து அமர்ந்திருந்தேன் என்றால் அது திரிந்து நஞ்சாகிவிடும். விலகுக!' என்று அவர் வாக்தேவியிடம் சொன்னார்.

அந்த வெண்ணிறப் பறவையை நோக்கிக் கைநீட்டி 'வருக, சிறுமகளே! உனக்கு நான் அழிவற்றவளின் பெயரைச் சூட்டுகிறேன். உன் பெயர் சீதை. உன் கணவன் உன்னை மகிழ்விப்பவன். ரமிக்கச்செய்யும் ராமன். ஆம், அவ்வாறே ஆகுக!' என்று அதன் தலையில் மெல்ல தொட்டார். அப்பறவையின் சிறகுகள் பொன்னொளி கொண்டன. சுடரென அது மகிழ்ச்சிக்குரல் எழுப்பியபடி வானிலெழுந்தது. அதன் துணைப்பறவை பொற்சிறைகளுடன் காற்றில் நின்றிருந்தது. அவர்கள் கூவியபடி இணைந்துகொண்டனர். சிறகு தழுவியும் அலகு உரசியும் சிறகடித்துப்பறந்து சுழன்றும் மகிழ்ந்தனர். முனிவர் நோக்கியபோது வாக்தேவி தன் இரு கைகளிலும் அவற்றை ஏந்தி சுழற்றி விளையாடுவதைக் கண்டார். புன்னகைத்துவிட்டு அவர் எழுந்து சென்றார்.

"அரசே, அந்தப் பறவையின் இறகல்லவா இது? இதை எப்படி நீங்கள் பெற்றீர்கள்?" என்றான் சூதன். அவனது விழிகளை நோக்கியபடி தருமன் வெறுமனே நின்றார். சூதன் சிரித்துக்கொண்டு "பாருங்கள், அழிவின்மையை அடைந்தபின்னரும் இந்த அழியும் களத்தில் ஓர் இறகுபொழித்துச் சென்றிருக்கிறாள். அரசே, நீங்கள் கற்ற சொல் சிறந்தது என்றால் சொல்க, இந்தச் சிறகின் பெயர் என்ன?" என்றான். தருமன்

பெருமூச்சுடன் தலையசைத்தார். “சொல்க, இச்சிறகு என்ன சொல்?” தருமன் “ராமா” என்றார்.

சூதன் முகம் மலர்ந்து “ஆ!” என்று கூச்சலிட்டான். “ஆம், ராமா. சீதை என்று சொல்லியிருந்தீர்கள் என்றால் நீங்கள் காதலை அறிந்ததே இல்லை. காதலை அறியாமல் காட்டை எவர் அறியக்கூடும்? காட்டை அறியாமல் கடந்துசெல்வது எப்படி? காதல்கொண்டவளுக்கு பெயரே இல்லை. காதலனையே அவள் சூடிக்கொள்கிறாள். சீதா… இக்காட்டில் அக்குரலைக் கேட்கிறீர்களா?” தருமன் “ஆம்” என்றார். “ஆம், இக்காட்டின் பெயர் தசரதவனம். பண்டு இங்கேதான் தசரதன் நீரள்ளப்படும் ஒலி கேட்டு யானை நீர் குடிக்கிறது என்றெண்ணி அம்புவிட்டு சிரவணனைக் கொன்றார். அவர் தந்தையரின் பழிச்சொல்லைச் சூடினார். அவர்களின் துயரக்குரலின் எதிரொலிக்கு எதிரொலி என இங்கே ராமனின் துயரக்குரல் அழியாமல் நிலைகொள்கிறது.”

“சூதரே, நாங்கள் கோருவதொன்றே. இக்காட்டில் எங்கேனும் சுனைநாரைகள் வாழும் பொய்கைகள் உள்ளனவா?” என்றான் பீமன். “அதைத்தானே சொல்லிக்கொண்டிருக்கிறேன்? இதோ, இந்தக் கையில் இருக்கும் இறகு, நச்சு இறகு. நச்சுப்பொய்கையில் நாரை அது” என்றான் சூதன். “இக்காட்டுக்கு அப்பாலுள்ளது கந்தகப் பெருவெளி. அதை யட்சர்கள் காக்கிறார்கள். ஆகவே யட்சவனம் என்றும் அதற்குப் பெயருண்டு. அங்கும் அதற்கப்பாலும் யட்சர்களன்றி வேறு உயிர்களே இல்லை. அப்படியென்றால் அங்கே வேதச்சொல் உண்டா?” தருமன் “உண்டு” என்றார்.

“ஆ! மறுபடியும் சரியான மறுமொழி. உண்டு. பாலையிலும் தரிசிலும் நின்றிருக்கும் செடிகளே உயிர்வல்லமை மிக்கவை” என்றான் சூதன். “ஆகவே பிறிதொரு கேள்வி. அமுதத்தை முழுமையாகவே பறவைகளுக்கு அளித்தபின் முனிவரின் உள்ளே நிறைந்தது எது?” தருமன் “அமுதே” என்றார். “அமுதென்றால் அது அழிவற்றது. குறையாத கலத்திலேயே அமுது அமைந்திருக்கும்.” சூதன் கைகொட்டி துள்ளிக் குதித்து “வேதச்சொல்லை நன்கு கற்றுவிட்டீர்கள். இனி நச்சுப்பொய்கைதான் உங்களுக்கு” என்று சிரித்தான். “நன்று, நன்று, செல்க!” என்றான்.

அவன் ஒரு சரடில் அந்த வைரத்தைச் சுற்றிக்கட்டி தன் நெற்றியில் அணிந்துகொள்வதைக் கண்டு பீமன் “என்ன செய்கிறீர்?” என்றான். “நான் இந்த வைரத்தை விற்கப்போவதில்லை, இளவரசே. இதன் மதிப்பு நாள்தோறும் ஏறிக்கொண்டே செல்லும். விற்றுவிட்டேன் என்றால் இதன் ஏறும் மதிப்பை முழுக்க நான் இழந்தவன் ஆவேன் அல்லவா? அவ்விழப்பை எண்ணி என்னால் எப்படி துயில் கொள்ளமுடியும்?

ஆனால் இந்த வைரத்தின் உரிமையாளன் என்பதை நான் எப்படிக் கொண்டாடுவது? ஆகவேதான் வைரத்தைச் சூடி அலையப்போகிறேன்."

பீமன் எரிச்சலுடன் "கள்வர்கள் திருடிச்செல்வார்கள்" என்றான். "ஆம், அப்படியென்றால் இழந்த வைரத்தின் உரிமையாளன் ஆவேன். அதன் மதிப்பு முடிவற்றது" என்றான் சூதன். "மந்தா, அவரைப் போகவிடு... அவர் விரும்பியதைச் செய்யட்டும்" என்றார் தருமன். "ஆம், நான் விரும்புவதும் அதுவே. ஆனால் நினைவறிந்த நாள்முதல் நான் இந்த முழவு விரும்புவதைத்தான் செய்துவருகிறேன்" என்றபடி அவன் தலைவணங்கி நடந்து சென்றான்.

பீமன் "பித்தன்!" என்றான். "நேரத்தை வீணடித்துச்செல்கிறார்." தருமன் "இல்லை மந்தா, பித்தராயினும் அவர் சொன்னவற்றில் நாம் தேடும் அனைத்தும் உள்ளன" என்றார். பீமன் அவரை சிலகணங்கள் கூர்ந்து நோக்கிவிட்டு திரும்பி சகதேவனின் சிரிக்கும் கண்களைப் பார்த்தான்.

2

காடு மெலியத்தொடங்கியபோது அவர்கள் மலைச்சரிவில் கற்களால் ஒழுங்கற்று கட்டப்பட்டிருந்த அடித்தளத்தின்மேல் தடித்த மரக்கட்டைகளைக்கொண்டு கட்டப்பட்டிருந்த குடில் ஒன்றைக் கண்டனர். பீமன் "அது ஓர் அந்தணருக்குரியது" என்றான். அவர்கள் அதை நோக்கிச் சென்றார்கள். அந்தி நெருங்கிக்கொண்டிருந்தது. "அந்திக்குள் ஒரு கூரையைக் கண்டடைந்தது நல்லூழே. அங்கு வாழ்பவர் இந்நிலத்தைப்பற்றி பித்தில்லாதவர்கள் புரிந்துகொள்ளும்படி ஏதேனும் சொல்லவும் கூடும்" என்று பீமன் சொன்னான். நகுலன் அறியாது சிரித்துவிட்டு சகதேவனை நோக்கி முகம் திருப்பிக்கொண்டான்

அவர்கள் குடிலின் முற்றத்தை அடைந்தபோது உள்ளிருந்து இளைய அந்தணன் ஒருவன் இறங்கிவந்தான். "வருக, அரசே! வருக, இளையோரே!" என்றான். பீமன் "நீர் காட்டில் வாழ்ந்தாலும் அரசியலையும் அறிந்திருக்கிறீர்" என்றான். "நான் மாளவத்தைச் சேர்ந்தவன். என் ஆசிரியரும் அவந்தியில் வாழ்பவரே. இங்கு ஒரு வேள்விச்செயலுக்காக வந்துள்ளோம்" என்றான். "வருக, உங்கள் வருகையும் நல்லூழ் என்றே நினைக்கிறேன். வேள்விச்செயல் நாளை நிறைவடைகிறது." அவன் அவர்களை உள்ளே அழைத்துச் சென்றான். "என் பெயர் மித்ரன். இங்கு என் ஆசிரியர் சுஃப்ர கௌசிகர் இருக்கிறார்" என்றான். அப்பால் வேதச்சொல் ஒலித்துக்கொண்டிருப்பதை அவர்கள் கேட்டனர்.

"ஐவருக்கும் அளிக்க ஒரே அறை மட்டுமே இங்குள்ளது. அரசி ஓர் அறைக்குள் தங்கிக்கொள்ளட்டும்" என்று மித்ரன் சொன்னான். "இங்கே அருகிலேயே ஓர் ஊற்று உள்ளது. நீராடி வருக! ஆசிரியரைச் சந்திக்கலாம்." அவன் சென்றபின் அவர்கள் அழுக்கான ஆடைகளுடன்

கிளம்பி நீராடச் சென்றனர். மலைச்சரிவில் சற்று இறங்கிச் சென்றபோது நீர் விழும் ஒலி கேட்டது. பாறையிடுக்கிலிருந்து ஊறி வழிந்த நீர் ஒரு சிறு சுனையில் கொட்டியது. அதில் இறங்கி அள்ளி முகர்ந்த பீமன் "கந்தக நீர்... நீராடலாம். ஆனால் மீன்களோ பிற உயிர்களோ இங்கு வாழமுடியாது" என்றான்.

"அப்படியென்றால் நாரைகள் எப்படி வாழும்?" என்றான் நகுலன். "மெய்மையை உண்டு வாழும் நாரைகள் உள்ளனபோலும்" என்றான் பீமன் நீரை நோக்கியபடி. நகுலன் சிரித்தான். சகதேவன் அவனைக் கண்களால் விலக்கினான். பீமன் நீராடத்தொடங்க, பிறர் மெல்ல நீரிலிறங்கினர். நீர் மிகுந்த எடைகொண்டதுபோலிருந்தது. மூழ்கியபோது எரிமணம் மூக்கை நிறைத்தது. ஆனால் நீராடி எழுந்து மரவுரி மாற்றிக்கொண்டபோது புத்துணர்ச்சி ஏற்பட்டது. மேலே குடிலைநோக்கி சரிவுப்பாதையில் சென்றபோது அவர்கள் களைப்பை மறந்து உவகைகொண்டிருந்தனர். "இதற்கப்பால் ஒரு குன்று உள்ளது. அங்கே எரி நீர்மணம் கொண்டிருக்கும். ஏனென்றால் மெய்மை இருமுகம் கொண்டது" என்றான் பீமன். நகுலன் சிரிக்க "மூத்தவரே, பகடி வேண்டாம்" என்றான் சகதேவன்.

அங்கிருந்து பார்த்தபோது மேலே வேள்விப்பந்தல் தெரிந்தது. பத்துபேருக்குமேல் அமரமுடியாத சிறியபந்தல். ஆனால் அதில் நடப்பட்டிருந்த வேள்விமரமாகிய அத்தி முளைத்து தளிர்விட்டு கிளைகொண்டிருந்தது. தருமன் "குறைந்தது ஓராண்டாக வேள்வியைச் செய்துகொண்டிருக்கிறார் அந்தணர்" என்றார். "இவரைக் கேள்விப்பட்டதே இல்லை" என்று சகதேவன் சொன்னான். "அதனால்தான் வேள்வி செய்கிறார். முடிந்தபின் அனைவரும் கேள்விப்படுவார்கள்" என்று பீமன் சொன்னான்.

அவர்கள் வேள்விப்பந்தலுக்குச் சென்றபோது அவியளித்தல் முடிந்து சுஃப்ர கௌசிகர் எழுந்துவிட்டிருந்தார். சுஃப்ர கௌசிகர் வேள்வியன்னத்தை அவர்களுக்கு இரவுணவாகப் பகிர்ந்தளித்தார். அங்கே சுஃப்ர கௌசிகருடன் மித்ரனைத் தவிர இன்னொரு மாணவனாகிய சுஷமன் மட்டுமே இருந்தான். தருமன் சுஃப்ர கௌசிகரை வணங்கி முகமன் உரைத்தார். "நீங்கள் வந்திருப்பதை மித்ரன் சொன்னான்" என்று அவர் சொன்னார். "நான் நாளை இங்கு என் மகாருத்ர அக்னிஹோத்ர வேள்வியை நிறைவு செய்யவிருக்கிறேன். அதற்கு விழிச்சான்றாக அரசகுலத்தோர் வந்திருப்பது உகந்ததே. நாளை என் வேள்வியில் நீங்கள் எரிகாவலர்களாக அமர்ந்து அருளவேண்டும்."

தருமன் "எரிகாவலிருப்பது அரசகுடியினருக்குக் கடமை. நாங்கள் அதை நல்லூழ் என்றே கொள்கிறோம்" என்றார். "ஆனால் இங்கு இத்தனிமையில்

ஏன் இவ்வேள்வியைச் செய்கிறீர்கள் என்று அறியவிழைகிறேன்...” சுஃப்ர கௌசிகர் “அரசே, சில ஆண்டுகளுக்கு முன்பு மாளவத்தின் தென்பகுதியில் அறியாநோய் ஒன்று பரவியது. குழந்தைகள் மட்டும் காய்ச்சல்கண்டு ஒரேநாளில் இறந்தனர். அவர்கள் அனைவருமே இறக்கையில் விடாய் விடாய் என நீருக்குத் தவித்து தொண்டையையும் நெஞ்சையும் பற்றிக்கொண்டு துடித்து மாண்டனர். மருத்துவர்கள் தங்கள் நூல்களை முற்றாய்ந்தும் அதற்கு மாற்று காணமுடியவில்லை. நிமித்திகர் குறிகளை ஆய்ந்தபின் மலைகளில் வாழும் பதினாறு ருத்ரர்கள் நிறைவுசெய்யப்படவில்லை என்றனர். அதற்கு என்ன மீள்வழி என்று ஆராய்ந்தபோது இதைப்போன்ற ஒரு ருத்ர அக்னிஹோத்ரம் ஒன்றைச் செய்யலாம் என்று தெரியவந்தது. அதைச் செய்ய நான் ஒப்புக்கொண்டேன்” என்றார்.

“அதை ஏன் இங்கு செய்யவேண்டும்?” என்றார் தருமன். “இந்த வேள்வி தனித்துவம் கொண்டது. நோய்பரவிய தென்பகுதிக்காட்டில் தென்கிழக்கு மூலையில் நின்றிருக்கும் அரணிமரத்தில் இருந்து எரிகட்டைகள் செய்யப்பட்டன. அந்த அரணிக்கட்டைகளில் பதினாறு ருத்ரர்களும் பூசைசெய்யப்பட்டு குடியேற்றப்பட்டனர். அக்கட்டைகளை எடுத்துக்கொண்டு நான் மாளவத்திலிருந்து விலகி நடந்து இந்த வடபுலக் காட்டுக்கு வந்தேன். அந்த அரணிக்கட்டைகளை உரசி ஒவ்வொரு நாளும் ருத்ரர்களை எழுப்பி எரி கொணர்ந்து வேள்வித்தீ மூட்டுவேன். சிறிய வேள்வி என்றாலும் எவ்வகையிலும் குறைவுபடாதது இது” என்றார் சுஃப்ர கௌசிகர்.

“நான் கற்ற முழுவேதத்தையும் ஒரு சொல் மிச்சமின்றி ஓதி அவியிடுவதே இவ்வேள்வியின் நெறி. என் உள்ளத்தில் அமைந்த சொற்கள் அனைத்தையும் எரியாக்குவேன். அதன்பின் இறுதிநாளில் நான் என்னை இத்தீயில் அவியிடுகையில் வேள்வி முடிகிறது. என்னுடன் என் வேள்விக்கொடையால் நிறைவுகொண்ட ருத்ரர்களும் விண்ணிலெழுவார்கள். என் மாணவர் வேள்விச்சாம்பலை எடுத்துக்கொண்டு மாளவத்துக்குத் திரும்புவார்கள்” என்றார் சுஃப்ர கௌசிகர். “நான் கிளம்பியதுமே நோய் என்னுடன் வந்துவிட்டது. அவியாகும் பலிமிருகம் தூயதாக இருக்கவேண்டும். அதனுள் காமகுரோதமோகங்கள் நிறைந்திருக்கக்கூடாது. ஆகவே நான் இங்கு வந்தேன். ஓராண்டாக இவ்வேள்வி நிகழ்ந்துகொண்டிருக்கிறது. நாளை முடியவிருக்கிறது.”

அவரை வணங்கி அவர்கள் திரும்பி அறைக்குச் சென்றனர். பீமன் தலைகுனிந்து நடக்க தருமன் “மந்தா, இளிவரலில் ஈடுபடுபவர்களின் இழிவு ஒன்றுண்டு. அவர்கள் அறியாமலேயே தங்களைப் பிறரைவிட

மேலே வைத்துக்கொள்ளத் தொடங்குகிறார்கள். ஆகவே மேன்மைகளை உணராத வீணர்களாக காலப்போக்கில் மாறிவிடுகிறார்கள்” என்றார். பீமன் ஒன்றும் சொல்லவில்லை. உள்ளறையில் மித்ரன் மறுநாள் வேள்விக்கான பொருட்களை ஒருக்கிக்கொண்டிருந்தான். அவர்கள் தங்களுக்கு அளிக்கப்பட்ட சிறிய அறைக்குள் சென்று புல்பாயில் படுத்துக்கொண்டார்கள். குறைவாகவே இடமிருந்தமையால் பீமன் வெளியே சென்று திண்ணையில் படுத்தான். சென்றதுமே அவன் குறட்டை ஒலி கேட்கத்தொடங்கியது.

“துயின்றபடியே சென்றிருக்கிறான்போலும்” என்றார் தருமன் சிரித்தபடி. நகுலன் “அவர் உண்ணும்போதும் துயிலும்போதும் ஒரு சொல்லும் ஊடாகப்புக ஒப்புவதில்லை” என்றான். தருமன் உடல்முழுக்க களைப்பை உணர்ந்தார். கண்களை மூடியபடி அந்த நாரையிறகைப்பற்றி எண்ணிக்கொண்டார். வரும்வழியெங்கும் ஒரு நாரையையோ இறகையோ அவர் பார்க்கவில்லை. நகுலன் “மூத்தவரே, வேள்வி செய்பவரும் அவியாகும் வேள்வியைப்பற்றிக் கேள்விப்பட்டதே இல்லை” என்றான். “இத்தகைய வேள்விகள் முற்காலத்தில் ஏராளமாக இருந்தன. இவை ஆசுரம் எனப்படுகின்றன” என்றார் தருமன். “ராவண மகாபிரபு தன் தலைகளை ஒவ்வொன்றாக அறுத்துத் தீயிலிட்டதைக் கேட்டிருப்பாய்.”

“ஆம்” என்றான் நகுலன். “தன்னை இழந்து தன்னைவிட மேலான ஒன்றை அடைவதைப்பற்றி ஆசுரவேள்விகள் சொல்கின்றன” என்று தருமன் சொன்னார். “தனக்கென ஒன்றும் பெறாது தன்னை இழப்பது வேள்வியின் உச்சம். வேள்வி செய்யும் அந்தணன் குமுகமெனும் பெருவேள்வியில் அவியும் ஆவான் என்கின்றன நூல்கள்.” இனிய அமிழ்தலாக துயில் வந்து மூடியபோது மீண்டும் அந்தப் பறவையை நினைவுகூர்ந்தார். அதன் இறகு இருளில் வெண்ணிறத் திவலையாகச் சுழன்று மண்ணிறங்கியதை நெடுநேரம் நோக்கிக்கொண்டிருந்தார்.

3

காலையில் புலரிச்சங்கோசையிலேயே எழுந்து நீராடி புதிய மரவுரியாடை அணிந்து தருமனும் பாண்டவர்களும் திரௌபதியுடன் வேள்விச்சாலைக்கு வந்தனர். வேதசாலை முழுமையாக தூய்மை செய்யப்பட்டு புதுத்தளிர்த் தோரணங்களும் மலர்மாலைகளும் தொங்கவிடப்பட்டு காத்திருந்தது. எரிகுளத்தில் பலாசமும் ஆலும் சமித்துக்களாக வைக்கப்பட்டிருந்தன. சுஃப்ர கௌசிகரின் இளமாணவனாகிய சுஷமன் அவர்களை நோக்காமல் பொருட்களை சீரமைத்துக்கொண்டிருந்தான். அவர்கள் காலைக்குளிர்காற்றில் நீராடிய ஈரம் உலர காத்து நின்றிருந்தனர். வெளியே சங்கு முழங்கியது. மித்ரன் துணையுடன் சுஃப்ர கௌசிகர் வேள்விச்சாலைக்குள் வந்தார்.

மித்ரன் சங்கை முழக்கியபடி முன்னால் வந்து எரிகுளத்தைச் சுற்றிச் சென்று நிற்க, சுஃப்ர கௌசிகர் கைகூப்பியபடி வந்து தன் பீடத்தில் அமர்ந்தார். அவர் விழிகள் அங்கு நின்ற எவரையும் நோக்கவில்லை. பார்வையின்மை ஒளிகொண்டிருந்தது. இரு மாணவர்களும் கைகட்டி பணிந்து நிற்க, அவர் “ம்” என கைகாட்டினார். சுஷமன் “அரணிக்கட்டை…” என்றான். மித்ரன் “ஆம்!” என்றபடி திரும்பி வெளியே ஓடினான். சுஃப்ர கௌசிகர் சினத்துடன் சுஷமனை நோக்க அவன் “எடுத்துவைக்கும்படி நான் சொன்னேன், ஆசிரியரே” என்றான். சினத்தால் சுஃப்ர கௌசிகரின் உடலே சிவந்துவிட்டதெனத் தோன்றியது. சீறும் மூச்சுடன் அவர் கண்களை மூடிக்கொண்டார்.

வெளியே மித்ரன் அங்குமிங்கும் ஓடும் ஒலி கேட்டது. தருமன் மெல்லிய குரலில் நகுலனிடம் “சென்று பார்” என்றார். நகுலன் ஓசையெழாது வெளியே சென்றான். நேரம் செல்லச் செல்ல சினம்

தாளாமல் கட்டிப்போடப்பட்ட கரடி போல சுஃப்ர கௌசிகர் அசையத்தொடங்கினார். நகுலன் உள்ளே வந்ததும் தருமன் விழிதூக்கி வினவினார். "அந்த அரணிக்கட்டைகளில் நோய் இருப்பதனால் அவற்றைக் குடிலுக்குள் வைப்பதில்லை. வெளியே நின்றிருக்கும் மகிழமரத்தின் தெற்கு நோக்கிய கிளையில் மாட்டியிருப்பார்களாம். இப்போது அதைக் காணவில்லை. கீழே விழுந்திருக்கலாம் என்று அங்கே தேடிக்கொண்டிருக்கிறான்."

தருமன் "போய்த் தேடுங்கள்" என்றார். "இல்லை மூத்தவரே, அது அங்கிருந்து எங்கும் சென்றிருக்க வாய்ப்பில்லை. அதை அவனே தொலைத்திருக்கிறான். அவன் உடலசைவுமொழி அனைத்திலும் அது தெரிகிறது. நடிக்கத்தெரியாத எளிய அந்தணன்." தருமன் "ஏன்?" என்றார். "தன் ஆசிரியர் எரியேறுதலை அவன் விரும்பவில்லை. அவன் கண்கள் கலங்கி வழிந்துகொண்டிருக்கின்றன. அவன் அழுவது இந்த அரணிக்கட்டையைத் தொலைத்துவிட்டதனால் அல்ல." தருமன் "என்ன செய்வது?" என்றார். "அவனே வரட்டும். தன் நாடகத்தை அவன் முழுமைசெய்யட்டும்."

மித்ரன் கைகூப்பியபடி கண்ணீருடன் உள்ளே வந்தான். "ம்?" என்றார் சுஃப்ர கௌசிகர். அவன் அருகே வந்து அவர் கால்களில் முகம் மண்படிய விழுந்து விம்மினான். "சொல்!" என்றார் சுஃப்ர கௌசிகர். அவன் அழுதுகொண்டேயிருந்தான். "சொல், எங்கே அரணிக்கட்டைகள்?" மித்ரன் "அவற்றை வழக்கம்போல மகிழமரத்தில் மாட்டி வைத்திருந்தேன்..." என்று தலைதூக்காமலேயே சொன்னான். "அவை எங்கே?" என்றார் சுஃப்ர கௌசிகர். "அவற்றைக் காணவில்லை... அங்கெல்லாம் தேடினேன்." அவர் உடல் நடுங்கியது. இரு கைகளையும் கோத்து இறுக்கிக்கொண்டார். பற்கள் கடிபட தாடி அசைந்தது. பின்பு "நீ அவற்றை வீசிவிட்டாய், அல்லவா?" என்றார்.

மித்ரன் தலையை மண்ணுடன் அழுத்தியபடி படுத்திருந்தான். "எனக்கு மாற்றாக நீ எரியேறுவதாகச் சொன்னாய்... நேற்று மீண்டும் வந்து அதைச் சொல்லி மன்றாடினாய்." மித்ரன் "ஆம், அதனால்தான். நீங்கள் எரியேற உங்கள் சாம்பலுடன் நாங்கள் செல்வதைப்பற்றி எண்ணிப்பார்க்கவே இயலவில்லை" என்றான். சுஃப்ர கௌசிகர் தன் நாவிலெழுந்த வசைச்சொல்லை அடக்கி "அதற்காக வேள்வியை நிறுத்துவதா? வேள்வியை நிறுத்துபவனுக்குரிய நரகம் எதுவெனத் தெரியுமா?" என்றார். அவன் அப்படியே கிடந்தான். அழுவதை தோள் காட்டியது. "நீ அந்தணன். வேள்வியை நிறுத்திய நீ ஊழிமுடிவுவரை நரகத்தீயில் எரிவாய்." மித்ரன் அசைவில்லாது கிடந்தான். "இவ்வேள்வியை முழுமை

செய்வதாக சொல்லளித்து வந்தவன் நான். மூன்று முதற்தெய்வங்களும் வந்து ஏழுலகை அளித்தாலும் அதிலிருந்து நான் விலகப்போவதில்லை.”

அவன் எழுந்து கண்ணீரைத் துடைத்து “அதை நான் அறிவேன். இதை நான் ஏன் செய்தேன் என்று என்னால் இப்போது எண்ணக்கூட முடியவில்லை. புலரியில் பின்கட்டுக்குச் சென்றபோது அரணிக்கட்டையைப் பார்த்தேன். அப்போது தோன்றிய உணர்வெழுச்சியில் அதை எடுத்து வீசிவிட்டேன். அதன்பின் தோன்றியது, உங்களை என்னால் தடுக்கமுடியாதென்று. ஆனால் அந்த அரணிக்கட்டை திரும்பக் கிடைக்கும்வரை நீங்கள் இருப்பீர்கள். ஆகவே நன்று செய்ததாகவே உணர்கிறேன்” என்றான். சுஃப்ர கௌசிகர் “அதற்காக வேள்வியை நிறுத்துவதா? நீ அடையப்போவதென்ன என்று அறிவாயா?” என்றார்.

“ஆம், அறிவேன். அவ்வுலகில் நரகம். இவ்வுலகில் என் குடிக்கு தீராப்பழி. ஆனால் உங்கள் தீச்சொல்லைவிட அவை பெரியவை அல்ல. அவையனைத்தும் என் மேல் விழட்டும். நான் செய்ததற்கு வருந்தவில்லை. அவ்வாறு தோன்றியபின் அஞ்சி விலக்கி பின் நீங்கள் எரிபுகுவதைக் கண்டு நின்றிருப்பதைவிட அது மேல்.” அவன் பெருமூச்சுடன் தன்னை மேலும் இறுக்கிக்கொண்டான். “நான் சித்தமாக இருக்கிறேன். உங்கள் சொற்களை என் மேல் பெய்யலாம். இனி உங்களை விழிநோக்கவும் தகுதியற்றவன் என அகற்றலாம். என் நெஞ்சில் உங்கள் பாதங்களுடன் இக்காட்டில் உங்களுக்கு முடிந்தவரை அண்மையில் எங்கேனும் இருந்துகொண்டிருப்பேன். நீங்கள் எரிபுகும் அன்றே நானும் எரிசூடுவேன்.”

அவர் தலைகுனிந்து கண்மூடி சற்றுநேரம் அமர்ந்திருந்தார். இறுகி மடிந்திருந்த விரல்கள் ஒவ்வொன்றாக விடுபட்டன. நிமிர்ந்து “எந்நிலையிலும் உன்மேல் தீச்சொல்லிட என்னால் இயலாது. இது என் வாழ்த்து. நீ நூறாண்டு வாழ்வாய். பெருவைதிகனாகப் புகழ்பெறுவாய். செல்வமும் நற்குடியும் இறுதியில் கான்புகலும் கனிந்தபின் வீடுபேறும் உனக்கு அமையும். ஆம், அவ்வாறே ஆகுக!” என்று அவன் தலைமேல் கைவைத்து வாழ்த்தினார். “இவ்வேள்வி நிறைவுறுமென தெளிவாக உணர்கிறேன். நான் எரிபுகுந்து நிறைவுகொள்வேன். என் சாம்பலுடன் நீங்கள் அவந்திக்கு மீளவேண்டுமென ஆசிரியனாக நான் ஆணையிடுகிறேன்.” மித்ரன் கைகளைக் கூப்பி கண்ணீர் வழிய உதடுகள் துடிக்க தலைகுனிந்து மண்டியிட்டிருந்தான். சுஷமன் கைகூப்பி அழுதுகொண்டிருந்தான்.

“வேள்விக்காவலராக பாரதவர்ஷத்தின் சக்ரவர்த்தி வந்து நின்றிருக்கிறார். ஆம், இவ்வெரி மரவுரி சூடி நின்றிருக்கும் இவரையே அவ்வாறு

காட்டுகிறது. அவரும் இளையோரும் எனக்கு அந்த அரணிக்கட்டையை மீட்டுக் கொண்டுவந்து அளிப்பார்கள்.” தருமன் முன்னால் சென்று குனிந்து வாய்பொத்தி “ஆணை, வைதிகரே!” என்றார். “எத்திசைக்குச் சென்றாலும் எங்கிருந்தேனும் அந்த அரணிக்கட்டைகளுடன் இங்கு வருக! அதுவரை நான் இங்கேயே இருப்பேன். இப்பீடத்திலமர்ந்தபின் இனி எரிதான். எழுந்திருப்பதென்பதில்லை” என்றார் சுஃப்ர கௌசிகர். தருமன் கைகூப்பி “அவ்வாறே” என்றபின் திரும்பி தம்பியரை நோக்கிவிட்டு வெளியே சென்றார்.

நால்வரும் அவரைத் தொடர்ந்தனர். தருமன் “அரசி இங்கிருக்கட்டும். நாம் ஐவரும் சென்று அதைத் தேடி எடுப்போம்…” என்றார். அவர்கள் கொல்லைப்பக்கம் சென்று அங்கு நின்றிருந்த மகிழமரத்தை அணுகினர். அதைச் சுற்றி புல் வளர்ந்த நிலம் இருந்தது. அடுமனைச் சாம்பல் அப்பால் ஒரு குழியில் குவிக்கப்பட்டிருந்தது. நிலத்தை ஒருமுறை விழிகளால் சுற்றி நோக்கிய அர்ஜுனன் “அரணிக்கட்டைகள் இங்கில்லை, மித்ரன் அதைச் சுழற்றி வீசியதாகச் சொன்னான். அவை எறிதொலைவுக்கு அப்பால் சென்றிருக்க முடியாது. ஆனால் இங்கு அவை இல்லை என்பதனால் பிறிதொன்று நிகழ்ந்துள்ளது. மித்ரன் அதைச் சொல்வான் என நான் நினைக்கவில்லை” என்றான்.

அர்ஜுனன் மகிழ மரத்தடியில் இருந்து சாம்பல்குவை வரை சென்று நின்றான். இடையில் கைவைத்து தரையைக் கூர்ந்து நோக்கியபடி சென்று நிமிர்ந்து “அந்த அரணிக்கட்டை ஒரு கலைமானின் கவர்கொம்பில் மாட்டப்பட்டுள்ளது” என்றான். தருமன் நோக்க “அதன் காலடித்தடங்கள் இவை. அது இங்கே சாம்பல் உண்ணும்பொருட்டு வந்திருக்கிறது. கலைமான்கள் அப்படி வரும் வழக்கம் உண்டு. இன்று காலை இந்த மான் மட்டுமே வந்திருக்கிறது. தூக்கி வீசப்பட்ட அரணிக்கட்டை அதன் கொம்பில் விழுந்திருக்கலாம். இதோ இங்கிருந்து அது அஞ்சி விலகி ஓடியிருக்கிறது” என்றான். “ஒரே தாவலில் இத்தனை தொலைவு சென்றிருக்கிறது என்பதிலிருந்து அது அஞ்சிப் பதறியிருப்பதை உய்த்துணரலாம்.”

அவர்கள் அனைவரும் உடனே அங்கு நிகழ்ந்ததை அகவிழியால் கண்டனர். தருமன் “ஆயினும் அது ஓர் உய்த்தறிதல் மட்டுமே. உறுதியெனக் கூற இயலாதல்லவா?” என்றார். பீமன் விரைவாக மரத்திலேறி உச்சிக்கிளைக்குச் சென்று “ஆம் மூத்தவரே, அந்த மான் அதோ மலைச்சரிவின் அருகே பாறைமேல் நின்றிருக்கிறது. அதன் கொம்பில் அரணிக்கட்டைகளையும் காண்கிறேன். இருகட்டைகளையும் இணைக்கும் சரடு அதன் கொம்புக்கிளையில் நன்றாகவே சுற்றியிருக்கிறது” என்றான். “கிளம்புக!” என்றார் தருமன். “இளையோனே,

அரணிக்கட்டைகளை ஏந்தியமையால் அந்த மான் அந்தணனுக்கு நிகராக ஆகிவிட்டது. அதைக் கொல்லலாகாது. அது புண்படவும்கூடாது. உயிருடன் பிடிக்கவேண்டும், அதற்கு நோகாது அரணிக்கட்டைகளைக் கைப்பற்றவேண்டும்" என்றார்.

அர்ஜுனன் தலைவணங்கி நாணலம்புகளை அள்ளிக்கொண்டு தன் மூங்கில் வில்லுடன் முன்னால் சென்றான். தொடர்ந்து மூவரும் ஓட, பீமன் மரக்கிளைகள் வழியாக அவர்களைத் தொடர்ந்து சென்றான். அவர்கள் மலைச்சரிவில் இறங்கிக்கொண்டிருக்கையிலேயே கால்கள் பட்டு உருண்ட கற்கள் சென்று விழுந்த ஒலியில் மான் உடலதிர்ந்து செவிகளைத் திருப்பியது. இன்னொருமுறை அதிர்ந்தபின் துள்ளி புற்பரப்புக்கு அப்பால் சென்றது. பிறிதொருமுறை துள்ளி பாறையொன்றில் ஏறி மறுபக்கம் சென்று மறைந்தது. "செல்வோம்... அது எங்கு ஓடினாலும் செல்லும் தடத்தை விடாதிருக்கமுடியாது... அது களைப்புற்றே ஆகவேண்டும்" என்றான் அர்ஜுனன்.

பாறையுருளைகள் அவர்களுடன் சேர்ந்து ஓசையிட்டபடி உருண்டு கீழிறங்க, அவர்கள் பாய்ந்து அந்த மலைச்சரிவின் எல்லையாக அமைந்த சிறிய ஓடையை அடைந்தனர். கந்தகநீரின் மஞ்சள் தடங்கள் விளிம்பாகப் படிந்த ஓடை, நீரோசையுடன் பாறைகளில் முட்டிச்சுழித்து சிதறி வளைந்து மடிந்து சென்றுகொண்டிருந்தது. ஓடைக்கு அப்பால் உருளைப்பாறைகள் மேலிருந்து புரண்டுவந்து சிதறிப்பரவிய மலைச்சரிவு வெண்ணிறமான கந்தக மண்ணுடன் வளைந்து மேலேறிச்சென்று மலையென எழுந்தது. அதன் புழுதிப்பரப்பில் மானின் கூரிய இரட்டைக்குளம்புத்தடம் சென்றிருந்தது. பீமனும் இறங்கி அவர்களுடன் வந்தான். பன்றிப்பாறைகள் வழியாகவும் கூரிய முட்களுடன் நின்ற குட்டைப்புதர்களினூடாகவும் அவர்கள் சென்றனர்.

பாறைப்பரப்பில் குளம்புத்தடம் மறைந்தது. பீமன் குப்புற விழுந்து முகர்ந்து "இவ்வழி" என்றபின் தொடர்ந்து சென்றான். அவர்கள் தொடர்ந்து ஓடினர். அர்ஜுனன் பாறைமேலிருந்து பாறைக்கு விட்டில்போல தாவிதாவிச் சென்றான். "இந்தப் பாறைக்கூட்டங்கள் நடுவே வாழும் மான் அது. பிற மான்களைவிட இருமடங்கு விரைவைக் கற்றுக்கொண்டிருக்கிறது" என்றான் பீமன். தொலைவில் மீண்டும் மானின் குளம்புச்சரடு தெரியலாயிற்று. அதோ என கைகாட்டிவிட்டு அர்ஜுனன் பாய்ந்துசெல்ல, அவர்கள் தொடர்ந்தோடினர். மிக அப்பால் ஒரு பாறைமேல் மானின் தலை எழுந்தது. செவிகோட்டி அவர்களை அது நோக்கியது. இயல்பாக அர்ஜுனன் அம்பை நாட "விஜயா, வேண்டாம்!" என்றார் தருமன்.

மான் மீண்டும் மறைந்தது. மலைச்சரிவில் அவர்கள் தொற்றியும் பாய்ந்தும் ஏறிச்சென்றனர். அவர்கள் கால்வைத்த பாறைகள் இளகி உருண்டு கீழே சென்று அந்த ஓடையில் நீர்தெறிக்க விழுந்தன. ஒன்றுடன் ஒன்று முட்டி ஒலியெழுப்பின. அவர்களின் கால்கள் பதிந்த குழிகளில் இருந்து வெண்ணிறமான மெல்லிய கந்தகப்புகை எழுந்தது. பல பாறைகளின் அடியிலிருந்து உலைமூடிபோல கந்தகப்புகை சீறிக்கொண்டிருந்தது. மேலே பெரும்பாறை ஒன்றின்மேல் ஏறிய அர்ஜுனன் “அது நெடுந்தொலைவு சென்றுவிட்டது” என்றான். பீமன் “அது களைத்தே ஆகவேண்டும்” என்றான். தருமன் “செல்வோம். அதைக் கொள்ளாமல் நாம் திரும்புவதில்லை” என்றார்.

மேலேறிச் சென்றபோது மலைச்சரிவு வெண்மணல் பரவிய நிலவெளிபோல ஆகியது. நூற்றுக்கணக்கான வெண்ணிற ஆவித்துளைகள் நாகமூக்குகள் போல சீறிக்கொண்டிருந்தன. நடுவே கரிய உருளைப்பாறைகள் நின்றிருந்தன. தொலைவளைவு வரை மான்குளம்புத்தடம் இருபுரிக் கயிறுபோல சென்றிருந்தது.

4

களைத்து மூச்சிரைக்க ஐவரும் ஒரு பாறைநிழலை அடைந்தனர். அதற்குமுன் அத்தகைய, உயிரை தவிக்கச்செய்யும் விடாயை தருமன் அறிந்ததில்லை. உடலில் இருந்து அத்தனை நீரும் ஆவியாகிச் சென்றுவிட்டதைப்போல. வியர்வை குளிர்ந்து உலர்ந்து மேலும் வியர்வை எழாமலாகி தோல் சுருங்கி எரியத்தொடங்கியது. காதுமடல்களும் மூக்குக்குழாய்களும் உதடுகளும் விரலிடுக்குகளும் அனல்பட்டதுபோல காந்தின. விழுவதுபோல நிழலில் அமர்ந்த தருமன் “இளையோனே, நீரில்லாது இனி ஓர் அடியும் என்னால் எடுத்துவைக்க முடியாது” என்றார். “கந்தகநிலம். காற்றும் கந்தகம் கலந்துள்ளது” என்றான் நகுலன்.

பீமன் பாறைமேல் தொற்றி மேலேறிச் சென்று உச்சிக்குவை மேல் நின்று நான்குபக்கமும் நோக்கியபின் திரும்பிவந்தான். “மூத்தவரே, அங்கே வடகிழக்காகச் சென்றால் ஒரு பாறைச்சுனை தெரிகிறது. நீலநீர் உள்ளது” என்றான். “அங்குவரை செல்ல என்னால் இயலாது. நீயே சென்று நீர் கொண்டுவா!” என்றார் தருமன். “ஆம் மூத்தவரே, அனைவரும் களைத்திருக்கிறோம்” என்றான் நகுலன். பீமன் “இங்கிருங்கள். நான் நீருடன் வருகிறேன்” என பாறைகள் மேல் தாவிச்சென்று மறைந்தான். “நீர் என்னும் சொல்லே இன்னும் மூன்று நாழிகை உயிர்தங்கப் போதுமானது” என்றான் நகுலன்.

“அந்த மான் இந்தக் கந்தகநிலத்தில் பிறந்து வளர்ந்தது. அதன் குருதியிலும் கந்தகம் நிறைந்திருக்கும்” என்றான் அர்ஜுனன். “ஆகவேதான் அது சாம்பலுண்ண அங்கு வருகிறது. அது களைப்பறியவில்லை. இந்நிலத்தின் அனைத்துக் கரவுப்பாதைகளையும் அது நன்கறிந்திருக்கிறது.” அவர்கள் அந்நிலத்தை நோக்கியபடி சோர்ந்து கிடந்தனர். பாலைநிலமா

வெண்களரா என்று தெரியாத நிலம். ஆங்காங்கே பச்சைமுள்ளெலிகள் முட்பன்றிகள் உடல்குவித்து அமர்ந்திருப்பதுபோல சிறிய புதர்கள். மரங்களே இல்லை. சீறும் கந்தகத்துளைகள் சிலவற்றிலிருந்து நீர் ஊறி வழிந்து ஓடைகளாக ஓடி இறங்கியது. அந்த ஓடைகளின் விளிம்பில் வெண்களிமண் படிந்து இறுகி பளிங்குத்தடமென ஆகியிருந்தது.

வெண்நிலம் மீது விழுந்த வெயில் வெம்மை மிகுந்திருந்தது. அலையலையாகச் சூழ்ந்து அது பார்வைக்குமுன் திரையிட, நோக்குந்தோறும் விழிநீர் வழிந்தது. மூச்சு நிறைந்த நெஞ்சக்குவையே அனல்கொண்டது. காறித்துப்பிய எச்சிலிலும் கந்தகச்சுவை இருந்தது. “அழுகிய ஊன் நாற்றம்” என்றார் தருமன். “மண்ணுக்குள் வாழும் அனல்வடிவான விராடபுருஷனின் புண்ணின் சலம் இது என்று சொல்வார்கள்.” நகுலன் தலையசைத்தான். “அவன் உடல்திறந்து அனல் பொங்கி எழுவதுண்டு என்று அறிந்திருக்கிறேன். கந்தமாதன மலைக்குமேல் நெருப்பு ஆயிரம் சிறகுகளுடன் எழுந்திருக்கிறது. நீரென நெருப்பே ஓடி மலைச்சரிவுகளைத் தழுவி அருவியாகியிருக்கிறது. மண்ணுறையும் விராடபுருஷன் விண்ணை நோக்க எழும்தருணம் அதுவென்பதனால் மலை வெண்கொற்றக்குடை சூடியிருக்கும் என்கிறது பராசரரின் புராண மாலிகை.”

சகதேவன் துயின்றுவிட்டான். நகுலன் அவனை நோக்கி “மிகவும் களைத்துவிட்டான், மூத்தவரே. கந்தகமலையில் இத்தனை உயரம் ஏறுவதென்பது அவன் உடலுக்கு ஏற்றதல்ல” என்றான். தருமன் “நாம் எவருமே இத்தனை தொலைவுக்கு ஏறியதில்லை. விஜயனும்கூட களைத்திருக்கிறான்” என்றார். நகுலனும் சற்றுநேரத்தில் துயில்கொண்டான். அவர்களை நோக்கிக்கொண்டிருந்தபோது தருமன் கண்களும் சொக்கின. வெண்ணிறமான நிலம் கண்ணிமைகளுக்குள் அலையடித்தது. அது ஆயிரக்கணக்கான நாரைகளாக மாறி வானிலெழுந்தது. விழித்துக்கொண்டபோது தெரிந்தது, அந்த நாரையிறகிலிருந்தது அந்நிலத்தின் மணம்தான்.

“இளையோனே” என்றார் தருமன். அர்ஜுனன் “மூத்தவரே” என திரும்பினான். “நெடுநேரமாகிறது. மந்தன் இன்னும் வரவில்லை.” அர்ஜுனன் “ஆம், நானும் அதையே எண்ணினேன். ஏதேனும் இடர் நிகழ்ந்திருக்கலாம். நான் சென்று பார்த்துவிட்டு நீருடன் வருகிறேன். நீங்கள் இங்கிருங்கள்” என்று எழுந்தான். “நாம் சேர்ந்து செல்வோமே” என்றார் தருமன். “இளையோர் களைத்திருக்கிறார்கள்… நான் சென்று வருகிறேன்” என்றான் அர்ஜுனன். “விஜயா, நான் அஞ்சுகிறேன். ஏனென்று தெரியவில்லை, நெஞ்சு பதைக்கிறது” என்றார் தருமன். “என்ன கனவு கண்டீர்கள்?” என்றான் அர்ஜுனன். “இந்தக் களர்நிலத்திலிருந்து

வந்த நாரை அது." அர்ஜுனன் "நானும் அதையே நினைத்தேன். அவ்விறகிலிருந்த எரிமணம்" என்றான்.

"அது நம்மை இங்கு இட்டுவந்திருக்கிறது. வெண்குடைசூடி இதற்கு அப்பால் நின்றுள்ளது கந்தமாதனம்" என்றார் தருமன். "அனல்சிறகுகளுடன் எழும் பறவை அது என்கின்றது புராணமாலிகை." அர்ஜுனன் "நாம் ஊழை நம்பிக் கானுறைபவர்கள். எதுவரினும் நம் திறனையும் மூதாதையர் அருளையும் நம்பி எதிர்கொள்வோம்" என்றான். வில்லம்புடன் வெளியே சென்று நிழலசையும் இயல்பான விரைவுடன் பாறைகள் மேல் மறைந்தான். அவன் தோற்றம் மறைந்தபின்னரும் மயங்கிய விழிகளில் மயக்குரு எஞ்சியிருந்தது.

மீண்டும் தருமன் துயில்மயங்கினார். அதில் அந்த நாரையை அருகே நோக்கினார். அது தன் கழுத்தில் அரணிக்கட்டைகளை மாட்டியிருந்தது. "நான் இங்கிருந்து எரிவிதைகளைச் சுமந்து சென்றேன். மாளவத்தின் காடுகளில் விழுந்தது என் எச்சமே" என்றது. "அது முளைத்து அங்கே பலிகொள்ளத் தொடங்கியது. என்னை நிறைவுசெய்யவே சுஃப்ர கௌசிகர் இங்கு வந்திருக்கிறார்." சிறகடித்து எழுந்து பறந்து அகன்றது. வானமெங்கும் வெண்ணிற நாரைக்கூட்டம். நாரையாலான முகில்கள். அவர் "ஏன்?" என்றார். "நான் பலிகொண்டு முடிக்கவில்லை. ஆகவே வேள்வி நிறைவுறவேண்டியதில்லை" என்றது அவர் அருகே அமர்ந்திருந்த இன்னொரு நாரை. அதன் விழிகள் நாகங்களுக்குரியவையாக இருந்தன.

அவர் விழித்துக்கொண்டபோது உடலையே அசைக்கமுடியவில்லை. கண்ணீர் வழிந்து இரு பக்கங்களிலும் ஓடி உலர்ந்திருந்தது. "இளையோனே" என நகுலனைத் தட்டினார். இருவரும் உடனே எழுந்துகொண்டனர். நகுலன் "கனவு" என்றான். "என்ன?" என்றார் தருமன். "உங்களை ஒரு பெரும்பறவை வந்து தூக்கிச்சென்றது. செந்நிறமான தழல்சிறகுள்ள பெரும்பறவை. அது வெண்குடை சூடியிருந்தது." சகதேவன் "ஆம், அதே கனவை நானும் கண்டேன். நான் என்ன என்ன என்று கேட்டேன். அறமென்பது என்ன என இவனை மெய்யுருக்கிக் கற்பிப்பேன் என்றது. நான் அதனிடம் சொன்னேன், நாங்கள் ஊழை நம்பி கானுறைபவர்கள். எதுவரினும் எம் திறனையும் மூதாதையர் அருளையும் நம்பி எதிர்கொள்வோம் என்று."

"பார்த்தன் சென்றும் நெடுநேரமாகிவிட்டது. நாம் சென்று பார்ப்போம். இங்கு இப்படி அமர்ந்திருப்பதில் பயனில்லை" என்றார் தருமன். "ஆம், அதையே நானும் எண்ணினேன். நானும் நகுலனும் சென்று நோக்கி வருகிறோம். தாங்கள் இங்கு உறைக!" என்றான் சகதேவன். "உங்களை அனுப்புவதா?" என்றார் தருமன். "நாங்கள் இருவருமாகச் செல்கிறோம்,

மூத்தவரே. இது ஏதேனும் பொறி என்றால் அது உங்களுக்காகவே. நீங்கள் சென்று அகப்பட்டுக்கொள்ள வேண்டியதில்லை” என்றான் சகதேவன். “அவர்கள் இருவரும் தோளாலும் வில்லாலும் அணுகினார்கள். நாங்கள் மதியால் அணுகுகிறோம். அவர்கள் காணாததைக் கண்டுவிடக்கூடும். அவர்கள் அளித்த எச்சரிக்கையும் துணையுள்ளது.”

தருமன் மேலும் சொல்லெடுக்க முயல “மறுக்கவேண்டாம், மூத்தவரே! என் சொல்லை நீங்கள் மறுப்பதில்லை” என்றான் சகதேவன். “ஆம், நீ அனைத்துமறிந்தவன், இளையோனே” என்றார் தருமன். அவர்கள் இருவரும் எழுந்து தலைவணங்கி நடந்து சென்றனர். அவர்கள் செல்வதை நோக்கியபடி பாறைநிழலில் உடல் சுருக்கி தருமன் அமர்ந்திருந்தார். அவர்கள் செல்வதை முழுமையாக நோக்கக்கூட முடியாதபடி அனல்கொண்ட விழிகளின் நீர்மை மறைத்தது. வாயை சப்புக்கொட்டியபோது முற்றிலும் ஈரமில்லாமல் அது தோல்பை என தோன்றியது. தொண்டையில் மணல் அடைத்திருப்பதைப்போல இருந்தது.

மீண்டும் அருகே அந்த நாரை தோன்றியது. அதன் கண்கள் மனிதநோக்கு கொண்டிருந்தன. “முன்பு காட்டில் என் தோழர்கள் இருவர் மரக்கிளையில் அமர்ந்திருந்தார்கள். இந்த நச்சுநிலத்தில் அவர்கள் உண்டு சுமந்துசென்ற நஞ்சை நிலமுதிர்த்தார்கள். அது அங்கு தவத்திலாழ்ந்திருந்த கொங்கணர் என்னும் அந்தணர்மேல் விழுந்தது. நஞ்சென உணர்ந்த அக்கணமே அவர் நிமிர்ந்து நோக்கி தன் விழிகளில் தவத்தீயைக் கொண்டுவந்து அவர்களை எரித்தழித்தார். ஆனால் அவர்மேல் விழுந்த நஞ்சு அவரில் முளைத்தது. தவம் அழிந்த வெறுமையில் அது கிளைவிட்டுப் பெருகியது. ஆறாச்சினமும் ஆணவமும் கொண்டவராக அவர் காடுநீங்கி நாட்டுக்குள் புகுந்தார். அவர் உடல் அருகிருப்போர் அகன்றோடும்படி கொதித்தது. விழிகள் அனலெரிந்தன.”

இரந்தபடி மிதிலைநகருக்குள் சென்றுகொண்டிருந்த கொங்கணர் அங்கே தன் நோயாளிக்கணவனுக்கு பணி செய்துகொண்டிருந்த குலமகள் ஒருத்தியின் வீட்டு முற்றத்தில் சென்று நின்று ‘அன்னம் அளிப்பாயாக!’ என மும்முறை ஆணையிட்டார். கணவனுக்கு பணி செய்துகொண்டிருந்தமையால் அவ்வழைப்பைக் கேட்கும் காதுகள் அவளுக்கு இருக்கவில்லை. அவள் நான்காம் முறை அவர் குரல் கேட்டு வெளியே வந்ததும் ‘மும்முறை என் குரலைக் கேட்காத நீ பிழைபுரிந்தவள். உன் அன்னம் நஞ்சு!’ என்று கூவிய கொங்கணர் அவளைத் தன் தீவிழியால் நோக்கினார். அவள் குளிர்ந்த நீர்மலர் போல் நின்றிருந்தாள்.

ஆணவம் சுருங்கி சிறுத்த கொங்கணர் ‘நீ ஆற்றும் தவமென்ன? அதை எனக்கு அளி. நான் உன் மாணவனாகிறேன்’ என்றார். ‘நான் இந்நகரின்

சந்தையில் ஊன் அறுத்து விற்கும் வேடன் ஒருவனிடமிருந்தே என் தவத்தைக் கற்றேன். அவரை இங்கு தர்மவியாதர் என அழைக்கிறார்கள்' என்றாள். கொங்கணர் சந்தையை அடைந்து அங்கே இளங்கன்றின் கழுத்தை முறுக்கித்திருப்பி கத்தியை ஓங்கிக்கொண்டிருந்த தர்மவியாதரின் முன் சென்று நின்றார். கைகளைக் கூப்பியபடி 'எனக்கு தவமென்பது என்ன என்று உரையுங்கள்' என்று கோரினார்.

'இந்தக் கன்றின் கால்களைப் பிடி' என்றார் தர்மவியாதர். 'இவ்விழிசெயலைச் செய்தால் நான் எப்படி மீட்படைய முடியும்?' என்றார் கொங்கணர். 'என் மாணவன் நீ என்றால் இது நீ செய்யும் பணிவிடை' என்றார் தர்மவியாதர். கன்றின் கால்களைப் பற்றிக்கொண்டார் கொங்கணர். அதன் குரல்வளையைக் கிழித்து குருதிப்பெருக்கைப் பீய்ச்சிவிட்டு தோலை உரித்து அகற்றி துண்டுபோட்டு விற்பனைக்காகப் பரப்பிவிட்டு தர்மவியாதர் முதல் மெய்மையைச் சொன்னார் 'கடமை எந்நிலையிலும் இழிவாவதில்லை. முழுமையாக தன்னை அளித்துச் செய்யப்படும் கடமையே தவம்.'

'இக்கன்றை நான் கொல்லவில்லை. ஏனென்றால் இதன்மேல் நான் வஞ்சமோ சினமோ கொள்ளவில்லை. இதைக் கொல்வதில் நான் மகிழவுமில்லை. இது பிரம்மவடிவம் என நான் அறிந்திருக்கிறேன். மைந்துக்கு முலையூட்டும் அன்னையும் நானும் ஒரே உளநிலையில் இருக்கிறோம்' என்றார் தர்மவியாதர். 'என்னுடன் இரு. என்று உன் உள்ளமும் அவ்வாறே உணர்கிறதோ அன்று நீ தவம் புரியலானாய்.' அங்கே ஏழாண்டுகாலம் தர்மவியாதரின் மாணவராக இருந்தார் கொங்கணர். அவர் சொன்னவற்றை எல்லாம் நூலாக யாத்தார். ஒருநாள் அவரே உணர்ந்தார், தன் உள்ளம் கனிந்திருப்பதை. துண்டுகளாக வெள்ளாடு ஒன்றை வெட்டிக்கொண்டிருந்தபோது விழிநீர் பெருகிச் சொட்டியது.

'சொல்க!' என்றார் தர்மவியாதர். 'ஆசிரியரே, நான் எரித்தழிந்த அந்தப் பறவைகளை மீட்டு உயிரளிப்பதென்றால் எத்தனை தவம் வேண்டும் எனக்கு?' என்றார் கொங்கணர். 'வடக்கே செல்க! அங்கே கந்தமாதன மலையின் அடியில் உள்ளது யக்ஷவனம். அங்குள்ள சுனையின் கரையிலமர்ந்து தவம் செய்க! நீ அனைத்தையும் மீட்டுருவாக்குவாய். மீள்வாய்' என்றார் ஆசிரியர்.

"கொங்கணர் வந்து இங்குள்ள பகசரோவரம் என்னும் பொய்கையின் கரையில் அமர்ந்து தவம் செய்தார். அந்தப் பொய்கையைச் சூழ்ந்திருந்த கந்தகச்சேற்றில் புதைந்துகிடந்த அத்தனை நாரைமுட்டைகளும் விரிந்தன. ஆயிரக்கணக்கான நாரைகள் சிறகுகொண்டு எழுந்தன. அவர் அவற்றைக் கண்டு நிறைந்து விண்புகுந்தார்."

தருமன் விழித்துக்கொண்டபோது பொழுது சாயத்தொடங்கியிருந்தது. பாறைநிழல்கள் உருகிவழிந்து நீண்டிருந்தன. வானம் முகில்கள் அற்று நீலமாக விரிந்திருந்தது. எழுந்தபோது தலைசுற்றி அவர் பின்னால் சரிந்து விழுந்தார். பாறையைப் பற்றியபடி நின்றார். நாவால் உலர்ந்த வாயை மீண்டும் மீண்டும் நக்கிக்கொண்டார். கண்களை மூடி சற்றுநேரம் நின்று தன்னை நிலைப்படுத்திக்கொண்டார். ஒவ்வொன்றாக நினைத்து எடுத்து கனவுக்கும் நினைவுகளுக்கும் இடையே துலாநிறுத்தி நனவை சமைத்தெடுத்தார். பின்பு நீள்மூச்சுடன் கிளம்பி அவர்கள் சென்ற அத்திசை நோக்கிச் சென்றார்.

5

வெண்களர் மண்ணில் கால்கள் புதைய தள்ளாடி தருமன் நடந்தார். விழுந்துவிடுவோம் என்னும் எண்ணம் இருந்துகொண்டேயிருந்தது. நடந்துகொண்டிருக்கிறோம் என்னும் தன்னுணர்வும் ஒரே இடத்தில் காற்றில் மிதப்பதாக இன்னொரு தன்னுணர்வும் ஒன்று கலந்து ஓடின. பலமுறை விழுந்ததாக உணர்ந்தும் நடந்துகொண்டிருந்தார். ஆனால் விழுந்துகிடப்பதாக உணர்ந்து திகைத்து சூழலை உணர்ந்து எழுந்தமர்ந்தார். கையூன்றி எழுந்து தள்ளாடி நடந்தபோது திசை மயங்கிவிட்டதா என்னும் எண்ணம் எழுந்தது. ஆனால் திசையுணர்வு முற்றிலும் இருக்கவில்லை.

கால்கள் தற்போக்கில் நடந்துகொண்டிருந்தன. சித்தம் காலமின்மையில் மிதந்து நின்றது. இந்திரப்பிரஸ்தத்தின் படைகள் அணிநிரைந்து சென்றன. சங்கிலிகள் குலுங்கக் குலுங்க யானைகள். எவரோ 'திறந்த வாயில்' என்று கூவினார்கள். எவரோ 'நீர் நிறைந்துள்ளது' என்றனர். அர்ஜுனன் வேறெங்கோ நோக்கியபடி தேரில் கடந்து சென்றான். யானை ஒன்று பார்வையை மறைக்கும் இருளெனச் சென்றது. தொலைவில் சங்கொலி. ஓர் ஆந்தை வந்து மரக்கிளையில் அமர்ந்தது. அது ஆந்தையல்ல நாரை. தலைக்குமேல் பறந்துசென்றது இன்னொரு நாரை. நாரை இத்தனை பெரிதா? வெண்முகில்போல அவ்வளவு பெரியது. முகில்நிழல் கடந்துசென்றது. எவரோ 'ஆலமரம்' என்றனர். மணியோசைகள் நிரைவகுத்தன. 'அரிசி!' என்றது ஒரு பெண்குரல்.

ஆற்றுநீரில் சென்று நாணல்களில் படிந்து இழுபட்டு நுனிதவிக்க நின்றுவிடும் ஆடையென சித்தம். மீண்டு எழுந்து தலையை உலுக்கி விடுபட்டு சூழ நோக்கினார். எங்கிருக்கிறேன்? இது எவர் வாழும் இடம்?

இந்திரப்பிரஸ்தத்தில் இருந்தேன். பின்பு அஸ்தினபுரிக்கு வந்தேன். அவ்வெண்ணத்தால் பிடரியில் அறைபட்டு திடுக்கிட்டு முன்னால் விழப்போனார். பன்னிரு படைக்களத்திலிருந்து நினைவுகள் பொங்கி ஒரே அலையென அறைந்து நகுலனும் சகதேவனும் கிளம்பிச்சென்ற கணத்தை அடைந்தன. அச்சம் எழுந்து குளிரென பொதிந்துகொண்டது. நெஞ்சை அழுத்திய சுமையை ஊதி ஊதி வெளியேற்றினார். பின்னர் நடந்தபோது சீரான விரைவு கூடியது.

மேலும் மேலுமென வெறுமைகொண்டபடியே வந்தது நிலம். பசும்புதர்கள் மறைந்தன. கந்தகப்புகை மறைத்த பாறைகள் காற்றில் கரியமுகம் காட்டி மீண்டும் திரைக்குள் சென்றன. அவருடைய காலடியோசைகளை மட்டும் திருப்பியளித்து அறியாவிழிகளால் ஆழ நோக்கிச் சூழ்ந்திருந்தது நிலம். மலைச்சரிவின் உச்சியில் ஏறி நின்றபோது மறுபக்கம் சரிந்திறங்கிய வெண்ணிலத்திற்கு அப்பால் நீலச்சுனை தெரிந்தது. அங்கு கந்தகத்துளைகள் இருக்கவில்லை. புகை இன்றி தெளிந்திருந்தது காற்று. ஆனால் மலைப்பாறைக்கு அப்பால் எரிதழல்வதுபோல எச்சரிக்கையளித்துக்கொண்டே இருந்தது தன்னுணர்வு. ஒரு நாகம் மெல்ல நெளிந்துசென்றது. மலைப்பாறைகளின் பாசிபூத்த கருமையை தானும் கொண்டிருந்தது அது.

அவர் சரிவிறங்கத் தொடங்கினார். மீண்டும் நினைவுகள் மயங்கின. ஒன்றோடொன்று எண்ணங்கள் முட்டி புகுந்து கலங்கி சொற்குவைகள் ஆயின. சொற்கள் உருண்டு ஓடின. நின்று ஒரு சொல் தானாகவே சுழன்றது. ‘பால்’. பாலா ? ஏன் ? என்ன பால் ? பம்பரம். யானையொன்றின் மணியோசை. செண்பகத்தோட்டம். உள்ளே இறந்து கிடந்த ஆடையற்ற உடல். அதில் விரைத்து எழுந்து விண்நோக்கிய நிறைவடையாத விழைவு. யானையின் மணியோசை. தொலைவில் மீண்டும் ஓர் அழுகை. யார் அது? யாருடைய அழுகை? ஆண். ஆணின் குரல். அறிந்த குரல். மிகமிக அண்மையான குரல்.

மீண்டும் உணர்வுகொண்டபோது அவர் அச்சுனையின் அருகே நின்றிருந்தார். அங்கே ஆழ்ந்த அமைதி நிறைந்திருந்தது. அங்கே மரங்களில்லை. அப்பகுதியில் காற்றும் வீசவில்லை. எதுவும் அசையவில்லை. எனவே எந்த ஓசையும் இல்லை. துணி படபடக்கும் ஓசை. சாளரத்திரையா? மெல்லப்பேசும் ஒலி அது. ‘இல்லை இல்லை இல்லை!’ அவர் அச்சுனைநீரை நோக்கியபடி மெல்ல நடந்தார். நீரில் அவர் உருவம் விழுந்தது. அது அலைநெளிவில்லாது ஆடிப்பாவை போல தெளிவுகொண்டிருந்தது. தொலைவிலிருந்து நோக்கியபோது நீலப்பட்டு போலிருந்த சுனைநீர் வட்டம், அருகணைந்தபோது வான் ஊறிப்பரவிய தாலம் போன்றிருந்தது.

நீரைக் கண்டதுமே விடாய் திகைத்து உடலுக்குள் திரும்பப்புகுந்துவிட்டிருந்தது. அவர் சுனையில் தெரிந்த தன் உருவத்தை நோக்கியபடி அசைவில்லாது நின்றிருந்தார். நால்வரும் எங்கிருக்கின்றனர் என்று ஒரு வினா எழுந்து உடனே கலைந்தது. பேருருவின் கரிய தோற்பரப்பின் வரிகள் அசைந்தமைய யானை ஒன்று அவர் விழிநிறைத்து கடந்துசென்றது. தொலைவில் முரசு முழங்கியது. ஒருவன் எழுந்து சிறுகுழலை முழக்கினான். பகா!

யார் அது? நான் அச்சொல்லை முன்பு கேட்டிருந்தேன். முன்பு எப்போதோ நான் புதருக்கு அப்பால் மானசைவைக் கண்டு வில்கோத்து இழுத்து அம்பு தொடுத்தேன். அவை இணைசேர்ந்த மான்களென ஒன்று துடித்து விழுந்தபோது அறிந்தேன். மான் குளம்புகளைக் கண்டார். ஆம், மான்குளம்புகள்தான். கூரியவை. இணை கொல்லப்பட்ட பின் இத்தனை தொலைவுக்கு ஓடிவந்துள்ளது அது. அதன் கால்தடங்களில் குருதிச்சொட்டுகள். செந்நிறமான கூழாங்கற்களாக அவை உருண்டிருந்தன.

மீண்டும் விழித்துக்கொண்டபோது அவர் மண்டியிட்டு நீரின் அருகே அமர்ந்திருந்தார். முகம் நீருக்கு மிக அருகே இருந்தது. நீருக்குள் அவர் கண்டது ஓர் இளையமுகம். அவன் அவரை நோக்கிப் புன்னகை செய்தான். “நீங்கள் யார்?” என்றார். “என் பெயர் சித்ராங்கதன்.” அவர் வியப்புடன் “தந்தையே, நீங்களா?” என்றார். “ஆம், நீருக்குள் வாழ்கிறேன். இனிய நீர் இது, அருந்துக!” அவர் முகத்திலிருந்து ஒரு துளி வியர்வை நீரில் விழ அப்பாவை கலைந்து மறைந்தது. விடாயை உணர்ந்தார். சுனைநீரின் நீராவிபட்டு வியர்வை எழுந்தபிறகுதான் விடாய் எழுகிறது. எழுந்ததுமே அது அத்தனை தசைச்சுருள்களையும் விதிர்க்கச் செய்தது. அவ்வெண்ணங்களை உருவாக்கிய விடாய் எண்ணங்கள் தொடாத தழலாக தசைகளில் திகழ்ந்தது.

அவர் கைநீட்டி நீரை அள்ளியபோது மீண்டும் சித்ராங்கதன் தோன்றினான். “மைந்தா, அவன் கந்தர்வன். உன் உள்ளத்தை மயக்குகிறான். வேண்டாம் விலகு... இது நச்சுப்பொய்கை!” அவர் விழிகளால் “ஏன்?” என்றார். “ஏனென்றால் இது அழகியது. இத்தனை அழகுள்ள சுனை நஞ்சுகொண்டதாகவே இருக்கமுடியும்.” அவர் உடல்கொண்ட விடாய், கைநீரை வாய்க்குத் தூக்கியது. “வேண்டாம், மைந்தா! இது நான் முன்பு அருந்திய நஞ்சு.” அவர் நீரை கீழே விட்டார். திரும்பி நோக்கியபோது மறுகரையில் நிரையாக தம்பியர் நால்வரும் கிடப்பதைக் கண்டார். “அவர்கள் அழகை உண்டனர். அழகு என்பது என்ன? அழைப்பு. அழைப்பதெல்லாம் அணைப்பது. அணைப்பதெல்லாம் அள்ளிஉண்பது.” சித்ராங்கதனின் உதடுகள் பேசும்போதும் விழிகள் சொல்லற்றிருந்தன.

“நான் அவர்களிடம் சொன்னேன்” என்று அருகே குரல் கேட்டது. அவர் திரும்பியபோது ஒரு சுனைநாரை நின்றிருப்பதைக் கண்டார். மானுடவிழிகள் கொண்டிருந்தது அது. அலகைத் திறந்து “இச்சுனை எங்களுக்குரியது... இந்நீரை நாங்கள் காக்கிறோம். அதைச் சொல்லியும் அவர்கள் கேட்கவில்லை” என்றது. தருமன் கால்கள் தளர்ந்து உடல் ஆடிக்கொண்டிருப்பதை உணர்ந்தார். விழுந்துவிடக்கூடாது என்று சொல்லிக்கொண்டார். “அவர்களின் அறிவுடன் என்னால் பேசமுடிந்தது. விடாயுடன் நீர் மட்டுமே பேசமுடியும். ஆகவே சுனை அவர்களை வென்றது. இந்நச்சு நீரை அருந்தி உயிரிழந்தனர்.”

“நீ யார்?” என்று அவர் கேட்டார். “நான் பகன் என்னும் யட்சன். இந்தச் சுனையைக் காப்பவன். இது யட்சர்களின் காடு” என்றது பறவை. அச்சுனையைச் சுற்றி அமைந்த வெண்ணிறமான பாறைகள் அனைத்திலும் நூற்றுக்கணக்கான நாரைகள் சிறகுகள் தாழ்த்தி ஒற்றைக்காலில் அமர்ந்திருப்பதை அவர் கண்டார். அவற்றை அங்கு வந்தபோதே பார்த்ததை உணர்ந்தார். அவை நோக்கப்பட்டபோதே நாரைகளென்றாயின. விழிவிலக்கியபோது அவற்றின் நோக்குகள் வந்து தைத்தன. “இது கன்மதம் ஊறித்தேங்கிய சுனை. காலமின்மையைச் சூடிய பாறைகளின் சாறு. இதை, பிறந்து இருந்து அழியும் எளியோர் அருந்தலாகாது. நீரெனத் தோன்றினாலும் இது நூறுமடங்கு எடைகொண்ட ரசம். மெழுகுத்துணியை கொதிக்கும் இரும்பு என இது கிழித்துச்செல்லும்.”

“நான் அருந்தவில்லை” என்று தருமன் சொன்னார். “உன் ஆணையை தலைகொள்கிறேன். நான் செய்யவேண்டியதென்ன என்று சொல். என் உடலில் இன்னும் சற்றுநேரத்தில் உயிர் அணையும். உன் சொற்களைக் கேட்ட எனக்கு கருணைகாட்ட நீ கடன்பட்டவன்.” நாரை சிறகடித்து மேலும் அருகே வந்தது. “ஆம், உண்மை. ஆனால் இங்கு வந்தவர்கள் எவரும் மீளலாகாதென்பதே எங்களுக்குரிய ஆணை.” அதற்குப் பின்னால் அனைத்து நாரைகளும் ஓசையில்லாமல் வெண்புகை சூழ்வதுபோல வந்தமைந்தன.

“வேதமெய்மை அறிந்தோர் மட்டும் எங்களால் பேணப்படுவார்கள். நீ அவர்களில் ஒருவனென்றால் இன்னீர் ஊற்றைச் சுட்டுவேன்.” “நான் வேதம் கற்றேன். மெய்யுசாவினேன். ஆனால் மெய்மையை அறிந்தேன் என்று சொல்லமுடியாது. மீன் நீரிலென அதில் நான் இருப்பதை உணர்ந்துகொண்டிருக்கிறேன். அது நானாகிவிட்டதா என்று அறியேன்” என்றார் தருமன். “அரசே, இச்சொற்களே மெய்யறிந்தோனுக்குரியது. சற்றறிந்தோன் தருக்க முற்றறிந்தோன் சொல்லடங்கும் முழுமை அது” என்றது நாரை. “நான் கேட்கும் வினாக்களுக்கு விடைகூறுக!

உன் விடைகள் சரியென்றால் நீ மெய்மையைத் தொட்டவன் என்று எண்ணுவேன்."

தருமன் "நான் விடாய்கொண்டு இறந்துகொண்டிருக்கிறேன்" என்றார். "ஆம், பருவெளியழிந்து எழும் பெருவெளியிலேயே இவ்வுசாவல் நிகழமுடியும்" என்றது நாரை. "இங்கு அனைத்தையும் திரிபடையச்செய்யும் காலம் இல்லை அல்லவா?" தருமன் பெருமூச்சுடன் "ஆம்" என்றார்.

6

புன்னகையுடன் பாண்டு தருமனை நோக்கிக் குனிந்தார். "மைந்தா, சூரியனை எழச் செய்வது எது?" இடையில் கையூன்றி சதசிருங்கத்திற்கு அப்பால் எழுந்த சூரியனை நோக்கி நின்று சிறுவனாகிய தருமன் சொன்னான் "அதற்கு அப்பால் எழும் இன்னொரு பெரும் சூரியன்." பாண்டு சிரித்தபோது பற்கள் ஒளிவிட்டன. "அதைச் சூழ்ந்திருப்பவை எவை?" அவன் "அதன் முடிவிலாக்கோடி நீர்த்துளிப்பாவைகள்" என்றான். "மைந்தா, அது எப்போது முற்றிருள்கிறது?" அவன் சிலகணங்களுக்குப்பின் சொன்னான் "நோக்கும் விழி இருள்கொள்கையில்."

சதசிருங்கக் காடுவழியாக பாண்டு நடந்துகொண்டிருந்தார். அவன் அவர் தோளில் அமர்ந்திருந்தான். அவர் காலடியோசை தொடர்ந்து வந்தது. "கதிரவனை விண்ணில் கட்டியிருக்கும் சரடு எது?" என்றார் பாண்டு. "இந்த மரத்தை மண்ணுடன் பிணைத்துள்ளது எதுவோ அது" என்றான் தருமன். அவர்கள் மரத்தடியில் அமர்ந்திருந்தனர். தருமன் ஓடிச்சென்று ஒரு சிறு தூவலை எடுத்தான். செம்பருந்தின் சிறகிலிருந்து உதிர்ந்தது. "மூத்தவனே, கல்வி என்பது என்ன?" அவன் திரும்பி நோக்கி "இந்த இறகு நான் அறிவது என்றால் அந்தப் பருந்தே கல்வி" என்றான்.

பாண்டு சிரித்து "சொல், எதனால் ஒருவன் அரியதை அடைகிறான்?" என்றார். "அனைத்தையும் துறக்கும்போது." அவர் "பிறிதொன்றை வெல்வது எப்படி?" என்றார். "அறிவால்" என்றான் தருமன். "அறிவை அடைவதெப்படி?" தருமன் "அறிந்தோர்முன் மூடனாக உணர்கையில்" என்றான். பாண்டு "ஆம்" என்றார். அவன் நீரோடையில் இருந்து எழுந்தபோது மரத்தடியில் அமர்ந்திருந்த துரோணர் "நன்று இளவரசே, அந்தணனுக்கு ஆற்றல் எது?" என்றார். "வேதம்" என்றான் இளைஞனாகிய

தருமன். அவர் முகம் மாறியது. அவர்கள் ஒருசொல்லும் உரையாடாமல் கங்கையிலிருந்து நடந்தனர். “அவர்கள் தவத்தால் உம்பர். இறப்பால் மட்டுமே மானுடர்” என்றான் தருமன். அவர் உடலின் வெம்மை மட்டும் அவனைத் தொட்டது. கருக்கிருளில் விடியலை உணர்ந்த பறவைகள் சிறகு குலைக்கும் ஒலி எழுந்தது. “மறுத்தலே அவர்களின் மறம்” என்றான் தருமன். அவர் “ஆம்” என்றார்.

படைக்கலச்சாலையில் கூரிய அம்புநுனியை சுட்டுவிரலால் வருடியபடி பீஷ்மர் நின்றிருந்தார். “ஆம், படைக்கலமே வீரரின் இறை” என்றான் தருமன். “செயலே வேள்வியாதல் அவர்களின் தவம். கருணையால் அவர்கள் வானோர். அஞ்சுகையில் மானுடர்.” பீஷ்மர் ஐயம் நிறைந்த விழிகளுடன் அவனை நோக்கினார். “அச்சம் ஆழத்திலமையுந்தோறும் ஆற்றல்மிகுகிறது” என்றான். அவர் விழிதிருப்பிக்கொண்டார். “எதிரியை அஞ்சுபவனைவிட ஏழுமடங்கு கோழை தன்னை அஞ்சுபவன்.” பீஷ்மரின் தோள்கள் அதிர்வதை அவன் கண்டான்.

கூரிய விழிகளுடன் அர்ஜுனன் அவன் கையைப் பற்றினான். “மூத்தவரே!” என்றான். அவர்கள் கங்கைக்கரைக் குறுங்காட்டிலிருந்து மேலேறிய இடத்தில் நான்கு சிதைகள் எரிந்துகொண்டிருந்தன. “மூத்தவரே, அவை மானுடஉடல்கள் அல்லவா? அவற்றை ஏன் எரிக்கிறார்கள்?” தருமன் “உடல்களும் விறகுகளே” என்றான். பின்னர் “உயிர் நெய். அது எரியும் வேள்வியே இது” என்றான். “அதன் சடங்குகளை உள்ளம் என்கிறோம். அதில் ஒலிக்கும் அழியாச்சொல்லே வேதம்.” அவன் அச்சிதைகளை நோக்கியபடி நின்றான். கனவுபடிந்த விழிகளைத் தூக்கி “இவ்வேள்வியை இயற்றுபவர் எவர்?” என்றான். “இவ்வேள்விக்குக் காவலனும் யஜமானனும் ஹோதாவும் வேள்வியில் எழும் தெய்வமும் ஒன்றே” என்றான் தருமன்.

மத்ரநாட்டில் சேற்றிலாடிக்கொண்டிருந்தனர். நகுலன் “மூத்தவரே, இந்த வயல் எப்படி உயிர்கொள்கிறது?” என்றான். “விண் மழையென்றாகிறது. மண் விதையென நிற்கிறது” என்றான் தருமன். “முதல் உயிர் புல். அடுத்த உயிர் பசு. அன்னமும் அமுதுமாக எழுவது வானும் மண்ணுமாகிய ஒன்று.” அவர்கள் சேற்று வயலில் ஆடினர். மண்பாவைகள்போல உடல்கள் ஆயின. தழுவி வழுக்கி விழுந்து உருண்டு எழுந்து சிரித்தனர். பீமன் அவர்களைத் தூக்கி சேற்றுக்களியில் வீச, மண் நாய்க்குட்டிபோல் இதழ்விரித்து அவர்களைக் கவ்வியது. “சேறுபோல் இனிய மணம் பிறிதில்லை, மூத்தவரே” என்றான் பீமன்.

பாண்டு படுத்திருக்க அப்பால் குந்தி அமர்ந்திருந்தாள். “பிருதை, மைந்தரைப் பெற்றவள் எதையும் இழக்கவில்லை” என்றார். அவள்

நிமிர்ந்து நோக்க "தென்புலத்தார் தெய்வம் விருந்து ஒக்கல் தான் என ஐந்தோம்பாதான் பிறக்கவேயில்லை" என்றார் பாண்டு. அவள் விழிகள் களைப்புகொண்டிருந்தன. கருமுழுத்த பெருவயிற்றை சற்றே சாய்த்து செண்பக மரத்தில் சாய்ந்து அமர்ந்திருந்தாள். "உன் வயிற்றிலெழுக மைந்தர்! அவர் என் மூதாதையரைப் பேணுவர்."

"மண்ணைவிட எடைகொண்டவள் அன்னை. விண்ணைவிட உயர்ந்தவர் தந்தை" என்று அவர் சொன்னார். "இங்கு நிலையானவை அவை மட்டுமே. உள்ளம் காற்றைவிடக் கடியது. புற்களைவிட பெருகி முளைப்பவை எண்ணங்கள்." அவள் விழிகள் சற்று வீங்கியிருந்தன. இதழ்கள் வெளுத்திருந்தன. "வானம் காற்றாகிறது. மண் புல்லெனப் பெருகுகிறது. அவை மாற்றுருக்களே என்று அறிந்தால் நீ அமைதிகொள்வாய்." அவள் விழிமூட இமைகளுக்குள் விழிகள் ஓடிக்கொண்டேயிருந்தன. பின்பு மெல்ல மூச்செழுந்தது.

மஞ்சத்தில் விழிமூடிக் கிடந்த திரௌபதியின் கரிய முகத்தில் தருமன் மெல்ல முத்தமிட்டார். அவள் "ம்" என்றாள். "நீ துயில்கையிலும் விழிமூடுவதில்லை. உன்னை தென்னவர் வணங்கும் மீன்விழி அன்னை என்பேன்." அவள் கண்களைத் திறக்காமலேயே புன்னகை செய்தாள். "கல்லென்றிருக்கையிலும் முட்டைக்குள் உயிர் வளர்கிறது. முட்டையெனத் தோன்றுகையிலும் கல் வளராதிருக்கிறது" அவர் சொன்னார். "நாம் இருவரும் அருகருகே இருக்கையில் நோக்குபவர் வேறுபாடு காண்பதில்லை." அவள் "ஆம்" என்றாள்.

எழுந்து பெருகியோடும் கங்கையை சாளரம் வழியாக நோக்கினார். "தன் விசையை தானே பெருக்கிக்கொண்டு தன் வழியை தானே அமைக்கும் ஆறுகள் எப்போதும் என்னை அச்சுறுத்துகின்றன" என்றார். மஞ்சத்தில் அவள் சொல்லற்றவளாகக் கிடந்தாள். "என்றும் தனித்த பயணி நான். எங்கிருந்தோ நாடுகடத்தப்பட்டவனென உணர்பவன். நோக்கி சொல்லாடி முகம்கரைந்து அகலும் வழிப்போக்கரே என் துணைவர்." அவள் நோக்கை முதுகில் உணர்ந்து "இல்லறத்தானுக்கு முதற்துணை மனைவி என்கின்றன நூல்கள். நோயுற்றவனுக்கு மருத்துவன். இறப்பணைபவனுக்கு அவனளித்த கொடைப்பயன். தேடலால் தனித்தவனுக்கு எவையும் நிழலென அமைவதில்லை" என்றார்.

"எரியே அனைவருக்கும் விருந்தினன். அவியூட்டலே நாள்கடன்" என்று ஒரு குரல் சொன்னது. "யார்?" அவர் திகைத்தார். "எரி வாழ்வது நெஞ்சில். அவியென்பது மெய்மை. சொல்லுண்டு கனியும் அப்பசுவின் பாலே அமுது." அவர் திகைப்புடன் "யார்?" என்றார். "வெறுமை உலவும் விண்ணகத்தில் சூரியன் முழுத்தனிமை கொண்டுள்ளான்.

தேய்ந்து மீள்கிறான் சூரியன். தண்மை நெருப்பாலும் முற்றிலும் நிகர் செய்யப்பட்டுள்ளது இங்கு. அறிக, பெருவெளியில் செயலும் செயலின்மையும் நிகர்!"

அந்த முகத்தை அவர் கண்டார். அறிந்த முகம். இனிய நகை நிறைந்த விழிகள். அவை விண்பேருருவமென எப்படிப் பரந்தன? "மேய்ச்சற்களம் இப்புடவி. அறமெனும் பசு பெருந்தன்மையை நாடுகிறது. புகழ் கொடையை. உண்மையை அழிவின்மை. உவகையை நல்லொழுக்கம். செயல்களால் ஆனது துலாவின் ஒரு தட்டு. துலாவின் மறுதட்டில் அமர்ந்துள்ளன ஆக்கி அழித்தாடும் தெய்வங்கள்." அவ்விழிகள் அவரை நோக்கவில்லை. எவருக்கெனவோ ஒலிக்கும் சொற்கள் விண்முட்டி முழங்குவதென்ன! "செயலாற்றவே கடமைப்பட்டுள்ளாய். விளைவுகளில் உளம் வைக்காதே! செயலின் விளைவுகளில் கருத்தூன்றிச் செயல்பட எண்ணாதே! செயல்படாதிருக்கும் விருப்பும் கொள்ளாதே!"

தனித்த நீண்ட பாதையில் அவர் தன் மைந்தனுடன் நடந்தார். "நீ என் ஆத்மா. என் ஆழத்தை விதைத்துக் கொய்ய தேவர்கள் அளித்த துணை உன் அன்னை. விண் நிறைந்துள்ளது இங்கு வாழ்வைச் சமைக்கும் முகில். பெற்றுக்கொண்டமையால் அளிக்கக் கடமைப்பட்டவன் மானுடன். செய்நேர்த்தியால் விண்ணவர் மகிழ்கிறார்கள். அறிவோ அகம் அமைந்தது விழையும் செல்வம். இவ்வுடல் அவ்விசையின் யாழ். இதன் நரம்புகளை இனிது மீட்டுக! இசைநிறைந்த யாழ் பிறிதிலா முழுமைகொண்டது."

"நீ அரசன். படைக்கலமேந்தவிருப்பவன். அறிக, கொல்லாமையே முதல்பெருநெறி! வேள்விகள் கனி ஓயா மரம்." அவனைக் குனிந்து நோக்கி அவர் சொன்னார் "யுதிஷ்டிரனே, வெல்லப்பட்ட உள்ளம் அமுதுக்குரிய கலம். அரியோருடன் அமர்க! ஆணவம் ஒழிக! சினமும் காமமும் பெருவிழைவும் கடந்து செல்க! அறம்புலர அந்தணருக்கும் புகழ்பொலிய சூதருக்கும் பணிவுக்கு ஊழியருக்கும் கொடையளி! நட்புக்கென அரசர்களுக்கு அளிக்கட்டும் உன் கைகள்!" மைந்தன் நிமிர்ந்து நோக்கினான். சதசிருங்கத்தின் மலைமுடிகள் இருளில் அமிழ்ந்துகொண்டிருந்தன. விண்மீன்கள் கரிய பழக்கதுப்பில் விதைகளென பிதுங்கி எழுந்தன.

"பெருவெளியை மூடியிருக்கிறது இருள். அப்பாலிருந்து ஒளி வராது தன்னை வெளிப்படுத்தும் வல்லமை எவற்றுக்கும் இல்லை. இருளில் ஒவ்வொன்றும் பிறரிடமிருந்து விலகிச்செல்கின்றன. முடிவிலியைத் தேடும் விழைவால் அவை சிதறடிக்கப்படுகின்றன. அறிக, அவை ஒன்றிலிருந்து எழுந்தவை! அவை செல்லவேண்டிய திசையோ இணைந்திணைந்து செல்லும் ஒருமை." மைந்தன் தந்தையின் உடலுடன் ஒண்டிக்கொண்டு விழிவிரித்து விண்மீன்களை நோக்கி அமர்ந்திருந்தான்.

“அனைத்தையும் துறந்து இங்கு வந்தேன். இப்புவிச்செல்வங்களைத் துறந்தவன் இறந்தவனே” என்றார் பாண்டு. “அரசனற்ற நாடு அழிந்ததென்று சொல்லப்படும். முறையற்ற அந்தணன் செய்யும் நீர்க்கடன்போல. அந்தணர் நிறைவுறாத வேள்விபோல.” மைந்தனின் புன்தலை மேல் அவர் வெம்மூச்சு பட்டுக்கொண்டிருந்தது. “வீண் உடல்கொண்டவன் என நான் என்னை எண்ணியதில்லை. என் உடல்முளைக்கவில்லை என்றாலும் உள்ளம் முளைத்தது. ஆனால் அதை ஊர் அறியவேண்டியதில்லை. நன்மையின் வழி என்றும் வெல்வதே.

“இன்மைவெளியே உண்ணும் நீரென ஆகிறது. இது பால்சொரியும் பசுவின் அகிடின் அடி. மானுடர் எவரிடமும் இரப்பது நஞ்சு. உண்க! ஊட்டுக! நீத்தார் புரந்து வாழ்க! மைந்தா, தன்னறத்தில் நிலைகொள்வதே உன் தவமென்றாகுக! கடிவாளம் கைவிடப்படாத தேர் காக்கப்படுகிறது. எதிரியை நூறுமுறை தாங்குக! கீழ்மையிலிருந்து நூறுமுறை விலகுக! அவையே பொறுமையும் நாணமும் எனக் கொள்க! மெய்ப்பொருள் சூடுக! அமைதியில் அமைக! அனைவருக்கும் அது நிகழ்கவென விழைக! அனைவருடனும் இணைந்திருக்கும் எளிமையென்றாகுக உன் இயல்நிலை! சினம் நாகம். பெருவிழைவு மதகரி. இக்காடு நீ கடந்து செல்லற்கரியது. கடந்து செல்பவன் அறிவான், இது ஏணி.”

கொடிபறக்க, வெடிப்பொலி எழுப்பி ஒரு படை கடந்து சென்றது. குளம்புகள் அறைபட்ட நிலமென நெஞ்சு நடுங்கி அதிர்ந்தது. சினம்கொண்டு விழி விரிய இதழ்கள் நெளிய குந்தி சொன்னாள் “நீ பெற்றுவந்தது பேடிமையை மட்டுமே.” அவர் கைகள் கோத்து தலைகுனிந்து அமர்ந்திருந்தார். “அன்னையே, அனைத்துயிரும் வாழ விழைபவனே தனக்கும் மகிழ்வை விரும்பவேண்டும் என்பதே நெறி. இரக்கமற்றவன் நெறிபிறழ்ந்தோன். தன் கடமைகளை அறியாத மானுடன் இருளில் இருக்கிறான். அதே உண்மையான அறியாமை. இங்குள அனைத்தையும் நான் அறிந்து ஆற்றுவேன் என்பதே ஆணவம். ஆற்றுவதை ஆற்றாமலிருப்பது வீணன் இயல்பு. இவ்விரண்டையும் அறியாதிருப்பதே துயரம். உயிரென மைந்தனென அரசனென என் தன்னறத்தில் நிலைகொள்வதே நான் எந்தையிடமிருந்துகொண்ட உறுதி.”

“அச்சத்திற்கு ஆயிரம் சொற்கள்” என்றாள் திரௌபதி. தருமன் “இது அன்னையின் சொல்” என்றார். “ஆம், நானும் அவரும் ஒன்றே. ஐவரை அடைந்து ஐவராலும் கடக்கப்படாமல் எஞ்சும் பெண்கள் நாங்கள்.” தருமன் துயருடன் “இருமுனை எரி” என்றார். வெளியே இந்திரப்பிரஸ்தம் ஒளிகொண்டிருந்தது. விழவுகளுக்கே உரிய மானுடஓசை எழுந்து பெருமுழவின் உட்கார்வையென நகர்மேல் கவிந்த வானை நிறைத்தது. “ராஜசூயம் என்பது ஓர் அறைகூவல். அரசி, எல்லா அறைகூவல்களும்

ஊழுக்கும் தெய்வத்திற்கும் எதிராகவே” என்றார். “அஞ்சுகிறேன் என்று சொல்லுங்கள். ஆற்றலில்லை என்று சொல்லுங்கள். அறம் அது என்று சொல்லவேண்டியதில்லை.”

“இது பொறுமை. புலன்களுக்குமேல் அறிவின் ஆணை” என்றார். “வெறும் நூற்சொற்கள்” என்று அவள் கைவீசினாள். “சான்றோர் சொல்லாடுபவன் அகம்நீராடுகிறான்” என்றார். “கொடைகளில் பெரிது அனைத்துயிர்களையும் காத்தல். இதோ உவகை கொப்பளிக்கும் இவ்வெளிய மக்கள்திரள் என்னை விழிகனிந்து நெஞ்சு விம்மச்செய்கிறது. நாளை இதன்பொருட்டு இவர்களில் ஒருவர் குருதிசிந்தினாலும் அது என் பிழையே. முடிசூடி நின்றிருக்கும் என் கடன் இது. கடமையறிந்தவனே நூலாய்ந்தவன். ஆற்றுவதறியாதவன் இறையற்றவன்.

“இங்குளது இந்நகரம், இவ்வுலகம். இது அனைவருக்கும் உரியது, எவருக்கும் உடைமை அல்ல. இவையனைத்தும் என விரியும் கை அள்ளி அள்ளிச் சேர்க்கிறது. அறிக, அந்தக் கை ஓழிந்தே இருக்கும்! அதில் பொறாமைத் துயர் அறாது. நாம் என உணராமையே அறியாமையின் உச்சம். நான் என கூவுவதே அதன் ஆழம். அளித்தல் அமுதாக்குமென்று அறிக!” அவள் இகழ்ச்சியுடன் உதடுகளைக் கோட்டியபடி அறைவிட்டுச் சென்றாள். வாயிலில் நின்று “சொற்களில் தன்னை ஒளிப்பவன் புதர்களில் பதுங்கும் எலி” என்றாள். “வசைச்சொற்களில் வீங்கும் ஆணவம் நச்சுநாவுடன் எழும் நாகம்” என்றார் தருமன்.

நாரை அவர் விழிகளை நோக்கியது. “நன்று. அறம், பொருள் இன்பம் மூன்றும் ஒன்றுக்கொன்று எதிரானவை. அவை எப்படி இணையமுடியும்?” தருமன் திகைத்து அதை நோக்கியபின் “நாம் பேசிக்கொண்டிருந்தோமா?” என்றார். “ஆம், சொல்!” என்றது நாரை. இகழ்ச்சியுடன் “மனைவியும் அறமும் சேர்ந்து அமையலாகுமென்றால் இணையாதது எது?” என்றபின் கண்களை சற்றுநேரம் மூடினார். பின்பு திறந்து நாரையிடம் “மூன்று கற்கள் நடுவே அடுப்புத்தீ எரிவதுபோல” என்றார்.

“அனைத்து இழிவும் என் மேல் பெய்க!” என்று தலைகுனிந்து அவர் சொன்னார். “அளிக்காதவன் அடையும் இழிவு மட்டும் அணையாதொழிக! யாதவனே, நான் ஷத்ரியனல்ல, அந்தணன். அந்தணனுக்குப் பிறக்கவில்லை, அனலோம்பவில்லை. அந்தண்மையால் அவ்வாறு ஆனேன்.” அவர்களைச் சூழ்ந்திருந்த காடு ரீங்காரத்துடன் இருண்டுகொண்டிருந்தது. இலைகளுக்குமேல் பறவைகளின் ஒலி வலுத்துக்கொண்டே சென்றது. “இனியசொற்கள் கொண்டவன் அனைவருக்கும் ஏற்புடையவன். ஆனால் தன் செயலில் முடிவுறுதி கொண்டவன் சென்றெய்துகிறான். சுற்றம் கொண்டவன்

மகிழ்வுகொள்கிறான். அறத்திற்கு தன்னை அளித்தவன் இங்கு நீங்கி அங்கு சென்றாலொழிய இன்பம் அடைவதில்லை. நான் விரும்பி அதைத் தேர்வுசெய்தேன்."

"இந்தக் கானக வாழ்க்கை என்னை நிறைவுசெய்கிறது. எவருக்கும் கடன்படவில்லை. எங்கும் சென்று நிற்கவேண்டியதில்லை. எளிய உணவுடன் மரங்களின் அணைப்பில் துயில்கிறேன். யாதவனே, முன்பெப்போதும் நான் இப்படி மகிழ்ந்திருந்ததில்லை. விந்தை, பிறப்பவை அனைத்தும் மண்மறைவதை நாளும் கண்டபின்னரும் என்றுமிருப்போம் என எண்ணுகிறான் மானுடன்! நகரங்கள், கோட்டைகள், அரண்மனைகள், மஞ்சங்கள். எதற்கும் பொருளில்லை. மகிழ்வுகொண்டு வாழும் ஒவ்வொரு கணமும் அவன் ஈட்டிக்கொள்பவை. எதன்பொருட்டேனும் இழக்கும் ஒவ்வொரு கணமும் மீளமுடியாதவை.

"சொல்வளர்காடுகள்தோறும் சென்றேன். மெய்மை திகழ் நாவுகொண்ட முனிவர் காலடிகளில் அமர்ந்தேன். அறிந்தது ஒன்றே. சொல்லாடுதல் பயனற்றது. மெய்ச்சொற்களோ முரண்பட்டுள்ளன. மறுக்கப்படாதவர் எவருமில்லை. அறமும் நெறியும் சொற்களின் இருளுக்குள் புதையுண்டிருக்கின்றன. மூதாதையர் காலடித்தடங்களோ தெளிவானவை" என்றார் தருமன். "அறிதற்கரியது இப்புவி. இந்தப் பெருங்கலத்தில் பகலிரவுகளை உண்டு நின்றெரிகிறது சூரியன். பருவகாலங்கள் கரண்டிகள். காலம் சமைத்துக்கொண்டிருக்கிறது அதற்கான இன்னுணவை."

அவர்களைச் சூழ்ந்து மரங்கள் ஒளிகொள்ளத்தொடங்கின. யாதவனின் உடலில் நீலச்சுடர் எழுவதை வியப்புடன் நோக்கினார். பின்பு தன் கைகளைப் பார்த்தார். "ஒளி!" என்றார். "இவை தங்கள் உள்ளிருந்து ஒளியை எடுத்து அணிகின்றன" என்றார் இளையயாதவர். "அரசே, இங்கு ஆற்றப்படும் எந்த அருஞ்செயலும் வீணல்ல. அறம்திகழ் செய்கை விண்முட்டி மழையென மண்ணில்பரவுகிறது. அவனை மானுடன் என அறிகின்றனர் தேவர்கள். ஈட்டலும் இழத்தலும் நிகரெனக்கொண்டவர் அனைத்துச் செல்வங்களுக்கும் அரசர். நீங்கள் இன்றுதான் சத்ராஜித்."

சுடர்பூசிய காடு அவர்களைச் சூழ்ந்து அலையிளகியது. சொல்லணைந்து இருவரும் ஒருவர் ஒளியை ஒருவர் நோக்கி அங்கே அமர்ந்திருந்தனர்.

7

விழித்தெழுந்தபோது தருமன் தன்னை யட்சர்களின் நடுவே கண்டடைந்தார். அஞ்சி எழப்போனபோது “அஞ்சற்க!” என்ற குரல் கேட்டது. நாரையின் குரல் என தெரிந்தது. மீண்டும் அவர் எழமுயன்றார். “இது பகயட்சர்களின் நிலம். பகர்களின் அரசனாகிய என் பெயர் மணிபூரகன். என் குலம் இங்கு பல்லாண்டுகளாக வாழ்கிறது. என் விருந்தினராக இங்கு இருக்கிறீர்கள்” என்றார் முதலில் நின்றிருந்தவர். தலை சுழன்றுகொண்டிருந்தமையால் தருமனால் எழமுடியவில்லை. கையூன்றி அமர்ந்தார்.

மணிபூரகனும் பிறரும் நாரையின் வெண்சிறகுகளால் ஆன பெரிய தலையணியும் வெண்ணிறமாக அடிதிருப்பப்பட்ட மான்தோல் ஆடையும் அணிந்திருந்தனர். கந்தகக்கல்லின் மஞ்சள் நிறம்கொண்ட உடல்கள். நீலக்கூழாங்கற்கள் போன்ற விழிகள். நாரை போல உடலைக் குவித்து கைகளைக் கூட்டியபடி அவர்கள் அவரைச் சூழ்ந்து நின்றிருந்தனர். நான்குபக்கமும் மஞ்சள்நிறமான பாறையடுக்குகள் சூழ்ந்த வட்டமான முற்றத்தில் பொழிந்த வெயில் வெண்மையால் பெருக்கப்பட்டு ஒளிகொண்டிருந்தது. பாறையிடுக்குகளுக்குள் இருள் தெரிந்தது. அவை குகைகள் என தோன்றியது. அங்கிருந்து பெண்களும் குழவியரும் எட்டிப்பார்த்தனர்.

உடலும் ஆடையும் அணியும் வெண்ணிறம் கொண்டிருந்த அவர்கள் அப்படியே அந்த நிலத்தின் வெண்மையில் ஒட்டி விழிமுன்னிருந்து மறைந்துவிடுபவர்கள் போலிருந்தனர். மணிபூரகன் “தாங்கள் எவரென்று தெரிந்துகொள்ளலாமா?” என்றார். “நான் இந்திரப்பிரஸ்தத்தின் அரசனாகிய யுதிஷ்டிரன். நாடுதுறந்து கானேகியவன். என் இளையோர்

விடாய்நீர் தேடி இங்கு வந்தனர்.” அக்கணமே நினைவு தெளிய கையூன்றி எழுந்தமர்ந்து “அவர்களை நான் பார்த்தேன். அந்தச் சுனையின் கரையில்...” என்றார். நெஞ்சு அறைபட “என் உடன்பிறந்தோர். என்னாயிற்று அவர்களுக்கு? எங்கே அவர்கள்?” என்று கூவினார்.

“அவர்கள் ஒவ்வொருவராக இங்கு வந்தனர். முதலில் அப்பேருடலர். அருந்தவேண்டாம், அச்சுனையின் நீர் நஞ்சு. அது எங்களால் காக்கப்படுவது என்று கூவிச்சொன்னோம். அவர்கள் எங்களை எதிரிகளென்றே எண்ணினர். அவர்கள் படைக்கலம் கொண்டிருந்தமையால் நாங்கள் அருகணையவில்லை, எங்களை விழிகாட்டவுமில்லை. எங்கள் குரலை ஏதோ உளமயக்கென புறந்தள்ளி சுனைநீரை அருந்தி அவர்கள் உயிர்துறந்தனர்” என்றார் மணிபூரகன். தருமன் “இல்லை” என்று கூச்சலிட்டபடி பாய்ந்து அவர் தோளைப் பற்றினார். “அவர்கள் அப்படி இறக்கமுடியாது. அவ்வண்ணம் நிகழமுடியாது.”

மணிபூரகன் சிரித்து “இறப்புக்கு அப்படி நெறிகளுண்டா என்ன?” என்றார். “இல்லை, அவர்கள் இறக்கமாட்டார்கள்” என்றார் தருமன். “அத்தனை எளிய ஊழ்கொண்டவர்கள் அல்ல அவர்கள்.” மணிபூரகன் சிரித்ததும் சூழ்ந்திருந்த யட்சர்களும் சிரிக்கத்தொடங்கினர். அவர்களின் சிரிப்பை ஆற்றாமையுடனும் கண்ணீருடனும் நோக்கி “நிறுத்துங்கள்... அருள்கூர்ந்து நிறுத்துங்கள்... நான் என் தம்பியரைப் பார்க்கவேண்டும்... உடனே அவர்களைப் பார்த்தாகவேண்டும்” என்று தருமன் கூவினார். மணிபூரகன் சிரிப்பை அடக்கி “அனைத்து மெய்மைகளையும் அறிந்த ஒருவர் இத்தகைய அறிவின்மையைச் சொல்லும்போது எங்கோ எதுவோ மறுநிகர் கொள்கிறது” என்றார்.

தருமன் மெல்ல தளர்ந்து “ஆம், உண்மை. இறப்புக்கு மண்ணில் பொருள் கொள்ளும் நெறியென ஏதுமில்லை. முன்னரே நாம் அறியும் ஊழென்றும் ஒன்றில்லை” என்றார். மணிபூரகன் “அவர்கள் தங்கள் நீர்ப்பாவைகளுடன் உரையாடினர். பின்னரே நீரை அருந்தினர்” என்றார். “அவர்களை எனக்குக் காட்டுங்கள்... தங்கள் அடிபணிகிறேன். முடியில் சூடுகிறேன். கனியுங்கள்” என அவர் கைகளைப் பிடித்துக்கொண்டு விம்மினார் தருமன். “வருக!” என மணிபூரகன் அவரை அழைத்துச்சென்றார். “இந்நிலமே மானுடருக்கு நஞ்சு. இக்காற்றில் மானுடரை உளமயக்கி உள்ளே குடியேறி அலையச்செய்து உயிர்குடிக்கும் எங்கள் காவல்தெய்வங்கள் குடிகொள்கின்றன.”

சுனைக்கு அப்பால் சேறு உலர்ந்து உருவான வரம்பு மறைத்தமையால் விழிக்குத் தெரியாமல் நான்கு உடல்களும் கிடந்தன. முதற்கணம் நால்வரும் சிறுமைந்தர்களாக அன்னையருகே துயின்றுகொண்டிருப்பதாக உளம்

மயங்கி, உடனே தன்னுணர்வுகொண்டு அதிர்ந்து, முன்னால் ஓடி, திகைத்து நெஞ்சக்குலையில் வேல் செருகப்பட்டவர் போல நின்று நடுங்கினார். கைகள் அறியாது நெஞ்சோடு சேர்ந்து கூப்பிக்கொண்டன. பீமன் கைகளை விரித்து விடுவிக்கப்பட்ட விரல்கள் இல்லை என்பதுபோல் மலர்ந்திருக்க, வானைநோக்கி பொருளில்லா விழிநிலைப்புடன் கிடந்தான். அர்ஜுனன் இனிய புன்னகையுடன் துயில்கொள்பவன் போல விழிமூடியிருந்தான். நகுலனும் சகதேவனும் கைகளைப் பற்றியிருந்தனர்.

கால்கள் உயிரிழக்க தருமன் விழப்போனார். நெஞ்சுக்குள் ஒரு நரம்பு சுண்டி இழுபட்டது. இடக்கை அதிர்ந்து பின் தளர்ந்தது. ஓடிக்கொண்டிருந்த உளப்பெருக்கின் அக்கணச்சொல் அப்படியே கல்வெட்டென நிலைத்தது. “நீர்மருது!” அச்சொல்லை நோக்கி மீண்டும் பெருகிய சித்தம் திகைத்துச் சுழன்றுவந்தது. நீர்மருதமா? அதன் பொருளென்ன? பொருளென ஏதேனும் உண்டா? அவர் விழிகளையும் நாவையும் செவிகளையும் ஆண்ட உள்ளத்துணர்வு அவர்கள் இறந்துவிட்டார்களென்பதை உறுதி செய்துகொண்டது. உடலுணர்வு கால்களை இயக்கிக் கொண்டுசென்றது.

“அவர்கள் எவரெனத் தெரியவில்லை எங்களுக்கு. இங்கு மானுடர் வருவது அரிதினும் அரிது. வருபவர்கள் மீள்வதுமில்லை” என்றார் மணிபூரகன். தருமன் தன் முகம் முழுக்க கண்ணீர் பரவிக் குளிர்ந்திருப்பதை உணர்ந்தார். அருகே சென்று மண்டியிட்டு பீமனின் தலையை வருடினார். “மந்தா” என மெல்ல அழைத்தபோது ஒலியெழவில்லை. அப்போதறிந்தார், தம்பியரில் தனக்கு முதல்வன் எவன் என. நெஞ்சு கொதித்துருகிக்கொண்டிருக்கையிலும் தொண்டை பதைத்ததே அன்றி ஒலியென ஏதுமெழவில்லை.

அறியா நிலமொன்றில் இருந்தார். அங்கே வெண்ணிற வெயில் மட்டும் சூழ்ந்திருந்தது. எங்கோ பறவைகளின் சிறகடிப்போசைகள். பீமனின் குழலையும் தோள்களையும் நடுங்கும் கைகளால் வருடிக்கொண்டிருந்தார். பின்பு நெடுநேரமாக அவனையே தொட்டுக்கொண்டிருப்பதை உணர்ந்து அர்ஜுனனின் கைகளைப் பற்றினார். நாணின் தழும்பேறிய சுட்டுவிரல். இளையயாதவரின் நினைவு வந்தது. அவரிடம் அச்செய்தியைச் சொல்வதுபோல காட்சி உருவாகி உடனே அழிந்தது. அவர் ஏற்கெனவே அறிந்திருக்கக்கூடும். அர்ஜுனனின் கைமேல் வந்தமர்ந்த ஈ ஒன்றை கையால் வீசித் துரத்தினார். காலில் இருந்த மணல்பொருக்கை தட்டித்துடைத்தார்.

நகுலனையும் சகதேவனையும் அணுகி கன்னங்களை வருடினார். அப்போதும் சிறுவர்களைப்போலவே தோன்றினர். அவர்களுக்கு முதுமையே இல்லை. எண்ணங்கள் ஏன் இப்படிப் பெருகிச்செல்கின்றன?

நீர்மருது. என்ன ஒரு பொருளற்ற சொல். ஆனால்... உடல் சிலிர்க்க அவர் நீர்மருதைக் கண்டார். அதனருகே செண்பகமரம். அதன் கீழே கிடந்தது பாண்டுவின் உடல். உடனே அறியாமல் அவர் விழி இளையோரின் இடைகளுக்குக் கீழே நோக்கியது. இல்லை, அவர்கள் விழைவுடன் இறக்கவில்லை. ஆனால் அவர்களுக்குள் நிகழ்ந்தது என்ன என்று எவர் அறியக்கூடும். என்ன எண்ணிக்கொண்டிருக்கிறேன்? ஏன் இவ்வெண்ணப்பெருக்கு? எதைத்தொட்டு எதைக்கடந்து எங்கு செல்கிறது இது? மரம் விட்டுச்செல்லும் பறவைகளா அவை? அல்லது நெருப்பில் எழும் ஒளியலைகள்தானா?

மணிபூரகன் மெல்ல அசைந்ததை ஓரவிழி கண்டபோது அனைத்தும் கலைந்து அவர் மீண்டார். எழுந்தபோது உடல் இடப்பக்கமாகத் தள்ளியது. கைகளை ஊன்றி எழுந்து நின்று "யக்ஷர்களின் அரசே, என் இளையோருக்கான இறுதிச்செயல்களை இங்கேயே நான் செய்யவேண்டும். அதற்கு உங்கள் குடி எனக்கு உதவவேண்டும். இன்றே நான் கிளம்பி கீழே எனக்காகக் காத்திருக்கும் அந்தணரை அணுகவும் வேண்டும். அதற்குமுன் மான்கொம்பில் சிக்கி இங்கு வந்த அரணிக்கட்டைகளைத் தேடி எடுத்துக்கொள்ளவேண்டும்" என்றார்.

அருகே நின்ற ஒரு யக்ஷன் "இந்த அரணிக்கட்டைகள்தானா?" என்று காட்டினான். "ஆம்" என்றார் தருமன். அவன் "இவை அந்த மான் சென்ற வழியில் விழுந்துகிடந்தன... இங்கு அனலுண்ண கீழே சென்றுவரும் மான் அது ஒன்றே" என்றான். "ஆம்" என்று தருமன் பெருமூச்சுடன் சொன்னார். "நீங்கள் விரும்பியதை இங்கு செய்யலாம், அரசே" என்றார் மணிபூரகன். "இவ்விளையோரும் எங்கள் விருந்தினராக ஆகிவிட்டனர் இன்று."

குழவியரும் பெண்களும் விழிதிருப்பினர். மணிபூரக யக்ஷர் திரும்பிநோக்கித் தலைவணங்கினார். மஞ்சள்பாறைகளுக்கு அப்பாலிருந்த சிறிய குகைவாயிலிருந்து முதிய யட்சன் ஒருவர் தோன்றினார். நாரையிறகு சூடிய தலை எழுந்தபோது ஒரு பறவை சிறகசைப்பதாகவே தோன்றியது. "எங்கள் முதுமூதாதை..." என்றார் மணிபூரகன். "அவர் பெயர் மணிபத்மர்... இக்குடியின் அரசராக எண்பதாண்டுகாலம் இருந்து கனிந்து விலகியவர். மேலே தனிக்குகையில் விண்ணுடன் உரையாடி வாழ்கிறார்." தருமன் கைகூப்பி தலைவணங்கி "யட்ச மூதாதையை வணங்குகிறேன்" என்றார்.

அவர் விழிகள் நோக்கற்றவை போலிருந்தன. "எந்நிலையிலும் முறைமை மறக்காத நீ அரசனென்றே காட்டிலும் வாழ்பவன். நன்று" என்றார். "யட்சர்கள் கீழே வாழும் மானுடர் அல்ல. இங்கிருந்து அங்கு செல்லும் இந்த நாரைகளே உயிரழிக்கும் நஞ்சைப் பரப்புகின்றன.

நாங்கள் சென்றால் உங்கள் நகர்கள் முற்றழியும். அங்கிருந்து எவர் இங்கு வந்தாலும் நாங்களும் அழிவோம். எனவே வந்தவரை நாங்கள் மீளவிடுவதில்லை. இங்கு வரும் அயலவர் இங்குள்ள அனல்வாய்களில் எரியூட்டப்படவேண்டுமென்பதே நெடுநாள் நெறி."

"நாங்கள் அதை அறியவில்லை. விடாய்நீர் தேடி வந்தவர்கள்" என்றார் தருமன். "ஆம், அவர்களில் ஏறிவந்தன எங்கள் தெய்வங்கள். அத்தெய்வங்களினூடாக அவர்களிடம் நீருண்ணும்படி சொன்னேன். எல்லைகடந்து வந்த அவர்களை நானே கொன்றேன்" என்றார் மணிபத்மர். "உன்னிடமும் சொன்னேன்." தருமன் அவரை நோக்கிக்கொண்டிருந்தார். பின்பு "ஆம், நீரில் எழுந்த விழிகளில் இரண்டு உங்களுடையவை" என்றார்.

"அது யட்சர்களின் உளம்புகும்கலை. உன்னுள் இருந்து நான் எடுத்த பாவை அது." தருமன் "அவர் என் மூதாதை சித்ராங்கதர்" என்றார். "ஆம், என்னுருவை விலக்கி பிறிதொன்று தன்னுருக் காட்டி உன்னை மீட்டது" என்றார் மணிபத்மர். "அதுவே என்னை உன்பால் ஈர்த்தது. நீ கொண்ட நுண்ணறிவை நானும் பெற விழைவூட்டியது. உன்னுள் புகுந்து உரையாடியவன் நானே. நீ அதை ஒரு சுவடிநூலென உளம்கொண்டாய். அந்நூலில் ஒரு நாரையென நான் உருக்கொண்டேன்."

மணிபத்மர் தருமன் முன் வந்து நின்றார். "எஞ்சும் மூன்று வினாக்களைக் கேட்கிறேன். நீ சொன்ன விடைகள் அனைத்தும் மானுடருக்குரியவை, யட்சர்களுக்கு அவை பொருளற்றவை. இவற்றுக்கு யட்சர்களுக்கும் உரிய மறுமொழிகளைச் சொல்க! உன் இளையோரில் ஒருவரை நான் உயிர்கொள்ளச் செய்கிறேன்." தருமன் திரும்பி நோக்கியபின் "தனியொருவனுக்குரிய அறிவு என இப்புவியில் ஏதுமில்லை. எனவே என் விடைகள் என் ஆசிரியர்களுக்கும் உரியவை" என்றார். மணிபத்மர் "சொல்க,துயர்களில் பெரியது எது? சுமைகளில் அரியது எது? நோய்களில் கொடியது எது?" என்று கேட்டார்.

தருமன் "மைந்தனை இழக்கும் தந்தையின் துயர். மண்ணில் அதற்கு நிகரில்லை, ஏனென்றால் அம்மைந்தரை ஈன்றதுமே அது தொடங்கிவிடுகிறது" என்றார். "சுமைகளில் அரியது கரு தாங்குதல். அன்னை அதை இறக்கிவைக்கவே முடியாது. மூத்தவரே, நோய்களில் கொடியது வஞ்சம். அதற்கு மருந்தே இல்லை. நோயுற்றவரை, அவர் சுற்றத்தை, அவர் எதிரிகளை, அச்சூழலை அழிக்காமல் அது அடங்குவதில்லை." அவற்றை கண்களைச் சுருக்கி முகம்கூர்ந்து கேட்டிருந்த மணிபத்மர் சிலகணங்களுக்குப்பின் "ஆம், இம்மூன்றுமே எங்கும் திகழும் உண்மைகள். நீ பிறரையும் அறியும் அரசன். உனக்கு நாங்கள் எதிரிகளல்ல" என்றார்.

திரும்பி பாண்டவர்களின் உடல்களை நோக்கிய மணிபத்மர் “அரசே, நான் என் உயிரில் ஒரு பகுதியை இவர்களில் ஒருவருக்கு அளிக்கமுடியும். நீ விழையும் ஒருவனைச் சுட்டு!” என்றார். தருமன் “இவன் நகுலன், மூன்றாம் இளையோன். இவன் எழுக!” என்றார். விழிசுருங்க கூர்ந்து நோக்கிய மணிபத்மர் “என்னால் புரிந்துகொள்ளமுடியவில்லை. அவன் வில்விஜயன், அவனின்றி உன் அரசு மீளாது. இவன் பெருந்தோள் பீமன். இவனின்றி நீ இக்காட்டைவிட்டே செல்லமுடியாது. இவனோ வலுவில்லா இளையோன்” என்றார். “ஆம், அதை நானும் அறிவேன். மூத்தவரே, எந்தைக்கு தேவியர் இருவர். குந்திக்கு மைந்தனென நானுள்ளேன். மாத்ரிக்கு மைந்தனென மூத்தவன் எழவேண்டும். அதுவே உகந்த நெறி” என்றார்.

அவர் தலை நடுங்கிக்கொண்டிருந்தது. இருமுறை ஏதோ பேசவிழைபவர் போல வாயசைத்தபின் தொண்டையைக் கனைத்தார். “மூத்தவரே, வாழும் மானுடரின் கடன் உடன்வாழ்பவரிடம் மட்டும் அல்ல, நீத்தாரிடமும் கூடத்தான். ஏனென்றால் நாம் நம் ஆணவத்தால் வாழ்க்கையைத் துண்டுபடுத்திக்கொள்கிறோம். இது வாளால் வெட்டிப் பிளக்கவியலாத நதிப்பெருக்கு.” மணிபத்மர் “ஆம்” என்றார். அவர் வாய் முதியவர்களுக்குரியபடி நடுங்கிக்கொண்டிருந்தது. அந்த நடுக்கம் உடலெங்கும் பரவியது. தன்னுள் ஓடிய எண்ணங்களில் கட்டுண்டவர் போலிருந்தார்.

பின்பு பெருமூச்சுடன் மீண்டு “அரசனே, அறம் முற்றுணர்ந்தவன் அமரும் அரியணை என்பது அவன் குடிகளுக்குரியது மட்டுமல்ல. தலைமுறைகள் சுட்டிக்காட்டும் தெய்வக்கருவறைபீடம் அது. நீ ஒருநாள் காடுகடந்து ஊர்மீண்டு வென்று அரியணையமரவேண்டும். உன் கைகள் அமுதகலமாக வேண்டும். கோல் சூடி ஆண்டு காலம்கடக்கையில் என்றேனும் அனைத்தும் வீண் என உணர்வாய் என்றால் இங்கு மீண்டு வருக! அன்று நான் உன்னிடம் சொல்ல ஒரு சொல் எஞ்சியிருக்கிறது” என்றார்.

அவர் மெல்ல கையூன்றி தரையில் அமர்ந்தார். “உன் தம்பியர் நால்வருக்கும் என் உயிரை அளிக்கிறேன். அழைத்துச் செல்க!” என்றார். பதறியபடி முன்னால் சென்று “இல்லை, அது முறையல்ல” என்றார் தருமன். “இது முதிர்ந்த உயிர் அரசே. என்று நான் இனியெழும் காலத்தின் அறத்தை முழுமையாகக் கண்டு நிறைகிறேனோ அன்று விடைகொள்ள வேண்டும் என்பது என் ஆசிரியரின் நல்வாக்கு. இன்று அது அமைந்தது. நன்று சூழ்க!” அவர் உடல் மழைவிழுந்து நடுங்கும் இலைபோல அதிரத்தொடங்கியது. மல்லாந்து விழுந்து கைகளால் மண்ணைப் பற்றிக்கொண்டார். கைகள் இழுபட்டு பின் அசைவிழந்தன.

மூச்சு ஏறியமைந்தது. பெண்களும் குழந்தைகளும் ஓடிவந்து அவரைச் சூழ்ந்தனர். யட்சர்கள் அவரை நோக்கிக் கைகூப்பியபடி அசைவற்று நின்றனர். அவரிலிருந்து அவர் விடுபடும் அக்கணம் ஒரு விதிர்ப்பாகத் தெரிந்தது.

தருமன் பீமனின் அசைவைக் கண்டு திடுக்கிட்டுத் திரும்பினார். அவன் எழுந்து சுற்றும் நோக்கி "யார்?" என்றான். அக்கணத்திலேயே அர்ஜுனனும் எழுந்துவிட்டான். "மூத்தவரே" என்றான். "இது யக்ஷரின் நிலம். நீங்கள் உயிர்மீண்டுவிட்டீர்கள்" என்றார் தருமன். பீமன் எழுந்து தருமனின் கைகளைப் பற்றியபடி "மூத்தவரே, நீங்கள் நலமாக உள்ளீர்கள் அல்லவா?" என்றான். அர்ஜுனன் "உங்களைக் காக்காமல் வீழ்ந்துவிட்டோம், அரசே" என்றான். தருமன் "நானும் நீங்களும் நலமாக இருக்கிறோம். நம் அன்னையரின் அருள்... இதோ இந்த முதிய யட்சரின் கொடை" என்றார்.

மணிபூரகன் அருகே வந்து "அவருடன் நானும் உங்கள் உள்ளத்துக்குள் வந்திருந்தேன். அவர் உள்ளத்துடன் இணைந்திருந்தேன்" என்றார். நகுலனும் சகதேவனும் எழுந்து தங்கள் உடல்களை உணர்ந்து கைகால்களை நீட்டி விரித்துக்கொண்டார்கள். "மூத்தோர் சாவு எங்களுக்குப் பெருவிழவு. இந்நாளை எங்கள் தலைமுறைகள் நினைத்திருக்கும்" என்றார் மணிபூரகன். "மூத்தவரின் புதைவுகொண்டாடி உணவுண்டபின் நீங்கள் திரும்பவேண்டும்." தருமன் "ஆம், அது என் நல்லூழ்" என்றார்.

கீழே வெண்ணிற மண்ணில் ஒரு சேற்றுத்தடமென முதிய யட்சர் மாறிவிட்டிருந்தார். தருமன் குனிந்து அவர் கால்களைத் தொட்டு சென்னிசூடினார். திரும்பி தம்பியரிடம் "இளையோரே, இனி என்றும் உங்கள் மூதாதையர் நிரையில் இவரும் நினைவுகூரப்படவேண்டும்" என ஆணையிட்டார். அவர்கள் சென்று அவர் கால்களில் தலைபணிந்து வணங்கினர்.

8

உளமென ஆகிவிடும் இயல்புகொண்டது நிலப்பரப்பு. எண்ணங்களும் வெண்வெளியில் வெண்பெருக்காக இருந்தன. வெண்ணிற ஒளியில் வெண்ணிறமான நாரைகள் பறந்து சென்றன. அவற்றின் நிழல்களும் வெண்ணிறக் கறைகள்போல கடந்தகன்றன. ஓசைகள் வெண்ணிறப் பாறைகளில் பட்டு வெண்ணிறமாகத் திரும்பிவந்து சூழ்ந்தன. களைப்புடன் நின்றபோது பறந்துகொண்டிருந்த தன்னுணர்வு மெல்ல வந்து தன் உடல்மேல் படிந்ததுபோல உணர்ந்தார். கண்களை மூடிமூடித் திறந்தபோது மெல்ல வெண்ணிற அலைகள் அடங்கி நிழல்சூடிய பாறைகள் மும்முகப் பருவடிவுகொண்டு அணுகின.

நகுலன் "யட்சர்கள் அளித்த குடிநீர் எஞ்சியிருக்கிறது மூத்தவரே, சற்று அருந்துகிறீர்களா?" என்றான். அவர் வேண்டாம் என தலையசைத்தார். "இங்குள்ள பாறைகளில் செந்நிறம்கொண்டவை சொட்டும் நீரை மட்டுமே இவர்கள் அருந்துகிறார்கள்" என்றான் நகுலன். "எரிநிறைந்த மண். எரிபரவிய காற்று. இந்நச்சுவெளியிலும் இவர்கள் வாழ்வது விந்தைதான்" என்றான் சகதேவன். பீமன் "வஞ்சச்சூழலில் பழகியவர்களால் எங்கும் வாழமுடியும், இளையோனே. நாம் இதோ இதையும் வென்று மீள்கிறோம்" என்றான்.

"ஆம், இவ்வுளமயக்குகள் காட்டும் வஞ்சம் இப்போது நினைக்கையிலும் அச்சுறுத்துவது" என்றான் நகுலன். சகதேவனைச் சுட்டிக்காட்டி "நான் அந்நீர்ப்பரப்பை நோக்கியபோது அதில் எழுந்தவன் இவன். கனிந்து புன்னகை செய்து என்னிடம் அந்நீரை அருந்தும்படி சொன்னான். உருவிலிகளின் குரல்கள் கேட்டுக்கொண்டேயிருந்தன, அருந்தலாகாது என்று. நான் தயங்கியபோது அருந்தாவிடில் நான் இறப்பேன் என்றான்,

ஏனென்றால் முன்னரே அவன் இறந்துவிட்டான் என விழிநீர் உகுத்தான். மூத்தவர்கள் இருவரும் அருந்தாமலேயே உயிரிழந்தனர் என்று சொல்லி அழுதான். விழிநீர் உகுத்தான்." சகதேவன் சிரித்தபடி "அப்போது இவன் முகத்தை நான் நீரில் பார்த்துக்கொண்டிருந்தேன். என்னிடம் இவன் மன்றாடிக்கொண்டிருந்தான்" என்றான்.

நகுலன் "நீங்கள் பார்த்த முகம் எது, மூத்தவரே?" என்றான். பீமன் திரும்பி நோக்கியபின் வானில் விழிநட்டு ஒன்றும் சொல்லாமல் நடந்தான். "சொல்லுங்கள் மூத்தவரே, நீங்கள் நோக்கியது யாரை?" என்றான் சகதேவன். "அவனை" என்று பீமன் சொன்னான். அவன் எவரைக் குறிப்பிடுகிறான் என்று புரிந்துகொண்டு அவர்கள் இருவரும் ஒருவரையொருவர் நோக்கிக்கொண்டார்கள். "அப்படியென்றால் நீங்கள் நோக்கியது அவரை அல்லவா?" என்று அர்ஜுனனிடம் நகுலன் கேட்டான். அவன் ஆம் என தலையசைத்தான். "நாம் தனியாக எங்கும் போவதில்லை மூத்தவர்களே, துணையாக அவர்களைக் கொண்டுசெல்கிறோம்" என்றான் நகுலன் சிரித்தபடி. இறுக்கம் அகன்று இருவரும் புன்னகை செய்தனர்.

"நீங்கள் நோக்கியது எவரை, மூத்தவரே?" என்றான் நகுலன் தருமனிடம். அவர் "மூதாதையான சித்ராங்கதரை. நச்சுப்பொய்கையில் அவர் மூழ்கி மறைந்தார். இங்கு மேலேறி வந்தார்" என்றார். அவர்கள் ஒன்றும் சொல்லவில்லை. "அவர் முகத்தை நான் பார்த்ததில்லை. நம் அரண்மனையில் உள்ள பட்டுத்திரை ஓவியம் ஒன்றில் அவர் முகம் உள்ளது" என்று தருமன் தொடர்ந்தார். "அழகிய முகம். ஆனால் அதில் ஒரு பதற்றம் தெரியும்படி வரைந்திருப்பான் ஓவியன். அந்தப் பதற்றம் அப்படியே அம்முகத்திலும் இருந்தது." நகுலன் "அது அவரது இறப்புக்குப்பின் வரையப்பட்டது" என்றான்.

"அவர் இன்றும் பதற்றம் கொண்டிருக்கிறார். மூன்று தலைமுறைக்காலம் நீர்க்கடன் அளிக்கப்பட்ட பின்னரும்கூட" என்றார் தருமன். "அந்த விழிகளை நான் மீண்டும் மீண்டும் காண்கிறேன். அவற்றில் மேலும் சொல்ல ஒரு சொல் இருந்தது..." நகுலன் "அது நம் உளமயக்கு, மூத்தவரே. இங்குள்ள கந்தக நஞ்சின் விளைவு அது" என்றான். "ஆம், நஞ்சினால்தான். ஆனால் எப்படியாயினும் என்னுள் இல்லாதது எழுவதில்லை. என்னுள் இருப்பதே வெளியேயும் விரிந்திருப்பது" என்றார் தருமன்.

"நாம் சற்று ஓய்வெடுத்துவிட்டுச் செல்லலாம், மூத்தவரே" என்றான் பீமன். "நாம் இன்று இருட்டுவதற்குள் சென்றுவிடமுடியும்." நகுலன் "அங்கே முனிவர் எரிகுளத்தின் முன் அமர்ந்திருப்பார்" என்றான். அதை அவர்கள் அனைவரும் எண்ணிக்கொண்டிருந்தமையால் ஒன்றும் சொல்லவில்லை. தருமன் பாறைமேல் படுத்து விழிகளை

மூடிக்கொண்டார். அவர் இமைகளுக்குள் விழியுருளைகள் அசைந்தன. ஏதோ சொல்லப்போவதுபோல இதழ்கள் கசங்கிக்கொண்டிருந்தன. மெல்ல மூச்சொலி எழ நகுலனும் சகதேவனும் துயில்கொண்டனர். தருமனும் சித்தம் மயங்கி அமிழ்ந்துகொண்டிருந்தார். “பகா!” என்ற ஒலியுடன் ஒரு நாரை அவர்களைக் கடந்து சென்றது. அவ்வொலி கேட்டு அவர் எழுந்தமர்ந்தார்.

“மூத்தவரே!” என்றான் பீமன். “இளையோரே, நீங்கள் சென்று அரணிக்கட்டையை சுஃப்ர கௌசிகரிடம் அளியுங்கள். நான் திரும்பி இத்திசை நோக்கிச் செல்கிறேன்” என்றார் தருமன். “மூத்தவரே, என்ன சொல்கிறீர்கள்? அங்கே எரியுமிழும் கந்தமாதன மலை இருக்கிறது” என்றான் பீமன். “ஆம், அங்குதான் செல்கிறேன். எரிபுகுந்து உருகி மீளவேண்டும் என்று அருகப்படிவர் சொன்னது இதைத்தான்.” பீமன் சினத்துடன் “அறிவின்மை. நீங்கள் அத்தனை தொலைவுவரை செல்லும் உடலாற்றல் கொண்டவர் அல்ல...” என்றான். “இது உடல் பயணம் அல்ல. உடல் அழியுமென்றால் அழிக!” என்றார் தருமன்.

“நானும் உடன் வருகிறேன்” என்றான் பீமன். அவன் குரல் தணிந்து மன்றாட்டாகியது. “தங்களை தனியாக அனுப்பிவிட்டு என்னால் எப்படி இருக்கமுடியும், மூத்தவரே?” அமர்ந்தபடியே அருகணைந்து அவர் கால்களைத் தொட்டு “என்னையும் உடனழைத்துச் செல்லுங்கள்... என் மேல் கருணைகொள்ளுங்கள்” என்றான். தருமன் “மந்தா, புரிந்துகொள்! இது நான் தன்னந்தனியாகச் செய்யவேண்டிய பயணம். மீண்டுவர ஊழ் இருந்தால் அது நிகழும்” என்றார். நகுலனும் சகதேவனும் எழுந்து திகைப்புடன் நோக்கினர். அர்ஜுனன் “அவர் சென்றுமீளட்டும், மூத்தவரே” என்று பீமனிடம் சொன்னான். “கந்தமாதன மலைமேல் எவரும் சென்றதில்லை. அது பாறையுருகும் அனல்கொண்டது” என்றான் பீமன் உரத்தகுரலில்.

“ஆம், ஆனால் என் வழி அதுவே” என்றார் தருமன். “மூன்றாம் மாதம் முழுநிலவுநாள் வரை எனக்காகக் காத்திருங்கள். நான் மீளவில்லை என்றால் நகர்மீள்கையில் சகதேவன் இந்திரப்பிரஸ்தத்தின் மணிமுடியை சூடட்டும்.” சகதேவன் கண்களில் நீருடன் கைகூப்பினான். “நன்று சூழ்க!” என்றபடி தருமன் எழுந்துகொண்டார். “சென்று வருக, மூத்தவரே. நாங்கள் அங்கே காத்திருப்போம்” என்று அர்ஜுனன் குனிந்து அவர் கால்களைத் தொட்டு சென்னிசூடினான். நகுலனும் சகதேவனும் உதடுகளை இறுக்கி அழுகையை அடக்கியபடி வணங்க, அவர்களை கைதூக்கி வாழ்த்தினார். பீமன் தலைகுனிந்து அப்படியே அமர்ந்திருந்தான். “நான் திரும்பவில்லை என்றால் நான் வாழும் காலம்வரை மைந்தன் என நின்று மந்தன் எனக்கு நீர்க்கடன் செலுத்தட்டும்” என்றபின் அவன் தலையைத் தொட்டுவிட்டு தருமன் திரும்பிப்பாராமல் நடந்துசென்றார்.

பத்தாம் காடு

கந்தமாதனம்

1

தளர்ந்த காலடிகளுடன் ஏறத் தொடங்கியபோது மலை நேர் முன்னாலிருந்தது. மேலே செல்லச் செல்ல பக்கவாட்டிலும் முளைத்துப் பெருகி மேலெழத் தொடங்கியது. சற்றுநேரத்திலேயே பின்பக்கத்திலும் மலையடுக்குகள் மாபெரும் நுரைபோல உருளைப்பாறைகளின் குவைகளாக எழுந்தன. தருமன் மூச்சுவாங்க இடையில் கைவைத்து நின்றபோது அவரை மலைமடிப்புகள் முழுமையாகவே சூழ்ந்திருந்தன. தொலைதூரத்தில் மலையடுக்கின் வெளியிதழ்கள் நீலநிறமாகத் தெரிந்தன. அருகே ஆழ்ந்த மஞ்சள்நிறம்கொண்டு அலைவடிவாகச் சூழ்ந்திருந்தன.

மாமலர். அவ்விதழ்கள் மிக மென்மையானவை. உள்ளே தேனருந்த வந்த வண்டை மெல்ல பொதித்து சூழ்ந்துகொள்பவை. அவ்வாறு எண்ணியதுமே தொலைவிலிருந்த மலைகள் மிக மெல்ல மேலெழுந்து வருவதாகவும் சற்றுநேரத்திலேயே தலைக்குமேல் கூம்பிக்கொள்ளப் போவதாகவும் உளமயக்கு எழுந்தது. மூச்சு அடங்கி உடல் குளிர் கொண்டதும் அவர் மேலும் நடக்கலானார். எதிரொலிகளை அனுப்பும் தொலைவுக்கு அப்பாலிருந்த மலையெழுச்சிகள். ஆகவே அவருடைய காலடியோசை துளிசொட்டும் ஓசையென்றே ஒலித்தது. மூச்சிரைப்பின் ஒலி அவர் உடலுக்குள்ளேயே ஓடியது.

கிளம்பும்போது எதையும் எண்ணவில்லை. நீரையோ உணவையோ இரவின் குளிரையோ செல்நெறியையோ. களைத்து நின்றபோது அவை ஒவ்வொன்றாக எண்ணத்திலெழுந்தன. அது கனவுப்பயணம் அல்ல. நனவில் நீரில்லையேல் மேலும் சில நாழிகைகளுக்குக்கூட அவரால் செல்ல முடியாதென எண்ணியதுமே உணவையும் நீரையும் வழியையும்

எண்ணினால் பிறிதொன்றையும் எண்ண இயலாதென்று உணர்ந்தார். சேருமிடத்தை எண்ணினாலும்கூட அது பயணமென்றாகாது. செல்வதோ வருவதோ பயணம் அல்ல, வளர்வது மட்டுமே பயணம்.

மறுமுறை கால் ஓய்ந்து நின்றபோது விடாயை உட்கனல் என உணர்ந்தார். ஆம், விடாய். ஆனால் இங்கு நான் அதையும் அறியவே வந்துள்ளேன். இந்நிலம் நானறியாதது. இங்கு நான் கொண்ட அறிவெல்லாம் என்னுள் இருப்பதே. என் குருதி போல என்னுள் ஓடுவது அது. அதுவே நான். அதையன்றி பிறிதை நான் இங்கு அறியவும் போவதில்லை. சிலகணங்கள் கண்களை மூடி நின்று அந்த விடாயை அகம்கூர்ந்தார். விடாய் ஓர் உள்ளமாகவும் அதை நோக்கும் அவர் ஓர் உள்ளமாகவும் மாற, அச்செயலை நோக்கி அப்பாலிருந்தது பிறிதொரு உள்ளம். விடாயை அறிந்த உள்ளமும் விடாயென்றாகியது. சுடர் அருகே உலோகங்கள் போல விடாயைச் சூழ்ந்திருந்த எண்ணங்கள் ஒவ்வொன்றாக ஒளிபெற்றன.

தன் விடாய் வலப்பக்கமாகவே திரும்புவதை அவ்வெண்ணங்களின் கலவை மெல்ல ஒன்றுடனொன்று படிந்தமைந்தபோது அவர் உணர்ந்தார். அவர் அறியாமலேயே உடல் வலப்பக்கமாகத் திரும்பியிருந்தது. உடலறிந்ததை அதுவே ஆற்றட்டும் என விட்டதுமே காதில் நீரோசையும் மூக்கில் நீராவியின் மென்மணமும் வந்தணைந்தன. அவை உள்ளிருந்தே எழுகின்றனவா என வியப்பூட்டும் அளவுக்கு மிகமிக மெல்லியவை. நெடுந்தொலைவு சென்ற பின்னரே அவை வெளிச்செவிக்கும் பருவடிவ மூக்குக்கும் வந்தடைந்தன. பின்னர் நீரோடையைச் சென்றடைய நெடுநேரமாகவில்லை.

அந்நீரோடை செந்நிறப்பாறை ஒன்றின் இடுக்கிலிருந்து காளையின் சிறுநீர் போல ஊறி விழுந்து மண்ணில் குழி அமைத்து சுழன்று ததும்பி வழிந்தோடியது. நீரின் மணம் யட்சர்களின் குடிநீரோடையில் அவர் அறிந்தது என உணர்ந்தார். அள்ளி அருந்திவிட்டு அருகே அமர்ந்தார். நீர்ச்சுழிப்பை நோக்கிக்கொண்டிருந்தபோது அது எதையோ சொல்வதுபோலிருந்தது. உதடுகள் சுழித்து விரிந்து ஒலி நீண்டு. செவிகளுக்காக அன்றி சொல்லப்படும் சொல் முடிவற்றது.

நோக்கி அமர்ந்திருக்கையிலேயே குளம்போசை கேட்டது. ஒரு மான் வந்து அவரை நோக்கி தும்மலோசை எழுப்பியது. செண்பக இலைபோன்ற காதுகள் விடைத்திருக்க உடல்சிலிர்க்க மூக்கைத்தூக்கி அவரை நோக்கியது. பின்னர் அருகணைந்து குனிந்து நீரை அள்ளியது. அது திரும்பிச் செல்வதுவரை அவர் நோக்கி அமர்ந்திருந்தார். பின்னர் அதன் காலடித்தடங்களை பின்தொடர்ந்து சென்றார். சற்றுநேரத்திலேயே உடலெங்கும் கனிகளுடன் ஓங்கி நின்றிருந்த மாபெரும் அத்திமரத்தைச் சென்றடைந்தார்.

அத்திப்பழங்களை உண்டு பசியாறியதும் அதனருகிலேயே ஒரு பாறைமேல் படுத்துத் துயின்றார். உடலிலிருந்து அனைத்துத் தன்னுணர்வுகளும் முழுமையாக விலக, மண்ணெனப் பெருகிவிரிந்த அனைத்துடன் அது இணைந்துவிட்டிருந்த ஆழ்துயில். விழித்துக்கொண்டபோது உடல் குளிரில் நடுங்கிக்கொண்டிருந்தது. விண்மீன்கள் மிக அருகிலெனத் தெரிந்தன. எழுந்து அமர்ந்து உடலை நன்றாக குறுக்கிக்கொண்டு வானை நோக்கிக்கொண்டிருந்தார்.

வானம் அத்தனை பொருளற்றதாக எப்போதுமே இருந்ததில்லை. அத்தனை அண்மையிலும் தெரிந்ததில்லை. நோக்க நோக்க விண்மீன்கள் நெருங்கி வந்து அவரைச் சூழ்ந்துகொண்டன என்று தோன்றியது. அவற்றின் அதிர்வுகளை தன் உடலால் உணரமுடியுமென்பதுபோல. உடலைக் குறுக்கிக்கொண்ட நிலையிலேயே மீண்டும் துயிலில் ஆழ்ந்தார். அம்முறை கனவுகள் வந்தன. அவர் குழவியாக இருந்தார். துணியால் சுருட்டப்பட்டு அன்னையின் அருகிலேயே வைக்கப்பட்டிருந்தார்.

விழித்துக்கொண்டபோது அனைத்தும் துலங்கிவிட்டிருந்தன. எழுந்தமர்ந்தபோது தன் முகத்தில் ஒரு புன்னகை இருப்பதை உணர்ந்தார். உடலில் களைப்பே இல்லை. தசைகள் புதியவை போலிருந்தன. அவர் அருகே ஒரு மான்கூட்டம் படுத்திருந்தது. அவரை அவை பொருட்படுத்தவில்லை. ஒரு குட்டிமான் மட்டும் விழிகள் மலர காதுகள் குவிய இளமூக்கை நீட்டியபடி அவரை நோக்கி வந்தது. அவர் புன்னகையுடன் கைநீட்டியதும் சுண்டப்பட்டதுபோல துள்ளி எழுந்து அப்பால் ஓடி அவருக்கு பின்பக்கம் காட்டி நின்றது.

அத்திமரத்தின் மேல் நாரைகள் அமர்ந்திருந்தன. அவற்றினூடாகவே அந்த மரங்கள் அங்கு வந்திருக்கக்கூடும் என எண்ணிக்கொண்டார். அவற்றை நம்பி அங்கு மான்கணங்களும் வாழ்கின்றன. மீண்டும் அத்திப்பழங்களை உண்டுவிட்டு மேலாடையில் அத்திப்பழங்களை அள்ளிச்சேர்த்து எடுத்தபடி கிளம்பினார். மான்குட்டி துள்ளி அவரை நோக்கி வந்து கால்களைச் சற்று பரப்பிவைத்து நோக்கி நின்றது. அவர் புன்னகையுடன் அதை நோக்கிவிட்டு மேலே சென்றார்.

அன்று மாலைக்குள் அந்த மலைப்பகுதி அவருக்கு நன்கு அறிந்ததாக ஆகியது. அங்கேயே பிறந்துவளரும் மான்களைப்போல என எண்ணிக்கொண்டார். அத்திமரங்கள் நின்றிருக்கும் இடம். நீரோடையின் வழி. ஒவ்வொன்றையும் அவர் எண்ணுவதற்குள் சென்றடைந்தது உள்ளம். மறுநாளும் உணவும் நீரும் அமைந்தன. அதன்பின் ஆழத்தில் இருந்துகொண்டேயிருந்த அச்சம் மறைந்தது. அச்சமாக மட்டுமே எஞ்சிய அந்தத் தன்னுணர்வும் அழிந்தது. பின்னர் அவருள்ளும் மலைகள் மட்டுமே எஞ்சின.

அமைதியின் பெருங்குவைகளாக நின்றிருந்தன மலைமுடிகள். அமைதி என வழிந்தன சரிவுகள். அசைவின்மை என, பிறிதின்மை என அமைந்த பருப்பேருரு. ஆனால் அவை அவருள் வெறும் எண்ணங்களென்றும் இருந்தன. உணரமட்டுமே படுபவை. இருப்புகள் மட்டுமே என்றானவை. ஒரு விழியிமைப்பால் சுருட்டி அகற்றப்படத்தக்க மலைகள். கணந்தோறும் பிறிதொன்றென மாறிக்கொண்டேயிருப்பவை. அப்பாலிருக்கும் அப்பருவெளி அவருடையதல்ல. இது நான் வெளித்தது. இது நான் என்னைச் சூழ்ந்தது. என்னுள் அமைந்து என் இருப்பென அசைவின்மை கொண்டது. நான் எனும் பிறிதின்மையாகியது.

கிளம்பி நெடுந்தூரம்வரை அவர் தன்னுள் இளையவர்களிடம் பேசிக்கொண்டிருந்தார். சினத்துடன், ஆற்றாமையுடன், கனவுடன், கனிவுடன். சொல்லச் சொல்லத் தீரவில்லை சொற்கள். சொற்கள் சொற்களைப் பெருக்குபவை. அவர் பின்னர் உலகுடன் உரையாடலானார். அறைகூவி ஆணையிட்டு அறிவுறுத்தி மன்றாடி சோர்ந்தமைந்து மீண்டும் ஒரு சொல்லில் இருந்து பற்றிக்கொண்டு எழுந்து சொல்பெருக்கி சொல்லடங்கி. இங்கு ஒவ்வொரு உள்ளத்துக்கும் உலகுடன் சொல்ல எவ்வளவு இருக்கிறது! அல்லது ஓரிரு சொற்களேதானா? அவற்றை உலகு செவிகொள்ள மறுப்பதனால்தான் அவை பெருகுகின்றனவா? பேருருக்கொண்டு பெருகிச்சூழும் தெய்வம் ஒன்று ஒவ்வொருவரையும் அணுகி ‘சொல்’ என செவிகொடுத்து மீளுமென்றால் உலகமே சொல்லடங்கி அமைதிகொள்ளும் போலும்.

சொல்முழக்கமாக இருந்த உள்ளம் மலையேறத் தொடங்கும்போதே அடங்கத் தொடங்கிவிட்டிருந்தது. பாலையில் மெலிந்தோடும் ஓடை போல ஒரு தனி எண்ணம் நிகழ்ந்து பொருளற்ற ஏதேதோ சொற்களில் முட்டித் தயங்கி வலுவிழந்து ஓரிரு சொற்களில் வந்து நின்றுவிடும். பின்னர் எப்போதோ அச்சொற்கள் சித்தத்தில் கைவிடப்பட்ட பொருட்கள்போலக் கிடப்பதை உணர்ந்ததும் அவை எங்கிருந்து வந்தன என்று வியந்தபடி நினைவுகூர்வார். அச்சொற்களிலிருந்து அவ்வெண்ணத்தைச் சென்றடைய முடிவதில்லை. அவற்றுக்கும் அவ்வெண்ணத்திற்கும் தொடர்பிருக்கவில்லை.

மெல்ல அச்சொற்கள் அங்கேயே நோக்கப்படாமல் கிடக்கலாயின. புழுதிபடிந்து அமிழ்ந்தழிந்தன. அகம் கொண்ட அச்சொல்லின்மையை எப்போதேனும் ஒரு சொல்லெழும்போதே உணரமுடிந்தது. அந்த மலையடுக்குகளுக்கு நடுவே தனித்து நடக்கும் அவரைப்போல அச்சொல் தன்னை உணர்ந்து உடனே திறந்துகொண்டது. பரவி வெளியாகி உருவழிந்தது. அமைதி என்பது அமைதியென்றும் உணரப்படாத நிலை என்பதை அறியவே அத்தனை காலம் ஆகியிருப்பதை எப்போதோ

ஓர் எண்ணக்கீற்றென உணர்ந்து புன்னகைத்துக்கொண்டார். மகிழ்ச்சி என்பதும் அமைதியின்மையே என அதைத்தொடர்ந்து அறிந்தார்.

கிளம்பிய பன்னிரண்டாம் நாள் அவர் கந்தமாதன மலையின் முதல் முகத்தைச் சென்றடைந்தார். தொலைவிலேயே மேலே வெண்மையும் அடியில் கருமையும் கொண்ட புகைக்குவை ஆலமரம்போல எழுந்து குடைபரப்பி நிற்பது தெரிந்தது. அதை மலைமுடியில் அமர்ந்த முகிலென்று முதலில் எண்ணினார். பின்னர் அதன் அடியில் கருமை கொப்பளித்து மேலெழுவதைக் கண்டார். மேலும் கூர்ந்தபோது அக்கருமைக்குள் செந்நிற இறகுகள் என அனல் பறப்பது தெரிந்தது. அதுவரை இடியோசை என தொலைவில் முழங்கிக்கொண்டிருந்தது அந்த மலையின் உறுமலே என்று அப்போதுதான் சித்தம் அறிந்தது.

அங்கே நின்றபடி எரியுமிழ் மலையை நோக்கிக்கொண்டிருந்தார். சினம்கொண்ட பெருவிலங்கொன்றின் வாய். நீண்டு அதிரும் செந்நிற நாக்குகள். மீளமீள செவிகொடுத்தபோது அச்சொல்லைக் கேட்கமுடிந்தது. த! த! த! ஒவ்வொரு சொல்லும் நெருப்பாலாகியிருந்தது. மலையடுக்குகளை அதிரச்செய்தது. வானம் அவற்றைத் திருப்பிச் சொன்னது. “தம! தத்த! தய!” ஆணை ஏற்று அதிர்ந்துகொண்டிருந்தன மலைப்பாறைகள்.

நீள்மூச்சுடன் மேலும் நடக்கலானார். செல்லுந்தோறும் அணுகாமல் அகலாமல் அங்கேயே நின்றிருந்தது மலையெரி. அந்தியில் வெண்புகைக்குடை அனல்வண்ணம் ஆயிற்று. கருமைகொண்டு மறைந்தது. இருளில் செந்தழல் மட்டும் தெரிந்தது. மலைச்சரிவிலிருந்த பாறையொன்றுக்கு அடியிலமர்ந்து அதை நோக்கிக்கொண்டிருந்தார். மாபெரும் வேள்வித்தீ. மேலிருந்து அதை ஓம்புபவர் யார்? தேவர்கள் என்றால் அவர்கள் அவியூட்டுவது எவருக்கு? வான்சரிவில் நிறைந்திருந்த விண்மீன்கள் தழலுடன் இணைந்து நடுங்கின. கரிய முகத்தில் அழிந்து நீண்ட குங்குமம். இருளிலமர்ந்து நோக்கும்போது அனல்தீற்றலை அன்றி பிறிதை முழுமையாகத் தவிர்த்தது விழி.

துயிலுக்குள்ளும் தழலெரிந்துகொண்டிருந்தது. விழித்தெழுந்தபோது வாயிலும் மூக்கிலும் மென்சாம்பல் படிந்திருந்தது. துப்பியபடியும் தும்மியபடியும் எழுந்து அமர்ந்தார். உடலெங்கும் சாம்பல் படிந்திருந்தது. காலையின் மென்னொளி சூழ்ந்திருந்தது. சூரியன் தோன்றாத கீழ்த்திசை காட்டுத்தீப்பரப்புபோல் தெரிந்தது. நீர் தேடி மலைவிளிம்பு வழியாக நடந்தபோது வானம் ஒளிகொண்டபடியே வந்தது. சூரியவிளிம்பு எழுந்தபோதிலும்கூட கண்கூசும் ஒளி எழவில்லை. கார்காலத்துக் காலை போலிருந்தது. காற்று திசைமாறி வீசியபோது எரியும் கந்தகத்தின் மணம் வந்தது.

மலைச்சரிவில் நீரோடையைக் கண்டார். நீரில் மெல்லிய கந்தகமணம் இருந்தாலும் குடிக்கமுடிந்தது. நீர் இளவெம்மையுடன் இருந்தது. நீர்விளிம்பில் நீட்டியிருந்த செடிகளில் உண்ணத்தகுந்த கீரைகளைப் பறித்து கழுவி பச்சையாகவே தின்றபடி ஓடை வழியாகவே மேலே செல்லத் தொடங்கினார். ஓடைக்கரைப் பாறைகள் வழுக்கவில்லை. அவை படிக்கட்டுபோல அமைந்து மேலே செல்ல உதவின. மலையேறுவதற்கு கால்கள் பழகிவிட்டிருந்தமையால் நெடுநேரம் நடந்தும் அலுப்புத் தெரியவில்லை. மாலையில் மீண்டும் அனல்வாயைப் பார்த்தபடி பாறைமேல் அமர்ந்திருந்தார். அது அணுகவே இல்லை என்று தோன்றியது.

நான்காவதுநாள்தான் முதல்முறையாக வெம்மையை உணரமுடிந்தது. காற்றில் அவ்வப்போது வெம்மை வந்து உடல்தழுவி எரியவைத்தது. காற்றலைகளில் அவ்வெம்மை ஏறிக்கொண்டே சென்றது. வானம் சாம்பல்படலத்தால் முழுமையாகவே மூடப்பட்டிருந்தது. திசைகள் அனைத்திலிருந்தும் இடியோசை எழுந்துகொண்டிருந்தது. மூச்சில் புகுந்த சாம்பலை தும்மி வெளியேற்றிக்கொண்டே நடந்தார். உடல் கருமண்ணால் வடித்த சிலைபோல் தோன்றியது. வியர்வை வழிந்த கோடுகளில் மீண்டும் கரிபடிய, சாட்டையால் அறைபட்ட வடுபோல அவை தெரிந்தன.

திசைகளை சாம்பல்திரை மூடியிருந்தமையால் அனல்முடி சரியாகத் தெரியவில்லை. காற்று வீசி புகைப்படலம் கிழிபடும்போது தொலைவானில் தழலாட்டம் மட்டும் தெரிந்து மறைந்தது. அதைநோக்கிச் சென்றுகொண்டிருக்கையில் எதிர்ப்பக்கமிருந்து வீசிய காற்றில் காட்டுத்தீயின் அனல்போல வெம்மை வந்து அறைந்துசென்றது. காதுகளும் இமைகளும் மூக்கும் எரியத்தொடங்கின. மீண்டுமொரு அனலலை வந்தடித்தபோது தாடிமயிர் பொசுங்கும் நாற்றத்தை உணர்ந்தார். தொட்டபோது புருவமும் பொசுங்கிச் சுருண்டிருப்பது தெரிந்தது.

உள்ளத்திலெழுந்த அச்சத்தை அறியாத ஊக்கம் ஒன்று வென்றது. அப்பாலிருப்பதை நோக்கி எப்போதும் செல்லும் விழைவு. குழவியரை இயக்கும் முதல்விசை. மேலும் மேலுமென சென்றார். இன்னொரு அனல்வீச்சில் தாடிமயிர் பொசுங்கிச்சுருண்ட ஒலி கேட்டது. காதுகள் அழன்று காந்தத் தொடங்கின. அன்றிரவு மழையென பெய்துகொண்டிருந்த சாம்பலுக்குக் கீழே உடலைக் குவித்து முட்டுகளுக்குள் மூக்கைத் தாழ்த்திவைத்துத் துயில்கொண்டார். மறுநாள் எழுந்தபோது புற்றை உடைத்து வெளிவருவதுபோல சாம்பலிலிருந்து எழவேண்டியிருந்தது. சாம்பலின் அலைகளாகக் காற்று சுழன்றடித்துக்கொண்டிருந்தது.

‘இதற்கு அப்பால்... ஆம், இதற்கப்பால்தான்’ என்று தன்னைத்தானே தூண்டியபடி, தனக்கே ஆணையிட்டுக்கொண்டபடி நடந்து கொண்டிருந்தார். நடக்கவே முடியாதபடி அனல் வந்து அறைந்து கொண்டிருந்தது. நிலத்தில் அத்தனை பாறைகளும் தொடமுடியாதபடி சுட்டன. நீர் ஊறிவழிந்த இடம் நோக்கிச் சென்றார். சேறும் ஆவியுடன் கொதித்தது. மண்ணிலிருந்து எழுந்த நீராவியால் உடல் வியர்த்து வழிந்தது. ஆனால் பாறைக்குழிவுகளில் குடிக்க சூடான நீர் இருந்தது. தரையில் வெந்த பறவை ஒன்று கிடந்தது. அதை எடுத்து உண்டு நீர் அருந்தியபின் மீண்டும் சென்றார். உறுமலுடன் தீயலை வந்து அவரை அறைந்து பின்னால் தள்ளியது. அதுவே எல்லை என்று உணர்ந்து அங்கே அமர்ந்தார்.

2

நாற்பத்தெட்டு நாட்கள் அவர் அவ்வெரிமுகத்தில் இருந்தார். மரவுரி சாம்பலாகி உதிர்ந்தது. உடலின் மயிர்களனைத்தும் கருகி மறைந்தன. தோல் வெந்து உரிந்தது. உடல் எலும்புபோர்த்த கரிப்படலத்தால் சுள்ளிக்கட்டுபோலாகியது. மண்டையோட்டின்மேல் விழிகள் அமைந்த முகம். நெடுந்தொலைவிலிருந்து அந்த அனல்நோக்கி வந்து சிறகு கரிந்து உதிரும் பறவைகளின் வெந்த ஊனே உணவாகியது. ஊறிச்சொட்டும் நீர் விடாய் தீர்த்தது. பின்னர் ஆற்றை உடலே கற்றுக்கொண்டது. உண்பதையும் குடிப்பதையும் அகம் அறியவில்லை. இடமும் காலமும் இருப்பும் உணரப்படவில்லை. வெறுமொரு சித்தத் துளி. பெருகாது சுழிக்காது துளித்து தயங்கி நுனியில் நின்றிருந்தது அது. அதன்முன் சீறியும் முழங்கியும் எழுந்தாடிக்கொண்டிருந்தது செவ்வனல்.

தன்னை நோக்கி முற்றிலும் திரும்பிய சித்தம் துயில்கொள்வதில்லை. தூங்காது தூங்கி விழித்திருக்கும் தன்னிலை. விழிகள் அத்தழலை நோக்கியபடி எப்போதும் திறந்திருந்தன. உதடுகளில் நிலைக்காமல் ஓடிக்கொண்டிருந்த சொல்லுச்சரிப்பின் சிற்றசைவுகளும் முகத்தில் பெருகிச்சுழித்துச் சென்றுகொண்டிருந்த உணர்ச்சிகளின் நெளிவுகளும் நின்றன. வெறித்த செவ்விழிகளில் மட்டுமே உயிர்தெரியும் வெந்த கரியமுகம் கொண்ட நிழலுரு அங்கு ஆடிய நூற்றுக்கணக்கான நிழல்களுடன் தானும் கலந்து மறைந்தது. பாறைவெடிப்புக்குள் உலர்ந்த தோல்கீற்றுபோல அவர் ஒட்டிக்கிடந்தார்.

அவர் விழிகளுக்குள்ளிருந்து என எழுந்தனர் கந்தர்வர்கள். யாழும் குழலும் இசைத்துச்சூழ இளஞ்சிவப்புநிறச் சிறகுகளுடன் அவரைச் சூழ்ந்து

பறந்தனர். அவர்களின் விழிகளை அவர் அருகே என நோக்கினார். அவர்கள் எதையோ சொல்லிக்கொண்டிருந்தனர். அருகணைந்து அதைக் கூவி சலித்து விலகி மீண்டும் அருகணைந்து மீண்டும் கூச்சலிட்டனர். அவை விழியொளியாகவும் இதழசைவாகவுமே அவரை அடைந்தன. "என்ன?" என்று அவர் உடல் உடைந்து திறக்கும் விசையுடன் கூவினார். "என்ன சொல்கிறீர்கள்?" அவர்கள் துயருடன் ஆற்றாமையுடன் பதைப்புடன் மீண்டும் மீண்டும் அதையே சொன்னார்கள்.

பின்னர் அவர்களின் விழிகள் மாறுபட்டன. ஒவ்வொன்றாக ஒளியவிந்து வெறும் புள்ளிகளாக அவை மாறின. பறக்கும் விசை குன்றி சிறகுநனைந்த பூச்சிகளாக மாறி பின்வாங்கி எரிதழல்பெருங்குவை நோக்கிச் சென்றனர். அவர் பதைப்புடன் நோக்கிக்கொண்டிருக்க, அவர்கள் அத்தீயில் சென்று விழுந்து கொதிநெய்யில் நீர்த்துளி விழுந்ததுபோல் வெடித்து மூழ்கி மறைந்தனர். ஒவ்வொருவராக செந்தழலின் அடியிலியால் உறிஞ்சப்பட்டு சென்றுகொண்டேயிருந்தனர். அவர்கள் மறைந்தும் சற்றுநேரம் குழலும் யாழும் மீட்டல் தொடர்ந்தன.

பொற்கொல்லனின் கிடுக்கிமுனையில் உருகிச்சொட்டும் துளி என ஒளிமுடிகள் சூடிய தேவன் ஒருவன் முகில்குவையிலிருந்து இறங்கினான். மேலும் ஒருவன் அவனைத் தொடர்ந்து இறங்கி வந்தான். ஒருவனே மீண்டும் மீண்டும் வருவதுபோல அவர்கள் வந்தபடியே இருந்தனர். பொன்முடி, பொற்கவசம், பொன்னிற ஆடை, பொன்மிதியடி. பொற்பெருக்கென அவரைச் சூழ்ந்துகொண்டனர். அவரில் ஒருவன் அவர் விழிகளை விழிதொட்டு நோக்கி ஒரு சொல்லை உரைத்தான். அவர் அச்சொல்லை முன்னரே அறிந்திருந்தார். ஆமென்பதற்குள் அச்சொல் அவரிடமிருந்து நழுவி உதிர்ந்தது. பதறி அதை அள்ள அவர் பாய்வதற்குள் முழுமையாகவே மறைந்தது.

அதன்பின் அவர்கள் அச்சொல்லை பந்தென வீசியபடி அவர்முன் விளையாடினர். அவர்களின் கைகளும் கால்களும் அதைத் தட்டிக் களியாடுவதை, அவர்களின் விழிகள் அதை நோக்கியபடி அசைவதை அவர் கண்டார். ஆனால் அதைக் காணக்கூடவில்லை. "இங்கே..." என்று அவர் கூவினார். "இங்கே! இங்கே!" அவர்கள் அப்பாலிருந்தனர். அவர் சென்றடைய முடியாத சேய்மையை பலகோடிச் சுருள்களாக ஆக்கி நடுவே நிறைத்திருந்தனர். அவர் கண்ணீருடன் ஆங்காரத்துடன் நெஞ்சிலறைந்து கூவினார் "இங்கே! இங்கே!"

நெருப்பின் நாக்கு நீண்டு அவர்களில் ஒருவனைச் சுழற்றி இழுத்துக்கொண்டது. அவன் திகைத்து கைகால்களை வீச, இன்னொருவன் அவனைப் பற்றிக்கொண்டான். ஒரு நீண்ட பொன்மணி மாலையென

அவர்கள் ஒருவரையொருவர் பற்றிக்கொண்டு நெருப்புக்குள் நுழைந்தனர். பொன்னோடை ஒன்று வழிந்து விழுந்து உருகி எழுந்து தழலாக ஆடி கரிதுப்பி சீறியது. அவர் இறுதி தேவனின் விழிகளை நோக்கினார். அவன் நோக்கியது அச்சொல்லை என உணர்ந்தார். அதை விழிகளால் தேடித் தேடி அங்கிருந்தார். அவர் உடல் பாறையுடன் உருகி ஒட்டியிருந்தது.

சீறலோசையைக் கேட்டார். நெளியும் நிழல் கரிய நாகப்பாம்பென்றாகி எழுந்தது. அதன் பத்தியின் முகப்பில் இரு பிளவுண்ட நாக்குகளின் நடுவே நீலநிற மணியென அச்சொல்லை அவர் கண்டார். பொருளில்லாத ஒளித்துளி. அச்சொல்லை நோக்கி இன்னொரு நாகம் படமெடுத்தாடியது. இரு நாகங்களும் அச்சொல்லை முத்தமிட்டன. பிறிதொரு நாகம் எழுந்து இணைந்துகொண்டது. மீண்டுமொரு நாகம். நாகப்பெருங்கணம் கரிய பெருமலர்போல உடல்கள் நெளிய வட்டமாயின. அவ்வட்டத்தின் நடுவே நீலமணியென அது நின்றொளிர்ந்தது.

இடியோசையுடன் நிலம் பிளக்க உள்ளிருந்து கரிய தெய்வமொன்று எழுந்தது. ஆயிரம் கைகளும் திசைநிறைத்துத் ததும்பின. விழியற்ற பெருமுகத்தில் வாய் கோரைப்பற்களுடன் திறந்திருந்தது. நாகங்களை கைகளால் அள்ளிச்சுருட்டி நெருப்பை நோக்கி எறிந்தது அது. அவை சீறி நெளிந்து அடங்க, தழலெழுந்து ஆடியது. அத்தனை நாகங்களையும் அள்ளி வீசியபின் அந்த மணியை எடுத்து தன் நெற்றியில் பதித்துக்கொண்டது அது. மணி சுடர்ந்து செம்மைகொண்டு விழியாகியது. ஒற்றை நுதல்விழி நோக்குடன் திரும்பி அவரை நோக்கியது. கோட்டெயிர் எழுந்த கொலைவாயில் நகை தோன்றியது. உறுமியபடி அவரை நோக்கி வந்தது.

இமையா விழி. அண்மையில் அது வந்தபோது ஊன் மணத்துடன் கைகள் அவரைச் சூழ்ந்துகொண்டன. இனிய மணம். “மைந்தா !” அவர் அவ்வணைப்பில் மெய்மறந்தார். அவர் குழல் நீவியது ஒரு கை. அவர் தோள் தழுவியது பிறிதொன்று. அவர் அண்ணாந்து நோக்கியபோது விண்மீன் என அப்பால் தெரிந்தது விழி. மறுகணம் மிக அருகே நோக்கு கொண்டது. குனிந்தணைந்த இதழ்கள் கன்னத்தில் ஒற்றி முத்தமிட்டன. ஊன்மணம். இனிய பசுங்குருதி மணம்.

கால்களைத் தூக்கி உதைத்து அதை அகற்றி வீரிட்டலறியபடி அவர் எழுந்துகொண்டார். மண்ணில் விழுந்து உருண்டு கையூன்றி எழுந்து நின்றார். எதிரில் நின்றிருந்தது அது. அதன் தலைகள் பெருகின. பதினாறு முகங்களாயின. விழி எரியும் நீலப்பெருமுகங்கள். தழல் பறக்கும் நாக்குகள். மையமுகத்தில் இரு நீலவிழிகளுக்குமேல் நுதல்விழியென திறந்திருந்தது அந்த மணி.

“இதோ!” என்றது அந்த முகம். தன் நெற்றிக்கண்ணைத் தொட்டு எடுத்து கையில் சுடரென ஏந்தி அவரை நோக்கி நீட்டியது. “இதன் பெயர் மகாருத்ரம். இதுதான்...” அவர் கைநீட்டி அதை வாங்கினார். குளிர்மலர்போலிருந்தது. பனித்துளி படிந்த நீலம். இல்லை, இது மயிற்பீலி. அந்த விழியை நோக்கியபடி நின்றபோது எதிரே எழுந்த தழலைப் பார்த்தார். தலையில் விண்குடை சூடி நின்றிருந்தது. அதன் உறுமல் நான்கு திசைகளிலும் முட்டி இடியோசையென சூழ்ந்திருந்தது.

அனல் உருத்திரண்டு முகம்கொண்டு பின் கலைந்து சுழன்றாடி மீண்டும் முகம்கொண்டது. மெல்ல அதன் உருவம் செம்பிழம்பிலிருந்து பிதுங்கியதுபோல எழுந்து அருகணைந்தது. உருவென்றும் மயக்கென்றும் ஒருங்கே நின்றது. அதை நோக்கிக்கொண்டிருந்த அவர் திகைத்தெழுந்து நின்றார். அறியாது பின்னெட்டு வைத்து பின்பு வெறிகொண்டு அதை நோக்கிச் சென்றார். எரிந்து உருகிச் சொட்டிய உடலைக் கழற்றி, எரிதுளியென உள்ளத்தை உதிரவிட்டு, எஞ்சிய அனைத்திலிருந்தும் எழுந்து முன்னால் சென்றார்.

அதன் வாய் திறந்தது. பதைக்கும் நாக்குகொண்டது. அடியிலாப் பெருங்கிணறு. பசிகொண்ட பாழ்வாயில். அவர் தன் கையை உணர்ந்தார். அதிலிருந்தது ஒரு கைப்பிடி அன்னம். அருகணைந்து அதை அந்த வாயில் போட்டார். சுருங்கி மறைந்தது அனல்வாய். அலறலுடன் பேருருக்கொண்டு மீண்டும் எழுந்தது. தன் முழுவிசையையும் திரட்டி அதற்குள் தன்னைத் தூக்கி வீசினார்.

3

சுஃப்ர கௌசிகரின் குருநிலையில் பாண்டவ நால்வரும் திரௌபதியும் தருமனுக்காகக் காத்து தங்கியிருந்தார்கள். வேள்விநெருப்பில் மெய் அவியாக்கி முழுமைபெற்ற சுஃப்ர கௌசிகரின் சாம்பலுடன் அவரது மாணவர்கள் மித்ரனும் சுஷமனும் கிளம்பிசென்றுவிட்டபின் அவர்கள் மட்டுமே அங்கே எஞ்சினர். வேள்விச்சாலையில் சகதேவன் நாளும் எரியோம்பினான். அர்ஜுனன் பெரும்பாலும் சூழ்ந்திருந்த பொட்டலிலும் காட்டிலும் அலைந்துகொண்டிருந்தான். பீமன் அவர்களுக்கு உணவுதேடி சமைத்து அளித்தான். அங்கு வாழ்ந்த அந்நாட்களில் இரட்டையர் மட்டுமே ஒருவரோடொருவர் உரையாடினர். மற்றவர்கள் அன்றாடத் தேவைக்குமேல் ஒரு சொல்லும் பேசிக்கொள்ளவில்லை. தங்கள் செயல்களாலான வட்டத்திற்குள் முற்றிலும் தனிமையில் வாழ்ந்தனர்.

யக்ஷவனத்திலிருந்து திரும்பி வந்தபின் அங்கு நடந்தவற்றை பீமன் திரௌபதியிடம் சொன்னபோது அவள் விழிகளில் எந்த உணர்வும் இன்றி அதைக் கேட்டுக்கொண்டாள். மீண்டும் ஒருமுறைகூட அவள் தருமனைப்பற்றி உசாவவில்லை. எளிய அன்றாடச் செயல்களே அவளை முள்வேலியெனச் சூழ்ந்துகொண்டன. அதற்குள் அவள் சிலதருணங்களில் நூற்றுக்கிழவிபோலவும் சிலதருணங்களில் பாவாடைச்சிறுமிபோலவும் புழங்கினாள். செயலற்றிருக்கையில் முற்றமைதிக்கு மீண்டு கற்சிலையென்றானாள். அவளை முழுமையாகத் தவிர்த்து வாழ பாண்டவர்களும் பழகிவிட்டிருந்தார்கள்.

எப்போதேனும் அவள் விழிகளைச் சந்திக்கையில் மட்டும் அவர்கள் நெஞ்சு அதிர்ந்தனர். நோக்கில் அத்தனை அசைவின்மை மானுடருக்குக் கைகூடுமா என்று நகுலன் வியந்தான். சகதேவன் “மானுட எல்லைக்கு

அப்பாற்பட்ட எதையேனும் அடைந்தவர்கள் இரக்கத்திற்குரியவர்கள்" என்றான். நகுலன் அவன் சொன்னதை விளங்காமல் கேட்டுவிட்டு "ஆனால் அத்தனை மானுடரும் மானுடருக்குரிய எல்லைகளை மீறுவதற்காகத்தானே முயன்றுகொண்டிருக்கிறார்கள்? அவ்வெல்லைக் கோட்டில்தானே முட்டிமோதுகிறார்கள்?" என்றான். "ஆம், அந்த ஆணவமே இப்புவியிலுள்ள அனைத்தையும் படைத்தது. இங்கு இத்தனை துயரையும் நிறைத்தது" என்றான் சகதேவன். "நீ மூத்தவரைப்போல் பேசத்தொடங்கிவிட்டாய்" என்றான் நகுலன். சகதேவன் புன்னகைத்தான்.

அணையும் புல்நுனியில் இருந்து பற்றிக்கொள்ளும் அடுத்த புல்நுனி என நாள்கள் பிறந்து அணைந்து சென்றுகொண்டிருந்தன. அங்கு எதற்காகக் காத்திருக்கிறோம் என்பதை அவர்கள் உள்ளமுகப்பில் இருந்து விலக்கினர். ஆழுள்ளத்தில் அதை இருளில் வைத்தனர். அதற்காக நாட்செயல்களில் மிகையான நுணுக்கத்துடன் ஈடுபட்டனர். நகுலன் இல்லத்தையும் சூழலையும் நாளுக்கு மூன்றுமுறை தூய்மை செய்தான். கலங்களைத் துலக்கி பொன் என மாற்றினான். சகதேவன் வேள்விச்சாலையை பிழையற்றதாக ஆக்கினான். பீமன் நாளும் ஒருவகை கனி கொண்டுவந்தான். புதுவகை கீரையை சமைத்துக்காட்டினான்.

ஒவ்வொருநாளும் காலையில் அரணிக்கட்டையுடன் முற்றத்திலிறங்கும் போது சகதேவன் விழியோட்டி வானெல்லை வரை நோக்குவதுண்டு. இரவு கதவுப்படலை மூடும்போது இருள்நிலம் வானைத் தொடும் கோட்டில் நிழலசைவுக்காக விழிசென்று தேடிமீளும். நாள் செல்லச் செல்ல விழிகள் எதிர்பார்ப்பின்றி நோக்கி ஏமாற்றமின்றி திரும்பிக் கொள்ளலாயின. ஆனால் ஒவ்வொருநாளும் துயிலணையும் மயக்கில் அவ்வெண்ணமே இறுதியாக எஞ்சிக் கரைந்தது. துயில் கலையும் விழிப்பில் அவ்வெண்ணமே முதலில் எழுந்து வந்தது.

முன்காலையிலேயே வானம் ஒளிகொள்ளத் தொடங்கும் வேனிற்புலரியில் வேள்விக்காக எரியெழுப்ப அரணிக்கட்டையுடன் சகதேவன் குடிலைவிட்டு வெளியே சென்றபோது முற்றத்தின் வடக்குஎல்லையில் கிளைதாழ்ந்த முட்புதர் மரங்களுக்கு அப்பால் நிழலாடுவதைக் கண்டான். மான் என எண்ணி விழிகூர்ந்த மறுகணமே மெய்சிலிர்த்தான். அதன் பின்னரே சித்தம் உணர்ந்தது. நின்ற இடத்திலேயே உடல்விதிர்த்து தவித்து பின்னர் "மூத்தவரே!" என்று கூவியபடி இரு கைகளையும் விரித்துக்கொண்டு ஓடி அங்கு நின்றிருந்த கருகிய மானுட உருவத்தின் காலடியில் விழுந்தான்.

அவன் குரலை பிற மூவரும் கேட்டனர். எவரும் பொருள்மயக்கம் கொள்ளவில்லை. முன்பே அங்கு செவிகூர்ந்திருந்த எண்ணம் ஒன்றையே

அக்குரல் சென்று தொட்டது. கண்ணீருடன் அவர்கள் வெளியே ஓடிவந்தனர். பீமன் நெஞ்சில் ஓங்கி அறைந்து “மூத்தவரே! மூத்தவரே!” என்று கூவியபடி ஓடிச்செல்ல பின்னால் சென்ற அர்ஜுனன் “மூத்தவரே நில்லுங்கள்... அவரைத் தொடாதீர்கள்!” என்றான். இரு கைகளையும் தலைக்குமேல் தூக்கியபடி அழுகையில் உறைந்த முகத்துடன் பீமன் அசைவிழந்தான். “அவர் உடலில் தோலே இல்லை... தொட்டால் தசை உரிந்துவிடும்” என்றான் அர்ஜுனன்.

தருமன் காட்டுத்தீயில் வெந்து கருகி விழுந்த பறவைபோல் தெரிந்தார். உடலெங்கும் கருகிய தோல் வழன்று இழுபட்டிருக்க பல இடங்களில் வெள்ளெலும்பு வெளித்தெரிந்தது. கழுத்தில் நீலநரம்புகள் தோலோ தசையோ இன்றி தனித்து இழுபட்டு அசைந்தன. காதுமடல்களும் கைவிரல் முனைகளும் உருகி வழிந்திருந்தன. உதடுகள் வெந்து மறைந்திருக்க, பற்கள் அற்ற வாய் கருகிய தசைக்குழியாக பதைத்தது. விழிகள் மட்டும் இரு செந்நிற மணிகள் என சுடர்கொண்டிருந்தன.

“மூத்தவரே, வருக!” என்றான் அர்ஜுனன். அவர்கள் நடுவே மெல்ல தத்தும் கால்களுடன் தருமன் நடந்தார். அர்ஜுனன் பீமனிடம் “மூத்தவரே, அவர் அமர்வதற்கு மெல்லிய தளிரிலைகளால் பீடம் அமைக்கவேண்டும். அவர் உண்பதற்கு நறுந்தேன் அன்றி பிற ஏதும் அளிக்கப்படலாகாது” என்றான். “இதோ” என பீமன் திரும்பி ஓடினான். “அவர் இன்னும் நம்மை அறியவில்லை. உள்ளமைந்த சித்தத்துளி ஒன்றில் அமர்ந்த குடித்தெய்வம் ஒன்று இங்கு அவரைக் கொண்டுவந்துள்ளது” என்றான் அர்ஜுனன்.

அவர்களால் அழைத்துச்செல்லப்பட்டு குடிலுக்குள் சென்று தளிரிலைப் பீடத்தில் தருமன் அமர்ந்தார். நகுலன் கொண்டுவந்து வாயுடன் பொருத்திய மலைத்தேனை அருந்தினார். அவர் உடல்மீதும் தேனை வழிய ஊற்றினார்கள். அவர் விழிகள் அவர்களைக் கடந்து எங்கோ நோக்கிக்கொண்டிருந்தன. தேன் உள்ளே சென்றதும் தசைகள் விடுபட்டுத் தளர, மூச்சு சீரடைவதைக் காணமுடிந்தது. உடல் விரைப்பிழந்து வலப்பக்கம் சரிய அவர் துயிலத்தொடங்கினார். அவர் உடலை நோக்கியபடி அவர்கள் சொல்மறந்து நின்றிருந்தனர்.

ஆடையில் காற்றாடுவது எரியோசை எனக் கேட்டு அர்ஜுனன் நிமிர்ந்து நோக்கியபோது குடில்வாயிலில் நின்றிருந்த திரௌபதியின் விழிகளைச் சந்தித்தான். அவனை உடலால் உணர்ந்துகொண்டிருந்த பிற மூவரும் திரும்பி அவளை நோக்கினர். அவள் விழிகள் பொருளிழந்த வெறிப்புடன் தருமனை நோக்கிக்கொண்டிருந்தன. அவள் அவர்களின் நோக்கை சற்றுநேரம் கழித்தே உணர்ந்தாள். அசைவின்மை துளி விழுந்தது என

கலைய விழிதிருப்பி திரும்பிச்சென்றாள். அவள் நீள்கூந்தலின் அலையை நோக்கி நின்றனர் நால்வரும்.

அர்ஜுனன் நீள்மூச்சுடன் திரும்பி "மூத்தவர் இப்போது கூட்டுப்புழு போல. தேன் ஒன்றே அவரை மீட்டு வளர்க்கும் அமுது" என்றான். "மலைமுழுக்க தேன்தட்டுகள் உள்ளன. நான் வேண்டிய அளவுக்கு தேன் கொண்டுவருகிறேன்" என்றான் பீமன். அர்ஜுனன் "எப்போதும் அவர் அருகே ஒருவர் இருக்கவேண்டும். ஒரு சுடர்விளக்கு எரியவும் வேண்டும். அவர் இங்கு வந்தது பல்லாயிரம் கோடி நிகழ்தகவுகளில் ஒன்றால்தான். அவ்வண்ணமே மீண்டு செல்லவும் கூடும்" என்றான்.

பீமன் மென்மரத்தைக் குடைந்து உருவாக்கிய நீண்ட படகுபோன்ற கலத்தில் தேன் ஊற்றப்பட்டு அதற்குள் தருமன் உடல்மூழ்க படுக்க வைக்கப்பட்டார். தேனே அவருக்கு உணவாகவும் அளிக்கப்பட்டது. மார்பின் எலும்புப் பஞ்சரத்தை அசைத்தபடி மெல்லிய மூச்சு ஓடிக்கொண்டிருந்தது. இமைகள் சுருங்கி அதிர்ந்தன. பதினான்கு நாட்களுக்குப்பின் அவரை வெளியே எடுத்தபோது எலும்புகளை தசை வளர்ந்து மூடத் தொடங்கியிருந்தது. வெளியே தளிர்ப்படுக்கையில் படுத்திருந்த அவர்மேல் ஈரம் உலராமல் தொடர்ச்சியாக தேன்விழுது ஊற்றப்பட்டது. தேனுடன் பழச்சாறும் கலந்து உணவளிக்கப்பட்டது.

நாற்பத்தெட்டு நாட்களில் தருமன் மானுட உடல் கொண்டவராக ஆனார். அவர் உடல்மேல் நாளுக்கு ஏழுமுறை தேன் பூசப்பட்டது. மேலும் நாற்பத்தெட்டு நாட்களில் அவர் உடல்மேல் தோல் முளைத்து மூடியது. பழங்களும் அன்னச்சாறும் உண்ணத்தொடங்கினார். உடலில் முடி முளைக்கலாயிற்று. கைவிரல்களில் நகங்கள் எழுந்தன. பற்கள் உதிர்ந்து கருகியிருந்த ஈறுகளில் இளமைந்தரைப்போல பால்பற்கள் தோன்றின. இமைகளில் முடிகள் நீண்டெழுந்தன.

மேலும் நாற்பத்தெட்டு நாட்களில் அவர் முழுமையாக மீண்டு எழுந்தார். கைகளைப் பற்றிக்கொண்டு எழுந்து நின்றார். சுவர்தொட்டு மெல்ல கால்வைத்து நடந்தார். வெளியே பெருகிப்பெய்த வெயிலை நோக்கியபடி நின்றார்.

"இனி வெயிலே அவருக்கு உயிர்" என்றான் அர்ஜுனன். "கதிரவனிடமிருந்தே உடலை இயக்கும் ஏழு அனல்களும் எழுகின்றன என்பார்கள்." வெயிலில் நிற்கத்தொடங்கியதும் அவர் உடல் புதுமழை பெற்ற புல்வெளி என நோக்க நோக்கத் தளிர்கொண்டது. தோல் இளைஞர்களுக்குரிய மெருகு கொண்டது. கைநகங்கள் பொன்னென மின்னின. வெண்ணிறமான தலைமுடியும் தாடியும் பனிபோல பளபளத்தன. புன்னகைக்கையில் பற்கள் பரல்மீன் நிரை

நீரிலெழுவதுபோல் மின்னி மறைந்தன. முகத்தில் என்றோ உடலுக்குள் புகுந்து மறைந்த இளமைந்தன் அவ்வப்போது தோன்றி மறைந்தான்.

“எரியுண்ட அடிமரத்தில் எழும் புதுத்தளிர்போல” என்றான் நகுலன். நோக்குந்தோறும் விழிவிடாய்கொள்ளும் அழகு கொண்டவராக தருமன் ஆனார். அவர் திண்ணையில் அமர்ந்திருக்கையில் அப்பால் நின்று நோக்கிய இளையோர் முகம் மலர்ந்து அங்கேயே நெடுநேரம் நின்றனர். “மீண்டு வந்தவர் மூத்தவரேதானா? இல்லை, ஏதேனும் கந்தர்வனா?” என்றான் நகுலன். “இப்பேரழகு மானுடர் அடைவதல்ல. உண்மையிலேயே எனக்கு அச்சமாக இருக்கிறது. மூத்தவர் இனி நம்மவர் அல்லவா? இப்புவியிலிருந்து விலகிச் சென்றுவிடுவாரா?”

சகதேவன் “நெருப்பு தீண்டிய அனைத்தும் நெருப்பாகின்றன என்பார்கள். அவர் அடைந்த மெய்மையின் ஒளி அது” என்றான். “இப்படியே இவர் சுடராகி மறைந்தால், சிறகுகொண்டு விண்ணிலெழுந்தால் வியப்பு கொள்ளமாட்டேன்” என்றான் நகுலன். “இளமை மறைவதில்லை என்பர் மருத்துவர். அது அன்னமயகோசத்திலிருந்து ஆனந்தமயகோசம் நோக்கி உள்வாங்கிச் செல்கிறது. ஜாக்ரத்திலிருந்து துரியம் நோக்கிப் புதைகிறது. அதை மீட்டு எடுக்கமுடியும்.” நகுலன் “காலத்தை மீட்கமுடியுமா?” என்றான். “முடியும், நிகழ்காலத்திற்குள் நுண்வடிவில் உறைகிறது இறந்தகாலம்” என்றான் சகதேவன்.

தருமன் இருந்த இடமே ஒளியடைந்தது. அவரைச் சூழ்ந்திருந்த அனைத்தும் அவர் அழகைப் பகிர்ந்துகொண்டன. அவர் அவர்களை அறியவில்லை. அவர் விழிகள் அதே கடந்த நோக்கின் ஒளியை அணையாது சூடியிருந்தன. அங்குள்ள கற்களையும் மரங்களையும் பறவைகளையும் மானுடரையும் அவர் பிரித்தறியவில்லை. ஏனென்றால் அவற்றிலிருந்து தன்னையும் அவர் தனித்துணரவில்லை.

பின்னர் தருமன் பல்முளைத்து காலெழுந்து உலகை அறியும் இளமைந்தன் என தன்னுள் இருந்து மீண்டுவந்தார். நீர்கொட்டும் சிற்றருவியருகே சென்று கைகளால் அளைந்து விளையாடினார். ஓடைக்கரையில் மண் அள்ளிவைத்து அணைகட்டி பின் அதைக் காலால் தட்டி மகிழ்ந்து சிரித்தார். குறுங்காட்டுக்குள் சென்று காற்றிலாடும் கிளைகளையும் இலைநிழல்களின் ஆடலையும் நோக்கி நின்றார். வண்ணத்துப்பூச்சிகளை, ஒளிச்சரடில் ஆடிப்பறக்கும் சிலந்தியை, சிற்றெறும்புகளை பேருவகையுடன் கண்டுகொண்டார்.

திண்ணைமேல் ஏறிவந்து கைகூப்பிய அணில்பிள்ளை அவரை திகைப்பும், பின் களிப்பும் கொள்ளச்செய்தது. கவைக்கொம்புடன் வந்த மான் அவரை அஞ்சி இல்லத்திற்குள் புகுந்து ஒளியச்செய்தது.

மறுநாள் அதை அணுகி அதன் கழுத்தில் தொங்கிய மயிர்க்கற்றையைப் பிடித்து இழுத்தார். அதனுடன் ஓடி கூவிச்சிரித்தார். காட்டுக்குள் சென்று மறைந்து பின் உடலெங்கும் மண்ணும் பச்சிலைமணமுமாகத் திரும்பி வந்தார். "எண்ணியிருக்கையில் ஒருகணம் அவர் மூத்தவரல்ல, தந்தை பாண்டுதான் என நினைப்பெழுந்தது, மூத்தவரே" என்றான் அர்ஜுனன். பீமன் திடுக்கிட்டுத் திரும்பி அப்பால் எம்பி இலைகள் நடுவே வலைகட்டிய சிலந்தியை தொடமுயன்றுகொண்டிருந்த தருமனைப் பார்த்தபின் முகம் மலர்ந்து "ஆம், மீண்டுவந்திருக்கிறார்" என்றான்.

ஆலமரத்தளிர் இலையாவதுபோல நாள்தோறும் அவர் மாறிக்கொண்டிருந்தார். மெல்ல முதிர்வுகொண்டு ஆழ்ந்த நோக்கும் அடங்கிய புன்னகையும் கொண்டவராக ஆனார். இளையோரை அடையாளம் கண்டார். "மந்தா!" என அவர் தன்னை முதல்முறையாக அழைத்த நாளில் பீமன் விம்மலுடன் தலையைப் பற்றியபடி உடலைக் குனித்துக்கொண்டான். "எங்கள் பெயர்கள் அவர் நாவிலெழுகையில் மீண்டும் பிறந்துவந்தோம், மூத்தவரே" என்றான் நகுலன். "அவரில் எங்களுடையவை என எஞ்சுவன எவை? எங்கள் பிழைகளையும் நினைவுகூர்வாரா? மூத்தவரே, அவர் மடியில் புதிய மழலையென பிறந்துவிழுந்து சொல்கற்று எழுந்து வர விழைகிறேன்" என்றான் சகதேவன்.

நினைவிலிருந்து நினைவு என மீட்டு வளர்த்து அவர் தன்னை மீட்டுக்கொண்டேயிருந்தார். முதல்முறையாக பாண்டு அவர் சொல்லில் எழுந்தபோது அர்ஜுனன் திகைத்தான். "செண்பகமலர் உன்னை அமைதியிழக்கச் செய்கிறதா, இளையோனே?" என்றார். "ஆம்" என்று அர்ஜுனன் சொன்னான். எவரிடமும் சொல்லாத அந்த அகச்செய்தியை அவர் எப்படி அறிந்தார் என எண்ணிக்கொண்டிருக்கையிலேயே "தந்தை உனக்கென விட்டுச்சென்றது அது. செண்பகமணம் அருவிபோல சித்தக்கலத்தில் விழுவது. கலம் நிறையவே இயலாது" என்றார்.

அவர் அங்கு வந்த முதல்நாளுக்குப்பின் திரௌபதி அவரை வந்துநோக்கவில்லை. அவரை இயல்பான அசைவுகளுடனும் பழக்கமான விழிகளுடனும் கடந்துசென்றாள். அவர் அடைந்துகொண்டிருந்த மாற்றங்கள் எதையும் அவள் அறிந்ததாகவே தெரியவில்லை. அவர் அவளை அடையாளம் கண்டு "தேவி!" என்று அழைத்த முதல்நாளில் மட்டும் விழிகள் சற்றே சுருங்க நின்று நோக்கினாள். "நீ உன்னை எரிப்பனவற்றால் ஒளிகொண்டிருக்கிறாய்" என்றார் தருமன். இளமைந்தருக்குரிய புன்னகையுடன் எழுந்து அவளருகே வந்து "எரிகையிலேயே நீ உன்னை உணர்கிறாய் போலும்" என்றார்.

அவள் அவர் தன்னை முற்றிலும் நினைவுகூர்ந்துவிட்டாரா என்று குழம்பியவள் போல் பார்த்தாள். “குழவியரை தந்தையர் முதல்எண்ணமென கருக்கொள்ளும் தருணம் தெய்வங்கள் வகுப்பது. அந்தத் தருணமே அவர்களென பருவுடன் திரட்டுகிறது” என்று அவர் சொன்னதும் அவள் ஒருகணம் சினம் கொண்டாள். பின்னர் மெல்ல அடங்கி தலைசொடுக்கி குழல்கற்றையை பின்னால் தள்ளிவிட்டு இதழ்நீள வெற்றுப்புன்னகை புரிந்து அவரைக் கடந்து சென்றாள்.

அதன்பின் அவள் தன்னை மேலும் இறுக்கிக்கொண்டாள். அவர்முன் மறுநாள் வந்தபோது அதுவரை இல்லாதிருந்த இயல்புத்தன்மை அவளிலிருந்தது. அவருக்குரிய பணிகளனைத்தையும் செய்தாள். அவர் பேசியபோது எளிய உகந்த சொற்களால் மறுமொழி உரைத்தாள். புன்னகைத்தாள், கனிவும் கொண்டாள். எவ்வகையிலும் அவரை விலக்கவில்லை. அவர் அவளை அணுக ஒரு சிறுதடையையேனும் வெளிப்படுத்தவுமில்லை. ஆனால் அவ்வியல்புத்தன்மையாலேயே முழுமையாக தன்னை அரணிட்டுப் பூட்டிக்கொண்டிருந்தாள். முதல்நாள் அவளுடைய இயல்புநிலையை அவள் மீண்டுவருவதன் குறி என கொண்ட பாண்டவர்கள் மறுநாளே அது முற்றிலும் பழுதில்லா கோட்டை என்று உணர்ந்துகொண்டனர்.

அவரும் அதை அறிந்திருந்தார் என அவர்கள் உணர்ந்தனர். அவர் அறியமுடியாத ஏதாவது இருக்கவியலுமா என்றே ஐயுற்றனர். ஆனால் அவர் பிறர் நடத்தையால் உளம் தொடப்படாத நிலையை அடைந்துவிட்டிருந்தார். அவர்களை அன்று சந்தித்தவர்போல ஒவ்வொருநாளும் பழகினார். “நீரோடை போலிருக்கிறார் மூத்தவர். பாறைகளையும் முட்புதர்களையும் சரிவுகளையும் தழுவி இயல்பாக ஒழுகிச் செல்கிறார்” என்றான் நகுலன்.

4

காலையில் எரியோம்பும்பொருட்டு எழுந்த சகதேவன் படுக்கையில் தருமன் இல்லை என்பதைக் கண்டு திகைத்தான். வெளியே சென்று முற்றத்திலும் அப்பால் நிழலுருவாகத் தெரிந்த குறுங்காட்டிலும் அவரைத் தேடினான். பதற்றத்துடன் கொல்லைக்குச் சென்று பார்த்துவிட்டுத் திரும்பி வந்து கீழே படுத்திருந்த பீமனின் கால்களைத் தொட்டு "மூத்தவரே!" என்று அழைத்தான். அவன் தொடுகையை உணர்ந்து எழுந்த பீமன் "சொல்!" என்றான். "மூத்தவரைக் காணவில்லை. எல்லா பக்கங்களிலும் பார்த்துவிட்டேன்" என்றான்.

பீமன் பாய்ந்தெழுந்து இடையில் கைவைத்து ஒருகணம் நின்று செவிகூர்ந்தான். "கிழக்காக... அங்கே பறவையொலிகள் கேட்கின்றன" என்ற பின்னர் வெளியே பாய்ந்து காட்டுக்குள் ஓடினான். "மூத்தவரே, நாங்களும் வருகிறோம்" என்று நகுலன் கூவியபடி ஓட, அர்ஜுனன் "அவரைப் பின்தொடர நான் அறிவேன்" என்றான். அவர்கள் குடிலைவிட்டு வெளியே வந்தபோது சிறுகுடிலுக்குள் இருந்து திரௌபதி எழுந்து வந்து வாயிலில் கோட்டுருவாக நின்றிருப்பதைக் கண்டனர். இருளில் அவள் கண்ணொளி மட்டும் தெரிந்தது. அர்ஜுனன் காட்டுக்குள் ஓட நகுலனும் சகதேவனும் பின்தொடர்ந்தனர்.

பீமன் சென்ற வழியை ஓசையினூடாகவே அறிந்து புதர்களை விலக்கியும் பாறைகள் மேல் ஏறித் தாவியும் அர்ஜுனன் சென்றான். பீமன் பெரும்பாலும் மரக்கிளைகள் வழியாகவே சென்றிருந்தான். "பார்த்துவிட்டார்" என்றான் அர்ஜுனன். அவர்களும் அதை எப்படியோ உணர்ந்தார்கள். மூச்சுவாங்க நடக்கத் தொடங்கினர். அவர்கள் இருளில் எழுந்து நின்றிருந்த பெரிய உருளைப்பாறை ஒன்றின் மேல் தருமன்

நின்றிருப்பதைக் கண்டனர். அதன்பின் அருகே இன்னொரு பாறைமேல் நின்ற முள்மரத்தில் மறைந்தவனாக பீமன் நின்றதைக் கண்டனர்.

ஓசையின்றி அணுகி அவர்கள் பீமனுடன் இணைந்துகொண்டார்கள். "என்ன செய்கிறார்?" என்று அர்ஜுனன் கேட்டான். "அங்கேயே அசைவில்லாது நின்றிருக்கிறார்" என்றான் பீமன் மூச்சொலியில். அவர்கள் அவரை நோக்கியபடி நின்றிருக்க, விழியொளி தெளிந்தபடியே வந்தது. மலர்களும் இலைகளும் இருள்வடிவுக்குள் இருந்து வண்ணவடிவை வெளியே எடுத்தன. இலைப்பரப்புகளில் ஒளி நீர்மையென மிளிர்வுகொண்டது. வான்சரிவில் முகில்முகடுகளில் வெள்ளிவிளிம்புக்கோடு எழுந்தது. தொடுவான்வரியில் வாள்முனைக்கூர் மின்னியது.

"ஒளியே!" என்று ஒரு கரிச்சான் கூவியது. மிகத்தொலைவில் பிறிதொன்று மீளொலித்தது. காட்டுக்குள் பறவைகள் துயிலெழத் தொடங்கின. "நாளே! நாளே!" நாகணவாய் ஒலிக்கத் தொடங்கியது. "காவாய்! காவாய்!" என காகத்தின் ஓசைகள் எழுந்தன. இலைநுனிகளில் நீர்ச்சொட்டுபோல ஒளிமொட்டு நின்றிருக்க, காடு வண்ணப்பெருக்கென எழுந்தது. முகில்கள் எரிமுகம் கொண்டன. பறவைப்பெருங்குலம் ஆர்க்க கிழக்குவிளிம்பில் கதிர்விளிம்பு தோன்றியது. நீண்ட கைகள் பரவி வானைத் தழுவின.

தருமன் உடல் ஒளிகொண்டபடியே வருவதை அவர்கள் கண்டார்கள். காலைச்சூரியனின் கதிரொளிப்பு அது என முதலில் எண்ணினர். பின்னர் அவர் உடலில் இருந்து பிற எதிலுமில்லாத ஒளி எழுவதை உணர்ந்தனர். அவர்கள் விழிகூர்ந்து நிற்க தருமன் மேலும் மேலும் ஒளிர்ந்துகொண்டேயிருந்தார். அவர் உடலுக்குள் இருந்து அவ்வொளி எழுந்ததுபோல் தோன்றியது. அவர் உடல்மயிரிழைகள் ஒளியாலானவைபோல் தெரிந்தன. குழலும் தாடியும் தழல்போலிருந்தன. அவர் அசையாச்சுடராக அங்கே நின்றார். "எரிந்துவிடுவாரென அஞ்சுகிறேன், மூத்தவரே" என்றான் நகுலன். "தண்ணொளி அது" என்று அர்ஜுனன் சொன்னான்.

பின்னர் தன்னிலை கலைந்து மீண்டு மேலெழுந்து நின்ற கதிர்வட்டத்தை நோக்கியபின் தருமன் திரும்பி நடந்தார். பாறைச்சரிவிலிறங்கியபோது அவர்களைப் பார்த்தார். அவர்கள் அருகே சென்று அவர் கால்களைத் தொட்டு வணங்கினர். அவர் புன்னகைத்து "அஞ்சவேண்டியதில்லை. நான் உங்களைவிட்டு எங்கும் செல்வதாக இல்லை" என்றார். "அவ்வாறு நாங்கள் எண்ணவில்லை" என்று அர்ஜுனன் சொன்னாலும் அவர்களில் அது உருவாக்கிய ஆறுதலை முகங்கள் காட்டின. "இங்கு வந்து நெடுநாளாகிறது. இன்றே கிளம்புவோம்" என்றார் தருமன். "ஆம், அதையே நானும் எண்ணினேன்" என்றான் அர்ஜுனன்.

அவர்கள் நடந்துசெல்லும்போது எதிர்பாராதபடி பீமன் நின்று "மூத்தவரே, தாங்கள் கந்தமாதன மலையுச்சியில் கண்டது என்ன?" என்றான். அர்ஜுனன் திடுக்கிட்டு "மூத்தவரே, இதென்ன கேள்வி?" என்றான். "நான் அதை அறியாமல் அமைதியாக இருக்கமுடியாது. ஒவ்வொருநாளும் என்னைக் கொல்கிறது அது" என்றான் பீமன். "அவர் கடந்து சென்று அறிந்ததை நீங்கள் இங்கிருந்து அறியலாகுமா?" என்றான் அர்ஜுனன் எரிச்சலுடன். "அவர் எங்கிருந்து எதை வேண்டுமென்றாலும் அறிக! என் தமையனிடமிருந்து நான் அறிய முடியாதவை ஏதுமில்லை" என்றான் பீமன். "ஏனென்றால் இப்புவியில் பிறிதொருவரை நான் ஆசிரியனாக ஏற்றதில்லை."

நகுலன் "மூத்தவரே, வீண்சொல் வேண்டாம், வருக!" என்றான். பீமன் "அதை அறியாமல் இங்கிருந்து ஒரு கால் எடுத்துவைக்கமாட்டேன்" என்றான். அர்ஜுனன் மேலும் ஏதோ சொல்ல முயல தருமன் கைநீட்டித் தடுத்து "மந்தன் சொன்னது உண்மை, அவனுக்கு என்னால் சொல்லமுடியும்" என்றார். அர்ஜுனன் தலைவணங்கி விலகிச்சென்றான். அவனை நகுலனும் சகதேவனும் தொடர்ந்தனர். பீமன் உரக்க "சொல்லுங்கள் மூத்தவரே, நீங்கள் கண்டது என்ன? உணர்ந்தது என்ன?" என்றான்.

"நான் அனலைக் கண்டேன்" என்றார் தருமன். "இப்புவியை ஆட்டுவிக்கும் பேரனலை முடிவிலா வடிவுகளில் கண்டேன். முடிவில் ஒற்றை ஒரு வடிவமாக நேரில் நோக்கினேன்." பீமன் நோக்கியபடி நின்றான். "மந்தா, அவனைப் புராணங்கள் ஜடரன் என்றழைக்கின்றன. பசிவடிவன்." பீமன் மெல்ல மூச்சுவிட்டான். அவன் உடற்தசைகள் தளர்ந்தன. "அன்று நான் கொண்ட மெய்மை இன்றுதான் எனக்கு செயல்வடிவாகத் துலங்கியது. கருக்கிருட்டுக் காலையில் அரைவிழிப்பில் என்னிடம் முன்பு தௌம்யர் சொன்ன ஒரு மந்திரத்தை நினைவுகூர்ந்தேன். சூர்யாஷ்டோத்ர சதநாமம். எழுந்து வந்து நோக்கி நின்றேன். இங்கிருக்கும் கோடி அனல்களுக்கு அங்கு எரியும் அவ்வொரு அனலே நிகராகும் என்று அறிந்தேன்."

"இங்கு நின்று அவனிடம் கோரினேன், நான் அமுதாகவேண்டும் என்று. என் கைவிரல்கள் ஒவ்வொன்றும் பசுவின் முலைக்காம்புகள் போலாவதை உணர்ந்தேன். என்னிலிருந்து பெருகி இக்காட்டை நிறைத்த பெருக்கைக் கண்டு நின்றேன். பின்பு மீண்டு வந்தேன்." இரு கைகளையும் விரித்து தருமன் சொன்னார் "இன்று இது அன்னம்குறையாக் கலம்."

•••

சொல் விளக்கம்

அகம்படியாளன்	–	அரசனின் பரிவாரத்தைச் சேர்ந்தவன்
அகலே	–	தொலைவில்
அகிடு	–	பசுவின் மடி
அகிபீனா	–	அபின்
அடியிலி	–	அதலம்/ ஆழம் அடியில்லாதது
அடுமனை	–	சமையலறை
அடைப்பக்காரன்	–	தாம்பூலம் அளிப்பவன்
அண்மை	–	சமீபம், அருகில், பக்கம்
அணுக்கர், அணுக்கன்	–	சிநேகர்
அத்திரி	–	கோவேறுக் கழுதை
அமலை	–	போருக்குப்பின் வீழ்ந்த பகைவேந்தனைச் சூழ்ந்துநின்று வீரர் திரண்டு ஆடும் பெரிய களியாட்டத்தின் ஓசை, ஆரவாரமான ஒலி, விழாக்கொண்டாட்டம்.
அமறுதல்	–	மெல்ல உறுமுவதுபோல ஒலியெழுப்புதல். எருமையின் ஒலி உதாரணம்.
அரசுசூழ்தல்	–	ராஜதந்திர ஆலோசனை
அரிமலர்	–	அட்சதையும் மலரும்
அரிவை	–	20 முதல் 25 வயது வரையான பெண்ணின் பருவம்
அலகிலி	–	அளவற்றது
அலர்	–	வம்பு, பழிச்சொல், தூற்றல்
அவி, அவிப்பொருள்	–	வேள்வியில் அர்ப்பிக்கப்படும் உணவு, ஹவிஸ்
அவை	–	சபை
அழல்	–	தீயின் கதிர், நெருப்பு, தீக்கொழுந்து, எரிவு, வெப்பம், கோபம், நஞ்சு.

அளியது	–	பரிதாபத்திற்குரியது
அளியவர்	–	பரிதாபத்திற்குரியவர், காக்கப்படத்தக்கவர், அன்புமிக்கவர்
அளை	–	வளை, பொந்து, புற்று, குகை, தயிர், துழாவுதல், தழுவுதல், அனுபவித்தல், சூடு, வயிற்று வலி
அறிதுயிலன்	–	விஷ்ணு
அறைகூவல்	–	சவால்
அன்னமயகோசம்	–	உடல்
ஆகுதி	–	வேள்வியில் தீயிலிடும் செயல்
ஆடகப் பொன், ஆடகப் பசும்பொன்	–	செம்பு இல்லாத தூய பொன் [சாதரூபம், கிளிச்சிறை, ஆடகம், சாம்பூநதம் என பொன் நான்குவகை – சிலப்பதிகாரம்]
ஆடிப்பாவை	–	கண்ணாடியில் தெரியும் உருவம்
ஆதித்யர்கள்	–	சூரியர்கள், விண்மீன்கள்
ஆதுரசாலை	–	மருத்துவமனை
ஆநிலை	–	பசுக்கொட்டில்
ஆம்பல்	–	அல்லி
ஆமருவி	–	ஆ மருவி. கோ பாலன். அதாவது கன்று மேய்ப்பவன். கிருஷ்ணனைக் குறிக்கும் தமிழ்ப்பெயர்.
ஆழி	–	சக்கரம், வட்டம், கடல், கடற்கரை, கட்டளை
ஆனந்தமயகோசம்	–	உடலுக்குள் உள்ள பிரம்மம்
இசைச்சூதர்	–	பாணர்
இடைநாழி	–	திண்ணை
இழிந்தல்	–	இறங்கிவருதல், குறைதல்.
இளிவரல்	–	ஏளனம். அங்கதம்
இன்நீர்	–	இனியநீர்
ஈச்சை	–	பேரீச்ச மரம். ஈச்சவோலை, ஈச்சமாலை, ஈச்சம்பாய், ஈச்சங்கள்
உகிர்	–	பறவை விலங்குகளின் கால் நகம்
உசாவுதல்	–	தகவலறிதல், விசாரணை
உணக்குவை	–	உணவுக்குவை
உண்டாட்டு	–	உணவுண்டு மகிழும் விழா, போருக்குப்பின் நிகழும் பெரு விருந்து

உந்தி	–	தொப்புள், நாபி, கொப்பூழ், உயர்த்தி, நீர்ச்சுழி, நதி, ஆற்றிடைக்குறை, நீர், நடு, கடல், தேரின் உருளை, தேர்த்தட்டு.
உம்பர்	–	விண்ணவர், தேவர்கள், வானோர், உயர்ச்சி, வானம், சொர்க்கம்
உழிச்சில்	–	உடலை நரம்புகள் இழுபடும்படி தடவும் சிகிழ்ச்சை முறை
உளமயக்கு	–	பிரமை
ஊழ்கம்	–	தியானம்
ஊழளி	–	ஊழின் கருணை
எந்தை	–	என் தந்தை
ஏதிலி	–	ஏதும் இல்லாதவர். அகதி.
ஏறுதழுவல்	–	ஜல்லிக்கட்டு
ஐம்பத்தாறு தேசங்கள்/ நாடுகள்	–	ஆரியவர்த்தம் எனப்பட்ட நாடு ஐம்பத்தாறு நாடுகளாகப் பிரிக்கப்பட்டிருந்தது.
ஒக்கல்	–	சுற்றம்
ஒல்குதல்	–	தளர்தல், மெலிதல், குழைதல், நுடங்குதல், சுருங்குதல், அசைதல், ஒதுங்குதல், அடங்குதல், வளைதல், குறைதல், வறுமைப்படுதல், மேலேபடுதல், மனமடங்குதல், கெடுதல், நாணுதல், எதிர்கொள்ளுதல்
கணப்பு	–	குளிருக்கு அனல் இடும் இடம்
கணையாழி	–	முத்திரை மோதிரம்
கந்தர்வர்கள்	–	இந்து தொன்மவியலின் அடிப்படையில் பதினான்கு கணங்களில் ஆடல் பாடலில் வல்ல ஒரு இனக்குழுவினர். கந்தர்வ லோகத்தில் வசிப்பவர்.
கரந்தல்	–	மறைத்தல், மறைதல்
கரவறை	–	ரகசிய அறை
கவை	–	ஒரு வகை மரக்கொம்பு
கழுவாய்	–	பரிகாரம், தீர்வழி, பிராயச்சித்தம்
கழை	–	ஓடக்கோல், மூங்கில் குழாய், கரும்பு
கழைநோக்கி	–	போர்க்களத்தில் கழைமேல் ஏறி தொலைதூரங்களைப் பார்த்துச் சொல்பவன்
களிமகன்	–	கள்ளுண்ணுபவன், கட்குடியன்

களபம்	–	மஞ்சள், குங்குமம் போன்றவற்றை அரைத்து உருவாக்கும் விழுது. மஞ்சள் களபம், குங்குமக் களபம்.
களிறு	–	ஆண்யானை
கன்மதம்	–	கல்லின் சாறு, அதாவது தீ
கன்யாசுல்கம்	–	பெண்ணுக்கு ஆண் தொகை கொடுத்து மணம்கொள்ளல்
காப்பிரியர்	–	ஆப்பிரிக்கர், கறுப்பர்
கார்வை	–	ஒலியின் முழக்கம்
குந்திரிக்கம்	–	சாம்பிராணி
குரவை	–	மகளிர் விசேஷகாலங்களில் நாவாற் குழறி இடும் மகிழ்ச்சியொலி
குருளை	–	குஞ்சு, குட்டி, பிள்ளை, கன்று, குழந்தை. புலி, சிங்கம் போன்றவற்றின் குட்டி.
குவை	–	குவியல். பசுங்குவை, வேர்க்குவை, முலைக்குவை, சொற்குவை, மணற்குவை, புகைக்குவை, முகில்குவை
குழவி	–	குழந்தை
குளம்பு	–	குதிரை, மாடு போன்ற விலங்குகளின் பாதம்
குறுநிரை	–	பெண்களின் முகத்தில் உள்ள பூனைமயிர்
கூகை	–	ஆந்தை, கோட்டான்
கூலம், கூலமணிகள்	–	தானியம்
கூற்றம், கூற்று	–	சாவு, எமன்
கையுறை	–	காணிக்கை
கொழுநர், கொழுநன்	–	கணவர்
கோட்டல்	–	கொள்ளுதல், வளைத்துக்கொள்ளுதல்
கோத்து, கோத்த	–	கோர்த்து, கோர்த்த
கோரோசனை	–	மானிலிருந்து எடுக்கப்படும் நறுமணப்பொருள்
சகடம்	–	சக்கரம்
சதக்னி	–	நூறு நெருப்பு. அக்காலத்து ஒருவகை பீரங்கி.
சமித்து	–	வேள்வியில் அர்ப்பிக்கப்படும் விறகு
சலம்	–	நீர்

சாங்கியம்	–	இந்தியத் தத்துவங்களில் சிறப்பானதும் முன்னோடியுமான, பிரகிருதி (இயற்கை), புருடன் (அறிவுள்ள பொருள்) ஆகிய இரு பொருட்கள் பற்றி மட்டுமே பேசுகின்ற கடவுள் இருப்பினை ஏற்றுக் கொள்ளாத சடவாத தரிசனமாகும்
சாளரம்	–	வெளிச்சம், காற்று உட்புக அமைக்கப்படும் ஜன்னல்
சித்தம்	–	பிரக்ஞை
சிபிநாடு	–	பாகிஸ்தானில் உள்ள சிபி மாவட்டம்
சிம்பு	–	பொறிப்பகுதிகளைப் பொருத்துவதற்குப் பயன்படும் மெல்லிய துணுக்கு; மூங்கிற்சிம்பு
சிற்றில்	–	சிறு குடில்
சிறுக்கன்	–	சிறுபயல், சின்னவன்
சீவிடு	–	சில்வண்டு
சுக்கான்	–	கப்பல், படகு போன்றவற்றை தேவையான திசையில் திருப்புவதற்கு உதவும் கருவி.
சுரிகுழல்	–	சுருண்ட மயிர்
சுருணை	–	சுருட்டப்பட்ட ஒன்று. ஓலைச்சுருணை, சாணிச்சுருணை போன்றவை. நார்ச்சுருணை பாத்திரம் துலக்கப் பயன்படுத்துவது
சுருதி	–	மூலநூல். தத்துவத்தைச் சொல்லக்கூடியது. வேதங்கள், உபநிடதங்கள்.
சுனை	–	இயற்கை நீர்நிலை
சுஷுப்தி	–	ஆழ் உறக்கநிலை
செண்டுவெளி	–	அரண்மனையைச் சார்ந்துள்ள வையாளி வீதி
செம்போத்து	–	கருப்பும் பழுப்பும் கலந்த குயில்வரிசைப் பறவை
செவிமயக்கு	–	பிரமை
சென்னி	–	தலை
சேக்கேறுதல்	–	பறவைகள் கூடணைதல்
சேக்கை	–	மெத்தை, படுக்கை. மரவுரிச் சேக்கை.
சேடி	–	வேலைக்காரப்பெண், ஏவல்செய்வோள்
சேய்மை	–	தூரம், நீளம், தொலைவு

சோனகர்	–	அரேபியர்
தகழி	–	விளக்கின், விளக்கின் குழிப்பகுதி, சாப்பிடும் தட்டு
தமையன்	–	அண்ணன்
தருக்குதல்	–	ஆணவம்கொள்ளல்; தருக்கு – ஆணவம்
தழல்	–	நெருப்பு, சங்ககாலக் காதலன் தன் காதலிக்குத் தரும் விளையாட்டுக் கருவி
தளைத்தல்	–	கட்டிப்போடுதல், தடுத்தல், அடக்குதல்
தனயன்	–	மகன், புத்திரன், ஒருவரின் ஆண் குழந்தை.
தாலப்பொலியினர்	–	மங்கலப்பொருட்கள் வைக்கப்பட்ட தாம்பாளத்தை ஏந்தி வருபவர்கள்
தாலம்	–	தாம்பாளம்
திகைதல்	–	நிறைவுறுதல், முடிவுறுதல், சரியாகப் பொருந்துல்
திசையுடலர்	–	திகம்பரர். சமணர்களில் ஆடையணியா முனிவர். திக்+அம்பரர் – திசையுடலர்
தித்திரிப்பறவை	–	சிட்டுக்குருவி
திருஷ்ணை	–	உலகச்செயல்களில் வரும் பற்று
தீயூழ்	–	தீவினைப் பயன், துரதிருஷ்டம்
துணித்தல்	–	வெட்டுதல்
துயில்	–	தூக்கம்
துரியம்	–	யோகியர் தன்மயமாய் நிற்கும் உயர்நிலை.
துலா	–	தராசு, கிணற்றிலிருந்து நீரை அல்லது ஒரு இடத்திலிருந்து பெரிய பொருள்களை எடுப்பதற்குப் பயன்படும் நெம்புகோல் வகையைச் சார்ந்த ஒரு பொறி.
துளித்து	–	துளியிட்டு
தென்புலத்தார், தென்புலத்தோர்	–	இறந்துபோன மூதாதையர்
தென்னெரி	–	தட்சிணாக்கினி
தொழும்பர் பணி	–	தொண்டு, அடிமை செய்தல்
தொழும்பன்	–	ஆண் அடிமை
தொழும்பி	–	அடிமைப்பெண்
தோண்டி	–	களிமண் அல்லது உலோகப் பாத்திரம், நீர்க்கலம்.

நடுகல்	–	இறந்தவரின் நினைவாக எடுக்கப்படும் நினைவுக் கல்
நாகணவாய்	–	மைனாப் பறவை
நாண்	–	நாணம், வெட்கம், கூச்சம், பழிக்கு அஞ்சுதல், கயிறு, வில்லின் கயிறு, வட்டத்தின் பரிதியில் இருக்கும் எந்த இரு புள்ளியையும் இணைக்கும் நேர்கோடு, மாங்கல்யம் கோத்த சரடு.
நாரை	–	ஒருவகை நீர்ப்பறவை, கொக்கு வகை
நாழிகை	–	24 நிமிடங்கள்
நாற்களம்	–	சதுரங்கம்
நிமித்திகன், நிமித்திகர்	–	புறக்குறிகளைக்கொண்டு வருவது உரைப்பவர்கள்
நிலவாய்	–	வாய் குறுகலான பெரிய பாத்திரம்.
நீணாள்	–	நீண்டநாள்
நீர்ப்பாவை	–	நீரில் தெரியும் உருவம்
நுகம்	–	மாடுகள், குதிரைகளை வண்டியில் அல்லது கலப்பையில் கட்டப்படும் முகப்புத்தடி
நுதல்விழி	–	நெற்றிக்கண்
நூற்றுவர்தலைவன்	–	நூறு படைவீரர்களின் தலைவன்
நெற்று	–	முதிர்ந்து காய்ந்த காய்
படிவர்	–	முனிவர், சடைமுடியோர்
பத்தி, பத்திவிரித்தல்	–	பாம்பு படமெடுத்தல்
பருண்மை	–	பருத்தன்மை, பொருள்தன்மை
பலாசம்	–	ஒரு மரம் [செம்முருக்கு], யாகத்துக்கான விறகாகப் பயன்படுபவது.
பாடிவீடு	–	பாசறை
பாணன்	–	பாடி அலையும் பாடகர். குலப்பாடகர்கள், வீரக்கதைப் பாடகர்கள்.
பார்ப்புப்பேய்கள்	–	பிரம்மஹத்தி
பாவட்டா	–	பட்டம் போல் மூங்கிலில் கட்டித் தொங்கவிடப்படும் அலங்காரத் திரை.
பிடியானை	–	பெண்யானை
பிரஜாபதி	–	தன்னிலிருந்து படைப்பை உருவாக்கும் ஓர் ஆதி விசை அல்லது ஆதி இருப்பு

பிராமணம்	–	மந்திரபாகமல்லாத வேதப்பகுதி. ஒவ்வொரு வேதத்துடனும் இணைந்த, சரியான முறையில் சடங்குகளைச் செய்வதற்கான விளக்கங்களும் வேதச் சடங்குகளின் குறியீட்டுப் பொருள் விளக்கங்களுமான பகுதியாகும்.
பிலம்	–	தானாக மண்ணுக்கு அடியில் உருவாகும் குகை
பீதர் நாடு	–	சீனா
பீதர், பீதர்நாட்டான்	–	மஞ்சள்நிறமானவர். சீனன், திபெத் லடாக் பகுதியினர்.
பீரிடுதல்	–	விரைந்துபாய்தல், அலறிச் சத்தமிடுதல்.
புடவி	–	பிரபஞ்சம்
புரை	–	சிறிய அறை
புலரி	–	விடியல்
புள்	–	பறவை
புன்தலை	–	சிறிய அழகிய தலை
பூசணம்	–	நுண்ணிய பாசி
பெண்செல்வம்	–	ஸ்ரீதனம்
பெயர்மைந்தன்	–	பெயரன்
பெயல்	–	மழை, மழைத்துளி
பேதை	–	சூதுவாது அற்றவன்(ள்), முட்டாள், 5 முதல் 7 வயது வரையான பெண்ணின் பருவம்
பேருரு	–	விஸ்வரூபம், பிரம்மாண்டமான உருவம்
பொதி	–	மூட்டை
பொருண்மை	–	பொருளின் தன்மை, கருத்துப் பொருள்
பொழுதிணைவு வணக்கம்	–	சந்தியா வந்தனம்
பொறை	–	பொறுமை
போழ்ந்து	–	பிளந்து
மங்கை	–	பெண், 12 முதல் 13 வயது வரையான பெண்ணின் பருவம்
மடம்பு	–	பாறைகளின் மடிப்புகள், குடைவுகள்
மதநீர்	–	மதம் பிடித்த ஆண் யானையின் கண்ணுக்கும் காதுக்கும் இடைப்பட்ட சுரப்பிகளில் வழியும் பாலுணர்வு சார்ந்த நீர்; விந்து, வீரியம்

மதகரி	–	மதம் பிடித்த ஆண்யானை
மந்தணம்	–	ரகசியம், அந்தரங்கம்
மருகன்	–	மருமகன்
மருகி	–	மருமகள்
மலரமர்வு	–	பத்மாசனம்
மழைக்காமணம்	–	காமணம் என்பது பனையோலையால் செய்யப்படும் கூடைபோன்ற அமைப்பு. மழையில் நனையாமலிருக்க தலைமேல் போட்டுக்கொள்வார்கள்.
மாரன்	–	மன்மதன்
மிச்சில்	–	எஞ்சிய பொருள், எச்சில்
மிடிமை	–	வறுமை
மின்னுரு	–	மின்னல் வடிவம்
முதற்றாதை	–	முதல்தாதை
முழவு	–	கையால் மீட்டும் சிறிய பறை
முழைத்தடி, முழைக்கழி	–	நுனியில் முண்டு கொண்ட குச்சி
மேழி	–	கலப்பை
மைந்து	–	மைந்தர், பிள்ளை
யவனர்	–	கிரேக்கர், ரோமானியர்
வசு, வசுக்கள்	–	ஒருவகை தேவர்கள். எட்டுபேர் என்பதனால் அஷ்டவசுக்கள். தர்மதேவனுக்கு வசு என்னும் மனைவியில் பிறந்தவர்கள்.
வரையாடு	–	நிலைதவறாமல் மலை ஏறும் ஒரு மான்வகை, மலையாடு, காட்டாடு
வழுத்துதல்	–	வாழ்த்துதல், துதித்தல்
வழுதுணை	–	கத்தரிக்காய், கத்தரிச் செடி
வளைவாய்	–	வளைந்த வாயை உடைய பாத்திரம்
விசும்பு	–	ஆகாயம்
விடம்பனம்	–	நடிப்பு, நிந்தை, தொல்லை
விடை	–	பதில், காளை.
விண்ணவர்	–	தேவர்
விதிர்த்தல்	–	நடுங்குதல்
விதிர்ப்பு	–	நடுக்கம்

வியாழவட்டம்	–	12 ஆண்டுகள். வியாழன் கிரகம் சுற்றிவரும் காலம்.
விராட வடிவம்	–	பிரம்மாண்ட வடிவம்
விழவு	–	விழா
விழிமயக்கு	–	தோற்றமயக்கம், பிரமை
விழைவு	–	விருப்பம்
விளம்புகலங்கள்	–	உணவு பரிமாற உபயோகிக்கும் கலங்கள்
விளம்புகாரர்கள்	–	உணவு பரிமாறுபவர்கள்
விறலி	–	பாணனின் மனைவி. பாடி ஆடிக் கதைசொல்பவள்
வீணன்	–	தீயநெறி நடப்போன், சோம்பேறி, பயனற்றவன்
வெய்யோன்	–	சூரியன்
வேங்கை	–	புலி, ஒருவகை மரம்
வேட்கை, வேட்குதல்	–	விரும்புதல், வேண்டுதல்
வேட்டல்	–	விரும்புதல்
வேதாங்கம்	–	சிட்சை, வியாகரணம், சந்தோபிசிதம் (சந்தசு), நிருத்தம், சோதிடம், கற்பம் என ஆறுவகைப்பட்ட, வேதப்பொருளை உணர்தற்குரிய கருவி.
வைசேடிகம்	–	இந்திய ஆன்மிகத்தை ஏற்கும் ஆறு முக்கிய பிரிவுகளில் கணாதரர் எனப்படும் கானடா அல்லது கணபுஜா என்கின்ற குரு உருவாக்கிய சாத்திரம்
ஜனபதம்	–	மக்கள்வாழும் நிலப்பகுதி. சிறிய சமூகக்கட்டமைப்பு. ஆரியவர்த்தம் 16 ஜனபதங்களாக வேதகாலத்தில் பிரிக்கப்பட்டிருந்தது.
ஜாக்ரம்	–	விழிப்புநிலை
ஸ்மிருதி	–	ஒழுக்கச்சட்டங்களைச் சொல்லக்கூடியது. மாறக்கூடிய நூல்.
ஹோதா	–	ஹோமம் செய்பவன்.

ஜெயமோகனின் புத்தகங்கள்

நாவல்கள்

ரப்பர்

விஷ்ணுபுரம்

பின்தொடரும் நிழலின் குரல்

கன்யாகுமரி

காடு

அனல்காற்று

இரவு

கன்னிநிலம்

வெள்ளையானை

கொற்றவை

சிறுகதைத் தொகுப்பு

திசைகளின் நடுவே

மண்

ஆயிரங்கால் மண்டபம்

கூந்தல்

ஜெயமோகன் சிறுகதைகள்

ஜெயமோகன் குறுநாவல்கள்

ஊமைச்செந்நாய்

அறம்

ஈராறுகால்கொண்டெழும் புரவி

வெண்கடல்

ஆன்மிகம்/தத்துவம்

இந்திய ஞானம்

சிலுவையின் பெயரால்

இந்துமதம் சில விவாதங்கள்

அரசியல்

சாட்சிமொழி

இன்றைய காந்தி

பண்பாடு/வரலாறு

பண்படுதல்

தன்னுரைகள்

எதிர்முகம்

வாழ்க்கை வரலாறு

சுரா: நினைவின் நதியில்

முன்சுவடுகள்

கமண்டல நதி

லோகி (லோகிததாஸ் நினைவு)

கடைத்தெருவின் கலைஞன்

(ஆ. மாதவன் பற்றி)

இலக்கிய அறிமுகம்

சங்கச் சித்திரங்கள்

மேற்குச்சாளரம்

(மேலை இலக்கிய அறிமுகம்)

கண்ணீரைப் பின்தொடர்தல்

(22 இந்தியநாவல்கள்)

பொன்னிறப்பாதை

விதிசமைப்பவர்கள்

சொல்முகம்

எழுதும் கலை

இலக்கிய விமர்சனம்

ஆழ்நதியைத் தேடி

நவீனத்துவத்துக்குப் பின் தமிழ்

கவிதை - தேவதேவனை முன்வைத்து

உள்ளுணர்வின் தடத்தில்

(கவிதை விமர்சனம்)

ஈழ இலக்கியம்: ஒரு விமர்சனப் பார்வை

புதியகாலம் (இலக்கிய விமர்சனம்)

இலக்கிய முன்னோடிகள் வரிசை

ஏழு நூல்கள்

முதற்சுவடு

கனவுகள் இலட்சியங்கள்

சென்றதும் நின்றதும்

மண்ணும் மரபும்

அமர்தல் அலைதல்

நவீனத்துவத்தின் முகங்கள்

கரிப்பும் சிரிப்பும்

பூக்கும் கருவேலம்: பூமணியின் படைப்புலகம்

ஒளியாலானது தேவதேவனின் புனைவுலகம்

எழுதியவனைக் கண்டுபிடித்தல்

இலக்கியவிவாதக் கட்டுரைகள்

அனுபவம்

நிகழ்தல் – அனுபவக்குறிப்புகள்

இன்று பெற்றவை (நாட்குறிப்புகள்)

ஜெ. சைதன்யாவின் சிந்தனை மரபு

நாளும்பொழுதும் அனுபவக்குறிப்புகள்)

இவர்கள் இருந்தார்கள் (நினைவுக்குறிப்புகள்)

பயணம்

புல்வெளிதேசம்

அருகர்களின் பாதை

இந்தியப் பயணம்

நூறு நிலங்களின் மலை

குகைகளின் வழியே

மலையாளம்

நெடும்பாதையோரம்

உறவிடங்கள்

நூறு சிம்ஹாசனங்கள்

மொழிபெயர்ப்பு

தற்கால மலையாளக் கவிதைகள்

இன்றைய மலையாளக் கவிதைகள்

சமகால மலையாளக் கவிதைகள்

கொடுங்கோளூர் கண்ணகி

தொகைநூல்கள்

அசோகமித்திரன் (அறுபதாண்டு நிறைவுவிழா மலர்)

சுந்தர ராமசாமி (அறுபதாண்டு நிறைவுவிழா மலர்)

இலக்கிய உரையாடல்கள்

நாடகம்

வடக்கு முகம்

பொது

நலம் (ஆரோக்கியக் கட்டுரைகள்)

வெண்முரசு (மகாபாரதம் நாவல் வடிவில்)

முதற்கனல்

மழைப்பாடல்

வண்ணக்கடல்

நீலம்

பிரயாகை

வெண்முகில் நகரம்

இந்திரநீலம்

காண்டீபம்

வெய்யோன்

பன்னிரு படைக்களம்

வெண்முரசு (நாவல் பகுதிகள்)

எரிமலர்

புல்லின் தழல்

செம்மணிக்கவசம்

இருள்விழி

ஆயிரம் கைகள்

www.ingramcontent.com/pod-product-compliance
Ingram Content Group UK Ltd.
Pitfield, Milton Keynes, MK11 3LW, UK
UKHW042112021026
15589UKWH00001B/346

9 788184 937398